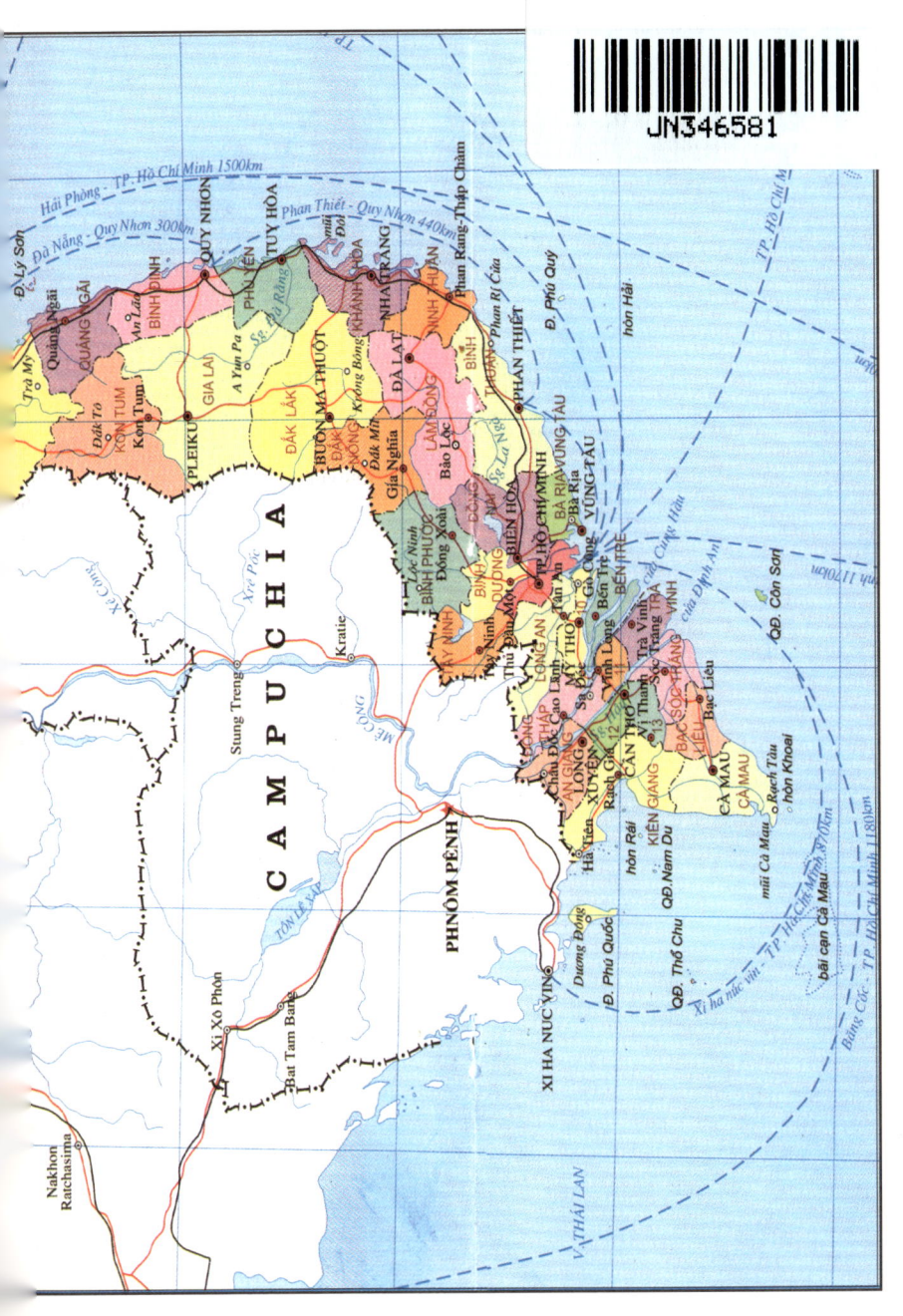

최신개정판

한국어-베트남어사전

레 휘 콰 편저

Từ Điển Hiện Đại
Hàn-Việt
MỚI NHẤT

인사말씀

『한국어-베트남어사전』이 한국에서 출간된 지 꼭 5년 만에 새롭게 개정된 사전을 소개드리게 되어 저자로서는 영광이 아닐 수 없습니다. 아직은 미흡한 실력이다 보니 사전을 편찬한다는 것에 있어 조심스러운 마음뿐이었습니다만, 부족한 만큼 열심히 노력하여 만들어 낸 성과이므로 여러분께서 유용하게 사용해 주셨으면 좋겠습니다. 물론 이전의 사전보다 수록된 어휘의 양이 풍부해진 만큼, 이 사전이 여러분의 한국어와 베트남어 공부에 많은 도움이 될 것이라 믿습니다.

아울러 한국과 베트남 양국의 우호관계가 더욱 돈독해지기를 기원하면서, 베트남 호치민시에 가나다 한국어학당이 개원되도록 물심양면으로 도와주셨던 다우기술 최헌규 사장님께 깊은 감사의 말씀을 드립니다. 또한 흔쾌히 추천사를 적어 주신 재 호치민시 영사관 민영우 총영사님과 이 책이 출간되기까지 많은 격려와 응원을 아끼지 않으셨던 재 한국 전 베트남 대사 DUONG CHINH THUC님께도 이 지면을 빌어 감사의 마음을 전합니다.

모자란 작품이나 『최신 개정판 한국어-베트남어사전』이 여러분의 학습에 많은 도움이 되길 바라며, 부족한 점에 대해 따가운 질책을 보내주신다면 차후 더 나은 사전으로 보답드릴 것을 약속드리겠습니다. 독자 여러분께 깊은 감사의 말씀을 드립니다.

2007년 가을
LE HUY KHOA

E-mail : lecatanchau@yahoo.com
베트남 호치민시 가나다 어학당 (www.kanata-koreanschool.com)

편저자 레 휘 콰

베트남 Nghe An 출생
하노이국립대 중국어과 졸업
연세대학교 한국어학당 한국어 연수
베트남 노동부 인력송출회사 서울지사 담당
주한베트남대사관 노무관
현재 베트남 가나다 한국어학당 학원장
홍방대학교 한국어학과 강사
최신 한국어-베트남어 소사전 발행
故 정주영 회장『시련은 있어도 실패는 없다』
베트남어 번역
호치민TV 방영 한국드라마 번역

◆ 협조 개발 :
　DVC 베트남법인과 가나다어학당 :
　　한국어 베트남어 전문교육
　　한국어 베트남어 통번역,
　　투자 컨설팅, 시장조사 대행 등

추 천 사

민 영 우
주호치민 대한민국 총영사

먼저 지난 6년 동안의 준비를 통해서 『최신 개정판 한국어-베트남어사전』을 펴낸 레 휘 콰(Le Huy Khoa)씨의 노고를 치하합니다.

지난 1992년 수교한 한국과 베트남의 양국 관계는 짧은 수교역사에도 불구하고 다른 국가와의 관계에서는 그 유래를 찾아볼 수 없을 정도로 아주 빠른 속도로 발전하고 있으며, 이에 따라 양국 국민들 간의 교류도 급속도로 확대되고 있습니다. 현재 한국과 베트남은 매년 대통령, 총리 등 국가지도부 간 정상회담을 개최하는 중요한 협력 파트너가 되었습니다. 지난 2001년 쩐 득 르엉(Tran Duc Luong) 국가주석의 방한을 계기로 양국 관계를 정치, 경제, 사회, 문화 등의 분야에서 '포괄적 동반자 관계'로 발전시켜 나가기로 합의한 바 있습니다.

한국과 베트남 간 양국 관계가 미래지향적으로 발전하고 양국 국민들 간 교류가 활발해지는 중요한 시점에 레 휘 콰씨가 『최신 개정판 한국어-베트남어사전』을 펴낸 것은 시의적절하고 뜻 깊은 일이라고 생각합니다.

레 휘 콰씨는 하노이 국립대학교를 졸업한 뒤 한국기업에서 일하게 된 것을 계기로 한국어와 인연을 맺었습니다. 연세대학교 한국어학당에서 공부한 후 베트남 노동부 직원, 주대한민국베트남 대사관 노무관으로 공직생활을 한 경험이 있고, 2002년 『한국어-베트남어사전』 편찬, 고 정주영 현대그룹회장의 자서전 『시련은 있어도 실패는 없다』를 번역, 호치민 TV 방영 한국드라마 번역 등 꾸준하게 번역 관련 일을 해왔습니다. 현재는 홍방대학교 한국학과 강사와 가나다한국어학원장을 겸직하고 있습니다.

그동안 레 휘 콰씨의 한국어 관련 다양한 경험과 연구가 반영된 『최신 개정판 한국어-베트남어사전』 발간을 진심으로 환영하면서, 이 사전이 한국어와 베트남어를 배우려는 양국 국민들에게 크게 기여할 것으로 믿어 적극 추천하는 바입니다.

ㄱ Phụ âm đầu tiên trong các phụ âm tiếng Hàn Quốc, đọc là ki-ức, tương tự chữ A trong bản phiên âm ABC.

가-(假) Tạm thời, tạm. ~시설 thiết bị tạm thời. ~처분 tạm xử lý.

가(價) Giá cả. 공정~ giá nhà nước qui định, giá công bố. 최저~ giá thấp nhất.

가게 Cửa hàng, nơi bán hàng hóa. 꽃~ cửa hàng hoa. 옷~ cửa hàng áo quần.

가경(佳境) ① Cảnh đẹp. ② Vào lúc cao trào, vào lúc hấp dẫn nhất.

가공(可恐) Đáng sợ, khủng khiếp. ~할 전쟁의 실태 tình hình cuộc chiến thật là đáng sợ.

가긍스럽다(可矜-) Trông thật đáng tội, đáng thương. ~게 여기다 tội cho ai đó, thương cho ai đó.

가까이하다 Tiến tới, tiếp cận, tiếp xúc với. ~기 쉬운[어려운] dễ gần (khó gần).

가깝다 Gần (khoảng cách). 에 ~ gần (cái gì đó). 회사가 집에 ~ công ty gần nhà.

가난 Nghèo, nghèo khó, thiếu thốn. ~하다. ~한 사람 người nghèo.

가납(嘉納) Chấp nhận, đồng ý. ~하다.

가납사니 ① Người hay nói, hay nói lung tung. ② Người hay cãi nhau, người hay lắm lời. ~ 같다 như cái máy nói.

가늘다 ① Mỏng manh, nhỏ yếu. 가는 잎 chiếc lá nhỏ. ② Nhỏ nhẹ, yếu ớt (giọng nói), dễ lung lay.

가능성(可能性) Khả năng, tính khả năng, tiềm năng, có thể. ~이 있다 có khả năng.

가다 Đi, tới, đến. 에 ~ đi tới đâu đó. 시장에 ~ đi chợ. 학교에 ~ tới trường

가다가 ① Thỉnh thoảng. ~실수도 하다 thỉnh thoảng cũng nhầm. ② Đi giữa chừng. ~ 되돌아오다 đi giữa chừng quay về.

가당찮다 Không chính đáng, không hợp lý, vô lý. ~은 요구 yêu cầu không hợp lý.

가드 Sự bảo vệ, việc canh gác, người canh gác. ~레일 người gác đường ray.

가득하다 Đầy, tràn đầy. 앞날은 희망이 ~ tương lai tốt đẹp trước mặt.

가뜬하다 Nhẹ nhàng, thoải mái (tâm trạng, động tác). 가뜬한 동작 động tác nhẹ nhàng.

가라앉히다 Làm cho chìm, đánh chìm. 배를 ~ làm cho thuyền chìm, đánh chìm tàu.

가랑비 Mưa phùn. ~가 내린다 trời mưa phùn. ~가 오고 있다 trời đang mưa phùn.

가련하다(可憐-) Đáng thương tội nghiệp. 가련한 경 cảnh đáng thương, cảnh tội nghiệp. 가련한 친구로군 Thật đáng thương cho anh bạn ấy.

가름 Sự phân biệt, sự phân chia, sự phân loại.

가리다 Che đậy, che lại, che giấu, giấu, cất. 나무가 해를 ~ Cây che khuất mặt trời.

가리사니 ① Năng lực phán đoán, khả năng nắm bắt. ② Tình hình sự việc, cái mấu chốt.

가린주머니 Người kẹt xỉn, kẻ bủn xỉn.

가만 ① Im lặng, không động đậy. ~누가 온다 Suýt, có ai đến. ② Không có phản ứng gì, không có cách xử lý. ~보고 있다 chỉ đứng nhìn.

가만있다 Im lặng, không có phản ứng, lặng lẽ, không cử động.

가멸다 Giàu có, phong phú, giàu sang.

가명 (佳名) Uy tín, danh dự.

가물타다 Bị hạn, gặp hạn, vào hạn.

가미(佳味/嘉味) Món ăn ngon.

가변 (可變) Có thể thay đổi, khả biến, có thể biến đổi, linh động. ~비용 mức phí có thể thay đổi. ~자본 vốn linh hoạt.

가분가분 Nhẹ nhàng, thoải mái. ~하다.

가상(假想) Sự tưởng tượng, sự giả tưởng. ~하다. ~적 tính giả tưởng.

가석하다(可惜-) Đáng tiếc, tiếc.

가약(佳約) ① Lời hứa tốt đẹp. ② Lời hứa hôn ước giữa nam và nữ, hứa hôn. 백년~을 맺다 kết lời ước trăm năm, kết hôn.

가엾다 Đáng tội nghiệp, đáng thương. ~은 고아 đứa trẻ mồ côi đáng thương.

가이드 Hướng dẫn viên. 통역을 겸한 ~가 필요하다 cần một phiên dịch kiêm hướng dẫn.

가정(家庭) Gia đình. ~경제 kinh tế gia đình. ~교육 giáo dục gia đình.

가정교사(家庭教師) Gia sư, giáo viên dạy tại nhà riêng. ~하다 làm gia sư.

가족계획(家族計劃) Kế hoạch hóa gia

đỉnh.
가즈럽다 Tự hài lòng, tự mãn.
가지런하다 Gọn gàng, ngăn nắp.
가지런히 Một cách gọn gàng, ngăn nắp. 구두를 ~ 놓다 để giày dép ngăn nắp.
가진급(假進級) Qua thời gian thử thách (để lên chức). ~시키다 cho thử thách.
가책(苛責) Chửi mắng thậm tệ. ~하다. Tự trách mình.
가청(可聽) Có thể nghe, nghe được. ~거리 khoảng cách có thể nghe được.
가토하다(加土-) Đắp thêm đất.
가필(加筆) Sự sửa lại, chỉnh sửa. ~하다. 이 논문은 ~ 수정할 필요가 있다 Luận văn này cần phải chỉnh sửa thêm.
가하다(可-) Đúng, tốt. 네 말이 ~ cậu nói đúng.
가해(加害) Làm hại, làm hư, gây thiệt hại. ~하다. ~자 người gây hại.
가효(佳肴) Ngon miệng.
가히(可-) Có thể, được. ~짐작할 수 있다 có thể dự tính được. ~그렇다 할 수 있다 có thể như thế.
각가지(各-) Đa dạng, các loại. ~물건 các mặt hàng.
각개(各個) Từng cái một, từng cái. ~격파 đánh vỡ từng cái một.

각거하다(各居-) Sống riêng.
각고(刻苦) Tích cực, chăm chỉ làm việc, khắc khổ. ~하다. ~십년 끝에 sau mười năm khắc khổ.
각골난망(刻骨難忘) Sự ghi nhớ mãi, ghi tâm khắc dạ không quên. ~하다.
각루(刻漏) Đồng hồ nước.
각방(各方) Các phương, các hướng, mọi nơi. ~으로 수색하다 lục soát khắp mọi nơi.
각방(各房) Các phòng, phòng riêng. 우리는 ~을 쓰고 있다 Chúng tôi dùng phòng riêng.
각 방면(各方面) Mỗi hướng, các phương hướng, mọi nơi. ~으로부터 từ các hướng.
각 살림(各-) Sự sống riêng. ~하다.
각선미(脚線美) Vẻ đẹp của đôi chân. ~대회 Cuộc thi người có đôi chân đẹp.
각성(覺醒) Nhận thức, thức tỉnh. ~하다. ~시키다 thức tỉnh ai, làm cho ai tỉnh ra.
각세공(角細工) Gia công hàng bằng sừng, chế tác sừng. ~품 hàng làm bằng sừng.
각속도(角速度) GTốc độ góc.
각시 ① Búp bê. ② Cô dâu, đàn bà mới lấy chồng.
각 아비 자식(各-子息) Con cùng mẹ khác cha.

각양(各樣) Tính đa dạng, các dạng, các hình thái, nhiều loại. ~각색 đa màu đa sắc, nhiều màu sắc.

각오(覺悟) Sự sẵn sàng, sự chuẩn bị, quyết tâm, biết rằng. ~하다. 그것은 ~한 바이다 Tôi đã sẵn sàng cho việc đó.

각인(各人) Mọi người, các vị. ~각색 mỗi người một vẻ.

각인(刻印) Khắc dấu. ~하다.

각일각(刻一刻) Bất cứ lúc nào, giờ phút nào cũng, mọi lúc.

각적(角笛) Cây sáo làm bằng sừng.

각조(各條) Các điều khoản, mọi điều khoản.

각종(各種) Mỗi loại, các loại. ~경기 các môn thi đấu. ~사물 các sự vật. ~직업 các loại ngành nghề.

각지(各地) Mọi nơi, các nơi.

각처(各處) Mọi nơi, các nơi. ~에 ở mọi nơi. 전국~에서 ở mọi nơi trên cả nước.

각축(角逐) Sự canh tranh, sự ganh đua. ~하다.

각파(各派) Mọi thành phần, các phái, các phe.

각판(刻版) ① Khuôn in, bản khắc gỗ. ② Khắc gỗ.

각필(苛筆) Ngưng viết, gác bút. ~하다.

간 Độ mặn, mặn. ~을 하다 cho thêm muối. ~이 짜다 mặn

간(肝) Gan. ~병 bệnh gan. ~암 ung thư gan. ~이식 phẫu thuật cấy gan.

간간이(間間-) Thỉnh thoảng, đôi khi. ~오는 손님 vị khách thỉnh thoảng đến.

간간하다 Đủ mặn, vừa mặn, ngon.

간결(簡潔) Ngắn gọn, đơn giản. ~하다. ~히 một cách ngắn gọn.

간계(奸計) Gian kế, kế gian. ~를 꾸미다 dùng kế gian.

간고(艱苦) Sự gian khổ, sự vất vả, khốn cùng. ~스럽다. ~하다 khổ

간곡(懇曲) Sự thân ái, chân thành, lòng tử tế. ~하다. ~히 một cách chân thành.

간과(干戈) Cái mâu và cái thuẫn, vũ khí, súng ống. ~를 들다 cầm vũ khí.

간과(看過) Bỏ qua, cho qua. ~하다. 과실을 ~하다 bỏ qua cho cái lỗi của ai.

간교(奸巧) Gian giảo. ~스럽다. ~하다. ~한 녀석 thằng gian giảo.

간구(懇求) An xin, xin, van nài. ~하다.

간기(肝氣) Dũng khí.

간나위 Thằng đều, thằng gian trá.

간난(艱難) Sự gian khổ, gian nan, khó khăn. ~하다 vất vả, gian nan.

간단(簡單) Đơn giản, giản đơn. ~하다. ~한 방법 phương pháp đơn giản.

간단명료(簡單明瞭) Sự đơn giản và

rõ ràng. ~하다. ~하게 một cách đơn giản rõ ràng
간담(懇談) Nói chuyện thân mật. ~하다. ~회 buổi nói chuyện thân mật.
간데없다 Không có chỗ nào mà đi cả, không có chỗ dung thân.
간독(懇篤) Tử tế, lòng tốt, sự chân thành. ~하다.
간동간동 Gọn gàng, ngăn nắp.
간동그리다 Sắp xếp lại cho ngăn nắp.
간동하다 Gói gọn lại, làm gọn lại.
간드랑거리다 Lắc, đu đưa nhẹ. 나뭇잎이 ~ cái lá cây đung đưa.
간드작거리다 Lung lay, đung đưa.
간들간들 m ái, nhẹ nhàng, nhè nhẹ.
간망(懇望) Sự nài nỉ, van nài. ~하다.
간맞다 Đủ mặn, vừa ngon.
간맞추다 Nêm cho đủ mặn, đủ
간물(奸物) Thằng gian.
간물(乾物) Đồ khô, món khô.
간병(看病) Trông coi bệnh nhân, chăm sóc người bệnh. ~하다. ~인 người khám bệnh.
간보다 Nếm thử, nếm món ăn.
간사(幹事) ① Xử lý công việc. ② Người quản ly, Can oći.
간상(奸商) Gian thương, kẻ buôn bán gian lận. ~배 lũ gian thương, bọn gian thương.
간색(間色) Sự pha màu, trộn màu.

간섭(干涉) Can thiệp. ~하다. ~받다. bị can thiệp.
간소(簡素) Giản dị, đơn giản. ~하다. ~한 생활 cuộc sống giản dị.
간수하다 Giữ gìn, bảo quản. 소중히~ giữ gìn một cách cẩn thận.
간식(間食) Bữa ăn nhẹ, ăn qua loa, ăn giữa buổi. ~하다.
간신(諫臣) Trung thần.
간신(奸臣) Gian thần.
간신히(艱辛-) Một cách khó khăn, đầy khó khăn, trong gang tấc.
간악(奸惡) Tính độc ác, gian ác. ~하다[스럽다]. ~한 무리 một bầy gian ác.
간언(諫言) Lời khuyên chân thành, lời của trung thần. ~하다. ~을 듣다 nghe lời của trung thần.
간원(懇願) Lời cầu khẩn, sự van xin. ~하다.
간음(姦淫) Sự thông dâm, gian dâm. ~하다. ~죄 tội thông dâm.
간장(-醬) Nước tương, nước mắm. ~을 치다 rót nước mắm, thêm nước mắm vào.
간절(懇切) Thái độ tha thiết, khẩn thiết. ~하다. ~한 마음 tấm lòng thành khẩn.
간접(間接) Gián tiếp. ~적으로 một cách gián tiếp. ~손해 thiệt hại gián tiếp.

간조(干潮) Thuỷ triều xuống.
간주곡(間奏曲) Nhạc nền, nhạc đệm.
간지(奸智) Đầu óc gian trá. ~에 능하다 giỏi lừa lọc.
간지(諫止) Can gián, can ngăn. ~하다.
간지럼 Cảm giác nhột (buồn). ~타다 cảm thấy nhột, cảm thấy buồn.
간질(癎疾) Bệnh động kinh. ~환자 người bị bệnh động kinh.
간질간질 Buồn buồn, nhột nhột, ngứa ngứa. 등이 ~하다 lưng ngứa ngứa.
간질거리다 Cảm thấy nhột.
간질이다 Làm cho ai nhột, chọc cho ai nhột. 겨드랑이를 ~ chọc cho nhột ở nách.
간책(奸策) Gian kế, kế gian. ~을 부리다 giở trò gian giảo.
간추리다 Quản lý, tóm tắt.
간판(看板) Tấm bảng, tấm biển quảng cáo. ~을 내걸다 treo biển.
간편(簡便) Sự tiện lợi, sự tiện nghi, đơn giản tiện lợi. ~하다. ~한 방법 phương pháp đơn giản. ~하게 một cách đơn giản.
간하다(諫-) Can ngăn, ngăn cản. ~는 말을 듣지 않다 không nghe những lời can gián.
간행(刊行) Sự xuất bản. ~하다. ~물 vật xuất bản, thứ xuất bản.
간헐(間歇) Từng hồi, từng cơn. ~열 cơn sốt từng hồi. ~적 có tính từng hồi.
간호(看護) Chăm sóc bệnh nhân, trông nom bệnh nhân, giám hộ. ~하다. ~사 y tá
간혹(間或) Thỉnh thoảng, đôi khi, đôi lúc. ~들르다 thỉnh thoảng mới ghé.
간힘 쓰다 Nín thở để chịu đựng cơn đau.
갈가리 Miếng, mảnh, vụn. ~찢다 xé vụn.
갈가위 Đồ tham lam.
갈개꾼 Kẻ gây trở ngại, phá rối, quấy rối.
갈개발 ① Cái đuôi diều. ② Kẻ hay lợi dụng uy thế.
갈겨쓰다 Viết nguệch ngoạc, cẩu thả. 편지를 ~ thư viết cẩu thả.
갈고지 Cái móc.
갈구(渴求) Sự khao khát, khát khao. ~하다.
갈기갈기 Từng mảnh vụn, từng miếng nhỏ. ~찢다 xé thành từng miếng nhỏ.
갈기다 Đánh, đập. 몽둥이로~ đánh bằng gậy. 따귀를 ~ tát tai.
갈다 Nghiền, cán, xay. 커피 원두를~ xay cà phê hạt. 고기를 ~ xay thịt.
갈등(葛藤) Mâu thuẫn, bất đồng, xung đột. ~이 생기다 phát sinh mâu thuẫn,

xung đột

갈라내다 Lọc ra, phân ra. 우편물을 목적지별로 ~ phân loại thư theo từng địa chỉ đến.

갈라붙이다 Phân tán, chia ra hết.

갈라서다 Đứng riêng ra. 두줄로 ~ đứng riêng thành hai hàng.

갈래 Ngả, hướng, phần. 네~길 ngã tư. 세~진 chia thành ba.

갈래다 ① Hỗn loạn, hỗn độn. 정신이 ~ tinh thần hỗn loạn. ② Chạy lung tung, chạy loạn lên.

갈림길 Ngã đường, số mệnh, điểm.

갈마(羯磨) Nghiệp chướng.

갈마들이다 Được thay bằng, được đổi bằng.

갈마쥐다 ① Chuyển sang tay khách. ② Lấy cái này, lấy cái kia, thoăn thoắt.

갈망(渴望) Ước muốn thiết tha, khát vọng, khao khát. ~하다. 그들은 자유를 ~하고 있다 họ khao khát tự do. 배움에 대한 ~ khát vọng được học hành.

갈무리 Sắp xếp cho gọn, làm cho gọn. ~하다.

갈보 Gái điếm. ~집 nhà chứa. 돈이 궁하여 ~가 되었다 túng tiền làm gái điếm.

갈붙이다 Ly gián, chia rẽ, chia tách.

갈비 Sườn, xương sườn. ~뼈 xương sườn. ~구이 sườn nướng. 소~ sườn bò.

갈색(褐色) Màu xám, màu nâu. 햇볕에 탄~피부 nước da nâu vì nắng mặt trời.

갈수(渴水) Sự thiếu nước, khan hiếm nước, khát nước. ~기 mùa khô.

갈수록 Càng, ngày càng. 관계가 ~나빠지다 quan hệ ngày càng xấu.

갈아내다 Thay thế, thay đổi, đổi mới. 묵은 기왓장을 ~ thay ngói mới.

갈아붙이다 ① Nghiến răng. ② Thay thế.

갈증(渴症) Khát nước. ~이 나다 khát nước.

갈채(喝采) Sự hoan hô, sự cổ vũ. ~하다. 우레와 같은 ~ hoan hô như sấm.

갈취(喝取) Cướp giật, bóc lột, giằng lấy. ~하다. 돈을 ~하다 cướp tiền của ai đó.

갈파(喝破) Trách móc, la mắng. ~하다.

갈팡질팡 Lang thang, không biết đi đâu. ~하다.

감각(感覺) Cảm giác, cảm nhận, xúc cảm. ~관 giác quan. ~기능 chức năng cảm giác.

감감하다 ① Tối om, tối đen. ② Không có tin tức gì. ③ Mờ mịt, không nhìn thấy.

감금(監禁) Không cho đi đâu, giam hãm, giam lỏng. ~하다. 방에 ~하다 giam trong phòng.

감기(感氣) Cảm cúm. ~약 thuốc cảm. 지독한~ cơn cảm nặng.

감기다 Giặt, rửa, tắm gội. 머리를 ~ gội đầu.

감다 Nhắm mắt. 눈을 굳게 ~고 nắm chặt mắt.

감독(監督) Sự quản lý, sự trông nom, giám sát. ~하다. 시험~ giám sát thi.

감동(感動) Cảm động. ~하다. ~적인 cảm động, gây cảm động.

감득하다(感得-) Sự tiếp thu, sự cảm nhận.

감리(監理) Sự trông non, sự quản lý.

감마제(減摩劑) Chất chống mài mòn, dầu nhớt.

감면(減免) Sự giảm bớt, giảm xuống, miễn giảm. ~하다. ~조건 điều kiện miễn giảm.

감미(甘美) Ngọt ngào. ~로운 목소리 giọng nói ngọt ngào. ~로운 사랑 một tình yêu ngọt ngào.

감방(監房) Phòng giam, nhà giam. ~에 처넣다 bị nhốt vào nhà giam.

감복(感服) Sự khâm phục, cảm phục. ~하다. ~시키다 làm cho người khác cảm phục.

감사(感謝) Cảm ơn, cảm tạ. ~하다. ~장 thư cảm ơn. ~패 bia cảm ơn.

감상(感想) Cảm tưởng, cảm nhận. ~문 văn cảm tưởng.

감상(鑑賞) Thưởng thức. ~하다. ~력 năng lực thưởng thức. ~비평 thưởng thức phê bình.

감성(感性) Cảm thụ, cảm giác, cảm tính. ~지수심리 chỉ số tình cảm (viết tắt là EQ).

감쇄(減殺) Sự suy giảm, sự yếu đi. ~하다. ~ 되다 bị giảm xuống, bị suy yếu.

감수(感受) Cảm nhận, nhận thấy. ~하다. ~성이 예민한 cảm nhận tốt, nhanh nhạy.

감시(監視) Sự quan sát, theo dõi, sự quan sát, canh gác. ~하다. ~국 nước giám sát.

감식(鑑識) Đánh giá, nhận xét, phán đoán. 문화재~ đánh giá di sản văn hóa.

감실감실 ① Lung linh, chập chờn. ~하다. ② Lờ mờ.

감압(減壓) Giảm áp, giảm áp suất. ~하다. ~밸브 van giảm áp.

감연히(敢然-) Dũng cảm. ~일어서다 dũng cảm đứng lên.

감우(甘雨) Mưa đúng lúc, cơn mưa quí.

감은(感恩) Lòng biết ơn, sự cảm ơn. ~

하다.

감응(感應). ① Cảm thông, thông cảm. ~하다. ② Cảm ứng. ~작용 tác dụng cảm ứng.

감잡히다 Bị mất hứng.

감정(憾情) Oán trách, sự bực tức, tức giận, ác cảm. ~을 사다 có tình cảm không tốt.

감지덕지(感之德之) Rất cảm ơn, rất vui mừng, cảm ơn rối rít. ~하다.

감촉(感觸) Xúc giác, cảm xúc, cảm giác. ~하다 cảm nhận.

감추다 Giấu, che giấu, giấu diếm. 감추지 않고 không che giấu.

감치다 ① Lảng vảng, lởn vởn (trong đầu óc). ② Ngon (thức ăn).

감탄(感歎) Sự thán phục, cảm thán. ~하다. ~문 văn cảm thán.

감퇴(減退) Sự giảm sút, sự suy giảm. ~하다. 시력[기억력]~ suy giảm thị lực[trí nhớ].

감행(敢行) Hành động dũng cảm. ~하다.

감회(感懷) Hồi tưởng, tưởng nhớ. ~에 잠기다 chìm đắm trong sự hồi tưởng.

감흥(感興) Sự hứng thú, cảm hứng. ~을 돋우다 cảm hứng trỗi dậy.

갑갑증(-症) Sự buồn chán, sự tẻ nhạt.

갑부(甲富) Người rất giàu, cự phú, tỷ phú.

갑자기 Đột nhiên, bỗng nhiên, đột ngột. ~나타나다 xuất hiện một cách đột ngột.

강간(强姦) Hiếp dâm, cưỡng dâm. ~하다. ~범 tội phạm hiếp dâm.

강경(强硬) Cứng rắn, mạnh mẽ. ~하다. ~히 một cách mạnh mẽ.

강계(疆界) Biên giới, biên cương.

강기(剛氣) Chí khí mạnh mẽ.

강기슭(江-) Bờ sông.

강단(剛斷) ① Sức mạnh đoàn kết. ② Sự rắn chắc, bền bỉ.

강단(講壇) Diễn đàn, bục giảng. ~에 서다 đứng trên bục giảng.

강당(講堂) Giảng đường. 졸업식은 ~에서 거행되었다 Lễ tốt nghiệp sẽ được tổ chức tại giảng đường.

강대(强大) Hùng cường, vừa to vừa mạnh. ~하다. ~국 cường quốc.

강도(强盜) Cướp giật, ăn cướp, cướp của. ~사건 vụ cướp. 은행~ cướp ngân hàng.

강론(講論) Buổi thảo luận. ~하다.

강설(降雪) Tuyết rơi. ~량 lượng tuyết rơi.

강성하다(强盛-) Cường thịnh, hùng mạnh.

강세(强勢) ① Thế mạnh. ~를 보이다 cho thấy thế mạnh. ② Thế đang đi lên.

강수(江水) Nước sông.

강심(江心) Lòng sông.

강심제(江心劑) Thuốc trợ tim. ~을 먹다 uống thuốc trợ tim.

강압(強壓) Sự đàn áp, sự đè nén. ~하다. ~정책 chính sách đàn áp.

강약(強弱) Cương và nhu, mềm và cứng, kẻ mạnh và kẻ yếu.

강어귀(江-) Cửa sông, miệng sông.

강울음 Bắt khóc, ép khóc.

강의(講義) Bài giảng, sự giảng bài. ~하다 giảng bài. ~방법 phương pháp giảng bài.

강장(強壯) Cứng rắn, cứng cáp, mạnh khoẻ, cường tráng. ~하다. ~제 thuốc bổ.

강적(強敵) Một đối thủ mạnh, kẻ địch mạnh. ~을 패배시키다 đánh bại một đối thủ mạnh.

강점(強占) Chiếm lấy, giành lấy, giật lấy. ~하다

강제(強制) Sự ép buộc, cưỡng chế, bắt buộc. ~하다. ~가격 giá ép buộc.

강조(強調) Nhấn mạnh, đặc biệt. ~하다. 방화~주간 tuần lễ đặc biệt chống hỏa hoạn.

강좌(講座) Giảng giải, giảng bài, dạy. 라디오 영어~ dạy tiếng Anh trên radio.

강주정(-酒酊) Giả vờ say rượu. ~하다.

강청(強請) Sự yêu cầu, ép buộc. ~하다.

강타(強打) Đánh mạnh. ~하다. 가슴을 ~당하다 bị đánh mạnh vào ngực.

강평(講評) Đánh giá, nhận xét. ~하다.

강행(強行) Sự thúc ép, sự bắt buộc. ~하다.

강호(江湖) ① Sông hồ. ② Những người đi lang thang. ③ Chỉ thế giới, thế gian này.

강화(講和) Giảng hòa, làm trung gian ở giữa để hòa giải. ~하다. ~담판 đàm phán giảng hòa.

갖 Da, bằng da.

갖가지 Nhiều thứ, nhiều loại. ~모양 nhiều hình dáng, nhiều mẫu. ~채소 các loại rau.

갖다 Bằng, với. 어린아이가 장난감을 ~고 놀다 đứa bé lấy đồ chơi chơi.

갖다주다 Mang đến, đưa đến. 맥주 좀 갖다주시오 Hãy mang bia đến cho tôi.

갖은 Hầu hết, tất cả, mỗi. ~것 tất cả mọi thứ.

같이하다 Cùng, cùng nhau. 고락을 ~ cùng hưởng vui buồn.

갚음하다 Trả lại, trả.

개가(改嫁) Sự tái hôn, cải giá, tái giá. ~하다.

개간(改刊) Sửa bản mẫu, in lại. ~하다.

개간(開墾) Sự khai hoang, khai phá

đất đai. ~하다. ~사업 công cuộc khai hoang.

개개다 Mài mòn, cọ, chà xát.

개개인(箇箇人) Mỗi cá nhân.

개고(改稿) Sửa, chỉnh bản thảo. ~하다.

개골창 Cống rãnh, máng xối.

개과(改過) Sửa chữa những lỗi lầm. ~하다. ~천선(遷善) hoàn lương, gội bỏ quá khứ.

개관(開館) Sự khánh thành, mở cửa phục vụ, khai trương. ~하다.

개괄(概括) Sự giản lược, khái quát. ~하다. ~적인 có tính khái quát.

개구멍 Cái lỗ chó chui. ~을 뚫다 đục lỗ chó chui.

개국(開國) Khai nước, lập nước. ~하다.

개그 Làm hề, trò hề, hài hước. ~맨 anh hề, tay hài.

개근(皆勤) Sự siêng năng, làm việc cần cù. ~상(賞) giải thưởng làm việc chăm chỉ.

개기름 Mồ hôi dầu trên mặt hoặc da.

개꼴 Xấu hổ, chẳng còn mặt mũi nào. ~이 되다 chẳng còn mặt mũi nào cả.

개꿈 Giấc mơ hỗn độn, giấc mơ chẳng có gì cả.

개념(概念) Khái niệm. 기본 ~ khái niệm cơ bản.

개다 Trời hửng nắng, trời trong xanh, mưa tạnh. 갠날씨 trời sáng, trời trong.

개다 Gấp, xếp. 이부자리를 ~ gấp chăn, xếp chăn.

개떡 Bánh bột, bánh làm tuỳ tiện sao thì làm.

개떡같다 Vô dụng, không giá trị. ~은 놈 thằng vô dụng.

개략(概略) Khái lược, giản lược. ~적인 có tính khái quát.

개량(改良) Cải tiến, sự cải tổ, làm cho tốt lên. ~하다. 농기구~ cải tiến công cụ nông nghiệp.

개런티 Lời cam kết, sự bảo lãnh.

개론(概論) Khái luận, tóm tắt, tóm lược. ~하다. 영문학~ tóm lược văn học Anh.

개막(開幕) Khai mạc. ~하다. ~전 trận khai mạc.

개망신(-亡身) Mất thể diện, không còn mặt mũi nào nữa. ~하다.

개명(改名) Đổi tên, chuyển tên, thay tên. ~하다.

개명(開明) Văn minh. ~하다. ~한 나라 một đất nước văn minh.

개무(皆無) Hoàn toàn không có. 그는 법률 지식이 ~하다 Anh ta hoàn toàn không có kiến thức về luật.

개문(開門) Khai môn, mở cửa. ~하다. 오전 7시에 ~한다 mở cửa từ 7 giờ

개미 Con kiến. ~구멍 tổ kiến.

개미허리 Eo thon, lưng ong. ~같은 몸매의 여인 người phụ nữ có cái thân hình lưng ong.

개발(開發) Tìm kiếm, khai thác. ~하다. 시장을 ~하다 khai thác, tìm kiếm thị trường.

개밥 Cơm của chó, thức ăn của chó.

개발도상국가 Các nước đang phát triển, nước đang phát triển.

개방(開放) Sự mở cửa, mở tự do. ~하다. ~정책 chính sách mở cửa.

개벽(開闢) Khai thiên lập địa. ~하다.

개변(改變) Cải biến, thay đổi. ~하다.

개별(個別) Từng cá thể, từng người một. ~심사 thẩm tra riêng.

개복(開腹) Thuật mổ bụng. ~하다. ~수술 phẫu thuật bụng.

개봉(開封) Mở thư, mở bao, mở thùng, bắt đầu chiếu phim. ~하다.

개서(改書) Viết lại, sửa lại thư. ~하다.

개선(改善) Cải thiện, cải tiến. ~하다. 근로조건 ~ cải tiến điều kiện làm việc.

개선(改選) Sự tái bầu cử. ~하다.

개선(凱旋) Khúc khải hoàn, chiến thắng trở về. ~하다.

개설(開設) Mở, thành lập, lắp đặt. ~하다. 전화 ~ lắp điện thoại.

개설(概說) Nói tóm tắt, nói khái quát. ~하다.

개성(個性) Cá tính. ~이 강하다 cá tính mạnh.

개소(個所) Địa điểm, vị trí, nơi. 수~에 침수하다 vài nơi bị ngập nước.

개소리 Nhảm nhí, vớ vẩn. ~마라! Đừng có nói nhảm.

개수(改修) Điều chỉnh, sửa đổi, tu sửa. ~하다.

개술(概述) Nói khái quát, nói tổng quát. ~하다.

개시(開市) ① Mở cửa chợ, khánh thành chợ. ~하다. ② Bắt đầu bán, mở hàng.

개시(開始) Khai mạc, khai trương, bắt đầu, mở đầu. ~하다.

개심(改心) Sửa đổi tính cách, sửa đổi tâm tính, hoàn lương. ~하다. ~자 kẻ hoàn lương.

개악(改惡) Làm cho xấu đi, sửa chữa làm cho hư đi. ~하다.

개안(開眼) ① Mở mắt. ② Nhìn thấy, nhận biết. ~하다.

개역(改譯) Dịch lại, sửa lại bản dịch. ~하다.

개연성(蓋然性) Có khả năng, có thể. ~이 높다 nhiều khả năng.

개요(概要) Tóm tắt, nội dung chủ yếu. 사건의 ~를 말하다 nói tóm tắt sự kiện.

개운(開運) May mắn, bắt đầu vào vận may. ~하다.

개운하다 Thoải mái, sảng khoái, dễ chịu. 자고 나니 머리가 ~ ngủ xong dậy thấy đầu óc dễ chịu.

개울 Suối, con lạch, ngòi.

개원(開院) Khai viện, quốc hội bắt đầu làm việc. ~하다.

개의하다(介意-) Lo lắng, quan tâm, để ý. ~치 않다 hoàn toàn không để ý.

개인(改印) Khắc lại dấu. ~신고. đăng ký dấn mới.

개인(個人) Cá nhân, tư nhân. ~의[적] của[có tính] cá nhân.

개입(介入) Sự can thiệp. ~하다. 군사적 ~ can thiệp quân sự.

개자식 Đồ chó, thằng chó (tiếng chửi).

개작(改作) Cải tác, bản sửa đổi. ~하다.

개잠 Ngủ nằm nghiêng sang một bên như chó. ~자다.

개장(改葬) Cải táng, chôn lại, bốc mộ. ~하다.

개장(改裝) Sửa thành, chuyển thành, cải tiến thành. ~하다. 다방을 ~하여 식당을 만들다 sửa phòng trà làm thành nhà hàng.

개장(開場) Mở cửa (sân vận động vv.)

개재(介在) Sự can thiệp, chen vào, len vào. ~하다.

개전(開戰) Sự tuyến chiến, khai chiến, bắt đầu cuộc chiến, khai trận. ~하다.

개점(開店) Mở cửa hàng, bắt đầu kinh doanh. ~하다. ~시간 thời gian mở cửa hàng.

개정(改正) Cải chính, sửa đổi, đính chính. ~하다. 헌법을 ~하다 sửa đổi Hiến pháp.

개정(開廷) Mở phiên tòa. ~하다. 법정은 오후 1시에 ~되었다 tòa sẽ mở cửa vào chiều 1 giờ.

개제(改題) Sửa lại tên, sửa lại chủ đề. ~하다.

개조(改造) Cải tạo. ~하다. 창고를 공장으로 ~하다 cải tạo cái kho thành nhà xưởng. 사회를 ~하다 cải tạo xã hội.

개조(箇條) Số điều, số hạng mục. 이 계약서는 10~로 되어 있다 hợp đồng này có 10 điều.

개종(改宗) Thay đổi tôn giáo. ~하다.

개죽음 Một cái chết vô nghĩa. ~하다. 그런 일로 죽는 것은 ~이다 cái chết đó là cái chết vô nghĩa.

개중(個中) Giữa, trong số. ~에는 좋은 책도 있고 나쁜 책도 있다 trong đó có sách tốt vả cả sách xấu.

개집 Củi chó, chuồng chó.

개차반 Thằng bần tiện.

개착(開鑿) Đào, xới (núi, đất). ~하다.

개찰(改札) Kiểm vé, soát vé. ~하다. ~구 cửa soát vé.

개척(開拓) Khai hoang. ~하다. ~지 vùng đất chưa được khai hoang.

개천(開川) Tháo cống, tháo đập cho nước chảy.

개천절(開天節) Ngày thành lập nước Hàn Quốc, ngày Quốc khánh Hàn Quốc, ngày 3 tháng 10.

개체(個體) Cá thể, cá nhân.

개최(開催) Tổ chức, chủ trì, đăng cai. ~하다. ~국 nước chủ trì. nước tổ chức. nước chủ nhà.

개축(改築) Sự tái thiết, xây dựng lại.

개칭(改稱) Đổi tên, thay tên. ~하다.

개키다 Gấp lại. 옷을 ~ xếp áo.

개탄(慨嘆) Ca thán, oán trách. ~하다. ~할 만한 đáng oán trách.

개통(開通) Khai thông, mở thông. ~하다. ~구간 khu vực được khai thông.

개편(改編) Sự cải tổ, tổ chức lại. ~하다.

개평(概評) Bình luận khái quát. ~하다.

개폐(改廢) Sửa đổi hoặc phế bỏ. ~하다.

개표(開票) Khai phiếu, kiểm phiếu. ~하다. ~결과 kết quả kiểm phiếu.

개학(開學) Khai giảng, bắt đầu học. ~하다.

개함(開函) Mở cái thùng ra. ~하다.

개항(開港) Mở cửa cảng, mở cửa sân bay, khai thương. ~하다.

개헌(改憲) Cải tổ, sửa đổi Hiến pháp. ~하다.

개혁(改革) Sự cải cách, cuộc cải cách, cải cách. ~하다. ~안 đề án cải cách.

개화(開化) Khai hóa, làm văn minh lên. ~하다. ~국 nước được khai hóa.

개황(概況) Tình trạng chung, tình hình chung. 경제~ tình chình chung của kinh tế.

개회(開會) Khai hội, khai mạc hội nghị. ~하다. ~사 lời khai mạc hội nghị.

객(客) Khách, người khách. 일등~ khách loại nhất.

객거(客居) Ở nhờ người khác, làm khách nhà ai. ~하다.

객고(客苦) Cảnh vất vả khi đi xa nhà.

객관(客觀) Khách quan. ~적 có tính khách quan. ~성 tính khách quan.

객년(客年) Năm ngoái.

객담(客談) Nói chuyện vớ vẩn. ~하다.

객비(客費) ① Tiền tiêu lãng phí. ② Tiền tiêu dùng khi đi ra ngoài.

객사(客舍) Nhà khách.

객사(客死) Chết xa nhà, chết đất khách quê người. ~하다.

객상(客商) Khách buôn.

객선(客船) Thuyền chở khách.

객스럽다(客-) Cảm thấy không cần thiết.

객식구(客食口) Sống làm khách, sống nhờ vào.

객실(客室) Phòng khách, phòng tiếp khách hoặc phòng ngủ của khách.

객월(客月) Tháng trước.

객주(客酒) Rượu tiếp khách.

객지(客地) Đất khách, nơi khác. ~에서 ~생활을 하다 cuộc sống đất khách.

객차(客車) Xe khách, toa hành khách, tàu khách.

객향(客鄉) Quê người, đất khách.

갤러리 Phòng trưng bày, gallery.

갭 Khoảng cách (gap). ~을 메우다 lấp khoảng cách.

갯값 Giá rẻ như bèo, giá như cho. ~으로 팔다 bán rẻ như bèo.

갯물 Nước suối, nước lạch.

갯벌 Bãi cát. bãi biển lầy.

갱(坑) Cái đường hầm vào mỏ, hầm mỏ.

갱 Tội phạm, đầu gấu. ~두목 kẻ cầm đầu băng đầu gấu.

갱내(坑內) Trong hầm, trong đường ngầm. ~부 thợ mỏ.

갱년기(更年期) Tuổi mãn kinh (nữ), tuổi chuyển sang giai đoạn già.

갱도(坑道) ① Đường hầm để vào mỏ. ② Đường ngầm trong đất.

갱목(坑木) Cây gậy chống trong hầm mỏ.

갱부(坑夫) Thợ mỏ, phu mỏ.

갱생(更生) Sống lại, tái sinh, hồi sinh. ~하다. ~고무 cao su tái sinh.

갱소년(更少年) Sự trẻ lại, hồi xuân. ~하다.

갱신(更新) Canh tân, đổi mới, làm mới. ~하다. 기록을 ~하다 lập một kỷ lục mới.

갱지(更紙) Giấy chất lượng thấp, giấy ráp.

갸륵하다 Đáng khâm phục, khen ngợi. 갸륵한 일 một việc làm tốt đẹp.

갸름하다 Hình trái xoan, hình oval. 갸름한 얼굴 khuôn mặt hình trái xoan.

갹금(醵金) Tiền góp, góp tiền. ~하다.

갹출(醵出) Quyên góp, góp tiền lại. ~하다.

거가(擧家) Cả nhà, cả gia đình.

거가대족(巨家大族) Cự gia đại tộc, một dòng họ lớn, một dòng họ uy danh.

거간(居間). Môi giới, làm trung gian. ~하다.

거개(擧皆) Đa số, hầu hết, phần lớn. 참석한 사람은 ~가 대학생이었 다 tham gia hầu hết là sinh viên.

거거익심(去去益甚) Ngày càng kém đi, càng tồi tệ hơn. ~하다.

거괴(巨魁) Tên cầm đầu nhóm trộm.

거구(巨軀) Thân hình hộ pháp.

거국(擧國) Toàn quốc, cả nước.

거금(巨金) Số tiền lớn, món tiền lớn.

~을 투자하다 đầu tư một món tiền lớn.

거금(距今) Cách hôm nay, cách đây. ~삼백 년 전 300 năm trước đây.

거기 Ở đó, đằng kia. ~에 있다 ở đằng kia.

거꾸러뜨리다 Lật ngược, lật sấp. 아무를 ~ lật ngược ai.

거꾸러지다 Ngã sấp xuống, chúi đầu xuống. 앞으로[뒤로] ~ ngã chúi tra trước[sau].

거꾸로 Ngược, ngược chiều, chúi xuống, trái. 옷을 ~ 입다 mặc áo ngược.

거나 Cho dù, dù. 비가 왔~ 눈이 왔~ cho dù trời mưa hay nắng.

거냉(去冷) Hơ cho ấm, sưởi cho ấm. ~하다.

거년(去年) Năm ngoái. ~칠월 tháng 7 năm ngoái.

거느리다 Nuôi. 많은 가족을~ nuôi nhiều người trong gia đình.

거니와 Không những mà còn, đã... lại còn. 얼굴도 곱~ 마음씨도 곱다 không những đẹp mà tính cách cũng tốt.

거닐다 Đi dạo, đi hóng mát. 공원을 ~ đi dạo công viên

거담(祛痰) Khử đờm, trừ đờm. ~제 thuốc khử đờm.

거당(擧黨) Toàn Đảng, tất cả Đảng.

거대하다(巨大-) Đồ sộ, to lớn, khổng lồ. ~도시 một thành phố to lớn.

거덜나다 Phá sản, sụp đổ. 은행이 ~ ngân hàng phá sản.

거독(去毒) Khử độc, trừ độc. ~하다.

거동(擧動) Cử động. ~하다. ~이 불편하다 cử động khó khăn.

거두(巨頭) Một người có ảnh hưởng nhiều đến người khác. 재계의 ~ một người có máu mặt trong giới tài phiệt.

거두다 Thu hoạch. 곡식을 ~ thu hoạch lương thực.

거두절미(去頭截尾) Nói ngắn gọn. 하면 nếu nói ngắn gọn.

거둠질 Thu hoạch. ~하다.

거드럭거리다 Khệnh khạng, vênh váo, làm ra vẻ. ~며 걷다 đi khệnh khạng.

거드름 Thái độ vênh váo, ngạo mạn. ~쟁이 thằng vênh váo ngạo mạn.

거든 Nếu, khi. 그분을 만나~ 꼭 제 인사 말씀을 전해 주세요 nếu gặp anh ta nhất định cho tôi gửi lời chào.

거들다 Giúp đỡ, giúp cho. 일을 ~ giúp việc. 살림을 ~ giúp cho cuộc sống.

거들떠보다 Quan tâm, để ý. ~지도 않고 không quan tâm, không để ý.

거들먹거리다 Vênh váo, kiêu ngạo.

거듭 Lặp đi lặp lại, nhiều lần. ~하다

làm đi làm lại.

거듭나다 Như được sinh ra một lần nữa.

거래(去來) Làm ăn, có quan hệ buôn bán, dao dịch qua lại. 현금~ thanh toán bằng tiền mặt.

거래처(去來處) Nơi buôn bán, người buôn bán, người có mối quan hệ buôn bán, đại lý, khách hàng.

거론하다(擧論-) Chuẩn bị một đề tài thảo luận.

거룻배 Cái thuyền nhỏ. ~사공 người lái đò.

거류(居留) Cư trú, cư ngụ, sống. ~하다. ~민 cư dân.

거르다 Lọc, lọc ra, lấy ra. 거른 물 nước đã lọc.

거르다 Cách, bước qua, bỏ qua. 한 집 걸러 이웃집 bỏ qua một nhà, nhà cách một nhà.

거름 Phân bón, phân chuồng, phân xanh. ~을 주다 bón phân.

거리 Chỉ nguyên liệu, chất liệu. 국~ thứ để nấu canh.

거리 Con đường, đường phố. ~의 여자 gái đứng đường.

거리끼다 Ngần ngại, dè chừng. 거리낌 없이 không có gì e ngại.

거마(車馬) Xe ngựa. ~비 phí đi lại.

거만(巨萬) Cơ man, rất nhiều. ~의 재산을 쌓다 có bao nhiêu là tài sản.

거만(倨慢) Kiêu căng, ngạo mạn. ~하다[스럽다].

거머삼키다 Nuốt ngấu nghiến, nuốt lấy nuốt để.

거멓다 Đen nhánh, đen thui. ~게 멍이 들다 vết bầm đen lại.

거메지다 Đen, rám nắng, trở nên đen.

거목(巨木) Cây gỗ to.

거무스름하다 Ngăm đen. 피부가 ~ nước da ngăm đen.

거문고 Cây đàn có 6 dây của Hàn Quốc, đàn kmungo.

거물(巨物) Một nhân vật cỡ bự, nhân vật lớn. 정계의 ~ nhân vật lớn của giới chính trị.

거미 Con nhện. ~발 chân nhện. ~집 tổ nhện.

거미줄 Dây nhện. ~치다 chăng dây nhện.

거반(居半) Một nửa. 그의 말은 ~이 거짓이다 lời nói của hắn một nửa là nói dối.

거병(擧兵) Tăng cường lực lượng quân đội. ~하다.

거보(巨步) ① Bước chân dài, bước dài. ② Một sự nghiệp lớn lao.

거봐라 Nhìn kìa, nhìn xem. ~내 말이 맞았지 Cậu xem tôi nói đúng chưa?

거부(巨富) Cự phú, rất giàu, tỷ phú. ~

가 되다 trở thành tỷ phú.

거부(拒否) Từ chối. ~하다. 요구를 ~하다 từ chối yêu cầu.

거북 Con rùa. ~을 타다 như rùa, chậm như rùa.

거북스럽다 Khó chịu, khó xử, ngượng ngạo.

거북하다 Cảm thấy khó chịu, không thoải mái, khó xử. 거북한 입장 vị trí khó xử

거비(巨費) Một món tiền lớn, chi phí lớn.

거사(擧事) Gây ra việc lớn. ~하다.

거사(巨事) Việc lớn, việc hệ trọng. ~를 앞두고 trước một việc lớn.

거상(巨商) Một tay buôn giàu có.

거석(巨石) Một hòn đá to.

거선(巨船) Con thuyền lớn.

거성(巨星) ① Ngôi sao lớn. ② Nhân vật lớn.

거세(去勢) Hoạn, thiến. ~하다. ~게 gà thiến.

거세다 Mạnh, to lớn. 거센 물결 cơn sóng mạnh.

거소(居所) Chỗ ở, nơi cư trú. ~를 정하다 ở tại, định chỗ ở.

거수(擧手) Giơ tay lên. ~하다. ~경례 giơ tay chào.

거스러지다 ① Tính cách trở nên cộc cằn. ② Lông tóc sần sùi.

거스르다 Đi ngược với, chống lại, trái với. 뜻을 ~ trái ý.

거스름돈 Tiền thối lại, tiền thừa. ~을 받다 nhận lại tiền thối.

거슬거슬하다 Bướng bỉnh, khó dạy, sần sùi (da). 성질이 ~ tính cách khó nói.

거슬러올라가다 Đi ngược lên, leo ngược lên. 4월로 ~ quay trở lại tháng 4.

거슬리다 Khó chịu, khó lọt tai, khó chấp nhận, trái với. 귀에 ~ trái tai.

거슴츠레하다 Buồn ngủ, ngái ngủ.

거시기 Cái thằng ấy, cái cậu ấy, người ấy (nói khi quên tên), cái chuyện ấy.

거시시하다 Thiu thiu, buồn ngủ.

거시적(巨視的) Vĩ mô, tổng thể. 거시(적) có tính vĩ mô.

거식하다 ① Làm gì đó. ② Thiếu, ít.

거식하다(擧式-) Tiến hành nghi lễ.

거실(居室) Cái phòng lớn nhất, phòng tiếp khách.

거액(巨額) Số tiền lớn. ~의 부채 nợ số tiền lớn.

거역(拒逆) Không vâng lời, trái lời, chống đối. ~하다.

거울 Cái gương. ~을 보다 soi gương.

거울삼다 Lấy làm gương, làm bài học. 실패를 ~ lấy thất bại làm gương.

거위 Con ngỗng. ~새끼 ngỗng con.

거유(巨儒) Cự nho, người có học uyên bác.
거의 Gần như, hầu như, gần, xấp xỉ. ~완성 되다 gần như hoàn thành.
거인(巨人) Người khổng lồ, vĩ nhân.
거장(巨匠) Người tài giỏi.
거재(巨財) Tài sản lớn.
거저 Cho không, không lấy tiền. 영화를 ~구경하다 xem phim không mất tiền
거적 Chiếu rơm, chiếu bằng rạ.
거절(拒絕) Cự tuyệt, từ chối, không cho. 면회를 ~하다 từ chối gặp mặt.
거점(據點) Cứ điểm. 군사 ~ cứ điểm quân sự.
거족(巨族) Một dòng dõi ưu tú, một dòng họ lớn.
거주(居住) Cư trú, sống, cư ngụ. ~하다. ~증명서 giấy chứng nhận cư trú.
거죽 Bề mặt, mặt ngoài. 이 천은 어느 쪽이 ~입니까? Tấm vải này thì mặt ở ngoài là phía nào?
거중조정(居中調停) Sự can thiệp, sự phân xử, sự hòa giải. ~하다.
거증(擧證) Lấy ra làm chứng cứ. ~하다.
거지 Kẻ ăn xin, người ăn mày. ~같은 놈 giống thằng ăn mày.
거지반(居之半) Hơn một nửa, quá nửa.
거짓 Giả dối, gian dối, giả. ~이 없는 không lừa dối.
거짓말 Lời nói dối. ~하다 nói dối. ~쟁이 kẻ hay nói dối, cuội, xạo.
거짓말쟁이 Kẻ hay nói dối.
거찰(巨刹) Nhà chùa, nhà thờ lớn.
거참 Ơi, thôi. ~또 비야 ô, lại mưa nữa à.
거처(居處) Nơi cư ngụ, chỗ ở, sống. ~하다.
거추장스럽다 Phiền hà, rắc rối, phức tạp. 거추장스러운 일 việc phức tạp, việc rắc rối.
거취(去就) Đi đâu hay làm gì. 요즈음은 그의 ~를 아는 사람이 아무도 없다 gần đây không ai biết anh ta đi đâu và làm gì.
거치(据置) ① Để yên như vậy. ② Chi trả, trả.
거치다 Xuyên qua, thông qua 시험을 거쳐[거치지 않고] thông qua [không thông qua] thi cử.
거치적거리다 Ngăn trở, làm vướng bận. 책상이 거치적거린다 vướng cái bàn.
거칠다 Gồ ghề, sần sùi (da, vỏ cây v.). 피부가 ~ da sần sùi.
거침 Chướng ngại, trở ngại, khúc mắc. ~없다 không có gì trở ngại, trôi chảy
거칫거리다 Vướng víu, trở ngại.
거탄(巨彈) Bom, viên đạn đại bác. ~

을 던지다 ném bom.

거탈 Bề ngoài, bề mặt. ~만 보고 사람을 판단하다 phán đoán con người chỉ qua bề ngoài.

거포(巨砲) Súng đại bác, đại pháo.

거푸 Liên lục, lặp đi lặp lại, nữa. 잔의 커피를 ~마시다 uống liền hai cốc cà phê.

거푸집 ① Ngoại hình, vóc dáng. ② Cái khung.

거품 Bong bóng nước, bọt, bọt mép. ~이 되다 thành bong bóng, thành mây khói.

거피(去皮-) Bóc vỏ, lột vỏ (hoa quả). ~하다. 물에 불려 거피를 내다 cho vào nước bóc vỏ.

거한(巨漢) Hảo hán, anh hùng.

거함(巨艦) Chiến hạm lớn.

거행(擧行) Cử hành, tiến hành. ~하다. 결혼식을 ~하다 cử hành hôn lễ.

걱정 Sự lo lắng. ~하다 lo lắng. ~할 필요 없다 không cần phải lo.

걱정스럽다 Đáng lo, lo lắng. 걱정 스러운 듯이 vẻ lo lắng.

건(巾) ① Cái khăn. ② Cái khăn đội đầu.

건(件) Vụ việc, hạng mục. 오늘 아침 교통 사고는 몇 ~ 보고 되었느냐 Sáng nay có bao nhiêu vụ tai nạn giao thông được báo cáo?

건(乾) Khô, sấy khô. ~과자 kẹo khô, bánh khô. ~어물 cá khô. ~포도 nho khô.

건각(健脚) Đôi chân khỏe mạnh, người giỏi đi bộ. 그는 ~이다 Anh ta là người giỏi đi bộ.

건강(健康) Sức khỏe, khoẻ mạnh. ~하다 khỏe mạnh.

건건하다 Hơi khô, khô khô.

건곡(乾穀) Ngũ cốc khô, lương thực khô.

건곤(乾坤) Càn khôn. Có hoặc không, trời và đất. ~일척 trò được ăn cả ngã về không

건과(乾果) Quà khô, trái khô.

건국(建國) Kiến quốc, xây dựng đất nước. ~하다.

건군(建軍) Thành lập quân đội. ~하다.

건기(乾期) Mùa khô, mùa không mưa. ~가 12월부터 시작하다 mùa khô bắt đầu từ tháng 12 trở đi.

건깡깡이 ① Việc chân tay, việc không cần kỹ thuật. ② Người làm việc chân tay.

건너 Bên kia, đối diện. 길 ~에 가게 가 있다 bên kia đường có cửa hàng.

건너가다 Đi qua, vượt qua, băng qua, ngang qua. 길을 ~ đi qua đường.

건너긋다 Gạch ngang qua.

건너다 Đi qua, đi ngang, vượt qua phía

đối diện. 강을 ~ vượt sông, đi qua sông.

건너다보다 Nhìn ngang qua, nhìn sang. 강을 ~ nhìn sang bên kia sông.

건너뛰다 Nhảy qua, nhảy vượt qua. 개울을 ~ nhảy vượt qua suối.

건너오다 Đi ngang qua, tới. 불교는 4 세기에 한국에 건너왔다 Phật giáo đến Hàn Quốc vào thế kỷ thứ 4.

건너지르다 Đặt ngang qua, để ngang qua.

건너짚다 ① Chống qua, vượt qua. ② Dự đoán, sự báo.

건너편(-便) Phía bên kia. ~마을 ngôi làng phía bên kia.

건넌방(-房) Căn phòng bên kia, phòng đối diện.

건널목 Nơi đường tàu và đường xe giao nhau.

건네다 Đi qua, đi ngang qua, qua. 나룻배로 ~ qua bằng phà.

건네주다 ① Đưa ai qua, đưa qua. ② Đưa cho, đưa qua.

건달(乾達) Bụi đời, bọn lang thang. ~패 nhóm lang thang, nhóm bụi đời.

건담(健啖) Hay ăn, tạp ăn. ~가(家) người tạp ăn.

건대 Như, theo. thì. 보~ theo tôi thấy thì.

건더기 Cái (trong thức ăn, cháo), cặn. 국물만 드시고 ~는 남기다 chỉ ăn nước còn lại cái.

건드렁타령(-打鈴) Say ngất nghểu.

건드레하다 Ngà ngà, chuếch choáng, hơi say.

건드리다 Động chạm vào. ~지마 đừng có chạm vào.

건들거리다 ① Lung lay, lúc lắc. ② Ngúng nguẩy.

건들건들 ① Đung đưa, lúc lắc. ② Một cách vênh váo, ta đây.

건듯건듯 Ngắn gọn, sơ qua. ~설명하다 giải thích một cách ngắn gọn.

건땅 Đất màu mỡ.

건락(乾酪) Pho mát.

건랭(乾冷) Lạnh mà khô, hanh lạnh. ~하다. ~한 곳에 두다 để nơi khô ráo, mát.

건류(乾溜) Chưng cất, cất, làm cho bay hơi. ~하다.

건립(建立) Thành lập, thiết lập (cơ quan đoàn thể). ~중이다 đang được xây dựng.

-건마는 Mặc dù, tuy nhưng. 최선을 다 했~ 실패했다 Tuy tôi đã cố gắng rồi nhưng thất bại.

-건만 Mặc dù, tuy nhưng. 최선을 다 했~ 실패했다 Tuy tôi đã cố gắng rồi nhưng thất bại.

건망증(健忘症) Bệnh đãng trí. ~에 걸리다 mắc bệnh đãng trí. ~이 심하다 bị đãng trí nặng.

건면(乾麵) Mì khô, mì chưa nấu.

건목 Làm qua, chưa thành hình, làm sơ.

건몸달다 Rất lo lắng, sốt ruột.

건물(建物) Nhà cửa, toà nhà. 높은 ~ tòa nhà cao.

건물로(乾-) Vô dụng, chẳng có ích lợi gì.

건반(鍵盤) Bàn phím. ~악기 phím nhạc.

건밤 Đêm không ngủ. ~(을) 새우다 qua một đêm không ngủ.

건방지다 Vênh váo. ~는 태도 thái độ vênh váo.

건배(乾杯) Cạn chén, cạn ly. ~하다. ~합시다! Nào, cùng cạn chén.

건백(建白) Gợi ý, đề nghị, đề xuất.

건빵(乾-) Bánh quy khô.

건사하다 Trông nuôi, trông nom. 어린 애를 ~ trông nom con cái.

건삼(乾蔘) Sâm khô.

건설(建設) Xây dựng, kiến thiết (nhà cửa, công trình vv.) ~하다. ~회사 công ty xây dựng.

건성 Lơ là, không nhiệt tình, nhạt nhẽo, đại khái. ~으로 대답하다 trả lời một cách hững hờ.

건성(乾性) Có tính khô, khan. ~유 dầu khô, dầu cục.

건성건성 Đại khái, qua loa, lơ là. 일을 ~해치우다 làm một cách lơ là.

건수(件數) Số lượng, số vụ. 도난~ số vụ trộm.

건습(乾濕) Khô và ẩm.

건승(健勝) Mạnh khoẻ. ~을 빕니다 Cầu mong anh mạnh khoẻ.

건시(乾柿) Trái hồng khô, bóc vỏ được xâu thành xâu. ~나 감이나 [thành ngữ] Chúng nó giống nhau cả.

건실(健實) Vững chắc, chính xác, hợp lý. ~하다.

건아(健兒) Đứa bé khoẻ mạnh.

건울음 Khóc không có nước mắt, giả khóc. ~울다 khóc khô.

건위(健胃) Cơ quan tiêu hóa tốt, ruột tốt. ~하다 cái bụng tốt.

건육(乾肉) Thịt khô.

건으로(乾-) Tay không, chẳng có gì. ~장사를 시작하다 bắt đầu bằng hai bàn tay trắng.

건의(建議) Kiến nghị, đề xuất, đề nghị. ~하다. ~서 thư kiến nghị.

건장하다(健壯-) Khoẻ mạnh, cường tráng. 건장한 체격 một thân thể cường tráng.

건재(建材) Vật liệu xây dựng. ~상 cửa hàng vật liệu xây dựng.

건전(健全) Lành mạnh. ~하다. ~한 책 sách lành mạnh.

건전지(乾電池) Pin, ắc qui.

건제(乾製) Làm cho khô. ~하다.

건조(建造) Kiến tạo, xây dựng. ~하다. ~계획 kế hoạch xây dựng.

건조(乾燥) Khô, khô ráo. ~하다 khô.

건주정(乾酒酊) Giả say, vờ say. ~하다/피우다.

건지 Sợi dây dò chiều sâu. ~로 우 물의 깊이를 재다 dùng sợi dây đo chiều sâu của giếng nước.

건지다 Kéo lên, vớt lên, gạn lấy. 물에 빠진 시계를 ~ lấy cái đồng hồ trong nước ra.

건책(建策) Làm kế hoạch, xây dựng phương án. ~하다.

건천(乾川) Dòng sông khô cạn.

건초(乾草) Cỏ khô. ~더미 đống cỏ khô.

건축(建築) Kiến trúc, việc xây dựng ~하다. ~중이다 đang được xây dựng.

건투(健鬪) Chiến đấu dũng cảm. ~하다.

건판(乾板) Mâm phơi, tấm phản dùng sấy khô.

건평(建坪) Diện tích xây dựng tính bằng Pyong (3.3058㎡).

건폐율(建蔽率) Tỷ lệ xây dựng.

건포(乾布) Cái khăn khô.

건포(乾脯) Cá khô.

건포도(乾葡萄) Nho khô.

건피(乾皮) Da khô (động vật).

건필(健筆) Ngòi bút sắc bén, linh hoạt, cây bút giỏi.

건함(建艦) Xây dựng chiến hạm, làm tàu chiến. ~하다.

걷다 Đi bộ. 아장아장 ~ đi chập chững.

걷어잡다 Nắm, bắt.

걷어차다 Đá mạnh vào. 정강이를 ~ đá mạnh vào ống chân ai.

걷어채다 Bị đá. 옆구리~ bị đá ngang hông.

걷어치우다 Lấy dẹp đi, lau. 가게를 ~ đóng cửa hàng.

-걷이 Thu hoạch. 가을 ~ thu hoạch vụ thu.

걷잡다 Cầm lại, giữ lại, hạn chế, quản lý. ~을 수 없는 혼란에 빠 지다 rơi vào tình trạng hỗn loạn không quản lý được.

걷히다 Bị cuốn đi, bị tan đi. 구름이 바람에 ~ mây bị gió cuốn đi.

걸 Con gái (girl). ~프렌드 bạn gái (girl friend).

걸객(乞客) Người ăn mày.

걸걸하다(傑傑-) Cởi mở. 걸걸한 남자 một người đàn ông cởi mở.

걸귀(乞鬼) ① Con heo mẹ, con heo nái. ② Người háu ăn.

걸근거리다 Thèm, muốn. 남의 것을 먹고 싶어~ muốn ăn thứ của người khác.

걸근걸근 Thèm muốn.

걸다 Nhiều dinh dưỡng, màu mỡ (đất). 건 땅 đất nhiều dinh dưỡng

걸다 ① Treo, móc vào. 옷을 못에 ~ móc áo vào đinh. ② Đặt trước. 계약금을 ~ đặt tiền đặt cọc. ③ Thế chấp, chấp nhận, đánh đổi, treo. 목숨을 ~고 싸우다 treo mạng mà đánh nhau.

걸때 Kích cỡ (thân thể).

걸러 Cách, cứ mỗi. 십 분~ cứ cách nhau 10 phút.

걸러뛰다 Bỏ qua, vượt qua. 다섯 페이지를 ~ bỏ qua 5 trang.

걸레 Giẻ lau. ~치다 lau. ~로 닦다 lau bằng giẻ.

걸레질 Lau, chùi. ~하다. 마루를 깨끗이 ~하다 lau sàn nhà sạch sẽ.

걸리다 Bị treo, bị móc, mắc. 못에 ~ bị mắc vào đinh.

걸리다 Tập đi cho ai. 어린애에게 걸음을 ~ cho bé tập đi.

걸림돌 Trở ngại, chướng ngại, rào cản, điểm mắc mớ. 높은 관세는 자유 무역의 큰 ~이다 thuế quan cao chính là chướng ngại của mậu dịch tự do.

걸맞다 Phù hợp, thích hợp, xứng. ~는 부부 cặp vợ chồng xứng đôi.

걸머잡다 Nắm lấy, chộp lấy. 머리채를 ~ túm lấy búi tóc.

걸머지다 Mang vác. 어깨에~ vác trên vai, mang trên

걸메다 Mang, vác, cõng. 총을 ~ vác súng.

걸물(傑物) ① Một vật đặc biệt. ② Một vĩ nhân.

걸상(-床) Ghế dài, trường kỷ.

걸쇠 Cái chốt, cái then cửa, cái móc. 걸쇠를 ~ tháo then cài cửa.

걸식(乞食) Ăn xin, xin ăn, ăn mày. ~하다. ~하며 살다 xin ăn mà sống.

걸신(乞神) ① Quỉ đói. ② Chỉ người tham lam.

걸쌍스럽다 Hấp dẫn, ngon miệng.

걸어가다 Đi bộ. 걸어갑시다 chúng ta đi bộ vậy.

걸어오다 Đi bộ về, đi đến. 집으로 ~ đi bộ về nhà.

걸어총(-銃) Khẩu lệnh "xếp súng" trong quân đội. ~하다.

걸음 Bước chân. ~소리 tiếng bước chân.

걸음걸이 Dáng bước, dáng đi. ~가 어색하다 bước đi ngượng ngạo.

걸음나비 Chiều dài bước đi. ~가 길다[짧다] bước đi ngắn[dài].

걸음마 Bước đi. ~를 하다 đặt bước

chân đầu tiên chập chững đi.
걸음발타다 Bắt đầu đi chập chững.
-걸이 Cái móc. 옷~ móc áo. 모자~ móc mũ.
걸인(乞人) Người ăn xin, người ăn mày.
걸작(傑作) Kiệt tác, tác phẩm xuất sắc. ~집 bộ sưu tập những kiệt tác.
걸쩍거리다 Năng động, luôn sẵn sàng.
걸쭉하다 Đặc, quánh. 죽이 ~ cháo đặc.
걸차다 Màu mỡ (đất). 걸찬 땅 mảnh đất màu mỡ.
걸채 Cái thồ.
걸출(傑出) Kiệt xuất, xuất sắc. ~하다.
걸치다 Lặn, khuất. 달이 고개에 걸쳐 있다 trăng khuất sau ngọn đồi.
걸터앉다 Cưỡi lên, ngồi hẳn lên. 말 위에 ~ cưỡi ngựa.
걸터타다 Trèo lên, cưỡi lên.
걸프지리 Vùng Vịnh. ~전쟁 chiến tranh vùng Vịnh.
걸프전쟁 Chiến tranh vùng Vịnh.
걸핏하면 Động một chút là, chỉ hở ra một chút là. ~때리다 động một chút là đánh.
검(劍) Thanh kiếm, thanh gươm. ~을 차다 đeo gươm.
검객(劍客) Kiếm khách.
검거(檢舉) Bắt giữ, bắt giam, tạm giam. ~하다. ~자 người bị bắt giữ.

검경(檢鏡) Kính dùng để kiểm tra.
검극(劍戟) Kiếm gươm, gươm kiếm (nói chung).
검극(劍劇) Kiếm hiệp. ~영화 phim kiếm hiệp, phim đánh nhau.
검기다 Làm cho đen đi. 진흙탕에 옷을 ~ áo bị bùn làm cho đen.
검뇨(檢尿) Kiểm tra nước tiểu. ~하다.
검누렇다 Màu vàng sẫm, màu vàng đen.
검누르다 Vàng đen, vàng sẫm.
검다 Màu đen. ~은 머리 đầu đen.
검당계(檢糖計) Máy đo độ đường.
검댕 Bồ hóng. 굴뚝에 ~이 잔뜩 끼어 있다 trong ống khói đầy bồ hóng.
검덕귀신(-鬼神) Quỉ thần đen thui.
검도(劍道) Kiếm đạo, môn kiếm đạo. ~3단 tam đẳng môn kiếm đạo.
검둥개 Chó đen. ~먹감듯 (như chó đen quấn rong) chẳng có tiến triển gì cả.
검둥이 Người da đen thui, người mặt đen.
검량(檢量) Đo lường. ~기 máy đo.
검루기(檢漏器) Máy đo rò điện.
검류계(檢流計) Ampe kế, đồng hồ đo điện kế.
검류기(檢流器) Máy kiểm tra dòng điện.
검무(劍舞) Kiếm vũ, múa kiếm.
검문(檢問) Kiểm tra, sự kiểm soát. ~하

다. ~소 trạm kiểm tra.

검버섯 Nước da lốm đốm đen (người già). 얼굴에 ~이 돋다 có đốm đen trên mặt.

검변(檢便) Xét nghiệm phân, kiểm tra phân. ~하다.

검불 Cỏ khô, lá khô, vv.

검붉다 Màu đỏ sẫm. ~은 장미 hoa hồng đỏ sẫm.

검사(檢査) Sự kiểm tra. ~하다 kiểm tra. 신체~ kiểm tra sức khoẻ.

검산(檢算) Kiểm toán. ~하다.

검색(檢索) Sự lục soát, kiểm tra, truy tìm. ~을 당하다 bị lục soát.

검세다 Tính cách bướng bỉnh.

검소(儉素) Giản dị, mộc mạc, khiêm tốn. ~하다. ~한 생활 cuộc sống giản dị.

검속(檢束) Kiểm tra bắt giữ. ~하다.

검수(檢數) Kiểm tra số lượng, qui cách, phẩm chất hàng hóa. ~하다.

검술(劍術) Kiếm thuật, kiếm võ. ~이 능하다 giỏi dùng kiếm.

검시(檢屍) Khám nghiệm tử thi. ~하다. ~결과 kết quả khám nghiệm tử thi.

검실거리다 Lấp láy.

검쓰다 Rất đắng, quá đắng. 차에 무엇을 섞었는지 검써서 마실 수가 없다 không biết có gì trộn trong trà mà đắng uống không được.

검안(檢案) Kiểm nghiệm, kiểm tra. ~하다. ~서 giấy kiểm tra.

검압기(檢壓器) Máy đo áp suất.

검약(儉約) Cần kiệm, tiết kiệm. ~하다. ~과 근면은 그의 재산 이다 tiết kiệm và cần cù là tài sản của anh ấy.

검역(檢疫) Kiểm dịch, kiểm tra sức khoẻ (chống bệnh truyền nhiễm). ~하다.

검열(檢閱) Sự kiểm duyệt. ~하다 kiểm duyệt. ~을 받다 bị kiểm duyệt.

검온(檢溫) Kiểm tra nhiệt độ cơ thể. ~하다. ~기 cái nhiệt kế.

검유(檢乳) Kiểm tra sữa.

검은깨 Con cua đen.

검은자위 Tròng đen của mắt.

검은콩 Đậu đen.

검이경(檢耳鏡) Kính kiểm tra tai, kính soi tai.

검인(檢印) Con dấu dùng để kiểm tra. ~을 찍다 đóng dấu đã đồng ý, đã kiểm tra.

검인정(檢認定) Kiểm định và cho phép.

검전기(檢電器) Máy kiểm tra điện, kiểm tra rò điện.

검정 Màu đen, đen. ~색의 màu đen. ~고무신 giày cao su đen.

검정(檢定) Kiểm định. ~하다. 교과서~ kiểm định sách giáo khoa.

검정고시(檢定考試) Cuộc thi kiểm định trình độ học vấn, tay nghề.

검증(檢證) Kiểm chứng, kiểm tra và chứng minh. ~하다. ~물 vật để kiểm chứng.

검진(檢診) Sự kiểm tra sức khỏe. ~하다. ~날 ngày kiểm tra sức khoẻ.

검질기다 Dai dẳng, kiên trì. 검질긴 사람 người kiên trì.

검찰(檢察) Kiểm sát, điều tra. ~하다. ~청 sở kiểm soát.

검찰청(檢察廳) Viện kiểm sát.

검출(檢出) Phân tích và tìm ra, phát hiện ra. ~하다.

검측스럽다 Kẹt xỉn, tham lam.

검측측하다 Đen thui, đen.

검침(檢針) Sự đo lường (nước, ga, điện). ~하다.

검토(檢討) Kiểm thảo, kiểm tra, xem xét, nghiên cứu. 재~하다 tái kiểm thảo.

검표(檢票) Kiểm phiếu, soát vé. ~하다. ~원 nhân viên soát vé.

검푸르다 Màu xanh đen, xanh sẫm. 검푸른 바다 biển xanh sẫm.

검호(劍豪) Một kiếm sĩ giỏi ~나다 sợ hãi.

겁간(劫姦) Cường hiếp, cường đoạt, hiếp dâm. ~하다.

겁결(怯-) Cơn hoảng loạn, cơn sợ hãi.

~에 trong cơn hoảng loạn trong cơn sợ hãi.

겁나다(怯-) Sợ, sợ sệt, lo sợ. ~서 울다 sợ quá khóc.

겁내다(怯-) Sợ ai đó, vì gì đó mà sợ. ~지 않고 không sợ.

겁쟁이 Người nhát gan. 그는 아주~다 hắn đúng là thằng nhát gan.

겁탈(劫奪) Sự cường đoạt, cướp bóc. ~하다. 여자를 ~하다 cường đoạt phụ nữ.

것 Cái, vật, sự việc. 이[그,저]~ cái này[ấy, kia].

겅그레 Cái dùng để hông, cái chõ. ~(를) 놓다 đặt cái hông vào.

겅성드뭇하다 Lác đác, rải rác, thưa thớt, khắp đó đây.

겉 Bề ngoài, bên ngoài, bộ mặt bên ngoài. ~으로 보면 nhìn bên ngoài.

겉가량(-假量) Chỉ nhìn bề ngoài ước lượng. ~하다.

겉꺼풀 Lớp vỏ ngoài. ~을 벗기다 bóc lớp vỏ ngoài.

겉껍질 Lớp vỏ ngoài, lớp che bên ngoài.

겉날리다 Qua loa, cho xong chuyện. 일을 ~ làm qua quít.

겉놀다 Chơi một mình, tự chơi.

겉눈감다 Giả vờ nhắm mắt.

겉눈썹 Lông mày.

겉늙다 Bề ngoài trông già, già trước tuổi. 고생을 많이 해서 10년은 ~어 보인다 vất vả nên nhìn bề ngoài già đi khoảng 10 tuổi.

겉대 Cật tre.

겉더껑이 Lớp màng, lớp váng. 우유의 ~를 걷어내다 vớt lớp váng sữa ra.

겉돌다 Không hoà vào nhau, không tan vào nhau, không trộn vào nhau. 기름과 물은 서로 ~ nước và dầu không trộn vào nhau được.

겉마르다 Khô trên bề mặt.

겉말 Nói bằng miệng, lời nói không có thật. 사람들이 ~로 한 소리였지만 그는 고맙기만 했다 tuy mọi người bên ngoài thì cũng chỉ nói vậy nhưng dầu sao cũng cảm ơn.

겉면(-面) Bề mặt, mặt trên, mặt ngoài. ~을 빨갛게 칠하다 sơn đỏ bề mặt.

겉모양(-模樣-貌樣) Bề ngoài, cái dáng bên ngoài, hình thức. ~내다 ra vẻ, ra dáng, làm ta đây, trang điểm cho đẹp.

겉물 Nước nổi trên bề mặt.

겉바르다 Tạo hình thức bề ngoài, chú ý làm bên ngoài cho đẹp.

겉보기 Vẻ nhìn bề ngoài, hình thức, ngoài mặt. ~에는 bề ngoài, trông bên ngoài.

겉봉(-封) Bề ngoài phong bì.

겉살 Nước da bên ngoài.

겉싸개 Tấm giấy, chất liệu dùng để bọc bên ngoài.

겉약다 Thông minh bề ngoài còn trong bụng thì ngu dốt.

겉여물다 Chín bên ngoài, bên trong chưa chín.

겉옷 Cái áo khoác.

겉잎 Lá ngoài (cây).

겉잠 Ngủ chập chờn. ~들다 ngủ chập chờn.

겉잡다 Ước lượng, ước tính, đoán. 예산을 대충 ~ ước lượng chi phí ngân sách.

겉장(-張) Trang đầu tiên, trang ngoài (sách, báo)

겉저고리 Áo khoác ngoài.

겉절이다 Rắc muốn bên ngoài.

겉짐작 Ước chừng, đoán. ~하다.

겉치레 Làm đẹp bề ngoài, trang điểm bề ngoài. ~하다.

겉치장(-治粧) Trang điểm bên ngoài, làm cho bên ngoài đẹp. ~하다.

게 Con cua. ~에 물리다 bị cua cắn.

게 Đằng kia, kia. ~, 가는 건 누구냐 Ai đang đi đằng kia?

게 Đối với, với, cho. 무슨 일인지 내~도 알려 줘 dù chuyện gì thì cũng báo cho tôi biết.

게거품 Bọt mép, nước bọt. 입에 ~을 뿜

으며 이야기한다 nói chuyện sùi cả bọt mép.

게걸음 Đi ngang, đi như cua, bò ngang. ~치다 bò ngang, đi ngang.

게꽁지 Thằng ngu, thằng đần.

게꽁지만하다 Chẳng biết gì, ngắn tri thức.

-게끔 Để, làm cho, để có thể (đặt sau động từ). 뒤탈이 없~잘 처리 하시오 anh hãy xử lý công việc đừng để xẩy ra chuyện gì cả.

게눈 Mắt cua. ~감추듯 하다 nhanh như mắt cua nháy, nhanh như chớp.

게다 Ở, nơi (chỉ vị trí). 책을 ~다 놓아라 để sách đây đi.

게다가 Hơn thế nữa, lại còn, thêm vào nữa. ~ 병까지 걸렸다 mắc thêm cả bệnh nữa.

게딱지 Cái mai cua. ~만하다 bằng cái mai cua.

게르만 Đức, người Đức, người Géc man. ~족 dân tộc Géc man.

게릴라 Quân du kích. ~부대 bộ đội du kích.

게발 Loèo ngoèo, không ngay ngắn. 글 씨를 ~그리듯하다 viết chữ như giun bò, viết chữ ngoằn ngoèo.

게스트 Vị khách, a guest.

게시(揭示) Bảng thông báo, niêm yết. ~하다. ~판 bảng thông báo.

게시판 Tấm bảng để bên ngoài, bảng thông báo.

게양(揭揚) Cắm cờ, cắm. ~하다. 국기를 ~하다 cắm quốc kỳ, cắm cờ.

게염 Thèm muốn, muốn có. ~나 다[내다] tham, muốn có.

게우다 Nôn ra, khạc ra, ợ ra, ói. 젖을 ~ ói sữa.

게으르다 Sự lười nhác. ~부리다 [피우다] lười biếng.

게을러빠지다 Lười, rất lười, trở nên lười nhác.

게을리 Thờ ơ, không quan tâm, sao lãng. 일을 ~하다 sao lãng công việc.

게이 Đồng tính luyến ái, gay.

게이지 Đo lường, chỉ số (chiều dài, góc độ, hình thức). 표준~ đơn vị đo tiêu chuẩn.

게이트 Cổng, gate. 2번~ cổng số 2.

게임 Trò chơi, game. ~을 하다 chơi game.

게장(-醬) ① Nước mắm cua. ② Món cua muối.

게재(揭載) In ấn, in, đưa lên báo. ~하다. ~금지 cấm in ấn.

게저분하다 Bẩn thỉu, bừa bãi. 포스터가 ~게 붙은 벽 bức tường dán bừa bãi tấm quảng cáo

게젓 Cua muối.

게정 Cờ bạc. ~꾼 quân cờ bạc.

겠 Sẽ, chắc là (đứng sau động từ). 그 동안에 다 늙겠다 chắc họ đã già lắm rồi.

겨 Trấu, vỏ trấu, cám.

겨냥 Mục tiêu, nhắm vào, nhắm. 잘못~하다 ngắm nhầm.

겨누다 Chĩa vào, nhắm vào. 잘 ~고 쏘다 nhắm kỹ và bắn.

겨눠보다 Nhắm, ngắm, nhìn.

겨드랑이 Nách. ~에 끼다 kẹp vào nách.

겨레 Dân tộc, đồng bào, đất nước. 한~잡지 tạp chí dân tộc Hàn.

겨루다 Quyết chiến, đấu với nhau, thi với nhau. 솜씨를 ~ thi khéo tay.

겨룸 Cuộc đấu, cuộc thi, cuộc tỷ thí. 힘~ đấu sức.

겨를 Thời gian rỗi, lúc rỗi. ~이 있다 rỗi.

겨리 Cày đôi (hai con bò cùng kéo). ~질 cày đôi.

겨우 Một cách khó khăn. 시험에 ~ 합격하다 thi đậu một cách khó khăn.

겨우내 Suốt mùa đông. ~서울에 있었다 cả mùa đông tôi ở Seoul.

겨우살이 ① Chuyện ăn ở, quần áo mùa đông. ② Vượt qua mùa đông.

겨울 Mùa đông. ~방학 nghỉ đông. ~밤 đêm đông.

겨워하다 Cảm thấy quá sức, không thể cáng đáng nổi. 일이 많아 힘에 ~ công việc nhiều quá, quá sức.

겨자 Tương mù tạt. ~단지 lọ tương mù tạt.

격(格) Phong cách, hợp lý, kiểu, cách. ~에 맞다 hợp với phong cách.

격(隔) Khoảng cách giữa người và người. ~(을)두다 giữ khoảng cách với người khác.

격감(激減) Suy giảm nhanh chóng, giảm xuống nhanh chóng (số lượng). ~하다.

격검(擊劍) Cầm kiếm, xách kiếm. ~하다.

격나다(隔-) Xuất hiện, có khoảng cách (giữa hai người).

격년(隔年) Cách năm, cách từng năm một, hai năm một lần. ~에 열매를 맺다 hai năm mới ra quả một lần.

격노(激怒) Sự giận dữ, cơn thịnh nộ. ~하다. ~케 하다 làm cho ai nổi giận.

격돌(激突) Sự va chạm mạnh, xung đột. 버스가 열차에 ~했다 xe buýt tông vào tàu hỏa.

격동(激動) Sự lay chuyển mạnh mẽ, có nhiều thay đổi lớn. ~의 해 một năm có nhiều biến đổi.

격랑(激浪) Cơn sóng lớn. ~에 휩쓸리다 bị sóng to cuốn đi.

격려(激勵) Khích lệ, khuyến khích, động viên. ~하다 khuyến khích.

격렬(激烈) Mạnh mẽ, dữ dội, quyết liệt. ~하다. ~하게 một cách dữ dội.

격론(激論) Một cuộc tranh luận sôi nổi. ~하다.

격류(激流) Dòng chảy hung dữ, cơn lũ. ~를 건너다 vượt qua cơn lũ.

격리(隔離) Cách ly, tách biệt. ~하다. ~기간 thời gian cách ly (bệnh truyền nhiễm)

격멸(擊滅) Huỷ diệt, tiêu diệt. ~하다.

격무(激務) Một công việc nặng nhọc. ~를 맡다 đảm nhận một việc nặng nề.

격문(檄文) Bản thông báo. ~을 내다 ra thông báo.

격발(激發) Bùng nổ, bùng lên (tình cảm). ~하다.

격발(擊發) Bắn.

격변(激變) Sự biến đổi đột ngột, sự biến đổi mạnh mẽ. 사회의 ~ sự biến đổi của xã hội.

격분(激憤) Rất giận giữ, cơn thịnh nộ. ~하다.

격세(隔世) Sự cách biệt tuổi tác, cách biệt về thế hệ.

격식(格式) Lễ nghĩa, nghi thức. ~을 차리는 chú ý lễ nghĩa.

격심하다(激甚-) Rất, cực kỳ, dữ dội. 격심한 추위 cơn lạnh thấu da thấu thịt. 격심한 경쟁 sự cạnh tranh dữ dội. 격심한 고통 nỗi đau rất lớn.

격앙(激昂) Kích động, lên cơn giận. ~하다. ~하기 쉬운 dễ bị kích động.

격원하다(隔遠-) Cách xa, xa xôi.

격월(隔月) Cách tháng, hai tháng một lần. ~발행의 잡지 tạp chí 2 tháng một kỳ.

격의(隔意) Ý kiến khác nhau. ~없는 의견 교환 sự trao đổi ý kiến thẳng thắn.

격일(隔日) Cách nhật, hai ngày một lần. ~제운행 xe chạy cách nhật.

격조(格調) Nhấn mạnh. ~높은 연설 bài diễn thuyết nhấn mạnh.

격조하다(隔阻-) Không nghe thấy gí cả, không có tin tức gì cả.

격증(激增) Sự tăng đột ngột, tăng đột biến. 인구가 ~했다 dân số tăng đột biến.

격차(格差, 隔差) Sự khác biệt, sự chênh lệch. 기술의 ~ chênh lệch về kỹ thuật.

격추(擊墜) Bắn rơi, bắn hạ.

격통(激痛) Sự đau buốt, sự đau đớn tột cùng. ~을 느끼다 cảm thấy vô cùng đau đớn.

격퇴(擊退) Đánh lùi, đẩy lùi. ~당하다 bị đánh lui, bị đẩy lùi.

격투(格鬪) Quyền anh, đánh nhau bằng tay. ~하다.

격파하다(擊破-) Đánh vỡ, công phá. ~시범 biểu diễn công phá (võ thuật).

격화소양(隔靴搔癢) Đi giày gãi bài chân (thành ngữ), chỉ sự không chân tình.

겪다 Mắc, chịu, gặp, trải qua. 고통을 ~ gặp đau khổ.

견(絹) ① Tơ, sợi. ② Hàng mẫu.

견갑(肩胛) Cái vai. ~골 xương vai.

견고(堅固) Kiên cố, vững chắc. ~하다. ~히 một cách kiên cố.

견디다 Chịu đựng. 견딜 수 없다 không chịu đựng nổi.

견딜성(-性) Tính kiên nhẫn, sức chịu đựng. ~있는 có tính bền bỉ.

견문(見聞) Tầm hiểu biết, kiến thức, kinh nghiệm. ~이 넓다 tầm hiểu biết rộng.

견사(絹紗) Sợi tơ.

견습(見習) Học, học việc.

견식(見識) Kiến thức. ~이 넓다 kiến thức rộng.

견실(堅實) Chắc chắn, vững chắc. ~하다. ~하게 một cách chắc chắn.

견인불발(堅忍不拔) Kiên nhẫn chịu đựng. ~하다.

견장(肩章) Cầu vai (áo), cái cầu vai trong quân phục.

견직물(絹織物) Hàng bằng tơ lụa.

견책(譴責) Khiển trách. ~하다. ~처분 xử lý khiển trách.

견치(犬齒) Răng nanh.

견학(見學) Vừa theo dõi vừa học, tham quan thực tập. ~하다. ~하러 가다 đi tham quan kiến tập.

견해(見解) Cách nhìn nhận, quan điểm. ~가 일치하다 thống nhất quan điểm.

겯다 Dính, bết. 기름에 ~은 작업복 quần áo làm việc dính dầu.

겯질리다 ① Vướng, mắc vào. ② Vướng víu công việc.

결 ① Tính chất, kết cấu. ② Bề mặt.

결가부좌(結跏趺坐) Ngồi hai chân đan chéo vào nhau.

결강(缺講) Không đi dạy. ~하다.

결격(缺格) Không đủ tư cách. ~자 người chưa đủ tư cách.

결궤하다(決潰-) Sụp đổ, đổ vỡ.

결근(缺勤) Không đi làm, nghỉ việc. ~하다 nghỉ làm.

결기(-氣) Tính khí nóng nảy, hung hăng. ~있는 사람 người tính hung hăng.

결나다 Nổi xung, hăng máu lên. ~서 싸우다 nổi xung lên đánh nhau.

결내다 Nổi xung, tức giận. 쉽게~ dễ nổi nóng.

결단(決斷) Sự quyết đoán. ~하다. ~력이 있는 사람 người có tính quyết

đoán

결단(結團) Đoàn kết. ~하다. ~력이 강하다 sức đoàn kết mạnh mẽ.

결례(缺禮) Thất lễ, thiếu lịch sự. ~하다.

결론(結論) Kết luận. ~하다. ~이 나오다 có kết luận.

결리다 Đau, nhức. 어깨가 ~ đau vai.

결막(結膜) Màng mắt. ~염 viêm màng mắt.

결말(結末) Kết thúc, chấm dứt. ~나다. ~을 내다 kết thúc.

결벽(潔癖) Tính cách sạch sẽ. ~하다.

결별(訣別) Chia tay (với ai, xa ai.) ~슬픔 nỗi buồn xa cách.

결빙(結氷) Kết băng, đóng băng. ~하다. ~기 mùa đóng băng.

결사(決死) Quyết tử. ~대 đội quyết tử.

결사(結社) Kết cấu, kết thành, đoàn thể. ~하다.

결산(決算) Quyết toán. ~하다. ~기 thời gian quyết toán.

결석(結石) Bệnh sỏi thận, sỏi mật, sỏi đường tiết niệu vv. 신장~ sỏi thận.

결선(決選) Vòng bầu cử cuối cùng. ~하다.

결성(結成) Cấu thành, kết thành. ~하다.

결속(結束) Đoàn kết, liên kết. ~하다. ~을 강화하다 đẩy mạnh sự đoàn kết.

결손(缺損) Sự tổn thất, thiệt hại. ~금 số tiền thiệt hại.

결심(決心) Quyết tâm, quyết định. ~하다. ~이 흔들리고 있다 quyết tâm đang lung lay.

결심(結審) Tòa chung thẩm. ~하다 xử chung thẩm.

결연하다(決然-) Cương quyết, cứng rắn. 결연히 một cách cương quyết.

결원(缺員) Chỗ thiếu người, chỗ trống người. ~을 채우다 lấp vào chỗ trống.

결장(結腸) Bộ phận ruột nối liền trực tràng và ruột thừa.

결재(決裁) Phê chuẩn, phê duyệt. ~하다. ~권 quyền quyết định.

결제(決濟) Quyết toán tiền nong, sổ sách. ~하다. ~일 ngày quyết toán.

결집(結集) Tập trung lại một chỗ, gom lại. 그들은 총력을 ~하여 난국 극복에 임했다 ~하다 họ tập trung tất cả sức lực lại để khắc phục khó khăn.

결착(決着, 結着) Hoàn thành, hoàn thiện, kết thúc.

결탁(結託) Thông đồng, cấu kết. ~하다. 와 ~하여 cấu kết với.

결투(決鬪) Quyết đấu. ~하다. ~자 người quyết đấu.

결판(決判) Phán quyết cuối cùng. ~나다 có phán quyết cuối cùng.

결하다(決-) ① Quyết định. ② Quyết định thắng thua.

결하다(缺-) Thiếu, không có.

결함(缺陷) Khuyết điểm, sai lầm, sai sót, thiếu sót. ~상품 hàng hư.

결합(結合) Hợp lại, kết hợp, hòa vào nhau. ~하다. ~력 sức đoàn kết

결핵(結核) Bệnh suyễn. ~에 걸리다 mắc bệnh suyễn.

결행(決行) Quyết định hành động, quyết tâm. ~하다.

결혼(結婚) Kết hôn, cưới, hôn nhân. ~하다. ~식 lễ kết hôn.

결혼사기(結婚詐欺) Cưới giả, cưới để lừa tiền. ~꾼 quân lừa đảo chuyện cưới xin.

겸사(謙辭) ① Đồng thời, nhân tiện. ② Lời nói khiêm tốn. ~하다.

겸상(兼床) Bàn ăn đôi.

겸손(謙遜) Khiêm tốn. ~하다. ~한 태도 thái độ khiêm tốn.

겸양(謙讓) Khiêm nhường. ~하다. ~의 미덕 vẻ cao đẹp của sự khiêm nhường.

겸업(兼業) Việc phụ, việc thêm. ~하다 làm thêm.

겸연쩍다(慊然-) Ngại ngùng, cảm thấy khó xử.

겸전하다(兼全-) Kiêm toàn. 문무가 ~ văn võ kiêm toàn.

겸치다(兼-) Cùng một lúc hai sự việc xảy ra. 가난한 살림 에 병까지 ~ đã nghèo lại thêm bệnh tật.

겸행(兼行) ① Làm liên tục không nghỉ. ② Làm thêm việc khác. ~하다.

겸허(謙虛) Khiêm nhường, nhún nhường. ~하다. ~하게 một cách khiêm nhường.

겹다 Khó cầm cự, khó kiềm chế được. 힘에 겨운 일 việc quá khả năng.

겹말 Trùng từ, lặp từ.

겹사돈(-査頓) Thông gia hai lần.

겹옷 Quần áo có lớp vải lót.

겹창(-窓) Cửa sổ hai lớp.

겹치다 Chất lên nhau, chồng lên nhau. 종이를 네 번 겹쳐 접다 giấy gấp thành 4 lớp.

겹치마 Váy hai tầng, váy xếp.

경(京) Kinh đô, thủ đô. 경부 고속도로 đường cao tốc nối Kinh đô (Seoul) và Busan.

경(景) Phong cảnh, cảnh.

경(卿) ① Viên chức cao cấp. ② Khanh (nhà vua gọi hạ thần)

-경(頃) Khoảng, chừng. 세 시~에 vào khoảng 3 giờ.

경각(頃刻) Trong chốc lát. ~간에 trong chốc lát.

경각-심(警覺心) Sự cảnh giác, tinh thần cảnh giác. ~을 높이다 nâng cao tinh thần cảnh giác.

경감(輕減) Khuynh giảm, giảm xuống.

~하다. 세금을 ~하다 giảm thuế.

경개(梗概) Tóm tắt, mục lục (sách).

경거(輕擧) Sơ xuất, cẩu thả. ~하다.

경경(耿耿) Chập chờn. 불~하다 lửa chập chờn.

경고(警告) Cảnh cáo, cảnh báo. ~하다. ~장 giấy cảnh cáo.

경골(脛骨) Xương ống chân.

경골(硬骨) ① Xương cứng. ② Chỉ người cương trực.

경과(經過) Đi ngang qua, đi qua. ~하다. 늪지대의 ~ đi qua khu vực rừng núi.

경관(警官) Cảnh sát viên. 여자 ~ cảnh sát nữ.

경구(經口) Qua đường miệng, vào đường miệng. ~피임약 thuốc uống chống thai.

경구(硬球) Quả cầu cứng.

경구개(硬蓋) Vòm miệng.

경국지색(傾國之色) Nhan sắc đẹp nghiêng nước nghiêng thành.

경금속(輕金屬) Kim loại nhẹ.

경기관총(輕機關銃) Súng máy nhẹ.

경기구(輕氣球) Khinh khí cầu.

경내(境內) Trong một khu vực nào đó.

경년(經年) Qua năm. ~하다.

경노동(輕勞動) Lao động nhẹ.

경뇌유(鯨腦油) Dầu não cá voi.

경단(瓊團) Bánh bao.

경대(鏡臺) Cái bàn gương, bàn trang điểm.

경단(經斷) Chiêu đãi tiếp đón tử tế.

경도(京都) Kinh đô.

경동(驚動) Kinh động, hoảng sợ. ~하다.

경동맥(頸動脈) Động mạch cổ.

경락(競落) Bán đấu giá. ~하다. ~물 vật đưa ra bán đấu giá.

경량(輕量) Nhẹ cân. ~급 hạng nhẹ.

경력(經歷) Kinh nghiệm làm việc. ~

경로(敬老) Kính trọng người già (kính lão). ~하다.

경륜(經綸) Quản lý, điều hành. ~하다.

경륜(競輪) Xe đạp. ~선수 vận động viên xe đạp. ~장 sân đua xe đạp.

경리(經理) Kế toán, sổ sách, tài chính. ~하다. ~담당하다 làm kế toán.

경망(輕妄) Nhẹ dạ. ~하다[스럽다]. ~스런 남자 người đàn ông nhẹ dạ.

경매(競賣) Bán đấu giá. ~하다. ~가격 giá bán đấu giá.

경문(經文) Kinh văn, câu kinh.

경물(景物) Cảnh theo mùa.

경박(輕薄) Khinh suất, cẩu thả. ~하다. ~한 사람 người hay ẩu.

경범죄(輕犯罪) Tội nhẹ. ~전과가 있다 có tiền sự nhẹ.

경변증(硬變症) Bệnh xơ cứng, xơ hóa

(y học).

경보(競步) Đi bộ. ~선수 vận động viên đi bộ.

경보(警報) Cảnh báo, cảnh cáo, báo động. ~하다. ~기 chuông báo động.

경복(敬服) Kính phục, khâm phục. ~하다. ~할 만한 đáng kính phục.

경비(經費) Kinh phí, chi phí ~를 부담하다 chịu kinh phí.

경비대(警備隊) Đội bảo vệ, đội canh phòng.

경사(慶事) Việc vui, việc hỉ. ~스런 날 ngày vui.

경색(梗塞) Bế tắc.

경성(硬性) Sự cứng rắn. ~세제 chất tẩy rắn.

경세(警世) Thức tỉnh mọi người. ~하다.

경솔(輕率) Sơ xuất, ẩu, hấp tấp. ~하다. ~히 một cách cẩu thả.

경신(更新) Làm mới, làm cho mới.

경애(敬愛) Lòng tôn kính và yêu quí. ~하는.

경야(經夜) Qua đêm. ~하다.

경역(境域) Khu vực canh gác.

경우(境遇) Trường hợp, hoàn cảnh, tình hình. 필요한 ~ trong trường hợp cần.

경위(涇渭) Sai và đúng, phải trái. ~를 모르다 không biết phải trái.

경유(經由) Thông qua, đi qua. ~하다. 교육부~로 thông qua Bộ Giáo dục.

경유(輕油) Xăng. ~발동기 động cơ xăng.

경음(鯨飮) Nốc ừng ực. ~하다.

경음악(輕音樂) Nhạc nhẹ.

경의(敬意) Sự tôn trọng, kính trọng. 에~를 표하여 biểu thị sự kính trọng đối với ai.

경이(驚異) Kỳ dị, ngạc nhiên. ~적인 현상 một hiện tượng ngạc nhiên.

경작(耕作) Canh tác, làm ruộng. ~물 nông sản canh tác. ~지 đất canh tác.

경쟁(競爭) Cạnh tranh. ~하다. ~가격 giá cạnh tranh.

경쟁력(競爭力) Sức cạnh tranh. 국제~ sức cạnh tranh quốc tế.

경적(輕敵) ① Kẻ địch yếu. ② Khinh địch. ~하다. ~필패 Khinh địch thì tất sẽ thua.

경전(經典) ① Không thay đổi, kinh điển. ② Sách kinh.

경정(更正) Sửa lại, điều chỉnh lại. ~하다.

경제학(經濟學) Kinh tế học. ~과 khoa kinh tế học.

경조(慶弔) Chúc mừng hoặc chia buồn. ~전보 điện chúc mừng hoặc chia buồn.

경조부박 Hời hợt, cẩu thả.

경죄(輕罪) Tội nhẹ.

경주(競走) Cuộc đua, thi chạy (người, động vật). ~하다. ~마(馬) ngựa đua.

경주하다(傾注-) Tập trung sức lực, dồn vào. 연구에 전력을 ~ dồn toàn lực vào nghiên cứu.

경중(輕重) ① Độ nặng nhẹ. 병의 ~ tình hình bệnh. ② Tầm quan trọng.

경증(輕症) Bệnh nhẹ, mức độ nhẹ. ~환자 bệnh nhân nhẹ.

경지(耕地) Đất canh tác, đất nông nghiệp. ~면적 diện tích đất canh tác.

경질(更迭) Thay đổi nhân sự. ~하다. 내각의 ~ thay đổi nội các.

경질(硬質) Cứng. ~고무 cao su cứng. ~유리 kính cứng.

경찰(警察) Cảnh sát, công an. ~견 chó cảnh sát. ~관 nhân viên cảnh sát.

경첩 Cái thanh gắn, thanh chắng.

경청(傾聽) Chăm chú lắng nghe. ~하다.

경축(慶祝) Chúc mừng. ~하다.

경하(慶賀) Chúc mừng. ~하다.

경향(傾向) Khuynh hướng, xu thế. 새로운 ~ khuynh hướng mới.

경험(經驗) Kinh nghiệm, từng trải qua. ~하다. ~자 người có kinh nghiệm.

곁 Bên, bên cạnh. ~에 phía bên

곁눈 Liếc. ~으로 보다 liếc nhìn sang phía.

곁눈질 Liếc, nhìn ngang. ~하다.

곁다리 Người ngoài. ~끼다 chõ vào, tham gia vào.

곁들다 Giúp đỡ, trợ giúp. 약한 자를 ~ giúp đỡ kẻ yếu.

곁땀 Mồ hôi nách. ~이 나다 ra mồ hôi nách.

곁쇠 Chìa khóa vạn năng. ~질하다 mở tất cả các khoá.

곁순(-筍) Nhánh mọc bên cạnh.

곁에 Bên cạnh. 내~있다 (ở) có bên cạnh tôi.

곁자리 Chỗ bên cạnh.

곁집 Nhà bên cạnh.

계(計) Tổng số, gộp lại. ~를 내다 cộng lại, tổng lại

계(係) Bộ phận, phòng ban. 출납~ bộ phận kế toán.

계(契) Hụi. ~를 만들다 lập hụi. ~가 깨지다 vỡ hụi.

계곡(溪谷) Thung lũng.

계교(計巧) Âm mưu, thủ đoạn.

계구우후(鷄口牛後) Làm đầu gà còn hơn đuôi bò.

계궁역진(計窮力盡) Kế cùng lực kiệt, hết sức.

계기(計器) Máy móc đo, dụng cụ đo lường.

계도(啓導) Hướng dẫn, chỉ đạo. ~하다.

계란(鷄卵) Trứng gà. 삶은 ~ trứng gà luộc.

계략(計略) Mưu mẹo, mưu kế. ~에 능한 사람 người giỏi nghĩ mưu.

계량(計量) Đo lường, đo đếm. ~하다. ~기 máy đo.

계량기(計量器) Máy đo, đồng hồ đo. 수도~ đồng hồ đo nước.

계루(係累) Liên hệ, liên lụy. ~가 없다 không có mối liên hệ gì.

계류(溪流) Dòng chảy, dòng suối, nhánh suối.

계류(繫留) Chưa giải quyết. ~중인 đang tồn đọng, chưa giải quyết.

계명(誡命) Điều răn, lời dạy bảo của tôn giáo. ~을 따르다 theo lời răn dạy.

계모(繼母) Mẹ kế, mẹ ghẻ.

계몽(啓蒙) Khai hóa, thức tỉnh. ~하다. ~운동 phong trào văn minh hóa.

계발(啓發) Sự mở mang, phát triển. ~하다.

계보(系譜) Gia phả, bảng tộc hệ.

계부(繼父) Cha kế, dượng ghẻ, cha ghẻ.

계사(鷄舍) Chuồng gà.

계산(計算) Tính toán, tính. ~하다. ~기 máy tính.

계상(計上) Tính xong và đưa lên, trình lên. ~하다.

계선(繫船) Thuyền neo, neo thuyền.

계수(季嫂) Em dâu.

계승(繼承) Sự thừa kế, kế tục. ~하다. ~자 người kế thừa.

계시(計時) Sự tính giờ. ~하다.

계씨(季氏) Lời nói tôn trọng khi nói em của người khác.

계약(契約) Hợp đồng. ~하다 ký hợp đồng, làm hợp đồng.

계엄(戒嚴) Giới nghiêm.

계엄령 Lệnh giới nghiêm. ~령을 선포하다 công bố lệnh giới nghiêm.

계원(係員) Người làm việc ở các phòng ban.

계율(戒律) Những điều qui định của nhà Phật.

계인(契印) Đóng dấu giáp lai. ~하다. ~을 찍은 서류 tài liệu được đóng dấu giáp lai.

계장(係長) Trưởng phòng.

계쟁(係爭) Kiện nhau ra tòa, tranh giành. ~사건 vụ kiện.

계절(季節) Mùa, thời kỳ. Mùa. 일년4~ một năm bốn mùa.

계정(計定) Hạng mục. ~에 넣다 cho vào mục.

계제(階梯) ① Quá trình, giai đoạn. ~를 밟다 theo các giai đoạn. ② Cơ hội.

계좌(計座) Tài khoản. ~번호 số tài khoản. 은행~ tài khoản ngân hàng.

계주(契主) Chủ hụi.

계책(計策) Kế sách, mưu mẹo. ~을 쓰다 dùng mưu mẹo.

계체량(計體量) Đo cân trước khi thi đấu để phân hạng cân.
계출(屆出) Báo cáo.
계피(桂皮) Cây quế. ~유 dầu quế.
곗돈(契-) Tiền hụi.
고 Ấy, đấy. ~놈 cái thằng ấy. ~버릇 cái thói ấy.
고(苦) Khổ hạnh, khổ sở. 생활~ cái khổ của cuộc sống.
-고(高) Cao, độ cao, nhiều, cao, tốt. ~수입 thu nhập cao. ~품질 chất lượng cao.
고(鼓) Cái trống.
-고(膏) Nước cốt, cao (hoa quả, trái cây)..
-고 Và, rồi thì (liên kết các động tác).
고가(故家) Gia đình ngày xưa.
고객(顧客) Khách hàng. 오랜~ khách quen.
고갯짓 Lắc lắc cái đầu. ~하다.
고갱이 Ruột, lõi (rau củ). 양배추~ lõi cải.
고것 Cái ấy. ~좀 집어주세요 Hãy lặt cái ấy giùm tôi.
고견(高見) ① Cao kiến. ② Ý kiến người khác.
고경(苦境) Tình cảnh khổ sở.
고계(苦界) Cõi khổ (phật giáo).
고고(孤高) Cao ngạo. ~하다.
고고(考古) Khảo cổ.

고공(高空) Độ cao. ~비행 bay cao.
고관(高官) Quan chức cao cấp.
고굉(股肱) ① Tay và chân, cả người. ~의 힘을 다하다 dùng hết sức mạnh tay chân. ② Tay chân, cấp dưới.
고교(高校) Cấp ba. ~생 học sinh cấp ba. 그녀는 ~1년생이다 cậu ấy học sinh lớp 10 (năm thứ nhất cấp 3).
고구마 Khoai tây. 찐~ khoai tây hấp. ~를 캐다 bới khoai tây.
고군(孤軍) Đội quân bị cô lập.
고궁(古宮) Cố cung.
고금(古今) Cổ kim, xưa nay. ~에 유례 없는 xưa nay chưa từng có bao giờ.
고금리 (高金利) Lãi suất cao.
고급(告急) Cấp báo, báo cáo khẩn. ~하다.
고급(高給) Trả lương cao. ~을 받다 được trả lương cao.
고기 Thịt (động vật). 소~ thịt bò
고깃배 Thuyền đánh cá.
고기(古記) Cổ ký, ghi lại chuyện từ xưa.
고기압(高氣壓) Khí áp cao. ~권 vùng khí áp cao.
고깝다 Chán, phiền toái, lưu tâm.
고녀(雇女) Người hầu gái, bà quản gia.
고념(顧念) ① Quan tâm, trông coi. ② Bao che, che chở.
고단자(高段者) Người có đẳng cấp

cao.

고단하다 Mệt, mệt mỏi. 고단한 일 việc buồn chán.

고달 Cái chuôi sắt.

고달이 Cái móc, cái vòng khi cột dây.

고달프다 Rất mệt mỏi. 고달픈 일 việc mệt mỏi.

고담(古談) Nói chuyện xưa.

고담준론 (高談峻論) Những lời nói có ý nghĩa sâu sắc.

고대 Vừa mới, vừa. ~들었다 vừa vào xong.

고대광실(高臺廣室) Nhà rộng và đẹp.

고대하다(苦待-) Đợi chờ rất lâu. 고대 하던 소식 tin tức chờ bấy lâu

고도(古都) Cố đô.

고도(孤島) Hòn đảo cô độc, hòn đảo độc lập.

고독(孤獨) Cô độc, cô đơn. ~하다. ~공 포증 chứng sợ cô đơn.

고동 ① Bộ khởi động. ② Tiếng còi làm hiệu.

고동(鼓動) Tim đập, vận động của tim. ~하다. 심장의 ~ nhịp đập của tim.

고동색(古銅色) Màu đồng cũ.

고되다 Vất vả, khó khăn. 고된 생활 cuộc sống khó khăn. 일이 ~ công việc vất vả.

고두(叩頭) Khấu đầu, cúi đầu. ~하다. ~사죄 (謝罪) khấu đầu tạ tội.

고등(高等) Cấp cao. ~교육 giáo dục cấp cao. ~동물 động vật cấp cao. ~수학 toán cao cấp.

고등어 Con cá thu. 생~ cá thu tươi. 자반~ cá thu ướp muối.

고등학교(高等學校) Trường cấp cao, trường cấp ba. 내 동생은 ~에 다니고 있다 Em trai tôi đang học cấp ba.

고락 Mực của con mực.

고락(苦樂) Khổ và sướng, vui và buồn. 인생의 ~ buồn vui của cuộc đời. ~을 같이하다 chia sẻ buồn vui cuộc đời. 세상의 ~을 다 겪다 nếm trải vui buồn của cuộc đời.

고랑 Luống (ruộng đất). ~을 짓다 làm thành luống.

고래 ① Con cá voi. ~기름 dầu cá voi. ~새끼 cá voi con. ~잡이 câu cá voi. ~싸움에 새우등 터진다 [tục ngữ] Cá voi đánh nhau cua tôm chết, trâu bò húc nhau ruồi muỗi chết. ② Chỉ người uống nhiều rượu. 그는 술~다 anh ta là sâu rượu.

고래(古來) Từ cổ tới nay. ~로 từ cổ tới nay, từ xưa tới nay. 인생 칠십~희(稀) Nhân sinh thất thập cổ lai hy.

고래고래 Oang oang. ~소리지르다 hét oang oang.

고래등같다 To lớn, to như lưng cá voi.

고량(高浪) Cao lương. ~주(酒) rượu

cao lương.

고량진미(膏粱珍味) Cao lương mỹ vị.

고려(考慮) Suy nghĩ, nghiên cứu, cân nhắc, xem xét. ~하다. ~하여야 할 점 이 점이 나은 나 cần nghiên cứu kỹ. 충분히 ~하여 suy nghĩ thật kỹ. ~하지 않다 không cần suy nghĩ. 신중히~하다 xem xét một cách cẩn thận.

고려(高麗) Cao Ly, Vương triều Cao Ly ở Hàn Quốc (918-1392).

고려(顧慮) ① Suy nghĩ lại chuyện đã qua. ② Lo lắng, toan tính. ~하다.

고령(高嶺) Ngọn đồi cao.

고령(高齡) Cao niên, nhiều tuổi. ~자 bậc cao niên.

고령토(高嶺土) Đất cao lanh.

고례(古例) Phong tục cũ, tập tục cũ.

고로(故-) Do đó, vì vậy, cho nên.

고로(古老, 故老) Người cao tuổi, người nhiều kinh nghiệm. 마을의 ~ bô lão trong làng.

고로여생(孤露餘生) Người mất cha mẹ khi còn nhỏ, mồ côi cha mẹ.

고론(高論) ① Cao luận, ý kiến hay. ② Ý kiến của người khác.

고료(稿料) Nhuận bút. ~가 많다[적다] nhuận bút nhiều[ít].

고루(高樓) Lầu cao.

고루 Đều, đều đặn. ~나누다 chia đều.

고르다 Đều, bình quân, bằng nhau. ~게 một cách bình đẳng. ~지 않은 không đều. 키가 ~지 않다 chiều cao không đều nhau. ~게 부리다 rắc đều.

고르다 ① Làm cho đều, san cho bằng. 땅을 ~ san đất cho bằng. ② Lựa, chọn gạt nhất 것을 ~ chọn cái tốt nhất. 며느리를 ~ chọn con dâu. 자기가 고른 사람 과 결혼하다 lấy người mình chọn. 좋은 날을 ~ chọn ngày tốt.

고름 Mủ. ~집 cái bọc mủ. ~을 짜다 nặn mủ. ~이 나오다 ra mủ, có mủ.

고리 Cái vòng, cái nhẫn, khuyên. 귀~ khuyên tai. 열쇠~ cái vòng đeo chìa khóa. ~모양의 hình tròn, hình cái vòng.

고리(高利) Lợi tức cao, lãi suất cao. ~대금 tiền cho vay với lãi suất cao. ~로 빌려주다[빌리다] cho vay [vay] với lãi suất cao.

고리다 Hôi, thối. 냄새가 ~ mùi hôi. 발에서 고린 냄새가 난다 chân có mùi hôi.

고리타분하다 ① Hôi thối bẩn thỉu. ② Xấu xa, bẩn thỉu. 고리타분한 생각 ý nghĩ xấu xa. 고리타분한 짓 cái trò bẩn thỉu.

고린내 Mùi hôi, mùi thối. ~나는 양말 tất có mùi hôi. ~가 나다 có mùi hôi.

고릴라 Con đười ươi.

고림보 ① Người yếu đuối. ② Kẻ kẹt xỉn.

고립(孤立) Sự cô lập, tách rời. ~하다. ~정책 chính sách cô lập. ~국제적 [경제적] sự cô lập từ các nước khác [kinh tế]. ~을 피하다 tránh sự cô lập. ~시키다 làm cho cô lập. 외계로부터~하다 bị cô lập với thế giới bên ngoài.

고마움 Sự cảm ơn, sự biết ơn. ~을 느끼다 cảm thấy biết ơn. ~을 알다 biết ơn. 이제서야 부모님의 ~을 알았다 bây giờ thì mới biết ơn bố mẹ. ~을 표시하다 bày tỏ sự cảm ơn.

고마워하다 Cảm ơn, biết ơn.

고막(鼓膜) Màng tai, màng nhĩ. ~염(炎) viêm màng nhĩ. ~이 찢어 질 것 같은 như là rách màng nhĩ, muốn điếc cả tai.

고만고만하다 Khoảng từng ấy, chừng ấy.

고맙게도 Thật là may mắn, thật là biết ơn. ~돈을 빌려주었다 thật là biết ơn anh ta cho tôi mượn tiền. ~전쟁이 끝났다 Thật là may mắn chiến tranh đã kết thúc.

고맙다 Cảm ơn. 고마운 말씀 lời cảm ơn. 고마운 선물 món quà trả ơn. 아이 고마워라 Ôi cảm ơn anh quá. ~지만 사양하겠습니다 Cảm ơn nhưng tôi không dám nhận.

고매(故買) Mua đồ ăn cắp, tiêu thụ đồ gian. ~하다. ~자 kẻ tiêu thụ đồ gian.

고매하다(高邁-) Cao thượng, cao cả. 고매한 기상 một tinh thần cao thượng. 고매한 이상 một lý tưởng cao thượng.

고명(古名) Cổ danh, tên cũ.

고명(高名) ① Tên tuổi, có tên tuổi. ~하다 nổi tiếng. ~한 지휘자 một vị chỉ huy có tên tuổi. ② Quí danh.

고명딸 Con gái trong gia đình toàn con trai, con gái một.

고명하다(高明-) Cao minh, cao thượng và thông minh.

고모 Bà cô, bà, o. ~부 dượng.

고목(古木) Cây cổ thụ.

고목(枯木) Cây khô.

고무 Cao su. ~나무 cây cao su. ~관 ống cao su. ~줄 dây cao su. ~풍선 bong bóng cao su. 인조~ cao su nhân tạo. 재생~ cao su tái sinh. 생~ cao su sống. ~액(液) mủ cao su. ~제품 hàng cao su. ~줄 dây giun, dây cao su.

고무(鼓舞) Sự cổ vũ, động viên. ~하다. ~되다 được cổ vũ.

고문(古文) Chữ cổ.

고문(拷問) Tra tấn, đánh đập. ~하다. ~당하여 죽다 bị tra tấn chết. 어떤~도 그의 말문을 열지 못했다 Dù bị tra tấn thế nào thì anh ấy cũng không mở miệng.

고문(顧問) ① Hỏi, tham vấn. ② Cố vấn. ~관 người cố vấn. ~단 ban cố vấn. 군사~ cố vấn quân sự. 기술~ cố vấn kỹ thuật.

고문서(古文書) Tài liệu viết bằng chữ cổ.

고물(古物, 故物) ① Cổ vật, đồ cổ. ~시장 thị trường cổ vật. ② Đồ cũ. ~자동차 xe ô tô cũ. ~구두 giày cũ. ~차 xe cũ.

고미(苦味) Vị đắng, sự cay đắng.

고민(苦悶) Sự lo lắng, khó xử, đau đầu, phải suy nghĩ ~하다. 마음의~ sự lo lắng trong lòng. 사랑의~ lo lắng chuyện yêu đương. 큰 ~이 있다 có nỗi lo lớn.

고발(告發) Tố cáo, tố giác. ~하다. ~인 người bị tố giác. ~에 따라 theo tố giác. 경찰에 정식으로 ~하다 tố cáo với cảnh sát. 로 ~되다 bị tố cáo là. 그는 강도로 경찰에 ~당했다 anh ta bị tố cáo với cảnh sát là kẻ ăn cướp.

고배(苦杯) ① Chén rượu đắng. ② Kinh nghiệm đắng cay. ~를 마시다 uống chén rượu đắng/ một kinh nghiệm đắng cay.

고백(告白) Bộc bạch, thổ lộ, nói thật lòng mình, khai, giãi bày. ~하다. 사랑의 ~ thổ lộ tình cảm. 죄상을 ~하다 khai tội, thú tội. 나는 그녀에게 사랑을 ~했다 tôi đã nói là tôi yêu cô ấy. 나는 깨끗이 ~하지 않으면 안 되었다 Nếu anh không nói hoàn toàn sự thật là không được.

고법(高法) Tòa án cấp cao.

고변하다(告變-) Thông báo một biến cố nào đó.

고별(告別) Cáo biệt, tạm biệt. ~하다. ~식 lễ chia tay. ~회 tiệc chia tay.

고본(古本) ① Sách cũ. ~점 hiệu sách cũ. ② Sách cổ.

고본(稿本) Bản thảo.

고봉(高峰) Ngọn núi cao. ~절정(絶頂) ngọn núi cao tuyệt đỉnh. ~을 오르다 leo lên ngọn núi cao.

고봉(高俸) Mức lương cao.

고봉(高捧) Đầy, thành đống. ~밥 bát cơm đầy. ~으로 담다 bới đầy, chất đầy.

고부(告訃) Cáo phó.

고부(姑婦) Mẹ chồng và nàng dâu. ~간의 갈등 mâu thuẫn mẹ chồng nàng dâu.

고부장하다 Cong, hơi cong cong. 허리가~ lưng hơi còng.

고부조(高浮彫) Khắc nổi. ~의 상 tượng khắc nổi.

고분(古墳) Ngôi cổ mộ. ~을 발굴하다

khai quật ngôi một cổ.

고분고분 Ngoan ngoãn, nhẹ nhàng, từ tốn. ~하다. 부모님의 말을 ~잘 듣다 ngoan ngoãn nghe lời cha mẹ.

고비 Bước khó khăn, giai đoạn, thời điểm khó khăn nhất, nguy cơ. ~를 넘기다 vượt qua khó khăn. 위험한 ~ giai đoạn nguy hiểm. 어려운 ~를 넘기다 vượt qua giai đoạn khó khăn. 죽을 ~를 겪다 gặp phải giai đoạn khó khăn thậm chí phải chết. 환자는 ~를 넘겼다 bệnh nhân đã qua được cơn nguy hiểm. 그 환자는 지금 가장 위험한 ~에 있다 bệnh nhân ấy đang ở giai đoạn nguy hiểm nhất.

고비(古碑) Tấm bia cổ.

고비사막(-沙漠) Sa mạc Gobi.

고뿔 Cảm cúm. ~에 들다 bị cảm.

고삐 Dây cương. ~풀린 말 ngựa sổng cương. ~를 잡다 nắm dây cương. ~를 당기다 kéo dây cương. ~를 늦추다 thả lỏng dây cương.

고사(古史) Lịch sử cổ đại.

고사(古事, 故事) Cố sự, chuyện cũ. ~성어 사전 từ điển thành ngữ cố sự. ~를 인용하다 dẫn dụng một câu chuyện cũ.

고사(考查) ① Suy nghĩ kỹ, xem xét kỹ. ~하다. ② Kỳ thi, kiểm tra. ~과목 môn thi. ~장 phòng thi. 학생의 학력을 ~하다 kiểm tra học lực của học sinh.

고사(固辭) Lời từ chối dứt khoát. ~하다. ~하고 받지 않다 dứt khoát từ chối không nhận.

고사(高射) Cao xạ, bắn tầm cao.

고사(枯死) Chết khô (cây, cỏ). ~하다.

고사(高士) Bậc cao sĩ, người có tính cách cao thượng.

고사기관총(高射機關銃) Súng cao xạ, pháo cao xạ.

고사포(高射砲) Pháo cao xạ. ~대(隊) đội pháo cao xạ.

고산(高山) Núi cao. ~동물 động vật trên núi cao. ~생활 cuộc sống trên núi cao.

고살(故殺) Cố tình giết người, cố sát. ~하다. ~자 kẻ cố tình giết người.

고삼(苦蔘) Sâm cổ.

고상하다(高尚-) Cao thượng, thanh cao. ~게 하다 một cách cao thượng. 그는 취미가 ~ sở thích của anh ấy thật thanh cao. ~한 행동 hành động cao thượng. ~한 인품 nhân cách cao thượng.

고색(古色) Màu cổ, màu bị phai. ~을 띠다 có sắc cổ, có màu cổ.

고생(苦生) Vất vả, cực khổ, cực nhọc. ~하다. ~길 con đường vất vả.

고생대(古生代) Thời đại cổ sinh.

고생물(古生物) Sinh vật cổ.

고생스럽다(苦生-) Vất vả, cực nhọc. 고생스러운 일 công việc vất vả.

고서(古書) Cổ thư, bức thư cổ, bức thư cũ.

고성(古城) Thành cổ.

고성(高聲) Giọng nói to. ~으로 bằng giọng nói lớn. ~으로 말하다 nói lớn, nói to. ~방가(放歌)하다 làm ầm ĩ, làm náo loạn.

고성능(高性能) Chất lượng hoặc tính năng tốt. ~기계 máy tính năng tốt. ~폭약 thuốc nổ có sức công phá lớn, thuốc nổ TNT. ~항공기 máy bay hiện đại.

고소(告訴) Kiện ra tòa, tố cáo. ~하다. ~인 người tố cáo.

고소(苦笑) Nụ cười cay đắng. ~하다. 그의 엉뚱한 설명에 ~를 금할 수 없었다 Tôi không thể nhịn được nụ cười cay đắng đối với lời giải thích lung tung của hắn.

고소하다 Thơm phức, thơm bùi. 참깨를 볶는 고소한 냄새 mùi thơm rang vừng. 아이 고소해라 Ơi, thơm quá.

고속(高速) Cao tốc, tốc độ cao. ~기관(機關) máy tốc độ cao. ~버스 xe buýt cao tốc. ~열차 tàu cao tốc. 최~으로 달리다 chạy với tốc độ cao nhất. ~도로 đường cao tốc. ~버스 터미널 bến xe cao tốc.

고속도(高速度) Tốc độ cao. ~필름 phim tốc độ cao.

고속도로(高速道路) Đường cao tốc. ~진입로 đường chạy vào đường cao tốc. 경부~ đường cao tốc Seoul-Busan. ~망 mạng đường cao tốc.

고수(固守) Cố giữ, cố bám. ~하다. 의견을 ~하다 khăng khăng ý kiến của mình. 진지를 ~하다 cố bám lấy vị trí.

고수(高手) Tay cao thủ, người giỏi. 장기(將棋) cao thủ cờ tướng.

고수(鼓手) Tay trống, người đánh trống.

고수머리 Tóc xoăn, đầu xoăn. 그 녀는 ~다 cô ấy tóc xoăn.

고수부지(高水敷地) Mảnh đất cao.

고수위(高水位) Mực nước cao.

고스란하다 Không hề hấn gì, không có chuyện gì cả.

고스란히 Giống hệt như cũ, vẫn như cũ. ~남다 còn như cũ.

고슴도치 Con nhím. ~외 따 지듯하다 [thành ngữ] Nợ như chúa chổm.

고승(高僧) Cao tăng.

고시(考試) Thi công chức. ~하다. 국가~ thi công chức nhà nước.

고시(告示) Cáo thị, thông báo. ~하다. 가격~ giá thông báo.

고식(姑息) Tạm thời, nhất thời. ~적

인 có tính tạm thời. ~적인 수단 biện pháp nhất thời.

고아(孤兒) Em bé mồ côi, trẻ em mồ côi. ~원 trại mồ côi. ~가 되다 trở thành kẻ mồ côi.

고약(膏藥) Miếng cao dán, miếng thuốc cao. ~을 붙이다 dán cao.

고양이 Con mèo. 야생~ mèo hoang. ~를 한 마리 một con mèo.

고양하다(高揚-) Nâng cao, dương cao. 애국심을 ~ nâng cao tinh thần yêu nước.

고언(苦言) Lời nói thẳng, lời nói mất lòng nhưng có ích. ~을 하다 [드리다] nói thẳng

고온(高溫) Nhiệt độ cao. ~다습 nhiệt độ cao nhiều ẩm.

고요하다 Yên tĩnh, thanh vắng. 고요한 바다 biển tĩnh lặng.

고용(雇用) Thuê người làm. ~하다. ~주 chủ sử dụng lao động.

고용(雇傭) Lao động, làm việc. ~하다. ~계약 hợp đồng lao động.

고용인(雇傭人) Người được tuyển dụng, người lao động. 임시~ người lao động tạm thời.

고용인(雇用人) Chủ tuyển dụng.

고우(故友) Bạn cũ.

고위(高位) Cao cấp, chức vụ cao. ~관리 quản lý cao cấp. ~급 회의 hội nghị cấp cao.

고율(高率) Cao, nhiều. ~관세 thuế cao. ~의 이자 lãi suất cao.

고의(故意) Cố ý, cố tình. ~로 cố ý, cố tình. ~가 아닌 không cố ý. ~행위 hành vi cố ý.

고이 ① Đẹp, xinh xắn. ② Hết lòng.

고자(瞽者) Người mù.

고자질 Mách, mách lẻo. ~하다. 엄마한테 ~하지 마라 đừng có mách với mẹ đấy.

고장난명(孤掌難鳴) Một tay thì khó kêu, làm việc gì cũng phải có đồng sự, có sự giúp đỡ.

고저(高低) Cao thấp. 음의 ~ độ cao thấp của âm, lên xuống của âm.

고적(孤寂) Cô độc. ~하다. ~한 생활을 하다 sống cuộc sống cô độc.

고전(古典) Cổ điển. ~문학 văn học cổ điển. ~미 vẻ đẹp cổ điển. ~음악 nhạc cổ điển.

고전(苦戰) Trận chiến quyết liệt, trận đấu quyết liệt. ~하다.

고전장(古戰場) Chiến trường cổ, chiến trường xưa.

고정(固定) Cố định. ~하다. ~가격 giá cố định. ~자본 vốn cố định.

고제(古制) Chế độ cũ.

고조(高調) Cao điệu, âm nhịp cao.

고조고(高祖考) Ông tổ phụ.

고조모(高祖母) Bà tổ phụ.
고조부(高祖父) Ông sơ, ông tổ.
고종사촌(姑從四寸) Anh em họ.
고주망태 Say không biết gì. ~가 되다.
고주파(高周波) Tần số cao, sóng cao tần.
고증(考證) Khảo chứng, nghiên cứu. ~하다.
고지(高地) Khu đất cao, vùng cao. ~훈련 huấn luyện ở trên cao.
고지대(高地帶) Khu vực địa hình cao.
고지식하다 Thật thà, liền lành. 고지식한 사람 người không linh hoạt.
고질(痼疾) Bệnh lâu ngày khó chữa. ~환자 bệnh nhân lâu ngày.
고집(固執) Cố chấp, bướng bỉnh. ~하다. ~쟁이[통이] thằng bướng bỉnh.
고집불통(固執不通) Người rất bướng, người rất bảo thủ, rất cố chấp.
고착(固着) Dính vào, gắn vào. ~하다.
고찰(考察) Nghiên cứu, suy nghĩ. ~하다.
고참(古參) Bậc thâm niên, người có kinh nghiệm lâu năm. ~병 lính lâu năm, cựu binh.
고철(古鐵) Sắt vụn, sắt thải. ~상(商) bán sắt vụn. 자동차를 ~로 팔다 bán xe hơi làm sắt vụn.
고초(苦楚) Gian khổ, khó khăn. ~를 겪다 chịu gian khổ.

고충(苦衷) Phiền não. ~을 털어놓다 bày tỏ cái khó khăn.
고취(鼓吹) Cổ suý, khích lệ, cổ vũ. ~하다.

고치 Cái kén. 빈~kén không. ~에서 실을 잣다 kéo sợi từ kén.
고치다 Sửa đổi, sửa chữa. 기계를 ~ sửa máy. 시계를 ~ sửa đồng hồ.
고침(高枕) Cái gối cao.
고탑(古塔) Cổ tháp, cái tháp cổ.
고태(古態) Hình ảnh cũ, hình dáng cũ, kiểu cổ.
고토(膏土) Đất màu mỡ, đất nhiều chất dinh dưỡng.
고통(苦痛) Đau, đau đớn. ~하다. ~을 참다 chịu đau. ~없이 죽다 chết không đau.
고판(古版) Sách cổ.
고평(考評) Bình luận, đánh giá. ~하다.
고평(高評) Đánh giá cao. ~을 받다 được đánh giá cao.
고풍(古風) Kiểu xưa, phong cách cổ. ~스러운 건물 tòa nhà phong cách cổ.
고프다 Đói bụng. 배(가)~ đói bụng. 배가 고파 죽겠다 Tôi đói chết mất đây.
고하(高下) Cao thấp, trên dưới, lên xuống. 지위의 ~를 불문하고 không kể chức vụ cao thấp.
고하다(告-) Thông báo, nói cho biết. 사실을 ~ nói sự thật.

고학(苦學) Khổ học, khổ luyện. ~하다. ~생 học sinh gặp khó khăn.

고해(苦海) Bể khổ (phật giáo). 인생은 ~다 Đời là bể khổ.

고행(苦行) Khổ hạnh. ~하다.

고향(故鄕) Cố hương, quê hương. ~방문 về thăm quê hương. 제 2의 ~ quê hương thứ hai.

고혈(膏血) ① Mồ hôi và máu. ② Chỉ sự rất vất vả. 백성의 ~을 짜다 bóc lột mồ hôi xương máu của trăm họ.

고화(古畫) Bức tranh cổ.

고환(睾丸) Hòn dái, tinh hoàn.

고희(古稀) Tuổi 70, tuổi xưa nay hiếm. ~잔치 mừng thọ 70.

곡(曲) Nhạc, giai điệu. 시에 ~을 붙이다 phổ nhạc vào thơ. ~에 맞 춰서 theo nhạc

곡(哭) Khóc, tiếng khóc. ~소리 tiếng khóc.

곡가(穀價) Giá gạo. ~변동 giá gạo biến động.

곡경(曲境) Khó khăn, vất vả.

곡괭이 Cái cuốc chim. ~로 땅을 파다 dùng cuốc chim đào đất.

곡기(穀氣) Thức ăn. ~를 끊다 không ăn. 환자는 이틀간이나 ~를 끊었다 bệnh nhân đã hai ngày không ăn uống.

곡류(穀類) Ngũ cốc, các loại lương thực.

곡마(曲馬) Xiếc ngựa.

곡면(曲面) Bề mặt cong, bề mặt bị uốn lượn.

곡목(曲目) Tên bài hát. 다음~은 … 입니다 bài hát tiếp theo là.

곡사(曲射) Bắn theo đường con, bắn khúc xạ. ~하다.

곡선(曲線) Đường quanh, đường cong. 연속~ đường cong liên tục. ~을 그리다 vẽ một đường cong.

곡선미(曲線美) Vẻ đẹp đường cong, vẻ đẹp uốn lượn.

곡성(哭聲) Tiếng khóc.

곡식(穀食) Ngũ cốc, lúa gạo.

곡예(曲藝) Những trò uốn lượn (những trò như leo dây, ảo thuật vv). ~비행 bay uốn lượn.

곡절(曲折) Khúc mắc. 여러 가지~이 있어서 do có nhiều khúc mắc.

곡직(曲直) Ngay thẳng hay xiên xẹo, ngay và gian, đúng và sai.

곡창(穀倉) ① Kho thóc. ② Vựa lúa, nơi sản xuất ra nhiều lúa gạo. 메콩델타지역은 베트남 제일큰 ~이다 khu vực đồng bằng sông Mê Kông là vựa lúa lớn nhất của Việt Nam.

곡하다(哭-) Than van, kêu khóc.

곡해(曲解) Hiểu lầm, sự xuyên tạc. ~하다. 그는 나의 말을 ~했다 anh ta

hiểu lầm ý của tôi.

곡향(穀鄉) Kho thóc, vựa lúa.

곤경(困境) Cảnh khốn khó. ~에 놓이다 bị đặt vào cảnh khốn khó.

곤고(困苦) Khốn khổ.

곤궁(困窮) Khốn cùng, cơ cực, nghèo khổ. ~하다.

곤두박질 Lộn ngược đầu xuống, ngã té đầu xuống. ~하다[치다].

곤두서다 Dựng ngược, đứng ngược. 곤두선 눈썹 lông mày dựng ngược.

곤두세우다 Dựng ngược, dựng đứng. 깃털을 ~ dựng lông dậy.

곤드라지다 Mệt hoặc uống rượu say gục xuống ngủ. 술에 취해 ~ say ngủ.

곤드레만드레 Say ngất ngà ngật ngưỡng, buồn ngủ quá ngủ gà ngủ gật. ~하다

곤란(困難) Khó khăn, trở ngại, khó xử. ~하다. 재정~ khó khăn về tài chính.

곤봉(棍棒) Dùi cui, cái gậy. ~으로 때리다 đánh bằng dùi cui.

곤욕(困辱) Nhục mạ, lăng nhục. ~을 당하다 bị lăng nhục. ~을 참다 chịu nhục.

곤장(棍杖) Cái dùi cui, roi (đánh tội nhân). ~을 때리다 đánh roi. ~열 장을 맞다 bị mười roi.

곤지 Tờ giấy đỏ dán trên trán cô dâu. ~(를) 찍다 dán giấy đỏ.

곤충(昆蟲) Sâu bọ, côn trùng. ~류 loài côn trùng, thuộc công trùng. ~망 tổ sâu bọ. ~학 côn trùng học.

곤하다(困-) Kiệt sức. 곤히 một cách mệt mỏi, rã rời. 몹시~ rất mệt.

곧 Ngay lập tức, tức thì. 집으로 ~ 가거라 đi về nhà ngay.

곧다 Thẳng. ~은 길 đường thẳng.

곧바로 Tức khắc, tức thời, lập tức. ~집에 돌아가다 ngay tức khắc đi về nhà.

곧이곧대로 Thẳng thắn, trung thực. 사실을 ~말하다 nói đúng sự thật.

곧장 Thẳng, trước mặt. ~집으로 돌 아가다 đi thẳng về nhà.

곧추 Thẳng thắn, thẳng đứng. ~안다 bế thẳng đứa bé. ~앉다 ngồi thẳng.

골 Xương, thuộc về xương.

골 Tức giận, nổi nóng. ~이 나서 nổi nóng. ~나게 하다 làm cho giận.

골간(骨幹) ① Xương, xương cốt. ② Phần chính, phần quan trọng, phần cốt cán.

골갱이 Nội dung chính, lõi.

골격(骨格) Cấu trúc xương, khổ người. ~을 갖추다 hợp với khổ người.

골고루 Bằng nhau, đều nhau. 음식을 ~ 먹다 ăn đều các món ăn.

골다 Ngáy (khi ngủ), kéo gỗ. 코를 ~ ngáy. 코를 드렁드렁 ~ ngáy o o.

골다공증(骨多孔症) Bệnh loãng xương.

골동품(骨董品) Đồ cổ. ~가게 cửa hàng đồ cổ. ~을 감정하다 giám định đồ cổ.

골든골 Bàn thắng vàng.

골똘하다 Giành thời gian, tập trung vào. 꼴똘히 chăm chú, miệt mài.

골마지 Máng, váng (trên bề mặt). ~가 끼다 có váng.

골막(骨膜) Màng xương. ~염 viêm màng xương.

골목 Ngõ, hẻm. ~대장 đại ca trong phố. 막다른 ~ ngõ cụt. 뒷~ ngõ phía sau nhà.

골몰(汨沒) Vùi đầu, say mê. ~하다.

골반(骨盤) Xương chậu, xương mông.

골방(-房) Cái phòng nhỏ sau phòng lớn.

골배질 Phá băng cho tàu đi qua. ~하다.

골병들다 Mắc bệnh nặng nhưng không hiện ra ngoài.

골분(骨粉) ① Xương người sau khi đã hỏa táng. ② Bột xương. ~비료 phân bón làm bằng bột xương.

골생원(-生員) ① Người đầu óc hẹp hòi. ② Người yếu đuối.

골속 Trong đầu. ~이 쑤시는 듯하다 đau như xoi trong đầu.

골수(骨髓) Tuỷ xương. ~기증 hiến tuỷ.

~기증자 người tặng tuỷ.

골암(骨癌) Ung thư xương.

골연화증(骨軟化症) Bệnh loãng xương.

골염(骨炎) Viêm xương.

골오르다 Bực mình, tức giận.

골육(骨肉) Xương thịt. ~이 분리되는 고통 nỗi đau chia xương xẻ thịt. ~에 사무치다 tới tận xương thịt.

골인 Ghi bàn, vào, vô. ~하다 ghi bàn.

골재(骨材) Gạch vụn, sắt vụn, rác xây dựng, xà bần.

골절(骨折) Gãy xương. ~하다. 팔을 ~하다 gãy tay.

골질(骨質) Chất xương.

골짜기 Thung lũng. 산~ thung lũng núi. 깊은 ~ thung lũng sâu.

골초(-草) ① Thuốc lá, cây thuốc lá. ② Người hút thuốc nhiều.

골치 Đầu, thuộc về đầu óc. ~아프다 đau đầu, mệt đầu. ~ 아픈 문제 vấn đề đau đầu.

골탄(骨炭) Than xương động vật.

골탕(-湯) Thiệt hại, tổn hại nhiều. ~(을) 먹다 bị thiệt hại, bị lỗ nhiều.

골통 Đầu, sọ. ~(이) 터지다 vỡ đầu, bể đầu. ~이 터지게 싸우다 đánh nhau bể cả đầu.

골통(骨痛) Chứng đau xương.

골틀리다 Nổi giận, giận.

골학(骨學) Môn xương, nghiên cứu về xương.

곪다 Vết thương sưng mủ. 종기가 ~ 나다 có mủ. 상처가 ~ vết thương có mủ.

곬 Phương hướng, dòng chảy. 이것저것 건드리지 말고 한 ~으로 만 파고들어야 성공한다 đừng có để ý đến cái này cái kia, hãy đào sâu một hướng thì sẽ thành công.

곯다 Thiếu, hụt, không đủ. 배를 ~ bụng chưa no.

곯다 ① Ung, thối. 달걀~은 냄새 mùi trứng thối. 참외가 ~아서 먹 을 수 없다 quả dưa bị thối không ăn được. ② Hư dần hư mòn. ③ Mắc bệnh.

곯리다 Bỏ đói, để cho đói.

곯리다 ① Bị hư thối, bị ung. ② Bị hư dần hư mòn.

곯아떨어지다 Ngủ không biết trời đất, ngủ say như chết. 술에 취해서~ say rượu ngủ say như chết.

곯아빠지다 Đắm mình vào, sa vào. 주색잡기에 ~ sa vào rượu, đàn bà và cờ bạc.

곰 Con gấu. ~의 쓸개 mật gấu. 흰~ gấu trắng. ~새끼 gấu con.

곰 Mốc, nấm, meo.

곰곰 Từng tý một, tỷ mỉ chi ly, kỹ càng. ~생각하다 suy nghĩ kỹ càng.

곰방대 Cái tẩu thuốc. ~를 뻑뻑 빨다 hít cái tẩu tọc tọc.

곰배팔이 Người không có bắp tay, tay như que củi.

곰보 Người mặt rỗ.

곰비임비 Liên tục. 불행이 ~ 닥쳐 왔다 bất hạnh cứ thế mà tới.

곰삭다 ① Sờn, mục (áo). ② Chín (tương, cá muối vv.).

곰살갑다 Lịch sự, nhẹ nhàng, giàu tình cảm.

곰살궂다 Nhẹ nhàng, thân thiện. 곰살궂게 một cách thân hiện.

곰상스럽다 ① Nhẹ nhàng, thoải mái. ② Cẩn thận, tỉ mỉ.

곰지락 Chuyển động nhè nhẹ.

곰탕 Món cơm và canh trộn có thịt bò.

곰팡나다 Bị nấm (bệnh), bị mốc, bị meo, bị lên men. 곰팡난 책 sách bị mốc.

곰팡이 Mốc, meo. ~가 나다 mọc meo. ~를 제거하다 khử mốc. 푸른 ~ mốc xanh. ~투성이다 đầy mốc.

곱 Ghèn mắt, gỉ mắt. 눈에 ~이 끼다 mắt có gỉ.

곱 Gấp đôi, gấp hai. 두 곱 gấp đôi. 2의 곱은 gấp đôi của 2 là 4.

곱끼다 Có mủ, có gỉ mắt.

곱다 Ngọt ngào, đẹp. 고운 목소리 giọng nói ngọt ngào. 고운 여자 người phụ nữ đẹp.

곱다 Cóng. 추위로 곱은 손가락 ngón tay cóng vì lạnh.

곱다랗게 ① Một cách đẹp. ② Hoàn toàn. ~잊어버리다 quên hoàn toàn rồi.

곱다랗다 ① Đẹp. ② Hoàn thiện, nguyên vẹn.

곱드러지다 Ngã té xuống, té xấp xuống.

곱들다 Mất gấp đôi, cần gấp đôi. 그렇게 하면 돈이 곱든다 làm thế thì tốn tiền gấp đôi.

곱들이다 Bị tốn gấp đôi, bị tăng lên gấp đôi.

곱디디다 Trái, trẹo. 발을 곱디뎌 넘어지다 tréo chân nên ngã.

곱빼기 ① Ăn gấp đôi, gấp hai. ② Nhân đôi, gấp đôi, tính gấp hai. ~로 욕를 먹다 bị chửi gấp hai lần.

곱살스럽다 Xinh đẹp, tốt bụng.

곱살하다 Đẹp, nhẹ nhàng.

곱새기다 ① Hiểu lầm. ② Nghĩ xấu về ai đó.

곱슬곱슬하다 Loăn xoăn, loăn quăn (tóc). 곱슬곱슬한 머리 tóc xoăn.

곱씹다 Nhai đi nhai lại, nói đi nói lại, lặp đi lặp lại.

곱장다리 Chân khuỳnh.

곱쟁이 Gấp đôi, nhân đôi. 무게가 ~가 되다 trọng lượng giờ tăng gấp đôi.

곱절 Gấp đôi, gấp hai. ~하다. 두~의 양 lượng gấp đôi.

곱창 Ruột non.

곱치다 Gấp đôi lại, xếp thành hai. 담요를 ~ gấp đôi cái chăn.

곱치다 Tăng gấp đôi, tăng gấp hai. 값을 ~ tăng giá gấp đôi.

곱하다 Gấp đôi, nhân đôi. 2에 2를 ~면 4가 된다 hai nhân hai là bốn.

곳 Địa điểm, chỗ, nơi, vị trí, địa chỉ. 사는 ~ 이 어디요? Anh sống ở đâu?

곳간(庫間) Kho hàng. ~차 xe chở hàng. ~에 넣다 cho vào kho.

곳곳 Mọi mặt, mọi nơi. ~마다 nơi nào cũng, mọi nơi.

곳집 Kho hàng, nhà kho.

공 Quả bóng. ~을 던지다 ném bóng. ~을 치다 đánh bóng. ~을 차다 đá bóng.

공(工) Công nghiệp.

공(工) Công nhân, thợ. 금속~ thợ cơ khí. 인쇄~ thợ in. 기능~ thợ có tay nghề.

공(公) Việc công, việcc nhà nước. ~과 사를 구별하다 phân biệt công và tư.

공(功) Công, công lao, sự đóng góp. 특히 ~이 있는 사람 người đặc biệt có công.

공(空) Con số không, trống rỗng. 나의

모든 노력은 ~으로 돌아갔다 tất cả nỗ lực của cậu thành con số không.

공 Cái chuông. ~이 울렸다 chuông đã kêu.

공가(空家) Cái nhà không.

공간(空間) Không gian, chỗ trống. 시간과 ~ thời gian và không gian.

공갈(恐喝) Hăm dọa, đe doạ, dọa nạt. ~하다. ~자 kẻ đe doạ.

공감(共感) Đồng cảm, cùng cảm nhận, cùng ý kiến. ~하다. ~을 느끼다 cảm thấy đồng cảm.

공개(公開) Công khai, mở cửa rộng rãi. ~하다. 재산을 ~하다 công khai tài sản.

공개념(公概念) Khái niệm công, khái niệm. chung 토지의 ~ khái niệm công về đất đai.

공것(空-) Vật không cần tốn sức hoặc tiền cũng mua được, của không, đồ cho không, của trên trời. ~으로 얻다 Được của rơi.

공격(攻擊) ① Tấn công. ~군 quân tấn công. ② Công kích, phê bình. ~하다. ~을 받다 bị công kích.

공경(恭敬) Cung kính, kính trọng. ~하다. ~할 만한 đáng kính trọng.

공고(工高) Trường trung học dạy nghề.

공고(公告) Thông báo rộng rãi, công báo. ~하다. 매~ thông báo đấu giá.

공고(鞏固) Rắn chắc, vững chắc. ~하다. ~한 의지 một ý chí vững chắc.

공공(公共) Công cộng, của chung, thuộc xã hội. ~교통요금 tiền phí giao thông công cộng.

공공연하다(公公然-) Công khai, rõ ràng, ai cũng biết. 공공연한 비밀 một bí mật được công khai.

공과(工科) Khoa hoa học kỹ thuật công nghiệp. ~대학 đại học bách khoa.

공과(工課) Các môn học.

공과(功課) Thành quả công việc.

공과금(公課金) Tiền công quả, tiền mà nhà nước hoặc cơ quan nhà nước bắt cá nhân phải đóng như các loại thuế vv.

공관(公館) Cơ quan nhà nước. 총리~ văn phòng làm việc của Thủ tướng.

공교롭게(工巧-) Một cách tình cờ, đúng lúc, vừa lúc, trùng hợp, thật lạ.

공교롭다(工巧-) Tình cờ, đúng lúc, vừa lúc, trùng hợp. 정말 공교로운 일 치로군 thật là việc trùng hợp.

공구(工具) Công cụ, dụng cụ. ~상자 thùng dụng cụ. ~점(店) cửa hàng bán đồ dụng cụ.

공국(公國) Công quốc. 모나코~ công quốc Monaco.

공군(空軍) Không quân. ~기 máy bay quân sự. ~기지 căn cứ không quân.

공권(公權) Quyền công dân. ~박탈 tước quyền công dân. ~정지 đình chỉ quyền công dân.

공권(空拳) Tay không, tay trắng. ~으로 bằng bàn tay trắng.

공극(空隙) Lỗ hổng nhỏ, khe hở nhỏ.

공금(公金) Tiền công, tiền nhà nước, công quĩ. ~횡령 tham ô, chiếm dụng tiền công quĩ.

공급(供給) Cung cấp. ~하다. ~을 끊다 cắt đứt đường cung cấp. ~을 받다 nhận được sự cung cấp.

공기(公器) Công cụ nhà nước. ~를 남용하다 làm dụng công cụ nhà nước.

공기(空氣) Không khí, hơi. ~가열 [냉각]기 máy làm ấm (làm lạnh) không khí. ~구멍 lỗ thông gió.

공기(空器) Cái bát, cái chén. 밥 한 ~ một bát cơm.

공기(工期) Thời gian thi công. ~를 단축하다 rút ngắn thời gian thi công.

공기업(公企業) Doanh nghiệp nhà nước.

공기오염(空氣汚染) Ô nhiễm không khí. 이 도시의 ~은 매우 심하다 ô nhiễm không khí ở thành phố này rất nặng.

공납(公納) Nộp thuế cho nhà nước. ~금 tiền thuế. 모든 국민은 ~의 의무가 있다 tất cả người dân có nghĩa vụ nộp thuế cho nhà nước.

공납(貢納) Cống nộp. ~하다.

공단(工團) Khu công nghiệp. 구로~ khu công nghiệp Kurô.

공단(貢緞) Tơ cao cấp.

공답(公畓) Đất công, đất nhà nước.

공대(工大) Trường đại học công nghiệp.

공대(恭待) Tiếp đón cung kính, tôn trọng. ~하다.

공대공(空對空) Không đối không. ~미사일 tên lửa không đối không.

공대지(空對地) Không đối đất. ~미사일 tên lửa không đối đất.

공덕(公德) Đạo đức chung, đạo đức nơi công cộng. ~심에 호소하다 kêu gọi đạo đức công cộng của mọi người.

공덕(功德) Công đức, việc công. ~을 쌓다 xây dựng công đức.

공도(公道) Đường xá, đường.

공돈(空-) Tiền trên trời rơi xuống, tiền ai cho không, tiền tự nhiên mà có.

공돌다(空-) Chẳng được tích sự gì, mất công.

공동(共同) Chung, cùng chung, cùng, công cộng. ~경영 kinh doanh chung.

공동가입(共同加入) Cùng đăng ký,

cùng tham gia. ~자 người cùng đăng ký.

공동개발(共同開發) Cùng liên kết khai thác, nghiên cứu chung.

공동생활(共同生活) Cuộc sống tập thể, sinh hoạt tập thể. ~하다 sống tập thể.

공동연구(共同硏究) Cùng nghiên cứu. ~하다.

공동제작(共同制作) Cùng sản xuất, cùng chế tạo. ~하다.

공동체(共同體) Thể chung, thể thống nhất.

공동투쟁(共同鬪爭) Cùng đấu tranh. ~하다.

공동해손(共同海損) Thiệt hại chung.

공동협찬(共同協贊) Hợp tác chung. ~하다.

공들다(功-) Có công, mất công, tốn công, bỏ công sức. 공드는 일 việc tốn công sức.

공들이다(功-) Tốn công, mất công. 공들인 작품 tác phẩm tốn công sức.

공떡(空-) Làm chuyện chẳng có lợi ích gì, chuyện không công.

공란(空欄) Khoảng trống, chỗ trống. ~에 기입하다 điền vào chỗ trống.

공람(供覽) Trưng bày. ~하다.

공랭(空冷) Làm lạnh không khí. ~식 엔진 máy theo kiểu làm lạnh không khí.

공략(攻略) Tấn công xâm lược, chiếm. ~하다. ~하기 어려운 진지 trận địa khó tấn công.

공로(公路) Công lộ, đường xá.

공로(空路) Đường hàng không. ~로 bằng đường hàng không.

공론(公論) Công luận, dư luận quấn chúng.

공론(空論) Cuộc bàn luận vô ích.

공뢰(空雷) Ngư lôi trong không trung.

공룡(恐龍) Con khủng long. ~시대 thời đại khủng long.

공리(公吏) Người làm công tác nhà nước.

공리(公利) Lợi ích chung. ~를 도모하다 vì lợi ích chung.

공리(公理) Công lý. ~를 지키다 giữ gìn công lý.

공리(功利) Công danh và tham vọng lợi ích, danh và lợi. ~적인 사람 người ham danh lợi.

공리(空理) Lý thuyết suông, lý thuyết không tưởng.

공립(公立) Công lập. ~학교 trường công lập.

공매(公賣) Bán đấu giá. ~하다. ~장 sàn bán đấu giá. 강제~ cưỡng chế bán đấu giá.

공명(公明) Sự công minh, công bằng.

~하다.

공명정대(公明正大) Quang minh chính đại, công bằng. ~하다.

공모(公募) Thông báo tuyển dụng. ~하다. 그는 신문에 비서를 ~했다 Anh ta thông báo tuyển dụng thư ký trên báo.

공모(共謀) Đồng phạm, cùng tham gia. ~하다. ~자 kẻ đồng phạm.

공무(工務) Công việc văn phòng, công vụ, việc cơ quan.

공무원(公務員) Viên chức nhà nước. 중앙~교육원 Trường đào tạo viên chức trung ương.

공문(公文) Công văn. ~서식 mẫu công văn. ~이 오다 có công văn đến.

공물(貢物) Đồ cống nạp. ~을 바치다 đưa đồ cống nạp. ~을 징수하다 thu đồ cống nạp.

공민(公民) Công dân. ~의 의무 nghĩa vụ của công dân. ~권 quyền công dân.

공박(攻駁) Công kích và bác bỏ. ~하다. ~을 받다 bị bác bỏ. ~을 당하다 bị bác bỏ.

공밥(空-) Cơm không mất tiền, cơm chùa. ~(을) 먹다 ăn cơm chùa.

공방(攻防) Tấn công và phòng thủ. ~을 벌이다 mở cuộc tấn công.

공배수(公倍數) Bội số chung.

공백(空白) Khoảng trống, chỗ trống. ~을 메우다 lấp chỗ trống.

공범(共犯) Đồng phạm, cùng tham gia. ~죄 tội đồng phạm.

공법(工法) Phương pháp thi công. 특수~ phương pháp thi công đặc biệt.

공병(工兵) Công binh. ~대 đội công binh. ~학교 trường đào tạo công binh.

공보(公報) Thông báo công khai.

공복(空腹) Bụng trống rỗng, bụng không có gì, bụng đói. ~이다. ~을 느끼다 cảm thấy đói.

공부(工夫) Học hành, học. ~하다. ~를 잘하다 học giỏi. ~를 못하다 học dở.

공분(公憤) Sự nổi giận của công chúng. ~을 일으키다 gây nên sự nổi giận của công chúng.

공비(工費) Phí xây dựng.

공비(公費) Chi phí nhà nước. ~로 bằng tiền nhà nước. ~를 절감 cắt giảm tiền nhà nước.

공사(工事) Xây dựng. ~하다. ~감독 giám sát xây dựng. ~비 chi phí xây dựng.

공사(公私) Công và tư, chung và riêng. ~를 구별하다 phân biệt chung và riêng.

공산(公算) Khả năng. 할~이 크다 có khả năng.

공산(共産) Cộng sản. ~국가 quốc gia cộng sản. ~당 Đảng cộng sản.

공산당(共産黨) Đảng Cộng sản. ~선언 tuyên ngôn của Đảng Cộng sản.

공산명월(空山明月) Ánh trăng chiếu trên ngọn núi không người.

공산주의(共産主義) Chủ nghĩa cộng sản. ~국가 nước cộng sản chủ nghĩa.

공산품(工産品) Sản phẩm công nghiệp, hàng công nghiệp.

공산화(共産化) Cộng sản hóa. ~하다.

공상(公傷) Bị thương khi thi hành công vụ.

공상(空想) Không tưởng, viễn tưởng. ~하다. ~영화 phim viễn tưởng.

공생(共生) Cộng sinh, sống chung. ~하다. ~관계 quan hệ cộng sinh.

공서양속(公序良俗) Trật tự công cộng và thuần phong mỹ tục.

공석(空席) Chỗ trống không ai ngồi. ~을 채우다 lấp vào chỗ trống.

공선(公選) Bầu cử, tuyển chọn công khai. ~하다.

공설(公設) Do nhà nước xây dựng. ~기관 cơ quan nhà nước.

공성(攻城) Công thành, tấn công thành. ~하다.

공세(攻勢) Thái độ tư thế công kích, công kích. ~적인 có tính công kích.

공소(公訴) Công tố, khởi tố. ~하다. ~권 quyền công tố. ~장 thư đề nghị khởi tố.

공손(恭遜) Cung kính lịch sự. ~하다. ~한 태도 thái độ cung kính lịch sự.

공수(供需) Cung cầu.

공수병(恐水病) Bệnh chó điên.

공술(空-) Rượu không mất tiền.

공습(空襲) Không tập, tấn công bằng máy bay. ~하다. ~경보 báo động máy bay đến.

공시(公示) Thông báo. ~하다. ~가격 giá thông báo. ~사항 nội dung thông báo.

공식(公式) ① Công thức. ② Chính thức. ~경기 trận đấu chính thức.

공신(功臣) Công thần. ~을 포상하다 thưởng cho công thần.

공안(公案) Công văn.

공약(公約) Lời hứa của chính phủ, chính đảng hoặc của một ứng cử viên nào đó với người dân. ~하다.

공양(供養) Phụng dưỡng, hầu hạ. ~하다.

공언(公言) Lời nói công khai trước mọi người. ~하다.

공얻다(空-) Giành được mà không tốn công sức.

공업(工業) Công nghiệp. ~용의 dùng trong công nghiệp. ~이 발전하다 phát triển công nghiệp. ~국 nước công nghiệp.

공여(供與) Cung cấp. ~하다. 기술~ cung cấp kỹ thuật.

공역(公役) Công việc mà nhà nước đề ra. ~에 복무하다 thực hiện nghĩa vụ công.

공역(共譯) Cùng dịch. ~하다. ~자 người cùng dịch.

공연(公演) Công diễn, biểu diễn, diễn xuất, trình diễn. ~하다.

공연(共演) Cùng diễn xuất. ~하다. ~자 người cùng diễn xuất.

공연스레(空然-) Chẳng để làm gì cả. ~애쓰다 quan tâm chẳng để làm gì cả.

공연하다(空然-) Vô ích. 공연한 일 việc vô ích. 공연한 노력 sự cố gắng vô ích.

공염불(空念佛) Lời nói suông. ~을 하다. ~에 그치다 chẳng qua là lời nói suông.

공영(公營) Nhà nước điều hành quản lý. ~하다. ~기업 doanh nghiệp nhà nước.

공예(工藝) Công nghệ. ~기술 kỹ thuật công nghệ. ~품 hàng công nghệ phẩm.

공용(公用) Dùng cho mục đích chung. ~어 ngôn ngữ chung. ~차 xe chung.

공원(工員) Công nhân.

공위(空位) Chỗ trống, nơi trống.

공유(公有) Nhà nước sở hữu, công hữu. ~재산 tài sản nhà nước. ~지 đất nhà nước.

공으로(空-) Miễn phí, cho không. ~얻다 giành được mà không mất tiền.

공익(公益) Công ích, lợi ích công cộng, lợi ích xã hội. ~단체 đoàn thể công ích.

공익(共益) Lợi ích chung.

공인(公人) Viên chức nhà nước.

공인(公認) Nhà nước, cơ quan nhà nước thừa nhận, công nhận. ~하다.

공일(空-) Việc không có thù lao, làm công không.

공임(工賃) Tiền lương, tiền công. ~을 올리다 tăng lương. ~을 줄이다 giảm lương.

공자(公子) Tiểu công tử.

공작(工作) ① Làm, chế tác, sản xuất. ~하다. ② Chỉ một mục đích nào đó. ~원 gián điệp

공장(工場) Nhà máy, công xưởng. ~근로자 người lao động ở các nhà máy.

공적(公的) Có tính chung, tính nhà nước. ~생활 sinh hoạt chung.

공적(公敵) Kẻ thù chung. 인류의 ~ kẻ thù chung của nhân loại.

공적(功績) Công lao, thành tích. ~있는 사람 người có công.

공전(工錢) Tiền lương, tiền công.

공전(公轉) Việc một thiên thể bay quanh một thiên thể khác theo chu kỳ. ~하다.

공정(工程) Công trình, quá trình, tiến độ. ~관리 quản lý công trình.

공정(公正) Công bằng và chính xác. ~거래위원회 Uỷ ban trọng tài.

공제(控除) Trừ, trừ ra. ~하다. ~액 số tiền trừ.

공조(共助) Cùng hợp sức, góp sức. ~하다. ~체제 hệ thống hợp tác.

공존(共存) Cùng tồn tại, cùng sống. ~하다. ~공영 cùng tồn tại cùng phồn vinh. ~의 길로 나가다 bước vào con đường cùng tồn tại.

공주(公主) Công chúa. ~병 bệnh công chúa (kiêu căng, cho mình là đẹp)

공중(空中) Không trung, không lưu. trên không, trên máy bay. ~으로 사라지다 biến vào không trung.

공중납치(空中拉致) Vụ bắt cóc máy bay. 하다. ~범 tội phạm bắt cóc máy bay.

공중분해(空中分解) Tách ra trong không gian, tách ra trong không khí. ~하다. 로켓은 발사 직후 ~됐다 rocket được tách rời ra sau khi bắn.

공중수송(空中輸送) Vận chuyển bằng hàng không. ~하다. ~부대 đội bay vận tải.

공중전(空中戰) Trận không chiến. 1대 1의 ~ trận không chiến 1 chọi 1.

공증(公證) Công chứng. ~하다. ~료 tiền công chứng. ~인 công chứng viên.

공지(公知) Thông báo công khai, thông báo. ~사항 nội dung thông báo.

공직(公職) Công chức, công việc nhà nước. ~생활 cuộc sống công chức.

공직자(公職者) Viên chức nhà nước. ~사회 cộng đồng những người công chức.

공진회(共進會) Triển lãm trưng bày và đánh giá chất lượng sản phẩm.

공짜(空-) Miễn phí, không mất tiền, không công. ~로 không mất tiền, miễn phí.

공차(公差) Sai số, mức chênh lệch cho phép.

공차(空車) ① Xe không, xe trống. ② Xe đi không mất tiền. ~타다 đi xe không mất tiền.

공창(工廠) Công xưởng làm sắt, xưởng sắt.

공창(公娼) Gái điếm hoạt động có giấy phép. ~제도 chế độ mại dâm công khai.

공채(公採) Tuyển dụng công khai. ~

하다. 신입 사원~ tuyển dụng nhân viên mới.

공채(公債) Công trái. ~를 사다 [발행하다] mua (phát hành) công trái.

공책(空冊) Quyển vở. ~열 권 mười quyển vở.

공처(恐妻) Sợ vợ. ~가 kẻ sợ vợ, người sợ vợ.

공첩(公牒) Giấy tờ công văn nhà nước.

공첩(公貼) Công văn, giấy tờ.

공청회(公聽會) Buổi họp lấy ý kiến công luận, nhân dân, buổi thảo luận công khai.

공출(供出) Đóng góp cho nhà nước. ~하다. ~가격 giá bán cho nhà nước.

공치사(功致辭) Khen ngợi ai. ~하다.

공치사(空致辭) Khen suông, khen không thực lòng. ~하다.

공칙스럽다 Không may mắn.

공칭(公稱) Tên chung.

공탁(供託) Nhờ giữ tiền, nhờ bảo quản. ~하다. ~금 tiền nhờ giữ hộ.

공터(空-) Bãi trống, chỗ trống.

공통(共通) Chung, cùng chung, thông dụng. ~하다. ~법 luật thường thức.

공판(公判) Xử án, xét xử. ~하다. ~기록 ghi chép việc xét xử. ~기일 ngày xử.

공포(公布) Công bố. ~하다. 본칙은 ~한 날로부터 이를 시행한다 Nguyên tắc này sẽ được thực hiện từ ngày công bố.

공표(公表) Thông báo công khai, thông báo, công bố. ~하다.

공피병(鞏皮病) Bệnh cứng da, bệnh hóa sừng da.

공하(恭賀) Chúc mừng. ~신년 Chúc mừng năm mới.

공학(共學) Cùng học, học chung (nam nữ). ~하다. ~의 학교 trường học chung cả nam nữ.

공한 Công văn.

공한지(空閑地) Khu đất trống, đất không.

공항(空港) Sân bay. ~에 마중 나가 다 ra sân bay đón. 국제~ sân bay quốc tế.

공해(公害) Ô nhiễm, có hại. ~대책 đối sách chống ô nhiễm. ~문제 vấn đề ô nhiễm. môi trường.

공허(空虛) Hư vô và trống rỗng. ~하다. ~감 cái cảm giác hư vô.

공헌(貢獻) Cống hiến, đóng góp. ~하다. ~에 크게~하다 có đóng góp lớn vào...

공혈(供血) Hiến máu.

공황(恐慌) Khủng hoảng tinh thần, sợ hãi.

공훈(功勳) Công lao, sự đóng góp. ~을 세우다 lập công.

공휴일 Ngày nghỉ lễ, ngày nghỉ do

곶감 Quả hồng khô. ~빼먹듯 하다 Ăn dần ăn mòn vào tài sản đang có.

과(課) Bài học. 제5~ bài thứ 5.

과(課) Bộ phận, phòng ban. 인사~ phòng nhân sự. 총무~ phòng tổng vụ.

과(過) Đứng trước một số danh từ, chỉ sự thái quá. ~보호 che chở, lo lắng quá mức.

과감(果敢) Quả cảm, dũng cảm. ~스럽다[하다]. ~히 một cách quả cảm.

과객(過客) Khách qua đường.

과거(科擧) Khoa cử, chế độ khoa cử. ~에 응시하다 tham gia, ứng thi khoa cử.

과거(過去) Quá khứ, đã qua, đã xảy ra. ~의 일이 되다 trở thành chuyện quá khứ.

과격(過激) Quá khích, quá đáng, quá giới hạn. ~하다. ~분자 phần tử quá khích.

과납(過納) Trả quá, trả thừa, trả dư. ~하다. ~액 số tiền trả dư.

과냉각(過冷却) Hiện tượng chất lỏng xuống dưới nhiệt độ đóng băng nhưng cũng không đóng băng. ~하다.

과년(瓜年) Tuổi lập gia đình. ~(이)차다 đến tuổi lập gia đình, tuổi cần phải lấy chồng.

과년(過年) Quá lứa, lỡ thì (phụ nữ). ~하다.

과년도(過年度) Năm trước, những năm trước.

과다(過多) Quá nhiều, quá đông, quá, quá mức. ~하다. 공급~ cung cấp quá nhiều.

과단(果斷) Quyết đoán, dứt khoát. ~하다. ~성 tính dứt khoát, tính quyết đoán.

과당(果糖) Đường từ hoa quả.

과당(過當) Quá mức, quá đáng. ~하다. ~경쟁 sự cạnh tranh quá mức.

과대(誇大) Phóng đại, thổi phồng. ~다. ~광고 quảng cáo phóng đại.

과대(過大) Quá lớn, quá to, lớn không đúng với thực tế. ~하다.

과도(過度) Quá mức, quá giới hạn cho phép, quá. ~하다. ~하게 một cách quá mức.

과도(過渡) Quá độ, tạm thời, bước trung chuyển. ~기 thời kỳ quá độ. ~정부 chính phủ thời quá độ.

과동(過冬) Qua đông, qua mùa đông.

과량(量) Số lượng vượt quá.

과로(過勞) Làm việc quá sức. ~하다. ~사 chết vì làm việc quá sức. ~로 인해 탈이 나다 ốm vì làm việc quá sức.

과료(科料) Tiền phạt, phạt hành chính. ~에 처하다 bị xử phạt hành chính.

과명(科名) Tên nòi, tên hệ, tên giống (sinh vật).

과목(果木) Cây cho trái.

과목(科目) ① Môn học. 선택~ môn học tự chọn. 필수~ môn học bắt buộc. 전공~ môn chuyên ngành. ② Hạng mục, nội dung.

과묵(寡默) Ít nói, kín tiếng, trầm lặng. ~하다. ~한 사람 người ít nói.

과문(寡聞) Ít kiến thức, thiếu tri thức thông thường. ~하다.

과물(果物) Trái cây hoa quả (có thể ăn được)

과민(過敏) Quá nhạy cảm, dễ bị kích động. ~하다. ~성 tính quá nhạy cảm.

과밀(過密) Quá đông đúc, chật chội (dân số, nhà cửa vv). ~도시 thành phố chật chội.

과반(過半) Hơn một nửa, quá nửa. ~은 합격했다 Hơn một nửa đã thi đậu.

과반수(過半數) Hơn một nửa số người, hơn một nửa, quá nửa.

과보호(過保護) Sự che chở, chiều chuộng quá mức, sự bảo vệ thái quá (của bố mẹ). ~하다.

과부(寡婦) Quả phụ. ~가 되다 trở thành quả phụ. ~생활을 하다 sống cuộc sống quả phụ.

과불(過拂) Trả thừa, trả dư. ~하다.

과불급(過不及) Thiếu hoặc chưa đủ, thiếu thừa (năng lực).

과세(課稅) Đánh thuế, thu thuế. ~하다. ~가격 giá đánh thuế. ~기간 thời gian chịu thuế.

과소(過少) Quá ít, quá thiếu. ~생산 sản xuất quá ít.

과소비(過消費) Tiêu dùng quá mức, tiêu dùng thái quá.

과수(果樹) Cây ăn trái. ~원 vườn cây ăn trái. ~를 재배하다 trồng cây ăn trái.

과시(誇示) Khoe khoang, chứng tỏ ta đây. ~하다. 권력을 ~하다 khoe khoang quyền lực.

과신(過信) Quá tin tưởng. ~하다. 자기의 능력을 ~하다 quá tin vào năng lực của mình.

과실(果實) Hoa quả, trái cây. ~주(酒) rượu hoa quả. ~을 맺다 kết trái.

과실(過失) Lỗi, nhầm, sai (do lơ đễnh hoặc thiếu chú ý). ~죄 tội thiếu trách nhiệm.

과언(過言) Nói quá, nói quá thực tế. ~하다. ~라고 해도 아니다 nói là.. cũng không phải là quá lời.

과업(課業) Nhiệm vụ, công việc. ~을 맡기다 giao nhiệm vụ cho ai.

과열(過熱) Quá nóng, nóng quá mức.

~하다. 보일러가 ~됐다 cái nồi hơi bị nóng quá.

과오(過誤) Sai, nhầm, lỗi. ~를 범하다 phạm lỗi.

과욕(過慾) Quá tham lam. ~하다. ~화근을 부른다 quá tham lam là mọi nguồn gốc của tai hoạ.

과욕(寡慾) Quá ít tham lam, không tham lam gì. ~하다. ~한 사람 người quá hiền lành.

과음(過淫) Quan hệ tình dục quá mức. ~하다.

과일 Trái cây, hoa quả. ~즙 nước trái cây. ~장수 người buôn bán trái cây.

과잉(過剩) Quá mức, quá, thái quá. ~하다. ~노동력 sức lao động dôi thừa.

과자(菓子) Bánh kẹo. ~그릇 đĩa bánh kẹo. ~상자 thùng bánh kẹo.

과작(寡作) Làm quá ít tác phẩm. ~하다.

과장(誇張) Khoa trương, nói quá, phóng đại. ~하다. 사실을 ~하다 khoa trương quá sự thật.

과장(課長) Trưởng phòng, trưởng khoa.

과적(過積) Quá tải. ~하다. ~차량 진입금지 『biển báo』 Cấm xe chở quá tải đi vào.

과전압(過電壓) Điện áp vượt qua giới hạn.

과점(寡占) Tình trạng một số ít doanh nghiệp cùng độc chiếm một thị trường.

과정(過程) Quá trình, khâu, giai đoạn. 생산[제조]~ quá trình sản xuất [chế tạo].

과제(課題) ① Đề mục. ② Bài tập về nhà. 여름 방학~ bài tập về nhà mùa nghỉ hè.

과줄 Bánh ngọt.

과중(過重) Quá nặng, quá mức ~하다. ~한 노동 công việc quá nặng.

과찬(過讚) Quá khen, khen quá lời. ~하다.

과표(課標) Tiêu chuẩn đánh thuế.

과피(果皮) Vỏ trái cây, vỏ hoa quả.

과하다(科一) Phạt tiền. 속도 위반으로 2만 원의 벌금이 과해지다 bị phạt tiền 20 ngàn won vì vi phạm tốc độ.

과하다(過一) Quá mức, quá, thừa, trên mức cần thiết. ~게 quá mức, quá.

과하다(課一) Đánh thuế, áp thuế, giao phó. 세금을 ~ đánh thuế. 일을 ~ giao việc.

과학(科學) Khoa học. ~적 có tính khoa học. 비~적 phi khoa học.

과히(過一) Quá mức, thái quá. nhiều, quá độ. ~걱정 마라 đừng quá lo lắng.

관(官) Quan chức. ~을 물러나다 rời chức vụ.

관(冠) Cái vương miện, cái mũ vua,

cái mũ quí tộc. 왕~ vương miện. ~을 쓰다 đội Vương miện.

관(貫) ① Quê quán. ② Đơn vị đo trọng lượng, bằng 3.75kg.

관(棺) Cái quan tài. ~에 넣다 cho vào quan tài. ~을 만들다 làm quan tài.

관(款) Hạng mục, điều.

관(管) Cái ống, thanh rỗng ruột. 유리~ ống thuỷ tinh. 가스~ ống ga. 배수~ ống rút nước.

관(館) ① Quán ăn, quán. 한국~ quán ăn Hàn Quốc. ② Tòa nhà lớn, hội quán.

관(觀) Sự hiểu biết, tầm nhìn. 세계~ thế giới quan. 인생~ nhân sinh quan.

관가(官家) Toà nhà hành chính, nơi cơ quan hành chính làm việc.

관객(觀客) Khán giả. ~석 ghế khán giả. ~수 số lượng khán giả. 그 연극은 ~이 대단히 많았다[적었다] vở kịch ấy có khá nhiều (ít) khán giả.

관건(關鍵) ① Thanh chắn cửa. ② Hạt nhân, cốt lõi của vấn đề. 사건 해결의 ~을 쥐고 있다 nắm cốt lõi để giải quyết vấn đề.

관견(管見) Ý kiến chật hẹp, tầm nhìn chật hẹp, ý kiến cá nhân.

관계(官界) Các cơ quan nhà nước. ~쇄신 đổi mới các cơ quan nhà nước. ~에 있는 사람 người làm việc ở các cơ quan nhà nước.

관계(關係) Liên quan, quan hệ. ~하다. ~기관 cơ quan có liên quan. ~당국 cơ quan hữu quan. 맺다[유지하다] thiết lập [duy trì] quan hệ hữu nghị.

관골(顴骨) Xương hàm.

관공리(官公吏) Quan chức.

관공립(官公立) Quốc lập. ~학교 trường quốc lập.

관공서(官公署) Cơ quan hành chính, đơn vị nhà nước.

관광(觀光) Du lịch. ~하다. ~을 가다 đi du lịch. ~객 khách du lịch. ~객의 유치 thu hút khách du lịch.

관군(官軍) Quan và quân, tướng và lính.

관극(觀劇) Xem kịch. ~하다.

관급(官給) Nhà nước cấp. ~품 hàng hoá do nhà nước cấp.

관내(管內) Trong cơ quan, trong nơi làm việc. ~를 순시하다 đi thăm trong cơ quan.

관념(觀念) Quan niệm, suy nghĩ., khái niệm. 잘못된~을 가지다 mang quan niệm sai trái.

관능(官能) Giác quan, cảm giác. ~장애 hư giác quan, tê liệt giác quan. ~적(인) có tính giác quan.

관대(寬大) Rộng lượng, bao dung,

rộng rãi. ~하다. ~하게 một cách rộng rãi.

관대(寬待) Tiếp đãi rộng rãi thoải mái.

관등(官等) Chức vụ, cấp bậc. ~이 높다 [낮다] chức vụ cao [thấp].

관등(罐燈) Đèn lồng (ở chùa).

관람(觀覽) Tham quan, ngắm, xem. ~하다. ~객[자] khách quan tham. ~권 vé tham quan.

관련(關聯) Liên quan, có quan hệ. ~하다. ~부서 cơ quan có liên quan. ~사항 nội dung liên quan. ~자 người có liên quan.

관례(冠禮) Lễ thành người lớn. ~를 치르다 làm lễ thành người lớn.

관례(慣例) Tập tục, thói quen, thông lệ. 국제 ~ thông lệ quốc tế. 사회의 ~ thông lệ ngoài xã hội.

관록(官祿) Lương viên chức.

관록(貫祿) Quyền uy, sự uy nghiêm. ~이 있는 사람 người có uy.

관료(官僚) ① Viên chức nhà nước, cán bộ nhà nước. ② Quan liêu. ~주의 chủ nghĩa quan liêu.

관류(貫流) Chảy qua. ~하다.

관리(官吏) Người nhà nước, viên chức. 유능한 ~ viên chức có năng lực. ~가 되다 thành viên chức.

관리(管理) Quản lý, điều hành. ~하다. ~권 quyền quản lý. ~기관 cơ quan quản lý.

관리인(管理人) Người quản lý, người điều hành. 아파트~ người quản lý chung cư.

관립(官立) Công lập.

관망(觀望) Nhìn, theo dõi. ~하다. 사태를 ~하다 theo dõi sự việc. ~적 태도를 취하다 có thái độ theo dõi. 좀더 ~해 보세 hãy theo dõi thêm một thời gian nữa.

관명(官名) Tên chức vụ.

관명(官命) Lệnh từ cơ quan nhà nước, lệnh quan. ~을 거역하다 trái lệnh.

관목(灌木) Cây có bụi, cây có nhóm. ~숲 bụi cây. ~지대 khu vực nhiều cây bụi.

관문(關門) Giai đoạn khó khăn. 입학시험의 ~을 통과하다 phải thông qua kỳ thi.

관물(官物) Tài sản nhà nước.

관민(官民) Nhà nước và nhân dân, quan và dân. ~이 협력하여 nhà nước và nhân dân chung sức.

관변측(官邊側) Từ cơ quan hành chính, bộ máy chính quyền.

관보(官報) Thông báo hành chính, thông báo nhà nước.

관복(官服) Đồng phục hành chính.

관비(官費) Chi phí do nhà nước chịu. ~생 học sinh được nhà nước tài trợ. ~

유학생 du học sinh do nhà nước tài trợ.

관사(官舍) Nơi ở, nhà ở do nhà nước qui định. 장관~ nơi ở của Bộ trưởng. ~를 배당받다 được cấp nhà ở.

관상(冠狀) Vành, có vành. ~동맥[정맥] động mạch [tĩnh mạch] vành.

관상(管狀) Hình ống, dạng ống.

관상(觀相) Diện mạo, tướng tá. ~가[쟁이] thầy tướng. ~술[학] thuật xem tướng. ~을 보다 xem tướng. ~이 선하다 diện mạo hiền lành.

관상(觀賞) Ngắm, thưởng thức. ~하다.

관상(觀象) Theo dõi thiên văn hoặc khí tượng. ~하다.

관서(官署) Cơ quan nhà nước, chính quyền. 중앙~ cơ quan trung ương. 지방~ cơ quan địa phương.

관선(官選) Nhà nước tuyển chọn.

관설(官設) Công lập, nhà nước lập ra.

관성(慣性) Quán tính. ~비행 quán tính bay. ~의 법칙 nguyên tắc quán tính.

관세(關稅) Thuế quan, hải quan. ~면세품 hàng miễn thuế. ~법 Luật Hải quan.

관세음보살(觀世音菩薩) Quan thế âm Bồ tát.

관솔 Cây thông.

관수(官需) Nhu cầu của cơ quan nhà nước. ~물자 vật tư nhà nước.

관수(灌水) Ngập nước. ~하다.

관수지대(冠水地帶) Khu vực ngập nước.

관습(慣習) Thói quen, tập quán, phong tục. ~적(인) có tính thói quen. ~에 의하여 dựa theo tập tục. 오랜~을 지키다 giữ gìn một tập tục lâu đời.

관심(關心) Quan tâm, chú ý. 에 ~이 있다/없다 có/không quan tâm tới. ~을 끌다 lôi kéo sự quan tâm.

관악(管樂) Nhạc, kèn, sáo.

관여(關與) Tham gia vào, liên quan vào. ~하다. 사건에 ~하다 tham gia vào vụ việc.

관영(官營) Quốc doanh, nhà nước kinh doanh. ~사업 ngành nhà nước kinh doanh.

관외(管外) Bên ngoài cơ quan nhà nước.

관용(官用) Dùng cho cơ quan nhà nước, công vụ. ~차 xe công vụ.

관용(慣用) Thường dùng, hay dùng. ~구[어] câu [từ] thường dùng.

관용(寬容) Khoan dung, rộng lượng. ~하다. ~의 정신 tinh thần khoan dung.

관위(官位) Chức vụ, chức vị. ~를 박탈하다 bãi chức.

관음보살(觀音菩薩) Quan âm Bồ tát.

관인(官印) Dấu nhà nước. ~을 찍다 đóng dấu cơ quan nhà nước.

관인(寬仁) Rộng rãi. ~하다.

관작(官爵) Quan chức tước vị.

관장(管掌) Đảm nhiệm, phụ trách. ~하다. ~업무 nhiệm vụ phụ trách. 국가의 공중 위생을 ~하다 đảm nhiệm vệ sinh cộng đồng của nhà nước.

관장(館長) Giám đốc (bảo tàng, thư viện).

관장(灌腸) Rửa ruột, súc ruột, xổ ruột. ~하다. ~기 máy súc ruột. ~제 thuốc súc ruột.

관재(管財) Quản lý tài sản. ~하다.

관저(官邸) Nơi cư ngụ, nơi ở. 수상~ nơi ở của Thủ tướng.

관전(觀戰) Quan sát trận đánh, quan sát trận đấu. ~하다.

관절(關節) Khớp, khớp chân. ~강직 cứng khớp. ~동물 động vật chân đốt.

관점(觀點) Quan điểm, lập trường. 모든 ~에서 trên mọi quan điểm.

관정(管井) Giếng ống, giếng khoan.

관제(官制) Qui định nhà nước. ~개편 cải tiến qui định nhà nước. ~를 정하다 định ra qui định nhà nước.

관제(官製) Nhà nước làm, cơ quan nhà nước làm.

관제(管制) Quản chế, không chế. ~하다. ~탑 tháp hàng không. ~하에 두다 để dưới sự quản chế.

관조(觀照) Thưởng thức. ~하다. 자연[인생]을 ~하다 thưởng thức tự nhiên [cuộc sống].

관존민비(官尊民卑) Tư tưởng quan chức thì tôn trọng mà dân thường thì coi thường.

관중(觀衆) Khán giả. 축구장의 ~ khán giả sân bóng đá. ~이 많다[적다] đông [ít] khán giả.

관직(官職) Quan chức. ~생활 cuộc sống quan chức. ~에 오르다 lên thành quan chức.

관찰(觀察) Quan sát, theo dõi. ~하다. ~기록 quan sát và ghi chép. ~력 khả năng quan sát. 정확한 ~ quan sát chính xác. 나의 ~에 의하면 theo như sự quan sát của tôi. ~안 con mắt quan sát.

관철(貫徹) Thực hiện triệt để, quán triệt. ~하다. 목적을 ~하다 thực hiện một mục đích nào đó. 끝까지 요구를 ~하자 hãy thực hiện yêu cầu của chúng ta đến lúc kết thúc thì thôi.

관청(官廳) Cơ quan nhà nước. ~가 khu phố các cơ quan nhà nước.

관측(觀測) Quan sát, theo dõi và dự đoán. ~하다. ~기구 dụng cụ quan sát. ~망 mạng quan sát. ~소 trạm quan sát. ~자 người quan sát. 나의 ~으로는 theo quan sát của tôi. 기상[천문]을 ~하다 quan sát khí tượng [thiên văn].

관통(貫通) Đi xuyên qua, ngang qua, xuyên qua. ~하다. ~상 (傷) vết thương do đạn xuyên qua. 터널이 산을 ~하고 있다 đường hầm đi xuyên qua núi. 탄알이 심장을 ~했다 viên đạn đi xuyên qua tim.

관하(管下) Dưới sự kiểm tra quản lý của cơ quan nhà nước.

관하다(關-) Liên quan đến, đối với, về. 전쟁에 관한 책 sách nói về chiến tranh. 환경 위생에 관한 법률 luật về vệ sinh môi trường.

관학(官學) Trường công lập.

관할(管轄) Quản lý, khống chế. ~하다. ~관청 cơ quan quản lý. ~구역 khu vực quản lý. ~내[밖]의 trong[ngoài] phạm vi quản lý.

관행(慣行) Thói quen, thông lệ, tập quán. 국제적~tập quán quốc tế. ~에 따라 theo tập quán.

관향(貫鄕) Quê quán, quê gốc.

관허(官許) Nhà nước cho phép. ~하다.

관헌(官憲) Qui định của nhà nước hoặc cơ quan nhà nước.

관현(管絃) Nhạc cụ.

관혼상제(冠婚喪祭) Ma chay cưới hỏi. ~의 간소화 đơn giản hóa chuyện ma chay cưới hỏi.

관후(寬厚) Rộng rãi, thoải mái. ~하다.

괄괄하다 ① Cháy ào ào. ② Mãnh liệt, nóng vội, ào ào. 괄괄한 사람 người lúc nào cũng mãnh liệt.

괄다 Cháy ào ào, dữ dội. 불이 너무 ~아 밥이 탔다 lửa mạnh quá cháy cơm.

괄대(恝待) Đối xử hờ hững, lạnh lùng.

괄목(刮目) Chú ý, để ý. ~하다. ~할 만하다 đáng để ý.

괄시(恝視) Đối xử lạnh nhạt. ~하다. 너무~하지 마라 Đừng có đối xử lạnh nhạt với tôi quá.

괄호(括弧) Dấu ngoặc đơn, dấu móc. 이중~ dấu ngoặc đơn hai lần. ~안의 글자 chữ trong dấu ngoặc đơn.

광 Nhà kho, hầm chứa.

광(鑛) Cái hầm mỏ, mỏ quặng.

-광(狂) Quá hâm mộ, quá ham mê. 독서~ con mọt sách.

광각(光角) Góc nhìn (hai mắt cùng nhìn một sự vật hợp thành góc).

광갱(鑛坑) Hầm mỏ.

광경(光景) Quang cảnh, cảnh tượng. 끔찍한~ một cảnh tượng rùng mình.

광고(廣告) Quảng cáo. ~하다. 신문에 ~하다 quảng cáo lên báo.

광구(鑛區) Khu vực có khoáng chất, block. 제 6~ khu vực khai thác số 6.

광기(狂氣) Tính điên, khí điên. ~로 저지른 행동 hành động gây nên khi điên.

광꾼(鑛-) Thợ mỏ.

광나다(光-) Phát sáng, bóng loáng. 구두가 ~ giày bóng láng.

광내다(光-) Làm cho bóng loáng, đánh bóng, làm cho sáng lên. 구두를 ~ đánh bóng giày.

광녀(狂女) Người đàn bà điên.

광대(廣大) Rộng lớn, bao la.

광대무변(廣大無邊) Bao la rộng lớn không bờ bến. ~하다.

광대뼈 Xương lưỡng quyền. ~가 나오다 xương lưỡng quyền bạnh ra.

광대하다(廣大-) Bao la rộng lớn.

광도(光度) Cường độ ánh sáng. ~계 quang độ kết.

광력(光力) Lực chiếu sáng, sức chiếu sáng. ~계(計) máy đo sức chiếu sáng.

광림(光臨) Viếng thăm (đề cao sự đến thăm của ai đó). ~하다.

광막하다(廣漠-) Bao la, mênh mông. 광막한 땅 mảnh đất bao la.

광망(光芒) Tia sáng.

광맥(鑛脈) Mạch khoáng chất. ~층 tầng khoáng mạch.

광명(光明) Tia sáng, ánh sáng, tia hy vọng, hy vọng. 인생에 한 줄기~을 찾아내다 tìm ra một tia hy vọng của cuộc đời.

광물(鑛物) Khoáng vật, khoáng chất, khoáng sản ~계 hệ khoáng chất.

광범(廣範) Rộng lớn, bao la. ~하다. ~한 영향을 미치다 có ảnh hưởng rộng lớn.

광범위(廣範圍) Phạm vi rộng. ~한 지식 tri thức rộng lớn.

광복(光復) Ngày Quang Phục, ngày giải phóng Hàn Quốc. ~절 ngày lễ giải phóng đất nước.

광부(鑛夫) Thợ mỏ.

광분하다(狂奔-) ① Bận bịu, lăng xăng. ② Chạy như điên.

광산(鑛山) Mỏ khoáng sản, mỏ. ~을 채굴하다 khai thác mỏ, khai phá mỏ.

광산지(鑛産地) Khu vực có khoáng sản.

광선(光線) Ánh sáng, tia sáng. ~분색기 máy phân màu ánh sáng.

광섬유(光纖維) Sợi ánh sáng. ~케이블 cáp quang.

광속(光束) Trong tia sáng.

광시(狂詩) Thơ điên.

광신(狂信) Cuồng tín, tin tưởng một cách điên cuồng. ~하다. ~자[도] kẻ cuồng tín.

광심(光心) Trung tâm ánh sáng.

광야(曠野) Mảnh đất rộng và trống trải, đất hoang.

광언(狂言) Lời nói điên khùng. ~망설 (忘說) nói điên nói khùng.

광업(鑛業) Ngành mỏ, ngành khai thác. ~가 nhà khai thác mỏ.

광역(廣域) Khoảng đất rộng. ~(도)시 trung tâm thành phố.

광열(光熱) Ánh sáng và sức nóng.

광염(光焰) Ngọn đuốc.

광영(光榮) Vinh quanng.

광원(光源) Nguồn sáng.

광유(鑛油) Khoáng dầu, dầu mỏ.

광음(光陰) Ngày và đêm, thời gian. ~은 화살같이 흐른다 thời gian trôi như tên bắn.

광인(狂人) Người điên.

광장(廣場) Quảng trường. 여의도~ quảng trường Youido.

광재(鑛滓) Chất cặn bã của quặng sau khi lấy quặng.

광적(狂的) Có tính điên khùng, điên. ~으로 do mất trí.

광전(光電) Quang điện. ~관 ống quang điện.

광점(光點) Điểm sáng.

광정(匡正) Sửa đổi, chỉnh sửa. ~하다.

광주(鑛主) Chủ nhân của khu mỏ.

광주리 Cái rổ, cái thúng.

광증(狂症) Bệnh điên, bệnh dại.

광채(光彩) Sáng láng, lộng lẫy. ~가 나다 sáng lộng lẫy.

광천(鑛泉) Suối nước khoáng. ~수 nước khoáng.

광치다(光-) Đánh cho bóng, làm cho bóng.

광태(狂態) Xấu hổ.

광택(光澤) Bóng láng, sáng loáng. ~을 내다 bóng loáng.

광포(狂暴) Điên loạn, cuồng loạn. ~하다. ~한 살인자 tên giết người điên loạn.

광풍(狂風) Cơn cuồng phong.

광활하다(廣闊) Rộng rãi, mênh mông. 광활한 평야 bình nguyên bao la.

광휘(光輝) Chói sáng, rực rỡ.

괘경(掛鏡) Gương treo tường.

괘념(掛念) Lo lắng, âu lo. ~하다. 조금도 ~하지 않다 không lo một chút nào.

괘다리적다 Thô lỗ, cộc cằn.

괘도(掛圖) Bản đồ treo tường, biểu đồ.

괘력(掛曆) Cuốn lịch treo tường.

괘사 Trò đùa, trò hề. ~를 떨다 (부리다) giở trò đùa, hề cho vui.

괘선(罫線) Đường vẽ ngang dọc.

괘씸하다 Hỗn, vô lễ, vênh váo, không tin tưởng được. 괘씸한 놈 thằng mất nết.

괘장 Trò, chứng. ~부치다 giở trò, giở chứng, giở quẻ.

괘종(掛鐘) Đồng hồ treo tường.

괘지(罫紙) Giấy có kẻ hàng. 양면~ giấy kẻ hàng hai mặt.

괜찮다 Không sao, không có vấn đề gì, được. 아무래도~ dẫu sao thì cũng không sao.

괜히 Vô dụng, vô ích, vô tích sự, chẳng có lý do gì, vô lý. ~싸우다 đánh nhau chẳng vì gì cả.

괭이 Cái cuốc. ~의 날 lưỡi cuốc. ~로 파다 đào bằng cuốc.

괴걸(怪傑) Quái kiệt.

괴괴망측(怪怪罔測) Lạ lùng, lạ lẫm, kỳ quái. ~하다. ~한 소문 tiếng đồn kỳ quái.

괴괴하다 Tĩnh mịch, hoang vắng. 괴괴한 거리 con đường tĩnh mịch.

괴근(塊根) Rễ, gốc.

괴기(怪奇) Quái quỉ, ma quỉ. ~하다. ~소설 tiểu thuyết ma quỉ.

괴까다롭다 Khó khăn, khó giải quyết. 괴까다로운 문제 một vấn đề khó khăn

괴다 Đọng lại, gom lại. 괸물 nước đọng mắt.

괴담(怪談) Chuyện ma quái, chuyện kinh dị.

괴도(怪盜) Kẻ trộm như thần.

괴력(怪力) Sức mạnh phi thường. ~을 발휘하다 phát huy sức mạnh phi thường.

괴로워하다 Đau khổ, phiền muộn, đau đớn, phiền não. 치통[기침]으로~ buồn phiền vì đau răng.

괴롭다 Buồn, buồn phiền, đau buồn. 괴로운 나머지 qua khỏi những đau buồn.

괴뢰(傀儡) Búp bê, bù nhìn. ~정권 chính quyền bù nhìn.

괴리(乖離) Sự khác biệt, cách biệt. ~하다. 현실과 이상은 언제나 ~가 있다 hiện thực và lý tưởng bao giờ cũng có sự khác biệt.

괴멸(壞滅) Huỷ diệt. ~시키다 huỷ diệt.

괴문서(怪文書) Công văn giấy tờ kỳ lạ, chẳng hiểu từ đâu ra.

괴물(怪物) Quái vật. 바다의~ quái vật biển.

괴발개발 Vẽ viết nguệch ngoạc, chữ gà bươi. ~그리다 vẽ kiểu gà bươi.

괴벽(乖僻) Tính lập dị, kỳ cục. ~스러운 노인 ông già lập dị.

괴변(怪變) Một tai nạn khác thường, tai nạn kỳ lạ.

괴병(怪病) Bệnh giả vờ, giả làm bệnh.

괴사(怪事) Chuyện lạ, chuyện khó hiểu.

괴사건(怪事件) Sự kiện kỳ lạ.

괴상(塊狀) Hình dạng kỳ lạ.

괴상야릇하다(怪常-) Kỳ lạ, lạ lẫm.

괴석(怪石) Hòn đá hình thù kỳ quặc.

괴수(怪獸) Con thú hình thù kỳ dị.

괴이다 ① Bị chống, bị dựa vào, được

dựa vào. ② Bị xếp lên.

괴이하다(怪異-) Kỳ quái, kỳ dị. 괴이한 이야기 câu chuyện kỳ quái.

괴인(怪人) Người có hình thù kỳ quái.

괴인물(怪人物) Nhân vật kỳ quái.

괴질(怪疾) Bệnh không biết nguyên nhân, bệnh lạ.

괴짜(怪-) Khác thường, lập dị. 그는 ~다 Hắn ta lập dị.

괴철(塊鐵) Một thỏi sắt, một khối sắt.

괴탄(塊炭) Một tảng than, đống than đá.

괴팍스럽다(乖-) Khó chịu, khó tính (tính cách). 팍한 노부인 bà già khó tính.

괴팍하다(乖愎-) Khó chịu, khó tính.

괴한(怪漢) Kẻ lạ mặt. ~이 우리집 주위를 어슬렁거리고 있다 Kẻ lạ mặt lởn vởn xung quanh nhà tôi.

괴현상(怪現象) Hiện tượng lạ, kỳ lạ. ~을 나타내다 xuất hiện hiện tượng kỳ lạ.

괴혈병(壞血病) Bệnh thiếu vitamin C, bệnh thiếu máu.

괴화(怪火) Vụ hỏa hoạn không rõ nguyên nhân.

굄 Cái chống, cái để đỡ.

굄대 Cái thanh chống.

굄돌 Hòn đá kê, hòn đá để chống.

굄목 Thanh gỗ chống.

굉굉하다(轟轟-) Kêu loảng xoảng, kêu ầm ĩ.

굉음(轟音) Tiếng kêu ầm ĩ, âm thanh kêu ầm ĩ. ~을 내다 gây ra tiếng kêu loảng xoảng.

굉장하다(宏壯-) To, lớn, rất. 굉장한 건물 Tòa nhà to lớn.

교(教) Tôn giáo. ~를 믿다 tin vào tôn giáo nào đó.

교가(校歌) Bài hát ở trường học, bài ca nhà trường.

교각(交角) Góc giao nhau.

교각살우(矯角殺牛) Sửa sừng bò cho thẳng lại làm cho bò chết, muốn sửa khuyết điểm của mình lại làm cho công việc tồi tệ hơn.

교감(交感) Giao cảm, sự cảm thông, tình cảm với nhau. ~성 có tính giao cảm.

교과(教科) Chương trình giảng dạy, giáo khoa. ~서 sách giáo khoa.

교과서(教科書) Sách giáo khoa.

교교하다(皎皎-) Sáng. 달빛이 ~ Ánh trăng sáng vằng vặc.

교교히 Sáng rõ, một cách sáng.

교구(教具) Giáo cụ, công cụ giảng dạy.

교군(轎軍) Cái kiệu.

교권(教權) Quyền của người làm giáo viên.

교근(咬筋) Cơ hàm mặt.

교기(校紀) Kỷ luật nội qui của trường.

교내(校內) Trong trường học, trong khuôn viên trường. ~폭력 bạo lực trong trường học.

교단(教壇) Bục giảng, bục. ~에 서다 đứng trên bục.

교대(交代) Ca, kíp làm việc, thay ca, thay thế. 2~ hai ca. 3~ ba ca.

교도관(矯導官) Giám ngục, cai ngục, coi tù.

교도소(矯導所) Ngục tù, nhà giam. ~에 들어가다 vào tù.

교두보(橋頭堡) Cái đai để bảo vệ chân cầu. ~를 구축하다 làm đai chắn bảo vệ chân cầu.

교란(攪亂) Làm cho hoảng loạn, làm cho rối, quấy rối. ~하다. 평화를 ~하다 quấy rối hòa bình.

교량(橋梁) Cây cầu, cầu. ~공사 xây cầu.

교련(教鍊) Luyện, huấn luyện. ~하다. ~교관 giáo viên huấn luyện.

교료(校了) Xong, hoàn thành (in ấn).

교류(交流) Giao lưu. ~하다. 동서 문화 ~ giao lưu văn hoá đông tây.

교만(驕慢) Kiêu ngạo, kiêu căng. ~하다[스럽다]. ~한사람 người kiêu ngạo.

교무(教務) Giáo vụ. ~실 phòng giáo vụ.

교문(校門) Cổng trường. ~을 나오다 ra khỏi trường.

교미(交尾) Giao phối, giao hợp (động vật). ~하다. ~기 thời kỳ giao phối.

교민(僑民) Kiều dân, kiều bào. 해외~ kiều bào ở hải ngoại.

교반(攪拌) Pha chế, đánh. ~하다.

교배(交配) Thụ tinh, lai giống. ~하다. ~종 giống lai, loại lai.

교번(交番) Thay ca.

교범(教範) Giáo phạm, dạy, bày và dạy. 기술~ dạy kỹ thuật.

교법(教法) Cách dạy, giáo học pháp.

교복(校服) Đồng phục học sinh. ~의 자율화 việc tự do hoá đồng phục học sinh.

교본(教本) Sách giáo khoa.

교부(交付) Giao, phát, chuyển, đưa ra. ~하다. 통지서를 ~하다 chuyển giấy thông báo.

교분(交分) Giao lưu, chơi với nhau. ~이 두텁다 chơi thân với nhau.

교사(教師) Giáo viên, giảng viên. 영어~ giáo viên tiếng Anh.

교살(絞殺) Bóp cổ chết. ~하다. ~시체 thi thể bị bóp cổ chết.

교상(咬傷) Bị cắn (động vật, sâu bọ). ~을 입다 bị cắn.

교섭(交涉) Đàm phán, thương lượng.

~하다. ~단체 đoàn đàm phán.

교성(嬌聲) Giọng nói ngọt nào của phụ nữ.

교수(教授) Giáo viên (đại học). ~직 chức giáo viên, nghề giáo viên.

교습(教習) Huấn luyện, đào tạo, dạy. ~하다. ~소 nơi đào tạo.

교시(教示) Giảng bài, giảng. 을 ~하다 giảng (môn gì đó).

교신(交信) Thư từ thông tin qua lại, liên lạc. ~하다

교실(教室) Phòng học, lớp học. 215호 ~ phòng học số 215.

교양(教養) Học hành, có giáo dục, có trình độ văn hóa. ~이 있는 có văn hóa, có học hành.

교역(交易) Giao dịch, buôn bán thương mại. 국제~ giao dịch thương mại quốc tế.

교열(校閱) Đính chính, sửa lại. ~자 người đính chính.

교외(校外) Ngoài trường học, ngoại khóa. ~수업 học ngoại khoá.

교우(交友) Kết bạn. ~하다. ~관계 quan hệ bạn bè.

교원(教員) Giáo viên. ~실 phòng giáo viên. ~자격증 giấy chứng nhận giáoviên.

교유(交遊) Giao du bè bạn. ~하다.

교육(教育) Giáo dục, dạy, đào tạo, học hành. ~하다. ~을 받다 được giáo dục.

교의(交誼) Kết bạn. ~를 맺다 kết nghĩa bạn bè.

교의(校醫) Y sỹ ở trong trường.

교인(教人) Người có tôn giáo.

교재(教材) Tài liệu, dụng cụ giảng dạy, sách vở học. ~비 tiền sách.

교전(交戰) Giao chiến, đánh nhau. ~하다. ~국 nước tham chiến. ~지 khu vực giao chiến.

교점(交點) Giao điểm, điểm cắt.

교접(交接) ① Tiếp xúc. ~하다. ② Quan hệ tình dục, giao phối.

교정(校正) Đối chiếu và sửa bản in. ~하다. 세밀히~을 보다 xem kỹ, sửa kỹ.

교정(教程) Chương trình học.

교제(交際) Giao tế, giao tiếp, tiếp xúc, quan hệ, kết bạn, giao thiệp. ~하다.

교조(教祖) Giáo tổ, người sáng lập ra tôn giáo nào đó.

교지(校誌) Tạp chí nhà trường, báo tường.

교직(交織) Pha, trộn. 면모~ vải pha bông.

교차(交叉) Điểm giao nhau, điểm cắt. ~하다. ~로 đường cắt ngang, ngã ba ngã tư.

교착(膠着) Gắn liền với nhau, lẫn lộn,

pha trộn. ~하다. ~상태 pha trộn.

교체(交替, 交遞) Thay thế, thay vào, thay. ~하다. 선수~ vận động viên dự bị.

교칙(校則) Nội quy nhà trường. ~위반 vi phạm nội quy nhà trường.

교탁(教卓) Bàn dạy học, bàn của giáo viên.

교통(交通) Giao thông, đi lại. ~교통난 nạn ùn tắc giao thông. ~량 lượng giao thông.

교통비(交通費) Chi phí giao thông, chi phí đi lại. ~를 지급하다 chi trả tiền chi phí đi lại.

교파(教派) Giáo phái. 새로운~를 형성하다 hình thành một giáo phái mới.

교포(僑胞) Kiều bào. 재미~ kiều bào sống tại Mỹ.

교풍(校風) Đạo đức nhà trường. ~을 세우다 xây dựng đạo đức nhà trường. ~에 어긋나다 trái với đạo đức nhà trường.

교합(交合) ① Gia giao hợp, quan hệ tình dục. ~하다. ② Ưng ý, vừa ý.

교향곡(交響曲) Bản giao hưởng. 베토벤의 5번~ bản giao hưởng số 5 của Beethoven.

교향악(交響樂) Nhạc giao hưởng. ~단 đoàn nhạc giao hưởng, giàn nhạc giao hưởng.

교호(交互) Xen kẽ trái ngược nhau, luân phiên trái ngược nhau. ~하다.

교환(交換) Chuyển, giao, trao đổi, thay thế. ~하다. ~가치 giá trị chuyển đổi.

교활(狡猾) Xảo quyệt, ranh ma. ~하다. ~한 사람 kẻ xảo quyệt.

교황(教皇) Giáo hoàng. ~요한 바오로 2세 Giáo hoàng Pope John Paul đệ nhị.

교회(教會) Nhà thờ. ~에서 하는 결혼식 hôn lễ tiến hành tại nhà thời.

교회(教誨) Thức tỉnh, làm cho tỉnh ra. ~하다.

교훈(校訓) Bài học, phương châm giáo dục ở trường. 우리 학교의 ~은 근면,성실이다 phương châm của trường học chúng tôi là cần cù và trung thực.

교훈(教訓) Bài học, giáo huấn, lời dạy. ~하다 dạy. ~적 có tính giáo huấn.

구(句) Một câu văn.

구(區) Quận, khu, (khu vực hành chính). 종로~ quận Chongno. ~청 ủy ban quận.

구가(舊家) Ngôi nhà cổ, nhà cũ.

구가(謳歌) Khen ngợi, cùng tán tụng. ~하다. 인생을 ~하다 ca ngợi cuộc đời.

구간(舊刊) Sách báo cũ.

구갈(口渴) Cơn khát. ~을 느끼다 cảm

thấy khát.

구강(口腔) Khoang miệng, miệng. ~암 ung thư miệng.

구개(口蓋) Vòm miệng. ~골 xương vòm miệng. ~음 âm vòm miệng.

구걸(求乞) Xin, xin xỏ. ~하다. 밥을 ~하다 xin cơm. ~하고 다니다 đi xin.

구경 Ngắm, xem, tham quan. ~하다. 영화를 ~하다 xem phim.

구교(舊交) Người quen lâu ngày, người quen cũ.

구구(九九) Bản cửu chương. ~하다 tính bằng bản cửu chương.

구구하다(區區) Trái ngược nhau, khác nhau. 구구한 보도 báo cáo trái ngược nhau.

구국(救國) Cứu quốc. ~하다. ~운동 phong trào cứu quốc. ~지사 chí sĩ cứu nước.

구금(拘禁) Giam giữ, giam cầm. ~하다. 자택에 ~되다 bị giam tại nhà. 그는 경찰서에 ~되었다 Anh ta bị cảnh sát bắt giữ.

구급(救急) Cấp cứu. ~하다. ~차 xe cấp cứu. ~신호 tín hiệu cấp cứu.

구기 Cái môi, cái gáo. ~로 뜨다 múc bằng gáo.

구기다 Khó khăn, vất vả (công việc). 살림이 ~기 시작했다 cuộc sống bắt đầu sóng gió.

구기적구기적 Vò, cuộn lại một cục, không thẳng. 옷을 가방에 ~넣다 bỏ áo lung tung vào trong túi xách.

구기지르다 Nhăn, có nếp gấp.

구김살 Nếp nhăn, da bị nhăn. ~이 진 có nếp nhăn. ~이 잡히다 bị nhăn.

구깃구깃하다 Bị vò nát, bị làm cho nhăn nheo. 구깃구깃한 지폐 đồng tiền bị vò nát.

구난(救難) Cứu thoát, cứu nạn. ~하다.

구동(驅動) Quay, xoay, chuyển động. ~력 mã lực của xe.

구두 Giày da. 굽 높은 ~ giày đế cao. ~를 신다 đi giày.

구두쇠 Kẻ keo kiệt, bủn xỉn.

구드러지다 Bị khô, khô.

구래(舊來) Lệ cũ, truyền thống xưa.

구레나룻 Râu ria, râu quai nón, râu hàm. ~가 있는 사내 người có râu hàm.

구력(舊曆) Âm lịch, lịch âm. 일부 지방에서는 아직도 ~을 쓰고 있다 một số địa phương vẫn dùng lịch âm.

구령(口令) Khẩu lệnh. ~하다 ra khẩu lệnh. ~을 내리다 ra khẩu lệnh.

구루(佝僂, 痀瘻) Lưng gù, gù lưng. ~병에 걸린 bị bệnh lưng gù.

구류(拘留) Giam giữ, giữ người. ~하다. ~중이다 đang bị giam giữ. 그는 5일간의 ~처분을 받았다 Anh ta bị xử phạt giam giữ 5 ngày.

구르다 Lăn, cuộn, quay. 공이 ~ quả bóng quay. 공이 구멍으로 굴러들어 갔다 quả bóng lăn vào hố. 바위가 언덕 아래로 ~ hòn đá lăn xuống chân đồi.

구름 Mây. ~이 흐르다 mây trôi. ~속으로 들어가다 chui vào trong mây.

구리 Đồng, chất đồng. ~철사 dây đồng. ~가 함유된 có chứa đồng.

구리다 Mùi thối, hôi thối. 구린 냄새 mùi thối. 구려서 숨을 쉴 수가 없다 thở được. không thở được.

구린내 Mùi hôi thối. ~를 풍기다 đầy mùi hôi thối. ~가 코를 찌른다 mùi hôi thối xộc vào mũi.

구매(購買) Mua, tậu. ~하다. ~부 phòng thu mua. ~자 người mua. ~가격 giá mua.

구멍 Lỗ, lỗ thủng, lỗ trống, cái lỗ. 뻥 뚫린 ~ cái lỗ trống hoác. 벽의 ~ lỗ tường.

구멍가게 Một cửa hiệu nhỏ. ~를 하고 있다 có một cửa hiệu nhỏ.

구메농사(-農事) Trồng trọt nhỏ.

구면(舊面) Một người quen biết từ lâu.

구명(究明) Tìm ra sự thật, điều tra. ~하다. 문제를 ~하다 tìm ra sự thật của vấn đề.

구명(救命) Cứu sống, cứu mạng. ~하다.

~구(具) vật cứu sống. ~대(帶) đai an toàn.

구명(舊名) Tên cũ.

구무럭거리다 Chậm chạp, đờ đẫn, lề mề. ~며 시간을 보내다 chậm chạm nhằm giết thời gian.

구문(口文) Tiền hoa hồng, tiền môi giới. ~을 받다 nhận tiền hoa hồng.

구문(舊聞) Chuyện đã nghe, tin đã nghe. 그것은 이미~에 속한다 Cái ấy là chuyện cũ.

구문서(舊文書) Văn thư cũ.

구물(舊物) ① Đồ cũ. ② Đồ gia truyền.

구미(口味) Khẩu vị. ~가 당기다 ngon miệng. ~에 맞다 hợp khẩu vị.

구미(歐美) Châu Âu và Châu Mỹ. ~인 người Âu Mỹ. ~의 여러 나라 các nước Âu Mỹ.

구박(驅迫) Đánh đập, đối xử tệ bạc, bạc đãi. ~하다. ~을 받다[당하다] bị đối xử tệ bạc.

구법(舊法) Luật cũ.

구변(口辯) Nói năng giỏi, khiếu ăn nói. ~좋게 giỏi ăn nói. ~이 좋은 [없는]사람 người giỏi ăn nói (kém ăn nói).

구별(區別) Phân biệt, khác biệt, khác nhau. ~하다. ~ 없이 không phân biệt.

구보(驅步) Chạy, sự phi nước đại.

구복(口腹) Miệng và dạ dày, chuyện

ăn và sống. ~지계(之計) kế sinh nhai.

구부리다 Uốn, bẻ, nghiêng về một bên, cúi, gấp. 허리가 구부러진 노인 người bị còng lưng.

구분(區分) Phân biệt, phân loại, chia, phân chia. ~하다. 네 개의 큰 그룹으로 ~하다 chia làm 4 nhóm lớn. 한국에서는 학년이 두 학기 로 ~되어 있다 một năm học ở Hàn Quốc chia làm hai học kỳ.

구비(口碑) Miệng, truyền miệng. ~로 전하여지다 được truyền bằng miệng.

구비(具備) Trang bị, có. ~하다. 모든 조건을 ~하다 có đầy đủ mọi điều kiện. 타고 난 음악적 재능을 ~하고 있다 có tài năng bẩm sinh về âm nhạc.

구빈(救貧) Cứu đói. ~대책 đối sách cứu đói.

구사(驅使) ① Sai khiến (ai). ~하다. ② Nắm bắt thành thạo, sử dụng thành thạo. ~하다. 풍부한 어휘를 ~하다 nắm bắt được nhiều từ mới.

구사상(舊思想) Tư tưởng cũ.

구사일생(九死一生) Chín phần chết một phần sống, thập tử nhất sinh. ~하다.

구상(求償) Đòi bồi thường. ~권 quyền đòi bồi thường.

구색(具色) Có nhiều loại hàng hóa.

구석 Góc, xó. 마음 한 ~(에) trong lòng. 방 한 ~에 앉다 ngồi trong góc phòng.

구석구석 Mọi góc, mọi nơi, mọi xó. ~찾아보다 tìm mọi góc, mọi nơi.

구석지다 Nằm vào trong góc, dạt vào trong góc.

구설(口舌) Chuyện truyền miệng, đầu miệng. ~에 오르다 thành đầu miệng của ai.

구성(構成) Cấu tạo, cấu trúc, cấu thành, tạo thành. ~하다. ~단위 đơn vị cấu thành.

구성없다 Không hợp, không phù hợp.

구성지다 Tự nhiên và ngọt ngào. 구성진 목소리로 노래하다 hát bằng giọng hát tự nhiên ngọt ngào.

구속(拘束) Bắt, giam, giữ, sự kết gắn, hạn chế. ~하다. ~되다 bị bắt.

구수하다 Thơm, ngon. 구수한 냄새 mùi thơm. 고기 굽는 냄새가 ~ mùi thịt nướng thật thơm.

구수회의(鳩首會議) Hội ý. ~하다.

구술(口述) Nói bằng miệng. ~하다. ~시험 thi miệng.

구슬 Hòn ngọc, hòn đá quí. ~이 서말이라도 꿰어야 보배라 {tục ngữ} Hòn ngọc có xâu lại thành chuỗi thì mới quí.

구시대(舊時代) Thời đại cũ.

구시렁거리다 Cằn nhằn.

구식(舊式) Kiểu cũ, thói cũ, phương pháp cũ. ~혼인 hôn nhân theo hình thức cũ.

구신(具申) Trình, trình lên. ~하다. ~서 thư trình. 의견을 ~하다 trình ý kiến của ai.

구실 Vai trò, công việc, bổn phận. 제~을 하다 thực hiện vai trò của mình.

구실(口實) Cái cớ, cái lý do. 그럴듯한 ~ gần như một cái cớ. 을 ~로 lấy cái cớ.

구악(舊惡) Tội ác trong quá khứ, tội ác cũ. ~을 일소하다 xóa bỏ những tội lỗi cũ.

구애(求愛) Ngỏ lời yêu, yêu. ~하다. 그녀에게~했으나 퇴짜를 맞았다 Tôi ngỏ lời với cô ấy nhưng bị từ chối. 한테~하다 ngỏ lời với ai.

구역(區域) Khu vực, vùng. 주택~ khu vực dân cư.

구역질(嘔逆-) Ợ, ợ ra, nôn oẹ. ~하다. ~나는 광경 cảnh phát nôn đi được.

구연(口演) Kể chuyện trước đông người. ~하다.

구연(舊緣) Mối quan hệ cũ, mối nhân duyên cũ, mối tình cũ.

구우(舊友) Bạn xưa, bạn cũ.

구워지다 Nướng, bị nướng, làm cho chín, nung. (bánh, thức ăn).

구원(救援) Cứu giúp, cứu. ~을 청하다 yêu cầu cứu giúp. ~하러 가다 đi kêu trợ giúp.

구월(九月) Tháng chín.

구유 Cái máng ăn (động vật).

구은(舊恩) Ân cũ, cái ân nợ cũ. ~을 갚다 trả cái ân nợ cũ.

구음(口音) Khẩu âm.

구읍(舊邑) Làng cũ, phố cũ.

구의(舊誼) Tình nghĩa cũ. ~를 존중 하여 coi trọng tình nghĩa cũ.

구이 Món nướng (thịt, cá). 갈비~ sườn nướng. 돼지고기~ thịt heo nướng.

구인(拘引) Bắt, giữ. ~하다. ~장 lệnh bắt giữ. ~되어 있다 bị bắt giữ.

구일(九日) ① Ngày mồng 9. ② Chín ngày. ~장(葬) Lễ táng sau khi chết 9 ngày.

구입(購入) Mua, mua vào, thu mua. ~하다. ~명세서 hóa đơn mua.

구입장생 Kiếm sống. ~하다.

구작(舊作) Tác phẩm cũ, sản phẩm cũ, đồ cũ. ~을 고쳐 쓰다 sửa đồ cũ để dùng.

구장(球場) Sân bóng.

구적(舊跡, 舊蹟) Danh lam thắng cảnh cổ, di tích cổ.

구전(口傳) Truyền miệng. ~하다. ~으로 내려오는 민요 Bài dân ca truyền lại bằng miệng.

구절(句節) Câu văn, đoạn văn. 유명한 ~ câu văn nổi tiếng.

구접스럽다 ① Bẩn thỉu xấu xí. ② Bủn xỉn, đê tiện.

구정(舊正) Tết âm lịch. ~을 쇠다 đón Tết Âm lịch.

구정(舊情) Tình cũ. 오랜만에 김군을 만나~을 새롭게 했다 Lâu lắm mới gặp lại anh Kim và chúng tôi tìm lại tình bạn cũ.

구정물 ① Nước thải (nước rửa, tắm). ② Mủ, nước bẩn (vết thương vv.).

구제(救濟) Cứu tế, cứu trợ. trợ giúp, giúp đỡ. ~하다. ~금융 quĩ tiền cứu trợ.

구제(舊制) Chế độ cũ, hệ thống cũ. ~의 학교 교육 giáo dục trường học theo chế độ cũ.

구제(驅除) Diệt, giết xóa bỏ (con vật có hại). ~하다. 쥐를 ~하다 diệt chuột.

구조(救助) Cứu trợ, cứu, cứu hộ. ~하다. ~를 요청하다 yêu cầu, xin cứu trợ.

구존(苟存) Sống lâu.

구좌(口座) Tài khoản (ngân hàng).

구직(求職) Tìm việc, kiếm việc, kiếm việc làm. ~하다. ~신청하다 xin việc, tìm việc.

구질구질하다 Bẩn thỉu, luộm thuộm. 구질구질한 옷차림의 사 나이 cái thằng ăn mặc bẩn thỉu luộm thuộm.

구차스럽다(苟且-) Nghèo, khổ, nghèo khó, cơ cực. 살림이 ~ cuộc sống nghèo nàn.

구차하다(苟且-) Nghèo khó, khổ. nghèo, cơ cực. 살림이 ~ cuộc sống nghèo nàn.

구창(口瘡) Vết lở trong miệng, vết đau trong mồm.

구채(舊債) Món nợ cũ. ~를 갚다 trả món nợ cũ.

구척장신(九尺長身) Người thân cao chín thước, người khổng lồ, người to lớn.

구천(九泉) Nơi chín suối. 죽어서~을 떠돌다 chết về nơi chín suối.

구체(具體) Cụ thể. ~안 phương án cụ thể. ~적으로 một cách cụ thể.

구체화(具體化) Cụ thể hóa. ~하다. 계획을 ~하다 cụ thể hóa một kế hoạch.

구축(構築) Xây dựng, lắp đặt. ~하다. 기반을 ~하다 xây dựng nền tảng.

구축(驅逐) Đánh đuổi, đẩy lùi, xua đuổi. ~하다. 영토에서 적을 ~하다 Đánh đuổi quân thù ra khỏi lãnh thổ.

구출(救出) Giải thoát, sự cứu thoát, cứu sống. ~하다. ~작업[작전] công việc cứu nạn.

구충(驅蟲) Chín loại ký sinh trùng trong cơ thể con người (giun, trùng vv.)

구충(驅蟲) Khử trùng, diệt sâu bọ. ~하다. ~약[제] thuốc diệt sâu bọ, thuốc sâu.

구취(口臭) Hơi thở hôi hám ở miệng. ~가 나다 có mùi hôi ở miệng.

구치(臼齒) Răng hàm.

구치(拘置) Sự giam cầm, sự giam tù, sự giam giữ. ~하다. ~소 trại giam, nhà giam.

구타(毆打) Đánh, đập, hành hung. ~하다. 머리를 ~하다 đánh lên đầu.

구태(舊態) Trạng thái cũ, tình trạng cũ. ~의연한 사고 방식 lối suy nghĩ theo kiểu cũ.

구태여 Nhất thiết, nhất định, chủ tâm. ~서두를건 없네 không có việc gì phải vội.

구택(舊宅) Ngôi nhà cũ.

구토(嘔吐) Sự ói mửa, nôn. ~하다. ~방지제 chất chống nôn.

구투(舊套) Hình thức cũ, phương thức cũ, thói cũ, lối cũ. ~를 벗다 thoái khỏi thói cũ.

구파(舊派) ① Hình thức cũ, thói cũ. ② Phái mới, phe mới (hình thành). ~와 신파의 대립 sự đối lập giữa phe cũ và phe mới.

구판(舊版) Bản cũ (sách báo). ~을 개정하다 điều chỉnh bản cũ.

구포(臼砲) Khẩu pháo cũ, khẩu mortar.

구푸리다 Cúi xuống, gập. 몸을 ~ cúi người.

구피(狗皮) Da chó.

구필(口筆) Viết bằng miệng.

구하다(求-) Tìm, kiếm. 방을 ~ tìm phòng. 설명을 ~ tìm lời giải thích.

구하다(救-) Cứu, cấp cứu, cứu sống, cứu thoát. 인명을 ~ cứu người.

구현(具現) Sự biểu hiện, thể hiện cụ thể. ~하다.

구형(求刑) Kết tội, bị cấu tội. ~하다. ~이유 lý do kết tội.

구형(舊型) Mẫu cũ, kiểu cũ. ~세탁기 máy giặt đời cũ. ~자동차 xe đời cũ, xe đời cổ.

구호(口號) Khẩu hiệu. ~를 내걸다 đưa ra khẩu hiệu. ~를 외치다 hô hào/kêu gọi khẩu hiệu.

구혼(求婚) Cầu hôn. ~하다. 의 ~을 승낙하다 chấp nhận cầu hôn của ai đó.

구황(救荒) Cứu đói, cứu trợ. ~하다. ~대책 đối sách cứu đói. ~식품 thực phẩm cứu đói.

구획(區劃) Quy hoạch, phân khu, phân chia đường biên giới.

구휼(救恤) Sự cứu giúp, sự cứu nạn, cứu đói. ~하다. ~금 tiền cứu trợ. 빈민을 ~하다 cứu trợ dân nghèo.

구희(球戲) Bóng chơi bằng bi, môn

bida.

국 Canh, nước luộc thịt, cá, rau. 국을 ~ 나다 nấu canh. 밥을 ~에 말아 먹다 trộn cơm với canh ăn.

국(國) Nhà nước, đất nước. 가입~ nước thành viên. 강대~ nước mạnh. 독립~ nước độc lập. 중립~nước trung lập. 회원~ nước thành viên.

국가(國家) Quốc gia, nhà nước, nước. ~적 có tính quốc gia. ~경제 kinh tế quốc gia. ~기관 cơ quan nhà nước.

국건더기 Cái canh, chất canh.

국경(國境) Biên giới. ~내 trong phạm vi biên giới. ~외 ngoài biên giới. ~을 지키다 giữ gìn biên giới.

국경일(國慶日) Ngày lễ quốc gia, ngày lễ nhà nước. ~을 맞다 đón ngày lễ.

국고(國庫) Ngân khố quốc gia, kho bạc nhà nước, tiền nhà nước, ngân sách nhàn ước. ~낭비 lãng phí ngân sách nh nước.

국공채(國公債) Công trái nhà nước. ~를 발행[상환]하다 phát hành [thu hồi] công trái.

국교(國交) Bang giao hai nước, quan hệ ngoại giao. ~를 맺다 kết bang giao.

국군(國軍) Quân đội nhân dân, quân đội. ~의 날 ngày quân đội.

국권(國權) Quyền lực nhà nước. ~의 회복 khôi phục quyền lực nhà nước.

국그릇 Bát canh.

국금(國禁) Quốc cấm. ~의 서책 sách quốc cấm.

국(國紀) Kỷ cương đất nước, kỷ luật đất nước. ~정립되다 kỷ cương đất nước được thiết lập. ~를 바로잡다 uốn nắn, xốc lại kỷ cương đất nước

국기(國旗) Quốc kỳ, cờ. 베트남~ quốc kỳ Việt Nam. ~를 게양하다 cắm cờ.

국난(國難) Quốc nạn, đất nước gặp khó khăn, lâm nguy. ~에 처하여 무기를 들고 일어서다 Khi đất nước gặp lâm nguy tất cả đứng dậy cầm vũ khí.

국내외(國內外) Trong và ngoài nước. ~로 알려진 인물 nhân vật nổi tiếng trong và ngoài nước. ~에서 활약을 하다 sôi nổi trong và ngoài nước.

국도(國道) Thủ đô.

국도(國都) Quốc lộ. ~로 가다 đi theo đường quốc lộ.

국란(國亂) Cuộc nội chiến, hỗn loạn trong nước, quốc loạn. ~을 당하다 bị nạn quốc loạn.

국력(國力) Sức mạnh đất nước, sức mạnh dân tộc. ~의 쇠퇴[증대] sự suy yếu [tăng lên] của sức mạnh dân tộc.

국록(國祿) Bổng lộc của nhà nước.

~을 먹다 nhận bổng lộc của nhà nước. ~을 받다 nhận bổng lộc.

국론(國論) Ý kiến nhân dân, xã hội. ~을 통일하다 thống nhất ý kiến toàn dân.

국리(國利) Lợi ích quốc gia. ~를 위해 개인의 이익을 포기하다 từ bỏ lợi ích cá nhân vì lợi ích đất nước. ~민복 Ích nước lợi dân.

국립(國立) Quốc lập, nhà nước lập ra, công lập. ~공원 công viên quốc gia. ~은행 ngân hàng nhà nước. ~학교 trường công lập. 반~학교 trường bán công lập. ~대학교 trường đại học quốc gia.

국면(局面) Cục diện, tình hình chung. 전쟁[정치]~ cục diện chiến tranh [chính trị].

국명(國名) Quốc danh, tên nước.

국모(國母) Quốc mẫu, nữ hoàng.

국무(國務) Quốc vụ, việc nước. ~부 Bộ hành chính. ~를 관장하다 quán xuyến việc nước.

국문(國文) Quốc văn, quốc ngữ, chữ cái của một đất nước. ~법 ngữ pháp quốc văn.

국민(國民) Nhân dân, quốc dân, dân tộc, công dân. ~경제 kinh tế quốc dân. ~교육 giáo dục quốc dân. ~성 tính dân tộc. ~소득 thu nhập quốc dân.

국민학교(國民學校) Trường tiểu học.

국방(國防) Quốc phòng. ~을 강화 하다 tăng cường quốc phòng. ~대학원 Đại học viện quốc phòng.

국법(國法) Luật pháp nhà nước, luật quốc gia. ~에 따르다[을 어기 다] tuân theo [trái] luật nhà nước. ~으로 금지하다 luật nhàn ước cấm.

국보(局報) Thông báo của nhà nước.

국보(國寶) Vật quốc bảo, tài sản quí của nhà nước. ~적 인물 nhân vật có tính tài sản quí của dân tộc.

국부(局部) ① Cục bộ, một phần. ~적 (으로) có tính cục bộ. ② Cơ quan sinh dục.

국부(國父) Người Cha của dân tộc, quốc phụ.

국부(國富) Sức mạnh kinh tế của đất nước, sự giàu có của đất nước.

국비(國費) Chi phí nhà nước, ngân sách nhà nước. ~유학생 Du học sinh do nhà nước cử đi bằng ngân sách nhà nước.

국빈(國賓) Khách mời của nhà nước, VIP, quốc khách. ~대우를 하다 đối xử với quốc khách. ~으로 맞이하다 đón tiếp như quốc khách.

국사(國史) Lịch sử dân tộc, lịch sử đất nước.

국사(國事) Quốc sự, việc nước. ~를 논하다 bàn chuyện quốc sự.

국산(國産) Sản xuất trong nước. ~품 hàng nội địa. ~자동차 xe nội địa.

국산품(國産品) Hàng nội, hàng sản xuất trong nước.

국상(國喪) Quốc tang, tang lễ quốc gia. ~이 나다 có quốc tang. ~을 당하다 bị quốc tang, có quốc tang.

국새(國璽) Con dấu đại diện cho một nhà nước.

국서(國書) ① Quốc thư. ② Sách ghi việc nước.

국선(國選) Nhà nước tuyển chọn. ~변호인 luật sư do nhà nước chọn.

국세(局勢) Tình thế, tình hình. ~가 일변하다 tình thế thay đổi.

국세(國稅) Thuế nhà nước, thuế ngân sách. ~청 Cục thuế, tổng cục thuế.

국수 Mì, phở. ~를 말다 làm phở. ~장수 người bán phở.

국시(國是) Phương châm cơ bản về chính sách hoặc nguyên tắc cao của một dân tộc.

국어(國語) Quốc ngữ, thứ tiếng nói, ngôn ngữ của một dân tộc. ~교사 giáo viên quốc ngữ. 수개~를 말하는 사람 người nói được nhiều thứ tiếng.

국영(國營) Quốc doanh. ~기업 doanh nghiệp nhà nước. ~농장 nông trường quốc doanh.

국외(局外) Bề ngoài, bên ngoài, ngoài cuộc. ~에 서다 đứng bên ngoài.

국외(國外) Ngoài nước, ra nước ngoài. ~로 보내다 gửi ra nước ngoài. ~추방 đuổi ra khỏi nước.

국욕(國辱) Quốc nhục, nỗi nhục dân tộc.

국원(局員) Nhân viên hành chính nhà nước, nhân viên bưu điện.

국위(國威) Uy danh đất nước. ~에 관한 문제 vấn đề liên quan đến uy danh của đất nước.

국유(國有) Quốc hữu, sở hữu nhà nước. ~림 rừng quốc hữu. ~화 quốc hữu hóa.

국으로 Nguyên như vậy, yên như vốn có. ~가만히 있어 ngồi im như thế.

국은(國恩) Quốc ân, cái ân huệ mà nhân dân nhận của nhà nước. ~에 보답하다 báo đáp ân nước.

국장(局長) Cục trưởng, vụ trưởng.

국장(國章) Quốc chương.

국장(國葬) Mai táng theo nghi lễ quốc tang. ~으로 하다 tiến hành theo nghi lễ quốc tang.

국적(國籍) Quốc tịch. 그분이 베트남~을 갖고 있다 anh ta mang quốc tịch Việt nam. ~포기하다 thôi quốc tịch. ~취득하다 lấy quốc tịch.

국전(國展) Triển lãm mỹ thuật có tính nhà nước.

국정(國定) Nhà nước qui định. ~교과서 sách giáo khoa do nhà nước qui định. ~세율 mức thuế do nhà nước qui định.

국정(國政) Quốc chính, chính trị quốc gia, việc nước. ~에 참여하다 tham gia vào việc quốc chính. ~을 담당하고 있다 đảm đương việc nước.

국제(國際) Quốc tế. ~적 tính quốc tế. ~기구/기관 cơ quan quốc tế. ~결혼 lấy chồng (vợ) nước ngoài. ~공항 sân bay quốc tế. ~연합 Liên hợp quốc.

국제연합회의 Hội nghị liên hợp quốc.

국제연합헌장 Hiến chương liên hợp quốc.

국제적십자 Hội chữ thập đỏ quốc tế.

국제화(國際化) Quốc tế hóa. ~하다. ~시대 thời đại quốc tế hóa.

국채(國債) ① Quốc trái, nợ nhà nước. 내[외]~ nợ trong nước [quốc tế]. ② Trái phiếu. ~발행하다 phát hành trái phiếu.

국책(國策) Quốc sách. ~은행 ngân hàng nhà nước. ~회사 công ty có liên quan đến chính sách nhà nước.

국체(國體) ① Hình thái quốc gia. ② Thể diện quốc gia, quốc thể.

국치(國恥) Sự sỉ nhục quốc thể, quốc nhục, nỗi xấu hổ cho cả dân tộc.

국태민안(國泰民安) Quốc thái an dân, đất nước thái bình dân yên lành.

국토(國土) Quốc thổ, lãnh thổ. ~를 개발하다 khai phá, mở mang lãnh thổ.

국풍(國風) Phong tục của một đất nước.

국한(局限) Giới hạn, hạn chế. ~하다. 에 ~되다 được giới hạn ở. 전염병은 그 지역에 ~되어 있다 bệnh truyền nhiễm đã bị khống chế ở khu vực này.

국헌(國憲) Hiến pháp, quốc hiến. ~을 준수하다 tuân thủ Hiến pháp.

국호(國號) Quốc hiệu, tên của một quốc gia.

국화(菊花) Hoa cúc.

국회(國會) Quốc hội. 제5회~ quốc hội khóa 5. ~사무처 văn phòng quốc hội. ~상인위원회 Ủy ban thường trực quốc hội.

군(軍) Quân đội. ~에 입대하다 vào bộ đội. 정규[상비,예비]~ quân chính qui [thường trực, dự bị].

군(郡) Quận, huyện. 5~ quận 5. 호치민시 5~ quận 5 thành phố Hồ Chí Minh.

군가(軍歌) Quân ca, bài hát quân đội.

군거(群居) Sống thành bầy. ~동물

Động vật sống thành bầy.

군것 Những thứ thừa, những thứ không dùng đến.

군견(軍犬) Chó quân cảnh, chó cảnh sát, chó nghiệp vụ.

군경(軍警) Quân cảnh, quân đội và cảnh sát.

군계(群鷄) Bầy gà, đàn gà. ~일학 quần kê nhất hạc, có một người xuất chúng trong nhiều người.

군고구마 Miếng khoai lang rán. ~장수 người bán khoai lang rán.

군관구(軍管區) Khu quân đội.

군기(軍紀) Quân kỷ, kỷ luật quân đội. ~를 지키다[어기다] giữ gìn [trái] quân kỷ. ~가 문란하면 싸우기도 전에 패배한다 kỷ luật quân đội mà loạn thì thua trước khi đánh.

군기(軍器) Quân khí, vũ khí quân sự. ~창고 kho vũ khí. ~를 소지하다 mang vũ khí.

군기지(軍基地) Căn cứ quân sự.

군납(軍納) Cung cấp cho quân đội, nộp cho quân đội. ~하다. 고기를 ~하다 cung cấp thịt cho quân đội. ~품 hàng cấp cho quân đội.

군내 Mùi hôi, mùi thối. 이 김치는 너무 오래되어~가 난다 Kim chi để lâu ngày quá bốc mùi.

군대(軍隊) Quân đội. ~에 들어가다 vào quân đội. ~생활 cuộc sống quân đội.

군더더기 Không dùng đến, đồ thừa, đồ vô dụng. ~가 많다 nhiều chỗ thừa.

군던지럽다 Thừa, không cần thiết, vô dụng.

군데 Nơi, chốn, địa điểm. 한~ 오래 머물다 sống một nơi lâu ngày.

군데군데 Đó đây, một vài nơi. ~눈이 쌓이다 đây đó tuyết chất đống. 옷이 ~떨어지다 áo rớt lổng chổng.

군도(群島) Quần đảo. 하와이 ~ quần đảo Hawai.

군도(群盜) Nhóm bụi đời, nhóm ăn trộm.

군돈 Tiền thừa, tiền tiêu không được tác dụng gì. ~을 쓰다 xài phí tiền.

군령(軍令) Quân lệnh. ~에 따르다 theo quân lệnh. ~을 내리다 hạ quân lệnh, ra quân lệnh. ~을 어기다 trái quân lệnh.

군림(君臨) Thống trị, cai quản. ~하다. 재계에 ~하다 cai quản giới tài chính.

군모(軍帽) Mũ lính, mũ bộ đội.

군무(軍務) Quân vụ, công việc nhà binh.

군민(軍民) Quân và dân. ~합동 구조 작업 công tác cứu trợ của quân và dân.

군밤 Hạt dẻ rang.

군밥 Cơm thừa.

군번(軍番) Quân số, mã số quân nhân.

군법(軍法) Quân pháp. ~회의 tòa án quân sự.

군법무관(軍法務官) Quan tòa tòa án binh.

군법정(軍法廷) Tòa án binh.

군복(軍服) Quân phục. ~을 입고 있다 đang mặc quân phục. ~을 벗다 cởi quân phục.

군부(軍部) Quân đội, thế lực quân đội. ~가 정치에 개입하다 quân đội tham gia vào chính trị.

군불 Lửa sưởi ấm. ~때다 đốt lửa sưởi.

군비(軍費) Chi phí quân sự. ~감축 cắt giảm chi phí quân sự.

군사(軍士) Quân sĩ, quân lính. ~를 모으다 chiêu mộ quân sĩ.

군사(軍使) Sứ quân.

군사(軍事) Quân sự, quân đội. ~고문 cố vấn quân sự. ~고문단 đoàn cố vấn quân sự. ~기지 căn cứ quân sự. ~력 sức mạnh quân sự.

군사람 Người thừa, người vô dụng.

군사설(-辭說) Lời nói thừa.

군상(群像) Đoàn người, bầy người, nhóm người. 실업자의 ~ đoàn người thất nghiệp.

군색(窘塞) Cảnh nghèo nàn, bần cùng, nghèo nàn. ~스럽다, ~하다. 살림이~하다 cuộc sống nghèo nàn.

군서(群書) Nhiều sách.

군세(軍勢) Sức mạnh quân đội, lực lượng quân sự. ~확장하다 mở rộng sức mạnh quân sự.

군소(群小) Nhỏ, nhỏ yếu. ~국가 nước nhỏ.

군소리 Lằn nhằn, càu nhàu, làu bàu. ~하다.

군수(郡守) Quân trưởng, chủ tịch quận, chủ tịch huyện.

군식구(-食口) Kẻ ăn bám. 나는 숙모댁에 ~로 있다 Tôi sống như kẻ ăn bám nhà dì.

군신(君臣) Vua và quần thần, vua và thuộc hạ.

군악(軍樂) Quân nhạc. ~대 đội quân nhạc. ~대원 đội viên đội quân nhạc. ~대장 đội trưởng đội quân nhạc.

군용(軍用) Dùng cho quân đội, quân dụng. ~견 chó quân đội, chó nghiệp vụ.

군율(軍律) Quân luật, kỷ luật quân sự. ~을 지키다 giữ kỷ luật quân sự.

군의(軍醫) Quân y. ~장교 sĩ quan quân y. ~학교 trường quân y.

군인(軍人) Quân nhân, bộ đội. ~출신 xuất thân từ lính. 직업~ quân nhân chuyên nghiệp.

군자(君子) Quân tử. ~의 덕 đạo đức

kẻ quân tử.

군장(軍裝) ① Quân trang, quần áo quân đội. ② Quân trang, trang bị quân đội. ~검열 kiểm tra quân trang.

군적(軍籍) Quân tịch. ~에 들다 vào quân tịch.

군중(群衆) Đám đông, quần chúng. ~속에 뒤섞이다 lẫn vào trong đám đông.

군침 Nước bọt, nước miếng. ~을 삼키다 nuốt nước bọt. ~을 흘리다 chảy nước bọt, chảy nước miếng.

군턱 Cằm chẻ. ~이 있는 người có cằm chẻ.

굳건하다 Chắc chắn, vững chắc. 굳건히 một cách chắc chắn. 굳건한 결심 một quyết tâm vững chắc. 굳건한 기초 nền tảng vững chắc. 굳건한 사람 một con người kiên định. 그는 신념이 ~ niềm tin của anh ấy vững chắc.

굳다 Cứng, rắn, vững. ~은 연필 cây chì cứng. ~은 땅 đất cứng. ~은 지반 위에 서다 đứng trên nền cứng.

굳다 Trở nên cứng, trở nên rắn chắc, kết thành cục. 일을 해서 손이 ~ làm việc nên tay trở nên cứng cáp.

굳이 Một cách chắc chắn, vững chắc, cương quyết, khăng khăng. ~원하신다면 nếu nhất định muốn như vậy.

굳히다 Làm cho chắc chắn, làm cho vững vàng, làm cho đông lại. 가열하여 진흙을 ~ tăng nhiệt làm cho đất cứng.

굴(窟) Đường hầm. ~을 파다 đào hầm, đào hang. 열차가 ~에 들어 가다[~을 지나다] tàu hỏa đi vào [qua] hầm.

굴다 Làm, hành động, khiến cho, đối xử. 고맙게~ làm cho ai cảm ơn, làm cho biết ơn.

굴다리(窟-) Cầu giao nhau, cầu cạn (giao thông, chỗ đường giao nhau).

굴대 Trục, trục xe. 바퀴의 ~ trục bánh xe.

굴러떨어지다 Lăn và rơi xuống. 그는 층계에서 ~ anh ta ngã lăn từ trên cầu thang xuống.

굴렁쇠 Cái vòng. ~를 굴리다 xoay vòng, lắc vòng.

굴신(屈伸) Co giãn, co duỗi. ~하다. ~운동 vận động co duỗi.

굴신(屈身) Xấu hổ, sỉ nhục, nhục nhã. ~감 cảm giác xấu hổ.

굴절(屈折) Uốn con, cong, khúc xạ. ~하다 làm cho cong, bẻ cong. ~각 góc cong.

굴지(屈指) ① Dùng ngón tay để tính. ② Chẳng có mấy, tính trên đầu ngón tay, hàng đầu, giỏi, tốt. ~하다.

굴착(掘鑿) Đào, bới. ~하다. ~기 máy đào, máy xúc.

굴하다(屈-) Cúi xuống, cong xuống, khất phục. ~지 않고 không cong xuống, không khuất phục.

굵기 Độ dày, bề dày. 밧줄의 ~ độ dày của dây thừng.

굵다 Dày, to, bự (vật thể). ~은 팔뚝 bắp tay lớn. 손가락이 ~ ngón tay to, thô. ~은 몽둥이 cây gậy to.

굵직굵직 Dày. ~하다. 고기를 ~하게 썰다 thịt cắt từng miếng dày.

굶기다 Bỏ đói, làm cho đói. 굶겨 죽이다 bỏ đói cho chết.

굶주리다 Đói khát, đói. 굶주린 사람 người đói. 음식에 ~ đói ăn.

굶주림 Cơn đói. ~을 면하다 tránh trói. ~에 시달리다 vật vã với cơn đói.

굼틀거리다 Uốn, lượn, quằn mình. 몸을 ~ quằn mình.

굽 Móng, vó (trâu bò, ngựa). ~이 있는 có vó, có móng.

굽다 Nướng, quay (thịt, thức ăn). 잘 구워진 nướng chín.

굽어보다 Nhìn xuống, nhìn khắp. 골짜기를 ~ nhìn xuống thung lũng.

굽이 Chỗ gấp khúc, khúc quanh. 강물의 ~ khúc quanh của dòng sông.

굽이지다 Bị cong, bị uốn khúc, bị gấp khúc. 굽이진 해안선 bờ biển uốn khúc.

굽잡히다 Bị đè, bị nén, bị đì, bị quản lý, không cho ngóc đầu lên.

굽죄이다 Bị đè nén, bị làm cho không đường hoàng.

굽히다 Gập lại, gập, làm cho gập lại, bẻ cong. 허리를 ~ gập lưng.

궁금하다 Tò mò, muốn biết, tự hỏi. 시험 결과가 ~ muốn biết kết quả thi.

궁둥이 Mông, đít, phao câu. 궁둥잇바람 ngúng nguẩy cái đít.

궁리(窮理) Suy nghĩ, nghiền ngẫm, cân nhắc. ~하다.

궁박(窮迫) Thiếu thốn. ~하다. 재정적으로~하다 thiếu thốn về mặt tài chính.

궁하다(窮-) Nghèo túng, thiếu thốn. 궁한 때에 lúc túng thiếu. 살림이 ~ cuộc sống thiếu thốn.

궁합(宮合) Cung hợp (xem mạng hai người có hợp nhau hay không). ~을 보다 xem cung hợp. ~이 맞는 [안 맞는] 부부 vợ chồng hợp mạng [không hợp] với nhau.

궂히다 ① Mất, có ai đó chết. 아버지를 ~ mất bố. ② Gây trở ngại. 계획을 ~ Kế hoạch bị trở ngại.

권(卷) Quyển (sách, vở vv.). 책 한~ một quyển sách. 제1 ~ quyển một.

-권(權) Quyền, quyền gì đó. 입법~ quyền lập pháp. 재산~ quyền về tài sản. 인~ nhân quyền, quyền con người.

권고(勸告) Khuyên, khuyến cáo, đề nghị. ~하다. ~문 thư đề nghị.

권내(圈內) Trong khu vực, trong giới hạn, trong vùng. 폭풍우~에 있다[들다] trong [vào trong] khu vực mưa bão.

권농(勸農) Khuyến nông. ~하다. ~정책 chính sách khuyến nông.

권력(權力) Quyền lực. ~이 있는 사람 người có quyền lực. ~과 돈 quyền và tiền.

권리(權利) Cái quyền, quyền, quyền hạn. ~와 의무 quyền và nghĩa vụ.

권문세가(權門勢家) Quyền môn thế gia, gia đình có quyền thế.

권법(拳法) Quyền pháp.

권세(權勢) Quyền thế. ~를 얻다 giành quyền, có được quyền.

권솔(眷率) Gia quyến, người trong gia đình.

권업(勸業) Phát triển công nghiệp, khuyến nghiệp. ~하다.

권외(圈外) Ngoài lĩnh vực, phạm vi, ngoài khu vực, ngoài vùng.

권위(權威) Quyền uy, quyền thế. ~자 người có quyền. 어버지의 ~ quyền uy của người Cha. ~있는 có quyền uy. ~있는 소식통 nguồn tin có uy tín. ~가 있다 có. ~가 없다 không có quyền.

권유(勸誘) Khuyên, khuyến dụ, rủ rê. ~하다. 가입을 ~하다 mời ai tham gia. 보험 가입을 ~하다 mời ai tham gia bảo hiểm.

권익(權益) Quyền lợi. ~을 보하다 bảo vệ quyền lợi.

권태(倦怠) Chán chường, lười biếng. ~기 thời kỳ hôn nhân không còn thú vị.

권토중래(捲土重來) Khí thế như đội trời đạp đất vùng dậy, vùng dậy. ~하다.

권하다(勸-) Khuyên, khuyến cáo. 가입하라고 ~ khuyên ai nên tham gia.

권학(勸學) Khuyến học. ~자금 quĩ khuyến học.

권한(權限) Quyền hạn. ~대행 thực thi quyền hạn. 관청의 ~ quyền hạn của Uỷ ban nhân quân quận.

궐석(闕席) Vắng mặt, không có mặt. ~하다. ~재판 xử vắng mặt.

궐위(闕位) Chỗ khuyết, chỗ trống. ~하다.

궤도(軌道) Quĩ đạo. ~를 벗어나다 thoát ra khỏi quĩ đạo. ~에 오르다 lên quĩ đạo.

궤멸(潰滅) Huỷ diệt, phá hoại. ~하다. ~시키다 phá hoại.

궤양(潰瘍) Lở, loét. 위~ loét dạ dày.

악성~ loét ác tính.

궤주(潰走) Sự rút chạy, tháo chạy. ~하다. 적을 ~시키다 đánh cho quân địch tháo chạy.

궤짝(櫃-) Thùng, hộp, hòm. ~에 담다 cho vào hòm. ~으로 사다 mua từng thùng.

귀 Cái tai. Cái tai. ~를 막다 bịt tai. ~에 거슬리다 ngược tai, trái tai.

귀가(歸家) Quy gia, về nhà. ~하다. ~도중에 trên đường về nhà. ~후 sau khi về nhà.

귀감(龜鑑) Tấm gương. 남의 ~이 되다 thành tấm gương cho người khác. 여성의 ~으로 칭송받다 được ca tụng như tấm gương của người phụ nữ.

귀객(貴客) Quý khách.

귀결(歸結) Kết luận. ~하다. ~짓다 đưa ra kết luận.

귀경(歸京) Trở về thủ đô. ~하다.

귀국(貴國) Quí quốc.

귀국(歸國) Về nước. ~하다. ~길에 오르다 lên đường về nước. ~중에 있다 đang trên đường về nước. ~명령을 받다 nhận được lệnh về nước.

귀기울이다 Lắng tai.

귀납(歸納) Quy nạp. ~하다. ~법 phương pháp quy nạp. ~적 논리 lý luận có tính quy nạp.

귀동냥 Học lỏm, học lén. ~하다.

귀동이(貴童-) Đứa con cưng.

귀두(龜頭) Quy đầu, đầu dương vật. ~염 viêm quy đầu.

귀뚜라미 Con dế. ~가 울다 dế kêu.

귀뜨이다 Quan tâm, chú ý. ~는 제안 đề nghị đáng quan tâm. ~는 소식 tin đáng chú ý.

귀머거리 Người điếc tai. ~가 되다 thành người điếc.

귀물(貴物) ① Của quý. 금고에 ~을 보관하다 bảo quản của quí trong tủ sắt. ② Của hiếm.

귀밑머리 Tóc mai.

귀부(貴富) Phú quí. ~를 누리다 nhằm tới vinh hoa phú quí.

귀빈(貴賓) Quí khách, khách VIP. ~실 phòng VIP. ~석 ghế khách VIP.

귀뿌리 Mang tai.

귀설다 Lạ tai. 귀선 이야기 chuyện lạ tai. 귀선 목소리 giọng nói lạ tai.

귀성(歸省) Về nhà, trở về nhà, về quê. ~하다. ~열차 tàu chở khách về nhà.

귀순(歸順) Quy thuận, đầu hàng. ~하다. ~자 người đầu hàng. ~병 lính đầu hàng.

귀신(鬼神) Quỷ thần. ~을 믿다 tin vào quỉ thần. ~같다 giống như quỉ (xấu xí).

귀아프다 Đau tai, nghe chán cả tai, trái tai. 시끄러워~ nhức tai vì ầm ĩ.

귀얄잡이 Đùa người nhiều râu hàm.

귀엣말 Lời thì thào, nói thầm. ~하다. ~로 나이 thầm thì. 서로~을 하다 thầm thì với nhau.

귀여워하다 Yêu, quí, âu yếm, vuốt ve. 어린아이를 ~ âu yếm em bé. 개를 ~ âm yếm chó.

귀염 Được yêu thương, quý mến. ~(을) 받다 được yêu mến.

귀엽다 Dễ thương, xinh xắn, đáng yêu, đẹp. 귀여운 얼굴 khuôn mặt đáng yêu. 귀여운 목소리 giọng nói đáng yêu. 귀여운 아이 Đứa bé dễ thương.

귀의(貴意) Ý kiến quí báu.

귀이개 Cây móc tai, cây lấy móc tai.

귀인(貴人) Quý nhân, người thượng lưu. ~을 만나다 gặp quí nhân.

귀족(貴族) Quí tộc. ~출신 xuất thân quí tộc. ~계급 giai cấp quí tộc.

귀지 Ráy tai. ~를 후벼내다 lấy ráy tai. ~많다 nhiều ráy tai.

귀지(貴地) Nơi quí vị sinh sống.

귀착(歸着) ① Quay trở lại, quay về. ② Quy kết, đi đến kết luận. 같은 결론에 ~하다 đi đến kết luận giống nhau.

귀찮다 Phiền toái, rắc rối. ~은 일 việc phiền toái. ~은 사람 người hay gây ra chuyện phiền toái.

귀태(貴態) Thái độ hoặc hình ảnh cao quí.

귀하다(貴-) Cao quý. 귀한 사람 một con người cao quí.

귀함(貴函) Quí thư.

귀항(歸港) Quay về cảng. ~하다.

귀향(歸鄉) Trở về quê hương, quy hương, về quê. ~하다.

귀화(歸化) Nhập quốc tịch nước khác. ~하다. ~인 người đã nhập quốc tịch mới.

귀환(歸還) Hồi hương, về quê, trở về. ~하다. ~병 lính hồi hương.

귓가 Vành tai. ~로 듣다 chẳng quan tâm, nghe không vào trong tai, nghe qua loa.

귓구멍 Tai, lỗ tai. ~을 후비다 ngoáy lỗ tai, xoi lỗ tai. ~이 막히다 lỗ tai bị tắc.

규모(規模) Quy mô, phạm vi, giới hạn. ~를 확장하다 mở rộng quy mô.

규범(規範) Tiêu chuẩn, chuẩn mực. 도덕~ tiêu chuẩn, chuẩn mực đạo đức.

규수(閨秀) Dùng để nói tôn trọng con gái nhà người khác. 김씨 댁~ quí cô nhà anh Kim.

규약(規約) Quy định, quy ước, thỏa thuận. ~을 정하다 định ra một quy định, quy ước.

규율(規律) Quy định, kỷ luật. ~을 깨뜨리다[지키다] làm hỏng kỷ luật {giữ kỷ luật}.

규칙(規則) Quy tắc, nguyên tắc. ~적

có tính nguyên tắc. ~대로 theo quy tắc. ~에 위반하다 vi phạm nguyên tắc.

균열(龜裂) Nứt, nẻ, rạn. ~하다. ~을 깊게 하다 làm cho nạn nứt sâu hơn.

균형(均衡) Cân bằng. 수급의 ~ sự cân bằng cung cầu. ~잡다 giữ quân bằng.

귤(橘) Quả quít. ~나무 cây quít. ~밭 ruộng quít. ~껍질 vỏ quít.

그 같이 Như thế, như thế ấy. 나는 ~ 아름다운 일출을 본 적이 없다 Chưa bao giờ tôi thấy cảnh mặt trời mọc đẹp như thế.

그건 그렇고 Dẫu sao thì, dù thế đi nữa. ~네가 사과하는 것이 좋겠다 Dù sao đi nữa thì tôi xin lỗi là hơn.

그것 Cái đó, vật đó, cái ấy. ~은 좋다 Cái ấy tốt. ~은 내 가방입니다, 이것이 당신 것입니다 Cái ấy là túi của tôi, cái này là của anh.

그게 Cái ấy, cái đó. ~문제다 Cái ấy mới là vấn đề.

그 곳 Chỗ đó, nơi đó, nơi ấy. ~에 ở nơi ấy. ~에서 잠시만 기다려라 hãy đợi ở đó một lát.

그까지로 Có từng ấy. ~걱정할 것 없다 Có từng ấy không có gì phải lo. ~화를 내다니 Có từng ấy mà cũng phải nổi giận.

그나마 Cũng còn may, còn may mà. ~만날 수 있어서 다행이다 còn may mà gặp được.

그네들 Bọn họ, họ, chúng nó. ~의 것 thứ của bọn họ. ~는[은] 누구 입니까 Họ là ai?

그다지 Đến mức ấy, đến nỗi ấy. ~비싸지 않다 không đắt đến nỗi thế. ~큰 차이는 없다 không khác nhau đến nỗi thế.

그대로 Như vậy, theo vậy, theo như thế. ~두다 để như vậy. ~하세요 hãy làm như vậy.

그뒤 Sau đó, sau đấy. ~그녀는 미국에 유학갔다 sau đó cô ta đi Mỹ.

그때 Khi ấy, lúc ấy, lúc đó, thời ấy. ~의 교장 hiệu trưởng thời ấy.

그래 Được rồi, được, như thế (nói với người bằng hoặc ít tuổi). 응, ~ ừ, được rồi.

그래도 Dù thế đi nữa, dẫu sao thì cũng, thế nhưng. ~나는 그를 좋아한다 dù sao thì tôi vẫn thích anh ấy.

그래야 Phải như thế, như thế thì. 이렇게 하시오, ~잘 될 거요 Hãy làm như thế này, có thế thì mới được.

그러나 Tuy nhiên, nhưng, thế nhưng. 친구들이 다 나갔어요, ~저는 집에 있어요 Bạn bè ra ngoài cả, tuy nhiên tôi thì ở nhà.

그러나저러나 Nói gì thì nói, dù sao đi nữa. ~그것은 확실히 중요한 일이다 Nói gì thì nói đó là việc rất quan trọng.

그러넣다 Đưa vào, đút vào, bỏ vào. 음식을 입에 ~ đưa thức ăn vào miệng.

그러담다 Chất vào, chất, gom lại. 낙엽을 가마니에 ~ gom bỏ lá rụng vào rổ. 숯불을 화로에 ~ chất than vào lò.

그러당기다 Kéo, lôi. 머리채를 ~ lôi tóc, kéo tóc.

그러들이다 Gom lại, thu lại. 빚 준 돈을 ~ gom tiền cho vay lại.

그러면 Nếu thế, nếu thế thì, vậy thì. ~ 내일 오죠 Vậy thì ngày mai gặp nha.

그러므로 Có như thế, như thế. 나는 생각한다, ~나는 존재한다 Có như thế tôi mới tồn tại.

그러안다 Ôm. 어린애를 ~ ôm bé, bế em bé. 소녀는 인형을 ~ cô bé đang ôm con búp bê.

그러잖아도 Đã, không thế thì cũng đã. ~피곤한데 그는 한 시간이나 더 일을 하란다 Đã mệt rồi anh ta còn nói làm thêm một tiếng đồng hồ nữa.

그러잡다 Nắm, giữ, túm. 손을 ~ nắm lấy tay. 벼포기를 ~고 베다 nắm lấy túm lúa và cắt.

그러쥐다 Cầm, giữ, nắm. 손잡이를 ~ nắm lấy tay cầm. 머리채를 ~ nắm lấy tóc.

그러하다 Như thế, thế, ấy, vậy. 그러한 như vậy. 그러한 사람 người như thế.

그런데 Tuy nhiên, nhưng. 그는 머리가 좋아요, ~성격이 급해요 Anh ta thì thông minh nhưng nóng tính.

그럴듯하다 Giống như thật, cứ như thật. 그럴듯한 핑계 lời biện bạch cứ như thật.

그렇다 Như thế, như vậy. ~하더라도 cho dù có là thế đi nữa. ~면 nếu thế.

그렇다고해서 Dù có như thế, dù thế. ~단념 할 수는 없다 dù thế thì cũng không từ bỏ. ~ 안 갈 수는 없다 dù thế nhưng không thể không đi.

그렇다면 Nếu thế. ~내일 다시 전화해 주시오 nếu thế ngày mai anh điện lại đi. ~너 좋을 대로 하라 nếu thế thì thích làm sao thì làm.

그렇지않으면 Nếu không như thế, nếu không thì. 열심히 공부해라, ~낙제 할 거야 Hãy học chăm chỉ vào, nếu không sẽ trượt đấy.

그르다 Sai, không đúng. 그른 짓 hành động xấu xa. ~네가 글렀다 lỗi tại anh.

그르치다 Làm hư, sai, nhầm, thất bại. 계산을 ~ tính sai, tính nhầm.

그릇되다 Sai trái, hư hỏng, sai. 그릇된 생각 suy nghĩ sai trái. 그릇된 길 con đường sai trái. 계산이 ~ tính bị sai. 계획이 ~ kế hoạch bị sai.

그리 Như thế, như vậy. ~나쁘지도 않다 không xấu như thế.

그리다 Nhớ, thương, nhớ thương. 애타게 ~ nhớ cháy ruột gan. 고향을 ~ nhớ quê. 애인을 ~ nhớ người yêu.

그리다 Vẽ, tô. 원을 ~ vẽ vòng tròn. 그림을 ~ vẽ bức tranh.

그리워하다 Nhớ thương, nhớ. 행복 했던 옛날을 ~ nhớ lại những ngày xưa hạnh phúc.

그림 Bức tranh, tranh, thuộc về tranh, hình ảnh. ~을 그리다 vẽ tranh.

그림자 Cái bóng. 지면에 드리운 나무 ~ bóng cây hiện trên mặt đất.

그립다 Nhớ, nhớ thương, thương nhớ, trông mong. 그리운 추억 ký ức đáng nhớ.

그만 Từng ấy, mức ấy (chỉ mức độ). ~해 두는 것이 좋겠다 làm từng ấy là hơn. 이제 ~ 해라 bây giờ từng ấy thôi (đủ rồi).

그만그만하다 Gần gần giống nhau, tương đương nhau. 나이가 ~ tuổi cũng gần gần giống nhau.

그만두다 Ngừng, nghỉ, chấm dứt, dừng, từ bỏ. 공부를 ~ dừng việc học hành. 일을 ~ dừng công việc.

그만이다 Không sao cả, từng đó. 늦어도 ~ muộn cũng không sao

그만저만 Tạm tàm, tạm, thế này thế kia. ~하다. 그녀의 성적은 그 만저만하다 Kết quả của cô ấy cũng tàm tạm.

그만큼 Từng đó, bằng từng ấy, nhiều như thế. 그는 노력을 많이 했다, ~성과를 얻는다 Anh ta nỗ lực nhiều, kết quả giành được cũng bằng từng đó nỗ lực.

그만하다 Chỉ từng ấy, có từng ấy. 그의 병세는 그저 ~ Bệnh tình của anh ta chỉ từng ấy thôi (không xấu hơn).

그맘때 Khoảng thời gian đó, khoảng ấy, lúc ấy. 사과는 ~가 제일 맛이 좋다 Khoảng thời gian ấy thì táo là ngon nhất.

그물 Cái lưới. ~눈 mắt lưới. ~침대 cái võng. 고기~ lưới cá. ~을 뜨다 đan lưới. ~을 던지다 quăng lưới.

그슬리다 Nướng, làm cho chín. 돼지를 불에 ~ nướng con heo trên lửa.

그악스럽다 Hung dữ, mãnh liệt, quần quật (việc). ~게 일하다 làm quần quật. ~게 돈을 벌다 kiếm tiền một cách mãnh liệt.

그야 Cái ấy, cái đó. ~그렇지만 cái đó thì cũng có thể thế nhưng.

그야말로 Đúng là, chính là, chính thế, đúng thế. ~제 잘못이다 đúng là lỗi tại tôi.

그윽하다 Thanh vắng, tĩnh mịch. 골짜기의 그윽한~ cái tĩnh mịch của thung lung.

그을다 Đóng đen lại, kết đen lại. 부엌 천장이 거멓게 그을었다 mái bếp đen thui.

그저 Tiếp tục, vẫn. ~책만 읽고 있다 Anh ta vẫn xem sách.

그전(-前) Trước đó, trước lúc đó, trước khi ấy. ~에 vào trước đó.

그제야 Cho đến khi ấy, thế thì mới.

그치다 Ngưng, dừng, chấm dứt. 그칠 새 없이 không một chút ngừng, liên tục.

그토록 Nhiều như thế. ~잘해 주시니 고맙습니다 Cảm ơn anh rất nhiều vì đã giúp cho tôi.

그후(-後) Sau đó, về sau, từ đó về sau. ~그녀 소식을 듣지 못했다 Từ đó về sau không nghe tin tức cô ấy nữa.

극(極) Cực. 음~ âm cực. 양~ dương cực. 남~ nam cực. 북~ bắc cực.

극(劇) Kịch, vở kịch. ~을 공연하다 diễn kịch. ~으로 꾸미다 làm thành kịch.

극기(克己) Tự kiềm chế. ~하다. ~심 sức kiềm chế, lòng kiềm chế.

극단(極端) Cực đoan. ~적으로 có tính cực đoan. ~적 수단 phương pháp cực đoan.

극대(極大) Cực đại, cực lớn. ~값 giá trị cực đại.

극대화(極大化) Cực đại hóa, làm lớn lên. ~하다. 우리는 이윤을 ~ 해야 한다 Chúng ta phải cực đại hóa lợi nhuận.

극론(極論) Bàn luận, tranh luận với nhau kịch liệt. ~하다.

극명하다(克明-) Rõ ràng, rõ. 극명한 사실 một sự thật rõ ràng. 문제를 ~게 설명하다 giải thích rõ ràng vấn đề.

극복(克服) Khắc phục. ~하다. 위기를 ~하다 khắc phục nguy cơ.

극비(極秘) Tuyệt đối bí mật, hết sức bí mật, cực kỳ bí mật. ~정보 thông tin tuyệt mật.

극상(極上) Cao nhất, tốt nhất. ~품 hàng tốt nhất.

극성(極性) Cực tính, tính cực.

극성(極盛) Cực thịnh. ~에 이르다 lên đến cực thịnh.

극심하다(極甚-) Vô cùng, hết mức, cực kỳ. 극심한 경쟁 sự cạnh tranh cực kỳ tuan tang quyết liệt.

극악(極惡) Cực ác, vô cùng độc ác. ~하다. ~인 kẻ cực kỳ ác ôn.

극작(劇作) Làm kịch, viết kịch. ~하다. ~가 người viết kịch.

극하다(極-) Cực kỳ, cực điểm. 사치를 ~ xa xỉ cực độ.

극한(極限) Giới hạn cuối cùng, đỉnh điểm. ~값 giá đỉnh điểm.

극한(極寒) Cực lạnh, rất lạnh.

극형(極刑) Cực hình, hình phạt cao nhất. ~에 처하다 bị xử hình phạt cao nhất.

극히(極-) Cực kỳ, rất, vô cùng. ~미묘한 cực đẹp. ~드물게 cực hiếm.

근(根) ① Sợi gân. ② Cái rễ, củ.

근(近) Gần, khoảng. ~만원 gần 10 ngàn won. ~삼백리 gần 300 dặm.

근거(根據) Căn cứ, nền tảng. ~지 căn cứ địa. ~있다 có căn cứ. ~없는 không có căn cứ.

근골(筋骨) ① Gân cốt, cơ bắp. ② Vóc người. ~이 건장한 사람 người có vóc người mạnh khoẻ.

근기(根氣) Kiên trì, sức bền, bền bỉ. ~있는 có sự kiên trì.

근대(近代) Cận đại, hiện đại. ~문학 văn học cận đại. ~사 lịch sử cận đại.

근력(筋力) ① Sức mạnh cơ bắp. ② Sức mạnh, sức khoẻ. ~을 강화 하는 운동 môn thể thao tăng cường sức khoẻ.

근로(勤勞) Lao động, làm việc, cần lao. ~하다. ~계급 giai cấp lao động.

근면(勤勉) Cần cù, chăm chỉ. ~하다. ~은 성공의 어머니 {tục ngữ} Cần cù là mẹ thành công.

근무(勤務) Làm việc, lao động. ~하다. ~중이다 đang làm việc. ~수당 thù lao làm việc.

근묵자흑(近墨者黑) Gần mực thì đen.

근방(近方) Gần đây, xung quanh, phụ cận. 서울~ phụ cận Seoul.

근본(根本) Căn bản, cơ bản, căn nguyên, chính. ~적(인) có tính cơ bản.

근사하다(近似-) Gần giống nhau, tương đương. 그녀는 어머니와 성격이 ~ tính cô ấy và mẹ thì gần giống nhau

근성(根性) Bản chất, tư chất, bản tính. 상인~ tư chất con buôn.

근엄(謹嚴) Nghiêm túc. ~하다. ~한 사람 con người nghiêm khắc. ~한 태도 thái độ nghiêm khắc.

근위대(近衛隊) Đội cận vệ.

근육(筋肉) Cơ bắp, gân. ~미 vẻ đẹp cơ bắp. ~보강제 thuốc tăng nở cơ bắp.

근인(近因) Nguyên nhân liên quan trực tiếp.

근절(根絶) Nhổ tận rễ, tiêu diệt, diệt, cắt đứt, loại trừ. ~하다. ~할 수 있는 có thể cắt đứt.

근접(近接) Gần, tiếp giáp, sát cạnh. ~하다. ~한 마을 ngôi làng bên cạnh.

근질거리다 Ngứa, ngứa ngáy. 등이 ~ ngứa lưng. 코가 ~ ngứa mũi.

근착(近着) Vừa mới đến, mới về. ~품 hàng mới về.

근처(近處) Gần, cạnh. 학교~ gần trường. 우리 집 ~에는 서점이 많다 gần nhà tôi có nhiều hiệu sách.

근청(謹聽) Chú ý nghe. ~하다.

근치(根治) Trị tận gốc, trị hoàn toàn khỏi. ~하다. ~약 thuốc chữa tận gốc.

근친(近親) Bà con, anh em. ~결혼 bà con lấy nhau.

근하신년(謹賀新年) Chúc mừng năm mới.

근해(近海) Gần bờ, biển gần. ~어 cá gần bờ. ~어업 ngành ngư nghiệp xa bờ.

근황(近況) Tình hình gần đây. 우리 나라대외 무역의 ~ Tình hình thương mại đối ngoại gần đây của nước ta.

글러지다 Bị hư, trở nên sai, thất bại, tồi tệ hơn. 계획이 ~ kế hoạch bị hỏng.

글씨 Chữ viết, chữ, nét chữ. ~잘 쓰는 사람 người viết đẹp.

글자(-字) Nét chữ, mặt chữ. ~그대 로 theo đúng từng chữ. ~한 자 모르다 không biết lấy một chữ.

글재주 Tài viết chữ. ~가 있다 có tài viết chữ.

긁다 Gãi. 머리를 ~ gãi đầu. 가려운 데를 ~ gãi chỗ ngứa.

긁어먹다 ① Moi móc ăn. ② Bóc lột.

긁히다 Bị trầy, bị xước. 나뭇가지에 얼 굴이 ~ mặt bị xước vì cành cây.

금(金) Vàng. ~을 입힌 gắn vàng. ~반지 nhẫn vàng. ~메달 huy chương vàng.

금강(金剛) ① Kim cương. ② Cứng, rắn như Kim cương.

금계(禁界) Khu vực cấm.

금고(金庫) ① Tủ sắt, tủ đựng tiền. ~에 넣다 cho vào trong tủ sắt. ~를 잠그다 khóa tủ sắt lại. ② Kho bạc nhà nước.

금관(金冠) Vương miện, mũ vua. ~을 쓰다 đội vương miện.

금광(金鑛) Mỏ vàng, quặng vàng. ~을 발견하다 phát hiện ra mỏ vàng.

금괴(金塊) Thỏi vàng, thanh vàng.

금귤(金橘) Cây quít quả vàng.

금기(禁忌) Cấm kỵ. ~하다. ~사항 những nội dung cấm.

금나다 Có giá, đáng giá. 백 원에~ có giá 100 won.

금남(禁男) Cấm đàn ông, cấm nam giới. ~의 집 nhà cấm đàn ông.

금년(今年) Năm nay. ~에 결혼하다 kết hôn trong năm nay. ~여름 mùa hè năm nay.

금놓다 Đặt giá, kêu giá.

금니(金-) Răng vàng. ~박이 người có chiếc răng vàng. ~를하다 làm răng vàng.

금단(禁斷) Cấm đoán, ngăn cấm. ~하다. ~의 열매 trái cấm.

금단추(金-) Cái cúc vàng.

금닿다 Đến giá, phải giá.

금덩이(金-) Cục vàng, thỏi vàng.

금도금(金鍍金) Mạ vàng. ~하다

금딱지(金-) Vỏ bằng vàng. ~시계 đồng hồ vỏ bằng vàng.

금력(金力) Sức mạnh đồng tiền. ~으로 bằng sức mạnh của đồng tiền.

금령(禁令) Lệnh cấm. =금지령.~을 어기다 vi phạm lệnh cấm. ~을 내리다 đưa ra lệnh cấm. ~을 해제하다 bãi bỏ lệnh cấm.

금리(金利) Lãi suất. ~인상[인하] tăng [giảm] lãi suất. ~특혜 lãi suất đặc biệt.

금메달(金-) Huy chương vàng. ~을 따다 giành huy chương vàng.

금반지(金班指) Nhẫn vàng.

금발(金髪) Tóc màu vàng, tóc hoe. 그녀는 ~이다 cô ấy tóc hoe. ~미인 mỹ nhân tóc vàng.

금번(今番) Lần này. 그는 ~에도 똑 같은 대학을 지원하였다 Lần này cậu ấy cũng nộp đơn vào trường đại học cũ.

금법(禁法) Luật cấm.

금보다 Đánh giá, định giá. 이 물건이 얼마나 가나 ~아 주시오 Hãy xem hộ tôi cái này đáng giá bao nhiêu tiền.

금분(金粉) Bụi vàng.

금서(禁書) Sách cấm.

금석(今昔) Quá khứ và hiện tại.

금속(金屬) Kim loại. ~가공 gia công kim loại. ~가구 các gia cụ bằng kim loại.

금수(禁輸) Cấm xuất nhập khẩu. ~하다. ~품 hàng cấm xuất nhập khẩu.

금식(禁食) Cấm ăn, nhịn ăn. ~하다. 2일간~하다 cấm ăn hai ngày.

금실(琴瑟) Tình yêu vợ chồng. ~지락 (之樂) niềm vui tình yêu vợ chồng.

금싸라기(金-) Quí như vàng. ~땅 đất quí như vàng.

금연(禁煙) Cấm hút thuốc, bỏ thuốc lá. ~하다. ~구역 khu vực cấm hút thuốc.

금요일(金曜日) Thứ sáu.

금은(金銀) Vàng bạc. ~괴(塊) thanh vàng bạc. ~방 cửa hàng bán vàng bạc.

금의(錦衣) Áo nhung, áo lụa. ~옥식하다 mặc nhung lụa ăn uống toàn thứ đắt tiền.

금자둥이(金字-) Cậu quí tử, quí nữ.

금전(金錢) Kim tiền, tiền bạc, tiền vàng. ~출납계 thủ quĩ. ~출납부 sổ thủ quĩ.

금주(禁酒) ① Bỏ rượu. ~하다 ② Cấm rượu, cấm không cho uống rượu. ~

하다.

금지(禁止) Cấm chỉ, ngăn chặn. ~하다. ~법 luật cấm. ~조항 những hạng mục cấm.

금추(今秋) Mùa thu này

금치다 Định ra, ra giá.

금품(金品) Tiền vàng, đồ quí.

금하(今夏) Mùa hè này.

금하다(禁-) Cấm, nghiêm cấm. 아무에게 육식을 ~ cấm ai đó ăn thịt. 집에 출입을 ~ cấm ra vào nhà.

금혼식(金婚式) Lễ cưới vàng, nghi lễ chúc mừng 50 năm ngày cưới.

급강하(急降下) Tụt xuống đột ngột, rơi xuống đột ngột, giảm đột ngột, sụt độ cao (máy bay). ~하다.

급거(急遽) Một cách vội vàng. ~현장으로 달려가다 chạy vội vàng đến hiện trường. ~집으로 돌아가다 chạy về nhà.

급격하다(急激-) Vội vã, vàng, gấp gáp, nhanh chóng.

급격히 Một cách gấp gáp.

급고(急告) Cấp báo, thông báo gấp. ~하다. ~ 김군은 즉시 사무실로 출두할 것 thông báo khẩn mời anh Kim về văn phòng ngay.

급급하다(汲汲-) Háo hức, mải mê, dồn tâm trí, tìm mọi cách. 돈벌이에~ mải mê kiếm tiền. 책임 전가에 ~ tìm mọi cách đổ trách nhiệm cho người khác.

급기야(及其也) Cuối cùng, sau cùng. ~그는 바라던 대학에 합격했다 cuối cùng thì cũng vào được trường đại học mà anh ta mong muốn.

급등(急騰) Tăng đột ngột, tăng nhanh. ~하다. 물가가 ~했다 vật giá tăng đột ngột.

급락(及落) Đỗ và trượt. 급락의 ~ quyết định chuyện trượt hay đỗ.

급료(給料) Tiền công, lương. ~생활자 người sống bằng đồng lương. ~체불 động lương, nợ lương.

급모(急募) Tuyển dụng gấp. ~하다. 사무 직원~ tuyển gấp nhân viên văn phòng.

급무(急務) Việc gấp, chuyện gấp, chuyện khẩn.

급변(急變) Biến cố, tai nạn đột xuất. ~을 당하다 bị tai nạn đột xuất.

급병(急病) Bệnh gấp, bệnh bị đột xuất. ~의 경우에는 trong trường hợp bệnh gấp.

급부(給付) Chi trả, trả. ~하다. ~금 tiền chi trả. ~연한 thời hạn chi trả.

급사(給仕) Người hầu, người phục vụ. ~에게 차를 시키다 sai người hầu lấy trà.

급살(急煞) Bị sao chiếu (dân gian), bị

chết đột ngột. ~맞다. ~(을) 맞을 놈아 thằng bị trời trị.

급선무(急先務) Việc gấp, việc khẩn cần giải quyết ngay. 당면한 ~ gặp việc khẩn cấp.

급선봉(急先鋒) Người đi tiên phong, hành động tiên phong.

급성(急性) Cấp tính. ~맹장염 viêm ruột thừa cấp tính.

급소(急所) Huyệt, cái huyệt. ~를 때리다 đánh vào huyệt. ~를 맞다 bị đánh trúng huyệt.

급속(急速) Cấp tốc, nhanh chóng. ~하다. ~냉동 đông nhanh. ~히 một cách nhanh chóng.

급송(急送) Gửi gấp, phái (người) đi gấp. ~하다.

급수(給水) Cấp nước, dẫn nước. ~하다. ~계량기 đồng hồ đo nước. ~관 ống cấp nước. ~탑 tháp nước.

급습(急襲) Tấn công bất ngờ. ~하다.

급양(給養) Cấp dưỡng, lo chuyện ăn chuyện mặc.

급여(給與) Trả lương, trả vật dụng, tiền lương. ~하다. ~소득 thu nhập bằng lương.

급유(給油) Cung cấp dầu, tiếp dầu, tiếp nhiên liệu. ~하다. ~기 máy bay tiếp nhiên liệu. ~대 xe tiếp nhiên liệu.

급조(急造) Làm vội, sản xuất vội. ~하다. ~내각 nội các mới được thành lập vội.

급증(急症) Bệnh gấp, bệnh nguy hiểm.

급증(急增) Tăng đột ngột. ~하다. 교통사고가 ~ tai nạn giao thông tăng đột ngột.

급진(急進) ① Tiến bộ nhanh chóng. ~하다. ② Cấp tiến. ~당 đảng cấp tiến.

급하다(急-) Gấp gáp, cấp bách (công việc). 급한 일 việc gấp. 돈이~ cần tiền gấp.

급행(急行) Đi nhanh, đi vội, đi gấp. ~하다. 현장으로 ~하다 đi xuống hiện trường ngay.

급환(急患) Bệnh nặng, bệnh cấp cứu. ~에 걸리다 mắc bệnh nặng.

긋다 Gạch chân. 줄을 ~ gạch hàng. 중요한 단어에 밑줄을 그어라.

긍정(肯定) Khẳng định. ~하다. ~명제 mệnh đề khẳng định. ~적(인) có tính khẳng định.

긍지(矜持) Niềm tự hào, kiêu hãnh. ~느끼다 cảm thấy tự hào. ~를 지키다 giữ niềm tự hào.

긍휼(矜恤) Thương hại, cảm thấy tội nghiệp. ~하다. ~히 여기다 một cách tội nghiệp.

기(氣) Khí lực, sức lực. ~가 찬 사람

người thiếu sức. ~가 왕성하다 khí lực mạnh mẽ. ~가 없다 không có sức.

기(期) Thời kỳ, thời gian, mùa. 수렵~ mùa săn. 우~ mùa mưa, 건~ mùa khô.

기간(期間) Thời gian, khoảng thời gian, thời hạn. 일정한 ~내에 trong thời gian nhất định

기결(既決) Đã quyết, đã quyết định. ~하다. ~사항 nội dung đã quyết.

기경(起耕) Cày ruộng. ~하다.

기계(機械) Máy móc, cơ giới. ~와 같다 giống như máy. ~처럼 정확하다 chính xác như máy.

기골(氣骨) Da thịt, vóc dáng. ~이 장대한 사람 người to lớn.

기공(起工) Khởi công. ~하다. ~식 lễ khởi công. 작년~한 다리가 오늘 준공되었다 Con cầu khởi công năm ngoái năm nay đã hoàn công.

기관(氣管) Khí quản. ~지(支) dây khí quản, thanh quản. ~지염 viêm khí quản.

기구(機構) Cơ quan, tổ chức. 관료~ cơ quan nhà nước. 정부~ cơ quan chính phủ.

기구하다(崎嶇-) Không may mắn, bất hạnh. 기구한 생애 cuộc đời bất hạnh.

기근(飢饉) Đói ăn, nhịn đói, thiếu ăn. ~구제기금 qũi cứu đói.

기급하다(氣急-) Hốt hoảng, hoảng hốt. 기급할 소리 들린다 nghe tiếng kêu hốt hoảng.

-기까지 Cho đến lúc. 피곤하~일을 하다 làm cho đến lúc mệt. 도둑질 하~에 이르다 đến mức phải đi ăn cắp.

기꺼워하다 Vui mừng = 기뻐하다. 그 소식에 ~ vui vì nghe tin ấy.

기념(紀念) Kỷ niệm, ghi nhớ. ~하다 làm kỷ niệm. ~사진 ảnh kỷ niệm.

기다리다 Đợi, chờ đợi. 사람을 ~ đợi người. 기회를 ~ đợi cơ hội. 때를 ~ đợi thời.

기대다 Tựa người, dựa người. 몸을 벽에 ~ tựa người vào tường.

기도(企圖) Thử, thử làm, cố gắng, có ý làm gì đó. ~하다. 아무를 살해하려는~ có ý muốn giết hại ai đó.

기둥 Cây cột. 목~ cột gỗ. ~뿌리 chân cột. 전화선용의 ~ cột mắc dây điện thoại.

기득(既得) Đã có, đang có. ~권 quyền đang có. ~권의 침해 xâm phạm quyền của ai.

기략(機略) Trí lực. ~이 풍부하다 nhiều trí lực.

기량(技倆) Kỹ năng, tay nghề, trình độ tay nghề, năng lực. ~을 (갈고) 닦다 rèn luyện tay nghề.

기력(氣力) Sức lực, sức khoẻ. ~이 다하

다 dồn hết sức, kiệt sức.

-기로 Bằng, bởi vì, là vì. 경치가 좋~ 유명하다 đẹp nổi tiếng vì phong cảnh 그는 씨를 잘 쓰~ 유명하다 Anh ta nổi tiếng viết chữ đẹp.

기록(記錄) ① Việc ghi chép. ~을 남기다 chép để lại. ② Kỷ lục (thể thao vv.). ~하다 đạt kỷ lục, lập kỷ lục.

기류(寄留) Tạm trú, trú. ~하다. ~자 người tạm trú. ~지 nơi cư trú.

기르다 ① Nuôi nấng, dưỡng dục. 아이들을 성실한 인간으로 ~ nuôi đứa bé thành con người trung thực. ② Nuôi động vật. 강아지를 ~ nuôi chó cảnh.

기름 Dầu, xăng dầu. ~를 치다 tra dầu. ~를 묻다 dính dầu.

기름먹이다 Thấm dầu. 기름 먹인 종이 giấy thấm dầu.

기름지다 ① Béo, nhiều mỡ. 기름진 국 canh mỡ. 기름진 음식 thức ăn có mỡ. ② Màu mỡ (đất đai). 기름진 땅 đất màu mỡ.

기막히다(氣-) ① Ngột ngạt, khó thở. ② Ngạc nhiên. 기막힌 소식 tin gây ngạc nhiên. 기막힌 일 việc ngạc nhiên.

기만(欺瞞) Lừa dối, lừa đảo. ~하다. ~행위 hành vi lừa đảo. ~적인 có tính lừa đảo.

기면(嗜眠) Tình trạng luôn luôn thiếu ngủ. ~상태에 있다 rơi vào tình trạng thiếu ngủ.

기명(記名) Ghi tên vào. ~날인하다 ghi tên đóng dấu.

기모(起毛) Mọc lông, dựng lông lên. ~하다. ~기(機) máy đánh lông.

기물(器物) Tài sản trong gia đình. ~파손 hư tài sản.

기미(氣味) Sở thích.

기민(機敏) Nhanh nhạy, nhạy bén, nhanh chóng. ~하다. ~하게 một cách nhanh chóng, một cách nhạy bén. ~한 상인 một thương gia nhạy ~하게 기회를 포착하다 nhạy bén nắm lấy cơ hội.

기밀(機密) Cơ mật, bí mật. 군~ bí mật quân sự. ~을 누설하다 lộ bí mật.

기박하다(奇薄-) Không may mắn, xấu số. 기박한 팔자를 타고나다 sinh ra với cái số mệnh xấu.

기반(基盤) Nền tảng, nền móng, cơ sở. 을 ~으로 하다 lấy cái gì đó làm nền tảng.

기반(羈絆) Cái gông, cái cùm, xiềng xích. 애정의 ~ xiềng xích của tình yêu.

기백(氣魄) Tinh thần, khí phách, chí khí. ~이 있다[없다] có [không có] chí khí.

기법(技法) Phương pháp hay, kỳ pháp.

기벽(奇癖) Thói quen kỳ dị.

기별(奇別) Thư tín, thông báo, tin tức. ~하다 báo tin. 미리 ~하다 báo tin trước.

기병(起兵) Khởi binh, xây dựng quân đội. ~하다.

기보(既報) Đã thông báo. ~하다. ~한 바와 같이 như chúng tôi đã thông báo trước đây.

기복(起伏) Địa thế gồ ghề, lúc lên lúc xuống. ~하다. ~있는 평야[지형] bình nguyên [địa hình] gồ ghề.

기분(氣分) Tâm trạng, cảm giác. 유쾌[불쾌, 우울]한 ~(으로) bằng tâm trạng thoải mái [không vui, u buồn].

기뻐하다 Vui mừng, vui. 성공을 ~ mừng vì thành công.

기쁘다 Vui mừng, vui, vui vẻ. ~게 một cách vui vẻ. 너무 기뻐서 울다 mừng quá nên khóc.

기사(技士) Tài xế. 버스~ tài xế xe buýt.

기사(記事) Ký sự. 특종~ ký sự đặc biệt. ~를 쓰다 viết ký sự.

기사(飢死, 饑死) Chết đói. ~하다.

기색(氣色) Khí sắc, nét mặt. 조금도 두려워하는 ~없이 hoàn toàn không có chút lo ngại.

기생(妓生) Gái bia ôm, gái điếm, kỹ nữ. ~집 nhà thổ.

기소(起訴) Khởi tố. ~하다. ~기각 bãi bỏ chuyện khởi tố. ~자 người bị khởi tố.

기숙사(寄宿舍) Ký túc xá. ~생 sinh viên sống trong ký túc xá. ~생활 sinh hoạt ký túc xá.

기술(技術) Kỹ thuật. ~제휴[협력] hợp tác kỹ thuật. ~적으로 về mặt kỹ thuật.

기술(記述) Ký thuật, ghi chép. ~하다.

기슭 Chân, bờ, nền. 강~ bờ sông, mép sông. 산~ chân núi. 언덕~에 있는 집 ngôi nhà dưới chân đồi.

기습(奇習) Tập tục kỳ lạ.

기습(奇襲) Tấn công đột ngột. ~공격 tấn công tập kích bất ngờ. ~작전 tác chiến tấn công bất ngờ. 야간~ tấn công ban đêm. ~전 trận tập kích.

기아(棄兒) trẻ bi bỏ rơi.

기아(飢餓饑餓) Đói khát, thèm muốn. 전쟁으로 수많은 사람이 ~와 궁핍에 떨고 있다 Vì chiến tranh nên nhiều người đang vật lộn trong đói khát và khốn cùng.

기약(期約) Hẹn, hứa. ~하다. 두 사람은 재회를 ~하고 헤어졌다 họ hứa gặp lại nhau rồi chia tay.

기어가다 Bò, trườn. 차들은 시속 10마일로 ~듯이 나아갔다 Xe đang bò với vận tốc 10 dặm /giờ.

기어들다 Bò vào, trườn vào. 그는 울타리 밑으로 ~ hắn bò dưới hàng rào vào.

기어오르다 Bò lên, trườn lên. 그는 더 높은 나뭇가지로 기어올랐다 Anh ta trèo lên cành cao hơn.

기어이(期於-) Nhất định, phải, bắt buộc. ~약속을 지켜야 한다 nhất định phải giữ lời hứa.

기억(記憶) Ký ức, trí nhớ. ~력 sức nhớ, trí nhớ. ~상실 mất trí nhớ. ~회복하다 hồi phục trí nhớ. ~의 감퇴 giảm trí nhớ.

기억력(記憶力) Sức nhớ, trí nhớ. ~의 감퇴 giảm trí nhớ. ~이 좋다[나쁘다] sức nhớ tốt [kém].

기언(奇言) Lời nói kỳ lạ.

기엄기엄 Lồm cồm, lom khom (bò). ~산에 올라가다 lom khom bò lên núi.

기업(企業) Doanh nghiệp, nhà máy. ~화하다 doanh nghiệp hóa. ~을 운영하다 vận hành doanh nghiệp. ~인 nhà doanh nghiệp.

기여(寄與) Đóng góp, cống hiến. 국가의 발전에 ~ đóng góp vào sự phát triển của đất nước.

기온(氣溫) Nhiệt độ thời tiết. ~의 변화 sự thay đổi của nhiệt độ. ~이 낮다 nhiệt độ thấp.

기와 Ngói. ~를 이다 lợp ngói. ~지붕 mái ngói. ~집 nhà ngói. ~장이 người làm ngói.

기우(杞憂) Lo lắng không cần thiết, nỗi lo vớ vẩn. ~를 품다 mang nỗi lo vớ vẩn. 네 걱정은 한낱 ~에 불과하다 cái lo của cậu chẳng khác gì lo vớ vẩn.

기우(祈雨) Cầu mưa. ~하다. ~단 đàn cầu mưa. ~제 lễ cầu mưa, tế cầu mưa.

기우듬하다 Hơi xiên, hơi nghiêng. 기우듬한 기둥 cây cột hơi vẹo. 왼쪽으로~ hơi nghiêng sang trái. 책상이 한쪽으로~ cái bàn nghiêng về một góc.

기운 Sức lực, khí lực. ~이 세다 khoẻ mạnh. ~을 다해서 dùng hết sức lực.

기운(機運) Vận may. ~이 오다 vận may đến. ~이 무르익기를 기다리다 chờ thời, chờ cho đến lúc.

기울다 Nghiêng, xiên. 기운 지붕 mái nghiêng. 40도로 기울어 있다 nghiêng 40 độ. 오두막이 오른 쪽으로 ~어 있다 Cái lều nghiêng về bên phải.

기울이다 Làm cho nghiêng, nghiêng. 몸을 ~ nghiêng người. 고개를 한 쪽으로 ~ nghiêng đầu sang một bên.

기원(祈願) Cầu mong, cầu ước, mong muốn. ~하다. ~자 người cầu mong, người muốn tham gia.

기원(起源) Khởi nguồn, bắt nguồn, có nguồn gốc từ, nguồn gốc, khởi điểm. ~하다. 문명의 ~ nguồn gốc của văn minh.

기이하다(奇異-) Kỳ dị, lạ lùng. 기이한 소문 tin đồn kỳ dị. 기이한 현상 hiện tượng kỳ lạ.

기일(期日) Ngày đã định, kỳ hạn. 납부~이 지난 가스 요금 청구서 phiếu thu tiền ga do quá ngày nộp tiền. ~을 지키다 tuân thủ đúng kỳ hạn.

기자(記者) Ký giả, nhà báo. ~회견 họp báo. 여~ nữ ký giả. 수습~ nhà báo thực tập.

기장(記帳) Ghi vào sổ. ~하다

기재(記載) Ghi chép, chép vào. ~하다. ~누락 chép thiếu. ~사항 hạng mục cần chép vào. 장부에 ~하다 chéo vào sổ.

기절(氣絶) Ngất, ngất xỉu. ~하다. 힘들어서 ~하다 ngất vì mệt. ~해서 쓰러지다 ngất và gục xuống.

기점(起點) Khởi điểm, điểm bắt đầu. 을 ~으로 하다 bắt đầu từ. 이 철도의 ~은 부산이다 Điểm xuất phát của đường sắt này là Pusan.

기점(基點) Cứ điểm, điểm chính. 방위(方位)~ cứ điểm phòng ngự.

기정(旣定) Đã quyết, đã định. ~예산 ngân sách đã quyết.

기증(寄贈) Tặng, biếu, hiến. ~하다. ~품 đồ tặng. ~자 người hiến tặng.

기차(汽車) Tàu hỏa. ~로 가다 đi bằng tàu hỏa. ~를 타다 đi tàu hỏa. ~표 vé tàu hỏa.

기차표(汽車票) Vé tàu. ~매표소 nơi bán vé tàu. ~를 끊다 mua vé. 왕복~ vé tàu khứ hồi.

기채(起債) ① Vay nợ, vay tiền. ~하다. ② Công trái nhà nước.

기초(基礎) Nền móng, nền. 이 건물은 ~가 튼튼하다 nền tòa nhà này chắc.

기치(旗幟) ① Cờ, ngọn cờ. ② Phong trào, chủ trương, ngọng cờ. 그들은 자유의 ~아래 결속되어 있다 họ tiếp tục đứng dưới cờ tự do.

기침 Ho. ~하다. ~소리 tiếng ho. ~약 thuốc ho. 마른~ ho khan.

기타(其他) Khác. ~내용 nội dung khác.

기탄(忌憚) Khó khăn, trở ngại. ~없는 không khó khăn gì. ~없이 không trở ngại gì, dễ dàng.

기특하다(奇特-) Đáng khen, đáng phục. 기특한 행동 một hành động đáng khen.

기펴다(氣-) Thoải mái, dễ chịu. 기를 못 펴다 khó chịu. 이제 시험이 끝났으니 기펴도 된다 bây giờ thi xong rồi cảm thấy thoải mái.

기포(氣泡) Bọt khí, bong bóng.

기포제(起泡劑) Chất gây bong bóng.

기폭(起爆) Ngòi nổ. ~장치 thiết bị gây nổ. ~제 chất gây nổ.

기품(氣品) Phẩm cách cao quý. ~이 있는 có phẩm cách cao quý.

기풍(氣風) Tinh thần, đặc điểm, tính cách. 국민의 ~ tinh thần dân tộc.

기필코(期必-) Nhất định. ~해야 할 일 việc phải làm. 그는 ~성공할 것이다 Anh ta nhất định sẽ thành công.

기하다(忌-) Kỵ, tránh, cấm.

기한(期限) Thời hạn, kỳ hạn. ~이 넘다 quá kỳ hạn. ~을 연장하다 kéo dài kỳ hạn. 계약의 ~ thời hạn hợp đồng. ~경과 quá kỳ hạn.

기합(氣合) Dồn sức, hít vào để tập trung tinh thần, gồng mình, tiếng hét để gồng mình. ~을 넣다 hít vào.

기형(畸形, 奇型) Dị hình, hình thù kỳ dị. ~적(인) hình thù kỳ dị. ~아 quái thai. ~족(足) Cái chân bị tật có hình kỳ lạ.

기호(記號) Kí hiệu, tín hiệu, dấu hiệu. 발음 ~ ký hiệu phát âm.

기혼(旣婚) Đã lập gia đình, đã kết hôn. ~자 người đã lập gia đình. 그는 ~자 다 anh ta là người đã lập gia đình.

기화(奇貨) ① Bảo bối, của hiếm. ② Cơ hội tốt, nhân tiện, thừa cơ. 을~로 삼아 nhân tiện. 상대가 약한 것을 ~로 삼다 thừa cơ đối phương yếu sức.

기회(機會) Cơ hội, thời cơ, dịp. ~주의 chủ nghĩa cơ hội. 교육[취업]의 ~ cơ hội giáo dục [xin việc]. 절호의 ~ cơ hội tuyệt vời.

기획(企劃) Kế hoạch. ~하다 lập kế hoạch. ~과 phòng kế hoạch. ~중에 있다 đang trong kế hoạch.

기후(氣候) Khí hậu, thời tiết. ~조건 điều kiện khí hậu. 온화한[해양성,대륙성]~ khí hậu ôn hòa [hải dương (biển, đại lục).

긴급(緊急) Khẩn cấp, cấp bách. ~하다. ~상황 tình hình khẩn cấp. ~명령 mệnh lệnh khẩn cấp. ~상태 tình trạng khẩn cấp.

긴대답(-對答) Câu trả lời dài. ~하다.

긴박(緊迫) Căng thẳng. ~하다. ~한 국제 관계 Quan hệ quốc tế căng thẳng.

긴축(緊縮) ① Rút bớt, rút ngắn, siết lại. ② Giảm chi phí. ~하다.

긴하다(緊-) Quan trọng, cấp bách, cần. 긴한 때 친구가 참된 친구이다 「속담」 Bạn lúc cần mới là bạn tốt, bạn lúc hoạn nạn mới là bạn tốt.

긷다 Kéo, múc nước. 두레박으로 우물에서 물을 ~ dùng cái gàu múc nước.

길 ① Con đường, đường phố, đường đi. 지름~ đường tắt. ~을 묻다 hỏi đường. ② Chuyến hành trình.

길가 Bên đường, lề đường, vệ đường. ~에 핀 꽃 hoa nở bên đường. ~의 상점들 những cửa hàng bên đường. ~에 차를 세워 두다 dừng xe bên lề đường.

길모퉁이 Góc đường, góc phố. ~를 돌다 rẽ vào góc đường. ~에 숨다 trốn vào góc đường.

길바닥 Mặt đường, nền đường. ~에 쓰러지다 ngã xuống mặt đường.

길보(吉報) Tin lành, tin vui. 너에게 ~를 가져왔다 mang tin vui đến cho cậu đây.

길섶 Lề đường.

길손 Khách đi đường.

길쌈 Dệt vải, việc dệt, làm vải. ~하다.

길안내(-案內) Hướng dẫn đường, chỉ đường. ~하다.

길일(吉日) Ngày lành. ~을 택하다 chọn ngày lành.

길하다(吉-) May mắn, tốt lành.

김빠지다 Mất vị, mất hương vị, mất mùi, không hứng thú. 김빠진 강의 bài giảng không hứng thú.

김치 Kim chi, món dưa cải (món dưa muối của người Hàn Quốc). ~를 담그다 làm kim chi.

깁다 Vá, may, khâu. 기운 옷 áo vá. 누덕누덕 기운 양말 vớ vá lõm chõm.

깁스 ① Thạch cao ② Tấm băng, tấm bó tay bằng thạch cao. ~를 하다 bó thạch cao.

깃 ① Lông cánh. 새가 ~을 다듬다 chim tỉa lông. ~이 빠지다 rụng lông.

깃 ① Cổ áo. ~를 채우고 nút cổ áo, gắn cổ áo. ② Vỏ bọc chăn.

깊다 ① Sâu. ~은 데 chỗ sâu. ~은 바다 biển sâu. ~은 호수 hồ sâu. ② Sâu sắc, sâu nặng, chỉ mức độ cao. ~관계 quan hệ sâu sắc.

깊숙이 Sâu, trong sâu, thật sau. 골짜기~들어앉은 집 một căn nhà ở sâu trong tung lung.

깊어지다 Trở nên sâu, trở nên sâu xa, trở nên khuya hơn, trở nên sâu nặng hơn, trở nên 밤이 깊어질 때까지 cho đến tận đêm khuya. 그녀와의 사이가 ~ quan hệ với cô ấy càng ngày càng sâu nặng.

깊이 ① Bề sâu, chiều sâu. 물~ độ sâu nước. ~가 없다 không có chiều sâu. ② Sâu (phó từ). ~파다 đào sâu.

까다 ① Bóc vỏ, lột vỏ, lột. 귤을 ~ bóc quít. ② Nở ra từ trứng. 갓 깐 새새끼 chim non vừa nở.

까다롭다 ① Khó khăn, khó. 까다로운 문제 vấn đề khó. ② Nghiêm ngặt. 까

다로운 규칙 quy định nghiêm ngặt.

까닭 Lý do, động cơ, căn cứ, nguyên nhân. ~없이 không có lý do gì. 그 ~을 묻다 hỏi nguyên nhân.

까딱 Chuyển động, lung lay. ~하다, ~이다.

까딱수(-手) Thủ đoạn, trò lừa. ~로 아무를 속이려 하다 dùng thủ đoạn để lừa ai. ~(를) 쓰다 dùng trò lừa. ~에 넘어가다 bị lừa.

까딱없다 Vững vàng, không lung lay, không chuyển động. 그 집은 그 바람에도 ~ căn nhà ấy không hề lung lay trước gió.

까딱하면 Chỉ một chút sơ suất, chỉ sai một chút. ~ 큰일 나다 nếu chỉ sơ suất một chút thì sẽ xảy ra chuyện.

까라지다 Mệt mỏi, hết sức, giọng nói mệt mỏi.

까마득하다 Xa xôi, xa, lâu. 까마(아)득한 옛날에 ngày xửa ngày xưa, đã lâu lắm rồi. 일이 완성되려면 아직~ còn lâu mới hoàn thành công việc.

까막눈 Người mù chữ, người không có học. ~들에게 글씨를 가르치다 dạy chữ cho người mù chữ.

까맣다 Đen, đen thui. 까만 머리카락 sợi tóc đen. 얼굴이 까매지다 khuôn mặt trở nên đen.

까먹다 ① Bóc ra ăn. 귤을 ~ bóc quít ăn. 통조림을 ~ bóc đồ hộp ăn. ② Tiêu mất, tiêu hoang. 시간을 ~ mất thời gian.

까뭉개다 Đào phá, san, xẻ. 언덕을 까뭉개서 주택지를 개발하다 hạ đồi làm khu dân cư.

-까지 ① Cho đến, đến (thời gian). 옛날부터 지금~ từ ngày xưa tới nay. ② Đến, tới (địa điểm). 어디 ~가십니까? Anh đi tới đâu?

까칠하다 Gầy ruộc, yếu, bơ phờ. 까칠한 얼굴 khuôn mặt bơ phờ. 열병으로 까칠해지다 gầy yếu vì bệnh tật.

까풀 Mí mắt. 눈~이 지다 mắt có mí

깍듯하다 Kính trọng, tôn trọng, cung kính. 사가 ~ chào cung kính.

깍쟁이 Đồ kẹt xỉn, đồ keo kiệt. 불~ đồ kẹt. ~야! thằng kẹt xỉn kia.

깍지 ① Vỏ, mai. ② Cái cầm dương dây tên. ~(를) 떼다 thả dây tên, bắn.

깎다 ① Cắt tóc. 머리를 짧게 ~ cắt tóc ngắn. ② Tỉa, tỉa tót, cắt. 잔디를 ~ tỉa cỏ/ cắt cỏ. 풀을 ~ cắt cỏ.

깎이다 ① Bị gọt, bị cắt. 풀이 ~ cỏ bị cắt. 머리를 ~ bị cắt tóc. ② Bị cắt giảm, bị giảm, bị trừ.

깐깐하다 Khó tính, khó chịu, cẩn thận. 성질이 깐깐한 사람 người khó tính.

깔깔하다 ① Rát, bị xước. 깔깔한 촉감 cảm giác khó chịu, rát. 혓바 닥이 ~

lưỡi bị rát ② Hiền lành, lương thiện.

깔끔하다 Gọn gàng, ngăn nắp, tươm tất, sạch sẽ. 깔끔한 사람 người sạch sẽ gọn gàng, người trông bảnh bao. 옷 맵시가 ~ ăn mặc sạch sẽ gọn gàng.

깔다 ① Trải, trải ra, căng ra, rải, lót. 돗자리를 잔디 위에 ~ trải chiếu lên thảm cỏ. ② Trải tiền, rải tiền, cho mượn nhiều nơi.

깔리다 ① Được trải, được lót, được rải. 모래가 깔린 씨름 경기장 sân đấu được rải cát ② Bị vay nhiều nơi (tiền).

깔밋하다 Gọn gàng, sạch sẽ.

깔보다 Khinh thường, xem thường, đánh giá thấp. 깔볼 수 없는 적 kẻ địch không thể coi thường. 남의 능력을 ~ coi thường năng lực người khác.

깔아뭉개다 Đè xuống, ép. 바위가 굴러 내려오면서 밑의 집을 ~ hòn đá lăn xuống đè ngôi nhà phía dưới.

깜깜 ① Tối đen, tối ngòm, ~하다. ~한 밤 đêm tối mò. ② Không biết gì, không có thông tin gì, mù. 그런 일에는 아주[전혀] ~이다 tôi hoàn toàn không biết gì về việc đó.

깜박 ① Nháy mắt, chớp mắt. 눈을 ~이다 chớp mắt. ② Lập loè, nháy (ánh lửa vv.).

깜작이다 Chập chờn, nhấp nháy. =깜박거리다.

깜찍이 Người gọn gàng sạch sẽ, người bảnh bao.

깜찍하다 Bảnh bao, đẹp đẽ. ~한 놈 một người bảnh bao.

깝살리다 ① Từ chối gặp. ② Tiêu tan, hoài phí (tài sản). ③ Lỡ cơ hội.

깝신깝신 Thẹn thùng, ngượng ngừng, vẻ không tự tin. 그는 고개만 ~ 숙이며 인사를 한다 Hắn cúi cúi đầu chào vẻ không tự tin.

깡그리 Không còn cái gì, tất cả, hết. ~ 가져가다 mang đi hết.

깡그리다 Kết thúc, hoàn tất (công việc).

깡마르다 Gầy còm, da bọc xương. 깡마른 사람 người rất gầy.

깨 Vừng, mè. ~기름 dầu vừng. ~를 볶다 rang vừng. ~가 쏟아지다 ví von câu chuyện hay, vui đến nỗi mà vừng cũng tuôn ra.

깨끗이 ① Một cách sạch sẽ, sạch. ~하다. ~한 집 một căn nhà sạch sẽ. ② Trong sạch, thuần khiết. ~한 마음 một tấm lòng trong sạch. ~살다 sống trong sạch.

깨끗잖다 Bẩn thỉu, bẩn. ~은 방 phòng bẩn thỉu. ~은 여자 người đàn bà bẩn thỉu.

깨끗하다 Sạch sẽ, sạch. 방을 ~게 정돈하다 dọn phòng cho sạch sẽ.

깨다 ① Đánh thức, thức ai dậy, làm cho ai tỉnh. ② Làm cho ai tỉnh ngộ. 그의 말이 환상에서 나를 ~게 했다 lời nói của anh ấy làm cho tôi tỉnh ngộ.

깨닫다 Hiểu ra, nhận ra, biết ra. 뜻을 ~ hiểu ra cái ý. 자기 입장을 ~ hiểu ra cái vị trí của mình.

깨뜨리다 Làm vỡ, vỡ, phá vỡ. 유리를 ~ phá vỡ kính. 기록을 ~ phá vỡ kỷ lục.

깨어나다 Tỉnh dậy, thức dậy. ~게 하다 làm cho ai đó tỉnh, thức tỉnh ai.

깨우다 Đánh thức ai dậy, làm cho ai dậy. 내일 아침 6시에 깨워주시오 Hãy thức tôi vào lúc 6 giờ sáng mai.

깨우치다 Làm cho ai hiểu, làm cho ai nhận thức được. 잘못을 ~ làm cho ai nhận ra lỗi của mình.

깨지다 Bị vỡ, bị bể. 그릇이 ~ cái đĩa bị vỡ. ~기 쉽다 dễ vỡ. 산산이 ~ vỡ vụn ra. 깨진 냄비 cái nồi vỡ.

깨치다 Hiểu ra, nhận ra, nhận biết được. 진리를 ~ hiểu ra chân lý.

꽥소리 Nói hoặc thái độ phản đối. ~못하다 cấm không được nói gì.

깰깰거리다 Khúc khích, cười nho nhỏ. 무엇을 가지고 ~느냐 gì mà cười khúc khích với nhau như thế? ~소리를 내며 웃고 있다 khúc khích cười với nhau.

깻잎 Lá vừng. Lá tiá tô ăn được.

깽 ① Tiếng thét lên khi đau. A, ôi. ~하다 hét lên. ② Chó con kêu ăng ẳng khi bị đau.

꺼내다 Lấy ra, lôi ra. 주머니에서 ~ móc trong túi ra. 궤에서 돈을 ~ lấy tiền trong hòm ra.

꺼들다 Nhấc lên, nâng lên, tốc lên. 치맛자락을 ~ tốc váy lên.

꺼들이다 Nhét vào, bỏ vào, mang vào. 나무를 광에~ bỏ củi vào lò.

꺼리다 Trốn, tránh, ngại, không muốn, không thích. ~지 않고 chẳng chừa gì cả.

꺼지다 Tắt, dừng. 전등이~ bóng đèn tắt. 바람에 촛불이~ nến tắt vì gió.

꺽다리 Chế giễu người cao ngồng.

꺽지다 Dũng cảm, mạnh mẽ.

꺾다 Ngắt, bứt. 꽃을 ~ ngắt hoa. 나뭇가지를 ~ ngắt cành cây.

꺾이다 ① Bị bẻ gãy, bị ngắt, bị bứt. ② Bị gấp lại, bị uốn khúc, bị.

껄껄하다 Ráp, thô, sần sùi. 껄껄한 살결 nước da sần sùi. 껄껄한 천 sợi thô.

껄끄럽다 ① Sần sùi, thô. ② Nóng tính, tính bạo lực, xấu tính.

껄떡이 Kẻ tham lam, đồ tham.

껌껌하다 ① Đen, tối. ② Đen tối, xấu xa.

껍데기 Cái vỏ bên ngoài. ~를 벗기다 lột vỏ, bóc vỏ. 달걀~ vỏ trứng.

껍질 ① Cái mai, vỏ sò. ② Da, vỏ bên ngoài. 달걀~ vỏ trứng. 오렌지 ~ vỏ cam.

께 Cho, với, đối với (tôn kính của 에게). 형님~ 무슨 일이 생겼나요? Có chuyện gì xảy ra với anh sao?

께끄름하다 Lo, lo lắng. 좋지 않은 시험 결과가 께끄름해서 잠이 오지 않았다 Lo kết quả thi không tốt nên không ngủ được.

께서 Dùng sau đại từ nào đó, chỉ sự tôn kính, trợ từ làm chủ ngữ. 아버님~ 신문을 보신다 cha đang đọc báo 선생님~ 숙제를 내주셨다 cô giáo cho bài tập 아버지 ~주신 돈 tiền cha cho.

께죽거리다 Càu nhàu, than phiền. ~지 말고 빨리 먹어라 thôi đừng càu nhàu nữa ăn đi.

껴들다 Kẹp, hai tay kẹp lấy. 겨드랑이에 핸드백을 ~ kẹp cái túi vào nách.

껴안다 Ôm, quàng lấy. 어깨를 ~ ôm vai. 목을 ~ ôm lấy cổ.

껴입다 Mặc chồng lên, mặc thêm.

꼬기꼬기 Nhăn, không thẳng. ~하다 Vò, cuộn, vo lại. ~구긴 시트 tấm thảm nhăn.

꼬드기다 ① Giật dây cho diều lên. ② Dụ dỗ, xúi dục. 꼬드겨(서) 하게 하다 dụ dỗ ai làm gì đó.

꼬들꼬들하다 Cứng, sượng, chưa chín. 꼬들꼬들한 밥 cơm sượng. 밥이 좀~ cơm hơi sượng.

꼬리 Cái đuôi, đuôi. ~를 물고 nối đuôi.

꼬리표(-票) Phiếu hành lý, phiếu hàng hóa. ~를 달다 dán phiếu hành lý.

꼬마 ① Tiếng gọi trẻ em một cách dễ thương, bé ơi. ~야, 너 몇 살이니? Này bé, cháu mấy tuổi rồi. ② Nhỏ nhắn, xinh xắn. ~자동차 xe loại nhỏ.

꼬박 Ròng rã, suốt. ~3년 ròng rã 3 năm. 한밤을 ~새우다 thức ròng /trắng một đêm.

꼬박꼬박 ① Nắn nót, nghiêm túc. ~쓰다 viết nắn nót. ② Đầy đủ, không để sót. 어른의 말을 ~잘 듣다 nghe đúng theo lời của người lớn.

꼬부장하다 Hơi cong, hơi xiên. 꼬부장한 나뭇가지 cành cây hơi cong. 허리가 ~ lưng hơi còng.

꼬불꼬불 Gấp khúc, uốn lượn, quanh co, ngoằn ngoèo. ~하다. ~한 길 con đường ngoằn ngoèo. ~한 골목길 con ngõ ngoằn ngoèo.

꼬이다 Bị xoắn lại, bị cột vào với nhau, bị rối. 실이 ~ chỉ bị rối.

꼭 ① Nhất định, phải. ~해야 할 일 việc phải làm. ② Mạnh mẽ, chặt, không

rời (dùng sức). ~ 다문 입술 môi mím chặt.

꼭꼭 Chắc chắn, nhất định. 시간을 ~지 키다 phải đến đúng giờ.

꼴 ① Hình, dáng, bề ngoài. 네모꼴의 건물 tòa nhà hình bốn vuông. ② Điệu bộ, mặt mày, cái tướng, hình dạng. ~이 초라하다 điệu bộ trông nhà quê.

꼴사납다 Trông hung dữ, trông xấu xí, gớm ghiếc. 꼴사나운 광경 cảnh tượng gớm ghiếc.

꼼꼼하다 Cẩn thận, từng tí một, tỉ mỉ. 꼼꼼한 일꾼 một người làm việc cẩn thận.

꼼짝거리다 Động đậy, nhúc nhích, di chuyển. ~지 말고 좀 가만 있거라 Đứng im đừng có động đậy.

꼼짝못한다 Không thể nhúc nhích, không động đậy. 허리가 아파 ~겠다 Đau lưng quá không động đậy được.

꼼짝없이 Không động đậy, không nhúc nhích, đứng im. ~(붙)잡히다 bị bắt chặt không động đậy gì cả.

꼽다 Đếm (bằng ngón tay). 날자를 ~ đếm ngày. 손~아 기다리다 đợi từng ngày.

꼿꼿하다 Thẳng, thẳng đứng. 꼿꼿한 나무 cây thẳng. 꼿꼿한 자세 tư thế thẳng đứng.

꽁무니 Đuôi, phần đuôi. ~뼈 xương cụt. ~를 따라다니다 bám đuôi, theo đuôi.

꽁지벌레 ① Con giòi trâu. ② Chỉ người tính cách bẩn thỉu, xấu xa.

꽂다 Cắm, cài, tra vào, đâm. 열쇠를 자물쇠 구멍에 ~ cắm chìa khóa vào ổ khóa.

꽂히다 Được cắm, bị đâm. 꽃병에 꽂혀 있는 붉은 장미 bông hồng được cắm trong bình.

꽃 Hoa. 시든~ hoa héo. ~이 피다 hoa nở. ~을 꺾다 ngắt hoa. ~밭 cánh đồng hoa.

꽃답다 Giống như hoa, đẹp như hoa. 꽃다운 청춘 Tuổi thanh xuân đẹp như hoa.

꽃잎 Cánh hoa. ~넷 있는 có 4 cánh hoa. ~없는 không có cánh hoa.

꽃집 Cửa hàng hoa. ~ 주인 chủ cửa hàng hoa.

꾀이다 Bị lừa, bị dụ dỗ. 아무한테~ bị ai lừa.

꾸다 Mượn, vay. 돈을 ~ vay tiền. 만원을 ~ vay mười ngàn wôn.

꾸리다 Bó, gói, cột, đóng. 짐을 ~ gói hành lý. 짐을 ~고 떠나다 gói hành lý ra đi.

꾸며내다 Bịa ra, bày ra. 꾸며낸 이야기 chuyện bịa.

꾸미다 Trang trí, làm đẹp, trang điểm.

방을 ~ trang trí phòng. 꽃으로 ~ trang trí bằng hoa.

꾸벅꾸벅 ① Cúi lên cúi xuống. ~절하다 cúi đầu lạy. ② Ngủ gật gù. ~졸다 ngủ gật gù.

꾸준하다 Đều đặn, bền bỉ, không thay đổi. 꾸준한 노력 sự nỗ lực bền bỉ.

꾸짖다 Trách, móc, la, mắng. 가볍게 ~ trách móc nhẹ nhàng. 아무의 부주의를 ~ la mắng ai vì không chú ý.

꿀떡 Nuốt cái ực. ~하다. ~한입에 삼키다 nuốt một hơi cái ực.

꿇리다 ① Bắt ai quì xuống. ② Bắt ai phục tùng mình.

꿈같다 Giống như mơ, như mơ. ~은 이야기 chuyện như mơ. ~은 세상 thế giới như mơ. 모든 것이~ tất cả mọi thứ giống như mơ.

꿈꾸다 ① Mơ. 고향을 ~ mơ về quê. ② Mong muốn, mơ ước. 큰 정치가를 ~ mơ ước thành chính trị gia lớn.

꿈나라 ① Thế giới trong mơ. ~로 가다 mơ. ② Điều không thực hiện được.

꿋꿋이 Mạnh mẽ, rắn chắc, vững chãi. ~서다 đứng vững.

꿋꿋하다 Vững vàng, rắn chắc. 꿋꿋한 의지 một ý chí vững vàng.

꿰다 Xâu, móc, xuyên qua. 바늘에 실을 ~ xâu chỉ vào kim.

꿰뚫다 Đâm qua, xuyên qua, chọc thủng qua. 총알이 가슴을 ~ viên đạn xuyên qua ngực.

꿰뜨리다 Làm hư, xé. 공을 ~ làm hư quả bóng. 옷을 ~ làm rách áo, xé áo.

꿰매다 May, vá, khâu. 터진 데를 ~ vá chỗ rách. 상처를 세 바늘 ~ khâu ba mũi vào vết thương.

꽥 Hét, thét. ~하다 hét, thét, hét toáng lên. ~하는 소리 tiếng hét, tiếng thét.

뀌다 Đánh rắm. 고구마를 먹으면 방귀를 ~게 된다 ăn khoai lang đánh rắm.

끄느름하다 ① Thời tiết âm u, nhiều mây. 오늘은 날씨가~ hôm nay thời tiết âm u. ② Mệt mỏi.

끄다 ① Cắt, ngắt, dập tắt (điện, lửa). 불을 ~ tắt điện. 촛불을 ~ tắt nến. ② Tắt (nguồn điện), dừng, ngừng. TV를 ~ tắt vi vi.

끄덕이다 Gật đầu. 가볍게 ~ khẽ gật đầu. 끄덕여 승낙하다 gật đầu đồng ý.

끄떡없다 Không sao cả, không thay đổi, không có vấn đề gì. 좀 다치기는 했지만 이 정도는~ cũng hơi bị thương nhưng không sao cả.

끄르다 Tháo, cởi, gỡ. 단추를 ~ cưởi nút áo. 여행 가방을 ~ mở túi du lịch.

끄물거리다 Nhiều mây, u ám. ~는 날씨 trời nhiều mây.

끄집다 Lôi, kéo. 난롯가로 의자를 ~어 오다 kéo ghế đến gần lò.

끄집어당기다 Nắm kéo. 귀를 ~ kéo tai. 소매를 ~ nắm vạt áo.

끄트머리 Đuôi, bộ phận cuối cùng. 맨~에 서다 đứng sau cùng.

끈 ① Cái dây, dây, sợi dây. ~이 풀리다 mở dây. ② Chỗ dựa, nơi dựa nhờ.

끈끈하다 ① Dinh dính, dính, bết, bẩn. 마르지 않은 페인트는~ sơn chưa khô nên còn dính dính. ② Tính cách khó chịu, hay nói.

끈덕지다 Bền bỉ, kiên trì. ~게 một cách kiên trì, một cách bền bỉ.

끈적거리다 Dinh dính khó chịu, nhớp nháp. 내의가 땀으로 ~ áo lót cứ nhớp nháp khó chịu vì mồ hôi.

끈질기다 Kiên trì, bền bỉ, chịu khó. 끈질긴 사람 người kiên trì.

끊다 ① Cắt, ngắt. 실을 ~ cắt chỉ. ② Mua (vé). 표를~ mua vé. ③ Tắt, ngắt, cắt. 요금 체납으로 전화국에서 전화를 끊었다 chưa đóng tiền điện thoại nên bưu điện cắt điện.

끊어뜨리다 Cắt, cắt đứt, làm cho đứt. 저희 회사와의 관계를 ~지 않으시기를 바랍니다 Mong các ông không cắt đứt quan hệ với công ty chúng tôi.

끊이다 Ngừng, hết, dừng. 그녀에겐 걱정거리가 ~지 않는다 Cô ấy không hết mối lo. ~지 않고 비가 계속 내렸다 Mưa liên tục không ngừng.

끊임없다 Không ngừng, liên tục. ~는 노력 sự nỗ lực không ngừng. ~는 발전 sự phát triển không ngừng.

끌다 ① Kéo, lôi. 스커트 자락을 질질 ~ 며 걷다 kéo lê thê cái vạt váy đi. ② Nắm kéo, lôi. 나는 도둑을 경찰서로 ~고 갔다 tôi lôi cái thằng ăn trộm đến đồn cảnh sát.

끌러지다 Bị lỏng, bị trụt ra. 구두끈이 ~ dây dày bị lỏng. 허리띠가 ~ thắt lưng bị lỏng.

끌리다 ① Bị lôi, bị kéo. 치마가 ~ bị kéo váy. ② Bị lôi vào, bị tham gia vào. 논쟁에 끌려들다 bị lôi vào cuộc tranh luận.

끌어안다 Kéo vào ôm lấy, ôm lấy. 어린애를 ~ ôm đứa bé. 서로 ~ ôm lấy nhau.

끌어올리다 Kéo lên, đưa lên, vớt, nâng lên. 가라앉은 배를 ~ vớt cái thuyền chìm lên.

끌탕 Sự lo lắng. ~하다 lo lắng.

끓다 Sôi. 끓는물 nước sôi. 물이~ nước sôi. ~기 시작하다 bắt đầu sôi.

끓이다 Đun sôi, làm cho sôi. 차를 ~ sắc trà. 물을 ~ đun sôi nước.

끔벅 ① Nhấp nháy, chập chờn. ~하다. 촛불이 바람에 ~ ánh nến lập lòe trong gió. ② Nháy mắt. ~하다. 눈을 ~하다 nhấp nháy mắt.

끔벅거리다 ① Nhấp nháy, chập chờn. ② Nhấp nháy mắt. 눈을 ~ nháy mắt.

끔찍스럽다 Kinh khủng, ghê rợn, tởm, sợ. 끔찍스러운 살인 현장 hiện trường vụ giết người ghê tởm. 생각만 하여도 ~ nghĩ cũng thấy ghê.

끔찍이 Rất, quá mức. ~크다 rất lớn. 딸을 ~사랑하다 quá yêu con gái.

끔찍하다 Kinh khủng, ghê rợn, tởm, sợ. 끔찍한 죽음 cái chết khủng khiếp.

끝 ① Phần cuối, đuôi, phần mũi. 혀~ cuối lưỡi. ② Kết thúc. ~을 내다 kết thúc, chấm dứt. ~까지 cho đến lúc kết thúc.

끝나다 Kết thúc, chấm dứt, dừng. 일이 ~ kết thúc việc. 성공으로 ~ kết thúc thắng lợi. 실패로 ~ kết thúc thất bại.

끝내 Kết cục, kết thúc, cuối cùng. 나는 그녀를 2시간이나 기다렸으나 ~나타나지 않았다 Tôi chờ cô ấy hai tiếng đồng hồ và kết cục cô ấy không xuất hiện.

끝머리 Phần cuối, phần kết. ~의 번호 cỡ cuối cùng. 보고서~에 ở cuối bản báo cáo.

끝없다 Không có giới hạn, không có điểm dừng, bao la, vô tận. ~는 대양 đại dương bao la vô tận.

끝으로 ① Cuối cùng, đến cuối cùng, sau cùng. ~한마디 더 하겠다 cuối cùng xin nói một lời. ② Sau cùng, chót. ~둘째 thứ hai dưới lên.

끝일 ① Việc cuối cùng. ② Kết thúc, dừng. 토론이 ~나다 kết thúc buổi thảo luận.

끝장내다 Kết thúc, dừng, xong, hoàn thành. 일을 ~ kết thúc công việc.

끝판 Kết thúc, cuối cùng. 토론~에 가서 싸움이 벌어졌다 kết thúc thảo luận là cãi nhau. 일의 ~kết thúc sự việc.

끼 Bữa. 하루에 세~를 먹다 ăn ngày ba bữa. 한 ~에 3000 원 mỗi bữa 3000 won.

끼다 Đan dày, kết dày, nhiều. 구름이~ mây dày. 안개~ sương dày đặc.

끼끗하다 Sạch sẽ gọn gàng. 옷차림이~ ăn mặc sạch sẽ gọn gàng.

끼니 Bữa ăn, bữa. ~때 bữa ăn, lúc ăn cơm. ~마다 từng bữa. ~를 굶다 nhịn bữa.

끼다 Tụ lại, gom lại, nhiều. 산봉우리에 자욱이 낀 구름 mây tụ trên đỉnh núi.

끼리끼리 Thành nhóm, thành tổ. 사람들은 ~모인다 gom thành nhóm với nhau.

끼얹다 Đổ, dội. 물을 ~ dội nước. 얼음판에 모래를 ~ đổ cát lên băng.

끼우다 Nhét vào, kẹp vào, để vào. 신문지 사이에 광고를 ~ nhét tờ quảng cáo vào trong báo.

끼이다 Bị nhét, bị kẹp, bị ép. 잇새에 ~ kẹt vào trong răng.

끼적거리다 Viết ẩu, viết nguệch ngoạc, cẩu thả. 편지를 몇 줄~ viết mấy dòng cẩu thả.

끼치다 Rùng mình, ớn. 그 광경을 보고 소름이 ~ nhìn cảnh tượng ấy mà rùng mình.

끽소리 Dùng trong trường hợp phủ định, chỉ một chút cũng không thể. ~못하다 không nói năng gì được. ~못하게 하다 cấm không cho nói năng gì.

끽연(喫煙) Hút thuốc. ~하다. ~실 phòng hút thuốc. ~장소 nơi hút thuốc.

끽해야 Cùng lắm, xấu lắm thì, nhiều lắm thì. ~10일 Dài lắm là mười ngày.

낄낄 Khúc khích. ~하다. ~거리다 cười khúc khích. 무엇을 ~거리고 있느냐 gì mà cười khúc khích với nhau thế.

낌새 Có hơi hướng, có vẻ, đánh hơi thấy, bầu không khí. ~를 보다 phán đoán tình hình.

낑낑 Rên rỉ, càu nhàu, cằn nhằn. ~거리며 cằn nhằn.

ㄴ 끝에 Cuối cùng, sau cùng. 많이 생각한 끝에 sau nhiều suy nghĩ.

ㄴ다니 Vì, do. 공부를 잘 한다니 기쁘다 cậu học giỏi thế, tôi thật vui.

ㄴ대서 Vì là.nên, vì..nên mới. [-ㄴ다고 해서] 증기선은 증기로 간대서 그렇게 부른다 gọi là tàu chạy bằng hơi nước là vì chạy bằng hơi nước.

ㄴ대야 Cho dù, dù.

ㄴ들 Dù, dù là, cho dù. 내가 힘이 약하다 한들, 너보다야 약하랴? Cho dù tôi yếu nhưng chưa chắc đã yếu hơn cậu đâu.

ㄴ바 Theo như, theo, căn cứ vào. 그의 말을 들어본 바 사실과 틀림이 없다 theo như lời anh ta nói thì không có gì khác với sự thật cả.

ㄴ바에 Nhân tiện, nhân. 이왕 온 바에 만나보고 가겠다 nhân tiện đến đây thì gặp rồi về.

ㄴ지 Thô hỏi câu nghi vấn, không, hay là, hay không vv.

나 Tôi, tao, mình, ta, tớ (chỉ ngôi thứ nhất). ~의 것 cái của tôi. ~에게 cho tôi.

나가다 Đi ra ngoài, đi, tới, ra. 방에서 ~ đi ra ngoài phòng. 물건 사러~ đi ra ngoài mua đồ.

나가동그라지다 Ngã oạch xuống.

나가떨어지다 ① Ngã xuống, bổ, té. ② Mệt mỏi, mệt.

나가자빠지다 Rút lui, không thực hiện. 빚을 안 갚고 ~ không trả tiền.

나귀(당나귀) Con lừa.

나그네 ① Khách du lịch, khách qua đường, khách thập phương ~생활을 하다 sống cuộc sống nay đây mai đó. ② Người đàn ông.

나근거리다 Bị thổi dạt, thổi chập chờn. 바람에 ~는 촛불 ngọn đuốc bị thổi chập chờn.

나긋나긋하다 ① Mềm.고기가 ~고 맛있다 thịt mềm ngon. ② Mềm mại (da thịt). 나긋나긋한 손 bàn tay mềm mại. 살결이 ~ nước da mềm mại. ③ Nói năng nhẹ nhàng.

나날이 Ngày ngày, hằng ngày. ~라면만 먹고 살다 ngày nào cũng ăn mỳ tôm để sống

나녀(裸女) Người phụ nữ khoả thân.

나누다 Chia ra, tách ra, chia cho. 둘로 ~ chia đôi.

나누이다 Được chia ra, được phân ra. 세 몫으로 ~được chi thành 3 phần.

나닐다 Bay nơi này đến nơi kia, bay chỗ này đến chỗ kia.

나다 Sinh ra. 내가 태어난 고장 nơi tôi sinh ra. 내가 태어나서 지금까지 từ khi tôi sinh ra đến nay.

나다니다 Đi chơi, đi lang thang. 밤낮~ lang thang ngày đêm.

나달 Bốn năm ngày. 이 일을 하려면 한 ~걸리겠다 làm việc này cũng mất 4-5 ngày.

나돌다 ① Đi lòng vòng, đi lung tung. ② Xuất hiện.

나라 Đất nước, quốc gia. ~의 일 việc nhà nước. ~를 사랑하는 마음 tình yêu tổ quốc.

나락(奈落) ① Địa ngục (Phật giáo). ② Cơn bĩ cực, cơn tuyệt vọng, cảnh khốn cùng.

나란하다 Ngang hàng với nhau, kề nhau, sát nhau, cùng nhau, song song nhau.

나란히 Kề vai, sánh vai, kề nhau, sát với nhau. ~앉다 ngồi sát nhau

나래 Mái chèo, cây chèo.

나라꽃 Hoa tượng trưng của một đất nước, quốc hoa.

나라새 Loài chim tượng trưng của một đất nước.

나루 ① Bến đò, phà. ~를 건너다 qua phà. ~터 bến phà. ② Chiếc phà.

나룻 Râu, ria, lông. ~이 석 자라도 먹어야 샌님 「tục ngữ」 Có thực mới vực được đạo.

나룻배 Con phà, phà. ~로 건너다 qua sông bằng phà. ~를 타다 đi phà. ~사공 ông lái đò.

나르다 Chở, chuyên chở, vận chuyển. 물품을 트럭으로 ~ dùng xe tải chở hàng.

나른하다 Mệt mỏi, mệt. 오늘은 몸이 ~ hôm nay tôi mệt. 더워서 몸이 ~ nóng quá nên mệt mỏi.

나름 Tuỳ theo, căn cứ theo. 능력~으로 tuỳ theo năng lực từng người.

나리 Tôn xưng, ngài, ông. 시장~ ngài giám đốc.

-나마 Cho dù, dù có. 그 집은 작으~ 아담하다 căn nhà ấy có nhỏ nhưng mà đẹp.

나막신 Guốc gỗ cao gót.

나맥(裸麥) Lúa mạch.

나머지 Còn thừa, còn lại. ~의 còn lại, còn thừa. ~반 còn một nửa.

나무 Cây, cây cối. ~가 우거진 산 núi dày cây. ~가 없는 산 núi không có cây.

나무람 Sự khiến trách sự la mắng. 그는 불려가서~을 들었다 anh ta bị gọi lên nghe mắng.

나무아미타불(南無阿彌陀佛) Nam vô a di đà phật (tụng kinh, cầu nguyện).

나물 Rau củ, rau, lá (tất cả những loại rau cỏ con người ăn được). ~하다 trồng rau.

나발(喇叭) Cây kèn. ~을 불다 thổi kèn.

나발대 ① Ống kèn, thân kèn. ② Thủ heo, đầu heo.

나변(那邊) Ở đâu, chỗ nào. 그 이유가 ~에 있는가 cái lý do đó đâu ra, nguyên do tại đâu?

나볏하다 Gọn gàng, sạch sẽ, xinh xắn.

나병(癩病) Bệnh hủi. ~균 vi khuẩn hủi. ~원 viện hủi. ~환자 bệnh nhân hủi. ~에 걸렸다 bị hủi.

나보다 Hình như, dường như, chắc là. 아무래도 실패하~ hình như là thất bại thì phải.

나부(裸婦) Người phụ nữ khỏa thân.

나부끼다 Lất phất, bay bay. 바람에~ bay bay trong gió.

나부대다 Quậy phá, nghịch ngợm.

나부랭이 ① Miếng, mẩu, mảnh. 종이 ~ mẩu giấy. 헝겊~ mẩu vải. ② Thành phần, thứ dân, dạng. 귀족~ dân quý tộc.

나부시 Cúi gập người chào, lạy. ~절하다 cúi gập người lạy.

나부죽하다 Dẹt, tẹt.

나불거리다 ① Làm cho bay bay, thổi bay bay. ② Hay nói, nói long tung. 쓸데 없는 말을 ~ nói chuyện vớ vẩn. 혼자서~ nói một mình.

나불나불 Bay bay, lất phất

나붓나붓 Bay nhè nhẹ, phất phất. 바람에 깃발이 ~움직인다 lá cờ bay bay trong gió.

나붙다 Dán, dính, gắn. 벽에 여러 가지 포스터가 ~어 있다 trên tường dán nhiều bức tranh poster.

나비 Con bướm, bươm bướm. ~두 마리를 잡다 bắt hai com bướm. ~처럼 날다 bay như bướm.

나빠지다 Trở nên xấu đi, trở nên tồi tệ. ~게 하다 làm cho ngày càng hư.

나쁘게 Xấu, không tốt, không hay. 남을 ~ 말하다 nói xấu người khác. ~생각하다 nghĩ xấu

나삐 Xấu, không tốt. 남을. ~말하다 nói xấu ai.

나사(螺絲) Con vít, đinh vít, ốc. ~를 죄다 siết ốc. ~를 빼다 tháo vít. 십자~ vít hình chữ nhật ~를 늦추다[풀다] tháo vít. ~로 고정시키다 dùng vít cố định.

나사(羅紗) Len, sợi. ~상인[점] người

buôn len [cửa hàng].

나상(裸像) Bức tượng khỏa thân.

나서다 Xuất hiện, ra, đi ra. 무대에~ xuất hiện trên sân khấu.

나선(螺旋) Hình xoắn ốc, hình vít. ~계단 bậc thang hình xoắn ốc. ~균 khuẩn xoắn ốc.

나아가다 Tiến lên, đi lên. 3보 앞으로 ~ tiến lên ba bước. 준결승에 ~ tiến vào vòng bán kết.

나아지다 Trở nên tốt hơn, trở đên đỡ hơn, tốt lên. 병이 ~ bệnh đỡ hơn.

나약(懦弱) Yếu đuối, ý chí kém. ~하다. ~해지다 trở nên yếu đuối.

나열(羅列) Bày ra, trải ra, chỉ ra. ~하다. 통계 숫자를 ~하다 đưa ra các con số thống kê.

나오다 Đi ra, bước ra, ra ngoài. 방에서~ ra khỏi phòng. 물에서~ ra khỏi mặt nước.

나위 Hay đi cùng với "없다", không cần phải, hoàn toàn hài lòng, mãn nguyện.

나이아가라폭포(-瀑布) Thác nước Niagara.

나이프 Con dao.

나일강(-江) Sông Nil.

나일론 Ni lông. ~양말 tất nilông. ~제품 đồ ni lông.

나잇값 Xứng với tuổi, đáng tuổi. ~도 못 하다 không xứng với tuổi, hành động trẻ con.

나전(螺鈿) Xà cừ. ~세공 công việc khảm xà cừ.

나조(-調) Nốt La (nhạc).

나중 Sau, sau này, sau đó. ~에 sau này. 맨~열차 chuyến tàu sau cùng.

나지리 Đi với 보다, coi thường, đánh giá thấp ai. 사람을 그리 ~ 보지 마라 đừng có coi thường người ta như thế.

나지막하다 Thấp, nhỏ, bé (giọng nói). 나지막한 목소리로 bằng cái giọng nhỏ.

나직이 Thấp, không ca, nhỏ (giọng nói). 집을 ~짓다 xây thấp nhà.

나직하다 Thấp, nhỏ, bé (giọng nói). 나직한 산 núi thấp. 나직한 목소리 giọng nói nhỏ.

나체(裸體) Lõa thể, khỏa thân. ~가 되다 khỏa thân. ~미 vẻ đẹp lõa thể.

나침(羅針) La bàn, kim chỉ nam. ~반 tấm la bàn, chiếc la bàn. 회전 ~반 la bàn quay.

나타나다 Xuất hiện, thấy, hiện ra. 갑자기~ đột nhiên xuất hiện. 불쑥~ xuất hiện thình lình

나태(懶怠) Lười nhác, lười biếng. ~하다. ~한 사람 thằng lười.

나팔(喇叭) Kèn, cái kèn. ~소리 tiếng kèn. ~을 불다 thổi kèn.

나팔거리다 Run rinh, đu đưa.

나팔불다(喇叭-) ① Thổi kèn, thổi khèn. ② Uống rượu, uống cạn. ③ Mắng mỏ không tiếc lời.

나포(拿捕) Bắt giữ, bắt. ~하다. ~선박 thuyền bị bắt giữ. 불법~ bắt giữ trái luật.

나폴레옹 Napoleon. ~1세 Napoleon đệ nhất.

나프타 Hiệp định NAFTA (hiệp định thương mại tự do Bắc Mỹ).

나한(羅漢) La Hán, phật La Hán. 나흘날 Ngày thứ tư trong tháng.

나흘 Bốn ngày.

낙(樂) Niềm vui, hân hoan. 인생의~ niềm vui cuộc đời. 노후의 ~ niềm vui tuổi già

낙과(落果) Quả rơi, quả rụng. ~하다 rụng quả.

낙관(落款) Viết tên hoặc đóng dấu lên bức tranh. ~하다 ký tên lên bức họa.

낙관(樂觀) Lạc quan, sự lạc quan. ~하다. ~적 có tính lạc quan. ~적인 생각 suy nghĩ có tính lạc quan

낙관적(樂觀的) Có tính lạc quan, lạc quan. ~인 생각 suy nghĩ có tính lạc quan.

낙농(酪農) Nông nghiệp sữa, sữa. 그는 ~에 종사하고 있다 anh ta đang làm việc ở ngành sữa nông nghiệp.

낙담(落膽) Thất vọng, buồn chán. ~하다. ~시키다 làm cho ai chán nản.

낙도(落島) Hòn đảo xa biệt lập. ~주민 dân đảo xa.

낙락장송(落落長松) Cây thông to lớn, nhiều cành lá.

낙뢰(落雷) Sét đánh. ~하다. ~로 인한 피해 thiệt hại do sét đánh.

낙루하다(落淚-) Khóc, chảy nước mắt.

낙마(落馬) Sự ngã ngựa, té ngựa. ~하다. 그는 경마 중에 ~하였다 anh ta bị ngã khi đang đua ngựa.

낙망(落望) Thất vọng, mất hy vọng. ~하지 마라 đừng thất vọng.

낙반(落磐) Sập hầm mỏ. 광산에서 ~이 일어나 광부 2명이 다쳤다 sập hầm mỏ xảy ra hai người thợ mỏ bị thương. ~사고 tai nạn sập hầm.

낙방(落榜) Thi rớt, thi trượt. ~하다. ~시키다 đánh rớt.

낙법(落法) Miếng ngã trong Yudo. 전방[후방]~ ngã ra trước [ra sau].

낙산(落山) Xuống núi.

낙상(落傷) Vết thương do té ngã. ~하다 ngã bị thương.

낙서(落書) Viết loạn, viết bậy. ~하다. 책상에~ viết bậy lên bàn. ~금지 cấm viết bậy

낙석(落石) Đá rơi, đá rớt (trên núi

xuống). ~으로 그 도로가 봉쇄됐다 con đường bị phong tỏa vì nạn đá rơi.

낙선(落選) Trượt, thất cử, rớt, không trúng cử, không trúng tuyển. ~하다. 그는 총선에서 ~했다 anh ta bị thất cử trong cuộc tổng tuyển cử. ~자 người thất cử.

낙성(落成) Hoàn công. ~하다. 건물이 ~되었다 tòa nhà đã được hoàn công. ~식 lễ hoàn công.

낙성(落城) Lạc thành, thành bị rơi vào tay quân thù. ~하다.

낙숫물(落水-) Nước rơi từ mái hiên xuống.

낙승(樂勝) Một chiến thắng dễ dàng. ~하다. 우리 팀은 B팀에 ~했다 đội chúng chiến thắng đội B dễ dàng.

낙심(落心) Thất vọng, nản lòng.

낙양(落陽) Mặt trời lặn, mặt trời xuống núi.

낙엽(落葉) Lá cây rụng, lá rụng. ~이 지다 rụng lá. ~수 cây rụng lá.

낙오(落伍) Tụt lại, tụt hậu, rớt ra khỏi hàng. ~하다. 행군중에 ~되다 bị rớt lại trong khi hành quân.

낙오자(落伍者) Người bị tụt hậu, người bị rớt lại. 그 행군에서 많은 ~가 생겼다 cuộc hành quân ấy có nhiều người bị tụt lại.

낙원(樂園) Thiên đàng, thiên đường. 어린이의 ~ thiên đàng của trẻ nhỏ. 그 섬은 새들의 ~이다 hòn đảo ấy là thiên đường của các loài chim.

낙인(烙印) Con dấu, nhãn hiệu. ~을 찍다 đóng dấu.

낙일(落日) Mặt trời lặn.

낙장(落張) Những trang bị thiếu, bị mất (sách).

낙장거리 Ngã ngửa, té ngửa. ~하다.

낙제(落第) Thi trượt, thi rớt, không đậu. ~하다. ~시키다 đánh rớt. 두 과목에~하다 trượt hai môn. ~생 cậu học trò thi trượt. ~점 điểm trượt.

낙조(落照) Ánh sáng chiều.

낙지 Con bạch tuộc nhỏ, con mực con.

낙진(落塵) Chất phóng xạ.

낙차(落差) Chênh lệch độ cao của nước. 이 폭포의 ~는 50미터이다 độ chênh lệch chiều cao thác nước là 50 mét.

낙착(落着) Giải quyết, dàn xếp. ~하다. ~되다 được giải quyết, được dàn xếp.

낙찰(落札) Trúng thầu, đấu giá được, giành được thông qua đấu giá. ~하다. ~가격 giá trúng thầu.

낙천(樂天) Lạc quan vui vẻ. ~적(인) có tính lạc quan.

낙천(落薦) Thất cử, không trúng cử,

trượt.

낙타(駱駝) Lạc đà. 단봉~ lạc đà một bướu. ~의 혹 bướu lạc đà.

낙태(落胎) Nạo thai, phá thai. ~하다. ~수술 phẫu thuật phá thai. ~약 thuốc nạo thai.

낙토(樂土) Thiên đàng, Thượng Đế, Chúa trời.

낙하(落下) Rơi, rớt, nhảy xuống ~하다. ~의 법칙 nguyên tắc rơi.

낙하산(落下傘) Dù. ~으로 내리다 xuống bằng dù. ~를 펴다 mở dù.

낙향(落鄉) Chuyển về vê, về quê sống. ~하다. 그는 서울을 떠나 시골로 ~했다 anh ta rời Seoul về quê sống.

낙화(落花) Hoa rụng. ~하다 rụng hoa. ~유수 hoa rơi nước chảy.

낙화(烙畫) Khắc bằng kim nóng, khắc bằng dao nóng.

낙후(落後) Lạc hậu, tụt hậu. ~하다. 그 나라는 문화가 ~되어 있다 văn hóa đất nước ấy bị lạc hậu.

난(亂) Loạn, chiến loạn. ~을 일으키다 gây loạn, nổi loạn. ~을 평정하다 dẹp loạn.

난(難) Tiếp từ, chỉ nạn, khó khăn (đi sau một danh từ khác). 식량~ nạn thiếu lương thực.

난(蘭) Cây hoa lan.

난(欄) Mục, cột, hàng (báo chí). 스포츠~ mục thể thao. ~에 기입하다 điền vào cột.

난간(欄干) Lan can, thanh chắn. 다리~ lan can cầu. ~에 기대다 dựa vào lan can.

난감하다(難堪-) Khó chịu đựng nổi, không gánh vác nổi.

난거지 든부자(-富者) Bên ngoài thì trông như ăn xin, nhưng thực ra là rất giàu. =난가난 든부자.

난건(難件) Việc khó, vụ khó. ~을 해결하다 giải quyết việc khó.

난사(亂射) Bắn loạn xạ, bắn bậy. ~하다. 총기~사건 vụ án bắn lung tung.

난사(難事) Việc khó.

난경(難境) Hoàn cảnh khó khăn. ~에 처하다 rơi vào tình cảnh khó khăn.

난공불락(難攻不落) Khó tấn công, cứng chắc. ~의 요새 toà thành khó tấn công.

난공사(難工事) Công trình khó khăn.

난관(難關) Khó khăn, cản trở. ~에 봉착하다 gaỊp khó khăn.

난국(難局) Nguy cơ, khó khăn, tình cảnh khó khăn. ~에 처해있다 rơi vào hoàn cảnh khó khăn

난군(亂軍) Đội quân loạn. Loạn quân.

난다긴다하다 Tài giỏi, đa tài, nhiều tài, tuyệt vời. 난다긴다하는 사람 một người tài giỏi.

난대(暖帶) Á nhiệt đới. ~성의 có tính á nhiệt đới. ~림 rừng á nhiệt đới.

난데없다 Đột ngột, bất ngờ, thình lình. ~는 생각 suy nghĩ bất chợt.

난도질(亂刀-) Chém giết, chém bừa phứa. ~하다. ~을 당하다 bị chém.

난동(亂動) Bạo loạn, nổi loạn, làm loạn. ~을 부리다 gây bạo loạn.

난로(煖爐) Cái lò, cái bếp. ~를 피우다 đốt lò. 가스~ lò ga. 석유~ lò dầu. 전기~ lò điện.

난류(暖流) Dòng chảy (nước, không khí) ấm.

난류(亂流) Dòng chảy (nước, không khí) không có quy tắc.

난리(亂離) Chiến tranh, phản loạn. ~가 나다 xảy ra chiến ranh. ~를 일으키다 gây ra chiến tranh

난립(亂立) Không có trật tự, lúc đứng chỗ này, lúc chỗ kia.

난마(亂麻) Chỉ cảnh hỗn loạn, rối bời. 그 나라의정국은 ~처럼 얽혀 있다 tình hình chính trị nước ấy rối loạn.

난만(爛漫) Hoa nở rộ. ~하다. 백화가~ 하다 trăm hoa nở rộ.

난망(難忘) Khó quên, khó quên. 당신의 은혜는 백골~입니다 ân huệ của anh ngàn năm tôi không quên.

난맥(亂脈) Hỗn loạn, loạn, vô trật tự. ~에 빠지다 rơi vào tình trạng hỗn loạn.

난무(亂舞) ① Nhảy loạn xị ngậu. ~하다. ② Chỉ sự hoành hành. 폭력배가 ~하는 거리 con đường bọn giang hồ hoành hành.

난문제(難問題) Vấn đề khó khăn, chuyện nan giải. ~를 내다 đưa ra một vấn đề khó khăn.

난민(亂民) Kẻ nổi loạn, kẻ bạo loạn.

난민(難民) Nạn dân, dân chịu nạn, dân tị nạn. 전쟁의 ~ nạn dân chiến tranh.

난바다 Biển xa, ngoài khơi xa. ~에 있는 섬 hòn đảo nằm ngoài khơi.

난발(亂發) ① Bắn bừa bãi, bắn loạn xị ngậu. ~하다. ② Lạm phát.

난발(亂髮) Tóc tổ quạ, tóc rối bù.

난방(煖房) Phòng có lắp máy sưởi. ~중 문 닫으십시오 phòng đang bật máy sưởi, hãy đóng cửa

난번(-番) Không phải ca trực, nghỉ trực. ~이다 nghỉ trực.

난부자 든거지(-富者-) Ngoài thì ra vẻ giàu, thực ra là kẻ ăn xin.

난비(亂飛) Bay loạn xị. ~하다.

난사(難事) Việc khó, chuyện khó. ~중의 난사 khó nhất trong những việc khó.

난사(亂射) Bắn bừa, bắn loạn xị. ~하다.

난사람 Người tài giỏi, hơn người.

난산(難産) ① Khó đẻ, khó sinh. ~하다.

② Khó khăn.

난삽(難澁) Khó giải quyết, khó hiểu. ~한 글 chữ khó hiểu. ~한 문제 vấn đề khó giải quyết.

난색(難色) Sự không hài lòng, ý không vui, khó xử. ~을 보이다 thể hiện nét không vui.

난생(卵生) Đẻ trứng. ~하다. ~동물 động vật đẻ trứng.

난생처음(-生-) Lần đầu tiên trong đời. ~당하는 일 việc vấp phải lần đầu tiên trong đời.

난생후(-生後) Sau khi sinh ra.

난세(亂世) Thời loạn. ~의 영웅 anh hùng thời loạn.

난세포(卵細胞) Tế bào trứng.

난센스 Vô lý. 그건 완전히~다 chuyện ấy toàn chuyện vô lý.

난소(卵巢) Buồng trứng. ~선(腺) ống dẫn trứng.

난숙(爛熟) ① Chín rộ, quá chín (trái cây). ~하다. ② Chín rộ (con người, sự việc). ~기(期) tuổi chín rộ.

난시(亂視) Loạn thị. ~안경 kính loạn thị. ~인 사람 người bị loạn thị. 그는 ~다 anh ta bị loạn thị.

난외(欄外) Lề, mép (sách, vở, báo). ~에는 기재하지 마시오 không viết vào lề sách.

난이(難易) Sự khó dễ, khó và dễ. 보수는 일의 ~에 달려 있다 thù lao tính theo sự khó dễ của công việc. ~도 độ khó dễ.

난입(亂入) Tiến loạn vào, thâm nhập không cho phép. ~하다.

난자(卵子) Trứng (sinh vật).

난자(亂刺) Đâm chém loạn xị ngậu. ~하다. 단도로 ~하다 dùng dao đâm lung tung.

난잡(亂雜) Lộn xộn, hỗn độn. ~하다. ~한 옷차림 ăn mặc lung tung.

난장판(亂場-) Nơi lộn xộn, nơi loạn xị ngậu. ~이 되다 thành cái nơi lộn xộn.

난전(亂戰) Hỗn chiến, cuộc ẩu đả. 경기는 ~이었다 trận đấu thành cuộc hỗn chiến.

난점(難點) Điểm khó khăn, điểm khó.

난제(難題) Vấn đề khó khăn.

난조(亂調) Mất sự cân bằng, hỗn loạn.

난중(亂中) Trong lúc loạn lạc. ~에 trong lúc loạn lạc, khi loạn lạc.

난중지난(難中之難) Cái khó nhất trong những cái khó.

난증(難症) Bệnh nan y, bệnh khó chữa.

난처하다(難處-) Khó xử, khó giải quyết, bối rối. 난처한 얼굴 nét mặt bối rối. 난처한 입장 ở hoàn cảnh khó xử. 난처한 일 việc khó xử. 그렇게 하

면 내가 ~ làm vậy thì tôi khó xử quá

난청(難聽) Khó nghe, nặng tai. 그는 가벼운 ~이다 anh ta hơi nặng tai.

난초(蘭草) Hoa lan, cây lan.

난치(難治) Nan y, khó chữa. ~병 bệnh nan y.

난타(亂打) Đánh liên tục, đấm túi bụi. ~하다. ~를 당하다 bị đánh túi bụi.

난투(亂鬪) Hỗn chiến. ~하다. ~를 벌이다 xảy ra trận hỗn chiến.

난파(難破) Sự đắm tàu, chìm tàu. ~하다. 암초에 걸려~하다 mắc vào đá ngầm chìm.

난폭(亂暴) Bạo lực, vũ phu, thô lỗ. ~하다. ~하게 행동하다 hành động một cách vũ phu.

난필(亂筆) Viết ẩu, viết cẩu thả.

난하다(亂-) Loạn, tùm lum, lung tung.

난항(難航) ① Chuyến đi khó khăn, sóng gió (tàu, máy bay). ~하다. ② Gặp khó khăn. ~을 겪다 gặp khó khăn.

난해(難解) Khó hiểu. ~하다. ~한 이론 học thuyết khó hiểu.

난행(亂行) Bạo hành, bạo lực. ~하다.

난행(難行) Hành động loạn luân. ~하다.

난형(卵形) Hình quả trứng, hình ô van, hình trái xoan.

난형난제(難兄難弟) Khó biết anh khó biết em, khó phân biệt cao thấp, kẻ tám lạng người nửa cân.

난혼(亂婚) Quan hệ giới tính bừa bãi.

난황(卵黃) Tròng đỏ trứng.

날 Sống, cứ như tự nhiên. ~달걀 trứng sống. ~된장 tương sống. ~로 먹다 ăn sống

날강도(-强盜) Ăn trộm ngày, trộm trắng trợn, ăn cướp. 그것은 ~짓이다 đúng là ăn cướp.

날공전(-工錢) Lương công nhật.

날도(-度) Kinh độ. ~와 씨도 kinh độ và vĩ độ.

날래다 Nhanh, mau lẹ, nhanh chóng. 날랜 동작 động tác mau lẹ.

날려보내다 Thả cho bay, thả ra (diều, chim vv.) 비둘기를 ~ thả chim bồ câu. 새를 ~ thả chim

날렵하다 Nhanh nhẹn, mau lẹ.

날름거리다 ① Thụt ra thụt vào, thè ra. 개구리를 보자, 뱀이 혀를 ~ con rắn thè cái lưỡi khi thấy con nhái. ② Tham lam.

날리다 Làm cho bay, thả cho bay, làm cho bay. 연을 ~ thả diều. 먼지를 ~ phủi bụi.

날리다 Bay phấp phới. 깃발이 바람에 ~고 있다 cờ bay phấp phới trong gió.

날림 Cẩu thả, ẩu, đại khái, qua loa. ~

으로 일하다 làm việc qua loa. ~글씨 chữ viết ẩu

날목(-木) Gỗ sống, gỗ thô.

날바닥 Nền nhà, nền không. ~에서 자다 ngủ trên nền nhà không trải gì cả.

날밤 Thức trắng. ~새우다 thức trắng đêm.

날벌레 Các loại sâu bọ có cánh bay được.

날벼락 Bị sét đánh mà không có tội gì cả. ~맞다 bị sét đánh oan.

날변(-邊) Tiền lãi hằng ngày.

날불한당(-不汗黨) Bọn cướp của.

날붙이 Dao, rìu, tên gọi chung những dụng có có lưỡi.

날사이 Mấy ngày qua.

날삯 Tiền công hằng ngày. ~꾼 người làm công nhật.

날샐녘 Sáng sớm, ban mai. 우리는 ~에 출발했다 chúng tôi xuất hành lúc rạng sáng.

날서다 Sắc, bén. 날선 칼 cái dao sắc.

날세우다 Mài cho sắc lưỡi.

날수(-數) ① Số ngày. ~가 모자라다 thiếu ngày. ~를 채우다 làm cho đủ ngày.

날숨 Hơi thở ra. ~과 들숨 thở ra và thở vào. ~쉬다 thở ra.

날실 Chỉ thô, chỉ sợi ráp.

날쌔다 Nhanh lẹ, gọn gàng (động tác).

날씨 Thời tiết. ~가 좋다. ~가 좋은 날 ngày đẹp trời. ~가 추워지다 thời tiết trở nên lạnh.

날씬하다 Thon thả, thanh mảnh. 날씬한 몸매 một thân hình thon thả.

날아가다 Bay đi, bay 새가 ~ chim bay đi mất. 새를 ~게 쫓다 đuổi cho chim bay

날아다니다 Bay, bay đi bay lại, bay lượn. 나비가 정원을 ~ bướm bay lượn trong vườn.

날아들다 Bay vào, bay đến. 참새가 방안으로 ~ chim sẻ bay vào trong phòng.

날염(捺染) In vải, in hoa. ~하다. ~한 천 vải được in hoa. ~기(機) máy in hoa.

날인(捺印) Con dấu. ~하다 đóng dấu. 기명~하다 ghi tên đóng dấu. 서명~ ký tên đóng dấu.

날조(捏造) Dựng chuyện, bịa đặt, làm giả. ~하다. 이야기를 ~하다 dựng chuyện, bịa chuyện.

날짐승 Chim muông, tất cả những con vật bay.

날짜 Ngày, ngày tháng. ~가 없다 không có/ghi ngày tháng.

날짜 ① Đồ sống, đồ còn nguyên chưa gia công. ② Người không có kinh nghiệm.

날치 Cá chim, cá dơi, cá bay.

날치 Tiền lãi hằng ngày phát sinh từ khoản vay.

날치기 Vụ cướp giật, ăn cướp. ~하다. ~를 당하다 cướp lấy, giật lấy.

날카롭다 Sắc, bén hoặc nhọn (dao, công cụ). 날카로운 칼 dao sắc. ~게 갈다 mài cho sắc.

날탕 Kẻ rất nghèo, người nghèo rớt mồng tơi.

날품 Việc làm tính tiền hằng ngày. 나는 ~으로 일한다 tôi làm việc lấy lương ngày.

낡다 Trở nên cũ, cũ, già, lâu ngày. ~은 습관 một tập quán cũ. ~은 생각 suy nghĩ cũ.

남 Người khác, người ta. ~의 일 việc của người khác.

남(男) Nam, giới tính nam, con trai. (phái nam) đàn ông, con trai, thanh niên.

남(南) Phía Nam, phương Nam. ~으로 theo hướng Nam.

남(藍) Màu chàm, màu xanh sẫm.

남경(南京) Nam Kinh (tên địa danh).

남경(男莖) Dương vật, cơ quan sinh dục nam.

남계(男系) Nam hệ, bên nam, bên nội. ~ 중심의 가족 제도 chế độ gia đình trung tâm là nam giới.

남구(南歐) Khu vực Nam Châu Âu.

남국(南國) Đất nước ở phía Nam.

남극(南極) Nam cực. ~탐험 thám hiểm Nam cực. ~권 vùng Nam cực. ~성(星) sao Nam cực.

남근(男根) Dương vật.

남기다 Để chừa lại, để thừa lại, để lại. 발자국을 ~ để lại vết chân. 유산을 ~ để lại di sản.

남김없이 Không thừa một chút nào, sạch sành sanh, toàn bộ.

남남북녀(南男北女) Trai nam gái bắc, con trai miền nam và con gái miền bắc thì đẹp.

남녀(男女) Nam nữ, trai gái. ~를 불문하다 không kể nam nữ. ~관계 quan hệ nam nữ.

남다 Còn lại, để lại, thừa lại. ~은 일 việc còn lại. 얼마~지 않다 không còn lại bao nhiêu

남다르다 Khác với người khác, khác người, hơn người. 남다른 노력 sự nỗ lực hơn người.

남단(南端) Phía Nam, khu vực miền Nam. 부산은 한반도 ~에 있다 Pusan nằm ở phía Nam Hàn Quốc.

남달리 Khác người. ~노력하다 nỗ lực rất nhiều

남대문(南大門) Cửa thành phía nam, Nam Đại Môn, địa danh của Hàn

Quốc. ~시장 chợ Namdaemun.

남대서양(南大西洋) Nam Đại Tây Dương.

남독(濫讀) Lạm đọc, đọc quá nhiều. ~하다. 젊었을 때 나는 소설을 ~했다 khi trẻ tôi đọc quá nhiều chuyện tiểu thuyết.

남동(南東) Đông Nam, hướng đông nam. ~풍 gió đông nam, gió nồm.

남동생(男同生) Em trai. ~한명 있다 có một người em trai.

남루(襤褸) Cái áo cũ. ~한 옷을 입은 사람 người mặc áo cũ.

남매(男妹) Anh và em gái. 삼~ ba anh chị em. 그들은 ~간이다 họ như anh (trai) và em (gái).

남모르게 Bí mật, không ai biết. ~게 울다 khóc trộm, khóc thầm.

남모르다 Không ai biết, chỉ riêng cá nhân mình. ~는 고생 nỗi vất vả không ai biết

남미(南美) Nam Mỹ. ~국가들 các nước Nam Mỹ.

남반구(南半球) Nam bán cầu.

남발(濫發) Lạm phát. ~하다. 지폐의 ~ lạm phát tiền giấy.

남방(南方) Phương Nam. ~에[으로] hướng nam, phía nam. ~으로 항해하다 đi thuyền về hướng Nam.

남벌(南伐) Nam phạt, chinh phục phương nam.

남벌(濫伐) Đốn chặt cây vô tội vạ. ~하다.

남벌(濫罰) Phạt bừa bãi, phạt không có quy định. ~하다.

남복(男服) Nam phục, áo quần nam. ~하다 ăn mặc làm nam giới.

남부(南部) Nam Bộ, miền Nam. ~사람 người miền Nam. ~지역 khu vực miền Nam.

남부끄럽다 Xấu hổ với người khác, xấu hổ. ~지 않은 행동 hành động không xấu hổ với người khác

남부럽다 Ghen tị với người khác. ~지 않게 살고 있다 đủ sống không ghen tị với người khác.

남부여대(男負女戴) Nam vác nữ đeo, chỉ người nghèo đi kiếm ăn, cảnh đàn đúm nhau. ~하다.

남부지방(南部地方) Khu vực nam bộ, khu vực miền Nam.

남북(南北) Nam Bắc. ~으로 흐르는 강 con sông chảy từ bắc xuống nam. ~교류 giao lưu Nam Bắc.

남북한(南北韓) Nam Bắc Triều tiên, Nam Bắc Hàn. ~직통 전화 điện thoại nối trực tiếp Nam Bắc Triều tiên.

남빛(藍-) Màu lam, xanh đậm.

남상(男相) Chỉ người phụ nữ có nét

mặt đàn ông. 얼굴이 ~으로 생긴 여자 người phụ nữ có nét mặt đàn ông.

남상(濫賞) Lạm phát thưởng, thưởng lung tung.

남새 Rau củ. ~를 가꾸다 trồng rau. ~밭 ruộng rau.

남색(男色) Gay nam, đồng tính luyến ái nam. ~가 kẻ đồng tính luyến ái nam. ~을 팔다 bán dâm nam.

남색(藍色) Màu lam, màu xanh đậm.

남생이 Con rùa.

남서(南西) Tây nam, hướng Tây Nam.

남선북마(南船北馬) Nam thuyền bắc mã, thuyền phương nam, ngựa phương bắc, chỉ lang thang đây đó.

남성(男性) Giới tính nam, đàn ông. ~적인 nam tính, có tính đàn ông.

남성(男聲) Giọng nam. ~합창 hợp xướng nam.

남아(男兒) ① Đại trượng phu, ra mặt đàn ông. ~답게 đáng mặt đàn ông. ~일언 중천금 lời nói kẻ đàn ông nặng ngàn vàng. ② Bé trai, con trai. ~선호사상 tư tưởng thích con trai.

남아(南阿) ① Nam Phi. ② Nam Á.

남아돌다 Nhiều, đủ, dư, thừa. 쌀이~ đủ gạo. 정력이 ~ đủ sức mạnh.

남아메리카(南-) Nam Mỹ

남아프리카(南-) Nam Phi. ~사람 người Nam Phi.

남양(南洋) Nam Dương, vùng quần đảo gồm Philipin, Burunei, vv.

남용(濫用) Lạm dụng, sử dụng quá nhiều. ~하다. 권력을 ~ lạm dụng quyền lực.

남우(男優) Diễn viên nam. 주연~ diễn viên nam đóng chính.

남우세 Trò cười cho người khác. ~하다 làm trò cười cho người khác.

남위(南緯) Vĩ độ nam. ~15도 40분에 vĩ độ nam 15 độ 40 phút.

남유럽(南-) Miền nam Châu Âu.

-남은 Cả chục người, hơn chục người.

남의눈 Cái nhìn của người khác, ánh mắt của người khác, sự chú ý của người khác.

남의 집 살다 Làm và ở nhà người khác, làm thuê. 식모로 ~ làm vú nuôi.

남자(男子) Đàn ông, con trai, nam. 멋있는 ~ một người đàn ông bảnh bao.

남작(男爵) Nam tước. 윌리엄~ nam tước William. ~부인 nam tước phu nhân.

남작(濫作) Làm nhiều, sản xuất dư thừa, ~하다.

남장(男裝) Ăn mặc giả làm đàn ông, ăn mặc như đàn ông. ~하다. ~미인 mỹ nhân trong trang phục đàn ông.

남정(男丁) Nam đinh, nam thanh niên, đàn ông lớn tuổi.

남존여비(男尊女卑) Trọng nam khinh nữ, nam tôn nữ phi. ~사상 tư tưởng trọng nam khinh nữ.

남종(男-) Đày tớ nam.

남진(南進) Nam tiến, tiến về phía nam. ~하다. ~정책 chính sách nam tiến.

남짓 Hơi dư, hơi thừa, thừa một chút. 4년~ hơn 4 năm một chút. 4달러~ hơn 4 đôla một chút

남짓하다 Hơi hơn, hơn một chút, dư một chút. 30명~ hơn 30 người một chút.

남쪽 Phía nam, phương Nam, hướng Nam. ~으로 향하다 hướng về phía nam.

남창(男唱) Nữ hát giọng nam.

남창(男娼) Mại dâm nam, đĩ đực.

남첩(男妾) Đĩ đực, kẻ ăn bám phụ nữ và làm nô lệ tình dục cho phụ nữ. 돈 많은 과부의 젊은 ~ làm đĩ đực cho bà quả phụ lắm tiền.

남탕(男湯) Nnhà tắm công cộng nam.

남태평양(南太平洋) Nam Thái Bình Dương.

남파(南派) Cử xuống phía nam, phái xuống phía nam. ~하다.

남편(男便) Chồng. ~있는/없는 여자 người đàn bà có/không chồng. ~에게 충실하다 chung thủy với chồng

남포 Cái đèn. 석유~ đèn dầu. ~를 켜다[끄다] bật [tắt] đèn.

남풍(南風) Gió nam. ~이 분다 gió nam thổi.

남하(南下) Tiến về hướng nam, đi xuống phía nam. ~하다.

남학생(男學生) Học sinh nam.

남한(南韓) Nam Hàn, Nam Triều Tiên, Hàn Quốc.

남해(南海) Bờ biển phía nam, Nam Hải. ~에는 크고 작은 섬이 많다 nhiều hòn đảo lớn nhỏ nằm ở vùng biển phía Nam.

남행(南行) Nam hành, tiến về phía nam, đi về phía nam. ~하다. ~열차 chuyến tàu về phương nam.

남향(南向) Hướng về phía nam, quay mặt về hướng nam. ~하다. ~방[집] phòng [nhà] quay mặt về phía nam.

남획(濫獲) Đánh bắt (cá, động vật) bừa bãi. ~하다. 근해에서는 고기가 ~되었다 ở khu vực gần bờ cá bị đánh bắt bừa bãi.

납 Chì, bằng chì (Pb). ~색깔의 màu chì, màu xỉn chì. ~중독 nhiễm độc chì.

납(蠟) Chất sáp. ~인형 búp bê bằng sáp. ~지(紙) giấy sáp.

납골(納骨) Bỏ vào lọ tro, cho vào lọ tro. ~하다. ~당 nơi bảo quản các hộp tro (tại nghĩa trang).

납금(納金) Đóng tiền, nộp tiền. ~하다. 만기일까지 반드시~할 것 phải đóng tiền trước ngày hết hạn.

납기(納期) Kỳ hạn trả thuế hoặc đóng góp. ~를 놓치다 bỏ lỡ kỳ đóng tiền.

납길(納吉) Thông báo ngày cưới cho nhà gái. ~하다.

납대대하다 Phẹt, mỏng. 납대대한 얼굴 khuôn mặt phẹt.

납덩이 Cục chì. ~처럼 무겁다 nặng như một cục chì.

납득(納得) Hiểu, nhận biết, chấp nhận. ~하다. ~하기 어렵다 khó hiểu. ~시키다 làm cho ai hiểu.

납땜 Hàn bằng chì. ~하다.

납량(納凉) Hóng mát, hưởng cái mát. ~하러 나가다 đi hóng mát.

납본(納本) Nạp bản thảo cho cơ quan kiểm tra in ấn, giao bản in cho khách hàng. ~하다.

납부(納付) Đóng, nạp, nộp, trả. ~하다. 1학기 수업료를 ~하다 trả tiền học phí học kỳ một.

납북(拉北) Bắt cóc đem về phương bắc. ~하다. ~어선 thuyền đánh cá bị bắt đưa về phương bắc.

납세(納稅) Nộp thuế, đóng thuế. ~하다. ~고지서 thông báo nộp thuế.

납신거리다 Nói lung tung, nói đủ chuyện, tán phiếm. 입을 ~ khua cái miệng.

납입(納入) Đóng vào, nộp vào, nạp vào (thuế, tiền công quả). ~하다. 일부~ đóng một phần.

납작코 Cái mũi tẹt, chỉ người mũi tẹt.

납지(淇紙) Giấy chì.

납질(蠟質) Chất bằng sáp, sáp.

납채(納采) ① Cầu hôn. ② Gửi quà cưới, gửi đồ cưới, nạp lễ.

납치(拉致) Bắt cóc. ~하다. ~범 tội phạm bắt cóc. 여객기를 ~하다 cướp máy bay chở khách.

납폐(納幣) Gửi quà cưới đến nhà cô dâu, gửi lễ.

납품(納品) Cung cấp hàng hóa cho, bán hàng cho, giao hàng. ~하다. ~서 giấy giao hàng.

낫 Cái liềm, lưỡi hái. ~으로 풀을 베다 cắt cỏ bằng liềm.

낫다 Tốt hơn, hơn, quan trọng hơn, hơn là. 누구보다 ~ tốt hơn bất cứ ai.

낫살 Tuổi (dùng với người ít tuổi hơn mình).

낫잡다 Thêm, thêm vào, dư ra, hơn. 여비를 ~아 계산하다 tính dư thêm, tính thừa ra.

낫질 Gặt, cắt bằng liềm. ~하다.

낭군(郎君) Lang quân.

낭독(朗讀) Đọc to, đọc thành tiếng.

~하다. 시를 ~하다 đọc to thơ. ~법 cách đọc.

낭떠러지 Dốc thẳng đứng, vách núi. ~가 많은 nhiều dốc nghiêng.

낭랑하다(朗朗-) Rõ ràng, rành mạnh. 낭랑한 목소리로 với giọng rõ ràng.

낭만(浪漫) Lãng mạn. ~적(인) có tính lãng mạn. ~적인 분위기 bầu không khí lãng mạn.

낭보(朗報) Tin mừng, tin vui.

낭비(浪費) Lãng phí. ~하다. 시간을 ~ lãng phí thời gian. 공금을 ~하다 lãng phí tiền công.

낭설(浪說) Tin đồn vô căn cứ, tin đồn nhảm. ~이 퍼지다 tin đồn nhảm bung ra.

낭송(朗誦) Đọc to, đọc thành tiếng. ~하다.

낭자(娘子) Nương tử, cô nương.

낭자(浪子) ① Lãng tử, kẻ lãng tử ② Kẻ chỉ biết rượu và gái.

낭자(狼藉) Lộn xộn, bừa bãi. ~하다.

낭중(囊中) Trong túi, túi. ~무일푼이다 túi không tiền.

낭창낭창 Dẻo, có sức bền (cây cối). ~하다. ~한 대나무 cây tre dẻo.

낭패(狼狽) Thất bại, gặp khó khăn, hỏng việc. ~하다. ~를 보다[당하다] bị thất bại.

낮거리 Sự giao hợp giữa ban ngày.

낮다 Thấp, lùn (chiều cao) ~은 코 cái mũi tẹt. ~은 언덕 cái đồi thấp.

낮도깨비 Con ma ngày, kẻ trâng tráo, kẻ không biết xấu hổ.

낮도둑 Kẻ trộm ngày, trộm trắng trợn, kẻ cướp ngày.

낮번(-番) Ca ngày. ~을 하다/들다 làm ca ngày.

낮은말 ① Lời nói khiêm tốn. ② Lời nói dung tục. ③ Nói nhỏ, thì thầm.

낮잠 Giấc ngủ ngày, ngủ trưa. ~을 자다 ngủ trưa.

낮잡다 Lấy giá thấp, lấy con số thấp, làm thấp hơn giá trị thực, coi thường, đánh giá thấp.

낮차(-車) Tàu chạy ban ngày, xe chạy ban ngày, chuyến ban ngày.

낮참 Bữa ăn phụ. ~을 먹다 ăn phụ.

낮추다 Hạ xuống, thấp xuống, tụt giảm, giảm xuống, làm cho thấp xuống.

낮추보다 Xem thường, coi thường, đánh giá thấp.

낮춤말 Lời nói hạ mình, lời nói khiêm tốn.

낯 Khuôn mặt, mặt, nét mặt. ~을 알다 biết mặt. ~을 가리다 che mặt.

낯가리다 Lạ mặt, lạ người không quen (trẻ em). 낯가려 울다 lạ mặt bé khóc.

낯가죽 Da mặt, thể diện. ~이 두껍다

da mặt dày, không có thể diện.

낯간지럽다 Xấu hổ, ngượng. 지나친 칭찬에~ xấu hổ vì khen nhiều quá.

낯내다 Vênh váo, ta đây. 너, 이 조그만 것을 주고 낯내려 드는구나 cho người ta một tý gì mà vênh váo thế?

낯두껍다 Mặt dày, không biết xấu hổ. ~게도 하다 trơ trẽn.

낯바닥 Mặt mũi, mặt mày. ~이 땅 두께 같다 không biết xấu hổ là gì, mặt dày.

낯부끄럽다 Xấu hổ, ngượng ngùng. 낯부끄러운 짓 làm cái việc xấu hổ.

낯빛 Nét mặt, sắc mặt.

낯설다 Lạ mặt, lạ lẫm. 낯선 사람 người lạ mặt. 낯선 곳 nơi không quen biết, nơi lạ lẫm.

낯익다 Quen, quen thuộc, quen mặt. ~은 사람 người quen mặt. ~은 얼굴 khuôn mặt quen.

낯짝 Mặt mũi, thể diện. 무슨~으로 부탁을 하러 왔느냐 mặt mũi nào mà còn đến đây mà nhờ nữa.

낱개 Miếng, trái, quả, cái. ~로 파다 bán từng trái/cái. ~로 5,000원 một cái 5000 wôn.

낱개비 Điếu (thuốc) que, thanh (diêm, củi).

낱낱이 Từng cái một, cụ thể. 물건을 ~ 세다 tính từng cái một. ~예를 들다 lấy từng ví dụ một

낱단 Bó, gói. 무는 ~으로 판다 bán củ cải bằng bó.

낱장(-帳) Từng trang, từng tờ.

낳다 Đẻ, sinh (người, động vật). 갓 낳은 아이 em bé vừa sinh. 아들을~ đẻ con trai.

내 Khói.

내-(來) Sắp tới, sắp đến. ~주 tuần tới. ~주 월요일 thứ hai tuần tới. ~년 năm tới.

내-(耐-) Bền với cái gì đó, chống được cái gì đó. ~화성의 có tính không cháy.

-내(內) Trong, trong giới hạn nào đó. 범위~ trong phạm vi. 건물~ trong tòa nhà.

-내 Trong suốt, suốt. 봄내 비가 오고 있다 mưa đến trong suốt mùa xuân.

내가다 Cầm ra, mang ra. 책상을 방에서~ cầm cái bàn học ra khỏi phòng.

내각(內角) Góc trong, nội giác (hình học).

내각(內閣) Nội các, thành phần chính phủ. ~을 개편하다 cải tổ nội các. ~조직하다 tổ chức nội các.

내갈기다 Đánh mạnh, tát mạnh. 뺨을 ~ tát mạnh vào má.

내강(內剛) Bên trong thì cứng rắn, trong thì mạnh mẽ. 그는 외유~한 사

람이다 anh ta là người ngoài như trong cương.

내객(來客) Khách, khách thăm. 오후에 ~이 있다 chiều nay có khách.

내걸다 Treo, mắc. 간판을 ~ treo bảng.

내경(內徑) Đường kính trong (toán học).

내계(內界) Bên trong biên giới, trong giới hạn.

내공(來貢) Đến cống, đi cống nạp. ~하다.

내공(來攻) Xâm lược. ~하다.

내공(內空) Ruột trống, rỗng ruột.

내공(耐空) Không cần xuống đất, có thể trụ được ở trên cao. ~하다.

내과(內科) Nội khoa, khoa nội. ~과장 trưởng khoa nội. ~병원 bệnh viện nội khoa.

내과피(內果皮) Vỏ trong trái cây.

내구(來寇) Nội chiến, cuộc phản loạn.

내구(耐久) Bền, sức bền. ~하다. ~력 sức bền. ~력이 있다 có sức bền.

내국(內國) Trong nước, nội. ~제의 đồ nội. ~근무 làm việc trong nước.

내굽다 Gấp ra ngoài, bẻ ra ngoài. 팔이 들이굽지 ~ 「tục ngữ」 Giọt máu đào hơn ao nước lã.

내규(內規) Nội quy (công ty, đoàn thể). 회사의 ~ nội quy công ty. ~를 위반하다 vi phạm nội quy.

내근(內勤) Làm việc văn phòng. ~하다.

내기 Cá, cược, cá độ. ~하다. 돈~ cược tiền. ~에 이기다 thắng cược. ~에 지다 thua cược.

내기성(耐氣性) Chất chịu được độ ẩm, không biến đổi hình dạng (xây dựng).

내남없이 Ai cũng, bất cứ ai, tất cả. 그것은 ~다 아는 사실이다 đó là sự thật ai cũng biết.

내내년(來來年) Năm sau nữa

내내월(來來月) Tháng sau nữa, tháng sau của tháng sau.

내년(來年) Năm tới, năm sau. ~삼월 tháng 3 năm sau. ~이맘때 chừng này năm sau.

내놓다 Đặt ra, bỏ ra, đưa ra. 주머니에서 돈을 ~ rút tiền trong túi bỏ ra.

내다 Gây ra, để xảy ra. 그 사고는 10명의 사망자를 냈다 tai nạn ấy gây ra 10 người chết.

내다보다 Nhìn ra ngoài. 거리를 ~ nhìn ra đường. 창밖을 ~ nhìn ra ngoài cửa sổ.

내닫다 Chạy vụt ra, phóng ra. 거리로~ phóng ra đường.

내달(來-) Tháng sau. ~의 오늘 ngày hôm nay tháng sau.

내담(來談) Đến gặp gỡ nói chuyện. 내일~을 바랍니다 mong ngày mai gặp mặt.

내대다 Phản kháng, chống đối, không nghe lời. 윗사람에게~ chống đối lại cấp trên.

내던지다 Ném, vứt, quăng. 화가 나서 화병을 벽에다 ~ tức giận ném cái bình hoa vào tường.

내도(來到) Đến, đến nơi. ~하다.

내돋다 Mọc lên, mọc ra, xuất hiện. 여드름이 ~ mọc mụn. 나뭇잎이~ lá cây xuất hiện.

내동댕이치다 Ném, vứt, quăng.

내둘리다 Cảm thấy chóng mặt, choáng váng.

내뚫다 Xuyên thủng qua, đi xuyên qua. 산에 터널을 ~ con đường hầm xuyên qua núi.

내뜨리다 Vứt mạnh, ném mạnh, quăng mạnh. 그릇을 마루에~ vứt mạnh cái đĩa lên nền nhà.

내락(內諾) Thỏa thuận ngầm. ~하다. ~을 얻다 đạt được thỏa thuận ngầm.

내란(內亂) Nội phản, nội chiến. ~을 일으키다 gây ra cuộc nội chiến. ~을 선동하다 xúi dục làm loạn

내려가다 Đi xuống. 이층에서~ đi từ tầng 2 xuống. 산에서~ xuống núi. 시골로 ~ về quê.

내려놓다 Để xuống, đặt xuống. 물에 보트를 ~ để cái thuyền xuống nước.

내려다보다 Nhìn xuống dưới. 창문에서 거리를 ~ nhìn qua cửa sổ xuống đường.

내려서다 Đứng xuống nơi thấp, đứng xuống chỗ thấp hơn.

내력(來歷) Lai lịch lịch sử, nguồn gốc lịch sử, kinh nghiệm. ~있는 건물 tòa nhà có lai lịch lịch sử

내륙(內陸) Đất liền, lục địa, vùng nằm sâu trong đất liền xa biển. ~국 đất nước không có bờ biển.

내리 Từ trên xuống dưới. 지붕에서 ~떨어지다 rơi từ trên xuống.

내리누르다 Đè xuống, giữ. 끓어오르는 노여움을 ~ nén cơn giận.

내리다 Rơi, rớt, hạ xuống, đi xuống, từ trên cao xuống thấp, rơi (mưa, tuyết). 비가 ~ trời mưa.

내리닫다 Chạy xuống.

내리막 Con đường đi xuống, dốc xuống, sườn dốc. ~이 되다 đường dốc đi xuống.

내리퍼붓다 Tuôn xuống, dội xuống, đổ xuống (tuyết, mưa). 비가 ~ mưa tuôn xối xả.

내림 Truyền thống gia đình. 책을 좋아하는 것은 우리 집안의 ~이다 thích đọc sách là truyền thống gia đình tôi.

내림(來臨) Thăm viếng. ~하다.

내림세(-勢) Xu hướng đi xuống, thế đi

xuống. ~를 보이다 cho thấy xu thế đi xuống. 마침내 물가는 ~가 되었다 cuối cùng thì vật giá có chiều hướng đi xuống.

내막(內幕) Nội tình, tình hình nội bộ. ~을 아는 사람 người biết được nội tình. ~을 폭로하다 cho bùng nổ/công bố nội tình bên trong. 사건의 ~ nội tình sự việc.

내막(內膜) Lớp màng trong (giải phẫu).

내맡기다 Giao phó, giao cho. 환자를 의사에게~ giao phó bệnh nhân cho bác sĩ.

내면(內面) ① Mặt trong. ② Mặt trong, nội tình bên trong, suy nghĩ bên trong.

내명(內命) Lệnh mật. ~을 받다 nhận được lệnh bí mật. ~을 내리다 ra lệnh mật.

내명년(來明年) Năm sau nữa.

내몰다 Đẩy ra, dồn ra, tụm lại. 청년들을 전쟁터로 ~ dồn đẩy thanh niên ra mặt trận.

내몽고(內蒙古) Nội Mông Cổ.

내무(內務) Nội vụ. ~부 Bộ nội vụ. ~부 장관 Bộ trưởng bộ nội vụ.

내밀(內密) Nội mật, bí mật.

내밀다 Thò ra, phình ra. 배가 ~ bụng phình ra. 내민 이마 trán dô. 손을 ~ thò tay ra.

내밀리다 Bị đẩy lùi, bị đuổi ra, bị tống ra. 뒤로 ~ bị đẩy lùi ra phía sau.

내밀힘 Sức tiến, sức tiến lên, khí thế. 장사에는 ~이 가장 중요하다 trong buôn bán thì sức tiến là quan trọng nhất.

내박차다 ① Đá ra. ② Từ chối.

내발뺌하다 Vô can, không liên quan. 사고가 터지면 모두 ~부터 생각한다 tai nạn mà xảy ra ai cũng nghĩ trước tiên là mình vô can.

내방(來訪) Đến thăm, tới thăm. ~하다. 베트남을 ~중인 한국인 실업가들 những nhà doanh nghiệp Hàn Quốc đến thăm Việt Nam.

내배다 Rỉ ra, chảy ra. 땀이 ~어 얼룩진 셔츠 cái áo thấm ướt mồ hôi.

내뱉다 Khạc, nhổ, phun, sổ toẹt ra. 아무의 얼굴에 침을 ~ nhổ bọt lên mặt ai.

내버려두다 Để yên, bỏ mặc, mặc kệ, phó thác. 일을 하지 않고 ~ không làm việc để kệ nó.

내버리다 Vứt bỏ, quăng đi. 서류를 휴지통에~ vứt giấy loại vào thùng. 쓰레기를 ~ vứt rác.

내벽(內壁) Tường bên trong.

내보내다 Đẩy ra ngoài, đưa ra ngoài. 집밖으로 ~ đưa ra khỏi nhà.

내복(內服) Áo quần lót. ~을 갈아입다

thay quần áo lót.

내부(內部) Bên trong. ~수리 sửa chữa bên trong. ~장치 thiết bị bên trong.

내부딪다 ① Đánh, đập. ② Tông vào, đâm vào.

내부딪히다 Bị đánh, bị tông vào.

내분(內紛) Phân hóa nội bộ, mâu thuẫn/chia rẽ nội bộ. 정당의 ~ mâu thuẫn nội bộ của đảng.

내분비(內分泌) Tự bài tiết, bài tiết nội. ~성 질환 bệnh có tính bài tiết nội. ~작용 tác dụng bài tiết nội.

내불다 Thổi, thở. 숨을 ~ thở. 입김을 ~ thổi hơi ra. 휘파람을 ~ huýt sáo. 나팔을 ~ thổi sáo.

내비치다 Tỏa ra, lan ra, chiếu ra. 아파트 창문에서는 불빛이 밝게~ ánh đèn trong chung cư chiếu sáng ra ngoài.

내빈(來賓) Khách mời. 그녀는 ~접대로 바쁘다 cô ấy luôn bận bịu tiếp khách.

내빼다 Chạy, biến, bỏ chạy. 이런 때는 내빼는 것이 장땡이다 những lúc này tốt nhất là chuồn.

내사(內査) Điều tra bí mật. ~하다. 지금~중이다 bây giờ đang điều tra bí mật.

내사(內事) Việc nội bộ, việc trong nhà.

내사(來社) Đến thăm công ty. ~하다.

내상(內相) Phu nhân Người phụ nữ lo việc nhà.,

내색(-色) Thể hiện ra ngoài cảm xúc. ~하다. 아무~도 하지 않다 hoàn toàn không thể hiện một cảm xúc gì.

내생(內生) Sinh ra bên trong, nội sinh. ~식물 thực vật nội sinh.

내선(內線) Đường dây bên trong, nội tuyến, dây liên lạc nội bộ (điện thoại).

내성(內省) Tính hướng nội. ~적 có tính hướng nội (tính cách). ~적 성격 tính cách hướng nội.

내성(耐性) Sự lờn thuốc, uống nhiều thuốc nên quá nên không hiệu quả. ~이 있다 bị lờn thuốc.

내세(來世) Kiếp sau. 현세와~ kiếp này và kiếp sau. ~를 믿다 tin vào kiếp sau.

내세우다 Dựng nên, làm nên, gây dựng. 우두머리로 ~ lấy ai làm thủ lĩnh.

내소박(內疏薄) Bạc đãi chồng. ~하다. ~당하다 bị vợ bạc đãi, bị vợ coi chẳng ra gì.

내수(內需) Nhu cầu trong nước, tiêu dùng trong nước. ~의 증가[확대] sự tăng trưởng của tiêu dùng trong nước.

내수(耐水) Chịu nước, dai trong nước. ~성 tính chịu nước. ~의 chịu nước.

내수면(內水面) Mặt nước.

내숭 Giả mạo, giả vờ. ~스럽다. ~스러운 웃음 nụ cười giả vờ. ~을 떨다 giả vờ, giả mạo.

내쉬다 Thở ra. 숨을 천천히~ thở ra từ từ.

내습(耐濕) Tấn công, đột kích. ~하다. 적군의 ~에 대비하다 chống sự tấn công của quân địch.

내습(耐濕) Chịu được độ ẩm. 이 벽지는 ~성이 탁월하다 loại giấy này chịu độ ẩm rất tốt.

내시경(內視鏡) Chiếu nội soi, nội soi (y học). ~검사(법) kiểm tra bằng phương pháp nội soi.

내신(內申) Thành tích học, bảng điểm, bảng kết quả học. ~서 bảng điểm, bảng kết quả học tập.

내신(內臣) Nội thần.

내신(來信) Thư đến, thư từ.

내실(內室) Buồng, gian buồng.

내실(內實) ① Tình hình thực tế bên trong. ② Có nội dung, bên trong, có giá trị bên trong.

내심(內心) Nội tâm, trong bụng, trong lòng. ~걱정하다 lo trong lòng. ~기뻐하다 mừng trong lòng.

내압(內壓) Áp lực bên trong, áp suất bên trong.

내압(耐壓) Chịu được áp lực, chịu được áp suất. ~(성)의 có tính chịu áp suất.

내약(內約) Thỏa thuận ngầm. ~하다. ~을 깨뜨리다 phá vỡ thỏa thuận ngầm.

내역(內譯) Nội dung chi tiết, từng khoản mục. 여행비용의 ~ nội dung chi tiết về chi phí du lịch.

내연(內緣) ① Kết duyên bí mật. ② Sống với nhau như vợ chồng nhưng không đăng ký kết hôn.

내연(內燃) Đốt trong. ~기관 máy đốt trong. ~방식의 엔진 động cơ đốt trong.

내열(耐熱) Chịu nóng, chịu nhiệt, chịu lửa. ~성이 강하다 chịu lửa tốt. ~복 áo chống lửa.

내오다 Mang ra, đưa ra.

내왕(來往) Đi lại, giao thông. ~하다. 차(량)의 ~ sự đi lại của xe cô.

내외(內外) Trong và ngoài, trong và ngoài nước. 경기장~ trong ngoài sân cỏ.

내외(內外) Nam và nữ. ~를 가리다 phân biệt nam nữ.

내용(內用) Chi phí sinh hoạt.

내용(耐用) Bền, dùng được lâu.

내용(內容) Nội dung, bên trong, nội tình. 이야기의 ~ nội dung câu chuyện. 책의 ~ nội dung sách.

내용연수(耐用年數) Năm tháng sử

dụng, thời gian sử dụng, độ bền.

내우(內憂) Mối lo bên trong của đất nước. ~외환 mối lo về ngoại hối.

내원(來援) Đến giúp đỡ. ~하다. ~을 요청하다 xin giúp đỡ.

내월(來月) Tháng sau. ~초하룻날 ngày đầu tiên của tháng sau.

내응(內應) Nội ứng.

내의(內衣) Áo lót, quần áo lót. ~몇 벌 mấy bộ quần áo lót. ~를 입지 않는다 không mặc quần áo lót.

내의(內意) Ý định, suy nghĩ.

내의(來意) Mục đích đến thăm. ~를 알리다 thông báo mục đích đến thăm.

내이(內耳) Tai trong. ~염 viêm tai trong.

내인(內因) Nguyên nhân bên trong.

내일(來日) Ngày mai. ~아침[저녁, 밤] sáng[tối, đêm] mai. ~이 내생일이다 ngày mai là sinh nhật tôi.

내입(內入) ① Đóng trước, nộp trước. ② Cống nạp.

내자(內子) Vợ tôi, vợ mình.

내자(內資) Vốn trong nước. ~를 동원하다 động viên/huy động vốn trong nước.

내장(內粧) Bề trong, bên trong. 집의 ~ bề trong ngôi nhà. ~공사 sửa chữa/ xây dựng bên trong .

내장(內障) Nội chướng, những trở ngại từ bên trong.

내장(內藏) Để vào bên trong, nhét vào trong. ~하다.

내장(內臟) Nội tạng. ~신경 thần kinh nội tạng.

내재(內在) Nội tại. ~적 có tính nội tại. 사물의 ~적가치 giá trị nội tại của sự vật.

내적(內賊) Kẻ thù bên trong, địch bên trong.

내적(內的) Bên trong, nội tâm. ~가치 giá trị bên trong. ~요인 nguyên nhân bên trong.

내전(內殿) Điện nội, trong hoàng cung.

내전(內戰) Nội chiến. ~이 발생하다 xảy ra nội chiến. ~을 치르다 gây ra nội chiến.

내접(內接) Nội tiếp (toán học). ~다각형 hình đa giác nội tiếp. ~원 hình tròn nội tiếp.

내젓다 Vẫy, phất, lắc. 고개를 ~ lắc đầu. ~을 내젓다 vẫy tay.

내정(內定) Quyết định nội bộ. ~하다. ~되다 được quyết định nội bộ. ~가격 giá nội bộ.

내정(內政) ① Cuộc sống một gia đình. ② Tình hình chính trị trong nước.

내정(內庭) Trong cung.

내정(內情) Nội tình, tình hình bên trong. ~을 탐지하다 tìm hiểu nội tình.

내조(內助) Sự giúp đỡ của người vợ với chồng, giúp chồng. ~하다. ~의 덕[공]으로 công giúp chồng

내조(來朝) Sứ thần nước ngoài đến thăm. ~하다.

내주(來週) Tuần sau, tuần tới. ~토요일에 여기서 만납시다 thứ 7 tuần tới gặp nhau ở đây nhé.

내주다 Đưa ra, trả ra. 월급을 ~ trả lương. 여권을 ~ trả hộ chiếu, phát cấp hộ chiếu.

내주장(內主張) Người phụ nữ toàn quyền quyết định gia đình. ~하다.

내지(內地) Vùng sâu, vùng xa.

내지(乃至) Cho đến, từ. đến. 제삼장 ~ 제 육장 trang ba đến trang sáu.

내직(內職) ① Nghề của người phụ nữ. ~하다. ② Làm việc ở nhà. ~하다.

내진(內診) Chẩn đoán trong, khám trong (phụ nữ). ~하다.

내진(耐震) Bác sĩ đến nhà điều trị. ~을 청하다 mời bác nhà đến nhà điều trị.

내진(耐震) Chịu được động đất. 이 건물은 ~건축이다 tòa nhà này có thể chịu được động đất.

내쫓기다 Bị đuổi ra, bị xua ra. 밖으로 ~ đuổi ra ngoài. 집 밖으로 ~ bị đuổi khỏi nhà.

내쫓다 Đuổi ra ngoài. 아무를 밖으로 ~ đuổi ai ra ngoài.

내채(內債) Nợ trong nước, trái phiếu. ~를 발행하다 ban hành trái phiếu.

내처 Một hơi, một mạch, tù tì, liên tục. 길을 ~가다 đi một mạch.

내출혈(內出血) Chảy máu trong, xuất huyết bên trong. ~하다.

내치(內治) ① Điều trị. ~하다. ② Nội trị, trị nước. ~하다.

내키다 Muốn, thích ưng làm. 마음만 ~면 nếu thích trong lòng.

내탄(耐彈) Chống đạn, chịu được đạn.

내탐(內探) Thám thính bí mật, điều tra bí mật. ~하다.

내통(內通) Bí mật quan hệ với bên ngoài, kết cấu, làm nội ứng.

내팽개치다 Vứt bỏ. 지위도 체면도~ vứt bỏ cả thể diện cả địa vị.

내폭(耐爆) Chống nổ. ~성의 tính chống nổ. ~성 휘발유 dầu chống nổ. ~제 chất chống nổ.

내피(內皮) Da trong, da non.

내핍(耐乏) Thiếu thốn vật chất, nghèo khổ. ~하다. ~생활 cuộc sống thiếu thốn.

내한(來韓) Thăm Hàn Quốc. ~하다. ~중인 베트남 수상 Thủ tướng Việt Nam đang thăm Hàn Quốc.

내한(耐寒) Chịu được lạnh, chống lạnh. ~하다. ~설비[장치] thiết bị chống lạnh.

내항(內航) Đi trong nước, đi các cảng trong nước.

내항(內港) Cảng nằm sâu trong vịnh.

내항(來航) Thăm Hàn quốc (tàu, thuyền). ~하다. 영국 함대의 ~ hạm đội Anh ghé thăm Hàn Quốc.

내항성(耐航性) Tính có thể chịu được những chuyến đi xa.

내향(內向) Hướng nội. ~하다. ~적인[성의] có tính nội tâm. ~적인 사람 người có tính nội tâm.

내화(內貨) Tiền trong nước.

내화(耐火) Chịu lửa. ~건축 tòa nhà chịu lửa. ~건축재료 nguyên phụ liệu xây dựng chịu lửa

내환(內患) Nỗi lo trong nhà hoặc của một đất nước.

내후년(來後年) Năm sau nữa.

냄비 Cái chảo. ~에 끓이다 dùng chảo đun sôi. ~뚜껑 nắp chảo. ~손잡이 cán chảo.

냄새 Mùi vị (nói chung), mùi thơm, mùi hôi. ~없다 không có mùi. ~를 맡다 thử mùi.

냅다 Nghẹt, ngạt (vì khói, vì thuốc lá). 아이, 내워 ôi, ngột ngạt quá.

냅킨 Cái khăn ăn. 종이 ~ khăn ăn bằng giấy. ~을 무릎 위에 펴다 trải cái khăn lên đầu gối.

냇물 Nước trong suối, nước suối. ~을 마시다 uống nước suối.

냉(冷) Bệnh lạnh bụng dưới.

냉-(冷) Lạnh, mát lạnh. ~맥주 bia lạnh. ~커피 cà phê lạnh. ~수 nước lạnh, nước mát.

냉가슴(冷-) ① Bệnh lạnh người. ② Đau khổ âm thầm.

냉각(冷却) Làm mát, làm lạnh, ướp lạnh. ~하다. ~속도 tốc độ đông lạnh. ~온도 nhiệt độ lạnh.

냉각기간(冷却期間) Thời gian đông lạnh, thời gian làm lạnh, thời gian nguội lạnh.

냉간(冷間) Lạnh, làm lạnh.

냉국(冷-) Món canh lạnh.

냉기(冷氣) Khí lạnh, không khí lạnh, cơn lạnh. ~를 느끼다 cảm thấy lạnh.

냉난방(冷暖房) Phòng có cả máy lạnh và máy sưởi.

냉담(冷痰) Lạnh nhạt, lạnh lùng, không quan tâm. ~하다. ~하게 một cách lạnh nhạt.

냉대(冷待) Đối xử lạnh nhạt. ~하다. 나는 그들에게서 ~받았다 tôi bị họ đối xử lạnh nhạt.

냉동(冷凍) Đông lạnh. ~하다. ~건조 đông lạnh khô. ~기 máy đông lạnh.

~식품 thực phẩm đông lạnh.

냉랭하다(冷冷-) Rất lạnh, lạnh buốt, rất lạnh lùng (thái độ). 방바닥이 ~ nền nhà lạnh buốt.

냉면(冷麵) Món mỳ lạnh, mỳ đá.

냉방(冷房) Phòng lạnh, phòng lắp máy lạnh. ~하다. ~중, 문닫아 주세요 Phòng đang bật máy lạnh, đề nghị đóng cửa (biển báo).

냉소(冷笑) Cười lạnh lùng, cười lạnh nhạt. ~하다. 입가에 ~를 띄우고 nụ cười lạnh nhạt trên vành môi.

냉수(冷水) Nước lạnh nước đá. ~욕 tắm nước lạnh. ~한 잔 주시오 Cho xin cốc nước mát (lạnh).

냉습(冷濕) ① Lạnh và ẩm. ~하다. ~한 기후 khí hậu lạnh ẩm. ② Bệnh do hơi lạnh gây nên.

냉안시하다(冷眼視-) Nhìn với ánh mắt lạnh lùng.

냉엄(冷嚴) Lạnh và nghiêm. ~하다.

냉온(冷溫) ① Khí lạnh và khí ấm. ② Nhiệt độ lạnh.

냉육(冷肉) Thịt đông lạnh.

냉장(冷藏) Đông lạnh, làm lạnh. ~하다 làm lạnh. ~식품 thực phẩm đông lạnh. ~고 tủ lạnh.

냉전(冷戰) Chiến tranh lạnh. ~을 완화하다 làm giảm căng thẳng của cuộc chiến tranh lạnh.

냉정(冷靜) Lạnh lùng, lạnh nhạt. ~하다. ~한 사람 một người lạnh lùng. ~히 một cách lạnh lùng.

냉차(冷茶) Trà đá, trà lạnh

냉채(冷菜) Rau lạnh.

냉천(冷泉) Suối nước lạnh.

냉철(冷徹) Lạnh, lạnh lùng, không bị ảnh hưởng bởi bên ngoài, bản lĩnh.

냉큼 Nhanh nhẹn, nhanh. ~다녀오다 đi nhanh và về. ~대답하다 trả lời nhanh.

냉평(冷評) Đánh giá một cách công bằng, nhận xét công bằng. ~하다.

냉풍(冷風) Cơn gió lạnh.

냉하다(冷-) Lạnh, cóng lạnh. 냉한 기후 khí hậu lạnh. 냉한 음식 thức ăn lạnh.

냉한(冷汗) Mồ hôi lạnh.

냉해(冷害) Thiệt hại do thời tiết lạnh gây ra.

냉혈(冷血) Máu lạnh. ~동물 động vật máu lạnh.

냉혹(冷酷) Tàn nhẫn, lạnh lùng. ~하다. ~하게 một cách lạnh lùng.

-냐 Thôi nghi vấn, để hỏi, gì, là gì? ai, khi nào, lúc nào, chưa? 너 몇 살이 ~ cậu bao nhiêu tuổi?

냠냠 Nham nham, tiếng nói dụ trẻ con ăn, ngon nào, ngon nào. ~거리다 nói nham nhảm.

냥(兩) ① Lạng (đơn vị tiền cũ) ② Trọng lượng (=37.5g). 금 넉~ bốn lạng vàng

너 Mày, cậu, (người nói chuyện trực tiếp với mình, ngôi thứ 2, chỉ người ít tuổi hơn). ~의 của anh.

너그러이 Hào phóng, thoải mái, rộng rãi. ~용서하다 tha thứ một cách thoải mái.

너그럽다 Rộng rãi, bao dung, thoải mái. 너그러운 사람 một con người rộng rãi.

너글너글하다 Thoải mái, rộng rãi, dễ. 성질이 ~ tính cách thoải mái.

너나들이 Bạn bè, bạn thân, bạn tao mày. ~하다. 우리는 ~하는 사이다 chúng tôi là bạn tao mày với nhau.

너나없다 Không phân biệt, như nhau. 우리는 ~가난하다 anh tôi đều nghèo như nhau.

너더분하다 Bừa bãi, bẩn thỉu, chán, dài mà chán không thú vị. 너더분한 방 căn phòng luộm thuộm

너덕너덕 Nhăn, không phẳng. 옷을 ~ 깁다 áo gấp nhăn nhó.

너덜거리다 ① Lúc lắc, đung đưa. ② Nói chuyện vô lý.

너덜너덜 Tơi tả, không còn nguyên vẹn. ~해진 구두 giày bị rách tả tơi.

너르다 Rộng rãi. Rộng. 너른 공간 không gian rộng. 너른 집 căn nhà rộng.

너머 Quá, vượt qua, phía ấy, xa xa. 창~(로) qua cửa sổ. 강~에 phía bên kia sông.

너울거리다 Lăn tăn (biển), vây vẩy (lá cây), đung đưa. 파도가 너울거리는 바다 biển lăn tăn sóng.

너저분하다 Bẩn thỉu, luộm thuộm. 너저분한 방 căn phòng bẩn thỉu

너절하다 Tội nghiệp, chẳng có giá trị gì, nghèo nàn. 너절한 환경 cảnh tượng tội nghiệp.

넉넉히 Một cách đầy đủ, sung túc, giàu có, sung túc.

넉살 Trơ trẽn, không biết xấu hổ. ~스럽다, ~좋다. ~부리다 chơi trò trơ trẽn.

넋 Linh hồn, cái hồn. 죽은 자의 ~ hồn người chết. ~은 죽지 않는다 hồn không chết.

넋두리 ① Than thở, than phiền. ~하다. ② Cằn nhằn. ~하다. 늙은이의 ~ sự cằn nhằn của người già.

널 ① Tấm ván, miếng ván ② Quan tài.

널다 Phơi, trải ra. 빨랫줄에 옷을~ phơi quần áo lên dây phơi.

널따랗다 Rộng rãi, thoải mái. 널따란 어깨 cặp vai rộng. 널따란 거리 con đường rộng.

넓다 Rộng. ~은 거리 con đường rộng. ~은 집 nhà rộng. ~은 이마 cái trán rộng.

넓어지다 Trở nên rộng hơn, trở lên lớn hơn. 끝으로 가면서 점점~ càng về cuối càng rộng.

넓이 Chiều rộng, bề rộng. ~가 넓다 [좁다] bề ngang rộng [chật].

넓적다리 Đùi. ~를 드러내다 lộ đùi ra. ~뼈 xương đùi.

넓히다 Mở rộng, làm cho rộng ra, làm cho lớn lên. 길을 ~ mở rộng đường.

넘겨다보다 Thèm, ước. 남의 재산을[아내를]~ thèm tài sản[vợ] người khác.

넘겨쓰다 Rước lấy, ôm lấy về mình. 남의 죄를 ~ ôm lấy tội người khác về mình.

넘겨씌우다 Đổ cho người khác, chuyển sang cho người khác. 남에게 잘못을 ~ đổ lỗi cho người khác.

넘겨잡다 Nắm bắt, nắm được. 아무의 생각을 ~ nắm được suy nghĩ của ai.

넘겨주다 Chuyển cho, để lại cho, giao cho.

넘기다 Vượt qua, quá. 담을 ~ vượt tường. 기한이 ~ quá thời hạn

넘보다 Coi thường, coi khinh. 사람을 ~는 태도로 thái độ coi thường người khác.

넛손자(-孫子) Cháu trưởng của chị.

네 Cậu, mày (ngôi thứ 2, chỉ người ít tuổi hơn hoặc bằng tuổi). ~가 잘못했다 cậu sai rồi

넥타이 Cái cà vạt. ~를 매다 thắt cà vạt. ~핀 ghim gài cà vạt.

년(年) Năm. ~일 một năm. 일~12개월 một năm mười hai tháng. 1984~ vào năm 1984.

-년제(年祭) Năm kỷ niệm. 10~ năm thứ 10. 100~ năm thứ 100.

노(櫓) Mái chèo. ~를 젓다 chèo mái chèo.

노(爐) Cái lò nung.

노(老) Già, lão. ~신사 thân sĩ già.

노게임 Không tiến hành, không chơi (no game).

노경(老境) Cảnh già. ~에 들다 bước vào cảnh già nua.

노고(勞苦) Vất vả, cực khổ, công sức, cực nhọc ~의 성과 thành quả của sự vất vả.

노곤하다(勞困-) Nặng nhọc, cực nhọc.

노골적(露骨的) Lộ liễu, trắng trợn. ~으로 một cách lộ liễu. ~으로 말하면 nếu nói một cách thẳng thắn.

노그라지다 Kiệt sức. 노그라져 잠들다 kiệt sức ngủ

노글노글하다 Mịn màng, dẻo. 노글노

글한 가죽 da mịn. 노글노글한 성격 tính cách nhẹ nhàng.

노긋하다 Nhẹ nhàng, mịn, mềm.

노기(老妓) Con đĩ già, con kí sinh già

노기(怒氣) Sực tức giận. ~등등하다 nổi giận đùng đùng. ~를 띠다 nổi giận, giận.

노끈 Sợi dây. ~을 꼬다 vấn day. ~으로 묶다 cột bằng dây.

노년(老年) Tuổi già. ~기 thời kỳ tuổi già. ~기에 접어들다 bước vào tuổi già.

노농(勞農) Người công nhân và nông dân, công nông.

노닥다리(老-) Ông già, người già.

노대가(老大家) Lão đạo gia, bậc thầy. 국문학의 ~ lão đại gia về văn học.

노대국(老大國) Lão đại quốc, đất nước lớn già cỗi.

노도(怒濤) Sóng to, biển động. ~를 헤치고 나아가다 bơi trong cơn sóng lớn vượt ra.

노독(路毒) Cái mệt của cuộc hành trình. ~을 풀다 làm bớt cái mệt củ cuộc hành trình.

노동(勞動) Lao động, làm việc. ~하다. ~계약 hợp đồng lao động. ~권 quyền lao động.

노동자(勞動者) Người lao động. ~를 채용하다 sử dụng người lao động. ~조합 công đoàn.

노동조합(勞動組合) Công đoàn. ~을 조직하다 tổ chức công đoàn, thành lập công đoàn.

노둔(魯鈍) Ngu đần, dốt. ~하다.

노래 Bài hát. ~하다 hát. ~를 부르다 hát. ~를 잘 부르다 hát hay. ~방 phòng karaoke.

노래지다 Chuyển sang màu vàng.

노략질(擄掠-) Ăn cướp, ăn cắp. ~하다.

노려보다 Nhìn chằm chằm. 서로 ~ nhìn chằm chằm nhau.

노력(努力) Nỗ lực. ~하다. 꾸준히~ nỗ lực một cách đều đặn. 필사의~ sự nỗ lực hết sức.

노력(努力) Sức lao động. ~의 부족 thiếu sức lao động.

노련(老鍊) Lão luyện. ~하다. ~한 의사 một bác sĩ lão luyện. ~한 솜씨 bàn tay lão luyện.

노령(老齡) Tuổi già. ~에 이르다 đến tuổi già. ~화 사회 xã hội nhiều người già.

노르마 Chỉ tiêu, quy định. ~를 정하다 chỉ định chỉ tiêu.

노리개 ① Đồ trang sức. ② Đồ chơi. 사내의 ~가 되다 thành cái đồ chơi của đàn ông.

노망(老妄) Lẩm cẩm. ~하다. ~든 노인 người già lẩm cẩm.

노면(路面) Mặt đường. ~을 재포장하다 trải nhựa lại mặt đường.

노모(老母) Mẹ già.

노무(勞務) Công việc, lao động. ~과 phòng lao động. ~관 người quản lý lao động.

노방(路傍) Lề đường.

노변(路邊) Lề đường, vệ đường.

노변(爐邊) Bên lò sưởi, xung quanh lò. ~에서 ở bên cạnh lò sưởi.

노병(老兵) Người lính già, cựu chiến binh.

노병(老病) Bệnh già. ~으로 죽다 chết vì bệnh già.

노복(奴僕) Người hầu, người giúp việc.

노부(老父) Cha già, bố già.

노부부(老夫婦) Vợ chồng già. ~의 외로움 nỗi cô đơn của vợ chồng già.

노부모(老父母) Bố mẹ già.

노비(奴婢) Đày tớ, người hầu.

노비(路費) Lộ phí.

노사(勞使) Chủ và thợ. ~관계 quan hệ chủ thợ. ~분쟁 mâu thuẫn chủ thợ. ~협의 thỏa thuận chủ thợ.

노상(路上) Trên đường. ~에서 ở trên đường. ~강도 cướp đường phố. ~사고 tai nạn trên đường

노색(怒色) Nét mặt tức giận, sự tức giận.

노선(路線) Tuyến đường, con đường. ~버스 tuyến xe buýt.

노성(怒聲) Giọng giận dữ. ~을 지르다 nói giọng giận giữ.

노소(老少) Già trẻ, lão ấu. 남녀~ già trẻ gái trai. ~를 막론하고 không kể già trẻ gái trai.

노송(老松) Cây thông già.

노쇠(老衰) Già yếu. ~하다. ~하여 죽다 già yếu và chết.

노숙(老熟) Lão luyện, thành thục.

노숙(露宿) Ngủ đường ngủ chợ, ngủ lang thang. ~하다. ~자 kẻ lang thang, kẻ ngủ đường ngủ chợ

노승(老僧) Lão tăng, ông sư già.

노심초사(勞心焦思) Lo lắng suy nghĩ. ~하다.

노안(老眼) Mắt già, mắt người già, bệnh mờ mắt. ~인 사람 người bị mờ mắt. ~경 kính lão.

노약자(老弱者) Người già yếu.

노여움 Sự căm phẫn, sự tức giận. ~을 가라앉히다 làm cho sự căm phẫn lắng xuống.

노역(勞役) Lao dịch, làm việc cực nhọc. ~하다.

노엽다 Tức giận, không vui

노예(奴隸) Nô lệ. ~와 같은 như nô lệ. ~로 팔리다 bị bán làm nô lệ.

노유(老幼) Già trẻ, lão ấu. ~를 막론하

고 không kể già trẻ lão ấu.

노익장(老益壯) Già nhưng mạnh khoẻ, đầy sức sống.

노인(老人) Lão nhân, người già. ~을 돌보다 chăm sóc người già. ~을 공경하다 tôn kính người già

노임(勞賃) Tiền lương. ~을 지급하다 [받다] trả[nhận] lương. ~이 높다[낮다] lương cao[thấp].

노자(老子) Lão Tử. ~사상 tư tưởng Lão Tử

노자(路資) Tiền lộ phí.

노장(老將) Lão tướng.

노점(露店) Quán bên đường, quán lề đường. ~을 벌이다 mở quán bên đường

노정(路程) Lộ trình, đường đi. 50마일의 ~ lộ trình 50 dặm.

노조(勞組) Công đoàn lao động. ~에 가입하다 tham gia công đoàn.

노질(櫓-) Chèo thuyền. ~하다.

노처녀(老處女) Người phụ nữ ế, người đàn bà già không lấy chồng.

노천(露天) Ngoài trời, lộ thiên. ~광 mỏ lộ thiên. ~극장 nhà hát kịch ngoài trời.

노총각(老總角) Người đàn ông ế, người đàn ông già không lấy vợ.

노출(露出) Lộ ra, hiện ra. ~하다. ~과다 사진 ảnh chụp quá hở hang.

노티(老-) Biểu hiện của tuổi già.

노파(老婆) Bà già. ~심 người quá lo lắng.

노폐물(老廢物) Chất thải.

노폭(路幅) Bề rộng của con đường.

노하다(怒-) Tức giận, nổi giận. 노해서 vì giận, trong cơn giận. 툭하면~ dễ nổi giận.

노하우 Kỹ thuật, bí mật công nghệ. [know-how]. 원폭제조의~ bí quyết kỹ thuật chế tạo bom nguyên tử.

노화(老化) Lão hóa, trở nên già. ~현상 hiện tượng lão hóa.

노환(老患) Bệnh tình già cả, bệnh già. ~으로 죽다 chết vì bệnh già.

노회하다(老獪) Gian trá, giảo hoạt.

노획(鹵獲) Thu được, giành được. ~하다. 적군에게서 ~한 총기 súng ống thu được từ cả nước.

노후(老朽) Già cỗi, lâu ngày, cũ. ~하다. 황폐한 ~건물 tòa nhà già cỗi hoang phế.

노후(老後) Tuổi già. ~에 대비하다 đối phó với tuổi già. ~를 편하게 지내다 sống tuổi già một cách thoải mái.

녹(祿) Lộc, bổng lộc. ~을 먹다 ăn lộc.

녹(綠) Rỉ, sét. ~을 방지하다 chống rỉ. ~방지제 chất chống rỉ.

녹각(鹿角) Sừng hươu.

녹두(綠豆) Đậu xanh. ~죽 cháo đậu

xanh.

녹록하다(碌碌-) Không giá trị, chẳng ra gì.

녹림(綠林) ① Rừng xanh. ② Lục lâm, quân ăn cướp.

녹봉(祿俸) Bổng lộc.

녹비(鹿-) Da hươu.

녹색(綠色) Màu xanh lục. ~의 언덕 đồi xanh.

녹슬다(綠-) ① Gỉ, sét ~기 쉬운 dễ rỉ. 녹슨 칼 dao gỉ. ② Đầu óc trở nên đần độn.

녹신녹신하다 Mềm mại.

녹신하다 Mềm. 녹신한 가죽 da mềm.

녹아웃 Nốc ao, cú Knockout (K.O.) ~시키다 đánh nốc ao. ~되다 bị nốc ao.

녹엽(綠葉) Lá xanh.

녹용(鹿茸) Lộc nhung, lộc hươu.

녹음(綠陰) Bóng râm, bóng cây. ~에서 ở trong bóng cây.

녹음(錄音) Ghi âm. ~하다. 테이프에~하다 ghi vào băng. ~기 máy ghi âm.

녹음방송(錄音放送) Ghi lại và phát thanh. ~하다.

녹이다 Làm cho tan, cho chảy ra, hoà tan. 눈을 ~ cho tuyết tan. 쇠를~ nung chảy (sắt).

녹즙(綠汁) Nước trà xanh.

녹지(綠地) Vùng đất xanh. ~화하다 phủ xanh đất, trồng rừng.

녹차(綠茶) Trà xanh.

녹초(綠草) Cỏ xanh.

녹화(綠化) Xanh hóa, phủ xanh, trồng rừng. ~하다. ~계획 kế hoạch làm xanh hóa.

녹화(錄畵) Ghi hình. ~하다. ~방송 phát bằng băng ghi hình. ~실 phòng ghi hình.

논(論) Luận, bình luận, giánh giá, lý luận, ý kiến.

논객(論客) Luận khách.

논거(論據) Luận cứ. ~가 확실하다 luận cứ chắc chắn. ~가 되다 trở thành luận cứ.

논고(論考論攷) Luận khảo.

논고(論告) Luận cáo, buộc tội.

논급(論及) Đề cập. ~하다.

논길 Đường đất, đường ruộng.

논농사(-農事) Làm ruộng. ~를 짓다 làm ruộng.

논단(論斷) Sự kết thúc. ~하다.

논담(論談) Luận đàm.

논리(論理) Luận lý, logic. ~적인 có tính logic. 비~적인 phi logic.

논문(論文) Luận văn. ~심사하다 thẩm tra luận văn. ~을 쓰다 viết luận văn.

논법(論法) Luận pháp, lý luận.

논설(論說) Luận thuyết.

논술(論述) Bài diễn thuyết, diễn trình. ~하다.

논어(論語) Luận ngữ, sách của Khổng Tử.

논외(論外) Không bàn đến. ~의 문제다 vấn đề bên ngoài, vấn đề không bàn đến.

논의(論議) Luận bàn, bàn bạc. ~하다. ~중이다 đang bàn bạc.

논쟁(論爭) Luận tranh, tranh luận. ~하다. ~중이다 đang tranh luận. ~중이다 đang tranh luận.

논전(論戰) Tranh cãi. ~하다.

논점(論點) Luận điểm, điều để bàn luận.

논제(論題) Đề tài tranh luận. ~에서 벗어나다 ra ngoài đề tài tranh luận.

논조(論調) Luận điệu, thái độ bàn luận.

논죄(論罪) Luận tội. ~하다.

논증(論證) Luận chứng, bằng chứng. ~하다 làm bằng chứng.

논평(論評) Luận bình, bình luận. ~하다. ~을 피하다 tránh bình luận.

논픽션 Chuyện thật, không hư cấu, không giả tưởng.

논하다(論-) ① Bàn bạc, thảo luận. 정치를 ~ bàn về chính trị. ② Đối diện với.

놀라다 Ngạc nhiên. ~서 소리치다 ngạc nhiên quá kêu lên. ...에~ ngạc nhiên về cái gì đó.

놀림 Sự đùa, giễu. 반~조로 nửa đùa.

놀아나다 Trở nên hư hỏng, ăn chơi. 놀아난 계집 cô gái ăn chơi.

놀음 Trò chơi. ~하다 chơi. ~판 sân chơi, bãi chơi, nơi chơi.

농(弄) ① Trò chơi, ② Lời nói đùa.

농(膿) Mủ vết thương. 고름.

농가(農家) Nhà nông. 그는 ~에서 자랐다 anh ta lớn lên trong một gia đình nông

농간(弄奸) Thủ đoạn, âm mưu, trò. ~을 부리다 giở trò.

농게(籠-) Con cua đất.

농경(農耕) Nông canh, canh tác. ~용 트랙터 máy cày dùng để canh tác. ~지 đất canh tác.

농공업(農工業) Nông công nghiệp.

농공상(農工商) Nông công thương.

농과(農科) Khoa nông nghiệp. ~를 수료하다 học khoa nông nghiệp. ~대학 đại học nông nghiệp.

농구(農具) Nông cụ, máy móc nông nghiệp.

농구(籠球) Bóng rổ. ~팀 đội bóng rổ. ~선수 tuyển thủ bóng rổ. basketball.

농군(農軍) Người làm nông, nông dân.

농기(農期) Mùa nông, thời kỳ làm ruộng.

농기계(農機械) Máy nông nghiệp, Máy móc nông nghiệp.

농기구(農器具) Công cụ nông nghiệp. =농구.

농노(農奴) Nông nô. ~해방 giải phóng nông nô.

농담(弄談) Nói đùa. ~하다. ~으로 đùa nghịch. ~을 주고받다 đùa đi đùa lại.

농담(濃淡) Sáng và tối.

농도(濃度) Nồng độ, độ đậm đặc. 술의 ~ nồng độ của rượu. 차[커피]의 ~ độ đặc của trà [cà phê].

농땡이 Kẻ hay đi chơi, kẻ lười biếng. ~부리다 ham chơi.

농락(籠絡) Giỡn, bỡn, đùa giỡn. ~하다. 여자를 ~ đùa với gái. 돈으로~ đùa bằng tiền.

농림(農林) Nông nghiệp và lâm nghiệp, nông lâm nghiệp. ~부[부장관] Bộ [Bộ trưởng] nông lâm nghiệp.

농무(農務) Việc nhà nông.

농무(濃霧) Sương dày. ~로 교통이 마비되었다 giao thông tê liệt vì sương dày.

농민(農民) Nông dân. ~사회 xã hội nông dân. ~생활 cuộc sống nông dân.

농번기(農繁期) Mùa vụ, mùa bận việc nhà nông.

농법(農法) Cách làm nông.

농부(農夫) Nông dân.

농사(農事) Làm ruộng. ~를 짓다 làm ruộng. ~일 công việc ruộng đồng. ~철 mùa làm ruộng.

농산물(農産物) Nông sản vật. ~이 많다 nhiều nông sản vật. ~가격 giá nông sản vật.

농성(籠城) ① Giữ thành, ở trong thành giữ thành. ② La hét, làm ầm ỹ, hò hét. ~하다. ③ hchiếm ái.

농수산(農水産) Nông thuỷ sản. ~물 nông thuỷ sản vật, hàng nông thủy sản.

농아(聾啞) Trẻ câm điếc. ~교육 giáo dục trẻ câm điếc. ~학교 trường trẻ câm điếc.

농약(農藥) Nông dược, thuốc trừ sâu. ~을 뿌리다 phun thuốc sâu. ~중독 trúng độc/ ngộ độc thuốc trừ sau.

농어민(農漁民) Nông ngư dân.

농어촌(農漁村) Làng làm chài và làm ruộng.

농업(農業) Nông nghiệp. ~경제 kinh tế nông nghiệp. ~국 nước nông nghiệp.

농원(農園) Đồn điền, nông trại.

농자천하지대본(農者天下之大本) Nông giả thiên hạ chi đại bản, nông nghiệp là cái gốc của đất nước.

농작(農作) Làm nông, canh tác. ~하다. ~물 hoa màu.

농장(農場) Nông trường, nông trang. ~관리 quản lý nông trường.

농지(農地) Đất làm nông. ~개발 phát triển đất làm nông. ~세 thuế đất nông nghiệp.

농촌(農村) Nông thôn. ~전화 điện hóa nông thôn. ~진흥 chấn hưng nông thôn.

농축산(農畜産) Nông súc sản.

농축수산물(農畜水産物) Nông súc thuỷ sản vật.

농토(農土) Đất nông nghiệp. ~확장 mở rộng đất nông nghiệp.

농하다(弄-) Nói đùa, vui đùa.

농학(農學) Nông học, nghiên cứu nông nghiệp. ~과 khoa nông nghiệp.

농한기(農閑期) Thời kỳ nông nhàn, thời gian rảnh rỗi của nhà nông.

농협(農協) Liên kết các tổ chức nông nghiệp, Hội nông dân.

농화(濃化) Nồng hóa, làm đặc lên, cô đặc. ~하다. ~유 dầu cô đặc.

놓다 Để, đặt. Đặt, để. 책상 위에~ đặt lên bàn. 어디에~을까요? Để ở đâu?

놓아두다 Để đó, để mặc, không động vào.

놓아주다 Thả ra. 새를 ~ thả chim. 물고기를 ~ thả cá (đã bắt). 죄수를~ thả phạm nhân.

뇌(腦) Não, bộ não. ~의 구조 cấu tạo của não. ~의 손상 tổn thương não.

뇌간(腦幹) Gian não, bộ phận não.

뇌격(雷擊) Đánh bằng ngư lôi. ~하다.

뇌관(雷管) Kíp nổ, ngòi nổ. ~장치 thiết bị gây nổ.

뇌동맥경화(腦動脈硬化) Xơ cứng động mạch não.

뇌막(腦膜) Màng não. ~염 viêm màng não.

뇌물(賂物) Đồ hối lộ, hối lộ. ~를 먹다 ăn hối lộ. ~을 쓰다 đưa hối lộ.

뇌병(腦病) Chứng não.

뇌빈혈(腦貧血) Bệnh não thiếu máu. ~을 일으키다 gây chứng thiếu máu não.

뇌사(腦死) Não chết. ~상태의 trạng thái não chết.

뇌성(雷聲) Tiếng sấm.

뇌쇄(惱殺) Mê hoặc, làm say mê. ~하다.

뇌수술(腦手術) Phẫu thuật não. ~하다.

뇌신경(腦神經) Thần kinh não. ~세포 tế bào thần kinh não.

뇌염(腦炎) Viêm não. ~에 걸리다 mắc bệnh viêm não. ~환자 bệnh nhân viêm não.

뇌일혈(腦溢血) Chảy máu não, vỡ động mạch não. ~로 죽다 chết vì chảy máu não.

뇌장애(腦障巫) Chức năng não bị hư,

bị thiếu não.

뇌졸중(腦卒中) Liệt não.

뇌종양(腦腫瘍) U não.

뇌진탕(腦震盪) Chấn động não. ~을 일으키다 gây chấn động não.

뇌출혈(腦出血) Chảy máu não.

뇌충혈(腦充血) Chứng xung huyết não.

누(樓) Lầu, tầng. ~에 오르다 đi lên lầu.

누가(累加) Tích luỹ, tăng. ~하다

누감(累減) Giảm, luỹ giảm.

누계(累計) Luỹ kế. ~하다 tính tổng số.

누관(淚管) Tuyến mồ hôi.

누구 ① Câu để hỏi, Ai ~십니까? Anh là ai. ② Chỉ một ai đó ~도 모른다 ai cũng không biết.

누기(漏氣) Hơi ẩm.

누기차다(漏氣-) Ẩm ướt, nhiều hơi nước. 누기찬 바람 cơn gió có nhiều hơn nước.

누드 Khỏa thân. ~사진 ảnh khỏa thân. ~쇼 màn trình diễn khỏa thân.

누락(漏落) Thiếu. sót. ~하다. 몇자 ~하다 thiếu mấy chữ, sót mấy chữ.

누렁 Màu vàng, thuốc nhuộm vàng.

누르다 ① Đè, nén. ② Ép, ấn, đè. 도장을 ~ ấn con dấu xuống.

누리 Mưa đá.

누명(陋名) Sự xấu xa, cái oan uổng. ~씻다 gội rửa cái oan tức.

누범(累犯) Tiếp tục phạm lỗi, tái phạm liên tục. ~자 kẻ tái phạm liên tục.

누설(漏泄) Rò rỉ. ~하다. 기밀을 ~ rò rỉ bí mật. 가스~ rò ga.

누수(漏水) Sự rỉ nước, sự thoát nước. ~하다. ~를 막다 chặn rò rỉ nước.

누습(陋習) Hủ tục, thói quen xấu. ~을 타파하다 phá bỏ tập tục xấu.

누이동생 Em gái.

누적(累積) Tích lũy, tích cóp. ~하다. ~되는 được tích lũy.

누지다 Ẩm ướt.

눅눅하다 Ẩm ướt, ướt nước. 눅눅한 옷 cái áo ướt.

눈 Mắt, con mắt. 날카로운 ~ mắt sắc. ~이 아프다 đau mắt. ~부시다 chói mắt.

눈가 Vành mắt. ~의 주름 nếp nhăn vành mắt.

눈가림 Che mắt, lừa dối. ~하다. ~으로 일하다 làm việc qua loa, che mắt mọi người.

눈가죽 Mí mắt. ~이 두껍다 mí mắt dày.

눈감다 Nhắm mắt, chết 편안히 눈을 감다 nhắm mắt thanh thản

눈길 Ánh mắt. ~모으다 làm cho mọi người chú ý. ~을 피하다 tránh ánh mắt của ai đó.

눈높다 ① Nhận thức cao, có con mắt

nhận biết. ② Khó tính, kén chọn.

눈동자(-瞳子) Con ngươi, đồng tử mắt.

눈뜨다 Mở mắt. 비소리에~ nghe tiếng mưa mở mắt ra.

눈뜬장님 Người mù mở mắt, chẳng thấy cái gì. 그는 ~이다 hắn chẳng biết cái gì.

눈물 Nước mắt. ~을 흘리다 chảy nước mắt. ~을 삼키다 nuốt nước mắt.

눈물짓다 Khóc. 그녀는 눈물지으며 그것을 내게 이야기했다 cô ấy khóc kể tôi nghe.

눈빛 Ánh mắt. ~이 날카로운 남자 người đàn ông có ánh mắt sắc.

눈사람 Người làm bằng tuyết.

눈사태(-沙汰) Tuyết lở. ~로 목숨을 잃은 등산가가 많다 nhiều người leo núi chết vì núi lở.

눈살 Da mắt. ~을 찌푸리고 nhăn mắt.

눈설다 Lạ mặt, lạ mắt. 눈선 광경 phong cảnh lạ mắt.

눈속이다 Lừa, bịp. 세관원의 눈을 ~ lừa hải quan.

눈속임 Trò lừa bịp, trò dối trá. ~하다. = 눈속이다.

눈썰미 Nhìn và hiểu. ~가 있다[없다] có [không] có sự nhanh mắt.

눈알 Con mắt, tròng mắt. ~을 굴리다 đảo mắt.

눈앞 Trước mắt, trước mặt. ~에 펼쳐지다 mở ra trước mắt.

눈여겨보다 Quan sát, theo dõi. 행동을 ~ theo dõi hành động

눈웃음 Nụ cười bằng mắt. ~(을) 치다 cười bằng mắt.

눈인사(-人事) Chào bằng mắt. ~하다. 서로 ~하다 chào nhau bằng mắt.

눈주다 Đưa mắt, ra hiệu.

눈초리 Khóe mắt.

눈치 Sự cảm nhận, nhanh mắt, có mắt. ~가 없다 không nhanh mắt. ~빠르다 nhanh mắt.

눈치보다 Đưa mắt nhìn, nhìn.

눈코 Mắt mũi. ~뜰새 없다 không mở mắt mũi ra được (bận).

눋다 Làm cho cháy vàng. 눋은 밥 cơm hơi cháy vàng.

눌변(訥辯) Ăn nói kém, nói không thành lời

눌어붙다 ① Cháy dính vào. 밥이 솥에~ cơm cháy dính vào nồi. ② Tập trung vào.

눕다 Nằm, nằm xuống. 풀위에 ~ nằm trên cỏ.

눕히다 Làm cho nằm xuống, cho đổ xuống, đè xuống. 재목을 눕혀 놓다 để cây nằm xuống

뉘 Lúa, hạt lúa trong gạo.

뉘렇다 Yếu vàng, vàng vọt.

뉘엿거리다 ① Mặt trời sắp lặn. ② Cảm thấy khó chịu trong người. 속이 ~ trong người khó chịu

뉘우치다 Hối tiếc, hối hận. ~는 빛도 없이 không có gì hối hận. 죄를 ~ hối tội.

느닷없다 Bất ngờ, đột ngột. ~는 방문 chuyến thăm đột ngột.

느럭느럭 Chầm chậm, từ từ. ~움직이다 di chuyển, chuyển động từ từ.

느슨하다 Lỏng, không chặt. ~히 một cách lỏng lẻo. ~히 묶다 cột lỏng. 느슨해지다 trở nên lỏng

느지감치 Muộn hơn thường ngày. 아침~ 일어나다 dậy muộn hơn ngày thường.

늑골(肋骨) Xương sườn, xương ngực.

늑대 Con sói, chó sói. ~의[같은] khôn như sói. ~의 무리 bầy sói. ~울음소리 tiếng sói hú.

늑장부리다 Lề mề, la cà, chậm chạp. ~며 일하다 làm việc lề mề.

-는 Thô chỉ thời thế đang tiếp diễn. 나는새 con chim đang bay.

-는가 보다 Hình như, dường như. 비가 왔는가 보다 Hình như trời đã mưa thì phải.

-는대로 Theo như. 시키~하다 làm theo như sai bảo. 있~ theo như mình đang có

늘 Luôn luôn, thường xuyên. ~바쁘다 luôn bận bịu.

늘다 Tăng lên, lớn lên, nhiều lên. 몸무게가 ~ tăng trọng lượng cơ thể.

늘비하다 Bày ra, xếp ra.

늘어뜨리다 Hạ xuống, để xuống, đặt xuống. 꼬리를~ cụp đuôi xuống. 커튼을 ~ hạ rèm

늘어앉다 Ngồi thành hàng. 많은 사람이 방에 죽 ~아 있다 Nhiều người đang ngồi thành hàng trong phòng.

늘이다 Kéo dài. 수명을 ~ kéo dài tuổi thọ. 고무줄을 ~ kéo dây cao su.

늘쩍지근하다 Nặng nề, mệt mỏi. 온몸이 ~ cả người mệt mỏi.

늙다 Già. ~은 사람 người già. 나이보다 ~게 보인다 trông già trước tuổi.

늠름하다(凜凜-) Galăng, đàn ông. 늠름한 태도 thái độ đàn ông.

능(陵) Cái lăng, cái mộ.

능가하다(凌駕-) Giỏi hơn, trội hơn, tốt hơn, vượt. 이 점에 있어 그를 능가할 자는 아무도 없다 về điểm này thì không ai có thể vượt anh ta.

능동(能動) Năng động, chủ động. ~적인 태도 thái độ năng động

능란하다(能爛-) Thành thục, thành thạo, giỏi. 글씨가 ~ chữ viết đẹp.

능력(能力) Năng lực, khả năng. ~이 있다 có năng lực. 할~이 있다 có năng lực làm gì đó

능률(能率) Năng suất. ~을 올리다 nâng cao năng suất. ~을 저하시키다 làm giảm năng suất.

능변(能辯) Tài hùng biện, nói năng lưu loát. ~가 nhà hùng biện giỏi.

능사(能事) Việc đáng làm, việc có thể làm.

능수(能手) ① Thành thục, thành thạo. ② Người giỏi làm việc gì đó, tay sành sỏi.

능숙(能熟) Thành thạo, thành thục, lành nghề. ~하다. 영어에~하다 thành thạo tiếng Anh.

능욕(凌辱) ① Chửi, mắng. ~하다. ② Đánh ai, bạo hành. ~하다.

능청스럽다 Ranh mãnh, xảo quyệt. 능청스러운 웃음 điệu cười xảo trá.

능통(能通) Thành thạo, tinh thông. ~하다. 영어에 ~하다 thành thạo tiếng Anh.

능하다(能-) Giỏi, thành thạo. 처세에 능한 사람 người giỏi xử thế. 글씨에 ~ giỏi viết chữ.

능히(能-) Một cách giỏi, một cách thành thục.

늦다 Muộn, khuya, muộn màng (thời gian) ~게 돌아오다 quay về muộn. ~어도 muộn nhất

니 Câu hỏi nghi vấn, không, có phải không, gì? 먹니? Có ăn không? 가니? Có đi không?

닉네임 Biệt danh.

다 Tất cả, cả, toàn bộ. 둘~ cả hai. ~왔어요 đã đến cả rồi. ~ 죽었다 chết hết rồi.

다 Viết tắt của "다가". 책상을 어디에 ~ 둘까 để cái bàn ở đâu?

다가가다 Đi tới, tiến tới, đến gần. 등 뒤로 몰래 ~서 보다 đến gần sau lưng nhìn.

다가놓다 Mang lại gần, để lại gần, để cạnh. 난롯가에 의자를 ~ để cái ghế gần lò sưởi.

다가서다 Đứng gần, đứng cạnh. 나에게 바싹 ~라 đứng sát vào tôi đi. 안으로 ~주세요 hãy đứng vào trong đi.

다가앉다 Ngồi gần hơn, ngồi sát lại. 좀 ~아 주세요 hãy ngồi gần lại đây.

−다가야 Phải, rồi sau đó. 그와 한참 이야기하~ 비로소 그의 이름이 생각났다 phải nói chuyện một hồi mới nhớ ra tên anh ta.

다가오다 Đến gần, đang đến, tiếp cận. 새해가 ~ năm mới đang đến. 다가온 봄 mùa xuân đang đến gần. 배가 육지로 ~ [thuyền] tiến vào bờ.

다각(多角) Đa giác, nhiều góc, nhiều mặt.

다각적(多角的) Có tính đa dạng. ~핵전력 chiến lược hạt nhân đa dạng.

다각형(多角形) Hình đa giác.

다각화(多角化) Đa giác hóa, phong phú hóa. ~하다.

다갈색(茶褐色) Màu đồng.

다감(多感) Đa cảm, nhạy cảm, dễ buồn. ~하다. 다정~한 여자 một người phụ nữ nhiều tình cảm.

다과(多寡) Ít nhiều, ít hay nhiều. 금액의 ~에 관계없이 số tiền ít nhiều không liên quan.

다과(茶菓) Trà và bánh. ~회 tiệc bánh

다구(茶具) Bộ đồ uống trà, trà cụ. ~한 벌 một bộ cốc uống trà.

다국적(多國籍) Đa quốc tịch, đa quốc gia. ~군 quân đội đa quốc gia.

다그다 Chuyển, mang, kéo, rút. 의자를 난롯가로 ~ kéo cái ghế lại bên lò.

다극(多極) Đa cực. ~주의 chủ nghĩa đa cực. ~화된 세계 thế giới bị đa cực hóa.

다급(多急) Khẩn cấp, gấp rút, vội. ~하다. 다급한 문제 một vấn đề gấp rút. 우리는 시간이 ~ chúng ta rất gấp về thời gian.

다기지다(多氣-) Gan dạ, dũng cảm. 다기진 행동 hành động dũng cảm.

다난(多難) Nhiều khó khăn, nhiều trở ngại. ~하다. ~한 해 một năm nhiều khó khăn.

다녀가다 Đi đến, tới.

다녀오다 Đi về. 학교에 ~ đi học về. 저는 다녀 왔어요 tôi đi về rồi.

다년간(多年間) Nhiều năm, lâu năm, trong nhiều năm. ~에 걸쳐 trải qua nhiều năm.

다뇨증(多尿症) Chứng đi tiểu nhất.

-다는 Tiếp từ, kết nối từ. 만병에 좋~ 약수 nước khoáng tốt cho mọi bệnh.

다능(多能) Đa năng, đa tài. ~하다. 다재(多才)~ đa năng đa tài. ~한 사람 người đa tài.

-다니 Biểu thị sự tiếc nuối, thật là, đúng là.

다니다 Đi lại, đi học, đi làm. 대학에 ~ đi học đại học.

다다르다 Đạt đến, đến nơi, đạt tới. 목적지에 ~ đến nơi mình muốn đi.

다다익선(多多益善) Càng nhiều, càng tốt.

다닥다닥 Từng bó, nhóm, chùm. ~하다. bó thành bó. 사과가 ~달려 있다 táo treo từng chùm.

다단(多段) Nhiều khúc. ~식 로켓 tên lửa nhiều tầng.

다단하다(多端-) Phức tạp, đa đoan.

다달이 Hằng tháng, mỗi tháng. ~두 번 씩 mỗi tháng hai lần. 이자를 ~ 지급하다 trả tiền lãi hằng tháng.

다대하다(多大-) Nhiều, to lớn, khổng lồ. 다대한 이익을 얻다 giành được món lời khổng lồ.

다도(茶道) Trà đạo

다독(多讀) Đọc nhiều. ~하다. ~가 người đọc nhiều.

다독거리다 Vỗ về, vỗ vai ai đó an ủi. 그는 나의 등을 ~ hắn vỗ lưng tôi an ủi.

다되다 Hết, không còn. 전지가 ~ pin hết điện rồi.

다듬다 Tỉa tót, trang điểm, trau chuốt. 머리를 ~ tỉa tóc.

다듬질 Hoàn thành (tác phẩm).

다라지다 Dũng cảm, mạnh mẽ. 그는 몸집은 작으나 매우 다라진 사람 이다 anh ta tuy nhỏ người nhưng dũng cảm.

다락같다 Rất đắt, rất đắt tiền. 물가가 ~ vật giá đắt.

다람쥐 Con sóc.

다랍다 Keo kiệt. 다라운 사람 người bẩn thỉu. 돈 쓰는 게~ kẹt tiêu tiền, ít tiêu tiền.

다량(多量) Số lượng lớn, lượng nhiều. ~생산 sản xuất với số lượng nhiều.

다루다 Xử lý, đối xư, gỉi quyết. 문제를 ~ xử lý vấn đề. ~기 어려운 문제 vấn đề khó giải quyết.

다르다 Khác, không giống nhau. 아주~ rất khác. 성격이 ~ khác về tính cách.

다름아니다 Chính là, phải là, không có gì khác cả. 다름아닌 당신이니까 Vì không phải ai khác mà chính cậu.

다름없다 Không có gì khác, không có gì thay đổi. 전과 ~는 우정 [사랑] tình bạn [tình yêu] như trước đây.

다름없이 Rõ ràng là, đúng là, không có gì khác nhau, giống nhau, chẳng khác gì. 전과~ giống như trước.

다리 Chân, cẳng (người, động vật, dụng cụ). ~가 짧다 chân ngắn.

다리 Cái cầu. 사이공 ~ cầu Sài gòn

다리다 Là, ủi. 옷을 ~ là áo.

다리미 Cái bàn là, bàn ủi. 전기~ bàn là điện

다림질 Là áo quần. ~하다.

다만 Chỉ, duy nhất, chỉ có. ~한번 chỉ một lần.

다망(多忙) Bận bịu. ~하다. ~한 일주일 một tuần bận bịu.

다면(多面) Đa diện, nhiều mặt. ~체 vật thể đa diện.

다모(多毛) Nhiều lông. ~증(症) bệnh đa mao.

다모작(多毛作) Làm nhiều vụ.

다목적(多目的) Đa mục đích, nhiều mục đíc, nhiều công dụng. ~차량 xe đa tính năng.

다문(多聞) Hiểu biết nhiều. ~박식한 사람 người hiểu biết nhiều tri thức.

다물다 Ngậm, đóng (miệng). 입을~ ngậm miệng lại.

다민족국가(多民族國家) Nước có nhiều dân tộc.

다발 Bó, cột, ôm. 꽃 한 ~ một bó hoa.

다발(多發) Xảy ra nhiều. 교통사고 ~지점 nơi hay xảy ra tai nạn giao thông.

다발성(多發性) Tính tự phát.

다방(茶房) Phong trà, quán cà phê.

다방면(多方面) Đa phương diện, nhiều mặt.

다변(多邊) Hay thay đổi.

다변(多辯) Nói nhiều. ~가 người hay nói nhiều.

다변화(多邊化) Hay thay đổi. ~하다.

다병(多病) Nhiều bệnh. ~하다. ~한 사람 người hay ốm.

다복(多福) Đa phúc, nhiều may mắn. ~하다.

다부일처(多夫一妻) Chế độ nhất phu đa thê, chế độ nhiều vợ.

다부지다 ① Rắn chắc, chắc chắn.

Mệt mỏi, nặng nề. 다부진 일 việc nặng.

다분히(多分-) Nhiều, có nhiều. 그럴 염려가 ~있다 anh ta có nhiều cái lo.

다붓하다 Chặt chẽ, dày đặc, sít sao.

다사(多事) Lắm chuyện, hay can thiệp. ~스러운 사람 người lắm chuyện.

다사제제(多士濟濟) Nhiều anh tài.

다산(多産) Đẻ nhiều, sinh nhiều con. ~하다. ~부 người phụ nữ đẻ nhiều.

다색(多色) Đa màu sắc, nhiều màu sắc. ~화 bức tranh nhiều màu sắc.

다색(茶色) Màu đồng sáng.

다섯 Năm. ~배 gấp năm lần. ~째 thứ năm (thứ tự).

다섯째 Thứ năm. ~사람 người thứ năm.

다소(多少) Ít nhiều, số lượng. ~를 불문하고 không kể số lượng.

-다손 치더라도 Cho dù, coi là như thế. 아무리 돈이 ~ cho dù có nhiều tiền đến mấy.

다수(多數) Số lượng nhiều, nhiều, đa số. 학생의 ~ nhiều học sinh, đa số học sinh.

다수결(多數決) Sự biểu quyết theo số đông. ~의 원칙 nguyên tắc biểu quyết theo số đông.

다스 Một tá. 연필 한 ~ một tá bút chì.

~로 팔다 bán theo tá.

다스리다 Không chế, quản lý, thống trị, quản lý. 백성을 ~ cai quản trăm họ.

다습(多濕) Độ ẩm cao, nhiều ẩm. ~하다. 고온~의 nhiệt độ cao nhiều ẩm. ~한 기후 khí hậu ẩm nhiều.

다시 Lại, lặp đi lặp lại, lần nữa. ~한번 một lần nữa. ~하다 làm lại.

다시없다 Duy nhất, độc nhất, không có nữa. ~는 물건 vật độc nhất, vật không có cái thứ hai.

다시피 Giống như, như. 보시~ như anh thấy. 아~ như anh (chị vv) biết.

다식(多食) Ăn nhiều. ~하다. ~증 bệnh ăn nhiều.

다실(茶室) Phòng trà, quán cà phê.

다액(多額) Một số tiền lớn. ~납세자 người nộp thuế với số tiền lớn.

다양(多樣) Đa dạng. ~하다. ~성 tính đa dạng. ~화 đa dạng hoá.

다양화(多樣化) Đa dạng hóa. ~하다. 제품의 ~가 필요하다 cần thiết phải đa dạng hóa sản phẩm.

다언(多言) Nhiều lời. 에 대해서는 ~을 요하지 않는다 với điều này không cần nhiều lời.

다오 Hãy, nào. 종이 한 장만~ hãy cho tôi một tờ giấy.

다용(多用) Dùng nhiều, sử dụng

nhiều. ~하다.

다용도(多用-) Đa tác dụng, đa tiện ích. ~로 쓰이다 được dùng vào nhiều việc.

다운 Cú knock-out (đánh gục). ~시키다 đánh nốc ao.

다원(多元) Đa nguyên. ~론 thuyết đa nguyên. ~적인 có tính đa nguyên.

다음 Về sau, tiếp theo, tiếp. ~번 lần sau.

다음가다 Tiếp sau, kế tiếp. 영어 ~는 중요한 외국어 ngoại ngữ quan trọng sau tiếng Anh.

다음날 Ngày kế tiếp, ngay hôm sau. ~아침 sáng ngày hôm sau.

다음절(多音節) Đa âm tiết. ~어 từ đa âm tiết.

다음해 Năm tới, năm sau. ~ 3월에 tháng ba năm sau.

다음호(-號) Số tiếp theo.

다의(多義) Đa nghĩa. ~어 từ đa nghĩa.

다이내믹하다 Mạnh mẽ, khoẻ khoắn. (dynamic).

다이너마이트 Chất dynamite. ~로 폭파하다 nổ bằng dynamite.

다이빙 Lặn, nhảy cầu nước. ~하다. ~경기 thi lặn

다이아몬드 Kim cương (diamond). ~반지 nhẫn kim cương.

다이어트 Ăn kiêng, ăn để hạ cân. ~를 시작하다 bắt đầu ăn kiêng.

다이얼 Vòng quay, bảng số, bảng sóng. 전화~ bảng quay số của điện thoại.

다이옥신 Dioxin, chất dioxin. ~에 오염된 식품 thực phẩm bị nhiễm dioxin.

다잡다 Bắt, ép. 부하들을 ~아 일을 속히 끝내다 ép nhân viên dưới quyền kết thúc nhanh việc.

다재(多才) Đa tài. ~하다. ~다능한 사람 người đa tài.

다정(多情) Đa tình, nhiều tình cảm. ~하다. ~한 사람 người nhiều tình cảm.

다정다감(多情多感) Đa tình đa cảm, nhiều tình cảm. ~하다. ~한 사람 con người đa tình đa cảm.

다종다양(多種多樣) Đa chủng loại, muôn hình muôn vẻ.

다중(多重) Nhiều chủng loại. ~방식 phương pháp đa tầng.

다지류(多肢類) Động vật loại nhiều chân.

다짐 Lời thề. ~하다 thề. 그는 내달까지는 빚을 갚겠다고 ~했다 anh ta thề tháng sau trả hết nợ.

다짜고짜 Bất thình lình, đột ngột. ~아무를 체포하다 bắt bất thình lình ai.

다짜고짜로 Không thông báo, đột ngột. ~사람을 치다 đột ngột đánh người.

다채롭다(多彩-) Nhiều màu sắc. 다채로운 행사 buổi lễ nhiều màu sắc.

다치다 Bị thương 다리를 ~ chân bị thương. 자동차에 ~ bị thương do xe.

다큐멘터리 Tài liệu, tư liệu (documen-tary). ~영화 phim tư liệu.

다투다 Cãi nhau, tranh cãi. 다툴 여지가 없다 không có gì phải cãi nhau cả.

다툼 Sự cãi cọ, sự cãi nhau.

다하다 Hết, không còn, cạn kiệt. 식량이 ~ hết lương thực.

다하다 Kết thúc. 일을 ~ kết thúc công việc

다한증(多汗症) Chứng nhiều mồ hôi.

다행(多幸) May mắn. ~하다. ~스럽다. 불행중~ trong cái rủi có cái may.

다혈(多血) Đa huyết, nhiều máu.

닥치는대로 Bất cứ cái gì. ~먹다 động phải cái gì ăn cái đó.

닥치다 Tiến đến gần, đến sát. 위험이 그녀에게 ~ nguy hiểm đang đến gần cô ấy.

닥터 Bác sĩ (doctor).

닦다 Đánh cho bóng. 구두를 ~ đánh dày.

닦아세우다 Mắng, phê bình.

단 Gói, cột, bọc. 짚~ búi rạ. 장작 한 ~ một bó củi.

단(段) Đoạn, tầng, khúc, bậc. 태권도 3~ tam đẳng tekwondo

단(壇) Cái bục. ~에 오르다 leo lên bục.

단(斷) Quyết định. ~을 내리다 đưa ra quyết định.

단(單) Đơn, một, chỉ. ~하나의 chỉ một. ~한 번 chỉ một lần.

-단(團) Đoàn thể. 관광~ đoàn khách du lịch.

단가(短歌) Đoản ca, bài hát ngắn.

단가(單價) Đơn giá từng cái. 생산~ giá thành sản xuất từng cái

단거리 Đơn vị bó, đơn vị cột.

단거리(短距離) Cự ly ngắn. ~경주 chạy cự ly ngắn. ~탄도미사일 đầu đạn cự ly ngắn.

단검(短劍) Dao găm, đoản kiếm.

단것 Chất ngọt, đồ ngọt. ~을 좋아하다 thích chất ngọt.

단견(短見) Tầm nhìn thiển cận, không sâu rộng.

단결(團結) Đoàn kết. ~하다. ~은 힘이다 đoàn kết là sức mạnh.

단계(段階) Giai đoạn, một thời điểm của quá trình 세~를 거치다 trải qua ba giai đoạn.

단골 Thường xuyên, hay lui tới, quen. ~술집 quán rượu hay tới.

단공(鍛工) Thợ kim loại.

단과대학(單科大學) Trường đại học

duy nhất có một khoa.

단교(斷交) Đoạn giao, không còn quan hệ. ~하다. 양국간의 ~ sự đoạn giao của hai nước.

단군(檀君) Tangun, người sáng lập ra đất nước Hàn Quốc. ~신화 thần thoại Tangun.

단근(單根) Rễ đơn, rễ cọc.

단금지교(斷金之交) Kết giao vàng ngọc, bạn bè chơi với nhau thân. ~를 맺다 kết giao vàng ngọc.

단급(單級) Đơn cấp. ~학교 trường học đơn cấp.

단기(單機) Máy đơn, một máy.

단기(短期) Trong thời gian ngắn. ~강습 khoá học ngắn hạn.

단김에 Một hơi.

단꿈 Giấc mơ ngọt ngào. ~을 꾸다 mơ giấc mơ ngọt ngào.

단내 Mùi khét, mùi cháy. ~가 난다 có mùi cháy.

단념(斷念) Từ bỏ, bỏ ý định. 해외로 가는 것을 ~하다 từ bỏ việc ra nước ngoài.

단단하다 Cứng, rắn. 단단한 돌 hòn đá cứng. 단단해지다 trở nên cứng.

단단히 Một cách chắc chắn. 집을 ~짓다 xây nhà một cách chắc chắn.

단도(短刀) Đoản đao, dao găm. ~를 들고 cầm dao găm. ~로 찌르다 dùng dao găm đâm.

단독(單獨) Đơn độc, một mình. ~으로 một cách đơn độc, một mình.

단둘 Chỉ có hai. 방엔 ~밖에 없다 trong phòng không có ai ngoài hai người.

단란(團欒) Hòa thuận, vui vẻ đoàn tụ. ~하다. ~한 가정 một gia đình hòa thuận.

단련(鍛鍊) Luyện (sắt thép). ~하다. 정신을 ~하다 rèn luyện tinh thần.

단말기(端末機) Máy điện thoại di động.

단말마(斷末魔) Giây phút cuối cùng.

단맛 Vị ngọt. ~이 나는 포도주 rượu nho có vị ngọt. ~이 있다[나다] có vị ngọt.

단면(斷面) Mặt cắt, khía cạnh. 사회생활의 한 ~ một khía cạnh của sinh hoạt xã hội.

단명(短命) Đoản mệnh. ~하다. 재사~ tài năng bạc phận.

단모음(短母音) Phụ âm đơn.

단무지 Củ cải muối.

단문(短文) Đoạn văn ngắn.

단물 ① Nước ngọt, nước sạch ~고기 cá nước ngọt. ② Nước có vị ngọt.

단박 Ngay tại chỗ, tức khắc.

단박에 Trong chốc lát, ngay lập tức. 일을 ~해치우다 kết thúc công việc ngay tức khắc

단발(短髮) Tóc ngắn. ~머리소녀 thiếu nữ tóc ngắn.

단방(單放) ① Một phát (súng). ~에 잡다 bắn một phát bắt được ② Một lần.

단백질(蛋白質) Chất đạm, protein. 동물성[식물성]~ đạm động vật [thực vật].

단번(單番) Chỉ một lần. ~에 chỉ một lần.

단봉낙타(單峰駱駝) Lạc đà một bướu.

단분수(單分數) Phân số đơn.

단비 Cơn mưa lâu ngày mới đến, mưa đầu mùa.

단산(斷産) Triệt sản, ngừng sinh con. ~하다. 35살에 ~하다 triệt sản ở tuổi 35.

단상(單相) Đơn pha, một pha (điện).

단상(壇上) Trên sàn, trên bong, trên mục.

단색(單色) Một màu, đơn màu.

단서(端緒) Điểm bắt đầu, đầu mối. 문제 해결의 ~ đầu mối giải quyết vấn đề.

단선(單線) ① Đoạn dây lẻ. ② Quỹ đạo lẻ.

단선(斷線) Đứt dây. ~되다 bị đứt dây.

단성(單性) Đơn tính. ~화 hoa đơn tính.

단세포(單細胞) Tế bào đơn tính. ~생물 sinh vật đơn tính.

단소(短小) Nhỏ (và ngắn). ~하다.

단소(短簫) Câu sáo ngắn. ~를 불다 thổi sáo ngắn.

단속(團束) Bắt, lùng bắt. ~하다. ~강화 đẩy mạnh việc lùng bắt.

단속(斷續) Tiếp tục và ngừng. ~하다. ~적(인) lúc có lúc không.

단수(單數) Đơn số.

단수(斷水) Cúp nước, ngừng không cấp nước. ~하다. 내일 이 지역에 ~되다 ngày mai khu vực này sẽ bị mất nước.

단순(單純) Đơn thuần, đơn giản. ~하다. ~한 생활 một cuộc sống đơn giản

단순호치(丹脣皓齒) Răng trắng môi đỏ.

단순화(單純化) Đơn giản hóa. ~하다. 지나친~ đơn giản hóa quá mức.

단숨에 Một mạch, một hơi. ~마시다 uống một hơi.

단시간(短時間) Trong thời gian ngắn.

단시일(短時日) Trong một thời gian ngắn. ~에 trong thời gian ngắn.

단식(斷食) Tuyệt thực, bỏ ăn. ~하다. 24시간의 ~ tuyệt thực 24 tiếng đồng hồ.

단식(單式) Đấu đơn. ~경기 trận đấu đơn.

단신(單身) Đơn độc, một mình.

단신(短身) Ngắn người, thấp người.

단아(端雅) Đoan nhã, lịch sự. ~하다. 옷차림이 ~하다 áo quần lịch sự.

단안(單眼) Một mắt.

단안(斷案) Kết luận, quyết định. ~을 내리다 đưa ra quyết định.

단어(單語) Từ, từ mới. 기본~ từ cơ bản. ~를 많이 알고 있다 biết nhiều từ. 새 ~ từ mới.

단언(斷言) Nói một cách chắc chắn. ~하다. 저는 ~할 수 없지만 tuy tôi không nói một cách chắc chắn được nhưng

단연(斷煙) Bỏ thuốc lá. ~하다.

단연(코)(斷然-) Dứt khoát, chắc chắn. ~거절하다 dứt khoát từ chối.

단열(斷熱) Chắn nhiệt, chặn nhiệt. ~재 chất chịu nhiệt, chất chống nhiệt.

단엽(單葉) Đơn diệp, một lá.

단오(端午) Đoan Ngọ, ngày mùng 5 tháng 5 âm lịch.

단원(團員) Đoàn viên.

단위(單位) Đơn vị. ~를 100원으로 lấy 100 wôn làm đơn vị. 계산의 ~ đơn vị tính.

단음(斷音) Ngắt âm.

단음절(單音節) Đơn âm tiết. ~어 từ đơn âm tiết.

단일(單一) Đơn nhất, thuần nhất. ~하다. ~경작 một vụ.

단자(單子) Đơn tử.

단자(短資) Số tiền cho vay ngắn hạn.

단작(單作) Làm một vụ. ~지대 đất chỉ làm một vụ.

단작스럽다 Bẩn thỉu.

단잠 Giấc ngủ ngon. ~을 깨다 tỉnh giấc ngủ. ~을 자다 ngủ.

단장(丹粧) Trang điểm, hóa trang, tỉa tót. ~하다.

단장(團長) Đoàn trưởng.

단적(端的) Trực tiếp, thẳng. ~으로 말하다 nói trực tiếp ~으로 묻다 hỏi thẳng.

단전(斷電) Cúp điện. ~하다. ~되다 bị cúp điện.

단절(斷切, 斷折) Cắt.

단절(斷絕) Cắt đứt, đoạn tuyệt. ~하다. 외교 관계가 ~되다 quan hệ ngoại giao bị cắt đứt.

단점(短點) Khuyết điểm, nhược điểm. 장점과 ~ ưu và nhược điểm.

단접(鍛接) Hàn, hàn nối vào. ~하다.

단정(端正) Đoan chính, chỉnh tề. ~하다. 옷차림이 ~ người ăn mặc chỉnh tề.

단정(斷定) Quyết định. ~하다.

단조롭다(單調-) Đơn điệu. 일이 ~ công việc đơn điệu

단주(斷酒) Bỏ rượu. ~하다.

단지 Cái bình, cái lọ, cái chum. 꿀~ bình mật ong.

단지(但只) Chỉ, duy nhất. ~혼자서 chỉ một mình.

단처(短處) Khuyết điểm, lỗi.

단체(單體) Đơn thể.

단체(團體) Đoàn thể, tập thể. ~로 관람하다 tham quan đoàn thể.

단총(短銃) Súng lục, súng ngắn.

단추 Nút áo. ~를 달다 đính cúc áo.

단축(短縮) Rút ngắn. ~하다. 시간을 ~ rút ngắn thời gian.

단층(單層) Một tầng.

단칸(單-) Phòng đơn, phòng nhỏ.

단파(短波) Sóng ngắn. ~방송 phát thanh sóng ngắn.

단판(單-) Vòng đơn (thi đấu).

단편(短篇) Ngắn kỳ, ngắn. ~소설 tiểu thuyết ngắn. ~영화 phim ngắn.

단편(斷片) Miếng, tấm, từng đoạn. ~소설 tiểu thuyết ngắn.

단평(短評) Phê bình ngắn, bình luận ngắn, nhận xét ngắn. ~을 하다.

단풍(丹楓) ① Cây lá đỏ ② Lá đỏ. ~이 들다 vào mùa lá đỏ.

단합(團合) Đoàn kết, đoàn tụ.

단행(斷行) Tiến hành, thực hiện. 내각 개편을 ~하다 tiến hành cải tổ nội các.

단호하다(斷乎-) Chắc chắn, cương quyết, cứng rắn. ~하다. ~한 태도 một thái độ cứng rắn.

단호히(斷乎-) Một cách cương quyết. ~거절하다 cương quyết từ chối.

닫다 Chạy, phi.

닫다 Đóng. 문을 ~ đóng cửa.

닫아걸다 Khóa cửa. 문을 안으로 [밖으로]~ khóa cửa bên trong (ngoài).

닫히다 Bị đóng, bị khóa. 문이 ~ cửa bị đóng. 저절로 ~ tự đóng vào, tự khóa.

달 Tháng. 윤~ tháng nhuận. 한 ~ một tháng.

달가닥거리다 Lách cách, cách rách. ~는 접시 소리 tiếng bát đũa cách rách

달갑다 Vui mừng. ~지 않은 손님 khách không mời mà đến.

달걀 Trứng gà. 생~ trứng sống. ~을 낳다 đẻ trứng.

달관(達觀) Nhìn xa. ~하다. 장래를 ~하다 nhìn xa về tương lai.

달구 Cái đầm, cái cục nện. ~질 đầm đất. ~질하다 đầm đất.

달나라 Mặt trăng. ~로 로켓을 발사하다 phóng tên lửa lên mặt trăng.

달다 Treo, móc. 간판을 ~ treo bảng. 모기장을 ~ mắc màn.

달다 Cân. 무게를~ cân trọng lượng cơ thể. 저울로 ~ cân bằng cân.

달다 Ngọt. ~면 삼키고 쓰면 뱉는다 ngọt thì nuốt mà đắng thì nhổ.

달달 ① Rang lách cách. ② Lục tung lên.

달라다 Đòi, yêu cầu, đòi hỏi. 도와~ yêu cầu giúp đỡ.

달라붙다 Dán vào, dính vào, bám chặt vào, bó sát vào. 착~ dính sát vào.

달라이라마 Dalai [Grand] Lama.

달라지다 Trở nên khác đi, thay đổi. 마음이 ~ lòng dạ khác trước.

달랑 Một mình. ~혼자만 남다 chỉ còn lại một mình.

달래다 An ủi, dỗ dành.

달러 Đôla. 10~지폐 tờ 10 đôla. ~로 지불하다 trả bằng đôla. 미국~ đôla Mỹ.

달려가다 Chạy đến, chạy vù đi. 학교에 ~ chạy vội đến trường.

달려들다 Xông vào, nhảy vào. 개가 사람에게 ~ con chó nó xông vào người.

달려오다 Chạy đến, chạy lại.

달력(-曆) Tờ lịch. ~한 권 một quyển lịch.

달리 Khác nhau. ~하다. 문제를 ~취급하다 xử lý vấn đề khác nhau, xử lý riêng rẽ.

달리기 Chạy. 100 미터~ chạy 100 mét. ~를 하다 chạy.

달리다 Treo, móc. 나뭇가지에 ~ treo trên cành cây.

달리다 Bị gắn vào, bị cột vào. 큰 거울에 달린 화장대 cái bàn trang điểm có gắn cái gương lớn.

달리다 Mắc, treo. 허공에 ~ treo trong không gian.

달밤 Đêm trăng. ~에 산책하다 đi dạo đêm trăng. 밝은 ~이다 đêm trăng sáng.

달변(-邊) Lãi suất.

달변(達辯) Nói năng lưu loát, nói trôi chảy, hùng biện. ~가 nhà hùng biện.

달빛 Ánh trăng, ánh sáng trăng. ~이 비친 뜰 cánh đồng có ánh trăng chiếu.

달삯 Lương tháng.

달성(達成) Đạt được, giành được, đạt tới. ~하다. 목적을 ~하다 đạt được mục đích.

달싹하다 Lắc lư, rung nhẹ. ~지도 않다 không lắc lư, không lay động.

달아매다 Treo lên, buộc vào, móc lên. 돛을 돛대에 ~ cột buồm vào cây buồm.

달아보다 Cân (vật gì). 짐을 ~ cân hành lý.

달아오르다 Đỏ lên (thanh sắt), rất nóng, nóng đỏ lên. 쇠붙이가 ~ thanh sắt nóng đỏ lên.

달이다 Sắc, đun vật gì đó cho khô lại, làm cô lại. 간장을 ~ cô nước mắm.

달창나다 Mòn, bị mòn, cũ. 구두가 ~ cái giày mòn đi.

달콤하다 Ngọt. 맛이 ~ vị ngọt

달팽이 Ốc sên. ~걸음 đi chậm như ốc sên. ~눈이 되다 sợ co rúm lại. ~껍질 vỏ ốc sên.

달포 Khoảng một tháng. 그가 떠난 지 한 ~된다 anh ta ra đi chừng một tháng rồi.

달필(達筆) Khéo tay, viết chữ đẹp. ~가 người viết chữ đẹp.

달하다(達-) Đạt đến, đạt tới. 기준에 ~ đạt tiêu chuẩn, đủ tiêu chuẩn.

닭 Con gà. 싸움~ gà chọi. ~을 치다 nuôi gà ~이 울다 gà gáy.

닭고기 Thịt gà. ~튀김 thịt gà rán.

닭고집(-固執) Chỉ người bướng bỉnh, đồ bướng như gà.

닭구이 Gà nướng.

닭살 Da gà, chỉ nước da sần sùi. 팔 에 ~이 돋다 tay nổi da gà.

닭싸움 Chọi gà.

닭의 장(-藏) Chuồng gà. ~에 넣다 bỏ vào chuồng gà.

닭찜 Gà hầm.

닭튀김 Gà rán.

닮다 Giống, giống nhau. ~은 점 điểm giống. ~지 않다 không giống.

닳다 Mòn, cũ. ~아 빠진 quần cũ. ~아 빠진 구두 cái dày cũ.

닳리다 Cô lại, sắc lại, làm cho khô. 약 을 다~ sắc cho khô thuốc.

담 Hàng rào. ~을 두르다 vây vào.

담(痰) Đờm. ~을 배다 nhổ đờm. ~이 생기다 có đờm. 피가 섞인~ đờm có máu

담 Bệnh giang mai.

담갈색(淡褐色) Màu xám nhạt.

담그다 Ngâm. 더운물에 ~ ngâm vào nước nóng.

담기다 (Bị động từ của "담다") Bị chứa, được chứa, được đựng. 그릇에 물이 담겨 있다 nước được đựng trong chậu.

담낭(膽囊) Mật. ~관 ống mật. ~염 viêm mật.

담녹색(淡綠色) Màu xanh nhạt.

담다 Bỏ vào, đựng, cho vào. 쌀통에 쌀 을 ~ để gạo vào trong thùng gạo.

담담하다(淡淡) Nước trong, màu sắc trong, trong trẻo. 담담한 색깔 màu trong.

담당(擔當) Đảm đương, phụ trách. ~ 하다. 그는 그 일을 ~하고있다 anh ta đang đảm đương công việc ấy.

담략(膽略) Dũng cảm, mưu lược. ~이 있다 có dũng cảm và mưu lược.

담박하다(澹泊, 淡泊-) Nhạt, mờ, đạm bạc, đơn giản. 담박한 색 màu nhạt. 담박한 음식 món ăn đạm bạc

담배 Thuốc lá. ~꽁초 버리는 곳 nơi vất mẩu thuốc lá.

담뱃대 Tẩu thuốc lá. ~를 물다 ngậm

tẩu.

담뱃불 Lửa thuốc lá. ~을 붙이다 đốt thuốc.

담벼락 Bức tường. ~하고 말하는 셈이다 chẳng khác gì nói với tường.

담보(擔保) Thế chấp. ~권 quyền thế chấp.

담석(膽石) Sỏi thận. ~증 bệnh sỏi thận.

담세(擔稅) Sự chịu thuế. ~하다. ~자 người chịu thuế.

담소(談笑) Nói chuyện, cười nói. ~하다. 문제는 ~하는 사이에 해결되었다 vấn đề được giải quyết trong lúc nói chuyện.

담소하다(膽小-) Nhát gan, nhát, rụt rè.

담수(淡水) Nước ngọt (không phải nước biển). ~호 hồ nước ngọt.

담수(湛水) Chứa nước. ~하다.

담쌓다 Cắt đứt mối quan hệ. 이제 그와는 담을 쌓았다 Bây giờ tôi cắt đứt mối quan hệ với anh ta rồi.

담요(毯-) Cái mền, cái chăn. ~로 몸을 싸다 lấy cái mềm đắp ngưởi.

담임(擔任) Chủ nhiệm, đảm nhiệm. ~하다. ~선생 giáo viên chủ nhiệm.

담즙(膽汁) Mật, nước mật. ~병 bệnh về mật.

담차다(膽-) To gan, táo bạo, không biết sợ. 담찬 사람 người táo bạo.

담채(淡彩) Màu nhạt.

담청색(淡青色) Màu xanh nhạt.

담판(談判) Đàm phán. ~하다. ~중이다 đang đàm phán.

담합(談合) Thảo luận, bàn bạc. ~하다.

담화(談話) Cuộc nói chuyện, chuyện trò. ~하다. ~형식으로 발표하다 phát biểu theo hình thức nói chuyện.

답(答) Câu trả lời, đáp án, giải đáp. ~을 내다 đưa ra câu trả lời.

답곡(畓穀) Lương thực, thóc lúa.

-답다 Tiếp từ, đứng sau danh từ, có nghĩa giống, xứng đáng, đúng nghĩa. 남자[여자]다운 đáng mặt đàn ông [phụ nữ].

답답하다(沓沓-) Khó thở, ngột ngạt, bí. 답답한 날씨 thời tiết ngột ngạt.

답례(答禮) Đáp lễ. ~하다. ~물[품] đồ đáp lễ.

답변(答辯) Trả lời. ~하다. ~서 thư trả lời.

답보(踏步) Đứng một chỗ, đình trệ. ~하다. ~상태에 있다 tình trạng đình trệ.

답사(答辭) Trả lời, hồi đáp. ~하다. ~를 읽다 đọc câu trả lời.

답사(踏査) Trực tiếp đến nơi điều tra. ~하다.

답서(答書) Thư trả lời, thư hồi âm =답

장(答狀).

답습(踏襲) Học theo, đi theo, theo. ~하다. 신임 사장은 전 사장의 방식을 ~할 것이다 Giám đốc mới sẽ đi theo phương thức của giám đốc cũ.

답신(答申) Trả lời cấp trên, trình báo. ~하다. ~서 thư trình báo.

답신(答信) Thư trả lời. ~이 오다 thư trả lời đến. ~을 쓰다 viết thư trả lời.

답안(答案) Đáp án, giải đáp. 잘 된~ đáp án đúng.

답장(答狀) Thư trả lời. ~하다. ~을 내다 đưa ra thư trả lời. 즉시 ~해 주십시오 Hãy trả lời ngay cho chúng tôi. ~보내다 gửi thư trả lời.

답전(答電) Điện trả lời. ~하다 gửi điện trả lời.

답지(遝至) Đổ xô vào, tập trung vào, đến nhiều, đến ào ào. ~하다. 주문이 ~하다 đơn đặt hàng đổ xô đến.

답지않다 Không đúng nghĩa, không ra dáng, không ra vẻ. 신사~은 không ra dáng đàn ông.

답파(踏破) Đi qua, đột phá qua ~하다.

답하다(答-) Trả lời. 답할 수 없는 질문 câu hỏi không trả lời được.

닷새 Năm ngày. ~동안 교육을 받다 học trong vòng năm ngày

당(當) Chính, đúng, đương sự. ~사 chính công ty này.

당(當) Mỗi một, mỗi. 비용은 1인~ 2만원이었다 chi phí mỗi người là 20 ngàn won.

당구(撞球) Bida. ~치다 đánh bida. ~공 bóng bida. ~대 bàn bida. ~장 quán bida, nơi chơi bida.

당국(當局) Cơ quan liên quan, cơ quan đương sự. 정부~ cơ quan liên quan của chính phủ.

당권(黨權) Quyền lãnh đạo Đảng. ~싸움 tranh giành quyền lãnh đạo Đảng.

당근 Cà rốt. ~과 채찍 củ cà rốt và cây gậy.

당기(當期) Lúc đó, thời gian đó, thời điểm đó. ~결산 quyết toán thời điểm đó.

당기다 Kéo, lôi. 소매를 ~ kéo vạt áo. 그물을 ~ kéo lưới.

당기다 Cảm thấy ngon, ngon miệng. 입맛 ~는 음식 món ăn ngon miệng.

당나귀(唐-) Con lừa. 암~ con lừa cái.

당내(堂內) Trong dòng họ.

당내(黨內) Trong Đảng. ~의 사정 tình hình của Đảng.

당년(當年) Năm ấy, năm đó. ~그가 5살 이었다 năm đó anh ta 5 tuổi.

당뇨(糖尿) Bệnh đái đường. ~병 đái đường. ~병 증세 triệu chứng bệnh đái đường.

당당하다(堂堂-) Đường đường chính chính, uy phong. 당당한 권리 một quyền lợi chính đáng.

당당히(堂堂-) Một cách chính dáng, một cách uy nghiêm, một cách đường hoàng.

당대(當代) Thời đại ngày nay, thời nay. 사람은 ~보다는 과거에 애착을 갖는다 con người ai cũng luyến tiếc quá khứ hơn là hiện tại

당도(當到) Đi đến, đến. ~하다. 기회가 ~하다 cơ hội đến.

당도(糖度) Độ đường. ~가 높은 과일 trái cây có độ đường cao.

당돌하다(唐突-) Bất lịch sự, đường đột. 당돌한 말 lời nói bất lịch sự.

당락(當落) Trúng cử và thất cử. ~가 능성이 반반인 후보자 ứng cử viên có khả năng trúng cử và thất cử là 50-50.

당면(當面) Đối diện, đối mặt, trước mắt. ~하다. ~한 문제 vấn đề phải đối diện.

당무(黨務) Việc Đảng. ~를 처리하다 xử lý việc Đảng.

당번(當番) Trực, ca trực làm gì đó. ~하다. 오늘 누구~이지요? Hôm nay ai trực?

당부(當付) Dặn dò. ~하다. 일을 잘하라고 ~한다 dặn dò phải làm việc cho tốt.

당부(當否) Đúng và sai. ~를 가리다 phân biệt đúng sai.

당분(糖分) Đường, độ đường. ~을 함유하다 chứa cả đường trong đó.

당분간(當分間) Tạm thời, lúc này, hiện tại. 저는 ~ 바빠요 tạm thời hiện nay tôi đang bận.

당비(黨費) Đảng phí. ~를 내다 nộp đảng phí.

당사국(當事國) Nước đương sự.

당사자(當事者) Đương sự, kẻ đương sự, đối tượng. ~간의 문제 vấn đề giữa các đương sự.

당선(當選) Trúng cử. ~하다. ~가망이 있는 후보자 ứng cử viên có khả năng trúng cử.

당세(當世) Thời nay, thời hiện tại.

당시(唐詩) Thơ Đường. Thời đại thơ của Tang, thi ca Trung Quốc.

당시(當時) Lúc đó, khi đó, đương thời. ~의 수상 Thủ tướng lúc đó.

당신(當身) ① Ngôi thứ 2, cậu, mày. (thường dùng khi bực mình) ② Mình à, mình ơi (vợ chồng).

당연하다(當然-) Đương nhiên. ~한 일 một việc đương nhiên.

당원(黨員) Đảng viên. 공산~ Đảng viên Đảng Cộng sản.

당의(糖衣) Sự bọc đường. 알약에 ~를

입히다 bọc đường vào bên ngoài viên thuốc.

당일(當日) Đương nhật, trong ngày. ~의 날씨 thời tiết trong ngày.

당장(當場) Ngay tại chỗ, ngay tức khắc. ~필요하다 cần ngay tại chỗ.

당적(黨籍) Đảng tịch, có tên trong sổ Đảng.

당직(當直) Ca trực. ~하다. ~을 교대하다 thay ca trực.

당직(黨職) Đương chức. ~자 người đương chức.

당첨(當籤) Trúng thưởng. ~하다. 일등 ~하다 trúng giải nhất. 복권에 ~되다 trúng xổ số.

당초(當初) Ban đầu, khởi đầu, sự bắt đầu.

당치않다(當-) Không hợp lý, bất hợp lý. ~은 벌 hình phạt bất hợp lý.

당파(黨派) Đảng phái. 비~적인 không đảng phái.

당하다(當-) Bị, chịu, gặp. 불행을 ~ chịu bất hạnh.

당하다(當-) (chỉ sự bị động), bị. 공격~ bị tấn công.

당황하다(唐惶, 唐慌-) Bàng hoàng, hoảng hốt. ~게 하다 làm cho bàng hoàng.

닻 Cái neo. ~고리 vòng neo. ~줄 dây neo.

닿다 Động tới, chạm tới. 손~지 않는 곳에 chỗ không chạm tay tới.

대 Cây tre. ~나무 cây tre. ~마디 mắt tre. 막~ đốt tre.

대(隊) Đội, đội hình. ~를 짓다 làm thành đội. 비행~ đội bay.

대가(大家) Đại gia, người có uy tín.

대가리 Cái đầu, cái thủ (động vật). 돼지~ thủ lợn.

대가족(大家族) Đại gia đình. ~을 거느리고 있다 nuôi đại gia đình.

대간첩(對間諜) Chống phản gián, chống tình báo.

대갈 Cái móng ngựa.

대강(大綱) Đại cương, ý chính. ~을 파악하다 nắm ý chính

대강(代講) Dạy thay, dạy thế cho. ~하다.

대갚음(對-) Trả lại, hồi lại, báo đáp, trả thù. ~하다. 은혜를 ~하다 trả công, trả ơn.

대개(大概) Khoảng, chừng. 저는 ~7시에 일어나다 tôi thức dậy khoảng 7 giờ.

대검(帶劍) Đeo kiếm. ~하다.

대검찰청(大檢察廳) Viện kiểm sát tối cao.

대견스럽다 Tài giỏi, tài năng, hoàn hảo.

대견하다 Tài năng, hoàn hảo.

대결(對決) Quyết đấu. ~하다. ~정책 chính sách quyết đấu.

대계(大計) Đại kế, kế lâu dài. 국가의 백년 ~를 세우다 xây dựng đại kế trăm năm của đất nước.

대공(大功) Công lớn, công lao lớn. ~을 세우다 lập công lớn.

대공(對空) Đối không. ~방어 phòng vệ đối không ~포 pháo đối không.

대관(大官) Quan lớn, đại quan.

대교(大橋) Chiếc cầu lớn.

대구루루 Lăn lốc cốc, lăn lộc cộc. ~하다. ~구르다 lăn công cốc.

대국(大局) Đại cục, bối cảnh chung. ~적으로 보다 nhìn một cách đại cục.

대국(大國) Nước lớn. ~주의 chủ nghĩa nước lớn.

대군(大群) Đàn lớn. 메뚜기의 ~ đàn châu chấu lớn.

대권(大權) Quyền lực tối cao, đặc quyền.

대규모(大規模) Quy mô lớn. ~로 với quy mô lớn.

대그릇 Cái đĩa tre, cái rổ tre.

대금(代金) Giá, giá tiền.

대금고(貸金庫) Tủ sắt lớn.

대기(大器) Cái bát lớn.

대기업(大企業) Doanh nghiệp lớn, tập đoàn.

대기오염(大氣污染) Ô nhiễm không khí. ~도 độ ô nhiễm không khí.

대길(大吉) Cơ may lớn. ~하다.

대난(大難) Đại nạn, tai họa lớn.

대낮 Ban ngày. ~처럼 밝다 sáng như ban ngày. ~에 vào ban ngày.

대내(對內) Đối nội. ~문제 vấn đề đối nội.

대뇌(大腦) Đại não. ~반구 bán cầu đại não.

대다 Đối diện, cho đối mặt, cho chạm vào nhau. 음극과 양극을 ~ cự dương và âm chạm vào nhau

대다수(大多數) Đại đa số. ~의 지지를 받다 nhận được sự ủng hộ của đại đa số.

대단찮다 Ít, không nhiều, không đáng kể.

대단히 Một cách nhiều hoặc một cách vĩ đại, một cách to lớn.

대담(大膽) To gan, dũng cảm. ~하다. ~하게 một cách to gan.

대답(對答) Trả lời. ~하다. ~할 말이 없다 không có gì trả lời.

대대(大隊) Đại đội. ~장 đại đội trưởng.

대대적(大大的) Rộng rãi, to lớn. ~으로 광고하다 quảng cáo rộng rãi.

대도시(大都市) Thành phố lớn.

대동단결(大同團結) Đoàn kết đại đồng, đoàn kết một lòng. ~하다.

대동맥(大動脈) Động mạch chủ.

대동소이(大同小異) Đại đồng tiểu dị, khác nhau thì ít mà giống nhau thì nhiều ~하다.

대두(擡頭) Nổi lên, nổi dậy, xuất hiện. ~하다.

대들다 Cãi lại, cãi lộn, cãi cự, càu nhàu. 윗사람에게 ~ cãi lại cấp trên.

대등(對等) Bình đẳng. ~한 권리 bình đẳng về quyền lợi.

대략(大略) Nói chung. ~을 말하다 nói chung thì.

대량(大量) Số lượng lớn. ~으로 với số lượng lớn.

대령(待令) Đợi lệnh, chờ lệnh. ~하다.

대로 Theo như, giống như. 시키는 ~하다 sai sao làm thế.

대롱대롱 Lúc lắc, đung đưa. 사과가 가지에 ~달려 있다 quả táo lúc lắc đung đưa dưới cành.

대륙(大陸) Đại lục, lục địa. 아시아~ đại lục Á châu.

대리(代理) Thay thế, thay mặt đại diện. ~하다. ~를 보내다 gửi người đại diện.

대립(對立) Đối lập. ~하다. 과~하다 đối lập với. ~관계 quan hệ đối lập.

대만(臺灣) Đài Loan. ~사람 người Đài Loan.

대망(大望) Hoài bão lớn, hy vọng lớn. ~을 가진 mang một hoài bão lớn.

대맥(大麥) Đại mạch, lúa mỳ. =보리.

대머리 Hói đầu, cái đầu hói. ~가 되다 bị hói đầu. 일찍~가 된 sớm hói đầu.

대면(對面) Đối diện, gặp nhau, đối chất. ~하다. ~시키다 cho gặp nhau.

대명(待命) Chờ lệnh. ~하다.

대모(代母) Mẹ đỡ đầu.

대모집(大募集) Tuyển dụng nhiều, tuyển dụng hàng loạt. ~하다.

대목 ① Thời kỳ, dịp. ② Sự khó khăn.

대목(大木) ① Cây gỗ lớn ② Thợ mộc.

대문(大門) Cổng chính. ~으로 들어오다 đi vào bằng cổng chính.

대물(對物) Đổi hàng hóa. ~계약 hợp đồng đổi hàng hóa.

대물리다(代-) Truyền lại, để lại. 손자에게 재산을 ~ để lại tài sản cho con cháu.

대미(對美) Với Mỹ. ~관계 quan hệ với Mỹ. ~무역 mậu dịch với Mỹ.

대민(對民) Với nhân dân, cho dân.

대바구니 Cái rổ bằng tre.

대받다(代-) ① Thừa kế, kế nghiệp. 재산을 ~ thừa kế tài sản ② Kế nghiệp.

대번 Một hơi, một nốc, một lần. ~때려 눕히다 một hơi đánh gục.

대번에 Một hơi, một mạch.

대법원(大法院) Đại pháp viện, tòa án tối cao.

대변(代辯) Đại biện, thay thế, nói

대변(對邊) Phát ngôn. ~하다. ~인 người phát ngôn.

대별(大別) Chia loại chính. ~하다. 두 종류로 ~하다 chia làm hai loại chính.

대보다 So sánh, đối chiếu. 키를 ~ so sánh chiều cao cơ thể.

대보름(大-) Rằm ~달 trăng rằm, rằm tháng giêng.

대본(貸本) Cho vay tiền.

대부(貸付) Cho vay. ~하다. ~금 tiền cho vay. 장기~ cho vay dài hạn.

대부분(大部分) Đại bộ phận. 손님의 ~이 여자들이 있다 đại bộ phận khách hàng là nữ.

대부인(大夫人) Đại phu nhân.

대북(對北) Với Bắc Hàn, với phương Bắc. ~정책 chính sách đối với miền Bắc.

대비(對比) Đối chiếu, so sánh ~하다. 번역문과 원문을 ~해 보아라 hãy đối chiếu bản dịch và nguyên bản.

대사(大事) ① Đại sự. ② Việc hôn nhân.

대사(大使) Đại sứ. 주한 ~ Đại sứ tại Hàn Quốc. 주한 베트남~ Đại sứ Việt Nam tại Hàn Quốc.

대상(大賞) Giải thưởng lớn. ~을 받다 nhận giải thưởng lớn.

대서(代書) Viết thay, viết hộ. ~하다.

대선(貸船) Cho mượn thuyền, cho mượn tàu. ~하다. ~료 tiền thuê thuyền.

대설(大雪) Cơn tuyết lớn.

대성(大成) Đại thành công. ~하다.

대성공(大成功) Đại thành công, thành công lớn. ~하다.

대성황(大盛況) Rất thịnh vượng, rất phát đạt.

대세(大勢) Xu thế, xu hướng, hướng chính. 세계의 ~ xu thế chung của thế giới.

대소(大小) To nhỏ, lớn bé, kích thước. ~에 따라 tuỳ to nhỏ.

대소동(大騷動) Loạn lớn, sự mất ổn định lớn.

대소변(大小便) Đại tiểu tiện. ~을 보다 đi đại tiểu tiện.

대소사(大小事) Việc lớn việc nhỏ.

대수롭다 Quan trọng, giỏi. ~지 않은 일 việc chẳng quan trọng.

대수술(大手術) Một ca mổ lớn.

대숲 Bụi tre.

대승(大乘) Đại Tăng, ông sư lớn.

대식(大食) Ăn nhiều. ~하다.

대신(代身) Thay thế, thay cho, thay. ~하다. 그~에 thay vào đó.

대야 Cái bồn rửa.

대야 Phải là, phải. 일을 한~ 도와 주지

phải tự làm người ta mới giúp cho chứ.

대양(大洋) Đại dương. ~을 건너가다 vượt đại dương.

대어(大魚) Con cá lớn. ~를 놓치다 để trượt mất con cá lớn (nghĩa bóng)

대업(大業) Đại nghiệp.

대여(貸與) Cho vay tiền, cho vay. ~하다 ~금 tiền cho vay.

대역(大役) Vai chính, nhiệm vụ chính. ~을 맡다 nhận nhiệm vụ quan trọng.

대열(隊列) Hành ngũ. ~을 정돈하다 chỉnh đốn hàng ngũ.

대영(對英) Với Anh Quốc. ~무역 thương mại với Anh.

대오(隊伍) Đội ngũ, hàng ngũ =대열.

대오다 Đến đúng giờ. 약속한 시간에 ~ đến đúng giờ hẹn.

대왕(大王) Đại vương. 염라~ Diêm la đại vương.

대외(對外) ngoại. ~관계 quan hệ đối ngoại. ~무역 ngoại thương.

대요(大要) Nội dung tóm tắt, sơ lược. 국사~ sơ lược lịch sử nước nhà.

대욕(大辱) Cái nhục lớn. ~을 당하다 bị sỉ nhục thậm tệ.

대용(代用) Dùng thay thế, dùng thay. ~하다. ~물 vật thay thế.

대우 Xen canh, trồng xen lẫn. ~깨 vùng xen canh.

대우(待遇) Đối xử, cư xử. ~하다. ~가 좋다 đối xử tốt.

대우(大雨) Đại vũ, mưa lớn.

대우주(大宇宙) Đại vũ trụ.

대운(大運) Vận số rất may. ~이 뻗치다. ~이 트이다 gặp vận số rất may.

대웅성(大熊星) Sao Đại Hùng.

대원(大願) Nguyện vọng lớn. ~성취 nguyện vọng lớn thành công.

대원수(大元帥) Đại nguyên soái.

대원칙(大原則) Nguyên tắc chung, nguyên tắc cơ bản. ~이 있다 có nguyên tắ chung.

대월(貸越) Nước Đại Việt, nước Việt Nam ngày nay.

대위(大尉) Đại uý. 육군~ đại uý lục quân.

대음(大飲) Uống nhiều rượu. ~하다.

대응(對應) Đối ứng, đối phó, xử lý. ~하다. 법적~ đối phó về mặt pháp luật.

대의(大意) Đại ý, ý chính. 문장의 ~를 파악하다 nắm ý chính câu văn.

대의(代議) Thay thế ai thảo luận bàn bạc, họp.

대인(大人) Người lớn, người thành niên. ~이 되다 thành người lớn.

대인(對人) Đối nhân, cư xử với người. ~관계 quan hệ đối nhân xử thế.

대인기(大人氣) Sự yêu thích lớn, sự

mến mộ lớn. ~를 끌다 lôi kéo sự mến mộ lớn của khán giả.

대인물(大人物) Một nhân vật lớn.

대일(對日) Đối với Nhật Bản. ~감정 tình cảm với Nhật Bản.

대임(大任) Nhiệm vụ lớn, nhiệm vụ quan trọng. ~을 맡다 nhận nhiệm vụ lớn.

대자(大字) Chữ lớn.

대자대비(大慈大悲) Đại từ đại bi. ~하신 관세음보살 Quan thế âm bồ tát đại từ đại bi.

대자연(大自然) Đại tự nhiên, thiên nhiên bao la, vũ trụ, tạo hóa. ~의 섭리 quy luật của tự nhiên.

대작(大作) ① Tác phẩm lớn, tác phẩm có giá trị. ② Tác phẩm có quy mô lớn.

대장(大將) ① Đại tướng. ② Chỉ người giỏi về cái gì đó. 거짓말~ đại tướng nói phét.

대장(臺帳) Sổ chính. ~에 기입하다 ghi vào sổ chính.

대장부(大丈夫) Đại trượng phu. ~답게 굴라 hãy hành động cho đáng đại trượng phu.

대적(大敵) Kẻ thù lớn, kẻ thù hùng mạnh. 그는 나의 ~이다 anh ta là kẻ thù lớn của tôi.

대전(大殿) Cung điện chính.

대전(對戰) ① Đối chiến, đánh nhau. ~하다. ② Đấu với nhau (thể thao). ~하다.

대전차(對戰車) Chống xe tăng, chống thiết giáp, chống chiến xa. ~미사일 tên lửa chống tăng.

대접 ① Cái bát dẹt. 국 한 ~ một bát lớn súp. ② Lượng từ đĩa. 물 한 ~ một bát nước.

대접(待接) Đối xử, đón tiếp, tiếp đãi. ~하다. 손님을 ~하다 tiếp khách.

대정맥(大靜脈) Tĩnh mạch chủ.

대제(大帝) Đại đế. 피터~ Peter đại đế.

대제(大祭) Đại tế, buổi cầu cúng lớn.

대조(大潮) Khi nước triều lên cao nhất, lúc triều cao.

대조(對照) Đối chiếu, so sánh. ~하다. ~연구 nghiên cứu đối chiếu. ~표 bảng đối chiếu.

대족(大族) Đại tộc, một dòng họ lớn.

대종(大宗) ① Dòng họ lớn nhất. ② Loại chủ yếu, loại chính. 속옷 옷감의 ~은 면이다 vải chủ yếu làm quần áo lót là bông.

대종상(大鐘賞) Giải thưởng chiếc chuông lớn.

대좌(對坐) Ngồi đối mặt với nhau, ngồi đối mặt với. ~하다.

대죄(大罪) Đại tội, tội lớn, trọng tội. ~

를 범하다 phạm trọng tội. ~를 짓다 mắc tội lớn, gây tội lớn

대주(貸主) Người chuyên cho đi vay tiền, vật, chủ nợ.

대주다 Cung cấp, cho, trả. 용돈을~ cho tiền tiêu vặt. 아무의 집에 식량과 옷을 ~ cung cấp lương thực và áo cho nhà ai

대중 Chừng, khoảng, áng chừng. ~(을) 잡다 đoán chừng, khoảng.

대중(大衆) Đại chúng, quần chúng, số đông người. ~을 위한 vì quần chúng. ~성 tính quần chúng.

대중없다 Không thể án chừng được, không thể dự đoán được. 그는 하는 짓이 ~어 믿을 수가 없다 hành động của anh ta không thể nắm bắt được nên không thể tin.

대증(對證) Đối chứng, lấy hai sự vật, con người làm đối chứng.

대증(對症) Đối phó với các chứng bệnh.

대지(大地) Đất đai rộng lớn mênh mông. ~를 밟다 dẫm lên mảnh đất rộng lớn mênh mông.

대지(大志) Cái chí lớn, hoài bão. ~를 품다 mang chí lớn.

대지(大指) Ngón cái.

대지(垈地) Đất, mảnh đất (để làm nhà, xây dựng). ~의 선정 chọn đất. 학교의 ~ đất làm trường học, đất của trường.

대지(貸地) Đất cho thuê, đất cho mướn.

대지(臺地) Cao nguyên, vùng đất cao.

대지(臺紙) Giấy bìa, giấy cứng làm nền.

대지(對地) Đối đất, mục tiêu ở trên đất. ~공격 tấn công mục tiêu trên mặt đất.

대지주(大地主) Đại địa chủ. ~ 집안 출신 sinh ra trong gia đình đại địa chủ.

대지팡이 Cây gậy tre.

대진(代診) Khám thay, khám hộ (cho bác sĩ khác). ~하다.

대진(對陣) Hạ trại đối diện nhau, cắm trại đối diện nhau. ~하다. 강을 끼고 ~하다 cắm trại đối diện nhau dọc theo bờ sông.

대질(對質) Đối chất. ~심문 thẩm vấn đối chất

대짜(大-) Cái lớn, con lớn. ~물고기를 하나 잡다 bắt được con cá to.

대짜배기(大-) Đồ vật lớn, cái lớn, to lớn, to tát. ~그릇 cái đĩa lớn.

대차(大差) Sự khác biệt lớn. ~가 있다 có sự khác biệt lớn. ~없다 không có sự khác biệt lớn.

대차(貸借) Cho vay hoặc vay, vay mượn, thuê mướn. ~를 대조하다 đối

chiếu vay và cho vay.

대책(對策) Đối sách, cách xử lý. 비상~ 대책 xử lý tình huống khẩn cấp.

대처하다(對處-) Giải quyết, ứng phó. 식량 부족에 ~ ứng phó với tình hình thiếu lương thực.

대척(對蹠) Đối diện, đối nhau. ~점 điểm đối diện.

대천(大川) Con suối lớn.

대첩(大捷) Thắng lớn. ~하다.

대청소(大淸掃) Tổng vệ sinh. ~하다. 집을 ~하다 tổng vệ sinh nhà.

대체(大體) Điểm chính, khái quát, nội dung tóm tắt. ~로 그렇다 đại thể là như vậy

대체(代替) Thay thế. ~하다. ~식량 lương thực thay thế

대체(對替) Chuyển tiền. ~하다. 우편~로 송금하다 chuyển tiền bằng đường bưu điện.

대추 Táo tàu, táo làm thuốc bắc

대추 Đồ đã dùng của người khác để lại. 나는 언니의 ~를 입어야 되니까 지겹다 tôi chán ngấy vì phải mặc quần áo của chị tôi đã mặc để lại.

대출(貸出) Cho vay, cho mượn (tiền, hàng, vật). ~하다. 신용~ cho vay tín dụng.

대충(代充) Lấy cái khác thay thế, thế vào. ~하다.

대충 Đại khái, qua loa, sơ sài, gần như. ~말하면 nói đại khái thì. ~훑어보다 nhìn qua loa.

대취(大醉) Rất say, say chẳng biết gì, say xỉn. ~하다. ~한 사람 người say bét.

대치(代置) Để cái khác vào, đặt thế vào bằng cái khác. ~하다.

대치(對峙) Đối đầu, đối diện. ~하다. 쌍방이 ~ hai bên đối diện nhau.

대치(對置) Đặt đối diện nhau, nằm đối diện nhau.

대칭(對稱) Đối xứng. ~면 mặt đối xứng. ~축(軸) trục đối xứng

대토(代土) Mảnh đất được mua do tiền bán mảnh đất khác.

대통(-筒) Cái ống tre.

대통(-桶) Tẩu thuốc lá, ống hút.

대통(大通) Rất suôn sẻ, rất tốt đẹp, thông suốt. ~하다. 운이 ~하다 cái vận số rất suôn sẻ

대통(大統) Dòng dõi nhà vua. ~을 잇다 tiếp nối dòng dõi nhà vua.

대통령(大統領) Tổng thống. ~의 임기 nhiệm kỳ Tổng thống. ~에 취임하다 nhậm chức Tổng thống.

대퇴(大腿) Đùi. ~골(骨) xương đùi. ~근(筋) gân đùi.

대파(大破) Đại phá, gây thiệt hại lớn. ~하다. 적의 함대를 ~했다 đại phá

hạm đội địch

대파(大波) Cơn sóng lớn.

대판(大-) Trận lớn, quy mô lớn. 잔치를 ~으로 차리다 chuẩn bị bữa tiệc lớn.

대판(大版) Cỡ lớn, khổ lớn (in ấn).

대패(大敗) Đại bại, thua lớn (đánh nhau, thể thao). ~하다. ~시키다 đánh cho đại bại.

대포 Cái cốc rượu lớn.

대포(大砲) Đại bác, đại pháo. ~를 쏘다 bắn đại pháo. ~소리 tiếng phá

대폭(大幅) Khổ lớn, qui mô lớn. ~인상 tăng giá với quy mô lớn. 가격 의 ~하락 giá giảm với quy mô lớn.

대표(代表) Đại biểu, đại diện. ~하다. …를 ~하다 đại diện cho. ~자 người đại diện, giám đốc.

대푼 Tiền xu, tiền rất nhỏ.

대품(代-) Trả ơn, trả công.

대풍(大風) Cơn gió lớn. ~으로 나무가 꺾였다 cây cối bị gãy vì gió lớn.

대풍(大豊) Năm được mùa to. ~이 들다 được mùa to.

대피(待避) Tạm tránh, tạm lánh (nguy hiểm vv.). ~하다. ~소 nơi lẩn tránh.

대필(代筆) Viết thay cho ai. ~하다. 어머니의 ~을 하다 viết thay cho mẹ.

대하(大河) Một con sông rộng.

대하다(對-) Gặp mặt, gặp phải, đối diện. 적을 ~ gặp địch. 마주 ~고 앉다 ngồi đối diện nhau.

대하증(帶下症) Khí hư, huyết trắng.

대학(大學) Trường đại học, cấp đại học. ~1 [2,3,4]년생 sinh viên đại học năm thứ nhất [hai, ba, bốn]. ~에 응시하다 thi đại học.

대학자(大學者) Đại học giả, học giả lớn.

대한(大旱) Cơn đại hạn.

대한(大寒) Đại hàn, tiết đại hàn (mùa đông).

대한(大恨) Mối hận lớn. ~을 품다 mang mối hận lớn.

대한(大韓) Đại Hàn, Hàn Quốc, Nam Hàn, Nam Triều tiên. ~무역 투자 진흥 공사 Hiệp hội chấn hưng thương mại đầu tư Hàn Quốc (KOTRA).

대합실(待合室) Phòng đợi, phòng chờ (ở cơ quan hành chính nhà nước vv.).

대항(對抗) Chống cự, kháng cự, chống đối, đối kháng. ~하다. ~력 sức chống đối, khả năng chống cự.

대해(大害) Thiệt hại lớn. 곡식에 ~를 주다 gây thiệt hại lớn cho mùa màng.

대해(大海) Biển lớn, biển rộng. 망망한 ~ biển rộng bao la.

대행(代行) Thay thế, thay quyền, tạm

thế quyền, làm thay. ~하다. 학장~ thay quyền hiệu trưởng.

대행성(大行星) Đại hành tinh.

대헌장(大憲章) Đại Hiến chương.

대형(大兄) Đại huynh.

대형(大型) Loại lớn, cỡ lớn. 초~의 loại cực lớn.

대형(隊形) Đội hình, đội ngũ. ~을 정돈하다 chỉnh đốn đội hình.

대화(大火) Hỏa hoạn lớn. =큰불.

대화(大禍) Đại họa, thảm họa lớn. ~를 입다 gặp thảm họa lớn

대화(對話) Đối thoại, hội thoại, nói chuyện. ~하다. 세 사람의 ~ cuộc nói chuyện của ba người

대환(大患) Mối lo lớn hoặc tai nạn lớn.

대회(大會) Đại hội. ~를 열다 mở đại hội. ~에서 연설하다 diễn thuyết tại đại hội

대흉(大凶) Rất xấu số, rất xui xẻo.

대희(大喜) Đại hỷ, rất vui mừng. ~하다.

댁(宅) Gọi tôn xưng nhà người khác, nhà của quý ông (bà). ~이 어디입니까? Nhà anh ở đâu ?.

댁내(宅內) Gọi tôn trọng gia đình người khác. ~모두 안녕하십니까? Gia đình mạnh khoẻ cả chứ ạ?

댄서 Diễn viên múa, vũ nữ (dancer).

댄스 Nhảy, khiêu vũ (dance). ~교사 vũ sư, giáo viên dạy nhảy.

댐 Con đập, cái đập nước (dam). 다목적~ đập đa dụng.

댓 Khoảng 5, trên dưới 5. ~사람 khoảng 5 người.

댓가지 Cành cây tre.

댓바람 Ngay lập tức, tức thì. 소식을 듣자마자~으로 달려나갔다 nghe tin xong chạy đi liền.

댓새 Khoảng 5, trên dưới 5.

댓줄기 Cành cây tre.

댓진(-津) Cái cặn thuốc lá.

댕그랑거리다 Kêu leng ceng, kêu linh kinh.

댕기 Cái bím cột tóc.

댕기다 Bắt lửa, cháy, châm lửam, đốt lửa. 마른 나무에는 불이 잘~ củi khô dễ bắt lửa.

더 Tiếp tục, tiếp. ~먹다 ăn nhiều hơn.

더껑이 Cái bọt bám bên trên, cái váng. 죽에 ~가 지다 cháo có váng.

더뎅이 Vết máu khô, vết bụi cặn.

더듬거리다 Lò mò, dò dò, mò mẫm. 지팡이로 길을 ~며 가다 dùng cái gậy dò đường rồi đi.

더듬다 Mò mẫm, sờ soạng, lần mò (dùng tay). ~으며 가다 mò mẫm đi.

더듬더듬 Lắp ba lắp bắp. ~말하다 nói lắp bắp.

더듬이 Người ăn nói lắp bắp.

더디 Một cách chậm chạp, một cách lề mề. 목적지에 ~닿다 chậm chạp về đích.

더디다 Chậm chạp, lề mề. 걸음이~ bước đi chậm chạp. 진보가 ~ tiến bộ chậm.

더라 Thô cuối câu, đi sau '-으시-', '-었-', '-겠-', diễn đạt nhấn mạnh một kinh nghiệm, một sự thật nào đó đã trải qua trong quá khứ. 어제는 퍽 춥~ hôm qua lạnh quá.

더라도 Thô kết nối câu, đi sau '-으시-', '-었-', '-겠-', có nghĩa cho dù, dù, dù là.

더라면 Thô cuối câu, đi sau '-었-', có nghĩa giá như mà, nếu, nếu là. 그 구두가 좀더 컸~ 내 발에 맞 을 텐데 nếu cái giày ấy lớn hơn thì đã vừa chân tôi rồi.

더러 Ít, không nhiều, hiếm. 세상에는 그런 사람이 ~ 있다 thế gian này người như thế ít lắm.

더러 Đối tượng tác động, với, với ai, đối với. 아버지께서 나~ 심부름 가라고 하신다 bố sai tôi đi làm việc vặt.

더러워지다 Bị bẩn, bị dơ, bị ô nhiễm. 땀으로 더러워진 셔츠 cái áo sơ mi bị bẩn vì mồ hôi.

더럭 Đột nhiên, bất thình lình. 겁이 ~ 나다 tự nhiên sợ. ~죽다 đột nhiên chết.

더럭더럭 Lèo nhèo, lẽo nhẽo. ~재촉하다 lèo nhèo đốc thúc.

더럼타다 Bị bẩn, bị ô nhiễm, bị dơ. ~는 옷 áo bị bẩn.

더럽다 Bẩn, không sạch. 더러운 물 nước bẩn. 더러운 그릇 cái bát bẩn.

더럽히다 Làm cho bẩn. 방을 ~ làm bẩn phòng.

더미 Chồng, đống, cụm. 장작~ đống củi. 돌~ đống đá.

더미씌우다 Chuyển sang, đá sang, quy sang. 그는 책임을 친구에게 ~ anh ta đổ trách nhiệm ấy cho người bạn.

더부룩이 Rậm rạp, rậm, nhiều.

더부룩하다 Rậm rạp, um tùm. 더 부룩한 머리 đầu tóc bù xù.

더부살이 Ở đợ, làm thuê nhà người khác. ~를 살다[하다] sống ở đợ, sống thuê.

더북더북 Rậm rạp, um tùm. ~하다. 풀이 ~한 언덕 ngọn đồi cây cỏ um tùm.

더불어 Cùng nhau, cùng với. 이웃과 ~ 사는 세상 sống với mọi người xung quanh.

더블 Đôi, hai, hai người (double). ~베드 giường đôi (double bed).

더빙 Lồng tiếng phim (dubbing) ~하다. 비디오 테이프를 ~하다 lồng âm băng video.

더뻑 Vội vàng, vội vã. ~내닫다 vội vã đóng cửa lại.

더뻑더뻑 Bừa, ẩu, cẩu thả, vội, vội vàng. 돈을 ~쓰다 xài bừa tiền.

더없이 Không thể hơn được nữa, hết mức. ~아름다운 꽃 bông hoa rực rỡ đẹp.

더욱 Càng, hơn nữa. ~더 càng. ~노력하다 nỗ lực hơn nữa.

더욱더욱 Càng ngày càng, càng hơn nữa. 텔레비전 프로그램은 ~재미있어졌다 chương trình ti vi ngày càng hay hơn.

더욱이 Hơn thế nữa. ~좋은 것은 cái tốt hơn thế nữa.

더워하다 Dễ cảm thấy nóng.

더위 Cơn nóng, sự nóng bức (thời tiết). ~속에 trong cái nóng bức.

더위잡다 Nắm cái gì đó leo lên cao.

더치다 Ốm lại, đau lại.

더펄개 Con chó xồm, con chó xù.

더펄거리다 Bay phấp phới (tóc). 머리가 ~ tóc bay phấp phới.

더하기 Phép cộng. (곱하기 phép nhân, 나누기 phép chia, 빼기 phép trừ).

더하다 Hơn, hơn nữa. 더한 값 giá cao hơn. 크기가 ~ to hơn.

더한층(-層) Hơn nữa, thêm một bước, hơn thế. 사태는 ~심각해졌다 tình hình càng nghiêm trọng hơn.

더할나위없다 Hết mức, cao nhất, không có gì bằng, vô cùng. ~사랑스러운 không có gì đáng yêu bằng.

덕(德) Đạo đức, cái đức. ~이 있는 사람 người có đạo đức.

덕량(德量) Sự rộng lượng đức độ.

덕망(德望) Danh vọng có được do đạo đức, đức vọng. ~이 있다 có đức vọng.

덕분(德分) Sự giúp đỡ, ân huệ, công ơn. ~에 좋은 구경했습니다 Nhờ anh tôi đã được đi tham quan.

덕성(德性) Đức tính, đức. ~을 갖추다 có đức.

덕수궁(德壽宮) Cung Tukshu (Cung Đức Thọ) ở Seoul.

덕스럽다(德-) Có đức, có đức độ. ~게 생기다 trông có đức độ.

덕육(德育) Giáo dục đạo đức. ~을 중히 여기다 coi trọng giáo dục đạo đức.

덕의(德義) Cái đức phải giữ để làm người. ~를 존중하다 tôn trọng chữ đức.

덕지덕지 Bám đầy, phủ đầy. 때가 ~ 끼다 đất bám đầy.

덕택(德澤) Nhờ sự giúp đỡ, nhờ công ơn, ân huệ. ~에 nhờ vào sự giúp đỡ.

덕행(德行) Đức hạnh. ~이 높은 사람 người có đức hạnh cao.

덖다 Bám đầy đất. 때가 ~ đất bám đầy.

던가 Thô cuối câu, chỉ sự nghi vấn, đi sau '-으시', '-었-', '-겠-', nhỉ, không ?

던걸 Thô cuối câu, hay đi cùng sau '-으시-', '-었-', '-겠-', có ý nghĩa hồi tưởng lại việc gì quá khứ. 그는 말을 잘 하~! Anh ta nói rất hay.

던데 Thô kết nối câu, đi sau '-으시-', '-었-', '-겠-', chỉ hồi tưởng lại quá khứ, vế sau thường giải thích, hỏi hoặc đề nghị gì đó, vế trước nói một sự việc có liên quan.

던들 Thô cuối câu, đi sau '-었-', có nghĩa giả định trái với kết quả, nếu mà, giá mà. 빨리 의사에게 보였~ 그는 죽지 않았을 텐데 giá mà gặp bác sĩ sớm thì anh ta đã không chết.

던적스럽다 Bẩn thỉu, đê tiện, hèn hạ. 던적스러운 사람 thằng đê tiện. 던적스러운 생각 suy nghĩ bẩn thỉu.

던져두다 Ném rồi để đó. 책을 방 구석에 ~ ném vứt sách vào trong góc phòng.

던지 Thô kết nối câu, đi sau '-으시', '-었-', '-겠-' thể hiện hồi tưởng quá khứ, biểu đạt ý nghi vấn không rõ ràng.

던지다 Ném, vứt, quăng, quẳng. 공을 ~ ném bóng. 돌을 ~ ném đá.

덜 Ít hơn, nhỏ hơn, thiếu, kém hơn, chưa đến tiêu chuẩn nào đó. ~ 마른 chưa khô.

덜다 Bớt, giảm bớt, làm ít đi, rút bớt, rút nhỏ. 스물에서 열 다섯을 ~ rút 15 từ 20, từ 20 giảm đi 15. 너무 많으니 좀 ~어라 nhiều quá, bớt đi.

덜덜 Bần bật, lẩy bẩy (run). 무릎을 ~ 떨며 đầu gối run bần bật.

덜덜 Kêu lọc cọc, kêu lạo xạo. ~ 소리 나다 có tiếng kêu lạo xạo.

덜되다 Vênh váo, láo toét. 덜된 사람 kẻ mất nết. 덜된 녀석 cái thằng mất nết.

덜렁거리다 Liên lục, không ngơi nghỉ. ~며 돌아다니다 đi hết chỗ này đến chỗ kia.

덜렁하다 Ngực đập thình thịch, ngạc nhiên. 가슴이 ~ trống ngực thình thịch.

덜리다 Bị động từ của "덜다", bị giảm, được giảm bớt. 걱정이 ~ lo lắng được giảm bớt.

덜미잡이 ① Tóm lấy ót kéo đi. ~하다. ② Làm cho ai không động đậy được.

덜밉지않다 Không đến nỗi tồi.

덜어내다 Xúc ra, lấy ra, bớt ra. 밥을~ xúc cơm, bới cơm.

덜커덕 Tiếng va chạm các sự vật lớn, bùm, ùm, sầm. ~하다. ~소리 내며

phát ra tiếng bùm

덜커덕거리다 Kêu cái ùm, kêu cái sầm.

덜커덩 Bùm, ùng, oàng. ~하다. ~수 화기를 내려놓다 đặt cái ống nghe cái rầm.

덜퍽스럽다 Nhiều món (thức ăn), mập mạp.

덜하다 Giảm bớt, bớt đi, ít đi. 그 약 덕택에 아픔이 ~ nhờ liều thuốc ấy cơn đau giảm xuống.

덤 Cái thêm, phụ thêm. 을 ~으로 주다 cho thêm cái gì đó.

덤덤하다 Lẳng lặng, không nói gì. ~니 앉아 있다 ngồi im lặng.

덤벙 Rớt xuống nước cái bùm. ~하다. 물에 ~떨어지다 rơi xuống nước cái bùm.

덤벙거리다 Tham gia vào, chen vào. 아무 일에나 ~ chen vào chuyện người khác.

덤벼들다 Vênh váo xông vào, nhảy xổ vào, xông bậy vào, vênh váo. 개가 나에게 ~ con chó nhảy xổ vào tôi.

덤불 Bụi cây rậm.

덤비다 Vội vàng, hấp tấp. ~지말고 đừng hấp tấp.

덤프차(-車) Xe ben.

덤프트럭 Xe ben (dump truck).

덤핑 Bán phá giá. ~하다. ~판매 bán phá giá.

덥다 Nóng, nóng nực. 더운 날씨 thời tiết nóng nực. 날씨가 ~ thời tiết nóng.

덥석 Nhanh chóng, bất ngờ. ~물다 cắn cái bụp.

덥적거리다 Tham gia vào, xỏ mũi vào, dí mũi vào. ~기 좋아하는 사람 người hay dí mũi vào việc người khác.

덥적덥적 ① Gí mũi vào, tham gia vào. ② Than thiện, dễ gần.

덧 Chốc, lát, thoảng qua.

덧- Tiếp từ, đi sau một số danh từ, chỉ sự trùng lặp. ~니 răng lỗ xỉ.

덧거리 ① Thêm vào, bổ sung vào. ~하다. ② Nói thêm. ~하다.

덧나다 Xấu thêm, tệ thêm. 병이 ~ bệnh tình xấu thêm.

덧날 Cánh phụ trên máy bay.

덧니 Răng lỗ xỉ, răng thừa.

덧들이다 Động chạm vào, ảnh hưởng đến, động đến. 아무의 감정을 ~ chạm đến tình cảm/tự ái của ai.

덧붙다 Gắn thêm vào, dán thêm vào. 포스터 위에 포스터가 ~어 있다 dán thêm một bức tranh nữa lên bức tranh.

덧붙이다 ① Chủ động từ của "덧붙다", gắn thêm vào, thêm. ② Nói thêm vào. 한 말씀 ~겠습니다 Tôi xin phép được nói thêm.

덧셈 Cộng vào, tính tổng. ~하다.

덧없다 Ngắn ngủi, thoảng qua. ~는 세월 những ngày tháng thoảng qua.

덧없이 Ngắn ngủi, thoảng qua. 세월이 ~가다 ngày tháng thoảng qua.

덧짐 Hành lý chất thêm.

덩굴 Dây bám, dây cây mọc lan tỏa. ~이 뻗다 dây mọc lan ra.

덩그렇다 Sừng sững. 집을 ~게 높이 짓다 xây nhà cao sừng sững.

덩달다 Cứ theo thế, theo đuôi, chẳng hiểu gì cứ theo thế mà làm. 큰 애가 우니 작은 애도 ~아 운다 đứa lớn khóc đứa nhỏ chẳng hiểu sao cũng khóc theo.

덩더꿍 Kêu bùm bùm, kêu ùm ùm, tùng tùng (trống).

덩덩 Kêu bùm bùm, tùng tùng (trống). ~북을 울리다 đánh trống kêu bùm bùm.

덩실거리다 Nhảy múa tưng bừng. 기뻐서~ mừng quá nhảy tưng bừng.

덩실덩실 Tưng bừng, rộn rã. ~춤추다 nhảy tưng bừng.

덩어리 Cục, khối, đống. 한 ~가 되다 trở thành một cục. 얼음~ một cục băng.

덩이 Cục nhỏ. ~모양 hình từng cục. 먼지가 ~로 굳어졌다 bụi bám thành cục.

덩치 Kích thước, cỡ. ~가 크다 to lớn. ~가 큰 사람 người to lớn.

덫 Cái bẫy. 쥐~ bẫy chuột. ~을 넣다 đặt bẫy.

덮개 Cái để bọc bên ngoài, cái để che, mái che. ~가 있는 có tấm che.

덮다 Phủ lên, trùm lên, đắp. 이불을 ~ đắp chăn. 뚜껑을 ~ đóng nút, đậy nút.

덮어놓고 Không cần biết lý do, không hỏi han. ~치다 đánh luôn mà không hỏi han gì.

덮어두다 Bỏ qua, che đậy lại, làm ngơ. 아무의 잘못을 ~ bỏ qua cái lỗi của ai.

덮어쓰다 ① Trùm chăn phủ kín đầu. ② Bụi phủ kín.

덮어씌우다 ① Chủ động từ của "덮어쓰다", đậy, phủ, che. ② Chủ động từ của "덮어쓰다", bao che, che đậy, che giấu.

덮이다 Bị động từ của "덮다", bị che, bị đậy, bị phủ. 뚜껑이 ~ được đậy nắp.

덮치다 Trùm lên, chụp, vồ, chồm. 그물로 새를 ~ bắt chim bằng lưới.

데 Địa điểm, vị trí, nơi, chỗ. 위험한 ~ chỗ nguy hiểm.

데꺽 Dễ dàng. 그는 그 문제를 ~풀었다 anh ta giải quyết vấn đề ấy một cách dễ dàng.

데다 Bỏng, bị bỏng, phỏng. 불에 ~ bị bỏng lửa. 덴 자국 vết bỏng.

데데하다 Chẳng đâu vào đâu. 두 사람은 데데한 일로 잘 싸운다 hai người hay cãi nhau vì việc chẳng đâu vào đâu.

데되다 Chưa xong, giở dang, chưa hoàng thành.

데려가다 Mang đi, dẫn đi. 아들을~ đưa con trai đi.

데려오다 Mang tới, đưa tới, dẫn tới. 아들도 데려오세요 Nhớ đưa con trai tới nhé.

데리다 Mang theo, đưa theo (người nhỏ tuổi hơn hoặc động vật). 아들을 ~고 있는 부인 người phụ nữ có đưa theo con.

데릴사위 Con rể ở rể. ~가 되다[로 들어가다] thành con rể ở rể.

데면데면하다 Bừa, ẩu, cẩu thả. 일을 데면데면히 하지 말고 좀 잘 해라 Đừng có làm ẩu, làm cho tốt vào.

데모 Đình công, biểu tình. ~하다. 전쟁반대~ cuộc biểu tình phản đối chiến tranh.

데밀다 Đẩy vào trong, xô vào trong.

데뷔 Bắt đầu tham gia hoạt động gì đó (début). ~하다. 그녀는 이번 가을에 음악계에 ~할 것이다 mùa thu năm nay cô ấy sẽ bắt đầu tham gia giới âm nhạc.

데삶다 Luộc qua, luộc sơ. ~은 달걀 trứng luộc sơ qua.

데스크 ① Cái bàn viết, bàn làm việc (desk). ② Nơi tiếp nhận hồ sơ (khách sạn, bệnh viện).

데시기다 Không muốn ăn, chán ăn.

데우다 Hâm nóng, làm nóng. 물을 ~ hâm nóng nước.

데이비스컵 Giải Davis, Cúp Davis.

데이터 Dữ liệu, dữ liệu, dữ kiện (data). ~뱅크 data bank, trung tâm dữ liệu.

데이트 Hẹn hò (nam và nữ) (date). 오늘 저녁에 ~ 있어요 tối nay tôi có hẹn.

데익다 Chưa chín hẳn, tái.

데치다 Nhúng qua. 오징어를 ~ nhúng qua mực. 끓는 물에 ~ nhúng vào nước sôi.

데커레이션 Trang sức, trang trí, đồ trang trí (decoration). 크리스마스~ đồ trang trí Noen.

데퉁맞다 Rất khó chịu, rất khó nghe. ~은 말씨 giọng nói rất khó chịu.

데퉁스럽다 Khó chịu, khó chấp nhận, khó nghe.

덴 가슴 Rất sợ, rất ngán, rất ngại. 불에 ~이다 rất sợ lửa.

덴마크 Đan Mạch. ~사람 người Đan Mạch. ~축구선수대표팀 đội tuyển

bóng đá quốc gia Đan Mạch.

델타 Khu tam giác (detal). ~지대 khu vực tam giác.

도(度) Góc độ. 75 ~의 각 góc 75 độ.

도(道) ① Đạo lý, điều phải gìn giữ. ~를 지키다 giữ lấy đạo lý. ② Đạo, tôn giáo.

도 Cũng, lại, chỉ bao hàm sự vật gì đó. 나~몰라요 tôi cũng không biết.

도가니 Cái nồi nấu kim loại. 쇠를 ~에 넣고 녹이다 bỏ cục sắt vào nồi nung chảy.

도가머리 Chỉ người đầu tổ quạ, đầu tóc bù xù.

도감(圖鑑) Sách tranh. 동물[식물]~ sách tranh động vật [thực vật].

도강(渡江) Vượt sông, qua sông. ~하다. ~훈련 huấn luyện vượt sông.

도개교(跳開橋) Cây cầu quay.

도거리 Một cục, tổng thể. ~일 việc cả đống. 일을 ~로 맡아 하다 đảm nhận cả đống việc.

도계(道界) Đường ranh giới giữa các tỉnh. =도경계.

도공(刀工) Người thợ rèn dao, đao công.

도관(導管) Ống dẫn nước.

도괴(倒壞) Đổ xuống, suy tàn, sụp đổ. ~하다. 지진으로 300호의 집 들이 ~되었다 động đất đã làm cho khoảng 300 căn nhà đổ sập.

도교(道敎) Đạo giáo.

도구(道具) Công cụ, đạo cụ (sân khấu). 주방~ đồ nhà bếp. 차(茶)~ đồ uống trà.

도국(島國) Đảo quốc, đất nước là một hòn đảo.

도굴(盜掘) Khai thác mỏ bất hợp pháp, đào mỏ bất hợp pháp. ~하다. 국보를 ~하다 khai thác bất hợp pháp các đồ quốc bảo.

도금(鍍金) Mạ (kim loại). ~하다. ~한 숟가락 thìa đã được mạ. 금 으로 ~하다 mạ bằng vàng.

도급(都給) Khoán, giao khoán. ~가격 giá khoán. ~계약 hợp đồng khoán.

도기(陶器) Đồ gốm. ~공장 nhà máy gốm.

도깨비 Ma, ma quỷ. ~가 나오는 집 nhà có ma. ~가 나오다 có ma.

도끼 Cái rìu. 큰~ cái rìu lớn. ~자루 cán rìu. ~질하다 múa rìu, vung rìu.

도끼눈 Trợn trừng mắt (giận). ~한 사람 người trợn trừng mắt.

도난(盜難) Nạn trộm cướp. ~경보기 chuông cảnh báo trộm. ~방지용의 dùng để ngăn trộm.

도달(到達) Đến nơi, đạt đến mức. ~하다. 한밤중에 목적지에 ~하다 nửa đêm đến đích.

도당(徒黨) Đồ đảng, bọn, bầy. ~을 짓다[꾸미다] lập đồ đảng. 반역~ đồ đảng phản nghịch.

도대체(都大體) Chủ yếu dùng trong câu nghi vấn, rốt cuộc, kết cục, kết luận lại. ~너는 누구야 vậy mày là ai.

도덕(道德) Đạo đức. ~적 có tính đạo đức. ~가 người có đạo đức.

도도하다 Kiêu căng, kiêu ngạo, vênh váo, ngạo mạn.

도도히 Một cách kiêu ngạo.

도도하다(滔滔-) Ào ào. 탁류가 도도히 흐른다 dòng thác chảy ào ào.

도독하다 To lớn, to. =두둑하다.

도두 Cao, cao lên. 둑을 ~쌓다 xây cao con đê.

도둑 Ăn trộm, trộm cắp. ~놈 thằng ăn trộm.

도둑질 Sự trộm cắp, ăn trộm, trộm cướp. 가난 때문에 저지른~ ăn trộm vì nghèo.

도드라지다 Nổi lên, trội lên. 이 꽃에는 몇가지 도드라진 특징이 있다 loài hoa này có mấy tính năng trội.

도떼기시장(-市場) Chợ đen, chợ lậu.

도락(道樂) Niềm vui, sở thích. 장미 가꾸는 것이 그의 ~이다 chăm sóc mấy bông hoa hồng là sở thích của anh ta.

도랑 Cái rãnh nhỏ. ~물 rãnh nước. ~을 파다 đào rãnh.

도래(到來) Đến, xuất hiện, đến lúc (cơ hội, thời điểm). ~하다. 호기가 ~하기를 기다리다 chờ thời cơ tốt đến.

도래(渡來) Từ bên ngoài vào, sự du nhập. 불교의 ~ sự du nhập của Phật giáo.

도량(度量) Độ lượng, tính độ lượng. ~이 넓은 người độ lượng.

도량(跳梁) Tung hoành, ngang dọc, lộng hành. ~하다. 흉년이 계속되자 도적떼의 ~이 날로 심해지고 있다 năm đói đến bọn đạo tặc ngày càng tung hoành ngang dọc.

도량형(度量衡) Cách đo lường, hình thức đo lường. ~검사소 nơi kiểm tra đo lường.

도레미파 Đô rê mi pha (nốt nhạc). ~연습 luyện đồ rê mi pha.

도려내다 Khoanh và gọt ra, khoanh tròn đào lên. 사과의 썩은 곳을~ khoang lấy chỗ hư của quả táo ra.

도련(刀鍊) Cắt. ~하다. ~치다 cắt. ~칼 giao cắt.

도련님 ① Công tử (tôn xưng). 부잣집~ 처럼 곱상하게 생긴 사람 người trông đẹp đẽ như công tử con nhà giàu. ② Em chồng.

도로 Quay ngược lại, ngược lại. ~가다 đi ngược lại.

도로(徒勞) Công cốc, uổng công, không có kết quả. ~에 그치다 công cốc, chẳng có kết quả gì.

도로(道路) Con đường. 큰~ con đường lớn.

도록 Để, để cho, để không (đạt mục đích gì đó). 늦지 않~ để không muộn.

도료(塗料) Chất để trát, bôi bên ngoài cho đỡ hư hoặc làm cho đẹp. ~를 입히다 trát da.

도륙(屠戮) Vụ tàn sát, thảm sát. ~하다. ~이 나다 có vụ thảm sát.

도르다 Nôn oẹ. 먹은 것을 ~ nôn cái gì đã ăn ra.

도르다 Thành hình tròn, tròn. 병풍을 한쪽 벽에 돌라 치다 bình phong quây vòng một góc tường.

도르다 Chia, phân phát. 배급품을 ~ chia hàng bao cấp.

도리(道理) Đạo lý. ~에 맞다 đúng đạo lý. ~에 벗어나다 ra ngoài vòng đạo lý, trái đạo lý.

도리다 Đào, móc, xới, múc. 사과의 상한 부분을 ~ móc cái chỗ thối của quả táo ra.

도리어 Trái lại, ngược lại, thay vì. 내가 ~ 미안하오 trái lại tôi có lỗi thì có.

도립(倒立) Lộn ngược đầu, trồng cây chuối. ~하다. ~해서 걷다 đi trong tư thế trồng cây chuối.

도마 Cái thớt. ~에 오르다 lên thớt. ~에 오른 고기 cá nằm trên thớt.

도마뱀 Con thằn lằn, con tắc kè.

도막 Khúc, mảng, miếng. =토막.

도말(塗抹) ① Trét, bôi, quét. ~하다. ② Loại bỏ, xóa, trừ, gạch tên.

도망(逃亡) Bỏ trốn, trốn chạy, trốn, rời bỏ. ~치다, ~하다. ~가다 bỏ trốn.

도망범죄인(逃亡犯罪人) Tên tội phạm đang bỏ trốn.

도맡다 Một mình gánh vác, xử lý. 모든 책임을 혼자서~ tất cả mọi trách nhiệm một mình gánh vác.

도매(都賣) Bán sỉ. ~하다. ~가격 giá bán sỉ. ~와 소매 bán sỉ và lẻ.

도매(都買) Mua sỉ. ~하다. ~로 사면 물건 값이 훨씬 싸다 mua sỉ thì giá rẻ hơn nhiều.

도면(圖面) Bản vẽ, bản thiết kế, bản phác thảo. ~을 그리다 vẽ bản thiết kế.

도모(圖謀) Nhắm tới, có kế hoạch, mục đích là. ~하다. 자살을 ~하다 định tự sát.

도목수(都木手) Người thợ mộc cả.

도무지 Hoàn toàn, hoàn toàn không (chủ yếu đi với phủ định). ~알 수 없다 không thể hiểu được.

도미(渡美) Qua Mỹ, sang Mỹ. ~하다.

~유학 sang Mỹ du học.

도미노 Cờ đôminô. ~효과 Hiệu ứng domino.

도미니카 Nước cộng hòa Dominica.

도민(道民) Dân cư ở tỉnh.

도박(賭博) Đánh bạc, cờ bạc. ~하다. 사기~하다 đánh bạc lừa đảo.

도발(挑發) Khiêu khích, khiêu chiến, gợi, kêu gọi. ~하다. ~적인 có tính khiêu khích.

도배(島配) Quay về đảo. ~하다.

도벌(盜伐) Chặt trộm, chặt lén, chặt phá. ~하다. 산림~사건 vụ chặt phá rừng.

도범(盜犯) Trộm cắp, trộm cướp.

도벽(塗壁) Dán giấy lên tường, tô tường, trát tường. ~하다.

도보(徒步) Đi bộ, đi dạo. ~여행 đi du lịch bộ. ~로 đi bộ.

도부(到付) Bán rong. ~하다, ~치다. ~꾼 người bán hàng rong.

도사(道士) Đạo sĩ.

도사(徒死) Chết uổng.

도사공(都沙工) Người lái đò.

도사리다 Ngồi bắt chân chữ ngũ, ngồi bắt chéo chân. 다리를 ~고 앉다 bắt chéo chân ngồi.

도산(倒産) Phá sản. ~하다. 불경기로 많은 회사가 ~했다 do khó khăn kinh tế nhiều công ty phá sản.

도산(倒産) Đẻ ngược. ~하다.

도산매(都散賣) Buôn bán sỉ và lẻ.

도살(屠殺) Thảm sát, chết thảm. ~하다. 전쟁으로 많은 사람이 ~을 당하였다 chiến tranh nhiều người bị thảm sát.

도상(途上) Trên đường, Đang trong quá trình, trên con đường. 발전 ~에 있는 나라들 những nước đang phát triển.

도상(圖上) Trên bản đồ hoặc trên bản vẽ. ~작전 tác chiến trên bản đồ.

도색(桃色) ① Màu quả đào, màu hồng nhạt. ② Sắc dục, tình dục. ~영화 phim tình dục, phim sex.

도서(島嶼) Hòn đảo. ~민 dân đảo.

도서(圖書) Sách, sách nói chung. ~실 phòng đọc sách. 참고 ~ đọc sách tham khảo.

도서관(圖書館) Thư viện. 공공~ thư viện công cộng. 과학~ thư viện khoa học.

도선(渡船) Cái phà. ~료 tiền phà. ~장 bến phà.

도선(導船) Hoa tiêu, hướng dẫn tàu thuyền. ~하다. ~사 hoa tiêu.

도선(導線) Đường truyền.

도섭 Khó chịu, phiền toái. ~스럽다. ~을 부리다 gây phiền toái, gây khó chịu.

도섭(徒涉) Vượt sông, vượt biển, lội qua, băng qua. ~하다.

도수(度數) Số lần lặp đi lặp lại, tần số. ~가 줄다 số lần giảm xuống.

도수(徒手) Tay không, tay trắng. =맨손, 맨주먹.

도술(道術) Người theo đạo Lão cuồng tín.

도승(道僧) Tăng đồ, phật tử.

도시(都市) Thành phố, đô thị. ~를 건설하다 xây dựng đô thị.

도시(圖示) Đồ thị, vẽ. ~하다.

도시계획(都市計劃) Kế hoạch xây dựng đô thị (gồm xây dựng, giao thông, nhà ở, hành chính, an ninh).

도시락 Cơm hộp ~을 먹다 ăn cơm hộp.

도신(刀身) Thân dao, lưỡi dao. ~이 짧다 lưỡi dao ngắn.

도심(都心) Trung tâm thành phố. ~의 호텔 khách sạn ở trung tâm thành phố.

도안(圖案) Bản phác thảo, phác họa. ~을 만들다 làm bản thảo.

도야(陶冶) ① Làm đồ gốm. ~하다. ② Tu luyện, tu dưỡng. 인격을 ~하다 tu luyện nhân cách.

도약(跳躍) ① Nhảy, bật lên, vọt lên. ~하다. 호랑이는 ~력이 강하다 con hổ có khả năng nhảy vọt cao. ② Cái nhảy, sự nhảy vọt lên phát triển vượt bậc. ~경기 kinh tế nhảy vọt.

도양(渡洋) Vượt biển. ~작전 tác chiến vượt biển. ~폭격 bắn vượt biển.

도어 Cái cửa. ~맨 người canh cửa (door man).

도열(堵列) Hàng ngũ, xếp thành hàng ngũ, nhóm, đội ngũ. ~하다. 길 양쪽에 ~하다 xếp hàng hai bên đường.

도예(陶藝) Nghệ thuật đồ gốm. ~작품 tác phẩm nghệ thuật gốm.

도와주다 Giúp đỡ, giúp, cứu trợ. 가난한 사람을 ~ giúp đỡ những người nghèo.

도외시(度外視) Không quan tâm đến, không đếm xỉa, không để ý đến. ~하다. 여론을 ~하다 không đếm xỉa đến dư luận.

도용(盜用) Ăn trộm, ăn cắp, dùng trộm đồ vật hoặc tên tuổi người khác. ~하다. 전기를 ~하다 ăn trộm điện.

도움 Sự giúp đỡ. 너의 ~으로 nhờ vào sự giúp đỡ của anh.

도움닫기 Cự ly lấy đà, đà. ~높이뛰기 nhảy cao có đà. ~멀리뛰기 nhảy xa có đà.

도의(道義) Đạo nghĩa, đạo lý. ~적 có tính đạo lý.

도의적책임(道義的責任) Trách nhiệm về mặt đạo lý, về mặt đạo nghĩa.

도임하다(到任-) Đến địa phương làm việc.

도입(導入) Áp dụng, ứng dụng, đưa vào sử dụng. ~하다. 외국으로부터 새 기술을 ~하다 áp dụng kỹ thuật mới từ nước ngoài.

도자기(陶瓷器) Đồ sành sứ, đồ gốm. ~공 thợ gốm. ~공장 nhà máy gốm.

도작(盜作) Ăn cắp tác phẩm. ~하다.

도작(稻作) Trồng lúa.

도장(道場) Nơi tập luyện võ nghệ, sàn tập, lò võ. 태권도[유도]~ lò Tekwondo.

도장(塗裝) Trét da. ~하다. ~공 thợ da.

도장(圖章) Con dấu. ~을 찍다 đóng dấu. ~을 새기다 khắc dấu.

도저히(到底-) Dù thế nào đi nữa, hoàn toàn (không). ~있을 수 없다 hoàn toàn không thể có được.

도적(盜賊) Đạo tặc, trộm cắp. =도둑.

도전(挑戰) Khiêu chiến, thách đấu. ~하다. ~에 응하다 chấp nhận thách đấu

도정(搗精) Xát gạo. ~하다. ~공장 nhà máy xát gạo.

도제(徒弟) ① Đồ đệ, đệ tử, học trò. ② Học việc, thực tập. ~기간 thời gian tập sự.

도주(逃走) Bỏ trốn.=도망. ~가다, ~하다. ~자 kẻ bỏ trốn. ~범 tội phạm bỏ trốn.

도중(途中) Trên đường. 집에 돌아가는 ~ trên đường về nhà.

도중하차(途中下車) ① Xuống xe giữa chừng. ~하다 ② Bỏ giở công việc giữa chừng. ~하다.

도지다 ① Nặng nề, nặng. 욕이 ~ chửi nặng lời. ② Cơ thể rắn chắc.

도지다 Bệnh tái phát nặng hơn. 감기가 ~ cơn cảm cúm lại tái phát.

도지사(道知事) Tỉnh trưởng, chủ tịch tỉnh.

도착(到着) Tới nơi, tới chỗ, đến nơi, chuyển đến, đến. ~하다. ~하는 대로 ngay sau khi tới nơi.

도착(倒錯) Lộn ngược, trái ngược.

도처(到處) Nơi mình đến, nơi mình đi, mọi nơi, mọi chỗ.

도처낭패(到處狼狽) Làm cái gì thất bại cái đó. ~하다. 그는 ~했다 anh ta làm gì thất bại cái đó.

도처에(到處-) Từ mọi nơi, từ mọi chỗ, nơi mình đến. 세계~로부터 từ mọi nơi mình đến trên thế giới.

도청(盜聽) Nghe lén, nghe trộm. ~하다. ~기 máy nghe lén.

도체(導體) Chất dẫn (nhiệt, điện). 부~ chất không dẫn điện (nhiệt).

도축(屠畜) Làm thịt động vật, đồ tể. =도살.

도취(陶醉) ① Say rượu, say bí tỉ. ~하다. ② Say sưa, say. ~하다. 성공에 ~하다 say sưa với thành công.

도치(倒置) Sự đảo ngược vị trí. ~하다.

도킹 Lắp ráp tàu vũ trụ hoặc vệ tinh trên không trung (docking). ~하다.

도탄(塗炭) Cảnh khốn cùng. ~에 빠지다 rơi vào khốn cùng. ~에 들다 làm vào cảnh khốn cùng.

도태(淘汰) Sàng lọc, tuyển chọn. ~하다. ~작용 có tác dụng sàng lọc.

도토(陶土) Đất làm nguyên liệu gốm, đất sét.

도토리 Hạt giẻ. ~키재기다 hạt giẻ còn so cao thấp, đã chẳng ra gì còn so với nhau.

도톨도톨 Sần sùi, gồ ghề (bề mặt). ~한 나무껍질 vỏ cây sần sùi.

도통(都統) Hoàn toàn, hoàn toàn không. ~모르다 hoàn toàn không biết.

도통(道通) Tinh thông, giỏi. ~하다. 그 일에 ~하다 giỏi việc đó.

도판(圖版) Cái giá vẽ.

도포(塗布) Bôi bên ngoài, trét, bôi (thuốc, vv). ~하다. ~약 thuốc bôi.

도표(道標) Cây cột số chỉ hướng đường đi.

도표(圖表) Biểu đồ, đồ thị. 역사[통계]~ biểu đồ lịch sử [thống kê].

도품(盜品) Đồ ăn cắp, đồ ăn trộm.

도피(逃避) Bỏ trốn, trốn tránh. ~하다. ~생활 cuộc sống lẩn trốn.

도핑 Doping, chất kích thích. ~테스트 kiểm tra doping.

도하(渡河) Vượt sông, qua sông. ~하다. ~작전 tác chiến vượt sông.

도하 Thành phố Doha của Quatar.

도한(盜汗) Mồ hôi trộm. ~이 나다 chảy mồ hôi trộm.

도합(都合) Gộp lại, tổng thể, tổng số. ~2백 명 tổng số 200 người.

도항(渡航) Dùng thuyền vượt biển. ~하다.

도해(圖解) Dùng hình vẽ minh hoạt, đồ giải. ~하다. ~백과사전 bách khoa từ điển minh hoạ

도형(圖形) Hình, có hình, hình vẽ. 입체~ hình lập thể. ~으로 나타내다 thể hiện bằng hình ảnh.

도화(桃花) Hoa đào.

도화선(導火線) Dây dẫn, ngòi dẫn, ngòi nổ (thuốc nổ). ~에 불을 붙이다 châm lửa vào dây dẫn.

도회(都會) Đô hội, thành thị. ~에서 자란 lớn lên nơi đô hội. ~화하다 đô thị hóa.

독 Cái bình, cái lọ, cái chum, cái vại.

독(毒) Độc, độc tố, chất độc. ~이 있다 có độc. ~을 타다 pha chất độc.

독 Bến, bến đỗ (dock).

독(獨) Tiếp từ, đi sau một số danh từ, chỉ một, một mình, đơn độc. ~방 phòng đơn.

독가스(毒-) Ga độc, chất độc có ga, hơi độc, khí độc. ~로 죽다 chết vì hơi độc.

독감(毒感) Bệnh cúm. ~에 걸리다 bị cúm. ~예방 접종을 받다 tiêm phòng chống cúm.

독거(獨居) Sống một mình, ở một mình. ~하다.

독계(毒計) Độc kế, kế độc ác. ~를 꾸미다 tìm kế độc ác. ~에 빠지다 rơi vào kế độc ác.

독과점(獨寡占) Độc quyền. ~업체 doanh nghiệp độc quyền. ~품목 danh mục hàng hóa độc quyền.

독극물(毒劇物) Các chất độc được.

독기(毒氣) Cái độc, độc ác. ~를 품다 mang cái độc ác.

독납(督納) Đốc thúc trả tiền. ~하다.

독녀(獨女) Con gái một. =외딸.

독단(獨斷) Độc đoán. ~하다. ~적 có tính độc đoán. ~가 người độc đoán.

독두(禿頭) Đầu hói. =대머리.

독려(督勵) Giám sát cổ vũ, khuyến khích. ~하다. 부하를 ~하여 일을 서둘다 giám sát và động viên cấp dưới làm việc.

독력(獨力) Sức của một mình mình, bằng sức cá nhân mình. ~으로 bằng sức của mình.

독립(獨立) Độc lập (chính trị). ~하다. ~을 선언하다 tuyên bố độc lập.

독립자영(獨立自營) Độc lập tự quản. ~하다.

독립자존(獨立自存) Tồn tại độc lập. ~하다.

독립자존(獨立自尊) Độc lập tự tôn.

독무(獨舞) Múa đơn, múa một mình.

독무대(獨舞臺) Lĩnh vực độc tôn, lĩnh vực của riêng mình. 정계는 그의 ~다 chính trị là lĩnh vực riêng của anh ta.

독물(毒物) ① Chất độc. ~검출 kiểm tra chất độc. ② Người xấu xa, hiểm độc.

독방(獨房) Phòng đơn, phòng dùng một mình. ~살이 sống một mình.

독버섯(毒-) Nấm độc.

독벌레(毒-) Con sâu độc, con trùng độc.

독보적(獨步的) Có tính độc tôn. ~위치에 있다 đứng ở vị trí độc tôn.

독본(讀本) ① Sách hướng dẫn làm quen để đọc. ② Sách giải thích. 의학~ sách giải thích y học.

독불장군(獨不將軍) ① Người hành động một mình. ② Người bị cô lập.

독사(毒蛇) Rắn độc

독살(毒殺) Đầu độc giết chết. ~하다. ~사건 vụ đầu độc.

독살림(獨−) Sống một mình. ~하다. 부모를 떠나 ~하다 rời bố mẹ sống một mình.

독살스럽다(毒殺−) Ác độc, thâm hiểm. ~게 một cách ác độc.

독서(讀書) Đọc sách. ~하다. 밤늦게까지~ đọc sách đến tận khuya.

독선(獨善) Luôn cho mình là đúng, độc đoán. ~적 관료 quan chức có tính quan liêu.

독설(毒舌) Cái lưỡi độc, lời phên phán ác độc.

독성(毒性) Độc tính. ~이 있는 có độc tính. ~이 강한 물질 chất có độc tính mạnh.

독소(毒素) Độc tố. ~를 제거하다 trừ khử các độc tố.

독수(毒手) Độc thủ, tay ác độc. ~에 걸리다 gặp tay ác độc.

독수공방(獨守空房) Sống một mình, sống độc thân. ~하다. ~을 지키는 아내 người vợ quyết tâm sống một mình.

독수리(禿−) Con đại bàng.

독습(獨習) Tự học, học một mình. 기타를 ~하다 tự học chơi ghita.

독시(毒矢) Mũi tên độc.

독식(獨食) ① Ăn một mình. ~하다. ② Ăn một mình, chiếm lấy một mình (thành quả vv.). ~하다.

독신(獨身) ① Người không có anh chị em, con độc. ② Độc thân, chưa lập gia đình. ~이다 còn là độc thân. ~으로 살다 sống độc thân.

독실(篤實) Trung thực. ~하다.

독실(獨室) Phòng đơn.

독심(毒心) Tâm địa ác độc. ~을 품다 mang tâm địa ác độc.

독아(毒牙) ① Cái răng có nọc độc (của rắn). ② Kế độc ác hại ai. ~에 걸리다 trúng kế độc.

독액(毒液) Dung dịch độc, chất độc. 독사의 이빨에서는 ~이 흘러나오고 있었다 chất độc đang chảy trong răng con rắn độc ra.

독약(毒藥) Độc dược, thuốc độc. ~을 타다 pha thuốc độc.

독어(獨語) Tiếng Đức. ~를 공부하다 học tiếng Đức.

독연(獨演) Độc diễn. =독주(獨奏)

독일(獨逸) Nước Đức. ~사람 người Đức. ~연방 공화국 Cộng hòa liên bang Đức.

독자(獨子) Con trai một.

독자(獨自) Một mình, cá nhân, tự mình. ~적인 입장에서 trên lập trường cá nhân.

독자(讀者) Độc giả. ~의 의견 ý kiến

của độc giả. ~가 많다 nhiều độc giả.

독작하다(獨酌-) Uống một mình.

독장수셈 Phép tính không có khả năng, phép tính phi thực tế, công cốc, uổng công.

독장치다(獨場-) Chiếm giữ lấy một mình, độc tôn, độc diễn.

독재(獨裁) Độc tài. ~하다. ~적 có tính độc tài. ~자 kẻ độc tài. ~군주 quân chủ độc tài.

독전(督戰) Đốc thúc động viên tinh thần binh lính. ~하다.

독점(獨占) Độc chiếm, giành lấy một mình, độc quyền. ~하다. 방을 ~하다 độc chiếm phòng.

독점판매(獨占販賣) Bán hàng độc quyền. ~하다. ~권을 주다 cho quyền bán hàng độc quyền.

독주(毒酒) ① Rượu nặng. ② Rượu độc.

독주(獨走) ① Chạy một mình, đi một mình. ~하다. ② Vượt lên trước, cuộc độc diễn.

독주(獨奏) Độc tấu, độc diễn (nhạc cụ). ~하다. ~곡 khúc độc tấu. 피아노 ~ độc tấu đàn piano.

독지가(篤志家) Người lương thiện. 익명의 ~ người lương thiện giấu tên.

독직(瀆職) Nhận hối lộ, tiêu cực, lạm dụng quyền hạn làm bậy (của viên chức).

독차지(獨-) Chiếm lấy một mình. ~하다. 유산을 ~하다 độc chiếm toàn bộ di sản.

독창(獨唱) Độc xướng, đơn ca. ~하다. ~곡 khúc độc xướng.

독창(獨創) Sự sáng tạo độc lập, sáng tạo. ~하다. ~력 khả năng sáng tạo, sức sáng tạo.

독초(毒草) Cây cỏ độc.

독촉(督促) Đốc thúc. ~하다. 빚을 ~하다 đốc thúc nợ. ~장 tờ giấy thúc nợ.

독충(毒蟲) Loại côn trùng độc.

독탕(獨湯) Nhà tắm cá nhân.

독특(獨特) Đặc biệt, đặc thù, đặc trưng. ~하다. ~한 방법으로 bằng phương pháp đặc biệt.

독판(獨-) Độc quyền, độc chiếm, lĩnh vực độc tôn.

독하다(毒-) ① Độc, có tính độc. 독한 가스 khí độc. ② Nặng, hắc. 독한 냄새 mùi hắc, mùi nặng.

독학(獨學) Học một mình, tự học. ~하다. ~으로 한국어를 배우다 tự học tiếng Hàn.

독학(毒虐) Đối xử một cách tàn bạo. ~하다.

독해(毒害) ① Độc hại. ② Thiệt hại nặng nề. ③ Dùng chất độc giết người khác.

독해(讀解) Đọc hiểu. ~력 sức đọc hiểu. 이 글은 ~가 어렵다 những chữ này khó đọc hiểu.

독해력(讀解力) Khả năng đọc hiểu, sức đọc hiểu. ~시험 thi khả năng đọc hiểu.

독혈(毒血) ① Máu độc. ② Máu xấu.

돈 ① Tiền, đồng tiền. ~때문에 vì tiền ② Tiền bạc, tài sản. ~이 많은 집안 nhà giàu, nhà lắm tiền của.

돈 Chỉ (vàng) (=3.7565 grams). 금3~ 3 chỉ vàng.

돈가스(豚-) Món cơm thịt rán tẩm bột.

돈구멍 Con đường sinh ra tiền, việc kiếm ra tiền. ~이 막히다 chặn đường kiếm tiền.

돈궤(-櫃) Cái tủ sắt đựng tiền hoặc đồ quý.

돈내기 Cá tiền bạc, ăn tiền. ~하다. ~ 장기 cờ tướng ăn tiền.

돈놀이 Cho vay lấy lãi. ~하다. ~꾼 dân cho vay lấy lãi.

돈단무심(頓斷無心) Không quan tâm về cái gì, không có lòng tham về cái gì đó. ~하다.

돈더미 Đống tiền. ~에 올라앉다 leo ngồi lên đống tiền. ~에 깔리다 kiếm vô số tiền.

돈독(敦篤) Thúc đẩy, làm cho tiến bộ. ~하다. 베트남-한국 관계를 ~히 하다 thúc đẩy quan hệ hai nước Việt Hàn phát triển.

돈맛 Vị đồng tiền. ~을 알다 nếm thử vị đồng tiền.

돈머리 Số tiền. ~가 크다 số tiền lớn. ~ 가 모자라다 thiếu tiền.

돈모(豚毛) Lông lợn.

돈바르다 Khó tính, tính khó chịu. 그는 돈바른 성격으로 친구가 없다 anh ta tính khó chịu nên ít bạn.

돈벌이 Kiếm tiền, làm tiền. ~하다. ~에 뛰어들다 nhảy vào kiếm tiền.

돈벼락 Khoản tiền trên trời rơi xuống. ~을 맞다 trúng khoản tiền lớn trên trời rơi xuống.

돈복(-福) Phúc đồng tiền, cái phúc không làm gì cũng kiếm được tiền, số có tiền. ~이 있다 có phúc kiếm tiền.

돈사(豚舍) Chuồng heo, chuồng lợn.

돈사(頓死) Đột tử, chết đột ngột. =급사.

돈세탁(-洗濯) Rửa tiền.

돈육(豚肉) Thịt heo, thịt lợn.

돈좌(頓挫) Đột nhiên thụt lùi, đột nhiên tụt hậu. ~하다.

돈주머니 Túi đựng tiền, ví đựng tiền. ~ 가 가볍다 nhẹ túi, không có tiền.

돈줄 Nguồn tiền. ~을 잡다 nắm nguồn

tiền. ~이 떨어지다 nguồn tiền cạn.

돈지갑(-紙匣) Ví tiền. ~에 돈이 가득하다 trong ví đầy tiền.

돈질 Thanh toán tiền qua lại nơi chiếu bạc. ~하다.

돈키호테 Nhân vật Đôn ki hô tê (Don Quyxote).

돈푼 Mấy đồng bạc, mấy xu bạc. ~깨나 모으다 gom từng đồng xu một.

돈후안 Nhân vật Đông Joang (Don Juan).

돋구다 Nâng cao, tăng cao lên. 안경 도수를 ~ tăng độ kính lên. 수요를 ~ tăng nhu cầu lên.

돋다 ① Mọc, đi lên. 해가 ~ mặt trời mọc. ② Mọc, mọc ra, nổi lên, xuất hiện từ trong ra (mầm, mụn vv.). 싹이 ~ mọc mầm.

돋보기 ① Kính hiển vi, kính phóng đại. ~로 보다 nhìn bằng kính hiển vi. ② Kính lão.

돋보다 Trông đẹp hơn (thực tế). 그녀는 흰 드레스를 입으니 훨씬 ~ cô ấy mặc váy trắng trông đẹp hơn.

돋뵈다 Trông thấy đẹp hơn. 그녀는 흰 드레스를 입으니 훨씬 ~ cô ấy mặc váy trắng trông đẹp hơn.

돋우다 ① Khêu lên, nâng lên, làm cho cao lên. 심지를 ~ khêu bấc đèn lên. ② Đắp cho cao. 땅을 ~ nâng cao đất.

돋치다 Mọc tra, trải ra, trổ ra. 가시 돋친 말 lời nói có gai.

돌 Đầy năm, thôi nôi, được một tuổi (trẻ em). ~을 맞다 tròn một tuổi.

돌 ① Hòn đá. ~로 쌓은 둑 đê xây bằng đá. ~을 깔다 rải đá. ② Con cờ Batuk làm bằng đá. ③ Chỉ người đần độn, người đầu óc ngu đần.

돌가루 Bột đá. ~가 날리다 bụi đá bay.

돌감 Quả hồng dại. ~나무 cây hồng dại.

돌격(突擊) Đột kích. ~하다. ~대 đội biệt kích. ~전 trận đột kích.

돌결 Vân đá, lớp vân đá. ~이 곱다 vân đá đẹp.

돌계단(-階段) Cầu thang đá. ~을 오르다[내리다] leo lên (xuống) cầu thang đá.

돌계집 Tiếng miệt thị người phụ nữ không sinh được con.

돌고래 Cá heo.

돌관(突貫) Vội vã, nhanh chóng. ~하다. ~공사 công trình làm vội.

돌기(突起) Lồi ra, nhô ra, thừa ra hoặc phần lồi ra. ~하다. 해삼은 겉에 많은 ~가 있다 con hải sâm có nhiều gai bên cạnh.

돌기둥 Cây cột đá.

돌기와 Ngói đá. ~집 nhà ngói đá.

돌날 Ngày thôi nôi, ngày chẵn năm. ~선물로 금반지를 샀다 mua nhẫn vàng làm quà thôi nôi.

돌다 Quay. 빙빙~ quay tròn. 지구가 태양의 주위를 ~ mặt trời quay xung quanh quả đất.

돌다리 Cây cầu đá. ~도 두드려보고 건너다 「속담」 Cầu đá cũng phải gõ rồi mới qua, cẩn tắc vô áy náy.

돌담 Bức tường đá. ~을 두르다 bao vây tường đá xung quanh.

돌덩이 Một hòn đá, một cục đá. ~같다 như cục đá.

돌도끼 Cái rìu đá.

돌돌 ① Vòng, thành vòng. 종이를 ~말다 cuộn tờ giấy thành hình tròn. ② Quay tròn. ~구르다 lăn tròn, cuộn tròn.

돌라가다 Giật lấy, giành lấy.

돌라맞추다 Lấy cái khác thay thế. 책상을 식탁으로 ~ lấy bàn học thay bàn ăn.

돌라매다 Cột lại, cuộn lại. 허리에 밧줄을 ~ lấy dây thừng cột lấy eo.

돌라서다 Đứng vòng tròn, đứng xung quanh. 아이들은 난로 주위에 ~서 불을 쬐었다 bọn trẻ đứng xung quanh lò sưởi sưởi hơi ấm.

돌라주다 Phát, đưa cho, phân phát. 배급품을 ~ phân phát hành bao cấp.

돌려내다 ① Dụ dỗ, lôi kéo. 곰을 굴에서~ dụ con gấu trong hang ra. ② Cô lập, cách ly.

돌려놓다 Đặt quay trở lại, đặt theo hướng khác. 책상을 ~ đặt quay cái bàn trở lại.

돌려보내다 Trả lại, gửi trả lại. 손님을 ~ cho khách về.

돌려보다 Nhìn lại, quay lại nhìn, xem lại.

돌려주다 ① Hoàn lại, trả lại, gửi lại. 빌린 책을 ~ trả lại quyển sách đã mượn. ② Cho vay, cho mượn. 자금을 ~ cho mượn vốn.

돌리다 1 ① Chủ động từ của "돌다", làm cho quay, quay vòng, quay. 팽이를 ~ chọi cù, chọi gụ. ② Đổi hướng, đổi chiều. 눈길을 ~ đổi ánh mắt, nhìn sang chỗ khác.

돌리다 2 ① Tránh, thoát (bệnh, tình thế nguy hiểm). 응급 처치를 해서 위험을 돌린 다음 병원으로 옮겼다 sau khi xử lý cấp cứu tránh được nguy hiểm thì mới chuyển đi bệnh viện. ② Vay tiền. 은행에서 백만원을 ~ vay ngân hàng một triệu đồng.

돌리다 3 Bị lừa, bị dối. 감언이설에~ bị những lời đường mật lừa dối.

돌림 Quay vòng, quay vòng, theo lượt. ~으로 theo lòng, theo lượt.

돌멩이 Hòn đá, cục đá. ~질하다 ném đá. 그는 참새를 향해 ~를 던졌다 anh ấy ném hòn đá về hướng con chim sẻ.

돌무더기 Một đống đá. ~가 와르르 무너지다 đống đá đổ ào xuống.

돌무덤 Mộ đá, ngôi mộ đá.

돌반지기 Gạo có lẫn đá vụn hoặc cát.

돌발(突發) Đột phát, bùng nổ đột ngột. ~하다. ~적(으로) có tính đột phát.

돌방(-房) Phòng làm bằng đá.

돌밭 Ruộng đá.

돌변(突變) Đột biến, đột ngột thay đổi. ~하다. 날씨가 ~하다 thời tiết đột biến.

돌보다 Trông nom, chăm sóc, quan tâm. 환자를 ~ chăm sóc người bệnh.

돌부리 Mỏm đá lồi lên, gờ đá. ~에 걸려 넘어지다 vướng vào cục đá ngã xuống.

돌부처 Tượng Phật bằng đá. ~같이 말이 없다 im lặng như Phật đá.

돌비(-碑) Bia đá. ~를 세우다 dựng bia đá.

돌산(-山) Núi đá.

돌삼 Sâm dại, sâm tự mọc.

돌상(-床) Cái bàn đựng lễ vật ngày thôi nôi.

돌상(-床) Cái bàn bằng đá.

돌샘 Suối chảy từ trong đá ra.

돌소금 Muối đá, muối quặng. =암염(岩鹽).

돌싸움 Trận chiến bằng đá. ~하다.

돌쌓기 Việc xây tường bằng đá.

돌아가다 Trở về, quay về, quay lại. 집으로 ~ quay trở về nhau.

돌아눕다 Nằm xoay trở lại.

돌아다니다 ① Đi chỗ này chỗ kia, đi lung tung, đi lang thang. 밤늦게 ~지말고 집에 일찍 들어가거라 đêm khuya đừng đi đâu nữa về nhà sớm đi. ② Lưu hành, lan tỏa. 온 읍내에 나쁜 소문이 ~ có tin đồn xấu khắp cả xã.

돌아들다 Quay trở về, quay trở lại. 저녁이 되면 새들이 제 둥지로~ tối đến thì những con chim quay về tổ.

돌아보다 Hồi tưởng, quay nhìn trở lại, nhìn lại. 과거를 ~ nhìn lại về quá khứ.

돌아서다 Đứng quay lưng lại. 그녀는 나를 보고 돌아섰다 thấy tôi cô ấy quay đi.

돌아오다 ① Quay trở về, trở lại. 외국으로부터 ~ từ nước ngoài trở về. ② Đến lượt. 차례가 ~ đến lượt. 제정신이 ~ tỉnh ra, tỉnh lại, thức tỉnh đầu óc.

돌연(突然) Đột nhiên, thình lình, bất ngờ. ~하다. ~한 질문 một câu hỏi bất thình lình.

돌옷 Rêu đá, mốc đá.

돌우물 Cái giếng đá.

돌이키다 Hồi tưởng, nghĩ lại. 돌이켜 생각하니 nghĩ lại.

돌입(突入) Đột nhập, tham gia vào. ~하다. 적진에 ~하다 đột nhập vào doanh trại địch. 두 나라는 전쟁에 ~했다 hai nước nhảy vào cuộc chiến.

돌잔치 Tiệc thôi nôi, tiệc chẵn năm. ~를 열다 làm tiệc thôi nôi. ~에 초대하다 mời tham gia tiệc thôi nôi.

돌쟁이 Đứa bé được một tuổi.

돌절구 Cái cối đá. ~도 밑 빠질 때가 있다「속담」Cối đá cũng có ngày thủng, chẳng có cái gì vĩnh cửu.

돌진(突進) Đột tiến, tiến lên bất ngờ. ~하다. 적을 향해 ~하다 tiến công quân địch bất ngờ

돌집 Cái nhà xây bằng đá.

돌쩌귀 Bản lề (cửa). ~에 녹이 슬지 않는다「속담」Cái bản lề không bao giờ rỉ, hoạt động thì không bao giờ chết cả

돌출(突出) ① Lồi ra, nhô ra. ~하다. ② Xảy ra bất ngờ. ~하다.

돌층계(-層階) Bậc đá, cầu thang đá.

돌탑(-塔) Tháp đá.

돌파(突破) Đánh cho tan, đánh xuyên qua. ~하다. 돌파 작전을 세우다 xây dựng chiến lược đột phá

돌파구(突破口) ① Cửa đột phá, nơi tập trung đánh vào. ~를 만들다 làm cửa đột phá. ② Đầu mối sự việc, đầu mối giải quyết. ~가 열리다 đầu mối vụ việc được mở ra.

돌팔매 Hòn đá phạt, hòn đá trừng trị. ~질하다 ném đá phạt. ~를 던지다 ném đá phạt.

돌팔이 Tiếng miệt thị chỉ người làm chuyên môn gì đó nhưng không có bằng cấp hay năng lực, làm ẩu. ~의사 bác sĩ vườn, bác sĩ tầm phào. ~선생 thầy giáo vườn.

돌팥 Đậu hoang.

돌풍(突風) Cơn gió đột xuất. ~에 간판이 날려 넘어지다 tấm bảng bị đổ vì cơn gió đột xuất.

돔 Mái hình bán cầu (dome). ~구장 cầu trường mái hình bán cầu.

돕다 ① Giúp đỡ, giúp. 아무를 ~ giúp đỡ ai đó. 하늘은 스스로 ~는 자를 ~는다 Trời giúp người nào tự giúp mình. ② Cứu, cứu trợ. 불우이웃을 ~ cứu giúp những người hàng xóm nghèo khó.

돗자리 Cái chiếu. ~를 깔다 trải chiếu. ~를 치다 đan chiếu.

동 Cục, cuộn. 나무를 ~으로 묶다 cuộn củi thành bó.

동 Lôgic, tính hợp lý. ~이 닿다 hợp lý. ~ 닿지 않는 말 lời nói không có lý.

동(東) Phía đông, hướng đông. ~으로 가다 đi về phía đông. ~쪽 phía đông.

동(同) Cùng, cùng với, đồng. ~세대 cùng thế hệ.

-동(洞) Tiếp từ, đi sau một số danh từ, chỉ cái hang. 석회~ hang thạch nhũ.

동가(同價) Cùng giá.

동가식서가숙(東家食西家宿) Ăn nhà bên đông, ngủ nhà bên tây, lang thang không ổn định chỗ nào cả.

동갈하다(恫喝-) Uy hiếp, đe doạ.

동감(同感) Đồng cảm, thông cảm, cùng ý kiến. ~이다 đồng cảm, thông cảm.

동갑(同甲) Bằng tuổi, đồng niên, cùng giáp, cùng tuổi. 그와 나는 ~이다 anh ta và tôi cùng tuổi.

동강 Viết tắt của "동강이" miếng, mẩu.

동강동강 Từng khúc, từng mẩu. 막대를 ~자르다 cắt thanh gỗ thành từng khúc.

동개 Cái bao cung tên.

동갱(銅坑) Mỏ đồng.

동거(同居) Sống chung, ở chung, ở cùng với nhau. ~하다 나는 그 학생과 ~하다 tôi sống chung với cậu học sinh ấy.

동격(同格) Cùng tư cách, cùng địa vị. 자기와 ~인 사람 người cùng tư cách với mình.

동결(凍結) ① Đông lại vì lạnh, đóng băng vì lạnh. ~하다. 오늘은 추워서 강이 완전히 ~되었다 hôm nay lạnh quá con sông hoàn toàn bị đóng băng. ② Kế hoạch, công việc dừng lại. 핵 개발~ ngừng việc phát triển vũ khí hạt nhân.

동경(東經) Vĩ độ đông, Đông kinh. ~180도 180 vĩ độ đông.

동경(東京) Đông Kinh, thủ đô Tokyo ngày nay.

동경(銅鏡) Cái gương đồng.

동경(憧憬) Khao khát, mong muốn, muốn có. ~하다. ~의 대상 đối tượng được mong muốn.

동계(冬季) Mùa đông. ~휴가 nghỉ đông. ~올림픽 Thế vận hội mùa đông.

동계(同系) Cùng dòng họ, cùng họ tộc, cùng trường, cùng hệ thống. ~회사 công ty cùng hệ thống.

동계(凍鷄) Gà đông lạnh.

동고동락(同苦同樂) Cùng chịu sướng khổ, đồng cam cộng khổ. ~하다. 부부가 ~ vợ chồng cùng chịu sướng khổ.

동곳 Cái ghim tóc, cái găm tóc. ~을 꽂다 ghim tóc.

동공(瞳孔) Con ngươi, đồng tử. ~막 màng đồng tử.

동광(銅鑛) Mỏ đồng, quặng đồng.

동구(東歐) Đông Âu. ~권 khu vực Đông Âu.

동구(洞口) Cửa vào làng, ngõ vào làng.

동국(同國) Cùng quốc tịch, cùng dân tộc. ~인 người đồng tộc.

동굴(洞窟) Cái hang. ~에 사는 사람 người sống trong hang.

동궁(東宮) ① Thái tử, Hoàng tử. ② Đông cung, nơi Hoàng Thái Tử ở.

동권(同權) Đồng quyền, bình quyền, quyền bình đẳng. 남녀~ nam nữ bình quyền, nam nữ bình đẳng.

동그라미 Vòng tròn. ~를 그리다 vẽ một vòng tròn.

동그라지다 Ngã lộn nhào. 미끄러져~ trượt chân ngã lộn nhào.

동그랗다 Tròn, hình tròn. 동그란 모양의 것 cái có hình tròn.

동그마니 Một mình. 넓은 방에 홀로 ~ 앉아 있다 ngồi một mình trong căn phòng lớn.

동그스름하다 Có hình tròn, tròn tròn. 동그스름한 얼굴 khuôn mặt tròn tròn.

동글납작하다 Tròn mà bẹt, tròn mà mỏng. 동글납작한 얼굴 khuôn mặt tròn mà mỏng.

동글동글 Rất tròn, tròn vo. ~하다.

동급(同級) Cùng lớp. ~생 học sinh đồng cấp. 나는 그와 ~생이다 tôi cùng cấp với anh ấy.

동기(冬期) Mùa đông. =동계. ~훈련 huấn luyện mùa đông.

동기(同期) Cùng thời kỳ. 작년~에 비해 so với cùng kỳ năm ngoái.

동기(動機) Động cơ. 부정 한~ một động cơ bất chính. ~로 bằng động cơ, vì động cơ gì đó.

동기(銅器) Bát đĩa bằng đồng. ~시대 thời kỳ đồ đồng.

동나다 Cạn kiệt, hết, không còn. 석유가 ~ hết dầu. 생필품이 ~ hết đồ dùng sinh hoạt.

동남(東南) Đông Nam. ~으로 theo hướng đông nam. ~풍 gió đông nam.

동남아시아(東南-) Đông Nam Á. ~나라들 các nước Đông Nam Á.

동내(洞內) Trong xóm, trong phường, trong xã. 온~가 뒤집히다 lục tìm cả xóm.

동냥 Ăn xin, đi ăn xin. ~하다. ~을 빌다 xin ăn. ~을 다니다 đi ăn xin.

동네(洞-) Làng, ngôi làng, xóm, khu

phố. 같은 ~ cùng khu phố

동년(同年) ① Cùng năm đó. ② Đồng niên, cùng tuổi.

동녘(東-) Hướng đông, phía đông. ~이 밝다 phía đông sáng lên.

동닿다 Có lý, hợp lý, lôgic. ~지 않는 말 lời nói không lôgic.

동대다 Liên tục, không ngừng, không đứt đoạn. 학비를 다달이 ~서 보내다 gửi tiền học phí đều đều hằng tháng.

동대문(東大門) Đông Đại môn, cửa thành phía Đông, một địa danh của thành phố Seoul.

동댕이치다 ① Vứt mạnh, ném mạnh. 홧김에 재떨이를 ~ ném mạnh cái gạt tàn thuốc lúc giận. ② Dừng lại, ngưng. 일을 중도에 ~ ngưng công việc đang làm.

동등(同等) Bình đẳng, bằng nhau, cùng đẳng cấp. ~하다. ~한 권리 quyền lợi ngang bằng nhau.

동떨어지다 Cách xa ra, khác xa. 나는 내 취미와는 동떨어진 일을 하고 있다 tôi đang làm cái việc khác xa với sở thích của mình.

동뜨다 Hơn cái khác nhiều, vượt trội. 영어를 ~게 잘하다 giỏi trội tiếng Anh

동락(同樂) Cùng vui. 동고 ~하다 đồng cam cộng khổ.

동란(動亂) Chiến tranh, bạo loạn. ~을 일으키다 gây loạn lạc.

동력(動力) Lực, động lực, năng lượng. ~을 공급하다 cung cấp động lực.

동렬(同列) ① Cùng hàng, cùng dãy. 와~에 두다 để cùng dãy. ② Cùng vị trí, cùng cấp bậc.

동료(同僚) Đồng nghiệp, đồng liêu. 회사의 ~ bạn đồng nghiệp cùng công ty.

동류(同類) ① Cùng loại, đồng loại, đồng loài. ~의식 ý thức đồng loại. ② Một phe, cùng phe.

동맥(動脈) Động mạch. ~경화증 xơ cứng động mạch. ~관 ống dẫn động mạch.

동맹(同盟) Đồng minh. ~하다. ~국 nước đồng minh. ~을 맺다 kết đồng minh.

동맹파업(同盟罷業) Tổng đình công, tổng bãi công. ~하다. ~중이다 đang tổng bãi công

동메달(銅-) Huy chương đồng. ~을 목에 걸다 treo huy chương đồng lên cổ.

동면(冬眠) Ngủ đông (động vật). ~하다. ~동물 động vật ngủ đông.

동명(同名) Cùng tên, tên giống nhau. ~이인 cùng tên nhưng người khác nhau.

동무 Bạn, bạn thân. ~하다 àm bạn. 길~ bạn đồng hành. ~가 되다 thành bạn.

동문(同文) Chữ giống nhau.

동문(同門) Bạn cùng học. ~회 hội những người cùng học.

동문서답(東問西答) Hỏi một đàng trả lời một nẻo, hỏi đằng đông trả lời đằng tây. ~하다. 자네 말은 아주~이군 cậu đúng là hỏi một đàng trả lời một nẻo.

동물(動物) Động vật. ~본능 bản năng động vật. ~을 기르다 nuôi động vật.

동물성(動物性) Có tính động vật, thuộc động vật. ~단백질 protein động vật.

동반(同伴) Đồng hành, đi cùng. ~하다. 아내를 ~하여 đi cùng với vợ.

동반구(東半球) Đông bán cầu.

동반자살(同伴自殺) Cùng tự sát, tự sát chung (nam nữ yêu nhau).

동방(東方) Đông phương, phương Đông. ~문화 văn hóa phương Đông.

동방(洞房) ① Phòng ngủ. ② Động phòng, phòng cô dâu chú rể.

동배(同背) Đồng lứa, đồng niên. ~중에서 뛰어나다 xuất sắc trong các bạn đồng niên.

동병(同病) Cùng căn bệnh. ~상련(相憐) những người cùng có chung bệnh thương tiếc nhau.

동병(動兵) Động binh, khởi binh. ~하다.

동복(冬服) Áo quần mùa đông.

동복(同腹) Cùng mẹ (khác cha). ~누이 chị cùng mẹ khác cha. ~형제 anh em cùng mẹ khác cha.

동복(童僕) Đứa hầu trai nhỏ.

동봉(同封) Đóng bao. ~하다. ~한 편지 thư đã đóng bao. ~해 보내다 đóng bao gửi đi.

동부(東部) Miền đông, phía đông. 미국~ miền đông nước Mỹ.

동부(同父) Cùng cha khác mẹ.

동부인(同夫人) Đi cùng với vợ. ~하다.

동북(東北) Đông Bắc. ~지방 khu vực đông bắc. ~풍 gió đông bắc.

동분서주(東奔西走) Chạy đằng đông chạy đằng tây, bận hết chỗ này đến chỗ kia, rất bận. ~하다.

동사(同社) Cùng công ty.

동사(凍死) Chết lạnh, chết cóng. ~하다.

동사(同事) Đồng sự, cùng việc.

동사무소(洞事務所) Ủy ban phường.

동산(動産) Tài sản không phải là bất động sản, tài sản lưu động. ~압류 tịch thu tài sản lưu động.

동산(銅山) Mỏ đồng, quặng đồng.

동상(銅賞) Giải ba, giải đồng. ~을 받

다 nhận giải ba.

동상(銅像) Tượng đồng. ~을 세우다 xây tượng đồng.

동상이몽(同牀異夢) Đồng sàng dị mộng.

동색(同色) ① Cùng màu, màu giống nhau. ② Cùng đảng phái.

동색(銅色) Màu đồng. ~인종 giống người da màu đồng.

동생(同生) Em. 여~ em gái. 남~ em trai. 나는 ~이 둘이 있다 tôi có 2 người em.

동생공사(同生共死) Cùng sinh cùng tử, cùng sống chết. ~하다. ~를 맹세하다 thề cùng sống chết với nhau.

동서(同書) Cùng quyển sách.

동서(同棲) Sống chung với nhau. ~하다. 젊은 남녀의 ~ thanh niên nam nữ trẻ cùng sống với nhau.

동서(同壻) ① Chồng của chị hoặc em gái vợ, cọc chèo. ② Vợ của anh em chồng, cọc chèo.

동서(東西) Đông Tây. ~남북 Đông Tây Nam Bắc. ~로 흐르다 chảy theo hướng đông tây.

동석(同席) Ngồi chung, ngồi cùng với. ~하다. 그 사람과는 ~하고 싶지 않다 tôi không muốn ngồi chung với anh ta.

동선(同船) Cùng thuyền. ~하다.

동성(同性) Đồng tính, cùng giới tính. ~친구 bạn cùng giới tính. ~연애 đồng tính luyến ái.

동수(同數) Cùng số lượng. 찬반~의 투표 số phiếu tán thành và phản đối bằng nhau.

동숙(同宿) Cùng trú ngụ, cùng ở. ~하다. ~인 người cùng ở, người ở cùng phòng.

동승(同乘) Cùng đi, đồng hành (tàu, máy bay, thuyền, xe). ~하다. ~자 người đồng hành.

동시(同時) Cùng lúc, cùng thời điểm, tại chỗ. ~통역 phiên dịch ngay cùng lúc.

동시에(同時-) Cùng lúc, đồng thời. 과 ~발생하다 phát sinh cùng lúc với.

동식물(動植物) Động thực vật. 많은 ~이 멸종위기에 놓여 있다 nhiều động thực vật đang ở tình trạng tuyệt chủng.

동실(同室) Cùng phòng. ~자 người cùng phòng.

동심(同心) Cùng tấm lòng, đồng tâm. ~하다. ~원 vòng tròn đồng tâm.

동심(童心) Tấm lòng trẻ nhỏ, tâm hồn trẻ nhỏ. ~을 잃다 mất đi cái trong trắng của tuổi thơ.

동아(東亞) Đông Á.

동아리 Câu lạc bộ, nhóm người cùng

sở thích, cùng ý nguyện. 춤~ câu lạc bộ nhảy.

동아시아(東-) Đông Á. ~국가들 các nước Đông Á.

동아줄 Sợi dây to. 용의자의 두 손은 ~로 묶여 있었다 hai tay tên tội phạm đang bị trói bằng dây to.

동안 ① Trong suốt, trong vòng, trong. 일 주일~ trong vòng một tuần. ② Trong lúc. 저는 자는 ~누가 왔어요 trong khi tôi ngủ ai đã đến?

동안(東岸) Bờ biển phía đông.

동액(同額) Cùng số, cùng con số, cùng số tiền. 남녀~의 급료 tiền lương nam nữ bằng nhau.

동양(東洋) Đông dương, phương đông. ~문화 văn hoá phương đông.

동양(同樣) Đồng dạng, cùng hình dáng.

동업(同業) ① Cùng nghề. ~하다. ② Cùng làm ăn. ~하다.

동업자(同業者) Người cùng làm ăn. ~가 많은 장사 nghề buôn có nhiều người cùng làm.

동역학(動力學) Động lực học.

동요(動搖) Lung lay, lắc lư. ~하다. 정계의 ~ sự lung lay của giới chính trị.

동원(動員) Động viên, huy động. ~하다. 인력~ huy động nhân lực.

동월(同月) Cùng tháng. ~15일에 ngày 15 cùng tháng.

동위(同位) ① Đồng vị (toán học). ~각 góc đồng vị. ② Cùng vị trí, cùng cấp bậc, cùng giai cấp.

동유(東遊) Đông du.

동음(同音) Đồng âm, phát âm giống nhau. ~이의 đồng âm khác nghĩa.

동의(同意) Đồng ý. ~하다. ~를 얻다 được sự đồng ý. 제안에 ~하다 đồng ý với đề án.

동의(動議) Đề nghị, đề xuất. ~하다. 긴급~ đề xuất khẩn cấp.

동이 Cái bình, lọ, chai. 물~ bình nước.

동이다 Buộc, trói, cột. 볏단을 ~ cột bó lúa.

동인(同人) ① Cùng một người, chính người đó. ② Người cùng chí hướng.

동인(動因) Nguyên nhân, động cơ 범죄의 ~ động cơ phạm tội

동일(同一) Đồng nhất, giống nhau, thống nhất. ~하게 취급하다 đối xử như nhau.

동일시(同一視) Coi như, coi như nhau. ~하다. 나는 저런 사람들과 ~되고 싶지 않다 tôi không muốn bị coi như bọn họ.

동자(童子) Thằng bé, đồng tử. ~라도 그것은 안다 đứa bé nó cũng biết chuyện đó.

동작(動作) Động tác, hành động. ~하

다. ~이 느리다 động tác chậm chạp.

동적(動的) Có tính động, có tính linh động. ~인 표현 biểu hiện có tính linh động.

동절(冬節) Mùa đông.

동점(同點) Cùng điểm số, bằng điểm. ~으로 비기다 hòa bằng điểm nhau.

동정(同情) Đồng tình, thông cảm, chia sẻ. ~하다. 깊은[따뜻한]~ sự đồng cảm sâu sắc.

동정(童貞) Đồng trinh, trinh trắng. ~남 trai tân. ~녀 gái trinh. ~을 잃다 mất sự trinh trắng

동정심(同情心) Lòng thông cảm, sự đồng cảm. ~있는 có sự thông cảm.

동제(銅製) Làm bằng đồng. ~메달 huy chương đồng.

동조(同調) Đồng điệu, cùng nhịp, đồng ý. ~하다. 남의 의견에 ~하다 đồng ý với ý kiến của người khác.

동족(同族) Đồng tộc, cùng dòng họ. ~결혼 kết hôn với người cùng huyết thống, kết hôn với người trong gia tộc.

동족상잔(同族相殘) Đồng tộc tương tàn, huynh đệ tương tàn. ~하다. ~의 비극을 겪다 chịu bị kịch huynh đệ tương tàn.

동종(同種) Cùng chủng loại. ~의 나무 cây cùng chủng loại.

동죄(同罪) Cùng tội, cùng có tội giống nhau. 뇌물을 주는 것이나 그것을 받는 것이나 ~이다 đưa hối lộ hay nhận hối lộ thì đều là đồng tội cả.

동주(同舟) Cùng thuyền. ~하다.

동지(同志) Đồng chí, người cùng chí hướng. ~가 되다 thành đồng chí của nhau.

동진(東進) Đông tiến, tiến về phía Đông. ~하다.

동질(同質) Đồng chất, có tính chất giống nhau. ~이체 đồng chất dị thể.

동쪽(東-) Phía đông, hướng đông. ~으로 theo hướng đông.

동차(童車) Xe nôi.

동참(同參) Cùng tham gia. ~하다. 그녀도 그 계획에 ~했다 cô ấy cùng tham gia kế hoạch.

동창(同窓) Cùng học, đồng môn. ~회 hội cùng học, hội cựu học sinh.

동체(胴體) ① Thân, bộ khung (sự vật). 자동차의 ~ thân xe ô tô. ② Thân (người).

동축(同軸) Cùng trục. ~원 hình tròn cùng trục.

동치다 Băng, bó, cột. 상처에는 빨리 붕대를 동쳐야 한다 phải băng vết thương bằng băng nhanh.

동침(同寢) Chung giường, ngủ chung. ~하다.

동태(動態) Động thái, tình hình. ~경제 động thái kinh tế.

동통(疼痛) Sự đau nhức. 손에 심한 ~을 느끼다 cảm thấy đau nhức ở tay.

동파(同派) Cùng phái, cùng trường phái.

동판(銅版) Bản khắc đồng. ~인쇄 in bằng bản khắc đồng.

동편(東便) Về hướng đông, hướng đông. ~으로 뻗은 가지 cành cây vươn về hướng đông.

동포(同胞) ① Anh em cùng cha mẹ sinh ra. ② Đồng bào, kiều bào. ~애 tình đồng bào.

동풍(東風) Gió đông.

동하다(動-) Rung động, cảm động. 그녀의 말에 그의 마음은 크게~ anh ta rung động vì lời nói của cô ấy.

동학(同學) Bạn cùng học, đồng môn.

동해(東海) Biển Đông, biển phía Đông.

동해안(東海岸) Bờ biển phía Đông.

동행(同行) Đồng hành. ~하다. ~자 bạn đồng hành. ~을 거절하다 từ chối đi cùng.

동향(同鄉) Người cùng quê, đồng hương. 그와 나는 ~이다 anh ta và tôi là đồng hương.

동향(動向) Động tĩnh, xu hướng, xu thế. 여론의 ~에 주의하다 chú ý vào động tĩnh của dư luận.

동혈(同穴) Cùng huyệt, cùng lỗ. 그 부부는 ~에 묻혔다 vợ chồng ấy được chôn cùng huyệt.

동형(同型) Cùng hình dạng, cùng kiểu dáng. ~이다. 두 사람은 ~의 컴퓨터를 샀다 hai người mua máy tính cùng kiểu dáng.

동형(同形) Cùng hình dáng.

동호(同好) Cùng thích, cùng sở thích. ~하다. ~인 người cùng sở thích.

동화(同化) Đồng hoá. ~하다. 본지의 문화를 ~하다 đồng hóa văn hoá bản địa.

동화(童話) Chuyện thiếu nhi.

돛 Buồm, cánh buồm. 순풍에 ~ buồm thuận gió.

돛단배 Thuyền buồm.

돛대 Cột buồm. ~를 잃은 배 thuyền mất cột buồm.

돼지 Con lợn, con heo. ~를 치다 nuôi heo.

되 Đơn vị đo Hàn Quốc, bằng 1,8 lít, tạm dịch đấu, mủng (=1,8 lít).

되 Nhưng, nhưng mà. 그는 키는 작~ 마음은 크다 người thì nhỏ nhưng tấm lòng thì rộng lớn.

되감다 Quấn lại, cuốn lại. 연줄을 풀었다가 ~ dây diều thả ra rồi lại quấn lại.

되걸리다 Mắc lại, bị lại, tái mắc (bệnh). 감기에 ~ bị cảm trở lại.

되게 Rất, nhiều. ~덥다 rất nóng. ~걱정되다 rất lo

되넘기다 ① Bán lại. 사과를 과수원에서 사서 소매상에게 ~ mua táo ở vườn rồi bán lại cho người bán lẻ. ② Lật ngược trở lại, quay trở lại.

되뇌다 Lặp lại, nói lại. 남의 말을~ nói lại lời người khác.

되는대로 Bừa bãi. ~대답하다 trả lời bừa.

되다 Trở thành, thành. 커서 의사가 ~고 싶다 muốn lớn lên thành bác sĩ. 어른이 ~ thành người lớn. 선생님이 ~ thành giáo viên

되다 Rất, nhiều. ~게 아프다 rất đau. ~게 춥다 rất lạnh.

되도록 Như có thể. ~빨리 달려라 hãy chạy nhanh như có thể.

되돌아가다 Đi trở về, quay lại. 집에 ~ quay trở về nhà. 온 길을 ~ quay trở lại con đường đã đến.

되돌아보다 Quay lại nhìn. 잠깐~ quay lại nhìn một lát.

되돌아오다 Quay trở về, quay trở lại. 집에 ~ quay trở về nhà.

되똑거리다 Lung lay, lắc lư. 상다리가 ~ cái chân bàn lung lay.

되똑되똑 Lắc lư, lung lay, chập chững.

되묻다 Hỏi lại, hỏi lần nữa. 선생님에게 정답을 ~ hỏi lại thầy giáo đáp án.

되밀다 Đẩy lại, đẩy ngược lại.

되바라지다 Vênh váo, kiêu ngạo. 되바라진 사람 người kiêu ngạo.

되박다 ① Đóng lại. ② Xuất bản lại, tái bản.

되부르다 Gọi lại, gọi lần nữa, hát lại, hát lần nữa. 노래를 처음부터 ~ hát bài hát lại từ đầu.

되사다 Mua lại. 나는 그녀에게 판 차를 ~려고 한다 tôi định mua lại chiếc xe đã bán cho cô ấy.

되살다 ① Sống lại, hồi sinh. 죽어 가던 뱀이 ~ con rắn chết sống lại.② Thế lực, sức mạnh nào đó hồi sinh. ③ Tình cảm, ký ức, trí nhớ đã mất giờ nhớ lại, xuất hiện trở lại.

되새기다 ① Nhai đi nhai lại. 소가 먹은 것을 ~고 있다 con bò đang nhai lại những thứ đã ăn. ② Nghiền ngẫm, suy nghĩ lại chuyện đã qua.

되쓰다 ① Xài lại, dùng lại, sử dụng lại. ② Đội trở lại (mũ), đeo trở lại (đồng hồ vv.)

되쏘아보다 Nhìn chằm chằm trở lại.

되씌우다 Đổ (lỗi) cho người khác. 자기 잘못을 남에게 ~려고 하지 마라 lỗi của mình đừng có đổ cho người khác.

되씹다 Nói lại. 한 말을 ~ nói lại cùng một lời nói.

되앉다 Ngồi lại, ngồi xuống trở lại. 가려다 말고 제자리에 ~ định đi nhưng rồi lại ngồi xuống trở lại.

되어가다 Hoàn thành, hoàn thiện. 잘~ tốt đẹp. 일이 잘~ công việc tốt đẹp.

되지못하다 ① Chưa đạt, kém, ít. 열 살이 ~ chưa đến 10 tuổi. 그는 미국 간 지 반 년이 ~여 다시 돌아왔다 anh ta đi Mỹ chưa đến nửa năm đã quay về. ② Không thể trở thành, đủ tư cách thành. 지식만으로서는 교사가 ~ chỉ với tri thức không không thể thành giáo viên được.

되직하다 Hơi dày, hơi nhiều, hơi đầy. 풀이 ~ cỏ hơi dày.

되질 Đong đo bằng mủng. ~하다.

되짚어 Quay trở lại, ngược lại. ~가다 đi ngược lại. ~보내다 gửi ngược lại.

되찾다 Tìm lại, lấy lại. 영토를 ~ lấy lại phần lãnh thổ.

되치다 Đánh lại.

되치이다 Bị đánh lại, bị phản công.

되팔다 Bán lại.

되풀이 Lặp đi lặp lại. ~하다. 말을 ~하다 lời nói lặp đi lặp lại.

된매 Đòn nặng, đòn đau. ~를 맞다 bị đánh đòn đau.

된바람 Cơn gió mạnh.

된밥 Cơm sống, cơm sượng.

된서리 Sương nặng hạt.

된서방(-書房) Người chồng khó tính. ~맞다 lấy phải người chồng khó tính.

된-시름 Cuộc đấu vật căng thẳng.

된장(-醬) Tương đậu Hàn Quốc. ~찌개 món tương hầm.

될 수 있는대로 Như có thể. ~빨리 회답을 해주시기를 바랍니다 mong hãy trả lời cho chúng tôi nhanh như có thể.

됨됨이 Tính cách, bản chất. ~가 정직하다 bản tính chính trực.

두 Hai. ~가지 hai loại. ~내외 hai bên nội ngoại. ~번 hai lần. ~배 hai lần, gấp đôi.

두각(頭角) ① Cái sừng trên đầu. ② Tài năng, năng lực. ~을 나타내다 thể hiện một tài năng.

두개(頭蓋) Sọ não. ~골 xương sọ. ~골을 다치다 chấn thương sọ.

두껍 Cái nắp.

두견(杜鵑) ① Con chim đỗ quyên. ② Hoa Chintale.

두고두고 Nhiều lần, lần này đến lần khác, qua nhiều lần, mãi mãi. ~생각하다 nghĩ đi nghĩ lại.

두고보다 Để rồi xem, theo dõi. =지켜보다. 그 사건의 추이를 ~ theo dõi sự phát triển của sự việc.

두고오다 Để cái gì đó lại về. 우산을 ~ 두고 오다 để cái ô lại cứ thế về.

두골(頭骨) Xương sọ, đầu lâu. =두개골.

두근거리다 Đập thình thịch, phận phồng. ~는 가슴 ngực đập thình thịch.

두꺼비 Con cóc. ~씨름 vật cóc. ~파리 잡아먹듯 như cóc bắt ruồi ăn, chỉ chuẩn bị sẵn sàng.

두꺼비집 Cầu chì.

두껍다 Dày. 두꺼운 책 quyển sách dày. 두~게 입다 mặc áo dày.

두께 Độ dày, bề dày. ~가 얼마만큼 됩니까? Độ dày bao nhiêu?

두뇌(頭腦) ① Não, bộ óc. ② Đầu óc, tri thức, tầm nhìn. 냉정한 ~ một bộ óc lạnh lùng.

두다 ① Để, đặt. 연필을 책상 위에~ để cái bút chì trên quyển sách. ② Ở trong tình huống, trạng thái nào đó. 승리를 눈앞에 ~ chiến thắng ở ngay trước mắt.

두다 ① Bảo quản, giữ, không sử dụng. 그것을 잘 ~었다가 요긴할 때 써라 Giữ cái khó khi cần sử dụng. ② Để lùi lại sau, không xử lý. 그사건은 ~었다가 나중에 처리 합시다 vụ ấy để lại giải quyết sau.

두 다리 Hai chân. ~걸치다 bắt cá hai tay.

두덩 Luống đất.

두두룩이 Cao, cao lên, phồng lên. 흙을 ~쌓아 올리다 chất cao đất lên.

두두룩하다 Lồi lên, phồng lên, cao lên. 두두룩한 돈지갑 cái ví tiền phồng căn.

두둑 Luống đất. ~에 콩을 심었다 trồng đậu trên luống đất.

두둑하다 Dày, nhiều lớp. 두둑이 입다 mặc nhiều áo quần

두둔하다 Ủng hộ, bênh vực, chi viện. 자기 애를 ~ ủng hộ cho con mình. 약자를 ~ ủng hộ kẻ yếu.

두둥실 Bồng bềnh, nổi bồng bềnh. ~뜨다 nổi bồng bềnh.

두드러기 Dị ứng (thuốc, thức ăn). ~가 나다 nổi dị ứng. ~가 돋다 nổi dị ứng.

두드러지다 Lồi ra, phình ra. 뾰루지가 ~ cái mũi nhọn lồi ra. 이마가 ~ cái trán lồi ra.

두들기다 Đánh, gõ, đập. 두들겨 부수다 đánh tan thành. 두들겨 패 죽이다 đánh chết.

두런두런 Thì thầm, thì thào. ~이야기하다 nói thầm.

두레 Cái gàu múc nước để tưới (đất, ruộng).

두레박 Cái gàu múc nước giếng. ~을

끌어 올리다 kéo gàu nước lên.

두려움 Sự lo lắng, sự e ngại, e sợ. ~을 모르다 không biết sợ.

두려워하다 Sợ, e ngại. 뱀을 ~ sợ rắn. ...을 항상 ~ luôn luôn lo sợ cái gì đó.

두렵다 Ngại, e sợ. 두려워서 몸을 떨다 sợ quá nên run. 나는 죽음이 ~ tôi sợ cái chết.

두루 Đầy đủ, không thiếu, đều rộng, rộng rãi. ~아는 사실 sự thật ai cũng biết.

두루치기 Đa tác dụng, đa năng, đa tài.

두류(逗留) Cư trú, cư ngụ. 장기~하다 cư trú dài hạn. ~객(客) khách cư trú.

두르다 Quấn, cột. 머리에 수건을~ cột cái khăn lên đầu.

두르르 ① Quấn tròn, tròn. 종이를 ~말다 quấn tròn tờ giấy. ② Lăn tròn, lăn lông lốc. ~구르다 lăn tròn.

두름 Xâu 10 con cá. 물고기 두~ hai xâu cá.

두름성(-性) Linh hoạt, nhạy bén, nhanh nhẹn. ~있는 사람 người nhanh nhẹn hoạt bát.

두리번거리다 Nhìn xung quanh. 누가 보고 있나 않나 하고 ~ nhìn xung quanh xem có ai nhìn không.

두마음 Hai lòng. ~있는 사람 người hai lòng. ~을 품다 mang hai lòng.

두말 Nói lòng vòng, nói quanh co ~하다. ~말고 어서 바른대로 말해요 đừng lòng vòng nữa mà hãy nói ngay đi.

두말 없이 Không nói gì thêm, không nói dài. ~승낙하다 đồng ý không nói gì thêm.

두말없이 Không chần chừ, ngay tức khắc. ~승낙하다 đồng ý ngay lập tức.

두메 Nơi xa xôi hẻo lánh. 두멧구석 nơi hẻo lánh. ~에서 살다 sống nơi xa xôi hẻo lánh.

두목(頭目) Đầu sỏ. 소매치기의~ tên đầu sỏ móc túi.

두미(頭眉) Đầu đuôi. ~없다 không có đầu đuôi.

두방망이질 Rất lo lắng, hồi hộp. 가슴이 ~치다 ngực đập thình thịch.

두번 Hai lần. 한 달에 ~ một tháng hai lần. ~다시 없는 기회 cơ hội không đến lần hai.

두부(頭部) Đầu, phần đầu. 그는 어제 교통사고로 ~에 부상을 입었다 anh ta hôm qua bị tai nạn giao thông chấn thương ở phần đầu.

두 사이 Quan hệ. ~가 좋다 quan hệ tốt. ~가 나쁘다 quan hệ xấu.

두손 Hai tay. ~을 들다 giơ hai tay. ~모아 빌다 chắp hai tay van xin.

두서(頭緒) ① Thứ tự. ② Logic, lý. ~없는 không có lý.

두서너 Hai ba hoặc 4, vài ba bốn. ~번 vài ba lần. 책~권 sách vài quyển.

두서넛 Vài ba, hai ba hoặc bốn.

두세 Hai ba, hai hoặc ba. ~개 hai ba cái. ~명 hai ba người.

두어 Khoảng hai, chừng hai. ~달 chừng hai tháng. ~사람 khoảng 2 người.

두어두다 Để vậy, để mặc. 그가 울겠다, 가만 ~어라 nó khóc đấy, cứ để thế.

두엄 Phân bón. ~을 주다 bón phân. ~더미 đống phân.

두유(豆油) Dầu đậu, dầu làm từ đậu.

두절(杜絶) Gián đoạn, ngưng, ngắt, dừng. ~하다. 공급이 ~되다 đường cung cấp bị gián đoạn.

두텁다 Sâu đậm, sâu nặng. 두터운 우정 tình bạn sâu nặng.

두통(頭痛) Bệnh đau đầu. ~이 나다 có đau đầu.

두통거리(頭痛-) Cái việc gây nhức đầu, việc phải suy nghĩ nhiều. 교통 문제는 아주~다 vấn đề giao thông đúng là nhức đầu óc.

두툼하다 Dày. 두툼한 책 quyển sách dày.

둑 Con đê, con đập ngăn nước. ~길 đường đê.

둔감(鈍感) Không nhạy cảm, chai lỳ. ~하다. ~해지다 trở nên thờ ơ.

둔갑(遁甲) Hóa thân, biến mình thành. ~하다. 사람으로 ~한 여우 con cáo biến thành người.

둔기(鈍器) Vũ khí cùn.

둔부(臀部) Cái mông, đít. ~가 크다 mông to, đít to.

둔사(遁辭) Lời nói để lảng tránh, trốn tránh. 그것은 단지~에 지나지 않는다 nói thế chỉ là lảng tránh thôi.

둔세(遁世) Từ bỏ tục thế sống ở ẩn. ~하다. ~생활을 하다 sống ở ẩn.

둔주(遁走) Bỏ chạy, bỏ trốn. ~하다.

둔치 Vũng nước, dòng chảy.

둔탁하다(鈍濁-) Đần, ngu, dốt.

둔통(鈍痛) Một cơn đau âm ỉ. 위에 ~을 느끼다 cảm thấy đau âm ỷ trong dạ dày.

둔패기 Người ngu, thằng bờm.

둔하다(鈍-) ① Cùn. 둔한 칼 con dao cùn. ② Đần, đần độn, chậm chạp. 둔한 사내 gã đần.

둔해지다(鈍-) Trở nên chậm chạm, trở nên ngu dốt, trở nên thẫn thờ, trở nên không nhạy cảm. 솜씨가 ~ tay chân lóng cóng.

둘 Hai, hai cái, số lượng hai. ~로 thành hai

둘되다 Nuối tiếc, buồn buồn.

둘둘 Lăn lông lốc. ~돌아가는 물레 방아 cái thùng nước lăn công cốc.

둘러대다 Nói thế này thế kia, biện bạch. 그럴듯한 이유를 ~ biện bạch lý do này lý do kia.

둘러막다 Vây quanh, bao quanh. 돌담으로 집을 ~ dùng tường đá vây quanh nhà.

둘러메다 Đeo, mang ở vai. 어깨에 가방을 ~ đeo ba lô vào vai.

둘러싸다 Bao vây, bao bọc, vây quanh. 담으로[울타리로]~ bao quanh bằng tường [hàng rào].

둘러쌓다 Xây vòng, xây xung quanh. 집 주위에 담을 ~ xây tường xung quanh nhà.

둘러쓰다 Quấn, cuộn, bao bọc. 머리에 수건을 ~ quấn khăn xung quanh đầu. 담요를 ~ quấn chăn.

둘러엎다 Lật ngược, lật sấp 밥상을 ~ lật sấp cái bàn cơm.

둘러치다 ① Vứt, ném mạnh. 땅바닥에 ~ ném mạnh xuống đất. ② Đánh, đập.

둘레 Chu vi, xung quanh. 나무~ chu vi cây. 지구의 ~ chu vi quả đất.

둘레둘레 Từng vòng, từng lớp. 주위를 ~살피다 nhìn xung quanh mấy vòng.

둘리다 Bị lừa, lừa lọc.

둘째 Thứ hai. 끝에서 ~동생 em thứ hai từ dưới lên.

둘하다 Đần độn, dốt. 둘한 사람 thằng đần. 둘한 솜씨 tay nghề vụng về.

둥 Không ra cái này mà cũng chẳng ra cái kia. 남의 말을 듣는 ~마는 ~하다 nghe mà cũng chẳng nghe lời người khác.

둥개다 Khó khăn, vật lộn, làm không được. 그 정도 일을 가지고 종일~ từng ấy công việc mà loay hoay cả ngày.

둥굴이 Cây thông đã bóc vỏ.

둥그러지다 Trượt, lăn công cốc.

둥글다 Hình tròn, tròn. 둥근 얼굴 mặt tròn. 둥근 달 trăng tròn.

둥글둥글 ① Tròn, tròn trặn. ~하다. ② Hoàn hảo. ~하다. ~한 사람 người hoàn hảo.

둥글번번하다 Tròn và trơn, tròn mà mượt.

둥덩거리다 Đánh bùm bùm. 북을 ~ đánh trống bùm bùm.

둥둥 Tùng tùng, bùm tùm (tiếng trống). 북을 ~울리다 đánh trống kêu tùng tùng.

둥실둥실 Bồng bềnh, bay bay. 배가 ~ 뜨다 con thuyền nổi bồng bềnh.

둥싯거리다 Chậm chạp, lề mề.

둥싯둥싯 Chậm chạp, lề mề. ~걷다 đi chậm chạp, đi lề mề.

둥우리 ① Cái rổ. ② Tổ chim, ổ gà.

둥지 Tổ ấm. 신혼의 ~ tổ ấm tân hôn.

둥치 Gốc cây. 나무 밑~를 자르다 cắt gốc cây.

뒈지다 Chết, toi, ngoẻo, đi đời. 너 같은 건 어서 뒈져라! Thằng như mày chết rấp đi.

뒤 ① Phía sau, ở phía sau. 맨~의 sau cùng. 바로 ~에 ngay phía sau. ② Dấu vết. ~를 쫓다 lần theo dấu vết, đuổi theo.

뒤구르다 Xử lý rốt ráo. 일을 ~ xử lý công việc.

뒤까불다 Hỗn xáo, xấc ngược. 점잖지 못하고 뒤까부는 성격 tính cách hỗn háo không chín chắn.

뒤꼍 Vườn sau nhà, sân sau nhà. ~에서 놀다 chơi ở sân sau nhà.

뒤꽁무니 Đuôi. ~가 빠지게 달아나다 chạy mất đuôi.

뒤꿈치 Gót. 구두~ gót dày. 구두~가 닳았다 gót dày mòn hết.

뒤끓다 Sôi. 물이 ~고 있다 nước đang sôi. 주전자의 물이 ~는다 nước ấm sôi.

뒤끝 ① Phần kết, phần cuối. ~을 맺다 kết thúc. ② Ngay sau khi. 비 온~ sau cơn mưa.

뒤내다 Bỏ giữa chừng, cùng làm bỏ ngang.

뒤넘기치다 Vật ra phía sau, lật ra phía sau. 아무를 ~ vật ai ra phía sau.

뒤넘다 Ngã ra sau, bổ ra sau.

뒤넘스럽다 Ngu dốt mà vênh váo.

뒤놀다 Lắc lư, lung lay. 책상다리가~ cái chân bàn lắc lư.

뒤늦다 Muộn, muộn màng. ~게 một cách muộn màng.

뒤대다 Giúp, ủng hộ việc gì. 아들 학비를 ~ trả tiền học phí cho con trai.

뒤덮다 ① Che, bọc. 눈이 산을 ~ tuyết phủ lấy núi. ② Bao phủ, bao trùm.

뒤덮이다 Bị che phủ, bị bao bọc. 온통 눈으로 ~ bị tuyết bao phủ.

뒤돌아보다 Nhìn ra phía sau. ~니 그는 아직도 손을 흔들고 있었다 nhìn lại thấy anh ta vẫn đang vẫy tay.

뒤두다 ① Để lại phía sau. ② Để lại trong lòng.

뒤따르다 Theo sau, theo, học theo. 누군가 나를 ~고 있는 것 같다 hình như đang có ai theo sau tôi. 형을 뒤따라 아우도 군대에 갔다 em theo anh trai đi bộ đội.

뒤떨어지다 Rớt lại sau, tụt hậu. 다른 사람보다 뒤떨어져서 걸어갔다 đi tụt lại sau so với người khác.

뒤뚱뒤뚱 Lảo đảo, nghiêng ngả. ~걷다 đi nghiêng ngả.

뒤뚱발이 Chỉ người chậm chạp.

뒤로 돌아 Khẩu lệnh "Đằng sau quay".

뒤룩거리다 ① Trợn mắt nhìn, nhìn trừng trừng. ② Lảo đảo, nghiêng ngả.

뒤룩뒤룩 Lắc lư, lảo đảo. ~걷다 đi nghiêng ngả.

뒤미처 Ngay sau đó. ~그도 사직했다 anh ta cũng bắt đầu ngay sau đó.

뒤바꾸다 Lộn ngược, đảo ngược. 순서를 ~ đảo ngược thứ tự.

뒤바뀌다 Bị đảo lộn, bị đảo ngược. 순서가 ~ thứ tự bị đảo ngược.

뒤밟다 Theo dõi, lần theo. 경찰이 그를 ~고 있다 cảnh sát đang theo dõi anh ta.

뒤범벅 Lộn xị ngậu, lộn tung lên. ~되다 bị lộn lung lên.

뒤보다 Đại tiện. ~러 가다 đi cầu.

뒤보아주다 Giúp đỡ, trông non, chăm sóc. 어머니 없는 애를 ~ chăm sóc đứa bé không co

뒤서다 ① Tụt lại phía sau, tụt hậu. ② Theo đuôi, theo ai.

뒤섞다 Trộn, trộn lẫn. 흙에 모래를 ~ trộn cát vào đất.

뒤숭숭하다 Hỗn loạn, bát nháo. 뒤숭숭한 도시 생활 cuộc sống thành thị bát nháo.

뒤엉키다 Rối (chỉ). 뒤엉킨 실을 풀다 gỡ chỉ rối.

뒤엎다 ① Lật ngược, làm cho đổ ra sau. ② Lật ngược. 판결을 ~ lật ngược phán quyết.

뒤잇다 Nối tiếp, tiếp nối. 뒤이어 tiếp, nối tiếp, tiếp theo.

뒤적거리다 Lục lọi, tìm kiếm. 서랍을 ~ lục lọi ngăn bàn. 호주머니를 ~ lục lọi túi.

뒤져보다 Lục tìm. 서랍을 ~ lục tìm trong ngăn kéo. 창고를 ~ lục tìm kho.

뒤죽박죽 Lộn xộn, hỗn loạn, loạn xị ngậu. ~인 상태 tình trạng loạn xị ngậu.

뒤쥐 Con chuột chù.

뒤지다 Thua kém, tụt hậu. 남에게 ~지 않다 không thua kém người khác.

뒤집다 Lộn ra, lật ra, lật ngược. 양 말을 ~ lộn tất ra.

뒤집어쓰다 Đổ cho người khác. 남의 죄를 ~ đổ tội cho người khác.

뒤쫓다 Đuổi heo. 범인을 ~ đuổi theo tên phạm nhân.

뒤차(-車) Xe phía sau.

뒤처리(-處理) Xử lý, giải quyết, giàn xếp sau khi Xảy ra vụ việc. ~하다.

뒤처지다 Tụt hậu, lạc hậu, kém. 시대의 변화에 ~ tụt hậu so với sự biến hóa của thời đại.

뒤축 Gót giày. ~이 높은[낮은] 신 giày

gót cao [thấp].

뒤치다 Lật ra, lật ngửa ra. 아기가 몸을 ~ lật người đứa bé ra.

뒤탈(-縫) Hậu quả, sai lầm gì đó Xảy ra sau khi kết thúc vụ việc. ~이 나다 xảy ra chuyện.

뒤통수 ① Cái gáy, cái ót. ~를 치다 đánh vào ót, đá hậu. ② Sau lưng.

뒤통스럽다 Vụng về, ngu đần. 뒤퉁스러운 사람 người ngu đần.

뒤틀다 Quấn, vặn, làm trẹo. 팔을~ vặn tay. **뒤틀리다** ① Bị động từ của "뒤틀다", bị quấn, bị vặn. ② Bị thất bại, bị hỏng việc. 계획 이 ~ kế hoạch bị hỏng.

뒤흔들다 Làm lay động, làm rung chuyển. 마음을 ~ làm lay động lòng ai.

뒷간(-間) Nhà vệ sinh. ~에 가다 đi vệ sinh.

뒷거래(-去來) Giao dịch lậu, giao dịch bí mật, tiếp xúc bí mật. =암거래.

뒷걱정하다 Cái lo về sau. ~이 태산 같다 cái lo về sau như núi Thái Sơn.

뒷걸음질 Đá hậu. ~하다. 말이 뱀을 보고 ~ con ngựa thấy rắn nên đá hậu.

뒷걸음치다 Tụt hậu, thụt lùi, kém đi. 성적이 갈수록~ thành tích càng ngày càng tệ.

뒷골목 Ngõ sau, lối sau.

뒷공론(-公論) ① Xì xào, bàn tán. ~하다. ② Xì xào sau khi kết thúc sự việc. ~하다.

뒷구멍 Cái lỗ phía sau, cửa sau, cửa hậu. ~으로 도망치다 trốn bằng cửa sau.

뒷그림자 Cái bóng người.

뒷길 Đường phía sau, đường phụ. ~다니다 đi bằng đường sau.

뒷날 Trong tương lai, những ngày sau. ~가서 후회하지 마라 sau này đừng có hối hận

뒷다리 Chân sau. ~로 서다 đứng bằng chân sau.

뒷다리잡히다 Bị bắt lỗi. 말실수로 뒷다리를 잡혔다 nói nhầm bị bắt lỗi.

뒷담당(-擔當) Sự chịu đựng về sau, hậu quả. ~하다. 일이 잘못되면 ~은 내가 하겠다 nếu công việc hỏng thì tôi sẽ chịu hậu quả.

뒷돈 ① Đồng tiền tiêu cực. ② Vốn, quỹ.

뒷마감 Kết thúc. ~하다. 일을 ~하다 kết thúc công việc.

뒷마당 Sân sau, vườn sau.

뒷말 =뒷공론.

뒷맛 Dư vị, vị sau khi ăn, uống. ~이 좋다 dư vị tốt.

뒷맵시 Hình dáng từ phía sau. ~가 곱다 hình dáng rất đẹp.

뒷머리 ① Ót, gáy. ② Phần sau, phần đuôi.

뒷면(-面) Mặt sau. ~보다 nhìn mặt sau. 엽서의 ~ mặt sau bức thiếp.

뒷모습(-貌襲) Hình dáng nhìn từ phía sau. ~바라보다 nhìn theo.

뒷문(-門) Cánh cửa tiêu cực, con đường tiêu cực. ~으로 입학하다 nhập học bằng con đường tiêu cực.

뒷바라지 Nhìn từ phía sau và giúp đỡ. ~하다. 아들의 살림을~ 하다 giúp đỡ cho cuộc sống của con trai.

뒷받침 Sự trợ giúp từ phía sau, ủng hộ từ phía sau. ~하다. ~하는 사람 người giúp cho từ phía sau. 유력한 ~ sự giúp đỡ hiệu quả.

뒷발 Chân sau, chân hậu. ~로 차다 đá hậu. 개가 ~로 선다 chó đứng bằng chân sau.

뒷방(-房) Căn phòng phía sau.

뒷사람 Thế hệ tiếp theo.

뒷생각 Suy nghĩ lại, suy nghĩ sau khi sự việc xảy ra.

뒷소문(-所聞) Tin đồn sau khi kết thúc vụ việc, lời xì xào sau vụ việc.

뒷손 Bàn tay chìa ra sau. ~벌리다 giơ tay ra sau.

뒷손가락질 Chỉ trích sau lưng, phê phán sau lưng, chỉ tay miệt thị sau lưng. ~하다. ~을 받다 bị người ta phê phán sau lưng.

뒷수습(-收拾) Xử lý hậu vụ việc, dàn xếp sau khi xảy ra vụ việc. 사건의 ~을 하다 xử lý hậu vụ việc.

뒷심 Giúp từ phía sau. ~이 든든하다 sự giúp đỡ từ phía sau chắc chắn.

뒷이야기 Phần sau câu chuyện.

뒷일 Hậu sự, việc tương lai, việc về sau. ~은 네게 맡기겠다 việc về sau sẽ giao cho cậu.

뒷자리 Vết tích, dấu vết. ~가 깨끗하다 xóa dấu vết.

뒷조사(-調査) Điều tra ngầm ~하다.

뒷줄 ① Cái dây phía sau. ② Thế lực phía sau, ô, dù. ~이 든든하다 ô dù mạnh.

뒷질 Lắc lư, lung lay. ~하다.

뒷짐 Bắt hai tay lưng, chắp tay sau lưng. ~지다 không liên quan, bàng quan, không để ý.

뒷짐결박(-結縛) Cột tay ra phía sau, trói ra phía sau. ~하다. ~을 당하다 bị trói tay ra sau.

뒹굴다 Lăn lộn, lật bên này bên kia, lật. 잔디밭에서~ lăn lộn trên bãi cỏ.

듀스 Cú deuce, bằng điểm sang đấu ăn điểm trực tiếp (tenis).

드나나나 Dù ở đâu, luôn luôn. ~부지런한 사람 người luôn cần cù.

드나들다 Ra ra vào vào, lui tới. 드나드

는 배 thuyền vào ra.

드난 Làm việc nhà. ~꾼 người đầy tớ. ~살이 cuộc sống đày tớ.

드날리다 Thả cho bay. 연을 ~ thả diều.

드넓다 Bao la, rộng, rộng lớn. ~은 홀 sảnh rộng lớn.

드높다 Rất cao, cao ngất. 하늘에 드높이 cao ngất giữa trời. 기세가~ khí thế cao.

드디어 Cuối cùng, sau cùng. =마침내. ~승리를 거두다 cuối cùng đã giành được chiến thắng.

드라마 Phim truyền hình. 그 ~는 시청률이 높다 bộ phim ấy số người xem rất nhiều.

드라이 Khô, cạn (dry). ~아이스 băng khô, đá lạnh khô (dry ice).

드라이버 Người lái xe, tài xế (driver).

드라이브 Lái xe (drive). ~하다.

드러나다 Lộ ra, hiện ra. 구름이 걷히자 산봉우리가 ~ mây tan thì ngọn núi hiện ra.

드러눕다 Nằm xuống, nằm. 드러누운 자세 tư thế nằm.

드러머 Người chơi trống, tay trống.

드러쌓이다 Chất đống, chồng đống. 창고에 쌀이 ~ gạo chất đống trong kho.

드럼 Cái trống (drum).

드렁드렁 Kêu ầm ỹ, kêu ầm ầm. 코를 ~골다 ngáy ầm ỹ.

드레스 Cái váy (dress). ~를 입다 mặc váy.

드레지다 Trịnh trọng, đường bệ, nghiêm túc. 드레진 사람 một con người nghiêm túc.

드르렁거리다 Kêu tư rưng.

드르르 Kêu lộc cộc, lộc cộc, cọt kẹt. 문을 ~열다 mở cửa cót két.

드리다 Dâng, biếu, cho, tặng. 선생님께 선물을 ~ tặng quà cho thầy giáo.

드리다 Đóng cửa hàng, không kinh doanh nữa. 열두 시에 가게를 ~ cửa hàng đóng cửa vào 12 giờ.

드리블 Cú dắt bóng, cú rê bóng, cú lừa bóng (bóng đá, bóng chày, bóng rổ) (dribble). ~하다.

드리없다 Biến đổi, không nhất định. 값이 ~ giá cả thay đổi.

드리우다 Sệ xuống, rũ xuống, lệch sang một bên. 막[커튼]을 ~ rũ rèm, thả rèm.

드릴 Cái dùi (drill). ~로 구멍을 뚫다 dùng cái dùi đục lỗ.

드림셈 Nhiều lần, nhiều lượt. ~으로 치르다 chia thành nhiều lần.

드문드문 Thỉnh thoảng, thi thoảng, đôi lúc, đôi khi. ~찾아오다 thỉnh thoảng tìm đến.

드물다 Không nhiều, hiếm, ít có. 인적

이 ~ thiếu người, hiếm người.

드새다 Nghỉ qua đêm. 하룻밤~ nghỉ một đêm.

드티다 ① Hé mở. 문짝이 ~ cánh cửa hé mở. ② Hoãn, lùi lại.

득(得) Tiền lời hoặc cái lợi. ~이 되다 có lợi. 빨리 갚는 것이 ~이다 trả nhanh sẽ có lợi.

득남(得男) Sinh con trai. ~을 축하 합니다! Chúc mừng anh đã sinh con trai nha.

득녀(得女) Sinh con gái. ~를 축하 합니다! Chúc mừng anh đã sinh con gái nhé.

득돌같다 Thuận lợi, như mong muốn, trôi chảy. 그 사람은 ~아서 일에 실수가 거의 없다 anh ta làm việc chẳng có sai sót gì rất như ý muốn của mình.

득득 Kéo, gạch, vẽ cái roạc, rẹc. 줄을 ~긋다 kéo ngang cái rẹc.

득롱망촉(得隴望蜀) Được voi đòi tiên.

득명(得名) Có tiếng tăm, danh tiếng. ~하다.

득문(得聞) Nghe người khác rồi học thuộc. ~하다.

득세(得勢) ① Có quyền, giành được quyền. ~하다. ② Có lợi thế. đắc thế ~하다.

득승(得勝) Giành chiến thắng, thắng lợi. ~하다. 경기에서 ~하다 giành chiến thắng trong trận đấu.

득시글득시글 Thành từng đàn, từng bầy, lúc nhúc. ~하다. 구더기 떼가 ~ 끓다 giòi bọ lúc nhúc.

득실(得失) Thiệt hại và lợi ích. ~을 따지다 tính toán thiệt hơn.

득의(得意) Đắc ý, như ý muốn. ~하다. ~양양 đương đương tự đắc.

득인심(得人心) Đắc nhân tâm, giành được tình cảm của người khác, lấy lòng người. ~하다.

득점(得點) Giành điểm, ghi điểm, lấy điểm. ~하다 ghi bàn, ghi điểm.

득책(得策) Có kế sách hay, có phương pháp giải quyết. ~이다 là kế sách hay.

득표(得票) Số phiếu giành được. ~하다 giành phiếu, thu được phiếu ủng hộ.

든가 =든지.

-든가 Hoặc... hay. 저녁엔 산책을 나가 ~ 집에서 소설을 읽~했다 buổi tối thường đi dạo bộ hoặc ở nhà đọc tiểu thuyết.

든거지난부자(-富者) Giàu bên ngoài, nghèo nhưng giả vờ giàu

든든하다 Chắc chắn, vững chắc, mạnh khoẻ, mạnh mẽ. ~게 만든 làm cho cứng,

든번(-番) Ca trực. ~이다 vào ca trực.

든부자 난거지(-富者-) Giàu nhưng giả vờ nghèo, bên ngoài nghèo nhưng bên trong rất giàu.

든지 Cái này hay cái kia, hoặc cái này hoặc cái kia. 사과~ 배~ 다 좋다 táo hay lê đều tốt cả.

든지 Dù, cho dù. 누구~ dù là ai. 언제~ bất cứ lúc nào.

든직하다 Đạo mạo, uy nghiêm, đường hoàng. 든직한 인물 một nhân vật đạo mạo.

듣다 Nghe. 라디오를 ~ nghe radio. 빗소리를 ~ nghe tiếng mưa.

듣지 않다 Thuốc không hiệu nghiệm

듣다못해 Không thể nghe tiếp được nữa, nghe giữa chừng không chịu được nữa. ~그에게 화를 냈다 tôi không thể nghe tiếp nữa nổi nóng với anh ta.

들 Cánh đồng, nông trường. 넓은 ~ cánh đồng rộng.

들개 Chó hoang, chó đồng, chó không chủ.

들것 Cái kiệu, cái cáng. 환자를 ~으로 옮기다 dùng cáng chuyển bệnh nhân.

들고나다 Can thiệp vào, dính vào, xỏ vào. 남의 일에 들고날 것이 없다 không cần phải tham gia vào chuyện của người khác.

들고튀다 Từ có nghĩa tiêu cực, tục của '달아나다', bỏ chạy, chạy mất, chạy mất tiêu, biến mất.

들국화(-菊花) Hoa cúc dại.

들기름 Dầu vừng dại.

들길 Con đường mòn, đường không chính thức, đường hoang.

들깨 Vừng dại.

들끓다 Lúc nhúc. 구더기가 ~ giòi bọ lúc nhúc. 쥐가 ~ chuột lúc nhúc.

들놀이 Cuộc đi chơi dã ngoại. ~하다. ~가다 đi dã ngoại.

들다 Đi vào, vào trong, ngấm vào, lọt vào. 문틈으로 바람이 드는 방 căn phòng có gió thổi vào trong qua khe cửa. 물이 ~ nước ngấm vào.

들다 Cầm, nâng, nắm, bưng, bê. 펜을 ~ cầm bút. 손에 지팡이를 ~ tay cầm gậy.

들두드리다 Gõ liên tục, đập liên hồi. 문을 ~ gõ cửa liên tục. 아무를 ~ lắc ai, lay ai.

들뜨다 Hơi hưng phấn, lâng lâng. 들뜬 마음 tâm trạng hơi hưng phấn.

들러리 Phù rể, phù dâu. 친구의 결혼식에 ~를 서다 làm phù dâu (rể) cho đám cưới của bạn.

들러붙다 Dính chặt vào, bám chặt vào. 찰싹~ dính bết vào. 껌이 마루에 ~

kẹo cao su dính bết vào nền nhà.

들려주다 Cho nghe, nói cho nghe, kể cho nghe, bật cho nghe. 이야기를 ~ kể cho nghe.

들르다 Ghé vào, ghé, ghé qua. 시장에 ~ ghé vào chợ.

들리다 Bị động từ của "들다", được nghe thấy, nghe. ~지 않다 không nghe thấy.

들리다 Bị, bị mắc, bị bệnh. 감기(가)~ bị cảm.

들먹거리다 Lắc lư, lên xuống.

들메 Cột vào chân.

들볶다 Làm cho phiền toái, gây phiền toái, gây khó chịu. 부하를 ~ quấy nhiễu nhân viên quyền.

들부셔내다 Làm cho sạch, rửa sạch. 요강을 ~ rửa cái bô sạch.

들부수다 Xông vào, tông vào. 깡패들이 가게 안을 ~며 행패를 부린다 bọn bụi đời xông vào cửa hàng quậy phá.

들살 Cọc chống nghiêng.

들새 Chim trời, chim hoang.

들소 Con bò hoang.

들숨 Sự hít vào. ~날숨 없다 không động đậy được, không nhúc nhích được,

들쑤시다 Làm phiền toái, quấy rầy. = 들이쑤시다.

들쓰다 Trùm kín. 담요를 머리까지~ đắp chăn kín đầu.

들어가다 ① Đi vào, chui vào, vào. 방으로 ~ vào phòng. ② Chen vào, len vào, xỏ vào. 바늘귀에 실이~ chỉ luồn vào kim.

들어가다 Trộm cắp, cắp. 남의 우산을 ~ ăn cắp ô người khác.

들어내다 Đưa ra, lấy ra, lôi ra. 방에서 이삿짐을 ~ lấy hành lý trong phòng ra.

들어맞다 Vừa vặn, vừa. 몸에 꼭 들어맞는 vừa với người.

들어먹다 Tiêu tốn, phí, lãng phí, mất. 재산을 ~ mất tài sản.

들어박히다 Cắm chặt vào. 진창에 ~ cắm chặt vào trần nhà. 못이 ~ cái đinh cắm chặt vào.

들어번쩍 Biến mất, lặn mất tăm. ~하다.

들어붓다 Dội, xối, trút. ~듯 쏟아 지는 비 mưa xối xả như trút.

들어서다 ① Đứng vào trong. 구내에 ~ đứng vào trong góc. ② Bước vào, vào thời kỳ. 장마철에 ~ vào mùa mưa dầm.

들어앉다 ① Ngồi vào trong, ngồi vào. 방안에 ~ ngồi vào trong phòng. ② Giữ lấy vị trí nào đó, trở thành, thành. 과장으로 ~ giữ chức trưởng phòng.

들어오다 Vào, đi vào, vào trong. 도둑이 ~ kẻ trộm vào. 들어오세요 Mời vào ② Được lắp đặt, được xây dựng. 우리 마을에 수도가 ~ làng tôi có điện rồi.

들어올리다 Nâng lên, đỡ lên, đưa lên cao.

들어주다 Chấp nhận, đồng ý. 청을 ~지 않다 không chấp nhận đề nghị của ai.

들어차다 Tràn, đầy, chật kín, nhiều. 꽉~ đầy kín. 방에 사람이 ~ trong phòng đầy người.

들엎드리다 Ở nhà, không ra ngoài, nằm lỳ ở nhà. 일요일에는 늘 집에 들엎드려 있다 vào ngày chủ nhật thường nằm lỳ ở nhà.

들여가다 Đưa vào, mang vào, đem đến. 비가 오니 빨래를 방으로 ~거라 trời mưa rồi đưa quần áo về đi.

들여놓다 Đặt vào, để vào, đưa vào để. 날씨가 추워져 화분을 실내에 ~ trời lạnh nên mang bồn hoa vào để trong phòng.

들여다보다 Nhìn vào trong. 문에서 ~ nhìn vào trong nhà.

들여디디다 ① Dẫm vào bên trong, bước chân vào. ② Liên quan đến việc gì đó.

들여보내다 Cử vào, gửi vào, cho vào. 뒷문으로 ~ cho vào bằng cửa sau.

들여오다 Mang vào, mang đến, đưa đến. 화초를 안으로 들여와라 đưa bồn hoa vào trong đi.

들음직하다 Đáng nghe.

들이- Tiếp từ, đi trước một số danh từ, chỉ, rất mạnh, đột nhiên. ~갈기다 đánh mạnh

들이굽다 Gấp vào trong. 팔이 ~지 내굽나 「tục ngữ」 Giọt máu đào hơn ao nước lã.

들이다 ① Chủ động từ của "들다". 집에 ~ để cho vào, cho vào. 방에 새 공기를 ~ cho không khí mới vào trong phòng. ② Thuê, mướn, tuyển dụng. 새 가정부를 ~ thuê quản gia mới.

들이닥치다 Ập vào, xông vào, gặp phải. 경찰이 노름판에 ~ cảnh sát ập vào chiếu bạc.

들이대다 Cãi cộ, cự nự. 그는 상사에게 정면으로 ~ anh ta cãi cự trực tiếp với cấp trên.

들이덤비다 Xông vào, tấn công vào. 아무에게 ~ xông vào ai.

들이마시다 Uống ực, uống ực vào. 맥주 한 잔을 단숨에 ~ uống ực một hơi hết cốc bia.

들이맞추다 Ghép cho vừa, lắp cho vừa.

들이몰다 Chạy ẩu, lái ẩu. 차를 ~ chạy

xe ẩu.

들이밀다 Đẩy ùa vào trong, đẩy bừa vào trong. 아무를 ~ đẩy ai.

들이밀리다 Bị động từ của "들이밀다", bị xô, bị đẩy, bị dồn, bị lùa. 그는 상대 선수에게 들이밀려 부상을 당했다 anh ta bị vận động viên đối phương đẩy bị thương.

들이박다 Đóng sâu vào. 못을 나무에 ~ đóng cây đinh vào sâu thân cây.

들이받다 Đâm vào, va vào, húc vào, tông vào. 나무를 ~ đâm vào cái cây.

들이부수다 Phá, dỡ, đập bỏ. 낡은 집을 ~ đập bỏ căn nhà cũ.

들이불다 ① Thổi vào. ② Thổi mạnh. 바람이 ~ gió thổi mạnh.

들이붓다 Đổ, xối, dội 소나기가 물을 ~ 듯이 쏟아졌다 mưa rào rơi như xối nước.

들이빨다 Mút ừng ực, mút mạnh. 젖을 ~ mút sữa. 아기는 배가 고 팠는지 젖을 ~ đứa bé đói hay sao mút nữa ừng ực.

들이세우다 Dựng vào bên trong. 우산을 실내에 ~ dựng cái ô vào trong phòng.

들이쉬다 Hít vào, thở vào. 숨을 ~ thở vào. 숨을 깊이 ~ thở sâu vào trong.

들이쌓이다 Được chất vào trong, chất vào. 창고에 쌀이 ~ gạo được chất vào trong kho.

들이쑤시다 Đau nhức, nhức. 골머리가 ~ đau đầu.

들이지르다 Chọc vào, thọc vào. 칼로 아무의 가슴을 ~ chọc dao vào ngực ai.

들이치다 Rọi vào, chiếu vào. 차 안에 해가 들이쳐 더웠다 mặt trời chiếu vào trong xe rất nóng.

들이켜다 Uống ực vào. 물을 꿀꺽 꿀꺽 ~ uống nước ừng ực.

들이키다 Tránh vào trong, lánh vào trong.

들이퍼붓다 Dội, xối, tuôn xối xả (mưa, nước). 한 시간째 비가 ~고 있다 mưa tuôn xối xả cả tiếng đồng hồ.

들일 Việc đồng áng. ~나가다 đi làm đồng. ~을 하다 làm đồng.

들입다 Quá sức, mạnh mẽ, nhiều. ~공부하다 học quá sức.

들장미 (-薔薇) Hoa hồng dại.

들쥐 Chuột đồng.

들짐승 Con thú hoang, động vật hoang dã.

들쭉날쭉 Gồ ghề, lồi lõm. ~하다. ~한 해안선 bờ biển gồ ghề.

들창 (-窓) Cửa sổ lùa, cửa sổ đẩy. 달빛이 ~틈으로 은은히 흘러들어 왔다 ánh trăng lẳng lặng chiếu vào qua khe cửa sổ lùa.

들추다 Giơ lên để tìm. 이불을 ~ giơ chăn lên tìm.

들추어내다 Lục tìm ra, giơ lên để tìm ra. 서랍에서 돈을 ~ tìm ra tiền trong ngăn kéo.

들치기 Lừa dối, lừa gạt, ăn trộm, cắp. ~하다. ~상습범 tên tội phạm chuyên nghiệp.

들치다 Nắm lấy một góc. 이불을~ nắm lấy chăn.

들키다 Bị phát hiện, bị lộ. 우산을 훔치다가 ~ ăn trộm cái ô bị lộ.

들통나다 Bị lộ ra, bị bại lộ. 음모가 ~ âm mưu bị bại lộ.

들판 Cánh đồng. 끝없이 펼쳐진~ cánh đồng trải dài mênh mông.

듬뿍 Đầy tràn, tràn, nhiều. 설탕 큰 술 하나~ một thìa đường lớn đầy.

듬성듬성 Thưa thớt, lác đác. 털이 ~나다 lông mọc thưa thớt. 나무를 ~심다 trồng cây thưa.

듬쑥 Nắm chặt, ôm một cách tình cảm. 인형을 ~ 끌어안다 kéo ôm chặt lấy con búp bê.

듬쑥하다 ① Uy nghiêm, đường hoàng, đạo mạo. ② Nhiều.

듯 Hình như, vẻ như. 비가 올~ 하다 hình như trời muốn mưa.

듯싶다 Giống như, có vẻ như. 그는 학생인~ hình như anh ta là học sinh.

듯이 Giống như, như là, như. 자기 아들 사랑하~ 사랑하다 yêu như yêu con mình.

듯하다 Hình như, dường như, giống như. 정직한 사람인~ như một người trung thực.

등 ① Cái lưng. 등을 맞대고 눕다 nằm đối lưng với nhau. ② Mặt sau, sống (sự vật). 칼의 ~ sống dao.

등(等) Cấp, bậc (xếp loại). 일~ bậc một, đứng đầu, nhất.

등가(等價) Cùng giá trị, cùng giá.

등각(等角) Đẳng giác, góc đều. ~삼각형 hình tam giác đều. ~선.

등갓(燈−) Cái pha đèn, cái chao đèn.

등거리(等距離) Cùng khoảng cách. ~사격 bắn cùng cự ly.

등걸 Gốc, rễ (cây). 나뭇~을 캐내다 đào gốc cây.

등걸잠 Để nguyên quần áo ngủ, không đắp gì. ~자다 ngủ để nguyên quần áo.

등고선(等高線) Đường đẳng cao.

등골 Xương sống. ~(을) 빨아먹다 hút xương tủy, bóc lột sạch.

등교(登校) Đăng trường, đi học, đến trường. ~하다. ~시간 thời gian đi học.

등급(等級) Bậc, cấp, loại ~을 매기다 đánh bậc, phân loại.

등기(登記) Đăng ký. ~하다. ~가 되어 있다 đã được đăng ký.

등기우편(登記郵便) Thư bảo đảm. ~으로 부치다 gửi bằng thư bảo đảm.

등단(登壇) ① Lên bục, lên diễn đàn. ~하다 ② Tham gia lần đầu tiên vào lĩnh vực xã hội nào đó.

등달다 Lo lắng, thất vọng, bực bội.

등닿다 Giúp đỡ, ủng hộ.

등대(等待) Chuẩn bị trước và chờ đợi. ~하다.

등대(燈臺) Ngọn hải đăng. 등댓불~ ánh sáng hải đăng.

등대다 Dựa vào, nhờ vào. 자네는 언제든 그에게 등댈 수 있다 cậu bất cứ lúc nào cũng có thể nhờ được anh ta.

등덜미 Phần trên của lưng.

등등(等等) Vân vân, vv... ~의 요구를 하고 있다 cô ấy đang đòi hỏi nào mua xe mua nhà vv..

등등하다(騰騰-) Đằng đằng, mạnh mẽ, rất nhiều. 기세가 ~ khí thế mạnh mẽ.

등락(騰落) Tăng và giảm. 주가의 ~ việc lên xuống giá cổ phiếu.

등록(登錄) Đăng ký. ~하다. ~기간 thời gian đăng ký. 상표를 ~ đăng ký thương hiệu.

등롱(燈籠) Đèn lồng. 석~ đèn lồng đá.

등반(登攀) Trèo lên, leo lên, chinh phục (núi, nơi cao). ~하다.

등받이 Cái phần tựa của ghế. ~가 없는 의자 ghế không có tựa.

등번호 Số lưng áo.

등본(謄本) Bản sao, bản trích lục. 호적~ bản sao hộ khẩu.

등분(等分) Chia đều, đẳng phân. ~하다. 비용을 ~하다 chia đều chi phí.

등불(燈-) Ngọn đèn, ánh sáng đèn. ~을 켜다[끄다] bật đèn [tắt đèn]. ~ 아래서 글을 읽다 đọc sách dưới ánh đèn.

등뼈 Xương sống, xương lưng. =등골뼈.

등산(登山) Leo núi. ~하다. ~가다 đi leo núi.

등성이 Phần lưng, lưng.

등세(騰勢) Xu thế tăng lên. 물가가 ~를 보이고 있다 vật giá đang cho thấy xu hướng tăng lên.

등속(等速) Cùng tốc độ. ~으로 움직이는 물체 vật thể di chuyển cùng tốc độ.

등수(等數) ① Thứ tự, cấp bậc. ~가 낮다 số thứ tự thấp hơn. ② Cùng con số.

등신(等神) Chỉ người rất ngu dốt. ~같은 đồ ngu dốt. ~같은 짓을 하다 làm cái trò ngu dốt.

등심(燈心) Ngọn đèn, bấc đèn.

등쌀 Sự quấy phá, gây phiền toái. 모기~에 잠을 잘 수가 없다 muỗi gây khó chịu quá không ngủ được.

등외(等外) Ngoài hạng, ngoài giới hạn. ~로 처지다 bị tụt ra sau.

등용(登用, 登庸) Tuyển dụng (người tài). ~하다. 인재를 ~하다 tuyển dụng nhân tài.

등용문(登龍門) Cửa tiến thân. 젊은이들의 ~ cửa tiến thân của giới trẻ.

등위(等位) Cùng cấp bậc.

등유(燈油) Dầu đèn.

등자(鐙子) Cái yên (ngựa). ~에 발을 걸치다 mắc chân vào yên ngựa.

등잔(燈盞) Cái bàn đèn, chân đèn, bụng đèn. ~밑이 어둡다「속담」Chân đèn thì tối, nhược điểm của mình thì mình không biết.

등장(登場) ① Ra sân khấu. ~하다 ② Xuất hiện. 신무기의 ~ sự xuất hiện của vũ khí loại mới.

등정(登頂) Lên đến đỉnh, đỉnh núi. ~하다. 히말라야 ~에 나서다 lên đứng trên đỉnh Himalaya.

등지(等地) Nhiều nơi khác nữa. 경주, 부산~로 돌아다니다 đi nhiều nơi như Kyongju, Busan.

등지다 Quay lưng lại với nhau, bất hòa, xa cách, phản bội. 형제가 서로 등진 지 오래다 anh em quay mặt lại với nhau đã lâu.

등질(等質) Có chứa nhiều chất bằng nhau.

등짐 Gánh nặng trên lưng. ~을 지고 cõng gánh nặng trên lưng.

등차(等差) Sự khác biệt, khoảng cách. ~를 두다 để một khoảng cách.

등청(登廳) Đến cơ quan làm việc, đi làm. ~하다.

등촉(燈燭) Đèn và nến.

등치다 Lừa gạt, phỉnh, lừa đảo. 등쳐먹는 놈 cái đồ lừa đảo. 아무를 ~ lừa ai.

등피(燈皮) Chụp đèn, cái bóng đèn dầu (để cho đèn đỡ tắt). ~를 씌우다 gắn chụp đèn vào.

등하불명(燈下不明) Chân đèn thì tối, nhược điểm của mình thì mình không biết.

등한(等閑) Ẩu, cẩu thả. ~하다. ~히 một cách cẩu thả.

등허리 Lưng và eo.

등화(燈火) Ánh đèn. ~관제하다 điều khiển ánh đèn. ~신호 tín hiệu ánh đèn.

디 Thô câu hỏi về quá khứ, hỏi người ít tuổi hơn, có phải là đã, đã từng, từng. 싼 것이 있~? Có cái rẻ sao? 배가 그렇게 고프~? Bụng đau đến mức thế sao?

디너 Bữa tối (dinner). ~에 초대 받았다

được mời ăn bữa tối.

디디다 Dẫm lên và đè xuống, dẫm và xoay xoay. 땅을 ~ dẫm chân lên đất.

디딤돌 Bậc đá, thềm đá. 실패를 성공의 ~로 삼다 lấy thất bại là nấc thang đá của thành công.

디램 DRAM (máy tính).

디렉터 Giám đốc (director).

디비 Viết tắt của DB, cơ sở dữ liệu.

디스카운트 Giảm giá (diacount). 그녀는 정가에서 20% ~해 줬다 cô ấy đã giảm 20% so với giá quy định. ~세일 bán hạ giá.

디스코 Nhạc Disco.

디스크 Đĩa đệm (trong y học) (disk).

디자이너 Nhà thiết kế (disigner). 공업[상업]~ thiết kế công nghiệp [thương nghiệp].

디자인 Thiết kế. ~하다. ~료 chi phí thiết kế.

디저트 Món tráng miệng (dessert). 아이스크림이 ~로 나왔다 có tráng miệng bằng kem.

디젤 Diesel, chạy dầu. ~엔진 động cơ diesel.

디플레 Làm giảm lạm phát (deflation). ~정책 chính sách giảm lạm phát.

딜러 Người buôn bán (dealer). 중고차 ~ buôn bán xe cũ.

딜럭스 Sang trọng, xa xỉ (deluxe). ~한 식사 bữa ăn sang trọng.

딜레마 Tình trạng tiến thoái lưỡng nan (dilemma). ~에 빠지다 rơi vào cảnh tiến thoái lưỡng nan.

딩딩하다 Mạnh khoẻ. 노인이 아직~ cụ già này vẫn mạnh khoẻ.

따갑다 Sắc sảo, sắc nhọn. 눈이 ~ ánh mắt sắc nhọn.

따귀 Mang tai. ~를 때리다 tát tai. ~를 맞다 bị tát tai.

따끈하다 Nóng, ấm. 따끈한 커피 cà phê nóng.

따끔거리다 Chói, rát. 귀가 ~ rát tai. 목이 ~ rát cổ.

따끔따끔 Nóng, nóng ran. 상처가 ~쑤신다 vết thương nhức buốt lên.

따끔하다 Khắc nghiệt, dữ dội. 따끔한 비평 sự phê phán dữ dội.

따님 Xưng hô chỉ tôn trọng con gái người khác, cô con gái. 선생님의 둘째~ con gái thứ của thầy.

따다 Hái, bứt. 꽃을 ~ hái hoa.

따다 Khác, khác biệt. 딴 문제 vấn đề khác.

따돌리다 Cô lập, không chơi với. 동네에서 따돌림을 받다 bị trong xóm cô lập.

따뜻이 Thân thiện, nhiệt tình. ~대 하다[대접하다] đón tiếp một cách thân thiện.

따뜻하다 Ấm áp. 따뜻한 날씨 thời tiết ấm áp.

따라가다 Đi theo. 아버지를 ~ theo bố. 형의 뒤를 ~ đi theo anh trai.

따라붙다 Bám theo, theo sát. 순찰 차가 범인차를 ~고 있었다 xe cảnh sát đang bám theo xe tội phạm.

따라서 Vì thế, do thế. 그 물건은 품질이 좋고 ~값도 비싸다 chất lượng của sản phẩm đó tốt và như thế giá cũng đắt.

따라오다 Theo đến, đuổi theo. 나를 ~ 세요 Hãy đi theo tôi.

따라잡다 Theo kịp, bám kịp, đuổi kịp. =따라붙다.

따로 Tách bạch, riêng, riêng rẽ. ~살다 sống riêng. ~두다 để riêng.

따르다 Tuân thủ, tuân theo. 그는 상사의 명령에 ~ anh ta tuân theo mệnh lệnh cấp trên

따르다 Rót, đổ. 주전자의 물을 ~ rót nước vào ấm.

따름 Chỉ, duy nhất, chỉ là, không có gì khác. 나는 그에게 전화를 했을 ~이다 tôi chỉ điện thoại cho anh ta không làm gì khác.

따리 Nịnh bợ. ~(를) 붙이다 nịnh nọt, nịnh bợ. ~꾼 quân nịnh bợ.

따먹다 Hái ăn, đánh ăn được (cờ).

따분하다 Mệt mỏi. 날씨가 더워~ mệt mỏi vì trời nóng.

따사롭다 Ấm áp. 햇살은 ~ ánh sáng ấm áp.

따스하다 Ấm áp, ấm, nóng. 따스한 물 nước ấm. 따스한 날씨 thời tiết ấm áp.

따옴표(-標) Dấu ngoặc (có " ", ' .' vv.). ~를 찍다 đánh dấu ngoặc.

따위 Nhiều thứ khác, vân vân. 사과, 배 ~ táo, lê vv.

따지다 Phân loại, phân biệt. 좋은 책과 그렇지 못한 책을 ~ phân loại sách tốt và không tốt.

딱 Nở rộng ra, bự ra. 입을 ~벌리다 há hốc miệng ra.

딱다그르르 Công cốc, cồng cộc. ~구르다 lăn cồng cộc.

딱딱 Rắc rắc, tách tách. 손뼉을 ~치다 tiếng vỗ tay lách bách.

딱딱거리다 Đe doạ, dọa nạt, ăn hiếp. 그녀는 늘 남편에게 ~ cô ấy lúc nào cũng ăn hiếp chồng.

딱딱이 Thanh gỗ để gõ kêu lắc cắc. ~를 치다 gõ thanh gỗ kêu lắc cắc.

딱딱하다 Cứng, rắn, khô cứng. 딱딱한 나무 cây cứng.

딱부릅뜨다 Nhìn chằm chằm. 눈을 ~고 mắt nhìn chằm chằm.

딱바라지다 Thấp mà mập, lùn mà

mập. 딱 바라진 중년 남자 người đàn ông trung niên lùn mà mập.

딱지 Giấy niêm phong, giấy làm dấu. ~를 붙다 dán giấy niêm phong.

딱지 Từ chối. ~맞다 bị từ chối.

딱총(-銃) Pháo ném.

딱하다 Tội nghiệp, đáng thương. ~게 도 thật đáng thương.

딴 Theo, theo với, với, đối với. 그는 제 ~엔 잘 한다고 생각하고 있다 anh ấy đang nghĩ rằng mình đang làm tốt công việc

딴 Khác, cái khác. ~날 hôm khác. ~돈 tiền khác

딴것 Cái khác. ~을 보여 주시오 Hãy cho xem cái khác. 이것 말고 ~을 주세요 không phải cái này đưa cái khác cho tôi.

딴데 Chỗ khác, nơi khác. ~를 보다 nhìn đi nơi khác.

딴마음 Suy nghĩ khác, ý định khác, toan tính khác. ~이 있는 có toan tính khác.

딴말 Nói lời khác, lời nói không liên quan gì đến sự việc, nói lảng. ~하다. 지금~을 하지마라 bây giờ đừng có nói lảng thế.

딴사람 Người khác. ~과 약속 있다 có hẹn với người khác.

딴살림 Sống riêng. ~하다.

딴생각 Toan tính khác, suy nghĩ khác. ~을 품다 mang toan tính khác.

딴소리 Nói lảng, nói tránh đi.=딴말.

딴은 Đúng là, đúng thật là. ~하지만 그러나 đúng là như thế nhưng.

딴전 Hành động không liên quan gì. ~ 부리다 làm cái trò đâu đâu.

딴죽 Ngáng chân. ~걸다 móc chân.

딴판 Hình ảnh khác hoặc thái độ khác. 아주~이다 hoàn toàn khác.

딸 Con gái. 맏~ con gái đầu lòng. 막내 ~ con gái út

딸기 Dâu tây. ~밭 ruộng dâu. ~를 따다 hái dâu

딸꾹거리다 Nấc, nghẹn.

딸꾹질 Nấc, nghẹn. ~하다. ~을 하면서 말하다 vừa nấc vừa nói.

딸리다 Gắn chặt vào, gắn vào. 이 열차에는 식당차가 딸려 있다 tàu hỏa này có cả toa ăn.

땀 Mồ hôi. ~을 흘리다 chảy mồ hôi.

땀기(-氣) Hơi ra mồ hôi. 손에 ~가 있다 tay lấp thấp mồ hôi.

땀나다 Mệt mỏi, lo lắng. ~는 일 những ngày lo lắng.

땀내 Mùi mồ hôi. ~나다 có mùi mồ hôi. ~나는 옷 áo có mùi mồ hôi.

땀띠 Các vết nổi trên da do chảy mồ hôi, mẩn đỏ. ~가 돋다 mọc các mẩn đỏ.

땀방울 Giọt mồ hôi. 이마에 ~이 맺히다 giọt mồ hôi đổ trên trán.

땀빼다 Toát mồ hôi, sợ. 일하느라~ toát mồ hôi làm việc.

땀샘 Tuyến mồ hôi.

땅 Lục địa, đất liền. 바다에서 사는 생물과 ~에서 사는 생물 sinh vật sống ở biển và ở đất liền.

땅 Tằng, đoàng, đùng, oàng (tiếng súng). 총을 ~쏘다 bắn súng cái đoàng.

땅거미 Hoàng hôn. ~질 때에 lúc hoàng hôn lặn.

땅광 Đường hầm đất, phòng dưới đất.

땅굴(-窟) Hang đất. ~을 파다 đào hang. ~속으로 숨기다 trốn vào trong hang.

땅기다 Căng, căng lên. 얼굴이 ~ khuôn mặt căng lên.

땅꾼 Người đi bắt rắn.

땅내 Mùi đất. ~맡다 cây bén đất nơi khác.

땅덩이 Cục đất (hay chỉ đại lục, lãnh thổ, quả đất). ~위에 살고 있는 모든 인류 tất cả nhân loại đang sống trên trái đất.

땅땅 Đoàng đoàng, tằng tằng. 총을 ~쏘다 súng bắng tằng tằng.

땅땅거리다 Huyênh hoang, vênh vang, to mồm. 그는 일년만 있으면 큰 돈을 모은다고 ~ anh ta đang huyênh hoang rằng chỉ cần một năm sau anh ta có thể kiếm được số tiền lớn.

땅바닥 Nền đất, mặt đất. ~에 앉다 ngồi trên mặt đất.

땅벌 Ong đất.

땅벌레 Con trùng đất.

땅속 Trong lòng đất. ~의 보물 báu vật trong lòng đất.

땅울림 Tiếng kêu của đất khi vật nặng rơi xuống hoặc vật nặng đi qua. ~하다.

땅콩 Củ lạc, lạc, đỗ phộng. ~을 까먹다 bóc lạc ăn.

땅파기 Đào đất, đào bới. 이 땅은 돌이 많아 ~가 힘들다 đất này nhiều đá nên khó đào.

땅파먹다 Đào đất bán ăn.

땋다 Bện. 머리를 ~ bện tóc.

때 Thời gian, khi, lúc, mùa. ~가 지나면 nếu thời gian trôi đi.

때 Ghét, bẩn, đất bẩn. ~밀이 cái kỳ rác.

때꾼하다 Kiệt sức. 때꾼한 눈 ánh mắt kiệt sức.

때다 Bị bắt. 소매치기가 경찰에 ~들어갔다 bọn móc túi bị cảnh sát bắt.

때때로 Thỉnh thoảng, đôi lúc. ~편지가 오다 thỉnh thoảng có thư đến

때려눕히다 Đánh gục. 상대를 한 방에 ~ một phát đánh gục đối thủ.

때려부수다 Đánh tan tác, đánh đổ. 인종 차별의 벽을 ~ đánh đổ bức tường phân biệt màu da.

때려죽이다 Đánh chết.

때려치우다 Dừng, ngừng, bỏ dở. 학교를 ~ bỏ học.

때로는 Đôi lúc, thỉnh thoảng. 나는 ~일찍 일어날 때도 있다 thỉnh thoảng đôi lúc tôi dậy sớm.

때리다 Đánh, đập, tát. 머리를 ~ đánh vào đầu.

때마침 Đúng lúc. ~들어오다 vào đúng lúc.

때맞다 Đúng lúc.

때문/때문에 Vì, bởi vì, do (đứng sau danh từ). 돈~ vì tiền. 그~ vì anh ta.

때묻다 Bám bẩn, bám bụi, bị bẩn. 때묻은 정치인 chính trị gia bẩn thỉu.

때물 Bẩn thỉu, bẩn.

때아닌 Không đúng lúc. ~꽃 hoa nở không đúng lúc.

때없이 Tuỳ lúc, tuỳ tiện.

때우다 Bịt, trét, trám. 구멍을 ~ bịt cái lỗ. 신발을 ~ bị giày.

땔감 Củi.

땔나무 Củi. ~꾼 người chặt củi hoặc chỉ người quá ngây thơ. ~를 하다 chặt củi.

땜 Trát, bịt kín, lấp, hàn. ~하다. 냄비가 구멍나~이 필요하다 cái chảo bị thủng cần phải trám lại.

땜납 Miếng thiếc hàn. ~으로 붙이다 dùng thiếc hàn gắn lại.

땟국 Vết bẩn. 얼굴에 ~이 끼다 có vết bẩn bám trên mặt.

땡땡이 Lêu lổng. ~부리는 사람 người lêu lổng.

땡땡하다 Căng, chật.

떠가다 Bồng bềnh, bay. 하늘에 ~ bồng bềnh trong bầu trời.

떠나다 Rời, ra đi, xuất phát. 고향을 ~ rời quê hương.

떠내다 ① Múc nước ra, ép nước ra. ② Vớt cái nổi trong nước ra.

떠내려가다 Trôi theo dòng nước. 홍수에 ~ trôi theo cơn lũ.

떠다니다 Bay trong không trung. 구름이 하늘에 ~ mây trôi trong bầu trời.

떠다밀다 Đẩy. 문을 ~ đẩy cửa. 아무를 옆으로 ~ đẩy ai sang một bên.

떠돌다 Lang thang. 떠도는 사람 người lang thang.

떠들썩거리다 Làm ầm ỹ, làm náo loạn. 하나도 떠들썩거릴 일이 아니다 chẳng có việc gì mà làm ầm ỹ lên cả.

떠들썩하다 Bị nhấc lên, bị vén lên.

떠들치다 Vén, tiết lộ. 회사의 내부 사정을 ~ tiết lộ nội tình công ty.

떠름하다 Khó nuốt, khó ăn.

떠맡기다 Chủ động từ của "떠맡다",

giao cho, giao phó, phân việc cho. 일을 억지로 ~ ép giao việc cho ai. 가게 일을 딴 사람들에게 ~ giao việc cửa hàng cho người khác.

떠맡다 Đảm đương, đảm nhận, chịu. 사장 자리를 ~ đảm nhận vị trí giám đốc.

떠메다 Mang, vác. 그는 힘들여 쌀부대를 ~ anh ta vác bao gạo nặng nhọc.

떠받다 Húc. 쇠뿔에 ~히다 bị bò húc.

떠받들다 Cung kính, quý trọng. 부모를 ~ cung kính bố mẹ.

떠받치다 Chống, đỡ cho không sập. 벽을 기둥으로 ~ dùng cây gậy chống tường.

떠벌리다 ① Khoa trương, khuyếch khoác. ② Mở tiệc lớn.

떠보다 ① Cân. ② Thử, thăm dò (người khác). 아무의 사람됨을 ~ thử lòng ai.

떠오르다 Nổi lên, mọc lên. 배를 ~게 하다 làm cho con thuyền nổi lên.

떠지껄하다 Làm ầm ỹ, nói ầm ỹ. ~게 làm ầm ỹ.

떡 Bánh gạo, bánh bột. ~을 빚다 vắt bánh, nặn bánh.

떡가루 Bột làm bánh. ~를 반죽하다 nhào bột bánh.

떡벌어지다 Mở ra, trải ra, dăng ra. 가슴이 ~ ngực nở.

떡잎 Lá mầm. 될성부른 나무는 ~부터 알아본다 Cây tốt nhìn lá mầm cũng biết.

떨기 Khóm, bụi. 국화~ khóm cúc.

떨다 Rung, run (lạnh hoặc sợ). 무서워서~ sợ quá mà run.

떨다 Giũ, bóc ra, lột ra. 먼지를 ~ giũ bụi.

떨다 Làm, thực hiện (giả vờ, nũng nịu). 방정~ vênh váo, láo toét.

떨떨하다 Kẹt xỉn, keo kiệt, khó tính. 떨떨한 사내 người vợ khó tính.

떨리다 ① Bị động từ của "떨다", bị bóc ra, bị tróc ra, bị giũ ra. ② Bị cho thôi việc.

떨어내다 Bóc ra, giũ ra, tách ra. 담요에서 먼지를 ~ giũ bụi ra.

떨어뜨리다 ① Làm cho rơi xuống, đánh rơi. 잔을 ~ đánh rơi cốc. ② Làm cái gì giảm xuống, tụt xuống.

떨어먹다 Bán mà ăn, ăn hết. 가산을 다 ~ ăn hết tài sản trong nhà.

떨어지다 ① Rớt, rơi. 거꾸로 ~ rơi ngược xuống. ② Mất tình cảm. ③ Giảm xuống, tụt xuống (nhiệt độ, giá cả, giá trị, thành tích vv.). 온도가 ~ nhiệt độ giảm xuống.

떨이 Còn lại bán nốt, bán tháo, hoặc sự vật còn lại bán tháo.

떨치다 Lan tỏa, tỏa ra. 명망이 전국에 ~

떨치다 ① Rũ, giũ ra. ② Vứt bỏ, loại bỏ. 걱정을 떨쳐 버리다 hoàn toàn vứt bỏ mọi lo lắng.

떫다 ① Sống, sượng, chát. 떫은 감 hồng sượng. ② Hành động, thái độ khó chịu.

떳떳이 Đường hoàng, chính đáng, hiên ngang. ~행동하다 hành động một cách đường hoàng.

떳떳하다 Đúng, đường hoàng, hiên ngang. 떳떳한 방법 cách thức chuẩn.

떼 Đàn, bầy, nhóm. 소한 ~ một đàn bò. ~를 지다 kết bầy. 양~ đàn cừu.

떼 Khăng khăng đòi. ~를 쓰다 khăng khăng. ~를 부리다 khăng khăng.

떼거지 Ăn mày đàn.

떼과부(-寡婦) Những người quả phụ do chiến tranh hoặc thiên tai một lúc gây ra.

떼굴떼굴 Lăn công cốc, lăn lông lốc. ~구르다 lăn lông lốc.

떼다 ① Bóc, gỡ, tháo, tách. 간판을 ~ tháo tấm biển. 우표를 bóc tem ② Trừ, khấu trừ. 세금을 ~고 월 100만 원의 수입 thu nhập tháng 1 triệu won trừ thuế.

떼다 Quỵt, không trả nợ.

떼밀다 Đẩy, xô. 아무를 ~ xô ai. 바위를 ~ đẩy hòn đá. 문을 떼밀어 열다 đẩy cửa mở ra.

떼어놓다 Đặt tách ra, cách ly ra., ngăn ra. 싸움하는 사람을 ~ cách ly hai người đánh nhau ra.

떼어먹다 Ăn bớt, bớt, quỵt. 공금을 ~ ăn bớt tiền công quĩ. 빚을 ~ quỵt nợ.

떼이다 Bị động từ của "떼다", bị quỵt. 떼인 외상값 tiền nợ bị quỵt.

떼죽음 Chết thành bầy, chết tập thể. ~하다. ~을 당하다 bị chết tập thể.

떼치다 ① Bóc ra, tháo ra, gỡ ra. ② Từ chối. 요구를 ~ từ chối yêu cầu của ai.

뗏목(-木) Cái bè (gỗ, tre). ~을 엮다 kết bè.

또 Lặp lại, lại, nữa, cũng. 비가 ~왔어요 trời lại mưa, nghi vấn. 이건 또 뭐야? Lại cái gì thế này nữa đây.

또는 Hoặc, nếu không thì. 내일~모레 ngày mai hoặc mốt.

또다시 Lần nữa, lặp lại, nữa. ~하다. ~ 읽다 đọc lại.

또닥거리다 Vỗ lách cách. 연필을 가지고 책상을 ~ lấy bút chì vỗ lách cách vào bàn.

또닥또닥 Lách cách. ~하다.

또랑또랑하다 Rất sáng, rất rõ, trong trẻo. 또랑또랑한 목소리로 giọng nói trong trẻo.

또래 Tuổi. 모두 그~다 tất cả mọi người

cùng tuổi. 우리 나이 ~ cùng tuổi với chúng tôi. 같은 ~끼리 놀다 cùng tuổi chơi với nhau.

또렷또렷 Rõ ràng, rành mạch. ~하다. 글씨를 ~쓰다 viết một cách rõ ràng.

또렷이 Một cách rõ ràng.

또박또박 Rõ ràng. ~하다. ~말하다 nói rõ ràng.

또한 Hơn nữa, thêm vào đó. 그녀는 마음도 착하고 ~건강하다 cô ấy hiền lành cũng khỏe nữa.

똑 Rơi kêu túc, tách, cốp, rắc (mưa, vv). ~하다. 머리를 ~때리다 đánh vào đầu cái cốp.

뚝 ① Đột nhiên, cái gì đó đang tiếp tục đột nhiên dừng. 소식이 ~끊어지다 tin tức đột nhiên bị gián đoạn. ② Hết, cạn, không còn. 돈이 ~떨어지다 hết sạch tiền.

똑같다 Giống hệt, giống, cùng. ~은 생각을 갖고 있다 có cùng một suy nghĩ giống hệt.

똑같이 Giống nhau. ~보이다 trông giống nhau.

똑딱거리다 Kêu tích tắc, kêu túc tắc. 시계가 ~ đồng hồ kêu tích tắc.

똑딱선(-船) Con thuyền nhỏ.

똑똑 Rơi lích rích, nhỏ lích rích. ~떨어지다 rơi lích rích.

똑똑하다 Rõ ràng. 똑똑한 글씨 nét chữ rõ ràng.

똑똑히 Một cách rõ ràng. ~들리다 nghe rõ ràng.

똑바로 Thẳng, đúng như sự thật. ~말하면 nói thẳng là.

똑바르다 Thẳng, không xiên. 똑바른 길 con đường thẳng.

똥 Cứt, phân. 새~ phân chim. 소~ phân bò.

똥값 Giá bèo, giá rẻ. ~으로 팔다 bán rẻ như bèo.

똥개 Chó ăn phân, chó tạp.

똥거름 Phân xanh, phân người. ~장수 người buôn phân xanh.

똥구멍 Lỗ đít. ~으로 호박씨 깐다 Dùng lỗ đít bóc hạt, chỉ kẻ giảo hoạt.

똥끝 Cục phân đầu tiên. ~(이) 타다 ỉa cứt đen.

똥배 Bụng phân, chỉ cái bụng phệ. ~가 나오다 bụng phệ.

똥싸다 ① Ỉa, đại tiện. ② Sợ, hoảng.

똥오줌 Phân và nước tiểu. 환자의 ~을 받아내다 lấy phân và nước tiểu bệnh nhân.

똥집 ① Tiếng tục, chỉ cái thùng lớn. ② Tiếng tục, chỉ cơ thể. ③ Dạ dày, cái bụng phân, cái mề gà vv...

똥차(-車) Xe chở phân, xe hút phân.

똥칠하다(-漆-) Mất mặt.

똥통(-桶) Cái thùng phân.

뙈기 Đơn vị đo diện tích ruộng.
뙤다 Gãy, bể, vỡ.
뙤약볕 Ánh nắng gay gắt. ~을 쬐다 ánh nắng gay gắt chiếu vào.
뚜껑 Nắp, vung. ~을 닫아두다 đóng nắp. ~을 열다 mở vung. 상자~ nắp thùng.
뚜렷이 Một cách rõ ràng. ~감소하다 giảm một cách rõ ràng.
뚜렷하다 Rõ ràng, rõ. 뚜렷한 구별 sự phân biệt rõ ràng.
뚜벅뚜벅 Đi lộc cộc, đi lộc cộc. ~걷다 đi lộc cộc.
뚝 Rơi cái bụp, rơi cái bốp, rơi cái cộc. ~하다. ~떨어졌다 rơi cái cụp.
뚝뚝 Từng giọt, lã chã từng giọt. 그녀는 눈물을 ~흘렸다 nước mắt cô ấy rơi lã chã.
뚝뚝하다 Cộc lốc, cộc, thô. ~게 말을 하다 nói một cách cộc lốc.
뚝심 Sức chịu đựng, khả năng chịu đựng. ~센 사람 người có khả năng chịu đựng tốt.
뚫다 ① Đục, xuyên, đào, làm cho thông. 벽에 구멍을 ~ đục lỗ lên tường. ② Tìm cách giải quyết.
뚫리다 Bị động từ của "뚫다", bị đục lỗ, bị khoét lỗ. 구멍이 ~ cái lỗ được thông.
뚫어내다 Đục thủng, làm cho thủng, làm cho thông suốt. 산에 터널을~ làm thông suốt đường hầm qua núi.
뚫어지게보다 Nhìn xoáy vào, chìn chằm chằm, nhìn như muốn thủng. 아무를 ~ 나 nhìn xoáy vào ai. 아무의 얼굴을 ~ nhìn xoáy vào mặt ai.

뚫어지다 ① Bị thủng, bị hở. 양말에 구멍이 ~ tất có lỗ thủng. ② Thông suốt.
뚱딴지 ① Người ngu đần ngoan cố. ② Đần độn. ~같은 생각 suy nghĩ đần độn.
뚱땅거리다 Đánh trống rộn ràng. ~며 놀다 chơi rộn ràng.
뚱뚱보 Thằng mập, người mập, béo phì. 그녀는 ~다 cô ấy mập thù lù.
뚱뚱하다 ① Béo, mập. 뚱뚱한 여자 người phụ nữ béo. ② Bụng to lên, bụng bự lên.
뚱보 ① Người đần. ② Kẻ mập thù lù.
뚱하다 Đần, thần. 뚱한 얼굴을 하다 thần mặt ra.
뛰놀다 Tung tăng chơi, chạy nhảy. 어린애들이 놀이터에서 ~고있다 bọn trẻ đang tung tăng chơi ngoài công viên.
뛰다 ① Chạy. ~어가다 chạy đi. ② Nhảy cẫng lên. 기뻐서~ mừng quá nhảy cẫng lên. ③ Vượt, vượt qua, bỏ qua. 어려운 구절을 건너~ bỏ qua

những đoạn khó

뛰다 Mạch đập. 맥박이 ~ mạch đập. 가슴이 ~ ngực đập.

뛰어가다 Chạy đi. 학교에 ~ chạy đến trường. 단숨에 ~ chạy một mạch.

뛰어나가다 Chạy ra. 밖으로~ chạy ra ngoài. 방에서~ từ trong phòng chạy ra.

뛰어나다 Nổi trội, nổi, giỏi hơn người khác. 뛰어난 미인 một mỹ nhân nổi trội.

뛰어내리다 Nhảy xuống. 말에서~ nhảy trên ngựa xuống. 창문에서~ nhảy từ trên cửa sổ xuống.

뛰어넘다 Nhảy qua. 담을 ~ nhảy vượt qua bức tường. 장애물을 ~ chạy vượt chướng ngại vật.

뛰어들다 Nhảy xuống, nhảy vào. 다리에서 강으로 ~ nhảy trên cầu xuống sông.

뛰어오다 Chạy đến. 한 아이가 우리에게 ~ một đứa bé chạy đến với chúng tôi.

뛰어오르다 ① Nhảy lên, vọt lên. 뛰어올라 타다 nhảy lên cưỡi. ② Tăng vọt lên (giá cả).

뜨개실 Chỉ đan.

뜨개질 Đan. ~하다 đan. ~장갑 găng tay đan.

뜨거워지다 ① Trở nên nóng. 엔진이 ~기 시작했다 máy bắt đầu nóng lên. ② Bị sốt.

뜨겁다 Đỏ mặt, nóng mặt. 부끄러워 얼굴이 ~ xấu đỏ nóng cả mặt/ đỏ mặt.

뜨기 Tiếp từ, đi sau một số danh từ, ý coi thường. 시골~ thằng nhà quê.

뜨끈하다 Nóng. 뜨끈한 국 canh nóng. 국을 ~게 데우다 hâm nóng canh cho nóng.

뜨내기 Chỉ người đi lang thang đây đó. ~로 일해서 살아가다 lang thang làm việc kiếm sống.

뜨다 ① Thẫn thờ, đù đờ. 눈치가 ~ mắt mũi đần. ② Cùn, không sắc. 칼날이 ~ lưỡi dao cùn.

뜨다 Nổi lên, bay, hiện lên. 물 위에 떠 있는 나뭇잎 lá cây nổi trên mặt nước.

뜨다 Cũ, mục, nát. 날이 더워 창고에 둔 쌀이 떴다 trời nóng gạo để trong kho hư hết.

뜨다 ① Mở mắt. 눈을 크게~ mở to mắt. ② Dỏng tai lên. 귀를 ~ vểnh tai lên.

뜨다 ① Đan, bện. 그물을 ~ đan lưới. 양말을 ~ đan tất. ② Khâu, vá. ③ Xăm.

뜨다 Học theo. 본을 ~ học theo, theo gương. 아무의 나쁜 점을 본~ theo gương xấu ai.

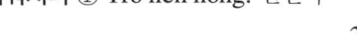

뜨듯하다 Ấm, nóng. 뜨듯한 날씨 thời tiết ấm áp. 뜨듯한 방 căn phòng ấm áp.

뜨막하다 Thưa, ít, thỉnh thoảng mới có. 오늘은 일요일이라서 버스가 ~ hôm nay là chủ nhật nên xe buýt thưa.

뜨음하다 Ít, thưa, ít có. 집 소식이 ~ ít có tin nhà.

뜨이다 ① Bị động từ của "뜨이다", mở mắt. 아침 다섯시에 눈이 ~ sáng mai sáu giờ mở mắt ra. ② Nổi bật. 눈에 뜨이게 làm cho nổi bật, làm cho mọi người nhìn thấy.

뜬구름 Đám mây trôi. ~같은 인생 cuộc đời như áng mây trôi.

뜬눈 Không ngủ, thức trắng. ~으로 밤을 새우다 thức trắng đêm không ngủ.

뜬소문(-所聞) Tin đồn nhảm. 라는 ~ 이 돌아다니다 có tin đồn nhảm là...

뜬숯 Than sau khi đã cháy, than củi.

뜯기다 ① Bị động từ của "뜯다", bị bóc, bị xé, bị rách. ② Bị động từ của "뜯다", bị lừa, bị gạt. 돈을 ~ bị lừa tiền. ③ Bị động từ của "뜯다", bị xâu xé, bị đốt.

뜯다 ① Bóc, xé, vặt, nhổ, tách ra, mở. 고기를 ~ xé thịt. 닭의 털을 ~ bứt lông gà. ② Xé ăn. 불갈비를 ~ xé thịt nướng ăn.

뜯어고치다 ① Tháo ra sửa. 헌 집을 ~ tháo cái nhà cũ ra sửa. ② Sửa, sửa chữa, điều chỉnh.

뜯어내다 Bóc ra, lấy ra, xé ra, tách ra. 달력 한 장을 ~ bóc một tờ lịch. 옷에서 실밥을 ~ rút chỉ thừa từ áo. 잡풀을 ~ nhổ cỏ tạp.

뜯어말리다 Ngăn, can. 싸움을 ~ ngăn đánh nhau.

뜯어먹다 ① Xé ăn, bứt ăn, rỉa ăn. 닭고기를 ~ xé thịt gà ăn. ② Giành lấy gì đó, kiếm lấy gì đó.

뜯어보다 ① Bóc ra xem, mở xem. 편지를 ~ bóc thư xem. ② Nhìn kỹ.

뜰 Khoảng trống xung quanh nhà, sân, vườn. 앞[뒤]~ sân trước [sau].

뜸 Tấm thảm bằng tranh rạ. ~으로 지붕을 이은 집 nhà lợp bằng mái tranh.

뜸 Hầm, hầm kỹ, cho sôi lâu.

뜸들이다 ① Nấu kỹ, hầm. ② Làm kỹ việc.

뜸직뜸직 Sâu sắc, chín chắn. ~말하다 nói sâu sắc.

뜸직이 Một cách sâu sắc, một cách chắn chắn.

뜻 ① Ý định, mong muốn, suy nghĩ 할 ~있다 có ý định, có ý. ② Ý nghĩa, có ý. ~이 있는 có ý nghĩa.

뜻대로 Theo nguyện vọng, theo ý muốn, theo mong muốn. ~되다 mọi việc như mong muốn.

뜻맞다 ① Đúng ý, đúng nghĩa. ② Hợp ý, hiểu nhau. 그들은 뜻이 맞는다 họ hợp ý với nhau.

뜻밖(에) Bất ngờ, không nghĩ đến, ngoài ý muốn. ~의 결과 kết quả ngoài dự đoán.

뜻있게 Có ý nghĩa. 돈을 좀~써라 Hãy dùng tiền cho có ý nghĩa.

뜻하다 Có nghĩa, có ý. 그것은 무엇을 ~느냐? Cái đó có nghĩa gì?

띄어쓰기 Viết cách. ~하다.

띄어쓰다 Viết cách. 한 자 한 자~ viết cách từng chữ từng chữ.

띄엄띄엄 Chầm chậm. 걸음을 ~걷다 đi chầm chậm.

띄우다 Phóng lên, bắn lên. 연을~ thả diều.

띄우다 Chủ động từ của "뜨다", cách ra, cách. 사이를 띄워서 cách quãng ra.

띠 ① Dây lưng, dây đai lưng, thắt lưng. ② Cái dây cột hàng, dây đai.

띠 Tuổi (con gì). 그녀는 말~이다 cô ấy tuổi ngựa.

띠다 ① Thắt thắt lưng. 띠를 ~ thắt thắt lưng. ② Cầm, mang. 추천서를 ~고 회사를 찾아가라 cầm giấy giới thiệu đến.

띵하다 Đầu nhức, đầu kêu ing ing. 머리가 ~ đầu kêu ing inh.

 Đi với động từ làm bổ ngữ cho danh từ. 할 일 việc để làm. 잘 시간 thời gian ngủ.

-ㄹ까 (Câu hỏi). Ừ, nhỉ, hay là 정말 일까? Cái đó có phải sự thật không nhỉ.

-ㄹ까말까 Hay không, làm hay không (chỉ sự chần chừ). 일요일에 그녀를 방문할까말까 망설였다 tôi đang do dự không biết ngày chủ nhật có nên đi thăm cô ấy không

-ㄹ까하다 Dự tính làm gì. 저녁 식사후에 테니스를 칠까 한다 đang tính ăn xong chơi tenis hay không.

-ㄹ만큼 Chỉ mức độ, bằng với, từng ấy, như. 나는 집을 지을 만큼 돈이 없다 tôi không đủ tiền để xây cái nhà.

-(으)ㄹ수록 Càng... càng... 빠르면 빠를수록 좋다 càng nhanh càng tốt.

-(으)ㄹ수없다 Không thể. 먹을 수 없다 không thể ăn. 추워서 참을 수 없다 lạnh quá chịu không nổi.

-ㄹ 수있다 Có thể. 할 수 있다 có thể làm được. 될 수 있는 때로 như có thể. 해결 할 수 있다 có thể giải quyết được.

-라고해서 Không phải, không hề. 부자~반드시 행복한 것은 아니다 không phải giàu có là hạnh phúc đâu.

-라는 Chỉ mệnh lệnh. 하~대로 하라 Hãy làm như tôi nói.

-라니까 Phải, đúng là, đã nói là (nhấn mạnh). 빨리 가~ đã nói là phải đi nhanh mà.

-라도 Cho dù. 비가 오더~ cho dù trời mưa. 결과가 어찌 되더~ dù kết quả thế nào.

라이벌 Địch thủ. ~의식 tinh thần cạnh tranh.

랩톱 Máy tính xách tay, máy lap-top.

-랴 Hỏi, nghi vấn, không, phải không, như thế nào? 걸어가~? Đi bộ sao? 돈을 주? Tôi cho tiền nhé?

러키 May mắn.

런치 Bữa ăn trưa. ~타임 thời gian ăn trưa.

레귤러 Đều đặn.

레더 Da, bằng da. ~코트 áo da.

레디믹스 Trộn sẵn, pha sẵn (bê tông).

레몬 Quả chanh. ~즙[주스] nước chanh. ~차(茶) trà chanh.

레벨 Trình độ, mức độ. ~이 높다 [낮다] trình độ cao.
레슨 Bài học. 피아노~ bài học piano.
레이스 Cuộc đua.
레이스 Hàng thêu, thủ công nghệ.
레이트 Tỷ lệ. 환(換)~ tỷ lệ chuyển đổi hối đoái.
레인지 Cái bếp. 가스~ bếp ga. 전자~ bếp điện tử.
레인코트 Áo mưa.
레일 Ray, đường ray. ~깔다 lắp ray.
레지스터 Đăng ký.
레크리에이션 Trò chơi, vui chơi. (recreation).
레터 Bức thư (letter).
렌즈 Cái thấu kính, kín len.
렌터카 Xe thuê, xe cho thuê.
-려고 Muốn làm cái gì đó. 집을 사~ 은행에서 빚을 냈다 mượn tiền ngân hàng để mua nhà.
-려나 Thể nghi vấn (nào, không vv..) 언제 돈을 주~ khi nào anh sẽ trả tiền?
-려는 Muốn, có ý. 나는 자네 일에 간섭하~ 의사는 없네 tôi không muốn can thiệp vào công việc của anh.
-려니와 Không cái này cũng không cái kia. 그는 정치가도 아니~ 학자도 아니다 anh ta không là chính trị gia cũng không là học giả.

-려다가 Định làm cái gì đó thì. 소풍을 가~ 날씨가 흐려서 그만 두었다 định đi cắm trại thì trời mưa nên lại không đi.
-려도 Dù có muốn, dù muốn. 가~ 사정이 있어서 못 간다 có muốn đi cũng vì hoàn cảnh không đi được.
-려면 Nếu muốn (làm gì đó).
-령(令) Lệnh. 금지~ lệnh cấm. 대통령~ lệnh của Tổng thống. 시행~ Lệnh thi hành.
-령(領) Lãnh thổ (của một nước nào đó). 영국~ lãnh thổ nước Anh. 프랑스~ lãnh thổ nước Pháp.
로 Bằng, với. 잉크~쓰다 viết bằng mực. 포도~ 만든 술 rượu làm bằng nho.
로는 Bằng. 영어~ 그것을 무엇이 라고 합니까 tiếng Anh cái đó gọi bằng gì? 나의 견해~ với sự hiểu biết của tôi thì.
로드레이스 Đường chạy đua xe đạp.
로드맵 Bản đồ đi đường.
로맨스 Lãng mạn. ~하다.
로맨틱 Tính lãng mạn
로비 Hành lang. ~활동하다 hoạt động hành lang.
로서 Với tư cách là, với, đối với. 대표~ với tư cách là giám đốc. 나~ với tôi.
로션 Lót, bôi trơn. 헤어~ bôi tóc. 스킨

~ lót da.

로써 Bằng, với. 나무[돌]~짓다 xây bằng gỗ(đá).

로컬 Địa phương. ~타임 giờ địa phương. ~뉴스 tin bản địa.

로테이션 Thay phiên nhau, thay ca.

-롭다 Tính từ hóa, có tính. 향기~ thơm. 호화 ~hòa thuận.

롱스커트 Váy dài.

룸 Phòng. 베드~ phòng ngủ. ~메이트 bạn cùng phòng.

를 Trợ từ, làm tân ngữ. 기회~ 타다 lắm lấy cơ hội. 때~기다리다 đợi thời.

리 Lý, lý lẽ. 그럴~가 없다 không có cái lý đó. 그가 못올~가 없다 chẳng có lý gì anh ta không đến được.

리더 Người lãnh đạo.

리듬 Nhịp. ~체조 thể dục nhịp điệu. 빠른 ~으로 노래하다 hát nhịp nhanh.

-리라 Dự đoán, có thể, chắc là. 그는 꼭 성공하~ hắn chắc sẽ thành công.

리셉션 Tiếp tân, tiếp đón.

리스트 Danh sách. ~을 만들다 lập danh sách. ~에 올리다 đưa vào danh sách.

리시버 Tiếp nhận.

리조트 Khu nghỉ mát, khu resort. 여름[겨울]의 ~khu nghỉ mùa mè (đông).

리코더 Máy ghi âm.

리콜 Gọi lại. ~하다.

리크 Rò rĩ. 가스~ rò ga.

리포터 Phóng viên, báo cáo viên

리포트 Bản báo cáo. 내주 월요일 까지 ~를 제출하시오 hãy trình bản báo cáo trước thứ 2 tuần sau.

링 Cái vòng, cái đai, vòng thể dục, vòng tránh thai, cái nhẫn.

링크 Liên kết, chỗ nối.

마 Hướng nam. =남쪽. ~파람 gió nam.
마(馬) Con ngựa. =말.
마각(馬脚) Chân ngựa, chân tướng, bộ mặt thật. ~을 드러내다 hiện rõ bộ mặt thật.
마감 Đóng, kết thúc. ~하다. 업무를 ~하다 kết thúc giờ làm việc.
마구 Cẩu thả, lộn xộn, ẩu loạn. 글씨를 ~쓰다 chữ viết cẩu thả.
마구잡이 Ẩu, không suy nghĩ, có cái gì dùng cái nấy. 일을 ~로 하다 làm ẩu.
마권(馬券) Vé cá độ khi đi xem ngựa.
마귀(魔鬼) Ma quỷ, ma. ~같은 như ma quỉ.
마그넷 Nam châm (magnet).
마나님 Chỉ người phụ nữ nhiều tuổi.
마냥 Luôn luôn, cứ thế. 그들은 아무 말 없이 ~ 걷기만 하였다 bọn họ không nói lời nào cứ thế đi.
마녀(魔女) Một mụ phù thủy, người đàn bà ác độc.
마노(瑪瑙) Mã não.
마누라 Vợ mình, vợ tôi, bà xã tôi. 요새 우리~가 몸이 안 좋아 gần đây sức khoẻ vợ tôi không tốt.

마는 Nhưng mà, nhưng. 가고 싶지~ 바빠서 못 가겠다 muốn đi mà bận nên không đi được.
마늘 Tỏi. ~냄새 mùi tỏi. ~쪽 củ tỏi.
마니아 Chỉ người say mê làm cái gì đó (mania). 그는 영화 ~다 hắn là người nghiền xem phim.
마닐라 Thủ đô Manila của Philipines.
-마님 ① Thưa bà, thưa quý bà. ② Chỉ tôn trọng. 영감~ thưa quý ông.
마다 Mỗi, cứ mỗi. 2틀 ~ cứ mỗi hai ngày.
마다가스카르 Nước cộng hòa Madagascar (đảo phía đông nam châu Phi).
마다하다 Không từ, không ngại, ghét, muốn. 하기를 ~지 않다 không phải không thích làm.
마담 Mađam, chỉ người quản lý nữ ở quán rượu hoặc chủ cửa hàng bán vàng bạc.
마당 Sân, vườn. 뒷~ sân sau.
마돈나 Quý phu nhân hoặc gọi người yêu khi tôn kính.
마드무아젤 Tiểu thư, cô.

마들가리 Que dò mạch nước, thanh chỉ huy dàn nhạc.

마들다(魔-) Có ma, có ma nhập vào.

마디 Khúc, mắt, nốt. 나무 ~ mắt cây.

마디다 Bền, dùng được lâu. 값싼 비단은 ~지 못하다 lụa rẻ không dùng được lâu.

마디지다 Có đốt, có mắt, có khớp.

마따나 Như anh nói, như ai đó nói. 자네 말~ 옛날에는 여기에 연못 이 있었네 đúng như cậu nói ngày xưa đây là cái hồ.

마땅하다 Thích hợp, thích đáng, vừa phải, xứng đáng, đáng. 마땅한 값에 사다 mua giá vừa phải.

마땅히 Xứng đáng, đáng, vừa phải, hợp lý. 너는 ~벌을 받다 cậu đáng bị phạt.

마뜩찮다 Không hài lòng, không ưng bụng. ~은 소리를 하다 nói về không hài lòng

마뜩하다 Vừa lòng, hài lòng, đồng ý. 마뜩한 디자인이 없다 chẳng có cái mẫu nào hài lòng cả.

마라톤 Chạy ma ra tông. ~을 하다 chạy maratong.

마량(馬糧) Thức ăn cho ngựa.

마력(魔力) Ma lực, có sức hút kỳ lạ. 숫자의~ sức hút kỳ la của con số.

마련 Chuẩn bị. ~하다. 계획을 ~하다 chuẩn bị kế hoạch.

마렵다 Mắc, buồn (tiểu, đại tiện). 똥이 ~ muốn đi ỉa.

마루 Cái sàn. ~를 놓다 để sàn, làm sàn.

마루터기 Đỉnh, nơi cao nhất, nóc. 산~ đỉnh núi.

마르다 Khô. 쉽게~ dễ khô. 우물이 ~ giếng khô.

마르다 Cắt, cắt ra. 옷을~ cắt áo.

마르크 Đồng mark, đồng DM.

마른갈이 Cày khô. ~하다.

마른기침 Chứng ho khan. ~하다.

마른날 Hôm trời đẹp.

마른반찬(-飯饌) Thức ăn khô.

마른밥 Cơm khô, cơm cục hoặc cơm không có canh.

마른번개 Trời đẹp lại có sấm.

마른빨래 Giặt khô, dùng xăng, chất giặt tẩy để tẩy vết bẩn. ~하다.

마른안주(-按酒) Món nhậu khô.

마른입 ① Không ăn canh. ② Miệng không, miệng chưa ăn gì.

마른하늘 Bầu trời trong sáng.

마른행주 Cái khăn khô. ~로 물기를 닦다 dùng cái khăn khô để lau.

마름 Mái tranh.

마름자 Cái thước đo may quần áo.

마름질 Sự cắt quần áo. ~하다.

마리 (Lượng từ) Con. 개 한 ~ một con

chó.

마리화나 Một loại ma tuý làm bằng lá và hoa cây cần sa (marihuana). ~를 피우다 hút cần sa.

마마(媽媽) Bệnh đậu mùa. ~에 걸리다 mắc bệnh đậu mùa.

마멋 Các loài sóc nói chung.

마멸(磨滅) Mài mòn, mòn. ~하다. 사람발길에~되다 bị mài mòn dưới bàn chân người

마무르다 Hết, kết thúc. 일을~ kết thúc công việc.

마무리 Hoàn thành, kết thúc, xong. ~하다. 만사가 ~가 중요하다 tất cả mọi việc kết thúc là quan trọng

마물(魔物) Ma vật, con ma. 여자는 ~이야 đàn bà là ma vật.

마법(魔法) Ma thuật, phép mê bùa. = 마술(魔術).

마분(馬糞) Phân ngựa, cứt ngựa.

마사지 Mát xa, xoa bóp (massage). ~를 하다 xoa bóp. 매일 밤 얼굴을 ~하다 đêm nào cũng làm mát xa mặt.

마상이 Thuyền nhỏ, thuyền độc mộc.

마성(魔性) Lừa dối, thâm hiểm như ma. ~을 지닌 여자 người đàn bà lừa dối.

마셜제도(-諸島) Quần đảo Marshall.

마소 Ngựa và bò. ~처럼 부리다 bắt làm như trâu bò.

마손(磨損) Sự cọ mòn, mòn do ma sát. ~하다.

마수 Số mạng trong ngày, vận mệnh trong ngày. ~가 좋다 [나쁘다] vận trong ngày tốt [không tốt].

마수(馬首) Đầu ngựa.

마수(魔手) Thói quen xấu, tật xấu, bàn tay ma quỷ ~에 걸리다 mắc tật xấu.

마수걸이 Bán mở hàng. ~하다. ~로 수박 한 개를 팔다 bán mở hàng một quả dưa.

마술(魔術) Ảo thuật, ma thuật. ~을 부리다 biểu diễn ảo thuật. ~사 nhà ảo thuật

마스카라 Phấn mắt. (mascara) ~를 짙게 칠한 눈 mắt bôi phấn đậm.

마스크 Mặt nạ, khẩu trang, cái kính đeo khi hàn, tấm che ở mặt. ~를 쓰다 đeo mặt nạ

마스트 Cột buồm. ~가 셋인 배 con thuyền có ba cái cột buồm.

마시다 Uống. 물을 ~ uống nước. 술을 ~ uống rượu

마약(麻藥) Ma túy. ~중독되다 nghiện ma tuý. ~밀매 buôn lậu ma tuý.

마요네즈 Một loại sốt dùng để ăn rau sà lát (mayonnaise).

마을 Làng, xóm. ~사람 người làng.

마을가다 Thăm làng.

마음 Tinh thần, tâm hồn, bụng dạ, tình

cảm, suy nghĩ. ~과 육체 tâm hồn và thể chất. ~크다 tính cách bao dung

마음결 Tâm hồn thật, tâm hồn. ~이 곱다 hiền hậu. ~이 사납다 tính dữ.

마음껏 Thỏa thích. ~먹다 ăn thoả thích.

마음놓다 Yên tâm, thoải mái, không lo gì cả. ~고 살다 sống thoải mái.

마음대로 Như ý, theo ý của mình, theo như mình muốn. ~하다 làm theo ý mình. ~ 되지 않다 không như ý mình.

마음든든하다 Yên tâm, vững tâm. 자네가 곁에 있으면 ~ có cậu bên cạnh tôi rất vững tâm.

마음먹다 Mong muốn, muốn, có ý định. 아들을 대학에 보내려고 ~고 있다 tôi muốn cho con trai đi học.

마음보 Tâm tính, bản tính, tấm lòng, tích cách. ~사나운 사람 người có tâm tính hung dữ.

마음속 Trong lòng. ~에서 우러나오는 말 lời nói tự đáy lòng

마음씨 Tấm lòng, tâm địa. ~이 좋다 tốt bụng.

마음죄이다 Rất lo lắng, rất lo. 그가 무사히 돌아올지 마음죄인다 rất lo là không biết cô ấy về có an toàn không.

마이너스 Thiếu, tổn thất, thiệt hại, lỗ, âm. ~가 되다 bị lỗ. ~성장률 tỷ lệ phát triển âm.

마이신 Chất kháng sinh

마이카 Xe cá nhân, xe của tôi

마이크로미터 Micrometer, cái thước đo đếp phần triệu của mét.

마이크로버스 Xe buýt loại nhỏ

마이크로칩 Con chíp micro

마이크로파(-波) Sóng Micro.

마이크 Micrô. ~를 통해 인사하다 chào thông qua hệ micrô.

마일 Dặm (= 1,6 km) 시속 60 ~ tốc độ 60 dặm một giờ.

마장 Chiều dài cự ly, gần bằng mười dặm.

-마저 Ngay cả

마저 Tất cả, không còn cái gì, nốt, luôn. 이것~ 하고 가자 làm xong nốt cái này đi.

마적(馬賊) Bọn chuyên cưỡi ngựa đi ăn cướp.

마전 Tẩy da, gia công da. ~하다.

마조히즘 Chứng khổ dâm.

마주 Mặt đối mặt, đối diện. ~바라보다 nhìn đối diện nhau. ~놓다 để đối diện nhau.

마주르카 Điệu nhảy mazurka.

마주보다 Đối diện nhau. 은행과 우체국은 서로 ~고 있다 ngân hàng và bưu điện đối diện nhau.

마주서다 Đứng đối diện. 맞서다.

마주앉다 Ngồi đối diện. ~아(서) 식사를 하다 ngồi đối diện nhau ăn cơm

마주잡다 Nắm vào nhau, cùng nắm. = 맞잡다.

마주치다 Đâm vào nhau, va vào nhau. 막다른 골목에서 원수와 ~ gặp ngay kẻ thù trong ngõ cụt, hết đường lùi.

마주하다 Để đối diện, làm cho đối diện. 책상을 ~고 앉다 chúng tôi ngồi đối diện qua chiếc bàn.

마중 Đón. ~나가다 đi đón. ~을 받다 được đón

마중물 Nước mồi. 펌프에 ~을 붓다 đổ nước mồi vào bơm.

마지막 Cuối cùng, hết, cuối. ~날 ngày cuối cùng. ~말 lời cuối cùng.

마지못하다 Bất đắc dĩ, không còn cách nào khác. 마지못할 사정 tình huống bất đắc dĩ

마지않다 Rất, vô cùng, chân thành (nhấn mạnh một điều gì đó, viết tắt của 마지아니하다).

마진(痲疹) Bệnh sởi.

마진 Tiền lời bán hàng. 큰 폭의~ tiền lời nhiều.

마차(馬車) Xe ngựa. ~를 타다 đi xe ngựa

마찬가지 Giống hệt, y hệt. ~다 giống hệt. 둘다~ cả hai giống hệt nhau

마천루(摩天樓) Một tòa nhà rất cao, như muốn chọc vào bầu trời.

마취(痲醉) Mê, gây ngủ, mê man. ~하다. ~상태 tình trạng mê man.

마치 Trận đấu, lễ (march). 웨딩~ lễ cưới (wedding march).

마치 Như, giống như. ~여우같이 간교하다 gian giảo như cáo.

마치다 Chạm vào, động vào. 말뚝이 바위에 ~어 들어가지 않는다 cây cột trúng vào đá không ăn sâu vào được nữa.

마치다 Kết thúc. 일을 ~ kết thúc công việc

마침 Đúng lúc, vừa lúc đó. ~그때에 ngay lúc đó.

마침내 Cuối cùng, rốt cuộc. 그는 ~그것을 이해하게 되다 cuối cùng thì anh ta đã hiểu ra.

마침표(-標) Dấu chấm kết thúc, dấu chấm. ~를 찍다 đánh dấu chấm, đặt dấu chấm.

마카로니 Loại mì ống của Ý (macaroni).

마카오 Macao, Áo môn.

마케팅 Marketing, tiếp thị. ~리서치 nghiên cứu maketing.

마켓 Thị trường (market). ~을 개척하다 khám phá thị trường, khai phá thị trường

마크 Nhãn, mác, thương hiệu. ~을 달다 dán nhãn.

마포(麻布) Vải bố, vải gai. = 삼베.

마필(馬匹) ① Vài con ngựa, vài đầu ngựa. ② Con ngựa.

마흔 Bốn mươi, số bốn mươi. =사십. 내년이면 나도 ~이다 sang năm tôi cũng 40 tuổi.

막(膜) Tấm vải để che, tấm vải bạt.

막(幕) Lều, lán. ~을 짓다 dựng lều. ~을 내리다 hạ lều.

막 Ngay lúc, đúng lúc, vừa mới. ~하려던 참이다 đúng lúc đang muốn làm.

막가다 Chỉ người hành động bừa bãi, ẩu. ~는 놈 thằng làm ẩu.

-막 Tiếp từ, chỉ vị trí đó. 내리~ dốc xuống. 오르~ dốc lên.

막- Tiếp từ, chỉ chất lượng thấp, xấu, tồi. ~고무신 giày cao su dở.

막강하다(莫强-) Rất mạnh, hùng mạnh. 막강한 군사력 sức mạnh quân sự hùng hậu.

막걸리 Rượu truyền thống của Hàn quốc.

막깎다 Cắt trọc. 머리를 ~ cắt trọc đầu.

막나이 Viết nhầm của 막낳이 hoặc 막내둥이.

막내 Sau cùng, út. ~동생 em út. ~딸 con gái út.

막노동(-勞動) Bất cứ việc gì, mọi việc. =막일. ~하다 làm bất cứ việc gì mình gặp.

막다 Bịt, chặn, lấp, ngăn. 구멍을~ bịt lỗ. 귀를 ~ bịt tai.

막다른골 Ngõ cụt, thế bế tắc. ~에 다다르다 lâm vào ngõ cụt.

막다른골목 Ngõ cụt. ~에 다다르다 đi vào ngõ cụt.

막대기 Cây gậy. ~로 때리다 đánh bằng gậy. 대 ~ gậy tre.

막대하다(莫大-) Rất lớn, rất to, rất nhiều. 막대한 금액 số tiền rất lớn.

막되다 Mất nết, hư hỏng. 막된 놈 thằng mất nết.

막둥이 ① Con trai út. ② Người hầu, người sai vặt.

막론하다(莫論-) Bất kể, không tính tới, không kể. …을 ~하고 bất chấp cái gì đó.

막료(幕僚) Người tham mưu, người tư vấn. ~ 회의 họp ban tham mưu.

막막하다(寞寞-) Buồn, cô quạnh. 살 길이 ~ chán sống.

막말 Lời nói bừa bãi, lời nói ẩu. ~하다.

막무가내(莫無可奈) Bướng bỉnh, ngoan cố. ~로 với sự bướng bỉnh.

막벌다 Làm bất cứ việc gì để kiếm tiền.

막부득이(莫不得已) Vạn bất đắc dĩ. ~한 경우에는 trong trường hợp vạn

bất đắc dĩ.

막심하다(莫甚-) To lớn, khổng lồ. 막심한 손해 thiệt hại khổng lồ.

막아내다 Đề phòng, ngăn ngừa, tránh xa. 불길을 ~ chặn lửa.

막역(莫逆) Thân thiết, thân tình. ~하다. ~한 친구 người bạn thân

막연하다(漠然-) Không rõ ràng, mơ hồ, mập mờ. ~하게 말을 하다 nói một cách mập mờ.

막일 Bất cứ việc gì, mọi việc. ~하다 gặp việc gì làm việc nấy.

막장 Ngõ cụt trong hầm mỏ.

막중하다(莫重-) Rất lớn, rất nặng nề. 막중한 책임 trách nhiệm rất nặng nề

막질리다 Bị chặn, bị ngăn lại. 길을 ~ bị chặn đường.

막차(-車) Chuyến xe lửa cuối cùng. ~를 놓치다 bỏ lỡ chuyến xe cuối cùng.

막치 ① Hàng làm ẩu. ② Món hàng làm cuối cùng.

막판 Cuối cùng, hiệp cuối. ~ 승부 chiến thắng vào giây cuối cùng.

막히다 ① Tắc, nghẽn, không thông. 굴뚝이 ~ ống khói bị tắc. 파이프가 ~ đường ống bị tắc.

만(萬) Vạn, mười nghìn. 일~원 một vạn won. 수십~ hàng trăm vạn.

만 Duy, chỉ duy, chỉ là. 하나~ chỉ một cái

만 Nhưng (=마는). 먹고는 싶다~ 돈이 없다 muốn ăn nhưng không có tiền.

만(滿) Đầy, mãn, tròn. ~ 5년 tròn 5 năm.

만(灣) Vịnh. 하롱 만 vịnh Hạ Long.

만 Chỉ một thời gian đã trôi qua, những, những là. 3년 ~에 귀향하다 3 năm rồi mới về quê.

만감(萬感) Cảm xúc dâng trào. 그는 ~이 복받쳐 말도 안나왔다 anh ta quá cảm động không nói thành lời.

만강(萬康) Vạn cường, ngàn lần mạnh khoẻ.

만강(滿腔) Tràn đầy, đầy, hoàn toàn. ~의 사의를 표하다 bày tỏ lời cảm ơn chân thành.

만개(滿開) Nở rộ. =만발.

만경(晚景) Cảnh mặt trời lặn, cảnh hoàng hôn.

만경(萬頃) Vạn dặm, chỉ rất rộng, mênh mông.

만곡(彎曲) Đường hình cung. ~하다 hình cung, cong.

만기(滿期) Hết hạn. ~가 되다 hết hạn. 계약이 ~되다 hết hạn hợp đồng

만끽(滿喫) ① Ăn uống thỏa thích ~하다. ② Thỏa mãn dục vọng. ~하다.

만나다 Gặp, bị, chịu, gặp phải. 우연히 ~ gặp mặt một cách tình cờ.

만난(萬難) Muôn vàn khó khăn. ~을

무릅쓰다 Bất chấp muôn vàn khó khăn.

만날 Luôn luôn, lúc nào cũng, suốt. ~빈둥거리고 있다 lúc nào cũng lang thang.

만년(晚年) Cuối đời. ~에 vào cuối đời.

만년필(萬年筆) Cây bút mực. ~에 잉크를 넣다 đổ mực vào bút.

만능(萬能) Vạn năng, nhiều tài, cái gì cũng làm được. 기계의 ~ máy móc vạn năng.

만단(萬端) Mọi, tất cả. ~의 준비를 갖추다 chuẩn bị mọi thứ.

만득하다(晚得-) Có con muộn.

만들다 Làm, làm ra, chế tạo, xây dựng. 음식을 ~ làm thức ăn. 책상을 ~ làm bàn học.

만듦새 Khéo làm.

만료(滿了) Sự kết thúc, sự hoàn thành, sự mãn hạn. ~하다. 임기 ~일 ngày kết thúc nhiệm kỳ.

만류(挽留) Can, ngăn. ~하다. 싸우지 말라고 ~하다 căn ngăn không cho đánh nhau.

만리(萬里) Vạn lý, vạn dặm. ~장성 Vạn lý trường thành. 만릿길 con đường vạn dặm.

만만하다 ① Mềm, dẻo. ② Vừa phải, dễ chịu, bình thường. 만만한 사람 người bình thường

만만하다(滿滿-) Nhiều, tràn đầy. 패기 ~ tràn đầy sự nhiệt huyết.

만만히 Một cách dịu dàng, một cách êm ái

만면(滿面) Đầy mặt, tràn đầy trên mặt. ~수색 nét mặt đầy sự u buồn.

만무하다(萬無-) Không thể, không có lý như vậy. 네가 그것을 모를리 ~ chẳng thể nào cậu lại không biết chuyện ấy.

만물(萬物) Vạn vật, mọi thứ. 우주 ~ vạn vật của vũ trụ. ~박사 tiến sĩ vạn vật, người cái gì cũng biết.

만민(萬民) Mọi người, toàn dân.

만발(滿發) Nở bung, nở tung, nở rộ. ~하다. 꽃이 ~해 있다 hoa đang nở rộ.

만병(萬病) Mọi cơn bệnh. 감기는 ~의 근원이다 cảm cúm là nguồn gốc của mọi cơn bệnh

만복(滿腹) Đầy bụng, no bung. ~이 되도록 먹다 ăn cho đầy bụng.

만복(萬福) Tất cả mọi điều phúc. 댁내의 ~을 빕니다 cầu mọi phúc cho gia đình.

만부당(萬不當) Trăm ngàn lần vô lý, vạn ngàn lần vô lý. =천만부당.

만부득이(萬不得已) Vạn bất đắc dĩ, bất đắc dĩ lắm. =부득이.

만사(萬事) Vạn sự, mọi việc. ~가 잘되고 있다 tất cả mọi việc đang tốt

만사형통(萬事亨通) Mọi sự tốt lành, mọi điều trôi chảy. ~하다.

만산(滿山) Đầy cả núi. ~하다.

만성(晚成) Thành công chậm, chậm được việc. ~하다.

만성(慢性) Mãn tính. ~이 되다 trở nên mãn tính.

만세(萬世) Mạn thế, vạn đại, vàn đời. ~에 전하다 truyền đến vạn đời.

만세(萬歲) Muôn năm, vạn niên. ~력 lịch vạn niên. ~에 전하다 truyền đến vạn năm sau

만수(曼壽) Sự trường thọ, sống lâu. ~가 되다 sống lâu.

만수-무강(萬壽無疆) Vạn thọ vô cương, sống lâu trăm tuổi.

만수(滿水) Đầy nước, tràn đầy nước.

만수받이 Dễ tính, dễ tiếp nhận.

만시지탄(晚時之歎) Tiếng than thở lỡ mất thời cơ.

만신(滿身) Toàn thân, cả người. ~에 cả người, đầy người.

만심(慢心) Tính ta đây, sự tự kiêu. 조그만 성공으로 ~을 갖다 thành công một chút đã tự kiêu căng.

만약(萬若) Lỡ ra, bất trắc. =만일. ~에 대비하다 đề phòng chuyện xẩy ra.

만용(蠻勇) Ngông cuồng, điên cuồn. ~을 부리다 giở tính điên cuồng.

만우절(萬愚節) Ngày nói dối, ngày 1 tháng 4, ngày cá tháng tư.

만원(萬-) Mười ngàn wôn. ~지폐 tờ mười ngàn wôn.

만원(滿員) Đầy người, kín chỗ. 극장에 ~이 되다 trong nhà hát đã kín chỗ.

만월(滿月) Trăng đầy, trăng tròn. ~이 다 trăng tròn.

만유(漫 Cuộc du lịch, cuộc du ngoạn. ~하다. 세계를 ~하다 ngoạn du khắp thế giới.

만인(萬人) Mọi người, tất cả mọi người, ai ai. 이것은 ~이다 인정하는 바이다 điều ấy tất cả mọi người ai ai cũng công nhận.

만입(彎入) Làm thành vịnh. ~하다. 바다는 육지에 깊이 ~해 있다 biển ăn sâu vào đất liền thành vịnh.

만자(卍字) Hình chữ vạn (Phật Giáo).

만장(萬丈) Vạn trượng, rất cao. ~봉(峰) ngọn núi vạn trượng.

만장(滿場) Đầy hội trường, đầy sân.

만장일치(滿場一致) Tất cả mọi người như một.

만재(滿載) Sự chất đầy. ~하다. 석 탄을 ~하고 chất đầy than.

만적거리다 Mân mê. = 만지작거리다.

만전(萬全) Vẹn toàn, hoàn thiện. ~지계(之計) cái kế vẹn toàn

만점 Vạn điểm, mức điểm cao nhất,

thoả mãn.

만조(滿朝) Đầy triều.

만조(滿潮) Trước triều lên cao nhất. ~시에 vào lúc thủy triều lên cao nhất.

만족(滿足) Mãn nguyện, hài lòng, thoả lòng. ~하다. ~스럽다. ~케하다 làm hài lòng. ~시키다 làm cho ai thoả mãn, hài lòng.

만좌(滿座) Nhiều người ngồi đầy, người ngồi kín. ~한 사람들 앞에(서) trước tất cả mọi người đang ngồi.

만지다 Sờ mó, động, chạm, mân mê. 책을 ~ động vào sách. 수염을~ sờ râu. 팔을~지 마라 đừng động vào tay tôi. ~지 마세요 Không chạm vào/ không sờ vào hiện vật.

만지작거리다 Mân mê, sờ mó. 골동품을~ mân mê thứ đồ cổ.

만찬(晚餐) Bữa cơm tối. ~에 초대하다 mời cơm tối.

만천하(滿天下) Cả thế giới, toàn thế giới. ~에 알려지다 thông báo đến tất cả mọi nơi.

만추(晚秋) Mùa thu muộn. ~에 vào thu muộn.

만취(滿醉, 漫醉) Say khướt, say không biết gì. ~하다. ~자 người say khướt.

만큼 Chỉ so sánh, như, bằng. 오늘 어제 ~덥지 않다 hôm nay không nóng bằng hôm qua

만판 Thỏa mãn, thỏa thích. ~마시다 [먹다] uống [ăn] thỏa thích

만하(晚夏) Mùa hè muộn.

-만하다 Chỉ mức độ, bằng, như, giống như. 새알~ bằng cái trứng chim

만학(晚學) Đi học muộn so với tuổi. ~하다. 그는 ~했다 anh ta đi học muộn.

만행(萬幸) Rất may mắn.

만혼(晚婚) Kết hôn muộn. ~하다.

만화(漫畫) Hoạt hình, hoạt hoạ. ~영화 phim hoạt hình

만화방창(萬化方暢) Vạn hoa đua nở, mùa xuân ấm áp trăm hoa đua nở. ~하다.

만회(挽回) Sự phục hồi, sự thu hồi. ~하다. ~하기 어려운 khó phục hồi.

많다 Nhiều, phong phú, đa dạng, lặp đi lặp lại. ~은 사람 nhiều người.

많이 Nhiều, có nhiều, đa dạng, phong phú. ~있다 có nhiều

맏 (Tiếp ngữ). Đầu tiên, đầu. ~딸 con gái đầu. ~아들 con trai đầu.

맏물 Đầu mùa, đầu vụ. ~사과 táo đầu vụ.

맏사위 Con rể đầu.

맏이 Con đầu, anh đầu hoặc chị đầu. ~로 태어나다 sinh ra đầu lòng.

맏형(-兄) Anh cả, anh đầu.

말 Lời nói, tiếng. 외국~ tiếng nước ngoài

-말(末) Cuối. 5회~ cuối hiệp năm. 4월~에 vào cuối tháng 4.

말갛다 Sáng, trong, đẹp. 푸르고 말간 물 nước trong xanh. 말간 눈 mắt sáng.

말거리 ① Cái để mà nói. ② Chủ đề để nói chuyện.

말경(末境) Phần cuối cùng, lúc cuối.

말고 Không phải, trừ ra. 이것~ 다른 것이 없어요? Ngoài cái này ra không có cái khác ư?

-말고 Đương nhiên, tất nhiên.

말고기자반(-佐飯) Người say với cái mặt đỏ lựng.

말공대(-恭待) Dùng lời nói tốt đẹp để nói chuyện với đối phương. ~하다.

말괄량이 Chỉ người phụ nữ lời nói hoặc hành động không đứng đắn.

말굳다 Bập bẹ, nói không thành lời.

말굴레 Cái dây thắt trên đầu ngựa.

말귀 Nội dung của lời nói.

말기(末期) Cuối kỳ, thời kỳ cuối. ~적인 có tính cuối kỳ.

말꼴 Cỏ cho ngựa, cỏ ngựa. ~을 주다 cho cỏ ngựa.

말끄러미 Chằm chằm, trừng trừng (nhìn). ~쳐다보다 nhìn trừng trừng.

말끔 Sạch sẽ, hoàn toàn, tất cả, không còn gì. 빚을 ~청산하다 thanh toán sạch nợ.

말끔하다 Gọn gàng, tươm rất. 말끔한 용모의 소녀 thiếu nữ có dung mạo sạch sẽ gọn gàng

말끔히 Sạch sẽ, tất cả, toàn bộ, sạch. 마당을 ~쓸다 quét sạch sân.

말끝 Lời nói cuối, kết luận. ~을 맺다 kết luận, nói lời cuối cùng.

말나다 ① Thành chủ đề, thành cái để người ta nói. ② Lộ ra, bung ra.

말눈치 Ý nghĩa của lời nói, ý. ~를 모르다 không hiểu ý.

말다 Đừng, không nên, cấm. 가지 말라 Đừng đi.

말다 Để yên vậy, không làm. 일을 하다가 ~ đang làm rồi lại thôi

말다툼 Cãi lộn, cãi nhau, cãi vã. ~하다. 그는 그녀와 하찮은 일로 ~하였다 anh ta cãi nhau với cô ấy vì cái việc đâu đâu.

말대꾸 Phản bác, cãi lại. 어른이 말씀하시는데 사사건건 말대꾸냐? Người lớn nói mà chuyện gì cũng phản bác là sao?

말동무 Bạn, đồng chí.

말되다 Đúng, hợp tình hợp lý. 말도 되지 않는 소리 giọng vớ vẩn, chuyện vớ vẩn, chuyện vô lý.

말똥말똥 Trừng trừng (mắt). ~쳐다보다 nhìn trừng trừng

말뜨다 Nói chậm.

말뜻 Ý nghĩa của câu nói, ý nghĩa của lời nói.

말라깽이 Người gầy da bọc xương.

말라빠지다 Gầy dơ xương, gầy khô lại. 병으로 ~ gầy khô vì bệnh tật.

말라죽다 Chết khô, chết héo. ~은 나무 cây chết héo.

말랑거리다 Mềm, mềm mại.

말려들다 Bị kéo vào, bị cuốn vào. 기계에 ~ cuốn vào trong máy

말로(末路) Cuối đường, đường cùng. 인생의 ~ cuối cuộc đời.

말리다 Can, can ngăn. 싸움을~ can vụ đánh nhau.

말마디 Khiển trách, la mắng. ~나 듣다 bị la mắng

말막음 Bịt kín, không cho tỏa ra ngoài. ~하다. 이번 일이 소문나지 않도록 ~을 확실히 해 두었다 Tôi đã chắc chắn là bịt kín không để lần này tin đồn xảy ra nữa.

말머리 Đề tài, nội dung câu chuyện. ~를 돌리다 chuyển đề tài, chuyển nội dung câu chuyện.

말문(-門) Cửa miệng, lời nói. ~을 열다 mở miệng.

말미암다 Do, lý do là, xuất phát từ. 부주의로 ~은 사고 tai nạn do không chú ý.

말벌 Con ong chúa.

말벗 Bạn nói chuyện, người bạn. ~이 되다 thành bạn. của nhau.

말본 Văn phạm, ngữ pháp. =문법(文法).

말살(抹殺) Sự tẩy sạch, xóa. ~하다. 기록에서 이름을 ~하다 xóa tên trong bảng ghi chép.

말석(末席) Chỗ ngồi cuối cùng. ~에 앉다 ngồi vào chỗ cuối cùng.

말세(末世) Tận thế, sự kết thúc.

말소(抹消) Xóa, tẩy, huỷ. ~하다. 형의 기록을 ~하다 xóa sự ghi chép về hình phạt.

말속 Trong lời nói, bên trong lời nói. 남의 ~을 잘 알아듣다 hiểu được ý bên trong lời nói.

말솜씨 Khả năng ăn nói. ~가 좋다 giỏi nói năng.

말수(-數) Lời nói. ~가 적은 사람 người ít lời.

말썽 Cãi vã, tranh cãi. ~를 부리다 gây phiền toái, rắc rối

말쑥이 Gọn gàng. 옷을~차려입다 ăn mặc gọn gàng

말쑥하다 Gọn gàng, ngăn nắp, dung mạo nhã nhặn. 말쑥한 방 căn phòng ngăn nắp.

말씀 Lời nói (chỉ tôn kính lời nói của người khác). 선생님의~ lời nói của ông.

말씨 Cách nói chuyện, lời nói. 점잖은 ~ lời nói đĩnh đạc. 난폭한 ~ lời nói bạo lực.

말아니다 Vô lý, vớ vẩn. 그건 말도 아니다 chuyện ấy thật là vớ vẩn.

말없다 Không nói gì, không nói.

말없이 Không nói, không nói năng. ~앉아 있다 ngồi không nói gì.

말엽(末葉) Cuối, phần cuối. 20세기~에 cuối thế kỷ 20.

말일(末日) Ngày cuối, ngày cuối tháng. ~에 vào cuối tháng.

말장난 Nói đùa, đùa. ~하다.

말재간(-才幹) Tài năng nói, tài ăn nói. =말재주.

말재주 Tài ăn nói. ~가 있다 có tài ăn nói. ~가 없다 không có tài ăn nói.

말전주 Việc nói xấu ai sau lưng. ~하다. ~꾼 quân nói xấu người khác.

말조심(-操心) Nói năng cẩn thận. ~하다.

말직(末職) Chức vụ thấp kém, một vị trí thấp nhất.

말질 Cãi cọ, cãi lộn. ~하다.

말짜(末-) Cái tồi nhất, cái tệ nhất, vật tệ nhất.

말짱하다 Đẹp đẽ, hoàn thiện, sạch sẽ. 말짱한 옷 áo sạch. 말짱한 그릇 cái đĩa sạch

말짱히 Một cách sạch sẽ.

말치레 Nói năng huênh hoang.

말코 Mũi ngựa, chỉ người có mũi hếch.

말코지 Cái cành cây để móc áo.

말투(-套) Giọng nói, lời nói. ~가 부드럽다 giọng nói dễ chịu.

말하다 Nói, nói chuyện, nói đến. ~기 어렵다 khó nói.

말하자면 Nếu nói ra, nói cho cùng. ~네가 잘못이다 nói cho cùng thì là mày sai.

말할 것도 없다 Chẳng cần nói đến, không cần nói. ~이 그는 약속을 지켰다 anh ta giữ lời hứa chẳng cần nói.

맑다 Trong lành (bầu không khí), trong (nước), sáng, trong trẻo (giọng nói). ~은 공기 không khí trong lành.

맑은소리 Tiếng nói trong trẻo.

맑은장국(-醬-) Món canh thịt bỏ vào nước trong.

맘마 Mama, mẹ ơi (em bé gọi).

맙소사 Trời ơi, thượng đế ơi (thốt lên).

맛 Vị, mùi vị (thức ăn). 매운~ vị cay. ~이 있다 ngon. ~이 없다 không ngon

맛깔스럽다 Ngon. 맛깔스러운 음식 món ăn ngon.

맛나다 Ngon. 맛난 음식 món ngon.

맛난이 Gia vị, chất làm cho thức ăn ngon thêm.

맛들다 Thích, muốn. 술이 ~ thích rượu.

맛맛으로 Nhiều món, nhiều khẩu vị. ~골라 먹어라 chọn nhiều món ăn để ăn.

맛보다 Nếm, thử. 술을~ nếm rượu. 음식을~ nếm thử thức ăn.

맛부리다 Đối xử một cách lạnh nhạt.

맛있다 Ngon, thơm ngon. ~는 음식 món ăn ngon.

맛장수 Chỉ người chẳng có gì vui vẻ hứng thú cả, người nhạt nhẽo.

망 Mạng

망(望) Quan sát, theo dõi. ~(을) 서다 đứng canh chừng.

망(網) Cái lưới. ~을 뜨다 đan lưới. ~에 걸리다 bị mắc lưới.

망가뜨리다 Làm hư, hỏng. 그는 과로로 몸을 ~ anh ta làm việc quá sức sinh bệnh tật.

망각(忘却) Quên. ~하다. 의무를 ~하다 quên nghĩa vụ.

망건(網巾) Băng buộc tóc.

망국(亡國) Đất nước bị mất, đất nước không còn tồn tại. ~지탄 nỗi than mất nước.

망그러뜨리다 Đập vỡ, làm hư. 장난감을 ~ làm hư đồ chơi.

망그러지다 Bị vỡ, bị hư. 망그러진 차 cái xe bị hư hỏng.

망극(罔極) Rất buồn, buồn vô hạn. ~지통(之痛) nỗi buồn vô hạn.

망나니 Kẻ mất nết. 에이 ~자식! Cái thằng mất nết.

망녀(亡女) ① Đứa con gái đã mất. ② Con đàn bà mất dạy.

망념(妄念) Suy nghĩ vớ vẩn. =망상.

망대(望臺) Đài quan sát, chòi canh. = 망루(望樓). ~에 오르다 leo lên đài quan sát.

망라(網羅) Bao hàm, bao gồm. ~하다. 모든 문제점을 ~하다 bao chứa tất cả các vấn đề.

망령(妄靈) Lẩm cẩm, hành động không chuẩn xác. ~되다[스럽다] bị lẩm cẩm.

망막(網膜) Võng mạc (mắt). ~염(炎) viêm võng mạc.

망망(茫茫) Mênh mông. ~하다. 망망한 바다 biển mênh mông.

망발(妄發) Hành động hoặc ăn nói không có suy nghĩ. ~하다.

망부석(望夫石) Đá vọng phu, hòn đá vọng phu.

망상(妄想) Mộng tưởng, mơ mộng. ~증 bệnh mộng tưởng

망상(網狀) Hình cái võng.

망상스럽다 Khinh suất, cẩu thả, ẩu.

망설망설 Chần chừ, do dự. ~하다. ~결정을 짓지 못하다 chần chừ không quyết định được.

망설이다 Chần chừ. ~지 않고 không

chần chừ. 갈까 말까 ~ chần chừ không biết nên đi hay không.

망신(亡身) Mất mặt, mất thể diện. ~하다. ~을 당하다 bị mất thể diện.

망신(妄信) Tin vớ vẩn, tin bậy. ~하다.

망실(亡失) Bị mất, mất. ~하다.

망아지 Lừa con, ngựa con.

망양지탄(望洋之歎) Nhìn biển mà than.

망언(妄言) Nói năng mất nết, nói tầm bậy. ~하다. ~다사 hết lòng cảm ơn.

망연자실(茫然自失) Đần người ra, thần người ra, không còn tỉnh táo. ~하다.

망외(望外) Ngoài mong đợi, bất ngờ. ~의 성공 thành công ngoài mong đợi.

망울 Cái máng, cái cục. 젖~ máng sữa.

망정 Còn may, may là. 엄마가 바로 옆에 있었으니까 ~이지 하마터면 아기가 크게 다칠뻔했다 còn may là có mẹ bên cạnh nếu không cháu bé bị thương nặng rồi.

망조(亡兆) Dấu hiệu xấu, điềm dở. ~가 들다 có điềm giở.

망중한(忙中閑) Giải lao, tạm nghỉ.

망지소조하다(罔知所措-) Không biết làm thế nào.

망측(罔測) Hư hỏng, mất nết. ~한 생각 suy nghĩ bậy bạ.

망치다 Hư, hỏng, làm hư, phá hoại. 농산물을 ~ làm hư mùa màng.

망토 Cái áo khoác.

망하다(亡-) Diệt vong. 나라가 ~ đất nước bị diệt vong.

망향(望鄉) Nhớ quê. ~병에 걸리다 mắc bệnh nhớ quê.

망혼(亡魂) Vong hồn. ~을 위로하다 an ủi vong hồn.

맞- Tiếp từ phía trước danh từ, chỉ đối diện. ~부딪치다 đâm thẳng vào nhau. ~서다 đứng đối diện nhau.

맞고소(-告訴) Phản tố, tố cáo lại . ~하다.

맞교대(-交代) Bàn giao, giao ca.

맞다 Đúng, chuẩn, chính xác, không sai. ~는 답 đáp án đúng. 잘~는 시계 chiếc đồng hồ chạy đúng.

맞다 Đón. .....를 따뜻이 ~ nhiệt liệt đón mừng ai. 설을~ đón Tết. 묵은 해를 보내고 새해를 ~ tiễn năm cũ đón năm mới

맞닿다 Gặp nhau, chạm nhau. 땅과 하늘이 ~은 지평선 đường chân trời nơi trời và đất gặp nhau.

맞대면(-對面) Đối diện, gặp mặt nhau. ~하다.

맞대하다(-對-) Chạm trán, đương đầu nhau. ~하고 이야기하다 gặp nhau trực tiếp nói chuyện.

맞돈 Tiền mặt. ~을 내다 trả tiền mặt.

맞들다 ① Nâng nhau lên. ② Cùng hỗ

trợ, hợp tác.

맞바꾸다 Trao đổi lẫn nhau, đổi ngang. 시계와 카메라를 ~ 어 동 바꾸다 đổi đồng hồ và máy ảnh cho nhau.

맞바람 Gió ngược. 배가 ~을 받아 잘 가지 못한다 thuyền bị ngược gió không đi được. ~이 분다 gió ngược thổi.

맞받다 Bị trực diện. 햇빛을 ~ bị ánh sáng mặt trời trực diện chiếu.

맞벌이 Hai vợ chồng cùng đi làm. ~하다. 부부는 ~하다 hai vợ chồng cùng đi làm.

맞보다 Nhìn nhau, nhìn thẳng vào mặt nhau. ~고 웃다 nhìn thẳng vào nhau cười.

맞부딪치다 Va vào nhau, đâm vào nhau, tông nhau. 버스와 트럭이~ xe buýt và xe tải va vào nhau

맞붙잡다 Nắm lấy, cầm lấy.

맞상(-床) Cái bàn đôi. =겸상.

맞상대(-相對) Đối đầu trực tiếp.

맞서다 Đứng đối diện với, gặp phải. 테이블을 사이에 두고 ~ đứng đối viện với nhau qua cái bàn.

맞선 Làm mai, mai mối. ~보다 làm mai.

맞소송(-訴訟) Vụ kiện ngược lại, bị đơn kiện lại nguyên đơn.

맞아떨어지다 Phù hợp, ăn khớp, đúng, chính xác. 계산이 ~ tính toán đúng.

맞이 Đón, tiếp. ~하다. 손님을~ 하다 đón khách.

맞잡다 Nắm lấy nhau

맞추다 Lắp, ráp. 라디오셑을~ lắp radio. 책상에 다리를~ lắp chân bàn.

맞춤 Đặt may (quần áo). ~옷 áo đặt may.

맞춤법(-法) Cách đánh vần, ngữ pháp 한글~ cách đánh vần chữ Hàn quốc.

맞흥정 Sự giao du trực tiếp. ~하다.

맡기다 Gửi, gửi nhờ, để nhờ, nhờ gửi.

맡기다 Nhờ giữ, nhờ bảo quản. 귀중품을~ gửi nhờ đồ quý. 돈을~ gửi nhờ tiền, nhờ giữ tiền giùm.

맡다 Bảo quản. 이 짐을 내가 ~아줄 게 tôi sẽ giữ giùm hành lý này cho.

매 Cái roi. ~를 때리다 đáng bằng roi. ~를 맞다 bị ăn roi, bị đánh đòn.

매-(每) Mỗi. ~일 mỗi ngày. ~달 mỗi tháng.

-매(枚) Cây mai.

매가(買價) Giá mua.

매가(賣價) Giá bán. 이것을~의 반액으로 드리죠 Tôi bán cho anh bằng một nửa giá bán cho người khác vậy.

매개(媒介) Trung gian, môi giới. ~하다. 말라리아는 모기의~로 펴 진다 bệnh sốt rét được truyền qua muỗi.

매관매직(賣官賣職) Mua quan bán chức, nhận hối lộ. ~하다.

매기(每期) Mỗi kỳ, mỗi đợt.

매기다 Đặt, định. 값을~ định giá.

매끄럽다 Trơn, nhẵn, mượt. 매끄러운 표면 bề mặt trơn nhẵn.

매끈하다 Trơn tru.

매나니 Tay trắng, tay không. ~로 bằng tay không.

매너 Cách xử sự, cách cư xử. ~가 좋다 cách hành xử tốt

매너리즘 Cái cũ rích, thói cũ. (mannerism). ~에 빠지다 rơi vào thói cũ.

매년(每年) Mỗi năm, hằng năm. ~ 한 번 mỗi năm một lần.

매니저 Quản lý (manager). 그는 ~가 되었다 anh ta thành người quản lý rồi.

매니큐어 Cắt, sơn, sửa móng tay (manicure) hoặc sơn móng tay. ~하다. 손톱에 ~를 바르다 bôi sơn móng tay.

매다 Cột, buộc, quấn, thắt. 구두끈을~ cột dây giày

매달(每-) Mỗi tháng, hằng tháng. ~두 번씩 mỗi tháng hai lần.

매달다 Treo, mắc. 아무를 나뭇가지에 ~ treo ai lên cành.

매달리다 Bị treo, bị mắc. 허공에~ bị treo vào không trung. 나무에~ bị treo trên

매대기 Làm bẩn, bôi bẩn (bùn hoặc chất bẩn). ~치다 bôi bẩn.

매도(罵倒) Nhục mạ. ~하다. 그는 그녀를 ~했다 anh ta nhục mạ cô ấy.

매듭 Nút, gút. ~을 맺다 thắt nút. ~을 풀다 mở nút.

매듭짓다 ① Thắt nút, gút lại. ② Kết thúc, chấm dứt.

매력(魅力) Sức hút, sức hấp dẫn. 여성적인~ sức hút nữ tính

매료(魅了) Làm lay động lòng người, lấy lòng người, mê hoặc. ~하다. 그의 연설은 청중을 ~시켰다 bài diễn văn của anh ta đã làm mê hoặc lòng người.

매립(埋立) Chôn, vùi, chôn lấp. ~하다. ~지 nơi chôn lấp (rác). 신공항 건설을 위해 바다를 ~하다 lấp biển để xây dựng sân bay mới.

매매(賣買) Mua bán, buôn, buôn bán. ~하다. ~가 잘 되다 buôn bán tốt.

매머드 ① Con voi mamut. ② Chỉ sự đồ sộ, khổng lồ. ~건물 toà nhà khổng lồ.

매명(賣名) Dùng tiền mua danh tiếng. ~하다.

매몰(埋沒) Chôn, vùi, lấp. ~하다. 눈속에 ~되다 bị vùi trong tuyết.

매몰스럽다 Lạnh nhạt, lạnh lùng. 매몰스러운 태도 thái độ lạnh lùng.

매무시 Sự trang điểm, chải chuốt. ~하

다. 단정하게 ~하다 chải chuốt cho chỉnh tề.

매미 Con ve. ~가 울다 ve kêu. ~소리 tiếng ve.

매번(每番) Mỗi lần, lần nào cũng. ~폐를 끼쳐 죄송합니다 lần nào cũng làm phiền thế này xin lỗi anh.

매부(妹夫) Anh hoặc em rể.

매부리 Cái mỏ diều hâu, mỏ chim ưng. ~같은 như mỏ diều hâu

매삭(每朔) Hằng tháng, mỗi tháng.

매상(買上) Sự mua, thu mua. ~하다. 정부의~가격 giá chính phủ thu mua.

매석(賣惜) Gim giá, không bán chờ giá tăng. ~하다.

매설(埋設) Lắp đặt. ~하다. 수도관을~ lắp đặt ống nước.

매섭다 Mãnh liệt, dữ dội, đáng sợ, sắc lạnh. 매서운 공격 (비난) tấn công (phê bình) dữ dội.

매수(買收) Mua vào. ~하다. ~가격 giá mua vào. 토지를 ~하다 mua đất.

매시(每時) Mỗi giờ. ~ 50마일의 속도로 tốc độ mỗi giờ 50 dặm.

매시근하다 Kiệt sức, kiệt quệ.

매씨(妹氏) Cô (em ai đó).

매암돌다 Cứ ở một chỗ, không phát triển. 평사원으로 ~ cứ là nhân viên bình thường mãi.

매연(煤煙) Khói thải. ~공해 ô nhiễm khói thải.

매염(媒染) Nhuộm màu. ~하다. ~료[제] chất tẩy nhuộm.

매운탕(-湯) Món canh cay.

매월(每月) Mỗi tháng, hàng tháng. ~두번 mỗi tháng hai lần.

매이다 Bị cột, bị trói, bị buộc. 소가 나무에~ bò bị cột vào

매인(每人) Mỗi người, mọi người, người người. ~당 tính ra mỗi người.

매일반(--般) Giống nhau cả, như nhau.

매작지근하다 Ấm ấp. =미지근하다.

매장(埋葬) Mai táng, chôn. ~하다. ~비 phí mai táng. ~지 đất mai táng.

매장(埋藏) Chứa đựng trong lòng đất (tài nguyên). ~하다. ~량 trữ lượng.

매장(賣場) Nơi bán, chỗ bán, cửa hàng, siêu thị. 그녀는 화장품 ~에서 일한다 cô ấy làm việc ở cửa hàng bán mỹ phẩm.

매절(賣切) Bị bán hết, bán hết. 매진(賣盡). ~하다. ~되다.

매정스럽다 Lạnh lùng, lạnh nhạt. 매정한 말 lời nói lạnh lùng.

매제(妹弟) Em rể.

매질 Đòn roi, roi vọt. ~하다.

매초(每秒) Mỗi giây. ~ 10미터의 속도로 bằng tốc độ mỗi giây 10 mét.

매축(埋築) Chôn, lấp. =매립.

매출(賣出) Bán ra. ~하다. 특가[염가]~ bán với giá đặc biệt [giá rẻ].

매캐하다 ① Có nhiều khói, đầy khói. ② Đầy mùi mốc.

매콤하다 Cay cay. 매콤한 냄새 mùi cay.

매크로 To lớn, vô cùng lớn. ~ 세계의 thế giới rộng lớn.

매표(賣票) Bán vé. ~하다. ~시간 thời gian bán vé.

매품(賣品) Hàng bán, vật để bán.

매한가지 Cũng vậy thôi, như nhau cả. 오늘 가나 내일 가나 ~다 hôm nay đi hay mai đi cũng như nhau cả.

매형(妹兄) Anh rể.

매혹(魅惑) Mê hoặc, quyến rũ, hấp dẫn. ~하다. 사람을~ mê hoặc người.

매화(梅花) Hoa mai.

맥(脈) Mạch (máu). ~이 빠르다 mạch đập nhanh. ~이 약하다 mạch yếu.

맥보다(脈-) ① Bắt mạch, xem mạch. ② Quan sát, thăm dò.

맥빠지다(脈-) Mệt mỏi, mệt, kiệt sức. 맥빠진 얼굴을 하다 nét mặt mệt mỏi.

맥시 Lớn, nhiều (maxi). ~오더 đơn đặt hàng loại lớn.

맥없다(脈-) Mệt mỏi, chán.

맥풀리다(脈-) Mệt, kiệt sức. =맥빠지다.

맨 Rất, nhất. ~처음 đầu tiên. ~나중에 sau chót.

맨꽁무니 Bàn tay trắng, chẳng có gì. ~로 장사를 시작하다 bắt đầu buôn bán với hai bàn tay trắng.

맨나중 Sau cùng, cuối cùng. 그는 ~에 왔다 anh ta đến sau cùng.

맨둥맨둥하다 Trống trơn, chẳng có gì.

맨몸 Mình trần, trần truồng, người không. ~이 되다 trở nên trần truồng.

맨몸뚱이 Trần truồng. =맨몸.

맨밑 Dưới cùng.

맨바닥 Nền không, nền trần

맨발 Chân không. ~로 다니다 đi chân không.

맨밥 Cơm không. ~을 먹다 ăn cơm không.

맨손 Tay không. ~으로 돌아오다 trở về tay không. ~체조 thể dục tay không.

맨숭맨숭하다 Không có sợi lông nào, trống trơn.

맨아래 Dưới cùng, sau cùng.

맨체스터 Thành phố Manchester.

맴돌다 Quay tại chỗ.

맴맴 Ve ve. 매미가 ~울다 con ve nó kêu veve.

맵다 Cay. 국이 아주 ~ canh cay quá.

맷돌 Cối xay bằng đá. ~질 xay. ~질하다 xay bằng đá.

맹공(猛攻) Tấn công mạnh, tấn công dữ dội. ~하다. ~을 받다 bị tấn công mạnh.

맹렬(猛烈) Mãnh liệt, mạnh mẽ, kịch liệt. ~히 một cách mạnh mẽ, mãnh liệt

맹문모르다 Hoàn toàn không biết gì. ~고 덤벼들다 không biết gì cũng xông vào.

맹문 Mù chữ.

맹문이 Người chẳng hiểu cái gì, chẳng biết cái gì.

맹반격(猛反擊) Phản kích dữ dội. ~하다.

맹성(猛省) Rất tỉnh ra, tỉnh ngộ. ~하다.

맹세 Thề. ~하다. ~를 지키다 giữ lời thề.

맹신(盲信) Tin một cách mù quáng. ~하다.

맹아(盲啞) Câm và mù. ~교육 giáo dục người câm và mù.

맹아(萌芽) Sự mọc mộng, sự nảy mầm, manh nha. 문명의 ~ bắt nguồn của nền văn minh.

맹약(盟約) Hứa hoặc thề một cách nghiêm chỉnh. ~하다.

맹연습(猛練習) Sự luyện tập gian khổ.

맹타(猛打) Đánh mạnh. ~하다.

맹폭(猛爆) Tấn công, oanh tạc dữ dội. ~하다.

맺다 Buộc, cột. 매듭을 ~ cột nút

맺히다 Bị nút, bị gút, bị cột lại. 맺힌 매듭을 풀어야 한다 phải cởi cái nút ra.

머금다 Ngậm. 물을~ ngậm nước

머나멀다 Xa thật là xa, xa ơi là xa. 머나먼 곳 nơi xa thật là xa.

머드 Bùn (mud). ~배스 tắm bùn (mud bath).

머릿골 Xương sọ.

머릿살 Dây thần kinh trong đầu. ~(이) 아프다 đau đầu.

머릿수(-數) Số người, số đầu người. ~를 세다 tính theo đầu người.

머무르다 Trú, ngụ, ở. 주막에~ ngụ ở quán. 친구집에~ ở nhà bạn.

머무적거리다 Ngập ngừng, do dự, dao động. 얼른 대답을 못 하고~ ngập ngừng không trả lời được liền. 결단을 못 내리고 ~ do dự không quyết định được.

머무적머무적 Do dự, ngập ngừng.

먹다 Ăn. 밥을 ~ ăn cơm. 아침을 ~ ăn sáng

먹다 Tốn, tiêu, dùng. 기름을 많이 ~ tốn nhiều dầu.

먹먹하다 Điếc, không nghe gì. 귀가 ~ tai điếc.

먹성(-性) Sự ngon miệng, sự thèm ăn. ~이 좋다 ngon miệng.

먹음직스럽다 Ngon miệng. 먹음 직스러워 보이다 trông ngon miệng.

먹이 Đồ ăn, món ăn, thức ăn, mồi. ~를

주다 cho thức ăn

먹이다 Cho ăn. 소에게 풀을~ cho bò ăn cỏ

먹지(-紙) Giấy than.

먹칠(-漆) Bôi mực, quét mực. ~하다.

먹히다 Bị ăn. 쥐가 고양이한테~ chuột bị mèo ăn thịt.

먼길 Đường xa. ~을 떠나다 lên đường đi xa.

먼나라 Một đất nước xa xôi.

먼눈 Mắt mù, mù.

먼데 Nơi xa. ~서 오다 từ nơi xa đến.

먼동 Rạng sáng phía đông, trời sáng. ~이 트다 trời rạng lên.

먼바다 Biển xa.

먼발치 Nơi xa, đằng xa. ~에서는 ở nơi xa.

먼일 Việc về sau, việc xa sau này. ~을 예상하다 dự tính việc xa sau này.

먼저 Trước tiên, trước hết. ~가다 đi trước.

먼지 Bụi bặm, bụi. ~투성이다 đầy bụi.

멀거니 Thần ra, ngây ra. ~바라보다 nhìn ngây ra.

멀게지다 Trở nên đục, trở nêm mờ. =흙어지다.

멀다 Khoảng cách xa, xa xôi. 먼곳에 ở nơi xa.

멀뚱멀뚱 Thần thờ, ngây ra. ~바라보다 thần thờ nhìn.

멀리 Xa. ~가다 đi xa. ~여행하다 đi du lịch xa.

멀리하다 Tránh xa, cách xa. 못된 친구를 ~ tránh xa bạn hư.

멀미 Nôn, mửa, ọe. ~하다. 배~ say tàu.

멀어지다 Càng xa hơn, trở nên xa.

멀쩡하다 Hoàn chỉnh, trọn vẹn. Đầy đủ, trọn vẹn, hoàn chỉ.

멀찍멀찍 Xa ra, rời ra. ~떨어져 앉다 ngồi cách xa nhau.

멀찍이 Xa, xa ra. ~사이를 두다 giữ khoảng cách xa

멈추다 Ngừng, dừng. 비가 ~ tạnh mưa.

멈칫거리다 Do dự, ngập ngừng, lưỡng lự. 방에 들어서지 않고 ~ ngập ngừng không đi vào phòng.

멈칫멈칫 Ngập ngừng. ~대답을 않다 ngập ngừng không trả lời.

멈칫하다 Dừng gấp lại. 발을~ dừng chân.

멋 Sự hấp dẫn, hay, thú vị. 노래의~ cái hay của bài hát.

멋내다 Làm cho đẹp, làm cho đẹp nên. =멋부리다.

멋대로 Tùy thích, theo ý thích, theo ý mình, tự tiện. ~하다 làm theo ý mình

멋들다 Đẹp, phong độ, thú vị.

멋들어지다 Hay, thú vị, phong độ. 멋들어진 노래 bài hát hay.

멋없다 Chán ngắt, tẻ nhạt, vụng về. ~

는 사람 người không thú vị.

멋쟁이 Chỉ người phong độ, người bảnh bao, đẹp.

멋지다 Sang trọng, đẹp, tuyệt vời. 멋진 물건 một đồ vật rất đẹp

멍 Vết bầm. ~이 들다 bị bầm, có vết bầm

멍들다 Bầm, tụ máu. 눈에 ~ mắt bị bầm

멍석 Tấm thảm rơm. ~을 깔다 trải thảm rơm.

멍청이 Thằng đần, thằng ngu.

멍청하다 Đần, đần độn, dốt. ~이 thằng đần.

멍텅구리 Thằng thần. =멍청이.

멍하니 Thẫn thờ, như người ngớ ngẩn. ~ 앉아 있다 ngồi thần ra.

멍하다 Thần ra, thừ ra, thẫn thờ. 멍한 얼굴 khuôn mặt thẫn thờ.

멍해지다 Trở nên thẫn thờ, trở nên ngây dại.

메 Cái búa, cái vồ, cái vồ lớn. ~메로 치다 dùng búa đập.

메뉴 Menu, thực đơn. ~에 있다 có trong thực đơn. ~를 좀 보여 [갖다]주세요? Cho xem [xin] thực đơn.

메떨어지다 Ngượng ngạo, không thành thục.

메뜨다 Đáng ghét.

메마르다 Cần cỗi, khô cằn (đất). 논바닥이 메말라 쩍쩍 갈라진다 ruộng khô nứt cả ra

메모 Ghi nhớ, nhắn. ~하다. ~용지 tờ giấy ghi nhắn.

메부수수하다 Cục mịch, nhà quê. .

메스껍다 Buồn nôn, lợm miệng. 메스꺼운 냄새 cái mùi khiến buồn nôn.

메슥거리다 Muốn mửa ra, buồn nôn. 속이 ~ trong người cảm thấy buồn nôn.

메시지 Nhắn, thông điệp, thư, bức điện. 축하~를 보내다 gửi điện chúc mừng.

메신저 Người đưa tin, sứ giả.

메아리 Tiếng dội, tiếng vọng lại. ~치다 vọng lại.

메어치다 Vứt qua vai.

메이다 Được quàng vào, được treo. 어깨에 메인 핸드백 cái túi treo trên vai.

메이커 Người làm ra, người chế tạo ra, hãng chế tạo (maker). 자동차 ~ người/hãng chế tại ra xe hơi.

메이크업 Sự hóa trang, đồ trang điểm (make up). ~을 한 남자배우 diễn viên nam đã được trang điểm.

메인 Chủ yếu, thứ chính (main). 이 요리가 오늘밤의~이다 món ăn này là chính của đêm nay.

메주 Hòn bánh đậu làm tương.

메지다 Rời, không dẻo (gạo, bánh). 메

진 쌀 gạo không dẻo.

메질 Đóng, đập, nện bằng búa. ~하다.

메커니즘 Máy móc, cơ cấu, cơ chế. 인체의 ~ tổ chức của cơ thể.

멘델 Nhà thực vật học Gregor Johann Mendel (1822-84).

멘스 Kinh nguyệt (menstruation) (sinh lý).

멘탈테스트 Kiểm tra thần kinh (mental test). ~를 하다 kiểm tra thần kinh.

멜로디 Giai điệu. 아름다운~ một giai điệu đẹp.

멜론 Quả dưa (melon).

멜빵 Dây buộc hành lý trên vai.

멥쌀 Gạo tẻ.

멧닭 Gà rừng.

멧대추 Táo rừng. ~나무 cây táo rừng.

멧부엉이 Con cú núi.

멧새 Chỉ người đần sống lâu ngày trong núi không biết gì.

며 Trợ từ kết nối, và, với. 사과~ 포도 ~ 기타 과일들 táo và trái cây và các loại hoa quả khác.

-며 Trợ từ kết nối, có nghĩa và, với. 울~ 말하다 khóc và nói.

며느리 Con dâu. ~를 보다 chọn con dâu. tìm con dâu

며칠날 Ngày thứ mấy, ngày mồng mấy. 오늘이 ~이냐 Hôm nay ngày mồng mấy?

며칠 ① Ngày thứ mấy, mồng mấy. ② Mấy ngày, vài ngày, một vài ngày.

멱살 Cổ họng, họng. ~을 잡다 nắm lấy cổ ai, bóp cổ. ~움켜쥐다 bóp cổ, siết cổ.

면 Nếu. (으면). 비가 오~ nếu trời mưa. ~되다 nếu .. là được.

면(面) Bề mặt. 해~ mặt biển. 거울 ~ mặt gương.

면구하다(面灸-) Cảm thấy xấu hổ. 그런 일로 표창을 받게 되어~ nhận giấy khen vì việc ấy thì thật xấu hổ.

면담(面談) Gặp mặt nói chuyện, phỏng vấn. ~하다. ...와 직접 ~하다 trực tiếp phỏng vấn/nói chuyện với ai.

면대(面對) Đối diện. ~하다. ~해 앉다 ngồi đối diện.

면도(面刀) Cạo râu. ~하다. ~안한 얼굴 khuôn mặt không cạo râu.

면려(勉勵) Nỗ lực, cố gắng. ~하다.

면류(麵類) Các loại mỳ, thuộc về mỳ.

면류관(冕旒冠) Vòng nguyệt quế, vương miện, mũ của nhà vua. 가시~ vòng nguyệt quế bằng gai.

면면(綿綿) Liên tiếp, liên tục, không ngừng. ~하다.

면면(面面) ① Mọi người, nhiều người. ② Các phương diện, các mặt.

면모(面貌) Diện mạo, khuôn mặt. ~를

일신하다 thay đổi diện mạo.

면목(面目) ① Khuôn mặt, mặt và mũi ② Thể diện, mặt mũi. ~을 잃다 mất thể diện.

면밀(綿密) Tỷ mỹ, kỹ lưỡng, cẩn thận, chi tiết. ~하다. ~히 một cách tỉ mỷ.

면박(面駁) Trách mắng ngay trước mặt. ~하다. ~을 주다 khiển trách ngay tại chỗ. ~을 당하다 bị khiển trách ngay trước mặt.

면방적(綿紡績) Đánh chỉ, se chỉ.

면벽(面壁) Quay mặt vào tường (ngồi thiền, Phật giáo). ~을 하다.

면봉(綿棒) Bông băng, băng gòn.

면부득(免不得) Bất đắc dĩ, không còn cách nào khác. ~하다.

면분(面分) Chơi ở mức chỉ biết mặt. ~이 있다 có biết mặt

면상(面相) Nét mặt, khuôn mặt. 면상이 잘생기다 khuôn mặt đẹp.

-면서 Vừa. vừa.. (chỉ hai sự việc xẩy ra cùng lúc). 술을 마시~ 얘기하다 vừa uống rượu vừa nói chuyện.

면세(免稅) Miễn thuế. ~하다. ~수입품 hàng nhập khẩu miễn thuế.

면소(免訴) Miễn truy tố. ~하다. ~되다 được miễn truy tố.

면수(面數) Số trang (sách).

면식(面識) Biết mặt. ~이 있다 có quen mặt

면양(綿羊緬羊) Con cừu lấy lông.

면업(綿業) Nghề làm bông.

면역(免役) Miễn quân dịch. ~하다.

면역(免疫) Miễn dịch. ~이 되다 trở nên miễn dịch. ~기간 thời gian miễn dịch.

면적(面積) Diện tích. 경작~ diện tích canh tác. 총~ tổng diện tích.

면전(面前) Trước mặt. 그런 일을 ~에서 말하기는 쑥스럽구나 chuyện ấy nói trước mặt ngại lắm.

면접(面接) Phỏng vấn. ~하다. ~시간 thời gian phỏng vấn.

면제(免除) Miễn trừ, miễn. ~하다. 입학금을 ~ miễn tiền nhập học.

면종(面從) Chỉ phục tùng khi trước mặt thôi. ~하다. ~복배 ngoài mặt thì phục tùng trong lòng thì phản bội.

면죄(免罪) Miễn tội. ~하다. ~되다 được miễn tội.

면지(面紙) Tờ bìa.

면직(免職) Miễn chức, bãi nhiệm chức vụ. ~하다. ~되다 bị miễn chức.

면책(面責) Trách móc trực tiếp. ~하다.

면치레(面-) Giữ thể diện. ~하다.

면포(綿布) Vải bông.

면하다(免-) Tránh được, tránh. 위기를 ~ tránh được nguy cơ.

면하다(面-) Nhìn ra, hướng tới. 큰길에 면한 집 nhà ngoảnh ra đường lớn.

면학(勉學) Chăm học. ~하다. ~분위기 phong trào học chăm chỉ.

면허(免許) Sự cho phép, đồng ý. ~가 있는 có sự đồng ý.

면허증(免許證) Giấy phép. 가 ~ giấy phép tạm thời.

면회(面會) Gặp mặt, gặp. ~하다. ~를 신청하다 xin gặp.

멸망(滅亡) Diệt vong. ~하다.

멸시(蔑視) Miệt thị, coi thường. ~하다. ~당하다 bị coi thường.

멸종(滅種) Diệt chủng. ~위기에 빠지다 rơi vào nguy cơ diệt chủng.

멸치 Cá cơm, cá con.

멸하다(滅-) Tàn phá, phá hủy, khử. 적을 ~ diệt địch.

명(名) Lượng từ (người). 사람 30~ 30 người. 한 ~ một người.

명(命) Tính mạng, sinh mệnh. ~이 길다 tính mạng còn dài, mạng còn dài.

명견만리(明見萬里) Nhìn thấu vạn dặm, chỉ người có khả năng phán đoán.

명경지수(明鏡止水) Gương trong và nước sạch, trong sáng. ~와 같다 sáng như gương.

명궁(名弓) Người bắn cung giỏi, xạ thủ giỏi.

명기(名器) Một đồ vật quý.

명기(明記) Ghi rõ, chép rõ. ~하다. 규칙에 ~된 바와 같이 như đã ghi rõ trong quy định

명년(明年) Năm tới, năm sau.

명단(明斷) Phán đoán chính xác. ~을 내리다 đưa ra một phán đoán chính xác.

명담(名談) Câu nói nổi tiếng, câu nói hay. 그것은 ~인데 đó là câu nói nổi tiếng.

명답(名答) Câu trả lời rõ ràng, minh bạch. ~하다.

명당(明堂) Chính điện của nhà vua.

명도(明渡) Chuyển nhượng, nhượng, trả. ~하다. ~를 요구하다 yêu cầu nhượng đất.

명동(鳴動) Chấn động ầm ầm, kêu ầm ầm.

명랑(明朗) Sáng sủa, trong trẻo, rõ ràng, trong sáng, thông minh.

명령(命令) Mệnh lệnh. ~하다 ra lệnh.

명론(名論) Lý luận xuất sắc.

명료(明瞭) Rõ ràng, phân minh. ~하다. ~하게 một cách rõ ràng.

명망(名望) Tiếng tăm, danh tiếng. ~이 있는 có danh tiếng

명맥(命脈) Mạng sống. ~을 유지하다 duy trì mạng sống.

명멸(明滅) Lập loè, lúc sáng lúc tắt. ~하다. ~하는 등불 ánh đèn lập lòe.

명명(命名) Đặt tên. 그 배는 퀸이라고 ~

되었다 con thuyền ấy được đặt tên là Queen.

명명백백(明明白白) Rõ ràng. ~하다. = 명백.

명모(明眸) Cặp mắt sáng và đẹp. ~호치 cặp mắt sáng và hàng răng đẹp.

명문(名文) Tác phẩm hay, một quyển sách quý. ~이다 là tác phẩm hay.

명문(明文) Ghi rõ, chép rõ. ~화하다 ghi rõ ra bằng giấy tờ.

명민(明敏) Sự thông minh sắc sảo. ~하다. 그의 동생은 두뇌가 ~하다 đầu óc của em anh ta không minh sắc sảo

명백(明白) Rõ ràng. ~하다. ~히 một cách rõ ràng. ~한 사실 một sự thật rõ ràng.

명부(名簿) Danh sách, sổ đăng ký. =명단. 신입생~ danh sách sinh viên mới.

명분(名分) Danh phận, danh dự, tư cách. ~이 안 서는 행동 hành động không đúng với tư cách.

명상(瞑想) Nhắm mắt suy nghĩ, trầm ngâm suy nghĩ. ~하다. ~생활 cuộc sống trầm ngâm.

명색(名色) Danh nghĩa, tên gọi. =명목. ~만의 chỉ về mặt danh nghĩa.

명석(明晳) Thông minh, sáng suốt. ~하다. ~치 못한 không thông minh.

명성(名聲) Danh tánh, tên tuổi. ~있다 có tên tuổi. ~이 높다 có tiếng tăm.

명세(明細) Chi tiết, cụ thể. ~하다. ~한 보고서를 만들다 làm một báo cáo chi tiết.

명시(明示) Ghi rõ, chép rõ. ~하다. ~하지 않은 không ghi rõ.

명시(明視) Nhìn rõ. ~하다. ~거리 cự ly nhìn rõ.

명승고적(名勝古跡) Danh lam thắng cảnh, di sản nổi tiếng.

명안(名案) Sáng kiến hay, phương án hay. ~이 떠오르다 nghĩ ra một phương án hay.

명암(明暗) Ánh sáng và bóng tối. ~도 mức sáng tối, độ sáng tối.

명약관화(明若觀火) Rõ như đốt đèn, rõ như ban ngày. ~하다.

명언(明言) Nói rõ ràng. ~하다.

명역(名譯) Dịch rõ ràng. ~하다.

명일(命日) Ngày giỗ, ngày kị.

명작(名作) Danh tác, một tác phẩm nổi tiếng. 근래 최고의~ tác phẩm hay nhất thời gian gần đây.

명장(名匠) Người thợ giỏi.

명장(名將) Danh tướng, người chỉ huy giỏi.

명저(名著) Quyển sách hay, kiệt tác.

명절(名節) Ngày lễ, ngày tết. ~을 맞다 đón lễ. ~을 쇠다 nghỉ lễ. 구정은 베트남의 제일 큰 ~이다 Tết là ngày lễ lớn nhất tại Việt Nam.

명주(銘酒) Rượu nổi tiếng.
명징(明澄) Chứng cứ rõ ràng. ~하다.
명찰(名札) Thẻ tên, bảng tên. ~을 달다 treo bảng tên.
명찰(明察) Sâu sát, hiểu rõ. ~하다.
명철(明哲) Khôn ngoan, sắc sảo, sự thông minh. ~하다.
명치 Ức, chỗ lõm dưới ngực. 화살이 ~에 맞다 mũi tên bắn trúng ức.
명칭(名稱) Tên gọi, danh xưng. 법률상의 ~ tên gọi về mặt pháp luật. ~을 바꾸다 thay đổi tên gọi.
명콤비(名-) Sự phối hợp, sự kết hợp. ~를 이루다 thành một cặp đôi hay.
명쾌(明快) Thoải mái, rõ ràng. ~하다. ~하게 một cách thoải mái. ~한 답변 trả lời thoải mái.
명토(名-) Chỉ ra, vạch ra. ~(를) 박다 chỉ ra, vạch ra.
명품(名品) Kiệt tác, tác phẩm có tiếng.
명필(名筆) Nét chữ đẹp hoặc người viết đẹp. 그는 상당한 ~이다 anh ta là người viết chữ khá đẹp.
명하다(命-) ① Ra lệnh, lệnh cho. 퇴장을~ ra lệnh rời sân. 즉시 귀가할 것을 ~ ra lệnh ra về ngay ② Chỉ định.
명현(名賢) Sáng sủa và thông minh, hoặc người sáng sủa thông minh. .
명확(明確) Rõ ràng, chính xác, tính cụ thể. ~하다. ~히 một cách chính xách.
명후년(明後年) Năm sau nữa.
명후일(明後日) Ngày mốt.
몇 Mấy, vài, một vài (số lượng). ~년 후에 mấy năm sau. 50 ~달러 năm mươi mấy đôla.
몇 가지 Mấy loại. 그건~나 있습니까? Cái đó có mấy loại?
몇몇 Một vài, mấy. ~사람 vài người.
몇번(-番) Số mấy? 당신은 ~입니까? Anh số mấy?
몇시(-時) Mấy giờ? ~에? Vào lúc mấy giờ? ~까지? Trước mấy giờ?
몇해 Mấy năm. ~동안이나 trong vòng nhưng mấy năm.
모 Mạ. ~를 심다 cấy mạ. ~판 ruộng mạ, nơi ươm mạ.
모 Góc. 세~ ba góc. 네~ bốn góc.
모(母) Mẹ, lớn. ~회사 công ty mẹ.
모(某) Nào đó. ~사람 người nào đó. 김~씨 anh Kim gì đó, Kim nào đó.
모가지 Cái cổ. ~가 달아나다 mất cổ, bị sa thải. ~를 자르다 chặt cổ, bị sa thải.
모가치 Phần. =몫.
모경(暮景) Cảnh chiều tà.
모계(母系) Mẫu hệ. ~가족 gia đình mẫu hệ. ~사회 xã hội mẫu hệ. ~친척 thân thích bên mẹ.
모계(謀計) Mưu kế. ~를 꾸미다 tìm

kế. 적의 ~에 빠지다 mắc mưu kế của địch.

모교(母校) Trường cũ. ~를 찾아가다 tìm về trường cũ.

모국(母國) Mẫu quốc, nước mẹ, tổ quốc. ~을 방문하다 thăm tổ quốc, về thăm quê hương.

모권(母權) Mẫu quyền. ~사회 xã hội mẫu quyền

모근(毛根) Chân tóc. ~을 이식하다 cấy chân tóc.

모금 Ngụm (nước), hơi (thuốc lá). 한 ~ một ngụm. 한 ~마시다 uống một ngụm nước.

모금(募金) Gom tiền, quyên góp tiền. ~운동 cuộc vận động quyên góp tiền. ~함 thùng quyên góp. 그들은 고엽제 환자를 위해~했다 họ đã quyên tiền cho nạn nhân chất độc màu da cam.

모기 Con muỗi. ~떼 đàn muỗi, bầy muỗi. ~가 물다 muỗi cắn.

모기둥 Một cây cột có góc cạnh.

모기장(-帳) Màn, mùng che muỗi. ~을 치다 móc màn. ~안에서 자다 ngủ trong màn.

모깃불 Khói, lửa xông muỗi. ~을 피우다 đốt lửa xông muỗi.

모나다 ① Góc cạnh. 모난 얼굴 khuôn mặt góc cạnh. ② Hư, hư hỏng.

모나리자 Nhân vật Mona Lisa trong bức họa của Davince.

모내기 Sự gieo mạ. ~하다. =모내다. ~철 mùa cấy lúa.

모내다 Gieo mạ.

모녀(母女) Mẹ và con gái. ~간 giữa mẹ và con gái.

모년(某年) Năm nào đó. ~모월 모시 năm nào tháng nào ngày nào đó.

모노레일 Đường (xe lửa) một ray (monorail). ~로 가다 đi bằng monorail.

모당(母堂) Mậu đường. =대부인.

모더니스트 Người hiện đại, người luôn theo mốt (modernist).

모더니즘 Chủ nghĩa tân thời, chủ nghĩa mốt. (modernism)

모던 Mốt, thời trang. ~걸[보이] cô gái [chàng trai] theo chủ nghĩa mốt.

모델 Hình mẫu, mẫu, kiểu mẫu. 를 ~ 하여 lấy.. làm mẫu.

모뎀 Modem máy tính.

모독(冒瀆) Làm hư hỏng, làm bẩn, làm xấu. ~하다.

모두(冒頭) Mào đầu, ban đầu. 연설의 ~에 mào đầu của lời diễn văn.

모듈 Module.

모든 Toàn bộ, tất cả. ~사람 tất cả mọi người. ~경우에 trong tất cả các trường hợp.

모들뜨기 Ngã, nghiêng ngửa.

모뜨다 Học theo, bắt chước. 아무의 행동을~ học theo hành động của ai đó.

모랄 Luân lý, đạo đức. =도덕

모래 Cát. ~가 많다 nhiều cát. ~가 눈에 들어가다 cát vào trong mắt. ~위를 걷다 đi trên cát.

모래강변(-江邊) Bờ sông bằng cát.

모래집 Túi ối. ~물 nước ối (y học).

모레 Ngày kia. ~아침 sáng ngày kia.

모로 ① Xiên, xéo, nghiêng. ~자르다 cắt xiên. ~보다 nhìn xiên. ② Bên cạnh, cạnh.

모로코 Marốc. ~사람 người Marốc.

모루 Cái đe bằng sắt để gõ đá.

모르다 Không biết, không hiểu. ~는 곳 chỗ không biết.

모르면모르되 Có thể là tôi đoán sai, có thể là. ~ 50은 넘었을 게다 chắc là anh ta ngoài 50 rồi.

모르쇠 Cái gì cũng nói không biết, biết cũng nói không mà không biết cũng nói không.

모르타르 Hồ, hồ xi măng. ~를 바른 trát hồ.

모르핀 Chất morphine. ~주사 tiêm morphine.

모른체하다 Giả làm ra vẻ không biết. ~지 마세요 Đừng có giả vờ không biết.

모름지기 Nói gì thì nói, nhất định, phải. ~네 가족을 돌봐야 한다 nhất định là cậu phải chăm sóc gia đình cậu.

모리(謀利) Mưu lợi. ~하다. ~배 bọn mưu lợi.

모멘트 Động cơ, căn cứ (moment).

모면(謀免) Tránh mặt, lẩn tránh. ~하다. ~할 수 없는 không thể lẩn tránh.

모멸(侮蔑) Sự khinh bỉ, coi thường. ~하다. ~적인 눈빛 ánh mắt khinh bỉ.

모모(某某) Nào nó, ai đó. =아무아무. ~인(人) người nào đó.

모모한(某某-) Nổi tiếng, trứ danh. ~인사 nhân vật nổi tiếng.

모물(毛物) Hàng lông, đồ bằng lông thú.

모방(模倣) Mô phỏng, học theo, bắt chước. ~하다. ~하여 만들다 làm theo mô phỏng, bắt chước làm.

모범(模範) Mô phạm, gương mẫu, tấm gương, kiểu mẫu. ~적인 có tính mô phạm.

모병(募兵) Sự tuyển mộ (tân binh). =징병. ~하다.

모사(毛絲) Sợi lông. ~로 양말을 짜다 đan tất bằng sợi lông.

모사(謀士) Mưu sĩ. 정계의 ~ mưu sĩ chính trị.

모사(謀事) Mưu sự, âm mưu. ~하다.

~는 재인이요 성사는 재천 Mưu sự tại nhân, thành sự tại thiên.

모사(模寫) Bản sao. ~하다.

모사탕(-砂糖) Đường miếng. =각설탕.

모살(謀殺) Mưu sát. ~하다. ~범 tội phạm mưu sát. ~사건 vụ mưu sát.

모살미수(謀殺未遂) Mưu sát không thành. ~하다.

모성애(母性愛) Tình mẹ con.

모션 Tư thế, động tác (motion). 모션을 취하다 làm động tác, ra dáng.

모순(矛盾) Mâu thuẫn. 말의~ mâu thuẫn của lời nói. ~되다 trở nên mẫu thuẫn.

모시다 Mời. 의사를 집으로 ~ mời thầy thuốc về nhà.

모시다 Đối xử tốt, đối xử cung kính, tôn trọng. 손님을 잘~ phục vụ khách tốt.

모야(暮夜) Đêm tối.

모양 Hình, kiểu, dáng, hình dạng.

모어(母語) Tiếng mẹ đẻ. =모국어.

모여들다 Gom góp, thu gom, tụ tập. 주위에~ gom xung quanh lại.

모욕(侮辱) Chửi mắng, nhục mạ. ~하다. ~을 당하다 bị chửi bới. ~을 참다 chịu đựng nhục mạ.

모유(母乳) Sữa mẹ. ~로 기르다 nuôi bằng sữa mẹ. ~로 자란 아이 đứa bé lớn lên bằng sữa mẹ.

모으다 Gom, góp, tập trung. 군인을~ tập trung quân lính. 기부금을~ gom tiền ủng hộ.

모으다 Tập trung lại, gom lại, gọi mọi người lại. 일꾼을 ~ tập trung công nhân.

모음(母音) Mẫu âm, nguyên âm. 단~ nguyên âm đơn. 이중~ nguyên âm đôi.

모의(模擬) Mô phỏng, học theo, bắt chước. ~국회 quốc hội mô phỏng.

모임 Cuộc họp, buổi gặp mặt. ~에 나가다 đi họp. ~이 있다 có cuộc họp. 동네~ họp xóm.

모자(母子) Mẫu tử, mẹ và con. ~의 정 tình mẫu tử. ~보건법 Luật bảo vệ sức khoẻ bà mẹ và trẻ em.

모자(帽子) Mũ. ~테 vành mũ. ~를 쓰다 đội mũ. ~를 벗다 cởi mũ. 테 넓은 ~ mũ rộng vành. ~를 벗고 인사하다 cởi mũ chào.

모자라다 Thiếu, không đủ. 돈이 ~ thiếu tiền. 식량이 ~ thiếu lương thực.

모정(慕情) Sự nhớ thương. 어머니와 자식에 대한 ~ tình cảm nhớ thương giữa mẹ và con.

모조(模造) Làm giả, bắt chước rồi chế tạo. ~하다. ~가죽 giả da. ~금(金)

vàng giả.

모조리 Tất cả, không trừ một ai. ~가져 가다 mang đi cả. ~검거하다 bắt giữ tất cả.

모종 (-種) Hạt giống, giống cây. ~내다 gieo hạt. 꽃~가꾸기 trồng hoa.

모지다 Có góc cạnh, có cạnh sắc, vuông góc.

모지라지다 Mài mòn, mòn, rách nát.

모지랑붓 Ngòi bút mòn, ngòi bút cùn.

모집다 Nêu ra, chỉ ra, vạch ra. 남의 허물을~ chỉ ra chỗ sai của người khác.

모채(募債) Cho vay. ~하다. ~액 số tiền cho vay. ~조건 điều kiện cho vay.

모처(某處) Một nơi nào đó. 시내~에서 một nơi nào đó trong thành phố.

모처럼 Lâu lắm rồi, như mong muốn. ~좋은 날씨 lâu rồi trời mới đẹp thế này.

모체(母體) Cơ thể người mẹ, chủ thể. ~보호를 위해 để bảo vệ cơ thể mẹ.

모춤 Một bó mạ, một búi lúa non. =농업.

모친(母親) Mẫu thân. ~상 tang mẫu thân, (mẹ). ~상을 당하다 chịu tang mẹ.

모퉁이 Chỗ rẽ, khúc quẹo. ~의 가게 cửa hàng chỗ khúc quẹo. ~를 돌아서 셋째 집 san chỗ rẽ nhà thứ 3.

모포(毛布) Cái mền, chăn.

모표(帽標) Biểu tượng gắn lên mũ.

모피(毛皮) Bộ da và lông thú. ~외 투를 입은 부인 người phụ nữ mặc cái áo lông. ~목도리 khăn lông.

모필(毛筆) Cây bút lông.

모함(謀陷) Mưu hại, bày mưu hại. ~하다. ~에 빠지다 bị mắc mưu hại.

모해(謀害) Mưu hại. ~하다. ~를 당 하다 bị mưu hai.

모험(冒險) Mạo hiểm. ~하다. ~적인 có tính chất mạo hiểm. ~을 즐기는 사람 người thích mạo hiểm

모호하다(模糊-) Mơ hồ, không rõ ràng. ~하게 một cách mơ hồ. ~게 대답하다 trả lời một cách mơ hồ. 모호한 태도를 취하다 có thái độ không rõ ràng.

목 Cái cổ. 긴~ cổ dài. ~을 매다 treo cổ. ~이 잘리다 cắt cổ. ~을 내밀다 thò cổ ra

목(目) ① Hạng mục. ② Mục, nhóm (chia động thực vật).

목간(沐間) Sự tắm, phòng tắm. ~하다 tắm. ~하러 가다 đi tắm.

목걸이 Dây chuyền, dây đeo cổ. 진주 ~ dây chuyền ngọc trai. ~를 달다 đeo vòng cổ.

목검(木劍) Kiếm gỗ.

목공(木工) Thợ mộc. ~기계 máy thợ mộc. ~선반 máy bào thợ mộc. ~품

đồ mộc.

목관(木棺) Quan tài bằng gỗ.

목관(木管) Ống gỗ.

목구멍 Cổ họng. ~이 아프다 đau cổ họng. ~이 포도청 「tục ngữ」 Cái cổ họng là nhà giam, bần cùng sinh đạo tặc, đói đâm ra hư hỏng. ~이 막히다 cổ bị nghẹn.

목도(目睹) Mục kích, nhìn thấy, chứng kiến. =목격(目擊).

목도리 Khăn choàng, khăn choàng cổ.

목돈 Món tiền lớn. ~으로 백만원 số tiền là một triệu wôn.

목돌림 Bị đau họng.

목례(目禮) Cái gật đầu, sự cúi đầu (chào). ~하다. ~를 주고 받다 cúi đầu chào nhau.

목록(目錄) ① Mục lục. ~에 있다 có trong mục lục. ② Danh mục.

목마르다 ① Khát nước, cảm thấy khát. 탈듯이 ~ khát cháy cổ họng. ② Mong muốn, ước mong. ~게 기다리다 chờ khô cả cổ.

목말 Cõng trên vai. ~타다 cõng trên vai. ~태우다 chất trên vai. ~을 태우고 걷다 cõng ai trên vai đi.

목매다 ① Chẹn cổ. 수건으로 ~어 죽이다 dùng khăn chẹn cổ giết chết. ② Tự treo cổ. 나뭇가지에 ~ treo cổ trên cành cây.

목메다 Nghẹn, nghẹn ngào (khóc). 목메인 소리로 bằng giọng ngẹn ngào.

목비 Mưa rơi khi gieo hạt.

목사(牧師) Mục sư. ~가 되다 trở thành mục sư. 그는 ~다 anh ta là mục sư.

목상(木像) Tượng gỗ.

목소리 Giọng nói, giọng. 고운~ giọng nói ngọt ngào. 맑은 ~ giọng nói trong trẻo.

목수(木手) Thợ mộc. ~일 việc làm mộc.

목수(木髓) Lõi cây, ruột cây.

목숨 Sự sống, mạng sống. ~이 끊어지다 chết, tắt thở. ~이 붙어 있다 gắn liền với mạng sống.

목쉬다 Bị khan tiếng, khản giọng. 목쉰 소리 giọng khản tiếng.

목욕(沐浴) Tắm, tắm rửa. ~하다. ~하러가다 đi tắm. ~시키다 tắm cho ai đo, cho đi tắm.

목운동(-運動) Vặn cổ, lắc cổ.

목적(目的) Mục đích. ~이 없다 không có mục đích. 공동의~ mục đích chung.

목적지(目的地) Nơi mình muốn đến. ~지에 도달하다 đến nơi mình muốn đến.

목전(目前) ① Trước mắt. ② Trước mắt.

목젖 Lưỡi gà trong cổ họng, cục thịt

trong cổ họng.

목제(木製) Làm bằng gỗ. ~품 đồ làm bằng gỗ. 이 책상은 ~이다 cái bàn này làm bằng gỗ. ~인형 búp bê gỗ.

목조(木造) Bằng gỗ. 그의 집은 ~다 cái nhà ấy bằng gỗ.

목차(目次) Mục lục.

목책(木柵) Hàng rào gỗ.

목청 ① Thanh quản. ② Giọng nói. ~이 좋다 giọng nói hay.

목초(牧草) Cỏ, bãi cỏ, đồng cỏ. 그들은 ~를 찾아 가축과 함께 이동한다 họ tìm đồng cỏ và di chuyển cùng với bầy gia súc.

목축(牧畜) Nghề chăn nuôi. ~하다. ~업 nghề chăn nuôi.

목측(目測) Đo bằng mắt, ước bằng mắt. ~하다. 아무의 신장을 ~하다 ước chiều cao cơ thể bằng mắt.

목침(木枕) Cái gối bằng gỗ.

목탁(木鐸) ① Cái mõ. ~을 두드리다 gõ mõ. ② Người hướng dẫn.

목표(目標) Mục tiêu. ~하다 đặt mục tiêu. …을 ~로 하다 lấy cái gì đó làm mục tiêu.

목하(目下) Bây giờ, hiện thời, hiện nay.

몫몫이 Mỗi phần, từng phần. ~공평히 나누다 chia từng phần bằng nhau.

몰각하다(沒却-) ① Dẹp bỏ, bỏ, huỷ. ② Sự bỏ qua, coi thường.

몰골 Hình thức, hình hài, bề ngoài. ~사납다 bề ngoài trông đáng sợ.

몰교섭(沒交涉) Không liên quan đến, không can thiệp vào.

몰다 ① Lùa, chăn. 소를 ~ lùa bò. ② Lái xe. 자동차를 ~lái xe ③ Đuổi, săn.

몰두(沒頭) Vùi đầu. ~하다. 공부에 ~하다 vùi đầu vào học.

몰라보다 Nhận không ra, nhìn không ra. 몰라볼만큼 변하다 thay đổi đến mức nhận không ra.

몰락(沒落) Huỷ diệt, phá sản, tiêu tan. ~하다. 집안의~ gia đình tan nát. 로마 제국의~ sự tan rã của đế quốc Roma. ~시키다 làm cho hư hỏng.

몰래 Một cách bí mật, người khác không biết, vụng trộm, lén lút. ~도망 가다 bỏ trốn.

몰려가다 Lùa ra, dồn ra. 소가 외양간으로 ~ bò bị lùa ra khỏi chuồng.

몰려나다 Đuổi, trục xuất, tống ra. 회사에서~ bị đuổi khỏi công ty.

몰려들다 Tập trung, dồn tới. 방 안으로 ~ dồn vào trong phòng.

몰려오다 Ùa tới. 우르르~ ùn ùn ùa tới. 사방에서 ~ từ bốn phía ùn ùn ùa tới.

몰리다 ① Dồn, chất, ứ. 일이 ~ dồn việc. ② Bị đuổi, bị dồn.

몰상식(沒常識) Hoàn toàn thiếu tri thức thông thường. ~하다.

몰수(沒收) Sự tịch thu, thu. ~하다. ~되다 bị tịch thu. 재산을~하다 tịch thu tài sản.

몰아(沒我) Quên mình. ~의 경지 trận đấu quên mình.

몰아내다 Đuổi ra, đuổi đi. 교장 자리에서~ bị đuổi khỏi vị trí hiệu trưởng.

몰아넣다 Dồn, ép, đuổi. 방안으로 ~ dồn vào phòng.

몰아대다 Thúc dục, thúc ép. 돈 내라고 ~ thúc trả tiền. 일을 빨리 하라고 ~ thúc làm nhanh lên.

몰아받다 Nhận, tiếp nhận tất cả.

몰아붙이다 Dồn qua một bên. 서류를 책상 한 편에 ~ dồn tài liệu sang một góc bàn.

몰아세우다 Bắt, ép.

몰아치다 Dồn tới, dồn về. 바람이 ~는 언덕 ngọn đồi gió thổi dồn/ nhiều gió.

몰인정(沒人情) Không có tình cảm, không có tình người. ~하다. ~한 사람 kẻ không có tình người. ~한 짓을 하다 làm cái trò không có tình người.

몰입(沒入) Sự say mê miệt mài, sự tận tình. ~하다. 일에~하다 say mê công việc.

몰지각(沒知覺) Không nhận thức được, không biết. ~하다.

몰취미(沒趣味) Không có sở thích, không có thích thú gì. ~하다. ~한 사람 người không có sở thích.

몸 Cơ thể, vóc dáng, sức khoẻ, mạng sống. ~이 크다 to người.

몸가짐 Thái độ, phẩm hạnh, hành động vv. ~을 조심하다 hành động cẩn thận. ~이 얌전하다 thái độ hiền lành.

몸값 ① Giá trị của con người, giá chuyển nhượng cầu thủ, vận động viên. ② Số tiền thế chấp người để vay.

몸꼴 Vóc dáng, hình thể. ~이 건장한 vóc dáng khoẻ mạnh.

몸나다 Mập ra, béo lên.

몸닦달 Tự rèn mình. ~하다.

몸단장(-丹粧) Trang điểm cơ thể, chỉnh sửa lại trang phục tư thế. ~하다.

몸달다 Sốt sắng, háo hức. 실패는 그를 몹시 ~게 했다 thất bại càng làm cho anh ta quyết tâm hơn.

몸담다 Làm việc, gắn bó. 그는 부 동산업에 ~고 있다 anh ta đang gắn bó với việc buôn bán bất động sản.

몸두다 Ở, sống, trú. 몸둘 곳이 없다 không có chỗ nương thân

몸매 Vẻ đẹp cơ thể, vóc dáng, dáng

người, thân hình. 날씬한 ~ một thân hình thon thả.

몸보신(-補身) Bổ cho cơ thể. ~하다. ~약 thuốc bổ cho cơ thể.

몸부림 ① Lắc mình, rung mình. ~하다[치다]. ② Trằn trọc, quay bên này bên kia.

몸살 Mỏi mệt. ~이 나다 bị mỏi mệt. ~풀이 hết cơn mỏi mệt.

몸서리 Sự rùng mình. ~나다[치다]. 듣기만 해도~나다 nghe cũng rùng mình rồi.

몸쓰다 Sợ, sợ sệt.

몸져눕다 Bị nằm liệt giường.

몸조리(-調理) Chăm sóc sức khoẻ, làm cho phục hồi sức khoẻ.

몸조심(-操心) Cẩn thận sức khỏe. ~하다.

몸주체 Làm chủ cơ thể. 늙어서 자기~를 못하다 già rồi không làm chủ cơ thể được.

몸집 Cơ thể, tầm vóc, tướng vóc. ~이 크다 to con, đô con.

몸차림 Ăn mặc. ~하다. 깨끗한 ~ ăn mặc sạch sẽ. ~을 단정하게 하다 ăn mặc chỉnh tề.

몸치장(-治粧) Sự ăn mặc, cách ăn mặc. ~하다.

몹시 Rất, quá (chỉ mức độ). ~가난하다 rất nghèo. ~바쁘다 rất bận

몹쓸 Xấu, hư hỏng, ác. ~ 놈 thằng độc ác. ~ 짓 cái trò độc ác.

못 Cái hồ. ~을 파다 đào ao. ~을 메우다 lấp ao.

못나다 ① Ngu dốt. 못난 짓을 하다 làm cái trò ngu dốt. ② Xấu xí. 얼굴이 ~ khuôn mặt xấu.

못난이 Chỉ người ngu dốt, người xấu xí, người nhát gan.

못내 Mãi mãi, vĩnh viễn. ~잊지 못하다 mãi mãi không thể quên được.

못되다 Chưa xong. 일이 아직 ~ việc vẫn chưa xong.

못되다 Hư hỏng, mất nết. 못된 놈 thằng mất nết. 못된 짓 hành động hư hỏng.

못마땅하다 Không thỏa mãn, không vừa lòng, khó chịu. 못마땅한 말 lời nói khó nghe.

못박히다 Nằm sâu, đóng sâu vào. 가슴에 ~ khắc sâu vào trong tim.

못본체하다 Giả vờ không nhìn thấy, giả không nhìn thấy, bỏ qua.

못살게굴다 Làm cho ai khó sống, quấy nhiễu ai, làm khó ai. 그녀는 며느리에게 ~ bà ấy làm khó con dâu.

못살다 ① Không sống được. ② Nghèo khó. 못사는 사람 người nghèo.

못생기다 Xấu xí. 못생긴 남자 người đàn ông xấu xí. 얼굴이 ~ khuôn mặt xấu.

못쓰다 ① Hư hỏng, mất nết. ② Không xài được, hư hỏng.

못자리 Xuống mạ, sự gieo hạt. ~하다 gieo hạt.

못지않다 Không kém, không thua, ngang bằng. 그는 나에 ~게 힘이 세다 anh ta khỏe chẳng kém tôi

못질 Sự đóng đinh. ~하다.

-못하다 Không thể, không có khả năng. 가지~ không thể đi được.

못하다 Không. 물이 맑지 ~ nước không trong. 그는 유능하지~ anh ta không được tài giỏi.

몽골 Mông Cổ. ~사람 người Mông Cổ. 내[외]~ Nội (ngoại) Mông.

몽구리 ① Cái đầu trọc. ② Đùa, nhạo nhà sư, thầy chùa.

몽글리다 Rèn luyện, thử thách.

몽둥이 Cây gậy, roi. ~를 주다 đánh, cho roi gậy. ~로 때려죽이다 đánh chết bằng gậy.

몽둥이세례(-洗禮) Đánh bằng gậy. ~를 주다 đánh bằng gậy. ~를 받다 bị đánh bằng gậy.

몽따다 Giả vờ, giả bộ. 그는 사실을 알면서도 ~고 되물었다 anh ta biết sự việc còn giả vờ không biết hỏi lại.

몽땅 Tất cả, toàn bộ. ~ 털리다 giũ tất cả ra, đưa ra tất cả. ~가져가다 đưa đi rất cả.

몽롱하다(朦朧-) Mơ hồ, mơ màng. ~게 một cách mông lung. ~게 보이다 nhìn một cách mờ mờ. 의식이 ~ nhận thức mờ mờ.

몽실몽실 Đầy đặn, phúng phính. ~하다. ~한 몸 cơ thể phúng phính.

몽짜 Sự tham lam, tham hiểm. ~를 부리다 giở trò tham hiểm.

몽치 Gậy, dùi cui. ~로 때리다 đánh bằng gậy. ~로 얻어맞다 bị đánh bằng gậy.

몽환(夢幻) Mộng tưởng, ảo mộng. ~곡 khúc ảo mộng.

뫼 Mộ, miếu. ~를 파내다 đào mộ. ~를 쓰다 làm mộ, làm miếu.

묘(卯) Con thứ 4 trong 12 con giáp, con mèo, mão. ~시 giờ mão.

묘(墓) Ngôi mộ.

묘(妙) Kỳ diệu, kiệu kỳ. 조화의~ sự kỳ diệu của tạo hóa.

묘계(妙計) Diệu kế. =묘책(妙策).

묘망(渺茫) Mênh mông, bao la. ~하다.

묘목(苗木) Cây non, cây giống. ~을 심다 trồng cây non. 서리로 인해 ~이 죽었다 cây giống chết hết vì sương muối.

묘방(妙方) ① Diệu sách, diệu kế. ② Phương thuốc kỳ diệu.

묘법(妙法) Kế sách hay, diệu kế.

묘비(墓碑) Bia mộ. ~를 세우다 lập bia mộ.

묘안(妙案) Đề nghị hay, một phương án tuyệt vời. ~을 생각해내다 nghĩ ra một phương án hay.

묘안석(猫眼石) Hòn đá mắt mèo.

묘약(妙藥) Thần dược, thuốc thần tiên. 두통의~ thuốc thần chữa đau đầu.

묘연하다(杳然-) Xa xôi, xa, thưa vắng (tin tức).

묘지기(墓-) Người giữ mồ mả.

묘책(妙策) Diệu sách, diệu kế.

묘하다 Kỳ diệu.

묘하다(妙-) ① Đẹp, lạ, kỳ diệu. ② Kỳ lạ, lạ. 묘한 것 việc lạ. 묘한 행동 hành động lạ. 묘한 사람 người khó hiểu. ~게 보이다 trông thấy lạ. 묘한 기분이 들다 cảm giác khó tả.

묘혈(墓穴) Huyệt, mộ huyệt. 스스로 ~을 파다 tự đào huyệt cho mình.

무 Củ cải, cây củ cải. ~를 뽑아 먹었다 nhổ cải ăn. ~김치 kim chi củ cải.

무(戊) Mậu, hàng thứ 5 trong Thiên can. 무인(戊寅) Năm Mậu Dần.

무(武) Vũ lực, võ bị, quân sự.

무가내(無可奈) Bất chấp.

무가치(無價值) Vô giá trị, không có giá trị. ~하다. ~한 설명으로 시간을 낭비하다 giải thích không có giá trị gì phí thời gian.

무간섭(無干涉) Sự không can thiệp. ~주의 chủ nghĩa không can thiệp.

무감각(無感覺) Vô cảm giác, không có cảm giác. ~하다. ~이 되다 trở thành vô cảm giác.

무겁 Gò đất đằng sau bia bắn, gò chắn đạn sau bia.

무겁다 Nặng, nặng nề

무게 Trọng lượng. ~가 나가다 nặng. ~가 있다 nặng. ~있는 말 lời nói có trọng lượng.

무결석(無缺席) Không vắng mặt, đủ. 3년간 내내 ~이다 suốt ba năm không vắng một lần.

무경쟁(無競爭) Không có sự cạnh tranh, không đối thủ. ~ 상태 tình trạng không có đối thủ cạnh tranh.

무경험(無經驗) Không có kinh nghiệm. ~이다. ~자 người không có kinh nghiệm.

무계획(無計劃) Không có kế hoạch. ~하다. ~한 생산 sản xuất không có kế hoạch.

무고(無辜) Vô tội, trong sạch. ~하다. ~한 백성 trăm dân vô tội.

무관(無關) Vô can, không liên quan. ~하다. 나는 그와 ~하다 tôi không có liên quan gì tới nó cả.

무관계(無關係) Không liên quan, không có quan hệ, không dính líu.

~하다. 그 문제와 ~한 사항 nội dung không liên quan đến vấn đề đó.

무극(無極) Không có giới hạn, vô cùng.

무급(無給) Không trả lương, không trả công, không có thù lao. ~이다. ~으로 일하다 làm công không, không có thù lao.

무기(無期) Không có kỳ hạn, không giới hạn thời gian. ~연기 hoãn vô thời hạn.

무기력(無氣力) Không có sức, yếu. ~하다. 나이를 먹어 ~하다 nhiều tuổi trở nên yếu.

무난(無難) Không khó khăn gì, dễ dàng. ~히 một cách dễ dàng.

무너지다 Sụp, đổ, vỡ, bể. 담이 ~ đổ tường. 비로 둑이 ~ trời mưa con đê bị bể.

무농약야채(無農藥野菜) Rau sạch, rau không có thuốc trừ sâu.

무능(無能) Bất tài. ~하다. ~한 남편 một người chồng không năng lực. ~한 사람 người bất tài.

무능력(無能力) Không có năng lực. ~하다. ~자 người không có năng lực.

무단(武斷) Dùng vũ lực. ~정치 chính trị dùng vũ lực.

무담보(無擔保) Không thế chấp. ~대부금 vay không thế chấp.

무당 Bà đồng. ~이 제굿 못하고 소경이 저 죽을 날 모른다「tục ngữ」 Bà đồng không xem được quẻ của mình, thầy bói không biết ngày mình chết.

무더위 Cơn nóng. 대단한 ~다 rất nóng.

무덕(無德) Vô đức, thất đức. ~하다.

무던하다 Vừa phải, đúng mực, hào phóng, rộng rãi. 무던한 사람 người hào phóng.

무던히 Một cách hào phóng, rộng lượng.

무덤 Mồ, mả, huyệt. ~을 파다 đào huyệt. ~에 묻다 chôn vào huyệt. 스스로 ~파다 tự đào huyệt.

무덥다 Nóng bức, ngột ngạt. 무더운 날씨 thời tiết nóng nực.

무도(武道) Võ thuật, võ nghệ.

무도(無道) Vô đạo. ~하다. ~한 짓 hành động vô đạo.

무도(舞蹈) Sự khiêu vũ, sự nhảy múa. ~하다.

무디어지다 ① Trở nên cùn, bị cùn. ② Trở nên thẫn thờ, không nhạy bén, không linh hoạt.

무뚝뚝하다 Thô lỗ, cục cằn. 무뚝뚝한 대답 một câu trả lời cục cằn.

무량(無量) Rất nhiều, vô kể. ~하다.

무료(無料) Không trả tiền, không mất tiền, không công, miễn phí. ~로

miễn phí, không mất tiền

무료(無聊) Sự buồn tẻ, chán. ~하다.

무르녹다 Chín mọng, chín (trái cây, thức ăn). ~은 감 trái hồng chín mọng

무르다 Mềm, nhũn. 무른 복숭아 quả hồng mềm. 무른 살 thịt mềm.

무르다 Trả cái gì đã mua lấy lại tiền. 집을 샀다가 ~ nhà mua rồi nhưng lại thôi, lấy lại tiền.

무르익다 Chín tới, chín mọng. ~은 감 quả hồng chín mọng.

무릎쓰다 Liều, mạo hiểm, bất chấp. ...을 무릅쓰고 bất chấp gì đó.

무릇 Cây hành biển, củ hành biển.

무릎 Đầu gối. ~으로 기다 bò bằng đầu gối. ~꿇다 quỳ gối. 물이 ~까지 차다 nước ngập tới tận đầu gối.

무릎맞춤 Đối chất, cho đối chất. =대질.

무릎반사(-反射) Phản xạ đầu gối.

무리 Đàn, bầy (cá, chim, động vật, bọn giang hồ). 양의 ~ đàn cừu. 사람의 ~ đoàn người.

무리 Vô lý, quá đáng, không hợp lý. ~하다. ~한 요구 một yêu cầu vô lý.

무마(撫摩) ① Vỗ, vuốt, mân mê. ~하다. ② Vỗ về, làm dịu lòng. ~하다.

무면허(無免許) Không giấy phép. ~운전 lái xe không giấy phép. ~의사 bác sĩ không có giấy phép.

무명 Vải bông. ~옷 áo bông.

무명(無名) Vô danh. ~용사 dũng sĩ vô danh. ~용사의 무덤 mộ một dũng sĩ vô danh.

무모(無毛) Không lông. ~증 bệnh không lông.

무모(無謀) Không mưu kế, vô mưu, không suy nghĩ. ~하다. ~한 사나이 kẻ vô mưu.

무미(無味) Vô vị. ~하다. ~무취무색 không vị, không mùi, không màu.

무미건조(無味乾燥) Khô khan, không thú vị. ~하다. ~한 강의 sự giảng bài không thú vị.

무변(無邊) ① Bao la, bát ngát, vô bờ, vô hạn. ~하다. ~대해(大海) biển rộng bao la. ② Không có lãi suất. ~전(錢) tiền vay không lãi suất.

무변화(無變化) Không thay đổi, không biến hóa, cố định.

무병(無病) Không có bệnh tật gì, khoẻ mạnh. ~하다. 가족들의 ~을 기원하다 cầu mong cho gia đình khoẻ mạnh.

무보수(無報酬) Không trả thù lao, không trả công. ~로 không trả tiền công. ~로 일하다 làm việc không có tiền công. ~로 가르치다 dạy không có tiền.

무비판(無批判) Không phân biệt đúng

sai, bừa, ẩu, không suy nghĩ. 다른 사람의 의견을 ~으로 받아들이다 nghe theo lời của ai đó mà không phân biệt đúng sai gì cả.

무사(武士) Võ sĩ. ~도 võ sĩ đạo.

무사(無私) Vô tư, không có riêng tư. ~하다. 공평 ~한 công bằng vô tư, công bằng với tất cả mọi người.

무사(無事) Vô sự, bình an, không có chuyện gì. ~하다. ~히 một cách bình an vô sự.

무사고(無事故) Không có tai nạn, an toàn. ~비행 chuyến bay an toàn.

무사분주(無事奔走) Không có việc gì làm mà vẫn bận, bận chuyện đâu đâu. ~하다.

무사태평(無事泰平) Không có vấn đề gì, bình an, ổn định, thái bình. ~하다. ~을 기원하다 cầu mong vạn sự thái bình.

무산(霧散) Sự tan như mây khói. ~하다.

무상(無償) Không mất tiền, miễn phí, không trả tiền. ~배급 phân phối không thu tiền.

무상출입(無常出入) Ra vào không ngớt, ra vào tự do, tự do tham quan. ~하다.

무색(-色) Có màu, màu.

무색(無色) ① Không màu sắc. ~투명한 액체 dung dịch trong không màu sắc. ② Xấu hổ, không còn mặt mũi nào. ~하다.

무생물(無生物) Vật vô tri vô giác. ~계 giới vô tri vô giác.

무서워하다 Sợ hãi, sợ, sợ sệt. ~않다 không sợ. 무서워할 것 없다 chẳng có gì phải sợ.

무선전화(無線電話) Điện thoại vô tuyến (không dây). ~로 말하다 nói bằng điện thoại vô tuyến.

무섭다 Sợ, hãi hùng, khủng khiếp. 무서운 광경 một cảnh tượng hãi hùng.

무성(無聲) Vô thanh, không có tiếng động.

무성의(無誠意) Không có sự nhiệt tình, không chân thành. ~하다. ~한 짓을 하다 làm cái trò không chân thành.

무성하다(茂盛-) Rậm rạp, um tùm. 나무가 무성한 산 ngọn núi có cây cối rậm tạp.

무세(無稅) Không có thuế, miễn thuế. ~수입품 hàng nhập khẩu miễn thuế.

무소(誣訴) Tố cáo sai, vu cáo, vu khống. ~하다.

무소불위(無所不爲) Chẳng có gì không làm được. ~의 권력을 행사하다 thực hiện quyền tối ưu.

무소식(無消息) Không có tin tức. ~이

희소식이다 「tục ngữ」 Không có tin gì nghĩa là tin lành.

무수(無數) Vô số. ~하다. 밤하늘에는 ~한 별들이 반짝이고 있었다 đêm trên trời vô số sao lấp lánh.

무수기 Sự giao nhau của thuỷ triều lên và xuống.

무수정(無修正) Không sửa đổi. ~으로 theo hình thức không sửa đổi. 법안을 ~으로 통과시키다 Bộ luật được thông qua theo hình thức không sửa đổi.

무슨 Gì, cái gì. ~일 việc gì. ~일에도 bất cứ việc gì. ~일이 일어나도 cho dù chuyện gì xẩy ra.

무승부(無勝負) Hoà, không phân thắng bại. ~로 끝나다 kết thúc bất phân thắng bại.

무시(無視) Khinh thường, coi thường, làm lơ. ...을 ~하다 coi thường cái gì đó.

무시근하다 Lười nhác.

무시로(無時-) Vào bất cứ lúc nào, bất cứ khi nào.

무시무시하다 Kinh khủng, khủng khiếp. 무시무시한 광경 cảnh tượng khủng khiếp.

무시험(無試驗) Không cần thi. ~입학제도 chế độ vào học không cần thi.

무신(戊申) Mậu thân, năm Mậu thân.

무신경(無神經) Không để ý, không chú ý.

무신고(無申告) Không khai báo. ~로 không khai báo, không báo. ~데모 đình công không khai báo.

무실점(無失點) Không mất điểm, không để lọt lưới bàn nào. ~을 기록하다 đạt kỷ lục không để mất điểm nào.

무심(無心) Vô tâm, không suy nghĩ, không quan tâm. ~하다. ~히 말하다 nói một cách hững hờ.

무쌍(無雙) Vô song, phi thường. ~하다. 용감 ~한 사람 người dũng cảm vô song.

무아(無我) ① Vô ngã, quên sự tồn tại của bản thân mình. ② Không có ý tư riêng.

무안(無顔) Xấu hổ, mất thể diện, không còn mặt mũi nào nữa. ~을 주다 làm cho ai xấu hổ. ~을 당하다 bị mất mắt.

무어 Cái gì, gì. 이건 대체 ~야 Cái đó là cái gì?

무어라 Ra sao, như thế nào, gì. ~하든 dù thế nào đi nữa.

무언(無言) Không nói gì, im lặng. ~의 용사 dũng sĩ không lời. ~의 반항[항거] Sự phản đối (chống đối) lặng lẽ.

무엄(無嚴) Mất nết, hư hỏng. ~하다. ~

한 놈 cái thằng hư hỏng.
무엇 Gì, nào. 저 꽃의 이름은 ~일까? Hoa ấy tên gì nhỉ? ~이든 bất cứ cái gì.
무엇보다 Hơn bất cứ cái gì, hơn tất cả, hơn hết. ~좋아하다 thích hơn bất cứ cái gì.
무엇이든 Dù là cái gì, bất cứ cái gì, tất cả. ~좋아하는 것을 고르다 chọn bất cứ cái gì mình thích
무엇하다 Khó chịu, ngượng.
무엇하면 Nếu muốn, nếu có thể, nếu cần.
무역(貿易) Mậu dịch, buôn bán, thương mại. ~하다. ~의 자유화 tự do hoá mậu dịch.
무연(無煙) Không có khói. ~탄 đạn không khói.
무연(無緣) Không có duyên với nhau, vô duyên.
무연고(無緣故) Không duyên cớ, không có lý do.
무염(無鹽) Không có muối, không muối.
무오(戊午) Mậu Ngọ.
무용(武勇) Vũ dũng, sự can đảm.
무용(無用) Vô dụng. ~하다. ~지물 vật vô dụng.
무의식(無意識) Không tự nhận biết, vô thức. ~중에 trong lúc vô nhận thức.

~상태 tình trạng vô thức.
무의탁(無依托) Không nơi nương tựa. =무의무탁. ~노인 người già không nơi nương tựa.
무이자(無利子) Không có tiền lãi. ~로 돈을 빌려주다 cho mượn tiền không lấy lãi.
무익(無益) Vô ích, không có kết quả. ~하다. ~한 토론 thảo luận vô ích.
무인(無人) Không có người, hoang vắng. ~도 đảo hoang. ~위성 vệ tinh không người lái.
무일푼(無一分) Không một xu, không một đồng. ~으로 장사를 시작하다 bắt đầu buôn bán không lấy một đồng.
무임(無賃) Miễn phí. ~으로 miễn phí, không mất tiền.
무임소(無任所) Không xác định, không được ấn định.
무자각(無自覺) Không tự biết. 우리는 자신들의 결점에는 ~할 때가 종종 있다 chúng ta luôn thường không tự biết về khuyết điểm của mình.
무자격(無資格) Không có tư cách, thiếu tư cách. ~하다. 그는 교사로서 ~이다 cô ấy không có tư cách làm giáo viên.
무자력(無資力) Thiếu tiềm lực. ~자 người thiếu tiềm lực.

무자비(無慈悲) Nhẫn tâm, tàn bạo, độc ác. ~하다. ~한 짓을 하다 làm cái trò tàn ác.

무작위(無作爲) Ngẫu nhiên, không cố ý. ~로 다섯 명을 선정하다 chọn năm người một cách ngẫu nhiên.

무작정(無酌定) Không mục đích, không kế hoạch, vu vơ, không phân biệt đúng sai.

무적(無籍) Không có hộ khẩu, không quốc tịch, không lai lịch. ~자 kẻ không có lai lịch.

무전(無錢) Không có tiền. ~여행 du lịch không tiền.

무절제(無節制) Không điều độ. ~하다. ~한 생활을 하다 sống cuộc sống không điều độ.

무정(無情) Không có tình cảm, nhẫn tâm, vô tình cảm. ~하다. ~하게도 thật là nhẫn tâm.

무정견(無定見) Không chính kiến, không có chủ kiến. ~하다

무정란(無精卵) Quả trứng chưa được thụ tinh, quả trứng thiếu trống.

무정위(無定位) Vô định vị, không định vị.

무정형(無定形) Không định hình, không có hình dạng rõ rệt. ~하다. ~물질 vật chất vô định hình.

무제(無題) Vô đề (tác phẩm nghệ thuật).

무제한(無制限) Không giới hạn, vô giới hạn. ~하다. 수입을 ~으로 확대하다 mở rộng thu nhập đến không giới hạn.

무조건(無條件) Vô điều kiện. ~으로 승낙하다 đồng ý vô điều kiện. ~반사 phản xạ vô điều kiện. ~받아들이다 chấp nhận vô điều kiện.

무종교(無宗敎) Không có tôn giáo. 나는 ~(자)입니다 tôi là người không có tôn giáo.

무죄(無罪) Vô tội. ~하다. ~가 되다 trở thành người vô tội. ~선고를 받다 được tuyên cáo vô tội

무주(無主) Vô chủ. ~고혼(孤魂) cô hồn vô chủ.

무주정(無酒精) Không có cồn, không có rượu. ~음료 nước giải khát không cồn.

무주택(無住宅) Không nhà cửa. ~서민층 tầng lớp dân nghèo không nhà cửa. ~자 người không nhà cửa.

무지개 Cầu vồng. ~가 서다 có cầu vồng xuất hiện. ~가 뜨다 mọc cầu vồng. 쌍~ cầu vồng đôi.

무지근하다 Nặng nề. 머리가 ~ đầu óc nặng nề.

무지러지다 Bị mòn, bị cùn. 붓이~ ngòi bút bị mòn.

무지렁이 Người ngu xuẩn, người khờ dại.

무지르다 Cắt, cắt bỏ. 나뭇가지를~ cắt cành cây.

무지막지(無知莫知) Không biết gì. ~하다.

무지몰각(無知沒覺) Vô tri vô giác. ~하다.

무직(無職) Thất nghiệp. ~이다 bị thất nghiệp. ~자 người thất nghiệp. 그는 지금 ~이다 bây giờ anh ta đang thất nghiệp.

무진장(無盡藏) Vô cùng vô tận. ~하다. ~한 천연 자원 tài nguyên thiên nhiên vô cùng vô tận.

무질리다 Cắt, cắt bỏ. 나뭇가지가 ~ cành cây bị cắt bỏ.

무질서(無秩序) Vô trật tự. ~하다. 폭동으로 도시는 ~상태에 빠졌다 vì bão nên cả thành phố lâm vào trạng thái vô trật tự.

무찌르다 ① Giết sạch, giết hết. 적 수백을~ giết hàng trăm kẻ địch. ② Chinh phục, khuất phục, tấn công. 상대를 ~ tấn công đối phương.

무찔리다 ① Bị giết, bị hại. ② Bị tấn công.

무차별(無差別) Không phân biệt, bừa bãi. ~하다. ~하게 một cách không phân biệt.

무척 Rất, nhiều. ~행복하다 rất hạnh phúc. ~덥다 rất nóng. ~손해보다 thiệt hại rất nhiều

무척추동물(無脊椎動物) Động vật không có xương sống.

무체(無體) Vô thể, không có mình, không có thân.

무취(無臭) Không mùi. ~하다. 무색~ không mùi không màu.

무취미(無趣味) Không hay, chán.

무치다 Nêm gia vị, nêm vào, bỏ vào, cho thêm vào.

무턱대고 Không cần biết lý do, không có sự chuẩn bị, liều lĩnh, không cần suy nghĩ, không phân biệt.

무테(無-) Không có khung. ~안경 kính không gọng.

무통(無痛) Không đau đớn. ~분만 đẻ không đau.

무투표(無投票) Không bỏ phiếu. 그는 ~로 의장에 뽑혔다 anh ta được chọn làm chủ tịch nghị viện mà không thông qua bỏ phiếu.

무패(無敗) Bất bại, không bao giờ thất bại. ~의 전적 chiến tích bất bại.

무표정(無表情) Mặt không cảm xúc, không thể hiện ra ngoài, vô cảm. ~한 얼굴 khuôn mặt không biểu cảm, khuôn mặt vô cảm

무학(無學) Không học hành, mù chữ,

thất học. ~하다. 그는 ~이었다 anh ta thất học.

무함(誣陷) Vu cáo, vu khống. ~하다.

무해(無害) Vô hại, không độc. ~하다. 소량의 술은 ~하다 lượng nhỏ rượu thì không hại.

무해무득(無害無得) Không có hại cũng không được gì. ~하다.

무형(無形) Vô hình, không nhìn thấy, phi vật thể. ~의 이익 lợi ích vô hình.

무호동중이작호(無虎洞中狸作虎) Trong cái hang không có hổ con hồ ly làm hổ, thằng chột làm vua xứ mù.

무효(無效) Vô hiệu. ~가 되다 trở nên vô hiệu. ~로 하다 thành vô hiệu.

묵계(默契) Hiểu nhau, hiểu ngầm nhau. ~하다.

묵고((默考)Không nói gì im lặng suy nghĩ. =묵상(想).

묵과(默過) Bỏ qua, làm lơ. ~하다. 잘못을 ~하다 làm lơ lỗi của ai đó.

묵낙((默諾) Để im không làm gì và coi như là đồng ý. ~하다.

묵념(默念) ① Mặc niệm. 에 대하여 일분간 ~하다 một phút mặc niệm về cái gì đó. ② Trầm tư suy nghĩ.

묵다 Lâu, cũ. ~은 관습 tập quán cũ. ~은 빚 món nợ cũ. ~은 사상 tư tưởng cũ.

묵다 Trú, trọ, sống. 하룻밤 ~ trọ một đêm. 여관에 ~ trọ ở khách sạn.

묵독(默讀) Đọc thầm. ~하다.

묵살(默殺) Lờ đi, không quan tâm, bỏ qua. ~하다. 제안을 ~하다 lờ cái đề án đi

묵상(默想) Trầm ngâm suy ngẫm. ~하다. ~에 잠기다 chìm vào trong suy nghĩ, trầm ngâm.

묵새기다 Ở không một chỗ lâu ngày chẳng làm gì.

묵시(默示) Im lặng đứng nhìn. ~하다. 그 사실은 ~할 수가 없다 không thể im lặng đứng nhìn sự thật ấy được.

묵은세배(-歲拜) Lạy mừng năm mới đêm giao thừa.

묵이 Đồ cũ, món cũ.

묵인(默認) Bao che, che giấu, sự làm lơ. ~하다. 의~아래 dưới sự bao che.

묵종(默從) Im lặng tuân theo, im lặng làm theo. ~하다.

묵직하다 ① Nặng. 묵직한 지갑 cái ví nặng ② Nặng nề (hành động, trạng thái).

묵허((默許) Sự cho phép ngầm. ~를 얻다 được sự cho phép ngầm.

묵히다 Để không, để hoang, để chẳng có ích gì. 쌀을~ để không gạo.

묶다 Cột, buộc, trói. 다발로 ~ cột thành bó. 머리를 ~ cột tóc. 범인 을 ~ trói tên tội phạm.

-문(文) Tiếp từ, có nghĩa câu văn, lời. 감상~ lời cảm ơn. 기행~ lời ký hành.

문(門) Cửa ra vào, cửa. 나가는 ~ cửa đi ra. 들어가는 ~ cửa vào. ~을 두드리다 gõ cửa.

문(問) Câu hỏi. 제1~ câu thứ nhất.

문간(門間) Ở cửa, chỗ cửa, chỗ ra vào.

문갑(文匣) Ngăn kéo, tủ đựng hồ sơ giấy tờ.

문경지교(刎頸之交) Quan hệ thân thiết, tri kỷ. ~를 맺다 kết giao tri kỷ.

문고리(門-) Cái khóa cửa, tay cầm cửa để khóa bằng sắt hình tròn.

문과(文科) Văn khoa, khoa văn. ~대학 đại học văn khoa.

문과(文科) Chế độ khoa cử trong quá khứ.

문관(文官) Quan văn. ~우위(優位).

문교(文教) Văn hóa và giáo dục. ~정책 chính sách văn hóa và giáo dục.

문구(文句) Câu văn. 명~ câu văn hay.

문구(文具) Đồ dùng văn phòng.

문구멍(門-) Một lỗ thủng ở cánh cửa.

문기둥(門-) Khung cửa, cột cửa. ~에 기대다 dựa vào cây cột cửa.

문단(文段) Đoạn văn.

문단(文壇) Văn đàn, văn chương.

문단속(門團束) Giữ cửa, coi cửa, đóng cửa. ~하다. ~을 잘하다 giữ cửa chặt chẽ.

문답(問答) Vấn đáp, hỏi và trả lời. ~하다. ~식으로 theo hình thức vấn đáp.

문대다 Quệt lung tung, quệt chỗ này chỗ kia. =문지르다.

문덕(文德) Cả mớ, từng mảnh.

문도(門徒) Đức hạnh của nghề văn.

문둥병(-病) Bệnh hủi. =나병(癩病).

문둥이 Bệnh nhân hủi, người bị hủi.

문드러지다 Loét, lở, chín rục ra, thối ra. 문드러진 빨간 피부 da loét đỏ ra.

문뜩 Bất ngờ, đột xuất, ngẫu nhiên. ~생각나다 đột nhiên nghĩ ra.

문란(紊亂) Loạn, mất trật tự, hư hỏng. ~하다. ~한 가정 một gia đình không có nề nếp.

문묘(文廟) Văn Miếu, Đền thờ Khổng Tử.

문무(文武) Văn võ. ~겸전하다 văn võ kiêm toàn. ~겸비한 사람 người văn võ kiêm toàn.

문민(文民) Dân thường.

문밖(門-) Ngoài cửa, ngoài trời. ~에서 놀다 chơi ngoài trời.

문방구(文房具) Dụng cụ văn phòng. ~점 quầy bàn văn phòng phẩm.

문병(問病) Thăm bệnh, hỏi bệnh. 입원중인 친구를 ~하다 thăm bạn đang nằm viện.

문빗장(門-) Thanh chắn cửa. ~을 지르다 cài thanh chắn cửa.

문상(問喪) Thăm tang, đến viếng. ~하다. ~(을) 가다 đi viếng tang. ~객 khách đến viếng.

문서(文書) Tài liệu, tư liệu, giấy tờ. ~로 bằng giấy tờ. ~보관함 thùng bảo quản giấy tờ.

문선(文選) Tuyển tập văn.

문설주(門-) Cột cửa.

문세(文勢) Khí thế, sức mạnh của văn.

문수(文數) Số dày dép.

문신(文身) Xăm mình. 등에 ~하다 xăm lên lưng.

문안(門-) Ở trong nhà, trong phạm vi cửa. ~에 살다 sống ở trong nhà.

문안(文案) Bản thảo. ~을 작성하다 làm bản thảo.

문안(問安) Vấn an, thăm hỏi (người lớn tuổi hơn). ~하다.

문외환(門外漢) Người bên ngoài, người ngoại đạo.

문우(文友) Bạn văn, bạn thơ.

문의(文義, 文意) Ý văn. ~를 파악하다 nắm bắt ý văn.

문의(問議) Hỏi. ~하다. 사무실에 ~하십시오 Hãy hỏi văn phòng

문인(文人) Nhà văn. 당대 최고의~ nhà văn lớn nhất đương thời.

문장(文章) Đoạn văn, văn. ~분석 phân tích đoạn văn. ~이 능하다 giỏi văn.

문재(文才) Tài viết văn. ~가 있다 có tài viết văn.

문전(文典) Sách văn phạm, sách giải thích ngữ pháp.

문제(問題) Vấn đề. 미해결한~ vấn đề chưa giải quyết. ~가 많다 nhiều vấn đề.

문제화(問題化) Vấn đề hóa, quan trọng hóa vấn đề. ~하다.

문죄(問罪) Vấn tội, hỏi tội. ~하다.

문중(門中) Trong nhà, trong dòng họ.

문지기(門-) Người gác cổng.

문지방(門地枋) Ngưỡng cửa. ~을 넘다 qua ngưỡng cửa.

문진(文鎭) Cục đá, sắt để đè tờ giấy.

문집(文集) Tuyển tập văn học.

문짝(門-) Cánh cửa. ~을 두드리다 gõ vào cánh cửa.

문책(問責) Phê bình, chỉ trích, khiển trách. ~하다.

문체(文體) Thể văn. 쉬운 ~(로) thể văn dễ dàng.

문초(問招) Thẩm vấn, tra hỏi. ~하다. ~중이다 đang thẩm vấn.

문치(文治) Cai trị bằng giáo dục và pháp luật.

문치(門齒) Răng trước, răng cửa.

문턱(門-) Ngưỡng cửa. ~에 걸터앉다 ngồi trên ngưỡng cửa.

문투(文套) Thể văn, loại văn.

문틀(門-) Khung cửa.

문틈(門-) Khe cửa. ~으로 들여다보다 nhìn qua khe cửa.

문패(門牌) Tấm biển gắn trên cửa (chỉ số nhà, địa chỉ), bảng hiệu. ~를 달다 gắn bảng hiệu.

문풍지(門風紙) Giấy dán ở cửa nhằm chắn gió vào.

문필(文筆) Văn, nghề văn. ~로 먹고 살다 sống bằng nghề văn.

문하(門下) Môn hạ, môn sinh.

문헌(文獻) Sự chi chép hoặc bằng văn học, văn hiến, tài liệu giấy tờ cổ.

문호(門戶) ① Cánh cửa. ② Cánh cửa, con đường (nghĩa bóng). ~를 개방하다 mở cửa.

문화(文化) Văn hoá. ~의 발달 sự phát triển của văn hóa.

묻다 Chôn, vùi, lấp. 시체를 ~ chôn thi thể. 김칫독을 ~ chôn vại kim chi.

묻다 Hỏi. 다시~ hỏi lại. 자세한 내용을 ~ hỏi nội dung cụ thể.

묻히다 Bị dính. 구두에 흙을~ giày dính đất. 손에 잉크를 ~ bị dính mực ở tay.

묻히다 Bị chôn. bị vùi. 산채로 ~ bị chôn sống.

물 Nước. 찬~ nước lạnh. 더운~ nước nóng.

물 Sắc, màu sắc.

물 Nước giặt. 한 ~빨다 giặt một nước.

물가 Bến nước, mép nước, bờ sông, bờ hồ. 배가 ~에 닿다 thuyền cặp bến.

물가(物價) Vật giá. ~의 상승 vật giá tăng lên.

물갈이 ① Thay nước. ~하다. ② Thay đổi số lượng lớn nhân viên, thay đổi bộ máy. ~하다.

물갈퀴 Màng ở chân (vịt, mòng), chân vịt.

물감 Thuốc nhuộm màu. 천연~ thuốc nhuộm thiên nhiên.

물개 Hải cẩu.

물거름 Phân nước.

물거미 Con nhện nước.

물거품 Bong bóng nước, bọt nước. ~같은 명성 danh tiếng như bong bóng nước

물건 Đồ vật, đồ. 이것이 내~이다 đây là đồ vật của tôi

물걸레 Cái dẻ nước. ~질하다 lau bằng dẻ.

물결 Sóng. ~소리 tiếng sóng.

물결치다 Nổi sóng, dậy sóng. ~는 바다 biển dậy sóng.

물경(勿驚) Những, đến, tới.

물고(物故) Chết, mất, từ trần.

물고동 Cái vòi nước. ~을 틀다[잠그다] mở [đóng] vòi nước.

물곬 Rãnh nước. ~을 내다 đào, làm

rãnh nước.

물굽이 Chỗ ngoặt của dòng sông.

물귀신(-鬼神) Hà bá, ma nước. ~이 되다 thành con ma nước.

물기(-氣) Độ ẩm, nước. ~가 많다 nhiều độ ẩm

물기근(-飢饉) Cơn lụt, trận lụt.

물기둥 Cột nước. 거대한 ~이 치솟았다 cột nước lớn bắn lên.

물기름 Keo xịt tóc bằng nước.

물길 Đường biển, đường thuỷ. ~로 삼백 리 đường thủy 300 dặm.

물꼬 Rãnh nước để thoát hoặc cho nước vào ruộng. ~를 트다 đào rãnh nước.

물다 Trả tiền, trả nợ. 벌금을~ trả tiền phạt.

물독 Vại nước, chum nước, bình nước.

물동(物動) Cái đê, bờ kè chắn nước.

물들다 Nhuộm, dính. 꺼멓게~ nhuộm trắng

물들이다 Bị nhuộm, được nhộm. 머리를 검게~ nhuộm đen tóc.

물딱총(-銃) Súng nước (đồ chơi trẻ em). ~을 쏘다 bắn súng nước.

물때 Khi triều lên và xuống. ~를 기다리다 đợi triều lên.

물때 Cặn nước, cặn bẩn có trong nước. ~가 끼다 cặn nước bám.

물량(物量) Số lượng hàng hóa, lượng hàng hóa. ~을 확보하다 mở rộng lượng hàng hóa.

물러앉다 ① Dời chỗ ngồi ra phía sau. ② Rời bỏ, từ bỏ, nghỉ.

물러오다 Quay trở lại. 가던 길을~ quay lại đường cũ.

물레 Cây xe sợi. ~로 실을 뽑다 dùng cây xe sợi để rút chỉ.

물려받다 Được thừa kế. 아버지 사업을~ được thừa kế công việc kinh doanh của cha.

물려주다 Truyền cho, ban cho, nhường lại cho. 권리를 ~ giao quyền cho ai.

물력(物力) Vật lực, sức mạnh về vật chất.

물론(勿論) Đương nhiên. ~이지 là đương nhiên rồi.

물리다 Cho ngậm, cho bú. 어머니가 아기에게 젖을 ~ người mẹ cho em bé ngậm vú.

물리다 Đền bù, bồi thường. 깨뜨린 그릇 값을 ~ đền tiền vỡ cái đĩa.

물리치다 Từ chối, khước từ, cự tuyệt. 요구를 ~ từ chối yêu cầu

물리학(物理學) Vật lý học. 이론[응용]~ Vật lý học lý luận [ứng dụng].

물림 Sự truyền lại, để lại. ~재산 tài sản để lại.

물마루 Chân trời.

물만두(-饅頭) Bánh bao nước.

물말이 Chỉ áo quần hoặc vật dụng ướt sũng nước.

물맛 Vị nước. ~이 짜다 nước có vị mặn.

물맞이 Uống hoặc tắm nước thuốc để chữa bệnh.

물매 Roi, vọt, đòn. ~맞다 bị roi. ~치다 quất roi.

물매 Độ nghiêng. 지붕의 ~가 싸다 độ nghiêng mái thấp.

물매질 Roi, vọt. ~하다.

물멀미 Chứng say sóng. ~하다.

물목(物目) Danh mục hàng hóa.

물밀다 Cơn triều lên. 물밀 때 khi nước lên

물바가지 Cái gáo tưới nước.

물받이 Cái máng hứng nước.

물방아 Cái cối xay nước.

물방울 Giọt nước.

물뱀 Con rắn nước.

물베개 Cái gối bằng nước.

물부리 Cái tẩu thuốc.

물분(-粉) Phấn nước.

물불 ① Nước lửa ② Khó khăn. ~을 안 가리다 bất chấp mọi khó khăn.

물빛 Màu nước, sắc nước.

물살 Sức nước, sức dòng chảy. ~이 세다 dòng chảy mạnh.

물색(物色) ① Màu đồ vật. ② Lựa chọn, tìm kiếm.

물색없다 Chẳng đến đâu cả, chẳng ra gì cả.

물샐틈없다 ① Kín, chặt, không hở. ② Kín, chặt chẽ, kín kẽ.

물소 Con trâu.

물소리 Tiếng nước chảy hoặc tiếng sóng va đập vào bờ, vào vách đá.

물속 Trong nước. ~에 담그다 ngâm trong nước.

물수건(-手巾) Khăn ướt, khăn lau có nước.

물시계(-時計) Đồng hồ nước.

물신(物神) Vật thần, thần trong đồ vật hoặc cây cối nào đó.

물실호기(勿失好機) Không bỏ lỡ cơ hội tốt. ~하다.

물써다 Thủy triều xuống. 물썰 때 khi thủy triều xuống.

물쓰듯하다 Dùng như nước, xài như nước. 돈을 ~는 사람 người xài tiền như nước.

물씬거리다 ① Mềm mại. ② Mùi thơm thoang thoảng. 향수냄새가 ~ mùi nước hương thoang thoảng.

물씬물씬하다 Mềm mại, thơm thoang thoảng.

물씬하다 Dịu dàng, mềm mại.

물아(物我) Vật ngã, bản thân sự vật.

물아래 Dưới nước.

물안개 Sương nước, sương trên mặt

호, sông.

물안경(-眼鏡) Kính bơi, kính dùng dưới nước.

물약(-藥) Thuốc nước.

물어내다 Đưa ra, trả.

물어넣다 Trả lại, hoàn lại.

물어떼다 Cắn, cắn đứt. 떡을 한 입~ cắn một miếng bánh.

물어뜯다 Cắn đứt. 코를 ~ cắn đứt mũi ai.

물어보다 Hỏi, hỏi cho biết. 길을~ hỏi đường

물어주다 Đền bù, trả giá. 잃어버린 책을~ bồi thường tiền quyển sách mất.

물오르다 ① Cây mọc, tăng trưởng. 봄이 되어 나무에 물이 오르기 시작한다 mùa xuân đến cây cối bắt đầu phát triển ② Trở nên giàu có.

물욕(物慾) Dục vọng, tham lam. 그는 ~이 강한 사람이다 hắn là người nhiều dục vọng.

물위 ① Mặt nước.=수면. ~에 떠오르다 nổi lên mặt nước. ② Thượng nguồn.

물음 Câu hỏi. ~표 bảng câu hỏi.

물의(物議) Lời phê phán, luận bàn, bàn tán. ~를 일으키다 gây sự bàn luận.

물자(物資) Vật tư, hàng hóa. ~의 수급 cung cấp vật tư. ~의 부족 thiếu vật tư.

물자동차(-自動車) Xe tưới nước (cho cây hoặc làm giảm bụi).

물장구 Đập, vỗ trên mặt nước khi bơi.

물장난 Nghịch nước. ~하다.

물장사 Bán quán rượu, bán rượu.

물적(物的) Thuộc về vật chất. ~원조 viện trợ về vật chất.

물정(物情) Tình hình, tình hình thực tế. 세상 ~을 모르다 không biết gì về tình hình thế gian.

물주다 Cho nước, tưới nước. 나무에 ~ tưới nước cho cây.

물줄기 ① Dòng nước, dòng chảy. ~가 두 갈래로 갈리다 dòng nước chia làm hai nhánh.

물증(物證) Vật chứng. ~을 잡다 lấy làm vật chứng.

물체(物體) Vật thể, đồ vật. 미확인 비행 ~ vật thể bay chưa xác định, đĩa bay (UFO).

물컥 Mùi hôi thối xộc ra. 물고기 썩은 냄새가 ~나다 mùi cá thối xộc ra.

물컥물컥 Xộc ra, tuôn ra. 물고기 썩은 냄새가 ~나다 mùi thối xộc ra.

물컹물컹 Nhũn, mềm quá. ~하다. 무엇인가 ~한 것을 밟았다 dẫm phải cái gì mềm mềm.

물크러지다 Chín rục.

물큰 Xộc ra, tuôn ra (mùi thối).

물큰물큰 Xộc ra, tuôn ra.
물통(-桶) Thùng nước.
물통이 Chỉ sự vật gì đó đầy nước bên trong, lõng bõng.
물퍼붓듯 Như là dội nước. 비가 ~하다 mưa như xối nước.
물표(物標) Phiếu, vé, thẻ khi gửi hành lý.
물품(物品) Vật phẩm, hàng hóa. 온갖 ~ tất cả các loại vật phẩm.
물화(物貨) Hàng hóa.
묽다 Loãng, nhạt. 페인트를 ~게 하다 pha sơn cho loãng. 죽이 ~ cháo loãng.
묽디묽다 Loãng ơi là loãng, loãng thếch.
뭇 Bó, cột. 장작 한 ~ một bó củi. 볏짚 한 ~ một bó rơm rạ.
뭇매 Roi đánh một lúc nhiều người, roi dài. ~질하다 quất roi. ~를 맞다 bị roi.
뭇사람 Nhiều người. ~ 앞에서 trước mặt nhiều người.
뭇소리 Người nói này, người nói kia.
뭇시선(-視線) Cái nhìn của mọi người, ánh mắt của mọi người. ~을 끌다[모으다] lôi kéo ánh mắt của mọi người.
뭇입 Cái miệng của nhiều người
뭉개다 ① Quay một chỗ, ở một chỗ. ② Dấn, xoay xoay. 불을 밟아 ~어 끄다 dẫm chân dí xoay xoay cho tắt lửa.
뭉게뭉게 Từng đám, từng tảng, nhiều (mây, khói). ~솟아오르는 연기 khói bay lên từng tảng.
뭉그러뜨리다 Làm đổ, làm sụp, làm tan thành mây khói. 담을 ~ làm đổ bức tường.
뭉그적거리다 Ở một chỗ, thằng một chỗ.
뭉긋이 Nhẹ nhàng, hơi. 고개가 ~경사지다 cái đồi hơi dốc.
뭉긋하다 ① Nghiêng. ② Cong.
뭉떵뭉떵 Từng miếng từng miếng. 떡을~ 자르다 cắt từng miếng từng miếng bánh.
뭉뚱그리다 Gói sơ sài, bọc qua. 짐을 ~ vội vã quấn hành lý.
뭉실뭉실 Bụ bẫm, phúng phính, súng sính. =몽실몽실. ~한 몸 cơ thể phúng phính.
뭉치 Một bó, một cuộn, một khối, một đống. 편지 한 ~ một đống thư.
뭉텅이 Cục, đống. 지폐~ cục tiền.
뭍 Đất liền. ~에 오르다 lên đất liền.
뭍살이 Cuộc sống trên đất liền. =육서.
뭐 Cái gì, gì. ~니 ~니 해도 nói gì thì nói.
뭣 Viết tắt của 무엇, gì, cái gì.
-므로 Chỉ lý do, vì, do, bởi.

미 Vẻ đẹp. 남성~ vẻ đẹp đàn ông.

미(未) Vị, mùi, con dê. ~시(未時) giờ mùi.

미 Vẻ đẹp. 남[여]성~ vẻ đẹp nam [nữ] tính. 자연[육체]~ vẻ đẹp tự nhiên.

미 Nước Mỹ.

미 Am Mi.

미(未) Chưa (tiếp từ). ~완성의 chưa hoàn thành. ~완성 교향곡 bản giao hưởng chưa hoàn thành.

미각(味覺) Vị giác, khẩu vị. ~을 만족시키다 làm thoả mãn khẩu vị.

미간(未刊) Chưa phát hành (sách, báo).

미간(眉間) Khoảng cách giữa hai lông mày. =양미간. ~을 찡그리다 nhíu mày.

미감(美感) Cảm nhận về cái đẹp.

미감아(未感兒) Đứa bé chưa bị bệnh.

미개(未開) ① Nguyên thuỷ, không văn minh, man rợ. ~하다. ~사회 xã hội nguyên thuỷ. ② Chưa nở (hoa).

미개간(未開墾) Chưa khai khẩn. ~지 đất hoang.

미개발(未開發) Chưa phát triển. ~국 nước không phát triển. ~지역 khu vực chưa phát triển.

미개척(未開拓) Chưa khai thác, chưa khai phá. ~분야 lĩnh vực chưa khai thác. ~시장 thị trường chưa khai thác. ~지 mảnh đất chưa khai thác.

미거(美擧) Mỹ cử, hành động đẹp.

미결(未決) Chưa quyết, chưa giải quyết. 아직 ~로 남아 있다 còn lại vẫn chưa giải quyết

미결산(未決算) Chưa thanh toán.

미결정(未決定) Chưa quyết định. ~이다 chưa quyết định.

미결제(未決濟) Chưa thông qua, chưa phê duyệt.

미경험(未經驗) Không có kinh nghiệm, chưa trải qua. ~자 người không có kinh nghiệm.

미곡(米穀) Lúa gạo, thóc gạo, lương thực. ~도매상 cửa hàng bán buôn lúa gạo

미공인(未公認) Chưa được công nhận. ~기록 kỷ lục chưa được công nhận.

미구(未久) Chưa lâu. ~에 chưa lâu trước đây.

미구불원(未久不遠) Không xa, không lâu, gần. ~하다.

미급하다(未及-) Chưa đạt đến.

미기입(未記入) Chưa vào sổ.

미꾸라지 Con chạch.

미끄러뜨리다 Trơn, trượt. 발을~ trượt chân.

미끄러지다 Trơn, trơn trượt, bị trượt chân. 미끄러져 넘어지다 trượt té xuống.

미끄럼 Sự trơn trượt. ~타다 bị trượt, trơn.

미끄럽다 Trơn. 미끄러운 길 đường trơn.

미끈거리다 Trơn, trượt. 뱀장어가 미끈거려 손에 잡히지 않는다 con lươn nó trơn không nắm được.

미끈미끈 Một cách êm ả, một cách trơn trượt. ~하다. =미끈거리다.

미끈하다 Trơn bóng. 미끈한 자동차 cái xe bóng lộn.

미끼 Mồi. ~를 갈다 thay mồi.

미남(美男) Người đàn ông đẹp trai. = 미남자.

미남자(美男子) Người đàn ông đẹp trai.

미납(未納) Chưa đóng. ~금 tiền chưa đóng. ~세 thuế chưa đóng.

미네랄 Khoáng chất, nước khoáng.

미녀(美女) Mỹ nữ, người phụ nữ đẹp. 절세의 ~ mỹ nữ tuyệt trần.

미농지(美濃紙) Bánh tráng bằng gạo.

미늘 Ngạnh (của lưỡi câu, mũi tên). ~창 cây lao có ngạnh.

미니 Mini. ~스커트 váy ngắn.

미다 Rụng tóc, rụng lông.

미다 Làm thủng.

미닫이 Cửa kéo đẩy. ~창 cửa sổ theo kiểu kéo đẩy.

미달(未達) Chưa đạt tới. ~하다. 연령~ chưa đủ tuổi. 정족수~로 chưa đạt đến số người cần thiết.

미담(美談) Nói tốt đẹp về cái gì đó, khen.

미덕(美德) Một đức tính, đức hạnh tốt. 겸양의 ~ đức tính khiêm nhường.

미덥다 Đáng tin. 앞날이 미더운 사람 người có tương lai đáng tin tưởng. ~지 않다 không đáng tin.

미동(美童) Đứa bé đẹp.

미동(微動) Rung nhẹ, lay nhẹ. ~도 않다 không lung lay.

미두(米豆) Sự đầu cơ tích trữ gạo.

미들급(-級) Hạng trung bình, hạng trung. ~선수 vận động viên hạng trung.

미등(尾燈) Đèn hậu (đèn đỏ ở đằng sau xe hơi).

미디어 Truyền thông (media). 매스~ truyền thông đại chúng.

미락(微落) Vật giá hơi tụt xuống.

미란다 룰 Nguyên tắc Miranda, nguyên tắc yêu cầu biện hộ.

미래(未來) Tương lai. ~에 trong tương lai.

미량(微量) Một số lượng rất nhỏ. ~영양소 lượng nhỏ chất dinh dưỡng.

미레자 Thước hình chữ T.

미려(美麗) Đẹp, thanh lịch, tao nhã. ~하다.

미력(微力) Sức mọn, lực ít. ~을 다하다

dùng hết cả sức ít ỏi.

미련 Rất dốt, dốt và bướng bỉnh, ngu. ~하다[스럽다].

미련(未練) Lưu luyến, luyến tiếc. ~이 있다 có lưu luyến.

미로(迷路) Mê cung, mê hồn trận. ~같은 như là mê cung. ~에 빠지다 rơi vào mê cung.

미료(未了) Chưa hoàn thành.

미루다 Hoãn, kéo dài thời hạn, lùi. 뒤로 ~ lùi ra sau.

미루적거리다 Lùi, hoãn, kéo dài. 일을 ~ trì hoãn công việc.

미륵(彌勒) Phật Di Lặc.

미리 Trước, sẵn. 계획을 ~세우다 lên kế hoạch trước.

미만(未滿) Chưa đầy, chưa đủ, chưa đạt tới. 만원~ chưa đầy 10 ngàn wôn.

미망(迷妄) Mê muội. ~에서 깨어나다 thoái khỏi sự mê muội.

미망인(未亡人) Người đàn bà góa, quả phụ. 전쟁~ quả phụ do chiến tranh.

미명(未明) Trời chưa sáng. ~에 lúc trời còn chưa sáng.

미명(美名) Tiếng tốt, danh nghĩa tốt. 의~아래 dưới cái tiếng tốt là.

미모(美貌) Xinh đẹp. ~의 여인 người phụ nữ đẹp.

미미(微微) Nhỏ, không lớn. ~하다. ~한 문제 vấn đề nhỏ.

미발견(未發見) Chưa phát hiện ra.

미발달(未發達) Chưa phát triển.

미발표(未發表) Chưa công bố. ~작품 tác phẩm chưa được công bố.

미발행(未發行) Chưa phát hành.

미부(尾部) Phần đuôi.

미분(微分) Vi phân (toán học).

미분명(未分明) Không rõ ràng. ~하다.

미불(未拂) Chưa trả, chưa thanh toán. ~로 남아 있다 còn lại chưa thanh toán.

미비(未備) Chưa chuẩn bị, không đủ, thiếu. ~하다. 제도상의~ sự chưa hoàn thành về mặt chế độ

미쁘다 Đáng tin. =미덥다.

미사(美辭) Mỹ từ, từ đẹp, từ hoa mỹ. ~여구 từ ngữ đẹp dễ lọt tai.

미사일 Tên lửa (missile). ~기지 căn cứ tên lửa

미상(未詳) Không rõ ràng, không chi tiết. ~하다. 피해 정도는 아직 ~이다 mức độ thiệt hại còn chưa biết.

미상불(未嘗不) Thực vậy, quả vậy, đúng thế.

미상환(未償還) Chưa trả, chưa thanh toán. ~ 사채 nợ còn chưa thanh toán.

미생물(微生物) Vi sinh vật. ~연구실 phòng nghiên cứu vi sinh vật. ~학 vi sinh vật học.

미성(美聲) Chất giọng đẹp, giọng nói đẹp, âm thanh nhẹ nhàng.

미성년(未成年) Vị thành niên. ~이다 còn vị thành niên.

미성숙(未成熟) Chưa chín, chưa trưởng thành. ~하다.

미성품(未成品) Vật phẩm chưa hoàn thành.

미세하다(微細-) Rất nhỏ, rất ít. 미세한 점까지 조사하다 điều tra cả những điểm nhỏ nhất.

미소(微小) Rất nhỏ, cực nhỏ. ~하다. ~한 생물 sinh vật cực nhỏ.

미소(微少) Rất ít, cực ít. ~하다.

미소(微笑) Điệu cười mỉm. ~하다. ~짓다 cười mỉm.

미수(未收) Chưa thu. ~하다. ~금 tiền chưa thu.

미수(未遂) Có ý, cố ý. ~로 끝나다 dừng ở mức có ý định.

미수교국(未修交國) Nước chưa thiết lập quan hệ. ~과의 관계 개선을 꾸준히 모색하다 đều đặn tìm cách cải tiến quan hệ với nước chưa có quan hệ ngoại giao.

미숙련(未熟練) Chưa thành thạo. ~공 thợ chưa thành thạo, thợ chưa lành nghề.

미술(美術) Mỹ thuật. ~가 mỹ thuật gia

미스 Người phụ nữ chưa lập gia đình. 그녀는 아직 ~다 cô ấy còn độc thân.

미스터리 Điều bí mật. 그것이 나 에겐 아주 ~야 điều đó còn là bí mật đối với tôi.

미식(米食) Ăn gạo. ~하다.

미심(未審) Nghi ngờ, đáng ngờ, không yên tâm. ~스럽다, ~쩍다, ~하다. ~쩍은 인물 nhân vật đáng nghi ngờ. ~쩍은 점 điểm đáng nghi ngờ.

미싱 Máy may. =재봉틀.

미아(迷兒) Đứa trẻ đi lạc. ~가 되다 trở thành trẻ lạc. ~

미안(美顏) Một khuôn mặt đẹp.

미안하다(未安-) Xin lỗi. ~지만 우체국 어디입니까? Xin lỗi cho hỏi bưu điện ở đâu?

미안해하다(未安-) Xấu hổ. 미안해 할 것 없다 chẳng có gì phải xấu hổ.

미약하다(微弱-) Nhỏ và yếu.

미양(微恙) Bệnh nhẹ.

미어(美語) Tiếng Mỹ.

미어지다 Căng, đầy, chứa đầy. 자루가 ~도록 쌀을 넣다 bỏ gạo cho đầy bao.

미역 Tắm rửa, bơi lội.

미역 Cây rong biển. ~을 따다 hái rong biển. ~국 canh rong biển.

미역국 ① Món canh rong biển. ② Chỉ sự thi trượt hoặc bị sa thải. ~먹다 bị sa thải

미연(未然) Trước, sẵn. ~에 방지하다 phòng trước, phòng sẵn.

미열(微熱) Cơn sốt nhẹ. ~이 있다 bị sốt nhẹ.

미온(微溫) Lãnh đạm, thờ ơ, không nhiệt tình.

미용(美容) Đẹp, vẻ đẹp, thẩm mỹ. ~실 tiệm trang điểm, tiệm uốn tóc.

미욱하다 Ngu dốt, ngu muội. 미욱한 사람 thằng ngu.

미움 Cái ghét, không thích. ~을 받다 bị người ta ghét..

미의식(美意識) Có khiếu thẩm mỹ, có óc thẩm mỹ.

미익(尾翼) Phần đuôi (máy bay).

미인(美人) Mỹ nhân. ~은 박명이다 Hồng nhan bạc mệnh

미작(米作) ① Trồng lúa. ② Thu hoạch lúa.

미장(美粧) Làm cho đẹp, trang điểm cho đẹp. ~원 viện thẩm mỹ.

미적(美的) Thuộc về cái đẹp. ~가치 giá trị về cái đẹp. ~감각 cảm giác về cái đẹp.

미적거리다 ① Thò ra. ② Lùi lại, hoãn.

미적분(微積分) Vi tích phân.

미전(美展) Cuộc triển lãm mỹ thuật.

미점(美點) Cái đẹp, điểm đẹp.

미정(未定) Chưa quyết định. ~이다 là vẫn chưa quyết định.

미조직(未組織) Chưa được tổ chức, chưa được cơ cấu.

미주(美洲) Châu Mỹ.

미주알고주알 Chi ly, tỉ mỉ, chi tiết từng tý. ~캐묻다 hỏi chi ly.

미증유(未曾有) Chưa từng có. ~의 대풍작 được mùa chưa từng có.

미지(未知) Không biết, lạ lẫm. ~의 세계 thế giới lạ lẫm.

미지근하다 Ấm áp, âm ấm. 미지근한 물 nước âm ấm.

미진(微震) Động đất nhỏ.

미진하다(未盡-) Không tường tận, không tỉ mỉ.

미착(未着) Chưa đến, chưa giao.

미착수(未着手) Chưa bắt tay làm, chưa khởi công. ~공사 công trình chưa khởi công.

미처리(未處理) Chưa xử lý.

미처분(未處分) Chưa xử lý, chưa thanh lý.

미처치(未處置) Chưa được chữa trị.

미취학(未就學) Chưa đi học. ~아동 trẻ em chưa đi học.

미치다 Đạt tới, với tới, đến. 표준에~ đạt tiêu chuẩn. 손이 ~는 곳에 nơi tay không với tới.

미칭(美稱) Tên đẹp.

미팅 Họp mặt, gặp mặt (meeting).

미풍(美風) Mỹ tục. ~양속 thuần

phong mỹ tục.
미풍(微風) Cơn gió nhẹ.
미필(未畢) Chưa kết thúc, chưa xong. ~하다.
미해결(未解決) Chưa được giải quyết. ~의 문제 vấn đề chưa giải quyết.
미행(尾行) Bám đuôi. ~을 당하다 bị bám đuôi.
미행(美行) Hành động đẹp, nghĩa cử đẹp.
미행(微行) Vi hành. ~하다.
미혹(迷惑) Mê hoặc. ~하다. 여색에 ~되다 bị mê hoặc vì đàn bà.
미화(美化) Làm cho đẹp, trang điểm đẹp. ~하다.
미확인(未確認) Chưa xác nhận. ~정보 thông tin chưa xác nhận.
민둥민둥하다 Trơ trụi, trống trơn, không có cây nào.
민란(民亂) Dân loạn, cuộc nổi loạn của quần chúng.
민력(民力) Sức dân.
민망하다(憫惘-) Khó xử.
민머리 ① Đầu trọc. ② Đầu hói.
민며느리 Cô gái được nuôi dưỡng để làm con dâu tương lai.
민물 Nước ngọt. ~고기 cá nước ngọt. ~호수 hồ nước ngọt.
민사소송(民事訴訟) Tố tụng dân sự, kiện dân sự. ~을 제기하다 khởi tố dân sự.
민생(民生) Dân sinh, sinh kế của nhân dân. ~문제 vấn đề dân sinh.
민선(民選) Dân tuyển, dân bầu ra.
민성(民聲) Tiếng nói người dân.
민속(民俗) Truyền thống, dân tộc. ~의 날 ngày truyền thống. ~무용 múa truyền thống.
민속(敏速) Nhanh chóng. ~하다.
민숭민숭하다 Trọc, trụi, trơ trụi. =맨숭맨숭하다.
민심(民心) Lòng dân. ~의 동요 sự dao động của lòng dân. ~을 잃다 mất lòng dân.
민영(民營) Dân doanh, tư nhân, cá nhân. ~사업 doanh nghiệp dân sự.
민영화(民營化) Cổ phần hóa, dân doanh hóa, tư nhân hóa. ~하다.
민완(敏腕) Sự thành thạo, thành thục.
민유(民有) Sở hữu của người dân, dân hữu. ~림 rừng cá nhân. ~재산 tài sản người dân.
민의(民意) Ý dân. ~를 묻다 hỏi ý dân. ~를 존중하다 tôn trọng ý dân.
민의원(民議院) Hạ viện.
민적(民籍) Hộ khẩu.
민정(民情) Dân tình. ~을 시찰하다 thị sát dân tình.
민족(民族) Dân tộc. ~의 화합 hoà hợp dân tộc.

민족자결(民族自決) Dân tộc tự quyết.

민주(民主) Dân chủ. ~공화국 nước cộng hoà dân chủ.

민주적(民主的) Có tính dân chủ. 반~인 có tính phản dân chủ.

민중(民衆) Dân chúng, quần chúng, nhân dân. ~적 có tính quần chúng.

민첩(敏捷) Nhanh, lanh lợi. ~하다.

민틋하다 Nhẵn, trơn, mướt.

민폐(民弊) Cái hại cho dân. ~를 끼치다 mang cái hại cho dân.

민하다 Ngu dốt, vô lý.

민항(民航) Hàng không dân dụng. =민간 항공. ~기(機) máy bay dân dụng.

밀감(蜜柑) Quả hồng ngọt.

밀계(密啓) Mật ước. ~하다.

밀계(密計) Mật kế. ~를 꾸미다 tìm mật kế.

밀고(密告) Mật cáo. ~하다. ~을 받다 nhận được mật báo

밀고나가다 Tiến lên, đưa ra, xúc tiến.

밀국수 Bún mỳ, miến mỳ.

밀다 Đẩy. 문을 ~ đẩy cửa. 등뒤에서~ đẩy sau lưng.

밀담(密談) Cuộc nói chuyện bí mật. ~하다.

밀도(密度) Mật độ. ~가 높다 mật độ cao.

밀도살(密屠殺) Giết trâu bò lậu. ~하다.

밀뜨리다 Đẩy, xô. 아무를 ~ xô ai.

밀랍(蜜蠟) Sáp ong.

밀레니엄 Thiên niên kỷ, ngàn năm (millennium).

밀렵(密獵) Săn trộm. ~하다. ~자 tên đi săn trộm.

밀리다 Dồn đọng, ứ. 일이 ~ công việc bị ứ. 밀린 일 việc bị dồn.

밀림(密林) Rừng rậm. ~지대 khu vực rừng rậm.

밀막다 Chặn lại, ngăn lại.

밀매(密賣) Sự bán lậu. ~하다. 마약 ~ bán ma tuý lậu. ~품 hàng lậu.

밀매매(密賣買) Buôn bán lậu. ~하다.

밀매음(密賣淫) Mại dâm lậu. ~하다.

밀모(密謀) Mật kế. ~하다.

밀무역(密貿易) Buôn lậu. ~하다.

밀물 Thủy triều. ~이 들어오다 triều lên.

밀보리 Hạt mỳ, mỳ.=쌀보리.

밀봉(密封) Gói kín, đóng bao kín. ~하다.

밀사(密使) Mật sứ. ~로 보내다 cử mật sứ.

밀선(密船) Thuyền lậu, thuyền không có giấy phép.

밀송(密送) Gửi trộm. ~하다.

밀어붙이다 Đẩy và dán vào. 벽쪽 으로 ~ đẩy vào tường.

밀월(蜜月) Tuần trăng mật. ~여행 du lịch tuần trăng mật.

밀의(密議) Mật ý. ~하다.
밀입국(密入國) Nhập cảnh lậu. ~하다. ~자 người nhập cảnh lậu.
밀접(密接) Chặt chẽ, thân thiết. ~하다. ~한 관계 quan hệ mật thiết.
밀착(密着) Sự dính chặt, sự bám chặt. ~하다. ~시키다 cho dính chặt vào.
밀초(蜜-) Cây nến, sáp.
밀치다 Đẩy mạnh, xô mạnh. 아무를~ xô ai. 옆으로 ~ xô sang một bên
밀폐(密閉) Đóng chặt, đóng kín. ~하다. ~된 상자 cái thùng được đóng chặt.
밀항(密航) Xuất cảnh lậu bằng thuyền hoặc bằng máy bay
밀회(密會) Một buổi họp kín. ~하다.
밉광스럽다 Đáng ghét.
밉상(-相) Một bộ mặt đáng ghét.

밋밋하다 Trơn, bóng láng. 밋밋한 얼굴 khuôn mặt bóng láng.
밍밍하다 Nhạt, vô vị. 밍밍한 국 canh nhạt.
밑 Dưới, phía dưới. ~에 ở dưới, phía dưới.
밑바닥 Đáy, mặt dưới. 솥~ dưới đáy nồi.
밑바탕 Nền tảng, cơ sở.
밑받침 Cái kê, cái đỡ phía dưới.
밑밥 Mồi câu.
밑조사(-調査) Cuộc điều tra sơ bộ.
밑창 Đế (giày).
밑천 ① Tiền vốn ② Dương vật.
밑층(-層) Tầng trệt, tầng dưới cùng.
밑판(-板) Tấm ván lót dưới đáy.
밑화장(-化粧) Trang điểm nền.

-ㅂ니까? (Thô chia trong câu hỏi, đi cùng với động từ hoặc tính từ), có phải, phải không, không? 합니까? Làm không?

-ㅂ디다 (Thô chia trong câu trần thuật, câu trả lời đi cùng với động từ hoặc tính từ). 저는 갑니다 tôi đi. 저는 모릅니다 tôi không biết.

ㅂ시다 (Thô chia ngữ pháp, đi cùng động từ) Cùng, hãy. 갑시다 hãy cùng đi. 먹읍시다 cùng ăn. 합시다 cùng làm.

바 ① Phương pháp, cách thức. ② Đã từng, như từng. 할 ~를 모르다 tôi không biết cách làm.

바가지 ① Cái gáo. ~로 물을 뜨다 dùng gáo múc nước. ② Càu nhàu (vợ kêu chồng). ~를 긁다 càu nhàu cuộc sống khó khăn (vợ).

바가지쓰다 Kêu giá quá cao, bán giá quá cao, bắt mua giá cao. 택시 운전사에게 ~쓰지 않도록 조심하게 cẩn thận đừng để tài xế giở trò lấy thêm tiền.

바가지씌우다 Bị mua hớ, trả tiền oan. 좀 ~는 것 같군요 tôi mua hớ rồi thì phải.

바그다드 Thủ đô Irắc Bag(h)dad.

바그르르 ① Kêu xèo xèo (nước). ~하다. ② Bụp bụp, xèo xèo (bọt, bong bóng). ~하다.

바깥 Bên ngoài, phía ngoài, ra ngoài. 회관~ ngoài hội trường.

바꾸다 ① Đổi, chuyển, thay, thay đổi. 계획을 ~ đổi kế hoạch. ② Sửa đổi, cải cách, làm mới

바꿔 Thay đổi, thay, chuyển. ~말하면 nói một cách khác.

바꿔치다 Thay thế, thay. 지폐를 위조 지폐와 ~ thay tiền giả bằng tiền thật.

바뀌다 Thay đổi, được thay đổi, bị thay đổi. 마음이 ~ thay lòng đổi dạ.

바나나 Quả chuối, chuối. ~껍질 vỏ chuối. ~송이 nải chuối.

바느질 Việc may mặc, may vá. ~하다. ~을 잘 하다 giỏi may vá. ~로 살다 sống bằng nghề may.

바늘 ① Cái kim, mũi kim, kim (chỉ

nghĩa bóng). ~구멍 lỗ kim. ~로 찌르는 듯한 아픔 nỗi đau như bị kim châm. ② Kim đồng hồ, cái lưỡi câu, cái móc. 이 시계에는 ~이 세 개 있다 đồng hồ này có ba kim.

바다 ① Biển. ~로 ra biển, hướng ra biển. 끝없는 ~ biển không bờ bến. ② Chỉ sự so sánh cái gì đó rất lớn, nhiều. 불~ biển lửa.

바다뱀 Rắn biển.

바다오리 Con mòng biển, con vịt biển.

바다표범 Con báo hoa biển.

바닥 ① Đáy, mặt dưới. 물~에 ở đáy nước. ② Mặt bằng, mặt phẳng. 손~ bàn tay, lòng bàn tay.

바닥나다 Cạn, lộ đáy ra, hết. 그 물건은 ~ hàng ấy hết rồi. 식량이 ~고 있다 lương thực đang cạn.

바닥내다 Làm cho hết, làm cho cạn, xài hết. 식량을 ~ dùng hết lương thực.

바닷가재 Tôm biển.

바닷개 Chó biển, con hải cẩu.

바닷게 Cua biển.

바닷물고기 Cá biển.

바닷새 Chim biển, chim hải âu.

바둑 Môn cờ vây, cờ batuk. ~(을) 두다 đánh ba túc. ~돌 viên ba túc.

바둑이 Con chó đốm.

바드득 Ken két, kèn kẹt. ~거리다 [대다] kêu kèn kẹt. 이를 ~갈다 nghiến răng kèn kẹt.

바득바득 Sự khăng khăng, sự cố chấp.

바라다 ① Mong muốn, mong ước, mong. 평화를~ mong muốn hoà bình. 행복을 ~ mong muốn hạnh phúc. ② Chờ đợi. 당신의 조력을 바랄 수 있을까? Tôi có thể chờ đợi sự giúp đỡ của anh được không?

바라보다 ① Nhìn chằm chằm, nhìn. 남의 얼굴에 ~ nhìn chằm chằm vào mặt ai đó. ② Gần tới, sắp tới. 나이 50을 ~ gần đến tuổi năm mươi.

바라보이다 Nhìn bao quát, quan sát, nhìn khắp. 집은 바다가 ~는 언덕 위에 있다 ngôi nhà nằm ở trên ngọn đồi có thể nhìn thấy.

바라지 Để sau danh từ, chỉ sự chăm nom, chăm sóc. ~하다. 자식~ chăm sóc con cái. 옷~하다 chăm sóc chuyện ăn mặc cho ai.

바라지다 ① Lùn mà mập (người). ② Dẹt và mỏng (đĩa). 바라진 접시 cái đĩa dẹt.

바락바락 Chỉ sự tức giận, hừng hực, bực bội. 그는 무엇에 화가 났는지 갑자기 나에게 ~대들었다 chẳng hiểu anh ta tức việc gì mà lại bực tức cầu nhàu tôi.

바람 ① Luồng không khí, gió, bão. ~

이 세다 gió mạnh. ② Không khí, hơi. ~구멍 lỗ thông gió.

바람개미 Kiến gió.

바람결 ① Cơn gió, sức gió. ~에 trong cơn gió. ~에 새 소리가 들린다 nghe tiếng chim trong cơn gió. ② Lời đồn, tiếng đồn. ~에 들으니 tôi nghe đồn là.

바람기(-氣) ① Hơi gió, gió. ~하나도 ~없는 무더운 날씨 thời tiết nóng không có lấy một tý gió. ② Tính lăng nhăng. ~가 있는 사람 người có tính lăng nhăng.

바람꽃 Bụi mù chỉ sắp có cơn gió đến, bụi gió.

바람나다 Lăng nhăng, ngoại tình. 바람난 남편 ông chồng ngoại tình.

바람들다 ① Xanh tươi, xanh tốt. 바람든 무 cải xanh. ② Lăng nhăng, ngoại tình.

바람맞다 ① Bị phỉnh, bị lừa dối, hứa mà không thực hiện. 여자한테~ bị đàn bà lừa. ② Trái với mong đợi, ngược lại mong đợi, thất vọng.

바람맞히다 Bỏ rơi ai, làm cho ai thất vọng, lừa dối ai. 그는 나를 ~ hắn đã lừa tôi.

바람받이 Nơi có nhiều gió, nơi đọng gió. ~에 있는 집 nhà nơi có nhiều gió.

바람잡다 ① Sống lăng nhăng, buông thả. ② Bắt phải gió, vô vọng, chẳng có kết quả gì, bị hớ.

바람직하다 Phù hợp, thích hợp, đúng, chính xác. 바람직한 사람 người thích hợp.

바랑 Cái balô, cái túi đeo. ~을 지다 cõng ba lô.

바래다 ① Phai màu, bay màu. 색이 ~ bay màu. ② Làm cho bay màu, tẩy màu.

바래다주다 Tiễn ai đó, đưa ai đó đi. 집까지~ đưa ai đó về nhà.

바로 ① Chính xác, đúng, chuẩn. ~대답하다 trả lời một cách thẳng thắn. ② Thẳng đứng, thẳng. ~앉다 ngồi ngay.

바로잡다 ① Uốn thẳng, duỗi ra, làm cho thẳng. 굽은 등뼈를~ duỗi thẳng lưng. ② Uốn nắn, sửa chữa. 마음을 ~ uốn nắn, sửa chữa tâm trạng / tình cảm.

바로크 Baroque. ~식 건물 tòa nhà kiểu baroque.

바르다 ① Dán, gắn. 고약을 ~ dán cao dán. ② Quét sơn, sơn, bôi, quệt. 풀을 ~ bôi hồ.

바르다 ① Thẳng. 바른 자세로 theo tư thế ngay thẳng. 의자에 바른 자세로 앉다 ngồi thẳng thắn trên ghế. ②

Đúng đắn, đúng, chính xác. 바른 행동 hành động đúng.

바르르 ① Sự sôi sục, sùng sục. ~끓기 시작하다 bắt đầu sôi sùng sục. ② Nổi giận đùng đùng, giận sùng sục. ~성이나 nổi giận đùng đùng.

바르샤바 Thủ đô Balan Warsaw. ~조약 điều ước Warsaw.

바른길 ① Con đường thẳng. ~로 인도하다 dẫn ai đi theo đường thẳng. ② Con đường đúng, con đường chính xác. ~을 밟다 đi theo con đường đúng đắn

바른말 Lời nói đúng, lời nói chính trực, lời nói ngay thẳng.

바리 Cái bát.

바리케이드 Vật chướng ngại. ~를 치다 [쌓다] để chướng ngại vật.

바림 Đánh màu, bôi màu. ~하다. 바다색을 ~하다 đánh màu của biển.

바벨 Babel. ~탑 tháp Babel.

바보 Thằng ngốc, thằng đần, thằng ngơ. ~같은 như là thằng ngốc. ~같은 소리 하다 ăn nói vớ vẩn.

바비큐 Thịt nướng [barbecue].

바빌로니아 Đế quốc cổ đại Babylonia. ~사람 người Babylon.

바쁘다 ① Bận, bận bịu. 바쁜 일정 một lịch trình bận rộn. 바쁜하루 một ngày bận rộn. ② Gấp rút, gấp, cấp bách. 바쁜 일 việc gấp.

바삐 ① Một cách bận rộn. ~지내다 sống vội vã. ② Vội vã, gấp rút. ~가다 vội vã đi.

바삭 Tiếng lạo xạo (dẫm lên lá cây).

바삭거리다 Kêu lạo xạo. 가랑잎 이 바람에 ~ lá rụng kêu lạo xạo trong gió

바삭바삭 Tiếng xào xạc, sột soạt, tiếng va vật cứng vào nhau cách cách. ~하게 기름에 튀긴 생선 tiếng cá rán kêu lách tách.

바셀린 Vaseline.

바순 Bassoon. ~연주자 người chơi bassoo.

바스대다 Vận động, không đứng yên được một chỗ, nghịch ngợm, phá phách. ~는 아이 đứa bé hiếu động.

바스락거리다 Kêu sột soạt. 나뭇잎이 바람에 ~ lá cây kêu sột soạt trong gió.

바스러뜨리다 Vỡ thành từng mảnh.

바스러지다 Bị vỡ thành từng mảnh, bị vỡ vụn ra. 빵이 ~ bánh vụn ra.

바스스 Từ từ, nhè nhẹ, nhẹ nhàng. ~잠자리에서 일어나다 nhẹ nhàng đứng dậy khỏi giường.

바스켓 Cái rổ, basket. ~볼 bóng rổ,

바슬바슬 Vỡ thành từng mảnh, vỡ vụn. ~하다.

바심 ① Thu hoạch sớm. ~하다. ② Việc thu hoạch sớm ~하다.

바싹 ① Khô rang, không có hơi nước. ~마른 입술 môi khô rang. ② Người gầy khô. ~마른 얼굴 khuôn mặt gầy.

바야흐로 Ngay lúc này, bây giờ, vừa đúng lúc. ~가을이다 mùa thu đã đến thực sự.

-바에야 Thà... còn hơn, đã... thì. 항복할 ~죽겠다 đầu hàng thì chết còn hơn.

-바와같이 Như, giống như, với như. 생각한 ~ như chúng ta suy nghĩ. 아시는[말씀하시는] ~ như quí vị đã biết.

바운드 Cú nẩy (bound). ~하다 nẩy lên. 공을 원~로 잡다 dùng tay bắt bóng một nẩy.

바위 Tảng đá, phiến đá. ~추락 주의 chú ý đá rơi (biển báo). 흔들~ hòn đá rung.

바위제비 Con chim yến, con yến đá.

바윗돌 Tảng đá, phiến đá.

바이러스 ① Vi rút, vi trùng (virus). 감기~ cảm cúm virus. ② Virus máy tính.

바이마르 Tên thành phố Weimar.

바이스 Cái kẹp, vật dùng cố định vật khác (vise).

바이어 Người mua hàng (buyer). ~와 상담을 하다 đàm phán với khách hàng.

바이없다 ① Không còn cách, không có phương pháp. 방법이 ~ không còn cách nào khác. ② Không thể so sánh được, rất, vô bờ bến. 영광스럽기~ rất vinh dự.

바이올린 Viôlông. ~독주 độc diễn viôlông.

바이칼호(-湖) Hồ Baikal.

바이킹 Người Viking.

바자 Chợ, hội chợ từ thiện. ~를 열다 mở hội chợ từ thiện.

바작바작 ① Lách cách, tách tách. 벽난로에서 불이 ~소리를 내며 탔다 lửa cháy trong lò kêu lách tách. ② Rất sốt ruột, rất lo lắng. 속이 ~타다 trong lòng như lửa đốt.

바지 Quần. 접어 올린~단 quần xắn ống.

바지랑대 Cái sào treo quần áo.

바지직 Kêu cái xèo. ~거리다 kêu xèo.

바짝 Chặt, bó sát. =바싹.

-바치 Người làm, thợ. 갖~ thợ làm dày. 성냥~ thợ diêm.

바치다 ① Đưa, biếu, tặng, dành cho. 뇌물을 ~ đưa hối lộ. ② Nộp. 세금을 ~ nộp tiền thuế.

바캉스 Kỳ nghỉ hè, ngày nghỉ lễ

(vacances). ~철 mùa nghỉ hè.

바퀴 ① Bánh xe. 자전거~ bánh xe đạp. 앞~ bánh trước. ② Vòng, vòng quay. 한 ~돌다 quay một vòng.

바탕 ① Tính chất, tính cách. ~이 좋은 사람 người có tính cách tốt. ② Nền, cơ sở, bề mặt. ~을 두다 dựa vào nền móng. ~이 되다 thành nền móng.

바탕 Ván, hồi, hiệp. 씨름 한~ một ván vật. 비가 한~ 왔다 mưa một chặp.

바터 Trao đổi hàng hóa. ~무역 mậu dịch trao đổi hàng hóa

바통 Dùi cui, cây gậy, cây baton. ~을 넘기다 trao gậy.

바투 Sát, gần, kề. ~앉다 ngồi cận kề. ~쓰다 viết sát vào nhau.

바특이 Gần, sát, kề. 손톱을 ~깎다 cắt sát móng tay.

바티칸 Vatican.

박(泊) Đêm, một đêm. 1~ 2일 một đêm hai ngày. 1~하다 ngủ một đêm.

박격포(迫擊砲) Súng cối, pháo bắn chi viện bộ binh.

박다 ① Đóng, ghim, găm (đinh). 못을 ~ đóng đinh. ② Gắn vào. 상아에 금을 ~ gắn vàng vào ngà voi.

박대(薄待) Bạc đãi. ~하다. ~받다 bị bạc đãi.

박덕(薄德) Thất đức, không có đức. ~하다. 부덕(不德).

박동(搏動) Mạch, nhịp mạch đập. ~계 đồng hồ đo mạch.

박두(迫頭) Đến gần, sát gần. ~하다. 위기가 ~하다 nguy cơ đang đến gần.

박람회(博覽會) Triển lãm, cuộc triển lãm. 무역~ triển lãm mậu dịch.

박래품(舶來品) Hàng nhập khẩu.

박력(迫力) Sức mạnh, sức tiến. ~이 있다 có sức mạnh.

박리(剝離) Lột ra, tách ra. ~하다.

박막(薄膜) Tấm màn chắn.

박멸(撲滅) Tiêu diệt, khử. ~하다. 전염병을 ~하다 khử bệnh truyền nhiễm.

박명(薄命) ① Bất hạnh. ~하다. ② Đoản mệnh, bạc mệnh. ~하다.

박물(博物) Hiểu biết rộng, bác học. Bảo tàng. ~관 viện bảo tàng.

박복(薄福) Bạc phước, rủi ro, bất hạnh. ~하다. ~한 여인 người phụ nữ không may mắn.

박봉(薄俸) Mức lương bạc bẽo, đồng lương nghèo nàn. ~근로자 người lao động với mức lương bạc bẽo.

박사(博士) ① Tiến sĩ. 김~ tiến sĩ Kim. ~과정 đang trong quá trình làm tiến sĩ. ② Bác sĩ.

박살 Thành từng mảnh, mảnh vụn. ~내다 làm vỡ thành từng mảnh.

박색(薄色) Rất xấu xí. 둘도 없는 ~이다 xấu đến mức không có người thứ hai.

박수(拍手) Vỗ tay. ~하다. ~치다. 우레 같은 ~소리 tiếng vỗ tay như sấm.

박수갈채(拍手喝采) Vỗ tay hò reo. ~하다.

박식(博識) Hiểu biết nhiều, uyên bác. ~하다.

박신거리다 Tụ tập, xúm lại, túm lại. 사람들로 ~ mọi người túm nhau lại

박신박신 Thành nhóm, nhóm.

박애(博愛) Sự bác ái. ~하다.

박약(薄弱) Bạc nhược, yếu đuối. ~하다. 의지가 ~ ý chí yếu đuối.

박음질 Việc may vá. ~하다.

박이 Để sau người, chỉ người hoặc con vật làm nghề gì. 점~ thầy bói.

박이다 In, in ấn. 책을 ~ in sách.

박자(拍子) Nhịp. ~를 맞추어 hoà nhịp, theo nhịp. 4분의2~ nhịp 2/4.

박장대소(拍掌大笑) Vỗ tay cười lớn. ~하다.

박정(薄情) Bạc tình, lạnh nhạt. ~하다 [스럽다].

박정희 Tổng thống độc tài Hàn Quốc Park Chung Hee (1917−1979)

박제(剝製) Sự nhồi bông, nhồi nhét. ~한 được nhồi bông.

박주(薄酒) Rượu nhạt.

박쥐 Con dơi.

박진(迫眞) Tiến tới, đi tới. ~하다.

박차(薄茶) Trà nhạt, trà loãng.

박치기 Va đầu vào, đụng đầu vào. ~하다

박타다 ① Cưa thành hai, chẻ thành hai. ② Chẳng được cái gì, hỏng việc.

박탈(剝奪) Tước bỏ, bóc lột, giật lấy. ~하다. 공민권을 ~하다 tước bỏ quyền công dân.

박테리아 Vi khuẩn. =세균.

박피(薄皮) Da mỏng.

박하다(薄−) ① Bạc bẽo. 인심이 ~ lòng người bạc bẽo ② Ít, không nhiều. 급여가 ~ lương ít.

박학(博學) Bác học, học rộng, học nhiều. ~하다. ~한 사람 người học nhiều.

박해(迫害) Ngược đãi, chèn ép, bức hại. ~하다. ~를 받다 bị bức hại.

박히다 ① Đóng vào, bị gim vào. 손에 가시가 ~ gai đâm vào tay. 탄알이 기둥에 ~ viên đạn găm vào cột. ② Bị in, bị chụp.

밖 ① Bên ngoài, ngoài. ~에 bên ngoài. ② Ngoài đó ra, ngoài ra. 그~에 ngoài cái đó ra. 하나~에 없는 몸 thân thể duy nhất.

반(反) Phản, chống lại. ~사회적 행동

hành động phản xã hội.

반가공품(半加工品) Bán gia công, gia công một nửa.

반가움 Sự vui mừng.

반가워하다 Vui mừng. 소식을 듣고 아주~ nghe xong tin thì rất vui mừng.

반가이 Một cách vui vẻ, vui mừng. ~맞이하다 vui mừng đón tiếp.

반간(反間) Phản gián, gián điệp. ~계 bọn phản gián, bọn gián điệp.

반감(反感) Phản cảm, tình cảm xấu, ác cảm. 두 사람 사이의 ~ tình cảm không tốt giữa hai người.

반갑다 Vui mừng, vui. 반가운 소식 tin vui. ~게 웃다 cười một cách vui mừng.

반값(半-) Một nửa giá. ~으로 깎다 giảm giá xuống một nửa.

반개(半個) Một nửa. 사과~ nửa quả táo.

반개(半開) ① Mở một nửa. ~하다. ~된 창문 cửa sổ mở một nửa. ② Hoa nở giữa chừng hoặc một nửa. ~하다.

반거충이(半-) Người học cái gì cũng lỡ cỡ, cái gì cũng dở dang.

반격(反擊) Phản kích, phản công. ~하다. 우리는 ~의 준비가 되어 있다 chúng tôi đã chuẩn bị để phản công.

반경(半徑) Bán kính. 3마일 ~이내 trong bán kính 3 dặm.

반고체(半固體) Nửa lỏng, nửa đặc.

반공(反攻) Phản công, phản kích. =반격.

반공일(半空日) Ngày nghỉ nửa ngày.

반관반민(半官半民) Nửa nhà nước nửa dân sự. ~회사 công ty nửa nhà nước nửa dân sự.

반괴(半壞) Hư một nửa, hỏng một nửa. ~하다. ~가옥 ngôi nhà bị hỏng một nửa.

반구(半球) Bán cầu. 동~ Đông bán cầu. 서~ Tây bán cầu.

반국가적(反國家的) Có tính phản quốc.

반군(叛軍) Phản quân, phiến quân.

반군국주의(反軍國主義) Chủ nghĩa phản quân chủ.

반금속(半金屬) Nửa kim loại, á kim.

반기(叛旗) Cờ của quân phản loạn. ~를 들다 cầm cờ phản loạn.

반기생(半寄生) Một nửa ký sinh, bán ký sinh.

반나마(半-) Hơn một nửa, già một nửa.

반나체(半裸體) Bán lõa thể, khỏa thân nửa người. ~화 tranh khoả thân một nửa.

반납(返納) Nộp lại, trả lại. ~하다. 회사에 ~하다 nộp lại cho công ty.

반달(半-) ① Trăng bán nguyệt ~모양의 hình bán nguyệt. ② Nửa tháng. ~치[분]의 phần nửa tháng.

반대(反對) ① Đối diện, ngược lại. ~로 ngược lại. ~방향으로 ngược chiều. ② Phản đối. ~하다. ~한 사람 하나도 없다 không có ai phản đối. 에 ~하다 phản đối cái gì đó.

반덤핑(反-) Chống phá giá. ~관세 thuế chống phá giá. ~법 luật chống phá giá.

반도(半島) Bán đảo. 한~ bán đảo Triều Tiên.

반도덕적(反道德的) Có tính phi đạo đức, tính vô đạo đức. ~행위 hành vi vô đạo đức.

반도체(半導體) Mạch bán dẫn. ~업 công nghiệp bán dẫn. 64메가 디램~ đĩa DRAM 64 mega .

반동(反動) Phản động. ~하다. ~분자 phần tử phản động. ~사상 tư tưởng phản động.

반드럽다 ① Trơn, mướt, bóng. 반드러운 종이 giấy trơn. ② Bảnh bao, hào nhoáng. 반드러운 사람 người bảnh bao.

반드시 ① Nhất định, nhất thiết. ~그렇지 않다 không nhất định phải như vậy. ② Thường xuyên.

반들거리다 ① Vênh váo, giảo hoạt, ranh ma. ② Bóng loáng, bóng lộn.

반들반들 Bóng loáng,

반듯반듯하다 Thẳng thắn.

반듯하다 ① Gọn gàng, ngăn nắp. 책상을 ~게 놓다 để bàn gọn gàng. ② Hoàn thiện, không có lỗi, đẹp.

반등(反騰) Tăng trở lại. ~하다.

반락(反落) Tụt giá trở lại, giảm trợ lại. ~하다.

반란(反亂, 叛亂) Phản loạn. ~을 일으키다 gây phản loạn.

반려(返戾) Hoàn lại, trả lại. ~하다.

반론(反論) Phản bác, phản đối. ~하다. ~을 제기하다 đưa ra phản đối. ~을 펴다 phản đối.

반말(半-) Lời nói không lễ phép, nói hỗn. ~하다.

반면(半面) ① Mặt trái. ② Mặt khác, mặt trái. 생활의 ~ mặt khác của cuộc sống.

반면(反面) Mặt khác, tương phản, trái lại. ~에 trái với cái đó, ngược lại.

반모음(半母音) (ngôn ngữ) Bán nguyên âm.

반목(反目) Ghét nhau, sự căm ghét nhau, thù địch. ~하다. 양자간의 ~ sự thù địch hai bên.

반문(反問) Hỏi ngược lại. ~하다. "그것은 무슨 뜻이죠" 라고 나는 ~했다 Tôi hỏi ngược lại cái đó có nghĩa là gì?

반물 Màu xanh đen.

반미(反美) Chống Mỹ. ~전쟁 cuộc chiến tranh chống Mỹ. ~감정 tư tưởng chống Mỹ.

반바지(半-) Quần lửng đàn ông, quần lửng.

반박(反駁) Phản bác, từ chối. ~하다. ~의 여지가 없는 không có chỗ nào để mà phản bác.

반반(半半) Một nửa, hai phần bằng nhau. ~으로 나누다 chia làm hai nửa.

반반하다 ① Nhẵn, bằng phẳng, trơn. 반반한 표면 mặt bằng trơn tru. ② Đẹp, xinh đẹp, bảnh bao.

반발(反撥) ① Nẩy ra, nẩy ra, đối nhau. ~작용 tác dụng phản hồi. ② Phản kháng, chống đối. ~하다.

반백(半白) Nửa trắng, trắng một nửa, tóc hoa râm. ~노인 cụ già tóc hoa râm.

반벙어리 Người nửa câm, nói ú ớ.

반병신(半病身) Nửa người bị tật nguyền.

반보(半步) Nửa bước.

반복(反復) Lặp đi lặp lại. ~하다. ~하여 말하다 nói lặp đi lặp lại.

반봉건(半封建) Phản phong kiến. ~사상 tư tưởng phản phong kiến.

반분(半分) Chia đôi, chia đều, chia hai. ~하다.

반비례(反比例) Tỷ lệ nghịch. 기온은 높이에 ~한다 tỷ lệ nghịch với nhiệt độ cao.

반빗(飯-) Chuyện cơm nước.

반사(反射) ① Phản xạ. ~적인 có tính phản xạ. ② Phản xạ, chiếu lại, phản chiếu. ~적으로 có tính phản xạ, có tính phản lại.

반사회적(反社會的) Phản xã hội,

반삭(半朔) Nửa tháng, mười lăm ngày.

반상(飯床) Bát đĩa.

반상기(飯床器) Bộ đồ dùng cho bàn ăn.

반상회(班常會) Buổi họp khu phố, họp tổ dân phố.

반색하다 Vui mừng. ~며 옛친구를 맞다 vui mừng đón bạn cũ.

반생(半生) Nửa cuộc đời. 전~ nửa đầu cuộc đời. 후~ nửa sau cuộc đời.

반석(盤石) Bàn thạch, tảng đá, chỉ sự vững chắc. ~같이 như bàn thạch.

반성(反省) Tỉnh ra, nhận ra, hiểu ra, sự hối cải, phản tỉnh. ~하다. 자기의 행위를~ hối cải về hành vi của mình.

반세기(半世紀) Một nửa thế kỷ.

반소(反訴) Phản tố, tố cáo lại, bị đơn thành nguyên đơn. ~하다. 손해 배상의 ~ ngược lại đòi bồi thường.

반소경(半-) Mù một nửa, bị lòa.

반소매(半-) Nửa ống tay.

반송(搬送) Vận chuyển. ~하다.

반송(返送) Gửi quay trở lại, gửi lại. ~하다. 선편으로 ~하다 gửi lại bằng thuyền.

반수(半數) Phân nửa con số (trong số). 위원~의 재선출 nửa số hội viên là tái tham gia bầu cử. ~를 넘다 hơn một nửa.

반숙(半熟) Chín một nửa, chín tái. ~하다. ~달걀 trứng chín một nửa.

반시(半時) Nửa giờ đồng hồ, ba mươi phút.

반시간(半時間) Nửa giờ, ba mươi phút.

반식민지(半植民地) Nửa thuộc địa. ~국가 nước nửa thuộc địa. ~상태 trạng thái nửa thuộc địa.

반신(返信) Sự hồi âm, trả lời. ~하다. ~용 봉투 phong bì dùng để viết thư trả lời.

반신반의(半信半疑) Bán tín bán nghi. ~하다. 그녀는 ~하는 눈치 였다 cô ấy tỏ thái độ bán tín bán nghi.

반실하다(半失-) Mất một nửa. 반실되다 bị mất một nửa.

반심(叛心) Ý định phản bội. ~을 품다 mang ý định phản bội.

반액(半額) Nửa giá, nửa số tiền. ~으로 bằng nửa số tiền. 12세 미만의 어린이는 ~입니다 trẻ 12 tuổi thì một nửa giá tiền.

반어(反語) Cách nói ngược, người xấu thì gọi là đẹp, mỉa mai. ~적(인) có tính mỉa mai.

반역(反逆, 叛逆) Phản nghịch, làm phản. ~하다. 그들은 국왕에게 ~했다 họ đã phản bội quốc vương.

반열(班列) Hàng, lối. 의 ~에 들다 bước vào hàng ngũ.

반영(反映) Phản ánh, phản chiếu. ~하다. 여론의 ~ phản ánh của dư luận.

반영구적(半永久的) Bán vĩnh cửu, nửa vĩnh cửu. ~인 건물 tòa nhà kiểu nửa vĩnh cửu.

반올림(半-) Làm tròn, làm chẵn. ~하다. 10. 6을 ~하면 11이 된다 10, 6 làm tròn số là 11.

반월(半月) Bán nguyệt. ~기(旗) cờ hình bán nguyệt.

반유대(反-) Phản Do thái, chống Do thái.

반음(半音) Nửa âm, nửa cung âm. ~올리다[내리다] lên [xuống] nửa cung âm.

반응(反應) ① Phản ứng hóa học. ~하다 phản ứng. ② Phản ứng, tỏ thái độ. 그소식을 듣고 그는 어떻게 ~했습니까? Nghe tin ấy xong anh ấy phản ứng thế nào?

반의반(半-半) Một phần tư, nửa của một nửa.

반의식(半意識) Nửa nhận thức, nhận thức lờ mờ.

반의어(反意語) Từ trái nghĩa, từ phản nghĩa.

반일(反日) Chống Nhật. ~감정 tư tưởng chống Nhật.

반입(搬入) Đưa vào, mang vào. ~하다.

반자 Trần nhà. ~지 giấy dán trần.

반자성(反磁性) Nửa nam châm, phản từ tính.

반작용(反作用) Phản tác dụng. 작용과 ~ tác dụng và phản tác dụng.

반장(班長) Lớp trưởng, nhóm trưởng, trưởng chuyền (sản xuất).

반전(反轉) ① Quay ngược lại, quay ngược chiều. ~하다. ② Chuyển biến ngược lại. 형세는 ~되었다 tình hình đã quay ngược lại.

반절(半折) ① Cắt một nửa. ~하다. ② Một nửa.

반점(斑點) ① Vết đốm. 하늘이 구름 ~도 없이 맑게 개었다 trời trong xanh không có một đốm mây. ② Giây phút, lúc.

반정(反正) ① Phế vua hư hỏng và lập vua khác. ~하다. ② Quay trở lại trạng thái cũ. ~하다.

반정부(反政府) Phản chính phủ, chống đối nhà nước. ~활동 혐의로 구속되다 bị bắt vì tội chống đối nhà nước.

반제(反帝) Phản đế quốc chủ nghĩa. ~국주의 운동 phong trào phản đế quốc chủ nghĩa.

반제품(半製品) Bán thành phẩm.

반주(半周) Nửa vòng. ~하다.

반주권국(半主權國) Nước chỉ có nửa chủ quyền.

반죽 Sự nhào bột. ~하다.

반죽음(半-) Chết lâm sàng, chết một nửa. ~하다.

반증(反證) Phản chứng, chứng minh ngược lại. ~을 들다[제시하다] chứng minh ngược lại.

반지(斑指) Cái nhẫn, nhẫn. ~를 끼다 đeo nhẫn. ~를 빼다 tháo nhẫn.

반지기(半-) Đi sau danh từ, chỉ có pha lẫn cái gì đó. 모래~쌀 gạo có lẫn cát.

반지랍다 Bóng, bóng bẩy.

반지르르 Trơn tru.

반지빠르다 ① Kiêu ngạo, ngạo mạn. 반지빠른 자식 thằng cha ta đây. ② Chẳng làm được cái gì.

반직업적(半職業的) Nửa ngành nghề, bán ngành nghề, nghiệp dư. ~인 운동선수 vận động viên thể thao nghiệp dư.

반질반질 ① Bóng bẩy, trơn tru. ~하다.

② Gian giảo, tinh quái. ~하다.

반짝반짝 Lấp lánh, nhấp nháy, bóng loáng. ~하는 별 sao lấp lánh.

반짝이다 Lấp lánh, long lanh. ~는 눈 ánh mắt long lanh.

반쪽(半-) Một nửa.

반쯤(半-) Khoảng một nửa, trên dưới một nửa. 눈을 ~뜨고 mở nửa mắt.

반찬(飯饌) Thức ăn. 맛있는 ~ thức ăn ngon. 시장이 ~이다 khi đói thì cái gì cũng ngon.

반체제(反體制) Phản chế độ, chống đối lại chế độ. ~운동 phong trào phản chế độ.

반추(反芻) Sự nhai lại, lặp lại. ~하다. 그는 선생님 말씀을 ~했다 hắn lặp lại lời của thầy giáo.

반출(搬出) Đưa ra, mang ra. ~하다. 한국 문화재는 국외~이 금지되어 있다 các si sản văn hóa của Hàn Quốc bị cấm đưa ra nước ngoài.

반취(半醉) Nửa say, ngà say. ~하다.

반칙(反則) Vi phạm, phạm luật, phạm lỗi. ~하다. ~으로 퇴장을 당하다 bị đuổi khỏi sân vì phạm lỗi. ~패하다 thua do phạm luật.

반타작(半打作) Thu hoạch chỉ bằng một nửa so với dự tính, mất mùa chỉ được có một nửa. ~하다

반투명(半透明) Nửa đục, nửa trong. ~ 하다.

반파(半破) Hư một nửa. ~되다 bị hư một nửa.

반편(半偏) Ngu ngơ, khù khờ. ~스럽다. ~노릇[짓] cái trò ngu ngơ.

반푼(半-) Nửa xu. ~어치 값어치도 없 다 không đáng giá nửa xu.

반품(返品) Hàng bị trả, hàng trả lại. ~ 하다 trả lại hàng.

반하다 ① Phải lòng nhau, quí nhau. 반 한 여자 người phụ nữ yêu ngay từ cái nhìn đầu tiên. ② Bị hấp dẫn, bị cuốn hút. 그림에 ~ bị cuốn hút bởi bức tranh.

반항(反抗) Chống đối, phản kháng. ~ 하다. ~적 có tính chống đối.

반향(反響) Phản ứng, gây ảnh hưởng. ~이 있다 có phản ứng.

반혁명(反革命) Phản cách mạng. ~운 동 phong trào phản cách mạng.

반환(返還) Trả lại, hoàn lại. ~하다. 빌 린 돈을 ~ trả lại tiền đã mượn.

받다 ① Nhận, tiếp nhận, lấy, thu. 을 ~ nhận cái gì đó. ② Lấy tiền, thu tiền. 한끼 식사에 5천 원~ mỗi bữa ăn lấy 5 ngàn won.

받들다 ① Cầm, nắm, giữ cho. 무거운 돌을 두 손으로 ~ hai tay nắm lấy hòn đá nặng. ② Ủng hộ. 정부를~ ủng hộ chính phủ.

받아넘기다 Lảng tránh, tránh ra. 아무의 질문을 교묘히~ tránh câu hỏi của ai đó một cách tài tình.

받아들이다 Chấp nhận, tiếp nhận, đồng ý, hiểu. 충고를~ tiếp nhận lời khuyên của ai đó.

받아쓰기 Việc viết chính tả, viết chính tả. ~하다. ~를 시키다 cho ai đó viết chính tả.

받아쓰다 Viết, ghi, chép. 강의를~ ghi chép bài giảng.

받아치다 Đánh trở lại, đánh lại.

받치다 Tựa, đỡ. 기둥으로 ~ lấy cái cột để chống.

받침 Cục kê, cái kê, cái đỡ. ~을 괴다 kê vào, chèn vào.

받히다 Bị húc vào, bị đâm vào. 소에게 ~ bị bò đâm. 택시에 ~ bị đâm vào taxi.

발 ① Chân, cái chân. 머리에서 ~까지 từ đầu tới chân. ② Bước chân. ~이 느리다 đi chậm.

발가락 Ngón chân. 새끼~ ngón chân út.

발가벗겨지다 Bị lột trần, bị ai lột trần, bị ai bắt cởi trần.

발가벗기다 Lột trần, bóc trần. 상대의 본심을 ~ bóc trần bản chất của đối phương.

발각(發覺) Phát giác, phát hiện, biết được. ~되다 bị phát hiện. ~을 두려워하여 sợ bị phát hiện.

발간(發刊) Phát hành. ~하다. ~되다 được phát hành.

발갛다 Đỏ hồng. 뺨이 ~ má hồng.

발개지다 Đỏ, sang màu đỏ. 얼굴이 ~ khuôn mặt đỏ lên.

발걸음 Bước chân. 무거운 ~ bước chân nặng nề. 급한 ~으로 bằng bước chân vội vã.

발견(發見) Phát hiện, tìm ra, thấy 잘못을 ~ phát hiện ra lỗi. 시체를~ phát hiện một thi thể.

발광(發光) Phát quang. ~하다. ~신호 tín hiệu phát quang. ~탄 đạn phát quang, đạn sáng.

발군(拔群) Xuất chúng, nổi trội. ~의 성적으로 thành tích nổi trội.

발굽 Móng chân, móng. 말~소리 tiếng vó ngựa, tiếng chân ngựa.

발권(發券) Sự phát hành tiền giấy. ~하다. ~액 số tiền phát hành.

발그레하다 Đỏ lựng, đỏ rực. 얼굴이~ mặt đỏ bừng.

발그림자 Cái bóng, dấu vết. ~도 안 비치다 không thấy bóng dáng đâu.

발급(發給) Cấp phát. ~하다. 여권을 ~하다 cấp hộ chiếu. 카드~ cấp thẻ, phát thẻ.

발긋발긋하다 Có những đốm đỏ.

발기(發起) Khởi hành, bắt đầu, chủ trì. ~하다.

발기다 Bóc tra, bóc. 콩을 ~ bóc lạc.

발기발기 Thành từng mảnh. ~찢다 xé thành từng mảnh.

발길 ① Cú đá, sức đá. ~질 cú đá, đá. ~질하다 đá ② Thăm viếng, thăm, đi lại. ~이 잦다 hay đến thăm.

발칵 ① Đùng đùng, đột nhiên. ~성내다 đùng đùng nổi giận ② Lục tìm. 집안이 ~뒤집히다 lục tung cả nhà lên

발꿈치 Gót chân.

발끈 Nổi giận, tức giận, bực mình. ~하다. ~해서 소리를 지르다 tức giận hét lên.

발단(發端) ① Mở miệng, mở lời. ~하다. ② Bắt đầu, có nguyên nhân từ. ~하다. 사건의~ khởi đầu sự việc. 사건 의 ~을 조사하다 điều tra nguyên nhân sự việc.

발달(發達) ① Phát triển. ~하다. 경제가 ~ kinh tế phát triển. ② Tiến bộ, đi lên. ~하다

발돋움 Nhón chân. ~하다. 한 남자가 ~하고 집안을 엿보는 것을 보았다 người đàn ông nhón chân nhìn vào trong nhà.

발동(發動) Phát động, khởi động. ~하다.

발동기(發動機) Môtơ, máy, động cơ. 백 마력의 ~ động cơ 100 mã lực.

발등 Mu (bàn chân). ~을 밟다 dẫm lên chân ai.

발라내다 Lấy xương ra, bóc ra. 생선 가시를~ lấy xương cá. 닭고기를~ gỡ thịt gà ra.

발라먹다 Ngạp ăn, mút ăn.

발랄하다(潑剌-) Hoạt bát, sung mãn. 생기~ đầy sức sống.

발레 Ba lê, múa balê. ~단 đoàn múa balê. ~를 배우다[가르치다] học [dạy] balê.

발렌타인데이 Ngày lễ tình yêu, ngày Valentine.

발령(發令) Phát lệnh, ra lệnh, có lệnh. ~하다. 그의 과장 임명은 5월 1일부로 ~되었다 Anh ta đã có lệnh chỉ định làm trưởng phòng từ ngày 1 tháng 5.

발로(發露) Biểu lộ, thể hiện. ~하다. 애국심의 ~ thể hiện lòng yêu nước.

발론(發論) Đưa ra bàn bạc, thảo luận. ~하다.

발름하다 Há miệng. 입이 ~ há miệng.

발리 Quả volley (trong bóng đá). 공을 ~로 치다[차다] đánh (đá quả volley.

발리볼 Bóng chuyền (volleyball).

발맞다 Đi đúng nhịp. ~지 않다 đi không đúng nhịp.

발맞추다 Làm cho đúng nhịp chân, đúng nhịp chân.

발매(發賣) Bán, phát mãi. ~하다. 재산을 ~ phát mãi tài sản.

발매 Cắt, chặt cây. ~하다.

발명(發明) ① Phát minh. ~하다. 신~ phát minh mới. ② Giải thích, biện minh. 나의 행동에 대해서는 아무런 ~도 하지 않겠다 tôi không có sự giải thích nào cho anh hành động của mình.

발목 Mắt cá chân, cổ chân. ~을 삐다 trặc cổ chân.

발묘(拔錨) Thả neo. ~하다.

발밑 Bàn chân, dưới bàn chân. ~에 dưới bàn chân.

발바닥 Bàn chân, lòng bàn chân.

발발(勃發) Bùng nổ, bùng lên. ~하다. 내란이 ~했다 chiến tranh bùng nổ ở nhiều nơi.

발발 Bần bật (run).

발버둥질 Ngồi bệt xuống chân giãy đành đạch. ~치다.

발벗다 ① Cởi chân ra, tháo dày ra. ② Dồn sức, tập trung cho

발병(發病) Phát bệnh, sinh bệnh. ~하다. ~초기에 vào thời kỳ đầu mới phát bệnh.

발복(發福) Phát tài, phát lộc, có phúc. ~하다.

발본(拔本) Căn nguyên, cội rễ. ~하다 gây ra. ~적 개혁을 하다 cải cách từ cội rễ.

발부리 Đầu ngón chân. ~로 걷다 đi bằng đầu ngón chân.

발빼다 Rút chân, rút khỏi, rút ra. 그는 하루빨리 그 부정한 사업에서 발을 빼기로 결심했다 Anh ta quyết tâm rút khỏi chuyện làm ăn tiêu cực đó càng sớm càng tốt.

발뺌 Trốn tránh trách nhiệm, lảng tránh. ~하다. 너의 이런 해명은 ~에 불과하다 lời giải thích của cậu chẳng khác nào sự lảng tránh.

발사(發射) Phóng, bắn. ~하다. 인공 위성을 ~하다 phóng vệ tinh nhân tạo.

발산(發散) ① Phát tán, lan tỏa. ~하다. 불이 ~하다 lửa phát tán ra. 악취를 ~하다 mùi thối tỏa ra. ② Thể hiện ra ngoài (tình cảm). ~하다. 감정의 ~ thể hiện tình cảm.

발상(發喪) Phát tang. ~하다.

발상지(發祥地) Nơi nẩy sinh, cội nguồn, gốc rễ.

발샅 Kẽ chân.

발색제(發色劑) Chất tạo màu, chất làm ra màu.

발생(發生) Phát sinh, xảy ra, xuất hiện. ~하다. 문제가 ~하다 phát sinh vấn đề.

발성(發聲) Nói, phát biểu, phát thanh. ~하다. ~기 máy phát thanh.

발소리 Tiếng bước chân đi. ~를 내지 않고 không để nghe tiếng bước chân.

발송(發送) Gửi đi, gửi. ~하다. 우편 물을 ~ gửi bưu phẩm.

발신(發信) Gửi từ, gửi thư, gửi tin. ~하다. 이 편지는 서울~이다 bức thư này được gửi từ Seoul.

발아(發芽) Mọc mầm, nẩy mầm. ~하다. 봄비로 씨앗이 ~했다 nhờ mưa xuân mà nhiều hạt nảy mầm.

발악(發惡) Chửi mắng ác độc. ~하다.

발암(發癌) Gây ung thư. ~성의 có tính gây ung thư. ~물질 chất gây ung thư.

발언(發言) Phát ngôn, phát biểu, nói. ~하다. ~을 금지하다 cấm nói. ~자 người phát ngôn.

발언권(發言權) Quyền được nói, quyền phát hiểu, quyền phát ngôn.

발연(發煙) Nhả khói, cho ra khói. ~하다. ~병기 vũ khí phun khói.

발열(發熱) Phát nhiệt, có nhiệt, nóng lên, sốt. ~하다. 그는 감기로 ~이 있었다 cô ấy sốt vì cảm cúm.

발원(發源) Bắt nguồn, khởi nguồn. ~하다. 메콩강이 중국에서 ~하다 Sông Mêkông bắt nguồn từ Trung Quốc.

발원(發願) Cầu nguyện, cầu. ~하다.

발육(發育) Lớn lên, trưởng thành. ~하다. 한창 ~하는 아이 đứa bé đang độ tuổi lớn.

발음(發音) Phát âm. ~하다. 정확하게 ~하다 phát âm một cách chính xác. 잘못 ~하다 phát âm sai. ~기 관 thanh quản.

발의(發議) Đề nghị, kiến nghị, đưa ra ý kiến. ~하다. 의 ~로 theo đề nghị của ai.

발인(發靷) Đưa ma, đám ma. ~하다. 오전 9시~ đưa ma lúc 9 giờ.

발자국 Vết chân. ~을 남기다 để lại vết chân. ~따라 가다 đi theo vết chân.

발자취 Sự cống hiến, dấu ấn, thành tích. 역사에 ~를 남기다 để lại dấu ấn lịch sử

발작(發作) Bùng nổ, bộc phát. ~하다. ~적인 có tính bộc phát. 격렬한 ~ sự bộc phát mãnh liệt.

발적(發赤) Đỏ lên, tấy lên.

발전(發展) Phát triển. ~하다. 공업의 ~ phát triển của công nghiệp.

발전기(發電機) Máy phát điện. 수력 [화력]~ máy phát điện thuỷ lực [hỏa lực].

발전소(發電所) Trạm phát điện. 수력 [화력]~ trạm phát điện thuỷ lực [hỏa lực].

발정(發情) Phát dục, muốn theo cái, động đực. ~기 thời kỳ động đực.

발족(發足) Bắt đầu, khởi hành, khởi công. ~하다. 새로 ~하다 bắt đầu mới trở lại.

발주(發注) Phát thầu, mời thầu, đặt hàng. ~하다.

발진(發疹) Nổi mụn, nổi bọng nước. ~하다.

발짝 Bước, nấc, bậc. 한 ~한 ~ từng bước từng bước.

발짧다 Không may mắn, lỡ cơ hội.

발쭉하다 Há miệng, mở mở miệng.

발차(發車) Sự khởi hành, xe xuất phát. ~하다.

발착(發着) Đi và đến ~하다. 열차의 ~ 시간 thời gian đi và đến của tàu hỏa.

발칙하다 Mất nết, hư hỏng, vô lễ. 발칙한 녀석 thằng mất nết.

발칸 Vùng Balkan. ~반도 bán đảo Balkan.

발코니 Ban công. ~로 나가다 ra ngoài ban công.

발탁(拔擢) Tuyển chọn, lựa chọn. ~하다. 50명 중에서 두 사람을 ~하다 chọn hai người trong số 50 người.

발톱 Móng chân (người, vật). ~이 있는 có móng chân.

발파(發破) Làm cho nổ, đánh thuốc nổ. ~하다. ~장치를 하다 lắp chất nổ.

발판(-板) Chỗ để chân, chỗ dẫm chân.

발포(發布) Ban bố, ban hành. ~하다. 헌법의 ~ ban bố Hiến pháp.

발표(發表) Công bố, thông báo, phát biểu. ~하다. 정식적으로 ~하다 công bố một cách chính thức.

발하다(發-) ① Phát tán, tỏa ra. 향기를 ~ tỏa mùi thơm. ② Mệnh lệnh, ra lệnh, ban hành. 명령을 ~ phát lệnh.

발한(發汗) Đổ mồ hôi, ra mồ hôi. ~하다. ~시키다 làm cho ra mồ hôi.

발항(發航) Xuất phát khỏi cảng, rời cảng. ~지 cảng xuất phát.

발행(發行) Phát hành. ~하다. 매월 2회 ~ mỗi tháng phát hành 2 lần.

발행부수(發行部數) Lượng phát hành, số lượng phát hành. ~ 50만 phát hành 500 ngàn tờ. ~가 많다 [적다] lượng phát hành nhiều [ít].

발현(發現) Thể hiện ra ngoài. ~하다. 애국심의 ~ thể hiện lòng yêu nước.

발호(跋扈) Hung hăng, hung hãn. ~하다.

발화(發火) ① Phát hỏa, cháy, bùng cháy. ~하다. ~시키다 đốt cháy, cho cháy. ② Xẩy ra vụ cháy. ~하다. ~의 원인 nguyên nhân vụ cháy.

발효(發效) Có hiệu lực, phát sinh hiệu lực. ~하다. 조약은 내년 1월 부터 ~한

다 điều ước sẽ phát sinh hiệu lực vào tháng 1 năm tới.

발효(醱酵) Lên men. ~하다. ~하고 있다 đang lên men. ~시키다 làm cho lên men.

발휘(發揮) Phát huy. ~하다. 실력을 충분히 ~하다 phát huy hết thực lực.

발흥(勃興) Sự xuất hiện đột ngột, sự bùng lên đột ngột. ~하다.

밝다 ① Sáng, rõ. ~은 곳에서 chỗ sáng. ~은동안에 khi trời còn sáng. ② Sáng, màu sáng. ~은 빨강 màu đỏ sáng.

밝을녘 Lúc tảng sáng, lục rạng đông. ~까지 공부하다 học cho đến tảng sáng.

밝히다 ① Làm cho rõ ra, thể hiện, bày tỏ, công khai. 계획을 ~ công khai kế hoạch. ② Làm cho sáng ra, bật sáng. 그 거리는 전등이 훤히 밝혀져 있다 trên con đường ấy nhiều đèn điện sáng trưng.

밝히다 Thức đêm. 밤을 ~ thức đêm. 한 밤을 이야기로 ~ thức cả đêm nói chuyện.

밟다 ① Dẫm, đạp, bước. 남의 발을 ~ dẫm chân người khác. ② Trải qua, từng trải qua.

밟히다 Bị giẫm chân lên. 발을 ~ bị dẫm lên chân.

밤 Đêm, buổi tối. 오늘~ đêm nay. 어젯~ đêm qua.

밤거리 Đường đêm, phố đêm. ~의 여인 gái gọi, gái đứng đường.

밤길 Đường đêm. ~을 걷다 đi đêm.

밤나무 Cây dẻ.

밤낚시 Câu đêm. ~하다.

밤낮 Ngày đêm, luôn luôn. ~으로 공부하다 học tập ngày đêm.

밤놀이 Chơi đêm. ~하다. ~나가다 đi chơi đêm.

밤눈 Tầm nhìn ban đêm. ~이 밝다 tầm nhìn đêm tốt.

밤늦다 Tới khuya, muộn. ~게 muộn, khuya. ~게까지 đến tận khuya.

밤도와 Thâu đêm, suốt đêm. ~일하다 làm thâu đêm.

밤들다 Vào đêm, đêm đến.

밤마다 Hàng đêm, đêm đêm. 두 사람은 ~데이트를 했다 đêm nào hai người cũng hẹn hò.

밤바람 Gió đêm. ~을 쐬다 hóng gió đêm.

밤비 Mưa đêm.

밤사이 Trong đêm, giữa đêm. ~에 trong đêm, vào lúc đêm. ~의 폭우로 mưa bão trong đêm.

밤새 Trong đêm, đêm.

밤새껏 Cả đêm, suốt đêm. ~일하다 làm việc suốt đêm. ~마시다 uống

rượu suốt đêm.

밤새도록 Cả đêm, suốt đêm, thâu đêm. ~일하다 làm việc suốt đêm.

밤새우다 Thức suốt đêm. 밤새워 끝내다 thức cả đêm làm cho xong việc.

밤새움 Việc thức suốt đêm, thức đêm. ~하다. ~은 건강에 나쁘다 thức đêm không tốt cho sức khoẻ.

밤샘 Thức đêm. ~하다. ~은 건강에 나쁘다 thức đêm không tốt cho sức khoẻ.

밤소경 Mắt kém ban đêm không nhìn được.

밤소일(-消日) Thức đêm chơi, chơi đêm. ~하다.

밤손님 Kẻ trộm đêm, khách đêm. 어젯밤 집에 ~이 들었다 hôm qua tên trộm vào nhà.

밤안개 Sương mù ban đêm.

밤알 Hạt dẻ.

밤얽이 Cột đôi, thắt đôi. ~를 치다 thắt đôi. **밤이슬** Sương đêm. ~맞다 ướt vì sương đêm.

밤일 Ca tối, ca đêm. ~하다 làm ca đêm.

밤잠 Giấc ngủ đêm.

밤재우다 Ngủ đêm.

밤중(-中) Trong đêm, đêm. ~에 vào đêm. ~까지 đến tận đêm khuya.

밤차(-車) Chuyến xe đêm.

밤참 Buổi ăn đêm. ~을 먹다 ăn đêm.

밤하늘 Bầu trời đêm. ~을 쳐다 보다 nhìn bầu trời đêm.

밥 ① Cơm, cơm gạo. ~한 그릇 một bát cơm. ② Bữa ăn. ~때 lúc ăn cơm.

밥그릇 Bát cơm. 밥을 ~에 담다 xới cơm vào bát.

밥맛 ① Vị của cơm. Sự thèm ăn, sự ngon miệng. ~이 있다 ngon miệng

밥벌레 Ăn bám, kẻ ăn bám, chẳng làm được cái trò trống gì cả.

밥벌이 Kiếm cơm, cái nghề, kiếm sống. ~하다. ~가 되다 đủ ăn.

밥상(-床) Bàn ăn. ~을 차리다 dọn bàn ăn, bày bàn ăn. ~을 치우다 dọn dẹp bàn ăn.

밥솥 Nồi cơm.

밥알 Hạt cơm.

밥장사 Mở nhà hàng, kinh doanh nhà hàng. ~하다.

밥주머니 Kẻ vô tích sự, ăn bám.

밥줄 Kế sinh nhai, phương tiện sống. ~이 끊어지다 mất kế sinh nhai.

밥집 Quán ăn bình dân, quán cơm rẻ tiền.

밥통(-桶) ① Cạp lồng cơm, đồ vật dùng để đựng cơm. ② Cái dạ dày.

밥투정 Kêu ca về các món ăn. ~하다.

밧줄 Dây thừng. 세 가닥으로 꼰~ dây thừng có 3 sợi.

방(房) ① Phòng, căn phòng. 빈~ phòng không, phòng trống. ② Để sau danh từ, chỉ cửa hàng bán. 은~ cửa hàng bạc.

방값(房-) Tiền thuê phòng.

방고래(房-) Lỗ thông gió. ~를 놓다 để lỗ thông gió.

방공(防空) Phòng không. ~연습 luyện tập phòng không. ~시설 thiết bị phòng không.

방과(放課) Nghỉ học, tan học. ~하다. ~후 sau khi tan học.

방관(傍觀) Bàn quang, thờ ơ, đứng nhìn không có phản ứng gì. ~하다. 수수~하다 khoang tay đứng nhìn.

방광(膀胱) Bọng đái, bàng quang. ~결석 sỏi bàng quang. ~염 viêm bàng quang.

방구석(房-) Góc phòng, xó phòng. ~에 ở trong xó phòng.

방귀 Đánh rắm, địt. ~을 뀌다 đánh rắm.

방그레 Cười tròn miệng, cười tươi. ~웃다 cười vui vẻ.

방글거리다 Cười vui, cười tươi. ~는 얼굴 khuôn mặt cười tươi tỉnh.

방글방글 Mỉm cười. =벙글벙글.

방금(方今) Vừa mới, vừa lúc nãy. ~말씀 드린 것처럼 như vừa trình bày lúc nãy.

방긋 Mỉm cười. ~웃다 mỉm cười.

방긋이 ① Mỉm cười. ~웃다 mỉm cười. ② Hé, một chút. 그녀는 문을 ~열고 들여다 보았다 cô ấy hé mở của nhìn vào.

방나다 Khánh kiệt.

방년(芳年) Tuổi hoa, tuổi tươi đẹp nhất, tuổi trên dưới 20. ~20세의 처녀 thiếu nữ tuổi hoa.

방놓다(房-) Xây phòng.

방뇨(放尿) Đi đái, đi tiểu. ~하다.

방담(放談) Có gì nói hết, trao đổi thẳng thắn.

방대(龙大) To lớn, vĩ đại. ~하다. ~한 계획 kế hoạch to lớn. ~한 예산 khoản ngân sách vĩ đại.

방도(方道, 方途) Phương thức, cách thức, cách. 돈 버는 ~ cách kiếm tiền. ~를 세우다 tìm cách.

방독(防毒) Phòng độc, chống độc. ~하다. ~면/마스크 mặt nạ phòng độc.

방랑(放浪) Lang thang. ~하다. 세상을 ~하다 đi lang thang chỗ này chỗ kia.

방략(方略) Chiến lược, phương hướng. ~을 정하다[꾸미다] định, tìm phương hướng.

방류(放流) Thả xuống nước. ~하다. 우리는 강에 잉어를~했다 chúng tôi thả cá chép xuống nước.

방만(放漫) Không có trách nhiệm,

buông thả. ~하다. ~한 생활 cuộc sống buông thả.

방망이 Dùi cui, gậy. 요술~ cây gậy thần. ~질하다 đánh bằng gậy.

방매(放賣) Sự bán hàng, bán ra. ~가(家) cửa hàng.

방면(放免) Thả, phóng thích. ~하다. 죄수를 ~하다 thả tội nhân, thả phạm nhân.

방명(芳名) Quý danh. ~록 sổ ghi tên khách.

방모(紡毛) Sợi, len.

방목(放牧) Chăn, thả. ~하다.

방문(訪問) Thăm. ~하다. …을 ~하다 thăm ai/cái gì.

방문단(訪問團) Đoàn khách đến thăm, đoàn đại biểu.

방바닥(房-) Sàn nhà. 맨~ sàn trơn không có gì.

방방곡곡(坊坊曲曲) Mọi nơi mọi chỗ. ~에 ở mọi nơi. ~에 알려지다 được biết đến mọi nơi.

방범(防犯) Phòng chống tội phạm. ~하다. ~대 đội phòng chống tội phạm.

방법(方法) Phương pháp, cách thức. 새~ cách mới. 가장 좋은 ~ cách tốt nhất.

방벽(防壁) Tường chắn, tường ngăn.

방부(防腐) Chống hư, chống mục, chống huỷ hoại. ~제 chất chống hư hỏng.

방불(彷彿, 髣髴) Giống, gần giống. ~하다.

방비(防備) Phòng bị, đề phòng. ~하다. ~가 없다 không phòng bị.

방사(房事) Quan hệ tình dục, giao hợp, giao cấu. ~하다. ~과도 tình dục quá độ.

방사능(放射能) Tính phóng xạ, khả năng phóng xạ. ~이 있는 có tính phóng xạ.

방사상(放射狀) Hình phóng xạ, hình tia phóng xạ.

방사선(放射線) Tia phóng xạ. ~의 강도 cường độ của tia phóng xạ.

방생(放生) Phóng sinh.

방석(方席) Cái nệm ngồi. ~을 깔다[에 앉다] trải nệm ra ngồi.

방설(防雪) Chống tuyết. ~공사 công việc chống tuyết. ~림 rừng chống tuyết.

방성대곡(放聲大哭) Khóc to, khóc rống lên. = 방성통곡.

방세(房貰) Tiền thuê nhà, tiền thuê phòng. ~를 올린다 nâng giá thuê phòng

방송(放送) Phát thanh truyền hình, truyền thông. ~을 듣다 nghe phát thanh.

방수(防水) ① Phòng lũ lụt, chống nước. ~하다. ~설비 thiết bị chống lụt. ② Chống nước, không thấm nước. ~외투 áo khoác không thấm nước.

방습(防濕) Chống ẩm. ~공사 công việc chống ẩm. ~제 chất chống ẩm.

방시레 = 방그레.

방식(方式) Phương thức, hình thức, cách thức. 일정한 ~으로 bằng một cách thức nhất định.

방실방실 Mỉm cười. ~웃는 얼굴 khuôn mặt mỉm cười.

방심(放心) Không chú ý, ẩu. ~하다. ~은 금물 cấm lơ đãng, chểnh mảng.

방아 Cái cối. ~를 찧다 đâm cối.

방아쇠 Cò súng. ~를 당기다 kéo cò.

방안(方案) Phương án. ~를 세우다 xây dựng phương án.

방약무인(傍若無人) Nói năng hành động ẩu thả như không có ai bên cạnh. ~하다.

방어(防禦) Phòng ngự, phòng thủ. ~하다. 최종~선 tuyến phòng ngự cuối cùng.

방언(方言) Tiếng địa phương, phương ngôn. 베트남중부지역~ tiếng địa phương miền Trung Việt Nam.

방역(防疫) Phòng dịch, chống dịch, ngăn dịch. ~하다. ~대책 đối sách phòng chống bệnh dịch.

방열(防熱) Chống nhiệt, chịu nhiệt. ~복 áo chịu nhiệt.

방영(放映) Chiếu đi, phát bằng hình ảnh, truyền hình đi. ~하다.

방울 ① Cái chuông. ~소리 tiếng chuông. ② Giọt nước. 눈물~ giọt nước mắt.

방울방울 Từng giọt từng giọt, từng giọt một. ~떨어지다 rơi từng giọt một.

방울뱀 Con rắn chuông.

방울지다 Thành giọt. 방울져 떨어지다 rơi thành giọt.

방위(方位) Phương vị, phương hướng và vị trí. 나침반으로 ~정하다 định phương hướng bằng la bàn [bằng nhìn mặt trời]. 태양을 보고~를 정하다 định phương vị bằng cách nhìn mặt trời

방음(防音) Cách âm, chống âm. ~하다. ~벽 tường cách âm.

방임(放任) Bỏ mặc, mặc kệ, không quan tâm. ~하다. 아이들을 ~하는 부모들이 너무 많다 có quá nhiều cha mẹ bỏ mặc con cái.

방자(房子) Đầy tớ, người hầu.

방재(防材) Cây gậy gắn trên thuyền chống tàu ngầm.

방적(紡績) Xe sợi, dệt sợi. ~회사 công

ty sợi. ~공 thợ làm sợi. ~공장 nhà máy sợi.

방전(放電) Phóng điện. ~하다. 공 중[진공]~ phóng điện không trung [chân không].

방점(傍點) Dấu chấm. ~을 찍다 chấm dấu chấm.

방정(方正) Ngay thẳng, vuông vức. ~하다. 품행~한 사람 người có phẩm hạnh tốt

방정식(方程式) Phương trình (toán học). 1 [2, 3]차~ phương trình bậc 1 [2,3].

방제(防除) Phòng trừ (sâu bọ). ~하다.

방조제(防潮堤) Đê chắn sóng.

방종(放縱) Phóng đãng, tuỳ tiện, thoải mái, phóng túng, bừa bãi. ~하다. ~한 생활을 하다 sống cuộc sống phóng túng.

방죽(防-) Con đê, con kè. ~을 쌓다 xây đê. ~이 터지다 vỡ đê.

방증(傍證) Chứng cứ phụ, chứng cứ bổ sung. ~으로서 với tư cách là chứng cứ bổ sung.

방지(防止) Phòng, chống, ngăn chặn. ~하다. 소년범죄~ chống tội phạm tuổi thiếu niên.

방직(紡織) Dệt sợi, dệt vải, dệt đan ~하다. ~업자 doanh nghiệp dệt đan.

방진(防塵) Phòng bụi, chống bụi bặm ~막(膜) màn chống bụi.

방책(方策) Phương sách, phương án. 최선의 ~ phương án tối ưu.

방책(防柵) Hàng rào gỗ.

방첩(防諜) Chống gián điệp. ~대 đội chống gián điệp.

방청(傍聽) Nghe (không phải thành viên chính thức), công khai, người ngoài vào nghe.

방출(放出) Thả ra, đưa ra, mang ra. ~하다.

방충(防蟲) Chống sâu bọ. ~망 lưới chống sâu bọ. ~제 chất diệt sâu bọ.

방취(防臭) Sự khử mùi. ~하다. ~제 chất khử mùi.

방치(放置) Để lại, bỏ lại đo, bỏ rơi. ~하다. ~한 차 chiếc xe bị bỏ rơi.

방침(方針) Phương châm, phương hướng. ~으로 bằng phương châm.

방콕 Bangkok (thủ đô Thái lan).

방탄(防彈) Chống đạn. ~하다. ~복 áo giáp chống đạn.

방탕(放蕩) Phóng đãng, phóng khoáng, buông thả. ~하다. ~하게 một cách buông thả.

방파제(防波堤) Đê chắn sóng. ~를 쌓다 xây đê chắn sóng.

방편(方便) Phương pháp, phương tiện. 목적을 위한 ~ phương tiện để đạt mục đích

방풍(防風) Chống gió. ~림 rừng ngăn gió. ~유리 kính ngăn gió.

방학(放學) Nghỉ hè, nghỉ đông. ~하다. 여름~ nghỉ hè. 겨울~ nghỉ đông.

방한(訪韓) Thăm Hàn Quốc. ~하다. ~중인 베트남 대표단 đoàn Đại biểu Việt Nam đang thăm Hàn Quốc.

방한(防寒) Chống lạnh. ~하다. ~복 áo chống lạnh. ~모 mũ chống lạnh.

방해(妨害) Phương hại, gây ảnh hưởng, trở ngại, cản trở. 영업을 ~ cản trở kinh doanh.

방해물(妨害物) Chướng ngại vật. ~을 제거하다 loại bỏ chướng ngại vật.

방향(方向) ① Phương hướng, hướng, phương vị. 의 ~으로 theo phương hướng. ② Phương châm, phương hướng, cách thức.

방혈(放血) Ngưng máu. ~하다.

방형(方形) Hình vuông, vuông.

방호(防護) Phòng hộ, phòng chống. ~하다. ~벽 tường phòng hộ.

방화(邦貨) Tiền tệ Hàn Quốc.

방황(彷徨) Đi vòng vo, đi loanh quanh. 이곳저곳 ~하다 đi loanh quanh chỗ này chỗ kia.

밭 Ruộng, cánh đồng. 감자 ~ ruộng khoai tây. 옥수수~ ruộng ngô.

밭갈이 Cày ruộng. ~하다.

밭걷이 Thu hoạch. ~하다.

밭곡식(-穀食) Các loại lương thực từ ruộng, ngũ cốc.

밭농사(-農事) Làm ruộng. ~하다.

밭다 ① Gấp rút, vội vã, chật chội. 시간이 ~ không có thời gian. ② Keo kiệt, bủn xỉn.

밭둑 Bờ ruộng.

밭일 Việc đồng áng. ~하다 làm việc đồng áng.

밭장다리 Chân khuỳnh, chân chạng ra. ~로 걷다 khi chạng chân.

밭치다 Lọc, gạn.

배 ① Bụng. ~가 아프다 đau bụng. ② Sự ghen tức. 왜, ~가 아프냐? Sao, ghen tức lắm hả?

배가(倍加) Tăng gấp đôi, nhân đôi. ~하다. 노력을 ~하다 nỗ lực gấp đôi.

배겨나다 Chịu đựng. 온갖 고생 속에서 ~ chịu đựng trong tất cả khó nhọc.

배격(排擊) Loại bỏ, trừ khử. ~하다. 테러리즘을 ~하다 trừ khử chủ nghĩa khủng bố.

배경(背景) ① Bối cảnh, cảnh, nền, cảnh nền. 일차 전쟁의 ~으로 한 영화 bộ phim lấy bối cảnh là chiến tranh thế giới lần thứ nhất. ② Sự giúp đỡ, hậu thuẫn, chỗ dựa.

배고프다 Đói, đói bụng, thiếu ăn. 배가 고파서 do đói bụng.

배곯다 Đói bụng, thiếu ăn. 그는 ~고 지

낸다 hắn lúc nào cũng đói.

배교(背敎) Bỏ đạo, phản bội tôn giáo của mình. ~하다. ~자 kẻ bỏ đạo.

배구(排球) Bóng chuyền. ~선수 tuyển thủ bóng chuyền. ~하다 chơi bóng chuyền.

배금(拜金) Coi trọng tiền, tôn sùng đồng tiền. ~주의 chủ nghĩa tôn trọng tiền.

배급(配給) Bao cấp, phân phối. ~하다. 식량을 ~하다 phân phối lương thực.

배기(排氣) Thải khí, xả khí. ~하다. ~가스 ga thải ra.

배기다 Chịu đựng, chịu. 배길 수 있는 có thể chịu đựng được.

배꼽 ① Rốn, lỗ rốn, rún. 내민~ rốn lồi. ② Cuống hoa quả.

배끗거리다 Trái ngược nhau, không hợp với nhau, không khớp. 우리의 계획은 ~ kế hoạch chúng tôi không khớp với nhau.

배나무 Cây lê.

배낭(背囊) Ba lô. ~을 메다 đeo túi xách. ~을 벗다 tháo túi xách.

배다 Chật, sát. 나무 사이가 너무~ khoảng cách các cây gần quá.

배다르다 Khác mẹ. 배다른 형제 anh em khác mẹ.

배다리 Chân cầu. ~를 놓다 đặt chân cầu.

배달(配達) Phát, chuyển, giao nhận ~하다. 신문을 ~하다 phát báo.

배당(配當) Phân chia, chi phần. ~하다. 1할을 ~하다 chia 10%.

배덕(背德) Vô đạo đức, suy đồi, hư hỏng. ~자 kẻ không có đạo đức. ~행위 hành vi vô đạo đức.

배드민턴 Cầu lông. ~공 bóng cầu lông, quả cầu lông.

배럴 Thùng, barrel (đơn vị đo dung lượng dầu).

배려(配慮) Chú ý, để tâm, quan tâm, chiếu cố. ~하다. ~해 주셔서 감사 합니다 cảm ơn anh đã quan tâm đến tôi.

배리(背理) Vô lý, không hợp lý.

배맞다 Giao cấu, quan hệ tình dục. 그들은 배가 맞아 달아났다 họ ăn nằm với nhau rồi bỏ trốn.

배면(背面) Mặt sau, phía sau. ~공격 tấn công từ phía sau. 우리는 ~공격을 당했다 chúng tôi bị tấn công từ phía sau.

배명(拜命) Chấp hành lệnh.

배미 Luống, khoang.

배반(背反) Phản bội, bội phản, làm phản. ~하다. 신뢰를~하다 phản bội niềm tin.

배복(拜伏) Bái phục. ~하다.

배본(配本) Phát hành, lưu thông. ~하

다.

배부(配付) Cấp, phát, đưa. ~하다. 학생들에게 답안지를~하다 phát đáp án cho học sinh.

배부르다 ① No bụng, no. ~게 먹다 ăn no. ② Thỏa mãn, hài lòng.

배분(配分) Phân chia, chia ra. ~하다. 이익을 ~하다 chia lời.

배불리 No nê, thoải mái. ~먹다 ăn no.

배불리다 Làm cho no nê, làm cho no.

배비(配備) Sắp đặt, sắp xếp, bố trí.

배상(賠償) Bồi thường. ~하다. ~을 받다 nhận bồi thường. ~을 요구하다 yêu cầu bồi thường.

배상꾼 Kẻ vênh váo.

배색(配色) Phối màu. ~하다. ~이 좋다 phối màu tốt.

배서(背書) Viết vào mặt sau. ~하다. ~가 있는[없는] có [không có] viết mặt sau.

배석(陪席) Ngồi cùng với cấp trên. ~하다.

배설(排泄) Sự bài tiết, sự thải ra. ~하다. ~기관 cơ quan bài tiết. ~로 con đường bài tiết.

배속(配屬) Phân công, bố trí. ~하다. ~되다 được bố trí.

배수(倍數) Bội số. (toán học) 9는 3의 ~이다 9 là bội số của 3.

배수진(背水陣) ① Trận đánh lưng dựa sông, dựa biển, trận đấu không còn đường lùi. ~을 치다 [펴다] mở trận đánh không đường lùi. ② Không còn đường thoát, hoàn cảnh hết đường cùng.

배승(陪乘) Đi xe cùng cấp trên. ~하다.

배식(陪食) Phát thức ăn, phát cơm, cấp cơm. ~하다. ~시간 thời gian cấp cơm.

배신(背信) Bội tín, phản bội. ~하다. ~한 사람 người bội tín. ~자 kẻ bội tín.

배심(背心) Tâm địa phản bội.

배심(陪審) Bố trí thẩm phán, phân công thẩm phán. ~하다. ~제도 chế độ phân công thẩm phán.

배심 Sự lỳ lợm.

배알 ① Trứng trong bụng (cá). ② Bụng dạ, tâm địa.

배앓이 Đau bụng. ~를 하다 đau bụng.

배액(倍額) Giá gấp đôi. 요금의 ~을 물다 lấy giá gấp đôi.

배양(培養) ① Nuôi trồng. ~하다. 세균을 ~하다 nuôi tế bào. ② Bồi dưỡng, nuôi dưỡng (nhân tài).

배역(背逆) Bội phản, phản bội. ~하다.

배열(排列, 配列) Sắp xếp, xếp đặt. ~하다. ABC순으로 ~하다 xếp theo thứ tự ABC.

배영(排英) Bài trừ Anh quốc, loại trừ

Anh Quốc. ~감정 xu hướng/ tình cảm bài trừ anh.

배영(背泳) Bơi ngửa. ~하다. ~선수 vận động viên bơi ngửa.

배외(排外) Bài ngoại. ~사상 tư tưởng bài ngoại. ~운동 cuộc vận động bài ngoại.

배우(俳優) Diễn viên. ~가 되다 thành diễn viên. 영화~ diễn viên điện ảnh.

배우다 Học. 음악을 ~ học nhạc. 장사를~ học buôn bán.

배우자(配偶者) Bạn đời. 적당한 ~를 고르다 chọn bạn đời thích hợp.

배움 Sự học hành. ~의 길 con đường học hành

배율(倍率) Phóng to, khuyếch đại.

배은망덕(背恩忘德) Bội ơn vong đức, bội tín thất đức. ~하다. ~한 사람 kẻ bội ân vong đức.

배일(排日) Bài Nhật, bài trừ Nhật Bản. ~하다. ~사상 tư tưởng bài trừ Nhật.

배임(背任) Biển thủ, tham ô. ~죄 tội tham ô. ~죄로 기소되다 bị khởi tố vì tội tham ô.

배자(褙子) Áo gi-lê.

배전(倍前) Gấp nhiều lần. ~의 노력을 ~하다 nỗ lực gấp nhiều lần.

배전(配電) Cung cấp điện, phân phối điện. ~하다. ~기 tủ cấp điện, tủ phân phối điện.

배점(配點) Cho điểm từng loại. ~하다.

배정(配定) Sắp đặt, xếp đặt, bố trí. 시간을 ~하다 sắp xếp thời gian.

배제(排除) Bãi bỏ, bỏ, loại trừ. ~하다. 회담에서 정치 문제를 ~하다 trong hội đàm loại bỏ vấn đề chính trị.

배증(倍增) Tăng gấp đôi, nhân gấp đôi. ~하다. ~시키다 nhân đôi lên.

배지 Huy hiệu, phù hiệu. 학교~ huy hiệu trường. ~를 달다 gắn huy hiệu.

배진(配陣) Bày binh bố trận, bố trí hàng ngũ. ~하다.

배질 ① Chèo thuyền. ~하다. ② Ngủ gật. ~하다.

배짱 ① Trong bụng, trong lòng. 말은 그러나 ~은 다르다 nói thì nói thế nhưng trong lòng thì lại khác. ② Không biết xấu hổ, tính trơ trẽn. ~을 부리다 trơ trẽn.

배척(排斥) Bài trừ, đuổi, cô lập. ~하다. 모두에게 ~당하다 bị mọi người bài trừ.

배추 Bắp cải, cải bắp.

배출(排出) Thải ra, xả ra. ~하다. 가스[연기액체]를 ~하다 thải ga ra.

배치(背馳) Mâu thuẫn, không hợp lý, không thống nhất. ~하다. 완전히 사실과 ~되다 hoàn toàn không giống với thực tế.

배타(排他) Bài ngoại, bài trừ cái lạ. ~적(인) có tính bài trừ cái lạ.

배탈(-縫) Đi ngoài, tiêu chảy, các chứng bệnh tiêu hoá. ~이 나다 bị bệnh về tiêu hoá.

배태(胚胎) Sự có mang, thai nghén, khởi nguồn. ~하다. 민주주의 원리의 ~ bắt đầu của nguyên lý chủ nghĩa dân chủ.

배터리 Bin, ắc quy. 자동차의 ~ ắc quy xe.

배턴 Cây baton, cây gậy. ~을 넘기다 trao gậy (chạy tiếp sức).

배편(-便) Bằng thuyền, thuyền. ~으로 bằng thuyền.

배포(排布排鋪) Xếp đặt, lên kế hoạch.

배필(配匹) Chồng vợ, bạn đời. 천생~이다 cặp vợ chồng sinh ra là để đến với nhau.

배합(配合) ① Phối hợp, kết hợp với nhau. ~하다. ~이 잘 되다 phối hợp nhau tốt. ② Hỗn hợp, pha trộn. 약의 ~을 잘못하다 pha thuốc sai.

배회(徘徊) Đi lang thang, thơ thẩn. ~하다. 여기저기를 ~하다 đi chỗ này chỗ kia.

배후(背後) Phía sau, sau lưng. ~에서 조종하는 사람 người điều chỉnh sau lưng.

백(白) ① Bạch, màu trắng. ~을 흑이라고 하다 gọi trắng là đen. ② Con cờ ba túc trắng.

백(百) Bách, trăm. 수~ hàng trăm. 5~ năm trăm. ~번 trăm lần. ~살 trăm tuổi.

백 ① Phía sau (back). ② Ủng hộ, hỗ trợ, ô dù. 그에게는 유력한 ~이 있다 anh ta có người ủng hộ rất mạnh.

백계(百計) Trăm kế, đủ mọi cách. ~가 다하다 dùng mọi cách.

백곰(白-) Con gấu trắng, gấu bắc cực.

백과(百科) Bách khoa. ~사전 từ điển bách khoa. ~전서 bách khoa toàn thư.

백그라운드 Nền, phông (background).

백금(白金) Bạch kim.

백날(百-) ① Ngày thứ một trăm của trẻ sơ sinh. =백일(百日). ② Lâu lắm, lâu ngày.

백내장(白內障) Bệnh thuỷ tinh thể chuyển sang màu trắng, thị lực kém, đục thuỷ tinh thể.

백넘버 Số áo lưng.

백년(百年) Trăm năm. ~해로 bách niên giai lão. ~가약 tình nghĩa trăm năm.

백대(百代) Trăm đời, trăm thế hệ, bách đại.

백련(白蓮) ① Hoa sen trắng. ② Hoa mộc niên trắng.

백마(白馬) Con ngựa trắng, con bạch mã.

백막(白膜) Màng trắng (mắt).

백만(百萬) Triệu, trăm vạn. ~인[원] triệu người. ~분의1 một phần triệu.

백면서생(白面書生) Bạch diện thư sinh.

백모(伯母) Bác mẫu, bác gái.

백묵(白墨) Phấn trắng.

백문불여일견(百聞不如一見) Trăm nghe không bằng một thấy, bách vấn bất như nhất kiến.

백반(白飯) Cơm trắng.

백발(白髮) Tóc bạc. ~이 많이 섞인 có nhiều tóc bạc pha lẫn.

백방(百方) Trăm phương, trăm hướng, mọi cách. ~으로 bằng mọi cách.

백배(百拜) Cúi đầu chào trăm lần, trăm lạy. ~하다. ~사죄하다 trăm lạy xá tội.

백부(伯父) Bác (anh của cha).

백분(白粉) Phấn trắng, bột trắng.

백사(百事) Trăm sự, mọi sự. =만사. ~불성하다 trăm sự bất thành.

백삼(白蔘) Bạch sâm, củ sâm trắng.

백색(白色) ① Màu trắng. ② Kẻ theo chủ nghĩa bảo thủ.

백서(白書) Tờ giấy trắng.

백설탕(白雪糖) Đường trắng.

백성(百姓) Trăm họ. ~의 소리 tiếng nói của trăm họ.

백세(百世) Trăm thế hệ hoặc trăm tuổi.

백수(百獸) Bách thú, muôn loài thú. 사자는 ~의 왕이다 sư tử là vua của muôn loài thú.

백신 Vacin. 유행성 감기 예방~ vacin chống dịch cảm cúm. ~주사 tiêm vacin.

백악(白堊) Bức trường trắng. ~관 tòa Nhà trắng.

백안시(白眼視) Nhìn lạnh nhạt ~하다. 세상을 ~하다 nhìn thế gian một cách lạnh nhạt.

백약(百藥) Bách dược, mọi thứ thuốc. ~이 무효하다 loại thuốc nào cũng không có hiệu quả.

백양(白楊) Cây bạch dương.

백업 Giúp đỡ, ủng hộ. ~하다. 젊은이들이 그 캠페인을 ~했다 thanh niên đều ủng hộ phong trào đó.

백열(白熱) ① Tinh thần và khí lực đỉnh điểm, sung sức nhất. ~하다. ② Sáng trắng, lửa cao chuyển sang màu trắng. ~광 đèn sáng trắng.

백옥(白玉) Viên ngọc trắng, bạch ngọc.

백의(白衣) ① Áo trắng. ~민족 dân tộc áo trắng (dân tộc Hàn). ② Bác sĩ.

백인(白人) ① Người da trắng. ~종

giống người da trắng. ② Người có sắc da trắng.

백인백색(白人白色) Trăm người trăm màu, muôn màu muôn sắc.

백일(百日) Trăm ngày, ngày lễ một trăm ngày cho đứa trẻ sơ sinh của người Hàn Quốc. ~잔치 tiệc trăm ngày.

백작(伯爵) Bá tước. ~부인 bá tước phu nhân.

백전(百戰) Trăm trận đánh. 그는 ~의 용사다 dũng sĩ từng đánh trăm trận.

백절불굴(百折不屈) Bất khuất, một trăm lần bẻ nhưng không khuất phục. ~의 정신 tinh thần bất khuất.

백점(百點) Trăm điểm, điểm tối ưu (bằng điểm 10 trong tiếng Việt).

백주(白晝) Giữa ban ngày, giữa thanh thiên bạch nhật. ~에 giữa ban ngày.

백중(伯仲) ① Đầu và thứ hai. ② Một chín một mười. ~하다. ~한 기량이다 sức lực tương đương nhau.

백지(白紙) ① Tờ giấy trắng. ② Tờ giấy chưa điền gì vào. ~답안을 내다 nộp đáp án trắng

백차(白車) Xe cảnh sát.

백출(百出) Xuất hiện giữa đám đông. ~하다.

백치(白痴) Ngu si, không biết gì. 그는 ~인 체했다 hắn giả làm vẻ ngu si.

백태(白苔) Chất trắng bám ở đầu lưỡi. ~가 끼다 chất trắng bám ở lưỡi.

백토(白土) Đất sét trắng.

백팔십도(百八十度) Một trăm tám mươi độ. ~전환하다 quay 180 độ.

백퍼센트(百-) Trăm phần trăm. 효과~다 hiệu quả 100%.

백학(白鶴) Con hạc trắng.

백합(百合) Hoa bách hợp, hoa lily.

백해무익(百害無益) Trăm cái hại chẳng có lấy một cái lợi. ~하다. 담배는 ~하다 thuốc lá trăm cái hại không có cái lợi gì.

백핸드 Cú đánh lại, cú backhand (tenis).

백형(伯兄) Bác huynh, anh cả.

백호(白虎) Bạch hổ, con hổ trắng.

백화(白話) Tiếng Bạch thoại, tiếng Trung Quốc.

백화점(百貨店) Cửa hàng bách hóa, siêu thị

밴 Xe tải loại nhỏ (van).

밴드 ① Dải, băng, đai, nẹp. ② Đoàn nhạc, ban nhạc (band).

밴텀급(-級) Hạng trung bình (quyền anh, vật).

밸류 Giá trị.

밸브 Cái van. 사용 후 ~를 누르시오 sau khi sử dụng hãy ấn van.

뱀 Con rắn. ~에 물려 죽다 bị rắn cắn

chết. ~같은 như rắn.

뱀장어(-長魚) Con cá chình, con lươn. 민물 ~ lươn nước ngọt

뱃길 Đường thuỷ, đường tàu chạy. 3일이 걸리는 ~ đường thuỷ mất ba ngày.

뱃노래 Bài hát của người chèo thuyền. ~를 부르다 hát bài hát thuyền bè.

뱃머리 Mũi tàu, mũi thuyền. ~방향으로 theo hướng mũi tàu.

뱃멀미 Say sóng. ~하다. ~를 하지 않는[하는] 사람 người không say [say] sóng.

뱃밥 Chất liệu bịt lỗ hổng của thuyền, sợi đay bịt thuyền. ~을 메우다 nhét/dán đay thuyền.

뱃병(-病) Bệnh dạ dày. ~이 나다 mắc bệnh dạ dày.

뱃사공(-沙工) Người lái đò. ~이 노를 저었다 người lái đò chống sào.

뱃사람 Thủy thủ, thuyền viên. 노련한 ~ thuỷ thủ lão luyện

뱃소리 Tiếng tàu, tiếng còi tàu.

뱃속 ① Trong bụng. ~이 비다 bụng trống rỗng. ② Bụng dạ, tâm địa thật. ~이 검은 bụng dạ đen tối.

뱃심 Sự bướng bỉnh, gan lỳ, không có liêm sỉ. ~좋은 사람 người lỳ lợm

뱃일 Công việc trên thuyền. ~하다.

뱃전 Mạn thuyền. ~이 기울어지다 mạn thuyền nghiêng.

뱃줄 Dây buộc thuyền.

뱅이 Chỉ người, đi sau danh từ, kẻ, đồ, quân. 가난~ kẻ nghèo.

뱅충맞다 Ngu đần.

뱅충이 Người vừa ngu vừa vụng.

뱅크 Ngân hàng (bank). ~론 món nợ ngân hàng, tiền vay ngân hàng.

뱉다 ① Phun ra, khạc ra. 그 놈에게 침이라도 ~어 주고 싶었 다 tôi muốn nhổ nước bọt vào mặt nó. ② Khạc ra, nói ra, nhả ra (nghĩa bóng).

버겁다 Yếu đuối, hèn hạ, không xứng tầm. 버거운 상대 một đối thủ quèn.

버그러뜨리다 Tách ra, làm nứt, rạn ra. 의자를 ~ phá cái ghế gãy.

버글거리다 ① Sôi lên. ② Sủi bọt. 비누 거품이 ~ bong bóng xả phòng sủi bọt.

버글버글 Xèo xèo, sủi bọt, đông đúc. 냄비의 물이 ~끓었다 nước trong nồi sôi sùng sùng.

버너 Cái đèn (burner). 가스[석유] ~ đèn ga (dầu).

버둥거리다 Lòng vòng, nói vòng vo.

버드나무 Cây liễu. ~의 늘어진 가지 cành liễu rủ xuống.

버럭 Đột nhiên, thình lình. ~소리를 지르다 đột nhiên hét lên.

버릇 ① Thói quen. 나쁜~ thói quen

xấu. ② Lễ nghĩa. ~없다 không có lễ nghĩa.

버릇없다 Hư hỏng, mất nết, không có lễ phép. ~는 아이 đứa bé hỗn. ~는 말을 하다 nói hỗn.

버리다 ① Vứt, quăng. 쓰레기를 ~ vứt rác. 폐물을 ~ vứt đồ thải. ② Không dòm ngó, mặc kệ, bỏ mặc. 남편을 [아내를]~ không quan tâm gì đến chồng (vợ). 고향을 ~ bỏ mặc quê hương.

버리다 Trợ động từ, đi sau động từ nào đó để chỉ sự hoàn thành, đã kết thúc. 다 써~ dùng sạch tinh rồi. 음식을 먹어 ~ ăn hết tiêu rồi.

버림치 Vật vô dụng, đồ bỏ đi. ~도 쓸 때가 있다 đồ bỏ đi cũng có lúc dùng.

버무리다 Trộn, hòa lẫn. 나물을 ~ trộn rau.

버새 Con la.

버성기다 ① Bị rạn, bị nứt, bị giãn ra. ② Quan hệ xấu đi, xa dần

버스 Xe buýt (bus). ~로 가다 đi bằng xe buýt. ~를 놓치다 lỡ xe.

버스러지다 ① Vỡ vụn, vỡ ra từng mảnh. ② Bị tróc và rơi ra. 페인트칠이 군데군데 버스러져 있다 vết sơn bị tróc ra thành từng mảnh lốm đốm.

버지다 Bị rách. 소매가 버졌다 vạt áo bị rách.

버킷 Cái thùng. 한 ~의 물 thùng nước.

버터 Bơ (butter). ~바른 빵 bánh đã quệt bơ.

버트 Thuyền nhỏ, xuồng (boat). ~를 타다 đi xuồng.

버튼 Nút, cái nút (áo).

버티다 ① Quyết, khăng khăng. 끝까지 ~ quyết tới cùng. ② Chịu đựng. 모든 어려운 일을 ~어 내다 chịu đựng được tất cả mọi việc khó khăn.

버팀목(-木) Cột chống, cọc chống. ~으로 받치다 [버티다] chống bằng cọc chống.

벅차다 ① Quá sức. 이 일은 나한테 ~ việc này quá sức với tôi. ② Tràn đầy trong ngực. 그녀는 고마운 생각에 가슴이 ~ Cô ấy mang đầy sự biết ơn trong lòng.

번(番) ① Trực, ca trực, lượt trực. ② Lần, lượt. 한~ một lần. 지난~ trước. 한두~ 아니다 không phải một hai lần. 여러~ nhiều lần.

번갈아 Thay phiên nhau, theo lượt. ~하다. ~당직하다 thay phiên nhau trực.

번갯불 Lửa tia chớp.

번거롭다 ① Phức tạp, phiền phức. 번거로운 생활 một cuộc sống phức tạp. ② Ầm ỹ, ồn ào. 이곳은 이목이 너무~

nơi này ồn ào quá.

번거롭히다 Làm phiền, khiến cho ai bực mình.

번나다(番-) Hết phiên, ra ca.

번다(煩多) Làm phiền ai, làm phiền lòng ai. ~하다.

번드치다 ① Lật ngược, lật lại. 초지를 ~ thay đổi ý định ban đầu. ② Quay mặt, thay lòng đổi dạ.

번득이다 Lấp lánh, nhấp nháy, chớp lên, chợt xuất hiện (suy nghĩ).

번득임 Sự đột ngột. 재치의~ sự xuất hiện đột ngột của một sáng kiến nào đó.

번들다(番-) Trực, vào ca trực.

번롱(飜弄) Đùa với, giỡn với, chơi đùa, bị coi không ra gì cả. ~하다. ~당하다 bị đùa, bị giỡn.

번민(煩悶) Lo lắng, buồn phiền, lo âu. ~하다. ~끝에 병이 나다 lo lắng nhiều quá và bị bệnh.

번번이(番番-) Lần này đến lần khác, nhiều lần. ~폐를 끼쳐 죄송합니다 xin lỗi vì làm phiền anh nhiều.

번복(飜覆) Đảo ngược, thay đổi. ~하다. 결심을 ~하다 thay đổi ý định.

번본(飜本) Bản in lại, bản sao.

번서다(番-) Đứng gác.

번성(蕃盛, 繁盛) Sự phồn thịnh, giàu có. ~하다. 집안이 ~하다 gia đình giàu có.

번식(繁殖) Phồn thực, sinh sản. ~하다. ~기 thời kỳ sinh sản. 인공 ~sinh sản nhân tạo.

번안(飜案) Cải biến, thay đổi. ~하다.

번역(飜譯) Biên dịch, dịch thuật, dịch văn bản. ~하다. 영어로 ~하다 biên dịch ra tiếng Anh.

번연히(飜然-幡然-) Đột nhiên, thình lình. ~깨닫다 đột nhiên hiểu ra.

번영(繁榮) Phồn vinh. ~하다. 국가의 ~ sự phồn vinh của quốc gia.

번의(飜意) Đổi ý, thay ý. ~하다.

번인(蕃人) Người bản xứ, thổ dân.

번잡(煩雜) Phức tạp, đông đúc. ~하다. ~한 길 con đường phức tạp.

번지(番地) Số, mã số. 댁은 몇~ 입니까? Nhà anh số mấy?

번지다 ① Lan ra, tỏa ra (chất lỏng). 잉크가 종이에 ~ mực lan chảy cả tờ giấy. ② Lan đi, truyền đi, tỏa ra (tin đồn, bệnh tật). 불이 점점 번졌다 lửa đã dần dần tỏa ra.

번지르르하다 Bóng láng, trơn mượt.

번쩍 ① Loé lên, loé sáng. ~하다. =빛나다. ② Đột nhiên, thình lình, nhiên. 정신이 ~들다 đột nhiên tỉnh dậy.

번쩍이다 Bóng loáng, mướt, trơn tru. = 반짝이다.

번차례(番次例) Số, lượt, đợt. ~를 기다

리다 chờ đến lượt của mình.

번창(繁昌) Phồn vinh, phồn thịnh. ~하다. 사업이[장사가]~하다 kinh doanh [buôn bán] tốt.

번호(番號) Số, chữ số, mã số. ~가 없는 không có số. ~대로 부르다 gọi theo số.

벋다 Thò ra, duỗi ra, lan ra. 하늘로 죽죽 ~는 대나무 cây tre hướng lên trời cao.

벋디디다 Dẫm chặt chân. 발을 ~고 서다 đứng dẫm chặt chân xuống đất.

벌 Con ong. ~떼 đàn ong. ~집 tổ ong. 왕~ ong chúa.

벌거숭이 Khỏa thân, trống trơn, không có gì. ~가 되다 trở thành người khoả thân.

벌겋다 Đỏ tươi, đỏ thắm, đỏ thẫm, đỏ hoe. =발갛다.

벌금(罰金) Tiền phạt. ~을 과하다 phạt tiền. ~물다 bị phạt tiền.

벌다 ① Kiếm (tiền). 돈을 ~ kiếm tiền. ② Giành thời gian. 시간을 ~ giành thời gian.

벌떡 Bất ngờ, bất thình lình, đột ngột (đứng dậy). ~일어서다 đột ngột đứng dậy.

벌떡거리다 ① Ừng ực (uống nước). 물을 ~며 마시다 uống ước ừng ực. ② Đập thình thịch. ~는 가슴 ngực đập thình thịch.

벌렁 Ngửa ra, ngửa. ~드러눕다 để nằm ngửa ra. ~자빠지다 ngã ngửa ra.

벌레 Sâu, bọ. ~먹은 이 răng bị sâu ăn.

벌리다 ① Mở ra, há (miệng). 입을 ~ há miệng. ② Mở rộng ra, dang rộng, xòe ra. 다리를 ~ duỗi chân ra.

벌목(伐木) Chặt gỗ, chặt cây, đốn gỗ. ~하다. ~기(期) máy cưa gỗ.

벌물(罰-) Tra tấn bằng cách đổ nước vào cổ ai. ~켜듯 하다 như đổ nước vào họng.

벌부(筏夫) Người khuân vác gỗ.

벌써 Đã, xong trước rồi, xẩy ra rồi. ~열두시 됐다 đã là 12 giờ.

벌쐬다 Bị ong cắn. 벌쐰 사람 같다 vội vã như người bị ong cắn.

벌쓰다(罰-) Bị phạt, bị trừng trị.

벌어먹다 Kiếm ăn, tìm kế sinh nhai. 붓으로 ~ dùng ngòi bút kiếm ăn.

벌어지다 ① Rộng ra, mở rộng ra, trải rộng ra, lan ra. ② Xẩy ra. 크게~ xẩy ra nghiêm trọng.

벌이 Kế sinh nhai, cách kiếm ăn, công việc, chỗ làm. ~하다 làm việc.

벌이다 ① Bắt đầu, mở ra. 가게를~ mở cửa hàng. ② Tổ chức, tiến hành, mở. 수사를~ tiến hành điều tra.

벌점(罰點) Điểm phạt. ~을 주다 bị cho điểm phạt.

벌집 Tổ ong. ~을 건드리다 chọc tổ ong.

벌쩍거리다 Nghiêng ngả, ngả nghiêng.

벌창하다 Tràn đầy, tràn ngập. 강물이 ~ nước sông tràn đầy.

벌책(罰責) Quở trách, trách mắng. ~하다. ~을 당하다 bị quở trách, bị trách mắng.

벌초(伐草) Cắt cỏ, nhổ cỏ, thảo cỏ. ~하다.

벌충 Bù đắp, bổ sung. ~하다. 손해를 ~하다 bù đắp thiệt hại.

벌칙(罰則) Ấn phạt, nguyên tắc phạt, hình phạt. ~을 적용하다 áp dụng nguyên tắc phạt.

벌컥 Bất thình lình, một cách bất ngờ. 발깍.

벌타령(-打令) Làm lung tung, làm bừa.

벌판 Cánh đồng.

벌하다(罰-) Phạt, xử phạt. 벌받아야 할 행위 hành vi đáng xử phạt.

범(犯) Phạm nhân, tội phạm. 강력~ tội phạm nặng.

범골(凡骨) Con người bình thường. = 범인(凡人).

범과(犯過) Lỗi lầm, lỗi. ~하다 phạm lỗi.

범국민(汎國民) Khắp cả nước, toàn quốc. ~적인 có tính chất cả nước.

범금(犯禁) Vi phạm, phạm vào điều cấm. ~하다.

범독(泛讀) Đọc qua loa, đọc đại khái. ~하다.

범띠 Tuổi con hổ, tuổi dần.

범람(氾濫) ① Lụt, ngập lụt. ~해 있다 bị lụt. ② Cung cấp quá nhiều, cấp quá dư, tràn ngập. ~하다. 거리에는 자동차가 ~해 있다 trên đường phố đầy xe.

범례(範例) Gương, khuôn mẫu. ~로 삼다 lấy làm gương.

범방(犯房) Giao cấu, quan hệ tình dục. ~하다.

범백(凡百) Tất cả mọi thứ, tất cả mọi việc. **범벅** Món cơm trộn.

범범하다(泛泛-) Ẩu, không cẩn thận.

범법(犯法) Phạm pháp. ~행위 hành vi phạm pháp. ~자 người phạm pháp.

범상(凡常) Thường, bình thường, thông thường. ~하다. ~치 않은 không bình thường.

범선(帆船) Thuyền buồm.

범속(凡俗) Phàm tục. ~하다. ~한 생각 suy nghĩ phàm tục.

범아랍(汎-) Toàn khối Ả-rập. ~운동 cuộc vận động toàn khối Ả rập.

범아시아(汎-) Toàn Châu á.

범애(汎愛) Bác ái. = 박애(博愛).

범위(範圍) Phạm vi, giới hạn. 의 ~내에

서 trong phạm vi. ~밖에 ngoài phạm vi.

범인(凡人) Phàm nhân, người thường. 그것은 ~의 힘으로는 할 수 없다 cái ấy sức người thường không thể làm được.

범인(犯人) Phạm nhân, tội phạm. ~을 잡다 bắt tội phạm.

범절(凡節) Phong tục, tập quán, nghi lễ thông thường.

범죄(犯罪) Phạm tội, tội phạm. ~의 예방 ngăn ngừa tội phạm.

범주(帆走) Đi thuyền. ~하다.

범칙(犯則) Vi phạm, phạm nguyên tắc, phạm lỗi. ~하다 ~때문에 지다 thua do phạm lỗi.

범태평양(汎太平洋) Toàn Thái Bình Dương. ~회의 Hội nghị toàn Thái Bình Dương.

범퇴(凡退) Ra sân mà không có kết quả gì (bóng chày). ~하다.

범하다(犯-) Phạm tội, gây tội. 교칙을 ~ vi phạm nội qui trường.

범행(犯行) Gây ra, thực hiện hành vi tội phạm. ~하다. ~의 재연 tái hiện cảnh phạm tội.

법(法) Luật pháp, luật. ~의 효력 hiệu lực của luật. ~의 적용 áp dụng luật.

법과(法科) Khoa luật. ~대학 Đại học Luật. ~출신 xuất thân Khoa luật ra, học luật ra.

법관(法官) Pháp quan, quan tòa vv.

법규(法規) Pháp qui, qui định pháp luật. 현행~ qui định luật hiện hành.

법당(法堂) Ngôi chùa, chùa, pháp đường.

법도(法度) ① Luật lệ, nguyên tắc, quy luật. ~를 어기다 trái luật. ② Lễ tiếp, lễ nghĩa.

법랑(琺瑯) Men (đồ sứ). ~을 입힌 gắn men, tráng men.

법령(法令) Pháp lệnh. ~으로 theo pháp lệnh.

법률(法律) Pháp luật, luật pháp. ~이 인정하다 pháp luật thừa nhận.

법망(法網) Mạng lưới pháp luật. ~에 걸려들다 mắc vào mạng lưới pháp luật.

법명(法名) Pháp danh (tên Phật).

법무(法務) ① Pháp vụ. ~부 Bộ tư pháp. ② Công việc Phật giáo.

법문(法文) ① Văn bản pháp luật. ~에 명시되어 있다 được ghi rõ trong pháp luật. ② Văn bản Phật giáo.

법사(法師) Pháp sư.

법사위원회(法司委員會) Uỷ ban Pháp luật của Quốc hội.

법석 Ồn ào, la lối, om sòm. ~하다. ~떨다 làm ầm ỹ.

법식(法式) Phương thức, cách thức. 일

정한 ~ phương thức nhất định.

법안(法案) Dự thảo Luật. ~을 제출하다 trình dự thảo luật.

법원(法院) Tòa án. ~서기 thư ký tòa án. 지방~ tòa án địa phương.

법의학(法醫學) Pháp y học.

법인(法人) Pháp nhân. ~권 quyền pháp nhân. ~재산 tài sản pháp nhân.

법적(法的) Có tính luật, theo luật. ~근거 căn cứ theo luật.

법정(法廷) Pháp đình, tòa án. ~에서 ở tòa án. ~에 출두하다 xuất hiện tại tòa án.

법제(法制) Pháp chế. ~사(史) lịch sử pháp chế. ~사법위원회 Uỷ ban tư pháp pháp chế.

법치(法治) Pháp trị. ~국가 nhà nước pháp trị. ~사회 xã hội pháp trị.

법칙(法則) Luật lệ, nguyên tắc. 자연[운동]의 ~ qui luật tự nhiên [vận động].

법학(法學) Luật, luật học. ~석사 thạc sĩ Luật. ~을 배우다 học luật.

벗 Bạn, bạn bè, đồng liêu. 오랜 [진실한] 벗 bạn cũ [thật lòng].

벗겨지다 Thoát khỏi, bị bóc ra. =벗기어지다.

벗기다 ① Cởi (áo quần). 옷을 ~ cởi áo. ② Tháo, bóc, tách. 나무껍질을 ~ bóc vỏ cây.

벗기어지다 Bị cởi ra, bị tuột ra, bị tháo ra, bị bóc ra. 페인트칠이 ~ lớp sơn bị tróc

벗나가다 Thoát ra, đi lạc lối, sai đường (nghĩa bóng). 벗나간 짓 hành động sai trái.

벗다 ① Tháo, cởi bỏ, 모자를 ~ cởi mũ. ② Bóc, cạy, tháo.

벗어나다 ① Thoát ra khỏi. 가난에서 ~ thoát ra khỏi nghèo đói. ② Tránh khỏi mắt ai. 하는짓이 남의 눈에~ hành động tránh được mắt người khác.

벗하다 ① Làm bạn với, kết bạn với. ② Nghĩa bóng, làm bạn với. 책을 ~ làm bạn với sách.

벙거지 Cái mũ, cái nón.

벙글거리다 Cười vui vẻ, cười tròn miệng.

벙벙하다 Đứng im, không nói thành lời, thẫn người. 놀라서 어안이 ~ ngạc nhiên không nói thành lời.

벙어리 Người câm. ~가 되다 thành câm, bị câm.

벚꽃 Hoa anh đào. ~놀이 đi ngắm hoa anh đào, đi xem hoa anh đào (lễ hội).

벚나무 Cây anh đào.

베 Vải gai, vải thô. ~를 짜다 đan vải.

베개 Cái gối. ~를 베다 kê gối. 팔~를

베다 gối đầu bằng tay. 베갯속 trong gối.

베갯머리 Bên cạnh. ~에 앉다 ngồi ngay bên cạnh.

베끼다 Sao chép, chụp lại. 책을 ~ copy lại sách.

베다 Cắt, chém, chặt. 나무를~ chặt cây. 목을 ~ chặt đầu, cắt cổ.

베드 Cái giường. 싱글[더블]~ giường đơn [đôi].

베스트 Tốt nhất, hay nhất, đẹp nhất (best). ~를 다하다 gắng hết sức.

베어링 Bi, vòng bi. ~공업 vòng bi công nghiệp.

베이다 Bị cắt, bị đứt. 칼에 손가락을~ ngón tay bị dao cắt.

베이스 ① Nền tảng, cái nền, nền trang điểm. ② Căn cứ, cơ sở.

베이스볼 Bóng chày [baseball].

베이식 Cơ bản (basic).

베이징 Bắc Kinh.

베이커리 Cửa hàng bánh [bakery].

베일 Mạng che mặt. ~을 쓰고 đeo mạng che mặt. ~을 벗다 cởi mạng che mặt.

베테랑 Chuyên gia, người lão luyện. ~수사관 viên điều tra lão luyện.

베트남 Việt Nam. ~사람 người Việt Nam. 저는 ~사람입니다 tôi là người Việt Nam.

베풀다 ① Tổ chức tiệc. 잔치를~ tổ chức tiệc, ② Quan tâm, giúp đỡ ai, mang lại cho ai, cưu mang (ân huệ vv). 은혜를~ giúp đỡ ai, mang ân huệ cho ai.

벤치 Cái ghế dài.

벨 Cái chuông. ~을 누르다 ấn chuông. ~을 울리다 rung chuông.

벨벳 Nhung, chất nhung. ~과 같은 như nhung.

벨트 ① Dây đai. 안전~ đai an toàn. ② Khu vực, vùng ven. 그린~ vành đai xanh.

벼 Lúa, cây lúa. ~를 심다 trồng lúa. ~을 베다 gặt lúa.

벼락 Sấm, sét. ~소리 tiếng sấm. ~치다 đánh sấm, có sấm.

벼락대신(-大臣) Kẻ bỗng nhiên có chức vụ lớn. 그는 ~이다 hắn ta là kẻ chẳng biết gì mà lại tự nhiên có chức vụ lớn.

벼락맞다 Trúng sét, bị sét đánh. ~아 죽다 bị sét đánh chết.

벼락치기 Nhanh chóng, vội vàng, nhanh như chớp. ~로 지은 집 nhà xây vội.

벼락치다 Sét đánh. 근처에 벼락(이) 쳤다 sét đánh ở gần đó.

벼랑 Vách đứng, mỏm đá. ~끝 đầu mỏm đá. ~을 기어오르다 bò lên đầu mỏm đá.

벼루 Cục đá để mài mực. ~에 먹을 갈다 mài mực vào đá mài.

벼르다 Có ý định, trù tính, dự định. 죽이려고 ~ định chết.

벼슬 Chức vụ (trong cơ quan nhà nước). ~하다 làm viên chức nhà nước.

벼슬길 Con đường công chức. ~에 오르다 theo con đường công chức.

벼슬살이 Nghề viên chức. ~하다 làm nghề công chức. 그는 30년 동안 ~를 하고 있다 tôi đã làm viên chức nhà nước 30 năm.

벼슬아치 Viên chức nhà nước. ~가 되다 trở thành viên chức nhà nước.

벽(壁) Bức tường. ~을 바르다 trét tường, dán tường. ~을 치다 quét sơn tường.

벽(癖) ① Thói quen. 도~ thói quen ăn trộm. ② Thói quen xấu khó sửa.

벽돌(壁-) Gạch. 붉은 ~ gạch đỏ. ~로 짓다 xây bằng gạch.

벽두(劈頭) ① Đầu đề, lời mở đầu (sách). ② Bắt đầu, khởi đầu. ~에 ban đầu, khi đầu.

벽력(霹靂) Sét, tiếng sét. 청천~ sét giữa trời quang.

벽면(壁面) Bề mặt gạch.

벽보(壁報) Báo tường, tờ giấy dán lên tường để quảng cáo. ~를 붙이다 dán báo tường.

벽시계(壁時計) Đồng hồ treo tường.

벽안(碧眼) Mắt xanh. ~의금발 여인 nữ nhân tóc vàng mắt xanh.

벽옥(碧玉) Bích ngọc, viên ngọc xanh.

벽장코 Cái mũi tẹt, người mũi tẹt.

벽지(僻地) Vùng sâu xa, hẻo lánh. ~에 살다 sống nơi xa xôi.

벽창호(碧昌-) Kẻ bướng đầu, kẻ cứng đầu.

벽촌(僻村) Bích thôn, ngôi làng nằm ở vùng xa, ngôi làm hẻo lánh.

벽해(碧海) Biển xanh.

벽화(壁畫) Bức tranh phong cảnh treo trên tường.

변(變) Tai nạn, sự cố, thay đổi. ~이 나다 có sự cố. ~을 당하다 bị tai nạn.

변격(變格) Cách biến đổi không qui tắc (ngữ pháp).

변경(變更) Thay đổi, chuyển đổi. ~하다. ~할 수 없는 không thể thay đổi được.

변고(變故) Biến cố, tai nạn. ~없이 지내다 sống an bình, không có tai nạn gì.

변기(便器) Cái bồn vệ sinh, bồn tiểu.

변덕(變德) Biến động, thay đổi. ~하다. 물가가 ~ vật giá biến động.

변동(變動) Biến động, thay đổi. ~하다.

격심한 ~ sự thay đổi sâu sắc.

변두리(邊-) ① Khu vực ngoại ô. 서울 ~(에) ngoại vi Seoul. ② Bên lề, rìa, mép.

변란(變亂) Cuộc biến loạn, chính biến. 사회의 대~ biến loại lớn của xã hội.

변론(辯論) ① Biện luận, thảo luận, luận tranh. ~하다. ~에 들어가다 đi vào phần thảo luận. ② Bào chữa. ~하다. 피고를 위해~하다 bào chữa cho bị cáo.

변류기(變流器) Máy biến áp, máy biến lưu.

변리(辨理) Quản lý. ~하다. ~사 người quản lý.

변말 Tiếng lóng. 그들은 그들만의 ~로 이야기하고 있었다 Họ đang nói tiếng lóng **변명**(變名) Tên lóng, gọi khác (đùa, trêu chọc). ~하다 lấy tên lóng.

변명(辨明) Thanh minh, giải thích. ~하다. ~을 듣다 nghe giải thích.

변모(變貌) Sự biến dạng, sự thay đổi về hình thức. ~하다. 완전히 ~하다 thay đổi hìnhnh dạng hoàn toàn.

변박(辨駁) Biện bạch và bác lại. ~의 여지가 없다 không có gì để bác bỏ được.

변변치 않다 ① Trông khó nhìn, xấu. ② Vô tích sự, chẳng được việc, vô dụng. ~ 않은 사람 kẻ vô tích sự.

변변하다 ① Đẹp, dễ nhìn, ưa nhìn. 변변하게 생기다 trông xinh đẹp. ② Tốt, hay. 사람이 ~ tốt tính, tính hay.

변별(辨別) Phân biệt. ~하다. 선악 을 ~하다 phân biệt thiện và ác.

변복(變服) Cải trang, hóa trang. ~하다.

변사(變死) Đột tử, chết chết bất ngờ. ~하다.

변상(辨償) Bồi thường, hoàn lại tiền. ~하다. ~을 요구하다 yêu cầu bồi thường.

변색(變色) ① Đổi màu, biến màu. ~하다. 그 색은 ~하지 않는다 màu ấy không thay đổi/ không biến màu. ② Thay đổi sắc mặt. ~하다.

변설(辯舌) Diễn thuyết, hùng biện. ~이 유창한 diễn thuyết lưu loát.

변성(變姓) Đổi họ. ~하다.

변성(變性) Thay đổi tính chất, biến chất. ~하다. ~알코올[주정] cồn biết chất.

변소(便所) Cái toa lét, nhà vệ sinh. ~에 가다 đi vệ sinh.

변속(變速) Thay đổi tốc độ. ~기[장치] hộp số.

변스럽다(變-) Thay đổi, chuyển biến.

변신(變身) Cải trang, hóa trang. ~하다.

화려한 ~ hóa trang đẹp lộng lẫy.

변심(變心) Thay đổi lòng dạ. ~하다. 그녀는 ~하여 다른 남자에게 갔다 cô ấy thay đổi lòng dạ đi với người đàn ông khác.

변압(變壓) Biến áp (điện). ~하다. ~기 máy biến áp.

변이(變異) Biến dị, thay đổi, sự biến đổi gien. 돌연~ đột biến gien.

변장(變裝) Cải trang, trá hình. ~하다. 으로 ~하고 cải trang làm gì đó.

변재(辯才) Khả năng ăn nói. ~가 있는 người có khả năng ăn nói.

변전(變轉) Biến chuyển, thay đổi. ~하다. ~무쌍한 biến đổi vô thường, luôn thay đổi.

변전소(變電所) Trạm biến điện.

변절(變節) Phản bội, thay đổi. ~하다. ~하지 않다 trung thành, không thay đổi.

변제(辨濟) Thanh toán, quyết toán, trả tiền. ~하다. 빚을 ~하다 trả nợ.

변조(變調) Biến điệu (âm nhạc). ~하다.

변종(變種) Sự đột biến, thay đổi gien, thay đổi chủng loại.

변죽(邊-) Vành, bờ, gờ, rìa, lề, cạnh.

변증(辨證) Dùng lý luận chứng minh, biện chứng. ~하다. ~적 có tính biện chứng.

변질자(變質者) Người dở hơi, kẻ giở chứng.

변질재(變質材) Gỗ biến chất, gỗ hư.

변천(變遷) Sự thay đổi. ~하다. 시대의 ~ sự thay đổi của thời cuộc. 사회의 ~ thay đổi của xã hội.

변칙(變則) Bất qui tắc. ~적인 có tính bất qui tắc. ~적인 방법 phương pháp bất quy tắc.

변칭(變稱) Thay tên, chuyển tên. ~하다.

변태(變態) Thay đổi về hình thái. 완전[불완전]~ thay đổi hoàn toàn [không hoàn toàn].

변태 Biến thái, biến đổi.

변통(變通) Khả năng thích nghi, sự thích ứng. ~하다. ~을 내다 linh động.

변하다(變-) Thay đổi, trở nên khác đi. 마음이 ~ thay đổi lòng dạ.

변함없다(變-) Không thay đổi, cố định. 변함없이 một cách cố định.

변혁(變革) Cải cách, sự thay đổi, đổi mới. ~하다. 기술상의~ cải cách về mặt kỹ thuật.

변호(辯護) ① Biện minh, giải thích. 자기~ tự biện minh. ② Biện hộ, bào chữa. ~를 의뢰하다 nhờ bào chữa.

변호사(辯護士) Luật sư. ~가 되다 thành luật sư. ~자격을 받다 lấy tư

cách luật sư.

변화(變化) Biến hóa, thay đổi. ~하다. ~있는 có thay đổi. ~무쌍한 biến hoá khôn lường.

변환(變換) Chuyển biến, biến đổi. ~하다.

별 ① Ngôi sao, sao. ~빛 ánh sao. ② Ngôi sao, sao (nghĩa bóng).

별개(別個) Cái khác, khác, riêng. ~로 riêng rẽ. ~의 문제 vấn đề khác.

별거(別居) Sống riêng, ly thân. ~하다. 남편과 ~하다 ly thân với chồng.

별건(別件) Vụ việc khác. ~으로 구속하다 bị bắt vì vụ việc khác.

별것(別-) Cái đặc biệt. 그것은 ~이 아니다 cái đó chẳng có gì đặc biệt.

별고(別故) ① Tai nạn, sự cố. ~없다 không có chuyện gì. ② Nguyên nhân.

별관(別館) Hành lang, phòng khác.

별나다(別-) Kỳ lạ, khác thường, lạ thường. 별난 사람 người kỳ dị.

별납(別納) Đóng riêng, nộp riêng. ~하다.

별다르다(別-) Lạ thường, lạ lùng, kỳ dị, đặc biệt. 별다른 일 chuyện đặc biệt.

별달리(別-) Khác biệt, khác. 내 말을 ~생각지 마시오 đừng nghĩ khác về lời nói của tôi.

별도(別途) Riêng rẽ, riêng lẻ. ~로 tách riêng, riêng ra. 방은 ~예약하다 đặt phòng riêng.

별도리(別道理) Cách thức khác, phương pháp khác. ~없이 không còn cách nào khác.

별리(別離) Ly biệt. = 이별 (離別).

별말(別-) Vô lý, nói lung tung. ~하다. ~다 한다 Anh ăn nói lung tung.

별명(別名) Biệt danh, tên khác. N이라고 하다 biệt danh là N.

별명(別命) Lệnh khác. ~이 있을 때까지 기다려라 hãy chờ đến khi nào có lệnh khác.

별문제(別問題) Vấn đề khác. 은 ~로 하고 cho làm vấn đề khác. 그것은 ~이다 đó là vấn đề khác.

별미(別味) Đặc sản, món ngon.

별별(別別) Đặc biệt. ~경험 kinh nghiệm đặc biệt.

별봉(別封) Gửi thư riêng. ~으로 보내다 gửi bằng thư riêng.

별사람(別-) Một con người kỳ lạ, người khác thường.

별세(別世) Biệt thế, từ trần. ~하다.

별세계(別世界) Một thế giới khác. 마치~이다 đúng là một thế giới khác. 그는 마치 ~사람 같다 anh ta cứ như người thế giới khác.

별송(別送) Gửi riêng. ~하다.

별수(別數) ① Vận may đặc biệt. ~가 나다 gặp may đặc biệt. ② Phương pháp đặc biệt. 이젠~없다 giờ chẳng còn có cách nào cả.

별식(別食) Một món ăn đặc biệt (quý hiếm).

별실(別室) Phòng riêng, phòng khác.

별안간(瞥眼間) Bất thình lình, đột nhiên, không ngờ tới. ~나타나다 xuất hiện đột ngột.

별일(別-) Chuyện khác lạ, chuyện đặc biệt. ~없이 không có chuyện gì đặc biệt.

별장(別莊) Trang trại, khu nhà ở quê, biệt thự ở quê. 여름의~ trang trại mùa hè.

별지(別紙) Tài liệu đính kèm, tờ giấy đính kèm. ~와 같이 như nội dung đính kèm.

별책(別冊) Sách làm riêng. ~으로 출판하다 xuất bản riêng biệt.

별천지(別天地) Thế giới khác. =별세계.

별칭(別稱) Tên khác.

별표(-票) Dấu vết đặc biệt. ~를 붙이다 dán dấu hiệu, đánh dấu.

별항(別項) Hạng mục/ điều khoản riêng, hạng mục khác.

별행(別行) Một hàng (dòng) khác, cột riêng

별호(別號) Bút danh, bút hiệu, biệt hiệu.

볍씨 Hạt giống.

병(病) ① Bệnh, bệnh tật. 가벼운 ~ bệnh nhẹ. ② Nhược điểm, điểm yếu. 여자를 너무 좋아하는 것이 그의 ~이다 quá thích phụ nữ là bệnh của anh ta.

병가(病暇) Nghỉ bệnh.

병객(病客) Người bệnh, bệnh nhân.

병고(病苦) Cái khổ vì bệnh, đau bệnh. ~에 시달리다 khổ vì bệnh.

병골(病骨) Người ốm yếu.

병구완(病-) Sự chăm sóc (bệnh nhân). ~하다. 극진한 ~ hết lòng chăm sóc.

병균(病菌) Vi khuẩn gây bệnh. ~보유자 người mang vi khuẩn gây bệnh.

병근(病根) ① Nguồn gốc của bệnh. ~을 없애다 dẹp bỏ nguồn gốc căn bệnh. ② Thói quen xấu.

병기(兵器) Binh khí, vũ khí. 공격[방어]~ vũ khí tấn công [phòng thủ].

병나다(病-) Bị bệnh, có bệnh, mắc bệnh.

병동(病棟) Khu phòng bệnh. 격리~ khu phòng bệnh cách ly.

병들다(病-) Bị bệnh, mắc bệnh, nhiễm bệnh. ~기 쉽다 dễ mắc bệnh.

병란(兵亂) Binh loạn, chiến tranh.

병력(病歷) Tiền sử bệnh. ~을 조사하다 điều tra tiền sử bệnh.

병렬(竝列) Hàng, dãy. ~하다.

병리(病理) Bệnh lý.

병립(竝立) Tồn tại song song, cùng tồn tại. ~하다.

병마(兵馬) ① Binh mã. ② Vũ khí.

병마(病魔) Bệnh tật, bệnh hoạn. ~에 쓰러지다 ngã xuống vì bệnh hoạn.

병명(病名) Tên bệnh. ~미상의 병 bệnh chưa biết tên.

병몰(病沒) Chết do bệnh. 병사(病死).

병무(兵務) Binh vụ, các công việc liên quan đến quân đội.

병문안(病問安) Thăm bệnh. ~하다.

병발(竝發) ① Xảy ra song song, xảy ra đồng thời. ~하다. ② Gây ra bệnh khác. ~하다.

병법(兵法) Binh pháp. ~가 nhà binh pháp, nhà chiến lược. ~존자 binh pháp Tôn Tử.

병사(兵士) Binh sĩ.

병상(病床) Giường bệnh. ~을 떠나지 못하는 không rời khỏi giường bệnh được.

병상병(病傷兵) Thương bệnh binh.

병석(病席) Giường bệnh. ~에 눕다 nằm trên giường bệnh.

병선(兵船) Tàu chiến.

병설(竝設) Tồn tại song song. ~하다.

병세(病勢) Tình hình bệnh, bệnh tình. ~가 악화 [호전]되다 tình trạng bệnh xấu đi [tốt lên].

병술(丙戌) Bính Tuất, năm Bính Tuất.

병신(病身) ① Người tàn tật, người bệnh tật. ~으로 태어나다 sinh ra vốn bệnh tật. ② Cái thân bệnh, cơ thể bị bệnh.

병실(病室) Phòng bệnh. 개인~ phòng bệnh cá nhân.

병아리 Gà con. ~를 까다 gà con nở ra.

병약(病弱) Yếu đuối, bệnh tật. ~하다.

병역(兵役) Nghĩa vụ quân sự, quân dịch, binh dịch. ~에 복무하다 thi hành nghĩa vụ quân sự.

병영(兵營) Trại lính, doanh trại. ~생활 cuộc sống doanh trại lính.

병오(丙午) Bính Ngọ.

병용(竝用, 倂用) Dùng chung, sử dụng kết hợp với. ~하다. 가루약과 물약을 ~하다 thuốc bột và nước cùng dùng chung.

병원(病院) Bệnh viện. ~에 입원하다 nhập viện. ~에 입원시키다 cho vào viện.

병인(丙寅) Bính Dần.

병자(病者) Người bệnh, bệnh nhân. ~처럼 보이다 trông như người bệnh.

병작(竝作) Chia đôi. ~하다.

병장(兵長) Cấp bậc dưới hạ sĩ, binh nhì.

병적(病的) Bệnh hoạn, yếu đuối, không lành mạnh. ~으로 một cách bệnh hoạn.

병점(病占) Bói bệnh. ~을 치다 bói bệnh.

병정(兵丁) Quân nhân, người lính.

병조림(瓶-) Đóng chai, cho vô chai. ~하다. ~하여 팔다 đóng chai bán.

병존(竝存) Tồn tại song song, cùng tồn tại. ~하다.

병졸(兵卒) Lính. 일개~에서 장군 이 되다 từ lính quèn thành tướng.

병종(丙種) (Giáp, Ất) Bính, thứ 3 sau Giáp, Ất.

병주머니(病-) Người có nhiều bệnh, ổ bệnh.

병증(病症) Triệu chứng bệnh. ~을 설 명하다 giải thích triệu chứng bệnh.

병진(竝進) Cùng tiến. ~하다.

병참(兵站) Hậu cần. ~기지 căn cứ hậu cần.

병추기(病-) Chỉ người hay bệnh.

병충해(病蟲害) Sâu bệnh. ~예방 dự phòng sâu bệnh. ~가 심하다 bị sâu bệnh.

병치(竝置) Đứng song song. ~하다.

병칭(竝稱) Xếp loại, phân cấp. ~하다.

병탄(併吞) Nuốt, xâm chiếm (tài sản, lãnh thổ nước khác). ~하다.

병통(病-) Vấn đề, trục trặc. 기계 [일] 에 ~이 생기다 máy có trục trặc.

병폐(病弊) Cái xấu, thói xấu,

병풍(屛風) Bình phong. 여섯폭~ bình phong sáu tấm.

병학(兵學) Binh học, học ngành binh.

병합(倂合) Sát nhập, hỗn hợp.

병해(病害) Sâu bệnh.

병행(竝行) Bình hành, song song. ~하 다. 두 가지 일이 ~해서 진행되고 있다 hai việc đang tiến hành song song.

병환(病患) Bệnh hoạn, bệnh tật.

병후(病後) Sau cơn bệnh, sau khi bệnh. ~의 사람 người sau cơn bệnh.

볕 Ánh sáng, ánh nắng mặt trời. ~이 들 다 trời sáng.

보(步) ① Bước chân, bước. 제일~ bước thứ nhất. ② Bước chân (đơn vị). 일~전진 tiến lên phía trước một bước. 일~후퇴하다 lùi một bước.

보각(補角) Góc phụ (toán học).

보감(寶鑑) Quyển sách hoặc sự vật làm gương cho hậu thế.

보강(補强) Sự củng cố, sự tăng cường. ~하다. 해군을 ~하다 củng cố hải quân.

보건(保健) Bảo vệ sức khỏe. ~복지부

Bộ y tế.

보결(補缺) Bổ sung, thay thế, bù đắp. ~하다. ~모집 tuyển bổ sung.

보고(報告) Báo cáo. ~하다. ~를 받다 nhận báo cáo, được báo cáo.

보고(寶庫) Kho báu, kho châu báu. 지식의 ~ kho báu tri thức.

보고서(報告書) Bản báo cáo. ~를 쓰다 [작성하다] viết/làm bản báo cáo.

보관(保管) Bảo quản, giữ gìn. ~하다. ~되어 있다 đang được bảo quản.

보국(報國) Báo quốc, đền ơn nước. ~하다.

보궐선거(補闕選擧) Cuộc tuyển cử bầu nghị viện bổ sung, thay thế.

보균(保菌) Mang mầm bệnh. ~하다. ~자 người mang mầm bệnh.

보금자리 Tổ, tổ ấm. 사랑의 ~ tổ ấm tình yêu. ~에 들다 vào tổ.

보급(普及) Phổ cập. ~하다. ~되다 được phổ cập.

보급률(普及率) Tỷ lệ phổ cập. 그 나라는 PC의 ~이 세계 1위다 tỷ lệ phổ cập máy tính cá nhân nước ấy là đứng đầu thế giới.

보기 Ví dụ, thí dụ. ~를 들다 nêu ví dụ.

보깨다 Khó tiêu, đầy bụng.

보나마나 Chắc chắn. 그녀석~ 불 합격일게다 thằng đó chắc chắn không đậu.

보내다 Gửi, phái, cho đi. 편지를~ gửi thư. 돈을 ~ gửi tiền.

보너스 Tiền thưởng. ~를 받다/타다 nhận tiền thưởng.

보는눈 Con mắt nhìn, cách nhìn nhận. ~이 있다 có con mắt nhìn đời.

보다 Nhìn, trông, xem, coi. 를~ nhìn cái gì đó. 거울을 ~ soi gương.

보다 Thử, thử xem. 구두를 신어~ đi thử dày. 모자를 써~ đội thử mũ. 한국 음식을 먹어~ ăn thử món ăn Hàn Quốc. 생각해 보십시오 Hãy suy nghĩ xem.

보다못하다 Không chịu được.

보답(報答) Báo đáp, báo đền, trả công. 하다. 의 ~으로 lấy cái gì đó để báo đáp. 우정에 ~하다 báo đáp tình bạn. 노력에 ~하다 báo đáp cho sự nỗ lực.

보도(步道) Đi bộ. 횡단~ chỗ đi sang đường.

보동보동하다 Bụ bẫm, phúng phính. ~게 살찐 얼굴 khuôn mặt phúng phính.

보드랍다 mềm mại. 부드럽다.

보드카 Rượu vodka.

보들보들하다 Mềm mại, mềm. 보들보들한 살결 nước da mềm mại.

보디 Cơ thể, thân thể. ~가드 vệ sĩ. ~랭귀지 ngôn ngữ chân tay.

보따리(褓-) Gói hành lý. ~를 싸다 gói

hành lý. ~를 풀다 mở hành lý.

보람 Ích lợi, kết quả, tác dụng, lợi ích. ~이 있다 có kết quả.

보랏빛 Màu tím, màu violet. 연~ màu tím nhạt. 진~ màu tím đậm.

보료 Nệm ngồi.

보루(堡壘) Pháo đài, công sự, lô cốt. ~를 구축하다 xây pháo đài.

보류(保留) Bảo lưu, giữ lại. 계획을 ~하다 bảo lưu kế hoạch.

보름 ① Rằm. ~달 trăng rằm. ② Mười lăm ngày, nửa tháng.

보리 Hạt mạch, lúa mạch. ~밭 ruộng mạch. ~밥 cơm mạch.

보매 Trông chừng, khoảng. ~장사치 같다 anh ta giống như một nhà buôn.

보모(保姆) Bảo mẫu. 유치원~ bảo mẫu nhà trẻ.

보무(步武) Nghiêm bước. ~당당하다 nghiêm bước.

보무라지 Mảnh, mẩu, miếng. 실~ mẩu chỉ.

보물(寶物) Báu vật. ~선[섬] con thuyền [đảo] báu vật. ~찾기 tìm báu vật.

보배(寶貝) Bảo bối, đồ quí giá, châu báu. ~롭다, ~스럽다 đáng quí, đắt giá.

보병(步兵) Bộ binh, lục quân. ~부대 bộ đội bộ binh.

보복(報復) Báo thù, trả thù. ~하다. ~적인 có tính trả thù.

보비위(補脾胃) Bổ ruột, tốt cho bụng. ~하다.

보살(菩薩) ① Bồ Tát. (Phật giáo). ② Nữ tín đồ già tuổi.

보살피다 Trông nom, trông coi. 집안을 ~ trông coi nhà cửa. 환자를 ~ trông coi bệnh nhân.

보상(補償) Bồi thường. ~하다. 의 ~으로 bồi thường cho cái gì đó.

보상금(補償金) Tiền bồi thường. ~을 받다 nhận tiền bồi thường.

보색(補色) Màu dùng để phối màu.

보석(保釋) Bảo lãnh để được tại ngoại. ~하다. ~되다 được bảo lãnh tại ngoại.

보선(保線) Sự bảo quản đường ray xe lửa. ~하다. ~공(工) công nhân làm đường ray.

보송보송하다 Khô, khô khan. 보송보송해지다 trở nên khô

보수(補修) Sửa chữa. ~하다. 공장의 일부를 ~했다 sửa chữa một phần nhà xưởng.

보수계(步數計) Cái đồng hồ đo bước chân.

보스 Ong chủ (boss).

보스턴 Thành phố Boston.

보슬보슬 Mờ mịt, mịt mùng. 눈이 ~내

리다[오다] tuyết rơi mù mịt.

보슬비 Mưa phùn, mưa bụi. ~가 내린다 mưa bụi rơi.

보습(補習) Học thêm. ~하다.

보시(布施) Bố thí (Phật giáo). ~하다.

보신(保身) Bảo vệ cơ thể, phòng thân. ~하다. ~술 võ phòng thân.

보아란듯이 Ta đây, khoe khoang. ~행동하다 hành động vẻ ta đây.

보아주다 ① Trông nom, chăm sóc, quan tâm. 아무의 일을 ~ giúp ai việc gì đó. ② Bỏ qua, không để ý.

보안(保安) Bảo an, an ninh. ~경찰 cảnh sát bảo an.

보았자 Cho dù, dù cho là. 좋다고 해~ cho dù là tốt, dù cho là tốt đi nữa.

보약(補藥) Thuốc bổ. ~을 먹고 있다 đang uống thuốc bổ.

보양(保養) Nghĩ ngơi, giải trí. ~하다. ~소 nơi nghỉ ngơi.

보얗다 ① Mờ (sương), không thấy, trắng. 안개가 ~ sương mờ. ② Màu trắng mờ.

보여주다 Cho xem, cho thấy, trình ra. 신분증을 ~십시오 hãy cho tôi xem chứng minh thư. 남에게 ~지 마세요 đừng cho người khác xem.

보온(保溫) Giữ nhiệt. ~하다. ~병 bình giữ nhiệt, cái phích.

보완(補完) Bổ sung cho hoàn chỉnh. ~하다. 상호~적인 협력 sự hỗ trợ bổ sung cho nhau.

보우(保佑) Sự bảo vệ, sự che chở, sự giúp đỡ. ~하다. 하느님의 ~ sự che chở của thượng đế.

보위(寶位) Ngôi báu, ngôi vua. ~에 오르다 lên ngôi báu.

보유(保有) Có, sở hữu, mang. ~하다. 세계기록을 ~하다 giữ kỷ lục thế giới.

보육(保育) Dạy dỗ, chăm sóc. ~하다. ~원 trại trẻ mồ côi, cô nhi viện.

보은(報恩) Báo ân, báo đáp. ~하다.

보이 Con trai (boy). ~ 프렌드 bạn trai (boyfriend).

보이다 ① Trông thấy, thấy. 보인 곳에서 trong tầm mắt. ② Trông có vẻ, dường như, hình như. 나이 보이다 젊어~ trông trẻ hơn tuổi.

보이다 Cho xem, trình ra, cho thấy. 증명서를~ trình giấy chứng minh.

보일러 Nồi hơi (boiler). 가스[기름, 석탄]~ nồi hơi bằng ga [dầu, than].

보잘것없다 Không quan trọng, không có giá trị. ~는 사람 người vô tích sự.

보장(保障) Đảm bảo, giữ gìn, sự chắc chắn. ~하다. 평화를~ giữ gìn hoà bình.

보전(寶典) Quyển sách quí.

보정(補正) Điều chỉnh, sửa chữa. ~하다.

보제(補劑) Thuốc bổ. =보약(補藥).

보조(步調) Nhịp bước. ~를 맞추어 đúng nhịp bước.

보조금(補助金) Tiền giúp đỡ, tiền hỗ trợ. ~을 주다 đưa tiền giúp đỡ.

보족(補足) Bổ sung cho đủ. ~하다. ~적(인) có tính bổ sung.

보존(保存) Bảo tồn, gìn giữ. ~하다. 잘 ~ 되어 있다 đang được bảo tồn

보좌(補佐) Phụ tá, cố vấn, giúp đỡ. ~하다. 회장을 ~하다 phụ tá cho tổng giám đốc.

보증(保證) ① Bảo lãnh. ~하다. ~금 tiền bảo lãnh. ② Bảo hành, bảo đảm. ~서 giấy bảo hành.

보증기간(保證期間) Thời gian bảo hành, thời gian bảo lạnh.

보증인(保證人) Người bảo lãnh. ~이 되다 trở thành người bảo lãnh.

보지(保持) Giữ, mang. ~하다. 비밀 을 ~하다 giữ bí mật. 타이틀을 ~하다 giữ đai.

보직(補職) Chỉ định, bổ nhiệm chức vụ. ~하다. ~되다 được bổ nhiệm.

보채다 Quấy, mè nheo, uốn. ~는 아기 đứa bé uốn éo. 과자를 달 라고 ~ uốn éo đòi bánh.

보철(補綴) Bổ sung, cung cấp thêm

보청기(補聽器) Máy trợ thính. ~를 끼다 đeo máy trợ thính

보초(步哨) Canh gác, gác cửa. ~서 다 đứng gác. ~를 교대시키다 thay phiên nhau gác.

보충(補充) Bổ sung, cung cấp. ~하다. 수량을 ~ bổ sung số lượng.

보태다 Bổ sung, thêm vào. 모자라는 것을 ~ bổ sung cái gì còn thiếu.

보통(普通) Bình thường, phổ thông, chung. ~이다 bình thường.

보통내기(普通-) Người bình thường. ~가 아니다 không phải người bình thường.

보퉁이(褓-) Bó, cột, túm. 옷 한~ một túm quần áo.

보편(普遍) Phổ biến, thông dụng. ~적 (으로) có tính phổ biến.

보폭(步幅) Sải chân, bước chân.

보필(輔弼) Sự giúp đỡ, sự hỗ trợ. ~하다.

보하다(補-) ① Bổ cho ai đó. ② Bổ nhiệm ai. 도지사에 ~ bổ nhiệm vào chức Chủ tịch tỉnh.

보합(保合) Ổn định (kinh tế). ~하다. ~ 세를 보이다 cho thấy thế ổn định về kinh tế.

보합(步合) Tỷ lệ.

보행(步行) Đi bộ. ~하다. ~객 khách bộ hành. ~로 đường đi bộ.

보험(保險) ① Bảo lãnh. ② Bảo hiểm. ~에 들다 tham gia bảo hiểm.

보혈(補血) Bổ máu, bổ huyết. ~하다. ~

제 chất bổ máu.

보호(保護) Bảo hộ, bảo vệ. ~하다. ~를 받다 nhận được sự bảo hộ.

보화(寶貨) Báu vật, châu báu. = 보물 (寶物).

보훈(報勳) Báo ân, báo ơn.

복(福) Phúc. ~이 많다[있다] nhiều phúc.

복걸(伏乞) Phục xuống mà xin, lạy xin. ~하다.

복고(復古) Phục cổ, phục hồi lại như cũ. ~하다. 왕정~ phục hồi lại hoàng thành.

복교(復校) Xây dựng lại trường. ~하다.

복구(復舊) Phục hồi, khắc phục, làm lại, xây dựng lại. ~하다. ~시키다 xây dựng lại.

복권(復權) Phục hồi quyền lợi. ~하다.

복귀(復歸) Quay về, quay trở lại. ~하다. 원래 상태로 ~하다 quay trở lại trạng thái cũ.

복대기다 ① Ầm ỹ. 사람들이 정거장에서 ~ ở bến xe mọi người ầm ỹ. ② Bận bịu không còn đầu óc đâu nữa.

복덕(福德) Phúc đức. ~을 갖추다 có phúc đức.

복덕방(福德房) Môi giới bất động sản.

복도(複道) Hành lang.

복리(福利) Phúc lợi. =복지 (福祉).

복마(卜馬) Ngựa thồ.

복망(伏望) Cầu xin, cầu mong. ~하다.

복면(覆面) Mạng che mặt, mặt nạ. ~하다. ~강도 bọn cướp bịt mặt.

복명(復命) Báo cáo công việc mình làm. ~하다. ~서 bản báo cáo.

복모음(複母音) Nguyên âm đôi.

복무(服務) Sự phục vụ, thực hiện, làm. ~하다. 군에 ~중이다 đang thực thi nghĩa vụ quân sự.

복받치다 Phun ra, vọt ra, tuôn ra, trào dâng. 분이 ~ cơn giận trào ra

복벗다(服-) Lột da.

복병(伏兵) Phục binh. ~을 만나다 gặp phục binh. 적의 ~이 있다 có phục binh địch.

복본위제(複本位制) Chế độ tiền tệ hai loại.

복부(腹部) Bụng, vùng bụng. ~가 아프다 đau bụng.

복부인(福夫人) Quý phu nhân, phu nhân giàu có.

복사(複寫) Phôtô copy, sao chép. ~하다. 원본을 ~하다 sao bản chính.

복상(服喪) Để tang, có tang. ~하다.

복상(福相) Khuôn mặt phúc hậu.

복서 Võ sĩ quyền Anh (boxer).=권투선수.

복선(複線) Hàng đôi, vạch đôi. ~으로

하다 hai đường.

복성스럽다 Nhìn hạnh phúc, nhìn có hậu. 복성스러운 얼굴 khuôn mặt đầy đặn.

복속(服屬) Tuân lệnh, phục tùng. ~하다.

복수(福壽) Phúc thọ.

복술(卜術) Thuật bói toán.

복숭아 Quả đào, cây đào. ~꽃 hoa đào. ~나무 cây đào.

복스럽다(福-) Có phúc, có hậu, đẹp (hình thức).

복습(復習) Ôn tập. ~하다. 영어를 ~하다 ôn tiếng Anh. ~시간 thời gian ôn tập.

복식(服飾) Áo quần, thời trang. ~잡지 tạp chí thời trang.

복식호흡(腹式呼吸) Sự hô hấp bụng, sự hít thở bằng bụng.

복신(福神) Thần Phúc, thần thịnh vượng may mắn.

복싱 Quyền anh, boxing. 프로~ quyền anh chuyên nghiệp.

복안(腹案) Một ý tưởng trong đầu chưa đưa ra ngoài. ~을 세우다 xây dựng một ý tưởng.

복약(服藥) Uống thuốc. ~하다. ~시키다 cho uống thuốc.

복역(服役) ① Quân dịch, nghĩa vụ quân sự. ~하다. ② Đi tù. ~하다. ~중이다 đang bị tù.

복용(服用) Uống (thuốc). ~하다. 약을 ~하다 uống thuốc.

복원(復元) Phục hồi, làm lại. ~하다. ~도 bức tranh phục hồi

복위(復位) Trở lại ngôi vua. ~하다.

복입다(服-) Mặc đồ tang, để tang, có tang.

복잡(複雜) Phức tạp. ~하다. ~기괴한 phức tạp kỳ quái. ~한 문제 một vấn đề phức tạp.

복장(服裝) Áo quần, phục trang.

복적(復籍) Tìm lại tổ tiên. ~하다.

복제(複製) Phục chế, copy, nhân bản. ~하다. 그림을 ~하다 phục chế bức tranh.

복종(服從) Phục tùng, tuân thủ. ~하다. 명령에 ~하다 phục tùng mệnh lệnh.

복죄(服罪) Nhận tội. ~하다. ~치 않다 không nhận tội.

복지(福祉) Phúc lợi (xã hội). 국민 의 ~를 증진하다 tăng phúc lợi quốc dân.

복직(復職) Phục chức, quay trở lại làm chức vụ cũ. ~하다. 해고자~ phục chức những người đã bị sa thải.

복창(復唱) Nói lại, nhắc lại. ~하다.

복채(卜債) Tiền trả cho thầy bói.

복통(腹痛) Chứng đau dạ dày, cơn đau bụng. ~이 가라앉다 cơn đau

bụng lắng xuống.

복판 Giữa, trung tâm, tâm. ~에 ở giữa. 길~을 걷다 đi ngay giữa đường.

복합(複合) Phức hợp, hỗn hợp, tổng hợp. ~하다. ~개념 khái niệm phức hợp.

볶다 ① Rán (bằng dầu), rang. 고기를~ rán thịt. ② Quấy rối, làm phiền. 아이가 어머니를 ~ đứa trẻ quấy mẹ.

볶아대다 Làm phiền, quấy rối.

볶아치다 Làm nhanh, làm vội. 일을 제시간에 끝내려고 ~ làm gấp cho đúng thời gian.

본(本) ① Quê quán. ② Tấm gương.

본가(本家) Bản gia, quê quán.

본값(本-) Giá vốn, giá gốc. ~에 팔다 bán với giá gốc.

본거지(本據地) Nơi trụ sở chính, nơi chính.

본건(本件) Chích thức ~에 관하여 vào qũy đạo.

본격(本格) Chuẩn, mẫu. ~화하다 chuẩn hóa, vào gửi đạo.

본고장(本-) ① Quê hương, quê quán. 서울은 내가 난~이다 quê tôi là Seoul. ② Nơi sản sinh ra, gốc gác.

본과(本科) Khóa chính quy. ~를 수료하다 học khóa chính qui. ~생 học sinh chính qui.

본관(本館) Trung tâm tòa nhà.

본국(本局) Trụ sở chính (bưu điện, tổng đài).

본기억(-記憶) Nhớ là đã gặp, đãy thấy. 그 사람 어디서 ~이 있는 것 같다 hình như là tôi đã gặp anh ta ở đâu.

본남편(本男便) Chồng cũ, chồng trước.

본년(本年) Năm nay.

본능(本能) Bản năng. ~적인 có tính bản năng. ~에 따르다 theo bản năng.

본도(本道) Con đường chính.

본디 Gốc, cội rễ, nguyên thuỷ. ~대로 như bản gốc.

본때 ① Tấm gương, mẫu hình. ② Bài học.

본때있다 Đẹp, đặc biệt.

본뜨다(本-) Bắt chước mẫu, làm theo mẫu. 본떠서 만들다 làm theo mẫu.

본뜻(本-) ① Ý đồ ban đầu. ~을 이루다 đạt được ý đồ ban đầu. ② Ý nghĩa. 정의~ ý nghĩa của tình cảm.

본래(本來) Vốn, vốn là. 인간 ~의 성질 bản tính vốn có của con người.

본령(本領) Phần chính, công việc chính.

본맛 Hương vị gốc (chính).

본망(本望) Ước mong, ao ước lâu ngày.

본명(本名) Tên cũ, tên gốc. ~으로 lấy

tên cũ.

본무(本務) Nhiệm vụ chính. 먼저 ~에 힘써라 trước tiên hãy tập trung vào công việc chính.

본문(本文) Thân bài, nội dung chính.

본바닥(本-) Quê quán, cội nguồn, gốc gác. ~영어 tiếng Anh chính thống.

본바탕(本-) Bản chất, thực chất, căn bản.

본받다(本-) Học theo, noi gương. 본~을 만한 행위 hành vi đáng noi gương, đáng học.

본봉(本俸) Lương cơ bản.

본부(本部) Trụ sở chính. ~를 설치하다 đặt trụ sở chính. ~는 서울에 있다 trụ sở chính ở Seoul.

본분(本分) Bổn phận. 사람으로서의 ~ bổn phận làm người.

본사(本社) Trụ sở chính của công ty, công ty mẹ.

본새(本-) Cái nhìn, bề ngoài. ~가 곱다 bề ngoài dễ nhìn. ~가 사납다 bề ngoài trông hung dữ.

본색(本色) ① Màu sắc chính, màu cũ. ② Bản tính của ai. ~을 드러내다 thể hiện bản tính ra ngoài.

본선(本選) Cuộc lựa chọn cuối cùng.

본성(本性) Bản tính. ~을 드러내다 thể hiện bản tính

본심(本心) Tấm lòng thật, sự chân tình. ~에서 얘기하다 nói thật lòng.

본안(本案) Hóa đơn gốc.

본얼굴(本-) Khuôn mặt thật.

본업(本業) Công việc chính, nghề chính. ~외의 일 công việc ngoài nghề chính.

본연(本然) Vốn gốc, vốn là. ~의 자세 tư thế vốn có.

본원(本源) Nguồn gốc, căn nguyên, cội nguồn. 만물의 ~ nguồn gốc của mọi vật.

본위(本位) Trọng tâm, chủ yếu, chính, bản vị. 품질~ phẩm chất làm trọng.

본의(本意) ① Ý định ban đầu. ② Tấm lòng chân tình, thật lòng.

본이름(本-) Tên cũ, tên gốc.

본인(本人) Bản thân, đích thân người đó. ~사진 ảnh của bản thân người đó.

본적(本籍) Quốc tịch mẹ, quê quán. ~을 옮기다 chuyển quê quán.

본제(本題) Chủ đề chính. ~로 돌아 가서 quay trở về chủ đề chính.

본주인(本主人) Chủ nhân cũ.

본줄기(本-) Chủ đề chính, nội dung chính. ~에 들어가다 đi vào nội dung chính.

본지(本旨) Mục đính chính. 의 ~에 맞 다 đúng với mục đính chính.

본직(本職) ① Nghề chính, công việc

chính. ② Người quản lý tự xưng, tôi, chính tôi.

본질(本質) Bản chất. ~적인 có tính bản chất.

본처(本妻) Người vợ cũ, vợ chính.

본체(本體) ① Hình ảnh thật, hình dáng thật. ② Thân máy, bộ phận chính của máy.

본초(本草) Cây cỏ thuốc. ~채집을 하다 lặt, gom cây cỏ thuốc.

본토(本土) Lục địa, đất liền (chỉ Trung Quốc). ~산(産)의 đồ Trung Quốc.

본회의(本會議) Buổi họp mặt chung.

볼 Má. 붉은 ~ má hồng. 볼을 비비다 vân vê má.

볼가심 Một miếng, mẫu. ~하다.

볼그레하다 Đỏ chín, đỏ lựng.

볼꼴 Bề ngoài, hình dạng, tướng mạo. ~사납다 trông hung dữ.

볼록 Lồi hoặc lõm. ~거울 gương lồi (lõm).

볼륨 Âm thanh. ~을 높이다 vặn to âm thanh, cho to tiếng.

볼링 Bowling. ~을 치다 đánh/ chơi bowling.

볼맞다 ① Hợp với nhau. ② Xứng đôi, nhìn đẹp đôi.

볼모 Sự bảo đảm, vật bảo đảm, thế chấp. =담보. ~로 잡다 ấy cái gì đó làm thế chấp.

볼일 Công việc, việc làm. 급한 ~ việc gấp. ~이 있다 có việc phải làm.

볼장다보다 Hết, không thành công, thất bại. 이 장사도 이젠 ~았다 kinh doanh này bay giờ là thất bại rồi.

볼트 ① Volt (điện, điện áp). ② Con vít. ~로 죄다 dùng vít siết lại.

볼펜 Bút bi (ballpen).

볼품 Sự dễ nhìn, đẹp. ~이 좋다 hình thức tốt. 방을 ~있게 꾸미다 trang trí cho phòng dễ nhìn.

볼호령(-號令) Nổi giận, cầu nhầu, cáu gắt. ~하다. 귀가 늦자 아버지의 ~이 떨어졌다 về nhà muộn và bố nổi cáu.

봄 Mùa xuân. 인생의 ~ mùa xuân của cuộc đời.

봄갈이 Cày vụ xuân. ~하다.

봄나물 Cây xanh.

봄날 Ngày xuân.

봄내 Trong mùa xuân. ~비 한 방울 오지 않았다 trong mùa xuân không có lấy một giọt mưa.

봇물(洑-) Nước hồ.

봇짐(褓-) Gánh củi, hành lý. ~을 짊어지다 cõng hành lý.

봉 Chặn, bịt. ~(을) 박다 bịt lỗ. 치아에 ~을 해 박다 hàn cái chỗ sâu răng.

봉건(封建) Phong kiến. ~제도 chế độ phong kiến.

봉급(俸給) Lương. 높은 ~ lương cao. 낮은 ~ lương thấp.

봉기(蜂起) Cuộc nổi dậy, ngọn cờ khởi nghĩa. ~하다. 농민의~ phong trào nổi dậy của nông dân.

봉납(奉納) Biếu, tặng, dâng nạp. ~하다. ~물 đồ biếu, đồ cống nạp.

봉돌 Cây cần câu.

봉두난발(蓬頭亂髮) Đầu tóc bù xù.

봉랍(封蠟) Chất bóng dấu lên phong bì, xi, keo, hồ.

봉변(逢變) Sỉ nhục, mắng nhiếc. ~하다. 사람들 앞에서 ~을 당하다 bị sỉ nhục trước đông người.

봉분(封墳) Đắp mộ, xây mộ, làm mộ. ~하다.

봉사(奉仕) Phục vụ, hoạt động (xã hội), hoạt động từ thiện. 봉사단 đoàn, nhóm hoạt động xã hội.

봉쇄(封鎖) Phong tỏa, bao vây. ~하다. ~를 풀다 tháo/mở phong tỏa.

봉수(燧燧) Lửa hiệu.

봉안(奉安) Nơi chôn cất. ~하다.

봉양(奉養) Phụng dưỡng. ~하다. 부모님을 ~하다 phụng dưỡng bố mẹ.

봉오리 Búp, nụ. 꽃~ nụ hoa. ~가 피다 nở nụ (thành hoa). ~가 지다 có búp, kết búp.

봉우리 Đỉnh, chóp. 산~ đỉnh núi.

봉인(封印) Con dấu, cái ấn, cái triện, xi. ~하다. ~을 뜯다 xé con dấu niêm phong

봉정(奉呈) Dâng lên, trình lên. ~하다.

봉제(縫製) May mặc. ~하다. ~공장 công xưởng may. ~공 thợ may

봉지(封紙) ① Túi giấy, bao giấy, gói giấy. 그걸~에 넣어주십시오 hãy bỏ vào trong bao. ② Bao, gói, túi (lượng từ). 약 한~ một gói thuốc.

봉착(逢着) Gặp, gặp phải. ~하다. 난관에 ~하다 gặp khó khăn.

봉축(奉祝) Kính chúc. ~하다.

봉축 Giúp đỡ. ~하다 ~들다

봉투(封套) Phong bì, bao bì. ~뜯다 bóc phong bì. 편지~ phong bì thư.

봉피(封皮) Bao bì, giấy gói, cái bọc. ~를 뜯다 xé giấy bọc.

봉하다(封-) ① Đóng bao, đóng chì, đóng lại. ~여 보내다 đóng gói gửi đi. ② Bịt (miệng). 입을 ~고 말이 없다 giữ miệng không nói gì cả.

봉합(縫合) Khâu, dán lại. ~하다. ~사(絲) chỉ khâu (y tế).

봉헌(奉獻) Sự hiến dâng, cống hiến. ~하다. ~물 đồ hiến tặng.

봉화(烽火) Ngọn lửa, đuốc. ~를 올리다 dâng đuốc. ~대 bệ đuốc. ~들다 cầm đuốc.

봉황(鳳凰) Chim phượng hoàng.

뵈다 Xem, nhìn thấy (viết tắt của 보이

다). 멀리 바다가 뵈는 집 căn nhà thấy xa xa.

뵙다 Diện kiến, gặp mặt. 처음 ~겠습니다 Hân hạnh được gặp mặt (lần đầu).

부(富) Phú, giàu có. ~의 분배 phân chia giàu có. ~를 쌓다 làm giàu, giàu.

부(部) Bộ phận, phòng (làm việc). 업무~ phòng nghiệp vụ.

부가가치(附加價值) Giá trị gia tăng. ~가 높은 제품 sản phẩm có giá trị gia tăng cao.

부각(浮刻) Khắc nổi, chạm. ~하다.

부감(俯瞰) Nhìn trên xuống, nhìn toàn cảnh. ~하다.

부강(富强) Giàu mạnh. ~하다. 국가의 ~을 위하여 vì sự giàu mạnh của đất nước.

부결(否決) Phủ quyết. ~하다. ~되다 bị phủ quyết. ~권 quyền phủ quyết.

부계(父系) Bên nội, nội. ~가족 gia đình bên nội. ~친족 thân thuộc bên nội.

부고(訃告) Cáo phó. ~를 받다 nhận được cáo phó.

부과(賦課) Đánh thêm, tăng thêm, phụ trội. ~하다. ~세금 thuế phụ trội.

부광(富鑛) Quặng giàu, quặng nhiều khoáng sản.

부교(浮橋) Cầu nổi, cầu phao.

부교수(副敎授) Phó giáo sư.

부교재(副敎材) Giáo trình phụ trợ.

부국(富國) Đất nước giàu có. ~강병 giàu có và mạnh về binh lực

부군(夫君) Phu quân, chồng.

부권(父權) Phụ quyền (quyền thuộc về cha). ~사회 xã hội phụ quyền.

부귀(富貴) Phú quí. ~하다. ~한 집안에 태어나다 sinh ra trong gia đình giàu có.

부근(附近) Phụ cận, xung quanh. ~에 ở vùng phụ cận, gần đó.

부글거리다 ① Sôi lên. 주전자의 물이 ~ nước trong ấm nước sôi lên. ② Sủi bọt.

부글부글 ① Sùng sục. ~끓고 있다 đang sôi ùng ục. ② Nổi bọt.

부금(賦金) Tiền trả dần, trả hằng tháng, trả góp. 이 달치의 ~ tiền trả tháng này.

부기(簿記) Kế toán, sổ sách. ~를 하다 giữ sổ sách. ~장(帳) kế toán trưởng.

부기 Thằng ngu, thằng đần.

부끄럼 ① Sự xấu hổ. ② Sự e ngại, sự thẹn thùng. ~(을) 타다 e ngại, xấu hổ.

부내(部內) Trong nội bộ. ~사람 người trong phòng, người trong nội bộ.

부녀(婦女) Phụ nữ. ~자와 같은 như phụ

nữ, như đàn bà.

부녀(父女) Bố và con gái.

부농(富農) Phú nông.

부닥치다 Gặp, đối mặt. 난관에 ~ gặp khó khăn. 반대에 ~ gặp sự phản đối.

부단(不斷) Không ngừng. ~하다. ~한 노력 sự nỗ lực không ngừng.

부담(負擔) Gánh nặng, sự nặng nề. ~하다 gánh vác, chịu.

부당(不當) Không chính đáng, không hợp lý, không công bằng. ~한 값 giá không hợp lý.

부대(負袋) Cái bao. 밀가루 한 ~ một bao mỳ. ~에 담다 nhét vào bao.

부대끼다 Bị làm phiền, khổ. 가난에 ~ khổ vì nghèo. 깡패에게 ~ khổ vì bọn giang hồ.

부덕(不德) Thất đức. ~하다.

부덕(婦德) Đức hạnh của người phụ nữ. ~을 쌓다 tu đức.

부도(不渡) Phá sản. ~가 나다 phá sản. ~를 내다 làm cho phá sản.

부도덕(不道德) Vô đạo đức, sự đồi bại, hư hỏng. ~하다. ~한 행동 hành động vô đạo đức.

부동(不動) Bất động, ổn định, không lay chuyển. ~의 신념 niềm tin vững chắc.

부동산(不動産) Bất động sản. ~을 매매하다 buôn bán bất động sản.

부두(埠頭) Bến cảng, bến tàu. (배가) ~를 떠나다 tàu rời bến.

부둑부둑 Khô khô, hơi khô. •~하다.

부둥키다 Ôm chặt, siết chặt. 아기를 부둥켜 안다 ôm chặt đứa bé.

부드럽다 ① Mềm, mềm mại, dịu. 부드러운 빛 ánh sáng dịu. ② Thái độ lời nói nhẹ nhàng, mềm mại. ~게 말하다 nói một cách nhẹ nhàng.

부득부득 Bền bỉ, kiên trì. ~조르다 kiên trì đòi. ~우기다 khăng khăng đòi.

부득불(不得不) Không thể không, bắt buộc. ~하다. ~최후 수단을 쓰다 bắt buộc phải dùng đến biện pháp cuối cùng.

부득이(不得已) Bất đắc dĩ. ~하다. ~한 사정으로 do bất đắc dĩ.

부들부들 Bần bật, lẩy bẩy (run). ~떨다 run bần bật. 추워서 ~떨다 lạnh quá rung bần bật.

부들부들하다 Mềm mại, mềm dẻo.

부듯하다 Đầy, kín, chật.

부등(不等) Bất bình đẳng, không đều. ~하다. ~식 bất đẳng thức.

부디 Hãy, bằng mọi cách, mong hãy, xin hãy. ~오십시오 bằng mọi cách mong ông hãy đến cho.

부딪다 Đâm vào va vào, chạm vào, động, xung đột. 남과 ~ xung đột với người khác.

부딪치다 Va vào, đụng nhau, va chạm. =부딪다.

부딪히다 Bị va, bị chạm vào. 배가 바위에 ~ con tàu bị va vào đá.

부라리다 Nhìn trừng trừng, trợn mắt. 그는 눈을 ~며 대들었다 hắn ta trợn mắt mà cãi cọ.

부란(孵卵) Sự ấp trứng, ấp. ~하다. ~기(器) máy ấp trứng.

부랑(浮浪) Phiêu lưu, lang thang. ~하다. ~배 con thuyền trôi dạt.

부랴부랴 Vội vàng, hối hả. 소식을 듣자마자 그는 ~현장으로 달려 갔다 nghe tin ấy là anh ta chạy ngay đến hiện trường.

부러 Cố tình, cố ý. =일부러. ~거짓말을 하다 cố tình nói dối.

부러뜨리다 Bẻ gãy, làm đứt, đập vỡ, làm đứt. 나뭇가지를~ bẻ gãy cành cây.

부러워하다 Ghen tị, ghen. 부러워하는 눈초리 ánh mắt ghen tị.

부럽다 Ganh tị, thèm muốn. 부러운 눈으로 bằng con mắt ganh tị.

부레 ① Bọng khí, bong bóng (cá). ② Cái phao.

부력(富力) Giàu có, tiềm lực kinh tế.

부록(附錄) Phụ lục. 잡지의 ~ phụ lục của tạp chí. ~을 붙이다 dán phụ lục vào.

부루퉁하다 ① Phồng lên, phình lên (sưng). 부루퉁한 손 cái tay sưng phồng lên.

부류(浮流) Phiêu lưu, trôi nổi, phiêu bạt. ~하다.

부류(部類) Hạng, thứ, loại. 다른 ~에 속하다 thuộc vào loại khác.

부르걷다 Chống và đi. 팔을 ~고 đi bằng tay.

부르다 ① No. đầy. 배가 ~no bụng. ② Có mang, to bụng. 그녀는 배가 ~ cô ấy có bầu.

부르르 Lẩy bẩy, bần bật. ~떨다 rung bần bật.

부르심 Tiếng kêu, lời kêu. 신의 ~ tiếng kêu của thần. ~을 받다 bị gọi.

부르쥐다 Nắm tay lại. 주먹을 ~ nắm thành nắm đấm.

부르짖다 ① La hét, hò hét, reo hò, kêu gào. ② Chủ trương, kêu gào. 개혁을 ~ kêu gọi cải cách.

부릅뜨다 Trợn mắt, trừng mắt. 눈을 ~고 trợn mắt.

부리 Đầu, mũi. 발~ mũi chân. 총~ đầu súng.

부리나케 Vội vàng, gấp rút. ~걷다 đi vội. ~돌아오다 quay vội về. ~일하다 làm vội việc.

부리다 ① Sai việc, khiến việc, tuyển

dụng. 하인을 ~ thuê người hầu. ② Điều chỉnh. 기계를~ điều chỉnh máy móc

부마(駙馬) Phò mã.

부모(父母) Bố mẹ, cha mẹ. ~사랑 tình yêu của bố mẹ. ~의 마음 tấm lòng của bố mẹ.

부목(副木) Thanh nẹp bằng gỗ. (để cố định vết thương). ~을 대다 nẹp thanh gỗ.

부문(部門) Bộ phận, lĩnh vực, chủng loại, phương hướng. 생활의 모든 ~ tất cả mọi phương diện của cuộc sống.

부박(浮薄) Vô tích sự, chẳng ra gì. ~하다.

부본(副本) Bản sao, phó bản. ~을 만들다 làm bản sao.

부부(夫婦) Vợ chồng. ~의 애정 tình cảm vợ chồng. 젊은 ~ vợ chồng trẻ.

부부싸움(夫婦-) Vợ chồng cãi nhau, bất hòa vợ chồng. ~하다. ~은 개도 안 말린다 「tục ngữ」 Vợ chồng cãi nhau chẳng việc gì mà ngăn cả, vợ chồng cãi nhau là chuyện bình thường.

부분(部分) Bộ phận, phần. ~품 linh kiện. ~적(인) từng phần.

부사(副使) Phó sứ, phó đoàn.

부사령관(副司令官) Quan phó tư lệnh, chỉ huy phó.

부사장(副社長) Phó giám đốc.

부산(釜山) Busan (thành phố cảng Hàn Quốc). ~항 cảng Busan.

부산스럽다 Vội vội vàng vàng, trông tất bật.

부산하다 ① Bận bịu, bận rộn. 부산히 bận bịu. ② Ồn ào, ầm ỹ. 부산히 một cách ồn ào.

부상(父喪) Tang cha. ~을 당하다 chịu tang cha.

부상(負傷) Bị thương, vết thương. ~하다. 팔에 ~하다 bị thương ở tay.

부생(浮生) Cuộc đời phiêu lưu, lang bạt.

부서(部署) Bộ phận, vị trí. 근무~ bộ phận làm việc, bộ phận công tác.

부서지다 Bị vỡ, bị rạn nứt, bị nát ra từng mảnh. ~기 쉬운 dễ vỡ.

부석부석 Thành từng mảnh, vỡ thành mảnh. ~하다.

부선거(浮船渠) Cái bến cập nổi, bến tàu, (để sửa tàu)

부설(附設) Xây thêm, gắn thêm vào. 대학에 연구소를 ~하다 đưa trung tâm nghiên cứu vào trường đại học.

부성(父性) Của cha, thuộc về cha. ~애 tình cha.

부세(賦稅) Đánh thuế. ~하다.

부속(附屬) Gắn vào, đính vào, thuộc

vào. ~하다. 이 병원은 H대 학에 ~되어 있다 trường này thuộc trường đại học H.

부수(部數) Số bản, số quyển in. ~가 많이[적게]나가다 ra nhiều [ít] bản.

부수다 Làm vỡ, làm bể, phá. 산산이 ~ tan thành từng mảnh.

부수상(副首相) Phó Thủ tướng.

부수수하다 Lổng, lổng lẻo.

부수입(副收入) Thu nhập phụ. 그 자리는 여러 가지~이 많은 곳이다 vị trí ấy có nhiều khoản thu nhập phụ.

부스러기 Mảnh vụn, mẩu, miếng. 고기~ mẩu thịt. 빵~ mẩu bánh.

부스럼 Ung, nhọt, bọc nước, ghẻ. ~이 나다 mọc nhọt.

부스스 ① Tĩnh lặng, nhẹ nhàng. ② Bù xù (đầu tóc), không gọn gàng. ~하다.

부시 Mẩu kim loại đánh lửa. ~(를) 치다 đánh lửa. 부싯돌 hòn đá lửa.

부시다 Rửa, súc, tráng. 병을 ~ tráng cái bình.

부시장(副市長) Phó thị trưởng (thành phố). 제1[2] ~ Phó thị trưởng thứ nhất.

부식(腐蝕) Sét rỉ, bị ăn mòn. ~하다. ~되다 bị ăn mòn

부실(不實) ① Yếu đuối. 몸이 ~하다 cơ thể yếu đuối. ② Không đủ số lượng.

~하다.

부심(副審) Trọng tài phụ.

부심(腐心) Sự lo lắng. ~하다. 그 운동의 자금 모으기에 크게 ~했다 chúng tôi lo lắng nhiều về việc gom tiền cho phong trào đó.

부아 Sự bực tức, cơn giận. 부앗김에 trong cơn nóng giận.

부양(扶養) Nuôi, nuôi nấng, phụ dưỡng. ~하다. 가족을 ~하다 nuôi gia đình.

부업(副業) Nghề phụ. ~으로 như nghề phụ. 수입이 좋은 ~ nghề phụ có thu nhập cao.

부엉부엉 Hu hu, oa oa, bù lu bù loa. ~울다 khóc hu hu.

부엌 Bếp, nhà bếp. ~일 công việc nhà bếp.

부여(附與) Ban, trao, giao cho (quyền). ~하다. 권한을 ~하다 ban quyền hạn cho. 전권을 ~하다 giao toàn quyền.

부역(附逆) Tham gia vào quân phản loạn. ~하다.

부연(敷衍) Giải thích thêm, giải thích nhiều hơn cho rõ. ~하다.

부영사(副領事) Phó lãnh sự.

부옇다 Trắng đục, mờ. =보얗다.

부예지다 Trở nên mờ, trở nên đục. 부예진 색 mày bị mờ đi.

부용(芙蓉) Cây phù dung.

부원(部員) Cán bộ, nhân viên.

부위(部位) Phần, bộ phận.

부유(富裕) Giàu có. ~하다. ~한 사람 người giàu có.

부유(浮游) Trôi nổi, nổi lên trên nước. ~하다. ~기뢰 mìn nổi, thủy lôi. ~식물 thực vật nổi.

부음(訃音) Bản cáo phó. ~에 접하다 nhận bản cáo phó.

부응(副應) Thỏa mãn, đáp ứng. ~하다. 목적에 ~하다 thỏa mãn mục đích.

부의(附議) Đưa ra để thảo luận. ~하다.

부인(否認) Phủ nhận. ~하다. 사실 을 ~하다 phủ nhận sự thật.

부인(夫人) Phu nhân (dùng để chỉ tôn trọng vợ người khác), quí bà. ~더 하실 말씀이 있으십니까? Thưa phu nhân còn điều gì để nói nữa không?

부인(婦人) Phụ nữ (đã có chồng), đàn bà. ~용- dùng cho nữ. ~병 bệnh phụ nữ.

부자(父子) Cha con, phụ tử.

부자연(不自然) Không tự nhiên, không thoải mái, gượng gạo. ~하다. ~스럽다.

부자유(不自由) Không có tự do, không thoải mái, gò bó. ~하다. ~스럽다.

부자재(副資材) Nguyên phụ liệu.

부작용(副作用) Tác dụng phụ. 약 의 ~ tác dụng phụ của thuốc. ~을 일으키다 gây tác dụng phụ.

부작위(不作爲) Không thi hành, không thực hiện.

부잣집(富者-) Nhà giàu có, nhà giàu. ~딸 con gái nhà giàu.

부장(部長) Trưởng phòng. 경리~ trưởng phòng kế toán. 인사~ trưởng phòng nhân sự.

부재(不在) Không có, không tồn tại, thiếu. ~하다. ~중에 đang đi ra ngoài.

부적격(不適格) Không phù hợp, không đạt tiêu chuẩn. ~자 người không tiêu chuẩn.

부적임(不適任) Sự không tương xứng, không đủ. 그녀는 그 지위 에는 ~이다 cô ấy không phù hợp với vị trí ấy.

부전(不全) Không hoàn toàn. ~마비 bại liệt không hoàn toàn.

부전승(不戰勝) Thắng do đối phương bỏ cuộc hay do bốc thăm, thắng do may mắn.

부전자전(父傳子傳) Truyền từ đời này sang đời khác, phụ truyền tử truyền, truyền từ cha sang con. ~하다.

부전패(不戰敗) Thua không do thi đấu, thua do bốc thăm hoặc lý do nào đó. ~를 당하다 bị thua.

부절제(不節制) Không tự kiềm chế

được, không tự điều chỉnh. ~하다. ~한 생활을 하다 sống cuộc sống buông thả.

부점(附點) Nốt nhạc.

부접못하다 ① Không tiếp xúc được. ② Không ở lâu, không bền lâu. 그 집에는 가정부가 ~ cái nhà ấy những người làm thuê không ở lâu được.

부젓가락 Đũa sắt.

부정(不定) Không cố định, bất định, linh hoạt. ~하다. 그는 주소~이다 địa chỉ anh ta không cố định.

부정(不正) Bất chính, sai trái, bất hợp pháp. ~하다. ~한 돈 số tiền bất chính.

부정(不貞) Không chung thuỷ. ~하다. ~한 아내다 người vợ không chung thủy.

부정기(不定期) Không có tính định kỳ, không theo qui luật thời gian. ~선 tàu không định kỳ.

부정맥(不整脈) Mạch không ổn định.

부정수단(不正手段) Thủ đoạn bất chính. ~으로 bằng thủ đoạn bất chính.

부정직(不正直) Tính không lương thiện, không trung thực. ~하다.

부정축재(不正蓄財) Làm giàu bất chính. ~하다. ~공무원 viên chức làm giàu bất chính.

부정확(不正確) Không chính xác, không chuẩn xác. ~하다. ~한 번역 lời dịch không chính xác.

부제(副題) Phụ đề. ~를 달다 gắn phụ đề. ~를 붙이다 dán phụ đề.

부조(扶助) ① Đóng góp. ~하다. ② Giúp đỡ. ~하다. ~금 tiền phụ giúp.

부조(浮彫) Phù điêu, khắc nổi. ~하다. 높은[낮은]~의 상 tượng khắc nổi cao[thấp].

부조리(不條理) Không hợp lý, không logic. 사회~ sự không hợp lý của xã hội.

부족(不足) Không đủ, thiếu. ~하다. 칼슘의 ~thiếu can xi.

부주의(不注意) Không chú ý, không cẩn thận, cẩu thả. ~하다. ~로 do không chú ý.

부지(不知) Bất tri, không biết. ~하다. ~불각(不覺) không biết cũng không cảm nhận được.

부지(扶支, 扶持) Giúp đỡ. ~하다. 건강을 ~해가는 비결 bí quyết làm cho khoẻ lên.

부지(敷地) Địa điểm, vị trí xây cất. 학교~ vị trí xây trường. ~를 물색하다 tìm trị trí đất.

부지런 Chăm chỉ, cần cù. ~하다. ~을 피우다/~(을) 떨다 cần cù, chăm chỉ. ~한 사람 người chăm chỉ cần cù.

부지배인(副支配人) Người phó quản lý.

부지중(不知中) Trong lúc không nhận thức được. ~에 trong lúc không nhận thức.

부직(副職) Nghề phụ.

부진(不振) Không phát triển, không đi lên, giảm xuống, xấu đi. ~하다. 수출의 ~ sự đình trệ của xuất khẩu.

부질없다 Vô ích, không tác dụng, ngu đần. ~는 생각 suy nghĩ vô bổ.

부쩍 Đột nhiên. 수학 실력이 ~ 늘다 khả năng toán đột nhiên giỏi lên.

부착(附着) Gắn vào, dán vào. ~하다. 해초와 조개가 배 바닥에 ~하다 rong biển và sò ốc bám vào đáy tàu.

부채 Quạt giấy, quạt tay ~를 부치다 quạt. ~꼴 hình cái quạt.

부채질 Quạt, phe phẩy. ~하다. 불난 데 ~하다 quạt thêm vào lửa, đổ thêm dầu vào lửa.

부처(部處) Các Bộ ngành (nhà nước). 정부 각 ~ các Bộ của Chính phủ.

부처님 Phật. ~오신날 ngày Phật đản.

부총리(副總理) Phó Thủ tướng.

부총재(副總裁) Phó thống chế.

부추기다 Xúi dục, kích động. 아무를 부추겨 하게 하다 xúi ai làm gì đó.

부축 Dìu, nâng. ~하다. ~하여 일으키다 dìu ai đứng dậy.

부치다 Quá sức, quá nặng. 힘에 ~는 일 việc quá sức.

부친(父親) Phụ thân, cha, bố.

부침(浮沈) Chìm nổi, lên xuống, hưng vong thành bại. ~하다. 인생 의 ~ sự lên xuống của cuộc đời.

부침하다 Làm ruộng, trồng trọt.

부탁(付託) ① Giao phó. 선생님에게 아이 교육을 ~하다 giao việc dạy con cái cho cô giáo. ② Gửi, nhờ, nhờ vả, mong muốn, yêu cầu. ~하다.

부탄 Bhutan, đất nước Bhutan.

부터 ① Từ, từ khi, tính từ (thời gian, địa điểm, phạm vi, thứ tự). 아침~ 저녁까지 từ sáng tới tối. ② Theo thứ tự, từ. 처음~ 끝까지 từ đầu tới cuối.

부통령(副統領) Phó chủ tịch, phó Tổng thống.

부패(腐敗) ① Hư hỏng, hư, thối. ② Hủ bại, hư, tha hóa. 도덕의 ~ sự suy đồi của đạo đức.

부표(否票) Phiếu phủ quyết. 에 ~를 던지다 đưa ra phiếu chống.

부풀다 Nở ra, phình ra, to ra, sưng lên. 꽃봉오리가 ~ búp hoa nở ra. 살이 ~ thịt sưng lên.

부품(部品) Linh kiện. 자동차~ linh kiện xe hơi.

부프다 ① To lớn, đồ sộ, cồng kềnh. 부픈 짐 hành lý cồng kềnh. ② Vội vã, không kiên nhẫn.

부피 Thể tích, khổ, độ to lớn. ~가 큰[있는] to lớn, bự.

부하(負荷) Mang, vác, gánh. ~하다. ~시험 thi vác nặng.

부하(部下) Thuộc hạ, tay chân. ~사병 binh sĩ thuộc hạ.

부하다(富-) ① Giàu có. ② Béo, mập.

부합(符合) Đúng với, phù hợp với. ~하다. 의견이 ~하다 ý kiến giống nhau. ~하지 않다 không phù hợp với nhau.

부형(父兄) Phụ huynh, cha và anh.

부호(符號) Phù hiệu, ký hiệu, biểu tượng, mã, tem. ~를 붙이다 dán ký hiệu.

부화(孵化) Sự ấp trứng. ~하다. 병아리를 ~하다 ấp gà con.

부화뇌동(附和雷同) Hành động theo người khác, ngu si làm theo, mù quáng. ~하다.

부활(復活) Hồi sinh, phục sinh, sống lại. ~하다. 없어진 풍습이 ~하다 phong tục cũ tái xuất hiện. ~절 lễ Phục Sinh.

부회장(副會長) Phó chủ tịch, phó hội trưởng.

부흥(復興) Phục hưng, hưng thịnh lại, ~하다. ~하다. 서울은 잿더미 위에서 ~됐다 Seoul được phục hồi lại trên đống đổ nát.

북 Cái trống. ~을 치다 đánh trống. ~소리 tiếng trống.

북경(北京) Bắc Kinh (thủ đô Trung Quốc).

북국(北國) Các nước phương Bắc. ~사람 người nước phương bắc.

북극(北極) Bắc Cực. ~곰 gấu Bắc Cực. ~탐험 thám hiểm Bắc Cực.

북대서양(北大西洋) Bắc Đại Tây Dương. ~조약기구 Khối điều ước Bắc Đại Tây Dương (NATO).

북돋우다 ① Lồi lên, mọc lên. ② Khuyến khích, khích lệ, cổ vũ. 기운을 ~ cổ vũ tinh thần.

북동(北東) Phía đông bắc. ~풍 gió Đông bắc.

북류(北流) Chảy về phương Bắc. ~하다.

북면(北面) Hướng bắc, mặt bắc. ~하다 đi về hướng bắc.

북방(北方) Phương bắc. ~민족 dân tộc phương bắc. ~으로 về hướng bắc.

북부(北部) Bắc bộ, miền Bắc. ~산악지대 khu vực miền núi phía bắc.

북빙양(北氷洋) Bắc băng dương.

북상(北上) Lên phía Bắc, Bắc tiến, tiến về phía bắc. ~하다.

북새 Sự náo nhiệt, cái ồn ào, cái phức tạp.

북서(北西) Phía tây bắc. =서북.

북아메리카(北-) Bắc Mỹ. ~자유 무역 협정 Hiệp định mậu dịch tự do thương mại Bắc Mỹ

북안(北岸) Bờ phía bắc.

북잡이 Tay trống, người đánh trống.

북적거리다 Ngứa ngáy, buồn nôn.

북진(北進) Bắc tiến. ~하다.

북통(-筒) Cái thân trống.

북편(北便) Phía bắc, phương bắc.

북풍(北風) Gió bắc.

북한 Bắc Hàn (Bắc Triều Tiên).

북행(北行) Đi lên phương Bắc. ~하다.

분 Vị, người (lượng từ). 손님 한~ một vị khách. 몇~이나 있습니까? Có mấy người ạ?

분가(分家) Sống riêng, tách ra sống. ~하다.

분간(分揀) Phân biệt. ~하다. ~하기 어려운 khó phân biệt. 선악을 ~하다 phân biệt thiện ác.

분개(憤慨) Phẫn nộ, căm giận. ~하다. ~시키다 làm cho ai phẫn nộ.

분견(分遣) Tách ra, tách rời. ~하다.

분결같다(粉-) Như là phấn. 얼굴이 ~ khuôn mặt như phấn (trắng và mịn).

분계(分界) Phân chia biên giới, chia ranh giới. ~하다. ~선 đường phân chia.

분골쇄신(粉骨碎身) ① Làm hết sức mình, cố gắng tôi đa, gắng sức. ~하다. ② Tan xương nát thịt, chết mất xác, chết thảm.

분공장(分工場) Chi nhánh xí nghiệp.

분과(分科) Phân khoa, phân ngành, ngành. 물리학은 과학의 한 ~이다 vật lý học là một ngành của khoa học.

분교(分校) Chi nhánh trường.

분권(分權) Sự phân quyền. ~하다. 지방 ~ phân quyền địa phương.

분규(紛糾) Tranh chấp, sự rắc rối, vấn đề. 당내의 ~ những rắc rối trong nội bộ Đảng.

분급(分給) Phân chia, chia ra và cấp cho. ~하다.

분기(分岐) Tách ra, phân chia. ~하다. 이 선로는 여기에서 ~하여 광주에 이른다 con đường này tách ra ở đây và đi Kwang ju.

분기(噴氣) Khạc, nhổ, phun. ~하다 (núi lửa, nước vv)

분납(分納) Trả thành từng phần, đón từng phần. ~하다.

분노(忿怒, 憤怒) Phẫn nộ, tức giận. ~하다. ~에 찬 목소리 giọng nói đầy phẫn nộ.

분뇨(糞尿) Phân và nước tiểu. ~관(管) ống dẫn phân nước tiểu.

분단(分團) Đoàn nhỏ, nhóm.

분단(分斷) Phân cách, chia cách. ~하

다. 한반도의 비극적인 ~ sự phân chia đau thương của bán đảo Triều Tiên.

분담(分擔) Cùng chịu, cùng chia sẻ, chia ra. ~하다. 손해를 ~하다 cùng chịu rủi ro.

분당(分黨) Chia đảng, chia bè phái. ~하다.

분대 Vấn đề. =분대질. ~꾼 kẻ hay gây chuyện.

분대질 Làm phiền, quấy rầy, gây chuyện. ~치다. ~하다.

분란(紛亂) Lộn xộn, bừa bãi, hỗn loạn, tranh chấp. ~하다. ~을 일으키다 gây ra hỗn loạn.

분량(分量) Lượng, phần, liều lượng. 많은[적은]~ lượng nhiều [ít].

분류(分流) Phân lưu, tách dòng. ~하다.

분리(分離) Tách, tách ra. ~하다. 우유에서 크림을 ~하다 tách kem từ sữa ra.

분만(分娩) Sự sinh đẻ. ~하다. 사내아이를 ~하다 đẻ con trai.

분말(粉末) Bột. ~로 만들다 làm bằng bột.

분망(奔忙) Bận bịu. ~하다. 준비에 ~하다 bận bịu chuẩn bị.

분매(分賣) Bán lẻ, bán riêng. ~하다.

분명(分明) Rõ ràng. ~하다. ~한 기억 một ký ức rõ ràng. ~대답 sự trả lời rõ ràng.

분명히(分明-) Rõ ràng, một cách rõ ràng. ~말하다 nói một cách rõ ràng.

분묘(墳墓) Mộ, mả, phần mộ.

분바르다(粉-) Thoa phấn, đánh phấn.

분발(奮發) Cố gắng, đứng dậy, nỗ lực. ~하다. 다시 한번 ~하다 cố gắng thử một lần nữa.

분방하다(奔放-) Tự do thoải mái. 분방히[하게] một cách thoải mái.

분배(分配) Phân chia, phân phối. 식량을 ~하다 phân phối lương thực.

분별(分別) ① Phân biệt, chia ra, tách ra, phân loại. ~하다. ② Sựa lựa chọn, sự phân biệt, trí khôn.

분부(分付, 吩咐) Mệnh lệnh, chỉ thị. ~하다. ~대로 하다 làm theo mệnh lệnh.

분분하다(紛紛-) Ồn ào, phức tạp. 의견이 ~ ý kiến không đồng nhất, mỗi người một ý.

분비(分泌) Bài tiết ra, ỉa ra, đái ra, tiêu hóa. ~하다. ~를 돕는[촉진하는] giúp tiêu hóa.

분사(分詞) Phân từ. 과거[현재]~ phân từ quá khứ [hiện tại].

분산(分散) Phân tán, tản ra, tan ra. ~하다. 산업을 지방으로 ~시키는 것이 필요하다 cần phải phân tán ngành công nghiệp xuống các địa phương.

분상(粉狀) Bột, bụi, như bột, dạng bột.

분서(焚書) Sự đốt sách. ~하다.

분석(分析) Phân tích. ~하다. 실패의 원인을 ~하다 phân tích nguyên nhân thất bại.

분설(分設) Tách ra thành lập (chi nhánh). ~하다.

분쇄(粉碎) Nghiền vỡ, làm cho nát, đập nát, nghiền thành bột. ~하다. 적의 기도를 ~하다 đập tan ý đồ của địch.

분수(分數) Phân số (toán học). ~로 나누다 chia thành phân số.

분수(分數) Sự lựa chọn, phân biệt, giới hạn. ~있는 có sự lựa chọn.

분승(分乘) Đi riêng, đi lẻ. ~하다. 그들은 네 대의 자동차에 ~해서 출발했다 họ chia riêng thành 4 xe và xuất phát.

분식(粉飾) ① Trang điểm, hóa trang. ~하다. ② Tỉa tót, làm cho đẹp. ~하다.

분신(分身) Phân thân (Phật giáo).

분실(分室) Chi nhánh văn phòng.

분실(紛失) Mất, đánh rơi, làm mất, thất lạc. ~하다. ~된 bị mất. 돈이 ~되다 bị mất tiền. 반지가 ~되었다 cái nhẫn bị mất rồi.

분야(分野) Lĩnh vực, phương diện. 연구~ lĩnh vực nghiên cứu.

분양(分讓) Bán đất, bán nhà, chia nhà, chia lô. ~하다. 그 땅은 지금 ~중이다 mảnh đất ấy đang được bán.

분업(分業) Chia theo ngành, chia thành nghề. ~하다. ~의 시대 thời đại chuyên môn theo nghề.

분연히(奮然-) Dũng cảm, mạnh mẽ. ~ 난국과 직면하다 dũng cảm đối diện với khó khăn.

분열(分列) Chia thành cột, phân cột. ~하다. ~행진하다 hành quân theo từng hàng.

분외(分外) Quá mức, thái quá. ~의 영광 vinh quang quá mức. ~의 야망 tham vọng thái quá.

분원(分院) Phân viện, chi nhánh bệnh viện.

분위기(雰圍氣) Bầu không khí. 가정적인 ~ bầu không khí gia đình.

분유(粉乳) Sữa bột. ~로 키운 아이 đứa bé được nuôi bằng sữa bột.

분의(分-) Phần, phần của. 3~1 một phần ba. 3~2 hai phần ba.

분자(分子) ① Phân tử. ~설 thuyết phân tử. ~구조 cấu tạo phân tử. ② Phần tử, thành viên.

분잡(紛雜) Sự lộn xộn, hộn loạn, phức tạp. ~하다.

분장(分掌) Chia việc, phân việc. ~하다.

분재(分財) Phân chia tài sản. ~하다.

분재(盆栽) Trồng trong bồn, trồng trong chậu. ~하다. ~소나무 cây thông bồn.

분쟁(分爭) Phân tranh, tranh chấp. ~하다. ~으로 분열되다 tan vỡ vì các tranh chấp.

분전(奮戰) Đánh trận hết sức, có bao nhiêu sức đánh bấy nhiêu. ~하다. 끝까지 ~하다 đánh đến cùng.

분점(分店) Chi nhánh (cửa hàng, văn phòng).

분주(奔走) Bận rộn, bôn tẩu. ~하다. ~하게[히] một cách bận rộn. ~한 생활 cuộc sống bận rộn.

분책(分冊) Chia thành nhiều quyển, chia thành tập. ~하다. ~으로 팔다 bán theo nhiều quyển.

분초(分秒) Trong giây lát, chốc lát.

분출(噴出) Phun ra, chảy ra, trào ra. ~하다. ~암 nham thạch phun ra.

분탄(粉炭) Than vụn, than bột.

분통(憤痛) Sự giận dữ, sự tức giận. ~(이) 터지다 nổi giận.

분투(奮鬪) Quyết chiến, nỗ lực hết sức, gắng hết sức. ~하다. ~하여 성공하다 gắng hết sức và thành công.

분파(分派) Chia thành môn phái. ~하다.

분패(憤敗) Thua, thất bại trong kinh tế.

분포(分布) Phân bố. ~하다. ~가 넓다 phân bố rộng. ~도 sơ đồ phân bố.

분풀이(忿-, 憤-) Sự trả đũa, làm cho hả giận. ~하다. ~로 cho hả giận, trả thù.

분필(粉筆) Phấn. ~로 쓰다 viết bằng phấn. 색~ phấn màu.

분하다(憤-, 忿-) ① Bực tức, phẫn nộ, không bằng lòng, bực bội, làm trầm trọng thêm. 분한 나머지 tất cả bực tức. ② Buồn, tiếc, hối hận. 그는 낙제한 것이 ~ anh ta buồn vì thi rớt.

분한(分限) Có tính kinh tế, hiệu quả. ~이 있다 có tính kinh tế.

분할(分割) Phân chia, phân tách, chia cắt. ~하다. 토지의 ~ chia đất.

분할지급(分割支給) Trả bằng nhiều lần, trả góp. ~으로 사다[팔다] mua [bán] trả góp.

분해(分解) ① Phân giải, phân tách ra, tháo ra. ~하다. 기계를 ~하다 tháo rời máy móc. ~작용 tác dụng phân giải. ② Phân tách (hóa học). ~하다.

분해하다(憤-) Hối tiếc, hối hận, ân hận. 발을 (동동) 구르며~ dẫm chân [âm ầm] tiếc rẻ.

분향(焚香) Đốt nhang, thắp hương. ~하다. 영전에 ~하다 thắp hương trước linh cữu.

분홍(粉紅) Màu hồng. ~치마 váy

hồng.

분화(分化) Phân hóa, chuyển hóa. ~하다. ~되지 않은 không phân hóa. 미~의 chưa phân hóa.

분다 ① Sưng lên, nổi cục lên, nở ra. ② Tăng lên. 수가 불어나다 số lượng tăng lên.

불 ① Lửa. ~을 끄다 tắt lửa. ~을 때다 đốt lửa. ② Bóng điện. ~을 끄다 tắt điện.

불가(不可) Không thể, bất khả. 가도 아니고 ~도 아니다 không có thể mà cũng chẳng có thể.

불가결(不可缺) Không thể thiếu, bắt buộc phải có. ~하다. 공기는 생명에 ~한 것이다 không khí là cái không thể thiếu với con người.

불가능(不可能) Không có khả năng, bất khả năng. ~하다. ~한 일 việc bất khả năng.

불가분(不可分) Không thể chia, không thể tách ra. ~관계 mối quan hệ không thể tách rời.

불가역(不可逆) Không thể trái, không thể ngược lại, không thê thay đổi.

불가지(不可知) Không thể biết. ~하다.

불가침(不可侵) Tính không thể xâm phạm, bất khả xâm phạm.

불가피(不可避) Không thể tránh, bất khả kháng. ~하다. ~한 사정으로 việc không thể tránh.

불가항력(不可抗力) Bất khả kháng. ~하다. ~의 사고 tai nạn bất khả kháng.

불가해(不可解) Không thể hiểu, không thể lý giải, kỳ lạ. ~하다. ~한 인물 nhân vật không thể hiểu nổi.

불간섭(不干涉) Sự không can thiệp. ~정책 chín hsách không can thiệp.

불감증(不感症) Bệnh lãnh cảm. ~의 여자 người phụ nữ bị lãnh cảm.

불개입(不介入) Không tham gia, không can thiệp. ~정책[주의] chính sách [chủ nghĩa] không can thiệp.

불건전(不健全) Không lành mạnh. ~하다. ~한 생각 suy nghĩ không lành mạnh.

불결(不潔) Bẩn, không trong sạch, không sạch. ~하다. ~한 물 nước không sạch, nước bẩn.

불경(不敬) Bất kính, không tôn trọng, không lễ phép. ~하다. ~한 말 lời nói bất kính.

불경(佛經) Kinh Phật. ~을 외다[읽다] đọc kinh phật.

불경기(不景氣) Khó khăn (kinh tế), đình trệ, giai đoạn khó khăn, lúc khó khăn. 심각한 ~ tình trạng khó khăn nặng về kinh tế.

불경제(不經濟) Không kinh tế, không

hiệu quả, lãng phí. ~적인 có tính không kinh tế.

불고(不顧) Bất chấp, bất kể. ~하다. ~체면하다 bất chấp thể diện.

불고기 Thịt quay, thịt nướng.

불공(不恭) Bất kính, không tôn kính.

불공(佛供) Cúng Phật.

불공대천(不共戴天) Không đội trời chung. ~의 원수 kẻ thù không đợi trời chung.

불공정(不公正) Không chính đáng, không thỏa đáng, không công bằng. ~하다. ~하게 một cách không chính đáng.

불공평(不公平) Không bình đẳng. ~하다. ~함이 없도록 하다 để không có những bất bình đẳng.

불과(不過) Không quá, dưới, chỉ, không hơn. ~하다. ~10명 không đến mười người.

불관(不關) Không liên quan. ~하다.

불교(佛敎) Phật giáo. ~를 믿다 tin vào Phật giáo. ~도 tín đồ Phật giáo.

불구(不具) ① Người không lành lặn, tàn tật. ~가 되다 bị tàn tật. ② Chữ "Kính thư" viết ở cuối thư.

불구속(不拘束) Không bắt giam, chưa bắt giam. ~으로 không bắt giam. ~입건하다[되다] khởi tố không bắt giam.

불구하고(不拘-) Không kể, không để ý đến, bất chấp. 비가 오는데도 ~ bất chấp trời mưa.

불굴(不屈) Bất khuất, kiên cường. ~의 용기 dũng khí bất khuất. ~의 의지 ý chí bất khuất.

불귀객(不歸客) Người chết, người đi không về. ~이 되다 trở thành người chết.

불규칙(不規則) Không điều độ, không có qui tắc. ~하다. ~한 생활 sinh hoạt không điều độ.

불균형(不均衡) Không cân bằng, không đều, không thăng bằng. ~하다. 생활 수준의 ~ sự mất cân bằng mức sống.

불급하다(不急-) Không gấp, không vội.

불기(-氣) Hơi nóng. ~없는 không nóng. ~없는 방 phòng không có hơi nóng.

불기둥 Một cột lửa. ~이 솟다 cột lửa bốc ra.

불기소(不起訴) Không khởi tố. ~로 하다 theo hình thức không khởi tố.

불기운 Sức nóng, hơi nóng. ~을 낮추다 giảm hơi nóng xuống.

불길(不吉) Sự không may mắn. ~하다. ~한 날[숫자] ngày [con số] không may.

불길 Ngọn lửa, ánh lửa, ánh sáng. ~이 사납다 ngọn lửa hung dữ.

불꽃 ① Ngọn lửa. ~에 (휩)싸이다 bị cuốn vào ngọn lửa. ② Pháo hoa, pháo bông. ~을 쏘아 올리다 bắn pháo hoa lên trời.

불끈 Tức giận, giận. ~하다.

불끈불끈 Cháy hừng hực, cháy rừng rực (lửa). ~하다.

불나다 Có lửa, cháy, hỏa hoạn. 불난 집 nhà có hỏa hoạn.

불내다 Đốt cháy, làm cho cháy, gây ra hỏa hoạn.

불능(不能) Không thể, không có năng lực, bất tài, không có khả năng. ~하다. 해결~인 문제 vấn đề không thể giải quyết.

불다 Thổi. 맹렬히~ thổi mạnh. 바람은 북쪽에서 ~어온다 gió từ hướng bắc thổi tới.

불단(佛壇) Phật đàn.

불덩이 Cục lửa. ~가 되다 thành cục lửa.

불도(佛徒) Phật tử, tín đồ Phật giáo.

불도저 Xe ủi đất. ~로 땅을 밀다 dùng xe ủi để ủi đất.

불때다 Đốt lửa, nổi lửa. 방에 ~ đốt lửa trong phòng.

불똥 ① Cái bấc đèn cháy. ② Cục lửa, đốm lửa. ~이 튀다 nảy ra từng đốm lửa.

불뚝 Dễ nổi nóng.

불뚱이 Người có tính cách như lửa.

불량(不良) ① Bất lương, bất chính, hư, xấu. ~하다. ~배 nhóm bất lương. ② Hư hỏng, chất lượng kém, kém. ~상품 hàng hư.

불러내다 Gọi ra, gọi to; gọi đến, mời đến. 전화로 ~ dùng điện thoại gọi đến.

불러모으다 Gọi tập trung lại. 아버지는 가족 모두를 ~ bố gọi tất cảm mọi người trong gia đình tập trung lại.

불러세우다 Gọi dừng lại, kêu dừng lại (taxi). 나는 학생을 ~ tôi gọi cậu học sinh dừng lại.

불러오다 Gọi đến, mời đến, triệu đến. 사람을 보내~ cử người đến gọi về.

불러일으키다 Gợi lại, tìm lại. 기억을 ~ gợi lại ký ức.

불려가다 Bị gọi đến, bị kêu đến. 경찰에 ~ bị kêu đến đồn cảnh sát.

불로(不老) Bất lão, không già. ~하다. ~장수약 thuốc trường xuân bất lão.

불로장생(不老長生) Trường sinh bất lão. ~하다. ~약 thuốc trường sinh bất lão.

불룩하다 Căng, phồng, lồi. 불룩한 지갑 cái ví phồng lên.

불륜(不倫) Loạn luân, bất luân, vô đạo

đức. ~관계 quan hệ bất luân.

불리(不利) Bất lợi, tổn thất, thiệt hại. ~하다. ~한 점 điểm bất lợi. 에게 ~하다 bất lợi cho ai.

불리다 ① Bị gọi đến, bị kêu đến. 선생님에게 ~어 가다 bị thầy giáo gọi. ② Được gọi là, được kêu là.

불리다 Ăn cho no bụng, làm giàu. 배를 ~ làm no bụng, ăn no bụng

불만(不滿) Than phiền, không thỏa mãn, thất vọng, bất mãn. ~이 있다 có bất mãn.

불만족(不滿足) Không hài lòng. =불만(不滿).

불매동맹(不買同盟) Liên kết không mua, tẩy chay. ~을 하다.

불면불휴(不眠不休) Không ngủ không nghỉ. ~하다.

불면증(不眠症) Chứng mất ngủ. ~에 걸리다 mắc bệnh mất ngủ. ~환자 người bị bệnh mất ngủ.

불멸(不滅) Bất diệt, bất hủ. ~하다. ~의 명성 danh tiếng bất hủ.

불명(不明) ① Không sáng, tối. ~하다. ② Không rõ ràng. ~하다.

불명료(不明瞭) Sự không rõ ràng, không rõ. =불분명.

불명예(不名譽) Mất danh dự, xấu hổ. ~스럽다. ~가 되다[~이다] bị mất thể diện, mất danh dự.

불모(不毛) Cằn, không phát triển. ~지 đất cằn.

불목(不睦) Không hòa thuận. ~하다.

불무하다(不無-) Không thể thiếu, không thể không có.

불문(不問) Không hỏi đến, không để ý đến, không kể. 값의 고하를 ~하고 không cần hỏi giá cao thấp.

불문율(不文律) Luật bất thành văn.

불미(不美) Xấu, không đẹp. ~하다, ~스럽다. ~스러운 사건 việc xấu xa.

불바다 Biển lửa. ~가 되다 thành biển lửa.

불받다 Bị thương, trúng đạn.

불발(不發) Không nổ (đạn). ~하다. ~탄 bom chưa nổ. ~탄 처리반 đội xử lý đạn chưa nổ.

불법(不法) Bất hợp pháp, phạm luật. ~하다. ~감금 giam giữ bất hợp pháp.

불벼락 ① Tia chớp, sáng lóe. ~을 맞다 bị sét đánh. ② (Nghĩa bóng) tai hoạ.

불변(不變) Bất biến, không thay đổi. ~하다. ~의 진리 chân lý không thay đổi.

불볕 Cái nắng nóng.

불복(不服) ① Sự không phục tùng, bất phục, không nghe theo. 그는 제일심의 판결에 대하여 ~항소했다 anh ta không phục tùng lần xử thứ nhất và đã kháng án. ② Sự bất mãn

불복종(不服從) Sự bất phục tùng, sự không tuân lệnh.

불분명(不分明) Không rõ ràng, không phân minh. ~하다. ~한 발음 phát âm không rõ.

불붙다 Bắt lửa, cháy. ~기 쉽다 dễ cháy, dễ bắt lửa.

불붙이다 Nhóm lửa, đốt lửa. 장작에 ~ nhóm lửa vào củi. 담배에 ~ nhóm lửa vào thuốc lá.

불비(不備) Thiếu, không đủ. ~하다. ~한 점 điểm thiếu.

불빛 ① Màu lửa. ② Ánh sáng. ~이 어둡다[밝다] ánh sáng yếu [sáng].

불사(不死) Bất tử. ~하다. ~불멸 bất tử, bất diệt. ~약 thuốc bất tử.

불사르다 Đốt, đốt cháy. 헌 신문을 ~ đốt báo cũ. 쓰레기를 ~ đốt rác.

불사신(不死身) Không thể chết, sống mãi, không bị thương.

불사하다(不辭-) Không từ, bất chấp. 경우에 따라서는 죽음도 ~겠다 Tuỳ trường hợp có lúc tôi cũng bất chấp cái chết.

불상(不祥) Không may mắn.

불상놈(常-) Thằng bần cùng.

불선명(不鮮明) Không rõ, không nét. ~하다. 텔레비전의 화면이 ~하다 hình ảnh tivi không rõ.

불성공(不成功) Không thành công. ~하다.

불성실(不誠實) Không thành thật, không trung thực. ~하다.

불세출(不世出) Hiếm có, ít có. ~의 위인 vĩ nhân hiếm có.

불소하다(不少-) Không ít.

불손(不遜) Không ngoan, láo, hỗn. ~하다. ~한 태도 thái độ hỗn láo.

불수의(不隨意) Không theo ý mình.

불순(不純) Không trong sạch, xấu xa. ~하다. ~한 마음 tâm địa xấu xa.

불승인(不承認) Sự không tán thành, không chấp nhận.

불시(不時) Bất chừng, bất thình lình, đột ngột. ~공격 sự tấn công bất thình lình.

불시착(不時着) Hạ cánh khẩn cấp. ~하다. 비행 기의 ~이 가까스로 성공하다 máy bay đã thành công trong việc hạ cánh khẩn cấp.

불식(拂拭) Dẹp bỏ, xua đi. ~하다.

불신(不信) Bất tín, không tin. ~하다. ~행위 hành vi bất tín.

불심검문(不審檢問) Thẩm vấn, kiểm tra. ~을 받다 bị thẩm vấn.

불심상관(不甚相關) Không liên quan gì nhiều. ~하다. 누가 당선되든 내겐 ~이다 ai trúng cử cũng không liên quan gì nhiều đến tôi.

불쌍하다 Tội nghiệp. 불쌍한 고아 đứa trẻ mồ côi tội nghiệp.

불쌍히 Một cách tội nghiệp.

불쏘시개 Mồi lửa. ~로 쓰다 dùng làm mồi lửa.

불쑥 Thình lình, đột nhiên. ~나타나다 xuất hiện đột ngột.

불쑥거리다 Thò ra, thò ra ngoài.

불씨 ① Cục lửa. ② Nguyên nhân. 분쟁의~ nguyên nhân của tranh chấp.

불안(不安) Bất an, không yên tâm. ~한 마음 tâm trạng bất an. ~을 느끼다 cảm thấy bất an. ~감 cảm giác không yên tâm.

불안정(不安定) Không ổn định. ~하다. 정국이 ~하다 chính cuộc không ổn định.

불어(佛語) Nước Pháp, tiếng Pháp.

불어나다 Tăng thêm, sinh thêm. 가족이 ~ người thân gia đình tăng thêm.

불어넣다 Thổi vào, đưa vào. 사상을~ thổi tư tưởng vào.

불여귀(不如歸) Con chim gáy.

불여의(不如意) Không như ý. ~하다. 만사가 ~하다 vạn sự không như ý.

불역(不易) Bất biến.

불연(不然) Nếu không thì, hoặc là. ~하다.

불연성(不燃性) Tính không cháy. ~건축재료 vật liệu xây dựng không cháy.

불연속(不連續) Không liên tục. ~선 đường đứt quãng.

불온(不穩) Bất ổn, bất yên. ~하다. ~한 정세 tình thế bất ổn.

불온당(不穩當) Bất chính, không phù hợp. ~하다.

불완전(不完全) Sự không hoàn toàn, không hoàn hảo. ~하다. ~독립 [주권] độc lập [chủ quyền] không hoàn toàn.

불요불굴(不撓不屈) Bất khuất, kiên trì. ~의 노력 sự nỗ lực bất khuất.

불요불급(不要不急) Không vội. ~하다.

불용(不用) Không dùng. ~하다. ~품 hàng không dùng.

불용성(不溶性) Tính không chảy ra được, không tan ra được.

불우(不遇) Sự bất hạnh, vận đen, không may. ~하다. ~한 사람들 người không may.

불원(不遠) Không xa, gần. ~하다 ~한 장래에 trong tương lai không xa.

불유쾌(不愉快) Khó chịu, không vui. =불쾌(不快).

불응(不應) Không tuân thủ, không nghe theo, từ chối. ~하다.

불의(不意) Bất ngờ, đột ngột. ~의 방문 thăm ai bất ngờ.

불이익(不利益) Bất lợi, thiệt. ~하다. 자기에게 ~이 되는짓을 하다 làm cái việc bất lợi cho mình.

불이행(不履行) Không thi hành, không thực hiện. ~하다. 약속을 ~ không thực hiện lời hứa.

불인가(不認可) Không chấp nhận, không đồng ý. ~하다. ~되다 bị từ chối, bị bác bỏ.

불일듯이 Thành công, tốt đẹp. 장사가 ~잘되다 công việc làm ăn thành công.

불일듯하다 Phát đạt, thịnh vượng, tốt. 사업이 ~ làm ăn tốt.

불일치(不一致) Không giống nhau, không đồng nhất, bất đồng. ~하다. 의견이 ~하다 bất đồng ý kiến.

불임(不姙) Vô sinh, không có con. ~수술 phẫu thuật chữa bệnh vô sinh.

불임증(不姙症) Bệnh vô sinh. ~에 걸리다 mắc bệnh không có con (nữ). ~을 고치다 trị bệnh không con.

불입(拂入) Đóng vào, góp vào. ~하다.

불자동차(-自動車) Xe chữa cháy, xe cứu hỏa. =소방(자동)차.

불잡다 Dập lửa.

불장난 ① Đùa với lửa. ~하다. ② Đùa với tình yêu. 사랑의 ~ trò đùa của tình yêu.

불제자(佛弟子) Phật Tử.

불조심(-操心) Cẩn thận hỏa hoạn (bảng hiệu báo). ~하다 cẩn thận

불종(-鐘) Chuông báo hỏa hoạn. ~을 치다 gõ chuông báo hỏa hoạn.

불지피다 Nhóm lửa, đốt lửa. 난로에~ đốt lửa vào lò.

불집 Đống lửa, chỉ sự phiền tóai, trung tâm vấn đề, tổ kiến lửa.

불쬐다 Hơ lửa, làm nóng. 손을 ~ hơ tay. 불쬐십시오 Hãy hơ cho ấm đi.

불착(不着) Không đến nơi. ~우편물 phong thư không đến nơi.

불찬성(不贊成) Sự không tán thành, sự phản đối. ~하다. 나는 그것에 ~이다 tôi không tán thành với cái đó.

불찰(不察) Sai lầm, thiếu sót. 그런 여자를 아내로 삼은 것이 당신의 ~이오 lấy người phũ nữ ấy làm vợ đúng là sai lầm của anh.

불참(不參) Không tham gia, vắng mặt. ~하다. ~자 người không tham gia.

불철저(不徹底) Không triệt để; nửa vời. ~하다. ~한 수단 biện pháp không triệt để.

불철주야(不撤晝夜) Không kể ngày đêm. ~하다. ~근무하다 làm việc không kể ngày đêm.

불청객(不請客) Người khách không mời mà đến.

불청하다(不聽-) ① Không nghe. ② Không chấp nhận, không đồng ý.

불체포특권(不逮捕特權) Đặc quyền không bắt giữ.

불초(不肖) Kẻ ngu dốt, hèn mọn. ~하다. ~소인 kẻ tiểu nhân hèn mọn này.

불출(不出) ① Ngu đần. ② Không xuất hiện.

불충(不忠) Bất trung, không trung thành, sự không chung thủy, bội bạc, phản bội. ~하다.

불충분(不充分) Không đủ, thiếu. ~하다. 자금이 ~하다 thiếu vốn.

불충실(不忠實) Không trung thực, không thành thực, gian giảo. ~하다.

불측하다(不測-) Không thể dự đoán được. 불측한 놈 cái thằng gian giảo, thằng không biết trước được sẽ làm gì.

불치(不治) Không chữa trị được, hiểm nghèo. ~병 bệnh không thể chữa trị.

불친절(不親切) Không thân thiện, không tử tế, không chu đáo. ~하다. 손님에게 ~하다 không thân thiện với khách hàng.

불침번(不寢番) Canh gác, gác. ~을 서다 đứng gác.

불켜다 Đốt, thắp, bật điện. 초에 ~ thắp nến. 불켜져 있다 điện đang sáng.

불쾌(不快) Khó chịu, không thoải mái. ~하다. ~한 날씨 thời tiết khó chịu.

불타(佛陀) Đức Phật, Phật. ~의 가르침 lời dạy của Phật.

불타다 Cháy. ~는 집 nhà đang cháy. ~기 쉽다 dễ cháy.

불탑(佛塔) Chùa tháp, ngôi chùa.

불통(不通) ① Tắc nghẽn, không đi lại được. ~하다. 열차~ tàu không đi lại được, tắc tàu. ② Không hiểu, bất đồng. ~하다. 의사가 서로 ~하다 ý kiến không thông, bất đồng ý kiến.

불투명(不透明) Không rõ ràng, mờ. ~하다. ~한 액체 chất lỏng mờ.

불통불통 ① Nhiều nốt, sần sùi. ~하다. ② Nói không rõ ràng.

불통스럽다 Bất lịch sự, không lịch sự, thô lỗ. 말버릇이 ~ nói năng thô lỗ.

불티 Đốm lửa, đốm lửa bay lên khi đốt vật gì đó. ~가 튀다 đốm lửa bay lên.

불편(不便) ① Sự khó chịu trong người. ~하다. 몸이 ~하다 cơ thể người khó chịu. ② Không tiện lợi, bất tiện. ~하다. 교통이 ~하다 giao thông bất tiện.

불편부당(不偏不黨) Không thuộc vào bên nào cũng không nằm vào đảng phái nào, công bằng. ~하다. ~의 신문 tờ báo trung lập.

불평등(不平等) Bất bình đẳng. ~하다. ~한 대우 sự đối xử bất bình đẳng.

불포화(不飽和) Không bão hòa. ~용액 dung dịch không bão hòa.

불피우다 Nhóm lửa, nhen lửa, đốt lửa. 난로에 ~ nhen lửa vào lò.

불필요(不必要) Không cần thiết. ~하다. ~하게 một cách không cần thiết.

불하(拂下) Cơ quan nhà nước/ nhà nước bán cho cá nhân. ~하다. 국유지의 ~ bán đất nhà nước.

불학무식(不學無識) Không học vô thức, không học, không có tri thức. ~하다. ~한 사람 người không có học hành.

불합(不合) Không hợp, không đồng tình. ~하다.

불합격(不合格) Không đỗ, trượt, không đủ tư cách, không đủ tiêu chuẩn. ~하다. ~되다.

불행(不幸) Sự buồn rầu, sự bất hạnh, bất hạnh, không may, tai ương, xấu số ~하다. ~한 소식 tin buồn.

불허(不許) Không cho phép, không được phép, không cho. ~하다. 변명을 ~하다 không cho phép ai biện minh. 외출을 ~하다 không cho phép đi ra ngoài.

불허가(不許可) Không cho phép.

불현듯 Đột nhiên, tự nhiên. ~집 생각이 나다 tự nhiên thấy nhớ nhà.

불현듯이 Một cách đột nhiên, tự nhiên.

불협화(不協和) Sự bất đồng, sự không hòa hợp, bất đồng.

불호령(-號令) Than phiền, trách mắng nặng lời. ~하다. 자정이 넘어 귀가했더니 아버지의 ~이 떨어졌다 quá nửa đêm mới về nhà nên cha nổi giận lôi đình.

불혹(不惑) Tuổi 40. ~을 지나다 qua tuổi 40.

불화(不和) Bất hòa. ~하다. 부부간의~ bất hòa giữa hai vợ chồng.

불화(弗貨) Đô la Mỹ.

불확대(不擴大) Không mở rộng, có giới hạn. ~방침 phương châm là không mở rộng.

불확실(不確實) Không chắc chắn, không rõ ràng. ~하다. ~한 대답 câu trả lời không chắc chắn.

불확정(不確定) Không hoạch định, không chắc chắn, không cố định. ~하다. 방침은 아직~이다 phương châm chưa cố định. 그 문제는 아직 ~적이다 vấn đề ấy còn chưa chắc chắn.

불활발(不活潑) Không hoạt bát, không nhanh nhẹn. ~하다.

불황(不況) Khủng hoảng, đình trệ, buôn bán ế ẩm, khó khăn 경제의 ~

불효(不孝) Bất hiếu. ~하다. ~자 kẻ bất hiếu. 나는 ~자였다 tôi là kẻ bất hiếu.

불후(不朽) Bất hủ. ~하다. ~의 명작 danh tác bất hủ.

붉다 Đỏ. ~어지다 trở nên đỏ, chuyển màu đỏ 얼굴이 ~어지다 đỏ mặt.

붉덩물 Dòng suối đục màu đất đỏ. ~지다 trở thành màu đỏ.

붉은광장(-廣場) Quảng trường Đỏ.

붉은발 Vệt máu đỏ. ~(이)서다 có vệt máu đỏ xuất hiện.

붉히다 Đỏ lên, trở nên đỏ. 얼굴을 ~며 đỏ mặt.

붐 Cơn bùng nổ, sự bùng phát. 조선업계의 ~ sự bùng nổ của ngành đóng tàu.

붐비다 Tắc nghẽn, đông đúc. ~는 시간 khoảng thời gian hay tắc nghẽn.

붓 Bút lông. ~을 놓다 đặt bút xuống. ~을 들다 cầm bút.

붓끝 ① Đầu bút. ② Ngòi bút, bút.

붓다 ① Sưng lên. 눈이 ~ mắt sưng. 다리가 ~다 chân bị sưng lên. ② Nổi giận.

붓대 Cán bút lông.

붓장난 Múa bút, đùa với bút. ~하다.

붓질 Vẽ hoặc viết bằng bút. ~하다.

붓집 Cái hộp bút.

붕 ① Bủm, bụp (tiếng đánh rắm). 방귀를 ~ 뀌다 đánh rắm cái bụp. ② Tiếng kêu ù ù.

붕괴(崩壞) Sụp đổ, tan vỡ. ~하다.

붕긋붕긋 Nhấp nhô (núi). ~하다.

붕당(朋黨) Bè đảng, bè cánh. ~을 맺다[이루다] kết phe phái, kết đảng phái.

붕대(繃帶) Băng, băng bông, băng cứu thương. ~를 감다 quấn bằng băng bông.

붕붕 Toe toe (còi), vu vu. ~하다. ~거리다 kêu toe toe.

붕어(崩御) Vua chết, vua băng hà. ~하다.

붕우(朋友) Người bạn, bầu bạn. ~유신(有信) bạn bè có tin tưởng nhau.

붕정(鵬程) Cự ly dài, đường dài. ~만리 chuyến đi dài vạn lý.

붙다 ① Dán, gắn, mang sát vào người, ngay bên cạnh. 단단히~ dán chặt. ② Tiếp giáp nhau, kề nhau, cạnh nhau. 서로 ~은 두 방 hai phòng ở sát nhau.

붙들리다 ① Bị bắt, bị tóm. ② Bị ngăn lại, bị chặn lại.

붙박이 Cố định, gắn vào cố định. ~로 cố định. 이것은 ~로 되어 있어서 떼어낼 수가 없다 cái này cố định nên không dỡ được.

붙이 ① Cùng dòng máu. ② Cùng

nhóm, cùng loài.

붙이다 ① Dán, dán vào, gắn vào. 우표를~ dám tem. ② Thêm vào, gắn vào. 조건을 ~ thêm vào điều kiện.

붙잡다 ① Nắm chặt, nắm (dùng tay). 손을 ~ nắm chặt tay. ② Bắt kẻ trộm, bắt phạm nhân. 도둑놈을 ~ nắm chặt tên kẻ trộm.

붙잡히다 Bị bắt, bị chộp, bị nắm. 아직 ~지 않고 있다 vẫn chưa bắt được.

뷔페 Búp phê, tiệc buffet.

브라보 Hoan hô (bravo). ~를 외치다 hò vang hoan hô.

브라질 Brazil. ~사람 người Brazil. ~축구 bóng đá Brazil.

브래지어 Cái nịt ngực, cái cóc xê, xu chiêng (brassiere). ~를 하고 있다 mặc cóc xê.

브랜드 Nhãn hiệu, thương hiệu. 유명~ nhãn hiệu nổi tiếng.

브레이크 Thời gian nghỉ giải lao.

브로커 Môi giới. 부동산~ môi giới bất động sản. 금융~ môi giới tài chính.

브루나이 Nước Brunei.

브리핑 Nói tóm tắt. ~을 하다 trình bày tóm tắt.

블라우스 Áo bờ-lu, áo choàng.

블랙박스 Hộp đen (máy bay, black box)

블랙커피 Cà phê đen (black coffee).

블랭크 Chỗ trống (blank). ~를 메우다 điền vào chỗ trống.

블록 Khối. (block).

블론드 Tóc vàng. ~인 여자 phụ nữ tóc vàng.

블루 Màu xanh, màu blue. ~벨트 vòng đai xanh.

블루스 Điệu blues.

블루진 Quần jean xanh (bluejeans)

비 Mưa. ~가 오다 mưa đến, mưa rơi. ~가 멈추다 hết mưa, tạnh mưa

비가(比價) Giá so sánh.

비감(悲感) Cảm giác buồn.

비겁(卑怯) Nhát gan, hèn hạ, không đàn ông. ~하다. ~한 짓을 하다 làm cái trò nhát gan.

비견(比肩) So sánh với, xếp ngang với. ~하다.

비결(秘訣) Bí quyết. 장사의 ~ bí quyết buôn bán. 성공의 ~ bí quyết thành công.

비경(秘境) Tuyệt cảnh, cảnh tuyệt trần. ~에 발을 들여 놓다 bước chân vào cảnh tuyệt trần.

비계(秘計) Kế mật. ~를 쓰다 dùng kế mật.

비고(備考) Ghi chú. ~란 cột ghi chú.

비곡(悲曲) Một giai điệu nhạc buồn.

비곡(秘曲) Điệu nhạc bí mật.

비공(鼻孔) Mũi, lỗ mũi.

비공개(非公開) Không công khai. ~회의 họp không công khai.

비공식(非公式) Không chính thức. ~적 có tính không chính thức

비과세(非課稅) Sự miễn thuế, không đánh thuế. 이 예금의 이자는 ~이다 tiền lãi ngân hàng này là không đánh thuế.

비과학적(非科學的) Không có tính khoa học, phi khoa học.

비관(悲觀) Bi quan. ~하다. 전도에 ~하다 bi quan về tiền đồ. ~적으로 보다 nhìn bằng con mắt bi quan.

비관적(悲觀的) Có tính bi quan. ~으로. ~으로 보다 nhìn bằng con mắt bi quan.

비교(比較) So sánh. ~하다. 와 ~하면 nếu so sánh với cái gì đó.

비교적(比較的) Tương đối. ~으로 말하면 nói một cách tương đối. 새로 개점한 저 상점은 값이 ~ 싸다 cửa hàng mới mở ấy giá tương đối rẻ.

비국민(非國民) Không có tính dân tộc.

비굴(卑屈) Sự hèn hạ, nhát gan. ~하다. ~한 사람 kẻ hèn hạ. ~한 웃음 giọng cười hèn hạ.

비극(悲劇) Bi kịch. ~적 có tính bi kịch. ~적인 사건 sự việc có tính bi kịch.

비근하다(卑近-) Không phổ biến, không thông dụng. 비근한 예 ví dụ không phổ biến.

비금속(非金屬) Phi kim loại, không phải kim loại. ~원소 nguyên tố phi kim loại.

비기다 Hòa, không thắng không thua. 비긴 경기 trận hòa.

비길데없다 Không thể hơn được. không thể so sánh được.

비꼬다 ① Vặn, xoắn. 실을 ~아 노끈을 만들다 xoắn chỉ làm dây. ② Nhắm vào, chỉ vào (lời nói).

비꼬이다 ① Bị xoắn, bị vặn. ② Sai trái, hư hỏng.

비꾸러지다 Hư hỏng, thất bại, rách việc. 만사가 ~ mọi việc hỏng cả.

비끄러매다 Cột vào, trói vào.

비난(非難) Phê phán. ~하다. ~의 대상 đối tượng phê phán. ~할 만한 đáng phê phán.

비너스 Thần Venus, thần tình yêu và sắc đẹp.

비녀(婢女) Người đày tớ nữ.

비논리(非論理) Không logic. ~적(인) có tính không logic.

비누 Xà bông, xà phòng. ~로 씻다 rửa bằng xà bông.

비능률(非能率) Không năng suất. ~적(인) có tính không năng suất.

비닐 Nhựa, ni lông. ~하우스 nhà bằng nilông.

비다 Trống, vắng, không, rỗng. 빈방 phòng trống.

비단(非但) Không những. ~일뿐 아니라 không chỉ công việc.

비단결(緋緞-) Tơ, lụa, sợi tơ lụa. ~같다 mượt như lụa.

비도덕적(非道德的) Phi đạo đức, vô đạo đức.

비동맹(非同盟) Không liên kết, không đồng minh. ~국(國) nước không liên kết.

비둔(肥鈍) Béo, béo phị. ~하다.

비둘기 Chim bồ câu. ~가 울다 chim bồ câu gáy. ~장 chuồng chim bồ câu.

비듬 Gàu, (trên đầu). ~이 생기다 có gàu. ~약 thuốc trị gàu.

비등(比等) Bình đẳng, tương đương. ~하다. 그 시대의 10원은 지금의 만원과 ~하다 10 wôn lúc nấy bằng 10 000 wôn bây giờ.

비디오 Video. ~테이프 băng video. 음란 ~ video khiêu dâm.

비뚜로 Lệch, nghiêng. 모자를 ~쓰다 đội lệch mũ.

비뚜름히 Một cách nghiêng, không thẳng, lệch. 그림이 ~걸렸다 bức tranh bị treo lệch.

비뚝거리다 ① Rung, lắc lư. ~는 의자 cái ghế lung lay. ② Đi loạng choạng. ~며 걷다 loạng choạng đi.

비뚤어지다 ① Bị nghiêng, bị lệch. 비뚤어진 코 cái mũi méo. ② Sai trái, hư hỏng, méo mó.

비래(飛來) Bay lại, bay đến. ~하다.

비렁뱅이 Kẻ ăn mày, kẻ xin xỏ.

비련(悲戀) Mối tình sầu thảm. ~에 울다 khóc cho mối tình sầu thảm.

비례(比例) Tỷ lệ, theo, căn cứ theo. ~하다. 급료는 너의 근로 시간에 ~하여 지급하겠다 tiền lương sẽ được trả theo thời gian làm việc của cậu.

비로소 Ngay đó, chính lúc đó. 화재가 얼마나 무서운지 그 때~알았어요 ngay lúc đó thì tôi hiểu được hỏa hoạn đáng sợ thế nào.

비록 Cho dù, dù là. ~아무리 부자 이더라도 cho dù giàu đến mấy.

비롯하다 Bắt đầu, tính từ. ~을 비롯해서 bắt đầu từ, tính từ.

비료(肥料) Phân bón. ~를 주다 bón phân. 인조~ phân nhân tạo. 질소~ phân nitơ.

비루(鄙陋) Hèn hạ, đê hèn. ~하다.

비루스 Virus. =바이러스.

비류(比類) Cùng chủng loại, một loại.

비리(非理) Tiêu cực. ~공무원 viên chức có tiêu cực. ~를 추방하다 đẩy lùi các tiêu cực.

비리비리 Gầy khô, gầy dét. ~하다. ~여위다 chỉ còn da bọc xương.

비릿비릿 Rất tanh, rất tanh tưởi. ~하다. 생선 냄새가 ~풍겨 왔다 mùi tanh của cá rất tanh.

비만(肥滿) Béo phì. ~하다. ~해지다 trở nên béo phì. 과식이 그가 ~해진 원인이었다 ăn nhiều là nguyên nhân béo phì của hắn.

비말(飛沫) Tia nước, giọt nước bắn lên.

비망록(備忘錄) Bản ghi nhớ, sổ ghi nhớ. 비 vong lục. ~에 기입하다 ghi vào bản ghi nhớ.

비매품(非賣品) Hàng không bán, hàng mẫu.

비명(非命) Chết thảm. ~에 죽다[가다] chết thảm.

비몽사몽(非夢似夢) Như là mơ, như không thật. ~하다.

비문(碑文) Bia văn, hàng chữ khắc trên mộ đá.

비문명(非文明) Không văn minh, mạn rợ. ~국 đất nước không văn minh.

비문화적(非文化的) Không có tính văn học.

비물질론(非物質論) Lý luận phi vật chất.

비민주적(非民主的) Có tính phi dân chủ.

비밀(秘密) Bí mật. 공개된 ~ bí mật được công khai. ~을 지키다 giữ bí mật.

비밀번호(秘密番號) Mã số bí mật. ~를 누르시오 Hãy ấn mã số bí mật.

비바람 Mưa gió. ~을 맞다 trúng mưa gió. ~치다 nổi mưa gió.

비방(秘方) ① Phương pháp bí mật, bí quyết. ② Phương thuốc bí mật, phương thuốc gia truyền.

비버 Con hải ly. =해리(海狸).

비번(非番) Ngày không có ca trực, không trực. ~날 ngày không trực.

비범(非凡) Phi phàm, phi thường, vĩ đại. ~하다. ~한 사람 người phi phàm.

비법(秘法) Bí quyết, phương pháp bí mật. ~을 전수하다 truyền bí quyết cho.

비법인(非法人) Phi pháp nhân.

비보(秘寶) Mật báo, báo cáo mật.

비복(婢僕) Người hầu, người làm.

비분(悲憤) Buồn và giận, buồn và tức. ~하다. ~의 눈물을 흘리다 rơi nước mắt vừa buồn vừa tức.

비비꼬다 Xoắn, vặn. 몸을 ~ vặn người. 실을 ~ xoắn người.

비비다 ① Dụi (mắt), vò, xoa. 눈을 ~ dụi mắt. ② Xoay, quay (khoan) 송곳을 ~어 구멍을 뚫다 quay cái khoan dùi lỗ.

비비대기 Vội vã, vội vàng.

비빈(妃嬪) Phi tần.

비빔밥 Món cơm trộn.

비사(秘史) Bí sử, lịch sử bí mật. 한국 전쟁~ bí mật lịch sử của chiến tranh Hàn Quốc.

비사교적(非社交的) Người ít giao thiệp, người khó gần. ~인 사람 người khó giao tiếp.

비산(飛散) Bay tán loạn. ~하다. 사방으로 ~하다 bay tán loạn ra bốn hướng.

비상(非常) ① Bất bình thường, không bình thường. ~하다. ② Bất bình thường, khẩn cấp. ~하다. ~한 경우 trong trường hợp khẩn cấp.

비상근(非常勤) Làm ngoài giờ, làm thêm. ~의 일 công việc làm thêm.

비상사태(非常事態) Tình trạng khẩn cấp. ~를 선언하다 tuyên bố tình trạng khẩn cấp.

비상선(非常線) Hàng rào ngăn chặn. ~을 뚫다 chọc thủng hàng rào.

비상시(非常時) Lúc khẩn cấp, lúc gấp rút. 국가의 ~ úc khẩn cấp của đất nước.

비상용(非常用) Dùng trong trường hợp khẩn cấp, dùng thoát hiểm. ~사다리 thang thoát hiểm.

비생산(非生産) Không sản xuất, không phát sinh, không sinh thêm ~적 노동 lao động phi sản xuất.

비서(秘書) Thư ký. 사장~ thư ký giám đốc. 그녀는 사장 ~이다 cô ấy là thư ký giám đốc.

비석(碑石) Bia đá. ~을 세우다 lập bia.

비성(鼻聲) Giọng mũi. =콧소리.

비속(卑俗) Dơ tục, bẩn thỉu. ~하다. ~한 사람 thằng dơ tục. ~한 취미 cái sở thích dơ tục.

비손 Cầu xin, chắp tay khấn. ~하다.

비송(費送) Bỏ phí thời gian, lãng phí thời gian. ~하다.

비수(悲愁) Sự đau buồn, buồn thương.

비수기(非需期) Mùa ít việc, mùa không bán được, mùa không chạy. 이 업종은 지금은 ~이다 ngành này thì hiện nay là mùa ít việc.

비술(秘術) Kỹ năng bí mật, bí quyết. ~을 전수하다 truyền một bí quyết.

비스듬하다 Lệch, nghiêng. 비스듬히 một cách lệnh. 비스듬해지다 bị lệch.

비스름하다 Giống nhau, hơi giống. 그들은 성격이 ~ tính cách của họ hơi giống nhau.

비슥거리다 ① Không muốn làm việc. ② Lánh ra, tránh xa.

비슬비슬 Loạng choạng. ~걸어가다 đi loạng choạng. ~일어서다 loạng choạng đứng dậy.

비슷비슷하다 Giống vậy, như vậy. 둘이 ~ cả hai giống như nhau.

비슷이 Giống nhau, như nhau, y hệt. ~닮다 giống hệt nhau.

비슷하다 Lệch sang một bên, lệch, nghiêng.

비신 Ủng, dày đi mưa.

비신사적(非紳士的) Không lịch sự, không hào hoa. ~행위 hành vi không đàn ông.

비실제적(非實際的) Phi thực tế, không thực tế, không thiết thực.

비싸다 ① Đắt. 비싼 옷 áo đắt. ~게 사다 mua đắt. ② Vênh váo, ta đây. ~게 굴다 vênh váo.

비아이에스 Ngân hàng thanh toán thế giới (BIS).

비애(悲哀) Bi ai, đau khổ. 인생의~ sự đau khổ của cuộc đời. ~를 느끼다 cảm thấy đau khổ.

비애국적(非愛國的) Không yêu nước.

비약(飛躍) ① Bay nhảy. ~하다. ② Bước nhảy vọt, nhảy vọt. ~하다.

비어 Bia. =맥주. ~가든 quán bia.

비어지다 ① Thò ra, nhô ra, lòi ra. 주머니에서 비어져 나오다 chui từ trong túi ra. ② Nghĩa bóng, lò ra, thò ra.

비업무용(非業務用) Không dùng cho mục đích công việc. ~부동산 bất động sản không kinh doanh.

비엔나 Thành phố Vienna.

비엔날레 Triển lãm nghệ thuật thế giới (2 năm một lần) (biennale).

비역 Đàn ông quan hệ tình dục với nhau. ~하다.

비열(卑劣, 鄙劣) Tính hèn hạ, tính bủn xỉn, đê tiện. ~하다. ~한 놈 thằng hèn.

비염(鼻炎) Viêm mũi, viêm xoang.

비영리(非營利) Không vụ lợi, không vì mục đích kinh tế. ~단체 đoàn thể không vì mục đích kinh tế.

비옥(肥沃) Phì nhiêu, màu mỡ, dồi dào, phong phú. ~하다. ~한 땅 mảnh đất phì nhiêu.

비옷 Áo mưa. ~을 입다 mặc áo mưa.

비용(費用) Chi phí, kinh phí. 여행의 ~ chi phí du lịch. ~이 들다 tốn kinh phí.

비우다 ① Làm cho trống, bỏ trống, để trống. 병을 ~ (làm) rỗng bình. ② Đi ra ngoài, để trống nhà (văn phòng). 내가 없는 동안 집을 ~지 마라 khi tôi không có thì anh đừng đi đâu.

비우호적(非友好的) Không thân thiện, không hữu hảo. ~인 관계 quan hệ không thân thiện.

비웃 Cá trích. ~ 한 마리 một con cá trích.

비웃다 Cười mỉa. 남을 ~ cười mỉa người khác. ~음 điệu cười mỉa.

비웃음 Nụ cười khinh bỉ, nụ cười mỉa. ~받다 bị cười mỉa mai.

비원(悲願) Sự mong muốn khẩn thiết. ~을 이루다 đạt được điều mình mong ước.

비원(秘苑) Thiên đường.

비위(脾胃) ① Ruột và dạ dày, bụng. ~가 좋다 khoẻ bụng. ② Khẩu vị, sở thích.

비위생적(非衛生的) Mất vệ sinh. ~환경 môi trường mất vệ sinh.

비유(比喩, 譬喩) Tỷ dụ, so sánh. ~하다. ~적인 có tính tỷ dụ. ~해서 말하면 nói một cách so sánh.

비육지탄(髀肉之嘆) Hối tiếc than thở vì tài năng của mình không được trọng dụng.

비율(比率) Tỷ lệ. 남녀의 ~ tỷ lệ nam nữ. 의~ 로 theo tỷ lệ là... 3대1의 ~ 로 theo tỷ lệ 3:1.

비익하다(裨益-) Lợi ích, món lời.

비인도적(非人道的) Phi nhân đạo, không nhân đạo.

비인칭(非人稱) Không có nhân xưng, không ngôi. ~동사 động từ không nhân xưng.

비일비재(非一非再) Không phải chỉ một lần, thường xuyên. ~하다.

비자 Visa, thị thực. =사증. 입국~ visa nhập cảnh. ~를 얻다 lấy visa.

비자금(秘資金) Quĩ bí mật, quĩ đen. ~의 조성 hình thành quĩ đen.

비장(秘藏) Gìn giữ không cho ai biết, giữ kín. ~하다.

비적(匪賊) Đạo tặc, bọn giang hồ.

비적성(非敵性) Tính không đối lập nhau. ~국가 những nước luôn thân thiện với nước khác.

비전(秘傳) Bí truyền. ~의 묘약 liều thuốc thần kỳ truyền lại bí mật.

비전론(非戰論) Phản chiến, đường lối phản chiến. ~을 외치다 kêu gọi phản chiến

비정(非情) Không có tình cảm, lạnh nhạt. ~하다. ~한 아버지 một người bố không có tình cảm.

비정규(非正規) Phi chính qui. ~군 quân phi chính qui.

비정상(非正常) Bất bình thường. ~하다. ~적인 사건들 những sự kiện có tính bất bình thường.

비정형(非定型) Không định hình, không cố định.

비좁다 Chật chội, chật hẹp. ~은곳 nơi chật hẹp.

비종교적(非宗敎的) Không có tính tôn giáo. ~인 문제 vấn đề không có tính tôn giáo.

비주룩하다 Lò ra, nhú ra.

비주류(非主流) Không phải là dòng chảy chính.

비죽 ① Bĩu môi. ~거리다 bĩu môi. ② Thò ra, chìa ra. 송곳이 주머니 속에서 ~나오다 cái dùi thò trong túi ra.

비준(批准) Phê chuẩn. ~하다. ~을 기다리다 chờ phê chuẩn.

비중(比重) ① Tỷ trọng, phần. 차지 하는 ~ tỷ trọng chiếm. ② Tính quan trọng.

비즈니스맨 Nhà doanh nghiệp, doanh nhân.

비지떡 Bánh bã đậu. 싼 것이~「속담」Bánh rẻ là bánh bã đậu, tiền nào của nấy, của rẻ là của ôi.

비집다 ① Mở ra. ~어 열다 mở ra. 상자 뚜껑을 ~어 열다 mở toang nắp thùng. ② Chen vào, xen vào. ~고 나아가다 chen đi ra. ③ Mở mắt.

비참(悲慘) Bi thảm, thảm khốc. ~하다. ~한 광경 một cảnh tượng bi thảm. ~한 죽음을 하다 chết một cách bi thảm.

비창(悲愴) Bi thương, buồn bã. ~하다.

비책(秘策) Mật kế, phương sách bí mật. ~을 짜다 tìm kế bí mật.

비척거리다 Đi lảo đảo, đi loạng choạng. =비틀거리다.

비천(卑賤) Hèn mọn, thấp kém. ~하다. ~한 신분에서 출세하다 xuất chúng từ một thân phận hèn mọn.

비철(非-) Hết mùa, không phải mùa. 수박은 지금 ~이다 giờ không phải mùa dưa hấu.

비첩(婢妾) Phi thiếp.

비추다 ① Chiếu, rọi. 플래시를~ chiếu đèn pin. ② Phản chiếu, soi 얼굴을 거울에 ~ soi mặt vào trong gương.

비축(備蓄) Tích trữ, tích phòng dự trữ. ~하다. 식량을 ~하다 tích trữ lương thực

비취(翡翠) Chim bói cá. ~색[빛] màu cánh chim bói cá, xanh biếc.

비치 Bờ biển, bãi biển (beach). ~발리볼 bóng chuyền bãi biển.

비치다 ① Chiếu vào, rọi vào. 해가 방에 ~ mặt trời chiếu vào phòng. ② Phản chiếu, có bóng. 땅에 비치는 사람 그림자 cái bóng người chiếu trên mặt đất.

비켜나다 Bước tránh ra, bước tránh đi.

비켜서다 Đứng sang một bên, đứng tránh đi. 그는 뒤로 비켜서라고 우리에게 손짓을 했다 anh ta đưa tay làm dấu cho chúng tôi đứng lùi ra sau.

비키다 ① Tránh, né. 물구덩이를~ tránh vũng nước. ② Chuyển vị trí, xịch, xê chuyển. 의자를 좀 비켜주시겠습니까? Anh tránh cái ghế sang chỗ khác cho tôi được không?

비타민 Vitamin. ~ A vitamin A. ~이 많다 nhiều vitamin.

비타협적(非妥協的) Không thỏa hiệp, không nhượng bộ. ~태도 thái độ không thỏa hiệp.

비탄(悲嘆) Buồn não, sầu, than phiền. ~하다. ~에 빠지다[잠기다] rơi vào (chìm vào) cơn sầu thảm.

비탈 Nghiêng, dốc. 오르막~ dốc lên. 내리막 ~ dốc xuống

비통(悲痛) Đau khổ. ~하다. ~한 외침 tiếng gào đau khổ. ~한 표정 nét mặt đau khổ.

비틀다 Vặn, xoắn. 팔을 ~ xoắn tay. 닭 모가지를~ vặn cổ gà

비판(批判) Phê phán, phê bình. ~하다. ~적 có tính phê phán.

비평(批評) Phê bình. ~하다. ~을 받다 bị phê bình.

비폭력(非暴力) Không bạo lực. ~저항 chống đối không bạo lực. ~주의 chủ nghĩa không bạo lực.

비품(備品) Phụ liện, linh kiện dự phòng.

비하다(比-) So sánh. 에 비해 so với cái gì đó. 비할 수 없다 không thể so sánh được.

비합리(非合理) Phi hợp lý, không hợp lý.

비합법(非合法) Không hợp pháp, bất hợp pháp. ~적(인) có tính không hợp pháp. ~적인 활동 hoạt động có tính bất hợp pháp.

비핵화(非核化) Phi hạt nhân hóa. ~하다. 한반도의 ~phi hạt nhân hóa bán đảo Triều Tiên.

비행(非行) Hành vi sai trái, hư hỏng, việc bậy. 청소년 ~의 증가 việc trình trạng thanh thiếu niên hư hỏng tăng.

비행(飛行) Bay, chuyến bay, hàng không. ~하다. ~거리 chiều dài bay.

비행가(飛行家) Nhà du hành, phi hành gia, máy bay.

비행기(飛行機) ① Máy bay. ~로 가다 đi bằng máy bay. ② Khen ngợi quá đáng, máy bay giấy. ~(를) 태우다 cho đi tàu bay giấy.

비행사(飛行士) Phi hành gia, phi công. ~가 되다 trở thành phi hành gia

비행선(飛行船) Khinh khí cầu.

비행장(飛行場) Sân bay.

비현실(非現實) Phi hiện thực, không thực tế. ~적(인) có tính phi hiện thực.

비협력(非協力) Không hỗ trợ, không hợp tác. ~적(인) có tính không hợp tác.

비호(庇護) Bảo vệ, che chở. ~하다. 의

~하에 dưới sự che chở của ai.

비화(飛火) ① Ngọn lửa, lan lửa sang nơi khác. ~하다. ② Liên quan, lan tỏa. ~하다.

빅딜 Khách hàng lớn (big deal).

빈객(賓客) Quí khách, khách quí, khách mời.

빈고(貧苦) Nghèo và khổ. ~에 시달리다 vất vả vì nghèo và khổ.

빈곤(貧困) ① Nghèo nàn, nghèo khổ, đói nghèo. ~하다. 사상의 ~ tư tưởng nghèo nàn. ② Nội dung trống rỗng, nghèo nàn. 사상의 ~ sự nghèo nàn của tư tưởng.

빈궁(貧窮) Bần cùng, nghèo túng. ~하다.

빈도(頻度) Tần độ. 사용의 ~ tần độ sử dụng. 가 높은[낮은]~ tần độ cao [thấp].

빈둥거리다 Lang thang, đi lòng vòng, lêu lổng. 하는 일이 없이 ~고 있다 không có việc làm đang lang thang.

빈둥빈둥 Lang thang, lêu lổng, chẳng được việc gì. 하루 종일 ~지내다 sống cả ngày chẳng được việc gì.

빈랑(檳榔) Cau. ~나무 cây cau.

빈말 Chuyện không đâu, chuyện vớ vẩn. ~하다.

빈민(貧民) Bần dân, dân nghèo, người nghèo khổ. ~을 구제하다 cứu dân nghèo.

빈민굴(貧民窟) Khu vực của những người nghèo, xóm nghèo. ~을 없애다 xóa bỏ những xóm nghèo.

빈발(頻發) Xẩy ra thường xuyên, xẩy ra nhiều lần. ~하다. 철도 사고의 ~ sự xẩy ra thường xuyên của tai nạn tàu hỏa.

빈방(-房) Căn phòng trống (bỏ không).

빈번(頻繁, 頻煩) Nhiều lần, thường xuyên. ~하다. ~히 một cách thường xuyên.

빈병(-瓶) Cái bình không, cái chai không.

빈부(貧富) Giàu nghèo. ~의 구별없이 không phân biệt giàu nghèo.

빈사(瀕死) Sắp chết, nguy kịch, chết một nửa. ~상태에 있다 trong trạng thái sắp chết.

빈삭(頻數) Thường xuyên ~하다.

빈소(殯所) Phòng thờ, nhà xác, phòng để quan tài.

빈속 Cái bụng rỗng. ~에 술을 마시다 bụng không có gì uống rượu.

빈손 Tay trắng, tay không. ~으로 bằng bàn tay trắng.

빈약(貧弱) Nghèo nàn, đơn điệu, nghèo đói. ~하다. ~한 내용 nội dung nghèo nàn

빈자리 ① Chỗ trống, nơi trống. ~를 만들다 làm chỗ trống. ② Vắng, chỗ trống, chỗ không người. ~가 나다[생기다] có chỗ trống.

빈정거리다 Chọc, làm cho cười, mỉa mai, giễu cợt. 그는 그녀의 이중인격을 빈정거리곤 한다 anh ta đang mỉa mai cô là là người hai mặt.

빈주먹 Nắm tay không, nắm đấm không, tay không. ~으로 bằng tay không.

빈집 Nhà trống, nhà không có gì trong. 그 집은 ~이다 nhà ấy nhà không.

빈촌(貧村) Thôn nghèo nàn, làng nghèo.

빈총(-銃) Súng không, súng không có đạn.

빈축(嚬蹙) ① Nhăn mặt, nheo mắt nhăn mặt. ② Phê phán, phê bình ai, ghét ai. ~을 사다 mang lại sự phê phán.

빈털터리 Người nghèo xác xơ, nghèo rớt mồng tơi. ~가 되다 thành người nghèo rớt mồng tơi.

빈틈 ① Chỗ trống, khoảng trống. ~없이 không còn chỗ trống. ② Điểm yếu, khoảng trống. ~없는 이론 lý luận không có một điểm yếu nào.

빈혈(貧血) Thiếu máu. ~이 되다 trở thành thiếu máu. ~증 bệnh thiếu máu.

빌다 ① Cầu xin, mong muốn. 도움을 ~ cầu xin sự giúp đỡ. ② Cầu nguyện, cầu xin. 성공을 빕니다 Tôi cầu cho anh thành công.

빌딩 Tòa nhà (building). 고층~ tòa nhà cao tầng.

빌려주다 Cho mượn.

빌리다 ① Mượn, thuê. 돈을 ~ mượn tiền. ② Mượn sức ai, nhờ ai. 힘을 ~ mượn sức.

빌미 Nguyên nhân của vấn đề.

빌붙다 Nịnh bợ, nịnh. 상관에게 ~ nịnh cấp trên.

빌어먹다 Xin ăn, ăn xin. ~는 놈이 콩밥을 마다할까「속담」 Nghèo còn sang, nghèo còn chê.

빗 Cái lược. ~으로 빗다 chải bằng lược. ~을 꽂다 gắn lược.

빗금 Đường cong, đường gấp.

빗기다 ① Chải tóc, chải. ② Sai ai chải. 개의 털을 ~ chải lông cho chó.

빗나가다 ① Không đúng mục đích, thất bại, đi ra ngoài quỹ đạo. 계획이 ~ kế hoạch bị lệch. ② Trái với, ngược với, sai trái. 빗나간 행동 hành động sai trái.

빗다 Chải đầu. ~지 않은 머리 đầu không chải.

빗대다 ① Nói vòng vo, nói quanh. ~지 말고 바로 대라 đừng có nói vòng vo nữa nói thẳng ra đi. ② Lảng tránh, không đúng sự thật.

빗듣다 Sai, hỏng, hư.

빗디디다 Bước nhầm, đi sai bước.

빗뜨다 Nhìn ngang, nhìn xiên.

빗맞다 Trượt, không đúng mục tiêu. 그는 연방 쏘았으나 모두 ~았다 anh ta bắn liên tục nhưng đều trượt.

빗물 Nước mưa. ~이 괸 곳 nơi để nước mưa.

빗방울 Giọt nước mưa. ~소리 tiếng giọt mưa.

빗보다 Nhầm, nhìn nhầm. 사람을~ nhìn nhầm người. 신호를~ nhầm tín hiệu.

빗살 Răng lược.

빗소리 Tiếng mưa.

빗속 Trong mưa. ~을 걷다 đi trong mưa.

빗장 Thanh chắn cửa, thanh chốt cửa. 문에 ~을 지르다 cài thanh chốt.

빗접 Hộp đựng

빗줄기 Sợi mưa, mưa. ~가 세다 mưa nặng hạt.

빗질 Chải đầu. ~하다.

빙 ① Vòng, vòng tròn. 회사 한바퀴 ~ 돌다 đi quanh công ty một vòng. ② Không tỉnh táo, quay cuồng. 머리가 ~ 돌다 đầu óc quay cuồng.

빙결(氷結) Đóng băng. ~하다. ~을 방지하다 ngăn chặn đóng băng.

빙고(氷庫) Kho lạnh.

빙과(氷菓) Kem, thuộc về kem.

빙괴(氷塊) Một tảng băng.

빙그레 Mỉm cười. ~ 웃다 mỉm cười tươi.

빙그르르 Quay, quay xung quanh. 회전의자를~ 돌리다 ghế tròn quay một vòng.

빙글거리다 Cười mỉm, cười mỉm tươi.

빙글빙글 Nhẹ nhàng quay.

빙모(聘母) Mẹ vợ. =장모(丈母).

빙벽(氷壁) Bức tường bằng băng, dãy băng.

빙부(聘父) Bố vợ. =장인(丈人).

빙빙 Xoay quanh. ~돌다 quay tròn.

빙산(氷山) Tảng băng, núi băng.

빙설(氷雪) Băng tuyết.

빙수(氷水) Nước đá.

빙실(氷室) Phòng lạnh, kho lạnh.

빙원(氷原) Sân băng.

빙자(憑藉) ① Dựa vào sức người khác, dựa vào. ~하다. ② Lấy cớ, biện minh. ~하다.

빙점(氷點) Điểm đông lạnh. ~이하로 내려가다 xuống dưới điểm đông lạnh.

빙충맞다 Vụng về, ngây ngô.

빙충이 Người vụng về, người đần.
빙침(氷枕) Cái gối bằng đá lạnh.
빙탄(氷炭) Băng và than, nước và lửa. ~불상용(不相容)이다 nước và lửa không dùng được với nhau.
빙판(氷板) Tảng băng, tấm băng.
빙하(氷河) Con sông bị đóng băng, sông băng.
빙해(氷海) Biển bị đóng băng.
빙해(氷解) Tan bang. ~하다.
빚 Món nợ, số tiền nợ. 이자가 붙지 않는 ~ nợ không tính lãi.
빚거간(-居間) Môi giới vay nợ. ~하다.
빚꾸러기 Một người mắc nợ ngập đầu, người nợ như chúa chổm.
빚내다 Vay, mượn nợ. 부동산을 저당으로 은행에서~ thế chấp bất động sản vay tiền ngân hàng.
빚놓다 Vay, mượn. 고리로 ~ vay lãi suất cao.
빚다 ① Vắt, nặn. 떡을 ~ vắt bánh, nặn bánh. ② Nấu rượu.
빚돈 Món tiền nợ.
빚물이 Trả nợ thay. ~하다.
빚받이 Thu nợ. ~하다
빚쟁이 Kẻ cho vay nợ, bọn cho vay nợ. ~에게 시달리다 khổ vì bọn chủ nợ.
빚주다 Cho vay tiền. ~고 뺨맞기 (tục ngữ) Cho vay còn bị tát tai, làm phúc xúc lấy tội.
빚지다 Mắc nợ, có nợ. ~고 도망 가다 mang nợ bỏ trốn.
빛 ① Ánh sáng; tia sáng. 달~ ánh trăng. ② Màu sắc, có nét. 가을 ~ màu mùa thu.
빛깔 Màu sắc. ~을 넣은[넣어] pha màu. 밝은 ~로 그리다 vẽ bằng màu sáng.
빛나다 ① Sáng, sáng chói, chiếu sáng, tỏa sáng. 빛나는 눈 mắt sáng. ② Vinh quang, vinh dự.
빛살 Tia sáng.
빠개다 ① Chẻ, tách. 장작을 ~ chẻ củi. ② Tách ra, bóc ra.
빠개지다 ① Vỡ thành từng mảnh. 머리가 빠개질 듯이 아프다 đầu đau như muốn vỡ thành từng mảnh. ② Kế hoạch, công việc thất bại tan tành.
빠그라지다 Tan vỡ, hư hỏng. 자금난으로 그의 계획은 ~ kế hoạch anh ta thất bại vì thiếu vốn.
빠득빠득하다 ① Cứng rắn, bướng bỉnh. ② Mắt khô và mỏi. 눈이 ~ khô và mỏi mắt.
-빠듯 Gần được, gần đủ. 두 자 ~ gần hai thước.
빠듯이 Vừa đủ, chật chội, có khó khăn, hơi thiếu. 시간에 ~대다 vừa đúng lúc.

빠듯하다 ① Chật, hẹp. 빠듯한 구두 cái dày chật. 그 모자는 너무 ~ cái mũ ấy chật quá. ② Vừa đủ, hơi thiếu. 빠듯한 이익 món lời nhỏ.

빠뜨리다 ① Rơi vào, rơi xuống, đi ra, trượt ra, làm rơi. 동전을 흙탕에 ~ đồng tiền rơi xuống bùn nước. ② Làm cho rớt, bỏ sót. 명단에서 이름을 ~ sót một tên trên danh sách. 두 자를 ~ sót hai chữ.

빠르다 ① Nhanh chóng, nhanh. 빠른 열차 tàu nhanh. ② Sớm. 네 결혼은 아직 ~ 자네 cưới thế thì sớm quá.

빠른우편(-郵便) Thư gửi nhanh.

빠지다 ① Rơi, rớt, rụng. 물에 ~ rơi xuống nước. ② Rơi vào tình trạng nào đó, lâm vào. 계략에 ~ bị sập bẫy, bị trúng kế.

빠짐없이 Không thiếu, không sót. 원서에 ~기입하다 điền vào đơn không sót cái gì.

빡빡하다 ① Khô cứng, xạc (món ăn). ② Kín, chặt, không có thảnh thơi. 빡빡한 일정 lịch trình dày đặc.

빤하다 ① Rõ ràng, rõ. 빤한 사실 sự thật rõ ràng. ② Sáng, sáng sủa. 해가 창에 ~게 비친다 mặt trời chiếu sáng vào khung cửa sổ.

빤히 ① Sáng. ② Rõ ràng, chính xác. ~ 알면서 biết rõ ràng

빨간 Tất cả, toàn bộ. ~거짓말 toàn là nói dối.

빨강 Màu đỏ.

빨갛다 Màu đỏ, đỏ, trở nên đỏ. 빨간 구두 dày đỏ

빨다 Ngậm, mút, hút. 젖을 ~ ngậm vú. 사탕[엄지손가락]을 ~ ngậm/ mút kẹo [ngón tay].

빨대 Cái ống hút. ~로 우유를 먹다 uống sữa bằng cái ống hút.

빨래 ① Giặt giũ, giặt. ~(하기)를 싫어하다 không muốn giặt. ② Đồ để giặt.

빨리 Nhanh, nhanh chóng, sớm. 될 수 있는 대로 ~ sớm như có thể, nhanh như có thể.

빨리다 Cho bú, cho uống, cho mút. (아이에게) 젖을 ~ cho (em bé) uống sữa.

빨병(-瓶) Cái thùng nước.

빨아들이다 Bị hút ra, bị rút ra.

빨아먹다 ① Hút ăn. 빨대로 우유를 ~ hút sữa ăn. ② Móc, rút ruột. 아무의 돈을 ~ moi tiền ai.

빨아올리다 Hút lên, rút lên.

빳빳이 ① Cứng, rắn. ② Ngoan cường, ngoan cố, cứng đầu.

빳빳하다 ① Cứng, rắn. 빳빳한 머리 tóc cứng. 빳빳한 수염 râu cứng. ② Cứng đầu.

빵 Cái bánh, bánh. 잼 바른 ~ bánh có

quyệt mứt. 옥수수~ bánh ngô.

빵빵 Bàng bàng, ùng oàng (tiếng súng, tiếng nổ). 총을 ~쏘다 bắn súng bàng bàng..

빻다 Xay, nghiền. 곡물을 가루로 ~ xay lương thực thành bột.

빼기 Phép trừ.

빼내다 ① Rút ra, tháo ra. 가시를~ tháo cái gai ra. ② Chọn ra. 많은 중에서 몇을 ~ chọn một vài trong số nhiều.

빼놓다 Trừ ra, loại ra. 하나도 ~지 않고 잡다 bắt cả không trừ ai.

빼다 ① Rút, nhổ, lấy ra. 마개를~ rút cái nắp chai. 이를~ nhổ răng. 못을 ~ nhổ đinh. ② Rút nước ra, tháo nước.

빼돌리다 Giấu đi, rút đi, cất đi. 빼 돌려 둔 돈 số tiền giấu.

빼먹다 ① Loại trừ, bỏ. 명부에서 이름을 ~ loại tên ai trong danh sách. ② Ăn trộm, lấy.

빼빼 Gầy da bọc xương. ~마른 사람 người gầy như da bọc xương.

빼쏘다 Rất giống. 이 아이는 아버지를 꼭 ~ đứa bé này rất giống bố nó.

빼앗기다 ① Bị cướp, bị giật, bị lấy. 권리를[재산을, 희망을]~ bị cướp/ bị lấy quyền lời [tài sản, hy vọng]. ② Bị lôi kéo, bị dụ dỗ. 여자에게 정신을 ~ lừa bịp lôi kéo phụ nữ.

빼앗다 ① Cướp, giật, giành lấy. 아무의 권리를 [희망을, 생명을]~ giành lấy quyền [hy vọng, cuộc sống] của ai. ② Dụ dỗ, lôi kéo. 관객의 눈길을 ~ lôi kéo ánh mắt của khách du lịch.

빼어나다 Nổi trội, nổi bật, giỏi. 빼어난 정치가 một chính trị gia giỏi.

빼치다 ① Để, cho cái gì đó mất. ② Vót nhọn, làm cho nhọn.

빽 Ô, dù, chỗ dựa, sự ủng hộ. 아무 의 ~으로 회사에 들어가다 vào công ty dựa vào cái ô nào đó.

빽빽이 Chật, kín, san sát 나무가 ~들어 찬 야산 núi hoang chật kín cây.

빽빽하다 ① San sát, chật, hẹp. 방이 사람으로 ~ phòng kín người. ② Bị chẹt, bị kẹt, bị chặn lại.

빽지르다 Hét, hét toáng lên.

뺑소니 Bỏ chạy, bỏ trốn. ~사고 gây tai nạn bỏ trốn.

뺨 Má. ~이 붉은 má hồng. 우묵한 [여 윈]~ má hóp [má lõm vào].

뺨따귀 Mang tai, má.

뺨치다 Tát tai.

뻐개다 ① Chẻ, bửa. 나무를~ chẻ cây. 장작을 ~ chẻ củi. ② Làm hư việc, làm hỏng việc. 일을 ~ làm hư việc.

뻐개지다 Bị vỡ, bị nứt, bị bể. 머리가 뻐 개질 듯이 아프다 đầu đau như muốn vỡ ra.

뼈그러지다 Vị vỡ, bị sập.

뼈근하다 Khó chịu, đau. 가슴이~ tức ngực. 등이 ~ đau lưng.

뼈기다 Ta đây, khoe khoang, vênh váo. 부하들에게 ~ vênh váo với bọn đệ tử.

뼈꾹 Cúc cu. 뻐꾸기가 ~하고 운다 chim gáy gáy cúc cu.

뼈끔뼈끔 ① Lỗ chỗ. 포탄을 맞은 벽에는 구멍이 ~ những lỗ đạn trên tường lỗ chỗ. ② Ngậm, vân vê. 담배를 ~ 빨다 ngậm vân vê điếu thuốc.

뼈끔하다 Lớn, to (lỗ). 뻐끔히 구멍이 나다 hơ ra một cái lỗ lớn.

뼈덕뼈덕하다 Thô, ráp, không trơn. 가죽이 ~ da thô, da sần.

뼈드러지다 ① Nhô ra, vẩu ra. 앞니가 ~ răng trước vẩu ra. ② Cứng lại, khô lại.

뻑뻑 Bép bép. 담뱃대를~빨다 ngậm cái tẩu thuốc bép bép.

뻑적지근하다 Cảm thấy nặng nề.

뻔뻔스럽다 Không biết xấu hổ, trơ mặt, trơ trẽn.

뻔뻔하게 Một cách trơ trẽn.

뻔찔나게 Rất thường xuyên. ~다니다 đi lại rất thường xuyên.

뻔하다 Xuýt nữa, tí nữa thì, xuýt bị. 차에 치일~ xuýt bị tông vào xe.

뻗다 ① Lan tỏa, tỏa ra. 뿌리는 땅속으로 ~어 나간다 cái rễ tỏa ra trong đất. ② Lan toả, lan ra. 해외 로 ~어 나가다 đi ra nước ngoài.

뻗서다 Đối diện, đối mặt.

뻗치다 ① Trải dài, trải ra. 그 섬은 남북으로 뻗쳐 있다 hoàn đảo ấy trải dài từ nam xuống bắc. ② Thế lực lan tỏa, tỏa ra. 세력을 ~ bung sức ra.

뻘뻘 Mồ hôi tuôn thành dòng, hối hả. 땀을 ~흘리며 mồ hôi chảy thành dòng.

뻣뻣하다 Cứng nhắc, cứng, không mềm, cứng rắn. 뻣뻣한 손 cái tay cứng thô.

뻥 ① Xạo, nói dối. ~까다 nói dối. ② Bụp, bình, bong. 병마개를 ~하고 뽑다 tháo cái nút chai cái bụp.

뻥놓다 Nói dối, nói ra bí mật.

뻥뻥 Bùm bùm, bụp bụp, bôm bốp. 샴페인을 ~터뜨리다 sâm banh nổ bôm bốp

뻥뻥하다 Thẫn người, thẫn người. 나는 ~여 대답을 못했다 tôi thẫn người ra không biết trả lời sao.

뼈 ① Xương, cốt. ~를 맞추다 ghép xương. ② Nghĩa bóng, có xương, có gai, có nội dung, bộ khung.

뼈고도리 Tên làm bằng xương.

뼈다귀 Mẩu xương, khúc xương. 개는

~를 좋아한다 chó thích cục xương.

뼈대 ① Cấu tạo, cấu trúc, bộ khung. 건물의 ~ bộ khung của tòa nhà. ② Hình thể, người có hình thể rắn chắc. ~가 크다[작다] to [nhỏ] xương.

뼈들어지다 Khó cắt, cứng.

뼈뜯이 Tách xương, róc xương.

뼈마디 Đốt xương, khớp xương. ~가 아프다 đau khớp xương.

뼈물다 ① Chuẩn bị, quyết tâm làm gì. ② Nổi nóng, nổi giận. ③ Trang điểm, trang trí.

뼈오징어 Con mực có mai.

뼈저리다 Đau cả vào xương, thấm thía. 상호 협력의 필요성을 ~게 느끼다 cảm nhận được vào xương tủy sự cần thiết phải hợp tác hai bên.

뼈지다 ① Cứng rắn, vững chắc (bên trong). ② Sắc nhọn, mạnh mẽ. 그의 말은 ~ lời nói của anh ta sắc sảo.

뼘 Gang tay. ~으로 재다 đo bằng gang tay.

뼘다 Lấy gang tay đo.

뼘들이로 Lần lượt.

뽀뽀 Hôn, hôn vào má.

뽐내다 Tự hào, ta đây, tự cao. ~며 걷다 đi đứng vẻ ta đây.

-뽑이 Cái dùng để rút. 못~ cái dùng để nhổ đinh. 마개~ cái mở nút

뽑히다 ① Bị nhổ, bị lôi ra. 못이 쉽게 ~ đinh bị nhổ dễ. ② Được bầu, được chọn. 반장으로 ~ được bầu làm lớp trưởng.

뽕나무 Cây dâu. ~밭 ruộng dâu. ~열매 quả dâu.

뽕빠지다 ① Bị tan vỡ, mất đoàn kết. ② Kiệt sức, mệt. 결혼 잔치 치르 느라 나는 ~ tôi kiệt sức vì tiệc đám cưới.

뽕잎 Lá dâu. ~을 따다 hái lá dâu. 누에에 ~을 주다 cho tằm lá dâu.

뽀로통하다 ① Sưng mặt, mặt phúng phính. ② Không hài lòng, không vui, phụng mặt. 뽀로통해지다 phụng mặt xuống.

뽀루지 Vết mụn, vết bầm, vết. 얼굴에 ~가 나다 mọc mụn trên mặt

뽀족구두 Giày cao gót. ~를 신다 đi dày cao gót.

뽀족하다 Nhọn. 뽀족한 연필[코] ngòi bút [mũi] nhọn.

뿌글거리다 Sôi, sôi bọt.

뿌듯하다 ① Chật, bót. ② Tràn ngập niềm vui, đầy lồng ngực. 가슴 뿌듯한 기쁨 niềm vui tràn đầy.

뿌리 ① Cái rễ, rễ cây. ~를 박다 [내리다] đóng rễ, bén rễ. ② Rễ, chân. 털[이, 손톱]~ chân lông [móng tay].

뿌리다 ① Mưa rơi. 비가 몇 방울 ~ mưa rơi mấy giọt. ② Rắc, phun (nước).

길에 물을 ~ phun nước ra đường.

뿌리뽑다 Nhổ rễ, cắt đứt từ gốc rễ (nghĩa bóng). ~을 수 있는 có thể nhổ từ gốc rễ. ~기 힘든 악폐 tập tục xấu khó xóa bỏ từ gốc rễ.

뿌리째 ① Rễ, bộ rễ. 나무를 ~뽑다 nhổ rễ cây. ② Tất cả, cả cảnh và cây, cả rễ và cây.

뿌리치다 ① Gạt đi, gạt tay. ② Từ chối, từ bỏ.

뿌옇다 Mờ. 눈이 ~ mắt mờ đi.

뿐 ① Không chỉ, chỉ, duy nhất. 할 ~(만) 아니라. ② Một mình, duy nhất. 믿을 사람은 너~이다 người mà tôi tin chỉ có một mình cậu.

뿔뿔이 Riêng, rẽ, tách rời. ~흩어진 lác đác đây đó.

뿜다 Phun ra, phọt ra, bắn ra. 용암을 ~ phun dung nham ra. 상처에서 피가 ~어 나왔다 máu từ vết thương phọt ra.

삐걱거리다 Vỡ, nứt, rạn. ~는 소리 tiếng vỡ, tiếng nứt.

삐다 Rút nước. 괸 물이 ~었다 nước đọng rút đi.

삐삐 Nhắn tin nhắn, bíp bíp. ~를 치다 làm cho kêu bíp bíp.

삐치다 Bực mình, càu nhàu.

사(赦) Xá, xá tội, ân xá. ~를 놓다 tha tội.
사가(史家) Sử gia. =역사가.
사가(私家) Tư gia, nhà riêng.
사각(四脚) Bốn chân, bốn chi của động vật
사감(私憾) Ác cảm riêng, sự thù ghét. ~이 있다 có ác cảm riêng. ~을 품다 mang ác cảm riêng.
사갱(斜坑) Đường hầm nghiêng, đường hầm có độ nghiêng lớn.
사거(死去) Sự chết đi, sự qua đời. ~하다.
사거리(四-) Ngã tư đường. ~에 있는 신호등 đèn tín hiệu ở ngã tư.
사건(事件) Sự kiện, vấn đề. ~을 해결하다 giải quyết một vấn đề. ~의 진상을 밝히다 làm rõ vấn đề.
사격(射擊) Bắn súng, xạ kích. ~하다. ~을 잘 하다 bắn giỏi. ~대회 cuộc thi bắn súng.
사경(死境) Sắp chết, hấp hối. ~에 처하다 lâm cảnh sắp chết.
사경제(私經濟) Tổ chức kinh tế cá nhân.

사계(四季) Bốn mùa. 한국은 ~가 뚜렷하다 Hàn Quốc 4 mùa rất rõ.
사계(私計) Kế riêng, kế hoạch cá nhân.
사고(事故) Tai nạn. ~가 나다 xẩy ra sự cố, tai nạn. ~를 일으키다 gây ra tai nạn.
사공(沙工) Người lái đò, thợ thuyền, thợ bè. ~이 많으면 배가 산으로 올라가다 「속담」 Lắm lái đò thì thuyền đi lên núi, lắm thầy rầy ma.
사교계(社交界) Giới xã giao, giới giao tiếp.
사교성(社交性) Tính xã giao. ~이 있다 có tính xã giao. ~이 없다 không có tính xã giao.
사구(蛇口) Miệng rắn.
사구(沙丘, 砂丘) Đồi cát ở sa mạc hoặc bờ biển do gió tạo thành.
사군자(士君子) Sĩ quân tử, người có đức hạnh và học vấn cao.
사귐성(-性) Tính dễ gần, thân thiện, hay làm bạn. ~있는[없는] 사람 người có [không có] tính dễ gần.
사그라뜨리다 Loại bỏ, bỏ ra.

사그라지다 Không còn, biết mất, hết. 기운이 ~ hết sức. 불이 ~ tắt đèn.

사극(私隙) Mối bất hòa giữa các cá nhân, tư thù.

사글세(-貰) Tiền thuê phòng. ~방 phòng thuê.

사금(砂金) Vàng cám, vàng bụi. ~을 채취하다 đào vàng cám.

사기(詐欺) Lừa đảo, lừa. ~하다. ~를 당하다 bị lừa. 돈을 ~ lừa tiền. 도박 ~ đánh bạc lừa đảo. ~수단 thủ đoạn lừa đảo. ~죄 tội lừa đảo. ~행위 hành vi lừa đảo.

사기업(私企業) Công ty tư nhân.

사나나달 Bốn năm ngày. 그곳까지 가려면 ~이 걸립니다 đi đến đó mất chừng 4-5 ngày.

사납금(社納金) Tiền nộp cho công ty.

사낭(砂囊) Bao cát, bọc cát.

사내 ① Đàn ông, nam. ~아이 đứa bé trai. ~다운 사내 đàn ông ra dáng đàn ông. ② Chồng.

사내(社內) Trong công ty. ~결혼 đám cưới của những người cùng làm công ty. ~전화 điện thoại nội bộ trong công ty.

사냥감 Con mồi, thứ để đi săn, thứ để bắt. ~이 많은 곳 nơi nhiều mồi. ~이 많다 [적다] nhiều [ít] mồi. ~을 발견하다 phát hiện con mồi.

사냥개 Con chó săn. ~떼 bầy chó săn. ~를 풀어주다 thả chó săn ra.

사념(邪念) Suy nghĩ không đúng đắn, suy nghĩ lệch lạc. ~을 버리다 vứt bỏ những suy nghĩ lệch lạc.

사농공상(士農工商) Sĩ, nông, công, thương, chỉ bốn giai cấp trong xã hội ngày xưa.

사느랗다 ① Hơi lạnh, lành lạnh. 사느랗게 되다 cảm thấy lành lạnh. ② Hơi lạnh sống lưng, sợ và cảm thấy lạnh.

사다 ① Mua. 비싸게~ mua đắt. 싸게~ mua rẻ. …을 ~ mua cái gì đó. 돈으로 ~ mua bằng tiền. 천원에 ~ mua với giá một ngàn won. ② Thuê, mướn. 짐꾼을 ~서 이삿짐을 날랐다 mướn cửu vạn đưa hàng đi.

사다리 Cái thang.

사닥다리 Cái thang. ~에서 떨어져 허리를 다쳤다 rơi từ trên thang xuống bị chấn thương lưng.

사단(私斷) Phán đoán cá nhân.

사담(私談) Chuyện riêng. ~하다 nói chuyện riêng. ~을 엿듣다 nghe ai nói chuyện riêng.

사당(祠堂) Nhà thờ họ, từ đường. ~에 모시다 tập trung ở nhà thờ họ. ~에 제 사드리다 cúng ở nhà thờ họ.

사도(私道) Con đường không được công khai minh bạch.

사돈(査頓) Thông gia. ~집 nhà thông gia. ~간이 되다 trở thành thông gia. ~집과 뒷간은 멀어야 한다「tục ngữ」Phải sống xa nhà vệ sinh và nhà thông gia, thông gia không nên ở gần nhau.

사동(使童) Đứa bé chạy việc vặt ở văn phòng.

사동치마(四-) Con diều bốn màu.

사되다(私-) Trở thành của tư. ~게 쓰다 làm thành của tư nhân.

사두마차(四頭馬車) Xe bốn con ngựa kéo.

사들이다 Mua vào, mua về. 대량으로 ~ mua vào với số lượng lớn.

사등분(四等分) Chia thành 4 phần bằng nhau. ~하다. 그녀는 케이크를 ~ 했다 cô ấy chia chiếc bánh thành 4 phần bằng nhau.

사람됨 Phẩm hạnh, bản tính. ~이 정직하다 bản tính trung thực.

사람멀미 Bệnh chóng mặt khi ở chỗ đông người. ~하다.

사랑(舍廊) Phòng riêng cho khách.

사랑니 Răng khôn. ~가 나다 mọc răng khôn.

사랑스럽다 Đáng yêu, dễ thương. 사랑스러운 처녀 cô gái dễ thương.

사략(史略) Sử lược, phần lịch sử được viết tóm tắt.

사레 Ợ, khẹc ra. ~들리다 ợ ra.

사려(思慮) Suy nghẫm, nghiền ngẫm. ~깊은 suy nghẫm sâu sắc. ~없는 không có suy nghẫm. ~가 부족하다 thiếu sự suy nghĩ chu đáo.

사력(死力) Hết sức mình, hết sức bình sinh. ~을 다하다 gắng hết sức mình. ~을 다하여 싸우다 hết sức bình sinh chiến đấu.

사련(邪戀) Tình yêu tội lỗi, tình yêu thoát ra ngoài đạo lý. ~에 빠진 그들은 결국 불행으로 치달았다 những người yêu mù quáng như họ cuối cùng bất hạnh.

사령(死靈) Tứ linh, bốn con vật truyền thuyết là long ly quy phượng.

사령(辭令) Lệnh bổ nhiệm hoặc bãi nhiệm.

사례(謝禮) Cảm ơn, tạ lễ. ~하다. ~금 tiền cảm tạ. ~의 뜻으로서 ý cảm tạ.

사로자다 Ngủ trằn trọc, ngủ không yên vì lo lắng gì đó.

사로잠그다 Khép hờ, khóa hờ.

사로잡다 ① Bắt sống. 호랑이를 ~ bắt sống hổ. 적장을 ~ bắt sống tướng địch. ② Lôi kéo, thu hút. 남자의 마음을 ~ bắt sống trái tim đàn ông. 사람의 마음을 ~는 마력이 있다 có sức hút để lôi kéo lòng người.

사론(私論) Chủ trương, ý kiến cá

nhân.

사뢰다 Trình bày, thưa chuyện. 선생님께 ~올 말씀은 다음과 같 습니다 Xin trình bày với thầy giáo như sau.

사료(史料) Tài liệu lịch sử, tư liệu lịch sử. 제2차 세계 대전에 관한 ~를 수집하다 thu tập các tư liệu lịch sử vì chiến tranh thế giới lần hai.

사료(思料) Sự suy xét, nghiền ngẫm. ~하다.

사료(飼料) Thức ăn gia súc. ~가공회사 công ty chế biến thức ăn gia súc. ~를 주다 cho ăn. ~가게 cửa hàng thức ăn gia súc. 양계~ thức ăn cho gà.

사륙배판(四六倍判) Khổ lớn, khổ rộng.

사륜(四輪) Bốn bánh xe. ~구동 장치 thiết bị chạy bằng 4 bánh.

사르다 ① Đốt, thiêu. 편지를 불에 ~ cho bức thư vào lửa. ② Châm lửa. 향을 ~ đốt hương.

사르르 ① Từ từ, nhẹ nhàng. ~방문을 열다 nhẹ nhàng mở cửa ra. ② Tuyết hoặc băng từ từ tan ra. 쌓였던 눈이 ~녹았다 đống tuyết chất đống từ từ tan ra.

사리(私利) Tư lợi. ~사욕 tư lợi tư dục, tham vọng riêng. ~를 꾀하다 nhằm mục đích tư lợi.

사린(四隣) ① Lân cận bốn phương. ② Các nước lân cận xung quanh.

사립(私立) Tư lập, tư thục, dân lập. 이 학교는 ~이다 trường học này là trường tư lập.

사립짝 Cánh cửa làm bằng cành cây.

사마귀 Con bọ ngựa. ~가 수레와 맞서 다 bọ ngựa đấu với xe.

사망(死亡) Tử vong, chết. ~하다. 교통 사고로 ~ chết vì tai nạn giao thông. ~공고 thông báo tử vong.

사면(赦免) Ân xá. ~하다. 죄인의 ~ ân xá cho tội nhân. ~장 quyết định/ thư ân xá.

사면발이 ① Loài cua, giống cua. ② Chỉ người.

사면초가(四面楚歌) Tứ cố vô thân, bốn phương không ai giúp đỡ.

사멸(死滅) Tiêu diệt, tiêu huỷ. ~하다.

사명(社命) Lệnh công ty. ~에 의하여 theo lệnh của công ty.

사명(使命) Sứ mệnh, vai trò, nhiệm vụ. 중대한 ~을 띠다 mang sứ mệnh quan trọng.

사모님 ① Vợ thầy giáo. ② Gọi khi tôn kính vợ ai đó hoặc người phụ nữ nào đó, quý bà, phu nhân.

사무(社務) Công việc công ty.

사무(事務) Sự vụ, công việc. ~적인 có tính chất văn phòng. ~를 보다 làm việc. ~직원 nhân viên văn phòng. ~

복 trang phục công sở.

사무자동화(事務自動化) Tự động hóa văn phòng, tự động hóa nghiệp vụ, tin học hóa hành chính.

사문(寺門) Cổng chùa.

사문서(私文書) Tài liệu riêng.

사물(死物) Vật chết, thứ chết rồi, đồ vứt đi.

사물(私物) Của riêng, vật của cá nhân ai. 이것은 내~입니다 cái đó là của cá nhân của tôi.

사물놀이(四物-) Âm nhạc dân gian Hàn Quốc, 4 người, mỗi người chầm một loại nhạc cụ như chiêng, trống, vv..cùng hòa tấu.

사민(四民) Sĩ nông công thương, tứ dân.

사바사바 Lén lút, chạy chọt. ~하다. ~해서 건축 청부를 맡다 chạy chọt để trúng thầu xây dựng ngôi nhà.

사박거리다 Gặm, nhấm.

사박사박 Xào xạc, sột soạt. 모래밭을 ~ 걷다 dẫm lạo xạo trên cát.

사반기(四半期) Một phần tư của năm. 제일~ quý một.

사반세기(四半世紀) Một phần tư thế kỷ.

사방(四方) Tứ phương đông tây nam bắc, bốn bề. ~(팔방)을 찾다 tìm cả bốn phương tám hướng.

사방(砂防) Chống sói, chống sạt lở. ~공사 công trình chống sói món. ~댐 đập chống sói mòn. ~림 rừng chống sói mòn.

사배(四倍) Bốn lần, gấp bốn. ~하다.

사범(事犯) Hành vi phạm tội, hành vi bị buộc tội. 경제~ hành vi vi phạm về vấn đề kinh tế.

사범(師範) ① Sư phạm. ~교육 giáo dục sư phạm. ~대학 đại học sư phạm. ② Thị phạm. 권투~ thị phạm quyền anh. 태권도 ~ thị phạm tekwondo

사법(司法) Tư pháp. ~적 có tính tư pháp. ~권 quyền tư pháp. ~기관 cơ quan tư pháp

사법(私法) Luật quy định về các nội dung cá nhân con người như tài sản, tư cách, gồm có luật dân sự, luật thương mại vv.

사변(四邊) Bốn cạnh, bốn mép. ~형 hình tứ giác. 평행~형 hình tứ giác bình hành.

사변(事變) ① Tai ương, tai nạn. 예기치 않은 ~ tai nạn không đề phòng được trước. ② Chính biến, chính loạn. 나라에 ~이 났을 때 khi đất nước có chính biến.

사별(死別) Chết đi, mất đi, ra đi. ~하다. 남편과 ~하다 chết từ biệt chồng.

사병(士兵) Binh sĩ. ~막사 lều của lính. 육군 ~으로 입대하다 tham gia quân đội làm binh sĩ lục quân.

사본(寫本) Bản sao. ~을 만들다 làm bản sao.

사부(師父) ① Sư phụ. ② Cha và thầy, người thầy đáng kính.

사부(死夫) Người chồng đã chết.

사분(私憤) Thù riêng, tư thù.

사분사분 Mềm mại, nhẹ nhàng, từ từ.

사분오열(四分五裂) Tan thành nhiều mảnh, vỡ ra tan hoang. ~하다. 위 원회는 ~의 상태이다 uỷ ban giờ mỗi người một ngả.

사붓사붓 Nhè nhẹ, lặng lặng (không có tiếng động).

사비(私費) Tiền tư, tiền của mình. ~유학생 sinh viên du học do tiền túi cá nhân. ~로 bằng tiền của mình. 나는 ~로 유학했다 tôi đi học bằng tiền cá nhân.

사뿐 Đi nhẹ nhàng, đi rón rén. 담에 서 땅으로 ~히 뛰어내렸다 nhẹ nhàng nhảy từ trên tường xuống đất.

사사(私事) Việc tư.

사사(謝辭) Tạ từ, lời cảm tạ.

사사(師事) Làm thầy. ~하다. 다년간 그(분)에게 ~했다 làm thầy anh ta nhiều năm.

사사건건(事事件件) Mọi việc, việc này đến việc kia, việc gì cũng. ~반대하다 việc gì cũng phản đối.

사사롭다(私私-) Cá nhân, riêng tư. 사사로운 생활 cuộc sống cá nhân. 사사로운 접촉이 있다 có cuộc tiếp xúc có tính cá nhân.

사사오입(四捨五入) Làm tròn con số, làm chẵn.

사산(死産) Đẻ ra bào thai chết. ~하다.

사살(射殺) Bắn chết. ~하다. 그는 호랑이를 그 자리에서 ~했다 anh ta bắn chết con hổ ngay tại chỗ.

사삿일(私私-) Việc cá nhân, việc riêng tư. 남의 ~에 참견하다 tham gia vào việc riêng người khác.

사상(史上) Trong lịch sử. ~최대의 lớn nhất trong lịch sử. 그것은 ~유례없는 사건이었다 sự kiện đó chưa từng có trong lịch sử.

사상(死傷) Tử thương, chết và bị thương. ~병 bộ đội bị thương và chết. ~자 người chết và bị thương.

사상(思想) Tư tưởng. ~의 자유 tự do tư tưởng. 봉건적~ tư tưởng phong kiến. 건전한 ~ tư tưởng lành mạnh.

사상(沙上) Trên cát.

사상자(死傷者) Người chết và bị thương. 홍수로 인한 ~ số người chết và bị thương vì lũ lụt.

사색(四色) Bốn màu sắc.

사색(思索) Sự suy nghĩ, nghiền ngẫm. ~하다. ~적인 생활 cuộc sống có tính chất suy nghẫm.

사생결단(死生決斷) Đoàn kết cùng sống chết. ~하다.

사생아(私生兒) Đứa con hoang, đứa con ngoài giá thú. ~로 태어나다 sinh ra là con ngoài giá thú.

사생활(私生活) Đời sống riêng, đời tư. 의 ~ đời sống riêng tư của ai. ~에 간여하다 can dự vào đời sống riêng tư của ai đó.

사서(司書) Người giữ sách, đảm nhiệm công việc công văn.

사서(四書) Bộ sách Tứ Thư (Luận ngữ, Mạnh Tử, Trung Dung và Đại học).

사서(辭書) Từ điển. =사전(辭典).

사서(私書) Giấy tờ cá nhân.

사석(私席) Nơi có cuộc gặp riêng.

사선(私線) Đường dây liên lạc cá nhân.

사설(私設) Tư lập, cá nhân làm ra. ~하다. ~묘지 khu mộ tư lập. ~시장 chợ cá nhân làm ra

사설(社說) Phần ý kiến của người viết trên báo hoặc tạp chí.

사세(事勢) Tình hình công việc, tình thế công việc. =사태(事態). ~가 불리하여 tình hình bất lợi.

사소(死所) Nơi chết, chỗ chết.

사소하다(些少-) Nhỏ vụn, vặt vãnh, chẳng đâu vào đâu. 사소한 돈 một món tiền nhỏ bé. 사소한 일 việc nhỏ.

사수(死守) Tử thủ. ~하다. ~하다. 진 지를 ~하다 tử thủ giữ trận địa.

사숙(私塾) Tư thục, dân lập.

사술(邪術) Trò, mẹo, phương pháp nào đó không chính đáng.

사실(私室) Phòng tư, phòng riêng.

사실(查實) Điều tra thực tế. ~하다.

사실(寫實) Tả thực. ~하다. ~적으로 묘사하다 miêu tả có tính tả thực. ~주의 chủ nghĩa tả thực.

사실무근(事實無根) Sự thực vô căn cứ, giả dối, dối trá. ~이다 là sự thật vô căn cứ. 그 보고는 전혀 ~이다 báo cáo ấy là hoàn toàn không phải sự thật.

사실상(事實上) Trên thực tế. 이번 계획은 ~실패로 돌아갔다 trên thực tế kế hoạch này đã thất bại.

사심(邪心) Ác ý, ý xấu. ~있는 có ác ý.

사십(四十) Số bốn mươi. 제~ thứ 40. ~대의 사람 người vào tuổi 40.

사십구일재(四十九日齋) Cúng 49 ngày.

사약(賜藥) Chén thuốc độc vua đưa để phạt. ~을 내리다 ban chén thuốc độc, vì không từ chối làm cái gì đó

사업(事業) Công việc làm ăn, ngành nghề, sự nghiệp, làm ăn, kinh doanh. 큰~ công việc làm ăn lớn. ~에 관계하다 liên quan tới công việc làm ăn. ~에 성공/실패하다 thành công/thất bại trong làm ăn.

사업화(事業化) Công nghiệp hóa, thương nghiệp hóa. ~하다.

사역(使役) Làm công, làm thuê. ~하다.

사연(事緣) Nguyên nhân đầu đuôi sự việc, lý do. 말 못할 ~이 있어서 có lý do không nói được.

사열(四列) Bốn hàng. ~로 서다 đứng thành 4 hàng.

사열(査閱) Sự kiểm tra. ~하다.

사영(私營) Tư doanh. ~사업 ngành nghề tư doanh, công việc tư doanh.

사옥(社屋) Tòa nhà của tòa soạn báo, nhà xuất bản, tòa nhà công ty. 본사 ~ tòa nhà trụ sở công ty.

사욕(邪慾) Lòng tham xấu xa.

사용(使用) Sử dụng, xài, dùng, chi tiêu, vận hành. ~하다. ~할 수 없다 không sử dụng được. 을 ~하다 sử dụng cái gì đó. 마음대로 ~하다 sử dụng tùy theo ý muốn.

사우(社友) Bạn đồng môn, bạn cùng làm công ty.

사우나 Sauna, phòng tắm hơi.

사우디아라비아 Ảrập Saudia. ~사람 người Ảrập Saudia.

사원(寺院) Đền, chùa.

사원(私怨) Mối thù hận riêng.

사월(四月) Tháng tư.

사위 Con rể. 맏~ con rể đầu. ~를 맞다 đón con rể. ~사랑은 장모 mẹ vợ bao giờ cũng quý con rể hơn.

사위다 Thành tan, cháy thành tro. 숯불이 거진 다 ~어 간다 tro tắt thành than.

사유(私有) Tư hữu, sở hữu cá nhân. 토지의 ~ tư hữu đất đai. ~권 quyền tư hữu.

사유(事由) Căn cứ, lý do. ~를 묻다 hỏi lý do. ~를 밝히다 làm rõ lý do.

사육(飼育) Nuôi (trâu bò, động vật). ~하다. 누에의 ~법 cách nuôi tằm. 그는 목장에서 소를 ~하고 있다 anh ta nuôi bò ở nông trường. ~장 trại chăn nuôi.

사이다 Nước giải khát có gaz (sủi bọt).

사이드 Lề, mép, cạnh. ~라이트 đèn viền. ~미러 gương viền xung quanh.

사이렌 ① Còi hú, còi ụ, tín hiệu (siren). ~을 울리다 hú còi ụ, cho còi ụ kêu. ② Tín hiệu. 공습경보~ tín hiệu tấn công.

사이버 Ảo, không gian, giả tưởng (cyber). ~대학 trường đại học ảo, đại học qua mạng.

사이버스페이스 Không gian ảo (syper space).

사이보그 Người nhân tạo (cyborg).

사이비(似而非) Giả vờ, giả, bên ngoài thì thế nhưng bên trong thì lại hoàn toàn khác.

사이공 Sài gòn (thành phố Hồ Chí Minh hiện nay).

사인(死因) Lý do chết, nguyên nhân chết. ~이 불명하다 không rõ lý do chết. ~을 조사하다 điều tra lý do chết.

사인승(四人乘) Bốn người đi. ~자동차 xe bốn chỗ, xe hơi 4 chỗ.

사인조(四人組) Nhóm bốn người.

사일런트 ① Bí mật (silent). ② Phim không có tiếng.

사일열(四日熱) Bệnh sốt rét hai ngày lên cơn sốt một lần.

사임(辭任) Từ chức. ~하다. 강제로 ~시키다 bắt từ chức.

사자(四者) Bốn người, bốn bên. ~회담 hội đàm 4 bên.

사자(死者) Người chết (vì tai nạn). = 사망자.

사자(使者) Sứ giả. ~를 보내다 cử sứ giả. ~로서 가다 đi sứ.

사자어금니(獅子) Cái răng nanh sư tử, chỉ vật rất cần thiết cho ai đó.

사장(沙場) Bãi cát. =모래사장.

사장(射場) Trường bắn.

사재(私財) Tài sản cá nhân.

사재기 Mua sẵn tránh tăng giá. ~하다.

사쟁이 Người canh ngục, người cai tù.

사저(私邸) Nhà riêng.

사적(史的) Có tính lịch sử. ~고찰 khảo sát lịch sử. ~사실 sự thật có tính lịch sử.

사전(私田) Ruộng tư.

사전(史傳) Sử truyền.

사전(死前) Trước khi chết.

사전(事前) Trước, trước khi. ~에 예방하다 đề phòng trước. ~에 방지하다 phòng trước. ~에 알려 주다 cho biết trước.

사전(辭典) Từ điển, tự điển. 산~ từ điển sống. ~을 찾다 tìm trong từ điển. ~에 없다 không có trong từ điển. ~편집자 người soạn từ điển.

사절(使節) Đại biểu. ~단 đoàn đại biểu. 교육~단 đoàn đại biểu giáo dục. 군사~단 đoàn đại biểu quân sự. 경제~단을 파견하다 cử đoàn đại biểu kinh tế.

사절(謝絶) Sự từ chối, sự khước từ. ~하다.

사점(死點) Điểm chết, điểm cố định.

사정(事情) ① Tình hình, tình huống, hoàn cảnh. 가정~ hoàn cảnh gia đình. 가정~으로 학교를 그만두다

nghỉ học vì hoàn cảnh gia đình. ② Xin xỏ, trình bày hoàn cảnh. ~하다. 하룻밤 재워 달라고 ~하다 xin cho ở một đêm.

사정(射精) Xuất tinh, bắn tinh ra ngoài (nam). ~하다. ~관 ống dẫn tinh trùng.

사정사정(事情事情) Trình bày hoàn cảnh, xin. ~하다. ~해서 승낙을 얻다 trình bày hoàn cảnh và được chấp nhận.

사제(私製) Cá nhân làm, tự làm. ~담배 thuốc lá tự làm. ~엽서 thiệp tự làm.

사죄(死罪) Tử tội, tội chết.

사주(四柱) Tứ trụ, bốn quẻ về ngày tháng năm giờ sinh của người, thuật xem bói. ~(를) 보다 xem bói tứ trụ.

사주(社主) Chủ công ty.

사주(蛇酒) Rượu rắn. =뱀술.

사증(査證) ① Điều tra chứng minh. ~하다. ② Visa, thị thực. ~을 받다 nhận visa. ~을 발급하다 phát cấp visa. 입국~ visa nhập cảnh.

사지(死地) Vùng đất chết. ~로 들어 가다 đi vào vùng đất chết. ~에 빠지다 rơi vào vùng đất chết.

사직(社稷) Đất nước, triều đình.

사직(辭職) Từ chức, thôi việc. ~하다. ~서 đơn xin thôi việc. 신병을 이유로 ~하다 xin thôi việc vì bệnh tật.

사직서(辭職書) Đơn thôi việc, đơn từ chức. ~를 내다 đưa đơn thôi việc. ~를 수리하다 thụ lý đơn thôi việc.

사진(沙塵) Bụi cát. ~을 일으키다 làm tung bụi cát.

사진전송(寫眞電送) Chuyển ảnh, gửi ảnh. ~하다.

사차선도로(四車線道路) Đường 4 làn xe chạy.

사찰(寺刹) Đền, chùa. =절.

사찰(査察) Sự điều tra, kiểm tra. ~하다. ~비행 bay kiểm tra. 현지~ kiểm tra thực tế.

사채(私債) Món nợ cá nhân, món nợ riêng. ~업자 người chuyên cho vay tiền.

사철(私鐵) Đường sắt tư nhân.

사체(死體) Xác chết, thi hài. ~부검 kiểm tra xác chết.

사춘기(思春期) Tuổi dậy thì. ~의 남녀 nam nữ tuổi dậy thì. ~에 달하다 đến tuổi dậy thì.

사출(射出) Bắn ra, phóng ra, phun ra. ~하다.

사취(詐取) Lừa đảo, lừa gạt. ~하다. 돈을 ~하다 lừa gạt lấy tiền.

사치(奢侈) Xa xỉ. ~하다. ~한 생활 cuộc sống xa xỉ. ~품 hàng xa xỉ.

사칙(社則) Nội quy công ty. ~을 어기다 trái nội quy công ty.

사칭(詐稱) Mạo danh, tự xưng bậy để lừa gạt. ~하다.

사커 Môn bóng đá (soccer). ~선수 cầu thủ bóng đá.

사타구니 Háng. =샅.

사탄 Quỷ Satăng.

사탑(斜塔) Tháp nghiêng. 피사의 ~ Tháp nghiêng Piza.

사탕발림(砂糖-) Lời đường mật, lời nói ngon ngọt. ~하다. ~에 넘어가다 bị lừa vì những lời đường mật.

사태(死胎) Thai chết. ~분만 đẻ ra thai chết.

사태(事態) Tình hình, tình thái. ~를 개선하다 cải thiện tình hình. ~를 해결하다 giải quyết tình hình. ~가 호전하다 tình hình tốt đẹp hơn.

사택(社宅) Nhà dành cho nhân viên của công ty, ký túc xá.

사토(沙土, 砂土) Đất cát.

사토장이(莎土匠) Người chuyên làm mộ.

사통(私通) ① Liên lạc đi lại. ~하다. ② Tư thông, thông dâm, có quan hệ ngoài chồng vợ.

사통오달(四通五達) Liên kết đến mọi nơi mọi hướng. =사통팔달.

사퇴(辭退) Sự từ chối, sự khước từ. ~하다. 자진~ tự rút lui.

사투(死鬪) Quyết tử, sống mái. ~하다. 그들은 적군과 ~를 벌였다 họ mở trận quyết tử với quân địch.

사특(邪慝) Xấu xa, ác độc. ~하다.

사파(娑婆) Thế giới này.

사포(砂布) Giấy nhám. 거친[고운]~ giấy nhám loại sần [mềm]. ~로 닦다 dùng giấy nhám lau.

사표(辭表) Đơn từ chức, về hưu. ~를 내다 nộp đơn từ chức. ~를 반려하다 trả lại đơn từ chức. ~를 수리하다 thụ lý đơn từ chức.

사풋 Nhẹ nhàng, rón rén.

사풍(沙風, 砂風) Bão cát.

사풍(邪風) ① Thái độ vênh váo coi thường. ② Tập tục xấu.

사필귀정(事必歸正) Tất cả mọi việc sẽ phải theo con đường đúng, tất cả phải trở thành chính nghĩa.

사하다(謝-) ① Cảm ơn, cảm tạ. ② Tạ lỗi, xin lỗi.

사하라사막(-砂漠) Sa mạc Sahara.

사학(史學) Sử học. ~과 khoa sử. ~과 학생 học sinh khoa sử.

사학(私學) Tư thục, trường tu. 우리 학교는 ~의 명문이다 trường chúng tôi là một ngôi trường tư danh tiếng.

사항(事項) Hạng mục, mục, vấn đề, nội dung. 참고 ~ nội dung tham khảo. 보고 ~ nội dung báo cáo.

사해(死海) Biển chết (một cái hồ ở Á

Rập).

사행(私行) ① Hành vi cá nhân. ② Làm không cho ai biết. ~하다.

사향(思鄕) Nhớ quê. ~하다. ~병 bệnh nhớ quê.

사향(麝香) Xạ hương. ~고양이 mèo xạ hương. ~나무 cây xạ hương.

사혈(死血) Máu bầm, máu chết.

사혈(瀉血) Rút máu. ~하다.

사형(死刑) Tử hình. ~하다. ~에 처하다 xử tử hình. ~을 받다 bị tử hình. ~을 선고하다 tuyên cáo tử hình.

사형(私刑) Hình phạt không phải của luật pháp mà của một tập thể người nào đó. ~하다.

사화(私和) Sự hòa giải (trong vụ kiện). ~하다.

사환(使喚) Người làm việc vặt trong văn phòng, công ty.

사활(死活) Sự sống còn, sự sống chết. ~에 관한 투쟁 đấu tranh cho sự sống còn. ~문제 vấn đề sống còn.

사회기강(社會紀綱) Kỷ cương xã hội.

사회복지(社會福祉) Phúc lợi xã hội. ~를 증진하다 đẩy mạnh phúc lợi xã hội.

사회불안(社會不安) Bất an xã hội.

사회악(社會惡) Các thói xấu trong xã hội.

사회적(社會的) Có tính xã hội. ~문제 vấn đề có tính xã hội. ~불공정 bất bình đẳng xã hội.

사회정세(社會情勢) Tình hình xã hội. ~의 변화에 부응하다 đáp ứng được sự biến đổi của tình hình xã hội.

사후(死後) Sau khi chết. ~세계 thế giới sau khi chết. ~약방문 Chết rồi thuốc mới đến, chỉ làm gì quá chậm.

사흘날 ① Ngày thứ ba trong tháng, ngày mồng ba. 5월~ ngày mồng ba tháng năm. ② Ba ngày.

삭감(削減) Giảm, giảm bớt. ~하다. 경비를 ~ giảm kinh phí. 예산을 ~하다 giảm ngân sách.

삭구(索具) Xích sắt.

삭도(索道) Dây thừng, dây cáp. ~차.

삭막(索莫, 索漠) Mập mờ, không rõ rệt (trong ký ức). ~하다.

삭망(朔望) ① Ngày đầu tháng và ngày rằm. ② Cúng lễ.

삭모(削毛) Cạo lông.

삭발(削髮) Cạo tóc, cạo đầu. ~하다. ~하고 중이 되다 cạo tóc thành sư.

삭신 Xương cốt cơ bắp. ~이 쑤시다 đau nhức xương cốt và cơ bắp.

삭정이 Cành khô. ~를 쳐[잘라] 내다 cắt bỏ cành khô. ~ 꺾듯 như bẻ cành khô, rất dễ.

삭치다(削-) Xóa bỏ, gạt bỏ.

삭탈관직(削奪官職) Xóa tên trong

danh sách quan lại. ~하다.

삭풍(朔風) Cơn gió bắc mùa đông.

삭히다 Làm cho tiêu hóa được, làm chín mọng.

삯 ① Tiền lương, tiền công. ~을 받다 nhận tiền công. ② Tiền phải trả vì sử dụng cái gì đó. 기차 ~ tiền tàu hỏa. 전차~을 올리다 nâng tiền vé tàu điện.

삯바느질 May vá lấy tiền.

삯빨래 Giặt thuê lấy tiền.

삯팔이 Công việc có thù lao. ~꾼 người làm công

산(酸) Axít.

산(算) Tính toán.

-산(産) Tiếp từ, đi sau địa danh, chỉ sản xuất ở đâu đó. 외국~ hàng ngoại. 국~ hàng nội.

산가(山家) Nhà trên núi. ~생활 cuộc sống trên núi.

산간(山間) Giữa núi non. ~마을 ngôi làng trong núi non. ~벽촌 ngôi làng trong núi. ~에 살다 sống trong núi.

산경(山景) Cảnh núi non.

산고(産故) Đẻ con ~가 되다 đến lúc đẻ.

산기슭(山-) Chân núi. 우리는 그~에서 야영을 했다 chúng tôi đóng trại dưới chân núi.

산길(山-) Đường núi. ~을 가다 đi đường núi.

산꼭대기(山-) Đỉnh núi. 장산~에서 trên đỉnh Trường Sơn. 그 ~에 호수가 있다 trên đỉnh núi có cái hồ.

산놓다(算-) Tính toán.

산달(産-) Tháng sinh, tháng đẻ.

산도(山道) Đường núi.

산도(酸度) Độ axít. ~측정 đo độ axít.

산독증(酸毒症) Trúng độc axít.

산돼지(山-) Lợn rừng.

산들산들 Nhẹ nhàng, êm dịu, mát dịu. 아침 바람이 ~불고 있었다 gió ban mai đang thổi man mát.

산란(散亂) Tán loạn, tứ tung. ~하다. 걱정해서 마음이 ~하다 lo quá nên rối tung lên.

산령(山靈) Thần núi.

산령(山嶺) Đỉnh núi, ngọn núi

산류(酸類) Loại axít.

산릉(山陵) Sơn lăng, lăng vua. =왕릉.

산림(山林) Rừng và núi, sơn lâm. ~관리 quản lý rừng. ~이 훼손되다 rừng bị tàn phá. ~을 보호하다 bảo vệ núi rừng.

산만(散漫) Tản mạn, không tập trung. ~하다. 머리가 ~한 사람 người có đầu óc tản mạn, không tập trung.

산매(散賣) Bán lẻ. ~가격으로 bằng giá bán lẻ.

산맥(山脈) Dãy núi. 알프스~ dãy núi

Alpas. 황련산~ dãy núi Hoàn Liên Sơn.

산멱통 Họng, cổ họng. 돼지의 ~을 찌르다 chọc tiết cổ lợn.

산명수려(山明水麗) Sơn thủy hữu tình, cảnh đẹp sông núi. =산자수명.

산모(産母) Sản phụ. ~보호 chăm sóc sản phụ. ~사망률 tỷ lệ sản phụ tử vong.

산미(産米) Gạo sản xuất ra.

산미(酸味) Chất axít, vị chua. ~가 있는 có vị chua. 이 포도는 ~가 강하다 giống nho này có vị chua mạnh.

산밑(山-) Dưới núi.

산바람(山-) Gió núi, gió rừng.

산발(散發) ① Thỉnh thoảng trỗi dậy. ~하다. ② Bắn xối xả. ~하다.

산발(散髮) Rũ tóc. ~하다. ~한 여자 người đàn bà rũ tóc.

산법(算法) Cách tính.

산벼락 Gặp một việc gì đó đột ngột, tai nạn khủng khiếp. ~맞다 gặp tai nạn khủng khiếp.

산병(散兵) Tản binh, binh lính mỗi người một nơi, cho quân tản ra. ~하다.

산보(散步) Đi dạo. =산책.

산복(山腹) Sườn núi, lưng núi.

산봉우리(山-) Chỏm núi, đỉnh núi, chóp núi.

산부(産婦) Sản phụ. 애를 낳은 ~는 아이에게 젖을 물렸다 người sản phụ cho con bú sữa.

산성(酸性) Tính axít, axít. ~도 độ axít. ~반응 phản ứng axít. ~시험 thí nghiệm axít. ~비 mưa axít. ~토양 đất có tính axít.

산소결핍(酸素缺乏) Thiếu ôxy. 물 속의 ~으로 연못의 물고기가 많이 죽어서 떠올랐다 trong nước thiếu ô xi nên cá trong hồ chết nổi lên nhiều. ~증 bệnh thiếu ôxy.

산소흡입(酸素吸入) Thở ôxy, hít ôxy. ~을 받다 được thở ôxi. 환자에게 ~을 시키다 cho bệnh nhân thở ôxy. ~기 máy thở ôxy.

산속(山-) Trong núi. ~의 마을 làng trong núi. 깊은 ~에 trong núi sâu. 깊은 ~에 살다 sống trong núi sâu. ~에 있는 외딴 집 ngôi nhà một mình trong núi sâu.

산송장 Cái thây sống, chỉ người sống mà không có sức. ~이나 다름없다 chẳng khác gì cái thây sống.

산수(山水) ① Sơn thủy. ~미 vẻ đẹp sông nước. ~화 tranh vẽ cảnh sông nước. ② Cảnh, phong.

산아(産兒) ① Sinh nở, sinh đẻ. ~하다. ~제한 hạn chế sinh đẻ. ② Đứa bé mới sinh. ~를 보살피다 chăm sóc em bé mới sinh.

산아제한(産兒制限) Hạn chế sinh đẻ (kế hoạch hóa gia đình). ~을 하다 thực hiện hạn chế sinh đẻ.

산액(産額) Lượng sản xuất ra. ~을 늘리다 tăng số lượng sản xuất.

산야(山野) Núi và ruộng đồng. 푸른~ núi non đồng ruộng xanh tươi.

산양(山羊) ① Sơn dương, con linh dương. ② Con dê.

산언덕(山-) Đồi, ngọn đồi.

산업(産業) Công nghiệp. ~개발 phát triển công nghiệp. ~공해 ô nhiễm công nghiệp. ~국 quốc gia công nghiệp. ~도시 thành phố công nghiệp. ~박람회 triển lãm công nghiệp.

산업별(産業別) Từng ngành nghề.

산욕(産褥) Cái khăn/ đệm của trẻ mới sanh. ~에 눕다 để nằm trên đệm. ~을 깔아 주다 thay đệm.

산울림(山-) ① Tiếng kêu của núi do địa chất thay đổi. ② Tiếng vọng vào vách đá.

산울타리 Hàng rào bằng cây rừng. ~를 만들다 làm hàng rào bằng cây. ~를 두른 정원 ngôi vườn được bao quanh bằng cây rừng.

산월(産月) Tháng sinh ra.

산유(産油) Có dầu, sản xuất ra dầu mỏ. ~국 nước sản xuất ra dầu mỏ, các nước có dầu mỏ

산입(算入) Tính vào, tính chung. ~하다.

산재(散在) Tản tác, đây đó. ~하다. 인가가 ~하는 마을 ngôi làng có nhà dân tản mát.

산재(散財) Dùng hết tiền, xài hết tài sản. ~하다.

산재(産災) Tan nạn công nghiệp. =산업재해.

산적(山賊) Sơn tặc. ~질 trò sơn tặc. ~떼 bầy sơn tặc. ~이 출몰하는 곳 nơi có sơn tặc.

산적(山積) Chất đống, chất đống như núi. ~하다. 할 일이 ~해 있다 công việc chất đống như núi.

산적(散炙) Món thịt bò nướng.

산적도둑(散炙-) ① Chỉ người luôn chọn cái gì ngon mà ăn. ② Chỉ con gái lấy chồng về nhà lấy những cái gì tốt về nhà mình.

산전수전(山戰水戰) Sơn chiến thuỷ chiến, muôn vàn khó khăn. ~을 겪다 gặp muôn vàn khó khăn. trải việc đời.

산정(山亭) Sơn đình, cái đình trên núi. ~을 짓다 xây đình trên núi.

산정(山頂) Đỉnh núi, ngọn núi. =산꼭대기.

산정(算定) Tính toán. ~하다. 상환액의 ~ tính số tiền phải hoàn lại.

산줄기(山-) Dãy núi, rặng núi.

산중(山中) Trong núi, trong rừng.

산지(山地) Sơn địa, núi rừng.

산지(産地) Nơi sản xuất, vùng sản xuất. 담배~ nơi sản xuất thuốc lá. 쌀의 ~ nơi sản xuất gạo.

산지기(山-) Nhân viên lâm nghiệp, người bảo vệ rừng.

산짐승(山-) Động vật rừng.

산채(山菜) Rau rừng. ~를 캐다 đào rau rừng.

산채(山寨, 山砦) Thành trong núi, pháo đài trong núi.

산초(山椒) Cỏ trên núi.

산촌(山村) Làng ở trên núi.

산출(産出) Sản xuất ra. ~하다. ~량 lượng sản xuất. ~력 sức sản xuất. ~지 nơi sản xuất ra.

산탄(霰彈) Đạn chùm. ~통 bao đạn chùm.

산토끼(山-) Con thỏ rừng. ~사냥 săn thỏ rừng.

산통(疝痛) Bệnh đau bụng thành từng cơn.

산파(産婆) Bà mụ, bà đỡ, nữ hộ sinh. ~역을 하다 đóng vai trò bà mụ.

산패(酸敗) Sự axít hóa, bị dư ho tiếp xúc với không khí. ~하다.

산호(珊瑚) San hô. ~석 đá san hô. ~섬 đảo san hô. ~해 biển san hô. ~수(樹) cây san hô. ~채취 hái san hô.

산화(酸化) Ôxy hóa, bị gỉ, bị rỉ. ~하다. ~하기 쉬운 금속 kim loại dễ bị ôxy hóa.

산회(散會) Sự bế mạc, nghỉ họp. ~하다. 몇 시에 ~하였나? Mấy giờ nghỉ họp?

산후(産後) Sau khi sinh. ~의 회복 hồi phục sau khi sinh. ~의 부기 chứng phù sau khi sinh.

산휴(産休) Kỳ nghỉ sinh, nghỉ đẻ. ~를 얻다 nghỉ sinh.

살금살금 Lặng lẽ, trộm, bí mật, rón rén, lén lút, làm gì đó không cho ai biết. ~걷다 đi lén lút. ~다가 가다 tiến tới một cách lặng lẽ.

살기(殺氣) Sát khí, khát máu. ~에 찬 군중 đoàn quân sát khí. ~등등하다 đằng đằng sát khí.

살길 Kế sinh nhai, đường sống. ~을 찾다 tìm kế sinh nhai. ~을 잃다 mất kế sinh nhai.

살날 Ngày còn sống. 그는 ~이 얼 마 안 남았다 hắn ta sống chẳng còn được mấy ngày.

살내리다 Gầy đi, xuống cân. ~는 약 thuốc làm gầy đi, thuốc giảm cân. ~기 위한 운동을 하다 vận động để xuống cân.

살뜰하다 Tiết kiệm, tằn tiện. 살뜰히 một cách tằn tiện. 살뜰한 아내 người vợ tằn tiện.

살랑거리다 ① Thổi nhẹ nhàng. 가을 바람이 ~ gió thu nhè nhẹ. ② Đi nhẹ nhàng. ~며 걷다 đi nhẹ nhàng.

살롱 ① Phòng khách, phòng tiếp khách kiểu châu Âu. ② Phòng triển lãm mỹ thuật. ③ Nơi bán rượu, quán bia, quán rượu, quán bia ôm.

살리다 ① Cứu sống, cứu mạng. 경제를 ~ cứu sống cả nền kinh tế. 사람을 ~ cứu người. 아무의 목숨을 ~ cứu mạng ai. ② Làm cho sống lại. 사그러져 가는 불씨를 ~ làm cho ngọn lửa tắt sống lại. ③ Sử dụng, vận dụng. 경험을 ~ vận dụng kinh nghiệm.

살리실산(-酸) Axít salicylic.

살림 ① Cuộc sống, sống, sinh hoạt. ~하다. ~도구 công cụ sống. ~하는 방식 cách kiếm sống. ② Điều kiện sống. ~이 어렵다 cuộc sống khó khăn. ~이 넉넉하다 cuộc sống đầy đủ.

살모넬라 Vi khuẩn Salmonella (khuẩn gây ngộ độc thức ăn). ~에 의한 식중독 ngộc độc thức ăn do khuẩn Salmonella.

살몽혼(-朦昏) Sự gây tê từng phần. ~을 하다 gây tê từng phần.

살무사 Rắn độc.

살문(-門) Cửa sổ.

살벌(殺伐) ① Sát phạt. ~하다. ~한 분위기 bầu không khí sát phạt. ② Tàn sát.

살별 Sao Chổi. =혜성(彗星).

살보시(-布施) Chỉ đàn bà cho nhà sư quan hệ tình dục, bố thí xác thịt. ~하다.

살살 Nhẹ nhàng, nhè nhẹ, chầm chậm. 상처를 ~만지다 mân mê vết thương. 바람이 ~분다 gió thổi nhè nhẹ.

살상(殺傷) Sát thương, gây thương vong. ~하다. ~률 tỷ lệ sát thương. 많은 사람들이 ~되었다 nhiều người bị thương.

살생(殺生) Sát sinh, giết người hoặc động vật. ~하다. ~을 금하다 cấm sát sinh. 전투에서~은 불가피한 것입니다 trong chiến đấu thì chuyện sát sinh là bất khả kháng.

살수(撒水) Tưới nước, phun nước. ~하다. ~차 xe tưới nước.

살신성인(殺身成仁) Hy sinh vì chính nghĩa. ~하다.

살아생전(-生前) Trong khi còn sống, khi còn sống. ~너의 출세를 보고싶다 muốn thấy cậu thành công khi tôi còn sống.

살의(殺意) Ý định giết người. ~를 품다

mang ý giết người. 처음부터 ~가 있었던 것은.아니다 ban đầu không có ý giết người.

살아남다 Còn sống, sống sót. ~은 사람들 những người còn sống sót. 지진에 ~ sống sót sau trận động đất.

살인(殺人) Sát nhân, giết người. ~하다. ~적인 có tính sát nhân. ~이 나다 xảy ra vụ giết người. ~미수 cố ý giết người

살인죄(殺人罪) Tội giết người. ~로 기소되다 bị khởi tố về tội giết người. ~로 잡히다 bị bắt về tội giết người.

살점(-點) Miếng thịt, lát thịt.

살촉(-鏃) Đầu mũi tên.

살충(殺蟲) Sát trùng, giết sâu bọ. ~하다. ~제 thuốc trừ sâu. ~ 작용 có tác dụng giết sâu bọ

살치다 Đánh dấu nhân, đánh dấu X, đánh dấu bỏ.

살판나다 Sống tốt lên, giàu lên, khá lên. 그는 부잣집에 장가 들어 ~ anh ta lấy con nhà giàu khá lên.

살포(撒布) ① Rắc, rải. ~하다. 화학 약품의 ~ rắc thuốc bột. 지금 나무 에 살충제를 ~하고 있는 중이다 đang rắc thuốc trừ sâu lên cây. ② Rắc tiền bạc, phung phí tiền nong.

살풍경(殺風景) Phong cảnh chẳng có gì để xem, không có gì hay. ~하다.

살피다 ① Để ý, thăm dò. 남의 눈치를 ~ thăm dò ánh mắt của người khác. ② Nắm bắt, phán đoán. 남의 마음속을 ~ nắm bắt suy nghĩ của ai đó.

살해(殺害) Sát hại, giết hại, giết người. ~하다. ~를 기도하다 có ý giết người. ~현장 hiện trường giết người. ~를 당하다 bị sát hại, bị giết.

삼 Sợi gai đầu.

삼(蔘) Sâm, nhân sâm. =인삼(人蔘). 산~ sâm núi.

삼가 Tự đáy lòng, chân thành, thành kính. ~감사의 말씀을 드립니다 chân thành cảm ơn. ~애도의 뜻을 표합니다 thành kính tỏ lòng thương tiếc.

삼각(三角) Tam giác, ba góc. ~관계 quan hệ tay ba, mối tình tay ba. ~형 hình tam giác.

삼각형(三角形) Hình tam giác. 둔 각 [예각]~ tam giác góc tù [góc nhọn]. 등변[부등변]~ tam giác đều (không đều).

삼거리(三-) Ngã ba.

삼경(三經) Tam kinh trong đạo Nho, đại kinh, trung kinh và tiểu kinh.

삼계탕(蔘鷄湯) Gà hầm sâm.

삼관왕(三冠王) Giành cả ba ngôi vô địch, giành cả ba giải. ~을 차지하다 giành cả ba giải.

삼교(三敎) Tam giáo, Nho giáo, Đạo

giáo và Phật giáo.

삼국(三國) ① Tam quốc, ba nước. ② Thời Tam Quốc của Hàn Quốc là Sinla, Bekchê và KoKuryo. ~시대 thời tam quốc.

삼국지연의(三國志演義) Tam quốc chí diễn nghĩa.

삼군(三軍) ① Tam quân; lục quân, hải quân và không quân. ~합동작전 ba đội quân hợp đồng tác chiến ② Tam quân, toàn tuân (thời kỳ cũ). ~을 지휘하다 chỉ huy tam quân.

삼권(三權) Tam quyền (quyền lập pháp, tư pháp và hành chính). ~분립 tam quyền phân lập.

삼년(三年) Ba năm. ~상(喪) tang ba năm. ~생 sinh viên cao đẳng 3 năm. ~마다 ba năm một lần.

삼단(三段) Ba đoạn. ~로켓 tên lửa ba tầng.

삼단논법(三段論法) Tam đoạn pháp luận.

삼대(三代) Ba thế hệ. ~(가는) 부자 없다 không ai giàu ba đời. 그의 직업은 ~를 걸쳐 이어온 것이다 nghề này truyền lại ba đời nay.

삼도내(三途-) Con suối lớn trên đường khi con người chết lên thiên đường.

삼등(三等) Hạng ba. ~객 khách hạng 3. ~칸 toa hạng ba. ~표[석] vé [ghế] hạng ba. ~품 hàng hạng ba. ~이 되다 đứng thứ 3 (chạy, điền kinh).

삼등분(三等分) Chia đều làm ba. ~하다. 그 돈은 너희들끼리 ~하여라 số tiền ấy các cậu chia đều làm ba đi.

삼라만상(森羅萬象) Thiên la vạn tượng, muôn hình vạn trạng.

삼류(三流) Hạng ba, cấp ba, chỉ hạng thấp kém. ~인물 nhân vật hạng ba. ~학교 trường hạng ba.

삼륜차(三輪車) Xe đạp ba bánh, xích lô.

삼림(森林) Rừng ~경비원 người canh rừng. ~남벌 chặt phá rừng. ~보호 bảo vệ rừng.

삼면(三面) Ba cạnh, ba mặt. ~작전 đánh ba mặt. 한국은 ~이 바다이다 Hàn Quốc ba mặt là biển. ~체 vật ba mặt.

삼모작(三毛作) Ba vụ mùa một năm.

삼목(杉木) Cái gông cùm cổ, tay và chân người tù.

삼배(三倍) Ba lần. ~하다. 수입을 ~로 늘리다 tăng thu nhập lên gấp 3 lần.

삼배(三拜) Quần áo vải vóc bằng sợi gai dầu.

삼베 Sợi đay.

삼부(三部) Ba bản, ba phần, ba đoạn.

삼분(三分) Chia ba ra. ~하다.

삼분오열(三分五裂) Chia thành từng mảng, tan tác, chia năm sẻ bảy. ~하다.

삼사분기(三四分期) Quý 3, tháng 8,9,10 trong năm.

삼사월(三四月) Tháng 3 và tháng 4.

삼산화(三酸化) Chất trioxide.

삼삼오오(三三五五) Nhóm dăm ba người. ~떼를 지어 걷다 đi thành nhóm dăm ba người.

삼색(三色) Ba màu. ~기 cờ ba sắc.

삼선(三選) Trúng cử 3 lần. ~되다 trúng cử 3 lần.

삼성들리다 Ăn no nê, ăn thỏa thích.

삼세번(三-番) Chính xác ba lần.

삼시(三時) ① Ba bữa ăn sáng trưa chiều. ② Quá khứ, hiện tại và tương lai, ba thì, ba thời.

삼십(三十) Ba mươi. 제~ thứ 30. ~년 ba mươi năm. ~대의 사람 người vào lứa tuổi 30.

삼십팔도선(三十八度線) Vĩ tuyến 38.

삼엄(森嚴) Chặt chẽ, nghiêm khắc. ~하다. 경찰의 ~한 경계망을 뚫고 도주하다 bỏ trốn khỏi vòng vây chặt chẽ của cảnh sát.

삼오야(三五夜) Đêm rằm. ~밝은 달 trăng sáng đêm rằm.

삼용(蔘茸) Sâm nhung.

삼원색(三原色) Ba màu chính. ~을 활용한 sử dụng ba màu chính.

삼인칭(三人稱) Ngôi thứ 3. ~단수 [복수] ngôi thứ 3 số ít [số nhiều].

삼일(三日) ① Ngày mồng ba. 5월 ~ ngày 3 tháng 5. ② Ba ngày. ~걸러 mất 3 ngày. ~마다 3 ngày một lần.

삼중(三重) Ba lớp. ~유리 kính ba lớp.

삼지사방(-四方) Bốn phương. ~으로 도망치다 bỏ chạy ra bốn hướng, bỏ chạy tứ tung.

삼지창(三枝槍) Cây thương 3 ngạnh.

삼차(三次) Ba lần. 제 ~ 5개년 계획 kế hoạch 5 năm lần thứ 3.

삼창(三唱) Kêu ba lần, hô ba lần (thề). ~하다.

삼척동자(三尺童子) Đồng tử ba thước, chỉ đứa trẻ con. ~도 그것은 안다 cái đó trẻ con cũng biết.

삼천리(三千里) Ba ngàn dặm. ~강산[강토] giang sơn rộng lớn.

삼촌(三寸) Anh em của cha, chú, bác. 외~ cậu (em mẹ). 처~ thím, bác gái.

삼층(三層) Ba tầng, tầng thứ 3. ~집 nhà 3 tầng. 내 방은 ~에 있다 phòng tôi ở tầng ba.

삼파전(三巴戰) Cuộc đấu tranh giữa ba phe. ~을 벌이다 trận chiến 3 phe bùng nổ.

삼판양승(三-兩勝) Đánh ba ván thắng hai.

삼팔선(三八線) Vĩ tuyến 38 (vĩ tuyến chia cắt Nam Bắc Hàn).

삼포(蔘圃) Ruộng sâm.

삼한사온(三寒四溫) Ba ngày lạnh bốn ngày ấm (chu kỳ biến đổi thời tiết của một số nước Bắc và đông bắc Á).

삽목(挿木) Dâm cây. =꺾꽂이.

삽상하다(颯爽-) Mát mẻ. 삽상한 가을 바람 gió thu mát mẻ.

삽시간(霎時間) Trong chốc lát, trong chớp mắt, trong giây lát.

삽입(挿入) Lắp vào, ráp vào. ~하다. ~구 lỗ để lắp vào, mộng gỗ.

삽질(鍤-) Đào bới. ~하다.

삿갓 Cái nón tre.

상(賞) Thưởng, giải thưởng. 일등~ giải nhất. 노벨 평화~ giải thưởng Nobel hòa bình.

상(狀) Tiếp từ, đi sau danh từ, chỉ hình dạng, có hình hoặc trạng thái.

상가(商家) Cửa hàng, cửa hiệu, thương hiệu.

상가(喪家) Nhà có tang. ~에 문상 가다 đi viếng tang.

상각(償却) Bồi thường, hoàn trả. ~하다. ~자산 tài sản hoàn trả.

상감(上監) Nhà vua, đức vua.

상감(象嵌) Khảm, nạm. ~을 하다[박다] khảm.

상객(上客) Thượng khách.

상거래(商去來) Buôn bán, giao thương. 거기는 ~가 활발하다 ở đó buôn bán làm ăn tốt.

상거지(上-) Ăn mày rách nát hết chỗ nói, đói khổ hết chỗ nói.

상계(商界) Giới thương nhân, giới buôn bán.

상고(上古) Thượng cổ, cổ đại.

상고(上告) ① Kháng án, chống án. ~하다. ~기한 thời hạn kháng án. ~법원 tòa phúc thẩm. ② Thông báo cho người trên biết, báo cáo cấp trên.

상고(詳考) Nghiên cứu, kiểm tra tỉ mỉ. ~하다.

상공(上空) Bầu trời, không trung. 서울~에(서) trên bầu trời Seoul. 1,000 미터~에서 ở độ cao 1000 mét trên không trung.

상과(商科) Khoa thương mại, thương mại. ~대학 đại học thương mại.

상관(上官) Cấp trên, lãnh đạo. ~의 명령에 복종하다 phục tùng mệnh lệnh cấp trên. ~을 모욕하다 mạ nhục cấp trên. ~의 명령을 거역하다 trái lệnh cấp trên.

상관(相關) ① Tương quan. ~하다. ~관계 quan hệ tương quan. ~성 có tính tương quan. ② Liên quan lẫn nhau. ~하다. 그런 일에 ~하고 싶지 않다

không muốn liên quan đến việc như thế.

상관습(商慣習) Thói quen thương mại, tập quán buôn bán.

상관없다(相關-) ① Không có liên quan, không có quan hệ, không dính dáng. ~에 상관 없이 không có liên quan gì với. ② Không để ý, không quan tâm. 남들이야 어떻게 생각하든 ~ người khác nghĩ như thế nào không quan tâm.

상관적(相關的) Có tính tương quan.

상권(上卷) Quyển một, tập một, quyển trước.

상궤(常軌) Con đường đúng đắn. ~를 벗어난 đi lệch con đường đúng.

상근(常勤) Đi làm đều, đi làm không nghỉ. ~자 người đi làm không nghỉ.

상금(賞金) Tiền thưởng. 백만원의 ~ tiền thưởng một triệu won. ~을 주다 cho tiền thưởng. ~을 타다 nhận tiền thưởng.

상급(上級) ① Cấp trên. ~법원 toà cấp trên. ② Cao cấp, cấp cao. ~공무원 viên chức cấp cao.

상긋 Mỉm cười. ~하다.

상기(上記) Viết ở trên, như trên. ~와 같이 như đã viết ở trên. ~와 같은 이유로 với lý do như trên.

상기(上氣) Đỏ mặt. ~하다.

상기(詳記) Ghi chép tỷ mỉ. ~하다.

상기(想起) Hồi tưởng, nhớ lại. ~하다.

상년(常-) Người đàn bà hư hỏng, con mụ.

상념(想念) Suy tưởng, nghiền ngẫm.

상노(床奴) Người hầu trai, cậu bé để sai vặt.

상놈(常-) Thằng hư hỏng, thằng mất nết.

상늙은이(上-) Người già nhất trong những người già.

상다리(床-) Chân bàn. ~가 휘어지게 차리다 chất lên cho cong chân bàn đi.

상단(上段) Giường trên.

상단(上端) Đoạn trên, phần trên.

상담(相談) Bàn bạc để giải quyết vấn đề gì đó, tư vấn. 건강~ tư vấn về sức khoẻ. ~소 phòng tư vấn.

상담(商談) Họp, bàn bạc về thương mại, nói chuyện làm ăn. ~하다. ~을 추진하다 xúc tiến gặp gỡ thương mại.

상담소(相談所) Nơi tư vấn, nơi giải thích. 결혼~ tư vấn hôn nhân. 법률~ tư vấn pháp luật. 직업 ~ tư vấn việc làm.

상당(相當) Tương đương, bằng khoảng. 5만 원~의 선물 món quà tương đương 50 ngàn won.

상당하다(相當-) ① Phù hợp, tương xứng, thích đáng, tương đương. 능력에 상당한 급여 tiền lương tương đương với năng lực. ② Tương đối, vừa phải, khá, nhất định. 상당한 금액 số tiền tương đối.

상당히(相當-) Một cách tương đối, vừa phải, khá. ~비싼 값 giá tương đối đắt. ~잘 살다 tương đối giàu có. ~춥다 tương đối lạnh.

상대(相對) ① Tương đối. ~개념 khái niệm tương đối. ~적 có tính tương đối. ② Đối phương, bạn. 연애~ đối tượng yêu. 학생~의 잡지 tạp chí lấy đối tượng là học sinh.

상대성(相對性) Có tính tương đối.

상대역(相對役) Vai đối diện, đối tượng. ~을 하다.

상도(常道) Đạo lý kinh doanh, đạo đức kinh doanh.

상도덕(商道德) Đạo lý trong kinh doanh.

상동(相同) Giống nhau, bằng nhau, tương đồng.

상등(相等) Ngang bằng, ngang sức, đủ sức, đủ khả năng. ~하다.

상란(上欄) Mục trên, dòng trên, cột trên. ~에 기재한 바와 같이 như đã chép ở mục trên.

상략(商略) Cách buôn bán, sách lược buôn bán.

상련(相戀) Nhớ thương nhau.

상례(常例) Thường lệ, tập tục thường, thói quen thường. ~에 따라 theo thường lệ. ~대로 theo như thường lệ.

상륙(上陸) Cập bến. ~하다. ~을 금지하다 cấm cặp bến. 무사히 ~하다 cập bến an toàn.

상리(常理) Đạo lý thường.

상말(常-) ① Lời nói thô tục, lời bậy bạ. ~을 쓰다 nói bậy. ② Tục ngữ.

상머리(床-) Đầu bàn. ~에 앉다 ngồi ở đầu bàn.

상면(上面) Mặt trên. ~에 ở mặt trên.

상면(相面) Gặp nhau, gặp mặt. ~하다. 20년만에 ~하다 hai mươi năm rồi mới gặp nhau.

상무(商務) Thương vụ. ~관 người phụ trách thương mại, tham tán thương mại. ~부 bộ phận thương mại.

상문(上聞) Thông báo cho nhà vua, thượng bẩm.

상미(上米) Gạo loại tốt.

상민(常民) Thường dân. ~의 신분으로 với tư cách thường dân.

상박(上膊) Tay trước, tay trên. ~골 xương tay trên.

상배(賞盃) Chiếc cúp.

상벌(賞罰) Thưởng phạt. ~없음 không thưởng không phạt.

상법(商法) Luật thương mại.

상병(上兵) Sĩ quan.

상병(傷兵) Thương binh, binh sĩ bị thương.

상병(傷病) Bị thương hoặc mắc bệnh. ~포로 tù binh bị thương.

상복(喪服) Áo tang. ~을 입다 mặc áo tang.

상복부(上腹部) Phần ngực trên.

상봉(相逢) Tương phùng, gặp nhau. ~하다. 이산 가족의 ~ sự tái hợp của những gia đình ly tán

상부상조(相扶相助) Tương trợ tương phùng, giúp đỡ lẫn nhau. ~하다. ~의 정신 tinh thần tương trợ lẫn nhau

상사(相思) Tương tư. ~하다. ~병 bệnh tương tư. ~병에 걸리다 mắc bệnh tương tư.

상사(商社) Công ty thương mại, công ty mậu dịch 종합~ công ty mậu dịch tổng hợp.

상사람(常-) Thằng mất dạy, thằng mất nết.

상상력(想像力) Sức tưởng tượng, khả năng tưởng tưởng. ~을 발휘하다 phát huy khả năng tưởng tượng. ~이 풍부하다[부족하다] sức tưởng tượng phong phú [thiếu]

상상봉(上上峰) Đỉnh cao nhất, tột đỉnh.

상서(上書) Viết thư gửi cấp trên. ~하다.

상서(尙書) Thượng thư.

상서(祥瑞) Điềm may mắn.

상선(商船) Thương thuyền, tàu buôn. ~기(旗) cờ tàu buôn. ~대(隊) đội tàu buôn.

상설(常設) Sẵn, có sẵn, lắp sẵn. ~하다.

상설(詳說) Giải thích tường tận. ~하다.

상설(霜雪) Sương.

상세(詳細) Tường tận, tỷ mỉ. ~하다. ~한 보고 báo cáo tỷ mỉ. ~히 một cách tỷ mỉ. ~히 설명하다 giải thích một cách tỷ mỉ.

상속(相續) Thừa kế, kế tục. ~하다. 아버지의 재산을 ~하다 thừa kế tài sản của cha. ~권 quyền thừa kế.

상수도(上水道) Đường nước máy. ~시설 thiết bị đường cấp nước.

상순(上旬) Thượng tuần. 4월~ thượng tuần tháng 4.

상술(上述) Viết ở trên. ~하다. ~한 바와 같이 như viết ở trên.

상술(商術) Cách buôn bán, mẹo muôn bán. ~에 능하다 giỏi buôn bán.

상술(詳述) Giải thích tỷ mỉ. ~하다.

상스럽다(常-) Bất lịch sự, mất nết, mất dạy. 상스러운 사람 người mất lịch sự. 상스러운 이야기 chuyện bậy, chuyện mất nết.

상승(常勝) Thường chiến thắng, hay

chiến thắng. ~가도를 달리다 thừa thắng.

상시(常時) Lúc thường. ~에 vào lúc thường.

상식(常食) Món ăn thường ăn hoặc hay ăn. ~하다. 아시아인 대부분이 주로 쌀을 ~한다 người châu Á thường hay ăn cơm là chính.

상식(常識) Tri thức thường, thường thức. ~적으로 bằng tri thức thường. ~적인 문제 vấn đề có tính thường thức.

상신(上申) Báo cáo lên cấp trên. ~하다.

상실(喪失) Mất. ~하다. 권리를 ~ mất quyền. 기억을 ~하다 mất trí nhớ. 자격을 ~하다 bị mất tư cách làm gì đó.

상심(傷心) Đau lòng, bi quan. 하다.

상아(象牙) Ngà voi. ~제품 hàng ngà voi, sản phẩm bằng ngà voi. 상앗빛 màu ngà voi.

상아탑(象牙塔) Tháp ngà voi.

상악(上顎) Hàm trên, cằm trên. ~골 xương hàm trên.

상앗대 Cây sào. ~로 밀다 chống bằng sào. ~로 배를 밀어 나아가다 chống sào đẩy thuyền đi.

상앗대질 Chống sào. ~하다. ~하는 사람 người chống sào cho thuyền.

상약(常藥) Thuốc thông thường.

상약(相約) Hứa với nhau. ~을 맺다 hứa với nhau.

상업(商業) Thương nghiệp, thương mại, mậu dịch. ~하다 buôn bán. ~활동 hoạt động thương mại. ~분야 lĩnh vực thương mại.

상업방송(商業放送) Chương trình phát thanh/truyền hình về thương mại.

상업화(商業化) Thương mại hóa. ~하다.

상없다(常-) Mất nết, hư hỏng, mất dạy. ~는 말버릇 ăn nói mất dạy. ~게 굴다 làm trò mất dạy.

상여(喪輿) Xe ma.

상여금(賞與金) Tiền thưởng. 연말~ tiền thưởng cuối năm. ~을 주다 cho tiền thưởng.

상연(上演) Trình diễn. ~하다. ~을 금하다 cấm trình diễn. 신극을 ~하다 trình diễn vở kịch mới.

상영(上映) Chiếu (phim). ~하다. ~중이다 đang chiếu. 영화를 ~하다 chiếu phim. ~시간 thời gian chiếu. 이 영화의 ~시간은 2시간이다 thời gian chiếu của bộ phim này là 2 tiếng đồng hồ.

상오(上午) Buổi sáng (trước 12 giờ). = 오전(午前).

상온(常溫) Nhiệt độ bình thường.

상용(商用) Buôn bán, thương mại. ~어 từ dùng trong thương mại. 아버

지는 ~으로 부산에 가셨다 bố tôi đi Busan vì chuyện làm ăn.

상운(祥運) Vận may. =길운.

상위(上位) Vị trí cao, hàng đầu. 세계의 ~ 50대 회사 50 công ty hàng đầu thế giới. ~를 차지하다 chiếm giữ hàng đầu, hàng trên.

상위(相違) Khác nhau, sai với nhau, lệch với nhau. ~하다. ~점 điểm khác biệt. 의견의 ~ khác biệt về ý kiến.

상의(上衣) Áo khoác. ~를 입다[벗다] mặc [cởi] áo khoác.

상의(上意) Ý cấp trên. ~하달 sự truyền đạt ý cấp trên xuống.

상의(相議) Bàn bạc. ~하다. ~중이다 đang bàn bạc. ~한 뒤(에) sau khi bàn bạc. 아내는 나와 ~ 없이 차를 샀다 vợ tôi mua xe mà không bàn bạc gì với tôi.

상이군인(傷痍軍人) Thương binh.

상인(商人) Thương nhân. 대~ đại thương nhân. 소~ tiểu thương, người buôn bán nhỏ.

상일 Việc vớ vẩn. ~을 하다.

상임(常任) Thường trực. ~고문 cố vấn thường trực. ~위원회 ủy ban thường trực.

상자(箱子) Cái thùng, cái hộp. 나무~ thùng gỗ. 한 ~가득 một hộp đầy. 사과 한 ~ một thùng táo. ~에 넣다 bỏ vào thùng.

상잔(相殘) Tương tàn, đánh lẫn nhau. ~하다. 골육[동족]~ cốt nhục [đồng tộc] tương tàn.

상장(上將) Thượng tướng.

상장(喪章) Băng tang. ~을 달다 đeo băng tang. 팔에 검은 ~을 끼다 đeo băng tang đen ở tay.

상장(賞狀) Bằng khen, giấy khen. ~을 받다 nhận giấy khen. 정부는 그녀에게 ~을 수여했다 chính phủ tặng bằng khen cho cô ấy.

상재(商才) Khả năng kinh doanh. 그는 ~가 뛰어나다 tài năng kinh doanh của anh ấy rất giỏi.

상쟁(相爭) Tương tàn, cạnh tranh với nhau. ~하다.

상적(相敵) Đối địch với nhau. ~하다.

상적(商敵) Đối thủ cạnh tranh buôn bán.

상전(相傳) Truyền cho nhau, tương truyền. ~하다.

상전(相戰) Tương chiến, giao chiến. ~하다.

상점(商店) Cửa hàng, cửa hiệu, nơi bán hàng. ~을 열다 mở cửa hàng. ~을 닫다 đóng cửa. ~가 khu có nhiều cửa hàng. ~주인 chủ tiệm.

상접(相接) Tiếp xúc với nhau, tiếp can với nhau, va chạm với nhau. ~하다.

상정(上程) Trình lên cấp trên. ~하다. 의안은 ~되었다 nghị án đã được trình lên.

상정(常情) Thường tình, chuyện bình thường. 맛있는 음식 먹기를 좋아하는 것은 사람의 ~이다 thích ăn cái ngon là thường tình của mọi người.

상제(上帝) Thượng đế, ông trời. =하느님.

상조(相照) Đối chiếu với nhau.

상존(尙存) Tiếp tục tồn tại. ~하다.

상종(相從) Sống với nhau. ~하다.

상주(上奏) Báo cáo (tường trình) trước bệ rộng.

상주(常住) Thường trú, sống. ~하다. ~인구 số dân thường trú. 한국에 ~하는 외국인 số người nước ngoài thường trú tại Hàn Quốc.

상주(常駐) Thường trú. ~하다. 한국에 ~하다 thường trú tại Hàn Quốc. ~특파원 đặc phái viên thường trú.

상주(喪主) Tang chủ, người có tang chính, chủ tang.

상중(喪中) Lúc có tang, đang có tang. 나는 아버님 ~에 있다 tôi đang có tang bố.

상중하(上中下) Thượng trung hạ, nhất, nhì, ba.

상지(上肢) Chi trên.

상책(上策) Thượng sách. 그렇게 하는 것이 ~은 아니다 làm thế không phải là thượng sách.

상처(喪妻) Chết vợ. ~하다. ~한 사람 người chết vợ.

상처(傷處) ① Vết thương. ~가 나다 bị thương. ~를 입다 bị thương. ~에서 피가 흐른다 máu ở vết thương chảy ra. ~를 꿰매다 khâu vết thương. ② Vết sẹo. 이마에 ~가 있다 có vết sẹo trên trán

상체(上體) Thượng thể, phần trên cơ thể.

상춘(常春) Luôn luôn là mùa xuân.

상춘(賞春) Ngắm xuân, hưởng xuân. ~하다 ~객 khách ngắm xuân.

상층(上層) Thượng tầng, tầng cao, cấp cao. ~계급 giai cấp thượng lưu.

상치(上-) Cái tốt nhất.

상침(上針) Khâu, may vá, kim chỉ. ~놓다.

상쾌(爽快) Sảng khoái, dễ chịu. ~하다. ~한 아침 một buổi sáng sảng khoái. 기분이 ~하다 tinh thần sảng khoái.

상타다(賞-) Nhận thưởng.

상탄(賞嘆) Sự ngưỡng mộ, sự ca tụng.

상태(狀態) Trạng thái, tình hình. tình trạng. 전쟁~ tình trạng chiến tranh. 건강~ tình trạng sức khỏe. 건강~가 좋다 tình trạng sức khỏe tốt.

상태(常態) Trạng thái thường.

상통(相通) Hiểu nhau, cùng hiểu nhau. ~하다. 의사가 ~하다 hiểu ý của nhau.

상투 Búi tóc.

상투(常套) Hay dùng, thường dùng.

상투수단(常套手段) Thủ đoạn hay phương pháp thường dùng. 그것은 그의 ~이다 đây là thủ đoạn quen thuộc của hắn.

상파울루 Thảo phố Sao Paulo.

상팔자(上八字) Vận may, tốt số. ~를 타다 số tốt.

상패(賞牌) Tấm bia thưởng. ~가 수여되다 nhận bia thưởng.

상표(商標) Thương hiệu, mác, nhãn hiệu (hàng hóa). ~를 붙다 dán nhãn hiệu. ~권 quyền thương hiệu. ~권침해 xâm phạm nhãn hiệu.

상품(賞品) Vật chất trao thưởng, giải thưởng vật chất. ~을 수여하다 nhận giải thưởng.

상품(上品) Hàng hóa loại tốt.

상품(商品) Hàng hóa, thương phẩm. ~이 많다 nhiều hàng hóa. 각종~ các loại hàng hoá. ~화하다 biến thành hàng hóa.

상피(上皮) Lớp da ngoài, biểu bì. ~세포 tế bào biểu bì.

상피(相避) Anh em họ hàng, người có quan hệ gần gũi quan hệ tình dục với nhau. ~붙다 quan hệ tình dục với người họ hàng.

상하다(傷－) ① Hư, hỏng, hư hại, xấu. 상한 사과 quả táo bị hư. 상한 고기 thịt hư. 음식이 ~ thức ăn hư. ② Tổn tổn thương, đau lòng. 감정을 ~게 하다 làm tổn thương tình cảm. 속을 ~ làm tổn thương ai.

상학(上學) Bắt đầu vào học. ~하다. ~시간 lúc vào học.

상학(商學) Học về thương mại.

상항(商港) Thương cảng.

상해(傷害) Gây thương tích, làm bị thương. ~하다. ~보험 bảo hiểm thương tật. ~죄 tội gây thương tích cho người khác.

상해(上海) Thượng Hải.

상해(詳解) Giải thích cụ thể. ~하다.

상해(霜害) Tác hại của sương giá. ~를 입다 bị hiệt hại do sương.

상행(上行) Đi lên. ~하다. ~선 tuyến đi lên, tuyến về kinh đô.

상행위(商行爲) Hành vi thương mại.

상향(上向) Hướng lên trên. ~선(線) đường đi lên. ~시세 xu thế đi lên.

상현(上弦) Trăng khuyết, trăng đầu tháng. ~달 trăng khuyết.

상형문자(象形文字) Chữ tượng hình.

상호(相互) Tương hộ, lẫn nhau. ~의 이익을 위하여 vì lợi ích hai bên. ~계약

상호(商號) Thương hiệu.

상호부조(相互扶助) Giúp đỡ lẫn nhau. ~하다.

상환(相換) Đổi cho nhau, trao đổi cho nhau. ~하다. 현금~으로 물품 을 인도 하다 trao tiền và lấy hàng về.

상환(償還) Trả lại, đưa lại. ~하다. ~금 tiền trả lại. ~기한 thời hạn trả lại.

상황(狀況) Tình hình, tình huống. 현재의 ~로서는 theo tình huống như hiện nay. ~을 파악하다 nắm bắt tình hình. ~을 조사 하다 điều tra tình hình.

상회(商會) Hội buôn, phường buôn.

상회(相會) Gặp nhau.

상훈(賞勳) Giải thưởng và huân chương. ~을 수여하다 nhận thưởng và huân chương.

상흔(傷痕) Vết sẹo. ~을 남기다 để lại vết sẹo. ~이 남다 còn lại vết sẹo.

새 Mới. ~해 năm mới. ~생활 cuộc sống mới. ~집 nhà mới. ~사상 tư tưởng mới. ~책 sách mới. ~차 xe mới. ~학기 học kỳ mới. ~옷 áo mới. ~건물 tòa nhà mới.

새겨듣다 Khắc ghi, nghi nhớ. 선생님의 말을 새겨 들어라 Hãy khắc ghi lời thầy giáo.

새그물 Lưới bắt chim.

새근거리다 Hơi đau, nhói đau. 뼈마 디가 ~ khớp xương nhói đau.

새근새근 Lặng lẽ.

새기다 ① Khắc. 목판에 그림을 ~ khắc bức tranh lên tấm gỗ. 나무에 이름을 ~ khắc tên vào cây. ② Khắc ghi vào trong lòng. 기억에 ~ khắc vào trí nhớ. 마음 속에 ~ khắc vào lòng.

새기다 Giải thích. 시를 ~ giải thích thơ. 한문을 ~ giải thích chữ Hán.

새끼 Dây, dây thừng. ~를 꼬다 bện dây.

새날 Ngày mới.

새나다 Rò, rỉ. 가스가 ~ rò ga.

새다 ① Sáng ra, tỏ. 밤이 ~ trời sáng. 날이 ~기전에 ~ trước khi trời sáng. ② Rò, rỉ. ~지 않게 막다 ngăn không cho rò.

새달 Tháng tới.

새되다 Giọng cao và sắc. 새된 소리로 bằng giọng cao và sắc lạnh.

새둥주리 Tổ chim.

새득새득 Ủa, héo tàn. ~하다.

새뜨다 Không thân nhau nữa, cách xa, xa dần.

새뜻하다 Sáng sủa. 새뜻한 빛깔 màu sáng sủa.

새로 Mới đây, mới, gần đây. ~생기다 mới có, mới xuất hiện. ~온 선생님 thầy giáo mới. ~온 사람 người mới tới.

새로에 Nói gì đến. 술은 ~맥주도 안 마신다 nói gì rượu bia cũng không uống.

새로이 Mới, mới mẻ.

새록새록 Liên tục, tiếp nối nhau.

새롭다 Mới, mới lạ, mới mẻ. 새로운 뉴스 tin mới. 새로운 사상 tư tưởng mới.

새롱새롱 Vênh vênh váo váo.

새마을 Phong trào Ngôi làng mới của Hàn Quốc. ~정신 tinh thần ngôi làng mới.

새물 Sản phẩm đầu mùa, đầu vụ (đầu mùa, trái cây, cá). ~사과 táo đầu mùa.

새봄 Mùa xuân đến sớm.

새빨갛다 ① Đỏ sẫm. ② Nói dối, nói xạo.

새빨개지다 Trở nên đỏ sẫm, đỏ mặt.

새바람 Cơn gió mới.

새사냥 Săn chim, bắn chim. ~하다.

새사람 ① Khuôn mặt mới, người mới đến. ② Cô dâu mới.

새살 Thịt mới, lớp da mới. 상처에 ~이 돋다 thịt mới đã mọc ra ở vết thương.

새살거리다 Cười nói vui vẻ.

새살림 Cuộc sống mới, lấy chồng. ~을 차리다 lo cuộc sống mới.

새살스럽다 Nông nổi, nông cạn, hấp tấp. 새살스런 여자 người đàn bà nông nổi.

새새틈틈 Tất cả mọi nơi mọi chỗ. ~찾다 tìm mọi nơi.

새색시 Cô dâu.

새생활(-生活) Cuộc sống mới. ~에 들어가다 đi vào cuộc sống mới.

새서방(-書房) Chú rể.

새소리 Tiếng chim.

새시 Khung, khung cửa (sash). 알루미늄~ khung cửa nhôm.

새시대(-時代) Thế hệ mới.

새아기 Bố mẹ chồng gọi con dâu một cách thân thiện.

새앙 Gừng, củ gừng. =생강. ~뿔 củ gừng.

새앙머리 Tóc xẻ đôi, tóc búi đôi.

새옷 Áo mới. 맞춘~을 입다 mặc áo mới đặt may.

새옹 Cái nồi.

새옹지마(塞翁之馬) Sái ông chi mã, không biết họa phúc đâu mà lần. 인간 만사~ vạn sự của con người là phúc họa không biết trước được.

새우 Tôm. 고래싸움에 ~등 터진다 「tục ngữ」 trâu bò húc nhau ruồi muỗi chết. ~등 lưng tôm, lưng còng.

새우다 Thức, thức đêm. 밤을 ~ thức đêm. 밤을 새워 공부하다 thức đêm học. 밤을 새워 마시다 uống thâu đêm. 이야기로 밤을 ~ nói chuyện thâu đêm.

새우잠 Ngủ co quắp mình lại. ~을 자다 ngủ co mình.

새장(-欌) Cái chuồng, cái lồng (chim). ~에 갇힌 새 chim bị nhốt trong lồng. 새를 ~에서 기르다 nuôi chim trong lồng.

새중간(-中間) Khoảng giữa, giữa.

새지식(-知識) Tri thức mới. =신지식

새집 ① Nhà mới (mới xây hoặc mới chuyển đến). ~을 짓다 xây nhà mới. ~으로 이사하다 chuyển đến nhà mới. ② Nhà thông gia.

새집 Ổ chim, tổ chim. 나무에 ~을 달아 주다 có tổ chim ở trên cây.

새총(-銃) ① Súng hơi bắn chim. ② Súng cao su.

새출발(-出發) Điểm xuất phát mới. ~하다. 인생의 ~ làm lại cuộc đời.

새치기 ① Chen ngang, lấn ngang. ~하다. 줄선 틈바구니에 ~하다 chen vào chỗ trống trong hàng. ② Làm thêm. ~하다

새카맣다 Đen thui, đen sẫm.

새통스럽다 Vớ vẩn, lung tung.

새통이 Chỉ hành động vớ vẩn hoặc người hay làm trò vớ vẩn. ~부리다 bày trò vớ vẩn.

새파랗다 ① Xanh đậm, xanh sẫm. 새 파란 하늘 trời xanh sẫm. ② Còn rất trẻ. 새파란 젊은이 thanh niên rất trẻ trung.

새하얗다 Trắng tinh. 새하얀 웨딩 드레스 bộ váy cưới trắng tinh. 산은 눈으로 ~ núi trắng tinh vì tuyết.

새해 Năm mới. ~를 맞이하여 đón năm mới. 묵은 해를 보내고 ~를 맞이하다 tiễn năm cũ đón năm mới.

색(色) ① Màu sắc. 부드러운 ~ màu sắc dễ chịu. ~을 빠지다 làm bay màu. ~이 변하다 thay màu, đổi màu. ② Tình dục, chăn gối. ~에 빠지다 ham mê tình dục.

색 Cái túi, cái bao, bao cao su.

색각(色覺) Cảm nhận về màu sắc.

색갈다(色-) Thay màu, đổi màu.

색감(色感) Khả năng phán đoán màu sắc. ~이 날카롭다 cảm nhận nhạy bén về màu sắc.

색골(色骨) Kẻ cuồng dâm, người rất thích tình dục.

색광(色狂) Cuồng dâm, người cuồng dâm. ~증 bệnh cuồng dâm.

색광(色光) Màu sắc, ánh sáng màu sắc.

색다르다(色-) Mới lạ, khác lạ, mới mẻ. 색다른 맛이 없는 không có vị gì mới mẻ. 색다른 것 cái mới mẻ.

색덕(色德) Tài sắc và đức hạnh của

người phụ nữ. ~을 갖추다 có cả sắc và đức.

색도(色度) Sắc độ.

색맹(色盲) Mù màu. 그는 ~이다 anh ta mù màu. 전~ mù màu toàn phần. 적~ mù màu đỏ.

색사진(色寫眞) Ảnh màu.

색상(色相) Màu sắc. 밝은 ~의 옷감 áo có màu sáng. ~이 선명하다 màu sáng.

색상(色傷) Bệnh do tình dục quá độ.

색색 Thở đều đều. ~거리다 thở đều đều. ~잠을 자다 ngủ thở đều đều.

색색이(色色-) Nhiều màu sắc, sặc sỡ. ~의 옷 áo sặc sỡ. ~의 종이 giấy màu.

색소(色素) Sắc tố. ~세포 tế bào sắc tố. ~체 유전 sắc tố di truyền.

색소폰 Đàn saxophone.

색신검사(色神檢查) Kiểm tra mù màu.

색실(色-) Chỉ màu.

색약(色弱) Mù màu.

색연필(色鉛筆) Bút chì màu.

색유리(色琉璃) Kính màu.

색인(索引) ① Tìm kiếm. 컴퓨터의 사용으로 ~작업이 간편해졌다 có máy tính nên việc tìm kiếm dễ hơn nhiều. ② Mục lục, trích lục, tập hợp. 외래어 ~ mục lục từ ngoại lai. 인명 ~ mục lục danh nhân.

색정(色情) Ham muốn tình dục, dâm dục. ~광 kẻ dâm dục. ~적인 소설 tiểu thuyết tình dục. ~을 도발 [자극] 하다 gây ham muốn tình dục.

색종이(色-) Giấy màu.

색주가(色酒家) ① Gái điếm. ② Quán rượu, quán bia.

색채(色彩) ① Màu sắc. 강렬한 ~ màu sắc mạnh. ~가 짙다 đậm màu. ② Màu sắc, sắc thái. 지방적인~ sắc thái có tính chất địa phương.

색출(索出) Tìm ra, truy tìm, lục ra. ~하다. 도망자를 ~하다 tìm kiếm kẻ bỏ trốn. 경찰은 범인을 ~했다 cảnh sát đã tìm ra tên phạm nhân.

색칠(色漆) Sơn màu. ~하다. 그림을 ~하다 sơn màu bức tranh.

색탐(色貪) Ham muốn tình dục. ~하다.

색향(色香) Sắc hương, sắc đẹp.

샌드 Bãi cát, cát (sand). ~백 túi cát. ~페이퍼 giấy nhám.

샌드위치 Bánh sandwich.

샌들 Giày xăng đan (sandal). ~을 신은 사람 người đi xăng đan.

샌디에이고 Thành phố Sandiego.

샌프란시스코 Thành phố San Francisco. ~시민 người dân thành phố San Francisco.

샘 Sự ghen ty, ghen tức, sự đố ky. ~하다. ~이 많다 ghen nhiều, hay ghen tị. ~이 나다 xuất hiện cơn ghen.

샘솟다 Phun ra, trào ra, tuôn ra. ~샘솟듯 흘러 나오다 tuôn ra như suối. 눈물이 ~ nước mắt như mưa.

샘터 Nơi có mạch nước, dòng suối. ~에서 빨래하다 giặt ở suối.

샘플 Mẫu, mẫu mã (sample). ~케이스 hàng mẫu. ~을 한번 써 보십시오 hãy xài thử một lần đi xem.

샛 Tiếp từ, đi trước tính từ, chỉ màu đậm, sẫm. ~노랗다 vàng sẫm.

샛강(-江) Chi nhánh dòng sông, nhánh sông tách ra.

샛길 Đường phụ, đường nhánh. 이 ~로 가면 30분 단축된다 đi đường nhánh này có thể rút ngắn được 30 phút.

샛바람 Tiếng lóng của người đi thuyền, gió đông.

샛서방(-書房) Người tình, có bạn trai. ~을 두다 có người tình.

샘물 Nước giếng, nước ngầm, nước mạch. ~을 긷다 múc nước giếng. ~이 솟았다 nước ngầm phun ra.

생가슴(生-) Sự buồn bực.

생가죽(生-) Da tươi, da chưa gia công.

생가지(生-) Cảnh cây tươi, cành cây còn sống. ~를 꺾다 bẻ cành tươi.

생강(生薑) Gừng. ~즙 nước gừng. ~차 trà gừng.

생거름(生-) Phân xanh, phân sống.

생고무(生-) Cao su sống, cao su tươi.

생과실(生果實) Quả xanh.

생굴(生-) Mật ong tươi.

생글거리다 Mỉm cười.

생긋 Mỉm. ~웃다 mỉm cười.

생기다 ① Xuất hiện, nảy sinh, có phát sinh. 돈이 ~ có tiền. 여자 친 구가 ~ có bạn gái. ② Hình thức. 잘~ đẹp trai (gái). 못~ xấu xí.

생김새 Diện mạo, dung mạo, tướng mạo. ~가 좋은 hình thức tốt. ~가 사내답다 tướng mạo ra dáng đàn ông.

생나무(生-) Cây xanh, cây đang sống. ~를 베다 chặt cây xanh.

생남(生男) Sinh con trai, có con trai. ~하다. ~턱 tiệc khao vì sinh con trai.

생녀(生女) Sinh con gái. ~하다.

생년(生年) Năm sinh, sinh năm. ~월 일 (시) măm tháng ngày (giờ) sinh.

생담배(生-) Điếu thuốc chưa hút.

생도(生徒) Học trò, học sinh. =학생.

생돈(生-) Tiền xài vô mục đích. ~을 쓰다[날리다] dùng tiền vô mục đích, hoang phí.

생득(生得) Bẩm sinh, sinh ra đã có.

생때같다(生-) Mạnh khoẻ, không có bệnh tật.

생령(生靈) Sinh mạng, cái hồn còn sống.

생리(生理) ① Sinh lý. ~적 có tính sinh

lý. ~적 요구 yêu cầu có tính sinh lý. ② Sinh lý, kinh nguyệt phụ nữ. ~대 băng vệ sinh. ~일 ngày sinh lý (phụ nữ).

생리학(生理學) Sinh lý học. ~자 nhà sinh lý học.

생매장(生埋葬) Chôn sống. ~하다. ~되다 bị chôn sống).

생맥주(生麥酒) Bia tươi. 생맥줏집 quán bia tươi. ~를 한 잔 마시다 uống một cốc bia tươi.

생면(生面) Gặp lần đầu. ~하다.

생모(生母) Mẹ ruột.

생목(生木) Vải thô.

생무지(生-) Lính mới, người mới chưa quen.

생물학(生物學) Sinh vật học. ~자 nhà sinh vật học.

생민(生民) Trăm họ, nhân dân.

생밤(生-) Đêm thức trắng chẳng vì lý do gì cả.

생백신(生-) Vắc xin sống.

생부모(生父母) Bố mẹ ruột.

생사(生死) Sinh tử. ~의 문제 vấn đề sinh tử. ~를 같이하다 cùng sống chết.

생사(生絲) Sợi tơ sống.

생사람 Người vô tội. ~을 잡다 bắt oan người.

생산(生産) ① Sản xuất. ~하다. ~을 높이다 nâng cao sản xuất. ~을 확대하다 mở rộng sản xuất. ② Sinh sản.

생산규모(生産規模) Quy mô sản xuất. ~를 확대하다 mở rộng quy mô sản xuất.

생살(生-) Thịt sống, da thịt.

생살(生殺) Giết và để cho sống.

생색(生色) Sự tự hào, sự đường hoàng, tự tin.

생생하다(生生-) Tươi, sống, sinh động, mới. 생생한 묘사 sự miêu tả sinh động.

생선(生鮮) Cá tươi, cá sống. ~가게 cửa hàng cá. ~장수 buôn bán cá. ~회 gỏi cá sống.

생소리(生-) Nói bậy, nói lung tung. ~하다 . 그게 무슨~십니까? Anh nói bậy cái gì chứ?

생수(生水) Nước suối, nước tự nhiên.

생식(生殖) Sinh sản. ~하다. ~기 kỳ sinh sản. ~력 sức sinh sản. ~세포 tế bào sinh sản. 유성~ sinh sản hữu tính. 무성~ sinh sản vô tính.

생식기(生殖器) Cơ quan sinh sản.

생애(生涯) Cuộc đời. ~의 친구 bạn cả cuộc đời. 행복한 ~ cuộc đời hạnh phúc.

생약(生藥) Dược thảo.

생억지(生-) Cưỡng ép, bắt buộc. ~를 부리다 bắt ép, ép buộc.

생업(生業) Việc để làm phải sống, nghề nghiệp.

생우유(生牛乳) Sữa tươi.

생울타리(生-) Hàng rào bằng cây. = 산울타리.

생육(生肉) Thịt tươi, thịt sống.

생육(生育) Phát triển. ~하다.

생으로(生-) ① Còn sống, còn tươi. 달걀을 ~먹다 ăn sống trứng. ② Sai, oan ức. ~때리다 đánh nhầm người.

생이지지(生而知之) Không học mà cũng biết, sinh ra đã biết. ~하다.

생인발 Bệnh mé chân, bệnh mọc mụt ở đầu ngón chân.

생인손 Bệnh mé ngón tay, mọc mụt ở đầu ngón tay.

생자(生者) Người còn sống, người đang sống.

생장(生長) Sinh trưởng, phát triển. ~기간 thời gian sinh trưởng. ~과정 quá trình sinh trưởng. 이 식물은 ~ 기간이 매우 짧다 loại thực vật này thời gian sinh trưởng rất ngắn.

생전(生前) Khi còn sống, trong cuộc đời, sinh thời. ~처음 lần đầu tiên trong cuộc đời. 서울에는 ~ 처음이다 lần đầu tiên tôi đến Seoul.

생존(生存) Còn sống sót, sống, sinh tồn. ~하다. ~을 유지하다 duy trì sự sống. ~권 quyền sống. ~경쟁 cạnh tranh sinh tồn. ~자 người sống sót.

생존자(生存者) Người còn sống, người sống sót. 사고의 유일한 ~ người sống sót duy nhất trong vụ tai nạn.

생질(甥姪) Con trai của chị, cháu trai (con chị gái).

생짜(生-) Đồ sống, thứ sống, món sống.

생채(-菜) Trà gừng.

생채(生彩) Sức sống, sự tươi mát. ~없는 그림 bức tranh thiếu sức sống.

생채기 Vết xước, vết trầy, vết cào (do móng tay). ~가 나다 bị vết xước.

생철(-鐵) Miếng sắt tráng thiếc, kẽm (để làm đồ hộp). ~지붕 mái kẽm. ~통 hộp kẽm.

생체(生體) Sinh vật thể hoặc thân thể còn sống. ~해부 giải phẫu sống.

생탈(生頉) Cố tình gây phiền toái, cố tình gây vấn đề. ~을 부리다. ~을 내다 cố tình gây vấn đề.

생태(生態) Sinh thái. ~계 hệ sinh thái. ~변화 biến hóa sinh thái. ~관광지역 khu du lịch sinh thái.

생태학(生態學) Sinh thái học.

생파리 ① Con ruồi sống. ② Chỉ người rất lạnh nhạt, khó tiếp xúc.

생판(生-) Hoàn toàn không biết, hoàn toàn mờ tịt hoặc chỉ người không biết gì. 우리는 이 일에는 모두~이다

chúng tôi chẳng biết gì về cái đó.

생판(生板) Hoàn toàn. ~모르는 사람 người hoàn toàn không quen biết. ~다르다 hoàn toàn khác nhau.

생포(生捕) Bắt sống. ~하다. 적에게 ~를 당하다 bị quân địch bắt sống.

생피(生皮) Da động vật sống.

생핀잔(生-) Mắng vô cớ. ~을 주다 mắng ai vô cớ.

생필름(生-) Phim chưa dùng đến.

생혈(生血) Máu tươi. ~을 빨다 hút máu tươi.

생호령(生號令) La mắng vô lý, la mắng vô cớ. ~하다. ~을 내리다 la mắng vô lý. ~이 떨어지다 bị la mắng vô lý.

생화(生花) Hoa tươi. ~로 만든 꽃다발 vòng hoa được làm bằng hoa tươi.

생화학(生化學) Sinh hóa học. ~무기 vũ khí sinh hóa học. ~자 nhà sinh hóa học.

생활난(生活難) Khó khăn trong cuộc sống. ~과 싸우다 vật lộn với những khó khăn trong cuộc sống.

생활비(生活費) Chi phí sinh hoạt. 높은[낮은]~ chi phí sinh hoạt đắt đỏ[rẻ]. ~를 벌기 위해서 일하다 làm việc kiếm tiền chi tiêu.

생활수준(生活水準) Mức sống. ~을 높이다 nâng cao mức sống. ~의 향상 sự đi lên của mức sống.

생회(生灰) Đá vôi.

생후(生後) Sau khi sinh, sinh xong. ~ 3개월 된 아기 em bé sinh được 3 tháng.

생흙(生-) Đất hoang.

샤시 Khung xe (chassis). =차대(車臺)

샤워 Tắm (shower). ~를 하다 tắm. ~실 phòng tắm.

샤프 ① Sắc nhọn. ~하다. ② Dấu thăng.

샤프트 Cái trục (shaft).

샴 Xiêm, tên cũ của Thái Lan.

샴페인 Sâm banh (champagne). ~을 터뜨리다 bật sâm banh

샴푸 Dầu gội đầu (shampoo). ~로 머리를 감다 gội đầu bằng dầu.

샹들리에 Đèn treo nhiều ngọn, đèn chùm.

샹송 Bài hát (chanson - tiếng Pháp).

섀미 Da mềm (chamois)

서(西) Phía tây. ~향집 nhà hướng tây. ~풍 gió tây.

서(書) Thư, sách. ~점 hiệu sách.

서 Làm trợ từ, chỉ với điều kiện nào đó. 혼자~ một mình. 걸어~ 가다 đi bộ.

서가(書架) Quầy sách, kệ sách, giá sách. ~에 책을 꽂다 xếp sách vào giá sách. ~에 책이 많다 trên giá sách có nhiều sách.

서각(犀角) Sừng tê giác.

서간(書簡) Thư từ.

서거(逝去) Từ tôn trọng chỉ cái chết, qua đời, tạ thế. ~하다.

서걱- Kêu lạo xạo, kêu rộp rộp.

서경(西經) Kinh độ tây. ~50 도 kinh độ tây 50 độ.

서고(書庫) Nơi bảo quản sách, kho sách.

서관(書館) Hiệu sách, tiệm sách.

서구(西歐) Tây bán cầu, châu Âu, phương tây. ~문명 văn minh phương Tây. ~사상 tư tưởng phương Tây.

서글프다 Buồn, sầu, thảm. ~서글픈 노래 bài hát buồn. ~서글퍼지다 trở nên buồn.

서기(瑞氣) Người phụ trách văn thư.

서껀 Cùng với, cùng. ~술~떡~많이 먹었다 ăn nhiều cùng với rượu với bánh.

서남(西南) Tây nam. ~풍 gió tây nam. ~향 hướng Tây Nam.

서너 Khoảng 3 hoặc 4, ba hoặc 4. ~번 ba bốn lần. ~개 ba bốn cái. ~친구를 만나다 gặp ba bốn người bạn.

서넛 Khoảng 3 hoặc 4. 일꾼~이 필요하다 cần 3 hoặc 4 người làm.

서녀(庶女) Con vợ thứ.

서녘(西-) Hướng tây, ở phía tây. 해가 ~으로 진다 mặt trời lặn dần về tướng tây.

서늘하다 ① Mát mẻ, mát. 서늘한 바람 gió mát. 서늘한 곳에 두다 để nơi râm mát. ② Rùng mình. 간담이 서늘해지다 lạnh ruột gan.

서다 Đứng ra, làm. 보증을 ~ đứng ra làm bảo lãnh. 중간을 ~ đứng làm trung gian.

서다 ① Đứng, đứng dậy. 거울 앞에~ đứng trước gương. 연단에 ~ đứng ra diễn đàn. ② Dựng thẳng dậy, ngóc dậy, đứng dậy.

서덜 ① Nơi có nhiều sỏi (sông, suối). ② Bộ xương cá.

서도(書道) Cách viết chữ.

서두(書頭) ① Chữ đầu. ② Phần đầu sách.

서둘다 Vội vàng, vội. =서두르다

서럽다 Đau buồn. 서러운 나머지 tất cả những đau buồn.

서로 Lẫn nhau. ~돕다 giúp đỡ lẫn nhau. ~사랑하다 yêu nhau. ~보다 nhìn nhau. ~싸우다 cãi nhau. ~의 이익 lợi ích của hai bên. ~욕하다 chửi nhau

서론(序論緒論) Phần đầu, lời mở đầu. ~으로(서) mở đầu.

서류송청(書類送廳) Chuyển tài liệu lên kiểm sát. ~하다.

서른 Ba mươi. ~살 ba mươi tuổi. 열에 스물을 더하면~이다 10 thêm 20 thành 30. 사람 ~ 명 ba mươi người.

서리 Sương. ~맞다 bị gặp phải sương.

서리 Bầy, nhóm chuyên đi ăn trộm. ~하다. 닭[참외] ~ bọn ăn trộm gà [dưa]. 수박 ~ nhóm ăn trộm dưa hấu. ~맞다 bị ăn trộm.

서리 Đùm, đống, bụi. 나무~ bụi cây.

서리맞다 ① Gặp sương. 꽃이 ~ hoa gặp sương. ② Gặp khó khăn, gặp tai nạn.

서림(書林) Hiệu sách, cửa hàng sách.

서먹(서먹)하다 Ngượng ngạo, ngượng ngùng. ~게 một cách ngượng ngạo.

서명(書名) Tên sách. ~목록 mục lục tên sách.

서명(署名) Ký tên. ~하다. ~이 없는 편지 thư không ký tên. ~운동 cuộc vận động lấy chữ ký. ~자 người ký tên.

서모(庶母) Dì, vợ lẽ của bố.

서목(書目) Mục lục sách.

서무(庶務) Việc không tên.

서문(序文) Lời tựa, lời mở đầu. ~을 쓰다 viết lời mở đầu.

서반구(西半球) Tây bán cầu.

서반아(西班牙) Tây Ban Nha =스페인.

서방(西方) ① Phía tây. ② Miền tây.

서벽돌 Mảnh đá mềm, dễ vỡ.

서법(書法) ① Thư pháp. ~을 배우다 học thư pháp. ② Cách viết chữ.

서변(西邊) Miền Tây, phía Tây.

서부(西部) Miền tây. ~지방 khu vực miền Tây.

서사(敍事) Lời mở đầu (sách). ~하다.

서서히(徐徐-) Từ từ, chầm chậm. =천천히

서술(敍述) Sự diễn tả, biểu đạt. ~하다. ~형용사 tính từ biểu đạt.

서스펜스 Sự hồi hộp, sự căng thẳng (suspense). ~가 넘치는 영화 bộ phim rất nhiều đoạn hồi hộp.

서슴다 Chần chừ, do dự, e ngại. ~거리다 chần chừ. ~지 않고 không chần chừ.

서슴없다 Không do dự, không chần chừ.

서슴없이 Một cách không do dự, một cách không cần chừ. ~ 말하다 nói không do dự.

서식(書式) Mẫu giấy tờ, mẫu công văn. ~대로 theo mẫu. 일정한 ~ mẫu nhất định. ~에 기입하다 điền vào mẫu.

서신(書信) Thư từ. ~왕래가 있다 có trao đổi thư từ qua lại.

서안(西岸) Bờ Tây.

서양(西洋) Tây phương, châu Âu. ~화하다 Tây hóa. ~문명 văn minh

phương Tây. ~사 lịch sử phương Tây.

서언(序言, 緒言) Lời mở đầu, lời tựa.

서역(西域) Tây vực, chỉ các nước miền Tây Trung Quốc.

서열(序列) Hàng ngũ, loại, bậc. ~에 따라 theo bậc. ~에 오르다 lên bậc. ~이 높다 cấp bậc cao.

서예(書藝) Nghệ thuật viết chữ, thư pháp.

서운하다 Tiếc nuối, buồn. 아들이 없어~ buồn vì không có con trai. 그를 보지 못해~ tiếc vì không gặp được anh ta.

서자(庶子) Con riêng.

서장(書狀) Bức thư.

서장(署長) Giám đốc sở, cảnh sát trưởng, trưởng cơ quan sở thuế. 경찰서~ giám đốc sở cảnh sát.

서재(書齋) Phòng học, phòng đọc sách.

서적(書籍) ① Sách. ~광 người mê sách. ~목록 mục lục sách. ② Hiệu sách.

서전(緒戰) Chiến thắng đầu tay.

서점(書店) Cửa hàng sách.

서정(敍情, 抒情) Trữ tình. ~적(인) có tính trữ tình. 그의 단편 소설은 매우 ~적이다 tiểu thuyết ngắn của anh ta rất trữ tình.

서체(書體) Nét chữ.

서출(庶出) Con riêng.

서치라이트 Đèn tìm kiếm, đèn chiếu (search-light). ~로 비추다 dùng đèn chiếu chiếu.

서평(書評) Đánh giá sách, phê bình sách. ~을 하다. ~가 nhà phê bình sách.

서표(書標) Làm dấu sách.

서푼(-分) Ba xu, chẳng đáng giá. 그것은 ~짜리도 안된다 cái đó chẳng đáng ba xu.

서풍(西風) Gió tây, gió thổi từ hướng tây.

서풍(書風) Kiểu viết.

서핑 Lướt sóng (surfing). ~하다. ~을 하러 가다 đi lướt sóng.

서한(書翰) Lá thư. =편지.

서해(西海) ① Biển phía tây ② Biển Hoàng hải.

서행(徐行) Đi chậm, chạy chậm. ~하다. 열차를 ~시키다 cho tàu chạy chậm lại.

서혜(鼠蹊) Cái háng.

석(席) Tiếp từ, chỉ vị trí, chỗ ngồi. 지정~ chỗ chỉ định. 부인~ ghế dành cho phụ nữ.

석가(釋迦) Phật Thích ca. ~모니(牟尼) Thích ca mô ni. ~탄신일 Ngày Phật đản.

석가산(石假山) Núi giả, hòn non bộ làm cảnh trong vườn. ~을 만들다 làm hòn non bộ.

석간(夕刊) Buổi tối, ra vào buổi chiều. ~신문 báo buổi chiều.

석기(石器) Dụng cụ bằng đá. ~시대 thời kỳ đồ đá. 신~시대 thời kỳ đồ đá mới.

석녀(石女) Người đàn bà không có khả năng sinh nở. =돌계집.

석다 Tan (tuyết).

석등(石燈) Cây đèn đá.

석랍(石蠟) Thạch lạp, nến đá.

석류(石榴) Quả lựu. ~나무 cây lựu.

석명(釋明) Giải thích, biện bạch, phân trần. =변명. ~하다.

석묵(石墨) Khói đen. =흑연.

석방(釋放) Phóng thích, thả ra. ~하다. 교도소에서 ~되다 được thả khỏi tù.

석벽(石壁) Bức tường đá, vách đá.

석별(惜別) Chia tay lưu luyến. ~하다. ~의 눈물 nước mắt chia tay lưu luyến.

석부(石斧) Cái rìu đá.

석불(石佛) Tượng Phật bằng đá.

석비(石碑) Bia đá. =돌비

석삼년(-三年) Ba lần 3 năm, chỉ thời gian lâu, nhiều thời gian.

석상(石像) Tượng đá. ~을 세우다 lập tượng đá, dựng tượng đá.

석상(席上) Tại, trong lúc, đang lúc. 공식~ tại buổi họp chính thức.

석쇠 Cái vỉ để nướng.

석수(石手) Thợ xây đá, người đẽo đá. ~질 làm nghề đá.

석수 Nước ngầm trong núi.

석수(石獸) Con thú đá, hình con thú bằng đá.

석순(石筍) Các nhũ thạch trong hang.

석순(席順) Theo thứ tự ghế ngồi.

석실(石室) Phòng xây bằng đá.

석연하다(釋然-) Thoát khỏi sự nghi ngờ.

석영(石英) Thạch anh.

석유화학(石油化學) Hóa học dầu mỏ.

석이다 Làm mục nát.

석인(石人) Pho tượng đá nhình người.

석일(昔日) Ngày xưa. =옛날.

석장(錫杖) Cây thuyền trượng (nhà sư).

석재(石材) Đá, đá xây dựng.

석전(石田) Ruộng đá.

석조(石造) Làm bằng đá. ~건물 tòa nhà làm bằng đá.

석존(釋尊) Thích ca thế tôn.

석축(石築) Xây bằng đá.

석출(析出) Phân tích ra, tách ra. ~하다.

석탄(石炭) Than đá. ~을 때다 đốt than. ~을 캐다 ào than. ~가루 bột than. ~광 quặng than đá. ~매장량 trữ lượng than.

석탑(石塔) Tháp bằng đá.

섞갈리다 Rối tung lên, lộn xộn. ~이 섞갈리다 đầu óc rối tung lên. 이야기가 ~ câu chuyện chẳng đầu đuôi gì cả.

섞다 Trộn lẫn, hòa lẫn, lẫn với. 쌀에 콩을 ~어 밥을 짓다 trộn đỗ vào gạo và nấu cơm. 물을 ~ trộn với nước.

섞사귀다 Chơi hòa đồng, chơi lẫn với nhau. 아이들은 쉽게 ~ bọn trẻ dễ chơi với nhau.

섞음질 Trộn, lẫn, pha trộn. ~하다. ~하지 않은 không pha trộn.

섞이다 Bị trộn lẫn, bị bao hàm, có bao hàm. 유머가 섞인 연설 diễn thuyết có chứa chút hài hước.

섟 Cảm tình, tình cảm.

섟 Bến đỗ.

섟삭다 Nghi ngờ, nghi.

선 Xem mặt, ra mắt (làm mai mối). ~보다 xem mặt.

선(選) Tuyển tập. ~에 들다 được vào tuyển tập. 걸작~ tuyển tập những kiệt tác.

선 Tiếp từ, đi trước một số danh từ, chỉ sự hời hợt, không sâu, không thành thạo.

선각(先覺) Hiểu trước, biết trước. ~하다.

선각자(先覺者) Người hiểu trước, người dự đoán được trước. 시대의 ~이다 người dự đoán trước thời đại.

선개교(旋開橋) Cầu quay.

선거(選擧) Tuyển cử, bầu cử. ~하다 bỏ phiếu. ~에 이기다 thắng cử. ~에 지다 thất cử.

선거관리(選擧管理) Quản lý bầu cử.

선거운동(選擧運動) Vận động bầu cử, vận động tranh cử. ~을 하다.

선견(先遣) Cử đi trước, phái đi trước. ~하다. ~부대 bộ đội cử đi trước.

선견지명(先見之明) Cái tài biết trước mọi việc. ~이 있는 có tài biết trước mọi việc.

선고(仙姑) Tiên cô, bà tiên.

선고(先考) Phụ thân của mình.

선고(宣告) ① Tuyên bố. ~하다. ② Tuyên án. 무죄로 ~하다 tuyên cáo vô tội.

선곡(選曲) Chọn bài.

선공(先攻) Tấn công trước. ~하다.

선광(選鑛) Lựa quặng, lọc quặng. ~하다.

선교(宣敎) Truyền giáo, truyền đạo. ~하다. ~사 người truyền giáo.

선교(船橋) Chân thuyền.

선구(船具) Dụng cụ dùng trên thuyền.

선구자(先驅者) ① Người cưỡi ngựa đi trước. ② Người đi tiên phong.

선글라스 Kính râm (sun glasses)

선금(先金) Tiền trả trước, tiền ứng trước. ~을 치르다 trả tiền trước.

선급(先給) Trả trước. ~하다.

선급(船級) Cấp của thuyền, loại thuyền.

선남선녀(善男善女) Nam thanh nữ tú, thanh niên nam nữ hiền lành.

선납(先納) Đóng tiền trước, trả tiền trước. ~하다.

선녀(仙女) Tiên nữ.

선다형(選多型) Hình thức thi trắc nghiệm. ~문제 câu hỏi thi trắc nghiệm.

선단(船團) Đoàn, nhóm. 수송~ đoàn hộ tống.

선도(仙桃) Đào tiên.

선도(先到) Đến trước.

선도(善導) Dẫn dắt ai vào con đường tốt. ~하다.

선두(先頭) Cầm đầu, dẫn đầu, đi đầu. ~에 서다 đứng đầu. ~주자 kẻ đứng đầu.

선둥이(先-) Con đầu trong hai anh chị em sinh đôi.

선드러지다 Thoải mái, sảng khoái.

선득거리다 Rùng mình (vì lạnh).

선들바람 Con gió lạnh.

선떡 Bánh sống, bánh sượng. ~받듯이 như bánh sống.

선똥 Cứt sống, phân sống, phân do ăn nhiều quá không tiêu hóa hết.

선뜩 Rùng mình. ~하다. ~거리다.

선뜻 Vui vẻ, nhẹ nhàng, nhanh chóng. ~승낙하다 vui vẻ đồng ý. 부탁을 ~ 들어주다 vui vẻ chấp nhận sự nhờ vả của ai.

선량(善良) Lương thiện, tốt bụng. ~하다. ~한 모습으로 với bộ mặt lương thiện. ~한 시민 một công dân tốt, một công dân lương thiện.

선로(線路) Tuyến đường sắt, đường ray. ~놓다 đặt đường sắt. ~를 따라 가다 đi theo đường ray.

선린(善隣) Tình láng giềng. ~관계 quan hệ láng giềng.

선망(羨望) Ghen tị, ganh tị. ~하다. ~의 대상이 되다 thành đối tượng ganh tị.

선매(先賣) Bán trước. ~하다.

선명(宣明) Thông báo rộng rãi, rõ ràng. ~하다.

선명(鮮明) Rõ, sáng. ~하다. ~하지 않다 không rõ ràng. 인쇄가 ~ in rõ. ~도 độ sáng.

선모(仙母) Tiên mẫu.

선무(宣撫) Trấn an động viên dân chúng. ~공작 công tác trấn an động viên.

선무당(-巫堂) Thầy cúng mới vào nghề, bà đồng vụng.

선민(善民) Dân lành, dân thường.

선방(善防) Chặn lại, ngăn lại. ~하다.

선배(先輩) Tiền bối, người đi trước, đàn anh. 직장~ đồng nghiệp lâu năm hơn. ~로 모시다 tôn làm đàn anh.

선변(先邊) Tiền lãi.

선별(選別) Sự tuyển chọn, sự phân loại. ~하다. 크기에 따라 ~하다 tuyển chọn theo độ lớn.

선보다 Xem mặt, ra mắt (hôn nhân). 사윗감을 ~ xem mặt con rể tương lai.

선불(先拂) Ứng trước, trả trước. ~하다. ~금 tiền ứng trước/ tiền trả trước. ~로 받다 nhận trước, ứng trước. ~로 주다 trả trước, ứng trước cho. ~을 내다 trả trước.

선비 Một học giả, người có đức hạnh.

선사(先史) Tiền sử. ~시대 thời tiền sử. ~시대 유적 di tích thời tiền sử.

선사 Sự biếu, sự tặng quà. ~하다. ~를 받다.

선세(先稅) Thuế trả trước. ~를 내다 trả trước thuế.

선세(先貰) Tiền đặt cọc.

선소리 Nói không đúng, nói sai. ~를 하다.

선손질(先-) Đánh bằng tay trước, đánh ai trước. ~하다.

선수권(選手權) Chức vô địch, ngôi vô địch, đai vô địch. 전국~ giải vô địch toàn quốc. 세계~대회 giải vô địch thế giới.

선악(善惡) Thiện ác. ~을 분별하다 phân biệt thiện và ác.

선약(仙藥) Thuốc thần tiên.

선약(先約) Có hẹn trước. 죄송합니다 ~이 있습니다 xin lỗi, hôm nay tôi có hẹn trước.

선어(鮮魚) Cá tươi. ~운반선 thuyền vận chuyển cá tươi.

선언(宣言) ① Tuyên ngôn. 공산당~ tuyên ngôn Đảng Cộng sản. ② Tuyên bố. ~하다.

선언서(宣言書) Bản tuyên ngôn, bản tuyên bố. ~를 발표하다 đọc bản tuyên bố.

선열(先烈) Liệt sĩ, tiên liệt.

선왕(先王) Tiên vương, vua quá cố.

선외(選外) Không vào được cuộc tuyển chọn. ~가 되다 bị loại khỏi cuộc tuyển chọn.

선용(善用) Thích sử dụng, thích dùng. ~하다.

선의권(先議權) Quyền thẩm định trước của hạ viện

선이자(先利子) Tiền lãi trả hằng tháng.

선인(仙人) Tiên, tiên nhân.

선인장(仙人掌) Cây xương rồng.

선입감(先入感) Định kiến, thành kiến. =선입견.

선입관(先入觀) Thành kiến, định kiến. =선입견

선입선출(先入先出) Vào trước ra trước.

선재(船材) Gỗ làm thuyền.

선저(船底) Đáy thuyền.

선적(船積) Chất lên thuyền, chất lên tàu, bốc xếp. ~하다. ~가격 giá bốc xếp.

선적(船籍) Quốc tịch của tàu. 미국 ~의 배 con tàu có quốc tịch Mỹ.

선전포고(宣戰布告) Tuyên chiến. ~하다. 정식~없이 침략하다 xâm lược không tuyên chiến.

선점(先占) Chiếm trước, giành lấy trước. ~자 người chiếm trước, người giành lấy được trước.

선정(煽情) Gợi dục, khiêu dâm, kích dục ~소설 tiểu thuyết khiêu dâm.

선정(選定) Tuyển chọn. ~하다. ~기준 tiêu chuẩn tuyển chọn.

선제(先制) Đánh và chế ngự trước.

선제공격(先制攻擊) Tấn công trước. ~하다.

선조(先祖) Tổ tiên. ~대대의 묘 miếu mộ đời đời tổ tiên.

선종(禪宗) Phái Thiền.

선주(船主) Chủ thuyền.

선지 Tiết, máu đông (động vật). 선 짓덩이 cục tiết.

선지자(先知者) Nhà tiên tri.

선진(先陣) Tiến lên trước.

선집(選集) Tuyển tập. ~으로 엮다 làm thành bộ tuyển tập. 시~ tuyển tập thơ.

선착(先着) Về đầu, đến đầu. ~하다. ~자 người về đầu, người đến đầu.

선착장(船着場) Bến đỗ của tàu.

선창(先唱) Chủ trương đầu tiên. ~하다.

선천성(先天性) Có tính bẩm sinh.

선철(銑鐵) Thép.

선체(船體) Thân thuyền. ~구조 cấu tạo thân tàu.

선측(船側) Sườn tàu, mạn tàu.

선친(先親) Người cha quá cố.

선택(選擇) Lựa chọn, chọn. ~하다. ~의 자유 tự do lựa chọn. ~을 잘하다 chọn tốt.

선평(選評) Bình tuyển, lựa chọn và đánh giá. ~하다.

선표(船票) Vé tàu, vé thuyền.

선풍기(扇風機) Quạt máy. ~를 틀다 bật quạt máy. ~를 끄다 tắt quạt.

선하(船荷) Hàng hóa chở bằng thuyền.

선하다 Rõ ràng, rõ. 눈에 ~ rõ trước mắt.

선하다(善-) Hiền lành. =착하다
선하품 Ngáp vặt, ngáp vì buồn chán. ~을 하다.
선행(善行) Hành động tốt, việc thiện. ~을 쌓다 làm việc thiện.
선향(先鄕) Quê hương, cố hương.
선험(先驗) Tiên nghiệm.
선헤엄 Bơi từ từ, bơi chậm. ~을 치다 bơi từ từ
선현(先賢) Hiền triết.
선혈(鮮血) Màu tươi, màu sống.
선형(扇形) Hình cái quạt.
선호(選好) Thích, quí. ~하다. 남아 ~사상 tư tưởng thích con trai.
선홍색(鮮紅色) Màu hồng tươi.
선화(仙化) Biến thành tiên.
선화(船貨) Hàng tàu, hàng hóa chất trên thuyền.
선화(善化) Phục thiện, trở nên hiền lành.
선회(旋回) Quay vòng, xoay quanh. ~하다.
선후책(先後策) Kế sách trước và sau, trình tự công việc.
섣달 Tháng mười hai âm.
섣부르다 Vội vội vàng vàng, ẩu, cẩu thả. 섣부른 짓을 하다 làm ẩu.
섣불리 Vội vàng, ẩu, cẩu thả.
설 Ngày Tết năm mới. ~음식 thức ăn ngày Tết. ~연휴 nghỉ Tết.

설거지 Việc rửa bát đĩa. ~하다. ~물 nước rửa bát đĩa.
설겅거리다 Nửa sống, nửa chín.
설겅설겅 Sống, sượng.
설경(雪景) Cảnh tuyết phủ hoặc tuyết rơi. ~을 감상하다 thưởng thức cảnh tuyết.
설계(設計) ① Lập kế hoạch. ② Thiết kế. ~하다. 집을 ~하다 thiết kế nhà.
설날 Ngày Tết, ngày đầu năm mới.
설늙은이 Ông cụ non, người già trước tuổi.
설다루다 Xử lý kém hoặc quản lý kém.
설득력(說得力) Sức thuyết phục. ~이 있다 có sức thuyết phục.
설듣다 Nghe qua, nghe không rõ, nghe không hết.
설렁거리다 Thổi nhè nhẹ. 봄바람이 ~ gió thổi nhè nhẹ.
설렁설렁 Nhè nhẹ, nhẹ nhàng. 바람이 ~분다 gió thổi nhè nhẹ.
설렁탕(-湯) Món hầm gân bò.
설렁하다 Lành lạnh. 방이 ~ căn phòng lành lạnh.
설레다 Hồi hộp. 가슴이 ~ tim đập mạnh, hồi hộp.
설령(設令) Giả định, cho rằng, dù là. ~그렇다 해도 cho dù là thế đi nữa.
설립(設立) Thiết lập, thành lập, xây

dựng. ~하다.

설마 Lẽ nào, không lẽ. ~그가 나를 잊었으랴 lẽ nào anh ta đã quên tôi.

설맞다 Trúng đạn/ tên phần mềm, trúng chỗ không hiểm yếu.

설문(設問) Hỏi đáp để điều tra về vấn đề gì đó. ~하다.

설보다 Nhìn qua.

설봉(舌鋒) Tài ăn nói, cái lưỡi sắc bén.

설빔 Quần áo (mới) ngày Tết.

설사(泄瀉) Bệnh đi ngoài, bệnh tiêu chảy. ~하다. 심한 ~ bệnh đi ngoài nặng.

설사(設使) Giả sử, giả định. =설령.

설산(雪山) Ngọn núi tuyết, ngọn núi bị tuyết bao phủ.

설상(舌狀) Hình cái lưỡi.

설선(雪線) Ranh giới hần tuyết tan và không tan.

설설 Sôi ùng ục. 물이 ~끓다 nước sôi ùng ục.

설암(舌癌) Ung thư lưỡi.

설야(雪夜) Đêm tuyết.

설염(舌炎) Bệnh viêm lưỡi.

설왕설래(說往說來) Nói đi nói lại, lời qua tiếng lại. ~하다.

설욕(雪辱) Rửa nhục, phục thù. ~하다. ~전 trận phục thù.

설움 Nỗi buồn, nỗi đau, cảm giác khó chịu. 배고픈~ xót bụng do đói

설원(雪寃) Rửa hận. ~하다.

설음(舌音) Âm lưỡi. ~화하다 âm lưỡi hóa.

설익다 Chưa chín, còn xanh, còn sống. ~은 과일 quả xanh.

설인(雪人) Người tuyết.

설자다 Thiếu ngủ.

설잡다 Nắm hời hợt, nắm không chắc.

설전(舌戰) Cuộc đấu khẩu. ~하다. 두 대통령 후보는 TV토론에서~을 벌였다 hai ứng cử viên Tổng thống đang có cuộc đấu khẩu trên tivi.

설정(設定) Thiết lập, thành lập. ~하다. 기금(基金)을 ~하다 lập quĩ.

설죽다 Chết một nửa, chết giữa chừng.

설차림 Sự chuẩn bị các món ăn Tết.

설측음(舌側音) Âm mặt lưỡi.

설치다 Bỏ nửa chừng, làm dở. 간밤에는 잠을 ~ nửa đêm dậy giữa chừng.

설탕(雪糖) Đường. ~을 넣다/치다 cho đường, bỏ đường. ~가루 bột đường. ~물 nước đường.

설태(舌苔) Chất trắng bám ở màng lưỡi, tưa lưỡi. ~가 낀 혀 lưỡi có tưa bám.

설파(說破) Nói rõ, giải thích rõ. ~하다. 진리를 ~하다 nói rõ chân lý.

설편(雪片) Bông tuyết. =눈송이.

설피다 Dệt hoặc đan thô, kém.

설핏하다 Dệt hoặc đang thưa, kém.

설하선(舌下腺) Tuyến nước bọt dưới lưỡi.
설한(雪寒) Cơn tuyết lạnh.
설해(雪害) Sự thiệt hại do tuyết gây ra.
설혹(設或) Giả định, giả thiết rằng. = 설령.
설화(舌禍) Tai họa do cái lưỡi.
섧다 Buồn, tiếc, thương. =서럽다
섬 Đảo, hòn đảo. ~에 가다 ra đảo. ~사람 dân đảo.
섬 Cái bao, cái túi bằng rơm để đựng lương thực. 쌀~ bao gạo.
섬나라 Quốc đảo.
섬돌 Quốc Đảo. Bậc thang bằng đá.
섬뜩하다 Rùng mình, sợ, hoảng. ~게 하다 làm cho rùng mình.
섬멸(殲滅) Huỷ diệt, tiêu diệt. ~하다.
섬섬옥수(纖纖玉手) Bàn tay ngọc ngà.
섬세(纖細) Tinh tế, khéo léo. ~하다. ~한 디자인 một thiết kế công phu.
섬약(纖弱) Yếu, yếu mềm. ~하다.
섬유(纖維) Dệt, sợi, dệt sợi. ~공업 ngành công nghiệp dệt sợi. ~기계 máy dệt.
섭금류(涉禽類) Loài chim dài cẳng ăn cá.
섭렵(涉獵) Đọc nhiều sách, hiểu biết. ~하다.
섭새기다 Khắc, đục thành hình nổi.
섭생(攝生) Giữ sức khỏe.

섭정(攝政) Nhiếp chính, thay vua cai quản triều đình. ~하다.
섭취(攝取) Tiếp nhận, thu nhận, lấy, hấp thụ. ~하다. 단백질의 ~tiếp nhận protein. 영양을 ~ 하다 tiếp nhận dinh dưỡng. ~량 lượng hấp thụ.
성 Sự nổi giận, tức giận. ~이 나다 nổi giận. ~이 나게 하다 làm cho ai tức giận. ~을 잘 내다 dễ giận, dễ nổi nóng.
성(省) Tỉnh. 산동~ tỉnh Sơn Đông.
성(性) Giới tính. 남~ giới tính nam. 여 ~ giới tính nữ. ~결정 유전자 gien di truyền quyết định giới tính.
성(性) Tiếp từ, đi sau một số danh từ, chỉ có tính chất. 순수~ tính trong sáng. 양면~ có tính hai mặt.
성가(聖歌) Bài Thánh ca. ~대 đội hát Thánh ca.
성가(聲價) Danh tiếng, sự mến mộ. ~가 높아지다 danh tiếng trở nên cao hơn.
성가시다 Làm quấy rầy, làm khó chịu. 성가신 아이 cậu bé hay quấy rầy, cậu bé lắm chuyện.
성감(性感) Cảm giác khi quan hệ tình dục, khoái cảm tình dục.
성검사(性檢査) Kiểm tra giới tính.
성결(性-) Bản tính, tính cách hoặc trạng thái.

성과(成果) Thành quả, kết quả. 노력의 ~ thành quả nỗ lực. 큰~를 얻다 giành được thành quả to lớn.

성과급(成果給) Chế độ làm khoán, làm theo sản phẩm, theo chế độ lương khoán. ~근로자 người làm việc theo chế độ khoán.

성교(性交) Quan hệ tình dục. ~불능자 người không có khả năng quan hệ tình dục.

성교육(性教育) Giáo dục về giới tính.

성구(成句) Thành câu.

성군(聖君) Thánh quân, chỉ ông vua có đạo đức cao.

성군작당(成群作黨) Chia bè kết cánh. ~하다.

성금(誠金) Tiền đóng góp. ~을 내다 đóng góp tiền. 불우이웃돕기~ đóng góp tiền ủng hộ hàng xóm láng giềng.

성기(性器) Cơ quan sinh dục. 여~ cơ quan sinh dục nữ.

성기다 Thưa, sưa. 성긴 수염 bộ râu sưa. 성긴 옷감 vài thưa. 머리털이 ~ tóc thưa. 나무를 ~게 심다 trồng cây thưa.

성깃하다 Thưa, mỏng, sưa.

성깔 Xấu tính, tính hay nổi nóng, tính cộc cằn. ~이 있는 사람 người có tính cộc cằn.

성나다 Nổi giận, mất bình tĩnh. 몹시~ rất giận.

성내(城內) Trong thành, trong thành phố.

성내다 Tức giận, nổi nóng. 사소한 일에 ~ nổi nóng vì chuyện đâu đâu.

성녀(聖女) Thánh nữ, chỉ người phụ nữ đức hạnh.

성년(成年) Thành niên. ~에 달하다 đến tuổi thành niên. ~식 lễ thành niên.

성능(性能) Tính năng. 고 ~카메라 camera tính năng cao. ~이 좋은 tính năng tốt. ~시험[검사] thử nghiệm [kiểm tra] tính năng.

성단(星團) Quần thể sao.

성대(盛待) Thịnh đãi, tiếp đón ân cần chu đáo. ~하다. 성대한 대접 sự tiếp đãi ân cần.

성대(聖代) Thịnh vượng. 태평~ thái bình thịnh vượng.

성대(盛大) To lớn, lớn lao. ~하다. ~한 환영 sự hoan nghênh to lớn.

성덕(盛德) Đức lớn, đức hạnh.

성덕(聖德) Cái đức của kẻ thánh nhân.

성도(聖都) Thành phố lớn.

성도덕(性道德) Đạo đức về giới tính.

성도착(性倒錯) Nhu cầu tình dục lạ thường. ~자 kẻ có nhu cầu tình dục bất thường.

성량(聲量) Âm lượng của giọng nói. ~이 부족하다 thiếu âm.

성례(成禮) Tiến hành hôn lễ. ~하다.

성루(城壘) Tường thành. ~를 지키다 giữ tường thành.

성리(性理) Đạo lý con người hoặc nhân phẩm con người và quy luật tự nhiên.

성립(成立) Thành lập, thiết lập. ~하다. 그 계획은 ~되지 않았다 kế hoạch ấy vẫn chưa được thiết lập. 계약이 ~했다 lập hợp đồng.

성명(姓名) Họ tên. ~미상의 không rõ họ tên.

성명(性命) Mệnh người, mạng sống.

성명(聲明) Sự tuyên bố, tuyên bố. ~하다. 공동~ tuyên bố chung.

성모(聖母) Thánh mẫu. ~마리아 thánh mẫu Maria.

성묘(省墓) Tảo mộ. ~하다.

성문(成文) Thành văn. ~계약 hợp đồng thành văn. ~헌법 Hiến pháp thành văn.

성문(城門) Cổng thành, cửa thành. ~을 열다 mở cổng thành. ~을 지키다 giữ cổng thành.

성미(性味) Tính chất, tấm lòng, tính cách, đặc điểm. ~가 좋은 tốt tính.

성범죄(性犯罪) Phạm tội giới tính (hiếp dâm, v.v..).

성벽(性癖) Thói quen, tật. 과장하는 ~ cái tật hay bốc phét.

성별(性別) Giới tính, phân biệt giới tính. ~관계없이 không phân biệt giới tính.

성분(成分) Thành phần. 약의 ~ thành phần của thuốc. 물의 ~ thành phần của nước. 부~ thành phần phụ. 주~ thành phần chính.

성불(成佛) Thành Phật, chết. ~하다.

성사(成事) Thành công trong công việc, thành sự. ~하다.

성상(星霜) Năm tháng, khoảng thời gian. ~이 흘렀다 thời gian trôi đi.

성선(性腺) Tuyến sinh dục, tuyến giới tính. =생식선.

성선설(性善說) Học thuyết cho rằng con người sinh ra đều là hiền lành cả.

성수기(盛需期) Mùa nhiều việc, mùa cao điểm, mùa bán chạy. 음료수와 빙과의 ~는 여름이다 mùa cao điểm của nước uống và kem là mùa hè.

성수품(盛需品) Hàng bán vào mùa cao điểm.

성숙기(成熟期) Tuổi dậy thì. ~에 달하다 đến tuổi dậy thì.

성스럽다(聖-) Cao quí, thuần khiết. 성스러운 생활 cuộc sống cao quí.

성심(誠心) Thành tâm, thành ý. ~껏

[으로] hết lòng thành tâm. ~을 다하여 hết lòng.

성씨(姓氏) Họ.

성악(聲樂) Thanh nhạc. ~을 배우다 học thanh nhạc. ~과 khoa thanh nhạc.

성악설(性惡說) Học tuyết rằng bản tính của con người là ác độc và ích kỷ.

성안(成案) Làm thành án. ~하다.

성안(城-) Trong thành. =성내.

성애(性愛) Nhu cầu tình dục, tình dục.

성어 Thành ngữ.

성어(成魚) Con cá lớn.

성어(成語) Thành ngữ, tục ngữ.

성역(聖域) Khu vực thịnh vượng.

성역(聲域) Thanh vực, âm vực.

성염색체(性染色體) Nhiễm sắc thể giới tính.

성외(城外) Ngoài thành.

성윤리(性倫理) Đạo lý/ luân lý giới tính.

성음(聲音) Giọng nói, thanh nhạc.

성읍(城邑) Thành ấp, thành và làng mạc.

성의(誠意) Thành ý, thành tâm, tấm lòng thành. ~있는 có thành ý.

성인(成人) Người lớn. ~이 되다 trở thành người lớn. ~교육 giáo dục thành người lớn. Thảnh nhân.

성자(聖者) Thánh nhân. =성인(聖人)

성장(成長) Trưởng thành, lớn lên, sinh trưởng. ~하다. 성인으로 ~하다 trở thành người lớn. ~이 빠르다 lớn nhanh.

성장(盛裝) Ăn mặc đẹp, ăn mặc chỉnh tề. ~하다. 그녀는 ~을 하고 외출했다 cô ấy ăn mặc đẹp rồi đi ra ngoài.

성적(成績) Thành tích, kết quả. ~이 좋다 thành tích tốt. ~이 나쁘다 thành tích xấu.

성적(性的) Có tính giới tính, về mặt giới tính, tình dục. ~매력이 있는 여자 người đàn bà có sự hấp dẫn về giới tính.

성적순(成績順) Theo thứ tự thành tích. ~으로 뽑다 tuyển theo/ lấy theo thứ tự thành tích.

성전(聖戰) Thánh chiến.

성조기(星條旗) Cờ của Mỹ, cờ Tinh điều.

성좌(星座) Vị trí vì sao.

성주(城主) Chủ thành.

성지(城址) Thành trì, thành và đất đai. =성터.

성직(聖職) Các thánh chức, giới tăng lữ.

성질(性質) Tính cách, bản tính. ~사나운 사람 người có tính cách hung dữ.

성차(性差) Sự khác biệt về giới tính.

성찬(盛饌) Món ăn ngon, bữa ăn đầy đủ và nhiều, thịnh soạn. ~을 대접하다 thết đãi thịnh soạn.

성찰(省察) Sự tự ngẫm, sự suy nghĩ. ~하다.

성추행(性醜行) Quấy rối tình dục hoặc cưỡng dâm, hiếp dâm vv. =성희롱, 성폭행.

성취(成娶) Lấy vợ lập gia đình. ~하다.

성층(成層) Thành tầng, thành lớp.

성큼성큼 Bước chân dài. ~걷다 bước dài.

성탄(聖誕) ① Sự ra đời của vua. ② Lễ Noen. ~절 Tết Noen.

성터(城-) Thành quách, nơi có thành quách.

성토(盛土) Đắp đất. ~하다.

성폭행(性暴行) Bạo hành giới tính, cưỡng dâm, hiếp dâm. ~하다. ~하다.

성품(性品) Phẩm hạnh, tính cách. ~이 상냥하다 tính cách từ tốn.

성하(盛夏) Giữa hè.

성함(姓銜) Quý danh. ~이 어떻게 되십니까? Quý danh ông (bà) là gì ạ?

성행(性行) Tính tình và hành động.

성행위(性行爲) Hành vi về tình dục. ~를 하다 quan hệ tình dục.

성현(聖賢) Thánh hiền, thánh nhân. ~의 가르침 lời dạy của thánh hiền.

성혼(成婚) Thành hôn, kết hôn. =결혼.

성희롱(性戲弄) Quấy rối tình dục. 사무실에서의 ~ quấy rối tình dục trong văn phòng

성히 Trong điều kiện tốt, khỏe mạnh.

세 Ba. ~개 ba cái. 셋째 thứ ba. ~사람 ba người.

세(世) Đời thứ, thế hệ. 십오~후손 con cháu đời thứ 15.

세(貰) Tiền thuê, tiền mượn cái gì đó. ~를 올리다 tăng tiền cho thuê. 방~ tiền thê phòng. 집~ tiền thuê nhà.

세(勢) Thế lực, quyền lực, sức mạnh. ~가 강하다 thế lực mạnh. ~가 대단하다 thế lực to lớn.

세(歲) Tuổi. 만 육십~ tròn 60 tuổi. 삼십오~ 35 tuổi.

세가(勢家) Gia đình có quyền lực.

세간 Đồ dùng, vật dụng trong nhà. 그 집은 ~이 많다 nhà ấy nhiều đồ.

세간(世間) Thế gian, cõi trần, mọi người. ~사정 thế gian sự tình, chuyện đời.

세계(世界) Trái đất, thế giới. ~각지 로부터 các nơi trên thế giới. ~의 끝까지 đến tận cùng thế giới

세계일주(世界一周) Đi một vòng quanh thế giới. ~하다.

세계환경의 날(世界環境-) Ngày môi trường thế giới.

세균(細菌) Khuẩn, vi khuẩn. ~검사

kiểm tra vi khuẩn. ~을 죽이다 diệt vi khuẩn.

세금(稅金) Thuế, tiền thuế. ~계산서 giấy tính thuyết, tờ tính thuế. ~포함 가격 giá gồm cả thuế.

세기(世紀) Thế kỷ. 금~ thế kỷ này. 21~ thế kỷ 21. ~의 대사건 sự kiện lớn của thế kỷ.

세기말(世紀末) Cuối thế kỷ. 19~ cuối thế kỷ thứ 19.

세끼 Ba bữa, ba bữa cơm. ~를 꼭 챙겨 먹어라! Nhớ ăn cho đủ 3 bữa đấy.

세나절 Ba buổi, chỉ việc có thể làm xong ngay nhưng kéo dài lê thê.

세뇌(洗腦) Sự tẩy não, làm thay đổi đầu óc. ~하다. ~교육 giáo dục tư tưởng.

세대(世代) Thế hệ. 새로운 ~ thế hệ mới. 젊은 ~ thế hệ trẻ. ~교체 chuyển giao thế hệ.

세도(世道) Đạo lý. ~인심 đạo lý nhân tâm.

세뚜리 Ba người cùng ăn một bàn.

세례(洗禮) Lễ rửa tội. ~를 베풀다[주다] rửa tội. ~를 받다 được rửa tội.

세로축(-軸) Trục dọc, trục thẳng đứng.

세론(細論) Bàn luận tỉ mỉ. ~하다.

세리(稅吏) Thuế quan, hải quan.

세말(歲末) Tận thế.

세면(洗面) Rửa mặt. ~하다. ~대 bồn rửa mặt.

세모(歲暮) Cuối năm. ~선물 quà cuối năm. 거리의 ~풍경 cảnh con đường cuối năm.

세목(細目) Mục chi tiết, mục nhỏ. ~으로 나누다 chia thành mục nhỏ.

세무(世務) Thế sự, mọi thế sự.

세무서(稅務署) Cục thuế, Sở thuế. ~장 giám đốc Sở thuế.

세물(貰物) Đồ vật cho mượn hoặc cho thuê.

세미나 Cuộc toạ đàm (seminar). ~를 개최하다 mở tọa đàm.

세밀(細密) Chi ly, tỉ mỉ. ~하다. ~한 검사 sự kiểm tra tỉ mỉ.

세발(洗髮) Sự gội đầu. ~하다.

세상사(世上事) Chuyện thế sự, chuyện thế gian. =세상물정.

세상살이(世上-) Sống, chuyện sinh sống. ~하다.

세상에(世上-) Trời đất, trời đất ơi (thốt lên khi ngạc nhiên). ~에, 이럴 수가? Trời đất, có thể thế này sao?

세세히(細細-) Tỉ mỉ, chi tiết. ~기록하 다 ghi chép chi tiết, ghi chép cụ thể.

세수(洗手) Rửa tay. ~하다. ~를 깨 끗 이 하다 rửa sạch tay. 너무 바 빠서 ~ 도 못하고 출근하였다 bận quá không kịp rửa tay cứ thế đi làm.

세수(稅收) Thuế thu vào. ~증가 [감소] thu thế tăng [giảm].

세액(稅額) Số tiền thuế, mức thuế. ~의 산정 tính tiền thuế. ~조정 điều chỉnh giá thuế.

세업(世業) Nghề gia truyền. ~을 잇다 nối nghề gia truyền.

세우다 Dựng nên, lập ra, làm ra, thiết lập.

세우다 Cho đứng lên, làm cho đứng, dựng dậy. 머리를 꼿꼿이 ~ tóc dựng dậy. 몸을 바짝 ~ đứng bật dậy. 상자를 세워 놓다 để đứng cái hộp.

세원(稅源) Nguồn thuế.

세월(歲月) Ngày tháng, tháng năm, thời gian. ~이 감에 따라서 theo ngày tháng. ~을 헛되이 보내다 để ngày tháng trôi đi vô ích.

세인(世人) Thế nhân, người đời. ~의 이목을 피하다 tránh ánh mắt của người đời.

세일 ① Bán hàng, bán (sale). ② Bán hạ giá. 깜짝~ hạ giá bất ngờ.

세일즈맨 Người bán hàng (saleman).

세입(稅入) Thu nhập từ thuế.

세자(世子) Hoàn thế tử, thế tử. ~를 책봉하다 sắc phong thế tử.

세정(洗淨) Rửa sạch. =세척.

세정(稅政) Các nghiệp vụ hành chính về thuế.

세제(稅制) Chế độ thuế. ~개혁 cải cách chế độ thuế. ~혜택 chế độ thuế ưu đãi.

세종대왕(世宗大王) Vua Sejong của Hàn Quốc (người đã tạo ra bảng chữ cái Hàn Quốc).

세찬(歲饌) Món ăn ngày Tết, quà tết.

세척(洗滌) Rửa sạch. ~하다. 위를 ~하다 rửa ruột. ~제 chất rửa. 이 세제는 ~효과가 뛰어나다 chất tẩy rửa này có khả năng tẩy rất tốt.

세출(歲出) Mức chi, doanh số chi ra. ~예산액 dự toán doanh số chi tiêu.

세칙(細則) Nguyên tắc tỉ mỉ.

세톱(細-) Cái cưa có răng mỏng và nhỏ.

세평(世評) Dư luận, tin đồn, đánh giá của mọi người. ~에 의하면 theo dư luận.

세포(細胞) Tế bào. ~망 màng tế bào. ~분열 phân bào. ~조직 tổ chức tế bào.

섹시하다 Gợi dục, khêu gợi (sexy). 섹시한 여자 người phụ nữ khêu gợi.

센서 Cục cảm ứng (sensor).

센트 Đồng cent. 1달러 5~ một đô năm cent.

셀프서비스 Tự phục vụ (self-service). ~식 가게 cửa hàng tự phụcv ụ.

셈 Tính toán. ~하다. ~을 배우다 học

tính toán. ~이 빠르다 tính nhanh. ~을 잘하다 tính toán giỏi. ~이 맞다 tính đúng. ~이 틀리다 tính sai, tính nhầm.

셈들다 Biết phán đoán, biết phân biệt, biết chọn lựa. =셈나다

셈속 Tâm địa, kế hoạch, kế hoạch trong đầu. 음흉한 ~ tâm địa hung ác. 무슨 ~이 있는 게 틀림없다 chắc chắn là hắn có tâm địa gì đây.

셈판 Nguyên nhân, lý do. 무슨 ~인지 모르겠다 không hiểu lý do gì.

셈하다 Tính, tính vào. 손가락을 꼽아 ~ gập ngón tay đếm. 이자를 ~ tính tiền lãi.

셋 Số ba, ba.

셔츠 Áo, áo sơ mi (shirt). 청바지에 ~차림 mặc quần tây sáo sơ mi.

소 Bò. ~가죽 thịt bò. ~한 마리 một con bò. ~를 기르다 nuôi bò. ~고기 thịt bò.

소가족(小家族) Tiểu gia đình. ~제도 chế độ tiểu gia đình, gia đình chỉ có hai thế hệ sống.

소가지 Tâm địa, tâm tính. ~가 나쁘다 xấu tính, xấu bụng.

소각(燒却) Đốt bỏ đi, đốt cháy, hủy bằng cách đốt. ~하다. ~기[로(爐)] cái lò thiêu.

소간사(所幹事) Công việc. 일상~ công việc hằng ngày.

소갈머리 Tâm địa, cái tính xấu. =소가지

소갈증(消渴症) Bệnh uống nước nhiều đi tiểu nhiều.

소감(所感) Cảm tưởng, cảm nhận. ~을 말하다 nói cảm tưởng.

소개장(紹介狀) Giấy giới thiệu. ~을 받다 nhận giấy giới thiệu.

소고(小鼓) Cái trống nhỏ.

소곡(小曲) Một bài nhạc ngắn, bài hát khắn, khúc nhạc ngắn.

소곳이 Cúi đầu. 머리를 ~숙이다 cúi đầu xuốn(xấu hổ).

소관(所管) Quản lý, chịu trách nhiệm. 교육부 ~사항 những nội dung Bộ giáo dục quản lý. 의 ~밖이다 ngoài phạm vi quản lý.

소관(所關) Có quan hệ, có liên quan. ~사(事) việc có liên quan. 무슨~이 있어서 왔습니까? Anh có việc gì liên quan mà đến đây?

소굴(巢窟) Hang, ổ, sào huyệt. 도둑의 ~ hang ổ bọn ăn trộm. 범죄의 ~ cái ổ tội phạm. ~을 빠져나오다 ra khỏi ổ.

소극(消極) Tiêu cực, không tích cực. ~적(인) có tính tiêu cực. ~적 태도를 취하다 có thái độ tiêu cực.

소금구이 Làm muối, người làm muối. ~로 하다 làm nghề muối.

소급(遡及) Đề cập ngược lại, quay trở lại ngày xưa. ~하다. 법률을 ~해서 적용하다 áp dụng luật ngày xưa. Chi trả bù.

소기(所期) Chờ đợi, mong đợi, mong muốn. ~의 성과를 거두다 đạt được thành quả mong muốn. ~한 바와 같이 như mong muốn.

소꿉 Những đồ chơi nấu ăn của trẻ em. ~놀이 trò chơi trẻ bắt chước người lớn.

소녀(小女) Tiểu nữ, cô gái chưa có chồng xưng với người trên. ~물러 갑니다 Tiểu nữ xin phép được lui ra.

소담하다 Tròn đầy, đầy đặn, đẹp mắt. 소담한 복숭아 quả đào tròn trĩnh.

소대(小隊) Tiểu đội. ~장 tiểu đội trưởng.

소댕 Cái vung. ~꼭지 núm vung, nắm vung.

소도(小島) Hòn đảo nhỏ.

소도둑놈 ① Thằng ăn trộm bò. ② Kẻ có tâm địa nham hiểm.

소도록하다 Nhiều, bao la, rộng rãi. = 수두룩하다.

소도시(小都市) Thành phố nhỏ.

소독(消毒) Khử trùng, tiệt trùng. ~하다. 일광으로 ~하다 diệt trùng bằng ánh sáng mặt trời.

소등(消燈) Tắt đèn. ~하다. ~시간은 12시다 thời gian tắt đèn là 12 giờ.

소띠 Tuổi con trâu, sinh năm con trâu.

소락소락하다 Bừa, ẩu, khinh suất.

소령(少領) Thiếu tá. 공군~ thiếu tá không quân.

소로(小路) Con đường nhỏ.

소론(所論) Tiểu luận.

소리소리 Kêu la, kêu hét, hét lên liên tục. ~지르다 kêu, hét lên liên tục.

소리지르다 Hét lên, làm ầm lên. =소리치다

소망(消忘) Xóa khỏi bộ nhớ, quên.

소매 Ống tay áo. ~를 올리다 xắn ống tay. ~를 끌다 kéo tay áo. 눈물로 ~를 적시다 lấy ống tay quệt nước mắt.

소매상(小賣商) Người hoặc cửa hàng bán lẻ. ~을 하다.

소매치기 Móc túi. ~하다. ~당하다 bị móc túi. ~조심 cẩm thận bị móc túi.

소멸(燒滅) Bị cháy, bị đốt thành than. ~하다.

소명(召命) Lệnh gọi của nhà vua. ~을 내리다 ra lệnh gọi.

소모(消耗) Tiêu hao, mất, tốn, dùng. ~하다. ~비 chi phí tiêu hao. 정력~ tiêu hao sinh lực. 체력~ tiêu hao sức lực.

소목(小木) Người trồng cây.

소몰이 Người chăn bò.

소묘(素描) Phác họa, vẽ qua.

소문자(小文字) Chữ viết nhỏ, chữ nhỏ.

소박(素朴) Giản dị, mộc mạc. ~하다. ~한 옷차림 ăn mặc giản dị ~한 시골 사람들 những người miền quê mộc mạc.

소박(疏薄, 疎薄) Bạc đãi (vợ). ~하다. 아내를 ~하다 bạc đãi vợ.

소박맞다(疏薄-) Bị bạc đãi. ~은 여자 người đàn bà bị bạc đãi.

소반(小盤) Bàn ăn nhỏ. 둥근~ cái bàn ăn nhỏ hình tròn. 팔각~ bàn ăn nhỏ tám góc.

소별(小別) Chia ra phần nhỏ.

소복(素服) Quần áo tang màu trắng. ~하다. ~한 여인 người đàn bà mặc áo tang trắng.

소분(小分) Chia ra từng phần nhỏ. ~하다.

소사(小辭, 小詞) Tiểu từ, từ không biến đổi.

소사(所事) Công việc.

소사(素沙, 素砂) Cát trắng, cái mịn.

소사(掃射) Bắn liên tục, bắn xối xả. ~하다.

소사(燒死) Chết thiêu, chết cháy. ~하다.

소산(所産) Kết quả. 다년간에 걸친 노력의 ~ kết quả sau nhiều năm nỗ lực.

소살(燒殺) Cười qua chuyện. ~하다.

소상(小祥) Ngày giỗ đầu. ~을 지내다 giỗ đầu. ~을 치르다 làm giỗ đầu.

소상인(小商人) Tiểu thương.

소생(小生) Tiểu nhân, tôi (dùng khi xưng hô hạ mình xuống).

소서(小暑) Tiểu thử (bắt đầu nóng mùa hè).

소석회(消石灰) Vôi.

소선거구(小選擧區) Khu vực bầu cử nhỏ.

소설(小雪) Cơn tuyết nhỏ.

소성(小成) Thành công nhỏ. ~에 만족하다 hài lòng với thành công nhỏ.

소성(素性) Bản tính.

소소리패 Bọn nhóc ngông nghênh láo toét.

소소하다(小小-) Nhỏ, thường.

소시민(小市民) Tiểu tư sản, tiểu thị dân.

소시지 Món xúc xích, dồi.

소식(小食) Ăn ít. ~하다.

소식(素食) Món ăn đơn giản.

소신(小信) Niềm tin nhỏ. ~을 지키다 giữ niềm tin nhỏ.

소실(小室) Thiếp, vợ lẽ. ~을 두다 có vợ bé. ~자식 con vợ lẽ.

소실(燒失) Cháy mất, đốt mất. ~하다.

소심(小心) Nhát gan. ~하다. ~한 사람 người nhát gan. Người hẹp hòi.

소싯적(少時-) Khi còn trẻ, lúc trẻ. ~에 lúc trẻ.

소아시아(小-) Vùng Tiểu Á, vùng biển đen phía tây Châu Á.

소액(少額) Ít, không nhiều (số lượng). ~의 돈 tiền với số lượng nhỏ.

소양(素養) Tri thức cơ sở, tri thức nền tảng. ~이 있는 có tri thức nền tảng. 경제학에 ~이 없는 학생 học sinh không có tri thức nền tảng về kinh tế học.

소연(小宴) Tiệc nhỏ.

소염제(消炎劑) Thuốc chống viêm.

소엽(小葉) Lá cây nhỏ.

소옥(小屋) Căn phòng nhỏ.

소용(所用) Tác dụng, hiệu quả, kết quả. ~이 있다 có tác dụng. ~없다 không có tác dụng

소용돌이 ① Xoáy nước ~치다 xoáy. ~치는 물 nước xoáy. ② Dòng xoáy, cơn xoáy, sự hỗn loạn.

소우주(小宇宙) Tiểu vũ trụ.

소위(所謂) Cái gọi là. ~운명이라는 것은 사람이 스스로 친 거미줄이다 cái gọi là số phận là sợi dây màng nhện mà con người tự quấn mình vào.

소위원회(小委員會) Tiểu uỷ ban.

소유(所有) Sở hữu. ~하다. 의 ~가 되다 thành sở hữu của ai đó. ~격 sở hữu cách. ~주 chủ sở hữu. ~지 đất sở hữu. 개인~ sở hữu cá nhân.

소인(小引) Tiểu diễn, lời dẫn đầu, lời giới thiệu đơn giản ban đầu.

소인(小人) ① Người ít tuổi, trẻ em. ② Chỉ người có vóc dáng bé nhỏ.

소인(消印) Con dấu bưu điện. ~하다 đóng dấu. 파리의 ~이 찍힌 편지 bức thư đóng dấu Pari.

소일(消日) Giết thời gian, qua ngày. ~하다. 독서로 ~하다 đọc sách giết thời gian. 빈둥빈둥 ~하다 vất vưởng qua ngày.

소임(所任) Nhiệm vụ, công việc. ~을 맡다 nhận nhiệm vụ. ~을 다하다 hoàn thành nhiệm vụ.

소자(小字) Chữ nhỏ. 문서의 글씨가 너무~로 되어 있어서 읽기가 불편하다 chữ viết của giấy tờ bằng chữ nhỏ quá chính vì thế khó đọc.

소자(素子) Nguyên tố, thành tố.

소작(小作) Làm thuê, làm ruộng thuê, làm ruộng mướn. ~하다. ~료 tiền làm mướn. ~인 người làm ruộng mướn.

소작(所作) ① Người nào đó làm ra. ② Trò của ai đó bày ra.

소장(消長) Cường và thịnh, thịnh và suy. ~하다. 음양의 ~ thịnh và suy của âm dương.

소장(訴狀) Thư tố cáo, bản cáo trạng. ~을 제출하다 trình bản cáo trạng.

소재(所在) Ở nơi nào đó, ở, có. ~불

명 không rõ ở đâu. 책임의 ~를 묻다 truy trách nhiệm. 비자 금의 ~를 밝히다 làm rõ quỹ đen ở đâu.

소재(素材) Nguyên liệu, vật liệu, tài liệu. ~를 모으다 gom nguyên liệu.

소저(小姐) Cô gái.

소전(小傳) Lược truyện.

소전제(小前提) Tiểu tiền đề, tiền đề phụ.

소절(小節) Nghi lễ nhỏ, lễ tiết nhỏ, phép lịch sự nhỏ.

소정(所定) Quy định, được quy định, đã định. ~의 사항 những hạng mục quy định.

소중(所重) Quan trọng, quý giá. ~하다. ~한 물건 vật dụng quan trọng. 목숨만큼~ quan trọng như mạng sống.

소증(素症) Triệu chứng muốn ăn thịt. ~이 나다 muốn ăn thịt.

소진(消盡) Mất dần, tiêu hao dần. ~하다.

소진(燒盡) Cháy mất, cháy không còn nữa. ~하다. 화재로 모든 것이 ~되었다 do hỏa hoạn tất cả mọi thứ cháy hết.

소진(訴陳) Đã tường trình, tường trình về việc tố tụng.

소차(小差) Sự khác biệt nhỏ.

소찬(素饌) Món chay.

소찬(素餐) Không làm gì ngồi hưởng lộc, bổng lộc.

소채(所債) Món nợ, nợ.

소채(蔬菜) Rau, rau xanh. =채소.

소책(小策) Mẹo vặt.

소책자(小冊子) Quyển sách nhỏ. ~를 발간하다 phát hành sách nhỏ.

소추(小秋) Đầu Thu, đầu mùa Thu.

소추(訴追) Sự khởi tố, truy cứu. ~하다.

소침(消沈) Mất ý chí. 의기~ mất ý chí.

소켓 Cái đui đèn, cái ổ cắm. ~에 끼다 cài vào đui, cắm vào ổ cắm.

소크라테스 Nhà triết học Hy Lạp Socrates (470?-399 B. C).

소탐대실(小貪大失) Tham nhỏ bỏ lớn, tham bát bỏ mâm. ~하다.

소탕(掃蕩) Tiêu diệt, trừ khử. ~하다. 적을 ~하다 tiêu diệt địch.

소택(沼澤) Đầm lầy. ~지 vùng đầm lầy.

소파 Ghế sofa. ~에 앉다 ngồi lên sofa.

소파(小破) Bị hư hỏng nhỏ.

소편(小片) Miếng nhỏ.

소편(小篇) Ngắn, tiểu thuyết ngắn.

소폭(小幅) Phạm vi nhỏ, ít, không nhiều. ~의 변동 sự biến động nhỏ. 월급이 ~으로 올랐다 tiền lương tăng lên ít.

소품(小品) Tác phẩm nhỏ, tiểu phẩm.

소풍(逍風) ① Đi dạo, đi hóng gió. ~하다. ~나가다 đi hóng gió. ② Đi cắm trại, đi picnic. ~하다. 학교 ~ cắm trại trường. ~을 가다 đi cắm trại.

소프트 Mềm, có tính chất mềm (soft). ~아이스크림 kem mềm. ~웨어 phần mềm (software).

소피(所避) Đi đái, từ xuyên tạc của đi tiểu. ~보다 đái. ~가 마렵다 buồn đái.

소하어(遡河魚) Loài cá sống ở biển nhưng vào mùa đẻ trứng lại vào sông (cá hồi.).

소한(小寒) Tiểu hàn.

소프트웨이 Phần mềm (soft ware).

소형(小型) Nhỏ, loại nhỏ. ~권총 súng loại nhỏ. ~비행기 máy bay loại nhỏ.

소형화(小型化) Nhỏ hóa. ~하다.

소화(消火) Cứu hỏa, diệt hỏa. ~하다. ~기 bình dập lửa. ~용수 nước dập lửa. ~호스[펌프] vòi [bơm] cứu hỏa.

소환(召喚) Gọi, kêu, triệu tập (tòa án). ~하다. ~을 받다 bị triệu tập. 법정에 ~되다 bị gọi ra tòa. ~장 giấy triệu tập. ~장을 내다 gửi giấy mời.

소환(召還) Triệu hồi. ~하다. 대사를 ~하다 triệu hồi đại sứ. 본국에 ~되다 triệu hồi về nước.

소환장(召喚狀) Giấy triệu tập, giấy gọi, giấy mời.

속(束) Bó, cột.

속(續) Thuộc về, thuộc vào.

속가죽 Da trong.

속간(續刊) Tiếp tục xuất bản. ~하다.

속격(屬格) Sở hữu cách, hình thức sở hữu.

속고(續稿) Nguyên bản tiếp theo.

속고갱이 Lõi, ruột (rau). 배추의 ~ lõi bắp cải.

속구(速球) Bóng ném nhanh (bóng chày).

속국(屬國) Nước phụ thuộc, nước thuộc địa. 영국의 ~이다 thuộc địa của Anh, thành nước phụ thuộc vào Anh.

속궁리(-窮理) Kế hoạch, phương pháp, suy tính. ~하다.

속기(速記) ① Tốc ký, viết tốc ký. ~하다. ~를 배우다 học tốc ký. ~로 기록하다 dùng tốc ký ghi chép ② Chữ tốc ký.

속꺼풀 Mí (mắt) trong.

속껍데기 Vỏ trong. 땅콩은 볶아야 ~가 잘 벗겨진다 lạc phải rang thì vỏ trong mới dễ tróc.

속껍질 Vỏ trong, lớp vỏ trong. 밤의 ~을 벗기다 bóc vỏ trong của hạt dẻ.

속끓이다 Rất lo lắng, sốt ruột.

속념(俗念) Suy nghĩ bị trói buộc vào thế tục. ~을 버리다 vứt bỏ suy nghĩ bị trói buộc.

속다 Bị lừa. 잘~은 사람 người dễ bị lừa. 아! ~았구나 anh bị lừa rồi. 너한

테 ~지 않는다 tôi không bị anh lừa đâu.

속닥 Đức hạnh. =숙덕

속달(速達) Phát chuyển nhanh. ~하다. ~로 보내다 gửi phát chuyển nhanh.

속달다 Lo lắng, bồn chồn, háo hức. 결과를 알고싶어 ~ lo lắng muốn biết kết quả.

속담(俗談) Tục ngữ. ~에 있듯이 như tục ngữ nói. 세 살 적 버릇이 여든까지 간다는 ~은 결코 헛말이 아니다 tục ngữ có câu tật lúc lên ba đến già vẫn không chừa quả nhiên là rất đúng.

속대 Cái chất cặn bẩn bám bên trong.

속대중 Đoán, dự đoán.

속도위반(速度違反) Vi phạm tốc độ. ~을 하다 vi phạm tốc độ. ~단 속 하다 bắt vi phạm tốc độ.

속도제한(速度制限) Giới hạn tốc độ. ~을 하다 giới hạn tốc độ. ~시속 30 마일『biển báo』 tốc độ giới hạn 30 dặm/ giờ.

속독(速讀) Sự đọc nhanh. ~하다.

속등(續騰) Sự tăng liên tục. ~하다. 그는 시간이 없는지~으로 책을 읽어 내려간다 anh ta không có thời gian đọc nhanh sách rồi đi xuống.

속뜻 Ý ngầm. 내~은 그게 아니었어 ý của tôi không phải là như vậy.

속락(續落) Tiếp tục giảm xuống, tiếp tục tụt xuống (vật giá). ~하다.

속력(速力) Tốc lực, tốc độ. 전~으로 toàn tốc lực. ~을 내다 tăng tốc. ~을 줄이다 giảm tốc. ~시험 thử nghiệm tốc độ.

속령(屬領) Lãnh thổ thuộc vào đất nước nào đó.

속론(俗論) ① Ý kiến mọi người. ~에 따르다 theo ý kiến mọi người. ② Ý kiến vớ vẩn.

속류(俗流) Thuộc vào đám nào, thuộc vào nhóm nào.

속립(粟粒) ① Hạt gạo nhỏ. ~모양의 hình hạt gạo. ② Chỉ sự vật gì đó rất nhỏ.

속마음 Trong lòng, bụng dạ. 서로 ~을 잘 알다 biết bụng dạ của nhau.

속마음 Tâm trạng trong lòng, nỗi niềm trong người, ý định trong lòng. ~을 털어놓다 giãi bày tâm trạng.

속말 Lời nói chân thành từ đáy lòng, lời nói thật.

속명(俗名) Tên tục.

속무(俗務) Các công việc vặt.

속문학(俗文學) Văn chương tục tĩu không có giá trị nghệ thuật.

속물(俗物) ① Đồ tục tĩu. ② Người bậy bạ, người tục tịu, người vô học. 그는 보기보다 더 ~이다 hắn ta tục hơn bề ngoài.

속바지 Quần trong, quần lót.

속박(束縛) Trói buộc, hạn chế, bị kiềm chế. ~하다. 도덕적~ bị giới hạn về mặt đạo đức.

속발(續發) Xảy ra liên tục. ~하다. ~하는 사건 vụ việc xảy ra liên tục.

속보(速步) Đi bộ nhanh. ~로 걷다 đi nhanh.

속사(速死) Chết ngay, chết liền.

속사(速射) Sự bắn nhanh. ~하다. ~포(砲) pháo bắn nhanh.

속사정(-事情) Tình hình bên trong, nội tình. ~이 궁금하다 muốn biết tình hình bên trong

속삭거리다 Thì thào, thì thầm. =속삭이다.

속삭속삭 Thì thào, thì thầm, rủ rỉ.

속살찌다 ① Mập lên, béo lên. ② Có nội dung hơn, phong phú nội dung hơn.

속상해하다 Bị làm phiền toái, lo lắng.

속설(俗說) Truyền thuyết, truyền tụng. ~에 의하면 theo truyền thuyết.

속성(俗姓) Tục tính, giới tính trước khi thành sư.

속성(屬性) Thuộc tính, tính chất.

속세간(俗世間) Tục thế, cõi trần. =속세.

속속(續續) Lần lượt, liên tục, nối tiếp nhau, dồn dập. ~밀려들다 lần lượt tấp vào.

속썩다 Buồn rầu, đau lòng.

속안(俗眼) Mắt thường, mắt người.

속어(俗語) ① Tục ngữ. ② Lời nói tục, lời nói bậy. ~를 쓰다 nói bậy.

속어림 Phán đoán, dự tính, đánh giá. ~으로 theo phán đoán.

속언(俗言) Lời nói bậy, lời nói tục.

속여먹다 Bị lừa, bị gạt, bị phỉnh. =속이다.

속연(續演) Biểu diễn liên tục. ~하다.

속영(續映) Chiếu liên tục, chiếu dài ra. ~하다.

속옷 Áo lót, đồ lót. ~을 갈아입다 thay đồ lót.

속요(俗謠) Bài hát tục của dân.

속요량(-料量) Phán đoán, dự đoán. ~하다.

속인(俗人) Người thường, người trần.

속임수 Trò lừa đảo. 간교한 ~ một trò lừa đảo nham hiểm. ~를 쓰다 dùng trò lừa đảo. ~에 걸리다 bị lừa.

속잎 ① Lá bên trong (bắp cải, xà lách). ② Lá mầm.

속자(俗字) Chữ Hán giản thể.

속장 Trang trong (báo, sách).

속전속결(速戰速決) Tốc chiến tốc thắng, đánh nhanh thắng nhanh. ~방식으로 하다 theo phương châm đánh nhanh thắng nhanh.

속진(俗塵) Bụi đời, việc đời phàm tục.

속짐작 Dự đoán, tính toán.

속창 Cái lót giày. 신에 ~을 깔다 thay lót giày.

속출(續出) Xuất hiện liên tục, xẩy ra liên tục, phát sinh liên tục. ~하다.

속치레 Trang trí bên trong. ~를 하다.

속칭(俗稱) Sự gọi tên riêng, tên thân mật. ~하다. 라 ~하다 tên thân mật là.

속타다 Lo lắng, lo trong người. ~는 일 việc lo lắng.

속탈(-頉) Bệnh khó tiêu, bệnh dạ dày. ~이 나다 mắc bệnh dạ dày.

속태우다 Lo lắng (tự thân). 쓸데없는 일에 ~ lo lắng chuyện đâu đâu. 아이 때문에 어머니가 ~ người mẹ lo lắng vì đứa con.

속편(續編) Phần tiếp theo của sách, phim.

속행(速行) Tốc hành, đi nhanh. ~하다.

속행(續行) Đi liên tục, làm liên tục, tiến hành liên tục. ~하다.

속화(俗化) Tục hóa, bậy. ~하다.

속회(續會) Họp tiếp. ~하다.

속효(速效) Hiệu quả tức thời, hiệu quả ngay. =즉효(卽效).

솎음 Tỉa, nhổ (cây). ~(질)하다 nhổ, tỉa.

손 Khách, người từ nơi khác đến. ~을 맞다 đón khách, tiếp khách.

손(孫) Con cháu, nòi giống.

손(孫) Tiếp từ, chỉ con cháu đời thứ. 육대~손 cháu đời thứ 6.

손(損) Tổn hại, thiệt hại. =손해. ~을 보다 bị thiệt hại.

손가락자국 Vân tay, dấu vân tay.

손가방 Túi xách tay.

손거스러미 Vết xước ở phần da trên móng tay. ~가 생기다 bị xước da móng tay.

손거울 Gương nhỏ (cầm tay).

손결 Nước da tay. 그녀는 ~이 곱다 nước da tay cô ấy mềm mại.

손곱다 Cón tay, tê tay.

손금 Đường chỉ tay. ~을 보다 xem đường chỉ tay. ~이 좋다 đường chỉ tay tốt. ~쟁이 người bói tay.

손금(損金) Số tiền thiệt hại.

손꼽다 Đếm bằng ngón tay. ~아 기다리다 đợi từng ngày/đợi đếm từng ngày. ~아 수를 세다 đếm bằng ngón tay.

손녀(孫女) Cháu gái. 할머니가 ~를 품에 안고 자장가를 불러 주었다 bà ôm cháu gái vào lòng hát ru.

손놀림 Vận động của tay. 서투른~ 으로 bàn tay ngượng ngạo.

손대야 Cái chậu con.

손대중 Dùng tay ước lượng, đo bằng

tay. ~으로 재다 đo bằng tay.

손도끼 Rìu tay, rìu con.

손도장(-圖章) Ngoắc tay, ngoặc tay. ~을 찍다 sự ngoặc tay.

손들다 Giơ tay, đầu hàng.

손들다 Giơ tay lên. 꼼짝 말고 손 들어! Đứng im, giơ tay lên.

손등 Mu bàn tay. ~까지 덮는 긴 소매 vạt áo dài đến tận mu bàn tay. ~에 로션을 바르다 bôi kem dưỡng da lên mu bàn tay.

손떼다 Kết thúc. 일에서~ xong việc.

손모(損耗) Tiêu hao, mài mòn mất dần. 기계의 ~가 매우 심하다 mài mòn của máy rất nặng.

손목 Cổ tay. 맏 cổ tay. 동호 đeo tay. ~에 수갑을 채우다 tra còng sắt vào cổ tay. ~을 잡고 말리다 ngăn không cho ai làm gì đó.

손바느질 May bằng tay. 터진 옷을 ~로 꿰맸다 may tay cái áo bị rách.

손보다 Sửa chữa, sửa. 바람에 뒤틀린 대문을 ~ sửa cái cửa bị gió lật.

손부(孫婦) Cháu dâu.

손부끄럽다 Rụt tay lại xấu hổ. 그가 돈을 꿔주지 않아서 ~ anh ta không cho mượn tiền làm tôi rụt tay lại xấu hổ.

손붙이다 Bắt đầu, khởi công, tiến hành. =착수하다.

손빌리다 Nhờ giúp, nhờ ai giúp, mượn tay ai. 친구의 손을 빌리다 nhờ bạn giúp.

손뼉 Bàn tay. ~(을)치다 vỗ tay. ~을 두드리다 vỗ vỗ bàn tay, xoa xoa tay.

손서(孫壻) Cháu rể.

손수건(-手巾) Khăn tay, khăn mùi xoa. 주머니에서 ~을 꺼내어 눈물을 닦다 rút khăn mùi xoa trong túi ra lau nước mắt.

손수레 Cái xe kéo tay, xe kiến an, xe ba gác. ~를 끌고 가다 kéo xe tay.

손숫물 Nước rửa tay.

손쉽다 Dễ, dễ xử lý, dễ làm. ~게 một cách dễ dàng. 손쉬운 일 việc dễ. 성공하기에 손쉬운 길 con đường dễ dẫn đến thành công.

손심부름 Sai vặt.

손쓰다 Xử lý, động tay đến, tham gia vào. 어떻게 손쓸 수가 없다 không thể làm thế nào được. 미리~ xử lý trước.

손아래 Ít tuổi hơn, dưới tay, đàn em. ~남동생 em trai. 그는 나보다 2년~다 anh ta ít hơn tôi 2 tuổi.

손어림 Đo bằng tay, dùng tay ước lượng. ~하다.

손익(損益) Thiệt hại và tiền lời, lời lỗ, thiệt hay lợi. ~을 맞추다 tính toán/

so sánh lời lỗ. ~을 따지다 tính toán lời lỗ.

손익다 Quen tay, quen việc. ~은 일 việc làm vốn đã quen, việc quen thuộc.

손자(孫子) Cháu trai. ~세 명을 두다 có ba thằng cháu trai.

손잠기다 Bận bịu, bận rộn. 일에 손잠겨 지금 나갈 수 없다 bận bịu quá không bay giờ không đi được.

손재간(-才幹) Sự khéo tay, sự mềm dẻo của bàn tay. =손재주. ~이 없다 không khéo tay, vụng tay. ~이 뛰어 나다 rất khéo tay.

손전등(-電燈) Đèn bin, đèn cầm tay.

손짓 Dấu hiệu bằng tay, ra hiệu bằng tay, dùng tay. ~하다 vẫy tay, ra dấu tay. ~으로 가라고 하다 ra hiệu đi đi. 벙어리는 ~으로 말하다 người câm nói bằng tay.

손치다 Chỉnh, sửa, nắn.

손치르다 Chiêu đãi khách, tổ chức tiệc.

손타다 Bị ăn trộm.

손해(損害) Tổn hại, thiệt hại, tổn thất, mất mát. ~를 끼치다 gây tổn thất. 물적인~ tổn hại về vật chất. 인적 인~ tổn hại về nhân mạng.

솔 Cây thông. 사계절 푸른~ thông xanh bốn mùa. ~ 심어 정자라 「속 ngữ」 Đếm cua trong lỗ.

솔 Đường nối, đường viền. =솔기.

솔가리 Lá thông khô. ~를 긁다 cào lá thông khô.

솔가지 Cành thông khô, củi thông.

솔기 Đường nối, vết sẹo. ~가 있는 có chỗ nối. ~없는 không có chỗ nối. ~가 터지다 chỗ nối bung ra.

솔깃하다 Hứng thú, hấp dẫn. 귀가 솔깃 해서 듣다 nghe một cách hứng thú.

솔다 Khô lại, khô (hơi nước, nước hoặc vết thương). 상처가 ~아 진 물이 나지 않는 vết thương khô không còn chảy mủ nữa.

솔로 Đơn, độc tấu (solo). ~로 노래하 다 hát solo, hát một mình. ~를 하다 diễn mình.

솔뮤직 Nhạc của người nô lệ da đen (soul music).

솔발(摔鈸) Chuông đồng hình giọt nước. ~놓다 tung tin, nói bí mật của người khác ra.

솔방울 Quả thông.

솔밭 Rừng thông, ruộng thông. 울창한 ~ rừng thông rập rạm.

솔봉이 Chỉ người nhỏ tuổi và quê mùa.

솔부엉이 Con cú mèo.

솔뿌리 Gốc thông, bụi thông.

솔선(率先) Tiên phong, đi đầu. ~하다. ~해서하다 tiên phong, đi đầu. ~해서

담배를 끊다 tiên phong bỏ thuốc đầu tiên.

솔솔 Từ từ, nhè nhẹ (chỉ nước hoặc bột tuôn qua lỗ hở). 자루에 구멍이 나서 밀가루가 바닥에 ~뿌려졌다 bao bị thủng nên mỳ trong bao cứ thế tuôn ra từ từ.

솔숲 Rừng thông. 푸른~ rừng thông xanh.

솔잎 Lá thông kim. 송충이는 ~을 먹고 산다 con sâu thông ăn lá thông để sống.

솔포기 Cây thông tán thấp. ~밑에 몸을 감추고 누웠다 nằm trốn dưới tán thông.

솜 Bông. ~을 두다 nhồi bông. ~덩이 cục bông. ~옷 cục bông. ~ 같은 구름 mây như bông.

솜대 Cây tre.

솜돗 Chiếu bông.

솜뭉치 Cục bông.

솜바지 Quần bông.

솜버선 Cái ủng bông, cái ghệt bông.

솜사탕(-砂糖) Kẹo bông.

솜저고리 Áo vét tông bông.

솜틀 Máy tách bông, máy xước bông.

솟고라지다 Tuôn ra, chảy ra.

솟구다 Bốc lên như bay, bổng lên. 몸을 ~ nhấc bổng người lên.

솟국(素-) Canh không có thịt, canh chay.

솟아나다 Trào ra, tuôn ra, phun ra, mọc ra (cây, nước, tình cảm). 눈물이 ~ nước mắt trào ra. 이마에 진땀이 ~ mồ hôi tuôn ra trên trán.

송(宋) Nước Tống (Trung Quốc).

송 Bài hát (song).

송가(頌歌) Bài hát ca ngợi công đức. 크리스마스~ bài thánh ca Noen.

송골송골 Lấm tấm, nhỏ giọt. 뜨거운 음식을 먹으니 코에 땀이 ~ 돋는다 ăn thức ăn nóng nên mồ hôi trên mũi chảy lấm tấm.

송구(送球) ① Môn bóng ném. ② Chuyền bóng bằng tay. ~하다.

송구영신(送舊迎新) Tống cũ nghênh tân, tiễn năm cũ đón năm mới. ~하다.

송기(誦記) Học thuộc ghi nhớ.

송년(送年) Tiễn năm cũ, tất niên. ~하다. ~회 lễ tất niên. ~의 밤 đêm tất niên.

송달(送達) Gửi, chuyển đến (thư từ). ~하다. 연말에는 우편물~이 늦어진다 cuối năm thư đến muộn.

송덕(頌德) Ca ngợi công đức. ~하다. ~비 bia ca ngợi công đức.

송독(誦讀) Đọc thành tiếng, đọc to. ~하다.

송두리째 Tất cả, toàn bộ. 노름으로 재산을 ~날리다 đánh bạc tài sản bay mất sạch sành sanh.

송로(松露) ① Sương trên cây thông. ② Cây nấm.

송백(松柏) Cây thông và cây bách.

송부(送付) Gửi (tiền, hàng hóa). ~하다.

송사(訟事) Chuyện kiện tụng. ~하다.

송사(送辭) Lời từ biệt, lời tiễn biệt.

송사(頌辭) Lời nói ca tụng, lời ca tụng công đức.

송수(送受) Gửi và nhận.

송아리 Khóm, bụi, chùm (hoa quả), bông. 포도~ chùm nho. 꽃~ chùm hoa. 눈~ bông tuyết, chùm bông tuyết

송아지 Con bê, con bò con. 수~ bê con đực. ~수 bê con đực. ~를 낳다 đẻ bê con.

송영(送迎) Tiễn và đón, tiếp đón và tiễn đưa. ~하다. 공항은 ~객으로 붐볐다 sân bay nhộn nhịp khách đón đưa.

송영(誦詠) Ngâm thơ. ~하다.

송유(松油) Dầu thông.

송유(送油) Dẫn dầu. ~관 ống dẫn dầu.

송이 ① Chùm (hoa quả), bông. 눈~ bông tuyết. ~로 피다 nở thành bông. ② Lượng từ của bông, chùm.

송이(松栮) Nấm thông.

송이송이 Từng bông từng bông, từng chùm từng chùm (hoa quả).

송장 Xác chết, thi hài. =시체. ~을 파묻다 chôn cái xác chết. ~(을) 치다 Cúng tế.

송죽(松竹) Cây thông và cây trúc.

송진(松津) Nhựa thông. 소나무 숲에서 진한 ~ 냄새가 풍겨 왔다 có mùi nhựa thông đậm từ trong rừng thông.

송축(頌祝) Ca ngợi và cầu chúc. ~하다.

송판(松板) Tấm ván thông

송편(松-) Bánh sông phiên, bánh gạo nhân đậu hấp bằng lá thông.

솥땜장이 Người chuyên đi lặt nồi hư.

솥뚜껑 Nắp nồi, vung nồi. ~을 닫다 đập nắp nồi.

솥발 Chân kiềng, chỉ quan hệ chắc chắn.

솥솔 Cái thìa cạo nồi.

솨 Thổi cái ào, thổi vù (gió), rơi ào ào, đổ ào (mưa, nước). 바람이 ~분다 gió thổi vù. 비가 ~쏟아졌 다 mưa tuôn ào ào.

솰솰 Chỉ tiếng nước chảy không bị ngăn trở, chảy ào uống, chảy ào ào. 시냇물이 ~흐르다 nước suối chảy ào ào.

쇄골(鎖骨) Xương đòn vai.

쇄광(碎鑛) Xay đá để lấy quặng. ~기 máy xay đá.

쇄빙(碎氷) Phá băng. ~하다. ~기 máy phá băng. ~선 tàu phá băng.

쇄석(碎石) Xay đá, phá đá cho nhỏ. ~하다.

쇄편(碎片) Mảnh vụn, mảnh vỡ.

쇄항(鎖港) Tỏa cảng, cấm tàu bè đi lại. ~하다

쇠 ① Sắt. ~로 만들다 làm bằng sắt. ~가 녹이 슬었다 sắt bị rỉ. ② Chất sắt trong quặng. ~를 함유하다 chứa sắt.

쇠가죽 Da bò. ~으로 만든 허리띠 dây lưng làm bằng da bò. ~을 무릅쓰다 Mặt dày hơn tấm da bò, không biết xấu hổ, không có thể diện

쇠갈고리 Cái móc sắt.

쇠고기 Thịt bò. 수입~ thịt bò nhập. ~를 굽다 nướng thịt bò.

쇠고랑 Cái còng sắt, cái xiềng. ~을 찬 죄수 tên tội nhân bị còng tay.

쇠고리 Cái vòng sắt.

쇠골 Xương bò.

쇠기름 Mỡ bò.

쇠기침 Cơn ho nhiều lâu không khỏi.

쇠꼬리 Đuôi bò.

쇠다 Đón, chào đón. 설을 ~ đón tết. 추석을 ~ đón Trung Thu.

쇠다리 Chân bò.

쇠다리 Cái cầu sắt.

쇠달구 Mũi sắt, đầu sắt (máy móc).

쇠똥 Xỉ sắt.

쇠똥 Phân bò, cứt bò. 마른~ phân bò khô. ~무더기 đống phân bò.

쇠막대기 Cây gậy sắt.

쇠망(衰亡) Suy vong, suy tàn, suy sụp. ~하다. 로마 제국의 ~ sự suy vong của đế quốc La mã.

쇠망치 Cây búa sắt. ~로 못을 박다 dùng búa sắt đóng đinh.

쇠머리 Thủ bò, đầu bò.

쇠먹이 Thức ăn cho bò.

쇠못 Đinh sắt. 나무에 ~을 박다 đóng đinh sắt vào cây.

쇠몽둥이 Cây gậy sắt.

쇠뭉치 Cục sắt, thỏi sắt. ~로 말뚝을 박다 dùng cục sắt đóng cột.

쇠문(-門) Cửa sắt.

쇠미(衰微) Suy yếu, suy tàn. ~하다.

쇠붙이 Kim loại, sắt.

쇠뼈 Xương bò.

쇠뿔 Sừng bò. ~에 받히다 bị sừng bò húc.

쇠사다리 Cái thang sắt.

쇠스랑 Cái cào chìa.

쇠심 Gân bò.

쇠약(衰弱) Yếu đuối, yếu, suy nhược. ~하다. ~해지다 trở nên yếu.

쇠자루 Cán sắt.

쇠잔(衰殘) Suy yếu, yếu, suy giảm. ~하다. 기력의 ~ khí sực suy giảm.

쇠족(-足) Chân bò.

쇠죽(-粥) Món cháo trộn cỏ, đậu, rơm cho bò.

쇠줄 Dây sắt. 개의 목이 ~에 묶여 있었다 trên cổ con chó có cột dây sắt.

쇠지레 Cái xà beng, cái đòn sắt.

쇠진(衰盡) Suy yếu, yếu, suy tàn. ~하다.

쇠코뚜레 Vòng đeo ở mũi bò. ~를 꿰다 đeo vòng mũi bò.

쇠테 Khung sắt, sườn sắt.

쇠톱 Cưa sắt. ~으로 쇠 파이프를 잘랐다 dùng cưa sắt chưa ống sắt.

쇠하다(衰-) Suy yếu, yếu, suy tàn. 기력이 ~ sức nhớ suy giảm.

쇠혀 Lưỡi bò.

쇤네 Đồ tiểu nhân.

쇳내 Mùi tanh kim loại hoặc của thức ăn. ~가 나다 có mùi tanh.

쇳덩이 Cục sắt.

쇳독(-毒) Chất độc trong sắt.

쇳소리 Tiếng kim loại va vào nhau, tiếng sắt thép. ~가 나다 có tiếng kim loại.

쇳줄 Mạch quặng sắt, mỏ sắt.

쇼 Pha, cảnh, pha biểu diễn, biểu diễn (show). ~걸 gái múa, gái biểu diễn (shwo girl).

쇼맨 Người mẫu nam (showman).

쇼비니즘 Người theo chủ nghĩa yêu nước mù quáng (chauvinism).

쇼트 Tiểu thuyết ngắn.

쇼트트랙 Thi trượt băng cự ly ngắn (short track).

숄 Cái khăn vuông của người phụ nữ dùng để chống lạnh hoặc trang sức.

숄더백 Túi xách vai (shoulder bag). 요즘은 핸드백보다 ~을 많이 사용한다 dạo này người ta dùng túi xách vai nhiều hơn là túi cầm tay.

수 Đực, giống đực, làm tiếp từ, đi trước động vật, chỉ thuộc giống đực. ~염소 dê đực. ~개 chó đực. ~돼지 lợn đực. 암과 ~ cái và đực. ~컷 con đực. ~닭 gà trống.

수(手) ① Bàn tay, tay. ② Chỉ người chơi cờ hoặc năng lực chơi, miếng, tay nghề. ~가 높다 cao tay. 내가 한 ~ 가르쳐 주지 để tôi bày cho một miếng. ~(가) 깊다 cao tay.

수(水) Nước (thủy).

수(水) Chỉ thứ 4, ngày thứ 4.

수(數) Vận số. ~가 좋다 tốt số ~가 나쁘다 xấu số.

수(首) ① Bài (thơ, hát) 시 한 ~ 읊다 ngâm một bài thơ. 시 한 ~ 를 짓다 làm một bài thơ. ② Con vật. 닭 열~ mười con gà.

수(數) Số, số lượng. ~가 적다 ít. 사람 ~가 모자라다 thiếu người. 가구별 평균 자녀 ~가 점점 줄어들고 있다

số con trong một gia đình đang dần giảm xuống.

수가(收價) Giá thu mua.

수간(樹幹) Hàng cây.

수간(獸姦) Giao hợp với thú vật.

수감(收監) Giam cầm, tù. ~되다 bị giam cầm. ~자 tù nhân. ~생활 cuộc sống tù đày.

수강(受講) Học, nghe giảng. ~하다. ~료 học phí. ~생 học sinh. ~신청 xin vào học.

수개(數箇) Vài, một vài, mấy. ~월 vài tháng. 지난~월 동안 trong mấy tháng qua.

수갱(竪坑) Hầm, lò (quặng). ~을 파다 đào hầm quặng.

수거(收去) Thu, gom, nhặt ~하다. 분뇨~차 xe hút phân. 쓰레기~차 xe gom rác.

수건(手巾) Khăn, cái khăn. ~으로 손을 씻다 lau tay bằng khăn. ~을 짜다 vặn khăn.

수검(受檢) Bị kiểm tra, bị kiểm duyệt. ~하다. ~자 người bị kiểm tra.

수결(手決) Chữ viết dưới bức thư để thay con dấu (thời cổ). (에)~ (을) 두다[쓰다] viết chữ.

수경(水耕) Thuỷ canh, trồng dưới nước. ~법 phương pháp thuỷ canh.

수경성(水硬性) Có tính thủy đông. ~시멘트 xi măng đông.

수고스럽다 Khó khăn, vất vả, mệt nhọc. =수고롭다.

수고양이 Con mèo đực.

수공(水攻) Tấn công bằng nước. ~을 당하다 bị nước tấn công.

수공(手工) Thủ công, làm bằng tay. ~업 ngành thủ công. ~업품 hàng thủ công.

수공예(手工藝) Thủ công mỹ nghệ. ~품 hàng thủ công mỹ nghệ.

수관(水管) Ống nước.

수괴(首魁) Tên đầu sỏ, tên cầm đầu. 도둑떼의 ~ tên cầm đầu băng trộm.

수구(守舊) Thủ cựu, bảo thủ. ~하다. ~세력 thế lực thủ cựu. ~파 phái bảo thủ.

수국(水菊) Cây cúc nước.

수군(水軍) Thuỷ quân.

수군수군 Thì thào, thì thầm.

수굿하다 Nghiêng, chĩa xuống.

수권(水圈) Phần nước chiếm trên mặt đất.

수권(首卷) Quyển đầu tiên.

수권(授權) Trao quyền, thụ quyền cho ai. ~하다.

수금(水禽) Thuỷ cầm, gia cầm sống dưới nước như vịt. ~류 loài thuỷ cầm.

수금(囚禁) Giam cầm, bắt giam. ~하

다.
수금(收金) Nhận tiền, thu tiền. ~하다. ~하러 다니다 đi thu tiền. ~이 잘 안 되었다 không thu được tiền.
수급(首級) Cấp lãnh đạo.
수급(受給) Nhận (lương, thưởng).
수기(手記) Bản ghi chép, chính tay mình ghi chép. ~하다. 체험~를 쓰다 viết nhật ký sự trải nghiệm.
수기(手旗) Lá cờ cầm tay. ~로 신호하다 lấy cờ tay làm tín nhiệu.
수꿩 Con chim trĩ đực.
수나다(數-) May đột ngột, vận may bất thình lình.
수나사(-螺絲) Con vít.
수난(水難) Thủy nạn, bão lụt, sóng thần. ~을 당하다 bị thiệt hại do lũ lụt.
수납(收納) Thu, nhận, thu nạp. ~하다. ~액 số tiền nhận vào. ~창구 quầy thu tiền
수납(受納) Nhận rồi nộp vào. ~ 하다.
수냉식(水冷式) Làm lạnh bằng nước. ~엔진 máy làm lạnh bằng nước.
수녀(修女) Tu nữ. ~가 되다 thành tu nữ.
수년(數年) Mấy năm. ~간 trong mấy năm. ~전 mấy năm trước. ~동안 trong mấy năm.
수놈 Con đực, giống đực. =수컷.

수뇌(首腦) Đầu óc, bộ não, đầu não. 군의 ~ bộ óc của quân đội. ~가 되다 thành đầu não.
수뇌(髓腦) Não, bộ não.
수단 Nước Sudan. ~사람 người Sudan.
수달(水獺) Con rái cá.
수당(手當) Tiền thù lao, tiền lương, tiền công, tiền. 초과근무~ lương làm thêm giờ. 시간~ lương giờ. 퇴직~ tiền thôi việc.
수더분하다 Đơn giản và chân thật. 수더분한 사람 người bình thường.
수도(首都) Thủ đô. 하노이는 베트남의 ~이다 Hà Nội là thủ đô của Việt Nam.
수도(水道) Nước máy, nước ống. ~를 놓다 đặt nước máy. ~을 끌다 bắc nước máy. ~을 끊다 cắt nước, mất nước
수도(修道) Tu đạo, đi tu. ~하다. ~생활 cuộc sống đi tu.
수도권(首都圈) Khu vực thủ đô.
수동(手動) Bằng tay. ~브레이크 phanh tay. ~펌프 bơm tay. ~변속기 số tay.
수동(受動) Thụ động, bị động. ~적 có tính thụ động. ~태 thể bị động. ~적인 태도를 취하다 có thái độ thụ động.
수두(水痘) Bệnh thủy đậu.
수두룩하다 Tràn đầy, nhiều. 나는 할일

이 ~ tôi còn nhiều việc để làm. 상점에 물건이 ~ trong cửa hàng đầy hàng hóa.

수들수들 Cằn, khô héo, khô cằn. ~하다. ~마르다 héo khô.

수라(水刺) Bữa ăn của vua.

수량(水量) Lượng nước. 그 강은 ~이 풍부하다 lượng nước sông này rất phong phú. ~계 đồng hồ đo lược nước.

수량(數量) Số lượng. ~이 늘다 tăng số lượng. ~을 줄이다 giảm số lượng.

수렁 Vũng bùn, bãi lầy. ~에 빠지다 rơi vào bãi lầy. ~에서 빠져 나오다 thoát khỏi bãi lầy.

수레 Cái xe, xe kéo tay. ~에 싣다 chất lên xe. ~를 끌다 kéo xe.

수려(秀麗) Đẹp, thanh tú. ~하다.

수력(水力) Sức của dòng nước, độ siết của dòng chảy.

수련(修鍊) Tu luyện, bồi dưỡng, trau dồi (tay nghề, kỹ thuật, học vấn, nhân cách). ~하다.

수렴(收斂) Thu lượm, nhu nhặt, tiếp nhận. ~하다

수렵(狩獵) Săn bắn. ~하러 가다 đi săn. ~가 người đi săn. ~기 súng săn. ~면허증 giấy phép đi săn.

수령(首領) Thủ lĩnh. ~이 되다 trở thành thủ lĩnh.

수령(受領) Nhận. ~하다. 월급을 ~하다 nhận lương.

수령(樹齡) Tuổi (thọ) của cây. 이 나무는 ~200년이다 tuổi thọ cây này là 200 năm.

수로(水路) Đường sông biển, đường thủy. ~로 가다 đi bằng đường thủy.

수로안내(水路案內) Hướng dẫn đường biển, làm công tác hoa tiêu. ~하다. ~료 tiền hoa tiêu.

수록(收錄) Gom lại và ghi chép. ~하다.

수뢰(水雷) Thủy lôi, ngư lôi. ~를 발사하다 phóng ngư lôi. ~정 tàu phóng thủy lôi.

수뢰(受賂) Nhận hối lộ. =수회. ~하다. 검찰은 ~혐의로 전직장관을 기소했다 kiểm sát đã khởi tố cựu bộ trưởng vì tội nhận hối lộ.

수료(修了) Hoàn thành (khóa học). ~하다. ~증 giấy chứng nhận (đã học qua). 3학년을 ~하다 hoàn thành khóa học 3 năm.

수류(水流) Thủy lưu, dòng chảy.

수류탄(手榴彈) Lựu đạn. ~을 던지다 ném lựu đạn. ~의 안전핀을 뽑다 rút chốt an toàn lựu đạn. ~이 터지다 lựu đạn nổ.

수륙(水陸) Thủy lục, đất liền và nước. ~양용의 dùng cả trên bộ và dưới nước. ~공동작전 tác chiến kết hợp thuỷ lục.

수리 Con chim đại bàng. ~둥지 tổ đại bàng.

수리(修理) Sửa chữa. ~하다. 자동차를 ~하다 sửa chữa xe hơi. ~중이다 đang sửa chữa. ~공 thợ sửa chữa.

수리(水利) Thủy lợi. ~공사 công trình thủy lợi. ~시설 cơ sở thiết bị thuỷ lợi.

수리수리하다 Mắt mờ, nhìn không rõ (mắt). 나이를 먹으면 눈이 수리수리해진다 tuổi cao mắt mờ đi.

수림(樹林) Rừng cây. 짙은 ~ rừng cây rậm rạp.

수립(樹立) Thiết lập, thành lập. ~하다. 계획을 ~하다 thành lập kế hoạch. 새 정당을 ~하다 thành lập chính đảng mới.

수마(水馬) Con hải mã.

수마(水魔) Ma nước, thần nước, chỉ ác ma gây thiệt hại lũ lụt.

수마(睡魔) Con ma buồn ngủ, cơn buồn ngủ khủng khiếp. ~와 싸우다 chống chọi với cơn buồn ngủ.

수마트라 Hòn đảo Sumatra của Indone-xia.

수만(數萬) Hàng chục ngàn, hàng vạn. ~명의 관객 hàng vạn khách tham quan.

수많다(數-) Nhiều, rất nhiều. ~은 돈 tiền nhiều. ~은 사람들 nhiều người.

수말 Con ngựa đực.

수매(收買) Thu mua. ~하다. 쌀~가격 giá thu mua gạo. 추곡~ thu mua lương thực vụ thu. 농산물 ~ 가격을 인상하다 nâng giá thu mua nông sản.

수맥(水脈) Mạch nước. ~을 찾아내다 tìm mạch nước ~탐사 khám phá mạch nước. ~이 끊어지다 mạch nước bị đứt.

수면(水面) Mặt nước. ~에 뜨다 nổi lên mặt nước. ~에 떠오르다 nổi lên mặt nước. ~에서 3미터 아래 dưới mặt nước 3 mét.

수면(睡眠) Giấc ngủ, ngủ. ~을 방해 하다 làm ảnh hưởng giấc ngủ. ~부족 thiếu ngủ. ~시간 thời gian ngủ. ~제 thuốc ngủ. ~부족 thiếu ngủ. ~을 충분히 취하다 ngủ đủ.

수면부족(睡眠不足) Thiếu ngủ. 너는 ~이다 cậu thiếu ngủ. ~으로 신경이 날카로워져 있었다 thiếu ngủ nên dễ nhạy cảm.

수명(壽命) Tuổi thọ, thọ. ~이 길다 tuổi thọ dài. ~짧다 tuổi thọ ngắn. ~을 늘이다 tăng tuổi thọ.

수모(受侮) Bị chửi bới, bị nguyền rủa, bị nhục. ~하다. ~를 받다 bị lăng mạ. 나는 온갖~를 다 참아야 했다 tôi phải chịu đựng tất cả những lời nhục mạ.

수목(樹木) Cây cối. ~이 없다 không có cây. ~이 울창하다 cây cối um tùm. ~원 vườn cây.

수몰(水没) Chìm vào trong nước, chìm xuống nước. ~하다.

수묵(水墨) ① Thủy mực. ② Tranh mực.

수문(水門) Cửa cống, cửa sống nước, bare chắn nước. ~을 닫다 đóng cổng nước.

수문(守門) Giữ cửa. ~군 quân canh cửa.

수미(首尾) Đầu và cuối. ~상접하다 đầu cuối nối nhau.

수밀(水密) Mật độ nước. ~시험 kiểm tra mật độ nước.

수밀도(水蜜桃) Loại đào vỏ mỏng, nhiều nước và độ đường cao.

수박 Dưa hấu. 씨 없는 ~ dưa hấu không hạt. ~한 덩어리 một quả dưa hấu.

수반(水盤) Cái nền nước.

수반(首班) Người đứng đầu, người lãnh đạo. 내각의 ~ người đứng đầu nội các.

수반(隨伴) Cùng với, gắn với, đi liền với. ~하다. 어려움이 ~되다 có cả khó khăn.

수방(水防) Chống lụt. ~공사 công trình chống lụt. ~대책 đối sách chống lụt.

수배(手配) Truy nã. ~하다. ~중인 범죄자 kẻ phạm tội đang bị truy nã. ~를 받고 있다 đang bị truy nã.

수배(數倍) Mấy lần, gấp mấy lần. ~로 늘어나다 tăng lên gấp mấy lần. ~로 높이다 nâng cao gấp mấy lần.

수배자(受配者) Người được cung cấp, người được cấp phát.

수배자(手配者) Kẻ bị truy nã.

수백(數百) Hàng trăm. ~년 hàng trăm năm. ~번 hàng trăm lần. ~명 hàng trăm người. ~만 hàng triệu.

수벌 Ong đực.

수벌(受罰) Chịu án, nhận hình phạt.

수범(首犯) Tên đầu sỏ tội phạm.

수범(垂範) Ví dụ, mô phỏng. ~하다.

수법(手法) Thủ pháp, cách thức, thủ đoạn. 범죄~ thủ đoạn phạm tội. 사기 ~ thủ đoạn lừa đảo. 똑같은 ~ cùng cách thức giống nhau.

수병(水兵) Thủy binh, lính thủy, hải quân.

수병(守兵) Lính canh giữ, lính gác.

수보다(數-) ① Xem bói. ② Gặp vận may.

수복(收復) Tìm lại, lấy lại, giành lại (đất, quyền lợi). ~하다. 영토를 ~하다 thu hồi lại lãnh thổ.

수복(修復) Tu sửa, sửa chữa, phục hồi.

~하다.

수복(壽福) Trường thọ và hạnh phúc. ~강녕 Phúc thọ khang ninh.

수부(水夫) Thuyền viên. =선원.

수북수북 Chất đầy, đầy. ~하다 chất đầy, bới đầy, vun đầy.

수북이 Đầy, nhiều, đầy tràn.

수분(水盆) Cái bồn nước.

수불(受拂) Sự thu chi. ~하다. ~금 tiền thu chi.

수비둘기 Con chim bồ câu đực.

수사(水死) Chết đuối.

수사(殊死) Chém cổ chết.

수사(修辭) Tu từ. ~학 tu từ học.

수사(搜查) Điều tra. ~하다. ~에 착수하다 bắt tay vào điều tra. ~를 포기하다 từ bỏ điều tra. 가택~를 하다 điều tra nhà riêng. ~과 khoa điều tra. ~관 điều tra viên.

수사(數詞) Số từ.

수사납다(數-) Xấu số, không may. ~게도 기차를 놓치다 thật là xúi trượt mất tàu.

수사망(搜查網) Mạng điều tra. ~에 걸려들다 bị mắc mạng điều tra. ~을 펴다 mở mạng điều tra.

수산(水産) Thủy sản. ~가공품 hàng thủy sản gia công. ~물 hàng thủy sản.

수삼(水蔘) Củ sâm tươi.

수삼차(數三次) Vài lần, nhiều lần.

수상(手相) Đường chỉ tay.

수상(水上) Trên mặt nước, nổi. ~가옥 nhà nổi. ~스키 trượt ván nước. ~운송 vận tải đường thủy. ~인형극 múa rối nước.

수상(首相) Thủ tướng. 전~ cựu thủ tướng. ~이 되다 trở thành Thủ tướng. ~직 chức Thủ tướng.

수상(授賞) Trao thưởng. ~하다. ~식 lễ trao thưởng.

수색(搜索) Lùng sục, lùng bắt, kiểm tra. ~하다. 범인을 ~하다 lùng bắt tội phạm. ~기 máy soi, máy kiểm tra.

수색(愁色) Vẻ lo lắng. ~을 띠다 mang vẻ lo lắng.

수서(水棲) Sống dưới nước. ~동물 động vật sống dưới nước.

수선떨다 Làm ầm ỹ, làm náo loạn.

수선스럽다 Ầm ỹ, náo loạn, mất trật tự. =어수선하다.

수성(-性) Có tính giống đực.

수성(修城) Sửa chữa thành. ~하다.

수세(水洗) Rửa bằng nước ~(식) 변소 bồn cầu rửa bằng nước.

수세(水勢) Thế nước, sức nước.

수세(守勢) Thủ thế, thế phòng thủ. ~를 취하다 chuẩn bị thế phòng thủ. ~를 벗어나다 thoát khỏi thế phòng thủ.

수세(收稅) Thuế thu.

수세미 Tấm cọ bằng xốp, miếng bọt biển, giẻ rửa bát.

수소 Con bò đực.

수소(水素) Nguyên tố hyđro. ~를 제거하다 khử hydro. ~가스 ga hygro.

수송(輸送) Vận chuyển, chở, tải. ~하다. ~중이다 đang vận chuyển. ~기 máy vận chuyển. ~대 đội vận chuyển. ~량 lượng vận chuyển. ~력 sức vận chuyển. ~비 phí vận chuyển.

수수(水手) Thuỷ thủ, thuyền viên.

수수(授受) Cho và nhận, trao đổi. ~하다.

수수료(手數料) Phí môi giới, phí hoa hồng. ~를 내다 trả phí môi giới. ~를 징수하다 thu phí môi giới. 이것은 ~가 없습니다 cái này không có phí hoa hồng.

수수방관(袖手傍觀) Đừng khoanh tay nhìn. ~하다. 지금은 ~하고 있을 때가 아니다 bây giờ không phải là lúc khoanh tay đứng nhìn.

수수하다 Bình thường, giản dị, khiêm tốn. 수수한 옷 áo quần giản dị. 인물이 수수한 여자 cô gái đó dung mạo bình thường.

수술 Nhị hoa.

수술(手術) Mổ, phẫu thuật. ~하다. ~을 받다 được mổ. 맹장~ mổ ruột thừa. ~실 phòng mổ. ~대 bàn mổ. 대~ đại phẫu thuật.

수습(收拾) Thu gom, thu thập. ~하다. 유품~ thu gom hành lý còn lại của người chết.

수습(修習) Thực tập, tập sự. ~하다. ~간호사 y sĩ thực tập. ~기간 thời gian tập sự. ~사원 nhân viên thực tập.

수시(隨時) Bất cứ lúc nào, không cố định thời điểm, đột xuất. ~검사 kiểm tra đột xuất. ~점검 kiểm tra đột xuất.

수식(修飾) Sự trang hoàng, sự trang trí, trau chuốt (câu văn). ~하다.

수신(水神) Thủy thần.

수신(修身) Tu thân. ~하다. ~제가(齊家) tu thân tề gia.

수심(水深) Độ sâu của nước, chiều sâu. ~이 깊다 sâu. ~이 얕다 cạn. ~을 재다 đo độ sâu của nước. ~측량기 máy đo độ sâu của nước.

수심(修心) Tu tâm.

수심(愁心) Vẻ đau buồn, buồn rầu, lo lắng, tâm trạng buồn rầu. ~에 잠기다 chìm vào trong buồn rầu. ~에 찬 얼굴 khuôn mặt đầy vẻ u buồn. ~이 가득하다 đầy vẻ lo lắng.

수심(獸心) Độc ác gian giảo như con thú.

수압(水壓) Thủy lực, thủy áp, áp suất nước. ~계 máy đo thủy áp. ~이 높다 [낮다] áp lực nước cao [thấp].

수액(樹液) Nhựa cây. ~이 많다 nhiều nhựa. ~이 없는 không có nhựa. ~을 채취하다 rút nhựa.

수양(收養) Nhận làm con nuôi. ~하다. ~딸[아들] con gái [trai] nuôi. ~아버지[어머니] bố [mẹ] nuôi.

수양(修養) Tu dưỡng. ~하다. ~을 쌓다 có tu dưỡng. 정신~ tu dưỡng tinh thần.

수업(授業) Giảng dạy, dạy. ~하다. ~을 받다 học. ~중이다 đang dạy. ~료 tiền giảng dạy.

수여리 Con ong cái.

수여식(授與式) Lễ trao giải, lễ trao thưởng. 졸업증서~ lễ trao bằng tốt nghiệp. 학위~ lễ trao học vị.

수역(水域) Thủy vực, nước, nơi có nước. 경제~ khu vực kinh tế biển. 한강 상류~ khu vực thượng lưu sông Hàn.

수역(水逆) Ngược dòng, ngược nước.

수역(獸疫) Bệnh dịch của động vật.

수연(水煙) Khói nước, bụi nước.

수연(壽宴) Tiệc mừng thọ.

수열(數列) Cấp số.

수영(水泳) Bơi. ~하다. ~의 명수 người bơi lội giỏi. ~을 잘 하다 bơi giỏi. ~을 못 하다 không biết bơi. ~을 배우다 học bơi.

수온(水溫) Nhiệt độ nước. ~상승 nhiệt độ nước tăng. ~을 측정하다 đo nhiệt độ nước.

수완(手腕) Năng lực, khả năng, tài cán (xử lý công việc). ~이 있다 có năng lực, có khả năng. ~을 발휘하다 phát huy năng lực.

수요(需要) Nhu cầu mua, sức mua (mua bán). ~가 많다 nhiều yêu cầu. ~을 충족시키다 thỏa mãn nhu cầu. ~와 공급 nhu cầu và cung cấp, cung và cầu.

수요일(水曜日) Thứ Tư, ngày thứ Tư.

수욕(受辱) Bị người khác chửi bới làm nhục ~하다.

수욕(獸慾) Nhục dục như thú vật. ~을 채우다 làm thỏa mãn nhục dục như thú vật.

수용(收容) Chứa đựng, chứa, giam, giữ. ~하다. ~력 sức chứa. ~소 trại chứa, nơi giam giữ. 이 호텔은 약 1,500 명을 ~할 수 있다 khách sạn này có thể chứa được 1500 người.

수용(受容) Tiếp nhận, chấp nhận, nhận. ~하다. 외국 문화의 ~ tiếp nhận văn hóa nước ngoài. ~성[력] tính [khả năng] tiếp nhận.

수용성(水溶性) Tính chất có thể tan

trong nước. ~비료 phân bón có thể tan trong nước.

수원(受援) Tiếp nhận viện trợ. ~국 nước tiếp nhận viện trợ.

수원(隨員) Tùy viên, nhân viên đi cùng.

수월찮다 Không dễ dàng, khó nhọc, khó khăn. ~은 큰 수입 khoản thu nhập khó khăn. 계단이 높아서 오르내리는 것이 ~ bậc thang cao nên leo lên khó nhọc.

수월하다 Dễ dàng. 수월한 일 một công việc dễ dàng. ~지 않다 không dễ.

수위(水位) Mực nước. ~가 높다 mực nước ~를 조절하다 điều chỉnh mực nước. 댐의 ~가 10미터 올라갔다 mực nước ở đập lên đến 10 mét. ~표 bảng mực nước.

수위(守衛) Canh phòng, canh gác. ~하다. ~를 보다 canh gác. 실 phòng bảo vệ, gác anh.

수위(首位) Vị trí đầu tiên, ngôi vị đầu. ~를 다투다 tranh giành ngôi vị đầu. ~를 차지하다 chiếm vị trí đầu. ~의 자리를 지키다 giữ vị trí đầu.

수유(授乳) Cho bú. ~하다. 모유~ cho bú sữa mẹ. ~기구 bình bú.

수육(-肉) Thịt chín, thịt luộc. 안주로 ~을 주문하다 gọi đĩa thịt luộc làm đồ nhắm.

수은(受恩) Chịu ân, chịu ơn. ~하다.

수음(手淫) Sự thủ dâm. ~하다.

수의(囚衣) Áo tù. ~를 입다 mặc áo tù.

수의(獸醫) Thú y. ~사 bác sĩ thú y. ~과 khoa thú ý.

수익(受益) Có lợi, có ích. ~하다.

수익다(手-) Quen tay.

수인(囚人) Tù nhân, người bị kết án tù.

수인(數人) Vài người.

수임(受任) Nhận nhiệm vụ. ~하다. ~자 người nhận nhiệm vụ.

수입(收入) Thu nhập. 월~ thu nhập hàng tháng. ~이 많은 사람 người có thu nhập nhiều. ~원 nguồn thu nhập.

수입(輸入) Nhập khẩu. ~하다. ~가격 giá thu nhập. ~국 nước nhập khẩu. ~금지 cấm nhập khẩu. ~세 thuế nhập khẩu. ~신고서 tờ khai nhập khẩu.

수입초과(輸入超過) Tình trạng nhập siêu, nhập siêu. ~이다 trong tình trạng nhập siêu.

수 있다 Có thể, có khả năng. =ㄹ 수 있다.

수 있다(數-) May mắn, may.

수작(秀作) Tác phẩm ưu tú.

수작(酬酌) ① Trao rượu cho nhau. ~하다. ② Nói với nhau. ~을 떨다 nói đi nói lại.

수작업(手作業) Làm bằng tay.

수잠 Giấc ngủ không sâu. ~들다 vừa ngủ.

수장(水葬) Sự thủy táng. ~하다.

수재(秀才) Tài năng ưu tú. 그는 천하의 ~다 anh ta là thiên tài của thiên hạ.

수저 Đũa và thìa. ~한 벌 một bộ đĩa và thìa. ~를 놓다 đặt đĩa và thìa.

수적(數的) Số lượng, về con số. ~우세 ưu thế về số lượng.

수전(水田) Ruộng nước.

수전(水電) Thủy điện.

수전(水戰) Thủy chiến. =해전 (海戰).

수전(收錢) Thu tiền, gom tiền.

수전노(守錢奴) Đồ keo kiệt, kẻ kẹt xỉn.

수전증(手顫症) Bệnh rung tay.

수절(守節) Giữ lấy nghĩa khí. ~하다

수정(水晶) Thủy tinh. ~같이 맑은 물 nước trong như thủy tinh. ~석 đá thủy tinh.

수정(修整) Sửa, sửa chữa. ~하다.

수정관(輸精管) Ống dẫn tinh.

수정안(修正案) Bản sửa, bản điều chỉnh. ~을 제출하다 trình bản sửa đổi.

수조(水槽) Thùng nước.

수족(首足) Đầu và chân tay.

수종(水腫) Bệnh phù. ~다리 chân phù.

수종(隨從) Tuỳ tùng. ~으로 부리다 sai làm tuỳ tùng.

수종(樹種) Loại cây hoặc giống cây. ~개량 cải tiến giống cây.

수주(受注) Nhận đơn đặt hàng. ~하다. 그 부품의 ~가 있었다 có đơn đặt hàng loại linh kiện đó.

수중(手中) Trong tay. ~의 돈 tiền trong tay. 의 ~에 있다 có ở trong tay. ~에 넣다 bỏ vào trong tay. 아무의 ~으로 돌아가다 vào tay ai.

수중다리 Chân bị phù.

수지(收支) Thu chi. ~가 맞다 thu chi đúng. ~결산 quyết toán thu chi.

수지(樹枝) Cành cây.

수지(獸脂) Mỡ động vật.

수직(手織) Dệt bằng tay. ~기 máy dệt bằng tay.

수직(垂直) Thẳng đứng, thẳng. 헬리콥터는 ~으로 이륙할 수있다 máy bay trực thăng có thể cất cánh thẳng đứng.

수질(水質) Chất nước, thành phần nước. ~검사 kiểm tra thành phần nước

수집(收集) Thu gom. ~하다. 원료~ thu gom nguyên liệu. 재활용품~ thu gom các vật dụng tái sinh.

수집(蒐集) Sưu tầm, sưu tập, thu nhập

~하다. 의견을 ~ thu thập ý kiến. ~가 người sưu tập.

수차(水車) Máy tuốc bin nước.

수차(數次) Vài lần, nhiều lần. ~시도하다 thử nhiều lần. ~에 걸쳐 qua nhiều lần.

수찬(修撰) Biên soạn (sách). ~하다.

수찰(手札) Sách tay.

수창(首唱) Thủ xướng, người xướng ra đầu tiên. ~하다.

수채화(水彩畵) Tranh vẽ bằng màu nước.

수척(瘦瘠) Gầy gò, khô gầy. ~하다. ~한 얼굴 khuôn mặt gầy gò. ~해지다 trở nên gầy gò.

수천(數千) Hàng ngàn. ~명 hàng ngàn người. ~만 hàng chục triệu.

수첩(手帖) Quyển sổ tay. ~에 적다 chép vào sổ.

수청(守廳) Phục vụ chuyện chăn gối. ~들다.

수축(收縮) Co, thắt, rút lại. ~하다. 철은 가열하면 팽창하고 식히면 ~ 한다 thép nếu nóng thì nở ra còn lạnh thì co lại. ~계수 chỉ số co sút.

수축(修築) Sửa chữa, duy tu. ~하다. 저 낡은 건물은 ~중이다 đang sửa chữa ngôi nhà cũ ấy.

수출금지(輸出禁止) Cấm xuất khẩu. ~하다.

수출시장(輸出市場) Thị trường xuất khẩu. ~을 개척하다 khai thác thị trường.

수취(受取) Nhận. ~하다 ~인 người nhận.

수치(羞恥) Xấu hổ. ~스럽다 xấu hổ, đáng xấu hổ. ~스러운 행위 hành vi đáng xấu hổ. ~를 당하다 bị xấu hổ. 가문의 ~이다 là sự xấu hổ của gia đình.

수칙(守則) Quy định, nội dung cần tuân thủ. 학생~ quy định học sinh.

수캉아지 Chú cho con đực.

수캐 Con chó đực.

수컷 Con đực. 그것은 ~이냐 암컷이냐? Con đó con đực hay con cái.

수탁(受託) Nhận sữ uỷ thác hoặc nhờ vả của người nào đó. ~하다. ~금 tiền uỷ thác.

수탉 Con gà trống.

수태(受胎) Thụ thai, có bầu, có mang. ~하다. ~(능)력 khả năng thụ thai. ~연령 tuổi thụ thai.

수통(水桶) Thùng nước. =물통.

수통(水筒) Cái ống nước.

수퇘지 Con lợn đực.

수틀(繡-) Cái khung thêu. ~에 헝겊을 끼다 cài cái khăn vào khung thêu

수평(水平) Sự cân bằng, trạng thái cân bằng. 지면과 ~으로 ngang với mặt đất, cân bằng với mặt đất. ~을 유지하다 duy trì cân bằng.

수평선(水平線) Đường chân trời. ~ 밑으로 지다 lặn xuống dưới đường chân trời.

수평아리 Con gà trống con.

수포(水泡) ① Bong bóng nước. ~가 일다 nổi bong bóng. ② Công cốc, công không. ~로 돌아 가다 thành bong bóng. ~로 돌아 가다 thành công cốc, thành bong bóng.

수포(水疱) Chỗ phồng, chỗ bị rộp.

수폭(水爆) Bom hyđro, bom H. =수소폭탄

수풀 Lùm cây, bụi cây, bụi rậm. 공이 정원~속으로 굴러 들어갔다 quả bóng lăn vào trong lùm cây.

수프 Món súp, súp (soup). 야채~ súp rau. 진한[묽은]~ súp đặc (loãng). ~를 먹다 ăn súp.

수피(樹皮) Vỏ cây. ~를 벗기다 bóc vỏ cây.

수피(獸皮) Da động vật, da thú. ~로 만든 지갑 cái ví làm bằng da động vật. 원시인들은 ~로 옷을 만들어 입었다 người nguyên thủy lấy da thú làm áo.

수필(隨筆) Bài tùy bút, tuỳ bút. ~집 tập tuỳ bút.

수하(手下) Dưới tay, dưới quyền, cấp dưới. 그는 내~이다 anh ta là cấp dưới của tôi

수하(水下) Dưới nước.

수하(樹下) Dưới gốc cây. ~에 모여 이야기를 했다 tập trung dưới gốc cây nói chuyện.

수하(誰何) Bất cứ ai, ai. ~를 막론하고 bất cứ ai.

수하다(壽-) Sống lâu, sống thọ.

수학(修學) Theo học, theo nghề. ~하다.

수학(數學) Toán. ~을 잘 하다 giỏi toán. ~자 nhà toán học. 응용~ toán ứng dụng.

수해(受害) Bị thiệt hại. ~정도에 따라 보상하다 bồi thường theo mức độ thiệt hại.

수해(樹海) Rừng cây.

수행(修行) Tu hành. ~하다. ~중이다 đang tu hành. ~자 người tu hành.

수형(受刑) Chịu án, thụ án. ~하다. ~자 người đang thụ án. ~기간 thời gian thụ án.

수호(守護) Sự bảo vệ, sự che chở, giữ gìn, giữ. ~하다. 신의 ~ sự che chở của thần linh. ~신 thần hộ mệnh.

수호(修好) Tình hữu nghị hai nước. ~하다. ~조약 điều ước hữu nghị hai nước. ~관계를 맺다 thiết lập quan hệ hữu nghị giữa hai nước.

수화(水化, 水和) Thủy hóa, biến hành hyđrat. ~하다[시키다].

수화(手話) Nói bằng tay, nói bằng cử chỉ. ~하다. ~법 cách nói chuyện bằng tay.

수화(水火) ① Thủy và hỏa, nước vào lửa. ② Chỉ tình cảnh rất khó khăn.

수화(受禍) Gặp tai họa, tai ương. 천재지변의 ~를당하다 gặp thiên tai động đất.

수화(燧火) Ngọn đuốc.

수회(收賄) Nhận hối lộ. ~하다. ~공무원 viên chức ăn hối lộ. ~혐의로 비 nghi là nhận hối lộ. ~사건 vụ nhận hối lộ. ~자 người nhận hối lộ. ~죄 tội nhận hối lộ.

수효(數爻) Con số, từng con số, số lượng. 사람~ số người. 가축의 ~ số gia súc. ~를 세다 đếm số. ~헤아리다 nắm số lượng.

수훈(受勳) Nhận huân chương.

수훈(殊勳) Công lao lớn. ~을 세우다 lập công lớn.

숙당(肅黨) Chấn chỉnh Đảng. ~하다.

숙덕(淑德) Đức hạnh của người phụ nữ. ~이 높은 부인 người phụ nữ có đức hạnh tốt.

숙독(熟讀) Đọc thành thạo, học thuộc. ~하다. 이 책은 ~ 할 가치가 있다 quyển sách này đáng được học thuộc.

숙면(熟面) Lạ, không quen. ~인 사람 người lạ mặt.

숙명(宿命) Số mệnh. ~적 có tính số mệnh. ~이다 là cái số. ~으로 정해 져 있다 được số mệnh định đoạt. ~에 대항하다 đầu hàng số phận.

숙박(宿泊) Ở, cư trú, ở trọ. ~하다. 민가에 ~하다 ở trọ nhà dân. ~료 phí nhà ở, tiền trọ. ~비 tiền nhà trọ, tiền khách sạn. ~인 khách ở trọ.

숙부드럽다 Mềm, mềm mại. 숙부드러운 가죽 da mềm mại

숙사(宿舍) Ký túc xá, chỗ ở, chỗ trọ. 가 선수에게 ~를 제공하다 cung cấp chỗ ở cho vận động viên tham gia. ~를 정하다 định chỗ ở.

숙성(夙成) Sớm phát triển, chín sớm. ~하다. ~한 아이 đứa bé sớm phát triển.

숙성(熟成) Chín, chín đủ. ~하다. ~온도 nhiệt độ chín.

숙소(宿所) Nơi ở, chỗ ở. ~를 옮기다 chuyển chỗ ở. ~를 잡다 tìm chỗ ở. 임시~ nơi ở tạm.

숙수(熟手) Người giỏi nấu ăn, đầu bếp.

숙어(熟語) Thành ngữ, quán ngữ. ~집 quyển thành ngữ.

숙연하다(肅然-) Lặng lẽ, im lặng. ~

숙연히 một cách lặng lẽ.

숙영(宿營) Đóng quân ngoài trời. ~하다. ~지 nơi đóng quân.

숙원(宿怨) Mối hận thù lâu năm. ~을 풀다 trả mối thù lâu năm. 그는 나에게 ~을 품고 있다 anh ta mang mối thù với tôi.

숙원(宿願) Niềm mơ ước ấp ủ từ lâu, sự ước mong lâu nay. ~을 이루다 đạt được sự ước mong lâu nay.

숙의(熟議) Suy nghĩ và bàn bạc kỹ lưỡng. ~하다. ~한 끝에 sau khi suy nghĩ và bàn bạc kỹ lưỡng.

숙이다 Cúi, hạ. 머리를 ~ cúi đầu. 고개를 ~ cúi đầu. 머리를 ~고 기도하다 cúi đầu cầu khấn. 머리를 숙여 인사하다 cúi đầu chào.

숙주(宿主) Cây chủ, thân chủ (cho cây ký sinh).

숙주나물 Cây giá, giá đậu xanh.

숙직(宿直) Trực, trực ban (cơ quan). ~하다. 오늘 ~은 누구냐? Hôm nay ai trực. 나는 어젯밤 ~이었다 tôi trực đêm qua.

숙질(叔姪) Chú cháu.

숙청(肅淸) Thanh lọc, thanh trừng. ~하다. ~당한 사람 người bị thanh lọc.

숙취(夙就) Phát triển sớm, chín sớm.

숙친(熟親) Thân thiết, thân lâu ngày. ~하다.

숙환(宿患) Bệnh lâu ngày. ~으로 쓰러지다 ngã xuống vì bệnh lâu ngày.

순(筍) Măng, búp, mầm. 대~ măng tre. ~이 나다 mọc mầm.

순 Tiếng chửi, chỉ cái đồ. ~못된 놈 cái đồ mất dạy. ~ 거짓말쟁이 cái đồ nói láo. 그 사람은 ~도둑놈이다 hắn là cái đồ ăn cắp.

-순(順) Tiếp từ, đi sau một số danh từ, chỉ theo thứ tự. 연령~으로 ~ theo thứ tự tuổi. 크기~으로 theo thứ tự kích cỡ.

순견(純絹) Tơ nguyên chất.

순결(純潔) Thuần khiết, tinh khiết, trong sạch, trong trắng. ~하다. ~한 사랑 một mối tình trong trắng. ~한 처녀 một thiếu nữ trong trắng. 마음이 ~하다 tấm lòng trong sạch.

순경(巡警) Tuần tra, tuần canh. 교통 ~ tuần tra giao thông. ~을 돌다 đi tuần.

순계(純系) Thuần hệ, chính hệ (cây cối).

순국산(純國産) Sản xuất trong nước. ~품 hàng nội chính hiệu.

순금(純金) Vàng ròng, vàng nguyên chất. 순금 한 ~ một chỉ vàng ròng. ~ 두 냥 hai lượng vàng ròng.

순대 ① Dồi lợn. ~한 토막 một khúc dồi. ② Món mực nhồi nhịt.

순동(純銅) Đồng nguyên chất. ~파이프 ống đồng nguyên chất.

순두(脣頭) Đầu môi.

순두부(-豆腐) Đỗ phụ chưa ép.

순량(純量) Trọng lượng thực.

순록(馴鹿) Con tuần lộc, con nai.

순리(順理) Thuận lý, theo lý. ~적으로 해결하다 giải quyết theo lý. ~이다 theo lý.

순면(純綿) Thuần bông, hoàn toàn bông. ~제품 hàng bông, hàng cotton.

순모(純毛) Len nguyên chất.

순문학(純文學) Văn chương thuần túy.

순박(淳朴, 醇朴) Lương thiện. ~하다. ~한 농민 một nông dân lương thiện.

순발력(瞬發力) Sức bật, sức phản xạ.

순방(巡訪) Chuyến thăm lần lượt, chuyến thăm nhiều nước. ~하다. 여러 나라를 ~하다 thăm một lượt nhiều nước.

순배(巡杯) Cốc rượu theo lượt. ~하다. 술잔이 한 ~돌다 quay một vòng rượu.

순번(順番) Số thứ tự. ~을 기다리다 đợi số thứ tự. ~을 정하다 định số thứ tự. ~을 짜다 quy định số, viết số. ~을 매기다 đánh số thứ tự.

순보(旬報) Bản báo cáo 10 ngày một.

순분(純分) Thành phần vàng nguyên chất.

순사(殉死) Hy sinh vì đất nước, xả thân vì nước. ~하다 Chết theo (vua).

순색(純色) Màu nguyên thủy, màu không pha màu khác. ~옷 áo nguyên màu.

순손(純損) Thiệt hại thực tế.

순수(循守) Tuân thủ. ~하다.

순수입(純收入) Thu nhập ròng, tiền lời thực tế.

순시(巡視) Tuần tra, thị sát. ~하다. ~선 thuyền tuần tra. ~를 나가다 đi tuần. ~를 돌다 đi tuần.

순식간(瞬息間) Trong giây lát. ~에 trong giây lát. 불이 ~에 번졌다 trong chốc lát ngọn lửa bùng ra.

순여(旬餘) Hơn 10 ngày.

순열(殉烈) Tuẫn liệt, hy sinh trung liệt.

순열(順列) Theo thứ tự.

순일(純-) Thuần nhất, thuần khiết ~하다.

순장(旬葬) Lễ cúng sau 10 ngày chết.

순절(殉節) Tuẫn tiết, tự sát giữ khí tiết. ~하다.

순정(純正) Thuần khiết, thuần. ~하다.

순조(順調) Trôi chảy, trơn tru, suôn sẻ. ~롭다. ~로우면 nếu trôi chảy. ~롭게 진행하다 tiến hành một cách trôi chảy.

순종(純種) Sự thuần chủng. ~의 말 ngựa thuần chủng.

순종(順從) Sự nghe lời, sự phục tùng. ~하다.

순직(殉職) Hết lòng với công việc hy sinh bản thân. ~하다.

순치음(脣齒音) Âm môi và răng.

순항(巡航) Đi bằng thuyền, hàng hải. ~하다. 연안을 ~하다 đi dọc theo bờ biển.

순행(巡行) Tuần tra, tuần hành. ~하다.

순혈(純血) Thuần chủng.

순화(純化) Làm đơn giản hóa. ~하다.

순화(馴化) Thích ứng môi trường mới (sinh vật). ~하다.

순회(巡廻) Đi chỗ này chỗ kia, tuần tra. ~하다. 지방~ đi xuống địa phương này địa phương kia. 담당 구역을 ~하다 tuần tra khu vực phụ trách.

순후하다(醇厚-) Ấm áp, thân thiện.

술값 Tiền rượu. 외상~ tiền rượu nợ. ~을 내다 trả tiền rượu.

술김 Lúc say, khi say. ~에 khi say. ~에 싸우다 say rồi cãi nhau.

술꾼 Sâu rượu.

술내 Mùi rượu. ~가 나다 có mùi rượu.

술도가(-都家) Nhà làm rượu bán sỉ.

술독 ① Bình rượu. ② Mọt rượu, sâu rượu.

술독(-毒) Cái độc trong rượu.

술래잡기 Trò chơi trốn tìm. ~하다.

술렁거리다 Xì xào, bàn tán.

술렁술렁 Ồn ào, xì xào.

술맛 Vị của rượu. ~을 보다 nếm vị rượu.

술망나니 Chỉ người uống rượu vào hay quậy phá.

술밥 Cơm rượu, cơm làm rượu.

술법(術法) Pháp thuật. ~을 쓰다 dùng pháp thuật.

술병(-病) Bệnh do uống rượu. ~이 나다 mắc bệnh do uống rượu.

술부대(-負袋) Sâu rượu, mọt rượu. = 술고래.

술상(-床) Bàn để uống rượu. ~을 차리다 chuẩn bị bàn rượu

술수(術數) ① Bói toán. ② Cách thức, phương pháp.

술시(戌時) Giờ Tuất.

술장사 Bán rượu, buôn bán rượu, làm quán rượu.

술장수 Người bán rượu, người buôn rượu.

술타령(-打令) Chỉ biết rượu, không làm gì chỉ uống rượu. ~하다.

술탈(-頃) Bệnh tật phát sinh do uống rượu.

술통(-桶) Thùng rượu.

술파 Chất sulfa.

술판 Bàn rượu, bữa nhậu.

숨가쁘다 Thở gấp, thở hổn hển. 뛰어와서~ thở hổn hển chạy đến.

숨결 Hơi thở, tình trạng thở. ~이 거칠다 khó thở, thở khó.

숨구멍 ① Khí quản. ② Chỉ thoát khỏi bầu không khí bực bội.

숨기(-氣) Hơi thở, sức thở.

숨기다 Giấu, cất, che giấu. 나이를 ~ giấu tuổi. 이름을 ~ giấu tên. 몸을 ~ giấu mình.

숨돌리다 Nghỉ, tạm nghỉ. 숨돌릴 틈도 없다 không có thời gian mà nghỉ.

숨막히다 Làm cho ngạt. ~는 더위 cơn nóng ngột ngạt.

숨박질 Trốn tìm, trò chơi trốn tìm. ~하다.

숨쉬다 Thở, hô hấp. 숨쉴 사이 없이 바쁘다 bận không có thời gian mà thở.

숨어들다 Giấu, cất giấu. 지하로 ~ giấu xuống tầng hầm.

숫보기 Người trong trắng, ngây thơ.

숫사람 Người trong trắng, ngây thơ.

숫실(繡-) Chỉ thêu.

숫접다 Hiền lành, trong trắng, ngây thơ. 숫저운 색시 người vợ hiền lành.

숫제 Thà ngay từ đầu. 하다가 말 것이라면 ~안 하는것이 낫다 nói rồi lại đừng thà từ đầu đừng nói thì tốt hơn.

숫지다 Chân thành, giàu tình người. 숫진 농부 người nông dân giản dị chân thành.

숫처녀(-處女) Trinh nữ.

숫총각(-總角) Trai tân.

숭고(崇高) Cao cả. ~하다. ~한 이상 lý tưởng cao cả.

숭늉 Nước cơm cháy.

숭덩숭덩 Cắt lạch cạch. =송당송당

숭상(崇尚) Tôn sùng. ~하다.

숭숭 Thái thoăn thoắt. =송송.

숭어 Cá quả, cá tràu, cá lóc.

숯가마 Bếp than.

숯내 Mùi than. ~(가) 나다 có mùi than.

숯등걸 Khúc than cháy giở.

숯불 Lửa than. ~을 피우다 đốt lửa than.

쉬 Xuyt, xuỳ (tiếng đuổi gà, chim). 쉬!쉬(이)하고 참새를 쫓다 xuyt xuyt đuổi chim sẻ.

쉬이 Xuyt, xùy. =쉬.

쉿 Xuyt, suyt, tiếng nhắc nhở ai đó im lặng hoặc không được nói lớn. ~조용히 해라! Suyt, trật tự đi nha.

쉬다 Khản cổ họng. 쉰 목소리로 giọng khản. 감기가 들어 목이 ~ bị cảm giọng khản lại.

쉬쉬하다 ① Hơi hôi, hơi ôi (thức ăn). ② Khó chịu trong người.

쉬척지근하다 Hôi, ôi (thức ăn).

쉬파리 Con ruồi xanh, con nhặng xanh.

쉬하다 Ru trẻ đi đái, đi ỉa.

슈트 Áo khoác ngoài (suit).

슈퍼마켓 Siêu thị (super maket).

슛 Sút (shoot, shot). ~하다. 롱~ sút xa. 정확한 ~ cú sút chính xác.

스낵 Món ăn nhanh, bữa ăn phụ (snack). ~바[코너] quầy bán món ăn nhanh.

스님 Thầy tu, nhà sư.

스란치마 Váy dài.

스러지다 Biến mất, lặn mất. =사라지다.

스르르 Từ từ. 눈을 ~감다 từ từ nhắm mắt lại.

-스름하다 Tiếp từ, chỉ màu sắc hoặc hình dạng gì đó.

스리랑카 Sri Lanka.

스릴 Căng thẳng, hồi hộp. ~을 느끼다 cảm thấy hồi hộp.

스릴러 Phim/ kịch gây hồi hộp, căng thẳng (thriller)

스마트하다 Bảnh bao, sáng sủa. (smart).

스물 Hai mươi tuổi. ~하나.

스위트룸 Phòng đa chức năng (suite room).

스칸디나비아 Scandinavia. ~반도 bán đảo Scandinavia.

스칼러십 Học bổng (scholarship). ~을 받다 nhận học bổng.

스캐너 Scanner, máy quét.

스코틀랜드 Scốtlen (Scotland). ~말 tiếng Scốtlen.

스쿠버 Máy thở trong nước (scuba).

스쿨 Trường học (school). ~버스 xe buýt đưa đón học sinh.

스크래치파일 Scratch file.

스크랩 Gom, lấy tài liệu (scrap). ~(을)하다.

스크루 Con vít (screw).

스크린 Màn hình (screeen). ~에 나오다 hiện lên màn hình.

스킨 Da. ~로션 dưỡng da (skin lotion). ~크림 kem da (skin cream).

스타디움 Sân vận động (stadium)

스타우트 Bia đen. (stout)

스타킹 Tất da phụ nữ (stocking). ~을 신다[벗다] đi (tháo) tất da.

스타터 Người làm tín hiệu xuất phát (starter).

스타팅 Ra sân trước (starting). ~멤버 thành viên xuất phát.

스태미나 Sức mạnh, tinh lực (stamina) ~가 있다[없다] có (không có) sức.

스탈린 Stalin (nhà lãnh đạo Xô Viết 1879-1953).

스태프 Nhân viên (staff). ~일동 toàn thể nhân viên.

스탬프 Con dấu, con tem (stamp) ~를

찍다 đóng tem.
스턴트맨 Diễn viên đóng thế (stunt man).
스테레오 Âm thanh nổi (stereo).
스테이션 Trạm, điểm, đồn. (station).
스테인리스강(鋼) Thép không rỉ.
스텝 Bước đi, bước chân (step).
스토브 Cái lò, cái bếp (stove). 가스~ lò ga. 석유~ lò than.
스토어 Cửa hàng, cửa hiệu (store).
스토킹 Bám đuôi, theo dõi (stalking).
스파르타 Sparta.
스패너 Chìa cờ lê (spanner).
스펀지 Đệm, mút, xốp (sponge). ~고무 nệm cao su, xốp cao su.
스페인 Tây Ban Nha (Spain). ~인 người Tây Ban Nha.
스펙트럼 Quang học. ~사진 ảnh quang học.
스펠(링) Đánh vần (spelling).
스포크스맨 Người phát ngôn (spokemen).
스폰서 Người tài trợ, bảo trợ (sponsor). ~가 되다 thành nhà tài trợ.
스폰지 Mút, bằng mút. ~로 만든 làm bằng mút.
스푼 Thìa, muỗng (spoon).
스프레이 Ống xịt tóc (spray). ~통 hộp xịt tóc. ~를 뿌리다 xịt tóc.
스프링 Dây lò xo (spring)

슬랭 Từ lóng, tiếng lóng (slang).
슬럼프 Xuống phong độ (thể thao). ~에 빠지다 xuống phong độ.
슬로건 Khẩu hiệu (slogan). 라는 ~을 내걸고 đưa ra khẩu hiệu là.
슬롯머신 Máy đánh bạc (slot machine).
슬리퍼 Dép lê (slippers). ~를 신다 đi dép lê.
슬립 Xi líp, quần lót nữ (slip).
슬며시 Lặng lẽ, bí mật, lén, trộm. =살며시,슬그머니.
슬쩍슬쩍 Nhanh, thoắt.
슬프다 Buồn, rầu. 슬픈 이야기 câu chuyện buồn. 슬픈 소식 tin buồn.
슬피 Đau buồn, buồn. ~울다 buồn khóc.
습격(襲擊) Tập kích, tấn công. ~하다. ~을 당하다 bị tập kích. 불시에 ~하다 tấn công bất ngờ. ~을 받다 bị tấn công.
습도(濕度) Độ ẩm. ~가 높아 độ ẩm cao. ~를 재다 đo độ ẩm.
습득(拾得) Nhặt được, lặt được. ~하다. ~물 vật nhặt được.
습득(習得) Học được. ~하다. 3개 국어를 ~하다 nói được 3 thứ tiếng.
습윤(濕潤) Ẩm ướt. ~하다.
습포(濕布) Khăn ướt tấp lên chỗ nữa làm giảm ngứa.

승(乘) Phép nhân.

승(僧) Thầy tu, tăng ni.

승강이(昇降-) Tranh luận, tranh cãi. ~하다. 서로 ~를 벌이다 tranh cãi với nhau.

승객(乘客) Hành khách. 일등~ khách hạng nhất. ~명부 danh sách hành khách.

승기(乘機) Thừa cơ, nhân cơ hội.

승니(僧尼) Tăng ni.

승당(僧堂) Tăng đường, nhà của nhà sư.

승도(僧徒) Tăng đồ.

승려(僧侶) Người xuất gia. ~가 되다 thành người xuất gia.

승률(勝率) Tỷ lệ phần trăm của sự chiến thắng (trong tổng số trận đấu).

승마(乘馬) Cưỡi ngựa. ~하다. ~연습 luyện tập cưỡi ngựa.

승무(僧舞) Công việc nhà chùa.

승병(僧兵) Tăng binh, đội quân do các nhà sư thành lập.

승복(僧服) Áo nhà sư.

승선(乘船) Lên thuyền. ~하다. ~권 vé lên thuyền.

승세(勝勢) Thế thắng lợi, thế thắng. ~를 타다 thừa thế thắng xông lên.

승소(勝訴) Sự thắng kiện. ~하다. ~판결 phán quyết thắng kiện.

승압(昇壓) Tăng áp, tăng điện áp. ~하다.

승용(乘用) Chở người. ~으로 쓰다 dùng để chở người. ~차 xe chở người, xe hơi.

승원(僧院) Chùa, tăng viện.

승인(勝因) Nguyên nhân thắng lợi.

승제(乘除) Phép nhân và phép chia.

승직(僧職) Giới giáo, chức thầy tu.

승차(乘車) Lên xe. ~하다. ~구 cửa lên xe. ~거부 từ chối cho lên xe.

승차권(乘車券) Vé lên xe, vé tàu, vé xe. ~매표소 nơi bán vé. ~예매 đặt mua vé.

승화(昇華) Sự thăng hoa. ~하다. ~시키다 làm cho thăng hoa.

시(是) Đúng. ~비를 가리다 phân biệt thị phi, phân biệt đúng sai.

시(詩) Thơ, thơ ca. ~를 짓다 đặt thơ, làm thơ. ~를 읊다 ngâm thơ. ~한 편을 낭송하다 đọc một bài thơ. 당~ Đường thơ, thơ đời Đường.

시가(媤家) Nhà chồng. 설 연휴를 ~에서 보내다 đón tết ở nhà chồng.

시가(詩歌) Thơ ca. ~선집 tuyển tập thơ ca.

시가(詩家) Nhà thơ, thi gia.

시가레트 Thuốc lá (cigarette).

시간대(時間帶) Khoảng thời gian.

시공(施工) Thi công, tiến hành xây dựng/ lắp ráp. ~하다. ~도 sơ đồ thi công.

시구(市區) ① Thành phố, khu vực thành phố. ② Thành phố và quận huyện.

시구(始球) Giao bóng khai cuộc, lấy quả bóng làm hiệu bắt đầu.

시굴(試掘) Khảo sát, thăm dò (quặng). ~하다. ~갱 hầm khảo sát.

시궁 Ao nước tù, chỗ nước đọng.

시그러지다 Mệt mỏi, tổn hao, mất. 시그러질 줄 모르다 không biết mệt.

시근거리다 Thở hổn hển. ~며 말하다 thở hổn hển nói.

시근시근 Hổn hển.

시금(試金) Phân tích vàng/ quặng. ~하다.

시기(時機) Thời cơ, lúc, thời điểm. ~에 적합하다 hợp thời điểm. ~에 맞지 않다 không hợp thời. ~을 기다리다 đợi thời cơ.

시기(始期) Thời kỳ đầu.

시꺼멓다 Đen thui, đen sẫm. ~게 타다 cháy đen thui.

시끄러워 Mất trật tự (Đừng làm ồn).

시내 Dòng suối. ~물 nước suối.

시냇가 Bờ suối. ~에서 빨래를 하고 있다 đang giặt bên bờ suối.

시냇물 Nước suối. 급히 흐르는 ~ nước suối chảy gấp.

시네라마 Màn ảnh cực rộng.

시네마 Rạp chiếu bóng (cinema)

시녀(侍女) Thị nữ, tỳ nữ, người hầu gái.

시누이(媤-) Chị chồng. ~올케 chị chồng em dâu.

시단(詩壇) Thi đàn.

시달(示達) Truyền đạt, chỉ chị. ~하다. ~을 받다 nhận được chỉ thị.

시담(示談) Lời nói giảng hòa trước ~하다.

시답지않다 Không hài lòng, không thỏa mãn, không thỏa đáng.

시대 Thời đại.

시댁(媤宅) Nhà chồng.

시들시들 Hơi héo, không có sức sống. ~하다. 꽃이 ~시들었다 hoa hơi héo.

시드니 Sydney.

시력(視力) Thị lực. ~이 좋다 thị lực tốt. ~이 약하다 thị lực yếu. ~이 약해지다 thị lực yếu đi. ~감퇴 thị thực giảm sút.

시론(時論) Dư luận.

시료(試料) Chất làm thí nghiệm, vật làm thí nghiệm.

시류(時流) Thời cuộc. ~에 순응 [역행]하다 theo [ngược] thời cuộc.

시르죽다 Mệt mỏi, không còn sức, kiệt sức.

시름시름 Chỉ đau ốm lâu ngày, đau yếu triền miên. ~앓다 đau ốm triền miên. ~앓다가 죽다 đau dài ngày rồi chết.

시름없이 Lo lắng, lo buồn.

시리다 Lạnh, buốt. 귀가[손이]~ buốt tai [tay]. 차디찬 바람에 뼛 속까지 ~ gió lạnh thổi buốt tận xương. 차디찬 바람에 뼛속까지 ~ gió lạnh thổi buốt tận xương.

시리아 Syria.

시리즈 Nhiều tập, loạt, xê ri (series). ~로 출판하다 xuất bản theo nhiều tập.

시목(市木) Cây tượng trưng cho thành phố.

시무(時務) Công việc cấp bách.

시문(試問) Hỏi thi. ~하다.

시뮬레이션 Thử nghiệp, làm thử. (simulation).

시민권(市民權) Quyền công dân. ~을 부여하다 trao quyền công dân.

시부렁거리다 Nói chuyện phiếm, nói huyên thuyên.

시비(市費) Chi phí của thành phố. ~로 bằng chi phí của thành phố.

시비(侍婢) Thị tì, người hầu.

시비(詩碑) Bia thơ, bia có khắc thơ. ~를 세우다 lập bia thơ.

시비(施肥) Bón phân. ~하다.

시사(示唆) Ám hiệu, báo trước. ~하다.

시사(試射) Bắn thử. ~하다. ~장 bãi bắn thử.

시사문제(時事問題) Vấn đề thời sự.

시산(試算) Tính thử thử tính. ~하다.

시삼촌(媤三寸) Chú/ cậu bên chồng.

시상(施賞) Trao thưởng. ~하다. ~대 bục trao thưởng. ~식 lễ trao thưởng.

시상(詩想) Ý thơ, cảm hứng thơ. ~이 떠오르다 ý thơ trào dâng.

시새우다 ① Ghen tuông. 남을 ~ ghen người khác. ② Tranh cãi, tranh giành.

시소 Cái bập bênh, cầu bập bênh (seesaw). ~를 타다 cưỡi bập bênh.

시속(時俗) Phong tục thời ấy.

시숙(媤叔) Anh em chồng.

시스템 Hệ thống (system). ~화하다 hệ thống hóa.

시승(試乘) Sự đi thử. ~하다. ~차 xe chạy thử.

시시부지하다 Chìm xuống, đi vào quên lãng, không giải quyết được. 시시부지되다 bị quên lãng.

시시비비(是是非非) ① Nhiều cái sai cái đúng. ② Tranh luận phải trái. ~하다.

시시콜콜 ① Kẹt xỉn, keo kiệt. ② Chi tiết, cụ thể, từng cái một, chi ly. ~캐묻다 hỏi từng cái một.

시심(詩心) Tâm hứng làm thơ. ~이 일다 nổi tâm hứng làm thơ.

시아버님(媤-) Bố chồng.

시아이에이 Tổ chức tình báo của Mỹ CIA.

시아이에프 Giá xuất hàng bao gồm giá vận chuyển, giá CIF, C. I. F

시아주버니(媤-) Anh trai chồng.

시안(試案) Bản thảo, bản kế hoạch tạm thời. ~을 작성하다 làm bản thảo. ~을 검토하다 kiểm tra bản thảo.

시앗 Thiếp. ~을 보다 lấy thiếp.

시약(施藥) Phát thuốc miễn phí. ~하다.

시어머님(媤-) Từ tôn kính của mẹ chồng.

시업(始業) Khởi nghiệp hoặc bắt đầu công việc. ~하다. ~(을 알리는) 벨 chuông báo bắt đầu công việc.

시역(市域) Khu vực thành thị.

시연(試演) Diễn thử. ~하다.

시영(市營) Do thành phố điều hành kinh doanh. 이 지하철은 ~이다 tàu điện này là do thành phố kinh doanh.

시외(市外) Ngoại thành. ~에 살다 sống ở ngoại thành. ~버스 xe buýt chạy ra ngoại thành.

시외가(媤外家) Bên ngoại nhà chồng.

시외삼촌(媤外三寸) Cậu chồng.

시외전화(市外電話) Điện thoại ngoại tỉnh. ~를 걸다 gọi điện thoại liên tỉnh.

시용(試用) Dùng thử. ~하다. 신제품을 ~하다 dùng thử sản phẩm mới.

시운(時運) Thời vận, thời vận lúc đó. ~이 바뀌다 thời vận thay đổi. ~을 타다 chộp lấy thời vận, nhân thời vận.

시운전(試運轉) Vận hành thử, chạy thử, lái thử (xe, máy móc). ~하다. 기계의 ~ vận hành thử máy móc.

시원섭섭하다 Buồn vui lẫn lộn. 딸을 시집보내고 나니~ cho con gái đi lấy chồng buồn vui lẫn lộn.

시위(侍衛) Thị vệ, canh gác. ~하다.

시유(市有) Quyền sở hữu ở thành phố. ~지 đất thuộc sở hữu thành phố.

시음(試飮) Uống thử. ~하다.

시읍면(市邑面) Thành phố xã phường.

시의(侍醫) Thị y, thầy thuốc trong cung.

시의(猜疑) Nghi kỵ, nghi ngờ. ~하다. ~의 눈으로 보다 nhìn bằng con mắt nghi ngờ. ~심 sự nghi ngờ. ~를 받다 bị nghi ngờ.

시의회(市議會) Hội đồng nhân dân thành phố, hội đồng nghị viện thành phố. ~의장 Chủ tịch hội đồng nhân dân (nghị viện) thành phố.

시일(時日) Ngày giờ, thời gian. ~과 장소 ngày giờ và địa điểm. ~이 촉박하므로 vì thời gian gấp rút. ~을 정하다 định ngày giờ.

시작(始作) Bắt đầu, bắt tay làm gì. ~하다. ~되다 được bắt đầu. 공연~ bắt đầu biểu diễn.

시작(詩作) Làm thơ. ~하다.

시장 Sự đói, cơn đói. ~하다. ~이 반찬 「tục ngữ」 Đói cái gì chẳng ngon.

시장(市長) Thị trưởng. ~선거 bầu cử Thị trưởng. ~임기 nhiệm kỳ Thị trưởng.

시장 Chợ. 육고기~ chợ thịt. 도매~ chợ bán sỉ. 암~ chợ đen. 수산물~ chợ nông sản.

시장기(-氣) Cơn đói. ~가 심하다 cơn đói khủng khiếp. ~를 느끼다 cảm thấy đói.

시재(試才) Thi tài.

시적(詩的) Có chất thơ, nên thơ. ~인 아름다움 vẻ đẹp thuộc về thơ. ~말한 다 nói từ từ.

시절(時節) Mùa, vụ. 꽃피는 ~ mùa hoa nở. ~에 맞다 đúng mùa. ~에 맞지 않 는 không đúng mùa. 과일~ mùa hoa quả. 망고 ~ mùa xoài.

시점(時點) Thời điểm. 이 ~에서 ở thời điểm này. 현~까지 đến thời điểm hiện tại.

시점(視點) Quan điểm, cách nhìn. 정 치적~에서 보다 nhìn theo quan điểm chính trị.

시정(市井) Đường phố, phố xá.

시제(市制) Luật định, quy định của thành phố. ~를 실시하다 thực hiện quiđịnh của thành phố.

시주(施主) Thí chủ (Phật giáo). ~하다 tặng, biếu cho chùa.

시중 Chăm sóc, sự phục vụ. ~하다. 병 자를 ~하다 chăm sóc người bệnh.

시즌 Mùa, vụ (season). 졸업~ mùa tốt nghiệp. 취업~ mùa xin việc.

시집(媤-) Nhà bố mẹ chồng. ~가다 đi lấy chồng. ~보내다 gả con gái. ~ 도 가기 전에 기저귀 마련한다 「tục ngữ」 Đếm cua trong lỗ.

시책(施策) Thực hiện chính sách, thực thi hoặc chính sách đó. ~하다. 나라 의 ~ chích sách của nhà nước.

시청(市廳) Tòa thị chính, uỷ ban nhân dân thành phố. ~공무원 viên chức uỷ ban nhân dân thành phố.

시초(始初) Ban đầu, lúc đầu.

시치다 Khâu tạm.

시치름하다 Lành lành. =새치름하다

시치미 Giả vờ, giả bộ. ~를 떼고 giả vờ. 그는 ~를 떼고 모른다고 했다 hắn ta giả vờ không biết.

시커멓다 Đen thu, đen sẫm.

시큰둥하다 Hỗn xược, xấc láo. 시큰둥 한 대답 trả lời xấc láo.

시퉁스럽다 Vênh váo, xấc láo. 시퉁스 러운 말투 giọng vênh váo.

시트 ① Ra trải giường (sheet) ~갈다 thay tấm ra. ② Tấm bạt che mưa (sheets).

사트 Ghế ngồi, chỗ ngồi (seat).

시판(市販) Bán ra thị trường. ~하다. ~되고 있다 đang được bán ra thị trường. 신상품~을 개시하다 bắt đầu bán sản phẩm mới ra thị trường.

시판(試販) Bán thử.

시폐(時弊) Bệnh thời nay, sai trái hiện nay. ~를 바로 잡다 chấn chỉnh những sai trái hiện nay.

시학(詩學) Thi học, nghiên cứu về cách làm thơ, nguyên lý làm thơ.

시합(試合) Trận đấu, thi đấu. 달리기~ thi chạy. ~을 벌이다 mở cuộc thi. 축구~ trận đấu bóng.

시행(施行) Thi hành, thực hiện, tiến hành. ~하다. 법률을 ~하다 thi hành pháp luật. ~기간 thời gian thi hành.

시행착오(試行錯誤) Phương pháp thử sai. 인간은 ~로 많은 기술을 습득한다 con người có được nhiều kỹ thuật từ phương pháp thử sai.

시허옇다 Trắng tinh.

시험관(試驗官) Giám thị hoặc người ra đề thi.

시험삼아(試驗-) Làm thử nghiệm, lấy làm thử nghiệm. ~해보다 làm thử. 한 달간~써보다 xài thử một thời gian xem sao.

시험장(試驗場) ① Bãi thử, nơi thử nghiệp. ② Trường thi, nơi thi cử.

시험준비(試驗準備) Chuẩn bị thi. ~를 하다.

시현(示現) Thể hiện, bộc lộ.

시형(詩形) Thể thơ.

시호(詩豪) Thi hào, nhà thơ lớn.

시화전(詩畫展) Triển lãm tranh và thơ.

시회(詩會) Hội nhà thơ hoặc những người yêu thơ.

시효(時效) Thời hiệu, có hiệu lực hiện thời.

시흥(詩興) Hứng làm thơ. ~이 샘솟다 hứng thơ tuôn trào.

식간(食間) Giữa các bữa ăn. ~에 약을 먹다 uống thuốc khi ăn.

식객(食客) Thực khách.

식곤증(食困症) Bệnh ăn xong mệt và buồn ngủ.

식권(食券) Vé ăn, phiếu ăn.

식당(食堂) Nhà ăn, nhà hàng. ~을 운영하다 kinh doanh nhà hàng.

식대(食代) Giá thức ăn, tiền ăn, tiền cơm.

식도(食道) Thực quản. ~염 viêm thực quản.

식림(植林) Trồng rừng. ~하다. ~계획 kế hoạch trồng rừng. ~사업 ngành trồng rừng.

식모(植毛) Cấy tóc, cấy lông.

식모(食母) Người phụ việc, người phụ giúp nấu ăn, người làm, người ở. ~를 두다 thuê người làm.

식목(植木) Trồng cây. ~하다. ~일 ngày trồng rừng. 산에 ~하다 trồng cây trên núi.

식물(食物) Cái ăn, cái ăn được.

식물(植物) Thực vật. ~의 분포 phân bố thực vật. ~계 giới thực vật. ~대 thảm thực vật.

식물성(植物性) Có tính thực vật. ~식품 thực phẩm có tính thực vật. ~기름 dầu thực vật.

식물채집(植物採集) Sưu tầm thực vật. ~가 người sưu tầm thực vật.

식물학(植物學) Thực vật học. ~자 nhà thực vật học.

식복(食福) Phúc hay được ăn. ~이 있다 có phúc hay được ăn.

식부(植付) Trồng trọt, trồng. ~하다. 대량~ trồng hàng loạt. ~면적 diện tích trồng trọt.

식비(食費) Tiền ăn. 한 달 ~얼마 입니까? Tiền ăn một tháng là bao nhiêu? ~를 내다 trả tiền ăn.

식사(式辭) Lời chúc mừng. ~읽다 [하다] đọc lời chúc mừng.

식산(殖産) Tăng sản lượng.

식상(食傷) Sự ngộ độc thức ăn, tiêu chảy.

식성(食性) Khẩu vị. ~에 맞다 hợp khẩu vị. ~이 까다롭다 khẩu vị khó ăn.

식솔(食率) Nhân khẩu, thành viên gia đình.

식수(食水) Nước uống, nước ăn. ~를 공급하다 cung cấp nước ăn. ~가 풍부하다 nước ăn phong phú. 이 우물의 물은 ~로 할 수 없다 nước trong giếng này không làm nước uống được. ~난 nạn thiếu nước uống.

식수(植樹) Trồng cây. =식목.

식순(式順) Trình tự tiến hành nghi lễ. ~을 짜다 xây dựng chương trình nghi lễ.

식언(食言) Nuốt lời, không giữ lời hứa. ~하다. ~을 밥 먹듯 하다 thất hứa như cơm bữa.

식염(食鹽) Muối ăn. ~농도 nồng độ muối ăn.

식용(食用) Có thể ăn được, dùng để ăn. ~기름 dầu ăn. ~식물 thực vật ăn được. ~으로 쓰다 dùng để ăn. ~버섯 nấm ăn. ~으로 돼지를 기르다 nuôi heo thịt.

식육(食肉) ① Ăn thịt. ~하다. ② Dùng để ăn thịt, để lấy thịt ăn ~류 động vật để ăn thịt. ~소 bò thịt.

식은땀 Mồ hôi lạnh (biểu hiện của yếu, bệnh). ~을 흘리다 chảy mồ hôi lạnh.

식은죽(-粥) Cháo nguội. 그런 것은 ~ 먹기다 Việc ấy như ăn cháo nguội, chẳng còn gì dễ hơn.

식음(食飲) Ăn và uống.

식인(食人) Ăn thịt người. ~귀 quỷ ăn thịt người. ~상어 cá mập ăn thịt người.

식자(識者) Học giả, người có học. ~층 giới học thức.

식자우환(識者憂患) Biết lại đâm lo, biết lại là cái bệnh.

식장(式場) Nơi tiến hành nghi lễ. ~이 어딥니까? Phòng tiến hành nghi lễ ở đâu?

식전(式典) Nghi thức.

식초(食醋) Giấm. ~를 치다 nêm giấm vào.

식충(食蟲) Ăn sâu bọ. ~류 động vật ăn sâu bọ.

식칼(食-) Dao dùng trong bếp. ~로 감자를 썰다 dùng dao ăn thái.

식탁(食卓) Bàn ăn. ~에 앉다 ngồi vào bàn ăn. ~을 치우다 dọn dẹp bàn ăn. ~에 오르다 đưa lên bàn ăn.

식품(食品) Thực phẩm, thức ăn. ~가공 chế biến thực phẩm. ~위생 vệ sinh thực phẩm.

식피(植皮) Cấy da. ~하다.

식히다 Làm cho nguội. 뜨거운 물을 ~ làm nguội nước nóng. 불어서~ thổi cho nguội.

신 Hứng thú. ~이 나다 có hứng, hứng lên.

신(腎) Quả thận.

신간(新刊) Sách, báo mới xuất bản. ~소개 giới thiệu sách mới.

신개발(新開發) Mới xây dựng, mới phát triển, mới có. ~주택지 khu vực nhà ở mới khai thác.

신개척지(新開拓地) Mới xây dựng, mới phát triển. =신개발.

신건이 Thằng ngốc, thằng đần.

신결석(腎結石) Sỏi thận. =신장 결석.

신경지(新境地) Vùng đất mới. ~를 개척하다 khai phá vùng đất mới.

신경질(神經質) Bệnh thần kinh quá nhạy, dễ cáu gắt, dễ phản ứng, dễ nổi nóng. ~을 부리다 cáu gắt, nổi cáu. ~이 나게 하다 làm cho ai cáu gắt.

신경향(新傾向) Khuynh hướng mới. ~을 보이다 cho thấy khuyng hướng mới.

신곡(新曲) Khúc nhạc mới, bài hát mới.

신곡(新穀) Gạo mới, lương thực mới thu hoạch.

신관(新官) Quan chức mới.

신관(新館) Tòa nhà mới xây. 백화점~ tòa nhà mới xây của siêu thị.

신극(新劇) Vở kịch mới.

신근(伸筋) Gân.

신기(神技) Tài năng, kỹ thuật xuất chúng.

신기(神氣) Thần khí, tinh thần. ~가 상쾌하다 tinh thần thoải mái.

신념(信念) Niềm tin. ~을 가지고 có niềm tin, mang niềm tin. 굳은 ~ niềm tin chắc chắn. ~을 잃다 mất niềm tin. ~이 없다 không có niềm tin.

신다 Đeo, đi (vào chân). 구두를 ~ đi giày. 양말을 ~ đi tất. 양말을 갈아~ thay tất.

신당(新黨) Đảng mới. ~을 결성하다 cấu thành một Đảng mới.

신대륙(新大陸) Tân lục địa (chỉ Châu Mỹ và châu Úc).

신도(信徒) Tín đồ. 기독교~ tín đồ đạo Cơ đốc. 불교~ tín đồ Phật giáo.

신도시(新都市) Thành phố mới, khu đô thị mới. ~개발 phát triển khu đô thị mới.

신뒤축 Gót giày. ~이 높다 gót giày cao. ~이 닳다 mòn gót.

신랑(新郎) Chú rể, tân lang. ~신부 chú rể cô dâu. ~감 người được chọn làm rể.

신망(信望) Tin tưởng và chờ đợi. 세인의 ~을 얻다 được mọi người tin tưởng và chờ đợi.

신명나다 Háo hức, vui vẻ.

신묘(辛卯) Năm Tân mão.

신문기사(新聞記事) Bài báo.

신문사(新聞社) Tòa soạn báo. ~에 근무하다 làm việc ở tòa soạn.

신물 Ngán, ngấy, ợ (trong người). ~이 올라오다 trào ợ ra. ~(이) 나다 phát ngán

신바닥 Đế giày ~을 갈다 thay đế giày.

신바람 Hào hứng, vui vẻ, hưng phấn. ~이 나다 hào hứng. ~이 일어나다 có hứng.

신발 Dép, giày dép, dép lê. ~가게 cửa hàng giày dép. ~제조업자 công ty chế tạo giày dép.

신발명(新發明) Phát minh mới. ~하다.

신발족(新發足) Sự bắt đầu mới. ~하다.

신변(身邊) Cơ thể, thân thể, tính mạng. ~의 위험 nguy hiểm tính mạng. 경찰에 ~보호를 요청하다 yêu cầu cảnh sát bảo vệ tính mạng.

신병(身病) Cơn bệnh, bệnh trong cơ thể, bệnh tật. ~을 앓다 đau bệnh. 그는 ~을 치료하기 위해 출국했다 anh ta ra nước ngoài để chữa bệnh.

신병(新兵) Tân binh, lính mới. ~훈련

huấn luyện tân binh. ~훈련소 trại huấn luyện tân binh.

신부(新婦) Cô dâu. ~의상 áo cô dâu. ~감을 고르다 chọn con dâu.

신빙(信憑) Tin tưởng. ~하다.

신사(辛巳) Tân Tị, năm Tân Tị.

신생아(新生兒) Trẻ mới sinh, trẻ sơ sinh. ~의 사망률 tỷ lệ tử vong ở trẻ sơ sinh.

신생활(新生活) Cuộc sống mới. ~로 들어가다 bước vào cuộc sống mới.

신서(信書) Thư từ. ~를 보내다 gửi thư.

신서(新書) Sách mới.

신석(腎石) Bệnh sỏi thận. =신장 결석.

신설(新說) Một học thuyết mới. ~을 제기하다 đưa ra một học thuyết mới.

신성(神性) Tính chất thần bí. ~을 띠다 mang vẻ thần bí.

신세대(新世代) Thế hệ mới. ~여성 phụ nữ thế hệ mới.

신소리 Nói lảng đi chỗ khác. ~하다.

신수(身數) Số mệnh, số vận. ~가 퍼이다 gặp số. 금년에는 ~가 나쁘다 vận số năm nay xui quá.

신승(辛勝) Chiến thắng một cách khó khăn, chiến thắng một cách vất vả. ~하다.

신신당부(申申當付) Dặn đi dặn lại. ~하다.

신실(信實) Đáng tin cậy. ~하다. ~한 말 lời nói đáng tin.

신심(信心) Lòng tin. ~이 깊다 lòng tin sâu sắc.

신안(新案) Kế hoạch mới, phương án mới. ~을 구상하다 tìm phương án mới.

신앙(信仰) Tín ngưỡng, tin. ~하다. 기독교~ tin vào đạo Tin lành, theo Tin lành.

신약(腎藥) Thuốc tăng cường khả năng tình dục, thuốc thận.

신여성(新女性) Người phụ nữ mới.

신역(新譯) Mới dịch. ~하다. ~서적 sách mới dịch.

신열(身熱) Cơn sốt, bệnh sốt. ~이 있다 bị sốt. ~이 높다 sốt cao.

신염(腎炎) Viêm thận. =신장염.

신예(新銳) Mới và tinh nhuệ, hiện đại, tối tân. ~무기 vũ khí tối tân.

신용도(信用度) Độ tin tưởng, độ đáng tin. 그의 ~는 높다 độ đáng tin của anh ta cao.

신용상태(信用狀態) Tình trạng tín dụng, tình hình tài chính. 회사의 ~ tình trạng tín dụng của công ty. ~를 조사하다 điều tra tình hình tín dụng của công ty.

신용장(信用狀) Thư tín dụng (L. C). ~의 발행 phát hành thư tín dụng. ~을

개설하다 mở thư tín dụng. 수출/수입 ~ thư LC xuất khẩu, nhập khẩu.

신유(辛酉) Năm Tân Dậu.

신음(呻吟) Tiếng rên, tiếng rên rỉ (đau). ~하다. 고통으로 ~하다 rên vì đau. ~소리 tiếng rên rỉ.

신의(神醫) Thần y, người thầy thuốc rất giỏi.

신인(新人) Người mới, nhân vật mới (thể thao, ca nhạc, điện ảnh vv). 정계의 ~ nhân vật mới của chính trường

신입(新入) Mới gia nhập, mới tham gia vào, mới đến. ~사원 nhân viên mới.

신자(信者) Tín đồ. 불교~ tín đồ hật giáo. 그는 천주교~다 anh ta là tín đồ Thiên chúa giáo.

신작(新作) Tác phẩm mới, sản phẩm mới. ~을 발표하다 công bố tác phẩm mới.

신장(-欌) Cái giá đựng giày dép.

신장(身長) Chiều cao cơ thể. ~을 재다 đo chiều cao cơ thể. ~이 크다 cao người. ~순으로 theo thứ tự chiều cao cơ thể

신장(伸張) Mở rộng, tăng cường, khuyếch trương. ~하다. 세력~ mở rộng thế lực. 수출을 ~하다 tăng cường xuất khẩu.

신장(神將) Thần tướng.

신장(新裝) Tân trang, làm mới, trang trí lại. ~하다.

신저(新著) Sách mới làm, sách mới viết.

신전(神殿) Cái miếu thờ thần.

신접(新接) Cuộc sống mới.

신정(新正) Ngày 1 tháng 1 dương lịch, năm mới. ~연휴 nghỉ tết dương lịch.

신정(新訂) Đính chính mới. ~하다. ~판 bản đính chính mới.

신정권(新政權) Chính quyền mới.

신정책(新政策) Chính sách mới.

신제(新製) Mới làm ra, mới sản xuất.

신조(新造) Mới làm ra, mới tạo ra. ~하다. 배를 ~하다 mới làm ra con thuyền.

신주(神主) Cái bia người chết.

신지식(新知識) Tri thức mới. ~을 넓히다 mở rộng tri thức mới.

신진(新進) Tân tiến, mới, tiến bộ. ~세력 thế lực tiến bộ.

신천지(新天地) Chân trời mới, thế giới mới.

신청(申請) Xin (phát, cấp), yêu cầu, đăng ký ~하다. ~에 거절하다 từ chối đề nghị của ai. ~기한 thời hạn nộp đơn. ~서 đơn xin.

신체검사(身體檢査) Kiểm tra sức

khoẻ. ~를 하다. ~에서 떨어지다 rớt kiểm tra sức khoẻ.

신출내기(新出-) Người tập sự.

신코 Mũi giày.

신토불이(身土不二) Đất và người không thể là hai, chỉ hàng nông sản sản xuất ở nước đó phù hợp với người dân nước đó.

신통(神通) Thần thông, kỳ lạ. ~하다.

신트림 Sự ói mửa. ~하다.

신파(新派) Trường phái mới.

신편(新編) Mới biên soạn. ~한국사 sách Hàn Quốc lịch sử mới biên soạn.

신학기(新學期) Học kỳ mới. ~가 시작되다 học kỳ mới bắt đầu.

신학문(新學問) Học vấn mới, tri thức mới.

신해(辛亥) Năm Tân Hợi.

신효(神效) Hiệu quả thần kỳ. ~하다 có hiệu quả thần kỳ. ~

싣다 Chất, chứa. 말에 짐을 ~ chất hành lý lên ngựa. 차에 물건을 ~ chất hàng hoá lên xe.

실 Dây chỉ. ~을 풀다 tháo chỉ. ~로 꿰다 may bằng chỉ. ~처럼 가는 mỏng như chỉ.

실(實) Thực tế. ~은 이렇다 thực tế là như thế.

실 Tiếp từ, đi trước một số danh từ, chỉ mỏng manh, mỏng và nhỏ. ~눈 mắt hí, mắt lươn. ~뱀장어 con lươn nhỏ.

실(室) Tiếp từ, đi sau một số danh từ, chỉ phòng ốc, nơi, địa điểm. 6호~ phòng số 6.

실가 Thực giá.

실감(實感) Cảm giác thật, cảm giác như thực. ~하다. ~이 나다 có cảm giác như thật. ~을 주다 gây cảm giác thực.

실감개 Ống (chỉ), suốt (chỉ), ống cuộn. ~에 실을 감다.

실개천 Dòng suối nhỏ.

실격(失格) ① Không phù hợp quy định. ② Loại trừ, loại bỏ, sự truất quyền thi. ~하다. ~시키다 loại ra.

실경(實景) Cảnh thật, cảnh thực. 이 그림은 ~을 그린 것이다 bức tranh này vẽ cảnh thực.

실과(實果) Hoa quả, trái cây.

실국수 Mì sợi mỏng.

실권(失權) Mất quyền lợi, mất quyền lực. ~하다.

실기(失期) Để lỡ dịp, mất thời cơ. ~하다

실기(失機) Để lỡ cơ hội. ~하다.

실기(失氣) Mất nhuệ khí, mất tinh thần.

실꾸리 Cục chỉ. ~를 풀다 gỡ cục chỉ.

실농(失農) ① Bỏ lỡ vụ. ~하다. ② Mất

mùa. ~하다.

실답지않다(實-) Không thành thật, không trung thực.

실덕(失德) Mất đức hạnh, thất đức. ~하다.

실떡거리다 Nói huyên thuyên.

실랑이질 Quấy rối, nhũng nhiễu. ~하다. ~를 당하다 bị nhũng nhiễu.

실로(實-) Đúng là, thực là. 그는 ~비범한 사람이다 thực ra anh ta là người phi thường.

실리(失利) Thiệt hại. ~하다.

실리(實利) Lợi ích thực, tiền lời thực. ~가 있다 có thực lợi.

실물(實物) Vật thực, thực tế. ~같이 보이다 trông như thật.

실물대(實物大) Độ lớn thực tế. =실물 크기.

실사(實查) Kiểm tra thực tế. ~하다.

실성(失性) Điên. ~하다. ~한 사람 người điên. ~한 사람처럼 như người điên.

실세(實勢) Sức lực thực tế, cái thế thực tế.

실소(失笑) Cười. ~하다. ~를 금치 못하다 không nhịn được cười.

실수(失手) Lỗi, lầm, sai lầm. ~하다 말을 ~하다 nói nhầm. 그건 내 ~이다 cái đó lỗi tại tôi.

실수요(實需要) Nhu cầu thực tế.

실수익(實收益) Thu nhập thực.

실습(實習) Thực tập. ~하다. ~생 sinh viên thực tập. ~시간 thời gian thực tập. 현장~ thực thực tế.

실시(實施) Thực thi, tiến hành. ~하다. ~되다 được thực thi. ~안 kế hoạch thực thi.

실신(失神) Sự ngất, sự bất tỉnh, thất thần. ~하다.

실실 Lẳng lặng, lặng lẽ. ~웃다 cười lặng lẽ.

실액(實額) Số tiền thực tế.

실업자(失業者) Người thất nghiệp. ~를 구제하다 cứu đỡ người thất nghiệp. ~가 많다 nhiều người thất nghiệp. ~가 늘고 있다 người thất nghiệp đang tăng lên.

실없다 Không đáng tin cậy. ~는 사람 người không đáng tin cậy. ~는 말 lời nói không đáng tin. ~는 소리 마라 đừng nói lung tung.

실없이 Vô lý, không tin được. ~말하다 nói bậy, nói khoác.

실오리 Mẩu chỉ. ~같은 희망 hy vọng mỏng manh.

실온(室溫) Nhiệt độ trong phòng.

실외(室外) Ngoài sân, ngoài trời. ~에 내놓다 để ngoài trời.

실의(失意) Thất vọng. ~하다. ~에 빠지다 rơi vào thất vọng.

실익(實益) Ích lợi thực tế. ~이 있다 có lợi tích thực tế. ~을 추구하다 theo đuổi lợi ích thực tế.

실장(室長) Trưởng phòng. 기획실~ trưởng phòng kế hoạch.

실재(實在) Tồn tại thực, có thực. ~하다. ~하지 않는 không tồn tại thực. 유형적~ tồn tại hữu hình. ~의 인물 nhân vật có thực.

실정(實情) Tình hình thực tế. ~을 알다 biết tình hình thực tế. ~을 조사하다 điều tra tình hình thực tế.

실조(失調) Mất sự điều hòa, mất cân bằng. 영양~ mất cân bằng dinh dưỡng. 수출입의 ~를 막다 ngăn chặn tình trạng mất cân bằng xuất nhập khẩu.

실족(失足) Trượt chân. ~하다. 계단에서~하다 trượt chân ở cầu thang.

실존(實存) Tồn tại thực tế, hiện hữ. ~하다.

실지(失地) Đất bị mất, đất bị cướp lấy. ~를 회복하다 phục hồi lại đất đã mất.

실직(失職) Thất nghiệp, mất việc. ~하다. ~자 kẻ mất việc. ~을 당하다 bị mất việc.

실쭉하다 Không hài lòng, bất mãn. 실쭉해서 입술을 내밀다 không hài lòng trề môi xuống.

실책(失策) Chính sách hoặc phương sách sai lầm. 큰~ sai lầm lớn. 그런 사람을 신용한 것이 내~ 이었다 tin tưởng anh ta là sai lầm của tôi.

실체(實體) Thực thể.

실추(失墜) Mất. ~하다. 신용을 ~하다 mất niềm tin. 권력을 ~하다 mất quyền lực.

실측(實測) Đo thực tế. ~하다. ~결과 kết quả đo thực tế. ~보고서 báo cáo đo thực tế.

실컷 Thỏa mãn, thoải mái, đã. ~먹다 ăn thoải mái. ~마시다 uống cho đã. ~울다 khóc cho đã.

실큼하다 Ghét.

실탄(實彈) Đạn thật. ~사격 bắn đạn thật. ~을 발사하다 bắn đạn thật.

실태(失態) Sai lầm, thất bại.

실터 Khoảng trống chật hẹp giữa hai ngôi nhà.

실팍지다 Chắc nịch, to khỏe. =실팍하다.

실팍하다 Mạnh khoẻ, to khoẻ. 실팍한 사람 người to khỏe.

실패(失敗) Thất bại. ~하다. ~의 원인 nguyên nhân thất bại.

실행(實行) Thực hành, thực hiện, thi hành. ~하다. ~할 수 없는 không thể thực hiện được. 계약을 ~하다 thực hiện hợp đồng.

실현(實現) Thực hiện. ~하다. ~불가능하다 không thể thực hiện được.

실형(實兄) Anh ruột.

실형(實刑) Hình phạt. ~을 선고하다 tuyên án hình phạt.

실화(失火) Gây ra hỏa hoạn do sai sót. ~하다. 그 화재는 ~가 아니고 방화였다 vụ hỏa hoạn ấy không phải là do sơ sót mà do cố tình đốt.

실화(實話) Chuyện thật. 이 이야기는 ~입니다 câu chuyện này là thật.

실황(實況) Tình hình thực tế. ~을 시찰하다 thị sát tình hình thực tế.

실효(實效) Hiệu lực thực tế, hiệu quả thực. ~가 있다 có hiệu quả thực tế.

싫건좋건 Dù thích hay ghét. ~가야 한다 thích hay ghét đều phải đi.

싫다 Ghét, không thích. ~은 일 việc mình ghét. 보기~은 놈 thằng nhìn không ưa. ~어지다 trở nên ghét.

심(心) ① Lõi cây. 이 나무는 ~까지 썩었다 cái cây thối đến lõi. ② Lõi, ruột, phần bên trong. ~이 굵다 lõi dày.

심각(深刻) Nghiêm trọng, trầm trọng. ~하다. ~한 문제 vấn đề nghiêm trọng.

심경(深耕) Thâm canh. ~하다.

심근(心筋) Cơ tim.

심근(心根) Tấm lòng.

심난하다(甚難-) Rất khó khăn.

심내막(心內膜) Màng trong tim.

심다 Trồng cây, trồng trọt. 나무를 ~ trồng cây.

심대하다(甚大-) Rất to lớn. 심대한 영향 ảnh hưởng rất to lớn. 심대한 손해 thiệt hại rất to lớn. 심대한 해를 입히다 chịu tổn hại rất to lớn.

심덕(心德) Tâm đức. ~이 곱다 tâm đức tốt.

심란(心亂) Xáo trộn, lẫn lộn. ~하다.

심려(心慮) Lo lắng. ~하다. ~를 끼치다 làm cho lắng. ~ 마십시오! Xin đừng lo.

심령(心靈) Tâm linh. ~적(인) có tính chất tâm linh.

심리(心理) Tâm lý. 어린이의 ~ tâm lý trẻ em. ~적 có tính tâm lý. ~상태 trạng thái tâm lý.

심리(審理) Thẩm tra (tòa). ~하다. ~중이다 đang thẩm tra. ~를 받다 đang bị thẩm tra.

심리학(心理學) Tâm lý học. ~자 nhà tâm lý học. 교육~ giáo dục tâm lý học. 사회~ tâm lý xã hội.

심마니 Người đi đào sâm núi.

심메 Đi đào sâm. ~(를) 보다 đi tìm sâm.

심미(審美) Thẩm mỹ, cái đẹp. ~적 có tính thẩm mỹ. ~안 con mắt thẩm mỹ. ~안이 있다 có con mắt thẩm mỹ.

심박(心搏) Nhịp tim. ~수 số nhịp đập tim. ~은 아주 정상입니다 nhịp tim rất bình thường.

심방(心房) Tâm nhĩ. 우[좌] ~ tâm nhĩ phải [trái].

심방(深房) Thâm phòng.

심방(尋訪) Thăm, thăm viếng. ~하다.

심볼 Biểu tượng, tượng trưng (symbol). 평화의 ~ biểu tượng của hòa bình.

심병(心病) Nỗi lo, mối lo.

심복(心腹) Người tâm phúc, đệ tử. ~이 되다 thành tâm phúc.

심부(深部) Nơi sâu nhất. 상처의 ~를 건드리다 chạm đến nơi sâu thẳm nỗi đau.

심사(深謝) Cảm ơn sâu sắc. ~하다.

심산(深山) Núi sâu. ~궁곡 [유곡] thâm sơn cùng cốc.

심상(尋常) Tầm thường, bình thường. ~하다. ~히. ~치 않은 không tầm thường.

심성(心性) Tâm tính. ~이 곱다 tâm tính tốt.

심술(心術) Bướng bỉnh. ~을 부리다 [내다, 피우다] bướng bỉnh.

심실(心室) Tâm thất. 우~ tâm thất phải. 좌~ tâm thất trái.

심심소일(- 消日) Tiêu khiển, làm việc gì đó cho đỡ buồn. =심심풀이.

심안(心眼) Con mắt nhìn, khả năng phán đoán.

심약(心弱) Mềm yếu, nhu nhược. ~하다.

심오(深奧) Sâu sắc. ~하다. ~한 지식 tri thức sâu sắc.

심원(心願) Tâm nguyện. ~성취 đạt tâm nguyện.

심음(心音) Tiếng tim đập.

심이(心耳) Tâm nhĩ. 우 [좌] ~ tâm nhĩ phải [trái].

심적(心的) Liên quan đến tinh thần, tâm hồn. ~상태 trạng thái tinh thần.

심지(心-) Bấc, sợi bấc. ~에 불을 붙이다 đốt nến vào bấc. ~가 타다 bấc cháy.

심지(心地) Tâm địa, tâm tính. ~가 곱다 tâm tính tốt.

심지(心志) Ý chí. ~가 강하다 ý chí cứng rắn.

심지어(甚之於) Thậm chí, còn hơn nữa. ~결혼반지까지 팔았다 thậm chí bán cả nhẫn cưới.

심축(心祝) Chân thành cầu chúc. ~하다.

심취(心醉) Say mê. ~하다. 미술에 ~하다 say mê mỹ thuật.

심층(深層) ① Các tầng sâu. 바다의 ~ tầng sâu của biển. ② Sâu vào bên trong. ~기사 bài báo đi sâu.

심통(心－) Tâm địa. ~이 사납다 tâm địa dữ dằn.

심통(心痛) Đau lòng. ~하다. 그녀는 지나친~으로 병이 났다 cô ấy quá đau lòng nên sinh bệnh.

심판(審判) Phán xử, phán quyết. ~하다 phán quyết, xử. 최후~의 날 ngày phán quyết cuối cùng. ~결정에 항의해도 소용없다 kháng nghị quyết định phán xử cũng chẳng có ích lợi gì.

심혈(心血) ① Máu của tim ② Tâm huyết. ~을 기울이다 dồn tâm huyết.

심호흡(深呼吸) Sự hít thở sâu. ~하다.

심혼(心魂) ① Tâm hồn, trái tim và tâm hồn. ② Tinh thần, đầu óc. 일에 ~을 기울이다 dồn tinh thần cho công việc.

심홍(深紅) Màu đỏ sẫm.

심화(心火) Cơn nóng giận trong lòng. ~가 나다 cơn giận bùng lên.

심화(深化) Sự đào sâu thêm. ~하다. 관계가 ~ 되다.

심황(－黃) Cây nghệ, củ nghệ.

심히(甚－) Rất, lắm, hết sức. ~춥다 rất lạnh.

십(十) Mười (thập). ~일 mười ngày. ~년 mười năm.

십각(十角) Thập giác, mười góc. ~형 hình thập giác.

십각(十脚) Mười chân.

십계명(十誡命) Mười điều dạy của Chúa (đạo Cơ đốc).

십구(十九) Số mười chín. 제~ thứ 19. ~세기 thế kỷ 19.

십분(十分) Mười phút. 두 시~ hai giờ mười phút.

십상 Đúng với, hợp với. 그 모자가 너에게는 ~이다 cái mũ ấy hợp với cậu lắm.

십인십색(十人十色) Mỗi người mỗi ý, mỗi người một vẻ.

십자가(十字架) Thập tự giá, cái giá chữ thập. ~에 못 박다 đóng đinh vào thập tự giá.

십자로(十字路) Ngã tư. ~에 서다 đứng ở ngã tư.

십장(什長) Người quản đốc, đốc công.

십중팔구(十中八九) Mười thì đến tám chín, gần như hoàn toàn. 그는 ~실패할 것이다 anh ấy gần như hoàn toàn thất bại. ~거짓말이다 đa phần là lời nói dối.

싯누렇다 Rất vàng.

싱겁다 Nhạt, nhạt nhẽo. 맛이 ~ vị nhạt. 커피가 ~ cà phê nhạt.

싱그레 Mỉm, khẽ. ~웃다 mỉm cười.

싱싱하다 Tươi, tươi tắn. 꽃이~ hoa tươi.

싱크대(-臺) Cái chậu rửa, bồn rửa.

싫어하다 Muốn, ao ước, khao khát. 몹시 하고 ~ rất muốn làm. 그 아이는 캔디를 먹고 ~ cậu bé ấy muốn ăn kẹo.

싸개 Giấy gói.

싸다니다 Đi lung tung, đi lăng quăng. 잘 ~는 사람 người hay đi lung tung. ~를 좋아하다 thích đi lung tung. 하루 종일~ đi lung tung cả ngày.

싸데려가다 Chuẩn bị tất cả mọi thứ rồi đưa vợ về.

싸라기 Vụn gạo, gạo nát, gạo vỡ. ~로 죽을 쑤다 dùng gạo nát nấu cơm.

싸락눈 Hạt tuyết.

싸움터 Bãi chiến trường, chiến trường, nơi đánh nhau. ~에 나가다 ra chiến trường.

싸이다 Bị động từ của "싸다" được gói, bị gói, bị bọc, bị che, bị bao bọc, được bao bọc. 포장지에 싸인 선물 món quà được gói trong giấy.

싸잡다 Tập trung vào, dồn vào, tất cả. ~아 비난하다 tập trung vào phê phán. 이번 일로 그 사람을 ~아 욕하지 마라 đừng tập trung chửi anh ta vì chuyện này.

싹 Mầm. ~이 트다 mọc mầm. ~이 나다 mọc mầm. ~을 따다 hái mầm.

싹 Mạnh, không do dự, dứt khoát (chỉ động tác mạnh). ~밀어 버리다 đẩy hết, đẩy đi.

싹독싹독 Xoẹt, roẹt. 종이를 ~자르다 cắt tờ giấy cái xoẹt. 이발사는 내 뒷머리를 몇 번~ 잘랐다 thợ cắt tóc cắt tóc sau của tôi mấy lần xoẹt xoẹt.

싹싹 Xoẹt, xoẹt xoẹt (cắt). 종이를 ~자르다 cắt giấy xoẹt xoẹt.

싼값 Giá rẻ. ~에 팔다 bán giá rẻ. ~에 사다 mua với giá rẻ.

싼흥정 Mặc cả để mua cho rẻ. ~으로 사다 mua rẻ. ~으로 팔다 bán rẻ

쌀 Gạo, lúa gạo. ~가게 cửa hàng gạo. ~가루 bột gạo. ~값 giá gạo. ~농사 trồng lúa.

쌀가루 Bột gạo.

쌀가마니 Túi gạo, bao gạo.

쌀농사(-農事) Trồng lúa, làm lúa.

쌀뜨물 Nước vo gạo.

쌀밥 Cơm.

쌀벌레 Con mọt gạo.

쌀쌀 Hơi lành lạnh, hơi lạnh lùng (thái độ). ~하다.

쌀쌀맞다 Bị đối xử lạnh nhạt. ~은 대답 câu trả lời lạnh nhạt.

쌀장사 Buôn gạo ~하다.

쌈 Món cuốn (rau cuốn thịt).

쌈질 Cãi nhau, đánh nhau. ~하다.

쌍(雙) Một đôi, một cặp. 한 ~의 젊은 부부 một cặp vợ chồng trẻ. ~을 이루다 thành đôi. 비둘기 한 ~ một đôi chim bồ câu.

쌍꺼풀(雙-) Mắt hai mí. ~지다 có hai mí.

쌍날(雙-) Hai lưỡi. ~칼 con dao hai lưỡi.

쌍둥이(雙-) Anh (chị) em sinh đôi. 남녀(의) ~ sinh đôi một nam một nữ.

쌍말 Lời nói bậy, nói tục. =상말.

쌍무(雙務) Nghĩa vụ của hai bên. ~계약 hợp đồng hai bên. ~관계 quan hệ hai bên.

쌍무(雙舞) Múa đôi, múa cặp.

쌍발(雙發) Hai nòng. ~총 súng hai nòng.

쌍방(雙方) Song phương, hai bên. ~의 이익 lợi ích song phương. ~의 양보 nhượng bộ của hai bên.

쌍분(雙墳) Mộ song táng, mộ đôi.

쌍수(雙手) Hai tay. ~를 들다 giơ hai tay. ~를 들어 찬성하다 giơ hai tay tán thành.

쌍심지(雙-) Hai ngọn bấc. ~(를) 켜다 rất giận.

쌍쌍이(雙雙-) Từng đôi, từng cặp. 학생들은 ~나갔다 học sinh đi từng cặp ra.

쌍알(雙-) Trứng có hai lòng. ~(을) 지르다 trùng khớp (việc, thời gian).

쌍태(雙胎) Song thai.

쌓다 Xếp, chồng, chất lên nhau. 벽돌을 ~ xếp gạch. 장작을 ~ chất củi. 창고에 물건을 ~아 놓았다 xếp hàng vào trong kho.

쌓이다 Được chồng, chồng chất, chất lớp. 할 일이 산같이 ~ việc chồng như núi.

쌔비다 Ăn trộm.

쌨다 Chất đầy, đầy.

쌩 Tiếng gió thổi qua, vù, ù. 바람이 ~ 불다 gió thổi vù, ào.

써내다 Đưa ra, trình ra. 답안을 ~ trình đáp án ra. 원서를 ~ trình đơn ra. 회사에 이력서를 ~ trình lý lịch cho công ty.

써다 Nước xuống.

써레 Bừa, san cho bằng. ~질하다 san, bừa.

써먹다 Lợi dụng, sử dụng. ~을 데가 없다 không lợi dụng cái gì được, không làm gì được.

썩둑-싹독- Xoẹt (tiếng cắt vật gì mềm).

썩어빠지다 Hư hỏng, thối.

썩이다 Làm cho hư, làm hư, làm hỏng. 책을 ~ làm hỏng sách.

썰다 Thái, cắt, cưa. 오이를 ~ thái dưa chuột. 얇게~ thái mỏng. 목수가 톱으로 나무를 ~ thợ mộc dùng cưa cắt cây.

썰매 Xe tuyết, tấm trượt trên tuyết. ~

를 끄는개 chó kéo xe tuyết.
썰벅 Chẻ toác ra, chẻ dễ dàng. ~하다.
쏘이다 Bị cắn, bị đốt. 벌에게 ~ bị ong cắn.
쏜살 Tên bắn, chỉ rất nhanh. ~같다 như tên bắn. ~같이 달리다 chạy nhanh như tên bắn.
쏟다 Rót, đổ. 바닥에 물을 ~ đổ nước lên sàn. 통의 물을 독에 ~ rót nước trong thùng vào vại. 쌀을 자루에 ~아 넣다 đổ gạo vào trong bao.
쏟다 Tuôn ra, tràn ra, chảy ra nhiều. 식은 땀을 ~ mồ hôi lạnh tuôn ra hối hả. 기침을 ~ cơn ho bùng lên. 눈물을 ~ trào nước mắt, tuôn nước mắt.
쏟뜨리다 Làm tuôn ra, làm tóe ra, bung ra. 차를 테이블 위에 ~ rắc tung trà lên trên bàn. 쌀알을 땅에 ~ bung hết gạo ra đất.
쏟아지다 Trào ra, tuôn ra, tuôn xối xả (chất lỏng, nước mắt, mồ hôi, máu vv). 눈물이 nước mắt tuôn ra. 비가 ~ mưa xối xả.
쐬다 Phơi, hóng (gió, mặt trời). 햇볕에[을] ~ hóng nắng. 바람을 ~ hóng gió. 이부자리를 햇볕에 ~ phơi chăn dưới nắng. 담요를 바람에 ~ hóng gió cái chăn.
쑤다 Quấy, nấu chín bằng nước. 죽을 ~ nấu cháo. 풀을 ~ nấu hồ, quấy hồ.

쑤셔넣다 Nhét vào. 서류를 가방속에 ~ nhét giấy tờ vào trong túi.
쑤시개 Que cời, que xoi, thanh chòi. 굴뚝~ que chòi ống khói. 이~ cây tăm xỉa răng.
쑤시다 Nhức, đau nhức. 다리가 ~ chân đau nhức. 귀가 ~ nhức tai. 머리가 ~ nhức đầu. 온 몸이 ~ nhức cả người.
쑥스럽다 Xấu hổ, ngượng ngùng. 쑥스러운 듯이 vẻ xấu hổ. 지나친 칭찬을 받아 ~ ngượng vì được khen quá mức.
쑬쑬하다 Tàm tạm, tạm được. 쑬쑬히 tàm tạm, tạm được.
쓰다 Viết. 편지를 ~ viết thư. 글을~ viết chữ. 이름을~ viết tên. 영수 증을 ~ viết hóa đơn. 잘~ viết đẹp.
쓰디쓰다 ① Rất đắng. 무슨 약인데 이렇게 ~나? Thuốc gì mà đắng thế này? ② Rất đắng cay. 쓰디쓴 경험 kinh nghiệm rất đắng cay.
쓰러뜨리다 Làm cho đổ, đánh đổ, đánh ngã, xô ngã. 집을 ~ xô đổ nhà. 그는 한 방에 상대를 바닥에 ~ chỉ một đòn anh ta đánh ngã đối thủ.
쓰러지다 ① Đổ xuống, bổ, ngã, té, gục xuống. 앞으로 ~ đổ về trước. 바람에 ~ đổ vì gió. ② Gục ngã (vì bệnh tật), suy sụp, chết. 친구가 과로로 ~ bạn tôi gục ngã vì quá sức. 배가 고파

쓰러질 것 같다 bụng đói muốn gục xuống.

쓰레기 ① Rác, rác rưởi. ~를 버리다 vứt rác. ~를 버리지 마세요! Mong đừng vất rác nơi đây. ② Đồ rác rưởi, đồ hủ bại, vứt đi. 인간~ con người rác rưởi.

쓰레받기 Cái đựng rác, cái hốt rác. ~에 쓸어 담다 quét vào cái hốt rác.

쓰레질 Quét rác. ~하다.

쓰리다 ① Đau, rát, khó chịu. 속이 ~ xót bụng. ② Đau buồn, cay đắng.

쓰이다 Được dùng vào.

쓰이다 ① Bị động từ của "쓰다", được dùng, được sử dụng, được dùng vào. ② Bị động từ của "쓰다" tuyển dụng, dùng, thuê.

쓱 Thoảng qua, thoáng qua.

쓱쓱 Mân mê, xoa xoa. 두 손을 ~비비다 xoa xoa hai tay. 수염을 ~쓰다듬다 mân mê râu.

쓴맛단맛 Vị đắng vị ngọt, đắng cay ngọt bùi. 인생의 ~을 다겨다 chịu tất cả đắng cay của cuộc đời.

쓴웃음 Nụ cười cay đắng. ~을 짓다 cười cay đắng.

쓸다 ① Quét. 방을 ~ quét phòng. 비로 ~ dùng chổi quét. 마당을 ~ quét sân. ② Xoa xoa, thoa thoa, mân mê. 수염을 ~ mân mê râu

쓸데없다 Vô ích, vô tích sự, không được việc gì, không có tác dụng gì. ~는 사람 người vô tích sự. ~는 이야기 câu chuyện vớ vẩn.

쓸리다 Bị quét đi, bị cuốn qua. 눈이 바람에 ~ tuyết bị cơn gió cuốn đi.

쓸어버리다 Cuốn đi, quét đi, cuộn đi.

씁쓸하다 Đăng đắng.

씌우다 Gói vào.

씨 ① Hạt, cái hạt. ~없는 수박 dưa hấu không có hạt. ~를 뿌리다 gieo hạt. ② Mầm mống. 불륜의 ~ mầm mống của sự bất luân.

씨 Tiếng than khi bất bình, mẹ khỉ, mẹ. 나만 빼놓고, 씨! Mẹ khỉ, nó chừa mình ra.

씨돼지 Lợn giống.

씨받이 Lấy hạt.

씨뿌리기 Gieo hạt.

씨소 Bò giống.

씨알 Trứng giống, trứng để làm giống.

씨알머리 Con nhà người khác. ~없다 không hợp gì cả.

씨암탉 Gà mái giống. ~걸음 đi khuyênh khoạng như gà đẻ.

씨앗 Hạt, hạt giống. 배추~ hạt bắp cải. 밭에 ~을 뿌리다 gieo hạt trên ruộng.

씨억씨억 Hoạt bát, nhanh nhẹn. ~하다.

씨족(氏族) Thị tộc. ~사회 xã hội thị tộc.

씨주머니 Túi hạt.

씨줄 Dòng máu, huyết thống.

씩 Cười không thành tiếng, nhạt nhẽo. ~웃다 cười nhạt.

씩둑거리다 Tán phét, nói dóc.

씩씩하다 Cứng rắn, mạnh mẽ, đàn ông. 씩씩한 남자 người đàn ông mạnh mẽ.

씰그러지다 Bị méo mó, biến dạng.

씻가시다 Rửa sạch.

씻기다 Bị động từ của "씻다", bị rửa, bị tẩy. 비에 씻겨 내려가다 bị mưa rửa. 잘~ rửa dễ.

씻부시다 Rửa sạch.

씻은듯이 Như rửa, sạch, không còn. 병이 ~낫다 bệnh hết không còn gì nữa.

씽 ① Gió thổi mạnh qua, vù, ào, vu, vù. 바람이 ~불다 gió thổi cái vù qua. ② Vật thể hoặc con người đi nhanh qua, tạo ra cơn gió, vù, vi, vu vu.

아 Ôi, a. ~! 아버지. A! Cha/ bố
아가 Đứa bé, giống 아기.
아가리 Cái miệng, cái mồm, cái lỗ, cái cửa, chỗ vào ra (người, động vật, đồ vật).
아가씨 (처녀) Thiếu nữ, cô gái, cô, cô ơi (dùng khi gọi). 귀여운 ~ một cô gái đáng yêu.
아가위 Quả táo gai. ~나무 cây táo gai.
아교(阿膠) Keo, hồ. ~질의 có chất keo.
아국(我國) Đất nước chúng ta, tổ quốc ta.
아궁이 Lò sưởi.
아귀 Chạc cây.
아귀세다 Chắc, bền, dai, khỏe.
아그레망 Sự tán thành. ~을 요청하다 đề nghị tán thành, đề nghị đồng ý.
아기서다 Có thai.
아까 Vừa mới, vừa lúc nãy. ~부터 từ lúc nãy.
아낌없이 Không tiếc. ~쓰다 dùng không tiếc nuối.
아나운서 Phát thanh viên (radio, TV). 스포츠~ phát thanh viên thể thao.

아나운스먼트 Bảng thông báo.
아내 Vợ. 사랑하는 ~ người vợ yêu quý.
아녀자(兒女子) Trẻ con và phụ nữ, trẻ em đàn bà (tiếng tục)
아늑하다 Ấm áp, tiện nghi, dễ chịu.
아는체하다 Giả vờ biết. 모르는데~ không biết nhưng giả làm ra mình biết.
아니 (phó từ) Không phải, không không ạ, không phải (câu trả lời).
아니나다를까 Đúng như đã nói, đúng thật rồi, đúng như dự đoán. ~그는 거기 있었다 còn gì nữa, anh ta ở đó mà.
아니라면 Nếu không phải là, nếu không là.
아니면 Nếu không phải. 네가 ~다른 사람의 잘못 이겠지요 Nếu không phải lỗi của anh thì là của người khác.
아담 Thanh nhã, thanh tao. ~하다.
아닌게아니라 Đúng thế, chắc thế, quả nhiên.
아닌밤중(中) Giữa đêm. ~에 vào giữa đêm. ~에 이 웬 소란이냐? giữa đêm có tiếng gì thế này?

아담(雅淡) Sạch sẽ, ngăn nắp. ~하다.
아동(兒童) Nhi đồng, trẻ em. ~용 đồ dùng trẻ em.
아둔하다 Ngu, đần, dốt.
아득하다 Xa xôi. 아득한 옛날 ngày xưa xa xôi.
아들 Con trai. ~을 낳다 sinh con trai.
아뜩하다 Chóng mặt, choáng váng.
아라비아 Ả Rập. ~말 tiếng Ả Rập. ~문자 chữ Ả Rập.
아랍 Người Ả rập.
아랍에미리트 Ả Rập. ~국가 các nước Ả Rập.
아랑곳 Sự quan tâm, can thiệp, để ý.
아랑곳없다 Không có gì để làm, không liên quan tới.
아래 Dưới, bên dưới. 나무~에서 dưới cây.
아래위 Trên dưới, đi tới đi lui, đi lên đi xuống.
아래쪽 Phía dưới cùng.
아래층(-層) Tầng dưới.
아래턱 Cằm dưới
아랫니 Răng hàm dưới.
아랫방(房) Căn phòng dưới.
아랫배 Bụng dưới
아랫수염(-鬚髥) Râu cằm.
아랫입술 Môi dưới.
아량(雅量) Sâu sắc, khoan dung.
아련하다 Lờ mờ, mờ mịt

아령(啞鈴) Cái tạ tập tay.
아로새기다 Khắc, chạm, trổ.
아뢰다 Báo lên cấp trên.
아르바이트 Làm thêm, công việc làm thêm (học sinh). ~하다
아름답다 Đẹp (phong cảnh, người). 아름다운 마음 một tấm lòng cao đẹp.
아리땁다 Đẹp đẽ, hiền lành, duyên dáng. 아리따운 처녀 thiếu nữ hiền lành.
아리송하다 Khó hiểu, mơ hồ.
아마(亞麻) Cây gai dầu.
아마 Có lẽ, có thể, biết đâu, không chừng. ~그럴지도 모른다 không biết chừng như vậy cũng nên
아마추어 Người không chuyên. Amatơ, tài tử, nghiệp dư. ~축구 bóng đá nghiệp dư.
아메리카 America, Mỹ. ~주 châu Mỹ.
아명(兒名) Tên gọi thời thơ ấu.
아무 Bất cứ, bất cứ ai. ~라도 할 수 있다 bất cứ ai cũng làm được.
아무개 Người nào đó.
아무데 Bất cứ nơi đâu. ~나 가도 좋다 đi đâu cũng được.
아무때 Bất cứ lúc nào. ~나 갈 수 있다 bất cứ lúc nào cũng có thể đi được.
아무래도 Dẫu sao. ~내가 가야겠다 dẫu sao tôi cũng phải đi.
아무러면 Nói gì thì nói, lẽ nào. ~그럴

수 있을까 lẽ nào lại có chuyện như thế.

아무런 Bất cứ, bất cứ nào. ~사고 없이 không có bất cứ tai nạn nào.

아무렇거나 Dẫu sao, dẫu sao thì cũng. ~해 보세 dẫu sao cũng làm thử xem.

아무렇든지 Bất kể điều gì, dù thế nào, dẫu sao. ~이 계획을 포기할 수는 없다 dù thế nào cũng không thể bỏ kế hoạch này được.

아무렴 Đương nhiên, tất nhiên.

아무리 Cho dù, dù là, dù. ~돈이 많아도 cho dù nhiều tiền đi nữa.

아무말 Bất cứ lời nào. ~없어 떠나다 ra đi không nói một lời nào.

아무짝 Bất cứ việc gì. ~에도 못 쓸 인간 con người không dùng được vào bất cứ việc gì.

아무쪼록 Hết sức, như có thể. ~빨리 오십시오 Hãy đến đây nhanh như có thể.

아물거리다 Lờ mờ, không rõ ràng. ~는 기억 ký ức lờ mờ.

아물다 Khỏi, thôi bệnh, lành vết thương. ~지않는 상처 vết thương chưa ngậm miệng.

아버님 Cha, bố (gọi một cách tôn kính).

아버지 Bố, cha, ba. ~답다 đáng ra bố, ra dáng bố.

아범 Bố, cha.

아베크 Hẹn hò.

아부(阿附) Nịnh bợ, nịnh. ~하다. 상사에게 ~하다 nịnh cấp trên.

아사(餓死) Chết đói ~하다. ~시키다 cho chết đói, bỏ cho chết đói.

아서라 Này, thôi, ngừng lại. ~싸우지 마라 thôi đừng cãi nhau nữa.

아세안 Hiệp hội Đông Nam Á. ASEAN.

아쉬워하다 Tiếc nuối, hối tiếc.

아쉽다 Tiếc, tiếc nuối. 어딘지 아쉬운 데가 있다 có cái gì đó tiếng tiếc.

아스팍 Hiệp hội Châu Á Thái bình dương ASPAC.

아스피린 Thuốc aspirin.

아슬아슬하다 Hồi hộp, căng thẳng.

아시아 Asea, châu Á.

아식축구(-式蹴球) Môn bóng đá.

아양 Nũng nịu, làm nũng. ~을 부리다 làm nũng.

아어(雅語) Lời nói lịch sự, tao nhã.

아연(俄然) Bất ngờ, đột ngột.

아열대(亞熱帶) Á nhiệt đới.

아예 Hoàn toàn. ~관심이 없다 hoàn toàn chẳng có sự quan tâm nào

아우성 Tiếng reo hò.

아울러 Cùng lúc, đồng thời. 지혜와 용기를 ~갖추다 có cả trí tuệ và dũng khí

아이 Đứa bé, đứa trẻ, con cái. ~같은 như đứa bé, như trẻ em.
아이고 Trời ơi, ôi. ~귀찮다 Ôi phiền toái quá. ~죽겠다 ôi mệt quá.
아이론 Bàn ủi (iron)
아이스 Đá lạnh. ~박스 thùng đá.
아이큐 I.Q (chỉ số thông minh).
아장아장 Chập chững. ~걷다 bước chập chững.
아저씨 Xưng hô giành cho người đáng tuổi cha mẹ mình.
아전인수(我田引水) Dẫn nước vào ruộng mình, chỉ mưu cầu lợi ích riêng.
아주 Rất. ~기분이 좋다 rất vui. ~오랜 옛날 ngày xưa rất lâu rồi
아주머니 Dì, bà, cô.
아주버니 Anh chồng.
아직 Chưa, vẫn, vẫn chưa. ~오지 않았다 vẫn chưa đến.
아직까지 Đến tận bây giờ, đến tận nay. 그 한테서 ~소식이 없다 đến giờ vẫn chưa có tin tức của anh
아차(차) Ôi, trời đất, ấy (chỉ làm việc gì đó quên hoặc sai giờ mới hiểu ra).
아첨(阿諂) Sự nịnh bợ. ~하다.
아취(雅趣) Sở thích tao nhã.
아침 Buổi sáng. ~에 vào buổi sáng.
아침저녁 Buổi sáng và buổi chiều.
아카데미 Điện ảnh. ~상 giải Oscar.

아파트 Chung cư, nhà tầng tập thể. ~단지 khu chung cư.
아편 Á phiện, thuốc phiện. ~을 피우다 hút thuốc phiện.
아프가니스탄 Afghanistan.
아프다 Đau. 목이 ~ đau cổ. 배가 ~ đau bụng..
아픔 Nỗi đau, sự đau đớn. 가슴의 ~ nỗi đau lòng.
아한대(亞寒帶) Á hàn đới, gần khu vực lạnh.
아홉 Chín, ~째 thứ chín. ~살 chín tuổi.
아흐레 Ngày thứ chín.
아흔 Số chín mươi. ~째 thứ 90.
악(惡) Ác, cái ác. 선과~ thiện và ác.
악감(惡感) Ác cảm. ~을 품다 mang ác cảm. ~을 주다 gây ác cảm cho.
악감정(惡感情) Ác cảm, mối hận thù. 국제간의 ~ sự hận thù giữa hai quốc gia.
악공(樂工) Nhạc công.
악귀(惡鬼) Ác quỷ, ma. ~같은 như ác quỷ ~가 들리다 có ác quỷ vào.
악극(樂劇) Nhạc kịch, ôpêra. ~단 đoàn opera.
악기(樂器) Nhạc khí, nhạc cụ. ~를 연주하다 biểu diễn nhạc cụ.
악단(樂團) Ban nhạc, đoàn nhạc.
악담(惡談) Nói xấu, nói bậy. ~하다. 아무를 ~하다 nói xấu ai.

악덕(惡德) Mất nết, xấu xa, vô đạo đức. ~하다. ~기업주 chủ lao động xấu xa.

악독(惡毒) Ác độc, độc ác. ~하다.

악랄(惡辣) Ác độc tàn nhẫn. ~하다.

악력(握力) Sức cầm, sức bóp.

악례(惡例) Một thói quen xấu, tiền lệ xấu. ~를 남기다 để lại tiền lệ xấu.

악마(惡魔) Ác ma. ~같이 như ác ma.

악명(惡名) Tiếng xấu.

악몽(惡夢) Ác mộng. ~을 꾸다 mơ thấy ác mộng.

악물다 Nghiến, nghiền, siết. 이를~ nghiến chặt răng.

악보(樂譜) Nốt nhạc, phím nhạc.

악사(樂士) Nhạc sĩ.

악선전(惡宣傳) Sự tuyên truyền bậy.

악성(樂聖) Một nhạc sĩ thánh nhân.

악성(惡性) Ác tính. ~감기 cảm cúm ác tính.

악센트 Chất giọng, giọng điệu.

악수(握手) Bắt tay ~하다. ~를 나누다 bắt tay nhau.

악순환(惡循環) Vòng tuần hoàn nghiệt ngã.

악습(惡習) Thói quen xấu. 음주~ thói quen xấu là uống rượu.

악식(惡食) Món ăn dở.

악어(鰐魚) Cá sấu. ~가죽 da cá sấu.

악연(惡緣) Mối nhân duyên tồi, mối quan hệ tồi, ác duyên, duyên nợ gặp người ác, cái duyên nợ tồi.

악영향(惡影響) Ảnh hưởng xấu. ~을 받다 bị ảnh hưởng xấu, chịu ảnh hưởng xấu.

악용(惡用) Sử dụng vào mục đích xấu. ~하다. 금전을 ~하다 sử dụng đồng tiền vào mục đích xấu.

악우(惡友) Người bạn xấu. ~와 어울리다 chơi với bạn xấu.

악운(惡雲) Vận đen, vận xui. ~을 세다 bị vận xấu.

악의(惡意) Ác ý. ~있다 có ác ý.

악인(惡人) Ác nhân, người ác.

악장(樂章) Chương nhạc.

악전고투(惡戰苦鬪) Trận đánh tơi bời, trận đánh quyết tử.

악조건(惡條件) Hoàn cảnh khó khăn, điều kiện khó khăn. ~을 무릅쓰고 khắc phục hoàn cảnh khó khăn.

악종(惡種) ① Chủng loại xấu. ② Người hoặc động vật hung ác.

악천후(惡天候) Thời tiết khắc nghiệt. ~를 무릅쓰고 khắc phục thời tiết khắc nghiệt.

악취(惡臭) Mùi thối, hôi thối. ~을 풍기다 tỏa mùi hôi thối.

악취미(惡趣味) Sở thích tầm thường.

악평(惡評) Tiếng xấu, sự đánh giá tồi.

악폐(惡弊) Hiện tượng xấu.

악한(惡漢) Kẻ gian ác.
악화(惡化) Trở nên xấu đi, trở nên tồi tệ. ~하다. 병이 ~하다 bệnh trở nên xấu hơn.
안(案) Đề án, kế hoạch, phương án. ~을 세우다 xây dựng đề án.
안 Bên trong, trong. ~으로 들어가다 đi vào bên trong. 건물 ~ trong tòa nhà
안간힘 Gắng sức, cố sức. ~을 쓰다 gắng sức, cố gắng
안기다 Bế, bồng, ôm ấp. 엄마품에 안겨 있는 아이 đứa bé được ôm trong lòng mẹ.
안내(案內) Sự hướng dẫn, sự chỉ đạo. ~하다. 아무의 ~로 theo sự hướng dẫn của ai đó.
안녕(安寧) Bình an. ~하다. 안녕 하십니까? Anh khỏe chứ?
안다 Ôm, bế, bồng. 아이를 ~ bồng con.
안달 Quấy phá, gây khó chịu. ~을 부리다 gây khó chịu.
안도(安堵) Yên tâm, yên lòng, thanh thản.
안되다 Cấm, không được. 떠들면~ làm ồn là không được.
안락(安樂) An lạc, an bình.
안력(眼力) Khả năng nhìn.
안료(顔料) Phẩm màu.
안마 Mát xa. ~하다 làm mát xa.

안면(安眠) Một giấc ngủ ngon. ~을 취하다 ngủ giấc ngủ ngon.
안목(眼目) Con mắt nhìn, sự đánh giá.
안배(按排) Bày trí, xếp đặt, bố trí.
안벽(岸壁) Bong ke, bến đậu tàu.
안보(安保) An ninh. 국가의 ~ an ninh quốc gia.
안부(安否) Sự bình an, sự hỏi thăm. 김 선생에게 ~전해 주세요 hãy cho tôi gửi lời hỏi thăm ông Kim.
안색(顔色) Sắc mặt. ~이 좋다 sắc mặt tốt.
안성맞춤(安城-) Vừa vặn, vừa khéo, hợp, chuẩn. 그 양복이 너한테는 딱 ~ 이로구나 bộ complê ấy rất vừa với cậu.
안식(安息) Nghỉ ngơi. ~하다. ~처 nơi an nghỉ. 마지막~ nơi an nghỉ cuối cùng.
안심(安心) Yên tâm, an tâm. ~하다. ~이 되다 được an tâm, cảm thấy an tâm.
안심찮다(安心-) Không thoải mái, bực bội.
안아맡다 Chịu trách nhiệm việc người khác, làm việc người khác.
안온(安穩) Sự yên bình.
안위(安危) An nguy. 국가의 ~ an nguy của đất nước.
안이하다(安易-) Dễ dàng. ~하게 một

cách dễ dàng. ~한 생활 cuộc sống dễ dàng.

안일 Việc nhà, việc nội bộ. ~하다.

안일(安逸) Sự nhàn hạ, sự bình an thảnh thơi.

안장(安葬) An táng, chôn cất. ~하다. 그는 이곳에 ~되었다 anh ấy được an táng nơi đây.

안전(安全) An toàn. ~하다. ~하게 một cách an toàn.

안주(安住) Cuộc sống yên bình.

안중(眼中) ① Trong mắt. ② Lọt vào mắt, đạt đến tiêu chuẩn nào đó.

안질(眼疾) Chứng bệnh về mắt.

안쪽 Phía trong, bên trong. ~에 phía trong.

안차다 Dũng cảm.

안착(安着) Đến nơi an toàn. ~을 알리다 thông báo đến nơi an toàn

안창 Lớp lót giày tháo ra được. 구두에 ~을 깔다 lót tấm lót vào trong giày.

안출(案出) Nghĩ ra. ~하다.

안치(安置) Để, cất một cách an toàn. 은행에는 귀중품의 ~를 위한 금고가 있다 ở ngân hàng có két sắt để bảo quản an toàn đồ quý

안타까워하다 Tiếc nuối, tiếc.

안타깝다 Tiếc, nuối tiếc. 그를 못 만나서 ~ thật tiếc không gặp được anh ta.

안팎 Bên trong và bên ngoài, những đặc tính và sự phức tạp, những ngóc ngách.

안팎노자(-路資) Chi phí đi về. 인천까지~가 얼마입니까? Vé đi về Incheon là bao nhiêu?

안표(眼標) Làm dấu để nhìn. ~하다.

앉다 Ngồi. 단정히~ ngồi một cách thẳng thắn.

앉은뱅이 Người què.

앉은일 Việc làm tại chỗ, công việc ngồi làm một chỗ. ~을 하다.

앉히다 Để ngồi, cho ngồi, bố trí cho ngồi, để vào. 아이를 의자에 ~ để đứa bé ngồi trên bàn.

않다 Không, không làm gì đó. 조금도 노력을 ~ không có một chút nỗ lực.

알 Trứng, quả trứng. 새~ trứng chim.

알다 Biết, nhận biết. 이미~고 있다 đã biết trước.

알뜰하다 Cẩn thận, tỉ mỉ.

알랑거리다 Nịnh bợ, nịnh hót. 윗 사람에게 ~ nịnh hót cấp trên.

알랑알랑 Lừa lọc, tán tỉnh. ~여자를 꾀다 lừa lọc tán tỉnh gái

알량하다 Vô tích sự, vớ vẩn 알량한 놈 thằng vô tích sự.

알레르기 Dị ứng, chứng dị ứng. 나는 화분~다 tôi dị ứng với phấn hoa.

알려지다 Được biết, được hiểu biết. =

알리어지다.

알력(軋轢) Khập khễnh. ~이 있다 có sự khập khễnh.

알로까다 Rất yếu.

알리다 Cho biết. 아무에게 ~ cho ai biết.

알맞다 Phù hợp. ~은 가격 giá phù hợp. ~은 때에 vào lúc thích hợp.

알맹이 Múi, hạt. 낙화생 hạt lạc.

알선(斡旋) Giới thiệu, môi giới ~하다. 일자리를 ~해주다 giới thiệu việc làm.

알아내다 Hiểu ra, biết, phát hiện ra.

알아듣다 Nghe ra. 아무의 말을~ nghe ra lời của ai.

알아맞히다 Đoán đúng.

알아보다 Nhận ra, tìm hiểu. 원인을 ~ tìm hiểu lý do.

알아주다 Hiểu cho, biết cho. 남의 공로를 ~ biết cho công lao của ai.

알아하다 Biết lấy, tự biết, tự theo ý mình. 너 좋을대로 알아서 해라 Tự cậu thích làm sao thì làm

알약(-藥) Thuốc viên.

앓다 Đau. 눈을 ~ đau mắt.

암거(暗渠) Đường cống nước.

암기(暗記) Học thuộc lòng ~하다. ~력 sức nhớ.

암나사(-螺絲) Cái ốc vít.

암놈 Con cái. 강아지~ con chó con cái

암담(暗澹) Tối tăm, ảm đạm. ~하다.

암류(暗流) Dòng chảy ngầm.

암반(岩盤) Hòn đá ngầm.

암산(暗算) Tính nhẩm. ~하다.

암송(暗誦) Đọc nhẩm. ~하다.

암술 Nhụy.

암시 Ám hiệu, tín hiệu. ~하다. ~를 주다 đưa ám hiệu.

암시세(暗時勢) Giá chợ đen.

암시장(暗市場) Chợ đen.

암실(暗室) Phòng tối (làm thí nghiệm vật lý, hóa..).

암암리(暗暗裡) Bí mật, ngầm, khi người ta không biết. ~에 bí mật, ngầm.

암약(暗約) Ngầm hứa, ngầm thỏa thuận.

암영(暗影) Cái bóng.

암종(癌腫) Loại bệnh ung thư.

암캐 Con chó cái.

암투(暗鬪) Xung đột bên trong, sự tranh chấp nội bộ. ~하다. 권력~ tranh chấp quyền lực nội bộ.

암팡스럽다 Can đảm, gan dạ.

암호(暗號) Ám hiệu, tín hiệu mật. ~를 풀다 mở tín hiệu, giải mã ám hiệu.

암흑(暗黑) Tối om, tối mò.

압력(壓力) Áp lực. 군사 및 경제~ áp lực kinh tế và quân sự.

압류(押留) Tịch thu. ~하다. ~당하다 bị

tịch thu.

압박(壓迫) Áp bức, áp lực, đàn áp. ~하다. 일상생활의 ~ áp lực của cuộc sống thường ngày.

압수(押收) Tịch thu. ~하다. 면허증을 ~하다 tịch thu giấy phép.

압승(壓勝) Chiến thắng áp đảo. ~하다.

압제(壓制) Sự áp bức, cưỡng chế.

압축(壓縮) Ép lại, cô lại, nén lại. 공기 ~ nén không khí

앗다 Cướp, giật, lấy. 목숨을~ cướp mạng sống.

앗아가다 Giật lấy, vồ lấy. 그는 내 손에서 와락 편지를 앗아갔다 anh ta giật lấy bức thư trong tay tôi.

앙갚음 Sự trả thù. ~하다.

앙그러지다 Phù hợp, thích ứng.

앙등(昂騰) Tăng vọt.

앙망(仰望) Mong muốn, mong ước. ~하다.

앙모(仰慕) Ngưỡng mộ. ~하다.

앙상하다 Gầy gò, xanh xao, ốm yếu, phờ phạc, xơ xác. 잎이 떨어져 ~한 나뭇가지 cành cây xơ xác rụng lá.

앙심(怏心) Mối hận thù. ~을 품다 mang hận thù, ôm hận thù

앙양(昂揚) Sự đề cao, đưa lên cao. ~하다. 애국심~ đề cao lòng yêu nước.

앙증하다 Rất nhỏ, bé xíu.

앙천대소(仰天大笑) Sự cười ầm ĩ. ~하다.

앙칼스럽다 Mạnh mẽ, quyết liệt, dữ dội.

앙탈 Quậy, làm ầm ỹ. ~하다.

앙화(殃禍) Cái nạn, tai họa, tai ương. ~를 받다 gặp tai họa, gặp nạn

앞 Phía trước. ~에 phía trước, trước.

앞가슴 Ngực.

앞길 Con đường phía trước, con đường về sau, tương lai. ~이 멀다 con đường về sau còn xa lắm.

앞날 Ngày sau, ngày mai, tương lai. ~을 위하여 cho tương lai.

앞다리 Chân trước.

앞당기다 Kéo lên trước, sớm hơn, cho sớm hơn. 시일을 이틀~ kéo sớm hơn hai ngày.

앞뒷집 Nhà phí trước và nhà phía sau, láng giềng. ~에 살다 sống ở bên cạnh.

앞머리 Cái trán.

앞못보다 ① Mù, đui. ② Coi thường.

앞문(-門) Cửa trước.

앞바다 Ngoài biển, ngoài khơi.

앞바퀴 Bánh xe trước.

앞발 Chân trước. ~질 cào, tát.

앞서 ① Lần trước. ② Trước tiên, trước. ~가다 đi trước.

앞서다 Trước tiên, trước hết, đứng trước. 무엇보다~는 것이 돈이다 tiền

là trước hết mọi thứ.
앞서서 ① Lần trước. ② Trước tiên, trước.
앞세우다 Dẫn đầu. 깃발을 ~ cầm cờ, dẫn đầu
앞일 Tương lai, thời gian tới. ~을 생각하다 suy nghĩ về tương lai.
앞잡이 Người hướng dẫn đường.
앞장 Đứng đầu. ~을 서다 đứng lên đầu.
앞지르다 Làm trước, vượt lên trước, làm xong trước.
애가(哀歌) Khúc bi thương, bài ca buồn.
애걸(哀乞) Cầu xin. ~하다.
애고(愛顧) Trông nom, chăm sóc. ~하다.
애곡(哀哭) Khóc than. ~하다.
애국(愛國) Ái quốc, yêu nước. ~가 nhà yêu nước.
애끊다 Rất đau lòng.
애달프다 Đau buồn, buồn rầu.
애도(哀悼) Sự đau buồn. ~하다.
애독(愛讀) Thích đọc. ~하다.
애로(隘路) Con đường hẹp, con đường chật.
애매하다 Không chính xác, oan uổng, không đúng tội. 애매한 사람을 죽이다 giết người vô tội
애먹다 Lo lắng.

애모(愛慕) Ái mộ. ~하다.
애석(哀惜) Nỗi đau buồn, thương tiếc.
애수(哀愁) Sự đau buồn. ~를 띤 노랫소리 bài hát chứa sự đau buồn
애연가(愛煙家) Người nghiện thuốc lá, người thích khói thuốc lá
애완(愛玩) Ưu, mến, thích. ~하다. ~동물 động vật nuôi trong nhà
애욕(愛慾) Tình yêu và nhục dục. ~의 노예가 되다 thành nô lệ của tình yêu và nhục dục.
애원(哀願) Van xin, khẩn cầu. ~하다.
애육(愛育) Nuôi dưỡng một cách yêu quý. ~하다
애인(愛人) Người yêu. ~이 생기다 có người yêu.
애정(愛情) Ái tình, tình yêu, tình cảm. ~이 없는 không có tình yêu.
애조(哀調) Giai điệu buồn, điệu hát buồn.
애증(愛憎) Yêu và ghét. ~이 뒤얽힌 관계 mối quan hệ yêu và ghét lẫn lộn.
애지중지(愛之重之) Rất quý, rất yêu quý. ~하다.
애착(愛着) Rất yêu quý, không để rời ra.
애칭(愛稱) Tên thân thiết.
애타(愛他) Yêu quý người khác.
애태우다 Lo lắng, lo nghĩ.
애통(哀痛) Nỗi đau buồn. ~하다.

애틋하다 Đau lòng, não lòng.
애향(愛鄕) Tình yêu quê hương. ~하다.
애호(愛好) Yêu thích, quý mến. ~하다.
애환(哀歡) Vui và buồn, vui buồn. 삶의 ~ vui buồn cuộc sống
액사(縊死) Treo cổ tự tử. ~하다.
액운(厄運) Vận hạn, không may. ~을 만나다 gặp vận hạn.
앨범 Tập ảnh, quyển anbom. ~에 끼우다 để vào an bum.
앵하다 Cảm thấy phẫn uất, bực bội.
야간(夜間) Ban đêm. ~영업 kinh doanh ban đêm.
야경(夜景) Cảnh ban đêm. 서울의 ~ cảnh đêm Seoul.
야광(夜光) Dạ quang, phát quang. ~세계 đồng hồ dạ quang.
야구(野球) Bóng chày. ~경기 trận đấu bóng chày.
야근(野球) Làm đêm. ~하다. ~시간 thời gian làm đêm.
야금야금 Dần dần đi vào miệng, từ từ đi vào miệng. ~먹다 ăn từ từ
야기하다 Gây ra, là nguyên nhân. 분쟁을 ~ gây ra tranh chấp.
야단(惹端) ① Làm ầm ỹ. ② Trách móc, la rầy, khiển trách. ~하다. 게으르다고 아들을 ~하다 la mắng con trai vì lười nhác.
야릇하다 Lạ lùng, kỳ quặc. 야릇한 사람 con người lạ lùng. 야릇한 운명 số mệnh lạ lùng
야만(野蠻) Dã man. ~하다. ~적 풍습 phong tục có tính dã man.
야말로 Chính, chính là. 그~ chính anh ta
야멸스럽다 Không tình cảm, lạnh lùng. 야멸스런 말을 하다 nói lời nói lạnh lùng
야무지다 Mạnh mẽ, rắn chắc.
야박(野薄) Bạc bẽo. ~하다. ~한 세상 thế gian bạc bẽo.
야반(夜半) Nửa đêm. ~에 vào lúc nửa đêm.
야비(野鄙) Thô bỉ, vô văn hoá. ~하다. ~한 말 lời nói thô bỉ.
야사(野史) Dã sử.
야성(野性) Dã tính, tính hoang dã. ~적인 có tính hoang dã.
야속하다(野俗-) Lạnh nhạt, bạc bẽo.
야습(夜襲) Tấn công ban đêm. ~하다. ~을 당하다 bị tấn công ban đêm.
야시(夜市) Chợ đêm.
야식(夜食) Ăn tối. ~하다.
야심(夜深) Đêm khuya. ~할 때까지 일하다 làm đến tận đêm khuya.
야심(野心) Dã tâm. ~있는 có dã tâm. ~을 품다 mang dã tâm.

528

야영(野營) Doanh trại ngoài trời.
야옹 Kêu meo meo. ~하고 울다 kêu meo meo
야외(野外) Ngoài trời. ~경기 trận đấu ngoài trời.
야위다 Ốm, yếu, hốc hác. 야윈 얼굴 khuôn mặt hốc hác.
야유(野遊) Cuộc dã ngoại.
야자(椰子) Dừa. ~열매 quả dừa. ~나무 cây dừa.
야전(野戰) Dã chiến. ~하다. ~병원 bệnh viện dã chiến.
야채(野菜) Rau, rau xanh. ~를 가꾸다 trồng rau.
야포(野砲) Pháo ban đêm, dã pháo.
야하다 Gợi dục, hở hang, bậy. ~한 옷 áo hở hang.
야학(夜學) Học buổi tối.
야합(野合) Thông dâm. ~하다.
야행(夜行) Đi ban đêm. ~하다.
야회(夜會) Cuộc gặp ban đêm.
약(約) Thuốc. 감기~ thuốc cảm.
약가심(藥-) Làm giảm bớt dư vị. ~하다.
약간(若干) Vài, một ít, một chút..
약값(藥-) Giá thuốc..
약골(弱骨) Thể chất yếu đuối..
약관(弱冠) Tuổi đôi mươi, tuổi thanh xuân.
약국(藥局) Hiệu thuốc, tiệm thuốc.

약기(略記) Một bảng tóm tắt ngắn gọn, đề cương. ~하다.
약다 Khôn khéo, khôn.
약도(略圖) Lược đồ, sơ đồ. ~를 그리다 vẽ lược đồ.
약방(藥房) Tiệm thuốc. ~에서 감기 약을 사 먹었다 mua thuốc cảm ngoài tiệm thuốc uống
약방문(藥方文) Toa thuốc, đơn thuốc.
약병(藥瓶) Một chai thuốc, lọ thuốc.
약복(略服) Áo quần thường.
약사(藥師) Dược sĩ.
약설(略說) Giải thích tóm tắt. ~하다.
약소(弱小) Nhỏ và yếu đuối. ~하다.
약속(約束) Cam kết, lời hứa, hứa, hẹn. ~하다. ~시간 thời gian hẹn.
약솜(藥-) Bông y tế.
약수터(藥水-) Nơi lấy nước khoáng.
약언(略言) Nói ngắn gọn. ~하다.
약연(藥碾) Cái cối xay thuốc.
약오르다 Nổi giận, bực mình.
약올리다 Làm cho nổi giận, chọc tức.
약용(藥用) Dùng làm thuốc. ~하다. 이 식물은 ~이 된다 cây này làm thuốc được.
약육강식(弱肉强食) Kẻ yếu là mồi của kẻ mạnh, cá lớn nuốt cá bé.
약자(弱者) Kẻ yếu đuối, kẻ nhược tiểu. ~를 보호하다 bảo vệ kẻ yếu.
약재(藥材) Thuốc, dược phẩm.

약점(弱點) Nhược điểm, điểm yếu. ~을 지니고 있다 có điểm yếu.

약정(約定) Hứa, giao kèo. ~하다.

약제(藥劑) Dược phẩm, thuốc.

약조(約條) Các điều khoản của hợp đồng.

약졸(弱卒) Yếu và thấp hèn.

약주(藥酒) Rượu thuốc.

약체(弱體) Cơ thể yếu đuối.

약초(藥草) Dược thảo, cây thuốc.

약탈(掠奪) Cướp, giành lấy, cưỡng đoạt. ~하다. 마을을 ~하다 cướp làng

약포(藥圃) Một vườn thảo dược.

약품(藥品) Dược phẩm.

약하다(弱-) Yếu, yếu đuối. 마음이 ~ yếu lòng, mềm lòng.

약혼(約婚) Đính hôn. ~하다. ~한 여자 người phụ nữ đã đính hôn

약효(藥效) Hiệu lực của thuốc.

얄궂다 Bạc bẽo.

얄긋거리다 Rung, lung lay.

얄팍하다 ① Mỏng. ② Ít, thiển cận.

얇다 Mỏng. ~은 옷 áo mỏng.

얌심 Sự ghen ghét.

얌전하다 Lịch thiệp, lịch sự.

양(羊) Con cừu. ~의 우리 đàn cừu.

양각(陽刻) Đẽo, khắc, chạm. ~하다.

양계(養鷄) Nuôi gà. ~하다. ~장 trại nuôi gà.

양곡(糧穀) Ngũ cốc, lương thực.

양국(兩國) Cả hai quốc gia.

양궁(洋弓) Bắn cung.

양금(洋琴) Đàn dương cầm.

양기(陽氣) ① Ánh sáng mặt trời. ② Dương khí.

양녀(養女) Con gái nuôi.

양념 Gia vị. ~을 치다 nêm gia vị.

양다리 Hai chân. ~를 걸치다 bắt cá hai tay.

양단간(兩端間) Dù sao đi nữa. ~해야 할 일이다 việc dù gì cũng phải làm.

양담배(洋-) Thuốc lá nhập khẩu.

양도(讓渡) Chuyển nhượng, sang nhượng. ~하다. ~할 수 있는 có thể chuyển nhượng được.

양동작전(陽動作戰) Chiến thuật giả làm nghi binh bên đông đánh bên tây.

양돼지(洋-) Lợn lai.

양두구육(羊頭狗肉) Treo đầu dê bán thịt chó. ~하다.

양력(陽曆) Dương lịch. ~3월 tháng 3 dương lịch.

양로(養老) Dưỡng lão. ~연금 tiền dưỡng lão.

양립(兩立) Sự cùng tồn tại. ~하다.

양말(洋襪) Tất, vớ. ~한 켤레 một đôi tất. ~을 신다 đi tất.

양면(兩面) Hai mặt. 인생의 ~ hai mặt của cuộc đời.

양모(養母) Mẹ nuôi.
양모제(養毛劑) Thuốc bổ tóc.
양미간(兩眉間) Điểm giữa hai lông mày.
양민(良民) Lương dân, dân thường. ~학살 giết hại thường dân.
양반(兩班) Giới quý tộc.
양배추(洋-) Cải bắp lai
양보(讓步) Nhượng bộ, nhượng. ~하다.조금도 ~치 않다 không hề nhượng bộ một tý nào.
양복(洋服) Complê, âu phục. ~을 입다 mặc âu phục.
양봉(養蜂) Sự nuôi ong. ~하다.
양부(良否) Tốt hay xấu, tốt hay không.
양부모(養父母) Bố mẹ nuôi..
양분(兩分) Chia đôi, cắt đôi. ~하다.
양분(養分) Thành phần dinh dưỡng. ~이 있다 có thành phần dinh dưỡng.
양상(樣相) Hiện tượng, bề mặt.
양상군자(梁上君子) Thằng ăn trộm, kẻ trộm.
양생(養生) Dưỡng sinh. ~하다
양서(良書) Quyển sách tốt. ~를 구하다 tìm mua quyển sách hay.
양서(洋書) Sách nước ngoài. ~목록 danh mục sách nước ngoài.
양성(養成) Giáo dục, đào tạo, bồi dưỡng. ~하다. 인재를 ~하다 nuôi dưỡng nhân tài

양속(良俗) Thuần phong mỹ tục, thói quen tốt. ~미풍 thuần phong mỹ tục.
양손(兩-) Cả hai tay, hai tay.
양수(讓受) Chuyển nhượng. ~하다.
양수기(量水器) Máy hút nước, máy bơm nước. ~를 돌리다 quay máy bơm nước.
양순(良順) Ngoan ngoãn vâng lời. ~하다.
양식(良識) Phán đoán tốt.
양식(洋式) Kiểu Tây
양식(洋食) Món ăn phương tây. ~집 quán ăn phương tây.
양실(洋室) Nhà Tây, nhà kiểu Châu Âu.
양심(良心) Lương tâm. ~에 따라 theo lương tâm.
양아들(養-) Con trai nuôi.
양악(洋樂) Nhạc Tây.
양약(洋藥) Thuốc tây. ~국 cửa hàng thuốc tây.
양어(養魚) Nuôi cá. ~하다. ~장 bãi nuôi cá.
양여(讓與) Sự chuyển nhượng, chuyển chuyền sở hữu.
양옥(洋屋) Nhà kiểu phương Tây.
양원(兩院) Cả hai viện (thượng viện và hạ viện).
양육(羊肉) Thịt cừu.
양육(養育) Dưỡng dục, nuôi nấng. ~하

다. ~법 cách nuôi nấng.

양의(洋醫) Bác sĩ y khoa, bác sĩ phương Tây.

양인(兩人) Hai người. ~의 행복을 빌다 cầu mong hai người hạnh phúc.

양인(洋人) Người Châu Âu.

양자(兩者) Cả hai người, hai bên. ~합의하에 hai bên thỏa thuận. ~택일 hai bên chọn một.

양자(養子) Con nuôi. ~들다 nhận con nuôi.

양장(洋裝) Y phục phương Tây.

양재(洋裁) May âu phục.

양젖(羊-) Sữa dê.

양조(釀造) Làm rượu, bia, giấm, nước mắm.

양주(洋酒) Rượu tây, rượu ngoại.

양질(良質) Chất lượng tốt.

양쪽(兩-) Hai phía, hai bên. ~다 양보 안 하다 cả hai bên đều không nhượng bộ.

양찰(諒察) Hiểu và thông cảm. ~하다.

양처(良妻) Một người vợ đảm đang, hiền thê. ~가 되다 thành vợ hiền.

양초(洋-) Cây nến.

양춘(陽春) ① Mùa xuân ấm áp ② Tháng giêng.

양치(養齒) Đánh răng. ~하다

양친(兩親) Song thân, Cha mẹ.

양편(兩便) Cả hai phía, hai bên. 길 ~에 hai bên đường.

양품(洋品) Hàng ngoại.

양풍(洋風) Phong cách phương Tây, kiểu Tây.

양피(羊皮) Da cừu.

양해(諒解) Hiểu, thông cảm ~하다. ~할 수 있다 có thể hiểu được.

양행(洋行) Đi ra nước ngoài.

양호(良好) Tốt, hay. ~하다.

양화(洋靴) Đôi giày da kiểu Tây.

얕다 Cạn, nông. ~은 호수 hồ cạn.

얕보다 Xem thường, coi thường. 얕볼 수 없는 không thể xem thường được.

어개(魚介) Hải sản, tôm cá.

어거하다(馭車-) Đánh, điều khiển (ngựa, bò, gia súc). ~기 쉬운 khó điều khiển

어귀 Cổng vào. 터널 ~ cổng vào đường hầm

어그러지다 Trái, ngược, vi phạm. 예상에 ~ trái với dự đoán.

어근버근 Không ăn khớp với nhau.

어긋나다 Trái ngược, ngược. 길이~ trái đường.

어기다 Trái, làm vỡ, không giữ, vi phạm. 규칙을 ~ trái với nguyên tắc.

어기대다 Chống đối. 어기대지 말고 하란대로 해라 Đừng có chống đối, sai gì làm đi.

어기차다 Cứng đầu, khó bảo, bướng

bỉnh. 어기찬 아이 đứa bé cứng đầu.
어김 Sự vi phạm..
어깨 Vai. ~에 가방을 메고 đeo túi xách trên vai.
어느 Nào. ~사람 người nào? ~길로 갈까? Đi đường nào đây?
어느덧 Vậy mà đã, thoảng qua, từ lúc nào. ~해가 서산에 기울었다 mặt trời đã lên đến đỉnh núi từ lúc nào.
어느새 Lúc nào đó, từ lúc nào.
어느정도(-程度) Đến mức độ nào đó. 나도 그 문제에 ~책임이 있다 tôi cũng có trách nhiệm mức độ nào đó với việc ấy.
어느쪽 Mặt nào, hướng nào.
어두컴컴하다 Tối om, tối. 어두컴컴한 밤 đêm tối..
어둑어둑하다 Tối, hơi tối.
어둑하다 Tối, hơi tối
어둠침침하다 Lờ mờ, tối mờ. 어둠침침한 불빛 ánh sáng tối lờ mờ.
어둡다 Tối. 어두운 밤 đêm không trăng sao, đêm tối.
어디 Ở đâu (hỏi). ~까지? Đến tận đâu? ~서 ở đâu.
어때 Như thế nào. 이거~ cái này thì thế nào?
어떠하다 Như thế nào, thế nào. 요즘 어떠하십니까? Gầy đây anh thế nào?
어떠한 Nào, nào đó, như thế nào. ~이유로 vì một lý do nào đó.
어떻게 Như thế nào. ~지내십니까? Anh sống thế nào?
어려움 Khó khăn, sự khó khăn. ~을 겪다 gặp khó khăn
어련히 Chắc, chắc chắn, nhất định. 내버려 둬,~알아서 하라고 Cứ để đó, chắc chắn nó sẽ biết tự phải làm gì
어렴풋이 Chắc chắn, một cách tự nhiên.
어렴풋하다 Lờ mờ, mập mờ. 어렴풋한 소리 âm thanh nghe không rõ.
어렵(漁獵) Đánh bắt cá, nghề cá.
어렵다 Khó, khó khăn, vất vả, cực. 어려운 문제 một vấn đề khó khăn.
어령칙하다 Mơ hồ, mập mờ.
어로(漁撈) Nghề đánh cá.
어록(語錄) Ngữ lục, sách ghi chép những lời nói của vĩ nhân.
어루더듬다 Mò mẫn. 성냥을 어루더듬어 찾다 mò mẫm tìm diêm
어루만지다 Vuốt ve, mân mê.
어른 Người lớn. 집안의 ~ người lớn trong gia đình.
어리다 Còn trẻ, trẻ con, nhỏ. ~지만 tuy nhỏ nhưng.
어리석다 Ngu dốt, dại dột. ~게도 thật là ngu dốt.
어린애 Trẻ em, trẻ nhỏ. ~와 같은 như trẻ em.

어린이 Đứa bé. 어린아이.

어린이 Trẻ em, thiếu niên nhi đồng. ~날 ngày Thiếu nhi. ~신문 báo thiếu nhi.

어림 Sự đoán, sự phỏng đoán, ước chừng. ~하다. ~ 잡다 ước đoán, phỏng chừng.

어림없다 Còn lâu mới được, còn quá xa.

어림짐작 Sự phỏng đoán, đoán. ~하다. ~으로 đoán. ~일 뿐이다 chỉ là đoán thôi.

어릿거리다 Đần ra, thần ra, không suy nghĩ gì cả.

어릿대다 Đần, thần. 어릿거리는 [어릿어릿한] 사람 người đần, thằng đần.

어마 Ôi, ôi, sao, trời đất. ~예쁘기도 하다! Ôi đẹp quá.

어마어마하다 Rất lớn, to lớn, rất nhiều.

어머니 Mẹ, má. ~없는 không có mẹ.

어멈 ① Người hầu. ② Mẹ, mẹ ơi.

어물(魚物) Cá, các loại cá. ~상(商) cửa hàng buôn bán cá.

어물거리다 Không rõ ràng, lờ mờ, không dứt khoát. 결단을 못 내리고 ~ không quyết định được cứ chần chừ.

어물어물 Mập mờ.

어물어물 Mập mờ. ~말하다 nói mập mờ.

어미 Con vật mẹ, con mẹ.

어미(魚尾) Đuôi cá.

어민(漁民) Ngư dân. 태풍으로 ~들의 피해 thiệt hại của ngư dân do bão.

어버이 Bố mẹ. ~날 ngày của cha mẹ.

어법(語法) Văn phạm, ngữ pháp. 한국말의 ~ ngữ pháp tiếng Hàn.

어부(漁夫) Ngư phủ, thợ đánh cá, thuyền viên, ngư dân. 강에서 ~가 그물을 던지다 người ngư dân quăng lưới trên sông.

어불성설(語不成說) Khó hiểu, có vẻ không đúng. ~이다 khó hiểu, vô lý.

어살(魚-) Cái đăng cá.

어상반하다(於相半-) Bằng nhau, như nhau.

어색하다(語塞-) Ngượng ngùng, ngại ngùng (không quen)

어서 Nào, hãy, tiếp tục. ~들어오세요 nhanh vào đây.

어선(漁船) Thuyền đánh cá, ngư thuyền. ~단 đoàn thuyền đánh cá.

어설프다 Chưa quen, chưa thành thục. 일하는 것이 ~ chưa quen việc.

어세(語勢) Ngữ điệu. ~를 높이다 lên giọng.

어수룩하다 Thật thà, hiền lành, chất phác (tính cách).

어수선하다 Hỗn loạn, không trật tự. 어수선한 머리 cái đầu bù xù. 어수선한

시대 thời đại rối ren
어스레하다 Lờ mờ, mờ mờ.
어스름 Mờ, lờ mờ.
어슬렁거리다 Đi lang thang. 공원 을 ~ đi lang thang trong công viên
어슴푸레하다 Lờ mờ, mờ mờ.
어슷비슷하다 Giống nhau, như nhau, chẳng khác gì nhau.
어안(魚眼) Mắt cá.
어안이 Không biết nói sao. ~ 막히다 chẳng biết nói sao
어언간(於焉間) Không nhận thức được, trong lúc mình không biết. 이 곳으로 이사온 지도 ~일 년이 지났다 tôi chuyển đến đây thế mà đã 10 năm rồi
어엿하다 Đáng kính.
어울리다 Xứng đáng, thích hợp, phù hợp. ~지 않는 옷 áo không hợp.
어유(魚油) Dầu cá.
어음 Trái phiếu, séc. ~으로 지급하다 trả bằng trái phiếu.
어이 Như thế nào, làm sao. 당신이 모르는데 내가 ~알겠소 anh không biết thì làm sao tôi biết
어이구 Ôi, (đau, ngạc nhiên, không biết nói sao). ~ 허리 아파 ôi đau cái lưng quá.
어이없다 Không biết làm thế nào cả, sững sờ, ngạc nhiên.

어정거리다 Đi thong dong, đi dạo. 공원 을 ~ đi thong dong trong công viên. 이 밤중에 어디를 ~고있었 나? Đêm thế này còn thong dong đi đâu đấy?
어제 Ngày hôm qua, hôm qua. ~아침 sáng hôm qua.
어조(語調) Ngữ điệu, giọng nói. 딱딱한 ~로 bằng cái giọng cứng nhắc.
어중간하다(於中間-) Nửa đường, giữa đường.
어중되다(於中-) Quá to hoặc quá nhỏ.
어중이떠중이 Tất cả mọi thứ, cái gì cũng, ai cũng, loại nào cũng.
어지간하다 Rất, hoàn toàn. 어지간한 미인 mỹ nhân.
어지럼 Sự hoa mắt, sự chóng mặt. ~을 타다 chóng mặt.
어지럽다 Chóng mặt. 어지러울 정 도의 높이 độ cao chóng mặt
어지르다 Làm cho lộn xộn, làm tùm lum.
어질다 Hiền lành, bao dung, độ lượng đức hạnh.
어쩐지 Không biết lý do gì, không biết tại sao. ~슬프다 không biết tại sao cảm thấy buồn.
어차피 Dù thế nào, dẫu sao, nói gì thì nói. ~돈을 갚아야 한다 dẫu sao thì cũng phải trả tiền.
어촌(漁村) Làng chài, làng cá.

어투(語套) Giọng nói, cách nói, lối nói.

어포(魚脯) Miếng cá khô.

어학(語學) Ngôn ngữ học. ~에 재주가 있다 anh ta có năng khiếu về học ngôn ngữ.

어허 Ồ, vậy thì là, thì ra (hiểu ra).

어획(漁獲) Lượng cá bắt được, thu hoạch cá. ~이 많다 thu được nhiều cá.

어휘(語彙) Từ vựng. ~가 풍부하다 từ vựng phong phú.

억(億) Một trăm triệu.

억누르다 Áp bức, đàn áp, trấn áp.

억류(抑留) Giữ, giam giữ. ~하다. 그녀는~되어 있다 cô ấy đang bị giam giữ.

억만(億萬) Rất nhiều, vô cùng nhiều.

억보 Chỉ người bướng bỉnh.

억설(臆說) Khăng khăng mà không có căn cứ.

억세다 Dai, bền bỉ, khoẻ, mạnh mẽ.

억수 Trút nước xuống. ~같이 쏟아지는 비 mưa như trút nước..

억압(抑壓) Ức áp, ức hiếp. ~하다.

억양(抑揚) Âm điệu, ngữ điệu. ~있는 có ngữ điệu.

억울하다 Oan ức, oan, oan uổng. 그렇게 하면 내가 ~ anh nói vậy thì oan tôi.

억제(抑制) Kìm nén. ~하다. ~할 수 없는 không kìm nén được.

억조(億兆) Hàng ngàn hàng vạn, rất đông, vô số.

억지 Gượng ép, cố chấp. ~(를) 부리다 gượng ép. ~ 눈물 giọt nước mắt gượng ép

억척 Bất khuất, ngoan cố, cứng rắn. ~스럽다.

억측(臆測) Ước chừng, phỏng đoán. ~하다.

억패듯 Khắc nghiệt, tàn bạo.

언감생심(焉敢生心) Sao dám. ~하느냐? Dám hả? ~내 앞에서 그런 말을 하느냐? Dám nói trước mặt tao điều đó hả?

언급(言及) Đề cập đến, nói đến. ~하다. 에 ~하다 đề cập đến cái gì đó.

언니 Chị.

언더웨어 Đồ lót (underware).

언덕 Dốc, đồi. ~을 올라가다 đi lên đồi.

언도(言渡) Tuyên án, tuyên cáo.

언뜻 Thoảng qua, thoáng qua, tình cờ. ~듣다 nghe thoáng qua. ~보다 nhìn thoáng qua

언론(言論) Ngôn luận. ~의 자유 tự do ngôn luận.

언명(言明) Viết rõ ra. ~하다.

언밸런스 Sự mất cân xứng, mất cân đối, mất thăng bằng.

언변(言辯) Khả năng nói, khả năng hùng biện. ~이 좋다 nói giỏi, biện bạch giỏi.

언사(言辭) Ngôn từ.

언성(言聲) Giọng nói, tiếng nói. ~을 높이다 cao giọng.

언약(言約) Lời hứa miệng, hứa miệng. ~하다.

언어(言語) Ngôn ngữ. ~가 통하다 hiểu nhau, giao tiếp được với nhau.

언어도단(言語道斷) Nói không được, không biết nói sao.

언쟁(言爭) Tranh luận. ~하다. 와~하다 tranh luận với ai.

언저리 Bờ, gờ, cạnh, rìa, lề, vành, biên giới.

언제 Khi nào, bao giờ. ~까지 đến bao giờ.

언제까지 Bao lâu, cho đến khi nào.

언제나 Luôn luôn, khi nào cũng, bất cứ lúc nào cũng. 그는 ~나한테 잘 해줍니다 bất cứ lúc nào anh ta cũng đối xử với tôi tốt.

언제든지 Bất cứ lúc nào. ~놀러 오세요 hãy đến chơi bất cứ lúc nào.

언제부터 Từ khi, bao lâu. ~기다리고 있었느냐? Cậu đợi từ khi nào thế?

언젠가 Khi nào đó, lúc nào đó.

언죽번죽 Trơ trẽn, không biết xấu hổ.

언질(言質) Chứng cứ bằng lời nói. ~을 잡다[받다] giữ lấy chứng cứ lời nói.

언필칭(言必稱) Khi nào nói cũng, mở miệng ra là. ~남녀 동등을 외치다 mở miệng ra là kêu gọi bình đẳng nam nữ.

언행(言行) Lời nói và hành động. ~불일치 lời nói và hành động không thống nhất.

얹다 Đặt, để. 가슴에 손을 ~고 생각하다 để tay lên ngực suy nghĩ.

얻다 Giành được, được, lấy được, thu hoạch được. 승리를 ~ giành thắng lợi.

얻듣다 Nghe được. 얻들은 풍월 tri thức nghe người ta nói mà có.

얻어먹다 Đi ăn mày, ăn xin.

얼굴빛 Nét mặt, sắc mặt. ~을 변하다 đổi nét mặt.

얼근하다 Vị hơi cay, cay cay.

얼기설기 Rối lắm, phức tạp. ~얽히다 rối rắm phức tạp.

얼다 Đông, kết thành đá, đóng băng. 물은 화씨 32도에 ~ nước đông ở 32 độ F.

얼뜨다 Ngờ nghệch, thiếu dũng cảm.

얼룩 Vết bẩn, dấu bẩn, vết nhơ.

얼룩덜룩하다 Ố, bẩn, lốm đốm vết bẩn.

얼룩지다 Chuyển ố màu. 옷에 얼룩이 지지 않도록 주의하다 chú ý đừng để

áo ố màu.

얼른 Nhanh, mau, vội vàng. ~가거라! Đi nhanh lên. ~대답해라 trả lời nhanh lên.

얼리다 Làm đông lạnh, ướp lạnh.

얼마 ① Bao nhiêu (giá cả). 이것은 ~입니까? Cái này giá bao nhiêu? ② Bao nhiêu lâu.

얼마든지 Bất cứ bao nhiêu, không hạn định.

얼버무리다 Nói chung chung, nói không rõ.

얼보이다 Nhìn không rõ.

얼빠지다 Ngất, không còn tỉnh táo.

얼싸 Hoan hô.

얼싸안다 Hai tay ôm lấy.

얼씨구 Hoan hô! Hoan hô!

얼씬거리다 Lảng vảng, xuất hiện. 너이 근처에는 얼씬거리지도 마라 Mày đừng có lảng vảng ở gần đây.

얼씬못하다 Không lảng vảng đến, không xuất hiện. 집에 ~게 하다 không cho lảng vảng đến nhà.

얼어붙다 Đông cứng lại.

얼얼하다 Đau đớn, nhức nhối, rát (cay).

얼음 Đá, băng, đá lạnh. ~이 얼다 đóng băng.

얼쩍지근하다 Cay.

얼추 Nói chung, đại để. 일이~ 다되다 đại để gần xong rồi.

얼추잡다 Phỏng chừng, ước đoán.

얼치기 Chẳng phải cái này, cũng chẳng phải cái kia.

언뜻보다 Nhìn thoáng qua, nhìn qua.

얽다 Cột, buộc. 짐을 ~ cột hành lý.

얽매다 Cột, buộc. 규칙으로 ~ trói buộc bằng các nguyên tắc.

얽어매이다 Bị trói buộc, bị cột, bị ràng buộc. 시간에 ~ bị trói buộc về mặt thời gian.

얽히다 Bị trói, bị cột vào.

엄동(嚴冬) Mùa đông khắc nghiệt. ~설한 mùa đông lạnh đầy tuyết.

엄두 Ý muốn làm gì đó.

엄밀(嚴密) Bí mật, nghiêm túc bí mật.

엄벌(嚴罰) Nghiêm phạt. ~하다.

엄선(嚴選) Tuyển chọn nghiêm túc. ~하다.

엄수(嚴守) Tuân thủ một cách nghiêm chỉnh. ~하다. 명령을 ~하다 tuân thủ mệnh lệnh một cách nghiêm chỉnh.

엄숙(嚴肅) Nghiêm túc, trang nghiêm (nét mặt). ~하다.

엄습(掩襲) Tấn công bất ngờ. ~하다.

엄연하다(儼然-) Nghiêm túc, trang nghiêm.

엄정(嚴正) Chính xác, đúng đắn. ~하다.

엄중하다(嚴重-) Nghiêm khắc.

엄책(嚴責) Khiển trách nghiêm khắc.

~하다.

엄친(嚴親) Một người cha nghiêm khắc.

엄탐(嚴探) Điều tra kỹ. ~하다.

엄포 Lớn tiếng đe dọa. ~놓다.

엄하다[嚴] Nghiêm ngặt, nghiêm. 엄한 규칙 nguyên tắc nghiêm khắc.

엄한(嚴寒) Cái lạnh khắc nghiệt.

엄호(掩護) Bao che, che giấu. ~하다.

업(業) Nghiệp, nghề nghiệp, việc làm.

업계(業界) Cùng nghề kinh doanh, giới kinh doanh. 섬유 ~ các doanh nghiệp làm dệt

업다 Cõng. 애기를 ~ cõng đứa bé.

업신여기다 Ngạo mạn coi thường ai. ~는 태도 thái độ ngạo mạn coi thường.

업자(業者) Người điều hành công việc gì đó, người làm ăn, doanh nghiệp.

업적(業績) Sự nghiệp. 위대한 ~을 남기다 để lại một sự nghiệp vĩ đại. 학문적~ thành tích về mặt học vấn.

업종(業種) Ngành nghề.

업히다 Được cõng, bị vác trên vai.

없다 Không có. 시간이 ~ không có thời gian.

없애다 Loại bỏ, xóa bỏ. 나쁜 습관을 ~ xóa bỏ một tập quán xấu.

없어지다 Biến mất, bị mất. 내 지갑이 ~ ví của tôi bị mất rồi.

엇갈리다 Trái, ngược.

엇바꾸다 Đổi cho nhau.

엇베다 Cắt ngang.

엇비슷하다 Gần giống như nhau.

엉덩이 Mông, đít. ~이 큰 여자 người đàn bà mông to.

엉덩춤 Vũ điệu lắc mông.

엉뚱하다 Lộn xộn, lung tung, vớ vẩn, vô lý. 엉뚱한 생각 một suy nghĩ vớ vẩn.

엉망 Hỏng, hư, loạn, tùm lum lên. ~이 되다 bị hư.

엉엉거리다 Khóc hu hu.

엉터리 Chẳng ra gì, kém cỏi, bỏ đi, vứt đi. ~의사 bác sĩ chẳng ra gì. ~회사 công ty chẳng ra gì.

엊그저께 Mấy ngày trước, mấy hôm trước.

엊저녁 Chiều hôm qua.

엎다 Úp xuống. 술잔을 ~어놓다 đặt sấp chén rượu.

엎드러지다 Rơi xuống, ngã xuống.

엎드리다 Nằm sấp. 땅에 납작~ nằm sấp xuống đất.

엎어지다 Bị lật sấp xuống.

엎지르다 Làm tràn, làm đổ.

엎치락뒤치락 Lật lên lật xuống.

에게 Cho, tới, với. 친구~ 편지를 보내다 gửi thư cho bạn.

에너지 Năng lượng. ~절약 tiết kiệm

năng lượng. 전기~ năng lượng điện.
에돌다 Đi lòng vòng, đi vòng.
에두르다 Nói lòng vòng.
에스오에스 S.O.S tín hiệu cấp cứu. ~를 보내다 phát tín hiệu cấp cứu.
에스컬레이터 Cầu thang tự động, cầu thang cuốn.
에우다 ① Vây quanh, bao quanh. ② Quay lại con đường khác.
엔간하다 Vừa phải, vừa đủ, thích đáng.
엔조이 Thưởng thức, thích thú. ~하다.
엔지니어 Kỹ sư, kỹ thuật viên.
엔진 Động cơ, máy. ~이 고장나다 động cơ xẩy ra trục trặc.
엔트리 Tham gia.
엘리베이터 Thang máy. ~를 타다 đi thang máy.
여(女) Nữ, giới tính nữ. ~가수 nữ ca sĩ.
여간(如干) Một chút, một tí.
여객(旅客) Hành khách. ~기 máy bay chở khách.
여건(與件) Điều kiện, hoàn cảnh. ~이 허락한다면 nếu điều kiện cho phép.
여겨듣다 Lắng nghe, tập trung lắng nghe.
여계(女系) Nữ hệ, thuộc về bên ngoại.
여공(女工) Nữ công nhân. ~을 모집 하다 tuyển nữ công nhân.
여과(濾過) Ép, lọc. ~하다.
여관(旅館) Nhà trọ. ~에 들다 vào khách sạn.
여교사(女教師) Cô giáo.
여권(女權) Nữ quyền.
여권(旅券) Hộ chiếu. ~을 교부하다 đổi hộ chiếu. ~을 발급하다 cấp hộ chiếu. ~이 나오다 có hộ chiếu.
여급(女給) Người nữ hầu bàn.
여기 Ở đây, chỗ này. ~가 바로 내 고향이다 đây chính là quê hương tôi
여기(餘技) Sở thích. ~로 그림을 그리다 vẽ tranh làm thú vui.
여기다 Cho rằng, nghĩ rằng, cảm thấy, cho, coi, xem, đối xử. 나쁘게~ cho là tốt. 행복하게~ cảm thấy hạnh phúc
여기자(女記者) Nữ phóng viên.
여기저기 Đây đó, chỗ này chỗ kia ~돌아 다니다 đi đây đi đó.
여느 Bình thường. ~사람 người bình thường.
여단(旅團) Lữ đoàn. 보병~ lữ đoàn bộ binh
여담(餘談) Nói chuyện phiếm khác. ~을 하다.
여대생(女大生) Nữ sinh đại học.
여덟 Tám. ~시 tám giờ.
여드름 Mụn. ~이 나다 mọc mụn. ~을 짜다 nặn mụn.
여러가지 Nhiều, nhiều loại. ~이유로 bằng nhiều lý do.

여러날 Nhiều ngày. ~비가 온다 mưa đến trong nhiều ngày.
여러번 Nhiều lần, mấy lần. ~시도하다 thử nhiều lần.
여러분 Quý vị. 신사숙녀~ kính thưa các quý ông quý bà.
여러해 Nhiều năm.
여럿 Phần lớn mọi người, nhiều người.
여로(旅路) Con đường đi du lịch, cuộc hành trình.
여론(輿論) Dư luận. ~을 무시하다 xem thường dư luận.
여류(女流) Nữ lưu, phụ nữ.
여름 Mùa hè. ~에 vào mùa hè.
여름타다 Dễ cảm thấy nóng, khó chịu với cái nóng của mùa hè.
여망(輿望) Sự chờ đợi, sự trông mong. 국민의 ~에 부응하다 đáp ứng sự trông mong của nhân dân.
여명(餘命) Phần còn lại của cuộc đời.
여명(黎明) Tảng sáng, mờ sáng. ~에 lúc mờ sáng.
여미다 Ráp áo, ghép áo (may).
여반장(如反掌) Như trở bàn tay, rất dễ. ~이다 như trở bàn tay.
여배우(女俳優) Nữ diễn viên.
여백(餘白) Khoảng trống, chỗ trống. ~을 남기다[채우다] để lại (điền vào, lấp) khoảng trống.
여벌(餘-) Còn thừa, áo thừa.

여부(與否) Phải trái, có không. 그 사실 ~를 모르다 không biết được phải trái sự việc.
여부없다(與否-) Không còn chỗ nào để phủ địch, chắc chắn.
여불비례(餘不備禮) Hết lời thành kính (viết ở cuối thư).
여비(旅費) Chi phí du lịch.
여사(女史) Nữ sĩ, người phụ nữ có học thức.
여사무원(女事務員) Nhân viên nữ.
여상(女相) Mặt như mặt phụ nữ.
여색(女色) Nhan sắc phụ nữ.
여생(餘生) Phần còn lại của cuộc đời. ~을 교육에 바치다 hy sinh phần còn lại của cuộc đời cho giáo dục.
여섯 Số sáu. ~째 thứ sáu.
여성(女性) Giới nữ, phụ nữ, nữ. 현대~ phụ nữ hiện đại.
여신(女神) Nữ thần. 자유의 ~ nữ thần tự do.
여실(如實) Như thật, giống như thật. ~하다.
여아(女兒) Con gái. (딸). ~를 분만하다 sinh con gái
여야(與野) Đảng cánh tả và đảng cánh hữu.
여염(閭閻) Khu dân cư, nơi dân sống.
여왕(女王) Nữ hoàng. ~엘리자베스 nữ hoàng Elizabeth.

여우 Con cáo. ~의 모피 lông da cáo.

여운(餘韻) Dư vị, dư âm. 감동의 ~을 남기다 để lại dư âm cảm động

여울 Suối, con suối, cái khe nước.

여의(如意) Như ý. ~하다. 만사~ vạn sự như ý.

여의다 ① Mất bố mẹ hoặc người mình yêu thương. ② Gả con gái đi lấy chồng.

여인숙(旅人宿) Nhà trọ nhỏ, rẻ tiền. ~주인 chủ nhà trọ.

여자(女子) Đàn bà, con gái, phái đẹp, giới phụ nữ.

여장(女裝) Giả làm phụ nữ. ~남자 người đàn ông hóa trang thành phụ nữ.

여장(女將) Nữ tướng.

여전하다 Vẫn như trước, như trước đây. 여전히 게으르다 vẫn lười như trước.

여점원(女店員) Cô gái bán hàng.

여지(餘地) Chỗ, điều kiện, căn cứ. 우리는 선택의 ~가 남아있다 chúng ta vẫn còn căn cứ để lựa chọn.

여쭈다 Trình bày, thưa, xin hỏi. 모르는 것이 있으면 선생님께 ~어라 Có cái gì không biết thì hỏi thầy giáo đi.

여차(如此) Như vậy, như thế, thế này. ~하다.

여축(餘蓄) Gom lại, tiền tích cóp còn lại. ~하다. 조금의 ~도 없다 không còn một chút dư nào cả.

여탈(與奪) Cướp, giật, giành lấy.

여탕(女湯) Nhà tắm công cộng nữ.

여태 Đến nay, đến hiện nay. ~없었던 일 chuyện chưa từng có đến nay.

여파(餘波) ① Hậu quả, kết quả. ② Cơn sóng con sau khi sóng lớn đã đi qua, dư sóng.

여하(如何) Như thế nào, ra sao. ~하다. ~한 이유로 với lý do như thế nào đó. 성공은 노력 ~에 달려있다 thành công phụ thuộc vào nỗ lực như thế nào đó.

여하튼(如何-) Dẫu sao, dù sao thì. ~그는 위대한 인물이다 dẫu sao thì anh ta cũng là một người vĩ đại.

여학교(女學校) Trường nữ.

여학생(女學生) Nữ sinh.

여한(餘恨) Mối hận thù âm ỉ. ~을 품고 있다 mang mối hận thù.

여행(旅行) Du lịch, du hành. ~하다. ~중이다 đang đi du lịch.

여흥(餘興) Dư hứng, cái hứng thú còn sót lại.

역(役) Vai diễn. 의 ~ 을하다 đóng vai.

역(驛) Bến tàu, bến xe.

역(逆) Đi ngược lại, làm ngược lại. ~방향 ngược chiều.

역경(逆境) Nghịch cảnh. ~에 빠지는

사람 người rơi vào nghịch cảnh.

역군(役軍) Kẻ nô dịch, phu, công nhân.

역내(域內) Trong khu vực nhất định nào đó.

역도(力道) Cử tạ. ~선수 vận động viên cử tạ.

역량(力量) Sức, năng lực, khả năng. ~이 있다 có năng lực. ~ 있는 지도자 nhà lãnh đạo có năng lực

역류(逆流) Chảy ngược. ~하다.

역모(逆謀) Mưu tạo phản. ~하다.

역무원(驛務員) Nhân viên bến tàu, nhân viên nhà ga.

역문(譯文) Bản dịch.

역방(歷訪) Chuyến thăm tuần hoàn. ~하다.

역병(疫病) Bệnh dịch.

역불급(力不及) Năng lực không đạt đến, không đủ sức. ~하다.

역사(歷史) Lịch sử. ~적인 có tính lịch sử. ~적인 사건 vụ việc có tính chất lịch sử.

역산(逆算) Đếm ngược.

역산(逆産) Đẻ ngược.

역서(譯書) Sách dịch.

역설(力說) Nhấn mạnh vào lời nói. ~하다.

역설(逆說) Nói ngược lại, phản đối. ~하다.

역성 Thiên vị, bênh vực, đứng về một phía. ~하다.

역습(逆襲) Phản công. ~하다. ~을 받다 bị phản công.

역시(亦是) ① Cũng, cũng vậy. 나 ~ 마찬가지다 tôi thì cũng thế. ② Đúng là, chính là. 그는 ~정치가이다 anh ta đúng là nhà chính trị.

역연하다(歷然-) Rõ ràng, rõ.

역용(逆用) Lợi dụng ngược lại. ~하다.

역원(役員) ① Tầng lớp lãnh đạo. ② Viên chức.

역원(驛員) Nhân viên nhà ga. =역무원.

역임(歷任) Từng trải qua các chức vụ. ~하다.

역자(譯者) Người dịch.

역작(力作) Dồn hết sức để làm tác phẩm gì đó, hoặc một tác phẩm như thế, kiệt tác.

역장(驛長) Trưởng ga.

역저(力著) Quyển sách dùng rất nhiều tâm huyết.

역적(逆賊) Nghịch tặc, kẻ nổi loạn.

역전(逆轉) Quay ngược lại, quay trái lại, trở ngược lại. ~승하다 thắng ngược.

역전경주(驛傳競走) Sự chạy tiếp sức.

역점(力點) Trung điểm của sự vật.

역정(逆情) Cơn giận, sự giận dữ. ~이 나다 nổi giận

역조(逆調) Hoàn cảnh bất lợi, điều kiện bất lợi.
역진(力盡) Bị kiệt sức, hết sức. ~하다.
역하다(逆-) Cảm giác muốn ói, buồn nôn. 역한 냄새 mùi buồn nôn.
역학(力學) Động lực học.
역할(役割) Vai trò. ~을 하다 làm vai trò, đóng vai trò.
역행(力行) Tiến hành một cách mãnh liệt. ~하다.
역행(逆行) Đi ngược, đi lùi. ~하다. 원시 시대로 ~하다 quay ngược trở lại thời nguyên thủy.
엮다 Đan, để chéo nhau.
연(鉛) Chì, chất chì.
연(年) Năm. ~수입 thu nhập hằng năm.
연가(戀歌) Bản tình ca, bài thơ tình.
연간(年間) Hằng năm, theo năm. ~계획 kế hoạch hằng năm.
연감(年鑑) Niên giám.
연갑(年甲) Niên giáp, cùng năm cùng con giáp.
연거푸(連-) Lặp đi lặp lại. ~질문하다 hỏi đi hỏi lại.
연결(連結) Nối kết, nối, liên kết. 서로 ~하다 nối kết với nhau.
연고(緣故) Duyên cố, lý do, mối quan hệ. ~를 통해 thông qua mối quan hệ.
연골(軟骨) Sụn, xương mềm.

연공(年功) Phục vụ lâu dài, làm việc lâu dài.
연관(鉛管) Ống chì.
연구(硏究) Nghiên cứu. ~하다. …을 전문으로 ~하다 chuyên nghiên cứu về gì đó. ~가 nhà nghiên cứu.
연금(年金) Tiền lương hưu. ~으로 생활하다 sống bằng tiền lương hưu.
연기(煙氣) Khói. ~가 나다 có khói, bốc khói.
연년(年年) Mỗi năm, hàng năm.
연놈 Cái thằng cha và con mụ (chửi).
연단(演壇) Bục giảng, diễn đàn.
연달다(連-) Liên tục, tiếp tục.
연대(年代) Niên đại.
연대(連帶) Liên đới, chịu trách nhiệm liên đới. ~하다.
연도(沿道) Đường ven bên cạnh, đường rìa.
연두(年頭) Ngày đầu năm.
연락(連絡) Liên lạc. 전화로 ~하다 liên lạc bằng điện thoại
연래(年來) Nhiều năm trời, trong nhiều năm.
연로(年老) Niên lão, già. ~하다.
연료(燃料) Nhiên liệu. ~가 떨어지다 hết nhiên liệu.
연루(連累) Liên lụy. ~하다. ~되다 bị liên lụy. ~자 người có liên lụy.
연리(年利) Lợi tức hàng năm.

연립(聯立) Đứng lên liên tục. ~하다.
연만(年滿) Tuổi già, già. ~하다.
연말(年末) Cuối năm. ~ 결산 quyết toán cuối năm
연맹(聯盟) Liên minh, hiệp hội.
연면(連綿) Tiếp tối, liên tục. ~하다.
연명(延命) Kéo tài tuổi thọ. ~하다.
연모 Dụng cụ, công cụ, nguyên, vật liệu.
연무(烟霧) Sương và khói. ~가 짙게 끼다 sương khói bao phủ
연무(演武) Diễn võ, luyện võ. ~하다.
연문(戀文) Thư tình. ~을 쓰다 viết thư tình.
연미복(燕尾服) Áo đuôi én.
연민(憐憫) Thương hại, thương người. ~의 정을 느끼다 cảm thấy tội nghiệp.
연발(連發) Bắn liên tục, đưa ra liên lục. ~하다. 소총을 ~하다 bắn súng liên tục.
연방(聯邦) Liên bang. ~수사국 cục điều tra liên bang Mỹ (FBI).
연배(年輩) Người cùng thời, người cùng tuổi.
연변(沿邊) Vùng biên cương, vùng ven biên giới.
연병(練兵) Huấn luyện quân sự. ~하다.
연보(年報) Báo cáo hằng năm.
연봉(連峰) Dãy núi, rặng núi liên tục.

연봉(年俸) Tiền lương năm.
연분(緣分) Duyên phận. ~을 맺다 kết duyên.
연분홍(軟粉紅) Màu hồng nhạt.
연산(連山) Dãy núi.
연상(年上) Người nhiều tuổi hơn. ~결혼 lấy vợ nhiều tuổi hơn mình.
연석(宴席) Nơi bàn tiệc.
연설(演說) Diễn thuyết. ~하다. ~잘 하다 diễn thuyết tốt.
연세(年歲) Tuổi, tuổi tác. ~가 많다 nhiều tuổi
연소(年少) Ít tuổi, trẻ. ~하다.
연속(連續) Liên tục. ~하다. 24시간~ liên tục 24 tiếng đồng hồ
연쇄(連鎖) Dây chuyền, hàng loạt. ~살인사건 vụ giết người hàng loạt.
연수(研修) Tu nghiệp. ~하다. ~생 tu nghiệp sinh.
연습(練習) Luyện tập. ~하다. ~부족 thiếu luyện tập.
연승(連勝) Thắng liên tục. ~하다. 4~하다 thắng 4 trận liên tiếp.
연시(年始) Đầu năm.
연안(沿岸) Bờ biển, bờ hồ lớn.
연애(戀愛) Yêu, tình yêu, yêu đương, luyến ái. ~하다. 순결한 ~ tình yêu trong trắng.
연액(年額) Số tiền hàng năm.
연약(軟弱) Mềm, yếu. ~하다.

연어(鰱魚) Cá hồi.
연역(演繹) Diễn dịch. ~하다.
연연(戀戀) Luyến tiếc, tiếc thương, tình cảm. ~하다.
연원(淵源) Nguồn gốc, căn nguyên, khởi đầu. ~을 더듬다 tìm căn nguyên.
연유(煉乳) Sữa đặc, sữa đã cô.
연인(戀人) Người yêu, người tình. 옛날의 ~ người yêu ngày xưa.
연일(連日) Ngày ngày, liên tục hằng ngày.
연임(連任) Làm thêm một nhiệm kỳ nữa, tiếp tục giữ chức vụ. ~하다.
연잇다(連-) Liên tục, tiếp tục.
연장(延長) Kéo dài, trì hoãn. ~하다. 수명을 ~하다 kéo dài tuổi thọ.
연적(戀敵) Tình địch, đối thủ trong tình yêu.
연접(連接) Liên tiếp, liền mạch, liên kết. ~하다.
연정(戀情) Tình yêu.
연제(演題) Chủ đề diễn thuyết, nội dung bài giảng.
연좌(連坐) Ngồi xuống đồng loạt. ~농성 biểu tình ngồi.
연주(連奏) Đánh, biểu diễn (nhạc cụ). ~하다. 피아노를 ~하다 đánh pianô.
연줄(緣-) Mối liên lạc, nhân duyên, mối liên hệ.

연지(臙脂) Phấn hồng. ~가 묻은 dính phấn. 뺨에 ~를 바르다 bôi phấn hồng lên má.
연차(年次) Hàng năm, thường niên.
연착(延着) Đến muộn. ~하다. 눈으로 기차가 한 시간 ~하다 vì tuyết nên tàu đến muộn một tiếng đồng hồ.
연착륙(軟着陸) Hạ cánh an toàn, hạ cánh xuống. ~하다.
연천하다(年淺) Chưa lâu, mới, còn mới, chưa được bao lâu. 우리 회사는 창립된지 아직~ công ty chúng tôi thành lập chưa được bao lâu cả.
연체(延滯) Hoãn, đình hoãn, trì hoãn, hoãn lại, chưa chi trả. ~하다.
연초(年初) Đầu năm. ~계획 kế hoạch đầu năm.
연초(煙草) Thuốc lá. ~를 피우다 hút thuốc lá.
연출(演出) Diễn xuất, biểu diễn. ~대본 kịch bản diễn
연통(煙筒) Cái ống khói. 난로~ ống khói lò.
연표(年表) Niên biểu.
연필(鉛筆) Bút chì. ~로 쓰다 viết bằng bút chì.
연하(年下) Ít tuổi hơn.
연하(年賀) Năm mới. ~객 khách đầu năm. ~장 thiệp chúc mừng năm mới.

연하다 Mềm, dễ chịu (ánh sáng). ~게 하다 làm cho mềm.

연한(年限) Kỳ, kỳ hạn.

연합(聯合) Liên hợp, liên kết, hợp lại với nhau. ~하여 적을 대항하다 liên kết lại chống địch.

연해(沿海) Duyên hải. ~경비 canh phòng duyên hải. ~지대 khu vực duyên hải.

연해안(沿海岸) Bờ biển.

연행(連行) Bắt đi, đưa đi. ~하다.

연혁(沿革) Quá trình.

연화(軟化) Làm mềm đi, làm dịu đi, làm nhẹ đi. ~하다.

연화(軟貨) Tiền giấy.

연후(然後) Sau đó, về sau.

열 Mười, số mười. 여덟에 둘을 더하면 ~이 된다 tám cộng hai thành mười.

열(熱) Hơi nóng, nhiệt. ~을 발사하다 phát nhiệt. ~처리 xử lý nhiệt.

열강(列强) Các cường quốc.

열거(列擧) Liệt cử, đưa ra làm ví dụ. ~하다.

열광(熱光) Cuồng nhiệt. ~하다. ~적 có tính cuồng nhiệt.

열기(列記) Ghi chép, chép vào. ~하다.

열기(熱氣) Hơi nóng.

열김(熱-) Nổi giận.

열나다(熱-) Bị sốt.

열녀(烈女) Liệt nữ, nữ anh hùng.

열다 Ra quả, sinh quả.

열다 Mở ra (cửa). 문을 ~ mở cửa ra.

열대(熱帶) Nhiệt đới. ~성 저기압 áp thấp nhiệt đới.

열도(熱度) Độ nóng. ~가 높다 độ nóng cao.

열등(劣等) Thấp hơn, kém hơn. ~하다. ~감 sự tự ti, tự đánh giá thấp mình.

열락(悅樂) Thích thú, vui. ~하다.

열람(閱覽) Sự xem xét kỹ, sự kiểm tra. ~하다.

열렬하다(熱烈) Cháy bỏng, nhiệt liệt. 열렬한 사랑 tình yêu cháy bỏng.

열리다 Được mở ra. 문이 열려 있다 cửa đang mở. 문이 안으로~ cửa mở vào trong.

열망(熱望) Khát vọng, mong muốn cháy bỏng ~하다. 자유~ khát vọng tự do.

열매 Trái cây, hoa quả. ~를 맺다 kết trái.

열병(閱兵) Cuộc duyệt binh.

열상(裂傷) Vết rách da.

열선(熱線) Tia nhiệt.

열성(熱性) Nhiệt tình, nhiệt thành. ~스럽다. ~을 다하다 hết tất cả nhiệt tình.

열세(劣勢) Yếu thế. ~하다.

열쇠 Chìa khóa. 좌물쇠를 ~로 열다 mở ổ khoá bằng chìa khóa.

열심(熱心) Sự nhiệt tình, sự hăng hái.
열심히 Một cách chăm chỉ, cần cù. ~공부하다 học hành chăm chỉ.
열악(劣惡) Tồi, kém. ~하다. ~한 환경에서 살다 sống trong hoàn cảnh tồi tàn.
열애(熱愛) Yêu cuồng nhiệt. ~하다.
열없다 E thẹn, rụt rè, bẽn lẽn
열연(熱演) Diễn xuất/ biểu diễn nhiệt tình. ~하다.
열의(熱意) Nhiệt tâm, nhiệt tình.
열전류(熱電流) Dòng điện nhiệt.
열정(劣情) ① Những đam mê thấp hèn. ② Tâm trạng chỉ chú ý đến tình dục.
열차(列車) Tàu hỏa, xe lửa. 부산행~ xe lửa đi Busan.
열퉁적다 Ăn nói và hành động bừa bãi.
열파(熱波) Cơn sóng nhiệt.
열풍(烈風) Cơn gió mạnh.
열풍(熱風) Cơn gió nóng.
열혈(熱血) ① Máu nóng. ② Sự nhiệt huyết, nhiệt tình.
열화(烈火) Ngọn lửa lớn, ngọn lửa mạnh. ~같이 노하다 tức giận như ngọn lửa.
엷다 Mỏng, không dày, dẹt ~은 담요 cái chăn mỏng
염가(廉價) Giá rẻ. ~로 với giá rẻ.
염기(厭忌) Không ưa, ghét. ~하다.

염두(念頭) Ghi nhớ, suy nghĩ.
염려(念慮) Lo lắng. ~하다. 어머니의 건강을 ~하다 lo lắng cho sức khỏe của mẹ.
염료(染料) Sự nhuộm, thuốc nhuộm. ~공업 nền công nghiệp nhộm.
염매(廉賣) Bán rẻ. ~하다.
염매(廉買) Mua rẻ. ~하다.
염문(艷聞) Tin đồn về chuyện yêu đương.
염색(染色) Nhuộm. ~하다. ~분체 máy nhuộm.
염서(炎暑) Sức nóng, cơn nóng.
염서(艷書) Bức thư chứa đầy tình cảm.
염세(厭世) Tính bi quan, tính yếm thế. ~하다.
염수(鹽水) Nước muối, nước mặn. ~호(湖) hồ nước mặn.
염오(厭惡) Sự căm ghét, thù ghét. ~하다.
염원(念願) Cầu mong, ước mong, khao khát. ~하다.
염주(念珠) Chuỗi tràng hạt dùng trong niệm Phật.
염증(炎症) Nhiễm trùng.
염통 Trái tim.=심장(心臟).
엽색(獵色) Theo đuổi tình dục.
엽서(葉書) Bức thiệp. ~를 보내다 gửi thiệp.
엿 Sáu, số sáu.

엿듣다 Nghe trộm, nghe lén. 전화를 ~ nghe trộm điện thoại.

엿보다 Nhìn trộm, liếc.

영(令) Mệnh lệnh, chỉ thị, pháp lệnh.

영감(靈感) Linh cảm. ~이 들다 có linh cảm.

영걸(英傑) Anh kiệt, anh hùng.

영계(－鷄) ① Con gà con. ② Chỉ kẻ ít tuổi, thằng nhóc.

영고(榮枯) Sự thịnh vượng và sự suy tàn.

영공(領空) Không phận. ~을 침범하다 xâm phạm vùng trời.

영관(榮冠) Cái mũ vinh quang, chỉ vinh quang.

영광(榮光) Vinh dự. ~스럽다. ~입니다 đó là vinh dự của tôi.

영내(營內) Trong doanh trại.

영농(營農) Dưỡng nông, làm nghề nông. ~하다.

영달(榮達) Vinh danh, chức sắc. 재능이 있으면 ~의 길이 있다 có tài thì sẽ có vinh quang.

영도(領導) Sự lãnh đạo. ~하다. ~능력을 갖춘 지도자 nhà lãnh đạo có khả năng lãnh đạo.

영락(零落) ① Rụng lá. ② Suy tàn, thối nát. ~하다.

영락없다(零落－) Đúng, chính xác, hoàn toàn đúng. ~는 농사꾼 anh nông dân đúng chất.

영리(營利) Doanh lợi, lợi ích kinh doanh. ~단체 đoàn thể kinh doanh.

영리하다(怜悧－) Lanh lợi, nhanh nhẹn. 영리한 아이 đứa bé lanh lợi.

영면(永眠) Giấc ngủ vĩnh viễn, chết. ~하다.

영문 Nguyên nhân, lý do. 무슨[어떤] ~인지 nguyên nhân gì.

영민(英敏) Thông minh sắc sảo, nhạy bén. ~하다.

영사(映寫) Chiếu, phóng. ~하다. ~기 máy chiếu.

영사(領事) Lãnh sự. ~관 lãnh sự quán.

영상(映像) Màn ảnh, màn hình.

영선(營繕) Xây mới và sửa chữa. ~하다.

영세(永世) Vĩnh cửu, bền. =영원.

영속(永續) Tồn tại lâu dài, bất diệt. ~하다.

영송(迎送) Tiễn và đón. ~하다.

영수(領收) Nhận, nhận lấy. ~하다. ~인 người nhận. ~증 hóa đơn.

영아(嬰兒) Trẻ sơ sinh. ~사망률 tỷ lệ trẻ sơ sinh.

영양(營養) Dinh dưỡng. ~이 부족하다 thiếu dinh dưỡng, suy dinh dưỡng. ~상태 trình trạng dinh dưỡng.

영업(營業) Kinh doanh, buôn bán, làm ăn, mở cửa. ~하다. ~을 시작하다 bắt

đầu mở cửa (làm ăn).

영재(英才) Anh tài, tài năng, nhân tài.

영전(榮轉) Thăng tiến. ~하다.

영접(迎接) Tiếp đón, hoan nghênh tiếp đón. ~하다. ~을 받다 được nghênh tiếp.

영정(影幀) Ảnh chân dung.

영조(營造) Xây dựng. ~하다.

영존(永存) Tồn tại mãi. ~하다.

영주(永住) Sự cư ngụ lâu dài, định cư. ~하다.

영지(領地) Lãnh địa.

영지(靈地) Mảnh đất linh thiêng.

영지(靈芝) Nấm linh chi.

영진(榮進) Thăng tiến. ~하다.

영철(英哲) Thông minh, nhanh nhẹn. ~하다.

영치(領置) Tạm giữ, tạm thu. ~하다.

영탄(詠嘆) Cảm phục, thán phục. ~하다.

영패(零敗) Thất bại hoàn toàn, thất bại mà không ghi được điểm số nào. ~하다.

영향(影響) Ảnh hưởng. ~을 주다 làm ảnh hưởng.

영혼(靈魂) Linh hồn.

영화(映畫) Phim, phim ảnh, điện ảnh. ~를 보다 xem phim.

옆 Bên cạnh. ~에 ở bên cạnh. 길~의 집 nhà cạnh đường. ~리 lề, biên.

예각(銳角) Góc nhọn. 와 ~을 이루다 với cái gì đó kết hợp thành một góc nhọn.

예감(豫感) Dự cảm, cảm nhận trước. ~하다. 죽음을 ~하다 dự cảm được cái chết.

예견(豫見) Dự báo, đoán trước. ~하다.

예고(豫告) Báo trước. ~하다. ~대로 theo như báo trước.

예과(豫科) Khóa dự bị. ~를 수료하다 học chương trình dự bị.

예금(預金) Tiền gửi, tiền tiết kiệm. ~하다. 정기~ tiết kiệm định kỳ.

예기(豫期) Tính toán trước. ~하다.

예납(豫納) Sự trả tiền trước ngày.

예능(藝能) Tài năng nghệ thuật.

예리(銳利) Sắc, bén, nhọn. ~하다.

예매(豫買) Đặt mua, mua trước. ~하다. 표를 ~하다 đặt mua vé.

예명(藝名) Tên nghề nghiệp, tên nghệ thuật, nghệ danh. 란~의 여배우 nữ diễn viên có nghệ danh là.

예문(例文) Câu minh họa, một ví dụ.

예물(禮物) Lễ vật.

예민(銳敏) Sắc bén, nhạy. ~하다. ~한 감각 cảm giác nhạy bén.

예방(豫防) Dự phòng, phòng chống. ~하다. ~할 수 없다 không phòng trước được.

예배(禮拜) Làm lễ. ~하다.

예법(禮法) Phép lịch sự, lễ phép.
예보(豫報) Dự báo. ~하다. 일기~ dự báo thời tiết.
예비(豫備) Dự phòng, dự bị. ~부품 linh kiện dự phòng.
예쁘다 Đẹp, xinh đẹp. 예쁜 목소리로 bằng giọng nói dễ nghe.
예사(例事) Chuyện thường.
예산(豫算) Dự toán, tính toán trước. ~하다. ~을 초과하다 vượt quá dự toán.
예선(豫選) Vòng loại, dự tuyển, vòng sơ tuyển. ~하다.
예속(隸屬) Sự lệ thuộc, thuộc vào. ~하다.
예수 Jesu. ~주님 Chúa Jesu.
예순 Số sáu mươi.
예술(藝術) Nghệ thuật. ~화하다 nghệ thuật hóa.
예습(豫習) Học trước, học chuẩn bị trước. ~하다.
예식(禮式) Lễ thức, nghi thức. ~장 nơi làm lễ.
예약(豫約) Đặt trước. ~하다. 좌석을 ~하다 đặt trước chỗ.
예언(豫言) Sự tiên tri, lời sấm. ~하다.
예외(例外) Ngoại lệ. ~가 없다 không có ngoại lệ.
예우(禮遇) Tiếp đãi trong lễ nghĩa. ~하다.
예의(禮意) Lễ nghĩa, phép lịch sự. ~가 없다 không có lễ nghĩa.
예전 Ngày xưa.
예절(禮節) Lễ tiết, lễ nghĩa.
예정(豫定) Chương trình, kế hoạch làm việc.
예제 Đây đó, chỗ này chỗ kia.
예증(例證) Lấy ví dụ chứng minh. ~하다.
예찬(禮讚) Sự thán phục, sự khen ngợi. ~하다.
예측(豫測) Lời đoán trước. ~하다.
예탁(預託) Gửi, ký thác vào ngân hàng. ~하다. ~금 tiền gửi.
예탐(豫探) Theo dõi, dò, thăm dò. ~하다. 적정을 ~하다 thăm dò địch tình.
예해(例解) Đưa ví dụ ra giải thích cho hiểu, minh họa. ~하다.
옛날 Ngày xưa, cũ. ~에 ngày xưa.
옛말 Từ cổ.
옛모습 Dấu vết, vết tích. ~을 찾을 수 없다 không tìm lại được dấu vết xưa.
옛사람 Người xưa, người chết. ~이 되다 thành người thiên cổ.
옛일 Việc đã qua, việc quá khứ. ~을 생각하다 nghĩ lại việc đã qua.
오관(五官) Ngũ quan, năm giác quan
오다 Đến, tới. 이리 오세요! Hãy đi lại đây! 놀러 오세요! Hãy đến chơi.
오다가다 Thỉnh thoảng, đôi khi.
오대양(五大洋) Năm đại dương.

오도(誤導) Hướng dẫn nhầm.

오동통하다 Béo mà mập.

오두막(-幕) Túp lều, cái lều.

오락(娛樂) Trò chơi, giải trí.

오랑캐꽃 Cây hoa sương.

오래 Lâu. ~전에 trước đây lâu.

오래간만 Lâu rồi mới có, lâu rồi mới gặp. ~입니다 lâu rồi mới gặp lại anh.

오래다 Lâu, cũ, xưa. 오랜 습관 một tập tục lâu đời. ~지 않아 không lâu.

오래도록 Một lúc lâu, một thời gian dài.

오래오래 Lâu, mãi mãi. ~살다 sống lâu. ~해로하다 sống lâu.

오렌지 Cam, quả cam. ~주스 nước cam.

오로지 Chỉ có một mình, duy nhất. ~너 때문에 chỉ tại mình cậu thôi.

오류(誤謬) Lỗi, sai lầm. ~가 없는 không sai.

오르내리다 Leo lên leo xuống, đi lên đi xuống.

오르다 Đi lên, leo lên. 나무에 ~ leo lên cây.

오르락내리락 Lên xuống, thăng trầm. ~하다.

오르막 Con đồi, đi lên dốc.

오른 Điều tốt, điều phải.

오른손 Tay phải.

오른쪽 Bên phải.

오리무중(五里霧中) Bối rối, không biết làm thế nào, mất phương hướng.

오리엔테이션 Sự định hướng, giáo dục định hướng.

오막살이 Sống trong lều. ~를 하다.

오명(汚名) Ô danh.

오목하다 Lõm vào trong.

오물(汚物) Chất bẩn, rác, phân. ~처리 xử lý chất bẩn. ~수거인 người thu gom chất bẩn

오므라들다 Co lại, héo.

오밀조밀(奧密稠密) Tỉ mỉ, kỹ, chi tiết. ~하다.

오버타임 Ngoài giờ, thêm giờ. 세 시간 ~하다 làm thêm 3 tiếng đồng hồ.

오보(誤報) Báo sai, đưa tin sai, báo cáo sai. ~하다.

오붓하다 Đủ, sung túc, phong phú. 오붓한 살림 cuộc sống sung túc.

오빠 Anh trai (em gái gọi).

오산(誤算) Sự tính nhầm, tính toán nhầm, phán đoán nhầm.

오살(誤殺) Ngộ sát. ~하다.

오손(汚損) Bẩn, nhơ. ~하다.

오수(午睡) Giấc ngủ trưa.

오수(汚水) Nước bẩn, nước thải, nước cống.

오순도순 Nói chuyện rôm rả. ~하 다.

오심(誤審) ① Xử sai(tòa). ~하다. ② Xử sai(trọng tài thể thao). ~하다.

오역(誤譯) Bản dịch sai. ~하다.
오염(汚染) Ô nhiễm. ~하다. ~대책 đối sách chống ô nhiễm.
오욕(汚辱) Ô nhục.
오의(奧義) Ý nghĩa sâu sắc.
오인(吾人) ① Tôi. ② Chúng tôi.
오인(誤認) Ngộ nhận. ~하다.
오자(誤字) Chữ sai, viết nhầm, viết sai.
오전(午前) Buổi sáng. ~8시 tám giờ sáng. 일요일~ sáng chủ nhật.
오점(汚點) Dấu, vết bẩn. ~이 없는 không có vết bẩn.
오죽 Biết bao nhiêu, rất. 배가 ~고 프겠느냐 bụng rất đói.
오줌 Tiểu tiện. ~을 참다 nhịn tiểu.
오직 Chỉ, duy. ~울다 chỉ khóc không.
오진(誤診) Sự chẩn đoán sai.
오징어 Mực, cá mực.
오차(誤差) Sai số, sai.
오찬(午餐) Cơm trưa. ~에 초대하다 mời cơm trưa.
오채(五彩) Ngũ sắc.
오토바이 Xe máy.
오판(誤判) Phán quyết sai, phán đoán nhầm.
오픈 Trần, không mái che (open)
오피스 Cơ quan, văn phòng (office).
오한(惡寒) Sự lạnh lẽo.
오해(誤解) Hiểu lầm. ~하다. ~하기 쉬운 dễ hiểu lầm.
오후(午後) Buổi chiều. ~에 vào buổi chiều.
오히려 Thà. ~집에 있는 것이 낫다 thà ở nhà còn tốt hơn.
옥(玉) Hòn ngọc, viên ngọc.
옥(屋) Căn nhà.
옥(獄) Ngục, nhà tù. ~에 갇히다 giam trong ngục. 호치민의 옥중 일기 Nhật ký trong tù của Hồ Chí Minh.
옥내(屋內) Trong nhà.
옥다 Hướng vào bên trong.
옥답(沃畓) Ruộng màu mỡ.
옥돌(玉-) Hòn ngọc, hòn đá quý.
옥상(屋上) Sân thượng.
옥새(玉璽) Cái ấn ngọc.
옥색(玉色) Màu ngọc, màu xanh nhạt.
옥석(玉石) Ngọc thạch, đá quý.
옥셈 Tính sai, tính nhầm. ~하다.
옥쇄(玉碎) Một cái chết như ngọc để giữ vinh dự. ~하다.
옥수(玉手) ① Bàn tay nhà vua. ② Bàn tay mỹ nhân.
옥수수 Ngô. ~를 재배하다 trồng ngô.
옥신각신 Cãi xem ai đúng ai sai. ~하다. 서로 ~하다 cãi nhau.
옥야(沃野) Cánh đồng phì nhiêu.
옥외(屋外) Bên ngoài, ngoài trời.
옥토(沃土) Đất màu mỡ.
옥토끼(玉-) Con thỏ trắng.

옥황상제(玉皇上帝) Ngọc Hoàng Thượng đế.

온갖 Mọi loài, mọi thứ, tất cả.

온건(穩健) Ôn hòa, điều độ, đúng đắn. ~하다.

온고지신(溫故知新) Ôn chuyện cũ biết chuyện mới, ôn cổ tri tân.

온기(溫氣) Hơi ấm. ~가 있다 có hơi ấm.

온대(溫帶) Ôn đới. ~지방 khu vực ôn đới.

온도(溫度) Nhiệt độ. ~가 높다 nhiệt độ cao.

온돌(溫突) Hệ thống sưởi ấm sàn nhà của người Hàn Quốc.

온라인 Trực tuyến (online). 은행의 ~ 시스템 hệ thống trực tuyến của ngân hàng.

온면(溫麵) Mỳ nóng.

온몸 Cả người, toàn người.

온상(溫床) Cái giường ấm.

온수(溫水) Nước nóng.

온아(溫雅) Duyên dáng. ~하다. ~한 사람 người duyên dáng.

온유(溫柔) Nhu mì, hiền lành. ~하다.

온정(溫情) Tình cảm ấm áp.

온종일(- 終日) Cả ngày, suốt ngày.

온집안 Cả nhà, cả gia đình.

온천(溫泉) Suối nước nóng. ~장 bãi nước nóng.

온탕(溫湯) Suối nước nóng.

온통 Cả, suốt, toàn bộ. ~물바다가 되다 tất cả thành biển nước.

온화(溫和) Ôn hòa. ~하다. ~한 기후 khí hậu ôn hòa.

온후(溫厚) Ôn hậu. ~하다.

올해 Năm nay.

올라가다 Trèo lên, leo lên, đi lên. 계단을 ~ trèo bậc thang.

올라오다 Lên tới, đi lên, đạt tới.

올리다 Nâng lên, đưa lên. 손을 ~ giơ tay lên.

올림 ① Sự biếu, sự tặng. ② Từ dùng cuối thư, người viết dùng để tỏ lòng tình cảm kính trọng của mình.

올바르다 Thẳng, ngay thẳng, thẳng thắn, đúng. 올바른 사람 người thẳng thắn.

올차다 Chắc, bền, cứng cáp.

옮기다 Chuyển, dời, di dời. 가구를 ~ di chuyển gia cụ.

옮다 Di chuyển.

옮아오다 Chuyển tới. 부산에서 서울로 ~ chuyển từ Busan tới Seoul.

옳다 Đúng, chính xác, chuẩn. ~지 않는 không đúng, ~은 일을 하다 làm việc đúng.

옳은길 Con đường đúng.

옴폭 Lõm, hõm. ~하다. 눈이 ~하다 mắt hõm vào.

옷 Áo, áo quần. 겉~ áo ngoài. 비~ áo mưa.

옷가슴 Ngực áo.

옷감 Chất vải, chất liệu làm áo.

옷걸이 Cái móc áo. 옷을 ~에 걸다 treo áo vào móc.

옷장(- 欌) Tủ quần áo, rương quần áo.

옷차림 Cách ăn mặc. ~이 얌전하다 cách ăn mặc gọn gàng.

옹고집(壅固執) Tính bướng bỉnh, sự ngoan cố.

옹기종기 Cái lớn cái nhỏ, cao thấp.

옹립(擁立) Lập ai lên làm vua.

옹색하다(壅塞-) Túng thiếu.

옹생원(-生員) Người hẹp hòi ích kỷ.

옹위(擁衛) Bảo vệ, canh gác. ~하다.

옹호(擁護) Ủng hộ. ~하다. ~자 người ủng hộ.

와 Cùng, với. 친구와 ~ cùng với bè bạn.

와글거리다 Đám đông, số đông người.

와당탕 Ủm, choang (tiếng rơi xuống va vào cái khác). ~하다.

와들와들 Bần bật, cầm cập. 손을 ~떨며 tay run bần bật.

와락 Thình lình, đột nhiên, bất chợt. 줄을 ~잡아당기다 thình lình nắm lấy sợi dây lôi.

와병(臥病) Bệnh nằm giường. ~하다.

와스스 Tiếng xào xạc, tiếng đồ vật vỡ vụn.

와신상담(臥薪嘗膽) Nếm mật nằm gai. ~하다.

와이셔츠 Áo sơ mi.

와해(瓦解) Vỡ nát, vỡ vụn, gãy nát, như ngói vỡ. ~하다.

완결(完結) Sự kết thúc. ~하다.

완고(頑固) Ngoan cố, bướng bỉnh. ~하다. ~한 노인 một ông già ngoan cố.

완공(完工) Hoàn công, hoàn tất công trình.

완구(玩具) Đồ chơi. ~점 tiệm bán đồ chơi.

완급(緩急) Nhanh và chậm.

완납(完納) Trả hết. ~하다.

완력(腕力) ① Sức mạnh của cánh tay. ② Sức đè của cơ thể.

완료(完了) Hoàn tất, hoàn thành, kết thúc. ~하다.

완만(緩慢) Chậm chạp, lỏng lẻo. ~하다.

완벽(完璧) Hoàn thiện. ~하다. ~하게 một cách hoàn thiện.

완성(完成) Hoàn thành, kết thúc. ~하다. 일을 ~하다 hoàn thành công việc.

완수(頑守) Gắng mà giữ lấy. ~하다.

완연하다(宛然-) Sáng sủa, rõ ràng.

완장(腕章) Cái băng tay. ~을 두르다

quấn băng tay.

완치(完治) Chữa khỏi hoàn toàn. ~하다. 이 병은 ~할 수 없다 bệnh này không hoàn toàn chữa khỏi được.

완쾌(完快) Bình phục, khỏi bệnh. ~하다.

완패(完敗) Thất bại một cách toàn diện.

완행(緩行) Chạy chậm. ~열차 tàu chậm.

완화(緩和) Giảm bớt, dịu bớt, giảm nhẹ. 긴장을 ~ làm giảm bớt sự căng thẳng. 규율을 ~ làm giảm bớt kỷ cương.

왈가왈부(曰可曰否) Phân biệt đúng hay sai. ~하다.

왕가(王家) Vương gia.

왕관(王冠) Vương miện.

왕국(王國) Vương quốc.

왕권(王權) Vương quyền.

왕래(往來) Đi lại, qua lại, vãng lai. ~하다. 사람의 ~ người qua lại.

왕림(枉臨) Đến thăm, cuộc đến thăm. ~하다.

왕방울(王-) Cái chuông to.

왕복(往復) Đi về, khứ hồi. ~하다. 하루 두번~하다 một ngày đi về hai chuyến.

왕생극락(往生極樂) Vãng sinh cực lạc, chết an bình.

왕성(旺盛) Hưng thịnh, mạnh mẽ, sung sức. ~하다. 정력이 ~하다 sức lực sung mãn.

왕왕(往往) Thỉnh thoảng, đôi khi.

왕족(王族) Hoàng tộc, vương tộc.

왕좌(王座) Ngai vàng.

왕진(往診) Đến nhà khám bệnh. ~하다.

왜(倭) nước Nhật, người Nhật.

왜 Tại sao. ~그런지 tại sao vậy nhỉ.

왜소(矮小) Nhỏ, nhỏ xíu, bé tị. ~하다.

왜식(倭式) Kiểu Nhật.

외각(外角) Góc ngoài.

외견(外見) Bề ngoài, ngoại quan. =외관(外觀). ~상 về bề ngoài thì.

외계(外界) Ngoài hành tinh, thế giới bên ngoài, thế giới khác. ~인 người ngoài hành tinh.

외고집(-固執) Sự ngoan cố.

외곬 Chỉ một con đường, chỉ một cách.

외과(外科) Khoa ngoại (bệnh viện). ~의사 bác sĩ khoa ngoại.

외관(外觀) Ngoại quan, bề ngoài. ~상 theo ngoại quan, nhìn từ bên ngoài.

외교(外交) Ngoại giao. ~상 về mặt ngoại giao.

외교관(外交官) Nhân viên ngoại giao, quan chức ngoại giao.

외교관계(外交關係) Quan hệ ngoại giao. ~를 수이하다 thiết lập quan hệ ngoại giao.

외구(外寇) Kẻ xâm lược.
외국어(外國語) Tiếng nước ngoài. ~대학 trường Đại học ngoại ngữ.
외국인(外國人) Người nước ngoài. ~관광객 khách du lịch nước ngoài
외근(外勤) Việc làm ở ngoài.
외길 Con đường duy nhất.
외나무다리 Cầu độc mộc, cầu làm bằng chỉ một thanh gỗ bắc ngang. 원수는 ~에서 만난다「tục ngữ」kẻ thù với nhau lại gặp nhau nơi một mất một còn.
외도(外道) Ngoại tình, làm những việc sai trái. ~하다. 남편의 ~ người chồng ngoại tình.
외동딸 Con gái một.
외등(外燈) Ngọn đèn đường.
외람(猥濫) Tự phụ, lên mặt, ta đây. ~하다.
외래(外來) Ngoại lai, từ nước ngoài vào. ~사상 tư tưởng ngoại lai.
외로움 Sự đơn độc, sự cô đơn. ~을 타다 dễ cảm thấy cô độc, hay thấy mình cô đơn.
외로이 Người trơ trọi một mình, người cô độc. ~지내다 sống một mình.
외롭다 Đơn độc, cô đơn. 외로운 마음 tâm hồn đơn độc.
외면(外面) Bề ngoài, bên ngoài.
외면(外面) Ngoảnh mặt, quay mặt. ~하다. ~당하다 bị mọi người ngoảnh mặt.
외모(外貌) Ngoại hình, bề ngoài. 장사꾼 같은 ~ ngoại hình giống như nhà buôn.
외박(外泊) Ngủ bên ngoài, không về nhà ngủ. ~하다.
외방(外方) Nước ngoài; bên ngoài.
외벽(外壁) Bức tường rào.
외빈(外賓) Khách nước ngoài.
외사촌(外四寸) Anh em họ bên mẹ (con của cậu hay dì).
외삼촌(外三寸) Cậu (em hay anh của mẹ).
외상 Mua chịu.
외서(外書) Sách nước ngoài.
외세(外勢) Thế lực bên ngoài, tình hình bên ngoài.
외손(外孫) Cháu ngoại.
외숙(外叔) Cậu. ~모 mợ
외신(外信) Báo chí nước ngoài. ~센터 trung tâm báo chí nước ngoài.
외아들 Con trai một.
외양(外樣) Diện mạo, bên ngoài.
외양간(畏養間) Cái chuồng ngựa. 소잃고 ~고치는 격이다 mất bò mới lo làm chuồng.
외우(畏友) Người bạn quý.
외우다 Học thuộc lòng.
외유(外遊) Chuyến du lịch nước

ngoài. ~하다.

외자(外資) Tiền nước ngoài, vốn nước ngoài. ~계의 회사 công ty có vốn nước ngoài. ~를 유치하다 thu hút vốn nước ngoài

외제(外製) Chế tạo ở nước ngoài, hàng ngoại. ~품 hàng ngoại.

외조모(外祖母) Bà ngoại.

외조부(外祖父) Ông ngoại.

외지다 Cách biệt với bên ngoài, cô lập. ~ 마을 ngôi làng biệt lập.

외채(外債) Nợ nước ngoài.

외출(外出) Đi ra ngoài. ~하다. ~중이다 đang đi ra ngoài.

외침(外侵) Ngoại xâm. ~을 당하다 bị ngoại xâm.

외투(外套) Áo khoác ngoài. ~를 입다 mặc áo ngoài.

외항선(外航船) Tàu viễn dương.

외향성(外向性) Tính hướng ngoại.

외형(外形) Ngoại hình, bề ngoài. ~상(의) về bề ngoài.

외화(外貨) Tiền nước ngoài, ngoại hối, ngoại tệ. ~는 받지 않음 không nhận ngoại hối (bảng thông báo).

외환(外換) Ngoại tệ. ~관리법 luật quản lý ngoại hối.

왼 Trái, bên trái. ~손 tay trái. ~발 chân trái. ~쪽 bên trái

왼손 Tay trái. ~잡이 người thuận tay trái.

왼쪽 Bên trái, phía trái. 길~에 phía trái đường.

요 Khăn trải giường. ~를 펴다 trải khăn trải giường.

요가 Yoga. 수련~자 người tập yoga.

요건(要件) Điều kiện cần phải có.

요구(要求) Yêu cầu. ~하다. ~에 따라 theo yêu cầu.

요구르트 Sữa chua, yaourt.

요귀(妖鬼) Ma quỷ, yêu quỷ.

요금(料金) Tiền, chi phí. ~인상 tăng phí.

요기(療飢) Làm dịu cơn đói, làm đỡ đói. ~하다.

요긴(要緊) Cần thiết. ~하다

요담(要談) Chuyện cần thiết, cuộc nói chuyện quan trọng. ~하다.

요동(搖動) Dao động, lung lay. ~하다

요란(搖亂) Ầm ỹ. ~스럽다 ầm ỹ.

요람(要覽) Cái nhìn tổng quát.

요람(搖籃) Cái nôi.

요략(要略) Bản tóm tắt.

요량(料量) Sự đoán chừng, đoán.

요령(要領) Nội dung tóm tắt, ý chính.

요로(要路) Con đường quan trọng.

요리(料理) Nấu nướng, nấu ăn, món ăn. ~하다. ~를 만들다 làm món ăn.

요리조리 Thế này thế kia. ~피하다 tránh bên này bên kia. ~핑계대다

bào chữa thế này thế kia.

요만큼 Từng này, ít từng này, bằng từng này.

요망(妖妄) Lỗ mãng. ~떨다 lỗ mãng. ~부리다 lỗ mãng.

요망(要望) Mong muốn, ước muốn. ~하다.

요면(凹面) Tính lõm, mặt lõm. ~거울 gương mặt lõm.

요목(要目) Những mục chính, những điểm chính.

요물(妖物) Yêu quái, quái vật.

요법(療法) Phương pháp cứu chữa, cách trị bệnh. 민간~ cách chữa bệnh dân gian.

요부(妖婦) Người đàn bà xảo quyệt.

요부(要部) Các bộ phận chính.

요부(腰部) Eo, hông, chỗ thắt lưng.

요사(夭死) Sự chết non.

요새(要塞) Căn cứ cứ yếu của quân đội. ~화하다 kiên cố hóa.

요새 Gần đây.

요소(要所) Vị trí quan trọng.

요소(要素) Yếu tố. 건강은 행복의 ~이다 sức khỏe là yếu tố của hạnh phúc.

요술(妖術) Trò ma thuật. ~을 부리다 giở trò ma thuật, bày trò ma thuật.

요시찰인(要視察人) Người cần được theo dõi.

요식(要式) Hình thức, quy định bắt buộc.

요식업(料食業) Nghề nấu ăn nhà hàng.

요약(要約) Tóm tắt. ~하다. ~해 말하면 nếu nói tóm tắt.

요양(療養) Điều dưỡng. ~하다. ~중이다 đang điều dưỡng. ~소 nơi điều dưỡng.

요인(要人) Nhân vật quan trọng, nhân vật VIP.

요일(曜日) Ngày trong tuần, thứ. 무슨 ~입니까? Thứ mấy?

요전(-前) Hôm nọ, hôm trước.

요절(夭折) Sự chết non, chết yểu. ~하다.

요절나다 Vỡ, hư, bể, hỏng.

요점(要點) Điểm chính, điểm quan trọng, yếu điểm. 이야기의~ điểm chính của câu chuyện.

요정(了定) Đã giải quyết.

요조(窈窕) Yểu điệu. ~하다. ~숙녀 thục nữ.

요즘 Gầy đây. ~어떻습니까? Gần đây thế nào?

요지(要地) Vị trí quan trọng, nơi quan trọng.

요지(要旨) Nội dung chính.

요직(要職) Chức vụ quan trọng, chức vụ then chốt.

요철(凹凸) Chỗ lồi lõm. ~이 많은 비포장도로 con đường nhựa lồi lõm.

요청(要請) Mời, yêu cầu. ~하다. 의 ~에 의해 theo lời mời của.

요컨대(要-) Nói tóm lại, nói những điểm quan trọng là. ~그것은 이렇다 nói tóm lại là thế.

요통(腰痛) Chứng đau lưng.

요트 Ván nước. ~를 타다 trượt ván.

요하다(要-) Yêu cầu. 설명을~ yêu cầu ký tên.

요행(僥倖) ① Cái may tình cờ. ② Sự mong muốn hạnh phúc.

요혈(尿血) Bệnh đái ra máu.

욕(辱) Chửi, rủa, chửi bới. ~하다. ~을 먹다 bị chửi

욕구(欲求) Sự khao khát, ham muốn. ~하다.

욕기부리다(慾氣-) Tham muốn, thèm muốn.

욕되다(辱-) Thành nỗi nhục. 너 같은 자식은 가문에 ~ cái thằng như mày thành nỗi nhục cho gia đình.

욕망(欲望) Mong muốn, thèm khát. ~을 억제하다 hạn chế sự thèm khát.

욕먹다(辱-) Bị người ta chửi.

욕보다(辱-) Chịu nhục, nhịn nhục.

욕설(辱說) Câu chửi, lời sỉ nhục.

욕실(浴室) Phòng tắm, nhà tắm.

욕심(欲心) Lòng tham. 돈의~ tham tiền.

욕쟁이(辱-) Người hay chửi người khác, người hay chửi bậy.

욕정(欲情) Nhu cầu tình dục. ~을 일으키다 gợi nhu cầu tình dục.

욕조(浴槽) Bồn tắm.

욕지기 Sự buồn nôn. ~하다.

욕하다(辱-) Chửi, mắng, la. 아무를 ~ chửi ai đó.

용(用) Dùng cho. 남자~장갑 bao tay đàn ông.

용감(勇敢) Dũng cảm. ~하다. ~히 một cách dũng cảm. ~한 행위 hành vi dũng cảm. ~히 싸우다 chiến đấu dũng cảm.

용건(用件) Công việc, ý chính. 빨리~을 말해라 nói chuyện chính đi.

용구(用具) Dụng cụ. 운동~ dụng cụ thể thao.

용기(勇氣) Dũng khí. ~가 있다 có dũng khí.

용납(容納) Chấp nhận, dung nạp. ~하다. ~할 수 없는 không thể chấp nhận được.

용달(用達) Đưa hàng, giao nhận hàng. ~하다.

용도(用度) Số lượng tiêu dùng, phí tổn.

용도(用途) Mục đích sử dụng. ~가 많다 nhiều mục đích.

용돈(用-) Tiền tiêu vặt.

용량(用量) Liều dùng, lượng sử dụng.

용량(容量) Dung lượng, độ lớn.

용력(勇力) Sức mạnh, cố gắng.
용마루 Nóc nhà.
용매(溶媒) Dung môi.
용맹(勇猛) Dũng mãnh. ~하다. ~스럽다. ~심 sự dũng mãnh.
용모(容貌) Dung mạo. ~단정하는 사람 người có dung mạo đàng hoàng.
용무(用務) Việc kinh doanh, việc thương mại.
용법(用法) Cách dùng, cách sử dụng. 약의 ~ cách dùng thuốc.
용사(勇士) Dũng sĩ.
용색(容色) Sự giao cấu, sự giao hợp.
용서(容恕) Tha thứ. ~하다. ~할 수 없다 không thể tha thứ được.
용선(傭船) Thuê tàu, mượn tàu chở.
용솟음(湧-) Phun ra, vọt ra.
용수(用水) Nước sử dụng, nước sinh hoạt. ~로 đường nước sinh hoạt.
용신(容身) Dung thân, sống. ~하다.
용쓰다 Gắng sức, dồn sức.
용액(溶液) Dung dịch
용약(勇躍) Dũng cảm chạy đi, dũng cảm làm gì đó.
용역(用役) Thuê làm lại, mướn lại. ~회사 công ty thầu lại
용왕매진(勇往邁進) Anh dũng tiến lên. ~하다.
용의(用意) Dụng ý, có ý. 절도~ có ý định ăn cắp.

용이(容易) Tính dễ dãi, tính đơn giản. ~하다.
용인(容認) Cho phép, đồng ý. ~하다.
용재(用材) Gỗ xây dựng.
용전(勇戰) Cuộc chiến đấu anh dũng.
용졸(庸拙) Sự vụng về. ~하다.
용지(用地) Khu đất, đất để làm gì.
용지(用紙) Giấy làm vào việc gì. 시험~ giấy thi. 원서~ giấy mẫu.
용진(勇進) Tiến lên dũng mãnh. ~하다.
용퇴(勇退) Dũng cảm rút lui.
용하다 Khéo tay.
용화(熔化) Đun chảy, nấu cho chảy ra. ~하다.
용훼(容喙) Sự can thiệp. ~하다. 남의 일에 ~하다 can thiệp vào việc người khác.
우(優) Ưu, ưu tú, hạng ưu.
우거(寓居) Nơi tạm trú. ~하다.
우거지다 Rậm, dày đặc (rừng, cây).
우거지상(-相) Bộ mặt nhăn nhó. ~을 하다.
우겨대다 Bám riết vào, khăng khăng.
우격으로 Ép, buộc. ~술을 먹이다 ép ai uống rượu.
우경(右傾) Rẽ phải. ~하다. ~파 cánh phải.
우그러지다 Bị đè nát, bị đè bẹp.
우글거리다 Đông đúc, nhộn nhịp.
우글우글 Lúc nhúc, đông đúc.

우기(雨氣) Mùa mưa.

우기다 Khăng khăng. 자기의견이 옳다고 ~ khăng khăng là ý kiến mình đúng.

우김성(-性) Tính bướng bỉnh, ngoan cố. ~이 많다 rất bướng bỉnh.

우는소리 Lời nói trình bày hoàn cảnh, kêu than.

우대(優待) Ưu đãi, ưu tiên. ~하다. ~를 받다 được ưu đãi.

우두망찰하다 Rối tung lên.

우두머리 ① Chóp, đỉnh, ngọn, đầu. ② Đại ca, đầu đàn.

우둔(愚鈍) Sự ngu dại, sự ngu đần. ~하다.

우둔(愚鈍) Ngu đần. ~하다.

우등(優等) Ưu tú, hạng ưu. ~으로 졸업하다 tốt nghiệp loại ưu.

우뚝 Cao. ~하다. ~한 코 mũi cao.

우락부락 Thô lỗ, thô kệch. ~하다.

우량(優良) Tốt, chất lượng tốt. ~하다.

우러르다 Ngẩng đầu lên.

우렁차다 Vang rền, vang dội.

우려내다 Bóp, rút, lấy nước ra.

우로(雨露) Mưa và sương. ~를 막다 chặn mưa gió.

우롱 Trêu chọc. ~하다. 나를 ~치 마세요 đừng đùa với tôi.

우리 Chúng tôi. ~베트남인 người Việt Nam chúng tôi.

우리다 Ngâm vào nước.

우마(牛馬) Bò và ngựa, gia súc. ~처럼 혹사하다 đối xử như trâu ngựa

우매(愚昧) U muội, ngu nuội. ~하다.

우모(羽毛) Lông vũ. ~있는 có lông vũ.

우물 Giếng nước. ~안 개구리 ếch trong giếng.

우미(優美) Đẹp và thanh nhã. ~하다.

우박(雨雹) Mưa đá. ~이 오다 có mưa đá.

우발(偶發) Chuyện xảy ra bất ngờ.

우방(友邦) Nước láng giềng thân thiện.

우비(雨備) Dụng cụ che mưa.

우비다 Móc ra, moi ra.

우산(雨傘) Ô, dù che mưa. ~을 펴다 mở ô, căng ô.

우상(偶像) Thần tượng. ~화하다 thần tượng hóa.

우선(優先) Ưu tiên. ~하다. ~적 có tính ưu tiên.

우선(于先) Trước tiên. ~하다 trước tiên bắt đầu từ.

우선권(優先權) Quyền ưu tiên. ~이 있다 có quyền ưu tiên.

우세(優勢) Ưu thế. ~하다 có ưu thế.

우수(優秀) Ưu tú. ~하다. ~한 학생 học sinh ưu tú.

우수리 Tiền lẻ, tiền thối lại.

우스꽝스럽다 Buồn cười.

우습게보다 Trông buồn cười, coi thường.

우승(優勝) Thắng, vô địch. ~하다. 연속~ thắng liên tục.

우아(優雅) Tính thanh lịch. ~하다.

우안(右岸) Hữu ngạn, bờ sông bên phải.

우애(友愛) Tình bạn.

우여곡절(迂餘曲折) Sóng gió, vất vả, khúc mắc, thăng trầm. 인생의~ thăng trầm của cuộc đời

우연(偶然) Tình cờ, ngẫu nhiên. ~하다. ~히 một cách tình cờ.

우열(優劣) Trên và dưới, hơn và kém.

우왕좌왕(右往左往) Đi đi lại lại, lòng vòng, loanh quanh. ~하다.

우울(憂鬱) Buồn, trầm cảm. ~하다. ~한 분위기 không khí buồn.

우월(優越) Ưu việt, giỏi, xuất sắc. ~하다.

우유(牛乳) Sữa bò. ~를 짜다 vắt sữa. 아기를 ~로 기르다 nuôi đứa bé bằng sữa.

우유부단(優柔不斷) Chần chừ, do dự. ~하다. 그는 ~한 사람이다 anh ta là người hay chần chừ.

우의(友誼) Tình hữu nghị, tình bạn. 따뜻한 ~ tình bạn ấm áp. ~로써 bằng tình hữu nghị.

우자(愚者) Kẻ dại.

우장(雨裝) Áo mưa.

우정(郵政) Bưu điện, bưu chính.

우정(友情) Tình bạn.

우주(宇宙) Vũ trụ. ~를 탐험하다 thám hiểm vũ trụ.

우차(牛車) Xe bò.

우천(雨天) Trời mưa.

우체국(郵遞局) Bưu điện. ~사무원 nhân viên bưu điện.

우체통(郵遞筒) Thùng thư. 편지를 ~에 넣다 bỏ thư vào thùng.

우측(右側) Bên phải. ~통행 đi bên phải.

우툴두툴하다 Gồ ghề, lởm chởm.

우편(右便) Hướng bên phải. =우측.

우편(郵便) Bưu điện. ~으로 bằng đường bưu điện.

우피(牛皮) Da bò.

우향(右向) Bên phải.

우현(右舷) Mạn phải tàu.

우호(友好) Hữu hảo. ~관계 quan hệ hữu hảo.

우환(憂患) Lo lắng.

우회(迂回) Đi vòng vòng, đi vòng. ~하다.

우회전(右回轉) Rẽ sang phải. ~하다.

욱기(-氣) Tính hung hăng. ~가 있다 có tính hung hăng.

운(韻) Vần.

운(運) Vận, số. ~이 좋다 vận may. ~

이 나쁘다 xấu số.
운동(運動) Vận động, thể thao. ~하다. 가벼운 ~ vận động nhẹ.
운명(殞命) Sự chết, cái chết. ~하다.
운명(運命) Vận mệnh, số mệnh. ~의 장난 trò đùa của số phận.
운반(運搬) Vận chuyển. ~하다. 철도~ vận chuyển bằng đường sắt. ~비 phí vận chuyển.
운송(運送) Vận tải, vận chuyển. ~하다. ~계약 hợp đồng vận chuyển.
운수(運數) Ngôi sao chiếu mệnh. ~가 좋다[나쁘다] tốt số (xấu số).
운수(運送) Vận tải. ~기관 công cụ vận chuyển.

운수(運數) Vận số, số mệnh.
운신(運身) Sự cử động cơ thể. ~하다.
운영(運營) Điều hành, kinh doanh. ~하다. 호텔을 ~하다 kinh doanh khách sạn.
운용(運用) Sự ứng dụng, sự vận dụng. ~하다
운임(運賃) Thuế hàng hóa, cước vận chuyển.
운전(運轉) Lái cho chạy, vận hành (xe, máy móc), ~하다. 차를 ~하다 lái xe.
운하(運河) Kênh, sông đào. ~를 파다 đào kênh vận tải thủy.
운항(運航) Dịch vụ hàng hải và hàng không.
운행(運行) Vận hành, chạy. ~하다.
운휴(運休) Ngừng chạy xe, ngưng phục vu đi lại.
울 Hàng rào. ~안에 trong hàng rào.
울걱거리다 Kêu lọc xọc (súc miệng).
울다 Khóc. ~면서 말하다 vừa khóc vừa nói.
울렁거리다 Thấp thỏm, phập phồng.
울리다 Làm cho ai khóc, chọc cho khóc. 사람을 ~ làm cho người ta khóc.
울림 Tiếng dội âm thanh.
울분(鬱憤) Bực mình, giận giữ. ~을 참다 nén giận. ~을 풀다 làm cho hết giận.
울상(-相) Mặt méo mó muốn khóc. ~을 하다 nét mặt méo mó muốn khóc.
울쑥불쑥 Lởm chởm, gập ghềnh. ~하다.
울음 Khóc, sự khóc lóc. ~이 터지다 bật khóc.
울음소리 Tiếng khóc.
울창하다(鬱蒼-) Um tùm, sum suê.
울타리 Hàng rào. 대나무~ hàng rào tre.
울퉁불퉁하다 Gập ghềnh, mấp mô. 울퉁불퉁한 길 con đường gập ghềnh.
울화(鬱火) Bực mình, bực tức do khó chịu. ~가 치밀다 cơn bực mình trỗi lên.

움 Chồi, mầm. ~트다 mầm mọc.

움막(-幕) Cái lều.

움직거리다 Chuyển động, lay chuyển, rung, lắc, động đậy

움직이다 Làm cho chuyển động, lay chuyển, động đậy, cử động. ~일 수 없는 không thể chuyển động được. ~이지 않다 không động đậy.

움직임 Sự chuyển động. 세계~ sự chuyển động của thế giới.

움켜잡다 Ôm chặt lấy. 배를 ~고 웃다 ôm lấy bụng mà cười.

움키다 Ôm, nắm, cầm chặt.

움펑눈 Cặp mắt sâu hoắm. ~이 người có cặp mắt sâu.

움푹 Chỗ trũng, hóp, lõm, sự lõm vào sâu. ~하다.

웃다 Cười. 잘~는 사람 người hay cười. 싱겁게~ cười nhạt

웃돈 Tiền lời, tiền chênh lệch.

웃돌다 Vượt quá, hơn nữa.

웃옷 Áo choàng, áo khoác ngoài.

웃음 Nụ cười, cười. ~소리 tiếng cười.

웅담 Mật gấu.

웅대(雄大) Hùng vĩ, to lớn, vĩ đại. ~하다.

웅변(雄辯) Hùng biện. ~하다. ~가 nhà hùng biện. ~술 thuật hùng biện.

웅비(雄飛) Hoạt động mạnh mẽ. ~하다. 해외로 ~하다 hoạt động mạnh mẽ ở nước ngoài.

웅성거리다 Ồn ào, lao xao. 그가 연단에 오르자 장내는 ~ anh ta vừa bước lên diễn đàn thì ở trong tòa nhà lao xao

웅숭깊다 Suy nghĩ hoặc ý chí lớn. 웅숭깊은 사람 người có chí lớn.

웅얼거리다 Lầm bầm, lầm rầm, nói một mình. 혼자~ lẩm bẩm một mình.

웅자(雄姿) Cảnh hùng tráng.

웅장(雄壯) Hùng tráng. ~하다. ~한 경치 phong cảnh hùng tráng.

웅편(雄篇) Tác phẩm lớn, kiệt tác.

워낙 Vốn, vốn là. 그는 ~몸이 약하다 anh ta vốn yếu đuối.

워드 Chương trình Word (máy vi tính).

워터 Nước. ~탱크 thùng nước.

원(願) Niềm ước mong, sự khao khát, sự mong muốn.

원 Wôn (đơn vị tiền Hàn Quốc). 천~짜리 loại một ngàn won.

원가(原價) Giá thành. ~이하로 dưới giá thành. ~로 팔다 bán bằng giá thành.

원거리(遠距離) Một khoảng cách lớn.

원격(遠隔) Từ xa, điều chỉnh từ xa, làm từ xa. ~하다.

원고(原告) Nguyên đơn, nguyên cáo.

원교(遠郊) Vùng ngoại ô.

원군(援軍) Quân chi viện, quân tiếp tế. ~을 보내다 gửi quân chi viện.

원기(元氣) Nguyên khí, sức mạnh, sinh lực. ~부족 thiếu sinh lực. ~가 왕성하다 sinh lực mạnh mẽ.

원내(院內) Trong cơ quan, trong tổ chức.

원단(元旦) Tết Nguyên đán.

원대(原隊) Đội hình cũ. ~복귀하다 quay về đội hình cũ.

원대(遠大) To lớn và rộng rãi. ~하다.

원두막(園頭幕) Cái lều. 참외 ~ lều canh dưa.

원래(原來) Vốn dĩ, vốn là, vốn có, vốn như cũ. ~대로 như cũ. ~상태로 되다 trở lại trạng thái ban đầu.

원려(遠慮) Sự lo xa, sự thận trọng. ~가 없다 không có gì phải lo xa.

원로(元老) Nguyên lão, người có tuổi, bậc tiền bối. ~교수 vị giáo sư cao niên

원료(原料) Nguyên liệu. ~공급하다 cung cấp nguyên liệu.

원만(圓滿) Mãn nguyện, hoàn thành. ~하다. ~한 해결 cách giải quyết mãn nguyện.

원망(怨望) Trách móc, trách cứ, oán giận. ~하다. ~스러운 얼굴 khuôn mặt oán giận.

원모(原毛) Lông thô.

원방(遠方) Phương xa, nơi xa.

원부(原簿) Sổ cái.

원산(原産) Nơi sản xuất. ~증명서 giấy xuất xứ sản xuất.

원산지(原産地) Nước sản xuất, nơi xuất xứ. 석탄의 ~ nước sản xuất than. ~증명 chứng minh xuất xứ.

원생(原生) Nguyên sinh. ~동물 động vật nguyên sinh.

원서(願書) Đơn xin. ~를 제출하다 trình đơn xin. ~를 접수하다 tiếp nhận đơn xin.

원성(怨聲) Tiếng trách móc. ~을 사다 làm cho người ta trách móc.

원소(元素) Nguyên tố. 몇 개의 ~로 분해하다 phân tích thành một số nguyên tố.

원수(怨讐) Kẻ thù, kẻ địch. ~를 갚다 trả thù.

원숭이 Con khỉ. ~도 나무에서 떨 어진다 Thần thánh cũng có lúc sai.

원시(遠視) Nhìn ra, nhìn ra xa.

원심(原審) Phán quyết ban đầu. ~대로 theo phán quyết ban đầu.

원심(圓心) Tâm vòng tròn.

원아(園兒) Vườn trẻ, nhà trẻ.

원안(原案) Bản thảo.

원어(原語) Tiếng mẹ đẻ. ~로 읽다 đọc bằng tiếng mẹ đẻ.

원예(園藝) Chăm sóc vườn.

원용(援用) Dẫn chứng, đưa ra để chứng minh. ~하다.

원유(原油) Dầu thô. ~공급 cung cấp dầu thô. ~탐사 tìm kiếm dầu, thăm dò mỏ dầu.

원인(原因) Nguyên nhân. 근본~ nguyên nhân căn bản.

원자재(原資材) Nguyên vật liệu.

원저(原著) Tác phẩm gốc, nguyên tác.

원전(原典) Bản gốc.

원점(原點) Nguyên điểm, điểm xuất phát. ~으로 돌아가다 trở lại nguyên điểm.

원정(遠征) Viễn chinh. ~경기 trận đấu sân khách. ~군 quân viễn chinh.

원조(援助) Viện trợ. ~하다. 미국의 ~를 받는 나라 nước nhận viện trợ của Mỹ.

원주민(原住民) Thổ dân.

원천(源泉) Nguồn gốc, nguồn chính. 힘의 ~ nguồn gốc sức mạnh.

원칙(原則) Nguyên tắc. ~을 세우다 xây dựng nguyên tắc.

원컨대(願-) Mong muốn, hy vọng.

원탁(圓卓) Bàn tròn. ~회의 hội nghị bàn tròn.

원통(寃痛) Sự oan ức và giận giữ.

원하다(願-) Mong muốn, muốn. 원한 다면 nếu muốn.

원한(怨恨) Sự hận thù, oán hận. ~을 품다 mang hận thù. ~을 풀다 giải tỏa hận thù.

원항(遠航) Nghề hàng hải, sự đi biển. ~하다. ~중이다.

원행(遠行) Chuyến đi dài ngày. ~하다.

원형(原形) Hình tròn. ~극장 sân khấu tròn.

원화(-貨) Tiền Won.

원화(原畵) Nguyên tác, bức tranh gốc.

원활(圓滑) Trơn, trơn tru, êm. ~하다. ~ 하게 작동하는 엔진 máy vận hành một cách êm u.

원흉(元兇) Tên đầu sỏ, cầm đầu.

월(月) Tháng. ~평균 기온 nhiệt độ bình quân tháng.

월경(越境) Sự vượt biên giới. ~하다. ~ 비행 bay vượt qua biên giới.

월경(月經) Kinh nguyệt (phụ nữ).

월계(月計) Tính từng tháng. ~하다.

월계관(月桂冠) Vòng nguyệt quế.

월광(月光) Ánh trăng, ánh trăng sáng.

월권(越權) Vượt quyền, lạm quyền. ~하다.

월급(月給) Lương tháng. ~으로 살다 sống bằng lương.

월동(越冬) Sự trú đông. ~하다. ~준비를 하다 chuẩn bị trú đông.

월등(越等) Vượt trội, nổi trội, xuất sắc. ~하다. ~한 학생 học sinh xuất sắc.

월리(月利) Tiền lãi suất hàng tháng.

월말(月末) Cuối tháng. ~에 vào cuối tháng.

월부(月賦) Sự trả góp hàng tháng.

월세(月貰) Tiền thuê nhà hằng tháng.

월세계(月世界) Mặt trăng.

월수(月收) Thu nhập hằng tháng.

월식(月食) Nguyệt thực. 부분~ nguyệt thực một phần.

월일(月日) Ngày tháng.

월정(月定) Hằng tháng một, quy định hằng tháng một.

월초(月初) Đầu tháng. ~에 vào đầu tháng.

웨딩 Lễ cưới. ~드레스 áo cưới.

웨이터 Bồi, bồi bàn. ~를 부르다 gọi bồi bàn.

웬 Gì, nào. ~사람이지요? Người nào đó?

웬걸 Ôi, chao ô! Sao! Thế nào! Đi nào! Được! Kỳ chưa!

웬만큼 Ở mức độ nào đó, giới hạn nào đó.

웬만하다 Được, tương đối.

위 Trên, phía trên. ~에서 말한 바와 같이 như đã nói ở trên.

위광(威光) Uy quyền, quyền lực. 대통령의 ~ cái uy quyền tổng thống.

위구(危懼) Lo lắng. ~하다. ~심을 품다 mang sự lo lắng

위궤양(胃潰瘍) Loét dạ dày.

위급(危急) Nguy cấp. ~하다. ~시에 vào lúc nguy cấp.

위기(危機) Nguy cơ, khủng khoảng. ~를 벗어나다 thoát khỏi nguy cơ.

위난(危難) Sự nguy hiểm, hiểm họa. ~을 당하다 chịu hiểm họa.

위대(偉大) Vĩ đại. ~하다. ~한 업적 một sự nghiệp vĩ đại.

위도(緯度) Vĩ độ. ~를 측정하다 đo vĩ độ.

위독(危篤) Hấp hối, lúc nguy cấp. ~하다.

위력(威力) Uy lực, sức mạnh. ~있다 có uy lực. ~이 없다 không có uy lực..

위령제(慰靈祭) Lễ truy điệu.

위로(慰勞) An ủi, động viên, úy lạo. ~하다. 병자를 ~하다 động viên người bệnh.

위명(威名) Uy danh, danh tiếng.

위명(僞名) Một cái tên giảm ngụy danh.

위무(慰撫) Cái uy và sức mạnh, uy lực và mạnh mẽ. ~하다. ~가다.

위문(慰問) Sự an ủi, động viên.

위반(違反) Vi phạm. ~하다. 선거법을 ~하다 vi phạm luật bầu cử. 교통규칙을 ~하다 vi phạm nguyên tắc giao thông

위법(違法) Vi phạm pháp luật. ~하다.

~행위 hành vi vi phạm pháp luật.
위병(衛兵) Vệ binh, lính gác, lính canh. ~을 세우다 đặt lính gác.
위산(胃散) A xít trong ruột.
위생(衛生) Vệ sinh. ~적인 có vệ sinh.
위선(緯線) Đường vĩ, vĩ tuyến.
위성(危星) Vệ tinh. ~국 nước vệ tinh. ~궤도 quĩ đạo vệ tinh.
위세(威勢) Uy thế, sức mạnh, nội lực.
위시하다(爲始-) Bắt đầu, mở đầu.
위신(威信) Uy tín. ~에 관계되다 có liên quan đến vấn đề uy tín. ~을 지키다 giữ uy tín
위안(慰安) Sự an ủi, sự giải khuây.
위약(違約) Vi phạm lời hứa, vi phạm hợp đồng. ~하다.
위엄(威嚴) Uy nghêm, vẻ uy nghiêm. ~있는 có vẻ uy nghiêm.
위업(偉業) Sự nghiệp vĩ đại.
위용(偉容) Uy dung, tướng mạo uy nghi. ~을 갖추고 có tướng mạo uy nghi.
위원(委員) Ủy viên. ~장 Chủ tịch Ủy ban.
위원회(委員會) Ủy ban. ~를 조직하다 thành lập ủy ban.
위의(威儀) Một cách uy nghi.
위인(偉人) Vĩ nhân. 역사상의 ~들 những vĩ nhân trong lịch sử.
위임(委任) Ủy nhiệm, ủy quyền. ~하다. ~받다 được ủy quyền.
위장(僞裝) Ngụy trang, giả làm. ~하다. 거지로 ~하다 ngụy trang làm ăn mày.
위정자(爲政者) Chính khách, người làm chính trị.
위조(僞造) Giả, làm giả. ~하다. 화폐를 ~하다 làm giả tiền giấy.
위주(爲主) Làm chính, làm chủ, làm đầu. 자기~의 사고방식 cách suy nghĩ lấy mình làm chính.
위증(僞證) Giả chứng nhận, chứng nhận giả. ~하다.
위촉(委囑) Sự ủy nhiệm, đảm nhiệm. ~하다.
위축(萎縮) Sự co, sự thu nhỏ, sự teo lại. ~하다.
위층(-層) Tầng trên. ~방 phòng tầng trên. ~에 올라가다 leo lên tầng trên.
위치(位置) Vị trí. ~하다 nằm ở. ~가 좋다 vị trí tốt.
위탁(委託) Ủy thác. ~하다. ~을 받다 được ủy thác.
위태하다(危殆-) Suy ngập, nguy hiểm.
위풍(威風) Uy phong.
위필(僞筆) Chữ viết giả mạo, bức vẽ giả mạo. ~하다.
위하다(爲-) Vì, là cho, do. 예술을 위한 예술 nghệ thuật vị nghệ thuật.

위하여 Vì, để vì, cho. 사회를 ~ vì xã hội.

위해(危害) Sự làm tổn hại. ~를 가하다 làm nguy hại, làm tổn hại.

위헌(違憲) Vi phạm hiến pháp.

위험(危險) Nguy hiểm. ~하다. ~할 때 는 vào lúc nguy hiểm.

위협(威脅) Uy hiếp. ~하다. 평화에 대한 ~ uy hiếp hòa bình.

위화감(違和感) Cảm giác không phù hợp, cảm giác không thích hợp được. ~을 느끼다 cảm thấy không phù hợp.

위훈(偉勳) Công lớn. ~을 세우다 lập công lớn.

윗사람 Cấp trên, người bề trên.

유(類) Thứ, hạng, loại.

유가족(遺家族) Gia đình nạn nhân, gia quyến.

유감(遺憾) Tiếc nuối, tiếc. ~스럽다. ~ 없이 không có gì tiếc.

유골(遺骨) Hài cốt. ~를 줍다 thu lượm hài cốt.

유공(有功) Có công, lập công. ~하다.

유곽(遊廓) Khu nhà thổ, chốn lầu xanh, ổ nhện. ~에 드나들다 ra vào nhà thổ.

유괴(誘拐) Dụ dỗ, bắt cóc. ~하다. 어린 애를 ~하다 bắt cóc trẻ em.

유구하다(悠久-) Lâu, xa xôi.

유권자(有權者) Người đi bầu, cử tri.

유급(有給) Có trả lương. ~휴가 nghỉ có trả lương.

유급(留級) Ở lại, không được lên lớp. ~하다.

유기(有期) Có thời hạn, có thời gian, kỳ hạn.

유기(有機) Hữu cơ. ~적 có tính hữu cơ.

유난 Rất, khác thường.

유년(幼年) Niên thiếu. ~기 thời niên thiếu.

유념(留念) Quan tâm, chú ý, lưu tâm. ~하다.

유능(有能) Có tài. 하다. ~한 사람 người có tài.

유니언 Sự hợp nhất, sự thống nhất.

유니폼 Đồng phục. ~을 입다 mặc đồng phục.

유다르다(類-) Rất khác, rất không giống.

유단자(有段者) Người có cấp bậc võ, người đã có đai đen trở lên (trong tekwondo).

유대류(有袋類) Loài thú có túi.

유독(惟獨, 唯獨) Chỉ có một, duy nhất, đơn nhất.

유독(有毒) Có chất độc, có độc. ~하다. ~가스 ga độc. ~식물 thực vật độc.

유람(遊覽) Tham quan, du lãm. ~하다. ~객 khách du lịch.

유랑(流浪) Lang thang. ~하다. 이곳 저곳 ~하다 đi lang thang đây đó.

유래(由來) Gốc, nguồn gốc, nguyên nhân, xuất xứ phát sinh.

유려하다(流麗-) Lưu loát, trôi chảy. 유려한 문체 câu văn trôi chảy.

유력(有力) Có khả năng, mạnh. ~하다. ~한 신문 một tờ báo có sức mạnh.

유령(幽靈) Ma, hồn ma.

유료(有料) Phải trả tiền. ~도로 con đường đi phải trả tiền.

유루(遺漏) Rò, rỉ, rớt ra.

유리(琉璃) Kính, thủy tinh. ~공장 nhà máy kính.

유리하다(有利) Có lợi. 유리한 조건 điều kiện có lợi.

유린(蹂躪) Xâm phạm, xâm hại quyền lợi người khác.

유망(有望)[Có triển vọng. ~하다. ~한 장래 tương lai có hy vọng.

유머 Hài hước. ~소설 tiểu thuyết hài.

유명(有名) Nổi tiếng. ~ 인사 nhân vật nổi tiếng.

유명(幽明) Bóng tối và ánh sáng, âm và dương.

유명세(有名稅) Cái giá, cái phải trả cho sự nổi tiếng.

유명하다(有名-) Nổi tiếng. 유명한 사람 người nổi tiếng.

유모(乳母) Nhũ mẫu, bà vú.

유무(有無) Có hay không. 출석 의사의 ~를 묻다 hỏi có ý tham gia không.

유묵(遺墨) Lưu bút, bút tích, chữ viết của người đã chết.

유물(遺物) Di vật. 과거의 ~ di vật quá khứ để lại.

유민(遊民) Người không nghề nghiệp, đi lang thang.

유방(乳房) Vú, ngực (phụ nữ). ~이 크다 vú to, ngực to.

유배(流配) Sự đày, sự trục xuất. ~하다. ~되다 bị đày đi.

유별(有別) Có sự khác biệt, khác. ~나다 có sự khác biệt.

유보(留保) Bảo lưu, tạm dừng lại. ~하다. 결정을 ~하다 bảo lưu quyết định.

유복(有福) Giàu có. ~하다. ~한사람 người giàu có.

유부녀(有夫女) Người phụ nữ đã có chồng.

유산(流産) Sẩy thai, bị sẩy thai.

유산(遺産) Tài sản để lại, di sản. 무형 ~ di sản vô hình.

유상(有償) Bồi thường. ~의법 luật bồi thường.

유상무상(有象無象) Mọi thứ trên thế gian, vạn vật, vũ trụ.

유색(有色) Có màu sắc, mang màu sắc.

유서(遺書) Di chúc, chúc thư.

유선(有線) Dây. Hữu tuyến. ~전화 điện thoại hữu tuyến. ~텔레비전 truyền hình hữu tuyến, truyền hình cáp.

유소(幼少) Trẻ và nhỏ. ~하다.

유숙(留宿) Lưu trú. ~하다.

유순(柔順) Quy thuận, làm theo. ~하다.

유식(有識) Có tri thức. ~하다.

유실(流失) Cuốn trôi, làm chảy đi, làm mất đi. ~하다. ~되다.

유실(遺失) Mất, thất lạc. ~하다. ~되다 bị mất.

유실물(遺失物) Hành lý bị thất lạc.

유심하다(有心-) Sự chú ý, sự lưu tâm.

유암(乳癌) Bệnh ung thư vú.

유언(流言) Tin đồn, lời này lời kia. ~을 퍼뜨리다 tung tin đồn.

유언(遺言) Di chúc, chúc thư. ~하다.

유엔 Liên hiệp quốc (UN). ~군 quân Liên hiệp quốc.

유역(流域) Lưu vực. 한강~ lưu vực sông Hàn.

유연(柔軟) Tính mềm dẻo, tính dịu dàng. ~하다.

유연(有緣) Có duyên phận, hữu duyên.

유영(游泳) Sự bơi lội. ~하다.

유용(有用) Sự hữu ích, sự có ích. ~하다.

유월(六月) Tháng sáu.

유위(有爲) Có năng lực. ~하다.

유유낙낙(唯唯諾諾) Răm rắp, làm theo răm rắp. ~하다.

유유하다(悠悠-) Đầy, tràn đầy.

유인(有人) Có người, có người lái. ~우주 기지 căn cứ vũ trụ có người.

유인원(類人猿) Vượn hình người.

유일(唯一) Duy nhất. ~하다. ~한 친구 người bạn duy nhất.

유임(留任) Tiếp tục đảm nhiệm chức vụ. ~하다.

유자격자(有資格者) Người có đủ khả năng, người có tư cách.

유적(遺跡) Di tích. 고대문명의 ~ di tích của văn minh cổ đại.

유전(油田) Giếng dầu.

유전(流轉) Lưu truyền.

유전(遺傳) Di truyền. ~하다. ~적 có tính di truyền.

유제품(乳製品) Sản phẩm sữa.

유족하다(裕足-) Phong phú, nhiều. ~하게 살다 sống một cách sung túc.

유종(有終) Có sự kết thúc, hoàn thành.

유죄(有罪) Có tội. ~하다. ~로 판결되다 bị phán quyết là có tội.

유증(遺贈) Tặng lại cho.

유지(維持) Duy trì. ~하다. 건강을 ~하다 duy trì sức khỏe.

유착(癒着) Sự dính chặt vào, sự dán lại, sự lành lại. ~하다.

유창(流暢) Trôi chảy. ~하다. ~하게

một cách trôi chảy. ~한 문장 câu văn trôi chảy.

유출(流出) Sự chảy ra, sự tuôn ra. ~하다.

유치(留置) Câu lưu, giam giữ. ~하다.

유치(幼稚) Trẻ em, trẻ con. ~하다. ~한 생각 suy nghĩ trẻ con

유치원(幼稚園) Nhà trẻ. 아이를 ~에 보내다 đưa trẻ tới nhà trẻ.

유쾌(愉快) Vui, thích, sảng khoái. ~하다.

유통(流通) Lưu thông. ~하다. ~시키다 làm cho trở nên lưu thông.

유학(遊學) Du học. ~하다. ~가다 đi du học.

유한(有限) Hữu hạn, có giới hạn. ~하다. 책임~회사 công ty trách nhiệm hữu hạn.

유한(有閑) Thì giờ rỗi rãi, lúc thư nhàn.

유해(有害) Có hại. ~하다. 농작 물에 ~하다 có hại cho mùa màng.

유행(流行) Mốt, thịnh hành, thời trang. ~하다. 일시적~ lưu hành một thời.

유행성감기(流行性感氣) Bệnh cúm. ~에 걸리다 mắc bệnh cúm.

유형(類型) Kiểu, loại, chủng loại.

유혹(誘惑) Dụ dỗ, cám dỗ, lôi kéo. ~하다. 술의 ~ sự cám dỗ của rượu.

유효(有效) Hữu hiệu, có hiệu lực. ~하다. ~하게 một cách hữu hiệu.

유흥(遊興) Vui chơi, ăn chơi, chơi bời. ~하다. ~가 phố ăn chơi.

육(肉) Thịt.

육감(六感) Giác quan thứ sáu. ~으로 bằng giác quan thứ sáu.

육로(陸路) Đường bộ. ~수송 vận chuyển đường bộ.

육박(肉薄) Sự gần sát bên trên. ~하다.

육상(陸上) Trên mặt đất. ~경기 môn thi điền kinh.

육식(肉食) Ăn thịt. ~하다. ~동물 động vật ăn thịt.

육신(肉身) Xác thịt, thân thể.

육아(育兒) Nuôi dạy trẻ. ~하다. ~비 phí nuôi dạy trẻ

육안(肉眼) Mắt thường. ~으로 볼 수 있다 có thể nhìn bằng mắt thường.

육영(育英) Sự giáo dục. ~하다.

육지(陸地) Lục địa, đất liền.

육체(肉體) Cơ thể, thể xác. ~와 정신 tinh thần và thể xác.

윤곽(輪廓) Hình dáng bên ngoài, bề ngoài. .

윤기(潤氣) Độ ẩm.

윤나다(潤-) Bóng, bóng láng, sáng chói.

윤년(閏年) Năm nhuận.

윤락(淪落) Sự sa ngã, bán mình. ~하다.

윤리(倫理) Đạo đức, luân thường đạo

lý.

윤번(輪番) Sự luân phiên, sự quay vòng. ~하다.

윤회(輪廻) Luân hồi, thay đổi, luân phiên

율(率) Tỷ lệ. ~로 theo tỷ lệ. 평균~ tỷ lệ bình quân.

율법(律法) Luật pháp.

융숭하다(隆崇-) Đáng trọng, đáng kính.

융통(融通) Cho vay tiền. ~하다.

융통성(融通性) Sự linh hoạt, tính linh hoạt ứng xử, linh động, sự thích ứng.

융흥(隆興) Sự thịnh vượng, sự thăng lên. ~하다.

으깨다 Nghiền, đè nát.

으드득 Ken két. 뼈를 ~깨물다 nghiến xương ken két. 이를 ~갈다 nghiến răng ken két.

으드등거리다 Cãi nhau, cắn nhau. 서로 ~며 지내다 sống luôn cãi nhau.

으레 Thông thường, theo lẽ thường, theo thói quen, đương nhiên, chắc chắn.

으로 Bằng, với, theo. 왼손~ 쓰다 viết bằng tay trái.

-으면서 Đang thì, trong lúc, vừa. 아침을 먹~신문을 보다 vừa ăn sáng vừa xem báo.

으스스 Rung, ớn. ~춥다 lạnh run.

은(銀) Bạc. ~도금 mạ bạc. ~으로 만든 반지 nhẫn làm bằng bạc.

은고(恩顧) Ơn, ân. ~를 입다 chịu ơn.

은니(銀泥) Lớp tráng bạc.

은닉(隱匿) Ẩn nấu, giấu giếm, che giấu. ~하다.

은메달(銀-) Huy chương bạc.

은밀(隱密) Sự bí mật, sự kín đáo. ~하다.

은반지(銀-) Nhẫn bạc.

은방(銀房) Cửa hàng bạc.

은배(銀杯) Cái cốc bạc.

은백(銀白) Màu trắng bạc.

은세공(銀細工) Gia công đồ bạc. ~하다.

은수(恩讐) Ơn và thù. =은원.

은수저(銀-) Thìa và đũa bằng bạc.

은신(隱身) Ẩn mình. ~하다.

은의(恩義) Nhân nghĩa. ~를 베풀다 mang nhân nghĩa giúp ai.

은인(恩人) Ân nhân. 그는 내~이다 anh ta là ân nhân của tôi.

은잔(銀盞) Cái ly rượu bạc.

은전(銀錢) Đồng tiền bạc.

은정(恩情) Nhân tình, tình cảm,

은퇴(隱退) Từ giã, về hưu. ~하다. ~경기 trận đấu từ giã. 정계에서~하다 rút lui khỏi chính trường.

은폐(隱蔽) Sự giấu giếm, sự che đậy. ~하다. 사실을 ~하다 che giấu sự

thật.
은행(銀行) Ngân hàng. ~에 예금하다 bỏ tiền vào ngân hàng.
은혜(恩惠) Ân huệ, ân nghĩa, ơn nghĩa, công ơn. 부모의 ~ công ơn của bố mẹ.
은혼식(銀婚式) Đám cưới bạc.
은화(銀貨) Đồng tiền làm bằng bạc.
읊다 Ngâm thơ, sáng tác thơ.
음(音) Âm thanh, âm. 높은 ~ âm cao.
음곡(音曲) Âm khúc
음덕(陰德) Âm đức.
음독(飲毒) Ăn chất độc. ~하다. ~자살하다 ăn chất độc tự tử.
음란(淫亂) Dâm loạn, dâm dục. ~하다.
음력(陰曆) Âm lịch. ~5월 tháng năm âm lịch.
음료(飲料) Đồ uống. ~수 nước uống.
음모(陰謀) Âm mưu. ~하다. 암살의 ~하다 có âm mưu ám sát. ~에 관계 하다 có liên quan đến âm mưu.
음미(吟味) Thưởng thức thơ.
음반(音盤) Đĩa hát. ~을 들다 bật đĩa hát.
음부(淫婦) Dâm phụ, người đàn bà dâm dục. =음녀(淫女).
음성(音聲) Âm thanh. ~기관 cơ quan âm thanh.
음습하다(陰濕-) Tối tăm ẩm thấp.
음역(音譯) Dịch âm. ~하다.

음울(陰鬱) Buồn. ~하다. ~한 이야기 câu chuyện buồn.
음주(飲酒) Uống rượu. ~하다. ~검사 kiểm tra có uống rượu hay không.
음해(陰害) Ngầm làm hại. ~하다.
음향(音響) Âm hưởng.
음험하다(陰險-) Nham hiểm, xảo quyệt. ~한 수단으로 bằng biện pháp xảo quyệt.
읍(邑) Xã, phường. ~사무소 Ủy ban phường, văn phòng phường.
읍소(泣訴) Khóc xin. ~하다.
읍장(邑長) Trưởng ấp.
읍촌(邑村) Làng xã.
응결(凝結) Tụ lại một chỗ.
응급(應急) Cấp cứu. ~병원 bệnh viện cấp cứu.
응급치료(應急治療) Xử lý cấp cứu, điều trị cấp cứu. ~하다. ~를 받다 được điều trị cấp cứu.
응낙(應諾) Sự ưng thuận, sự đồng ý. ~하다. ~없이 không có sự đồng ý.
응답(應答) Trả lời. ~하다.
응모(應募) Tham gia. ~하다.
응보(應報) Ứng báo, báo thù, trời phạt.
응시(應試) Ứng thi. ~하다. ~자 người ứng thi, thí sinh dự thi.
응용(應用) Ứng dụng. ~하다. ~할 수 있다 có thể ứng dụng.
응원(應援) Cổ vũ, động viên. ~하다. ~

단 đoàn ủng hộ viên.

응접(應接) Gặp mặt, tiếp đón. ~하다.

응징(膺懲) Phạt cho tỉnh ra. ~하다.

응천순인(應天順人) Ứng thiên thuận nhân, hợp ý trời vừa lòng người.

응축(凝縮) Tụ lại, đông lại. ~하다.

응하다(應-) Đồng ý, chấp nhận, cho phép.

응혈(凝血) Ngưng máu, đông máu. ~하다.

의견(意見) Ý kiến. 내~ 으로는 ý kiến của tôi thì.

의결(議決) Bàn bạc và quyết định. ~하다.

의과(醫科) Ngành y. ~대학 đại học y. ~학생 sinh viên y khoa.

의관(衣冠) Quần áo và mũ nón, ăn mặc.

의기양양(意氣揚揚) Mạnh mẽ, hoạt bát, sung sức. ~하다.

의논(議論) Bàn bạc, thảo luận. ~하다. ~중이다 đang bàn bạc.

의도(意圖) Ý đồ. ~하다 nhằm vào.

의례(依例) Nghi lễ. 외교적~ nghi lễ ngoại giao.

의론(議論) Bàn luận. ~하다.

의롭다(義-) Ngay thẳng, đạo đức, chính nghĩa. 의로운 사람 người ngay thẳng.

의뢰(依賴) Nhờ vào người khác, cậy nhờ, trông nhờ. ~하다. ~를 들어 주다 đồng ý tiếp nhận sự nhờ cậy.

의료(醫療) Y tế. ~기계 máy móc y tế.

의료보험(醫療保險) Bảo hiểm y tế. ~비 phí bảo hiểm y tế.

의류(衣類) Áo quần.

의리(義理) Tình nghĩa.

의무(義務) Nghĩa vụ. ~적인 có tính nghĩa vụ.

의문(疑問) Nghi vấn. ~을 품다 mang nghi vấn.

의미(意味) Ý nghĩa. ~하다 mang ý nghĩa là.

의부(義父) Cha ghẻ, bố dượng.

의생(醫生) Bác sĩ, thầy thuốc.

의서(醫書) Sách y khoa.

의술(醫術) Y thuật, cách chữa bệnh.

의식(意識) Ý thức, nhận thức. ~하다. ~적인 có tính ý thức.

의심(疑心) Nghi ngờ. ~하다. ~없다 không có nghi ngờ gì.

의아(疑訝) Nghi ngờ, ngờ vực, hoài nghi. ~하다, ~스럽다 đáng nghi.

의안(議案) Vụ việc cần bàn luận giải quyết.

의약품(醫藥品) Thuốc men.

의업(醫業) Ngành y. ~에 종사하다 làm ngành y.

의옥(疑獄) Nghi hoặc.

의외(意外) Không suy nghĩ, không

ngờ tới. ~의 일 việc không suy nghĩ tới.

의욕(意欲) Ý chí, ý muốn, tham muốn. ~이 강한 사람 người có nhiều tham muốn.

의용(義勇) Nghĩa dũng, can đảm.

의원(議員) Nghị viên, nghị sĩ. 서울 출신~ nghị sĩ xuất thân ở Seoul.

의인(義人) Người ngay thẳng.

의자(倚子) Ghế, cái ghế. 긴~ ghế dài. ~에 앉다 ngồi lên ghế.

의장(衣欌) Tủ đựng quần áo.

의장(議長) Nghị trưởng

의전(儀典) Nghi lễ, nghi thức.

의절(義絶) Cắt đứt mối quan hệ, tuyệt giao.

의젓하다 Đứng đắn, người lớn.

의정(議定) Bàn bạc và quyết định. ~하다.

의제(義弟) Em trai kết nghĩa.

의존(依存) Dựa vào. ~하다. 에 ~하다 dựa vào.

의지(依支) Cậy nhờ, giúp đỡ, tựa, dựa. ~하다. ~할 만한 친구 bạn có thể cậy nhờ được.

의지가지없다 Không nơi nương tựa.

의치(義齒) Hàm răng giả. ~를 해 박다 gắn răng giả.

의탁(依託) Dựa vào, giao cho ai, tin vào ai.

의표(意表) Ngoài dự đoán, ngoài dự tính.

의하다(依-) Dựa vào, căn cứ vào. …에 의하면 nếu dựa theo...

의학(醫學) Y học. ~계 giới y học.

의향(意向) Ý hướng, phương hướng. ~이 있다 có ý hướng.

의협(義俠) Nghĩa hiệp. ~적인 có tính nghĩa hiệp.

의형제(義兄弟) Anh em rể.

의혹(疑惑) Sự nghi ngờ.

이 Răng. ~가 나쁘다 răng xấu. ~를 갈다 nghiến răng. ~가 흔들리다 răng lung lay.

이 Con chí, con chấy, con rận.

이간(離間) Li gián. ~붙이다 làm cho ly gián

이같이 Như vậy, như thế, theo cách đó.

이것 Cái này. ~이 얼마입니까? Cái này giá bao nhiêu tiền?

이견(異見) Ý kiến khác nhau.

이경(二更) Canh hai.

이골나다 Trở nên quen thuộc.

이곳 Chỗ này, nơi này. ~에서 ở nơi này. ~저 곳에 가다 đi đây đó.

이과(理科) Khoa học xã hội.

이국(異國) Đất nước xa lạ.

이권(利權) Quyền lợi.

이글이글 Lửa cháy hừng hực.

이기(利器) Vật rất sắc.
이기(利己) Ích kỷ. ~적 có tính ích kỷ. ~심 tính ích kỷ.
이기다 Thắng, chiến thắng. 경기에~ thắng trận (thể thao).
이날 Hôm nay, ngày nay.
이내(以內) Trong phạm vi, trong giới hạn.
이냥 Như thế này.
이네들 Những người này.
이념(理念) Ý niệm, quan niệm.
이놈 Thằng này, gã này (khi xưng hô).
이뇨(利尿) Làm cho lợi tiểu.
이다 Là. 저는 학생~ tôi là học sinh.
이다 Đội trên đầu, đội.
이다지 Mức độ thế này, chừng này, đến như thế, đến mức độ.
이대로 Như thế này, nguyên như thế này.
이도(吏道) Đạo lý phải giữ với tư cách mình là người quản lý.
이동(異動) Sự thay đổi, sự sửa đổi, sự biến đổi.
이든지 Dù... hay, hoặc... hoặc, hoặc, hay.
이등(二等) Loại hai, thứ hai. ~상 giải nhì. ~차 xe loại hai. ~품 hàng loại hai.
이등분(二等分) Chi hai phần bằng nhau, sự chia đôi.

이때 Lúc này, khi này.
이란 Cái gọi là. 인생~무엇인가? Cái gọi là cuộc đời là cái gì?
이란성(二卵性) Anh em, trẻ sinh đôi hai trứng.
이래(以來) Từ khi đó tới đấy, đến nay. 해방~ từ giải phóng tới nay.
이래저래 Cái này cái nọ, điều này điều khác, bằng cách này hay cách khác.
이랬다 저랬다 Lúc thế này lúc thế kia. 그의 말이 ~ lời nói của anh ta lúc thế này lúc thế kia.
이러구러 Ngẫu nhiên, điều không ngờ.
이러니저러니 Thế này, thế kia.
이러이러하다 Thế này, thế kia.
이러하다 Như thế này.
이렇게 Như thế. ~하면 된다 làm thế này là được.
이렇다저렇다 Thế này thế kia. ~말 하다 nói thế này thế kia.
이렇든저렇든 Cho dù thế này hay thế kia.
이렇듯 Đến như thế, như thế
이력(履歷) Lý lịch. ~이 좋다 có lý lịch tốt. ~서 bản lý lịch.
이례(異例) Ngoại lệ, trường hợp đặc biệt.
이론(異論) Ý kiến khác.
이론(理論) Lý luận. ~적 có tính lý luận. ~과 실천 lý luận và thực tiễn.

이루 Khó, khó có thể.
이루다 Đạt được, đạt tới. ~지 못한 không đạt được.
이룩하다 Dựng nên, xây dựng, mở, thành lập.
이륙(離陸) Cất cánh. ~하다. ~지 nơi cất cánh. ~활주 đường băng cất cánh.
이를테면 Nói cách khác.
이름 Tên. ~을 짓다 đặt tên. ~을 부르다 gọi tên.
이름나다 Có tiếng.
이리이리 Để, để cho, đặng.
이마 Cái trán. 넓은 ~ trán rộng. 좁은~ trán nhỏ.
이만 Từng này. ~이면 부족하다 từng này thì thiếu.
이만저만 Từng này từng kia. ~하다.
이만큼 Bằng chừng này.
이만하다 Bằng từng này.
이맘때 Khi thế này, lúc này. 작년~ bằng lúc này năm ngoái.
이면(二面) Hai mặt.
이면(裏面) Mặt sau, mặt trái.
이모(姨母) Dì (em mẹ). ~부 dượng (chồng dì).
이모부(姨母夫) Dượng.
이목구비(耳目口鼻) Tai mắt miệng mũi, mặt mày, nét mặt.
이문(利文) Tiền lời. ~이 남다 có tiền lời

이미 Đã, rồi. 그것은 ~끝났다 cái đó kết thúc rồi.
이미지 Ấn tượng.
이바지하다 Cung cấp, tiếp tế, cống hiến.
이반(離反) Phản bội.
이발(理髮) Cắt tóc. ~하다. ~소 tiệm cắt tóc.
이번 Lần này. ~시험 thi lần này. ~일요일 chủ nhật này.
이변(異變) Sự rủi ro, tai nạn.
이별(離別) Chia tay, ly biệt. ~하다. 눈물의 ~ nước mắt ly biệt. 친구와의 ~ chia tay với bạn.
이복(異腹) Khác mẹ. ~동생 em khác mẹ. ~형제 anh em cùng cha khác mẹ.
이부(二部) Hai phần.
이부(異父) Khác cha. ~형제 anh em cùng mẹ khác cha.
이부자리 Chăn và gối.
이분(二分) Chia đôi, chia hai. ~하다.
이불 Cái chăn.
이브닝 Buổi chiều, buổi tối.
이비(耳鼻) Tai và mũi.
이사(理事) Hội đồng quản trị. ~장 chủ tịch hội đồng quản trị.
이사(移徙) Chuyển, di chuyển. ~하다. 새 집으로 ~하다 chuyển đến nhà

이상(以上) Trên, trên mức. 나이가 50~된 사람 người tuổi trên 50.

이상(異常) Lạ lùng, lạ lẫm, kỳ lạ, bất thường. ~하다.

이상(理想) Lý tưởng.

이상적(理想的) Có tính chất lý tưởng, lý tưởng. ~남편 người chồng lý tưởng.

이색(異色) Khác màu.

이색(二色) Hai màu.

이세(二世) Thế hệ thứ 2, con lai. 한국~ con lai Hàn Quốc.

이송(移送) Việc di dời, sự di chuyển. ~하다.

이슥하다 Khuya, muộn, tối. 이슥한 밤에 đêm khuya.

이슬 Sương, giọt sương, hạt sương.

이슬비 Mưa sương, mưa phùn, mưa bụi.

이승 Thế gian này, đời này. ~의 괴로움 sự đau khổ của thế gian này.

이실직고 (以實直告) Báo cáo đúng sự thật. ~하다.

이심(二心) Hai lòng, phản bội.

이앓이 Sự đau răng. ~를 하다.

이앙(移秧) Chuyển sang trồng ở chỗ khác. ~하다.

이어서 Tiếp theo, tiếp nối.

이염(耳炎) Viêm tai.

이완(弛緩) Làm cho nó lỏng bớt, làm cho bớt căng thẳng.

이왕(已往) Quá khứ, dĩ vãng.

이외(以外) Ngoài ra. 일요일~에는 ngoài chủ nhật ra.

이욕(利慾) Tính tham lam, tính hám lợi.

이용(利用) Sử dụng. ~하다.

이용(利用) Lợi dụng, nhân. 이 기회를~ nhân cơ hội này.

이울다 Héo, tàn (hoa, lá).

이웃 Hàng xóm, lân cận. ~집 nhà hàng xóm.

이유(理由) Lý do. 결석~ lý do vắng mặt.

이윤(利潤) Lợi nhuận, lợi ích.

이율(利率) Lãi suất. ~을 인상하다 nâng lãi suất.

이의(異議) Khiếu nại, kiến nghị.

이익(利益) Ích lợi, lợi ích. ~이 있다 có ích lợi. ~이 나다 phát sinh lợi

이입(移入) Đưa vào, mang vào, nhập khẩu. ~하다.

이자(利子) Lãi suất. 일년 6푼의 ~ lãi suất 6% một năm.

이장(移葬) Bốc mộ. ~하다.

이재(理財) Quản lý tài chính. ~하다.

이적(移籍) Thay đổi hộ khẩu. ~하다.

이전(以前) Trước đây. ~에는 trước đây. ~보다 so với trước đây.

이점(利點) Lợi thế, điểm thuận lợi. ~을 갖다 tìm điểm lợi.

이제 Bây giờ, lúc này.

이종(異種) Khác loại.

이주(移住) Di trú. ~하다. ~민 dân di trú.

이중(二重) Hai lần, hai lớp. ~으로 싸다 gói bằng hai lớp.

이지(理智) Lý trí.

이차(二次) Lần hai. ~대전 chiến tranh thế giới lần thứ hai.

이착(二着) Vị trí thứ hai, về thứ hai.

이착륙(離着陸) Sự cất cánh và hạ cánh.

이채(異彩) Khác màu.

이처럼 Như thế, như vậy.

이층(二層) Hai tầng. ~버스 xe buýt hai tầng. ~집 nhà hai tầng.

이치(理致) Đạo lý, nguyên lý. 자연의 ~ nguyên tắc của tự nhiên

이칭(異稱) Tên gọi khác.

이탈(離脫) Bỏ trốn. ~하다. 직장을 ~하다 bỏ việc.

이토록 Đến mức độ này, như vậy.

이통(耳痛) Đau tai.

이튿날 Ngày hôm sau, ngày thứ 2.

이편(-便) Một bên, một hướng.

이핑계저핑계 Nói thế này thế kia, biện minh thế này thế kia, vin vào cớ này cớ nọ.

이하(以下) Dưới, dưới mức. 500원~ dưới 500 won.

이해(理解) Hiểu, biết suy nghĩ. ~하다. 상호간의 ~ hiểu nhau.

이해력(理解力) Năng lực hiểu, nhanh trí, trí thông minh.

이해심(理解心) Sự cảm thông, hiểu cho người khác.

이행(移行) Chuyển sang trạng thái khác.

이행(履行) Thực hiện, thực hành. ~하다. 약속을 ~ thực hiện lời hứa.

이혼(離婚) Ly hôn, ly dị. ~하다. 와~하다 ly hôn với ai.

이혼소송(離婚訴訟) Kiện ra tòa đòi ly hôn, kiện ta tòa để ly hôn.

이회(二回) Gấp đôi, hai lần.

익명(匿名) Dấu tên, không nói tên. ~으로 제보하다 báo nhưng giấu tên.

익사(溺死) Chết đuối. ~하다. ~할 뻔했다 suýt chết đuối.

익살 Làm trò hề, làm trò khôi hài.

익숙하다 Thành thạo, thành thục, quen. 익숙한 일 việc thành thạo.

익숙히 Một cách thành thạo, một cách quen thuộc.

익애(溺愛) Tình trạng lẩm cẩm (vì tuổi già). ~하다.

익일(翌日) Ngày hôm sau, càng ngày càng. 귀사 ~번창을 기원합니다 Kính

chúc quý công ty ngày càng phồn vinh.

익히다 Làm cho chín, chín mùi.

인(人) Nhân, con người.

인(寅) Hướng Dần (hướng đông – bắc).

인가(人家) Nhà ở, nơi cư trú của con người.

인각(印刻) Khắc, trổ, chạm. ~하다.

인간(人間) Con người. ~다운 đáng ra con người. 그들도 ~이다 họ cũng là con người. 나는 그런 것을 할 수 없는 ~이다 Tôi là người không thể làm thế.

인감(印鑑) Dấu vân tay, con dấu.

인걸(人傑) Nhân tài.

인격(人格) Nhân cách. ~상실 mất nhân cách. ~을 존중하다 tôn trọng nhân cách.

인계(引繼) Bàn giao, chuyển giao. ~하다. ~받다 nhận bàn giao.

인공(人工) Nhân tạo. ~미 vẻ đẹp nhân tạo.

인과(因果) Nhân quả. ~관계 quan hệ nhân quả. ~율 luật nhân quả.

인구(人口) Dân số. ~가 적다 ít dân số.

인국(隣國) Nước láng giềng.

인권(人權) Nhân quyền. ~문제 vấn đề nhân quyền.

인근(隣近) Lân cận. ~주민들 người dân xung quanh.

인기(人氣) Sự mến mộ, sự ưa thích, nổi tiếng. ~가 있다 được sự mến mộ.

인기척(人-) Dấu người, vết người. ~이 없다 không có bóng dáng con người.

인내(忍耐) Sự kiên trì, nhẫn nại. ~하다. ~력 sức kiên trì.

인덕(人德) Nhân đức. ~이 없다 không có nhân đức

인덕(仁德) Lòng nhân từ, tính độ lượng.

-인데 Nhưng, nhưng mà.

인도(人道) Nhân đạo. ~적 tính nhân đạo. 비~적 phi nhân đạo.

인력(人力) Nhân lực. ~개발 phát triển nhân lực.

인력(引力) Sức hút, sự hấp dẫn. ~있는 có sức hút

인력거(人力車) Chiếc xe kéo, xe chạy bằng sức người, xe ba gác.

인류(人類) Nhân loại. ~사 lịch sử nhân loại.

인륜(人倫) Đạo đức con người.

인맥(人脈) Quan hệ với người khác, các mối quan hệ với người khác. ~을 형성하다 hình thành mối quan hệ.

인명(人命) Mạng sống con người. ~의 구조 cứu trợ người. ~피해 thiệt hại về con người

인문(人文) Nhân văn. ~사회 xã hội nhân văn.

인물(人物) Nhân vật. 위대한 ~ một nhân vật vĩ đại.

인민(人民) Nhân dân. ~의 권리 quyền lợi của nhân dân.

인사(人士) Nhân sự, con người ~과 phòng nhân sự. ~과장 trưởng phòng dân sự.

인사교류(人事交流) Sự thay đổi nhân sự.

인사불성(人事不省) Bất tỉnh nhân sự, ngất xỉu không biết gì.

인산인해(人山人海) Biển người, rất nhiều người, rừng người.

인삼(人蔘) Nhân sâm. ~차 trà sâm.

인상(人相) Nét mặt.

인상(引上) Tăng, tăng. ~하다. 임금을 ~ nâng lương.

인상(印象) Ấn tượng. 첫~ ấn tượng ban đầu. 좋은 ~ ấn tượng tốt

인색(吝嗇) Keo kiệt, bủn xỉn. ~하다.

인생(人生) Cuộc sống, cuộc đời, nhân sinh. ~의 목적 mục đích cuộc sống. ~관 nhân sinh quan

인선(人選) Tuyển người, tuyển chọn nhân sự. ~하다.

인솔(引率) Dẫn, dẫn dắt. ~하다.

인쇄(印刷) In, in ấn. ~하다. ~의 잘못 lỗi in ấn.

인수(人數) Số lượng người.

인수인(引受人) Người nhận, người tiếp nhận.

인스턴트 Đồ ăn ngay.

인습(因習) Tập tục thói quen có từ trước.

인식(認識) Nhận thức. ~하다. 빠르게 ~하다 nhận thức một cách nhanh chóng.

인심(人心) Nhân tâm. ~을 얻다 lấy nhân tâm, thu nhân tâm.

인심(仁心) Sự nhân từ, lòng nhân từ.

인애(仁愛) Nhân ái.

인양(引揚) Trục vớt, vớt, cứu hộ, phục hồi.

인연(人煙) Nhân duyên. ~을 맺다 kết nhân duyên.

인욕(忍辱) Nhẫn nhục, chịu đựng.

인용(引用) Lấy, trích, dẫn từ. 원본으로부터~ trích dẫn từ nguyên bản.

인원(人員) Nhân viên. ~을 제한하다 hạn chế số nhân viên.

인위(人爲) Do con người làm ra.

인장(印章) Con dấu.

인재(人材) Nhân tài. ~을 구하다 tìm kiếm nhân tài. ~를 발굴하다 tìm kiếm nhân tài.

인적(人迹) Về mặt con người, con người. ~손해 tổn hại về con người.

인접(隣接) Tiếp nối, tiếp cận. ~하다.

~한 마을 làng tiếp nối.

인정(人情) Tình người, nhân tình. ~이 있다 có nhân tình.

인정(認定) Công nhận, thừa nhận, chấp nhận. ~하다. ~을 받다 được công nhận.

인조(人造) Nhân tạo, con người làm ra. ~의 tính nhân tạo. ~가죽 da nhân tạo.

인증(引證) Dẫn chứng. ~하다.

인증(認證) Xác nhận. ~하다

인질(人質) Vật thế chấp, vật đảm bảo. ~로 잡다 lấy làm vật đảm bảo. 여자를 ~로 잡다 lấy đàn bà làm vật thế chấp

인책(引責) Tự nhận trách nhiệm. ~하다.

인체(人體) Cơ thể con người. ~구조 cấu tạo cơ thể con người.

인축(人畜) Người và vật.

인출(引出) Rút (tiền) ~하다. 은행에서 돈을 ~하다 rút tiền ở trong ngân hàng ra.

인터내셔널 Quốc tế.

인터뷰 Phỏng vấn. ~하다. 신문기자와 ~하다 họp báo với các ký giả.

인터폴 Cảnh sát quốc tế, Interpol.

인품(人品) Nhân phẩm. ~이 좋다 nhân phẩm tốt.

인프라 Cơ sở hạ tầng.

인플레이션 Lạm phát. ~을 초래하다 gây lạm phát.

인하(引下) Hạ xuống, giảm xuống. ~하다. 가격을 ~하다 giảm giá.

인하다(因-) Do, vì do. 부주의로 인한 손해 thiệt hại do không chú ý.

인화(引火) Dẫn lửa, dễ cháy. ~하다. ~성 có tính dẫn lửa.

일 Vấn đề, việc, vụ việc, sự kiện. 좋은 ~ việc tốt.

일가(一價) Một giá.

일가(一家) Cả gia đình, gia đình, một gia đình. 화목한 ~ một gia đình hòa thuận

일가견(一家見) Ý kiến cá nhân.

일개인(一個人) Cá nhân, một người.

일거(一擧) Nhất cử, một hành động. ~양득 nhất cử lưỡng tiện.

일거무소식(一去無消息) Đã đi không tin tức gì, đi biệt tăm.

일거일동(一擧一動) Nhất cử nhất động. 남의 ~을 살피다 quan sát nhất cử nhất động của người khác.

일건(一件) Công việc.

일격(一擊) Một cú đánh.

일견(一見) Cái nhìn thoáng qua, cái liếc qua. ~하다. 백문이 불여~「속담」 trăm nghe không bằng một thấy.

일계(日計) Tính toán hằng ngày. ~표

bảng chi tiêu hằng ngày.

일고(一考) Sự suy nghĩ. ~하다.

일고(一顧) Sự chú ý.

일곱 Bảy, số bảy. ~시 bảy giờ.

일과(日課) Bài học mỗi ngày.

일관(一貫) Tính nhất quán

일광(日光) Ánh nắng mặt trời. ~욕 tắm nắng.

일구이언(一口二言) Một miệng hai lời, nói thế này thế kia. ~하다.

일군(一軍) Người công nhân

일급(日給) Trả theo từng ngày. ~3만동 một ngày làm 30 ngàn đồng.

일긋거리다 Rung, lắc, bị lung lay.

일기(日記) Nhật ký. ~를 쓰다 viết nhật ký. ~장 quyển nhật ký. 옥중~ nhật ký trong tù (Hồ Chí Minh)

일꾼 Người làm công, người làm thuê, người lao động.

일년(一年) Một năm. ~에 두번 một năm hai lần.

일념(一念) Nguyện vọng, ý niệm, ý muốn.

일단(一旦) Trước tiên, trước hết, mỗi khi, nếu. ~약속을 하면 지켜야 한다 Nếu đã hứa thì phải giữ lời hứa

일단(一段) Giai đoạn đầu tiên, giai đoạn một.

일단(一端) Một đầu, một bên, một phía.

일단락(一段落) Tạm dừng, tạm nghỉ.

일당(一堂) Cùng đảng với nhau, những người cùng cung mục đích

일당(日當) Ngày lương, lương công nhật.

일대일(一對一) Một chọi một, một đấu một.

일도양단(一刀兩斷) Một đao hai đoạn, cắt cái gì thành hai hoặc tính quả quyết. ~하다.

일독(一讀) Đọc một lần. ~하다.

일동(一同) Toàn thể. 회원~ toàn thể hội viên. 사원~ toàn thể nhân viên công ty.

일되다 Chín sớm.

일득일실(一得一失) Một được một mất.

일등(一等) Đứng đầu, loại một. ~병 binh nhất.

일람(一覽) Xem một lần.

일러주다 Cho biết, báo tin, thông báo.

일련(一連) Một dãy, một chuỗi, một hàng.

일로(一路) Có xu thế, theo xu thế, trên con đường.

일류(一流) Loại một, hàng đầu. ~가수 ca sĩ đứng đầu.

일리(一理) Sự hợp lý, đúng, lý do. ~가 있다 có lý của nó.

일매지다 Đều, bằng, giống nhau.

일면(一面) Một mặt, bề mặt. 이 문제의 또 다른~이 있다 vấn đề này có mặt khác nữa.

일면식(一面識) Biết sơ qua, mối quan hệ chỉ gặp nhau chào hỏi có một lần, biết qua.

일명(一命) Cả cuộc đời. 나라를 위해 ~을 바치다 hy sinh cả cuộc đời cho đất nước.

일문(日文) Tiếng Nhật, chữ Nhật.

일박(一泊) Trú một đêm. ~하다.

일발(一發) Một phát (đạn).

일방(一方) Một chiều, một hướng. ~적인 경기 trận đấu một chiều.

일번(一番) Nhất, số một, tốt nhất. ~으로 합격하다 đỗ đầu.

일변도(一邊倒) Chỉ thích một thứ, tất cả là vì.

일별(一別) Ly biệt, chia tay. ~하다. 와/과~하다 chia tay với ai, xa ai.

일보(一步) Một bước. ~전진 tiến lên một bước.

일보다 Trông nom công việc, làm ăn.

일부(一部) Một phần. ~ 지역 một số địa phương.

일부(一夫) Người đàn ông bình thường.

일부러 Cố tình. ~울다 cố tình khóc.

일부분(一部分) Một phần. 그중의 ~만 chỉ một phần trong số đó.

일사(一事) Một việc, một chuyện.

일사병(日射病) Sự say nắng. ~에 걸리다 mắc bệnh say nắng.

일사천리(一瀉千里) Chỉ công việc tiến hành trôi chảy.

일산(日産) Sản lượng mỗi ngày.

일상(日常) Hằng ngày. ~쓰는 물건 đồ vật dùng hằng ngày.

일색(一色) Một màu.

일생(日常) Cả cuộc đời. ~에 한번 một lần cả đời.

일세(一世) ① Cả cuộc đời của ai. ② Một thế hệ

일소(一笑) Cười một lần.

일손 ① Tay nghề ② số lao động.

일수(日數) Số ngày.

일순간(一瞬間) Lúc này, khi này.

일시(一時) Tạm thời, nhất thời. ~적인 có tính tạm thời. ~적 현상 hiện tượng có tính nhất thời.

일신(一身) Bản thân mình.

일신(一新) Làm mới. ~하다.

일심(一審) Án sơ thẩm, xử lần đầu.

일어(日語) Tiếng Nhật, Nhật ngữ.

일어나다 Thức dậy, xảy ra, đứng dậy, xuất hiện. 아침에 일찍~ dậy sớm vào buổi sáng.

일러서다 Đứng dậy. 벌떡~ đứng vụt dậy.

일어탁수(一魚濁水) Một con cá làm

bẩn vũng nước, một con sâu làm rầu nồi canh.

일없다 Không cần, không có tác dụng.

일요일(日曜日) Ngày chủ nhật.

일용(日用) Hàng ngày. ~기구 dụng cụ sử dụng hàng ngày. ~품 những thứ sử dụng hàng ngày.

일으키다 Dựng dậy. 넘어진 사람 을 ~ dựng người ngã dậy.

일인(一人) Một người. ~당 mỗi một người, từng người.

일일(日日) Ngày ngày.

일장일단(一長一短) Một ưu một khuyết, có ưu có khuyết.

일전(日前) Mấy hôm trước.

일절(一切) Hoàn toàn, rất cả, tuyệt đối.

일정(日程) Lịch trình, kế hoạch. ~을 세우다 xây dựng lịch trình.

일제(一齊) Nhất thể, toàn thể, tất cả. ~히 một cách toàn thể. ~검거 bắt đồng loạt.

일주(一周) Một vòng.

일주일(一週日) Một tuần. ~일회 một tuần một lần.

일지(日誌) Lịch ghi nhớ, sổ nhật ký.= 일기(日記).

일직(日直) Trực trong ngày, trực. ~하다.

일진(日辰) Một đoàn quân, một toán quân.

일찍이 Sớm. 아침~ sáng sớm. ~자다 ngủ sớm.

일차(一次) Lần một, đợt một.

일촉즉발(一觸卽發) Chạm vào là nổ, tình thế rất nguy ngập.

일출(日出) Nhật xuất, mặt trời mọc.

일치(一致) Giống nhau, thống nhất. ~하다. ~단결 đoàn kết nhất trí.

일탈(逸脫) Thoái khỏi, thoát ra, vi phạm, đi ra khỏi. ~하다.

일편(一片) Một miếng, một mảnh.

일평생(一平生) Một cuộc đời.

일하다 Làm việc. 생계를 위해~ làm việc vì sinh kế.

일행(一行) Nhóm, đoàn, đội, tất cả mọi người.

일환(一環) Cùng mối liên hệ với, liên kết với.

일회용(一回用) Sử dụng một lần.

일희일비(一喜一悲) Một mặt thì vui, một mặt lại buồn. ~하다.

읽다 Đọc, xem (báo). 신문을 ~ đọc báo.

임금(賃金) Tiền lương, lương, lương bổng. ~이 낮다 lương thấp.

임기(任期) Nhiệm kỳ. ~중 đang đương nhiệm. ~가 끝나다 kết thúc nhiệm kỳ.

임기응변(臨機應變) Tuỳ cơ ứng biến.

임대(賃貸) Cho thuê. ~하다. 집을 ~

cho thuê nhà.

임립(林立) Đứng san sát nhau như rừng cây. ~하다.

임면(任免) Bổ nhiệm và miễn nhiệm. ~하다.

임명(任命) Chỉ định. ~하다.

임무(任務) Nhiệm vụ. 중대한~ nhiệm vụ trọng đại. ~를 수행하다 thi hành nhiệm vụ. ~를 주다 giao nhiệm vụ.

임박(臨迫) Gấp rút, cấp bách. ~하다.

임산부(妊産婦) Người phụ nữ có thai, sản phụ.

임상(臨床) Lâm sàng ~하다. ~적 연구 nghiên cứu có tính lâm sàng.

임시(臨時) Tạm thời, nhất thời, lâm thời. ~결정 quyết định tạm thời.

임신(妊娠) Có mang, thai. ~하다. ~한 여자 người đàn bà có mang.

임업(林業) Lâm nghiệp.

임용(任用) Giao việc, dùng người. ~하다.

임의(任意) Tùy ý, bừa bãi, tuỳ tiện. ~의 삼각형 hình tam giác tùy ý.

임전(臨戰) Lâm trận, ra trận. ~하다.

임종(臨終) Lâm chung, hấp hối. ~의 말 lời nói khi hấp hối.

임지(任地) Nơi được phân công công tác.

임질(淋疾) Bệnh lậu. ~에 걸리다 mắc bệnh lậu.

임하다(臨-) Ngoảnh ra, nhìn ra. 큰 거래에 임한 집 nhà nhìn ra đường lớn.

입 Cái miệng. ~이 크다 miệng to. ~을 벌리다 mở miệng, há miệng.

입가 Vành môi, mép.

입각(立脚) Dựa trên nền tảng. ~하다.

입감(入監) Vào tù. ~하다.

입건(立件) Đưa ra tòa, đưa thành vụ việc (tòa). 형사~ tiếp nhận như vụ án hình sự.

입고(入庫) Cho vào kho, xếp vào kho, nhập kho

입관(入棺) Nhập quan (người chết). ~하다. ~식 lễ nhập quan

입구(入口) Cửa vào.

입국(入國) Nhập cảnh. ~하다. ~날짜 ngày nhập cảnh. ~사증 visa nhập cảnh

입금(入金) Đóng tiền vào, nhập tiền vào. ~하다.

입길 Miệng lưỡi, cái để chê bai.

입다 Mặc. 옷을 ~ mặc áo. 양복 을~ mặc complê.

입담 Khả năng ăn nói. ~이 좋다 khả năng ăn nói tốt.

입대(入隊) Vào bộ đội, đi lính.

입동(立冬) Lập đông.

입론(立論) Lập luận. ~하다.

입맛 Khẩu vị. ~에 맞다 hợp khẩu vị.

입맛쓰다 Cảm thấy đắng trong miệng,

ăn không ngon.
입맞추다 Hôn, ghé miệng vào.
입문(入門) Mới bắt đầu, nhập môn.
입법(立法) Lập pháp.
입사(入射) Sự rơi, sự tới.
입사(入社) Vào công ty. ~하다. ~시험 thi vào công ty.
입상(入賞) Đoạt giải. ~하다. 일등으로 ~하다 được nhận giải nhất.
입소(入所) Vào trung tâm nghiên cứu, vào cơ quan nào đó, vào tù. ~하다.
입술 Môi. 두꺼운 ~ môi dày. ~을 깨물다 cắn môi.
입시(入試) Thi nhập học. ~를 치르다 tiến hành thi nhập học.
입신(立身) Lập thân, lập nghiệp. ~하다.
입아귀 Mép.
입안(立案) Xây dựng phương án, xây dựng, làm. 정책~ xây dựng chính sách.
입양(入養) Sự nhận làm con nuôi. ~하다. ~되다 được nhận làm con nuôi.
입영(入營) Vào bộ đội, vào lính. ~하다.
입원(入院) Nhập viện. ~하다. ~중이다 đang nằm viện.
입장(入場) Đi vào, vào. ~하다. ~금 지 cấm vào. ~권 vé vào xem. 무료~ vào xem không mất tiền, miễn vé vào cổng.
입장(立場) Vị trí, hoàn cảnh, điều kiện. 곤란한 ~ hoàn cảnh khó khăn.
입조(入朝) Vào triều, vào cung. ~하다.
입주(入住) Chuyển đến ở, vào ở nhà mới.
입증(立證) Lập chứng, chứng minh. ~하다.
입지(立地) Khu vực đất, vị trí. ~하다.
입찰(入札) Đấu thầu. ~하다. ~가격 giá đấu thầu. ~공고 thông báo đấu thầu
입체(立體) Nổi, lập thể. ~사진 ảnh nổi.
입초(立哨) Phiên gác, phiên trực. ~서다.
입초(入超) Hàng nhập khẩu quá mức.
입학(入學) Nhập học. ~하다. ~금 tiền nhập học. ~생 học sinh vào nhập học
입항(入港) Vào cảng. ~하다. 인천 항에 ~하다 vào cảng Inchon.
입향순속(入鄕循俗) Nhập gia tuỳ tục.
입헌(立憲) Lập hiến.
입회(入會) Sự gia nhập, sự tham dự. ~하다.
입후보 Ứng cử. ~하다. 국회의원으로 ~ ứng cử nghị sĩ quốc hội.
입히다 Mặc quân áo cho.
잇다 ① Nối, gắn cho liền. 줄을 ~ nối dây. 실을 ~ nối chỉ. ② Thừa kế. 왕위를 ~ nối ngôi.

잇달다 Liên tiếp, nối lại với nhau.

잇몸 Chân răng, nướu răng. ~출혈 chảy máu chân răng.

있다 Có, mang, sở hữu. 열쇠가 여기~ có chìa khóa đây. 무슨일이 ~어요? Có chuyện gì vậy? 돈이 ~ có tiền. 경험이 ~ có kinh nghiệm.

잉꼬 Con vẹt đuôi dài. ~부부 vợ chồng lúc nào cũng vui vẻ hạnh phúc.

잉여(剩餘) Dôi, thừa, dư.

잉크 Mực viết, mực máy. mực. ~로 쓰다 viết bằng mực.

잉태(孕胎) Có mang, có thai. =임신.

잊다 Quên, quên đi, quên mất. 우산 을 ~ quên cái ô

잊히다 Bị bên. ~지 않는 일 việc không thể quên.

잎 Cái lá. 나뭇~ lá cây.

자 Cái thước. ~로 잰 것처럼 như là lấy thước đo.

자 Nào, hãy cùng (khi rủ rê một người khác). ~,출발합시다 Nào, xuất phát thôi.

자가(自家) Nhà mình. 이것은 ~제의 포도주다 rượu này do nhà tôi nấu.

자가용(自家用) Dùng cho cá nhân, cho gia đình. ~운전사 tài xế thuê cho gia đình

자각(自刻) Tự khắc phục khó khăn.

자각심(自覺心) Tính tự giác, tính tự biết, tự ý thức.

자갈 Sỏi, đá cuội, hòn đá nhỏ, đá dăm. ~길 con đường làm bằng đá cuội.

자갈색(紫褐色) Màu hơi đỏ nâu.

자강(自强) Tự cường, tự làm cho mình mạnh lên. ~하다.

자개 Xà cừ (vỏ trong của ngọc trai). ~그릇 cái bát khảm xà cừ.

자개미 Nách, cái nách.

자객(刺客) Kẻ ám sát, sát thủ, thích khách. ~의손에 죽다 chết vì thích khách.

자격지심(自激之心)Tự cảm thấy có lỗi, cảm giác có lỗi, ray rứt, tự trách mình, ân hận. ~을 가지다 có /mang trong người sự day dứt/ sự hối hận.

자결(自決) Tự quyết định, tự giải quyết, tự quyết. 민족~권 quyền tự quyết của dân tộc.

자경단(自警團) Đội tự vệ, dân phòng.

자계(自戒) Cảnh giác với bản thân mình, tự cảnh giác. ~하다.

자고깨면 Thức dậy, tỉnh dậy, ngủ dậy, suốt ngày.

자고로(自古-) Từ ngày xưa, xưa nay. ~성공한 사람은 반드시 시간을 중히 여겼다 từ xưa tới nay người thành công chính là người luôn quý trọng thời gian.

자고-이래(自古以來) Từ xưa tới nay.

자고새면 Tỉnh dậy, thức dậy.

자괴지심(自愧之心) Tự xấu hổ, có tính, lòng biết xấu hổ. ~이 있다 biết tự xấu hổ.

자구(字句) Câu văn, câu chữ, chữ nghĩa, chữ, lời văn. ~에 구애되다 cầu hôn bằng những dòng chữ.

자구권(自救權) Quyền tự bào chữa,

quyền tự cứu lấy mình.

자구행위(自救行爲) Tự cứu lấy mình, tự bào chữa. ~를 하다.

자국 Vết, dấu vết. 개한테 물린 ~ vết chó cắn. 물린~ vết cắn.

자국(自國) Nước mình, đất nước mình, quê hương. ~민 dân tộc mình.

자궁(子宮) Tử cung. ~암 ung thư tử cung. ~외 임신 thai ngoài tử cung.

자그마치 Không ít, nhiều, không ngờ, tới mức. 그 열차 사고에 ~20명이나 사상자가 났다 tai nạn ấy đã làm cho khoảng 20 người tử thương.

자그마하다 Nhỏ, bé tí, tí xíu. 키가 자그만한 사람 người nhỏ bé.

자극(刺戟) Kích thích, khích lệ, động viên. ~하다. ~성 tính kích thích.

자금(資金) Vốn, quỹ, tiền. ~이 있다 có quỹ. ~이 부족하다 thiếu vốn.

자금난(資金難) Nạn thiếu vốn, khó khăn về vốn. ~으로 do thiếu vốn, vì thiếu vốn.

자급(自給) Tự cấp., tự cung cấp. ~하다. ~경제 nền kinh tế tự cấp.

자급력(自給力) Sức tự cấp, khả năng tự cung cấp.

자급자족(自給自足) Tự cung tự cấp, tự lo cho mình, tự đảm bảo. ~의 정책 chính sách tự cung tự cấp.

자긍(自矜) Lòng kiêu hãnh, sự tự hào. ~하다. ~을 느끼다 cảm thấy tự hào.

자긍심(自矜心) Niềm tự hào, lòng tự hào, sự tự hào. 문화적~ lòng tự hào về văn hóa.

자기(自己) Bản thân, cá nhân mình, tự mình. ~스스로 tự bản thân người mình.

자갑스럽다 Chín chắn, đứng đắn, đĩnh đạc. 그는 ~게 말하다 cậu ấy nói một cách đĩnh đạc.

자꾸 Luôn luôn, thường xuyên, lặp đi lặp lại, nhiều lần.

자나깨나 Dù ngủ hay thức, bất cứ lúc nào, luôn luôn, lúc nào cũng. ~그 여자를 잊을 수가 없었다 tôi luôn luôn không quên được cô ấy.

자네 Cậu, anh, cháu, vv.. (ngôi thứ 2, dùng khi nói với bạn hoặc người ít tuổi hơn mình). ~만 믿는다 tôi chỉ tin mình cậu thôi đấy.

자늑자늑하다 Uyển chuyển, nhẹ nhàng. 그녀는 몸가짐이 ~ động tác của cô ấy nhẹ nhàng.

자다 Ngủ. 잠을 ~ ngủ

자담하다(自擔-) Tự mình chịu, tự mình làm.

자당(蔗糖) Đường làm từ mía, đường.

자동(自動) Tự động. ~하다. ~식 theo kiểu tự động.

자동사(自動詞) Nội động từ (động từ

không kết hợp với tân ngữ).

자동승인(自動承認) Đồng ý tự động, cấp phép tự động, tiếp nhận tự động. ~제 hệ thống cấp phép tự động.

자동차(自動車) Xe hơi, xe con, xe ô tô. ~로 가다 đi bằng xe ôtô con.

자두 Cây đào.

자득(自得) Tự kiêu, tự mãn, tự bằng lòng với chính mình.

자디잘다 Rất nhỏ, rất bé, thanh và nhỏ. 글씨가 ~아서 읽기가 어렵다 chữ nhỏ quá khó đọc.

자라 Con ba ba, con rùa biển.

자라다 Chạm tới, đạt tới, động tới. 손이 ~는 곳에 vị trí mà với tay tới.

자락 Vạt áo, lai áo quần, tà áo. 옷~ vạt áo. 바지~을 걷어 올리다 xắn lai quần lên.

자랑 Tự hào, sự tự hào, niềm tự hào, tự khoe. ~하다. ~은 아니지만 tuy không phải là tự hào nhưng.

자랑스럽다 Một cách tự hào, đáng tự hào. 자랑스러운 얼굴 bằng khuôn mặt tự hào.

자력(資力) Năng lực về tài chính, khả năng về kinh tế. ~의 부족으로 thiếu tài chính, thiếu khả năng tài chính.

자료(資料) Tư liệu. ~를 수집하다 tập trung tư liệu. ~를 제공하다 cung cấp tư liệu.

자루 Cái cán, cái báng, tay cầm. 총~ báng súng.

자르다 Cắt, chẻ. 도끼로 나무를 ~ cắt cây bằng rìu. 목을 ~ chặt cổ.

자리 Chỗ ngồi, vị trí, ghế, chỗ. ~에 앉다 ngồi vào chỗ.

자리다 Tê, bị tê (do máu không lưu thông). 오래앉았다니 다리가 몹시 ~ ngồi lâu nên đau chân.

자리다툼 Tranh giành nhau về vị trí, tranh giành quyền lực. ~하다.

자리바꿈 Đổi chỗ.

자린고비(貲吝考妣) Đồ kẹt xỉn, đồ keo kiệt, kẻ keo kiệt.

자립(自立) Tự lập. ~하다. ~생활 cuộc sống tự lập.

자릿자릿 Tê, cảm giác tê liệt, đờ đẫn.

-자마자 Ngay tức khắc, tức thì, ngay sau khi (kết nối với động từ). 그는 한국에 오~ 저한테 전화 한다 anh ta đến Hàn Quốc là gọi điện thoại ngay cho tôi.

자막(字幕) Đầu đề, tựa đề, tựa (của phim, màn ảnh, vv..). ~을 넣다 lồng tựa đề vào.

자막대기 Cái thước.

자만(自慢) Tự mãn, tự kiêu, tự hài lòng. ~하다. ~심 tính tự mãn, lòng tự mãn.

자매(姉妹) Chị em. ~외같은 như chị

em.

자맥질 Lặn dưới nước, lặn nín thở.

자멸(自滅) Tự hủy diệt, tự tiêu diệt, tự giết mình. ~하다. ~을 초래하다 gây sự tự hủy diệt.

자명종(自鳴鐘) Đồng hồ reo, đồng hồ báo thức.

자명하다(自明-) Tự biết, tự hiểu rõ. 자명한 이치 một sự thật ai cũng biết.

자모(字母) Chữ cái. ~순(順) theo thứ tự abc.

자못 Rất, lắm, cực kỳ. ~기뻐 보이다 trông rất vui.

자문(諮問) Tư vấn. ~하다. ~기관 cơ quan tư vấn.

자문자답(自問自答) Tự hỏi và tự trả lời. ~하다.

자물쇠 Ổ khóa. ~를 잠그다 khóa ổ khóa.

자박 Cục vàng, thỏi vàng.

자반(佐飯) Cá muối, cá ướp. 고등어~ cá thu ướp.

자발(自發) ① Tự phát, có tính tự phát, sự tự giác. ② Tự bắn đi (súng, tên lửa), tự phun ra.

자방(子房) Bầu, hoa, nhụy hoa.

자배기 Cái bát tô.

자백(自白) Tự bạch, tự nói ra, bộc bạch, thừa nhận, thú nhận. ~하다. 죄를 ~하다 tự nói ra tội. 모두~하다 tự bạch tất cả.

자벌레 Con sâu đo.

자본(資本) Vốn, tư bản, tiền, tài chính. ~의 회전 quay vòng vốn.

자본주의(資本主義) Chủ nghĩa tư bản. ~경제 kinh tế chủ nghĩa tư bản.

자볼기 Bị vợ la mắng, bị vợ trách móc. ~맞다 bị vợ la mắng, bị trách móc.

자부(子婦) Con dâu. 친구의 딸을 ~로 삼았다 chọn con gái bạn làm con dâu.

자북(磁北) Hướng bắc của từ. ~극 cực bắc của từ.

자비(自費) Tiền của chính mình, tiền của cá nhân. ~생 học sinh học bằng chi phí cá nhân.

자빠뜨리다 Quật ra sau, vật ra sau, làm ngã sa sau.

자빠지다 Ngã ra sau, té ra sau, bật ra sau, bổ ngửa. 바람에 많은 나무들이 ~ nhiều cây bị đổ vì gió.

자빡 Từ chối, cự tuyệt, từ chối thẳng thừng. ~을 대다 từ chối, cự tuyệt.

자산(資產) Tư sản, tài sản, tiền bạc. ~가 nhà tư sản.

자살(自殺) Tự sát, tự vẫn. ~하다. ~적 mang tính tự sát.

자색(紫色) Màu tím. ~으로 바꾸다 chuyển sang màu tím.

자생(自生) Tự sống, sống bằng sức lực

của mình. ~하다. ~식물 loài thực vật tự sống.

자서(自序) Hồi ký, tự truyện. ~하다 viết hồi ký, viết tự truyện.

자선(自選) Sự tự chọn, tự chuyển chọn. ~하다. ~시집 tuyển tập thơ.

자설(自說) Ý kiến của chính mình. ~을 고집하다 khăng khăng giữ lấy ý kiến của chính mình.

자성(自省) Tự tỉnh ra, tự hiểu ra, tự nhận biết. ~하다. ~을 촉구하다 yêu cầu ai đó, làm cho ai đó tự hiểu ra.

자세(姿勢) Tư thế. 앉은 ~로 theo tư thế ngồi.

자세하다(仔細-) Tỷ mỷ, chi ly, chu đáo. 자세한 이야기 câu chuyện tỷ mỷ.

자손(子孫) Con và cháu. 그분은 ~이 많으시다 anh ấy đông con cháu.

자수(自首) Tự thú, tự thú nhận, đầu thú. ~하다. 경찰에 ~하다 đầu thú với cảnh sát.

자수정(紫水晶) Thủy tinh tím.

자숙(自肅) Tự cẩn thận với hành động của mình. ~하다.

자습(自習) Tự học. ~하다. 집에서 ~하다 tự học ở nhà.

자승자박하다(自繩自縛-) Tự lấy dây của mình trói mình, tự trói mình.

자시하(慈侍下) Người sống với mẹ, bố đã mất.

자식(子息) Con cái, con. ~이 많다 đông con.

자신(自身) Bản thân mình. 나~ bản thân tôi.

자실(自失) Quên mất bản thân mình.

자심(滋甚) Tệ hơn, xấu hơn, trầm trọng hơn. 어려움이 ~다 khó khăn càng nhiều hơn.

자아(自我) Tự ngã, cái tôi, tôi. ~보존 tự bảo tồn bản thân.

자아내다 Rút chỉ. 솜에서 실을 ~ rút sợi từ bông ra.

자애(慈愛) Yêu thương, thương yêu. ~로운. 부모의 ~ sự thương yêu của bố mẹ.

자약하다(自若-) Bình tĩnh, điềm tĩnh. ~하게 một cách bình tĩnh.

자양(滋養) Dinh dưỡng, chất bổ. ~물 chất bổ. ~분 thành phần dinh dưỡng.

자업자득(自業自得)] Gậy ông đập lưng ông, việc mình làm mình chịu, tự chính anh ta. 그것은 그의 ~이다 đó là cái việc gậy ông đập lưng ông của anh ta.

자연(紫煙) ① Khói thuốc lá. ② Khói màu nâu.

자연보호(自然保護) Bảo vệ tự nhiên, bảo vệ môi trường. ~단체 đoàn thể bảo vệ tự nhiên.

자연스럽다(自然-) Một cách tự nhiên, thoải mái, tự ý. 파티에서는 ~게 행동해라 trong bữa tiệc cứ tự nhiên.

자엽(子葉) Lá mầm. =떡잎.

자영(自營) Tự kinh doanh, tự buôn bán, tự điều hành. ~하다. ~사업 ngành nghề tự doanh.

자외선(紫外線) Tia tử ngoại. ~방사 phóng ra tia tử ngoại.

자우(慈雨) Cơn mưa đúng vụ, cơn mưa đúng lúc cho cây cối phát triển.

자우룩하다 Dày, đặc, kín. 자욱하게 một cách dày đặc.

자웅(雌雄) Nam và nữ, trai gái. ~을 감별하다 phân biệt giới tính.

자원(資源) Tài nguyên. 국가의 ~ tài nguyên của quốc gia.

자원(自願) Tự nguyện, tình nguyện. ~하다. ~해서 tự nguyện làm cái gì đó.

자위(自慰) Tự vệ. ~하다. ~권 quyền tự vệ. ~본능 bản năng tự vệ.

자유(自由) Tự do. ~스럽다. 개인의 ~ tự do cá nhân.

자유왕래(自由往來) Tự do đi lại, tự do thăm viếng.

자유자재(自由自在) Hoàn toàn không có trở ngại, hoàn toàn thoải mái, tự do tự tại. ~하다. ~로 một cách tự do thoải mái.

자유재량(自由裁量) Tự quyết định. ~권 quyền tự quyết định.

자유화(自由化) Tự do hoá. ~하다.

자율(自律) Tự chủ, tự kiềm chế. ~적 có tính tự kiềm chế.

자율규제(自律規制) Quy chế tự kiềm chế, quy chế tự chủ.

자음(子音) Phụ âm. ~자 phụ âm. ~중복 trùng phụ âm.

자의(自意) Tự ý, theo ý mình, ý của mình. ~(대)로 theo ý của mình. ~로 직장을 그만두다 nghỉ việc theo ý mình.

자의(恣意) Tự ý, tùy ý, theo ý của mình. ~적인 có tính tự tiện. ~로 theo ý mình.

자의식(自意識) Tự nhận thức. ~이 강하다 giỏi tự nhận thức.

자이로스코프 Quay tròn, quay vòng.

자이로컴퍼스 Compa quay vòng (gyroco-mpass).

자인(自認) Thừa nhận, tự nhận. ~하다. 실패를 ~하다 thừa nhận thất bại.

자인(自刃) Dùng dao tự vẫn.

자임하다(自任-) Tự phong, tự nhận, tự cho mình. 큰 학자로 ~ tự cho mình là một học giả lớn.

자자손손(子子孫孫) Con cháu, cháu chắt, con cháu đời sau, hậu duệ. ~이 르기까지 đến tận đời con cháu.

자자(自刺) Tự sát.

자자하다(藉藉-) Nhiều, bao la, rộng lớn. 명성이 ~ uy danh rộng lớn.

자작(子爵) Tử tước (danh hiệu thứ 4 trong 5 hàng quý tộc). ~부인 phu nhân tử tước.

자잘하다 Thanh, thanh thoát (nét chữ). 자잘한 글씨 nét chữ thanh thoát.

자장가(-歌) Bài hát ru. ~를 불러서 아이를 재우다 hát ru ru con ngủ.

자장면(酢醬麵) Mỳ Cha chang, mì trộn đỗ đen.

자장자장 À ơi, ời ơi. ~잘도 잔다 ầu ơi ngủ đi con.

자재(自在) Tự tại, tự tồn tại.

자재(資材) Nguyên phụ liệu. ~건축 vật liệu xây dựng.

자저(自著) Tự mình viết nên (sách), tự truyện.

자적(自適) Tự thỏa mãn. ~하다.

자전(字典) Tự điển, từ điển. 한한(漢韓)~ từ điển Hán-Hàn.

자전거(自轉車) Xe đạp. ~를 타다 đi xe đạp. ~경주 đua xe đạp.

자전지계(自全之計) Kế tự bảo vệ mình.

자정(自淨) Tự lọc, tự làm sạch. ~작용 tác dụng tự làm sạch.

자제(子弟) Con trai ai, quý tử (chỉ tôn trọng)(아드님). 남씨의 ~ con trai nhà anh Nam.

자조(自助) Tự nỗ lực, sự giúp mình. ~정신 tinh thần tự nỗ lực

자족(自足) ① Sự tự túc, tự cung tự cấp. ~하다. =자급. ② Tự hài lòng.

자존(自尊) ① Tự tôn. ~하다. 민족 ~정신 tinh thần tự tôn dân tộc. ② Tự cho mình là tài giỏi.

자존심(自尊心) Lòng tự trọng, lòng tự tôn. ~이 강한 사람 người có lòng tự trọng cao.

자주 Thường xuyên. 그와는 ~만난다 gặp anh ta thường xuyên.

자주포(自走砲) Pháo tự hành.

자줏빛 Màu tím, tím. 짙은 ~ màu tím sẫm.

자중(自重) ① Tự cẩn thận. ~하다. ② Tự tôn trọng mình, tự giữ mình. ~하다.

자중지난(自中之亂) Tự đánh nhau, cái loạn từ bên trong.

자지러뜨리다 Co rúm người lại, co người lại. 놀라서 몸을 ~ hoảng quá co rúm người lại.

자지러지다 Co rúm người lại. ~게 놀라다 sợ đến nỗi co rúm người lại.

자진(自進) Tự nguyện, tình nguyện. ~하다. ~납부 tự nộp.

자질(資質) Tư chất, cái được sinh ra bẩm sinh. 그는 의사로서의 ~이 없다

anh ta không có tư chất làm bác sĩ.

자질구레하다 Nhỏ, không lớn, bé. 자질구레한일 việc nhỏ.

자찬(自讚) Tự khen. = 자화자찬.

자책(自責) Tự trách mình. ~하다. ~감 cảm giác tự trách mình, day dứt, hối hận.

자처(自處) Tự phong, tự cho mình là. ~하다. 스스로 예술가임을 ~하다 tự phong mình là nhà nghệ thuật.

자천(自薦) Sự tự giới thiệu. ~하다.

자청(自請) Tự xin, xung phong, tình nguyện. ~하다.

자체(自體) Bản thân, đích thân, chính sự việc đó. ~감사 tự kiểm tra mình.

자초(自招) Tự gây ra, tự mang lại. ~하다. 화를 ~하다 tự mang lại họa cho mình.

자초지종(自初至終) Cả quá trình, từ đầu đến cuối. ~을 다듣다 nghe hết từ đầu đến cuối.

자축(自祝) Tự chúc mình. ~하다.

자축거리다 Khập khiễng. ~며 걷다 đi khập khiễng.

자춤발이 Người đi khập khiễng, người bị tật.

자취 Dấu vết, vết tích. ~를 감추다 dấu dấu vết.

자치(自治) Tự trị, tự quản lý, tự xử lý công việc. ~하다. ~권 quyền tự trị.

자치기 Trò chơi dùng cây gậy dài đánh vào khúc gỗ nhỏ, ai đánh xa sẽ thắng.

자침하다(自沈-) Tự chìm xuống (thuyền).

자칫 Suýt nữa, xuýt thì, chỉ một tích tắc là. ~하면하기 쉽다 dễ sai, dễ nhầm.

자칭(自稱) Tự xưng. ~하다. 시인을 ~하다 tự xưng là nhà thơ.

자타(自他) Mình và người khác. ~의 관계 quan hệ giữa mình và người khác.

자탄(子彈) Đạn, bom đạn nói chung. ~에 맞아 숨지다 trúng đạn chết

자태(姿態) Vóc dáng, hình dáng, phong cảnh. 아름다운 ~ hình dáng đẹp

자택(自宅) Nhà của mình, nhà , nhà riêng. ~의 전화번호 số điện thoại nhà riêng.

자카르타 Jakarta (thủ đô Indonesia).

자퇴(自退) Tự rút lui. ~하다. 입후보를 ~하다 tự rút lui khỏi ghế ứng cử viên.

자투리 Mẩu, miếng thừa . ~땅 mẩu đất.

자판(自判) Tự làm rõ, tự làm sáng tỏ. ~하다.

자판기(自販機) Máy bán tự động. 음료

수~ máy bán nước giải khát tự động.

자포자기(自暴自棄) Từ bỏ, ngừng giữa chừng, buông thả, từ bỏ cuộc đời. ~하다.

자폭(自爆) Tự sát, tự nổ, tự huỷ hoại mình. ~하다.

자필(自筆) Nét chữ của chính mình. ~이력서 lý lịch do chính tay mình viết.

자학(自虐) Tự hành hạ mình, tự làm khổ mình. ~하다. ~증 chứng tự làm khổ mình

자해(字解) Phân tích chữ, giải thích chữ.

자해(自害) Tự làm hại mình. ~하다. ~적인 có tính tự làm hại mình.

자행(恣行) Tự ý, tuỳ tiện. ~하다. 나쁜 짓을 ~하다 tuỳ tiện làm những điều xấu.

자혜(慈惠) Lòng từ bi, nhân ái.

자화(磁化) Từ tính hóa. =자기화.

자화상(自畵像) Tranh về chính mình. ~을 그리다 vẽ tranh về bản thân mình.

자화수정(自花受精) Sự thụ tinh, tự phụ phấn.

자화자찬(自畵自讚) Tự khen tranh của mình, tự khen mình. ~하다. 그녀는 자기작품에 대해 ~하다 cô ấy tự khen tác phẩm của mình

자활(自活) Tự sống, tự lập sống. ~하다. ~하는 여자 người phụ nữ tự lập.

자회사(子會社) Công ty con, công ty thành viên.

작 Tiếng nét bút, rẹc. 펜으로 선을 ~긋 다 dừng bút vẽ đường ngang cái rẹc.

작가(作家) Tác giả, tác gia. ~정 tinh thần của tác giả.

작고(作故) Thành người quá cố, chết. ~하다. ~한 사람 người quá cố.

작곡(作曲) Soạn nhạc. ~하다. 노래 를 ~하다 soạn nhạc cho bài hát. ~가 nhà soạn nhạc.

작금(昨今) Gần đây, mới đây. ~ 양년 (兩年) hai năm nay.

작년(昨年) Năm ngoái, năm vừa qua, năm rồi. ~의 오늘 ngày này năm ngoái.

작다 Nhỏ, bé. 키가 ~ nhỏ người.

작달막하다 Lùn, lùn tịt. 작달막한 체격 cơ thể lùn tịt.

작당(作黨) Kết bầy, kết bè phái. ~하다.

작대기 Cái roi, gậy dài. ~를 짚다 chống gậy.

작도(作圖) Vẽ (tranh, bản thiết kế, bản đồ). ~하다.

작동(作動) Chạy, vận hành. ~하다. 전 기로 ~하다 chạy bằng điện.

작두(斫-) Cái bàn xén thức ăn cho ngựa, bò. dao câu.

작량(酌量) Dự đoán số lượng, ước lượng, án chừng. ~하다.

작렬(炸裂) Nổ tung ra, nổ bùng ra, bung ra. ~하다.

작명(作名) Đặt tên. ~하다. 집안 어른께 갓난아이의 ~을 부탁했 다 nhờ người lớn tuổi trong nhà đặt tên cho em bé mới sinh.

작문(作文) Làm văn, viết văn. ~하다. ~을 연습하다 luyện viết văn

작반(作伴) Cùng, cùng làm, cùng đi cùng. ~하다.

작법(作法) Cách viết (một bài văn vv). 소설~ cách viết tiểu thuyết.

작별(作別) Tạm biệt, từ biệt, chia tay. ~하다. ~인사 chào tạm biệt.

작부(作付) Trồng trọt, cấy trồng. ~하다. ~면적 diện tích trồng trọt.

작사(作詞) Viết lời, soạn lời. ~하다. ~자 người soạn lời.

작살 Cây lao, cây xiên đâm cá. ~을 쏘다 bắn lao, phóng lao.

작성(作成) Soạn, xây dựng, làm thành, làm, tạo nên. 서류를 ~하다 sạn tài liệu.

작시(作詩) Làm thơ. ~하다. ~법 phương pháp làm thơ.

작신거리다 Làm phiền toái, càu nhàu ai.

작심(作心) Quyết tâm, có ý định làm gì. ~하다. ~삼일 quyết tâm được 3 ngày, không kiên trì. ~을 먹다 quyết tâm, quyết định làm gì.

작약하다(雀躍-) Nhảy lên mừng rỡ, mừng quá nhảy lên.

작업(作業) Công việc, công tác, tác nghiệp, làm việc. ~하다. ~중에 đang làm việc.

작열(灼熱) Nóng lên. ~하다. ~하는 태양 mặt trời nóng dần lên.

작용(作用) Tác dụng, hiệu quả, tính năng, ảnh hưởng, tác động. ~하다. ~과 반작용 tác dụng và phản tác dụng.

작위(爵位) Cấp bậc. ~를 수여하다 phong cấp gì đó.

작은아버지 Chú, em trai của bố. ~께서 우리를 키워 주셨다 chú đã nuôi chúng tôi.

작은어머니 Vợ của chú, thím.

작은집 Nhà vợ. ~을 두다 để ở nhà vợ.

작인(作人) Người mượn ruộng người khác làm. =소작인.

작자(作者) Tác giả, người viết, người làm ra. ~불명 không rõ người viết, không rõ tác giả.

작작 Vừa phải, có chừng mực, phải chăng, có mức độ. 술 좀~해라 rượu uống vừa thôi. 농담 좀~해라 đùa vừa phải thôi. 거짓말 좀~해라 nói dối cũng vừa phải thôi.

작전(作戰) Phương pháp, kế hoạch. ~을 세우다 lập kế hoạch.

작정(作定) Quyết định làm gì đó, dự định, tính. ~하다. 무엇을 할 ~인가? Anh định làm gì

작중인물(作中人物) Nhân vật trong tác phẩm. ~의 심리를 묘사하다 miêu tả nhân vật trong tác phẩm.

작차다 ① Đầy, chặt, kín. ② Hết thời hạn, hết hạn.

작태(作態) Thái độ. ~하다 tỏ thái độ.

작폐(作弊) Gây rắc rối, phiền phức.

작품(作品) Tác phẩm. 예술~ tác phẩm nghệ thuật. 문학~ tác phẩm văn học.

잔(盞) Cốc, chén, ly. ~에 술을 붓다 rót rượu vào chén.

잔고(殘高) Số dư, số tiền còn lại. = 잔액(殘額). ~증명 giấy chứng nhận còn lại.

잔교(棧橋) ① Cầu tàu. 배를 ~에 대다 đỗ tàu vào cầu. ② Cầu treo, cây cầu.

잔글씨 Chữ nhỏ và thanh. ~를 쓰다 viết chữ nhỏ và thanh.

잔금 Đường chỉ nhỏ, mờ (tay). 손바닥에 ~이 많다 trên tay có rất nhiều đường chỉ nhỏ.

잔기침 Ho vặt. ~하다.

잔꾀 Trò vặt, mẹo vặt. ~를 부리다 bày trò vặt, bày mẹo vặt.

잔당(殘黨) Tàn quân, phiến quân, bầy bọn bị đánh tan còn lại, dư đảng.

잔돈 Tiền lẻ, tiền có mệnh giá thấp. ~으로 바꾸다 đổi sang tiền lẻ.

잔등이 Cái lưng. = 등.

잔디 Bãi cỏ, cỏ. ~를 심다 trồng cỏ. ~구장 sân cỏ.

잔뜩 Đầy, kín, nhiều, đầy tràn. 술을 잔에 ~붓다 rót đầy rượu vào cốc

잔류(殘留) Tụt lại ở phía sau, còn lại, ở lại. ~하다. ~병력 binh lính còn ở lại.

잔말 Lời nói vô lý, làu bàu, nói vớ vẩn. = 잔소리. ~하다.

잔명(殘命) Số phận còn lại, thời gian còn lại của cuộc đời, phần còn lại của cuộc đời. 그는 ~이 얼마안 남았다 cuộc đời anh ta chẳng còn bao lâu nữa.

잔무(殘務) Công việc còn lại. ~를 정리하다 thu xếp giải quyết những công việc còn lại.

잔서(殘暑) Cơn nóng cuối mùa hè.

잔셈 Tính những món lợi ích nhỏ. ~은 나중에 하자 những lợi ích nhỏ sau này hãy tính.

잔소리 Nói lung tung, than phiền, càu nhàu, nói những lời không cần thiết.

잔손 Kỹ năng của bàn tay, sự tỉ mỷ, sự tinh tế bằng tay. ~질하다 làm tỷ mỷ. ~이 드는 일 việc cần sự tinh tế của bàn tay.

잔솔 Cây thông con. ~밭 vườn thông con. ~밭에서 바늘찾기 mò kim đáy biển.

잔술(盞-) Chén rượu nhỏ, rượu lẻ. ~집 cửa hàng bán rượu lẻ.

잔심부름 Sai vặt.

잔악(殘惡) Tàn nhẫn hung ác, tàn ác. ~하다. ~행위 hành vi tàn ác.

잔액(殘額) Tiền còn thừa lại, tiền còn dư. 은행의 예금~ tiền còn lại trong ngân hàng.

잔업(殘業) Làm thêm. ~하다. ~수당 tiền làm thêm.

잔여(殘餘) Còn lại, dư lại. ~액 số tiền còn lại.

잔인(殘忍) Tàn nhẫn. ~하다. ~한 살인 vụ giết người tàn nhẫn

잔잔하다 Lặng lặng, êm ả, tĩnh lặng, nhè nhẹ.

잔잔히 Một cách nhè nhẹ.

잔재(殘滓) Cái tàn dư, cặn bạ (nghĩa bóng). 봉건주의 ~ cái tàn dư của chủ nghĩa phong kiến.

잔재주(-才-) Tài vặt. ~를 부리다 giở tài vặt.

잔적(殘跡) Vết tích còn lại.

잔적(殘敵) Tàn binh. ~을 소탕하다 truy quét tàn binh.

잔존(殘存) Sống sót, còn sống, còn sót lại. ~하다. ~동물[식물] động [thực vật] còn sót lại.

잔치 Tiệc. ~생일 tiệc sinh nhật.

잔칼질 Cắt nhỏ, thái nhỏ, thái vụn. ~하다. 고기를 ~하다 cắt miếng thịt nhỏ.

잔털 Lông nhỏ và ngắn, lông vụn, lông vặt.

잔품(殘品) Hàng còn lại, hàng tồn kho. ~정리[매출] thanh lý [bán] hàng tồn kho.

잔학(殘虐) Tàn bạo, tàn nhẫn. ~하다. ~한 행위 hành vi tàn nhẫn.

잔향(殘響) Tàn âm, tiếng vọng, tiếng vang. 절의 종소리의 ~ tiếng vọng chuông chùa.

잔허리 Cái lưng nhỏ, cái eo nhỏ, eo con kiến.

잔혹(殘酷) Tàn nhẫn, ác độc. ~하다. ~행위 hành vi tàn nhẫn.

잘 Đẹp, tốt đẹp. ~있었니? Cậu khoẻ chứ?

잘가닥 Tiếng vật thể cứng và nhỏ va vào nhau, lách cách, ceng, lạch cạch. ~하다. ~거리다 kêu lách cách.

잘금 Ít, nhỏ, lắc rắc, nhỏ giọt. 용돈을 ~ 주다 cho tiền tiêu vặt từng chút một.

잘나다 Đẹp trai. 얼굴이 잘난 소년 thiếu niên có khuôn mặt đẹp.

잘난체하다 Làm ra vẻ ta đây giỏi, làm ra vẻ ta đây hơn người. ~며 말하다 nói vẻ ta đây.

잘다 Thanh, nhỏ, mịn. 잔모래 cát mịn.

잘되다 Có kết quả tốt, tốt đẹp. 모든일이 ~ tất cả mọi việc tốt đẹp.

잘라내다 Cắt ra, cắt đứt. 신문기사를 ~ cắt bài báo.

잘라 말하다 Nói rõ ràng ra, nói riêng ra.

잘라먹다 Cắt ra ăn. 떡을 ~ cắt bánh ăn.

잘록하다 Thon thả, mảnh mai. 잘록한 허리 cái eo thon thả.

잘못짚다 Nhầm, nhầm lẫn.

잘살다 Sống giàu có, sống thoải mái.

잘생기다 Đẹp, xinh đẹp, ưu nhìn, dễ coi. 잘생긴남자 người đàn ông đẹp trai

잘잘 ① Lắc nguẩy nguậy. ② Lắc đi lắc lại nhẹ. ③ Lang thang chỗ này chỗ kia.

잘잘못 Đúng sai, phải trái. ~간에 giữa đúng sai và phải trái.

잘하다 Làm giỏi, làm tốt, lưu loát, thành thục. 영어를 ~ giỏi tiếng Anh.

잠 Giấc ngủ. ~을 자다 ngủ. ~이 부족하다 thiếu ngủ.

잠결 Mơ màng, như khi đang ngủ. ~에 trong lúc mơ màng.

잠귀 Khả năng nghe trong khi ngủ, tỉnh ngủ. ~가 밝다 thính tai khi ngủ.

잠그다 Đóng, khóa, khép. 방을 ~ đóng phòng. 문을 ~ đóng cửa.

잠기다 Bị động từ của "잠그다". Bị chìm. 배가 강밑에 ~ tàu bị chìm xuống sông.

잠깐 Trong chốc lát, giây lát. ~생각하고 나서 sau một hồi suy nghĩ.

잠깨다 Tỉnh dậy, tỉnh giấc. 자명종 소리를 듣고 ~ nghe tiếng đồng hồ báo thức tỉnh dậy.

잠꼬대 Nói mê, nói sảng. ~하다. ~하는 버릇이 있는 사람 người có tật nói mê.

잠동무 Bạn thân, người thân cận.

잠들다 Ngủ, đi ngủ. 깊이 ~ ngủ say. 술을 마시고 ~ uống rượu vào ngủ.

잠바 Áo khoác. ~를 입다 mặc áo khoác. ~를 걸치다 quàng áo khoác lên.

잠방이 Quần lửng, quần xóc.

잠버릇 Thói quen hay làm gì đó khi ngủ. ~이 나쁘다 ngủ hay quậy.

잠복(潛伏) Trốn, lẩn trốn, mai phục. ~하다. ~근무(하다) mai phục, phục.

잠사(蠶絲) Tơ, sợi tơ.

잠수(潛水) Lặn, ngâm trong nước. ~하다. ~모 mũ lặn. ~부 thợ lặn.

잠시(暫時) Trong chốc lát, giây lát. ~후에 một chút sau.

잠식(蠶食) Ăn mòn, gặm nhấm, từ từ chiếm lĩnh. ~하다.

잠약(-藥) Thuốc ngủ.

잠업(蠶業) Nghề nuôi tằm.

잠열(潛熱) Hơi nóng âm ỉ.

잠옷 Áo ngủ. ~을 입고 자다 mặc áo ngủ ngủ.

잠입(潛入) Thâm nhập, lẻn vào. ~하다. ~자 kẻ thâm nhập.

잠자다 Ngủ. 그는 죽은듯이 ~ ngủ như chết.

자자리 Con chuồn chuồn.

잠자리 Chỗ ngủ, giường. ~에 들다 vào chỗ ngủ, đi ngủ.

잠자코 Không một lời nói, im lặng. ~있다 không nói gì.

잠잠하다(潛潛-) Tĩnh mịch, thanh vắng. ~게 một cách thanh vắng.

잠재(潛在) Tiềm ẩn, tiềm năng, chứa đựng. ~하다. ~적 có tính tiềm ẩn.

잠적하다(潛跡-) Lặn, biến mất. 그는 갑자기 ~ đột nhiên anh ta lặn mất.

잠종(蠶種) ① Trứng tằm. ② Giống tằm, loài tằm.

잠지 Con cu trẻ em.

잠함(潛函) Thùng lặn.

잠항(潛航) ① Đi ngầm dưới biển. ~하다. ② Trốn bằng đường biển.

잠행(潛行) ① Đi lén lút. ~하다. ② Đi dưới nước hoặc dưới lòng đất.

잡감(雜感) Cảm nhận phức tạp.

잡거(雜居) Sống chung với nhau. ~하다. 이 집에는 3개 세대가 ~하고 있다 ở ngôi nhà này ba thế hệ sống chung với nhau.

잡건(雜件) Việc lặt vặt, việc vớ vẩn.

잡곡(雜穀) Các loại lương thực, tạp chốc. ~밥 cơm trộn.

잡급(雜給) ① Tiền chi trả phụ thêm. ② Tiền làm việc vặt.

잡기(雜技) Tạp kỹ, trò vặt. 그는 ~에 능하다 anh ta giỏi các trò vặt.

잡기(雜記) Tạp ký, ghi chép tản mạn. ~장 quyển tạp ký.

잡념(雜念) Suy nghĩ vớ vẩn, suy nghĩ thấp hèn, suy nghĩ mông lung. ~을 버리다 vứt bỏ suy nghĩ mông lung.

잡다 Nắm, bắt, cầm (dùng tay). 아무의 손을 ~ nắm tay ai đó.

잡다하다(雜多-) Đủ loại, đủ chiều. 잡다한 정보 đủ loại thông tin.

잡담(雜談) Nói chuyện phiếm. ~하다. ~을 즐기다 thích nói chuyện phiếm

잡답(雜沓) Đám đông, hỗn tạp, đông đúc. ~하다. 대도시의 ~에서 벗어나다 thoát khỏi cái hỗn tạp của thành phố

잡도리 Cai quản, quản lý. ~하다.

잡동사니 Đồ vớ vẩn, đồ bỏ đi.

잡되다(雜-) Tầm thường, rẻ tiền. 잡된 사람 thằng lố lăng.

잡록(雜錄) Sự ghi chép linh tinh, ghi chép tổng hợp.

잡무(雜務) Tạp vụ, công việc linh tinh.

~로 바쁘다 bận bịu vì mọi thứ việc.

잡물(雜物) ① Chất có pha trộn. ② Tạp chất.

잡배(雜輩) Bọn vô lại, bọn tạp nham.

잡보(雜報) Các tin tức vặt. ~란 mục rao vặt.

잡부(雜夫) Người làm thuê, người làm công việc lặt vặt.

잡비(雜費) Chi phí linh tinh. ~께 많이 든다 tốn nhiều các chi phí linh tinh.

잡상스럽다(雜常-) Hư hỏng, hỗn loạn, loạn xị ngậu, dâm dục. 성품이 잡상스러운 사람 người có phẩm hạnh hư đồi.

잡상인(雜商人) Người bán tạp hóa.

잡서(雜書) ① Sách viết những chuyện vặt. ② Sách viết lung tung, sách bậy.

잡설(雜說) Câu chuyện tầm phà, chuyện đâu đâu, chuyện vớ vẩn.

잡세(雜稅) Thuế linh tinh.

잡소리(雜-) Càu nhàu, than phiền, la rầy, nhưng lời nói không cần thiết. ~가 많다 lắm chuyện,

잡손질(雜-) Cần nhiều công sức bằng tay. ~하다.

잡식(雜食) Ăn tạp, cái gì cũng ăn. ~하다. ~동물 động vật ăn tạp.

잡아내다 Tìm ra khuyết điểm, tìm ra chỗ sai, chỉ ra chỗ sai. 흠을 ~ chỉ ra chỗ sai.

잡아당기다 Nắm lôi, nắm kéo. 사람의 손을 ~ kéo tay người khác.

잡아들이다 Kéo lôi vào, kéo vào, lôi vào trong. 밖으로 도는 아이를 집 안으로 ~ lôi đứa bé chơi ở ngoài vào nhà.

잡아떼다 Bóc ra, gỡ ra, tháo ra. 그녀는 벽에 붙은 광고지를 ~ cô ấy bóc tờ quảng cáo trên tường xuống

잡아매다 Cột lại, buộc lại. 책을 한데~ cột sách lại thành đống.

잡아먹다 Làm thịt, bắt ăn thịt. 돼지를 ~ làm thịt lợn.

잡아찢다 Nắm lấy xé, cầm lấy xé. 편지를 ~ cầm lấy bức thư xé.

잡아채다 ① Giật lấy. 핸드백을 ~ giật lấy túi xách. ② Cướp giật, giật lấy đồ của ai.

잡역(雜役) Tạp dịch, công việc vặt. ~부(婦) người đàn bà làm việc vặt.

잡용(雜用) ① Chi phí vặt. ② Dùng vào nhiều việc vặt.

잡음(雜音) Tạp âm, tiếng ồn, tiếng nhiều sóng. ~지수 chỉ số tạp âm

잡인(雜人) ① Người ngoài, người lạ. ② Người bậy bạ, người vớ vẩn.

잡종(雜種) ① Nhiều chủng loại. ② Tạp chủng. ~개 chó tạp chủng, chó lai. ~을 만들다 làm thành tạp chủng.

③ Cái đồ ba trợn, đồ chẳng ra người.

잡지(雜誌) Tạp chí. 여성 ~tạp chí phụ nữ

잡초(雜草) Cỏ dại, cỏ hoang. ~를 뽑다 nhổ cỏ.

잡치다 Làm cho hư, làm cho hỏng, làm xấu. 입맛을 ~ làm mất khẩu vị.

잡칙(雜則) Các quy tắc chung, các quy tắc hỗn tạp.

잡화(雜貨) Hàng hóa linh tinh, tạp phẩm. ~매장 nơi bán hàng tạp hóa

잡히다 Bị bắt.

잡히다 Với tay đến, với tay tới. 손에 ~는 곳에 nơi với tay đến.

잡히다 Thế chấp. 집을 ~ thế chấp nhà. 집을 잡혀서 돈을 꾸다 thế chấp nhà vay tiền.

잡힐손 Năng lực, tài năng. ~있는 사람 người có năng lực.

잣 Quả thông, quả tùng. ~가루 bột hạt thông. ~기름 dầu thông.

잣다 Rút (sợi). 목화에서 실을 ~ rút sợi từ bông ra.

장(長) Cái đầu, đầu đảng, người đứng đầu, trưởng. 만물의 ~ đứng đầu mọi vật.

장(將) ① Tướng, vị tướng. ② Con tướng trong cờ tướng.

장(場) Chợ, thị trường. ~보러 가다 đi chợ.

장(腸) Ruột. 대~ đại tràng. 맹~ ruột thừa.

장(欌) Cái tủ đựng quần áo. 단층 [이층]~ tủ một (hai) tầng.

장(臟) Cơ quan nội tạng (cơ thể).

장가 Lấy vợ. ~가다 đi lấy vợ. ~들었나? Lấy vợ chưa?

장가(長歌) Bài ca dài, bài hát dài.

장가스(腸-) Hơi/ khí / ga/hơi trong bụng.

장가처(-妻) Vợ hợp pháp, vợ có cưới hỏi đường hoàng.

장갑(掌匣) Bao tay, găng tay. ~을 끼다 đeo găng tay.

장갑(裝甲) Bọc thép, bọc sắt. ~하다. ~부대 bộ đội thiết giáp.

장거(壯擧) Việc lớn, việc trọng đại.

장거리(長距離) Cự ly dài, cự ly đường trường. ~전화 điện thoại đường dài.

장고(長考) Suy nghĩ kỹ, lâu. ~하다.

장골(壯骨) Gân cốt, cơ bắp.

장관(長官) Bộ trưởng. 외무~ Bộ trưởng ngoại giao. 국방~ Bộ trưởng Quốc phòng.

장관(將官) Tướng, tướng soái. ~급장 교 sĩ quan cấp tướng.

장광설(長廣舌) Làm cho thính giả phát ngán.

장교(將校) Sĩ quan. ~와 사병 sĩ quan và binh lính.

장구(長久) Mãi mãi, dài lâu, vĩnh cửu. ~하다. ~지계(之計) cái kế dài lâu.

장구(長軀) Thân dài, cao, lớn.

장국(醬-) Cái thùng đựng.

장군(將軍) Tướng quân, tướng.

장궤양(腸潰瘍) Viêm ruột.

장기(長技) Tài, năng khiếu, kỹ năng giỏi. 그의 ~는 무엇이냐? Năng khiếu của anh ta là gì?

장기(長期) Thời gian dài, lâu dài, trường kỳ. ~계획 kế hoạch lâu dài.

장기(將棋) Cờ tướng. ~를 두다 đánh cờ tướng.

장기(臟器) Cơ quan ngũ tạng. ~이식 cấy ghép nội tạng cơ thể.

장김치(醬-) Kim chi ngâm tương.

장꾼(場-) Người buôn bán ở chợ.

장난 Đùa, giỡn, nghịch, chơi. ~하다/치다. 운명의 ~ trò đùa của số phận.

장난감 Đồ chơi. 사람을 ~으로 삼다 lấy người làm trò chơi.

장난기 Vẻ đùa nghịch, ý đùa nghịch, hơi hướng đùa nghịch. ~가 있는 có tính đùa trong đó.

장난꾼 Chỉ người rất hay đùa, hay nghịch, hay tếu.

장날(場-) Ngày họp chợ.

장남(長男) Trưởng nam.

장내(場內) Trong phạm vi nào đó, trong khu vực nào đó, trong nhà. ~정리 dọn dẹp bên trong.

장녀(長女) Trưởng nữ, con gái đầu, con gái cả. ~와 차녀 con gái cả và con gái thứ.

장년(壯年) Tuổi/ thời kỳ sung sức nhất của một con người (từ 30-40 tuổi), tuổi trung niên. ~기 tuổi trung niên.

장님 Người mù. 눈뜬~(문맹인) người mù mở mắt.

장단 Nhịp nhạc. ~(을) 맞추다 phụ theo nhạc, hòa theo nhạc.

장단(長短) Ưu nhược. 사물에는 모두~ 이 있다 tất cả mọi vật luôn có cả ưu và nhược.

장담(壯談) Nói một cách bảo đảm, nói một cách chắc chắn. ~하다. 그것이 사실임을 나는 ~한다 tôi có thể nói đảm bảo cái đó là sự thật.

장대(長-) ① Cái sào tre. ② Cây gậy, cây sào. ~높이뛰기 nhảy sào.

장대하다(壯大-) Khỏe mạnh, rắn chắc.

장도(壯途) Con đường mang sứ mệnh quan trọng hoặc ý tưởng tốt đẹp. ~에 오르다 bước theo con đường ý chí lớn.

장도리 Cái búa. ~자루 cán búa. ~로 치다 dùng búa đánh.

장돌뱅이(場-) Chỉ người đi lang thang chợ này chợ kia để bán hàng.

장래(將來) Tương lai, những ngày tháng sắp tới. 먼~에 tương lai xa.

장려(壯麗) Tráng lệ, nguy nga, lộng lẫy. ~하다.

장려(獎勵) Khuyến khích, ủng hộ, cổ vũ. ~하다. ~금 tiền thưởng

장력(張力) Sức kéo. ~계(計) máy đo sức kéo.

장렬(壯烈) Tráng liệt, oanh liệt, anh dũng. ~하다. ~한 죽음 cái chết oanh liệt

장례(葬禮) Tang lễ, ma chay. ~식 đám tang.

장로(長老) Trưởng lão, nguyên lão, ông cụ người có học vấn hoặc đạo đức cao.

장롱(欌籠) Tủ quần áo.

장르 Lĩnh vực, thể loại (thơ, tiểu thuyết vv.).

장리(掌理) Quản lý, phụ trách, xử lý công việc. ~하다.

장마 Mưa dầm. ~철 mùa mưa. ~전선 vùng, khu vực mưa dầm.

장막(帳幕) Cái lều, cái bạt. ~을 치다 căng lều, mắc lều, dựng lều.

장만 Chuẩn bị, mua sắm, trang bị. ~하다. ~한 돈이 없다 không có tiền mà chuẩn bị.

장면(場面) Cảnh tượng, cảnh, hình ảnh. 연애~ cảnh yêu đương.

장명등(長明燈) ① Đèn thắp ở một hoặc trong chùa. ② Cây đèn treo trước nhà.

장모(丈母) Mẹ vợ.

장문(-門) Cửa mở rộng.

장문(長文) Một bài viết dài, một đoạn viết dài.

장물(贓物) Tài sản do bất chính mà có, đồ ăn trộm, hàng gian. ~매매 buôn bán hàng gian.

장미(薔薇) Hoa hồng. 가시없는 ~ 는 없다 không có hoa hồng nào không có gai.

장바닥(場-) Khu vực chợ, chợ.

장발(長髮) Tóc dài. ~족(族) dân tộc tóc dài.

장방형(長方形) Hình chữ nhật. = 직사각형.

장벽 Bức tường, rào cản, cản trở.

장벽(障壁) Bức tường chắn.

장병(長病) Bệnh lâu ngày. ~을 앓다 mắc bệnh lâu ngày.

장병(長兵) Viễn binh

장병(將兵) Sĩ quan.

장보다(場-) ① Mở cửa hàng. ② Đi chợ.

장복(長服) Dùng thuốc thường xuyên, uống thuốc lâu dài. ~하다.

장본(張本) Nguyên nhân, cội rễ, căn cơ. 술은 악의 ~이다 rượu là nguồn gốc của mọi điều ác.

장본(藏本) Quyển sách của ai.

장본인(張本人) Người chủ mưu, người cầm đầu. 그가 그 음모의 ~이다 anh ta là chủ mưu âm đó.

장부(丈夫) Trượng phu. 대~ Đại trượng phu.

장부(帳簿) Sổ ghi chép, sổ tính toán, sổ sách. ~에 기입하다 vào sổ

장부끝(帳簿-) Cân bằng sổ. ~을 맞추다 cân bằng sổ sách.

장비(葬費) Chi phí mai táng.

장비(裝備) Trang bị, sự trang bị. ~하다. 대포를 ~하다 trang bị đại pháo.

장사 Buôn bán. ~하다. ~가 잘되다 buôn bán tốt.

장사(壯士) Tráng sĩ. 힘이 ~다 sức mạnh là tráng sĩ, kẻ có sức mạnh là kẻ chiến thắng.

장사(葬事) Việc tang lễ, việc mai táng. 장삿날 ngày chôn cất.

장색(匠色) Thợ thủ công.

장생(長生) Trường sinh. ~하다. ~불사 trường sinh bất tử.

장서(藏書) Bộ sưu tập sách. ~하다 sưu tầm sách. ~가 người sưu tầm sách.

장성(長成) Sinh trưởng, lớn lên, trưởng thành. ~하다. ~한 아이 đứa bé đang lớn lên.

장성(將星) Tướng, vị tướng. 육군~ tướng lục quân.

장성(長城) Trường thành, bức tường dài. 만리~ vạn lý trường thành..

장소(場所) Vị trí, địa điểm, nơi, chỗ. 약속~ chỗ hẹn

장수 Người buôn bán gì đó, người buôn. 생선~ buôn cá..

장손(長孫) Cháu trưởng, cháu đích tôn.

장수(長壽) Trường thọ, sống lâu. ~하다. ~의 비결 bí quyết trường thọ.

장수(將帥) Tướng soái, tướng.

장수(張數) Số tờ, số trang.

장시간(長時間) Thời gian dài, lâu. ~에 걸쳐 mất một thời gian dài.

장시세(場時勢) Thời giá, xu thế thị trường. ~의 변동 sự biến động của thời giá.

장시일(長時日) Lâu ngày, lâu đời. ~에 걸치다 qua nhiều năm tháng.

장식(裝飾) Trang trí. ~하다. 방을 꽃으로 ~하다 trang trí phòng bằng hoa.

장신(長身) Có chiều cao, cao. ~의 농구선수 vận động viên bóng rổ có chiều cao.

장신구(裝身具) Đồ trang sức (dây chuyền, nhẫn vv..).

장악(掌握) Nắm vững, nắm bắt, nắm giữ. ~하다. 정권을 ~하다 nắm chính quyền.

장애(障巫障碍) Trở ngại, chướng ngại vật, thứ làm trở ngại. ~물 chướng ngại vật.

장어(長魚) Con lươn, cá chình. 민물~ lươn nước ngọt.

장엄(莊嚴) Trang nghiêm, hùng tráng, hùng vĩ. ~하다. ~한 경관 cảnh tượng trang nghiêm.

장옷(長-) Áo dài che mặt hoặc toàn thân phụ nữ.

장외(場外) Bên ngoài, ngoài nơi nào đó. 관중이 ~에 까지 넘쳤다 khán giả tràn cả ra ngoài.

장유(長幼) Già và trẻ, người lớn vả trẻ nhỏ.

장의(葬儀) Tang lễ, nghi thức lễ tang. =장례. ~준비위원회 ban lễ tang.

-장이(匠-) Tiếp từ, đi sau một số danh từ, chỉ người có tay nghề về cái gì đó, thợ. 간판~ thợ làm bảng.

장인(匠人) Thợ thủ công.

장일(葬日) Ngày đám tang.

장자(長子) Con trai đầu, con trưởng. ~상속권 quyền thừa kế thuộc con trưởng.

장자(長者) Trưởng giả, người có tuổi, có đức hạnh.

장작(長斫) Củi. ~을 패다 chẻ củi.

장장(長長) Rất dài, vô cùng dài. ~추야(秋夜) đêm thu dài vô tận.

장점(長點) Ưu điểm, điểm mạnh. ~과 단점 ưu và nhược điểm.

장정(長程) Cuộc hành trình dài.

장정(裝幀) Đóng bìa, làm bìa sách. ~하다. 견고한 ~ bìa kiên cố.

장족(長足) ① Trường túc, chân dài. ② Bước dài. ~의 진보 sự tiến bộ dài.

장죽(長竹) Cây gậy tre dài.

장중(壯重) Trang trọng. ~하다. ~하게 một cách trang trọng.

장중(掌中) Đang nắm giữ, trong tay ai.

장지(葬地) Nơi chôn cất, nơi mai táng.

장질(長姪) Cháu cả, cháu đầu.

장착(裝着) Trang bị, đeo, quấn. 안전띠 ~을 의무화하다 bắt buộc việc đeo đai an toàn (xe hơi).

장천(長天) Trời rộng bao la.

장총(長銃) Cây súng dài.

장치(裝置) Thiết bị, trang bị. ~하다 lắp đặt, trang bị.

장침(長針) ① Cây kim dài. ② Kim phút (kim đồng hồ).

장탄식(長歎息) Tiếng thở dài. ~하다.

장터(場-) Vị trí chợ, địa điểm chợ.

장판(壯版) Nền nhà có lót gỗ, giấy. ~지(紙) giấy lót sàn.

장편(長篇) Trường thiên, dài tập. ~소설 tiểu thuyết nhiều tập.

장하다(壯-) Vĩ đại, tài giỏi, lộng lẫy, giỏi. 장한 어머니상 bức tượng người mẹ vĩ đại.

장하다(長-) Giỏi làm gì đó. 그림에 ~ giỏi vẽ tranh.

장학(獎學) Khuyến học, kích thích học. ~금 tiền học bổng.

장해(障害) Chướng ngại, trở ngại. =장애.

장형(長兄) Anh cả.

장화(長靴) Giày bốt, giày cao cổ. 고무 ~ dày cao gót.

장황하다(張皇-) Dài dòng, dài lê thê. 장황한 연설 bài diễn thuyết dài dòng.

잦다 Nhiều, liên tục, thường xuyên.

잦다 ① Nước cạn đi, nước rút đi. ② Lắng xuống (mưa, bão).

잦다 Nhanh, gấp, vội, nhiều lần. ~은 걸음 bước chân vội.

잦뜨리다 Gục ra phía sau. 고개를 ~고 의자에 앉다 ngồi gục đầu ra phía sau.

잦아들다 Khô dần, cạn dần. 물이 끓어 ~ nước sôi lên rồi cạn dần.

잦아지다 ① Khô dần, khô, hết nước. ② Trở nên yếu dần, lắng xuống, lặng xuống.

잦추다 Đốc thúc, thúc dục. 아무한테 일을 ~ thúc ai làm việc.

잦혀놓다 Đặt ngược, để ngược. 접시를 ~ đặt ngược cái đĩa.

재 Tàn, tro. ~가 되다 thành tro, tan thành mây khói.

재 ① Ngọn đèo, ngọn núi. ~를 넘다 vượt đèo. ② Đỉnh núi

재가(在家) Tại nhà, ở nhà. ~근무 làm việc tại nhà.

재가(再嫁) Tái giá. ~하다. =개가

재가(裁可) Sự phê chuẩn, phê duyệt, cho phép. ~하다. ~를 얻다 có được sự cho phép.

재간(才幹) Tài năng, năng lực. ~이 있다 có tài. ~많은 사람 người nhiều tài

재간(再刊) Xuất bản lại, tái bản. ~하다.

재감(在監) Ở tù, ở trong tù. ~자 kẻ ở tù.

재감염(再感染) Sự tái nhiễm.

재강 Cặn bạ của rượu.

재개(再開) Mở lại. ~하다. 교섭을 ~하다 tái thiết lập giao dịch.

재개(再改) Sửa lại lần nữa. ~하다.

재개발(再開發) Tái khai thác, tái nghiên cứu, tái phát triển, phát triển lại cho tốt thêm.

재건(再建) Xây dựng lại, tái thiết. ~하다. 조국을 ~하다 xây dựng lại đất nước

재검사(再檢查) Kiểm tra lại. ~하다. 너의 위는 ~가 필요하다 cái dạ dày cậu cần kiểm tra lại.

재검토(再檢討) Tái kiểm thảo, nghiên

cứu lại, xem xét lại. ~하다.

재결(裁決) Phân xử, phán quyết. ~하다. ~권 quyền phán xét.

재결합(再結合) Tái thống nhất, tái kết hợp. ~하다. 이산가족의~ tái hợp những gia đình ly tán.

재경(在京) Ở lại thủ đô. ~하다.

재경(財經) Tài chính kinh tế. 국회 ~위원회 Uỷ ban kinh tế tài chính quốc hội.

재계(財界) Giới tài chính, tài chính. ~사정 tình hình tài chính.

재고(再考) Suy nghĩ lại, xét lại, tính lại. ~하다. ~한 후에 sau khi xem xét lại.

재고(在庫) Tồn kho. ~하다. ~량 lượng tồn kho.

재고품(在庫品) Hàng tồn kho. ~목록 danh mục hàng tồng kho.

재교부(再交付) Cấp lại, phát lại (hồ sơ, giấy tờ). ~하다. ~신청 xin cấp lại.

재교육(再敎育) Tái giáo dục. ~하다. 직업~ tái dào tạo nghề. ~을 받다 được tái đào tạo.

재구성(再構成) Tái cấu thành, tái tổ chức lại. ~하다.

재구속(再拘束) Bắt giam lại. ~하다.

재군비(再軍備) Tái vụ trang. ~하다. =재무장.

재귀(再歸) Quay về, quay trở lại.

재근(在勤) Làm việc lại, quay trở lại làm việc. ~하다.

재기(才氣) Tài năng, năng lực, tố chất có tài. ~있는 학생 cậu học sinh có tố chất tốt.

재기(再起) Hồi phục, quay trở lại, lại vùng dậy. ~하다. ~불능이다 không phục hồi được.

재깍 Ngay tức khắc, tức thì. 일을 ~하다 làm ngay việc đi.

재깍재깍 Ngay tức khắc, ngay tức thì.

재난(災難) Tai nạn, tai họa. ~을 당하다 bị tai nạn. 불의의 ~ tai nạn bất ngờ.

재년(災年) ① Năm gặp nhiều hoạn nạn. ② Năm mất mùa. =흉년.

재능(才能) Tài năng, cái tài. ~이 있다 có tài. ~이 없다 không có tài năng

재다 Lên đạn. 총에 탄환을 ~ lên đạn vào súng.

재단(財團) Tổ chức, quỹ. ~법인 pháp nhân tổ chức

재단(裁斷) Cắt (vải). ~하다. ~기 máy cắt . ~사 thợ cắt vải.

재담(才談) Nói chuyện dí dỏm. ~하다.

재덕(才德) Tài đức. ~겸비하다 tài đức song toàn.

재독(再讀) Đọc lại. ~하다. 그 기사 는 ~할 만한 가치가 있다 bài báo ấy cần đọc lại.

재돌입(再突入) Tham gia lại, vào lại.

재동(才童) Thần đồng.

재떨이 Cái gạt tàn thuốc. 유리~ cái gạt tàn bằng thuỷ tinh.

재래(在來) Có tính truyền thống, cổ truyền. ~기술 kỹ thuật truyền thống.

재략(才略) Tài trí mưu mẹo. ~이 있다 có tài trí mưu mẹo.

재량(裁量) Năng lực, khả năng, trình độ.

재력(財力) Khả năng tài chính. ~이 있는 사람 người có khả năng tài chính.

재련(再鍊) Luyện lại (thép). ~하다.

재론(再論) Bàn lại. ~하다.

재롱(才弄) Sự đáng yêu (của trẻ nhỏ). ~둥이.

재료(材料) Nguyên liệu, vật liệu. ~를 제공하다 cung cấp nguyên liệu.

재류(在留) Trú tại, ở tại. ~하다. ~외국인 người nước ngoài cư trú.

재명(才名) Tài danh.

재목(材木) Gỗ. ~운반선[트럭] thuyền [xe tải] vận chuyển gỗ.

재무(財務) Tài chính. ~감사 kiểm tra tài chính.

재물(財物) Tài sản, vật dụng. 남의 ~ tài sản người khác.

재미 Thú vị, hứng thú, hay. ~있다 hay thú vị.

재민(災民) Nạn nhân, người bị thiệt hại. =이재민.

재발(再發) Tái phát. ~하다. 전쟁의 ~ tái bùng nổ chiến tranh.

재발견(再發見) Tái phát hiện. ~하다.

재발급(再發給) Tái cấp, cấp lại, phát lại. ~하다.

재발족(再發足) Bắt đầu lại. ~하다.

재발행(再發行) Tái phát hành, phát hành lại. ~하다.

재방송(再放送) Phát lại (truyền hình, truyền thanh). ~하다.

재배(再拜) Lạy lại, lạy lần thứ hai. ~하다.

재벌(財閥) Tài phiệt.

재범(再犯) Tái phạm. ~하다. ~을 막기 위한 교육 giáo dục chống tái phạm.

재벽(再壁) Trát lại, trét lại tường.

재변(災變) Tai họa.

재보(財寶) Đồ quý hiếm.

재보험(再保險) Sự tái bảo hiểm. ~하다. ~금 tiền tái bảo hiểm.

재복무(再服務) Sự tái nhập ngũ, đăng ký lại. ~하다. ~명령 lệnh tái nhập ngũ.

재봉(裁縫) May mặc. ~하다. ~공임[삯] lương may mặc, tiền công may.

재봉틀(裁縫-) Máy may. ~기름 dầu máy may

재분배(再分配) Sự phân phối lại. ~하다. 부(富)의 ~ phân phối lại của cải vật chất.

재빠르다 Nhanh, nhanh chóng. 재빠르게 một cách nhanh chóng.

재사(才士) Người có tài. = 재자. ~다병 chữ tài đi với chữ tai một vần, người có tài nhiều tật (bệnh).

재산(財産) Tài sản. ~을 공개하다 công khai tài sản.

재산공개(財産公開) Công khai tài sản. ~하다.

재삼(再三) Hai ba lần. ~재사(再四) hai ba bốn lần.

재상영(再上映) Chiếu lại. ~하다.

재색(才色) Tài sắc. ~을 겸비하다 tài sắc vẹn toàn.

재생(再生) Phát, cho máy chạy (băng cátsét). ~하다. 녹음을 ~하다 phát lại phần đã ghi băng.

재생산(再生産) Tái sản xuất. ~하다.

재선(再選) Tái cử. ~하다. ~되다 tái trúng cử.

재선거(再選擧) Tái bầu cử, bầu cử lại.

재선적(再船積) Chất lại lên thuyền. ~하다.

재세(在世) Cuộc đời, lúc sinh thời. ~시 lúc sinh thời.

재소자(在所者) ① Người ở trong đó. ② Người bị giam cầm, tù nhân.

재송(再送) Gửi lại. ~하다. 그는 거래처에 분실된 문서의 ~을 요청했다 anh ta yêu cầu gửi lại công văn bị mất của khách hàng.

재수(再修) Học lại. ~하다. ~생 học sinh học lại.

재수입(再輸入) Nhập khẩu lại. ~하다. ~품 hàng tái nhập khẩu.

재수출(再輸出) Tái xuất khẩu. ~하다. ~품 hàng tái xuất khẩu.

재스민 Cây lài, hoa lài. ~차 trà lài.

재승덕박(才勝德薄) Tài năng thì đó nhưng đức thì ít, có tài nhưng có tật. ~하다.

재시합(再試合) Đấu lại, đấu lượt về.

재시험(再試驗) Thi lại. ~하다.

재실(在室) Ở trong phòng. ~하다.

재심(再審) Phúc thẩm, xử lại. ~하다. ~법원 tòa phúc thẩm.

재심사(再審査) Thẩm tra lại. ~하다.

재앙(災殃) Tai ương, tai họa. ~을 내리다 tai nạn giáng xuống.

재언(再言) Nói lại. ~하다. 여기서~할 필요가 없다 ở đây không cần nói lại nữa.

재연(再演) Diễn lại. ~하다. 그 연극은 ~되었다 vở kịch ấy được diễn lại.

재예(才藝) Tài nghệ, tài năng.

재외(在外) Ở nước ngoài. ~동포 đồng bào ở nước ngoài.

재욕(財慾) Tham vật chất. ~이 많다 rất tham vật chất.

재우 Rất nhanh, nhanh chóng.

재우치다 Đốc thúc, thúc dục. 일을 ~ 독촉 công việc.

재원(財源) Tài nguyên, nguồn tài nguyên, nguồn. ~이 풍부[빈약] 하다 nguồn tài nguyên phong phú [nghèo nàn]

재음미하다(再吟味-) Xem lại, thưởng thức lại.

재의(再議) Thảo luận lại, bàn bạc lại. ~하다. ~는 불필요하다 không cần bàn lại.

재인(才人) Nhân tài.

재인식(再認識) Nhận thức lại, hiểu lại. ~하다. 정세를 ~하다 tái nhận thức lại tình thế.

재일(在日) Sống ở Nhật, ở Nhật. ~교포[동포] kiều bào [đồng bào] sống ở Nhật.

재임(再任) Tái nhiệm, tiếp tục đảm trách chức vụ. ~하다.

재입국(再入國) Tái nhập cảnh. ~하다. ~허가 giấy phép tái nhập cảnh

재입학(再入學) Nhập học lại. ~을 허가 하다 cho phép nhập học lại.

재자(才子) Tài tử, người con trai có tài. ~가인 tài tử giai nhân.

재작일(再昨日) Ngày hôm trước.

재적(在籍) Ghi vào trong sổ, ghi tên trong sổ (hộ tịch, quân tịch vv..). ~하다. ~자수 số người có tên trong sổ sách.

재정(財政) Tài chính, tiền nong. ~적 원조 viện trợ về tài chính.

재제(再製) Tái chế, làm lại. ~하다. =재생(再生). ~품 hàng tái chế.

재조사(再調査) Điều tra lại. ~하다.

재조정(再調整) Tái điều chỉnh. ~하다. 금리를 ~하다 tái điều chỉnh mức lãi suất.

재조직(再組織) Tái tổ chức. ~하다.

재주(才-) Tài năng, năng khiếu. ~가 있다 có tài

재주(在住) Cư trú. ~하다.

재주꾼(才-) Người có tài, người có năng khiếu.

재주넘기(才-) Khả năng nhào lộn trên không trung.

재주넘다(才-) Nhảy lộn nhào.

재중(在中) Ở bên trong. 견본~ bên trong có hàng mẫu!.

재지(才智) Tài trí. ~있는 có tài trí.

재직(在職) Tại vị, tại chức, đương chức. ~하다. ~기간 thời gian tại chức

재질(才質) Năng khiếu, tố chất tốt . ~을 살리다 nuôi dưỡng năng khiếu.

재차(再次) Lần nữa, thêm lần nữa. ~방문하다 thăm thêm lần nữa.

재채기 Hắt xì hơi, hắt hơi. ~하다. 연달아~하다 hắt hơi liên tục.

재청(再請) Đề nghị lại, yêu cầu lại. ~하다.

재촉 Sự thúc bách, sự hối thúc. 아무한테 빚을 갚으라고 ~하다 hối thúc ai trả nợ.

재출발(再出發) Khởi đầu lại, bắt đầu lại, làm lại, làm lại từ đầu. ~하다. 그는 직장을 옮겨서~ 하기를 바랐다 anh ta muốn chuyển công việc và bắt đầu lại từ đầu.

재취(再娶) Lấy vợ lại, tái hôn (nam). ~하다. =재혼

재치(才致) Nhanh mắt, nhanh tay nhanh mắt, lanh lợi, nhanh hiểu. ~가 있다 cậu ấy rất nhanh mắt.

재침(再侵) Sự xâm lược lần hai, tái xâm lược. ~하다.

재킷 ① Áo jacket. ② Lớp vỏ bề ngoài của máy móc.

재탕(再湯) Sắc lại, đun lại (thuốc bắc). ~하다. ~커피 cà phê sắc lại.

재택(在宅) Ở nhà, tại nhà. ~하다. ~간호 chăm sóc tại nhà.

재투자(再投資) Tái đầu tư. ~하다.

재투표(再投票) Bầu lại, bỏ phiếu lại. ~하다.

재티 Tro, tàn, bụi than. ~가 튀다 tro bốc lên. ~가 눈에 들어가다 tro vào mắt.

재판(再版) Sự in lại, in lần thứ hai, tái bản. ~하다. ~3 천부 in lần 2 ba ngàn cuốn.

재편(再編) Cơ cấu lại, tổ chức lại. ~하다.학급을 ~하다 cơ cấu lại cấp học

재편성(再編成) Cơ cấu lại, tổ chức lại. ~하다. 학급을 ~하다 cơ cấu lại cấp học.

재평가(再評價) Đánh giá lại. ~하다. 자산~ đánh giá lại tài sản.

재포장(再包裝) Đóng gói lại. ~하다.

재학(在學) Đang đi học. ~하다. ~기간 thời gian đang đi học.

재할인(再割引) Trừ thêm, trừ thêm nữa, giảm thêm nữa. ~하다.

재합성(再合成) Tái hợp. ~하다.

재해(災害) Thiên tai hạn hán (động đất, bão, lụt, hạn hán, sóng thần, bệnh vv..), tai ương. ~를 입다 bị nạn.

재행(再行) Cuộc viếng thăm nhà vợ sau ngày cưới. ~하다

재향군인(在鄉軍人) Cựu chiến binh. ~회 Hội cựu chiến binh.

재현(再現) Tái hiện, lại xuất hiện, lại xẩy ra. ~하다. 그 그림은 당시의 생활을 ~하고 있다 bức tranh ấy đang tái hiện lại cuộc sống vào thời kỳ đó.

재형저축(財形貯蓄) Tiết kiệm hình thành tài sản của người lao động.

재혼(再婚) Tái hôn. ~하다. ~자 người

tái hôn.

재화(災禍) Tai họa, tai ương, sự bất hạnh. ~를 당한 지역 khu vực bị thiên tai.

재화(財貨) Hàng hóa.

재활(再活) Hoạt động trở lại. ~하다.

재활용(再活用) Dùng để tái sinh, tái sử dụng. ~하다. ~휴지 giấy tái sinh.

재회(再會) Tái ngộ, gặp lại. ~하다. 이산가족의 ~ sự tái ngộ của những gia đình ly tán

재흥(再興) Tái hục hồi, tái phục hưng, sự đứng dậy trở lại. ~하다. 민족 문화의 ~ tái phục hưng văn hóa dân tộc.

잼 Mứt để bôi lên bánh ăn (jam). 잼바른 빵 bánh có quệt mứt.

잽 Thọc vào, dúi vào. ~을 먹이다 ăn cú thọc vào (đấm).

잽싸다 Nhanh nhẹn. ~게 một cách nhanh nhẹn.

잿더미 Đống tro, mớ tro. ~로 변하다 biến thành đống tro.

쟁(諍) Tranh luận.

쟁강쟁강 Leng xeng, leng ceng.

쟁권(爭權) Tranh giành quyền lực. ~하다.

쟁기 Cái cày. ~꾼 thợ cày. ~질 cày bừa.

쟁단(爭端) Nguyên nhân của vụ cãi vã.

쟁론(爭論) Tranh luận. ~하다. =논쟁

쟁반(錚盤) Cái khay, cái mâm. 과일~ cái mâm trái cây.

쟁의(爭議) Tranh chấp, mâu thuẫn. ~를 조정하다 giải quyết tranh chấp.

쟁이다 Bị chất, bị chồng lên. 쌀가마가 쟁여져 있다 các bao gạo đang chồng lên nhau.

쟁쟁하다(錚錚-) Xuất chúng. 쟁쟁한 명성 danh tiếng xuất chúng.

쟁점(爭點) Điểm tranh chấp, điểm tranh cãi. 법률상의 ~ điểm tranh chấp về mặt pháp luật.

쟁취(爭取) Giành lấy, giành được. ~하다. 승리를 ~하다 giành thắng lợi.

쟁탈(爭奪) Tranh giành. ~하다. 정권의 ~ tranh giành chính quyền.

쟁탈전(爭奪戰) Cuộc tranh giành, giành giật. 우승배~전 trận giành cúp vô địch.

저 Cái đũa. 반찬을 ~로 집다 dùng đũa gắp thức ăn.

저(箸) Kia, cái kia, ấy. ~사람 người kia. ~기 đằng kia.

저간(這間) Hiện nay, lúc này. ~의 사정 tình hình hiện nay. ~의 소식 tin tức hiện nay.

저감(低減) Giảm xuống, hạ xuống. ~하다. 산의 ~ giảm sản xuất.

저같이 Như vậy, như thế. ~해라 hãy

làm như thế.

저개발(低開發) Kém phát triển. ~국 nước kém phát triển.

저것 Cái kia. 이것~ cái này cái kia.

저격(狙擊) Nhắm bắn, bắn tỉa. ~하다. ~대 đội bắn tỉa.

저고리 Cái áo của bộ áo quần truyền thống Hàn phục của người Hàn Quốc.

저공(低空) Độ cao thấp. ~비행 bay thấp.

저금(貯金) Tiền tiết kiệm. ~하다 tiết kiệm.

저금리(低金利) Lãi suất thấp. ~로 돈을 빌려달라고 부탁하다 xin mượn tiền với lãi suất thấp.

저기 Đằng kia. ~에 ở đằng kia. 여기~ ở đây đó.

저기압(低氣壓) Áp thấp. ~의 중심 trung tâm áp thấp.

저까짓 Loại đó, thứ đó, mức độ ấy. ~것 mấy cái thứ đó.

저나마 Từng ấy, còn từng ấy. 구두가 헐었지만 ~신을 수밖에 없다 cái giày cũ rồi nhưng cũng còn từng ấy mà đi.

저냥 Cứ như thế. ~내버려두다 cứ để thế.

저널리스트 Nhà báo (journalist).

저네 Chúng nó, họ.

저녁 Chiều tối, chập choạng, lúc mặt trời lặn. 오늘[내일,어제]~ tối nay [mai, hôm qua].

저녁때 Vào lúc chiều tối. =저녁. ~에 귀가하다 chiều tối về nhà.

저녁밥 Cơm tối, cơm chiều.

저놈 Cái thằng đó, gã đó, tên đó. ~잡아라! Bắt lấy cái thằng kia!.

저다지 Mức ấy, mức độ ấy, đến thế. ~돈을 모아서 무엇하나? Gom từng ấy tiền mà làm gì?

저당(抵當) Cầm cố, cầm, thế chấp. ~하다. ~잡다. 집을 ~하다 cầm nhà.

저대로 Để nguyên tình trạng, như vậy, như thế. ~두다 để như thế.

저도모르게 Không chủ ý, lúc vô thức. ~죄를 범하다 phạm tội một cách vô thức.

저돌(猪突) Liều lĩnh. ~하다. ~적인 có tính liều lĩnh.

저들 Họ, những người đó.

저따위 Mức độ đó, mức độ ấy, như thế. ~사람 người như thế.

저락(低落) Giảm xuống, tụt giảm (vật giá, giá trị). =하락(下落)

저런 Như vậy, như thế, ấy, thế. ~사람 người như vậy.

저력(底力) Sinh lực, sức lực, sức mạnh, tiềm lực. 경제적인~ sức mạnh kinh tế.

저렴(低廉) Rẻ. ~하다. ~한 가격 giá rẻ.

저류(底流) ① Dòng chảy thấp. ② Nước ngầm, dòng nước chảy ngầm dưới sông, biển.

저리(低利) Lãi suất thấp. ~대출금 tiền vay lãi xuất thấp.

저리다 Nhức. 온 뼈마디가 ~ nhức tất các khớp xương.

저마다 Mọi người, mỗi người. ~제가 옳다고한다 ai cũng nói mình đúng.

저만큼 Đến mức đó, mức ấy. ~공부하는이도 드물다 hiếm có người học đến mức đó

저만하다 Như thế, bằng từng ấy. 저만한 인물 một nhân vật như thế.

저명(著名) Trứ danh, nổi tiếng. ~하다. ~인사 nhân vật nổi tiếng.

저물가(低物價) Giá thấp, giá rẻ. ~정책 chính sách hàng giá rẻ.

저물다 Trời tối xuống, tối. 날이 ~ trời tối. 날이 ~기 전에 ~ trước khi trời tối.

저미다 Thái nhỏ, thái mỏng. 고기를 얇게~ cắt từng miếng thịt nhỏ.

저버리다 Không giữ gìn đạo lý, lời hứa, huỷ, bỏ, đi ngược lại. 은혜를~ quên ơn.

저번(這番) Lần trước. ~일요일 chủ nhật lần trước. ~편지 bức thư lần trước.

저변(底邊) Sàn, nền, mặt dưới. =밑변. 사회의 ~ mặt đáy của xã hội.

저부(底部) Phần thấp nhất.

저상(沮喪) Mệt mỏi, mất tinh thần. ~하다. 의기~하여 mất tinh thần.

저서(著書) Viết sách, làm sách. 예술에 관한 ~ viết sách về nghệ thuật.

저성(低聲) Giọng thấp. ~으로 bằng cái giọng thấp.

저소득(低所得) Thu nhập thấp. ~층 tầng lớp thu nhập thấp.

저속도(低速度) Tốc độ thấp, tốc độ chậm. ~으로 운전하다 lái xe với tốc độ thấp.

저수(貯水) Chứa nước. ~하다. ~량 lượng nước chứa.

저수지(貯水池) Cái hồ chứa nước. ~댐 đập chứa nước.

저술(著述) Viết sách, làm sách, viết lách. ~하다. ~가 nhà văn. ~업 nghề viết lách.

저습(低濕) Độ ẩm thấp. ~지 nơi có độ ẩm thấp.

저승 Thế giới bên kia. ~사자(使者) sứ giả của thế giới bên kia.

저압(低壓) ① Áp lực thấp. ② Điện áp thấp. ~전류 dòng điện thấp.

저액(低額) Số tiền ít, nhỏ. ~소득자 người thu nhập thấp.

저어하다 Sợ, sợ hại, e ngại. 일이 또 잘 안 될까 ~ e sợ rằng công việc lại không thành.

저온(低溫) Nhiệt độ thấp.

저울 Cái cân, cán cân. 대~ cái cân lớn. ~저울 cân tự động.

저육(猪肉) Thịt heo (thịt lợn).

저음(低音) Giọng trầm. ~가수 ca sĩ giọng trầm.

저의(底意) Mục đích chính, động cơ chính. ~없이 không có ý gì khác.

저이 Người đó, hắn, cô ấy, anh ấy. ~들 những người ấy.

저인망(底引網) Lưới kéo thấp, lưới vét sát đất. ~어선 thuyền cá lưới quét.

저임금(低賃金) Tiền công thấp. ~근로자 người lao động tiền công thấp.

저자 ① Chợ, thị trường. ② Cửa hàng.

저자세(低姿勢) Giả bộ nghèo khổ, làm ra vẻ thấp kém.

저작(著作) Chế tác, làm ra, sáng tác. ~하다. ~가 nhà sáng tác.

저작권(著作權) Quyền sáng tác, bản quyền. ~을 소유하다 sở hữu quyền sáng tác.

저장(貯藏) Chất kho, bỏ kho. ~물 hàng bỏ vào kho.

저절로 Tự nó. 문이 ~열린다 cửa tự mở ra.

저조(低調) Giọng khẽ, giọng thấp, giọng nhỏ.

저주(咀呪) Lời nguyền, câu chưởi rủa. ~하다.

저지(低地) Vùng đất thấp.

저지(沮止) Sự phá rối, vật cản trở, điều trở ngại. ~하다.

저지르다 Gây ra, làm ra, mắc phải. ~일을 gây chuyện, gây ra chuyện sai lầm~.

저쪽 Phía kia, đằng kia.

저처럼 Như vậy, như thế đó.

저축(貯蓄) Tiết kiệm. ~하다. ~금 tiền tiết kiệm.

저탄(貯炭) Một đống than.

저택(邸宅) Lâu đài, biệt thư. 훌륭한 ~ biệt thự tráng lệ.

저편 Mặt ấy, mặt đó, hướng đó. = 저쪽.

저하(低下) Sự đi xuống, sụt giá, giảm giá trị.

저학년(低學年) Lớp thấp hơn, bậc nhỏ hơn.

저항(抵抗) Chống đỡ, chống đối, chống. ~하다. 공격에 ~하다 chống tấn công.

저해(沮害) Làm trở ngại, làm ảnh hưởng. ~하. 활동을 ~하다 làm trở ngại hoạt động. 발전[발달]을 ~하다 làm trở ngại sự phát triển.

저희 Chúng tôi.

적(敵) Địch, kẻ thù. 평화의 ~ kẻ thù của hòa bình. ~군 quân thù, quân địch.

적갈색(赤褐色) Màu đỏ sẫm.

적개심(敵愾心) Lòng thù hận. ~을 일

으키다 gây lòng thù hận.

적격(適格) Đủ tư cách, phù hợp.

적국(敵國) Quân thù, kẻ thù.

적극(積極) Tích cực. ~적. ~적인 사람 người có tính tích cực.

적금(積金) Tiền tiết kiệm. ~을 하다 gửi tiền tiết kiệm.

적다 Nhỏ, ít. ~은 수입 thu nhập ít.

적당(積金) Thích ứng, thích đáng, hợp lý. ~하다. ~히 một cách hợp lý.

적대(敵對) Sự thù địch, đối đầu. ~하다. ~국 nước đối đầu.

적량(積量) Sức chứa. 배의~ sức chứa của thuyền.

적령(適齡) Đúng tuổi, tuổi thích hợp. ~에이르다 đến tuổi phù hợp.

적립(積立) Sự tích lũy, sự tích lũy. ~하다.

적막(寂寞) Tĩnh mịch, yên tĩnh, cô quạnh. ~하다.

적바림 Ghi lại, chép lại, chép để lại.

적발(摘發) Phát hiện. ~하다. 부정 사건을 ~하다 phát hiện sự việc tiêu cực.

적법(適法) Hợp pháp. ~이다.

적병(敵兵) Quân địch.

적부(適否) Phù hợp hay không phù hợp.

적빈(赤貧) Nghèo túng, nghèo khổ. ~하다.

적산(敵産) Tài sản của kẻ thù, tài sản của địch. ~을 몰수하다 tịch thu tài sản quân địch.

적색(赤色) Màu đỏ. ~혁명 cách mạng đỏ.

적설(積雪) Tích tuyết, đông thành tuyết. ~량 lượng tuyết tích tụ

적성(適性) Khả năng phù hợp, khả năng. ~검사 kiểm tra khả năng phù hợp.

적성(敵性) Có tính thù địch. ~국가 nước thù địch.

적세(敵勢) Sức mạnh của kẻ thù. ~를 크게 꺾다 bẻ gãy sức mạnh kẻ thù.

적소(適所) Một nơi phù hợp. ~를 구하다 tìm nơi phù hợp.

적손(嫡孫) Đích tôn, cháu đích tôn

적송(積送) Chất lên tàu. ~하다.

적수(敵手) Địch thủ. 나는 그의 ~가 못된다 tôi không thể là địch thủ của anh ấy.

적습(敵襲) Sự tấn công của kẻ thù. ~을 받다.

적시(適時) Đúng lúc, đúng thời.

적시다 Bị ướt, bị ngấm nước.

적신호(赤信號) Tín hiệu đỏ.

적역(適役) Một vị trí thích hợp, một chức vụ thích hợp.

적외선(赤外線) Tia hồng ngoại. ~램프 đèn hồng ngoại.

적요(摘要) Tóm tắt, bản sơ lược.

적용(適用) Áp dụng, vận dụng. ~하다. 법의 ~ áp dụng luật. ~되다 được vận dụng.

적응(適應) Thích ứng. ~하다. 새 환경에 ~시키다 thích ứng với hoàn cảnh mới.

적의(敵意) Sự thù oán. ~가 있는 có thù oán.

적이 Ít nhiều, phần nào. 그 소식에 ~안심되오 nghe tin ấy yên tâm ít nhiều.

적이나 Một chút, chút, ít. 그 일이 잘 마무리되어 ~ 다행이다 kết thúc việc ấy tốt đẹp ít ra cũng là may mắn lắm rồi.

적임(適任) Kế nhiệm phù hợp. ~자 người kế nhiệm xứng đáng.

적자(赤字) Lỗ vốn, bị lỗ (kinh doanh).

적재(適材) Phù hợp với năng lực. ~적소 đúng người đúng chỗ. ~적소에 배치하다 sắp xếp đúng người đúng chỗ.

적적하다(寂寂-) Yên lặng, tĩnh mịch, cô độc, trống trải. 적적한 느낌 cảm giác cô độc.

적전(敵前) Trước mặt kẻ địch.

적절(適切) Phù hợp, thích hợp, chính xác. ~하다. ~한 비유 sự so sánh chính xác.

적정(適正) Hợp lý, công bằng. ~하다. ~한 가격 giá hợp lý.

적정(敵情) Địch tình, tình hình địch. ~을 살피다 quan sát địch tình.

적중(的中) Trúng đích. ~하다. ~하지 않다 không trúng đích.

적진(敵陣) Doanh trại địch, chỗ đóng quân của địch. ~을 돌파하다 đột phá vào doanh trại địch.

적출(摘出) Rút ra, móc ra, moi ra. ~하다. 상처에서 총알을 ~하다 lấy viên đạn từ vết thương ra.

적출(積出) Chất hàng lên để gửi đi, xuất hàng. ~항 cảng xuất hàng.

적탄(敵彈) Đạn của quân địch.

적평(適評) Lời phê bình đúng, lời phê bình phù hợp. ~을 내리다 đưa ra lời phê bình đúng.

적합(適合) Thích hợp, vừa với, phù hợp. ~하다. 목적에 ~하다 phù hợp với mục đích.

적확(的確) Chính xác. ~하다.

적히다 Được ghi chép, được viết ra. 이름을 ~ được viết tên ra.

전(前) Thiếu, kém (đồng hồ). 9시 5분 ~ chín giờ kém năm.

전(前) Trước, trước đây. ~총리 cựu Thủ tướng

전갈 Con bò cạp.

전갈(傳喝) Chuyển, nhờ chuyển, bức nhắn ~하다.

전개(展開) Triển khai. ~하다. 이론 을

~하다 triển khai lý luận.

전거(典據) Điển cứ, căn cứ. ~있는 학설 học thuyết có căn cứ

전격(電擊) Điện giật hoặc cú đánh nhanh như điện. ~결혼 kết hôn chớp nhoáng.

전경(全景) Toàn cảnh. 서울~ toàn cảnh Seoul.

전경(前景) Tiền cảnh.

전고(典故) Điển cố.

전공(專攻) Chuyên môn, chuyên. ~하다. 수학을 ~하다 chuyên về toán học.

전광(電光) Tia điện, tia chớp điện.

전교(全校) Cả trường, toàn trường.

전구(電球) Bóng điện. ~가 끊어지다 bóng điện bị cháy. 백열~ bóng điện trắng.

전국(全國) Toàn quốc. ~적 có tính toàn quốc. ~적으로 유명하다 nổi tiếng toàn quốc.

전군(全軍) Toàn quân. ~을 지휘하다 chỉ huy toàn quân.

전권(全權) Toàn quyền. ~을 위임하다 ủy quyền toàn quyền.

전근(轉勤) Chuyển nơi làm việc. ~하다. 부산 지점으로 ~되다 chuyển xuống làm việc ở chi nhánh Busan.

전기(前期) 6 tháng đầu năm.

전기(電氣) Điện. ~를 켜다 bật điện. ~를 끄다 tắt điện.

전기(電機) Máy móc và thiết bị điện, điện cơ. ~공업 nền công nghiệp điện cơ.

전날(前-) Ngày hôm trước.

전남편(前男便) Chồng cũ, chồng trước.

전납(前納) Nộp trước, đóng trước. ~하다.

전년(前年) Năm trước.

전념(專念) Tập trung vào. ~하다

전능(全能) Toàn năng. ~하다.

전능력(全能力) Tất cả khả năng, tất cả năng lực. ~을 기울여 dồn tất cả năng lực.

전단(戰端) Nguyên nhân chiến tranh. ~을 열다 mở ra nguyên nhân chiến tranh.

전달(傳達) Truyền đạt, chuyển cho. ~하다. 명령을 ~하다 truyền đạt mệnh lệnh.

전달(前-) Tháng trước, tháng vừa qua.

전담(全擔) Chuyên trách. ~하다. 비용을 ~하다 chuyên chịu trách nhiệm về tài chính.

전답(田畓) Ruộng, vườn.

전당(典當) Sự cầm cố, vật thế chấp. ~물 vật thế chấp.

전대(戰隊) Chiến đội, phi đội bay, hạm đội tàu chiến.

전대미문(前代未聞) Chưa từng nghe

bao giờ, chưa từng có bao giờ.

전도(前途) Tiền đồ, tương lai. ~가 유망한 청년 thanh niên có tiền đồ sáng sủa.

전도(全圖) Một bản đồ đầy đủ. 서울[대한민국]~ bản đồ đầy đủ của Seoul.

전도(傳導) Truyền, truyền dẫn. ~하다.

전동(電動) Chuyển động bằng điện. ~공구 dụng cụ điện. ~차 xe điện.

전두(前頭) Trán. ~골 xương trán.

전등(電燈) Bóng điện. ~이 밝다 bóng điện sáng.

전락(轉落) Rơi vào, lún sâu vào, sụp vào (hoàn cảnh xấu).

전람(展覽) Triển lãm. ~하다. ~물 hàng triển lãm.

전래(傳來) ① Truyền lại, để lại. ② Từ nước ngoài chuyển về. ~하다.

전략(戰略) Chiến lược. ~적 có tính chiến lược.

전량(全量) Tổng số lượng, toàn bộ số lượng.

전량(錢糧) Tiền bạc và lương thực.

전량(全量) Tất cả, toàn bộ.

전령(傳令) Chuyển lệnh, truyền lệnh. ~하다.

전례(典例) Tiền lệ. ~없는 chưa có tiền lệ.

전류(電流) Điện lưu, dòng điện. ~단위 đơn vị điện lưu. 고압~ điện cao áp.

전리품(戰利品) Chiến lợi phẩm.

전말(顚末) Cả quá trình, quá trình.

전망(展望) Triển vọng. ~이 좋다 triển vọng tốt.

전매(轉賣) Bán lại. ~하다.

전매(轉買) Mua lại. ~하다.

전매특허(專賣特許) Giấy phép bán độc quyền.

전면(全面) Toàn diện. ~적 có tính toàn diện.

전면(前面) Tiền diện, mặt trước.

전멸(全滅) Hoàn toàn bị diệt vong. ~하다. ~시키다 làm cho diệt vong hoàn toàn.

전모(全貌) Toàn cảnh, hình ảnh toàn bộ. ~를 밝히다 làm rõ toàn cảnh.

전문(專門) Chuyên môn. ~적 tính chuyên môn. ~가 nhà chuyên môn.

전문(前文) Tiền văn, câu mở đầu, câu trước.

전반(全般) Toàn thể. 국민의~ toàn thể quốc dân.

전방(前方) Trước mặt, phía trước, tiền phương. 100미터~에 một trăm mét trước mặt.

전방(廛房) Của hàng, của tiệm. =가게.

전번(前番) Lần trước. ~에 lần trước, trước đây.

전법(戰法) Chiến pháp, cách đánh trận.

전별(餞別) Làm tiệc tiễn đưa. ~하다.
전병(煎餅) Bánh hấp.
전보(電報) Điện báo. ~치다 đánh điện báo.
전보(塡補) Phần bổ sung, phần phụ thêm. ~하다.
전복(顛覆) Sự lật đổ, sự đánh đổ, lật ngược. ~하다. 열차 ~ 사고 vụ tai nạn lật tàu
전봇대(電報-) Cây cột điện. = 전주
전부(全部) Toàn bộ, toàn thể. ~합해서 gộp tất cả lại.
전비(前非) Tội lỗi xưa, lỗi lầm cũ. ~를 깨닫다 hiểu ra lỗi lầm trước đây.
전사(戰死) Hy sinh, chết vì chiến trận. ~하다. ~자 người chết trận.
전사(戰士) Chiến sĩ. 무명~ chiến sĩ vô danh.
전사(戰事) Chiến sự.
전상(戰傷) Vết thương chiến tranh. ~입다 bị thương ngoài chiến trường.
전생(前生) Kiếp trước. ~의 인연 nhân duyên kiếp trước.
전생(全生) Cả cuộc đời.
전생애(全生涯) Cả cuộc đời, trọn đời ~를 바치다 hy sinh cả cuộc đời.
전서(全書) Toàn thư. 백과~ bách khoa toàn thư.
전설(傳說) Truyền thuyết. ~적인 인물 nhân vật có tính truyền thuyết.

전성(全盛) Đỉnh cao của sự phồn vinh, sự cục thịnh. ~하다.
전성관(傳聲管) Cái loa.
전세(專貰) Cho thuê (theo hình thức đặt cọc tiền). ~하다. ~집 nhà cho thuê.
전세(戰勢) Tình hình chiến sự. ~를 결정적으로 뒤집다 tình hình chiến sự lật ngược một cách quyết định.
전세계(全世界) Toàn thế giới. ~에 trên toàn thế giới.
전세기(前世紀) Thế kỷ trước.
전소(全燒) Hoàn toàn bị cháy. ~하다.
전속(專屬) Thuộc vào, phụ thuộc vào. ~하다.
전속력(全速力) Tất cả tốc độ. ~으로 bằng tất cả tốc lực.
전손(全損) Toàn bộ thiệt hại. ~을 보다 chịu toàn bộ thiệt hại.
전송(電送) Gửi, chuyển, giao. ~하다.
전수(全數) Tổng số, toàn bộ.
전수(專修) Chuyên tu, chuyên môn. ~하다.
전술(戰術) Chiến thuật. ~상 mặt chiến thuật.
전승(全勝) Toàn thắng. ~하다
전승(傳承) Truyền lại (văn hóa, phong tục tập quán).
전시(展示) Trưng bày. ~하다. ~관 phòng trưng bày.

625

전시(全市) Toàn thành phố.
전시(戰時) Thời chiến.
전시대(前時代) Thời đại trước.
전신(全身) Toàn thân, cả người. ~에 밴 땀 cả người mồ hôi.
전신(電信) Điện tín. ~으로 bằng điện tín.
전실(前室) Người vợ cũ, vợ trước (đã ly dị). ~자식 con người vợ cũ.
전심(全心) Toàn tâm. ~을 기울여 dốc toàn tâm.
전심(專心) Chuyên tâm, tập trung tinh thần. ~하다. ~으로 chuyên tâm.
전아(典雅) Thanh nhã, lịch lãm. ~하다.
전압(電壓) Điện áp. ~이 높다 điện áp cao.
전액(全額) Toàn bộ số tiền. ~환불 hoàn trả lại tất cả số tiền.
전야(前夜) Đêm trước. 성탄절~ đêm trước Nôen.
전언(前言) Lời nói trước, lời mở đầu.
전언(傳言) Chuyển lời.
전업(專業) Chuyên nghề, chuyên làm ngành gì. ~농부 nông dân chuyên nghiệp.
전업(轉業) Đổi nghề. ~하다.
전연(全然) Hoàn toàn, toàn bộ, tất cả.
전열(前列) Hàng trước, dãy trước. ~왼쪽에서 세 번째 thứ 3 hàng trước bên trái.

전염(傳染) Truyền nhiễm. ~하다. ~경로 đường truyền nhiễm
전염병(傳染病) Bệnh truyền nhiễm. ~예방 cách phòng chống bệnh truyền nhiễm.
전옥(典獄) Trưởng trại giam.
전용(專用) Chuyên dụng. ~하다. ~차 xe chuyên dụng.
전우(戰友) Chiến hữu, bạn chiến đấu.
전운(戰雲) Bóng mây chiến tranh. 중동에 ~이 감돌고 있다 bóng mây chiến tranh bao phủ Trung Đông.
전원(全員) Toàn thể nhân viên. ~집합 tập hợp tất cả nhân viên.
전월(前月) Tháng vừa qua, tháng trước.
전위(前衛) Canh phòng phía trước.
전유(全乳) Sữa còn có mỡ.
전율(戰慄) Run bần bật.
전의(戰意) Ý chí chiến đấu. ~가 없다 không còn ý chí chiến đấu.
전이(轉移) Sự biến đổi, sự đổi thay.
전인(全人) Người có đầy đủ trí, tình, nghĩa.
전일(前日) Ngày hôm trước.
전임(前任) Tiền nhiệm. ~자 người tiền nhiệm.
전임(專任) Chuyên nhiệm, chuyên trách. ~강사 giảng viên chuyên trách

전입(轉入) Chuyển đến học. ~하다. ~생 học sinh mới chuyển đến.

전자(電子) Điện tử. ~공업 ngành công nghiệp điện tử.

전쟁(戰場) Chiến tranh. ~하다. ~의 상처 vết thương chiến tranh.

전적(全的) Hoàn diện, toàn bộ, toàn vẹn. ~인 협력 sự hợp lực toàn diện.

전전(前前) Hai ngày trước, ngày hôm kia. ~날 ngày hôm trước. ~달 tháng trước nữa.

전전긍긍(戰戰兢兢) Run vì sợ. ~하다.

전전하다(轉轉-) Chuyển từ tay người này qua tay người kia.

전정(前庭) Sân vườn trước nhà.

전정(前程) Con đường trước mặt.

전제(前提) Tiền đề. 을 ~로하다 lấy làm tiền đề.

전조(前兆) Dấu hiệu, sự báo hiệu, điềm.

전조(前條) Điều kiện trước, điều kiện đã đề cập.

전조등(前照燈) Đèn pha (xe hơi, tàu hỏa)

전족(纏足) Tục bó chân. ~하다.

전주(前奏) Đoạn mở đầu, khúc dạo đầu.

전지(電池) Pin, ắc quy.

전지(戰地) Chiến địa, bãi chiến trường.

전직(前職) Nghề cũ.

전직(轉職) Chuyển nghề. ~하다. ~로 하다 chuyển sang nghề gì đó.

전진(前陣) Tiến lên phía trước. ~하다. 일보~하다 tiến lên phía trước một bước.

전집(全集) Toàn tập. 현대 미술 ~ toàn tập mỹ thuật hiện đại

전차(電車) Xe điện, tàu điện. ~를 타다 đi xe điện.

전차(戰車) Xe tăng. ~병 lính xe tăng. ~부대 bộ đội xe tăng.

전채(戰債) Món nợ chiến tranh.

전책임(全責任) Toàn bộ trách nhiệm, tất cả trách nhiệm.

전처(前妻) Người vợ cũ, vợ trước (đã ly dị). ~소생의 자식 con vợ trước.

전철(轉轍) Vết xe trước đây, vết chân trước đây. ~을 밟다 dẫm vào vết xe đổ trước đây.

잔체(全體) Toàn thể. ~적으로 toàn thể.

전초(前哨) Tiền đồn. ~기지 căn cứ tiền đồn.

전취하다(戰取-) Thắng, giành được thắng lợi.

전치(全治) Điều trị hoàn toàn khỏi. = 완치.

전통(傳統) Truyền thống. ~적 có tính truyền thống. ~계승 kế thừa truyền thống.

전투(戰鬪) Chiến đấu. ~경찰 cảnh sát chiến đấu. ~기 chiến đấu cơ.

전판(全-) Hoàn toàn, tất cả. 나는 그녀를 ~모른다 tôi hoàn toàn không biết gì.

전편(全篇) Toàn tập, trọn bộ.

전편(前篇) Sự bãi bỏ, sự hủy bỏ hoàn toàn.

전하다(傳-) Chuyển. 말을 ~ chuyển lời. 정부를 ~ chuyển thông tin.

전학(轉學) Sự chuyển trường. ~하다. ~생 học sinh chuyển trường.

전항(前項) Điều khoản trước.

전해(前-) Năm ngoái, năm trước.

전향(轉向) Thay đổi phương hướng. ~하다.

전혀 Hoàn toàn. ~모르는 사람 người hoàn toàn không biết.

전형(典型) Điển hình. ~적인 có tính điển hình.

전호(前號) Số trước. ~에서 계속 tiếp theo số trước.

전화(電化) Điện thoại. ~하다. ~로 bằng điện thoại. 이동~ điện thoại di động.

전화위복(轉禍爲福) Họa trở thành phúc, trong cái rủi có cái may.

전환(轉換) Chuyển, chuyển đổi, quay. ~하다. 180도의 ~ quay 180 độ.

전황(戰況) Tình hình chiến sự. ~뉴스 tin chiến trận.

전회(前回) Lần trước.

전회(轉回) Luân chuyển, xoay vòng.

전횡(專橫) Chuyên quyền. ~하다.

전후(戰後) Sau khi kết thúc chiến tranh.

전후(前後) Trước sau. ~를 살피다 nhìn trước sau

절 Chùa.

절 Lạy. ~을 하다 lạy.

절(節) Khúc, đoạn.

절감(節減) Cắt giảm, giảm. ~하다.

절개(節槪) Sự trung thành.

절경(絶景) Tuyệt cảnh, cảnh rất đẹp. 천하~ tuyệt cảnh thiên hạ

절교(絶交) Tuyệt giao, cắt đứt hoàn toàn mối quan hệ. ~하다. 친구와 ~하다 tuyệt giao với bạn.

절다 Ngâm nước, muối.

절다 Thọt, khập khiễng. 다리를 ~ thọt chân.

절단(切斷) Cắt. ~하다. 둘로 ~하다 cắt làm hai.

절대(絶對) Tuyệt đối. ~로 một cách tuyệt đối. ~로 금하다 cấm tuyệt đối.

절도(竊盜) Trộm cắp. ~혐의로 bị nghi là trộm cắp.

절뚝거리다 Đi khập khiễng, đi cà nhắc.

절레절레 Lắc lắc cái đầu.

절망(絶望) Tuyệt vọng. ~하다. ~적인

상태 trạng thái tuyệt vọng

절망(切望) Rất mong muốn, rất cần. ~하다.

절멸(絶滅) Tiêu diệt hoàn toàn. ~하다.

절명(絶命) Tuyệt mệnh, chết.

절묘(絶妙) Tinh xảo, tốt, tuyệt diệu. ~하다. ~한 예술품 đồ công nghệ phẩm chất lượng cao.

절무(絶無) Tuyệt đối chẳng có cái gì. ~하다.

절미(節米) Sự tiết kiệm gạo. ~하다.

절박(切迫) Gấp rút, cấp bách, khẩn cấp. ~하다.

절반(折半) Một nửa. ~하다 chia làm hai.

절버덕 Xoẹt, bót, bét (tiếng nước té).

절벽(絶壁) Vách đứng (núi), vách đá, dốc đứng.

절삭(切削) Cắt sắt. ~하다. ~공구.

절색(絶色) Tuyệt sắc, rất đẹp.

절세(絶世) Tuyệt thế, nhất thế gian này.

절손(絶孫) Tuyệt tự, không có con cháu nối dõi. ~하다. 그 집안은 ~했다 nhà ấy hết nòi.

절수(節水) Sự tiết kiệm nước. ~하다.

절식(絶食) Tuyệt thực. ~하다.

절실(切實) Rất cần thiết, rất khẩn cấp, rất quan trọng. ~하다.

절약(節約) Tiết kiệm. ~하다. 전기 를 ~하다 tiết kiệm điện.

절연(絶緣) Cắt đứt quan hệ, tuyệt duyên. ~하다.

절이다 Được ngâm, được ngâm muối. 절인 배추 cải muối.

절절이(節節-) Từng khúc, từng đoạn.

절정(絶頂) Tuyệt đỉnh, đỉnh cao.

절제(切除) Sự cắt bỏ. ~하다.

절조(節操) Trinh tiết. ~가 없는 không có trinh tiết.

절차(節次) Thủ tục, trình tự. ~에 따라 theo trình tự. 입학~를 하다 làm thủ tục nhập học.

절찬(絶讚) Hết lời khen ngợi. ~하다. ~을 받다 được hết lời khen ngợi.

절창(絶唱) Bài thơ tuyệt hay, bài hát tuyệt hay.

절취(竊取) Ăn cắp, ăn trộm. ~하다.

절치(切齒) Nghiến răng giận. ~하다.

절친(切親) Tuyệt thân, rất thân thiết. ~하다.

절토(切土) San đất.

절통하다(切痛-) Hối tiếc.

절하(切下) Sự giảm giá.

절해(絶海) Biển khơi, biển sâu.

절호(絶好) Tuyệt hảo, huy hoàng, tráng lệ.

젊다 Trẻ. ~었을 때 khi còn trẻ. ~은 여자 người phụ nữ trẻ

점(點) Điểm, chấm. ~을 치다 đánh

dấu.

점(點) Điểm số. ~을 주다 cho điểm.

점(占) Quẻ bói. ~보다 xem bói

점가(漸加) Sự gia tăng từ từ, tăng dần. ~하다. ~속도 tốc độ tăng dần.

점거(占據) Chiếm đóng, chiếm giữ. ~하다.

점검(點檢) Kiểm tra. ~하다. 인원을 ~하다 kiểm tra con số.

점괘(占卦) Quẻ bói. ~가 좋다 [나쁘다] quẻ bói tốt (xấu).

점근(漸近) Càng gần, dần dần. ~하다.

점두(店頭) Mặt tiền cửa hàng.

점등(點燈) Bật đèn, thắp sáng đèn. ~하다.

점등(漸騰) Sự nhích giá lên, sự tăng giá dần dần. ~하다.

점락(漸落) Giảm dần, tụt xuống dần. ~하다.

점령(占領) Chiếm lĩnh. ~하다.

점멸(點滅) Sáng rồi tắt, lập loè. ~하다.

점선(點線) Đường chấm, đường thẳng làm bằng nhiều chấm hoặc đoạn ngắn.

점수(點數) Điểm số, thành tích (học). 좋은 ~ điểm số tốt.

점술(占術) Thuật bói toán, sự nói trước, sự tiên đoán.

점심(點心) Buổi trưa, cơm trưa. ~을 먹다 ăn trưa.

점원(店員) Nữ bán hàng.

점유(占有) Chiếm hữu. ~하다.

점입가경(漸入佳境) Càng đi sâu vào càng hay, càng vào càng đẹp. ~하다. 이야기가 ~하다 câu chuyện càng kể càng hay.

점잖다 Đứng đắn, người lớn, chững chạc. ~은 사람 người đứng đắn. ~은 말을 하다 nói lời nói đúng đắn.

점쟁이 Thầy bói.

점적(點滴) Từng giọt, giọt một.

점점(漸漸) Dần dần, từ từ. 일이 ~익숙해지다 quen dần với công việc.

점점이(點點-) Chỗ này chỗ kia, lác đác. ~흩어져 있다 rải rác chỗ này chỗ kia.

점주(店主) Người chủ nhiệm, chủ cửa hàng.

점증(漸增) Sự tăng lên đều. ~하다.

점진(漸進) Tiến lên dần, tiến lên từ từ. ~하다.

점차(漸次) Từng bước, từng giai đoạn một. ~로 từng giai đoạn một.

점착(粘着) Dính, bám. ~하다. ~력 sức bám vào.

점철(點綴) Lác đác, rải rác. ~하다.

점포(店鋪) Cửa hàng, cửa tiệm. ~를 내다 mở cửa hàng.

점프 Sự nhảy, cú nhảy. (jump). ~하다.

점하다(占-) Chiếm, giữ.

점호(點呼) Điểm danh, gọi tên từng người. ~하다.
접(接) Ghép cành. ~(을)붙이다.
접객(接客) Sự tiếp khách. ~하다.
접견(接見) Tiếp kiến. ~실 phòng tiếp kiến.
접경(接境) Đường biên giới, vùng ranh giới. ~하다.
접골(接骨) Nối xương. ~하다.
접근(接近) Tiếp cận. ~하다. ~하기 어렵다 khó tiếp cận. ~전 đấu giáp lá cà.
접다 Gấp. 종이를 ~ gấp tờ giấy. 우산을 ~ gấp cái ô.
접대(接待) Tiếp đãi, mời cơm. ~하다. 손님을 ~하다 tiếp đãi khách.
접목(椄木) Sự ghép cành. ~하다. ~법 cách ghép cành.
접선(接線) ① Tiếp tuyến ② Tiếp dây, nối dây.
접속(接續) Nối, liên kết. ~하다.
접수(接收) Tiếp nhận, nhận. ~하다. 원서를 ~하다 nhận đơn. ~기한 thời hạn tiếp nhận.
접시 Cái đĩa. 고기한 ~ một đĩa thịt. ~를 씻다 rửa đĩa.
접어들다 ① Đi vào, bước vào. ② Vào mùa, vào vụ.
접어주다 Bỏ qua, tha thứ, khoan thứ.
접자(摺-) Cây thước gấp.

접점(接點) Tiếp điểm.
접종(接種) Sự tiêm chủng. ~하다.
접종(接踵) Bám theo, theo gót ai. ~하다.
접지(接地) Tiếp đất. ~하다. ~선 dây tiếp đất.
접착(接着) Gắn, dính. ~하다. ~제 keo dính, keo dán, chất dán.
접촉(接觸) Tiếp xúc, liên lạc. 아무 와 ~하다 tiếp xúc với ai.
접피술(接皮術) Nghệ thuật ghép da.
접하다(接-) Tiếp cận, sát đến, gần, đối mặt với.
접합(接合) Gắn vào một nơi. ~하다.
접히다 Bị gấp vào.
젓 Đồ hải sản muối. 새우~ tôm muối.
젓가락 Đũa.
젓다 Chèo. 배를 ~ chèo thuyền.
정(情) Tình, tình cảm. 부부의~ tình cảm vợ chồng. ~이 많은 사람 người nhiều tình cảm
-정(整) Chẵn, tròn. 5만 원~ chẵn 50 ngàn won.
정가(定價) Giá cố định. ~표 bảng giá cố định.
정각(正刻) Đúng giờ, chính xác, đúng. 열시~ đúng mười giờ.
정간(停刊) Sự đình bản. ~하다.
정감(情感) Xúc cảm, tình cảm. ~있게 말하다 nói có cảm xúc. 피아노를 ~있

게 치다 đánh pinano một cách diễn cảm.

정강(政綱) Đại cương chính trị.

정강이 Cẳng chân, ống quyển.

정객(政客) Chính sách, nhà chính trị, người khôn khéo trong việc dùng người.

정거(停車) Nơi đậu, bến đỗ (xe), sự dừng lại. ~하다.

정거장(停車場) Bến xe, trạm dừng xe.

정격(正格) Hình thức thích hợp, tính đúng quy tắc.

정견(政見) Chính kiến. ~을 표하다 bày tỏ chính kiến của mình.

정결(貞潔) Trinh tiết trong sạch. ~하다. ~한 부인 người đàn bà trinh bạch.

정경(政經) Kinh tế chính trị. ~학부 khoa kinh tế chính trị.

정경분리(政經分離) Tách kinh tế và chính ra. ~하다.

정계(政界) Chính giới, chính trường, giới chính trị. ~에 들어가다 bước vào chính giới. ~의 불안 sự bất an chính trị. ~에 떠나다 ra khỏi chính giới.

정계(定界) Định ra giới hạn hoặc định đường biên giới. ~하다.

정곡(正鵠) Tâm, điểm quan trọng nhất.

정공(正攻) Tấn công trực diện. ~하다.

정과(正果) Trái cây được bảo quản trong mật ong.

정교(政教) Tôn giáo và chính trị, chính trị và giáo dục.

정교사(正教師) Một giáo viên biên chế.

정구(庭球) Môn quần vợt, môn ten-nít.

정권(政權) Chính quyền. ~을 쥐다 nắm chính quyền.

정규(正規) Chính quy. ~교육을 받다 được giáo dục chính quy.

정근(精勤) Làm việc chăm chỉ. ~하다.

정글 Khu rừng nhiệt đới. ~전 trận đấu vùng rừng nhiệt đới. ~지대 khu vực vùng nhiệt đới.

정금(正金) Tiền đồng, tiền xu

정기(定期) Định kỳ. ~로 một cách định kỳ. ~검사 kiểm tra định kỳ.

정년(停年) Về hưu. ~에달하다 đến tuổi về hưu.

정년(丁年) Tuổi thành niên. ~자 người đến tuổi thành niên. ~미달이다 chưa đến tuổi thành niên.

정녕(丁寧) Chắc chắn, nhất định. ~그러냐? Chắc chắn như thế không

정남(貞男) Đồng tử, con trai trinh

정답다(情-) Nhiều tình cảm, tình cảm. 정다운 친구 người bạn tình cảm.

정당(正當) Chính đáng, thỏa đáng. ~

하다. ~한 사유 lý do chính đáng.

정답(正答) Câu trả lời chính xác, đáp án.

정도(程度) Mức độ, cấp, mức, trình độ. 고등학교의 ~ trình độ cấp ba.

정독(精讀) Sự đọc kỹ, nghiền ngẫm. ~하다.

정돈(整頓) Chỉnh đốn, dọn dẹp. ~하다. 방을 ~하다 chỉnh đốn phòng.

정돈(停頓) Đình trệ, bế tắc. ~하다. ~상태에 빠지다 rơi vào trạng thái đình trệ.

정들다(情-) Mến, cảm tình. 그 여자한테~ có cảm tình với cô ấy.

정떨어지다 Mất cảm tình, tình cảm xấu đi.

정략(政略) Sách lược chính trị.

정량(定量) Định lượng, lượng quy định.

정려(精勵) Nỗ lực, hết sức nỗ lực cần cù. ~하다.

정력(精力) Sức lực, sinh lực, sức. ~의 소모 hao mòn sinh lực

정련(精鍊) Sự tinh luyện. ~하다.

정렬(貞烈) Trinh liệt. ~부인 người đàn bà trong sạch.

정례(定例) Thói quen, tập quán đã được quy định.

정류(停留) Ngừng lại, ngừng. ~하다. ~장 bến xe.

정류장(停留場) Trạm, bến xe.

정리(情理) Tình và lý.

정리(整理) Dọn dẹp, thu xếp, giải quyết. ~하다. 가사를 ~하다 thu xếp việc nhà

정말 Thật, thực. ~같은 거짓말 lời nói dối như thật.

정맥(精麥) Lúa mạch đã chà trắng. ~기(機) máy chà mạch.

정면(正面) Chính diện. ~으로 một cách chính diện. ~에서 보다 nhìn chính diện.

정무(政務) Việc nhà nước.

정문(正門) Cửa trước, cổng chính. ~으로 들어가다 vào bằng cửa chính.

정물(靜物) Tĩnh vật. ~사진 ảnh tĩnh vật.

정미(精米) Chà gạo trắng, xát gạo. ~하다. ~기 máy xát gạo.

정밀(精密) Tinh xảo, tinh tế, chính xác, cụ thể. ~하다. ~한 지도 bản đồ chi tiết.

정박(淳泊) Neo, đậu. ~하다. 배가 ~ 중이다 tàu đang đậu.

정반대(正反對) Hoàn toàn đối ngược, hoàn toàn phản đối.

정방형(正方形) Hình vuông. = 정사각형.

정배(定配) Đi đày. ~보내다 cử đi đày, đày đi.

정백(精白) Sự trắng tinh. ~당 đường trắng.

정벌(征伐) Chinh phạt, trấn áp. ~길에 오르다 lên đường chinh phạt

정범(正犯) Thủ phạm chính.

정변(政變) Chính biến, đảo chính.

정병(精兵) Tinh binh, quân tinh nhuệ.

정보(情報) Thông tin, tình báo. ~에 의하면 dựa theo thông tin.

정복(征服) Chinh phục. ~하다. ~할 수 없는 không chinh phục được.

정부(政府) Chính phủ. 현~ chính phủ hiện nay. 한국~ chính phủ Hàn Quốc.

정부(正副) Chính và phụ, trưởng và thứ.

정북(正北) Đúng hướng bắc, hướng chính bắc.

정분(情分) Tình bạn.

정비(整備) Trang bị. ~되어 있다 được trang bị.

정사(邪正) Đúng và sai, tốt và xấu. ~를 구별하다 phân biệt đúng sai.

정사(精査) Điều tra kỹ. ~하다.

정사면체(正四面體) Một tứ diện đều.

정사원(正社員) Nhân viên trong biên chế chính thức.

정삼각형(正三角形) Tam giác đều.

정상(正常) Bình thường. ~이 아닌 không bình thường.

정상화(正常化) Bình thường hoá. ~하다. 국교~ bình thường hóa quan hệ hai nước.

정색(正色) Vẻ mặt nghiêm nghị.

정서(正西) Đúng hướng tây, hướng chính tây.

정선(精選) Sự chọn lựa cẩn thận. ~하다. ~품 hàng chọn.

정성(精誠) Thịnh tình, tấm lòng thành. ~스럽다. ~껏 với tất cả lòng thành.

정세(情勢) Tình thế, tình hình. 세계~ tình hình thế giới. 일반~ tình hình chung

정수(淨水) Nước sạch. ~기 máy lọc nước.

정시(正視) Sự nhìn thẳng. ~하다.

정식(正式) Chính thức. ~으로 một cách chính thức.

정신(精神) Tinh thần, thần kinh. ~적 mặt tinh thần. ~적인 과로 mệt mỏi về mặt tinh thần.

정실(正室) Người vợ hợp pháp.

정애(情愛) Tình cảm, sự yêu thương

정액(定額) Con số cố định.

정양(靜養) Tĩnh dưỡng. ~하다.

정업(定業) Nghề lương thiện.

정열(情熱) Sự nhiệt tình, say mê. ~적인 사랑 tình yêu say mê.

정예(精銳) Tinh nhuệ, được chọn lọc. ~부대 quân tinh nhuệ.

정오(正午) Chính ngọ, giữa trưa.
정욕(情慾) Tình dục.
정원(庭園) Vườn. ~을 만들다 làm vườn.
정월(正月) Tháng giêng, tháng một âm.
정유(精油) Lọc dầu. ~공장 nhà máy lọc dầu.
정육(精肉) Thịt nạc.
정육면체(正六面體) Hình lục giác.
정육점(精肉店) Cửa hàng thịt.
정의(正義) Chính nghĩa. ~를 위하여 vì chính nghĩa.
정의(定義) Định nghĩa.
정일(定日) Ngày quy định, ngày hẹn.
정자(精子) Tinh trùng.
정자형(丁字形) Hình dạng chữ T.
정쟁(政爭) Sự xung đột chính trị.
정전(停電) Mất điện, không có điện.
정절(貞節) Trinh tiết, lòng chung thủy. ~을 지키다 giữ trinh tiết.
정점(定點) Một điểm cố định.
정정(訂正) Đính chính. ~하다. 이 책은 ~이필요하다 sách này cần đính chính.
정정당당(正正堂堂) Đàng hoàng, sòng phẳng, rõ ràng. ~하다. ~한 승부 chiến thắng đàng hoàng
정제(精製) Tinh chế, làm tỉ mỉ
정조(貞操) Trinh tiết, trinh. ~관념이 약하다 quan niệm thấp về chữ trinh.
정족(鼎足) Chân ba càng. ~지세(之勢) cái thế ba chân.
정주(定住) Định cư, cư trú. ~하다.
정중(鄭重) Trịnh trọng. ~하다. ~한 말로 bằng giọng nói trịnh trọng.
정지(停止) Đình chỉ, dừng lại, dừng. ~하다. 지급을 ~하다 dừng chi trả.
정직(正直) Chính trực, thẳng thắn. ~하다. ~한 사람 người thẳng thắn.
정차(停車) Sự ngừng lại, sự đình chỉ. = 정거(停車).
정착(定着) Bám vào, dính chắc vào, ổn định. ~하다.
정찰(偵察) Trinh sát, thăm dò. ~하다. 적정을 ~하다 thăm dò tình hình địch.
정채(精彩) Rực rỡ, sống động.
정책(政策) Chính sách. ~상의 문제 vấn đề về mặt chính sách.
정처(正妻) Vợ chính.
정체(正體) Thân thế, tung tích. ~모른 사람 người không biết thân thế thế nào.
정초(正初) Đầu tháng. ~에 vào đầu tháng.
정치(政治) Chính trị. ~적 có tính chính trị
정칙(定則) Quy tắc quy định, quy định, định chế.
정탐(偵探) Trinh thám. ~하다.

정태(靜態) Tình thế, tình hình.

정통(精通) Tinh thông, rành. ~하다. 국내사정에 ~하다 rành về tình hình trong nước.

정평(定評) Sự phê bình có giá trị.

정표(情表) Biểu đạt của tình cảm. 애정의 ~ sự biểu đạt của tình yêu. 감사의 ~로서 biểu đạt sự cảm ơn.

정하다(定-) Quy định, định. 정한 시간에 vào thời gian quy định.

정하다(淨-) Trong sạch, nguyên chất, tinh khiết.

정확(正確) Chính xác. ~하다. ~한 발음 phát âm chính xác.

정해(正解) Lời giải đáp chính xác, sự hiểu đúng. ~하다.

정해지다(定-) Đã được quyết định, đã quy định.

정형(定形) Định hình.

정혼(定婚) Sự đính hôn, sự hứa hôn. ~하다.

정화(淨化) Làm trong sạch, làm sạch. ~하다. 사회~ làm trong sạch xã hội.

정확(正確) Sự đúng đắn, tính chính xác, độ chính xác. ~하다

정황(情況) Tình huống, hoàn cảnh. 지금~으로는 theo như tình hình hiện nay.

정회(停會) Dừng họp, dừng họp. ~하다.

정회원(正會員) Một hội viên chính thức. ~의 자격 tư cách hội viên chính thức.

정휴일(定休日) Ngày nghỉ được quy định.

정히(正-) Chính xác, đúng.

젖 Sữa. 소~ sữa bò. 어머니~ sữa mẹ. ~을 짜다 vắt sữa.

젖내 Mùi sữa. ~나다 có mùi sữa.

젖니 Răng sữa.

젖다 Bị ướt. ~은 옷 áo ướt. 비에 ~ ướt mưa. 땀에 ~ ướt mồ hôi.

젖떨어지다 Bị dứt sữa (cai sữa). 젖떨어진 아이 đứa bé cai sữa.

젖히다 Bị ướt.

제 Của tôi. ~모자 mũ của tôi.

제각기(-各其) Mỗi, một, riêng từng cái, riêng từng người.

제강(製鋼) Sản xuất thép. ~소 lò luyện thép.

제거(除去) Loại bỏ, loại trừ, trừ khử.

제것 Cái của mình. ~으로 만들다 làm thành cái của mình.

제격(-格) Tư cách của mình. 그 자리는 그 에게 ~이다 vị trí ấy hợp với anh ta.

제고(提高) Nâng lên, đỡ dậy, nhấc lên. ~하다.

제곱 Bình phương. ~하다.

제공(提供) Cung cấp. ~하다. ~을 받다 được cung cấp. 숙식~ cung cấp nơi ăn và chỗ ở.

제관(製罐) Làm ống sắt. ~공장 nhà máy làm ống sắt.

제구력(制球力) Khả năng kiểm soát bóng. ~이없다[있다] không có khả năng kiểm soát bóng.

제구실 Nhiệm vụ, chức vụ, vai trò, bổn phận của một người. ~을 하다 làm bổn phận của mình.

제금(提琴) Đàn viôlông.

제기 Cầu, quả cầu. ~를 차다 đá cầu

제너레이션 Thế hệ, đời. ~ 갭 khoảng cách giữa các thế hệ.

제단(祭壇) Bàn thờ, bệ thờ, án thờ.

제당(製糖) Sản xuất đường. ~공장 nhà máy sản xuất đường.

제대(除隊) Xuất ngũ, giải ngũ. ~하다. ~되다 được giải ngũ.

제대로 Theo đúng như vậy, như vậy, theo thứ tự. ~로 두다 để nguyên như vậy.

제도(制度) Chế độ. 신~하에 dưới chế độ mới.

제도(製陶) Sản xuất đồ gốm.

제련(製鍊) Đúc, luyện. ~하다. ~소 nhà máy đúc.

제로 Con số không.

제마(製麻) Sản xuất sợi đay. ~하다.

제막(除幕) Bỏ tấm màn xuống, rút tấm màm xuống, khánh thành, khánh thành. ~하다. ~식 lễ khánh thành.

제멋 Tuỳ tiện. ~에 살다 sống theo ý của mình

제멋대로 Tùy theo ý mình, tùy tiện. ~하다.

제면(製麪製麵) Làm mì, sản xuất mỳ. ~하다.

제명(除名) Gạch tên, đuổi. ~하다. ~처분을 받다 bị gạch tên.

제목(題目) Đề mục.

제문(祭文) Bài văn tế.

제물에 Tự nó, một mình. 상처가 ~나았다 vết thương tự nó khỏi. 불이 ~꺼졌다 lửa tự nó tắt.

제발 Hãy, mong hãy, tôi mong rằng, (cầu xin, van xin). ~용서해 주세요 cầu mong hãy tha thứ cho tôi.

제방(堤防) Con đê, gờ, ụ. ~공사 làm đê. ~을 쌓다 xây đê.

제법 Khá, kha khá, nhiều, đáng kể. ~덥다 khá nóng.

제법(製法) Cách sản xuất.

제복(制服) Đồng phục. ~을 입다 mặc đồng phục.

제본(製本) Đóng sách. ~하다.

제비 Thăm. ~를 뽑다 rút thăm. ~뽑아 결정하다 rút thăm quyết định.

제비 Con én, con yến.

제빙(製氷) Sự đá lạnh. ~하다. ~공장 nhà máy nước đá.

제사(祭祀) Cúng, tế. ~지내다 cúng, làm lễ cúng.

제삼(第三) Thứ ba. ~국 nước thứ ba. ~계급 giai cấp thứ ba.

제상(祭床) Cái bàn để cúng, cái bàn để tế.

제설(除雪) Dọn tuyết, quét tuyết. ~하다. ~기 máy quét tuyết.

제소(提訴) Khởi kiện. ~하다.

제습(除濕) Khử chất ẩm. ~하다.

제시(提示) Trình, cho xem. ~하다.

제시간(-時間) Thời gian thích hợp. ~에 đúng giờ, đúng lúc.

제야(除夜) Đêm giao thừa.

제안(提案) Đề nghị. ~하다. ~에 응하다 đồng ý đề nghị.

제약(制約) Chế tạo thuốc (dược). ~하다. ~공장 nhà máy thuốc.

제압(制壓) Sự đàn áp, sự áp bức, sự thống trị. ~하다.

제어(制御) Chế ngự. ~하다.

제언(提言) Khuyên. ~하다.

제염(製朴) Làm muối. ~하다. ~업 nghề làm muối.

제오(第五) Thứ năm, số năm.

제왕(帝王) Hoàng đế, vua.

제외(除外) Loại trừ, ngoài ra. ~하다.

제요(提要) Đưa ra ý chính, đưa ra bản tóm tắt.

제육(-肉) Thịt heo, thịt lợn.

제육감(第六感) Giác quan thứ sáu.

제의(提議) Đề nghị, đề xuất. ~하다

제이(第二) Thứ hai, thứ nhì, thứ yếu.

제일(第一) Thứ nhất, nhất, số một. 세계~의 부자 người giàu nhất thế giới. ~의 목표 mục tiêu đầu tiên

제자(弟子) Học trò, đệ tử.

제자리 Đúng chỗ, đúng vị trí. 쓴 후에 ~에 두다 dùng xong đặt đúng vị trí.

제작(製作) Chế tác, sản xuất. ~하다. ~소 địa điểm sản xuất.

제재 Chế tài, xử phạt. ~하다. 경제적인 ~ xử phạt về kinh tế.

제적(除籍) Xóa tên. ~하다. 학교에서~을 당하다 bị xóa tên khỏi trường.

제정(制定) Chế định, ban hành, làm ra. ~하다.

제정신(-精神) Tỉnh táo, sáng suốt.

제조(製造) Chế tạo, sản xuất. ~하다. 베트남에서~하는 기계 máy được chế tạo ở Việt Nam.

제지(製紙) Làm giấy, sản xuất giấy. ~하다. ~공장 nhà máy sản xuất giấy.

제지(制止) Xử phạt. ~를 받다 bị xử phạt.

제창(提唱) Đề xướng. ~하다.

제철(製鐵) Chế tạo sắt thép. ~하다.

제초(除草) Nhổ cỏ, trừ cỏ, làm cỏ. ~하다.

제출(提出) Trình ra, đề ra. ~하다. 증거

를 ~하다 trình chứng cứ ra.

제충(除蟲) Sự diệt côn trùng. ~하다. ~분 thuốc diệt sâu bọ.

제취(除臭) Khử mùi. ~하다. ~제 thuốc khử mùi.

제칠(第七) Thứ bảy. ~함대 Hạm đội 7.

제판(製版) Chế bản, in chế bản. ~하다.

제팔(第八) Thứ tám.

제패(制霸) Nắm lấy chuyền bá chủ.

제풀로 Tự nó, chính nó. = 제물에.

제주도 Đảo Cheju.

제품(製品) Hàng hóa. 국내~ hàng nội. 외국~ hàng ngoại.

제하다(除-) Trừ, trừ ra. 세금을 ~30만원 남아있다 trừ thuế còn 300 ngàn.

제한(制限) Giới hạn, hạn chế. ~하다. 시간~ giới hạn về thời gian.

제해권(制海權) Quyền làm chủ trên biển. ~을 장악하다 nắm quyền làm chủ trên biển.

제헌(制憲) Làm ra hiến pháp. ~국회 quốc hội lập hiến.

제혁(製革) Đồ da, làm bằng da.

제호(題號) Đề mục sách.

제화(製靴) Làm giày, đóng giày. ~공장 thợ đóng giày.

제휴(提携) Sự hợp tác, sự phối hợp. ~하다.

젠장 Tiếng thốt lên khi không hài lòng, trời đất, ôi.

젠체하다 Làm ra vẻ ta đây, lên mặt.

조(條) Điều. 제5 ~제4항에 의하면 nếu dựa vào mục 4 điều 5.

조가(弔歌) Bài ca buồn,

조각 Mảnh, mảng.

조각나다 Vỡ thành từng mảnh, vỡra từng miếng.

조각조각 Từng miếng, từng mảnh. ~부서지다 vỡ thành từng mảng. ~찢다 xé thành từng miếng.

조간(朝刊) Phát hành buổi sáng. ~신문 báo buổi sáng.

조감도(鳥瞰圖) Bản đồ nhìn từ trên cao xuống.

조감독(助監督) Trợ lý, phó đạo diễn.

조개 Con hến, con trai. ~껍질 vỏ hến, vỏ sò. ~탕 cháo hến, cháo sò.

조객(弔客) Khách đến viếng tang. ~록 sổ tang.

조건(條件) Điều kiện. 계약의 ~ điều kiện hợp đồng. 아무~도 없이 không có bất cứ điều kiện nào. ~으로 với điều kiện.

조경(造景) Tạo cảnh, thiết kế cảnh. ~가 người tạo cảnh.

조공(朝貢) Vật triều cống. ~하다. ~국 nước triều cống.

조관(條款) Điều khoản. 최혜국~ điều khoản tối hệ quốc.

조교(助敎) Trợ giảng.

조교수(助敎授) Phó giáo sư.
조국(祖國) Tổ quốc. ~을 방위하다 bảo vệ tổ quốc.
조규(條規) Quy định.
조그마하다 Nhỏ, bé. =자그마하다.
조그만큼 Rất nhỏ, rất bé.
조그맣다 Nhỏ bé.
조금 Một chút, chút, ít. ~씩 từng chút một.
조금(潮-) Lúc triều xuống thấp nhất.
조금도 Một chút cũng không. ~없다 một chút cũng không có.
조급(早急) Nóng vội, nóng nảy.
조기(早期) Sớm. ~진단 chẩn đoán sớm. ~치료 trị liệu trước.
조깅 Chạy nhẹ thể dục. ~을 하다 chạy thể dục.
조끼 Áo gilê.
조난(遭難) Gặp nạn.
조달(調達) Huy động, cung cấp. 자금 ~ cung cấp vốn, huy động vốn.
조도(照度) Độ chiếu, sức chiếu, độ chiếu sáng.
조동사(助動詞) Trợ động từ.
조라떨다 Cẩu thả, hấp tấp.
조락(凋落) Héo và rụng xuống. ~하다
조력(助力) Trợ lực, sự giúp sức. ~을 청하다 yêu cầu sự trợ giúp.
조력(潮力) Sức thủy triều. ~발전소 trạm phát điện do sức thủy triều.

조련(操鍊) Tu luyện, rèn luyện. ~하다
조령모개(朝令暮改) Sáng ra lệnh chiều thì lại sửa, chỉ pháp lệnh thay đổi liên tục. ~정책 chính sách thay đổi liên tục.
조로(早老) Sự già trước tuổi. ~현상 hiện tượng già trước tuổi. 그는 ~해 보인다 anh ta trông già trước tuổi.
조롱(鳥籠) Cái lồng chim.
조롱(嘲弄) Sự nhạo báng, sự chế nhạo, sự giễu cợt. ~하다. ~당하다 bị đùa, bị chọc.
조류(鳥類) Loài chim, thuộc về chim.
조류(潮流) Trào lưu. 시대의 ~에 따르다 theo trào lưu của thời đại.
조르다 Thắt, cột, siết lại. 띠를 ~ thắt nịt, thắt dây lưng. 목을 ~ thắt cổ.
조르르 Tiếng nước chảy nhanh, chảy ào ào.
조리(調理) Sự giữ gìn sức khỏe.
조리(條理) Tính logic. ~가 없다 không có logic.
조리다 Tẩm, ướp. 고기를 간장에 ~ ướp cá vào thịt.
조림 Món thịt, rau đông hộp. 고기통~ thịt hộp.
조림(造林) Trồng rừng. ~하다. ~계획 kế hoạch trồng rừng.
조립(組立) Lắp ráp. ~하다. 기계를 ~하다 lắp ráp máy móc.

조마(調馬) Sự huấn luyện ngựa. ~하다.

조만간(早晚間) Sớm muộn, lát nữa, ngay bây giờ.

조망(眺望) Nhìn từ xa. ~하다

조명(照明) Chiếu sáng. ~하다. ~탄 pháo sáng, bom phát sáng.

조모(祖母) Bà cố(nội/ngoại).

조목(條目) Điều mục. ~조목 từng điều mục.

조문(弔問) Viếng tang. ~하다.

조미(調味) Cho gia vị vào, nêm thức ăn. ~하다. ~료 chất gia vị.

조밀(稠密) Dày đặc. ~하다. 인구가 ~하다 dân cư tập trung dày đặc.

조반(朝飯) Cơm sáng. ~을 들다 ăn cơm sáng.

조발(調髮) Cắt tóc.

조변석개(朝變夕改) Sáng đổi chiều thay, thay đổi liên tục. ~하다. ~의정책 chính sách không ổn định.

조병창(造兵廠) Kho làm vũ khí.

조복(朝服) Triều phục, y phục vào triều.

조립식(組立式) Kiểu lắp ghép.

조미료(調味料) Gia vị. ~를 넣다 cho gia vị vào.

조사(調査) Điều tra. ~하다. 원인을 ~하다 điều tra nguyên nhân.

조사(早死) Sự chết trẻ, sự chết yểu. ~하다.

조산(助産) Đỡ đẻ. ~부 bà đỡ.

조산(早産) Đẻ sớm. ~하다.

조상(祖上) Tổ tiên.

조색(調色) Phối màu.

조석(朝夕) Buổi sáng và buổi chiều.

조선(造船) Đóng tàu, tạo thuyền. ~하다. ~기사 kỹ sư đóng tàu

조섭(調攝) Sự giữ gìn sức khỏe. = 조리(調理)

조성(造成) Tạo thành. ~하다. 산림을 ~하다 tạo thành rừng.

조세(租稅) Thuế. ~를 과하다 đánh thuế.

조속히(早速-) Sớm, nhanh.

조수(助手) Trợ thủ, người giúp việc. 여자~ trợ thủ nữ. 운전~ lái phụ.

조숙(早熟) Chín sớm, sớm trưởng thành. ~하다. ~한 청년 một thanh niên sớm trưởng thành.

조식(朝食) Cơm sáng.

조실부모(早失父母) Bố mẹ mất sớm. ~하다.

조심(操心) Cẩn thận. ~하다. 말을 ~하다 nói năng cẩn thận.

조아리다 Cúi đầu, rạp đầu.

조아팔다 Bán từng ít một.

조약(條約) Điều ước. ~상의 권리 quyền lợi theo điều ước.

조언(助言) Khuyên. ~하다. 전문가의 ~을 청하다 xin lời khuyên của nhà

chuyên môn.

조업(助業) Sản xuất. ~하다. ~을 단축하다 cắt giảm sản xuất.

조역(助役) Vai phụ.

조연(助演) Trợ diễn, đóng hộ phim, diễn hộ. ~하다.

조예(造詣) Tri thức, kiến thức. ~가 깊다 kiến thức sâu sắc.

조용하다 Im lặng, tĩnh lặng. 조용한 곳에 ở nơi yên tĩnh.

조용히 Một cách tĩnh lặng, yên tĩnh. ~하다. ~살다 sống một cách trầm lặng.

조운(漕運) Vận chuyển bằng đường biển. =해운.

조원(造園) Làm vườn, xây vườn. ~하다.

조위(弔慰) Thăm tang, viếng tang. ~하다. ~금 tiền thăm tang.

조음(調音) Điều âm, chỉnh âm. ~하다.

조의(弔意) Ý chia buồn. ~를 표하다 bày tỏ ý chia buồn.

조인(鳥人) Phi công, người lái máy bay.

조인(調印) Đóng dấu, ký tên đóng dấu. ~하다.

조작(造作) Bịa ra, làm ra để bịa, giả làm ra.

조작(操作) Sản xuất. ~하다.

조잡(粗雜) Tạp nham. ~하다. ~한 건물 đồ tạp nham.

조장(組長) Tổ trưởng, trưởng nhóm

조전(弔電) Bức điện chia buồn. ~을 치다 đánh điện chia buồn.

조절(調節) Điều chỉnh, điều tiết. ~하다. 음량을 ~하다 điều chỉnh âm thanh.

조정(調停) Điều đình, giải quyết. ~하다.

조정(調整) Điều chỉnh. ~하다.

저정(朝廷) Triều đình.

조제(調劑) Điều chế, pha chế.

조조(早朝) Sáng sớm.

조종(操縱) Lái, vận hành, điều khiển. ~하다. ~하기 어렵다 khó lái.

조지다 Siết lại, riết lại. 사개를 ~ siết con ốc.

조직(組織) Tổ chức, cấu tạo, thành lập. ~하다. 사회의 ~ tổ chức xã hội.

조짐(兆朕) Triệu chứng, dấu hiệu, điềm.

조차 Ngay cả, ngay như. 그는 제이름 ~ 못 쓴다 ngay cả tên mình anh ta cũng không viết nổi.

조차(租借) Sự cho thuê. ~하다.

조찬(朝餐) Cơm sáng.

조치(措置) Xử lý.

조카 Cháu.

조퇴(早退) Về sớm. ~하다. 두시간~ về sớm hai tiếng đồng hồ.

조폐(造幣) In tiền, làm tiền. ~하다.

조합 Tổ chức, hội, hiệp hội. ~에 가입하다 tham gia hội. ~간부 cán bộ hội.

조항(條項) Mục, điều khoản (của một hiệp ước). ~을 규정하다 quy định mục. 계약~을 이행하다 thực hiện điều khoản hợp đồng.

조형(造形) Tạo hình. ~하다.

조혼(早婚) Tảo hôn. ~하다

조화(調和) Điều hòa, hài hòa. ~하다. 성장과 안정의 ~ sự hài hòa giữa phát triển và ổn định.

조화(造化) Tạo hóa.

조회(朝會) Họp sớm. ~하다.

조회(照會) Đối chiếu, truy tìm, lục. ~하다.

족(足) Móng. 돼지~ móng heo.

족(族) Bộ tộc, tộc, dân tộc. 베트남의 낑~ dân tộc Kinh Việt Nam.

족발(足-) Chân giò.

족쇄(足鎖) Cái cùm, cái còng. ~를 채우다 đeo còng chân.

족자리 Cái tay cầm.

족장(族長) Trưởng tộc.

족적(足迹) Dấu chân, vết chân. ~을 남기다 để lại vết chân.

족족 Mỗi lần, mỗi khi. 는 ~ mỗi lần đến.

족하다(足-) Đủ, đủ cho. ~하다. 생활하기에 족한 월급 lương đủ cho sinh hoạt.

족히(足-) Đủ, đầy đủ, hoàn toàn.

존 Khu vực, miền, vùng.

존귀(尊貴) Chức vụ cao và quý trọng.

존대(尊待) Tôn trọng. ~하다. ~말 lời nói tôn trọng.

존립(存立) Sự sống còn, sự tồn tại, sự hiện hữu. ~하다.

존망(存亡) Tồn vong, sống còn. 국가~에 관한 문제 vấn đề sống còn của đất nước.

존비(尊卑) Cao thấp sang hèn.

존속(存續) Sự tiếp tục, sự tồn tại. ~하다. ~시키다.

존엄(尊嚴) Tôn nghiêm. ~하다. 법의 ~을 지키다 giữ gìn sự tôn nghiêm của pháp luật. 황실의 ~을 지키다 giữ gìn sự tôn nghiêm của vương thất.

존의(尊意) Ý tôn trọng.

존재(存在) Tồn tại. ~하다. ~하지 않는 không tồn tại.

존중(尊重) Tôn trọng. ~하다. 여론 을 ~하다 tôn trọng dư luận.

존칭(尊稱) Tôn xưng, xưng hô tôn trọng. ~하다.

존폐(存廢) Sự duy trì hay bãi bỏ. ~문제 vấn đề duy trì hay bãi bỏ.

존함(尊銜) Quý danh. ~이 어떻게 되십니까? Quý danh anh là gì?

졸(卒) Con tốt. ~을 잡다 bắt tốt.

졸경치다(卒更) Có kinh nghiệm đắng cay.

졸다 Ngủ gật. ~면서 운전하다 vừa ngủ gật vừa lái xe..

졸라대다 Mè nheo, đòi. 과자를 달라고 ~ đòi kẹo.

졸라매다 Cột lại, buộc lại, trói chặt. 허리띠를 ~ thắt lại thắt lưng. 목을 ~어 죽이다 treo cổ chết

졸렬(拙劣) Sự vụng về. ~하다. ~한 수단 phương pháp vụng về. ~한 변명 sự biện minh vụng về.

졸리다 Cảm thấy buồn ngủ, buồn ngủ. 졸려 견딜 수 없다 buồn ngủ quá không chịu được.

졸문(拙文) Nét chữ nguệch ngoạc.

졸업(卒業) Tốt nghiệp. ~하다. ~후 sau khi tốt nghiệp.

졸음 Sự buồn ngu, cơn buồn ngủ.

졸작(拙作) Tác phẩm kém, tác phẩm làm bằng tay nghề kém.

졸장부(拙丈夫) Kẻ hẹp hòi.

졸졸 Nước chảy từng hàng, từng hàng, róc rách

졸지에(猝地-) Bất chợt, đột nhiên. ~사고를 당하다 đột nhiên bị tai nạn

졸책(拙策) Kế hoạch tồi.

졸필(拙筆) Nét chữ xấu.

졸하다(卒-) Chết, qua đời, từ trần.

졸하다(拙-) Kém thuyết phục, dở.

좀 Một chút, một tí. 오늘은 날씨가 ~춥다 hôm nay thời tiết hơi lạnh.

좀더 Một chút nữa. ~주세요 hãy cho tôi thêm một chút nữa. ~가면 학교이다 đi một chút nữa là trường học.

좀도둑 Ăn trộm, ăn cắp vặt. ~질 trò ăn trộm. ~질을 하다 làm cái trò ăn trộm vặt.

좀먹다 Bị sâu bọ cắn, bị mối ăn. 좀먹은 헌책 sách cũ bị mối ăn.

좀스럽다 Rất rỏ, nhỏ.

좀처럼 Ít khi, hiếm khi, thỉnh thoảng, dễ.

좁다 Chật, hẹp. ~은 방 phòng chật hẹp.

좁다랗다 Chật chội, bí hơi, ngột ngạt.

좁히다 Rút nhỏ, làm cho hẹp lại.

종(鐘) Chuông, cái chuông. ~소리 tiếng chuông.

종(種) Loại, chủng loại, thứ.

종가(宗家) Tôn gia, dòng dõi, chính thất.

종가래 Cái xẻng con.

종개념(種概念) Khái niệm chung.

종견(種犬) Con chó giống.

종결(終結) Tổng kết, kết thúc. ~하다.

종교(宗敎) Tôn giáo. ~를 믿다 tin vào tôn giáo.

종국(終局) Kế cục, kết thúc. ~에 가서는 đến đoạn cuối.

종극(終極) Cuối cùng, sau cùng.
종내(終乃) Sau hết, sau cùng, rốt cuộc. = 마침내.
종다래끼 Cái rổ tre nhỏ.
종당(從當) Cuối cùng, sau cùng.
종대(縱隊) Theo hình dọc. 4열~로 theo hình dọc 4 hàng.
종래(從來) Cho đến nay. ~와 같이 như đến hiện nay.
종렬(縱列) Hàng dọc, dọc.
종료(終了) Kết thúc, hết. ~하다.
종루(鐘樓) Tháp chuông.
종류(種類) Chủng loại, loại. ~가 다른 khác loại.
종막(終幕) Màn cuối, kết thúc
종말(終末) Kết thúc. 전쟁도 ~이 가깝다 chiến tranh cũng gần kết thúc.
종매(從妹) Cô em họ.
종목(種目) Hạng mục. 영업~ hạng mục kinh doanh.
종묘(種苗) Cây giống. ~장 trại cây giống.
종범(從犯) Tòng phạm. 살인죄~ tòng phạm sát nhân.
종별(種別) Chia theo từng loại. ~하다.
종사(從事) Theo nghề, làm nghề. ~하다. 무역에 ~하고있다 đang làm thương mại.
종속(從屬) Lệ thuộc, phụ thuộc. ~하다. ~관계 quan hệ lệ thuộc.

종식(終熄) Kết thúc, chấm dứt, triệt tận gốc.
종실(宗室) Tông thất, hoàng tộc.
종심(終審) Lần xử cuối cùng.
종아리 Bắp chân.
종알거리다 Cằn nhằn, càu nhàu, phàn nàn. 혼자~ càu nhàu một mình
종언(終焉) Biến mất, kết thúc, chết. ~하다.
종업(從業) Làm việc. ~하다. ~규칙 nội quy làm việc.
종업(終業) Sự kết thúc công việc.
종연(終演) Sự kết thúc buổi diễn, cuối buổi diễn. ~하다.
종용(慫慂) Thuyết phục khuyên bảo.
종이 Giấy. ~한장 một tờ giấy. ~에 적다 viết ra giấy.
종일(終日) Cả ngày. 어제~ cả ngày hôm qua. ~기다렸다 đợi cả ngày.
종자매(從姉妹) Chị em họ.
종작없다 Vu vơ, vớ vẩn. ~는 말 lời nói vớ vẩn.
종적(蹤迹) Tông tích. ~을 감추다 giấu tung tích. ~을 찾다 tìm tung tích.
종전(終戰) Kết thúc chiến tranh. ~후에 sau khi kết thúc chiến tranh.
종점(終點) Điểm cuối. 버스~ điểm cuối của xe buýt. ~까지 가다 đi đến điểm cuối.
종족(宗族) Nòi giống. ~보존 bảo tồn

nòi giống.

종종걸음 Bước chân thoăn thoắt.

종지(終止) Kết thúc, ngưng. ~하다.

종착역(終着驛) Sân ga cuối cùng. 인생의 ~ bến đỗ cuối cùng của đời người.

종친(宗親) Tông thất, hoàng tộc.

종탑(鐘塔) Cái tháp chuông.

종합(綜合) Tổng hợp. ~하다. ~적 có tính tổng hợp. ~ 점수 điểm tổng hợp

종형(從兄) Người anh họ.

종형제(從兄弟) Anh em họ.

종횡(縱橫) Bề ngang và bề dọc.

좇다 Đuổi theo, theo. 그를 ~아가다 đuổi theo anh ấy

좋다 Tốt. ~든 나쁘든 dù tốt hay xấu. 마음이 ~ tốt bụng.

좋아지다 Trở nên tốt, tốt hơn, tốt lên. 병세가 ~ bệnh tình tốt lên.

좋아하다 Thích. ~든 싫어하든 dù tốt hay xấu. ~는사람 người mình thích.

좋지않다 Không tốt, xấu. ~는 일 việc xấu.

좌(左) Bên trái, bên tả. ~로 보다 nhìn sang trái

좌경(左傾) Sự nghiêng về bên trái. ~하다.

좌고(坐高) Độ cao đi ngồi xuống.

좌고우면(左顧右眄) Phân vân, do dự. ~하다.

좌담(座談) Toạ đàm. ~회 cuộc hội đàm, cuộc tọa đàm.

좌불안석(坐不安席) Ngồi cũng không yên, phập phồng, lo lắng. ~하다.

좌상(坐像) Bức tượng ngồi.

좌석(座席) Chỗ ngồi, chỗ. 앞~ chỗ phía trước. 뒷~ chỗ phía sau.

좌안(左眼) Mắt trái.

좌안(左岸) Bờ (sông) bên trái.

좌완투수(左腕投手) Cầu thủ thuận tay trái.

좌우(左右) Phải trái, bên phải bên trái. ~로흔들리다 lung lay bên phải bên trái.

좌우(座右) Bên phải chỗ mình ngồi.

좌우간(左右間) Dù sao đi nữa, dù thế nào đi nữa. ~그렇게 해보겠다 dù thế nào cũng làm thử coi.

좌익(左翼) Cánh trái (chim, máy bay, đội hình).

좌장(座長) Chủ tịch, chủ tọa.

좌절(挫折) Khó khăn, thất bại, thua, bị mất khí thế. ~하다. ~을 겪다 gặp khó khăn

좌지우지(左之右之) Làm thế này thế kia, tùy ý.

좌초(坐礁) Mắc đá ngầm. ~하다. ~한 배 thuyền vướng đá ngầm.

좌우하다(左右-) Nắm, quyết định, quyết định. 운명을 ~ quyết định đến vận mệnh.

좌측(左側) Bên trái. 길~에 bên trái đường. ~통행 đi bên trái.

좌향(左向) Phía bên phải. ~좌『khẩu lệnh』! Bên phải quay.

좌회전(左回轉) Rẽ sang bên phải. ~하다.

좍 Mênh mông, bao la, chỉ sự rộng lớn. 소문이 ~ 퍼졌다 tin đồn lan rất rộng

좍좍 Tuôn ra ào ào, xối xả. 비가 ~ 퍼붓는다 mưa xối xả.

좔좔 Tuôn ra ào ào, phun ra ào ào, ào ào. 물이 ~흐르다 nước chảy ào ào.

죄(罪) Tội, tội tình. ~가 있다 có tội. ~가 없다 không có tội.

죄다 Thắt. 줄을 ~ thắt dây.

죄명(罪名) Tội danh.

죄받다(罪-) Có tội, bị phạt. ~를 짓다 hành động có tội, việc có tội.

죄벌(罪罰) Phạt vì tội gì.

죄상(罪狀) Chi tiết (tình huống) phạm tội.

죄송(罪悚) Xin lỗi. ~하다. ~스럽다. ~하지만 xin lỗi nhưng ...

죄수(罪囚) Tội nhân, tội phạm.

죄악(罪惡) Tội ác.

죄어들다 Rút lại, ngắn lại, co lại.

죄이다 Bị kéo, bị thắt.

죄인(罪人) Tội nhân.

죄증(罪證) Bằng chứng tội phạm. ~을 인멸하다 tiêu hủy các bằng chứng tội phạm.

죄책(罪責) Trách nhiệm do gây nên tội. ~감 cảm giác ăn năn.

주(週) Tuần. 금~에 ào tuần này. 내~ tuần sau.

주(洲) Đại lục, Châu. 아시아~ châu Á.

주(主) Cái chính, chính.

주(株) Cổ phiếu, cổ phần.

주가(株價) Giá cổ phiếu.

주간(晝間) Ban ngày. ~근무 làm việc ban ngày.

주간(週刊) Tuần, hàng tuần. ~잡지 báo tuần.

주객(主客) Chủ và khách, chính và phụ.

주객(酒客) Tửu khách.

주거(住居) Nơi cư trú. ~를 정하다 định nơi cư trú. ~면적 diện tích cư trú.

주검 Thi thể, thi hài, xác chết.

주견(主見) Chủ kiến, ý kiến. ~이 없다 không có chủ kiến gì.

주경야독(晝耕夜讀) Cày ngày học đêm, ban ngày làm, ban đêm học, chỉ học hành trong hoàn cảnh khó khăn.

주관(主觀) Chủ quan. ~적 có tính chủ quan. ~적으로 말하다 nói một cách chủ quan.

주관(主管) Chủ quản. ~하다. ~단체 đoàn thể chủ quản

주구(誅求) Bóc lột, cưỡng đoạt tài sản của dân (cơ quan nhà nước). ~하다.

주권(主權) Chủ quyền. ~을 잡다 nắm chủ quyền. ~침해 xâm hại chủ quyền.

주근깨 Tàn nhang, vết nám. ~가 끼다 [나다] bị nám mặt, bị tàn nhang.

주급(週給) Lương tuần. ~제도 chế độ lương tuần.

주기(週期) Chu kỳ. ~적 có tính chu kỳ.

주다 Cho, đưa cho, trả, đưa. 일을 ~ giao việc, đưa việc cho làm.

주당(酒黨) Bầy, nhóm người thích rượu.

주도(主導) Chủ đạo. ~역할을 하다 giữ vai trò chủ đạo.

주독(酒毒) Chứng nghiện rượu.

주동(主動) Chủ động, cầm đầu. ~가 người cầm đầu.

주되다(主-) Chính, quan trọng, cầm đầu. 주된 특징 đặc trưng chính.

주둔(駐屯) Trú, đóng quân. ~하다.

주둥이 Cái mỏ chim, miệng, mỏ.

주량(酒量) Tửu lượng. ~이 크다 tửu lượng lớn.

주력(主力) Chủ lực. ~부대 bộ đội chủ lực.

주력(注力) Dồn sức, dốc sức. ~하다.

주렴(珠簾) Chuỗi ngọc.

주례(主禮) Chủ lễ.

주로(主-) Chính, chính là, chủ yếu. 학생들은 ~지방출신이다 học sinh chủ yếu là người địa phương.

주로(走路) Đường đi.

주류(主流) Dòng chảy chính.

주류(酒類) Chủng loại rượu.

주륙(誅戮) Tử hình tội nhân. ~하다.

주르르 Chảy xối xả, tuôn ra. 눈물이 ~ 흐르다 nước mắt như mưa.

주르륵 Chảy xối xả.

주름 Vết nhăn, nếp nhăn. 눈가의 ~ nếp nhăn nơi mí mắt.

주름잡다 Bị nhăn, có vết gấp.

주리다 Đói bụng, đói khát.

주립(州立) Trường đại học do thành phố, bang lập ra.

주마(走馬) Cuộc đua ngựa, sự điều khiển ngựa. ~하다.

주막(酒幕) Quán trọ, khách sạn nhỏ.

주말(週末) Cuối tuần. 해변에 ~을 보내다 nghỉ cuối tuần ở bãi biển.

주머니 Túi, cái túi. ~를 떨다 sạch túi, giũ túi. ~가 비다 trống túi.

주먹 Nắm tay, cú đấm. 맨~으로 싸우다 đánh nhau bằng nắm đấm.

주먹구구(-九九) ① Dùng ngón tay đếm. ② Đoán, phỏng đoán.

주먹다짐 Dùng cú đấm để đánh, đánh bằng cú đấm, đấm. ~하다.

주먹질 Đấm. ~하다.

주모(主謀) Chủ mưu. ~하다. ~자 kẻ chủ mưu.

주모(酒母) Người đàn bà bán rượu.

주목(注目) Chú ý. ~하다. ~의 대상 đối tượng chú ý.

주무르다 Đấm, bóp, xoa. 어깨를 ~ bóp vai. 등을 ~ bóp lưng.

주무시다 Ngủ.

주문(注文) Đặt, đặt hàng. ~하다. 급한 ~ đơn đặt hàng gấp.

주문(呪文) Câu thần chú. ~외다 đọc câu thần chú.

주민(住民) Cư dân. ~등록 đăng ký cư trú. ~등록증 giấy đăng ký cư trú.

주밀(周密) Cẩn thận, thận trọng. ~하다.

주방(廚房) Bếp. ~용품 đồ dùng bếp núc. ~장 bếp trưởng.

주번(週番) Trực tuần. ~이다 đang trực tuần.

주범(主犯) Thủ phạm chính.

주벽(酒癖) Thói hay uống rượu, tính nghiện rượu. ~이 심하다 [나쁘 다] nghiện rượu nặng.

주변(周邊) Xung quanh. ~에 있는 사 람 những người xung quanh.

주보(週報) Báo tuần.

주봉(主峰) Đỉnh chính, ngọn núi chính.

주부(主婦) Người nội trợ. ~가 되다 thành người nội trợ.

주부(主部) Bộ phận chính.

주부코 Cái mũi đỏ phồng.

주빈(主賓) Khách chính. ~석 ghế khách chính

주사(注射) Tiêm. ~하다. 예방~를 맞다 tiêm phòng. ~기 ống tiêm.

주산물(主産物) Sản phẩm chính.

주산지(主産地) Nơi sản xuất chính.

주색(酒色) Tửu sắc. ~에 빠지다 rơi vào tửu sắc.

주석(朱錫) Thiếc. ~으로 만든 làm bằng thiếc.

주석(主席) Chủ tịch. 국가 ~ Chủ tịch nước.

주섬주섬 Từng cái một. ~줍다 lặt từng cái một. 옷을 ~싸다 gói từng cái một.

주성분(主成分) Thành phần chính.

주세(酒稅) Thuế rượu.

주소(住所) Địa chỉ. ~를 변경하다 thay đổi địa chỉ. ~를 쓰다 viết địa chỉ.

주술(呪術) Thần chú, ma thuật. ~로 병 을 고치다 chữa bệnh bằng phù phép.

주시(注視) Nhìn tập trung vào, nhìn chằm chằm vào. ~하다.

주식(主食) Thức ăn chính.

주식(株式) Cổ phần. ~양도하다 chuyển nhượng cổ phần. ~회사 công ty cổ phần.

주식회사(株式會社) Công ty cổ phần.

주심(主審) Trọng tài chính.

주안(主眼) Mục tiêu được chú ý, điều cần chú ý.

주야(晝夜) Ngày đêm. ~교대 thay ca ngày đêm.

주역(註譯) Vai chính. ~을 맡다 đóng vai chính.

주연(主演) Diễn chính, đóng chính. ~하다. ~자 diễn viên chính.

주옥(珠玉) Ngọc ngà, châu báu, đá quý. ~같은 글 chữ như ngọc ngà châu báu.

주요(主要) Chủ yếu, chính. ~하다. ~도시 thành phố chính.

주워담다 Nhặt lên cho vào. 흩어진 사과를 바구니에 ~ lặt táo rải rác cho vào giỏ.

주워대다 Nói năng bừa bãi, không căn cứ.

주워듣다 Nghe lỏm, nghe trộm.

주워먹다 Lặt lên ăn.

주워모으다 Thu thập.

주위(周圍) Chu vi, xung quanh. ~의 사람들 những người xung quanh.

주유(注油) Bơm xăng. ~소 trạm xăng.

주의(注意) Chú ý, cẩn thận. ~하다. ~를 끌다 kéo sự chú ý.

주익(主翼) Đôi cánh.

주인(主人) Chủ nhân. ~과 하인 chủ và tớ.

주인(主因) Nguyên nhân chính. ~은 …이다 nguyên nhân chính là.

주인공(主人公) Nhân vật chính, diễn viên chính.

주일(駐日) Đóng tại Nhật Bản. ~베트남 대사관 Đại sứ quán Việt Nam tại Nhật Bản.

주임(主任) Chủ nhiệm, đứng đầu. 과~ chủ nhiệm khoa.

주입(注入) Rót vào, đổ vào.

주장(主將) Ý kiến. 자기~ chủ trương của mình, ý kiến của mình

주재(駐在) Cư ngụ, cư trú. ~하다. ~국 nước cư trú.

주저(躊躇) Chần chừ, ngần ngừ. ~하다. ~없이 không chần chừ.

주저앉다 Ngồi phịch xuống.

주저앉히다 Bắt (ai) ngồi xuống.

주전(主戰) Chủ chiến. ~선수 vận động viên chính.

주전(鑄錢) Sự đúc tiền.

주전부리 Ăn vặt. ~하다.

주전자(酒煎子) Ấm nước, ấm nấu nước. ~에 물을 끓이다 đun nước bằng ấm điện.

주점(酒店) Quán rượu, quán trọ. = 술집.

주접들다 Tồi tàn, xơ xác.

주제(主題) Chủ đề. 작품의 ~ chủ đề

của tác phẩm.

주제넘다 Trơ tráo, vênh váo, ta đây. 주제넘게 một cách vênh váo.

주조(酒造) Làm rượu, nấu rượu. ~하다.

주종(主從) Thầy trò, chủ tớ.

주주(株主) Cổ đông. ~명부 danh sách cổ đông

주지육림(酒池肉林) Lấy rượu làm hồ, lấy thịt làm rừng, bữa tiệc rất sang trọng, rất xa xỉ.

주차(駐車) Đỗ xe, đậu xe. ~하다. ~금지구역 khu cực cấm đậu xe (biển báo).

주창(主唱) Chủ xướng, đứng ra lên tiếng, đứng ra nói lên. ~하다.

주체(主體) Chủ thể.

주체못하다 Không biết làm cái gì. 일이 많아서~ việc nhiều quá không biết làm cái gì đây

주체스럽다 Khó quản lý.

주최(主催) Chủ trì, tổ chức. ~하다. ~국 nước chủ trì. ~자 người tổ chứ, người chủ trì.

주축(主軸) Trục chính, nhân vật chính

주춤거리다 Chần chừ, do dự.

주춤주춤 Sự do dự, chần cừ.

주치(主治) Chữa bệnh chính, điều trị chính. ~하다.

주택(住宅) Nhà ở, nơi cư trú. 근로자용 ~ nơi ở của công nhân.

주판(籌板) Cái bàn tính.

주포(主砲) Chủ pháo, pháo chính.

주필(主筆) Chủ bút, tổng biên tập.

주한(駐韓) Đóng tại Hàn Quốc, ở Hàn Quốc. ~미군 quân Mỹ đóng tại Hàn Quốc.

주해(註解) Lời chú giải, sự chú thích, lời ghi chép. ~하다.

주행(走行) Đi, di chuyển. ~하다.

주호(酒豪) Thích rượu, nghiện rượu.

주홍(朱紅) Màu đỏ tươi.

주화론(主和論) Phái chủ hòa. ~자 người theo phái chủ hò.

주황(朱黃) Màu vàng tươi.

주효(奏效) Có hiệu lực. ~하다.

주휴(週休) Ngày nghỉ trong tuần. ~2일제 chế độ tuần nghỉ hai ngày.

주흥(酒興) Tửu hứng, cái hứng uống rượu.

죽(粥) Cháo. ~을 끓다 hầm cháo. ~거리도 없다 không có cháo mà ăn.

죽기(竹器) Đồ dùng bằng tre.

죽는 소리 Lời kêu ca, lời phàn nàn.

죽다 Chết. ~은 사람들 những người chết.

죽담 Bức tường đá.

죽도(竹刀) Cây dao bằng tre.

죽림(竹林) Rừng tre, bụi tre.

죽어지내다 Sống bị áp bức, sống bị đè

nén.

죽을 병(-病) Bệnh chết người. ~에 걸리다 mắc bệnh không tránh khỏi.

죽을상(-相) Nét mặt đau khổ như đã chết.

죽을힘 Hết sức. ~을 다해서 gắng hết sức.

죽여버리다 Giết đi, giết quách đi.

죽음 Cái chết, sự chết. ~에 직면하다 đối diện với cái chết.

죽이다 Giết, giết chết. 때려~ đánh chết. 아무를 ~ giết ai đó.

죽장(竹杖) Cây gậy tre, giáo tre.

죽죽 Từng dãy, từng hàng.

죽치다 Ở lỳ một nơi.

죽통(粥菴) Cái máng tre.

죽피(竹皮) Vỏ tre.

준(準) Gần đạt đến mức cao nhất. ~결승 trận bán kết.

준거(準據) Căn cứ. ~하다.

준걸(俊傑) Tài năng xuất chúng.

준결승전(準決勝戰) Trận bán kết. ~에 진출하다 bước vào trận bán kết.

준공(竣工) Hoàn công, hoàn tất. ~하다.

준교사(準教師) Giáo viên tập sự.

준령(峻嶺) Cái đồi/ ngọn núi cao.

준마(駿馬) Con tuấn mã.

준말 Nói tắt.

준비(準備) Chuẩn bị. ~하다. ~없는 연설 diễn thuyết không có sự chuẩn bị.

준사원(準社員) Một nhân viên sắp thành nhân viên chính thức.

준설(浚渫) Sự nạo, vét. ~하다. ~작업 công việc nạo vét.

준수(遵守) Tuân thủ. ~하다. 법을 ~ tuân thủ pháp luật.

준장(准將) Chuẩn tướng.

준족(駿足) Bước chân nhanh.

준칙(準則) Chuẩn mực, quy tắc, nguyên tắc. 법률은 행위의 ~이다 pháp luật là chuẩn mực của hành vi.

준하다(準-) Đạt đến, gần đến mức. …에 준하여 đến mức gì đó.

준행(準行) Thực hiện theo chuẩn. ~하다.

줄 Hàng. ~로 서다 đứng thành hàng, xếp hàng.

줄 Cách thức, cách. 수영할~ 알다 biết cách bơi.

줄거리 Cành cây không có lá.

줄걷다 Đi dây.

줄긋다 Gạch hàng, gạch dưới chân.

줄넘기 Nhảy dây.

줄다 Rút, giảm, hạ. 강물이 ~ nước sông rút.

줄다리기 Trò chơi kéo co.

줄달다 Liên tục, không ngớt. 손님이~ khách hàng không ngớt.

줄드리다 Treo dây

줄타기 Đi trên dây. ~하다.

줍다 Nhặt, lặt. 길에 시계를 주웠다 nhặt được đồng hồ trên đường.

중 Nhà sư

중(中) Trong, trong số. 왕~왕 vua trong các vị vua.

중간(中間) Trung gian, giữa. ~무역 mậu dịch trung gian.

중간치(中間-) Khoảng giữa, giữa chừng.

중개(仲介) Môi giới. ~하다. ~무역 môi giới mậu dịch.

중거리(中距離) Cự ly trung bình, cự ly vừa. ~미사일 tên lửa tầm trung.

중경상(重輕傷) Vết thương nặng và nhẹ.

중계(中繼) Truyền, nối. ~방송 phát truyền (qua đài vv).

중고(中古) Trung cổ. ~사 lịch sử trung cổ.

중공업(重工業) Công nghiệp nặng, ngành công nghiệp nặng.

중과(衆寡) Sự chấp, sự chênh lệch tỷ số. ~부적이다.

중궁(中宮) Trong cung.

중권(中卷) Quyển giữa, tập giữa.

중금속(重金屬) Kim loại nặng.

중급(中級) Trung cấp. ~영어 tiếng Anh trung cấp.

중기(中期) Trung kỳ, thời kỳ giữa.

중년(中年) Trung niên. ~기 tuổi trung niên.

중노동(重勞動) Lao động nặng.

중단(中斷) Dừng, đứt, chấm dứt. ~하다.

중대(中隊) Trung đội. ~장 trung đội trưởng.

중대(重大) Quan trọng, trọng đại. ~하다. ~한 문제 vấn đề trọng đại.

중대가리 Cái đầu trọc như sư.

중대시(重大視) Chú trọng, chú ý. ~하다.

중대화(重大化) Quan trọng hóa, coi trọng.

중도(中途) Giữa chừng. ~에서 giữa chừng.

중독(中毒) Trúng độc, nhiễm độc. ~되다 bị trúng độc.

중동(中東) Trung Đông. ~지역 khu vực trung đông.

중동무이(中-) Rời bỏ (từ bỏ) nửa chừng. ~하다.

중등(中等) Trung cấp, chất lượng trung bình.

중량(重量) Trọng lượng. ~한도를 초과하다 vượt quá trọng lượng cho phép.

중력(重力) Trọng lực. ~의 법칙 nguyên tắc về trọng lực.

중령(中領) Trung tá.

중론(衆論) Ý kiến quần chúng, ý dân.

중류(中流) Trung lưu. ~계급 giai cấp

trung lưu.

중립(中立) Trung lập. ~적인 태도를 취하다 có thái độ trung lập.

중망(衆望) Mong muốn của nhân dân.

중매(仲媒) Làm mai mối. ~하다. ~들다 làm mai.

중문(中門) Cửa giữa.

중벌(重罰) Hình phạt nghiêm khắc. ~에 처하다 đưa ra hình phạt nghiêm khắc.

중범(重犯) Tên tội phạm nghiêm trọng, tên trọng phạm.

중병(重病) Bệnh nặng. ~에 걸리다 mắc bệnh nặng. ~환자 bệnh nhân bệnh nặng.

중복(中伏) Trùng, lặp. ~하다. ~된다 bị trùng.

중부(中部) Trung bộ, miền trung. 베트남~에 있는 도시 thành phố miền trung Việt Nam.

중사(中士) Trung sĩ.

중상(重傷) Vết thương nặng. ~을 입다 bị thương nặng.

중성(中性) Trung tính. ~남자 đàn ông pêđê. ~반응 phản ứng trung tính.

중세(重税) Thuế nặng. ~를 과하다 đánh thuế nặng.

중소(中小) Vừa và nhỏ. ~상공업자 những người buôn bán và làm ăn nhỏ và vừa.

중소기업(中小企業) Xí nghiệp vừa và nhỏ.

중수(重修) Trung tu. ~하다.

중순(中旬) Trung tuần. 10월~ trung tuần tháng 10.

중시(重視) Sự cân nhắc kỹ, suy xét kỹ. ~하다.

중심(中心) Trung tâm. 수도의~ trung tâm thủ đô.

중심(重心) Trọng tâm.

중심인물(中心人物) Nhân vật trung tâm. 혁명의 ~ nhân vật chính của cải cách.

중앙(中央) Trung ương, trung tâm. ~아시아 trung tâm châu Á.

중언부언(重言復言) Nói đi nói lại. ~하다.

중얼거리다 Lẩm bẩm, càu nhàu một mình.

중역(重役) Nhân vật quan trọng, thành viên ban giám đốc. ~회의 họp ban Giám đốc.

중역(重譯) Bản dịch lại. ~하다.

중외(中外) Trong và ngoài.

중요(重要) Quan trọng. ~하다. 역사상의 ~사건 vụ việc quan trọng trong lịch sử.

중요성(重要性) Tính quan trọng. ~이 있다 có tính quan trọng.

중요시(重要視) Trọng thị, coi trọng

중용(中庸) Trung dung, sự điều độ.
중원(中原) Trung nguyên, giữa cánh đồng lớn.
중이(中耳) Màng nhĩ. ~염 viêm màng nghĩ.
중인(衆人) Công chúng, nhân dân, quần chúng. ~앞에서 trước quần chúng.
중임(重任) Trách nhiệm nặng nề, chức vụ quan trọng.
중장(中將) Trung tướng.
중장비(重裝備) Thiết bị nặng.
중재(仲裁) Trọng tài. ~하다. 싸움의 ~를 하다 làm trọng tài cho vụ đánh nhau.
중절(中絶) Ngắt giữa chừng, tắt giữa chừng.
중점(重點) Trọng điểm, tập trung làm gì đó.
중점(中點) Trung điểm.
중죄(重罪) Trọng tội. ~를 범하다 phạm trọng tội.
중증(重症) Triệu chứng nặng. ~환자 bệnh nhân có triệu chứng nặng.
중지(中止) Dừng, đình chỉ. ~하다. ~되다 bị đình chỉ.
중직(重職) Chức vụ quan trọng, trọng trách. ~을 차지하다 giữ chức vụ quan trọng.
중책(重責) Trọng trách.

중천(中天) Giữa bầu trời, giữa không trung. 해가 ~에 걸려있다 mặt trời treo giữa không trung.
중첩(重疊) Sự lặp lại.
중추(中樞) Trung tâm, điểm chính.
중축(中軸) Trục giữa.
중키(中-) Độ cao vừa phải, cao trung bình. ~의 남자 người đàn ông có độ cao vừa phải.
중탕하다(重湯-) Cất lại, chưng lại.
중태(重態) Tình trạng nghiêm trọng. ~이다 trong tình trạng nghiêm trọng.
중퇴(中退) Bỏ học giữa chừng. ~하다. ~자 người bỏ học giữa chừng.
중파(中波) Làn sóng trung bình. ~방송 phát thanh sóng trung bình.
중편(中篇) Quyển giữa, tập giữa.
중평(衆評) Dư luận chung. 이 문제에 관한 ~은 각색이다 dư luận chung về vấn đề này khác nhau.
중폭격(重爆擊) Đánh bom nặng, đánh bom nhiều. ~하다.
중풍(中風) Trúng gió. ~에 걸리다 bị trúng gió.
중학교(中學校) Trường cấp hai. ~를 졸업하다 tốt nghiệp cấp hai.
중핵(中核) Nhân, hạt, bộ phận chính.
중형(中型) Loại trung bình, cỡ trung bình.

중혼(重婚) Lập gia đình hai lần. ~하다.
중환(重患) Bệnh nặng.
중흥(中興) Sự phục hồi, sự khôi phục. ~하다.
중히(重-) Cẩn thận, lưu ý.
중환자(重患者) Bệnh nhân nặng. ~실 phòng dành cho bệnh nhân nặng.
쥐 Con chuột. 물에 빠진~같다 như chuột rơi xuống nước.
쥐구멍 Lỗ chuột. ~에도 볕들 날이있다「속담」Đời ai biết được có ngày lên mây.
쥐다 Nắm, cầm.
쥐덫 Bẫy chuột. ~으로 쥐를 잡다 bắt chuột bằng bẫy.
쥐뿔 Rất nhỏ, rất bé, chẳng đáng bao nhiêu. ~도 모르다 chẳng biết cái gì
쥐약(-藥) Thuốc chuột.
쥐어뜯다 Nhổ, bứt, hái, khoét, xé.
쥐어박다 Đấm mạnh. 가슴을~ đấm mạnh vào ngực.
쥐어주다 Dúi cho, đưa cho. 입막음으로 돈을 ~ đưa tiền bịt miệng
쥐정신(-精神) Chứng hay quên, trí nhớ kém.
즈음 Dịp, thời gian, lúc. 이 ~에 dịp này, lúc này.
즉(卽) Tức là, nghĩa là. 그녀는 2주 전, ~ 6월 10일에 미국으로 떠났다 hai tuần trước, tức là ngày 10 tháng 6 cô ấy đã về nước.
즉각(卽刻) Tức khắc, tức thì.
즉결(卽決) Quyết định ngay lập tức, quyết định nhanh.
즉답(卽答) Câu trả lời ngay lập tức. ~하다.
즉매(卽賣) Mua ngay. ~하다.
즉사(卽死) Chết ngay tại chỗ. ~하다.
즉석(卽席) Tại chỗ, tại nơi. ~에서 대답을 하다 trả lời ngay tại chỗ.
즉시(卽時) Ngay tức khắc. 문제를 ~해결하다 giải quyết vấn đề ngay tức thì.
즉위(卽位) Đưa lên ngôi.
즉응(卽應) Sự thích nghi nhanh. ~하다. 에 ~하여 thích ứng nhanh với cái gì.
즉일(卽日) Ngày ngày hôm đó, cùng trong ngày đó.
즉효(卽效) Hiệu quả ngay lập tức. ~가 있다 có hiệu quả ngay lập tức.
즉흥(卽興) Cái hứng tức thì.
즐거움 Thú vui. 전원생활의 ~ thú vui cuộc sống điền viên.
즐겁다 Vui vẻ, hạnh phúc. ~게 지내다 sống một cách vui vẻ.
즐기다 Thích thú, thích, vui vẻ với. 독서를 ~ thích thú đọc sách.
즐비하다(櫛比-) Đứng sát vào nhau, đứng cạnh nhau.
즙(汁) Nước ép, nước. 고기~ nước thịt

ép.

증(症) Triệu chứng. 중독~ triệu chứng trúng độc.

증(證) Chứng cớ, chứng cứ.

증가(增加) Tăng, tăng lên. ~하다. 체중을 ~하다 tăng cân, lên cân.

증감(增減) Sự tăng giảm, sự lên xuống. ~하다.

증강(增强) Tăng cường. ~하다. 군사력~ tăng cường sức mạnh quân sự.

증거(證據) Chứng cớ, chứng cứ. 충분한 ~ chứng cớ đầy đủ.

증권(證券) Chứng khoán. ~거래소 trung tâm giao dịch chứng khoán.

증급(增給) Tăng lương. ~하다.

증대(增大) Tăng lên nhiều. 수출~ tăng xuất khẩu

증류(蒸溜) Sự chưng cất. ~하다.

증명(證明) Chứng minh, chứng nhận. ~하다. 무죄를~하다 chứng minh vô tội.

증모(增募) Tuyển mộ thêm. ~하다.

증발(蒸發) Bốc hơi. ~하다. 물은 ~하다 nước bốc hơi.

증발(增發) Gửi thêm, gửi hơn số lượng đã định.

증배(增配) Tăng phần.

증보(增補) Bổ sung thêm. ~하다.

증빙(證憑) Bằng chứng, chứng cớ. ~서류 giấy tờ chứng minh.

증산(增産) Tăng sản lượng, sản xuất tăng. ~하다.

증상(症狀) Triệu chứng. 감기의 ~ triệu chứng cảm cúm.

증서(證書) Văn bản, giấy tờ.

증설(增設) Lắp đặt thêm, lắp ráp thêm. ~하다.

증세(症勢) Triệu chứng, tình trạng bệnh nhân.

증세(增稅) Sự tăng thuế. ~하다.

증수(增水) Nước dâng lên phồng ra. ~하다.

증수회(贈收賄) Đưa và nhận hối lộ. ~사건 vụ đưa và nhận hối lộ .

증식(增殖) Tăng lên, tăng lên nhiều. ~하다.

증액(增額) Tăng số tiền, tăng doanh số. ~하다

증언(證言) Chứng giám, sự làm chứng. ~하다.

증여(贈與) Tặng, biếu. ~하다. ~물 đồ tặng. ~재산 tài sản tặng.

증오(憎惡) Lòng căm thù. ~하다.

증원(增援) Tăng viện, chi viện. ~하다. ~부대 bộ đội chi viện.

증인(證人) Người làm chứng. ~을 소환하다 gọi người làm chứng.

증인(證引) Dẫn chứng, lấy cái gì đó ra làm chứng. ~하다.

증인(證印) Đóng dấu chứng minh

증자(增資) Sự tăng vốn. ~하다.

증정(贈呈) Tặng, biếu. ~하다. 꽃을 ~하다 tặng hoa, dâng hoa.

증조모(曾祖母) Bà cố.

증조부(曾祖父) Ông cố.

증진(增進) Tiến triển, tốt lên. ~하다. 건강의 ~ sức khỏe tốt lên.

증축(增築) Xây thêm. ~하다.

증파(增派) Cử thêm, phái thêm. ~하다.

증폭(增幅) Mở rộng phạm vi. ~하다.

증회(贈賄) Đưa hối lộ. ~하다.

증후(症候) Triệu chứng. =증세

지 Tính từ, tính từ khi. 저는 한국에 온 ~ 일년이 되었어요 tính từ khi tôi tới Hàn Quốc đã được hai năm.

지(知, 智) Chữ trí, trí tuệ.

-지(地) Mảnh đất, đất, khu vực. 목적~ nơi đến.

지가(地價) Giá đất. ~가 오르다 giá đất tăng.

지각(知覺) Cảm giác. ~이 없다 không có cảm giác.

지갑 Cái ví, cái bóp. 가죽~ ví da.

지게미 Cặn rượu.

지경(地境) Hoàn cảnh. 파멸한 ~이다 đang vào hoàn cảnh sụp đổ, đang trong tình trạng hủy diệt.

지고(至高) Tối cao, cao nhất. ~하다. ~선(善).

지공무사(至公無私) Chí công vô tư. ~하다.

지구(地球) Trái đất. ~궤도 quĩ đạo trái đất.

지구(持久) Bền, dai. ~하다. ~력 sức bền, độ bền.

지국(支局) Chi cục, chi nhánh.

지그르 Sự sôi sùng sục.

지게차 Xe nâng.

지극하다(至極-) Hết mức, hết lòng, cực kỳ. 그는 어머니에 대한 효성이 ~ cậu ấy hết lòng hiếu thảo với mẹ

지극히(至極-) Rất, lắm, vô cùng.

지근거리다 Quấy rối, quấy nhiễu, làm phiền.

지글거리다 Sôi sùng sục.

지글지글 Sùng sục. ~끓다 sôi sùng sục

지금(只今) Bây giờ, hiện nay. ~의 대통령 tổng thống hiện nay.

지급(支給) Chi trả, trả. ~하다. 월급을 ~하다 trả lương.

지급(至急) Hết sức khẩn cấp. ~하다.

지기지우(知己之友) Bạn tri kỷ.

지나가다 Đi qua, qua. 문앞을 ~ đi qua trước cửa.

지나다 Đi qua. 대구를 ~ đi qua Teagu.

지나치다 Quá mức, quá, quá đáng. 술을 ~게 마시다 uống quá nhiều rượu.

지난(至難) Quá khó. ~하다.

지난날 Những ngày tháng qua. ~의 추억 những ký ức của những ngày tháng đã qua.

지난번(-番) Lần trước.

지내다 Trải qua, sống. 하루를 ~ qua một ngày.

지내듣다 Thoảng nghe, thoáng nghe.

지내보다 Trải qua, kinh qua, có kinh nghiệm.

지능(知能) Độ thông minh, trí thông minh. ~이 우수한 사람 người có trí thông minh tốt.

지니다 Mang, giữ, có. 비밀을 ~ giữ bí mật.

지다 Cõng. 짐을 ~ cõng hàng.

지다위 Dựa vào ai.

지대(地帶) Khu vực. 미작~ khu vực trồng lúa. 평야~ khu vực đồng bằng.

지덕(地德) Mảnh đất tốt.

지덕(知德) Trí và đức. 그는 ~을 겸비한 사람이다 người trí và đức kiêm toàn.

지도(地圖) Bản đồ. 상세한 ~ bản đồ chi tiết.

지도자(指導者) Người lãnh đạo, người chỉ đạo. 유능한 ~ người lãnh đạo có năng lực.

지독(至毒) Quá đáng, quá thể, nghiệt ngã, khắc nghiệt. ~하다. ~한 말 lời nói quá đáng.

지레짐작(-斟酌) Sự phỏng đoán, sự đoán chừng. ~하다.

지령(指令) Lệnh chỉ huy, mệnh lệnh.

지령(地靈) Địa linh, mảnh đất thiêng.

지루하다 Chán, chán ngấy, mệt mỏi. 지루한 여행 một chuyến đi mệt mỏi.

지류(支流) Chi lưu, nhánh sông phụ.

지르다 Hò hét. 소리를 ~ hét to.

지름길 Đường tắt. 성공의 ~ con đường tắt thành công.

지리(地利) Địa lợi.

지리(地理) Địa lý. ~상 về mặt địa lý. 자연~ địa lý tự nhiên.

지리다 Có mùi hôi nước đái, mùi tanh.

지마는 Tuy nhiên, tuy thế nhưng. 잘 한 일이~ 자랑할 일은 아니다 là việc tốt nhưng không phải là việc đáng tự hào.

지만 Tuy, nhưng, nhưng mà. 약점 이 있~ 장점도 있다 tuy có nhược điểm nhưng cũng có ưu điểm.

지망(志望) Ước muốn, mong muốn. ~하다. 외교관을 ~하다 mong muốn trở thành nhà ngoại giao.

지맥(地脈) Mạch đất.

지면(地面) Mặt đất. ~에 앉다 ngồi trên mặt đất.

지면(紙面) Giấy, mặt giấy.

지명(地名) Địa danh.

지명(指名) Nói đích danh. ~하다. ~수 배자 người bị truy nã đích danh.

지모(智謀) Trí và mưu, mư trí. ~가 풍

부한 사람 người nhiều mưu trí.

지목(指目) Chỉ ra. ~하다. 범인을 ~하다 chỉ ra tội phạm.

지문(指紋) Dấu vân tay. ~을 남기다 để lại dấu vân tay.

지반(地盤) Cái nền đất. 단단한 ~ nền vững chắc.

지방(地方) Địa phương. ~경찰 cảnh sát địa phương.

지방(脂肪) Mỡ. ~이 많은 음식물 thức ăn nhiều mỡ. ~층 lớp mỡ.

지배(支配) Quản lý, chi phối, thống trị. ~하다. ~를 받다 bị quản lý.

지배인(支配人) Người quản lý, người điều hành.

지범지범 Ăn hết cái này đến cái kia.

지변(地變) Động đất.

지병(持病) Bệnh lâu ngày, bệnh mãn tính.

지보(至寶) Tài sản rất quý. 나라의 ~ quốc gia chi bảo, vật quý của nhà nước.

지복(至福) Niềm hạnh phúc lớn lao.

지부(支部) Phần phụ, phần nhỏ, chi nhánh. ~장 trưởng chi nhánh.

지분(持分) Sở hữu, có.

지분거리다 Trêu chọc, quấy rầy. 전화로 ~ lấy điện thoại quấy rầy ai.

지불(支拂) Chi trả, trả. ~하다. ~을 거절하다 từ chối chi trả.

지붕 Mái, mái nhà. 기와로 ~을 이다 lợp mái bằng ngói.

지사(支社) Chi nhánh công ty.

지상(地上) Trên mặt đất. ~부대 bộ binh.

지새다 Trời sáng, trời rạng.

지새우다 Thức suốt đêm.

지속(持續) Tiếp tục tồn tại. ~하다. ~적으로 tiếp tục.

지시(指示) Chỉ thị. ~하다. ~에 따라 theo chỉ thị.

지식(知識) Tri thức. ~이 있다 có tri thức. ~이 없다 không có tri thức.

지아비 Người chồng, chồng.

지압(指壓) Dùng ngón tay ấn xuống. ~을 하다.

지어내다 Bịa ra, dựng ra, bịa. 지어낸 말 lời nói dối, chuyện bịa.

지어미 Người vợ, vợ.

지엄(至嚴) Rất nghiêm, vô cùng nghiêm khắc. ~하다.

지역(地域) Khu vực. ~별로 từng khu vực.

지연(遲延) Trì hoãn, kéo dài. ~하다. ~되다 bị trì hoãn.

지엽(枝葉) Cành và lá.

지옥(地獄) Địa ngục. ~같다 như địa ngục.

지용(智勇) Trí dũng.

지우개 Cái tẩy.

지우다 Chất lên lưng. 짐을 말에 ~ chất hàng lên lưng ngựa.

지우다 Xóa bỏ, xóa. 칠판을 ~ xóa bảng. 이름을 ~ xóa tên.

지원(支援) Chi viện, giúp đỡ. ~하다. 정신적인~ chi viện về mặt tinh thần.

지위(地位) Vị trí, chức vị. ~있는 사람 người có chức vị. 사회적~ vị trí trong xã hội.

지은이 Người viết, người ghi (điểm).

지인(知人) Người quen biết.

지장(支障) Trở ngại. ~이 있다 có trở ngại.

지장(指章) Dấu ấn ngón tay cái. ~을 찍다 chấm dấu trỏ.

지저귀다 Chim hót líu lo.

지저분하다 Bẩn thỉu, luộm thuộm. 지저분한 방 căn phòng bẩn thỉu.

지적(指摘) Chỉ trích, chỉ ra cái sai. ~하다. 잘못을 ~하다 chỉ ra sai lầm.

지전(紙錢) Tiền giấy.

지점(支店) Chi nhánh, đại lý. ~망 mạng đại lý.

지정(指定) Chỉ định. ~하다. ~한 대로 theo sự chỉ định.

지주(地主) Địa chủ, chủ đất. ~계급 giai cấp địa chủ.

지중해(地中海) Địa Trung Hải.

지지(支持) Ủng hộ. ~하다. 여론의~ sự ủng hộ của dư luận.

지지난달 Tháng trước.

지지난밤 Đêm trước.

지지난번(-番) Lần trước.

지지난해 Năm kia (trước năm ngoái).

지지다 Hầm, ninh, hãm (trà).

지진(地震) Động đất, địa chấn. ~이 나다 xảy ra động đất.

지진아(遲進兒) Đứa trẻ kém (chậm) phát triển.

지질(地質) Địa chất. ~분석 phân tích địa chất.

지질하다 Buồn tẻ, chán ngắt.

지참(遲參) Tham gia muộn. ~하다. ~자 người đến muộn.

지척(咫尺) Khoảng cách thật gần. ~이 천리이다 「속담」 Gần mà không qua lại thì xa.

지척거리다 Lê bước.

지체(遲滯) Trì trệ. ~하다. ~없이 không một chút trì trệ.

지축(地軸) Trục của trái đất.

지출(支出) Chi trả, chi ra. 수입과~ thu và chi.

지치다 Kiệt sức, mệt. 힘도~고 대책도없다 sức đã kiệt mà cách đối phó cũng không có.

지친(至親) Chí thân, rất thân.

지침(指針) Cái kim chỉ.

지켜보다 Chú ý, theo dõi.

지키다 Trông coi, giữ, giữ gìn, tuân

thủ. 집을 ~ coi nhà. ~를 지키다 giữ trật tự.

지탄(指彈) Chỉ trích, phê phán. ~하다

지탱하다(支撑-) Duy trì, bảo quản. 집안을 ~ trông coi việc nhà. Chịu đựng.

지통(止痛) Làm giảm đau. ~하다. ~제 chất làm giảm đau.

지팡이 Cái gậy, gậy chống. ~를 짚다 chống gậy. 대~ gậy tre.

지퍼 Phec-mơ-tuya, dây khóa kéo. ~을 채우다 kéo dây kéo, kéo khóa.

지평(地平) Mặt đất bằng.

지평선 Đường chân trời.

지폐(紙幣) Tiền giấy. ~의 남발 lạm phát tiền giấy.

지필(紙筆) Giấy, bút, mực.

지하(地下) Dưới lòng đất. ~에서 일하다 làm việc dưới lòng đất.

지하철(地下鐵) Xe điện ngầm. ~로 가다 đi lại bằng xe điện ngầm.

지함(紙函) Hộp giấy, thùng giấy.

지혈(止血) Sự cầm máu. ~하다. ~대 băng cầm máu.

지형(地形) Địa hình. ~상의 về mặt địa hình.

지혜(知慧) Trí tuệ. ~있는 có trí tuệ.

지호(指呼) Dùng tay gọi. ~하다.

지화(指話) Nói chuyện bằng tay.

지환(指環) Chiếc nhẫn.

지휘(指麾) Chỉ huy. ~하다.

직(職) Việc làm.

직각(直角) Thẳng góc, góc vuông.

직각(直覺) Trực giác, linh tính. ~하다.

직감(直感) Trực giác, linh tính. ~하다.

직거래(直去來) Buôn bán trực tiếp, làm ăn trực tiếp. ~하다.

직격(直擊) Cú đá thẳng.

직결(直結) Liên kết trực tiếp. ~하다.

직경(直徑) Đường kính.

직계(直系) Trực hệ. ~가족 gia tộc trực hệ.

직공(職工) Người lao động.

직구(直球) Đường banh thẳng.

직권(職權) Chức quyền. ~을 남용하다 lạm dụng chức quyền.

직녀(織女) Cô thợ dệt.

직능(職能) Chức năng. ~검사 kiểm tra chức năng.

직답(直答) Câu trả lời ngay, trả lời trực tiếp.

직립(直立) Sự đứng thẳng. ~하다.

직매(直賣) Bán trực tiếp, bán thẳng.

직매(直買) Mua trực tiếp, mua thẳng.

직면하다(直面) Đối diện, đối mặt. 직면한 문제 vấn đề đối diện.

직무(職務) Công việc, nhiệm vụ. ~를 수행하다 thi hành nhiệm vụ.

직물(織物) Sợi, sợi vải. ~공장 nhà máy dệt.

직분(職分) Chức phận. ~을 다하다 làm hết chức phận.
직사(直射) Bắn thẳng.
직사각형(直四角形) Hình chữ nhật.
직선(直線) Trực tuyến, đường thẳng.
직성풀리다(直星-) Cảm thấy vừa lòng.
직소(直訴) Lời kêu gọi trực tiếp. ~하다.
직속(直屬) Trực thuộc. ~하다.
직송(直送) Gửi thẳng, giao trực tiếp. ~하다.
직수입(直輸入) Nhập khẩu trực tiếp.
직수출(直輸出) Xuất khẩu trực tiếp
직시(直視) Nhìn thẳng. ~하다. 사실을 ~하다 nhìn thẳng vào sự thật.
직언(直言) Sự nói thẳng, sự nói rõ ràng. ~하다.
직업(職業) Nghề nghiệp, nghề, việc làm. ~별로 từng ngành nghề.
직역(直譯) Bản dịch trực tiếp. ~하다.
직영(直營) Điều hành trực tiếp. ~하다.
직원(職員) Nhân viên, công nhân, người làm công. ~명부 danh sách nhân viên.
직장(職場) Nơi làm việc, công việc. ~을 구하다 kiếm chỗ làm.
직전(直前) Ngay trước khi thi. ~에 ngay trước khi.
직접(直接) Trực tiếp. ~으로 một cách trực tiếp.
직조(織造) Việc dệt vải. ~하다.
직종(職種) Loại việc, loại nghề. ~분류 phân loại ngành nghề.
직진(直進) Tiến thẳng, đi thẳng.
직책(職責) Chức trách, trách nhiệm công việc.
직통(直通) Đi thẳng. ~하다. ~열차 tàu chạy thẳng. ~전화 điện thoại gọi thẳng.
직후(直後) Ngay sau khi. 종전~ ngay sau khi kết thúc chiến tranh.
진(津) Nhựa cây. 송~ nhựa thông.
진가(眞價) Giá trị thật, giá trị chân chính. 교육의 ~ giá trị chân chính của giáo dục.
진객(珍客) Vị khách quý.
진걸레 Giẻ lau sàn nhà.
진격(進擊) Tấn công.
진공(眞空) Chân không. ~청소기 máy hút bụi.
진구렁 Bãi lầy, đầm lầy. ~에 빠지다 rơi vào bãi lầy.
진귀(珍貴) Quý, hiếm. ~하다.
진급(進級) Thăng cấp, lên chức, lên lớp. ~하다. ~시키다 lên chức cho ai.
진날 Một ngày mưa.
진단(診斷) Chẩn đoán. ~하다. 의사의~ chẩn đoán của bác sĩ.
진담(眞談) Nói thật. 농담을 ~으로 듣다 đùa mà lại nghe thành thật.

진도(進度) Tiến độ.
진동(振動) Rung, chấn động.
진두(陣頭) Trận tuyến đầu. ~에 서다 đứng trận tuyến đầu.
진득이 Một cách kiên trì. ~공부하다 kiên trì học
진력(盡力) Tận lực, hết sức. ~을 다하다 hết sức
진로(進路) Con đường đi lên, đường tiến lên.
진료(診療) Khám chữa bệnh. ~하다. ~를 받다 được khám bệnh. ~실 phòng khám.
진리(眞理) Chân lý.
진맥(診脈) Sự xem mạch. ~하다.
진물 Máu, mủ (vết thương).
진배없다 Chẳng khác gì. 죽은 거나~ chẳng khác gì chết.
진범(眞犯) Chính phạm, kẻ có tội thực sự.
진보(進步) Tiến bộ. ~하다. 놀라운 ~ sự tiến bộ đáng ngạc nhiên.
진본(珍本) Quyển sách quý.
진본(眞本) Bản gốc, bản chính.
진부(眞否) Thật và giả. ~를 확인하다 kiểm tra thật hay giả.
진상(眞相) Sự thật. ~조사단 điều tra sự thật.
진서(珍書) Sách quý.
진선미(眞善美) Chân, thiện, mỹ.

진수(進水) Sự hạ thủy. ~하다.
진술(陳述) Trần thuật, tường trình. ~하다. ~서 bản tường trình.
진실(眞實) Sự thật. 역사적인~ sự thật lịch sử.
진실성(眞實性) Lòng trung thành.
진심(眞心) Chân tình, thật lòng. ~으로 một cách thực lòng.
진압(鎭壓) Trấn áp. ~하다. 폭동 을 ~하다 trấn áp bọn phản loạn.
진열(陳列) Trưng bày, bày ra cho nhiều người xem. ~하다.
진영(陣營) Bản doanh, doanh trại, nơi đóng quân.
진위(眞僞) Thật hay giả ~를 확인하다 xác nhận thật hay giả.
진인(眞因) Nguyên nhân chính. 죽음의 ~ nguyên nhân chính dẫn đến cái chết.
진일 Công việc chính trong nhà.
진입(進入) Tiến vào, vào, đi vào. ~하다. 궤도에 ~하다 đi vào quỹ đạo.
진전(進展) Tiến triển. ~하다. ~이 빠르다 tiến triển nhanh.
진정(眞正) Chân chính. ~하다. ~한 사랑 tình yêu chân chính.
진정(眞情) Chân tình. ~으로 một cách chân tình.
진종일(盡終日) Cả ngày. ~기다렸다 đợi cả ngày.

진주(珍珠) Ngọc trai, hòn ngọc. ~와 같다 giống như ngọc.

진지 Cơm, thức ăn, bữa ăn. ~잡수셨습니까? dùng cơm chưa ạ?

진지(陣地) Trận địa.

진진하다(津津-) Tràn đầy. 흥미~ đầy hứng thú.

진짜 Thật, thực, không phải giả. ~와 가짜 thật và giả. ~금 vàng thật.

진찰(診察) Chẩn đoán, khám bệnh. ~하다.

진출(進出) Bước vào, tiến vào, đi vào. 결승전에 ~ lọt vào trận chung kết.

진취(進就) Tiến thủ. ~하다. ~적 tính tiến thủ.

진치다(陣-) Cắm trại, cho quân cắm trại.

진토(塵土) Đất bụi, vật dơ bẩn, rác.

진통(鎭痛) Giảm đau, làm ngớt cơn đau. ~제 thuốc giảm đau.

진퇴(進退) Tiến thoái. ~양난 하다 tiến thoái lưỡng nan.

진필(眞筆) Nét chữ thật. 이것은 위필이냐~이냐? Cái này nét chữ thật hay giả đây?

진학(進學) Vào học. ~하다. 대학 으로 ~하다 vào học đại học.

진항(進航) Đi, chạy trên biển. ~하다.

진해제(鎭咳劑) Thuốc ho.

진행(進行) Tiến hành. ~하다. ~중 đang tiến hành.

진홍(眞紅) Màu đỏ sẫm.

진화(進化) Tiến hóa. ~론 thuyết tiến hóa

진화(鎭火) Sự dập tắt lửa. ~하다.

진흙 Bùn, sình, lầy, đất.

진흥(振興) Chấn hưng. 과학~ chấn hưng khoa học.

질(質) Chất, chất lượng. ~이 좋다 chất lượng tốt.

질겁하다 Sợ, ngạc nhiên, hoảng.

질그릇 Đồ sứ chưa tráng men.

질근질근 Dần dần, chầm chậm.

질금거리다 Chảy nhỏ giọt. 비가 ~ mưa nhỏ giọt

질기다 Dai. 질긴 고기 thịt dai.

질뚝배기 Cái tô đất.

질량(質量) Chất lượng. ~단위 đơn vị chất lượng.

질러오다 Đi tắt.

질리다 Chán, chán chường.

질문(質問) Câu hỏi, hỏi. ~하다. ~에 답하다 trả lời câu hỏi.

질박(質樸, 質朴) Sự giản dị, sự chất phát. ~하다.

질병(疾病) Bệnh tật, bệnh.

질색(窒塞) Rất ghét, vô cùng ghét, ghê. ~하다.

질서(秩序) Trật tự. ~가 있다 có trật tự. ~없이 chẳng trật tự gì cả.

질의(質疑) Chất vấn. ~하다. ~에 답하다 trả lời chất vấn.

질적(質的) Phẩm chất, tư chất.

질주(疾走) Chạy nhanh, phóng nhanh. ~하다.

질질 Kéo dài lê thê, lết bết.

질타(叱咤) Trách móc, quở trách. ~하다.

질투(嫉妬) Ghen, sự ghen tị, ghen ghét. ~하다.

질환(疾患) Đau ốm, bệnh tật..

질흙 Bùn, đất sét.

짐 ① Hàng hóa, hành lý ② Gánh nặng. ~이 되다 trở thành gánh nặng.

짐마차(-馬車) Xe ngựa chở đồ.

짐스럽다 Cảm thấy như gánh nặng, cảm thấy nặng nề.

짐승 Động vật bốn chi.

짐작(斟酌) Sự phỏng đoán, sự ước đoán. 내 ~에는 theo tôi đoán thì.

짐짐하다 Mần mặn.

집 Nhà. ~안에 trong nhà. 기와~ nhà ngói. 초가 ~ nhà tranh.

집(集) Sự sưu tập. 걸작~ bộ sưu tập các kiệt tác.

집게 Cái gắp, cái cặp, cái kẹp.

집구석 Góc nhà, xó nhà.

집권(執權) Tập quyền. 중앙~ trung ương tập quyền.

집념(執念) Tập trung vào việc gì đó. ~하다.

집다 Nhặt, lặt. 길에서 떨어진 돈을 ~ nhặt tiền rơi trên đường.

집단(集團) Tập thể. ~강도 cướp tập thể.

집들이 Ăn mừng tân gia.

집무(執務) Thực hiện công việc. ~하다.

집문서(-文書) Giấy tờ nhà, giấy chứng minh sở hữu nhà.

집비둘기 Chim bồ câu nhà.

집세(-貰) Tiền thuê nhà. ~를 내다 trả tiền thuê nhà.

집안 Trong nhà, trong gia đình. ~의 일 việc trong gia đình.

집약(集約) Tập trung lại, gom lại.

집어넣다 Bỏ vào, nhét vào, bỏ tù, cho vào tù.

집어먹다 Bốc ăn.

집어삼키다 Bốc lấy nuốt.

집어주다 Cầm lấy cho.

집어치우다 Ngừng, thôi, bỏ dở. 일을 ~ bỏ việc giữa chừng.

집요(執拗) Tính ngoan cố, tính bướng. ~하다.

집적거리다 Đụng vào, chạm vào, tham gia vào, can thiệp vào.

집주인(-主人) Người chủ nhà.

집중(集中) Tập trung. ~하다. 인구 ~ 지역 khu vực tập trung dân cư. ~력

khả năng tập trung.

집집 Mỗi nhà. ~마다 nhà nào cũng.

집착(執着) Quyến luyến, gắn bó, bám vào. 낡은 관습에 ~하다 cứ bám vào cái tập tục cũ.

집채 Căn nhà. 큰~ căn nhà lớn

집터 Mảnh đất làm nhà, nền nhà. ~를 닦다 san đất, làm nền nhà.

집합(集合) Tập hợp. ~하다. 학생들 은 강당에 ~하다 học sinh tập hợp tại giảng đường.

집행(執行) Chấp hành, thi hành, thực hành. ~하다. 형을 ~하다 chịu án tù.

집행유예(執行猶豫) Thời gian thử thách. ~하다.

집회(集會) Tập trung, tụ họp, tụ hội. ~하다.

집히다 Được nhặt lên, được lựa chọn.

짓 Cử động, cử chỉ, động tác. 몸~ động tác của thân thể, vận động.

짓다 Xây, làm. 집을 ~ xây nhà, làm tổ.

짓밟다 Chà đạp, đạp lên, coi thường.

짓밟히다 Bị chà đạp, bị đạp lên, bị coi thường.

짓씹다 Nhai kỹ.

짓찧다 Nghiền, giã.

징 Chuông, cồng. ~을 치다 đánh chuông.

징계(懲戒) Trừng phạt, xử phạt. ~하다.

징그럽다 Ghê rợn, rùng rợn. 징그 러운 느낌 cảm giác ghê rợn.

징모(徵募) Trưng mộ, tuyển, tuyển dụng. ~하다.

징발(徵發) Thu, gom, trung dựng.

징벌(懲罰) Chinh phạt. ~하다.

징병(徵兵) Trưng binh, gom lính, lấy lính.

징세(徵稅) Tiền thuế thu được. ~하다.

징수(徵收) Thu. ~하다. 세금을 ~ thu thuế.

징역(懲役) Tù. ~가다 đi tù. khổ sai.

징조(徵兆) Triệu chứng, dấu hiệu, điềm báo trước. ~가 나타나다 có dấu hiệu, có triệu chứng.

징집(徵集) Sự chiêu mộ, sự tuyển dụng. ~하다.

징후(徵候) Triệu chứng, dấu hiệu.

짖다 Sủa, hót, kêu. 개~는 소리 tiếng chó sủa.

짙다 Đậm. ~은색 màu đậm.

짙푸르다 Xanh thẫm.

짚 Rạ, cây rạ.

짚다 Chống. 지팡이를~ chống gậy.

짜다 Đan. 옷을 ~ đan áo.

짜리 Loại. 천원~동전 tiền xu loại ngàn won.

짜증 Chán, buồn bực, ngán. ~내다 buồn bực

짝 Cặp, đôi. ~을 짓다 kết đôi.

짝사랑 Yêu đơn phương. ~하다.

짧다 Ngắn. ~은 시간 안에 trong thời gian ngắn

쪽 Củ, cục, cụm. 마늘 한 ~ một củ tỏi.

쪽 Phía, bên. 동~ phía đông.

쪽지(-紙) Mẩu giấy. ~에 몇자 적다 viết mấy chữ lên mẩu giấy.

쪽팔리다 Xấu hổ, ngượng.

쫓아가다 Đuổi theo. 도둑을 ~ đuổi theo kẻ trộm.

쯤 Chừng, khoảng. 그는 나이가 50 ~되다 tuổi anh ta khoảng 50.

찌다 Hấp, dùng hơi làm chín. 빵을 ~ hấp bánh.

찌다 Béo lên. 쌀이 ~ béo lên.

찌르다 Đâm, châm. 바늘로 손가락을~ kim đâm vào ngón tay.

찍히다 Bị đóng dấu, được đóng dấu.

찜질 Chườm (bằng nước hoặc đá). ~하다.

찡그리다 Nhăn mặt. 얼굴을~ nhăn mặt.

찡그리다 Nhăn mặt, cau mặt, nhíu mày nhăn mặt. 눈썹을~ cau mày.

찢다 Xé. 둘로 ~ xé thành hai.

찢어지다 Bị xé, bị rách. 가슴이 ~는 듯이 아프다 đau như xé ruột gan. 찢어진 우산 cái ô bị rách.

차 Phụ âm tiếng Hàn Quốc, đọc là shi út.

차(茶) Trà. ~나무밭 ruộng chè, cánh đồng chè. ~찌끼 bã chè. ~ 한 잔 một cốc trà.

차가(借家) Nhà thuê, nhà trọ, nhà mướn.

차가료(借家料) Tiền thuê nhà.

차가름선(車-線) Đường đi tắt của xe.

차간거리(車間距離) Khoảng cách giữa hai xe. ~를 지키다 giữ khoảng cách xe.

차감(差減) Giảm, tụt xuống. ~하다. 손익을 ~하다 giảm lời lỗ. ~잔액 số tiền giảm.

차갑다 Se lạnh, hơi lạnh. 차가운 날씨 thời tiết se lạnh. 차가운 물 nước hơi lạnh.

차고(車庫) Thùng xe. ~에 넣다 cho vào thùng xe. ~에 넣어 두다 để vào trong thùng xe.

차곡차곡 Từng nếp từng gấp. 옷을 ~개다 gấp quần áo gọn gàng. 책을 ~쌓아 놓다 xếp sách gọn gàng.

차관(借款) Tiền cho vay, vay tiền, vay vốn. ~을 신청하다 xin vay vốn. ~계약 hợp đồng vay tiền.

차기(此期) Kỳ sau.

차끈하다 Rất lạnh.

차남(次男) Con trai thứ, thứ nam.

차내(車內) Trong xe. ~에서 ở trong xe. ~서는 금연입니다 ở trong xe cấm hút thuốc.

차녀(次女) Thứ nữ, con gái thứ.

차다 Lạnh, mát, lạnh nhạt. 찬 물 nước lạnh. 찬 날씨 thời tiết lạnh. 찬 바람 gió lạnh.

차다 Đầy, đủ, kín, không còn chỗ trống. 달도 ~면 기운다「속담」 Cái gì đầy rồi thì sẽ đổ, cái thái quá đều có hại, thịnh thì suy.

차단(遮斷) Cắt đứt, đứt đoạn, chặn, ngăn chặn. ~하다. 교통을 ~하다 cắt đứt đường giao thông.

차대(車臺) Thân xe.

차도(車道) Đường xe chạy. ~를 횡단할 때 잘 살피도록 해라 khi đi quan đường xe chạy phải chú ý.

차돌 Thạch anh, chỉ người rắn chắc, vững chắc. ~같은 사람 người rắn như thạch anh.

차디차다 Lạnh ơi là lạnh.

차라리 Thà, thà rằng. ~안 가는 것이 좋겠다 thà không đi còn tốt hơn.

차량(車輛) Xe cộ, phương tiện đi lại. ~통행금지 cấm xe cộ đi lại (biển cấm). ~검사 kiểm tra xe cộ.

차력(借力) Mượn sức. ~하다.

차례 Thứ, lượt, thứ tự. 내~ lượt của tôi. ~로 theo thứ tự, theo lượt. 크기의 ~로 theo thứ tự về kích cỡ.

차로(叉路) Giao lộ, đường tách nhau.

차륜(車輪) Bánh xe. 착륙용~ bánh dùng để hạ cánh. ~제동기 cần khởi động bánh xe, trục bánh xe.

차리다 Chuẩn bị. 음식을~ chuẩn bị thức ăn. 잔치를 ~ chuẩn bị tiệc.

차림 Ăn mặc, trang phục. 행상인의 ~ 사내 người đàn ông ăn mặc bằng quần áo lễ hội.

차림새 Cách ăn mặc. 검소한 ~ Cách ăn mặc giản dị.

차멀미(車-) Say xe. ~하다. 그녀는 버스만 타면 ~를 한다 chỉ cần lên xe buýt là cô ấy say xe.

차면(遮面) Che mặt. ~하다.

차명(借名) Tên người khác, tên mượn. ~으로 bằng tên khác. ~계좌 tài khoản tên người khác.

차밍 Hấp dẫn, duyên dáng (charming). ~하다. ~한 처녀 một thiếu nữ duyên dáng.

차바퀴(車-) Bánh xe. ~자국 vết bánh xe. ~밑에 깔리다 bị nghiến dưới bánh xe.

차반(茶盤) Cái khay, cái mâm.

차버리다 Bỏ rơi, đá bay đi, từ chối. 애인을 ~bỏ rơi người yêu.

차별(差別) Phân biệt. ~하다. ~없이 không có sự phân biệt. 남녀~ 없이 không phân biệt nam nữ.

차별대우(差別待遇) Phân biệt đối xử. ~를 하다 phân biệt đối xử. ~를 하지 않다 không phân biệt đối xử.

차부(車夫) Người đánh xe.

차분하다 Bình tĩnh, tĩnh lặng, bình lặng. 차분한 ~기분 bầu không khí tĩnh lặng.

차비(車費) Tiền tàu xe, tiền đi lại. ~를 내다 trả tiền tàu xe. ~를 할인하다 giảm giá vé tàu xe.

차선(車線) Tuyến đường, tuyến xe, luồng xe. 3~의 도로 đường ba luồng xe. ~을 지키다 đi đúng luồng xe.

차세대(次世代) Thế hệ mới.

차압(差押) Tịch thu, thu. =압류. 집이 ~에 들어가다 nhà bị tịch thu.

차양(遮陽) Lớp lót chống mưa, chống nắng. ~이 달린 모자 mũ có tráng chất chống mưa.

차용(借用) Mượn để dùng, mượn dùng. ~하다. 일금 10만 원을 ~하다 mượn 100 ngàn tiền wôn.

차원(次元) Lối suy nghĩ, quan điểm, cái nhìn, tinh thần, phương diện, nền tảng. ~이 낮은 tầm nhìn thấp.

차월(借越) Vượt quá tài khoản.

차위(次位) Vị trí thứ hai.

차이(差異) Sự chênh lệch, sự khác biệt, sự cách biệt. 빈부의 ~ sự chênh lệch giàu nghèo.

차익(差益) Số tiền chênh lệch, tiền lời chênh lệch. 매매~ tiền lời buôn bán.

차일(遮日) Tấm bạt che ánh nắng. ~을 치다 che bạt.

차임(借賃) Tiền thuê nhà.

차입(差入) Tiếp tế cho người trong tù. ~하다. 물 đồ tiếp tế. ~식사 cơm tiếp tế.

차입(借入) Mượn tiền, vay tiền. ~하다. ~금 tiền vay.

차작(借作) Mượn tay ai làm tác phẩm, tác phẩm làm mướn. ~하다.

차장(次長) Phó giám đốc, phó quản lý, chức phó.

차점(次點) Điểm về nhì, đứng thứ hai. ~이 되다 đứng thứ hai.

차제(此際) Tình hình hiện nay, tình hình thực tế. ~에 vào tình hình này.

차주(借主) Người cho mượn (tiền, nhà), chủ.

차중(車中) ① Trong xe. ~에서 ở trong xe. ② Trong lúc đi xe.

차지 Chiếm, giữ, nắm lấy. 높은 지위를 ~하다 nắm chức vị cao. 수석을 ~하다 đứng đầu trong lớp.

차지(借地) Mượn đất, đất mượn. ~료 tiền thuê đất. ~증서 giấy tờ thuê đất.

차질다 Dính, bết, nhầy.

차차(次次) Dần dần, từ từ, ngày càng. ~어려워지다 càng khó dần lên. ~추워지다 càng lạnh dần lên.

차창(車窓) Cửa sổ xe, tàu. ~밖에 비치는 경치 cảnh bên ngoài cửa sổ tàu xe. ~밖을 내다보다 nhìn ra ngoài cửa xe.

차체(車體) Thân xe. ~가 낮은 자동차 xe hơi có thân xe thấp.

차치하다(且置-) Trừ ra, loại ra, bỏ ra. 농담은 ~ bỏ những lời nói đùa ra.

차탄(嗟歎) Thở dài, chán chường. ~하다.

차표(車票) Vé xe, vé tàu. ~를 사다 mua vé xe. ~를 예약하다 đặt vé tàu xe. ~판매소 nơi bán vé.

차필(借筆) Viết hộ, viết thay. ~하다.

차항(次項) Nội dung tiếp theo, hạng mục tiếp theo. ~참조 tham khảo nội dung tiếp theo.

차호(次號) Số tiếp theo.

차회(此回) Cuộc họp sau.

차후(此後) Từ nay về sa. ~의 문제다 vấn đề sau này. ~로는 더욱 조심해라 từ nay về sau cần phải cẩn thận hơn.

-착(着) ① Đến, đến nơi. 5시 부산착의 열차 tàu đến Busan lúc 5 giờ. ② Về thứ (cuộc đua).

착각(錯覺) Nhầm lẫn, nhầm, mơ tưởng. ~하다. 다른 사람으로 ~하다 nhầm là người khác.

착검(着劍) Đeo gươm, giắt gươm.

착공(着工) Bắt đầu, khởi công. ~하다. ~식 lễ khởi công. 그 공사는 다 음주에 ~된다 công trình ấy được khởi công vào tuần sau.

착란(錯亂) Chóng mặt, không tỉnh táo, hỗn loạn. ~하다. 정신~ tinh thần không tỉnh táo.

착륙(着陸) Đỗ, xuống đất, chạm đất, hạ cánh. ~하다. 공항에 ~하다 hạ cánh xuống sân bay.

착모(着帽) Đội mũ. ~하다. 갱내에 서는 헬멧의 ~가 필수적이다 trong hầm mỏ đội mũ bảo hiểm là điều bắt buộc.

착발(着發) ① Xuất phát và đến nơi. ~하다. ② Bắn, bóp cò.

착복(着服) Mặc quần áo. ~하다.

착살맞다 Bị người ta ghét. ~은 사람 người đáng ghét.

착상(着想) Nghĩ ra, tìm ra. ~하다. 좋은 ~ nghĩ ra ý kiến hay.

착생(着生) Sống bám vào, ký sinh. ~식물 thực vật ký sinh.

착석(着席) Ngồi vào vị trí, ngồi vào ghế. 하다. ~순으로 theo thứ tự ghế ngồi.

착수(着水) Hạ thủy, hạ cánh xuống nước. ~하다. ~장치 thiết bị hạ cánh xuống nước.

착수금(着手金) Tiền ứng trước. ~으로 30만 원이 필요하다 cần 300 ngàn wôn tiền ứng trước.

착신(着信) Có tin, thư đến, điện tín đến.

착실(着實) Trung thực, thực thà, tin tưởng được, chắc chắn. ~하다. ~한 사람 người trung thực.

착안(着眼) Tập trung, lưu ý, để ý.

착오(錯誤) Nhầm lẫn, nhầm. ~하다. ~에 빠지다 nhầm lẫn.

착용(着用) Đội, mang, đeo. ~하다.

착유(搾乳) Vắt sữa. ~하다. ~하는 여자 người đàn bà vắt sữa.

착의(着衣) Mặc quần áo. ~하다.

착임(着任) Bổ nhiệm, thực hiện việc mình được bổ nhiệm. ~하다.

착잡(錯雜) Phức tạp, khó hiểu. ~하다. ~한 표정 nét mặt khó hiểu.

착정(鑿井) Đào giếng, khoan giếng.

~하다.

착지(着地) Hạ cánh, xuống đất. ~하다. 잘 ~하다 hạ cánh tốt. ~에 실패하다 hạ cánh không thành công.

착착(着着) Trơn tru, trôi chảy. ~진행되다 tiến hành trôi chảy.

착탄(着彈) Đầu đạn rơi, đầu đạn đến nơi. ~거리 cự ly bắn. ~거리 내에 들어오다 đi vào cự ly bắn.

착하다 Hiền lành, lương thiện. 착한 사람 con người hiền lành. 착한 성격 tính cách hiền lành.

착함(着艦) Lên tàu, lên thuyền, lên máy bay. ~하다.

착항(着港) Đến cảng, đến nơi. ~하다. ~가격 giá đến cảng.

찬(讚) Lời khen. 그림에 찬을 쓰다 viết lời khen lên bức tranh.

찬가(讚歌) Bài hát ca ngợi. 올림픽~ bài hát Olimpic.

찬국 Canh làm bằng nước lạnh, bỏ giấm và nước tương vào.

찬기(-氣) Không khí lạnh, khí lạnh, hơi lạnh. ~기가 돌다 có không khí lạnh

찬동(贊同) Tán đồng, đồng ý, tán thành. ~하다. ~을 구하다 xin mọi người tán thành.

찬모(饌母) Người phụ nữ làm thuê.

찬물 Nước lạnh. ~을 마시다 uống nước lạnh. ~을 더운물과 섞어서 쓰다 trộn nước lạnh và nước nóng vào nhau dùng.

찬미(讚美) Tán mỹ, ca ngợi. ~하다.

찬반(贊反) Tán thành và phản đối.

찬밥 ① Cơm nguội, cơm thừa. ② Sự đối xử lạnh nhạt.

찬방(饌房) Nhà bếp, phòng làm thức ăn.

찬부(贊否) Tán thành và phản đối, tán thành và không. =찬반.

찬사(讚辭) Lời khen ngợi, tán tụng. 아낌없는 ~ khen không tiếc lời. ~를 보내다 gửi lời khen.

찬성(贊成) Tán thành, đồng ý. ~하다. 계획에 ~하다 đồng ý với kế hoạch.

찬송가(讚頌歌) Bài hát ca ngợi. ~를 부르다 hát bài hát ngợi ca.

찬술(撰述) Làm sách, viết sách. ~하다.

찬양(讚揚) Tán dương, khen ngợi. ~하다. 공을 ~하다 khen ngợi công lao.

찬연(燦然) Sáng, lấp lánh. ~하다. ~히 빛나다 tỏa sáng lấp lánh.

찬의(贊意) Ý tán thành. ~를 표하다 bày tỏ ý tán thành.

찬장(饌欌) Cái khay đựng thức ăn, cái mâm.

찬조(贊助) Tán thành và giúp đỡ. ~하

다. 김씨의 ~하에 dưới sự tán thành và giúp đỡ của anh Kim. ~를 얻다 giành được sự tán thành và giúp đỡ.

찬찬하다 Chặt chẽ, kỹ càng, chi tiết. 그의 일은 ~ anh ta rất cẩn thận với công việc.

찬탄(贊嘆, 讚嘆) Khen ngợi, cảm phục. ~하다. ~할 만하다 đáng khen ngợi.

찬탈(篡奪) Cướp, giành lấy (ngôi vua, chính quyền). ~하다. 왕위를 ~하다 giành lấy ngôi vua.

찬평(讚評, 贊評) Tán thành và phê bình. ~하다.

찬표(贊票) Phiếu đồng ý, phiếu tán thành. ~를 던지다 bỏ phiếu tán thành.

찬합(饌盒) Cái cạp lồng, hộp đựng thức ăn. ~에 담다 cho vào cạp lồng.

찰가난 Rất nghèo. ~뱅이 kẻ rất nghèo, kẻ nghèo rớt mồng tơi.

찰과상(擦過傷) Vết thương, vết xước da thịt. ~을 입다 bị xước da. 그는 나무에서 떨어졌지만 ~ 도 입지 않았다 anh ta rơi trên cây xuống nhưng không xây xát gì cả.

찰나(刹那) Chính lúc ấy, đúng lúc ấy. ~적인 có tính tức thời. 그~에 đúng vào lúc ấy.

찰딱거리다 Bám vào, dính vào.

찰랑거리다 Sóng sánh, tròng trành sắp tràn ra. 물결이 해안에 ~ sóng tràn lên bờ biển. 독 안의 물이 찰랑거린다 nước trong bình sóng sánh muốn tràn ra.

찰상(擦傷) Bị xước, xây xát. =찰과상.

찰찰 Chảy lan ra, lan ra. =철철.

찰흙 Đất sét. ~으로 만들다 làm bằng đất sét.

참 Sự thật, thật, đúng. 이 사실이 ~임을 증명하다 chứng minh sự thật này.

참 Đúng là, thực là, thiệt là. ~좋다 tốt thật. ~난처하다 thật khó xử.

참가(參加) Tham gia. ~하다. ~를 신청하다 xin tham gia. 경기에 ~ tham gia vào trận đấu.

참가자(參加者) Người tham gia, người tham dự. ~명부 danh sách những người tham gia.

참견(參見) Tham gia ý kiến, tham kiến. ~하다. 회사일에 ~ tham gia vào công việc công ty.

참고(參考) Tham khảo. ~가 되다 được tham khảo. ~로 말하다 nói thêm, nói tham khảo.

참관(參觀) Tham quan, thăm, xem. ~하다. 학교를 ~하다 tham quan trường học.

참극(慘劇) Thảm kịch. 순찰차가 ~의 현장으로 달려 갔다 cảnh sát tuần tra

chạy đến hiện trường vụ thảm kịch.

참깨 Cây vừng, cây mè. ~가 기니 짧으니 한다 「tục ngữ」 Có quá ít sự lựa chọn.

참다 Chịu đựng, chịu. 고통을 ~ chịu đựng nỗi đau. 모욕을 ~ chịu chửi, bị chửi.

참담(慘憺) Bi thảm, tuyệt vọng. ~하다. ~한 광경 cảnh tượng tuyệt vọng.

참답다 Đúng nghĩa, chân thực, chính trực. 참다운 친구 bạn tốt, bạn đúng nghĩa.

참되다 Đúng, chính xác. 참된 이야기 chuyện thật. 참된 사람 con người thật.

참렬(參列) Tham gia, tham dự.

참말 Lời nói thật. ~입니까? Anh nói thật chứ? ~같은 거짓말 lời nói dối như thật.

참모(參謀) Tham mưu. ~본부 bản doanh bộ phận tham mưu. ~총장 tổng tham mưu.

참변(慘變) Tai nạn thảm khốc. ~을 당하다 bị tai nạn thảm khốc.

참사(參事) Tham tán. ~관 tham tán, viên tham tán, người giữ chức tham tán. ~관.

참사람 Người chân tình, người chính trực. ~이 되다 thành người tốt.

참살(斬殺) Dùng dao chém cổ. ~당하다 bị chém cổ.

참살(慘殺) Thảm sát, sát hại, giết hại. ~하다. ~당하다 bị thảm sát.

참상(慘狀) Cảnh tượng bi thảm, cảnh tượng kinh hoàng. 전쟁의 ~ cảnh bi thảm của chiến tranh.

참서(讖書) Sách ghi lại những lời dự đoán về tương lai.

참석(參席) Tham dự, tham gia. ~하다. 결혼식에 ~하다 tham dự đám cưới. 회의에 ~하다 tham dự cuộc họp.

참소(讒訴) Vu cáo, vu khống, tố cáo khống. ~하다. ~자 người tố cáo khống.

참수(斬首) Chém đầu, chặt cổ. ~하다. ~를 당하다 bị chém đầu.

참숯 Than.

참신(斬新) Mới, mới mẻ. ~하다. ~한 디자인 một kiểu thiết kế mới.

참언(讒言) Lời dự báo trước. ~하다.

참여(參與) Tham gia, tham dự. ~하다. 국정에 ~하다 tham dự vào tình hình đất nước.

참예(參預) Tham gia, tham dự. ~하다.

참월(僭越) Không chờ tới lượt mình, vượt bậc. ~하다.

참으로 Đúng là, thực là. ~고맙다 rất cảm ơn. ~아름다운 미인이다 đúng là một mỹ nhân.

참을성(-性) Tính chịu đựng, khả

năng chịu đựng. ~~이 있다 có tính chịu đựng.

참작(參酌) Suy nghĩ, xem xét, tham khảo. ~하다. ~할 만한 사정 tình hình cần phải đáng xem xét.

참전(參戰) Tham chiến. ~하다. 베트남전에 ~하다 tham gia vào chiến tranh Việt Nam.

참정권(參政權) Quyền tham gia vào chính trị. ~을 주다 cho quyền tham gia vào chính trị.

참조(參照) Tham khảo, đối chiếu. ~하다. 사전을 ~하다 tham khảo đối chiếu với từ điển.

참칭(僭稱) Tự xưng là vua. ~하다.

참패(慘敗) Thảm bại. ~하다. ~당했다 chịu thảm bại.

참하다 Hiền lành, đẹp, giản dị. 참한 아가씨 cô gái hiền lành.

참한하다(限) Rất căm hận, rất giận.

참해(慘害) Những thiệt hại thảm khốc. 전쟁의 ~ thiệt hại thảm khốc của chiến tranh.

참형(慘刑) Hình phạt thảm khốc. ~을 당하다 bị một hình phạt thảm khốc.

참호(塹壕) Công sự, giao thông hào. ~를 파다 đào giao thông hào. ~생활 cuộc sống dưới thông hào.

참혹(慘酷) Dã man, tàn nhẫn. ~하다. ~한 살인 vụ giết người dã man.

참화(慘禍) Thảm họa. 전쟁의 ~ thảm họa chiến tranh. 전쟁의 ~ 를 입다 gánh chịu thảm họa chiến tranh.

참회(參會) Tham dự, tham gia. =참석. ~하다.

참회(懺悔) Sám hối. ~하다. ~의 눈물 giọt nước mắt sám hối. ~의 생활 cuộc sống sám hối.

참획(參劃) Tham gia vào kế hoạch. ~하다.

찻감(茶-) Chất liệu làm bằng trà.

찻길(車-) ① Quỹ đạo. ② Đường xe đi, đường xe ô tô.

찻숟가락(茶-) Thìa uống trà. ~으로 하나 một cái thìa uống trà.

찻잎(茶-) Lá trà, trà.

찻잔(茶盞) Cốc trà, chén trà.

찻집(茶-) Quán trà. 다방(茶房).

창 Cái đế giày. ~을 갈다 thay đế giày. 안~ đế lót trong.

창(窓) Cửa sổ. ~틀 khung cửa sổ. ~가에 서다 đứng cạnh cửa sổ. ~을 열다 mở cửa sổ.

창가(唱歌) Xướng ca. ~하다.

창간(創刊) Bắt đầu xuất bản. ~하다. 그 잡지는 ~된지 10년이 되었다 tạp chí ấy ra đời được 10 năm rồi.

창갈이 Thay đế giày. ~하다.

창견(創見) Sáng kiến.

창고(倉庫) Kho, kho tàng. ~에 보관하

다[넣다] bảo quản [bỏ] vào trong kho.

창구(窓口) Cửa, khuông cửa, ô làm việc, gian làm việc (ngân hàng vv..). 등기 우편은 6번> 입니다 Thư bảo đảm mời đến cửa số 6.

창궐(猖獗) Bùng phát, lan toả (bệnh vv.). ~하다. 유행성 감기가 ~하고 있다 dịch cảm cúm đang bùng phát.

창극(唱劇) Xướng kịch.

창녀(娼女) Kỹ nữ, gái điếm. ~출신 xuất thân từ gái điếm. ~가 되다 trở thành gái điếm.

창달(暢達) Tự do truyền đạt. 언론~에 공헌하다 đóng góp vào tự do ngôn luận.

창당(創黨) Thành lập Đảng. ~하다.

창도(唱道) Kêu gọi. ~하다. 자유를 ~ 하다 kêu gọi tự do.

창립(創立) Thành lập, thiết lập. ~하다. ~50주년을 축하하다 kỷ niệm 50 năm ngày thành lập.

창문(窓門) Cửa sổ. ~밖으로 손이나 얼굴을 내밀지 마라 không thò tay hoặc đầu ra ngoài.

창백(蒼白) Trắng bệch. ~하다. 얼굴이 ~해지다 mặt trở nên trắng bệch.

창병(瘡病) Bệnh giang mai.

창상(創傷) Vết thương do dao kiếm gây ra.

창생(蒼生) Tất cả mọi người trên thế gian này, chúng sinh.

창설(創設) Thành lập, thiết lập. =창립 (創立).

창성(昌盛) Phồn thịnh, thịnh vượng. ~하다.

창술(槍術) Thương thuật, võ về giáo.

창시(創始) Làm ra đầu tiên, khai thuỷ. ~하다.

창애 Cái bẫy. ~에 걸리다 dính bẫy, mắc bẫy.

창연하다(愴然-) Buồn rầu, buồn. 창연히.

창유리(窓琉璃) Kính làm cửa sổ. ~를 깨(뜨리)다 đập vỡ kính cửa sổ. ~를 끼우다 lắp kính vào.

창의(創意) Sáng kiến, sáng ý. ~적인 có tính sáng kiến. ~력이 부족하다 thiếu khả năng sáng tạo.

창일(漲溢) Cho nước vào, hòa nước vào. ~하다.

창자 Nội tạng, ruột. 생선의 ~를 빼내다 lấy ruột cá ra.

창작(創作) Sáng tác, làm ra. ~하다. ~적인 có tính sáng tác. ~가 nhà sáng tác.

창제(創製) Sáng chế. ~하다.

창조(創造) Sáng tạo, làm ra. ~하다. ~적(인) có tính sáng tạo. ~적 예술 nghệ thuật có tính sáng tạo.

창졸(倉卒) Gấp rút, cấp bách. ~하다. ~간에 trong lúc cấp bách. ~히 떠나게 되어 그에게 작별 인사도 못했다 gấp phải ra đi nên không kịp chào anh ta.

창틀(窓-) Khung cửa sổ.

창피(猖披) Xấu hổ, ngượng. ~하다. ~스럽다. 큰~ sự xấu hổ lớn. ~한 일 việc làm xấu hổ.

창황(蒼黃, 倉皇) Gấp gáp, vội vã, gấp rút. ~하다. ~히 một cách vội vã. ~히 달아나다 chạy vội vã.

찾다 ① Tìm kiếm. 집안을 ~ tìm nhà. 실종된 사람을 ~ tìm người mất tích. ② Tìm ra. 범인을 ~ tìm tên tội phạm.

채 Thái, xắt. 채(를)치다 xắt thái.

채 Chưa, vẫn chưa. 날이 채 밝기도 전에 trước khi trời sáng.

채결(採決) Thẩm định. ~하다.

채고추 Quả ớt xanh.

채광(採鑛) Khai khoáng, khai thác. ~하다. ~기계 máy khai khoáng.

채굴(採掘) Khai quật, khai thác. ~하다. 금광을 ~하다 khai phá mỏ vàng. 석탄을 ~하다 khai phá mỏ than. ~량 lượng khai phá.

채권(債券) Kỳ phiếu, trái phiếu, công trái ~을 발행하다 phát hành trái phiếu. ~의 소유자 người sở hữu trái phiếu.

채권(債權) Món nợ. 그 대한 ~이 있다 tôi có nợ anh ta. ~국 nước mang nợ. ~담보 nợ thế chấp.

채근(採根) Cái rễ, gốc, căn nguyên, nguồn gốc. ~하다.

채금(採金) Khai thác vàng, đào vàng. ~하다.

채다 Giật, cướp. 남의 아내를 ~ giật vợ người khác. 손에서 핸드백을 ~ giật túi trong tay người khác.

채록(採錄) Tìm ra, lấy ra và ghi chép lại hoặc ghi âm lại. ~하다

채무(債務) Nợ. ~가 있다 có nợ. ~를 청산하다 thanh toán nợ. ~면제 miễn nợ, xóa nợ.

채벌(採伐) Chặt cây, đốn cây, hạ cây. 벌채. ~하다.

채변 Từ chối. ~말고 많이 드십시오 Mong anh đừng từ chối cứ ăn nhiều vào.

채비(-備) Chuẩn bị. ~하다. 아무~도 없이 không có sự chuẩn bị gì trước.

채산(採算) Tính toánh thu và chi. ~이 맞다 thu và chi đủ. ~이 맞지 않는다 thu và chi lệch nhau.

채색(彩色) Nhiều màu sắc. ~하다. ~인쇄 in nhiều màu.

채석(採石) Khai thác đá, đập đá ~하다. ~기 máy đập đá.

채소(菜蔬) Rau, rau cỏ. ~를 가꾸다 trồng rau. ~밭 ruộng rau. 푸른~ rau xanh. 생~ rau tươi.

채식(菜食) Ăn rau. ~하다. ~동물 động vật ăn rau cỏ. ~주의자 người chỉ ăn rau không.

채약(採藥) Ăn rau cỏ. ~하다.

채용(採用) Thuê lao động, sử dụng lao động, dùng, tuyển dụng. ~하다.

채우다 Nhét vào, tấp vào, bổ sung vào, lấp vào, cho vào. 가방에 옷을 ~ nhét áo vào túi.

채유(採油) Lấy dầu trong giếng dầu ra, lấy dầu. ~하다.

채이다 Bị cướp, bị giật, bị đá, bị bỏ rơi. 나는 그녀에게 채였다 tôi bị cô ấy đá.

채이다 Biết, nhìn thấy. 눈치 ~지 않도록 하다 hãy đừng để cho người khác biết.

채전에 Trước, trước khi, trước đây lâu. ~통보하겠습니다 chúng tôi sẽ thông báo trước.

채점(採點) Cho điểm, chấm bài. ~하다. 100점 만점으로 ~하다 cho điểm 100 là điểm cao nhất.

채종(採種) Chọn loại rau. ~하다.

채주(債主) Chủ nợ. ~에게서 빚을 갚으라는 독촉을 받다 bị chủ nợ đốc thúc trả nợ.

채지다 Thấm vào, rỉ vào. ~지 않게 칠 하다 quét sơn chống thấm.

채찍 Roi. ~소리 tiếng roi vọt. ~자국 vết roi. ~과 당근 정책 chính sách cây roi và củ cà rốt.

채취(採取) Thu thập, lấy. 지문을 ~하 다 lấy vân tay.

채치다 ① Cướp, giật. 남의 손에서 책을 ~ giật quyển sách từ tay người khác. ② Kéo, lôi kéo.

채탄(採炭) Đào than, bới than. ~하다. ~량 lượng khai thác than.

채택(採擇) Lựa chọn. ~하다. 새 방법을 ~하다 lựa chọn phương pháp mới.

채혈(採血) Lấy máu, rút máu. ~하다. 나는 어제 병원에서 ~했다 hôm qua tôi lấy máu ở bệnh viện.

책(冊) Sách. 역사~ sách lịch sử. ~을 만들다 làm thành sách. ~을 내다 phát hành sách.

책가방 (冊-) Cặp sách. ~을 어깨에 메 다 treo cặp sách vào vai.

책가위(冊-) Bọc sách. ~하다.

책갑(冊匣) Hòm sách, thùng sách.

책권(冊卷) Từng quyển sách.

책꽂이(冊-) Cái tủ đựng sách, tủ để sách.

책동(策動) Làm việc xấu, mưu mô. ~하다.

책뚜껑(冊-) Bìa sách.

책망(責望) Trách móc, phê phán. ~하

다. ~을 듣다 bị trách móc.

책무(責務) Trách nhiệm, nghĩa vụ. 국가에 대한 ~trách nhiệm nghĩa vụ với nhà nước. ~를 다하다 làm hết trách nhiệm.

책방(冊房). Cửa hàng sách, tiệm bán sách. ~을 경영하다 kinh doanh cửa hàng sách.

책벌(責罰) Phạt, xử phạt. ~하다. ~받다 bị xử phạt.

책보(冊褓) Cái gói để bọc sách. ~에 싸다 gói vào trong bọc.

책임(責任) Trách nhiệm. 무거운 ~ trách nhiệm nặng nề. 법률에 대한 ~ trách nhiệm về mặt pháp luật.

책임감(責任感) Tính trách nhiệm, tinh thần trách nhiệm. ~이 있다 có tinh thần trách nhiệm.

책자(冊子) Sách, quyển sách.

책잡다(責-) Lấy lý do, nắm lấy, bắt lỗi. 아무의 실언을 ~ bắt lỗi việc nói lỡ lời của ai đó.

책잡히다(責-) Bị bắt lỗi. 직무 태만으로 ~ bị bắt lỗi là lơi là công việc

책장(冊張) Trang sách. ~을 넘기다 lật trang sách. ~을 뜯다 xé từng trang sách.

책정(策定) Dự toán, dự tính. ~하다. 가격을 ~하다 dự tính giá cả, tính giá. 시간을 ~하다 tính thời gian.

책하다(責-) Trách móc. =책망하다.

책형(磔刑) Hình phạt bị cột vào giáo đâm chết. ~에 처하다 bị cột vào giáo đâm chết.

챙기다 Chuẩn bị, thu gom, dọn dẹp. 짐을 ~ chuẩn bị hành lý. 소지품을 ~ thu xếp đồ đạc, tài sản.

처가(妻家) Nhà vợ, quê vợ. ~살이 sống ở nhà vợ.

처결(處決) Quyết định xử lý. ~하다.

처넣다 Bỏ vào, đưa vào, nhốt vào. 모든 옷을 여행가방에 ~ bỏ tất cả áo vào túi.

처녀성(處女性) Tính thiếu nữ, nét trinh nữ. ~을 잃다 mất nét trinh nữ.

처녀지(處女地) Mảnh đất hoang. ~를 개척하다 khai phá mảnh đất hoang.

처단(處斷) Xử phạt. ~하다. 엄중~하다 xử phạt nặng.

처대다 ① Đối xử không tử tế. ② Va vào, đập vào.

처덕처덕 Vỗ, bôi, trát.

처든지르다 Ăn tham. 처먹다.

처때다 Đốt lửa, cháy.

처뜨리다 Rũ xuống. 어깨를 ~ rũ vai xuống. 개가 귀를 ~ chó cụp tai lại.

처량하다(凄凉-) Thê lương, hoang tàn, buồn thảm. 처량한 광경 quang cảnh thê lương.

처럼 Như, bằng như, giống như, như

là. 한 집안 식구~ 지내다 sống như người trong nhà.

처리(處理) Xử lý. ~하다. 문제를 ~하다 giải quyết vấn đề. 열~를 하다 xử lý nhiệt.

처마 Mái nhà, mái hiên. ~에서 떨어지는 빗물 nước mưa rơi từ mái hiên xuống.

처방(處方) Đơn thuốc. ~하다. 의사의 ~대로 theo đơn thuốc của bác sĩ. ~을 쓰다 viết đơn thuốc.

처벌(處罰) Xử phạt. ~하다. 엄중하게~하다 xử phạt nặng. ~받다 bị xử phạt. 엄중하게 ~하다 xử nghiêm. ~받다 bị xử phạt.

처부모(妻父母) Bố mẹ vợ.

처분(處分) Xử ly, giải quyết, xử phạt. ~하다. 재산을[토지를] ~하다 xử lý tài sản.

처사(處事) Xử lý công việc. ~를 잘하다 giỏi xử lý công việc.

처삼촌(妻三寸) Cậu bên vợ, chú bên vợ.

처상(妻喪) Tang vợ. ~을 당하다 bị tang vợ.

처세(處世) Xử thế. ~하다. ~법 cách xử thế. 처세술 thuật sử thế.

처세술(處世術) Thuật xử thế, cách đối nhân xử thế. ~에 능하다 giỏi đối nhân xử thế.

처소(處所) Nơi cứ trú, nơi trú ngụ. ~를 잡다 tìm nơi trú ngụ.

처숙(妻叔) Chú vợ.

처시하(妻侍下) Người bị vợ ăn hiếp. ~이다.

처신(處身) Xử lý, hành động, xử thế. ~하다. 점잖게~하다 hành động đường hoàng.

처우(處遇) Đối xử. ~하다. 그녀는 우리를 공평하게~했다 cô ấy đối xử bình đẳng với chúng tôi.

처음 Lần đầu tiên, trước tiên, đầu tiên. 맨~에 trước tiên. ~에 ban đầu. ~부터 từ đầu, ngay từ đầu.

처자(妻子) Vợ con. ~를 부양하다 nuôi vợ con. ~를 버리다 vứt bỏ vợ con. ~를 돌보지 않다 không trông nom vợ con.

처재(妻財) Tài sản của vợ.

처쟁이다 Chất đầy, tấp đầy.

처절(悽絶) Rất thê thảm, thảm thương. ~하다. ~한 광경 quang cảnh rất thảm thương.

처제(妻弟) Em gái vợ.

처족(妻族) Bên vợ.

처지(處地) Tình huống, hoàn cảnh. ~의 변화 sự thay đổi tình huống. 곤란한 ~ hoàn cảnh khó khăn.

처지다 ① Sệ xuống, trệ xuống, rũ xuống. 처진 어깨 cặp vai sệ xuống.

② Rớt lại sau, tụt lại sau. 혼자만 뒤에 ~ một mình tụt lại sau.

처참(悽慘) Thê thảm. ~하다. ~한 광경 cảnh thảm thương.

처치(處置) Xử trí, xử lý, trị liệu. ~하다. 적절한 ~를 취하다 xử lý một cách thích đáng.

처하다(處-) ① Đưa vào, để vào. ② Xử phạt. ③ Gặp phải, vấp phải, lâm vào. 나쁜 환경에 ~ gặp hoàn cảnh khó khăn. 역경에 ~ lâm vào nghịch cảnh. 곤란한 처지에 ~ lâm vào cảnh khó khăn.

처형(處刑) Xử phạt, hình phạt. ~하다. ~을 받다 bị xử phạt. ~되다 bị xử phạt.

척 Giả vờ, giả vẻ. 동생은 내 말에 들은 ~도 않는다 đứa em nó làm ra vẻ không nghe lời tôi nói.

척결(剔抉) ① Róc xương, róc thịt. ~하다. ② Loại bỏ, loại trừ.

척도(尺度) Thước đo, tiêu chuẩn. 문명의 ~ thước đo văn minh. 선악의 ~ thước đo thiện ác.

척박(瘠薄) Cằn, bạc màu. ~하다. ~한 땅 đất cằn. 땅을 ~하게 하다 làm cho đất cằn.

척살(刺殺) Dùng giao giết. ~하다.

척식(拓殖) Khai phá, khai hoang, xâm chiếm (đất). ~하다.

척신(隻身) Độc thân, một mình.

척지(瘠地) Khai hoang đất. ~하다.

척지다(隻-) Xung đột.

척척하다 Ẩm ướt, có nước. 바닥이 ~ nền nhà có nước. 척척한 손 bàn tay thấm nước.

척축(斥逐) Xua đuổi, đẩy ra. ~하다.

척출(剔出) Lấy ra, móc ra. ~하다. 눈알[탄알]을 ~하다 móc tròng mắt [hòn đạn] ra.

척하다 Làm ra vẻ, giả vờ. =체하다.

척후(斥候) Trinh sát, thăm dò. ~하다. ~를 내보내다 gửi trinh thám đi. ~대 đội trinh sát.

천 Sợi làm vải, sợi. 고급~ sợi cai cấp. 두꺼운 [얇은] ~ sợi dày [mỏng].

천(薦) Tiến cử, giới thiệu. ~하다. 추천(推薦).

천거(薦擧) Tiến cử. ~하다.

천격(賤格) Chất lượng kém.

천견(淺見) Thiển kiến, ý kiến nông cạn. ~박식(薄識) ý kiến nông cạn và tri thức kém cỏi.

천고(千古) Thiên cổ, ngày xưa. ~의 전설 truyền thuyết từ ngày xưa. ~의 명언 danh ngôn thiên cổ.

천공(天功) Sự kết hợp của tự nhiên. ~의 미(美) vẻ đẹp tự nhiên.

천공해활(天空海闊) Trời cao biển rộng, mọi việc thoải mái, không có gì chướng ngại. ~하다.

천국(天國) Thiên đường, thiên đàng, trời. 지상의 ~ thiên đường trên mặt đất. ~에 가다 lên thiên đường..

천군만마(千軍萬馬) Thiên quân vạn mã. ~지간의 맹장 mãnh tướng bằng thiên quân vạn mã.

천궁도(天宮圖) Thiên cung đồ, thiên văn.

천극(天極) Thiên văn. =천문.

천금(千金) Ngàn vàng. 그것은 ~을 주어도 못 산다 cái đó dù có trả ngàn vàng cũng không mua được.

천기(天機) ① Bí mật của tự nhiên. ② Bí mật lớn.

천대(賤待) Đối xử nhạt nhẽo. ~하다. ~받다 bị đối xử tồi.

천덩천덩 Dính, bết. ~하다. =천덩거리다.

천도(遷都) Dời đô. ~하다.

천둥 Sấm. ~하다 có sấm. ~소리 tiếng sấm.

천렵(川獵) Bắt cá dưới suối. ~하다.

천륜(天倫) Đạo lý làm con, làm anh em. ~을 어기다 trái với đạo lý làm người.

천리안(千里眼) Con mắt nhìn ngàn dặm. ~을 가진 사람 người có con mắt nhìn xa.

천막(天幕) Cái lều. ~을 치다 dựng lều. 야외용~ lều dã ngoại. ~생활 cuộc sống lều trại.

천만(千萬) Chục triệu. 몇~이나 된다 giá tới mấy chục triệu. 수~ hàng chục triệu.

천만의말씀 Lời nói khách sáo, khách khí.

천만다행(千萬多幸) Thật là may mắn, vô cùng may mắn. ~하다. ~이다.

천만부당(千萬不當) Rất không chính đáng, vô lý. ~하다. ~한 요구 yêu cầu vô lý.

천명(天命) Thiên mệnh, số mệnh. 그가 일찍 죽은 것도 ~이다 anh ta chết sớm cũng là số trời.

천문(天文) Thiên văn. ~을 보다 xem thiên văn.

천문학(天文學) Thiên văn học. ~자 nhà thiên văn học. ~적 có tính thiên văn học.

천민(賤民) Thường dân, dân nghèo.

천박(淺薄) Nông cạn, thiển cận. ~하다. ~한 사람 người thiển cận. ~한 생각 suy nghĩ nông cạn.

천변만화(千變萬化) Thiên biến vạn hóa. ~하다. ~하는 세상 thế giới thiên biến vạn hóa.

천복(天福) Thiên phúc, cái phúc trời đất. ~을 받다 được phút của trời đất.

천부(天賦) Thiên phú. ~의 재능 tài

năng thiên phú. ~의 음악소질 tố chất âm nhạc thiên phú.

천분(天分) Thiên phận, thiên phú. ~이 있다 có thiên phận.

천사만고(千思萬考) Trăm ngàn lần suy nghĩ, nghĩ đi nghĩ lại. ~하다.

천성(天性) Thiên tính, trời phú. 사랑과 미움은 사람의 ~이라 마음대로 할 수가 없다 tình yêu và ghét bỏ là thiên tính không thể theo ý mình được

천세(千歲) Ngàn năm. 이름을 ~에 남기다 tên tuổi để lại ngàn năm.

천수(天數) Thiên mệnh, số trời.

천시(賤視) Miệt thị, coi thường. =멸시(蔑視).

천신(薦新) Dâng lên thần, tế thần. ~하다.

천신만고(千辛萬苦) Trăm ngàn cái khổ. ~하다.

천야만야(千耶萬耶) Sâu thẳm, không đáy, cao vút. ~한 계곡 cái vực sâu thẳm.

천여(天與) Trời phú, trời ban. ~의. ~의 재능 tài năng trời phú.

천연(天然) Thiên nhiên, tự nhiên. ~의 미 vẻ đẹp thiên nhiên. ~으로 나는 금 vàng tự nhiên.

천연스럽다(天然-) Một cách tự nhiên. ~게 말하다 nói một cách tự nhiên.

천의(天意) Ý trời. ~에 따르다 theo ý trời. ~에 어긋나다 trái ý trời.

천인(天人) Trời và người. 그들은 ~공노할 죄를 저질렀다 họ gây ra cái tội cả trời và người đều giận.

천자(天資) Thiên phú. ~총명한 thông minh thiên phú.

천재(天才) Thiên tài. 뛰어난 ~ một nhân tài nổi bật. ~이다 là thiên tài. ~적 có tính thiên tài.

천조(天助) Trời giúp. ~하다.

천지(天地) Trời đất. ~의 창조 sáng tạo ra trời đất. ~의 진동 chấn động trời đất. ~간에 가장 귀한 것은 사람이다 trong trời đất con người là quý nhất.

천직(天職) Thiên chức. 여성의 ~ thiên chức của người phụ nữ. ~을 다하다 làm hết thiên chức.

천진난만(天眞爛漫) Ngây thơ, ngay thẳng. ~하다. ~한 생각 suy nghĩ ngay thẳng. ~한 아이 đứa bé ngây thơ.

천천히 Một cách chậm chạp, từ từ. ~걷다 đi từ từ. ~먹다 ăn từ từ. ~하세요 từ từ thôi.

천하(天下) Thiên hạ, thế gian. ~의 영웅 anh hùng thiên hạ. ~에 무적이다 thiên hạ vô địch

천하다(賤-) Không đáng giá, kém cỏi, thấp kém. 천한 몸 cái thân thấp hèn.

천행(天幸) May mắn. ~으로 bằng sự may mắn. ~으로 살아나다 sống bằng sự may mắn.

천험(天險) Địa hình. ~에 의지하다 dựa vào địa hình.

천후(天候) Thời tiết. Thời tiết, trời. ~의 급변 sự thay đổi đột biến của thời tiết.

철 Mùa, mùa vụ. 여름~ mùa hè. 일년 사~ một năm bốn mùa. ~이 바뀔 때 khi đổi mùa.

철(鐵) Sắt, thép. ~문 cửa sắt. ~관 ống sắt. ~통 thùng sắt. ~판 tấm sắt, sắt tấm.

철각(鐵脚) Chân cứng như sắt.

철갑(鐵甲) Thiết giáp, vỏ sắt. ~하다. ~선 thuyền bọc sắt.

철강(鐵鋼) Sắt thép. ~으로 되다 bằng sắt thép. ~제품 đồ thép.

철거(撤去) Trừ khử, loại bỏ. ~하다. 빈민가의 ~ xóa bỏ khu phố nghèo.

철공(鐵工) Làm sắt. ~장(場) nơi làm sắt.

철관(鐵管) Ống sắt. ~이 파열하다 ống sắt vỡ.

철교(鐵橋) Cầu sắt. ~를 놓다 đặt cầu sắt.

철군(撤軍) Rút quân. ~하다. ~을 요구하다 yêu cầu rút quân. ~의 규모와 일정 quy mô và lịch trình rút quân. ~을 거부하다 từ chối rút quân.

철근(鐵筋) Dây thép, dây sắt. ~절단기 máy cắt dây thép.

철기(鐵器) Đồ sắt. ~시대 thời kỳ đồ sắt.

철도(鐵道) Đường sắt, đường ray, tàu hoả. ~로 여행하다 đi du lịch bằng tàu hỏa. ~를 놓다 đặt đường ray.

철렁거리다 Vỗ, va vào. 물결이 해변에 ~ sóng vỗ vào bờ biển.

철로(鐵路) Đường sắt. =철도(鐵道).

철리(哲理) Triết lý. ~를 실천하다 thực hiện triết lý.

철면(凸面) Mặt lồi. ~경[렌즈] kính mặt lồi.

철모(鐵帽) Mũ sắt. ~를 쓴 군인 quân nhân đội mũ sắt.

철모르다 Không biết lễ nghĩa, không biết phải trái. ~는 애 cậu bé không biết lễ nghĩa.

철문(鐵門) Cửa sắt.

철물(鐵物) Đồ sắt, vật bằng sắt.

철벽(鐵壁) Tường sắt, chỉ sự kiên cố. ~같은 방어진을 치다 dựng tuyến phòng ngự vững như bức tường sắt.

철부지(-不知) Đứa bé, trẻ con. 아직 아무 것도 모르는 ~다 là đứa trẻ con vẫn chưa biết gì cả.

철사(鐵絲) Dây sắt. ~로 묶다 cột bằng dây sắt. ~를 뽑다 rút dây sắt.

철석(鐵石) ① Sắt và đá. ② Rất cứng.

~같은 như sắt đá. ~같은 마음 tấm lòng sắt đá.

철수(撤收) Rút, lùi. ~하다. 군대를 ~하다 rút quân. 캠프를 ~하다 rút trại, nhổ trại.

철썩 ① Tiếng vỗ vào bờ, oạp. ~하다. ② Bét, bốp (tiếng đánh). ~하다.

철야(徹夜) Thức suốt đêm. ~하다. ~공부하다 học suốt đêm. ~로 회의를 하다 thức suốt đêm để họp.

철없다 Không biết phải trái, không biết lễ nghĩa.

철인(哲人) Triết nhân, triết gia. ~처럼 행세하다 làm việc như triết gia.

철자(綴字) Ghép âm. ~하다. 정확한 ~ ghép âm chính xác.

철재(鐵材) Chất sắt, bằng sắt. ~로 집을 짓다 làm nhà bằng sắt.

철저(徹底) Triệt để, thấu triệt, nhất quán. ~하다. ~한 대책 một đối sách triệt để.

철저히(徹底-) Một cách triệt để, một cách nhất quán. ~하다. ~이해하다 hiểu thấu đáo.

철창(鐵窓) Cửa sổ bằng sắt. ~에 갇히다 nhốt vào trong cửa sắt. ~생활 cuộc sống tù đày.

철책(鐵柵) Hàng rào sắt. ~으로 보호하다 bảo vệ bằng hàng rào sắt.

철천지한(徹天之恨) Mối hận tận trời xanh. ~을 품다 mang mối hận tận trời xanh.

철칙(鐵則) Quy định sắt, quy định cứng rắn. ~을 만들다 làm quy định rắn.

철탑(鐵塔) Tháp bằng sắt, tháp điện cao áp.

철퇴(撤退) Rút lui, triệt thoái. ~하다. 명령~ mệnh lệnh rút lui. 병력을 ~시키다 rút quân.

철퇴(鐵槌) Xử phạt.

철판(鐵板) Tấm sắt. 총알이 ~을 뚫다 viên đạn xuyên thủng tấm sắt.

철편(鐵片) Miếng sắt. 얇은 ~ miếng sắt mỏng.

철폐(撤廢) Triệt phế, loại bỏ. ~하다. 법률을 ~하다 bỏ luật. 야간 통금을 ~하다 bãi bỏ việc cấm đi đêm.

철학(哲學) Triết học. ~적 có tính triết học. 동양~ triết học phương đông.

철회(撤回) Huỷ, huỷ bỏ, rút lại, rút. ~하다. 사표를 ~하다 rút lại đơn thôi việc.

첨가(添加) Thêm vào. ~하다. 방부제를 ~하다 cho thêm chất chống hư.

첨단(尖端) ① Cái mũi, mũi nhọn. 송곳의 ~ mũi dùi. ② Tiên tiến, đi đầu. ~기술 kỹ thuật hàng đầu.

첨부(添附) Gắn, dính, thêm vào. ~하다. 원서에 사진을 ~하다 gắn thêm

ảnh vào hồ sơ.

첨첨 Liên tiếp, kế tiếp nhau. 벽돌을 ~ 쌓다 gạch xếp chồng liên tiếp lên nhau.

첩(貼) Gói thuốc. 약 두 ~ hai gói thuốc.

-첩(帖) Quyển sưu tầm. 견본~ quyển mẫu.

첩보(牒報) Báo cáo bằng văn bản. ~하다.

첩부(貼付) Dán. ~하다. 편지에 우 표를 ~하다 dán tem vào thư.

첩첩이(疊疊-) Từng lớp từng lớp. ~산처럼 쌓여 있다 chất từng lớp như núi.

첩출(疊出) Xẩy ra trùng lặp. ~하다. 곤란한 문제가 ~하다 các vấn đề khó khăn cứ xẩy ra trùng lặp.

첫 Đầu tiên, trước tiên. ~째 lần đầu tiên. ~경험 kinh nghiệm đầu tiên. ~아이 đứa con đầu tiên.

첫걸음 Bước chân đầu tiên. 성공에의 ~ bước đầu tiên tới thành công.

첫겨울 Đầu thu.

첫공개(-公開) Công khai lần đầu. ~하다.

첫기제(-忌祭) Giỗ đầu.

첫길 ① Con đường đi lần đầu. ② Con đường mới.

첫나들이 Mới sinh lần đầu. ~하다.

첫날 ① Ngày đầu tiên. ② Ngày lấy chồng lấy vợ.

첫날밤 Đêm đầu tiên, đêm tân hôn.

첫눈 Cái nhìn đầu tiên. ~에 반하다 yêu từ cái nhìn đầu tiên. ~에 알다 nhìn cái biết ngay.

첫닭 Tiếng gà gáy lần đầu. ~이 울다 gà gáy lần đầu.

첫돌 ① Chẵn năm của em bé. ② Một năm. 창립~기념행사를 갖다 kỷ niệm 1 năm ngày thành lập.

첫딸 Con gái đầu lòng. ~을 낳다 sinh con gái đầu lòng.

첫마디 Lời nói đầu tiên. ~를 어떻게 꺼내야 할지 모르다 không biết ban đầu phải nói thế nào.

첫봄 Đầu xuân. ~에 vào đầu xuân.

첫사랑 Mối tình đầu. ~에 빠지다 có mối tình đầu.

첫손주(-孫-) Cháu đầu.

첫아들 Con trai đầu. ~을 낳다 sinh con trai đầu.

첫째 Đầu tiên, thứ nhất. ~권 quyển đầu tiên. ~목표 mục tiêu đầu tiên.

첫판 Ván đầu. ~에 지다 thua ván đầu.

첫해 Năm đầu tiên.

청(請) Thỉnh cầu, mong muốn. ~하다. 간절한 ~ lời mong muốn khẩn thiết.

청가(請暇) Xin nghỉ. ~하다

청각(聽覺) Thính giác. ~신경 thần

kinh thích giác. ~이 예민하다 thính giác nhạy. ~기관 cơ quan thính giác.

청강(聽講) Nghe giảng. ~하다. ~무료 nghe giảng miễn phí. ~료 chi phí học.

청강자(聽講者) Người nghe giảng. ~가 많다[적다] nhiều [ít] người nghe giảng.

청객(請客) Mời khách. ~하다.

청구(請求) Thỉnh cầu, xin, mong muốn, yêu cầu. ~하다. ~한 대로 theo yêu cầu.

청구서(請求書) Giấy yêu cầu, giấy thỉnh cầu. ~를 내다 đưa giấy yêu cầu ra.

청년(青年) Thanh niên. 남녀~ thanh niên nam nữ. ~기 thời thanh niên. ~단 đoàn thanh niên, hội thanh niên.

청랑(淸郎) Trong và sáng. ~하다. ~한 날씨 thời tiết trong và sáng.

청량(淸凉) Nhân phẩm hoặc tính cách cao trong sạch, lương thiện. ~하다.

청력(聽力) Sức nghe, thính giác. ~이 좋다 thính giác tốt. ~을 잃다 mất thính giác, điếc.

청렴(淸廉) Thanh liêm. ~하다. ~한 사람 người thanh liêm. ~정치 nhà chính trị thanh liêm.

청렴결백(淸廉潔白) Thanh liêm trong sạch. =청렴.

청맹과니(青盲-) Mắt mù, mắt nhìn không thấy.

청명(淸明) Trong sáng. ~하다.

청문(聽聞) Thỉnh vấn, nghe và hỏi. ~하다.

청바지(青-) Quần jean, quần bò. ~를 입은 mặc quần jean.

청병(請兵) Thỉnh binh, yêu cầu quân chi viện. ~하다.

청부(請負) Khoán, có tính chất khoán, có tính chất thuê mướn. ~로 theo hình thức khoán.

청빈(淸貧) Thanh bần, cao thượng và nghèo. ~하다. ~한 생활을 하다 sống cuộc sống nghèo và trong sạch.

청사(青史) Sử xanh. 이름을 ~에 남기다 lưu danh lại sử xanh.

청산(淸算) Thanh toán, trả. ~하다. 부채를 ~하다 thanh toán nợ.

청소(淸掃) Dọn vệ sinh, làm vệ sinh, quét dọn. ~하다. 방안을 ~하다 dọn vệ sinh phòng.

청순(淸純) Trong trắng. ~하다 ~한 처녀 một thiếu nữ trong trắng.

청신(淸新) Cái mới, nét mới lạ. ~하다. ~한 맛 vị mới lạ.

청아(淸雅) Thanh nhã. ~하다. ~한 목소리 giọng nói thanh nhã.

청원(請願) Cầu mong, mong muốn. ~하다. ~을 들어주다 chấp nhận mong

muốn của ai.

청이불문(聽而不聞) Nghe mà không chú ý. ~하다.

청정(淸淨) Thanh tịnh, trong sạch. ~하다. ~한 마음 tấm lòng trong sạch.

청종(聽從) Nghe theo. ~하다. 부모에게 ~하다 nghe theo lời bố mẹ.

청죽(靑竹) Trúc xanh.

청중(聽衆) Thính giả. ~이 많다 đông thính giả. ~을 끌다 lôi kéo thính giả.

청천백일(靑天白日) Thanh thiên bạch nhật. ~에 벼락이 내리다 sấm đánh giữa thanh thiên bạch nhật.

청첩(請牒) Giấy mời. ~장 giấy mời đám cưới. ~을 내다 gửi giấy mời. ~을 받다 nhận giấy mời.

청청하다(靑靑-) Xanh xanh. 청청한 대나무 cây tre xanh.

청초(淸楚) Sạch sẽ. ~하다. ~한 여자 người đàn bà sạch sẽ. 옷차림이 ~하다 ăn mặc sạch sẽ.

청취(聽取) Nghe (đài). ~하다. 라디오를 ~하다 nghe đài.

청탁(請託) Yêu cầu, khẩn cầu. ~하다. 간절한 ~ lời thỉnh cầu thống thiết.

청하다(請-) Yêu cầu, mong muốn, xin. ~는 대로 theo như yêu cầu. 도움을 ~yêu cầu giúp đỡ.

청허(聽許) Xin, cầu xin. ~하다.

청훈(請訓) Thỉnh huấn. ~하다.

-체(體) Thể, hình thể, cơ thể. 건강~ cơ thể khỏe mạnh.

체감(體感) Cảm nhận bằng cơ thể.

체격(體格) Kích thước cơ thể, cỡ người, hình thể. ~이 좋다 hình thể tốt. ~검사 kiểm tra hình thể.

체결(締結) Ký kết. ~하다. 조약을 ~하다 ký kết điều ước. 계약을 ~하다 ký kết hợp đồng.

체계(體系) Có tính hệ thống. ~적 (인) tính hệ thống. ~있는 có hệ thống. 사상~ hệ thống tư tưởng.

체관(諦觀) Nhìn kỹ, quan sát. ~하다.

체구(體軀) Cơ thể, hình thể. ~가 건장하다 thân kể cường tráng. ~가 왜소하다 thân thể yếu ớt.

체납(滯納) Còn tồn chưa đóng, chưa nạp, nợ thuế. ~하다. 금~ số tiền chưa nạp. 세금~ tiền thuế chưa nạp.

체납자(滯納者) Người chưa đóng tiền. ~명부 danh sách người chưa đóng tiền. 세금~ người chưa đóng thuế.

체내(體內) Trong cơ thể, bên trong người. ~의당분 thành phần đường trong người.

체념(諦念) ① Hiểu ra, thể niệm. ~하다. ② Mất hy vọng chỉ nghĩ rằng, tin rằng. ~하다.

체득(體得) ① Trải qua, từng trải. ~하다. ② Làm quen, học được. ~하다.

체력(體力) Thể lực. ~을 검사하다 kiểm tra thể lực. ~이 강하다 thể lực tốt. ~이 쇠약하다 thể lực yếu đuối.

체류(滯留) Cư trú, sống, trú, ở. ~하다. ~기간 thời gian cư trú. 한국에 ~중인 베트남인 người Việt đang sống tại Hàn Quốc.

체메다 Đóng dấu, đánh số.

체면(體面) Thể diện, danh dự, mặt mũi. ~에 관계되다 có liên quan tới thể diện.

체벌(體罰) Hình phạt đánh vào người. ~을 가하다 phạt hình phạt đánh vào người.

체불(滯拂) Nợ, chưa trả, đọng lương. ~하다. ~급여 nợ lương. 급료가 열흘이나 ~되어 있다 đọng lương 10 ngày rồi. ~금 tiền chưa trả.

체소(體小) Vóc người to lớn. ~하다. ~한 사람 người có vóc người to lớn.

체약(締約) Ký kết. ~하다.

체온(體溫) Nhiệt độ cơ thể. ~이 높다 nhiệt độ cơ thể cao. ~이 오르다 nhiệt độ cơ thể tăng lên.

체외(體外) Bên ngoài cơ thể. ~수정 thụ tinh ống nghiệm. ~수정 아기 đứa bé được thụ tinh ống nghiệm.

체위(體位) Chiều cao của con người, hình thể con người. ~향상을 도모하다 nhằm nâng cao hình thể con.

체육(體育) Thể dục, thể thao. ~관 tòa nhà thể dục thể thao, nhà thi đấu, nhà thể thao. ~단체 đoàn thể thao.

체재(體裁) Cái khung, cái hình, bề ngoài. 동일~ bề ngoài giống nhau.

체조(體操) Thể dục nhịp điệu. ~하다. ~경기 thi thể dục thể thao. ~기구 dụng cụ thể dục nhịp điệu.

체중(體重) Trọng lượng cơ thể. ~의 증가 tăng trọng lượng cơ thể. ~감소 giảm trọng lượng cơ thể.

체증(滯症) Đình trệ, tắc nghẽn, ăn không tiêu. 교통~ tắc nghẽn giao thông.

체질(體質) Thể chất. ~적인 결함 khuyết tật có tính thể chất. ~이 약하다 thể chất yếu. ~에 맞다 hợp thể chất.

체취(體臭) Mùi cơ thể người, động vật, mùi mồ hôi. ~가 나다 có mùi mồ hôi.

체포(逮捕) Bắt, bắt giữ. ~하다. 살인 혐의로 ~하다 bắt vì tội giết người. ~되다 bị bắt. ~영장 lệnh bắt.

체하다 Giả vờ, giả bộ. 놀란~ giả làm bộ ngạc nhiên. 들리지 않는 ~ giả làm bộ không nghe.

체험(體驗) Thể nghiệm, trải qua. ~하다. 직접 ~하다 trực tiếp thể nghiệm.

체형(體刑) Hình phạt. ~을 과하다 cho

hình phạt.

쳐내다 Quét gom, gom lại. 닭똥을 ~ quét gom phân gà lại một nơi.

쳐다보다 Nhìn vào, nhìn chằm chằm vào. 얼굴을 ~ nhìn vào mặt ai. 하늘을 ~ nhìn lên trời.

쳐들다 Ngóc lên, ngẩng lên. 고개를 ~ ngẩng đầu. 손을 번쩍~ giơ tay lên.

쳐들어가다 Đi vào, xông vào. 적진으로 ~ xông vào trận địa của địch.

쳐버리다 Dọn dẹp. 쓰레기를 ~ dọn rác.

쳐주다 Tính giá cho. 높이[낮게]~ tính giá cao. 그 책을 5천원 쳐 줄테니 나한테 팔아라 tôi tính cái giá quyển sách ấy cho anh 5 ngàn wôn bán cho tôi đi

초(草) Bản thảo, bản nháp. 법안의 ~ bản thảo pháp luật. ~(를) 잡다 làm bản thảo.

초가을(初-) Đầu thu

초견(初見) Ý kiến ban đầu. ~하다.

초경(初經) Kinh nguyệt lần đầu.

초고(草稿) Bản thảo, bản gốc. ~를 작성하다 làm bản thảo.

초고속(超高速) Siêu cao tốc. ~도로 đường siêu cao tốc. ~열차 tàu siêu tốc.

초과(超過) Vượt quá, vượt qua. ~하다. 규정중량을 ~ vượt qua trọng lượng quy định.

초군(超群) Siêu quần, xuất chúng. ~하다.

초급(初給) Lương đầu tiên. =초봉.

초나흘(初-) Bốn ngày đầu tháng.

초년(初年) Đầu đời, thời kỳ đầu của cuộc đời. 운수가 ~에는 길하고 만년에는 흉하다 vận số đầu đời thì may hậu kiếp thì hung

초단(初段) Mức đầu tiên. 바둑~자 người mới chơi cờ tướng.

초대(招待) Mời. ~하다. ~를 받다 được mời. 결혼식에 ~하다 mời đám cưới.

초대면(初對面) Gặp lần đầu. ~인 사람 người gặp lần đầu.

초들다 Nói ra, đưa ra, chỉ ra. 남의 결점을 ~ nói khuyết điểm của người khác.

초등(初等) Cấp một, tiểu học. ~교육 giáo dục tiểu học. ~수학 toán tiểu học.

초등학교(初等學校) Trường cấp mộ, trường tiểu học. ~는 의무 교육이다 trường cấp một là giáo dục bắt buộc.

초라하다 Nghèo nàn, chẳng có nội dung. 초라한 음식 món ăn nghèo nàn.

초래(招來) Mang lại, đưa đến. ~하다. 뜻밖의 결과를 ~하다 đưa đến một kết quả bất ngờ.

초련(初戀) Mối tình đầu. =첫사랑.

초로(草露) Giọt sương trên ngọn cỏ. 인생은 ~와 같다 cuộc đời như giọt sương trên ngọn cỏ.

초록(抄錄) Ghi chép lại. ~하다. 연설을 ~하다 ghi chép lại buổi diễn thuyết.

초롱초롱하다 Nhấp nháy, lấp lánh.

초름하다 Chưa đạt, thiếu, không đủ.

초면(初面) Gặp lần đầu. ~의 사람 người gặp lần đầu.

초문(初聞) Nghe lần đầu. 그것은 금시 ~이다 chuyện ấy giờ mới nghe lần đầu.

초밥(醋-) Cơm giấm trộn rau.

초벌(初-) Vẽ.

초범(初犯) Phạm tội lần đầu. ~하다.

초보(初步) Sơ bộ, ban đầu, bước đầu, tập sự, tập. ~를 배우다 học bước đầu. ~영어 học tiếng Anh sơ cấp

초본(抄本) Bản sao. 호적~ bản sao hộ khẩu.

초봄(初-) Đầu xuân. ~에 vào đầu xuân.

초봉(初俸) Mức lương khởi điểm. 나의 ~은 70만원이었다 lương khởi điểm của tôi là 700 ngàn won.

초빙(招聘) Mời, mời về. ~하다. ~에 응하다 nhận lời mời của ai.

초상(肖像) Vẽ hình, vẽ chân dung. ~화 tranh chân dung.

초생(初生) Sinh đầu, đầu lòng. ~아 con đầu lòng.

초석(礎石) Hòn đá đầu tiên để xây dựng. ~을 놓다 đặt hòn đá đầu tiên.

초순(初旬) Thượng tuần. 시월 ~에 vào thượng tuần tháng 7.

초식(草食) Ăn cỏ. ~하다. ~동물 động vật ăn cỏ.

초안(草案) Bản nháp, bản thảo. ~을 작성하다 làm bản nháp, làm bản thảo.

초여름 Đầu hè. ~에 đầu mùa hè.

초음파(超音波) Sóng siêu âm. ~발생기 máy phát sóng siêu âm.

초이틀(初-) Hai ngày đầu.

초인(超人) Siêu nhân. ~적 노력 nỗ lực có tính siêu nhân.

초인종(招人鐘) Chuông, cái chuông cửa. ~을 누르다 ấn chuông. ~을 울리다 rung chuông.

초입(初入) Mới vào, mới đi vào.

초장(醋醬) Cái bình dấm.

초저녁(初-) Đầu tối, sẩm tối. ~에 vào lúc sẩm tối.

초조(焦燥) Hồi hộp, pháp phỏng. ~하다. ~한 마음 với tâm trạng hồi hộp. ~한 기색 biểu hiện lo lắng.

초지(初志) Ý chí ban đầu. ~를 굽히다 bẻ gãy ý chí ban đầu. ~를 관철하다 quán triệt ý chí ban đầu.

초진(初診) Chẩn đoán lần đầu. ~입니

다 là chẩn đoán lần đầu.

초집(草集) Tuyển tập.

초창(草創) Bắt đầu, ban đầu. ~기 thời kỳ ban đầu. 문명의 ~기 thời kỳ đầu văn minh.

초청(招請) Mời. ~하다. 손님을 ~하다 mời khách. ~객 khách mời. ~장 giấy mời. ~경기 trận đấu giao hữu.

초추(初秋) Đầu thu.

초춘(初春) Đầu xuân. =초봄.

초출(初出) Đầu mùa, mới ra. ~참외 dưa đầu mùa.

초췌(憔悴) Mệt mỏi, mệt. ~하다. ~한 얼굴 khuôn mặt mệt mỏi. ~해지다 trở nên mệt mỏi

초탈(超脫) Thoát khỏi giới hạn nào đó. ~하다.

초토(焦土) Đất cháy đen, than, tro. ~가 되다 thành tro, thành than.

초특급(超特急) Siêu đặc cấp, siêu hạng.

초하(初夏) Đầu hạ. ~에 vào đầu mùa hạ.

초하루(初-) Ngày đầu tiên.

초현대적(超現代的) Có tính siêu hiện đại.

초혼(初昏) Sẩm tối.

초혼(初婚) Kết hôn lần đầu. 그는 39세에 ~을 했다 39 tuổi anh ta mới lấy vợ (lần đầu).

초혼(招魂) Mời hồn, gọi hồn. ~하다.

초화(草花) Hoa và cỏ.

촉(鏃) Mũi nhọn. 펜~ ngòi bút.

촉각(觸覺) Xúc giác. ~기관 cơ quan xúc giác.

촉감(觸感) Xúc cảm. ~이 좋다 xúc cảm tốt.

촉구하다(促求-) Giục, thúc. 대답을 ~ giục trả lời. 주의를 ~ dục ai phải chú ý.

촉노(觸怒) Làm cho ai giận. ~하다.

촉망(囑望) Mong muốn, ước mong thành công, được gửi gắm. ~하다.

촉박(促迫) Gấp rút, gấp. ~하다. 시간이 ~하다 thời gian gấp rút. 형세가 ~하다 tình thế gấp rút.

촉발(觸發) Trỗi dậy. ~하다. 지역 감정을 ~시키다 làm cho tính cục bộ địa phương trỗi dậy.

촉성(促成) Xúc tiến, thúc đẩy. =촉진. ~하다.

촉언(囑言) Xúi dục. ~하다.

촉진(促進) Xúc tiến, tăng cường ~하다. 무역을 ~하다 xúc tiến mậu dịch. 일을 ~하다 xúc tiến công việc.

촉촉하다 Ướt, dinh dính. 축축하다.

촉탁(囑託) Phó thác, giao cho. ~하다

촌(村) Thôn, làng, làng quê. 빈민~ xóm nghèo, làng ghèo. 살림~ cuộc sống nông thôn.

촌거(村居) Sống ở quê. ~하다.

촌내(寸內) Anh em. 가까운 ~가 많다 nhiều anh em họ hàng.

촌뜨기(村-) Anh nhà quê. 시골에서 갓 올라온 ~ anh nhà quê mới lên.

촌보(寸步) Bước chân nhỏ, mấy bước nhỏ. ~도 양보하지 않다 không nhường lấy một chút.

촌수(寸數) Số đời, số thế hệ anh em. 결혼 금지의 ~ số đời anh em cấm được lấy nhau.

촌토(寸土) Mảnh đất nhỏ. ~도 양보하지 않다 không nhượng bộ một mảnh đất nhỏ.

촘촘하다 San sát, sát vào nhau. 모를 ~게 심다 trồng mạ sát vào nhau

촛농(-膿) Cái chất nến chảy ra khi đốt nến. ~이 흐르다 chảy nến.

촛대(-臺) Cái bàn để nến. ~에 초를 꽂다 cắm nến vào trong bàn.

총-(總) Tổng. ~소득 tổng thu nhập. ~예산 tổng ngân sách. ~대리점 tổng đại lý.

총각(總角). Trai tân, nam chưa vợ. 처녀~ trai tân thiếu nữ, nam thanh nữ tú.

총검(銃劍) Lưỡi lê. ~을 꽂다[떼다] cắm [rút] lưỡi lê. ~으로 찌르다 dùng lê đâm.

총격(銃擊) Dùng súng tấn công, bắn. ~하다. ~을 받다 bị tấn công bằng súng.

총계(總計) Tổng số, tổng. ~하다 tính tổng lại. 손해를 ~하다 tính tổng số thiệt hại.

총괄(總括) Tổng quát. ~하다. ~적 có tính tổng quát. ~개념 khái niệm tổng quát.

총괄적(總括的) Có tính tổng quát.

총기(聰氣) Sự thông minh. ~가 있다 có sự thông minh.

총대(銃-) Báng súng. ~를 메다 đeo báng súng.

총동원(總動員) Tổng động viên. ~하다. ~령 lệnh tổng động viên.

총득점(總得點) Tổng số điểm đạt được. ~10점을 얻다 tổng số điểm là 10 điểm.

총렵(銃獵) Săn bắn. ~면허 giấy phép đi săn. ~을 금함 Cấm săn bắn [biển báo]. ~기(期) mùa đi săn.

총리(總理) ① Thủ tướng. ~실 văn phòng Thủ tướng. 부~ phó Thủ tướng. ② Tổng quản lý. ~하다.

총명(聰明) Thông minh, lanh lợi. ~하다. ~한 사람 người lanh lợi.

총복습(總復習) Tổng ôn tập. ~하다.

총선거(總選擧) Tổng tuyển cử. ~하다. ~에서 승리하다 thắng trong cuộc tổng tuyển cử.

총수(總數) Tổng số. ~얼마나 되나? Tổng số là bao nhiêu?

총수입(總收入) Tổng thu nhập.

총알(銃-) Viên đạn, đạn súng. ~자국 vết đạn. ~에 맞다 trúng đạn. ~에 맞아 죽다 trúng đạn chết.

총애(寵愛) Sủng ái. ~하다. ~를 받다 được sủng ái.

총영사(總領事) Tổng lãnh sự. ~관 tổng lãnh sự quán. 주호치민 한국~관 Tổng lãnh sự quán Hàn Quốc đóng tại thành phố Hồ Chí Minh.

총원(總員) Tổng số nhân viên. ~30명 tổng số nhân viên là 30 người.

총의(總意) Tổng ý, ý kiến chung. 국민의 ~ ý kiến của người dân.

총자본금(總資本金) Tổng số vốn.

총장(總長) ① Hiệu trưởng. ② Tổng chỉ huy. ~에 취임하다 nhậm chức tổng chỉ huy.

총재(總裁) Thống chế. ~가 되다 trở thành Thống chế.

총점(總點) Tổng điểm. 영어의 ~은 80점이었다 tổng điểm tiếng Anh là 80.

총지휘(總指揮) Tổng chỉ huy. ~하다. ~관 quan tổng chỉ huy. =총사령관.

총체(總體) Tổng thể. ~적으로 có tính tổng thể.

총퇴각(總退却) Tổng rút lui. ~하다.

총파업(總罷業) Tổng đình công. ~에 들어가다 bước vào tổng đình công.

총포(銃砲) Súng ống.

총합(總合) Tổng hợp. ~하다.

총회(總會) Tổng hội, họp tất cả. 정기~ họp tổng kết định kỳ.

촬영(撮影) Quay phim chụp ảnh. ~하다. 영화를 ~하다 quay phim. 사진을 ~하다 chụp ảnh.

최고(最高) Tối cao, cao nhất. ~가격 giá cao nhất. ~기관 cơ quan tối cao. ~사령관 tư lệnh tối cao.

최고급(最高級) Cao cấp nhất. ~품 hàng cao cấp nhất.

최고기록(最高記錄) Kỷ lục tốt nhất. 세계~ kỷ lục tốt nhất thế giới.

최고도(最高度) Cường độ cao nhất. ~로 활용하다 hoạt động với mức độ cao nhất.

최고득점(最高得點) Điểm số cao nhất. ~을 얻다 giành được điểm số cao nhất.

최고조(最高潮) Cao trào nhất. ~에 달하다 đạt đến mức cao trào nhất.

최근(最近) Gần đây. ~3년동안 trong 3 năm gần đây. ~의 유행 mốt hiện nay.

최급하다(最急-) Rất gấp, rất vội.

최긴(最緊) Rất quan trọng và gấp rút. ~하다. ~한 문제 vấn đề rất quan trọng.

최다(最多) Nhiều nhất, tối đa. ~기록 kỷ lục tối đa.

최단(最短) Ngắn nhất. ~거리 cự ly ngắn nhất. ~시일 trong thời gian ngắn nhất.

최대(最大) Lớn nhất, to nhất. ~의 업적 sự nghiệp lớn nhất. 세계~ lớn nhất thế giới.

최대속력(最大速力) Tốc lực tối đa. 시속 300마일의 ~ tốc lực tối đa là 300 dặm giờ.

최량(最良) Tốt nhất.

최루(催淚) Cay, làm chảy nước mắt. ~가스 ga cay. ~탄 đạn cay.

최면(催眠) Thôi miên. ~요법 bí pháp thôi miên.

최면술(催眠術) Thuật thôi miên. ~에 걸리다 bị thôi miên. ~사 người có thuật thôi miên.

최상(最上) Tối thượng, tốt nhất, trên nhất. ~품 loại hàng hóa tốt nhất.

최선(最善) Hết sức. ~노력 nỗ lực hết sức. ~을 다하다 gắng hết sức.

최선두(最先頭) Đi đầu tiên. ~에 서다 đứng đầu.

최소한도(最小限度) Mức độ thấp nhất, mức độ ít nhất

최신(最新) Mới nhất. ~기술 kỹ thuật mới nhất.

최신식(最新式) Kiểu mới nhất. ~호텔 khách sạn mới nhất.

최악(最惡) Tồi tệ nhất, xấu nhất. ~의 경우에는 trong trường hợp tồi tệ nhất.

최우등(最優等) Ưu tú nhất. ~으로 졸업하다 tốt nhiệp ưu tú nhất. ~생 sinh viên ưu tú nhất.

최우수(最優秀) Ưu tú nhất. ~선수 vận động viên ưu tú nhất.

최적(最適) Ít nhất, nhỏ nhất. ~규모 quy mô nhỏ nhất. ~기준 tiêu chuẩn thấp nhất.

최종(最終) Sau cùng. ~결정 quyết định sau cùng.

최초(最初) Đầu tiên, lần đầu tiên, ban đầu. ~의 계획 kế hoạch ban đầu. ~의 경험 kinh nghiệm đầu tiên

최하(最下) Thấp nhất, dưới cùng. ~가격 giá thấp nhất. ~연령 tuổi thấp nhất.

최후(最後) Sau cùng. ~의 결정 quyết định sau cùng. ~까지 đến tận cùng. ~에 vào sau cùng, cuối cùng.

추(錘) Cái hòn lắc. 시계~ hòn lắc đồng hồ. 저울~ hòn lắc quả cân.

추가(追加) Thêm. ~하다. 예산에 ~하다 thêm vào ngân sách/ dự toán. ~징수 thu thêm.

추격(追擊) Truy đuổi. ~하다. 적을 ~하다 truy đuổi quân địch.

추경(秋耕) Vụ thu. ~하다. ~치다 làm vụ thu.

추계(秋季) Mùa thu.

추고(追考) Suy nghĩ lại, truy khảo. ~하다.

추곡(秋穀) Lương thực vụ thu.

추구(追求) Theo đuổi, mưu cầu. ~하다. 행복을 ~하다 mưu cầu hạnh phúc.

추궁(追窮) Trung cung, truy tìm, truy (trách nhiệm), tìm ra. ~하다. 책임을 ~하다 truy trách nhiệm.

추근추근 Bền bỉ, kiên trì. ~하다. ~한 사람 người kiên trì. ~하게 một cách kiên trì.

추급(追及) Đuổi theo. ~하다.

추급(追給) Cấp thêm. ~하다.

추납(追納) Truy nạp. ~하다.

추녀(醜女) Người đàn bà xấu xí.

추다 Nhảy. 춤을 ~ nhảy.

추단(推斷) Suy đoán. ~하다.

추도(追悼) Truy điệu, buồn thương người đã khuất. ~하다. ~식 lễ ruy điệu. ~문 điếu văn.

추돌(追突) Đâm từ phía sau. ~하다. ~사고 tai nạn đâm từ phía sau. 눈길에 미끄러져 앞차와 ~했다 Do đường trơn húc vào xe trước.

추락(墜落) Rơi, rớt, tụt. ~하다. ~한 비행기 chiếc máy bay bị rơi. 바다로 ~하다 rơi xuống biển.

추려내다 Loại ra, lựa ra. 나쁜 사과를 ~ lựa táo hư ra.

추렴 Thu lấy, gom lấy, thu lượm. ~하다.

추록(追錄) Viết thêm. ~하다.

추리(推理) Truy lý, suy diễn. ~하다. ~과정 quá trình suy diễn. ~력 khả năng suy diễn.

추모(追慕) Sưu tầm thêm. ~하다.

추문(醜聞) Tin đồn thất thiệt. ~을 일으키다 gây ra tin đồn thất thiệt.

추방(追放) Đuổi, xua đuổi. ~하다. 빈곤을 ~하다 xua đuổi đói nghèo. ~을 당하다 bị xua đuổi.

추비(追肥) Phân bón.

추산(推算) Dự tính. ~하다. 이익은 2,000만 원으로 ~했다 dự tính số tiền lời khoảng 20 triệu vôn.

추상(追想) Hồi tưởng, suy nghĩ lại. ~하다. 과거를 ~하다 suy nghĩ lại quá khứ.

추상(推想) Suy tưởng. ~하다.

추색(秋色) Sắc thu. ~이 깊어졌다 sắc thu càng đậm.

추서(追敍) Truy tặng. ~하다.

추서다 Hồi phục. 일주일의 휴식으로 건강이 ~ sức khoẻ đã hồi phục sau một tuần nghỉ ngơi.

추석(秋夕) Trung thu. ~선물 quà trung

추세(趨勢) Xu thế. 시대~ xu thế của thời đại. 시대의 ~ 에 따르다 theo xu thế thời đại.

추소(追訴) Truy tố. ~하다.

추수(秋收) Thu hoạch vụ thu. ~하다. ~가 많다 vụ thu thu hoạch nhiều.

추스르다 Xốc lên, kéo lên. 업은 아이를 ~ xốc đứa bé đang cõng lên.

추신(抽身) Rút lui, rút khỏi.

추썩거리다 Xốc lại, tốc lại. 어깨를 ~ xốc lại vai. 옷을 ~ xốc lại áo.

추썩추썩 Xốc xốc. 어깨를 ~하다 xốc xốc lại vai.

추악(醜惡) Xấu xa, xấu lại ác. ~하다. ~한 놈 thằng xấu xa. ~한 짓 cái trò xấu xa.

추앙(推仰) Tôn sùng. ~하다. 신처럼 ~ 하다 tôn sùng như thần thánh. ~받다 được tôn sùng.

추어(鰍魚) Con chạch. ~탕 Canh chạch.

추어올리다 Kéo lên, xốc lên. 치마를 ~ xốc váy lên.

추어주다 Khen ngợi, ngợi khen. 일을 잘 했다고 ~ khen là làm việc giỏi.

추억(追憶) Kỷ niệm, ký ức. ~하다. 아름다운 ~ một kỷ niệm đẹp. 슬픈 ~ ký ức buồn.

추업(醜業) Nghề nghiệp hèn mạt, xấu hổ, làm điếm. ~에 종사하다 làm điếm.

추완(追完) Truy nguyên. ~하다.

추요(樞要) Quan trọng, cốt yếu. ~하다.

추워지다 Trở nên lạnh.

추워하다 Lạnh. 어린애가 ~, 담요를 더 덮어 주어라 đứa bé nó lạnh, đắp thêm chăn cho nó.

추월(追越) Vượt, vượt lên, lách lên, giỏi, đi đầu. ~하다. 공업 생산에서 다른 모든 나라들을 ~하다.

추이(推移) Sự thay đổi. ~하다. 시대의 ~ sự thay đổi của thời đại.

추잠(秋蠶) Vụ tằm thu. ~을 놓다 thả tằm thu.

추잡(醜雜) Không đẹp, xấu, bẩn. ~하다. ~스럽다. ~한 관계 quan hệ xấu.

추장(推奬) Giới thiệu và khích lệ. ~하다.

추저분하다 Bẩn thỉu, bẩn. 추저분한 곳 nơi bẩn thỉu

추적 Truy đuổi, truy lùng. ~하다. ~하고 있다 đang truy đuổi.

추적(追跡) Truy kích, truy đuổi, truy tìm. ~하다. ~하고 있다 đang truy đuổi.

추절(秋節) Tiết thu.

추접스럽다 Bẩn thỉu, keo kiệt. 추접스러운 놈 cái thằng bẩn thỉu.

추접지근하다 Càng bẩn thỉu, càng

thậm tệ hơn.

추정(推定) Phán đoán, nhận định. ~하다. ~적(인) có tính nhận định. 사실의 ~ nhận định một sự thật nào đó.

추증(追贈) Tăng thêm. ~하다.

추지다 Hơi khô, ẩm, hơi ướt. 추진 걸레 cái dẻ ẩm ướt.

추진(推進) Xúc tiến, đẩy, tiến hành. ~하다. 계획을 ~하다 xúc tiến kế hoạch.

추징(追徵) Thu thêm. ~하다. 그는 70만 원의 소득세를 ~당했다 anh ta bị thu thêm 700 ngàn thuế thu nhập. ~금 tiền thu thâm

추찰(推察) Quan sát, xem xét. ~하다.

추천(推薦) Giới thiệu, tiến cử. ~하다. 아무의 ~으로 theo sự giới thiệu của ai đó. ~자 người được giới thiệu.

추첨(抽籤) Bốc thăm, bốc số. ~하다. ~으로 bằng hình thức bốc thăm.

추출(抽出) Chắt ra, rút ra, trích ra, lọc ra. ~하다. 사탕수수에서 설탕을 ~하다 lấy đường từ trong cây mía.

추측(推測) Đoán, dự đoán. ~하다. 내 ~으로는 theo dự đoán của tôi. ~이 맞다 đúng như dự đoán.

추켜들다 Dựng dậy, vực dậy, dìu dậu. 어린아이를 ~ dìu đứa bé dậy.

추켜잡다 Vén lê, kéo lên. 끌리는 치맛자락을 ~ kéo vạt váy lên.

추태(醜態) Xấu hổ, xấu xa, xấu.

추토(追討) Truy đuổi, đuổi theo. ~하다.

추파(秋波) Ánh mắt chỉ sự quan tâm. ~를 던지다[보내다] nháy mắt, đá lông nheo.

추풍(秋風) Gió thu. ~낙엽 lá mùa thu. ~낙엽 같다 như lá mùa thu.

추하다(醜-) Xấu xí. 추한 사람 người xấu xí. 추한 여자 người đàn bà xấu xí.

추한(醜漢) Kẻ trông xấu hoặc hành động xấu xa nghe tởm.

추해당(秋海棠) Cây hải đường mùa thu.

추행(醜行) Trò xấu xa. (여자에게)~을 하다 làm trò xấu xa (với phụ nữ).

추호(秋毫) Một chút, một tí, một ít. ~도 một chút cũng. 그런 일은 ~도 걱정 않는다 chuyện ấy không cần phải lo chút nào.

추확(秋穫) Vụ thu, thu hoạch vụ thu

추회(追懷) Kỷ niệm, ký ức. 추억(追憶).

추후(追後) Sau này, sau. 이 문제는 ~에 다시 논의하기로 하였다 quyết định là vấn đề này sẽ bàn bạc sau.

축 Chỉ trễ xuống, sệ xuống. ~ 늘어지다 sệ xuống. 어깨가 ~ 늘어지다 cái vai sệ xuống.

축가(祝歌) Bài hát chúc mừng. 결혼~

bài hát chúc mừng đám cưới.

축감(縮減) Giảm, giảm sút, cắt bớt. ~하다.

축객(祝客) Khách đến chúc mừng.

축객(逐客) Đối xử tệ và đuổi khách đi. ~하다.

축견(畜犬) Chó được nuôi làm gia súc.

축구(蹴球) Bóng đá, túc cầu. ~경기 trận đấu bóng đá.

축나다(縮-) Thiếu (số lượng), ít, cơ thể yếu, người gầy đi. 돈이 3백 원~ thiếu 300 von.

축내다(縮-) Giảm, ăn bớt, cắt xén. 은행돈을 약 백만 원~ hắn bớt khoảng 1 triệu won tiền ngân hàng.

축년(丑年) Năm sửu.

축대(築臺) Đống rác cao, đống đất, điểm cao. ~를 쌓다 chất thành đống cao.

축도(縮圖) Vẽ nhỏ lại, mô hình nhỏ lại. 세계의 ~ mô hình thu nhỏ của thế giới.

축문(祝文) Câu văn chúc, lời chúc mừng. ~을 읽다 đọc lời chúc mừng. ~을 쓰다 viết lời chúc mừng.

축배(祝杯) Chén rượu mừng, rượu mừng, cốc rượu mừng. ~를 들다 nâng chén rượu chúc mừng.

축복(祝福) Chúc phúc, cầu phúc. ~하다. 앞날을 ~하다 cầu chúc cho tương lai.

축사(畜舍) Chuồng bò (lợn, gia súc).

축사(祝辭) Lời chúc mừng. ~를 하다 làm lời chúc mừng. ~를 낭독하다 đọc lời chúc mừng.

축사(縮寫) Chụp nhỏ lại, thu nhỏ lại. ~하다. 지도를 1,000 분의 1로 ~하다 rút nhỏ bản đồ theo tỷ lệ 1/1000. 사진을 ~하다 chụp nhỏ ảnh lại.

축산업(畜産業) Ngành chăn nuôi. ~자 người làm ngành chăn nuôi.

축성(祝聖) Chúc thượng thọ.

축소(縮小) Thu nhỏ, làm nhỏ, rút bớt đi. ~하다. 규모를 ~하다 thu nhỏ quy mô.

축쇄(縮刷) In, in ấn. ~하다.

축수(祝手) Chắp tay cầu. ~하다. 병을 낫게 해 달라고 신에게 ~하다 chắp tay cầu cho nhanh khỏi bệnh.

축수(祝壽) Chúc thọ. ~하다.

축승(祝勝) Chúc mừng thắng lợi. ~잔치를 하다 mở tiệc chúc mừng thắng lợi.

축어(逐語) Rút ngắn, lời tí. ~적으로 번역하다 lược dịch.

축연(祝宴) Tiệc chúc mừng. ~을 베풀다 mở tiệc chúc mừng.

축우(畜牛) Con bò nhà.

축원(祝願) Chúc và mong, cầu mong. ~하다. 세계 평화를 ~하다 cầu mong

thế giới hòa bình

축의(祝意) Ý chúc mừng. ~를 표하여 바야 tỏ ý chúc mừng.

축이다 Thấm cho ướt, thấm ướt. 목[입술]을 ~ thấm nước vào cổ (miệng).

축일(逐-) Từng chi tiết một, cụ thể. ~보고하다 báo cáo cụ thể.

축장(蓄藏) Gom lại giấu. ~하다.

축재(蓄財) Gom lại, tập trung lại, tích trữ. ~하다. 부정 tài sản tích luỹ được do bất chính.

축적(蓄積) Tích luỹ (kinh nghiệm, tiền, tri thức vv). ~하다. 자본[부]의 ~ tích luỹ vốn.

축전(祝典) Lễ chúc mừng. 25주년~ lễ chúc mừng kỷ niệm thành lập 20 năm.

축정(築庭) Làm vườn, trang trí vườn. ~하다.

축제(築堤) Xây đê, làm đê. ~하다. ~공사 công trình xây đê.

축제(祝祭) Đại hội, lễ hội. 노래와 춤의 ~ lễ hội nhảy và hát. ~기분이다 tâm trạng ngày hội.

축조(逐條) Từng hạng mục một. ~심의[토의] thẩm định [thảo luận] từng hạng mục một.

축지다(縮-) Giảm giá trị xuống, đi xuống. 인기가 ~ sự mến mộ giảm xuống

축짓다(軸-) Gom lại, bó lại.

축차적(逐次的) Lần lượt, theo thứ tự. ~으로 theo thứ tự.

축척(縮尺) Rút nhỏ, rút gọn. ~하다. ~천 분의 rút xuống đến phần nghìn.

축첩(蓄妾) Có thiếp, có vợ nhỏ. ~하다.

축축하다 Ẩm ướt, hơi ướt. 축축한 공기 không khí ẩm. 축축한 날씨 thời tiết ẩm.

축출(逐出) Đuổi ra, đưa ra, thả ra. ~하다. ~당하다 bị loại trừ.

축토(築土) Đắp đất. ~하다.

축포(祝砲) Pháo chúc mừng, bắn pháo chúc mừng. 21발의 ~를 쏘다 bắn 21 phát pháo chúc mừng.

축하(祝賀) Chúc mừng. ~하다. ~의 말씀 lời chúc mừng. ~를 받다 được chúc mừng.

축하다(縮-) Xấu xí, không tươi, ươn.

축하회(祝賀會) Hội ăn mừng, tiệc ăn mừng. ~를 열다 mở tiệc ăn mừng.

축항(築港) Xây cảng. ~하다. ~공사 công trình xây xưởng.

춘경(春耕) Xuân canh. ~하다.

춘계(春季) Mùa xuân. ~방학 nghỉ xuân.

춘광(春光) Cảnh xuân, ánh sáng mùa xuân.

춘궁(春宮) Xuân cung, đông cung.

춘기(春機) Xuân tình, tình dục tuổi

trẻ. ~발동 phát dục tuổi mới lớn.

춘난(春暖) Xuân ấm áp.

춘맥(春麥) Mạch vụ xuân.

춘복(春服) Áo quần mùa xuân.

춘분(春分) Xuân phân. ~날 ngày xuân phân.

춘사(春思) ① Ý xuân. ② Nhu cầu tình dục.

춘사(椿事) Việc xấu, việc không lành, bi kịch. 철도의 ~ thảm họa xe lửa.

춘산(春山) Xuân sơn.

춘삼월(春三月) Ba tháng xuân.

춘색(春色) Xuân sắc, sắc xuân.

춘설(春雪) Tuyết xuân.

춘수(春水) Xuân thuỷ, nước mùa xuân.

춘약(春藥) Thuốc kính thích tình dục.

춘우(春雨) Mưa xuân.

춘잠(春蠶) Tằm xuân. ~을 놓다 thả tằm xuân.

춘절(春節) Tiết xuân, mùa xuân.

춘정(春情) Xuân tình, ham muốn tình dục. ~을 느끼다 cảm thấy ham muốn tình dục.

춘초(春初) Đầu xuân.

춘추(春秋) Xuân Thu, mùa xuân vào mùa thu.

춘파(春播) Gieo vụ xuân. ~한다.

춘풍(春風) Gió xuân.

춘하추동(春夏秋冬) Xuân hạ thu đông.

춘한(春寒) Cái lạnh mùa xuân.

춘화(春花) Hoa xuân.

춘흥(春興) Hứng xuân, vui xuân.

출가(出嫁) Xuất giá. ~하다. 딸을 ~시키다 cho con gái xuất giá.

출간(出刊) Xuất hành (báo chí). ~하다.

출감(出監) Ra tù, ra khỏi trại giam. ~하다. ~자 người ra khỏi tù..

출강(出講) Đi giảng, giảng bài. ~하다. 나는 이 대학에 월요일에 ~한다 tôi giảng bài tại đại học này vào thứ hai.

출격(出擊) Tấn công định, xuất kích. ~하다. 백회의 ~기록을 보유하다 có kỷ lục 100 lần xuất kích.

출결(出缺) Đi làm và không đi làm. ~상태를 기록하다 chấm công đi làm hay không đi làm.

출계하다(出系-) Làm con nuôi. 삼촌집에 ~ làm con nuôi nhà cậu.

출고(出庫) Xuất kho. ~하다. ~가격 giá xuất kho. 갓~된 물건 hàng vừa xuất kho.

출교(黜敎) Phá giới. ~하다.

출구(出口) Cửa ra, lối ra. 극장의 ~ lối ra kịch trường. ~는 이쪽입니다 cửa ra ở lối này.

출국(出國) Xuất cảnh. ~하다. ~기록카드 giấy khai xuất cảnh. ~수속[절차]

thủ tục xuất cảnh.

출근(出勤) Đi làm. ~하다. 아홉 시에 ~하다 đi làm lúc 9 giờ.

출금(出金) Chi tiền, xuất ra. ~하다.

출납(出納) Đóng vào hay lấy ra, nộp và chi. ~하다. 현금을 ~하다 nộp và rút tiền mặt.

출동(出動) Khởi hành, xuất trận, xuất binh, xuất quân. ~하다. 군대의 ~ xuất quân.

출동명령(出動命令) Lệnh khởi hành, lệnh xuất quân. 육군의 ~ lệnh xuất quân của bộ binh.

출두(出頭) Xuất hiện, có mặt, xuất đầu lộ diện, trình diện. ~하다. ~하지 않다 không xuất hiện.

출력(出力) Công suất. 500마력의 ~모터 mô tơ có công suất 500 sức ngựa.

출렵(出獵) Đi săn. ~하다. ~나가 있다 đang đi săn.

출몰(出沒) Xuất hiện, hiện ra rồi biến mất. ~하다. 잠수함이 ~하다 tàu ngầm xuất hiện rồi biến mất.

출무성하다 Bằng đầu bằng đuôi. ~게 굵은 허리통 eo bằng đầu bằng đuôi.

출발(出發) Xuất phát, khởi hành. ~하다. 비행기가 ~하다 máy bay xuất phát. 몇시에 ~할까요?

출범(出帆) Rời bến, rời cảng (tàu). ~하다. ~명령 lệnh rời cảng. ~시간 thời gian rời bến.

출병(出兵) Xuất binh. ~하다.

출분(出奔) Bỏ trốn, trốn chạy. ~하다.

출비(出費) Trả chi phí, chi trả tiền. 지출(支出). ~를 억제하다 hạn chế chi trả.

출사(出仕) Đi làm. ~하다.

출산(出産) Đẻ, sinh con. ~하다. 첫~ sinh lần đầu.

출상(出喪) Có tang. ~하다.

출생(出生) Sinh ra, sinh. ~하다. ~한 집 nhà nơi mình sinh ra. 갓~한 아이 em bé vừa sinh.

출생후(出生後) Từ khi ra đời. ~처음으로 lần đầu kể từ khi ra đời.

출석(出席) Xuất hiện, đi, có mặt, có tham gia. ~하다. ~해 있다 có mặt.

출석자(出席者) Người tham gia, người có mặt. 많은 ~ có nhiều người tham gia.

출세(出世) Xuất sắc, xuất chúng, giỏi, thăng tiến. ~하다. ~의 비결 bí quyết để thành công.

출소(出所) Ra tù, ra khỏi trại. ~하다. ~가 허락되다 được phép ra tù. ~시키다 cho ra tù.

출수(出水) Chảy nước, ra nước. ~하다.

출신(出身) Xuất thân. ~하다. 양반~이다 xuất thân tầng lớp quý tộc. 농민~ xuất thân nông dân.

출아(出芽) Mọc mầm. ~하다.

출어(出漁) Đi đánh cá. ~하다. ~구역 khu vực đánh cá.

출연(出捐) Đóng góp, nộp. ~하다. 자선기금에 많은 돈을 ~하다 đóng góp nhiều tiền vào quỹ từ thiện.

출연(出演) Trình diễn, biểu diễn. ~하다. 처음~하다 trình diễn lần đầu. ~계약 hợp đồng biểu diễn.

출영(出迎) Đi đón, đón, nghênh tiếp. ~하다.

출옥(出獄) Ra tù. ~하다. 형기가 차서~하다 hết hạn ra tù. =출소.

출원(出願) Ra, có, phát, cấp. ~하다. 특허를 ~하다 cấp giấy chứng nhận đăng ký phát minh.

출입(出入) Ra vào, vào ra. 사람의 ~이 많다 nhiều người ra vào. ~을 금하다 cấm vào ra.

출입국(出入國) Xuất nhập cảnh. ~하다. ~관리 quản lý xuất nhập cảnh.

출자(出資) Bỏ vốn vào, đầu tư vào. ~하다. 개인~사업 nghề kinh doanh cá nhân bỏ vốn vào.

출자액(出資額) Số tiền đầu tư, số tiền bỏ ra. ~에 따라 이익을 분배하다 chia lợi ích theo số tiền bỏ ra.

출장(出場) Ra sân, xuất hiện. ~하다. 경기에 ~하다 ra sân thi đấu. ~선수 vận động viên ra sân thi đấu.

출전(出戰) ① Ra trận. ~하다. ② Tham gia thi đấu, ra sân. ~하다.

출정(出廷) Ra tòa, đến tòa. ~하다. ~하지 않다 không ra tòa. ~명령 lệnh ra tòa.

출중(出衆) Xuất chúng. ~하다. ~나다. ~하게 một cách xuất chúng.

출진(出陣) Ra trận. ~하다.

출찰(出札) Bán vé. ~계원 nhân viên bán vé. ~구 cửa bán vé.

출초(出超) Xuất siêu. 30억 달러의 ~ xuất siêu 3 tỷ USD.

출출하다 Đói bụng, cảm thấy đói.

출타(出他) Ra khỏi nhà, không ở nhà. ~하다. ~하고 없다 đi đâu không có nhà.

출탄(出炭) Ra than, đào than, khai thác than. ~하다. ~량 lượng khai thác than.

출토(出土) Đào ra, xới ra, khai quật (khảo cổ). ~하다. ~지 nơi khai quật. ~품 hiện vật khai quật.

출판(出版) Xuất bản. ~하다. 책을 ~하다 xuất bản sách. ~법 luật xuất bản. ~사 nhà xuất bản.

출품(出品) Trưng bày, bày ra (triển lãm vv). ~하다. 전람회에 ~하다 trưng bày tại triển lãm.

출항(出航) Rời sân bay, cất cánh. ~하다.

출항(出港) Rời cảng. ~하다. ~준비를 하다 chuẩn bị rời cảng. 부산을 ~하다 rời cảng Busan.

출행(出行) Xuất hành. ~하다.

출향(出鄕) Rời quê hương, xa quê hương. ~하다.

출현(出現) Xuất hiện. ~하다. 갑자기 ~하다 đột nhiên xuất hiện.

출혈(出血) Chảy máu, xuất huyết. ~하다. ~하여 죽다 bị xuất huyết chết. 뇌~ xuất huyết não.

출회(出廻) Bán hàng ra chợ, đưa ra chợ. ~하다.

충(蟲) [총칭] Côn trùng, sâu bọ. 기생~ ký sinh trùng. ~이 생기다 có sâu.

충격(衝擊) Sự va chạm. ~이 크다 va đập mạnh. ~을 받다 bị va vào, bị đâm vào.

충견(忠犬) Con chó trung thành.

충고(忠告) Lời khuyên, khuyên. ~하다. ~에 따르다 theo lời khuyên.

충근(忠勤) Trung thành, chung thuỷ. ~하다.

충당(充當) Bổ sung vào cho đủ, thêm vào cho đủ. ~하다.

충동(衝動) Xúi dục. ~하다. 남을 ~하게 하다 xúi dục ai. 둘이 싸우게~ xúi ai đánh nhau.

충량(忠良) Trung thành lương thiện. ~하다.

충만(充滿) Đầy, đầy đủ. ~하다. 해학으로 ~해 있다 đầy sự hài hước.

충복(忠僕) Người đầy tớ trung thành.

충분(充分) Đầy đủ. ~하다. ~한 돈 món tiền đủ. 한 시간이면 ~하다 một tiếng đồng hồ thì quá đủ.

충사(忠死) Chết trung thành. ~하다.

충색(充塞) Ngăn, chặt, chẹt, bịt. ~하다.

충성(忠誠) Trung thành. ~하다. ~스럽다. ~스러운 마음 tấm lòng trung thành.

충순(忠順) Trung thành, biết nghe lời, phục tùng. ~하다.

충신(忠臣) Trung thần. ~은 두 임금을 섬기지 않는다 kẻ trung thần không thờ hai vua.

충실(充實) Đầy đủ, nhiều. ~한 지식 tri thức đầy đủ

충심(衷心) Thật tình, tận đáy lòng. ~에서 우러나오는 동정 sự cảm thông từ đáy lòng.

충애(忠愛) Trung thành và yêu quí.

충언(忠言) Trung ngôn. ~하다. ~은 귀에 거슬린다 trung ngôn thì thường trái tai.

충욕(充慾) Tham, tham lam. ~하다.

충용(忠勇) Trung dũng. ~한.

충원(充員) Bổ sung, huy động người. ~하다. 교수~ huy động giáo viên. 인

력~ huy động nhân lực.

충의(忠義) Trung thành. ~롭다.

충일(充溢) Đầy, tràn. ~하다.

충전(充電) Nạp điện, xung điện, xạc bin. ~기 máy nạp điện, cái nạp điện.

충절(忠節) Trung tiết. ~을 다하다 hết lòng trung tiết.

충족(充足) Thỏa mãn, đầy đủ. 욕망을 ~시키다 thỏa mãn đầy đủ nhu cầu.

충직(忠直) Trung thành, chung thuỷ. ~하다. ~한 하인 người hầu chung thuỷ.

충천(衝天) Bay vọt lên trời, bay xé trời. ~하다.

충충거리다 Bước nhanh, bước vội.

충충하다 Tối, mờ. 충충한 날씨 thời tiết u ám. 충충한 방 căn phòng tối. 충충한 빛 ánh sáng tối.

충치(蟲齒) Sâu răng, cái răng bị sâu. ~가 먹다 bị sâu răng. ~를 빼다 nhổ răng sâu.

충해(蟲害) Thiệt hại do sâu bọ. ~를 입다 bị thiệt hại do sâu bọ. ~에 의한 흉작 mất mùa do sâu bọ.

충혈(充血) Xung huyết, tụ máu. ~하다. 동맥성~ xung huyết động mạch.

충효(忠孝) Trung hiếu. ~겸전하다 trung hiếu kiêm toàn. ~사상 tư tưởng trung và hiếu.

취결(就結) Thanh toán, xử lý. ~하다.

취광(醉狂) Say rượu mất hết khôn, kẻ say rượu làm chuyện bậy.

취급(取扱) Đối xử. ~하다. 개처럼 ~하다 đối xử như chó. 공평한 ~ sự đối xử công bằng.

취기(醉氣) Vẻ say rượu, hơi rượu. ~가 돌다 có vẻ say rượu. ~가 깨다 tỉnh rượu.

취담(醉談) Say rồi nói, lời của rượu. ~하다. ~이 진담이다 lời rượu nói là lời nói thật.

취도계(醉度計) Đồng hồ đo độ rượu.

취득(取得) Thu được, giành được, gặt hái được. ~하다. 재산의 ~ giành được tài sản.

취로(就勞) Khởi công hoặc thi công. ~하다. ~하고 있다 đang thi công.

취리(取利) Vay có lãi. ~하다. ~하여 돈을 모으다 vay có lãi để gom tiền.

취미(趣味) Sở thích. ~가 있다 có sở thích. ~가 없다 không có sở thích. 시에 ~가 있다 có sở thích về thơ.

취사(炊事) Nấu nướng, nấu ăn. ~하다. ~도구 dụng cụ nấu ăn.

취사선택(取捨選擇) Lựa ra cái nào thì dùng còn cái nào thì vứt. ~하다. ~의 자유 tự do lựa chọn.

취색(翠色) Màu mới, làm cho bóng.

취생몽사(醉生夢死) Tuý sinh mộng tử, say và mơ chuyện chết sống, chỉ cuộc đời chẳng làm được việc gì.

취소(取消) Hủy bỏ, hủy. ~하다. ~할 수 있다 có thể hủy bỏ. ~할 수 없다 không thể hủy bỏ.

취소불능(取消不能) Không thể huỷ bỏ, không thể huỷ. 신용장~ thư tín dụng không thể huỷ.

취안(醉眼) Con mắt say. 몽롱한 ~으로 bằng con mắt say mông lung.

취약(脆弱) Yếu, thiếu, hư. ~하다. 교통 ~지점 nơi mạng giao thông yếu.

취업(就業) Làm việc, đang làm việc. 중소기업에 ~중이다 đang làm việc ở doanh nghiệp vừa và nhỏ.

취역(就役) Làm việc. ~하다.

취와(醉臥) Say rồi nằm. ~하다.

취음(取音) Lấy âm, suy âm. ~하다. 한자에서~한 말 lấy âm từ chữ hán.

취임(就任) Nhậm chức. ~하다. ~을 거절하다 từ chối nhậm chức.

취입(吹入) Thổi hơi vào, cho hơi vào. ~하다.

취재(取材) Lấy thông tin, lấy tài liệu, điều tra, làm tin(báo chí, truyền hình). ~하다.

취종(取種) Lấy hạt, lấy hột. ~하다.

취주(吹奏) Thổi (sáo, kèn vv). ~하다.

취중(醉中) Trong lúc say. ~의 싸움 đánh nhau lúc say. ~에 trong cơn say.

취지(趣旨) Ý, mục đích, ý chính, ý đồ. 독립 선언서의 ~ ý chính của tuyên ngôn độc lập.

취지서(趣旨書) Bảng phương châm, điều lệ. 학회 창립의 ~ điều lệ thành lập học hội.

취직(就職) Xin việc. ~하다. ~할 기회 cơ hội xin việc. ~을 부탁하다 nhờ xin việc.

취직자리(就職-) Nơi làm việc, chỗ làm. ~를 찾다 tìm chỗ làm, tìm việc.

취처(娶妻) Lấy vợ. ~하다.

취침(就寢) Ngủ. ~하다. ~중 đang ngủ. ~전에 trước khi đi ngủ. 일찍~하다 đi ngủ sớm.

취태(醉態) Tình trạng say rượu.

취택(取擇) Lựa chọn. ~하다. ~하기 곤란하다 khó lựa chọn.

취하다(醉-) Say rượu. 취한 체하고 giả làm say. 맥주에 ~ say bia. 취해 쓰러지다 say ngã xuống.

취학(就學) Đi học. ~하다. ~시키다 cho đi học. ~률 tỷ lệ đi học. ~연령 tuổi đi học.

취항(就航) Bay, bay đến. ~하다. 여객기의 ~을 금지하다 cấm máy bay chở khách bay qua.

취향(趣向) Ý thích, sở thích. 옷에 대한 ~ sở thích về áo quần. ~에 맞다 hợp với sở thích.

측(側) Phía, bên. 양~ hai bên, hai phía. 잘못이 우리~에 있다 sai nằm ở phía chúng ta.

측근(側近) ① Gần, cạnh. ② Người thân cận. 총리~소식통에 의하면 theo một nguồn tin từ người thân cận của tổng thống.

측근자(側近者) Người thân cận. 대통령~ người thân cận của Tổng thống.

측량(測量) Đo, đo đạc. ~하다. ~기 máy đo. 수심~기 máy đo độ sâu của nước. 토지를 ~하다 đo đất.

측면(側面) Mặt bên cạnh, mặt kề cạnh. 건물~ bề mặt bên của tòa nhà. ~으로 보다 nhìn bên cạnh.

측문(仄聞) Lời đồn, đồng. ~하다. ~한 바에 의하면 theo lời đồn.

측벽(側壁) Bức tường mặt bên.

측산(測算) Dự tính, dự toán. ~하다.

측실(側室) Cái phòng bên, phòng nhỏ.

측심(測深) Đo độ sâu. ~하다. ~기(器) máy đo độ sâu.

측은(惻隱) Đáng thương, tội nghiệp. ~하다. ~히 một cách đáng thương.

측정(測定) Đo. ~하다. 거리를 ~하다 đo chiều dài. 수심을 ~하다 đo chiều sâu của nước. ~기 máy đo.

츱츱하다 Trơ trẽn, không biết xấu hổ. 그는 ~게 남의 물건을 자꾸 달란다 anh ta cứ trơ trẽn đòi đồ của người khác.

층(層) Tầng lớp, bậc. 근로자~ tầng lớp người lao động. 사회의 최하~ tầng lớp dưới cùng của xã hội.

층계(層階) Bậc thang, nấc thang. ~위[아래]에서 trên [dưới] bậc thang. 마지막~ bậc thang cuối cùng.

층나다(層-) Có khác nhau, khác nhau. 연령이 ~ tuổi tác khác nhau.

층등(層等) Đẳng cấp, tầng bậc. ~을 매기다 làm dấu từng loại.

층루(層樓) Tầng lầu.

층면(層面) ① Bề mặt ngoài của tòa nhà nhiều tầng. ② Tầng địa chất.

층암절벽(層岩絶壁) Vách đá dựng đứng. ~을 기어 오르다 bò lên vách đá dựng đứng.

층층대(層層臺) Bậc thang.

층층이(層層-) Từng tầng, từng lớp, tầng tầng, lớp lớp. ~쌓다 chất từng lớp.

층하(層下) Đối xử tồi. ~하다. 사람을 ~하다 đối xử kém với người.

치 Thằng, con, mạng, mống (chỉ coi thường con người)

치(齒) Răng. ~(가) 떨리다 răng run cầm cập, rất giận giữ. ~(를) 떨다 rất kẹt xỉn, rất keo kiệt.

치가(治家) Trị gia, cai quản gia đình.

~하다.

치가 떨리다(齒-) Giận giữ, rất giận.

치경(齒莖) Lợi, lợi răng. ~의.

치고는 So với. 일본인~ 한국어를 잘한다 anh ta giỏi tiếng Hàn so với những người Nhật khác.

치골(齒骨) Chân răng.

치과(齒科) Nha khoa, khoa răng. ~의사 bác sĩ nha khoa. ~병원 bệnh viện nha. ~에 가다 đi nha khoa.

치국(治國) Trị quốc, trị nước. ~하다.

치근(齒根) Chân răng, gốc răng.

치기(稚氣) Dáng vẻ trẻ con, nét con nít. ~를 못 벗은 chưa thoát khỏi nét con nít.

치다 Đánh, đập. 되~다 đánh lại. 공을 ~ đập bóng. 머리를 ~ đập vào đầu. 뺨을 ~ vỗ tay.

치다 Dọn vệ sinh, lau chùi. 길의 돌을 ~ dọn hòn đá trên đường. 눈을 ~ dọn tuyết.

치다꺼리 Cái chuyện. ~하다 làm cái gì đó. 잔치 ~하다 tổ chức tiệc. 제사 ~하다 làm lễ cúng.

치닫다 Đi lên, hướng lên.

치도곤(治盜棍) Cái nhà tù. ~을 안기다 nhốt vào tù.

치독(治毒) Trị độc. ~하다.

치둔(癡鈍) Ngu đần. ~하다.

치뜨다 Mở ra. 눈을 ~ mở mắt lên.

치란(治亂) Trị loạn. ~하다.

치런치런 Sóng ra, sánh ra. ~하다.

치렁치렁 Kéo lê, quệt. 치맛자락이 ~ 땅에 끌리다 vạt váy kéo lê trên đất.

치렁하다 Kéo lê, quét. 치마가 ~ váy lê thê.

치레 Trang điểm, tỉa tót. ~하다. 겉~로만 chỉ trang trí bên ngoài.

치료(治療) Điều trị, chữa trị. ~하다. ~할 수 없는 병 bệnh không chữa được. ~를 받다 được điều trị.

치료법(治療法) Cách điều trị. 확실한 ~ cách điều trị chính xác. 민간~법 cách điều trị dân gian.

치르다 Trả tiền, trả. 어떤 대가를 치르더라도 cho dù phải trả giá nào đi nữa. 값을 ~ trả tiền.

치를떨다(齒-) ① Giận giữ. ② Kẹt xỉn, keo kiệt.

치마 Cái váy. ~를 입다 mặc váy. ~를 벗다 cởi váy. ~끈 dây váy. ~폭 vạt váy.

치매(癡呆) Bệnh đăng trí, bệnh mất trí nhớ. ~증 bệnh mất trí nhớ. 노인성~ mất trí nhớ (tuổi già).

치매기다 Đánh dấu.

치매증(癡呆症) Bệnh mất trí nhớ.

치먹이다 Được đánh dấu, được đánh số..

치먹히다 ① Đánh dấu, đánh số. 번지가

~ đánh số ② Được bán, đưa ra bán.

치면하다 Tràn, gần đầy. 물이 그릇에 ~ nước tràn cốc.

치명(致命) Trí mạng, trối chết.

치명상(致命傷) Vết thương trí mạng. ~을 주다 gây vết thương trí mạng.

치명적(致命的) Có tính trí mạng, có tính sống còn, trối chết. ~(인) 타격을 주다 cho cú đánh trối chết.

치목(稚木) Cây non.

치민(治民) Trị dân. ~하다.

치밀(緻密) Tinh xảo, chính xác, tinh vi. ~하다. 너무~한 quá chính xác. ~하게 một cách chính xác.

치밀다 Trồi dậy. 욕심이 ~ cái tham trào lên. ~는 정욕을 누르다 kiềm chế cơn ham muốn đang dâng lên.

치받다 Đánh lên, múc lên. 아무의 턱을 ~ múc cằm ai lên. 아무를 머리로 ~ húc ai đó.

치병(治病) Trị bệnh. ~하다.

치부(致富) Làm giàu. ~하다. 장사를 해서 크게~하다 buôn bán làm giàu lớn.

치사(致謝) Cảm tạ. ~하다. 아무의 호의를 ~하다 cảm tạ lòng tốt của ai.

치사(恥事) Xấu hổ, xấu mặt. ~하다[스럽다]. ~한 행위 hành vi xấu hổ.

치산(治産) Quản lý tài sản. ~하다.

치상(治喪) Chịu tang. ~하다.

치석(齒石) Cao răng. ~으로 더러워진 이 răng bẩn vì cao răng. ~이 붙다 gắn cao răng vào.

치성(致誠) Hết lòng, hết mức.

치세(治世) Trị nước, trị đời. 의 ~에 dưới sự trị vì của ai.

치솟다 ① Mọc ra, phun ra, tỏa ra. 불길이 치솟았다 lửa tuôn ra. ② Bộc phát (tình cảm, tức giận).

치수(-數) Chỉ số. ~대로 theo chỉ số. ~를 재다 đo chỉ số. 자로 ~를 재다 đo chỉ số bằng thước.

치술(治術) ① Cách điều trị. ② Cách trị nước.

치신 Danh dự, uy tín. ~을 잃다 mất danh dự.

치신사납다 Đáng xấu hổ. 치신사납게 굴다 làm cái trò xấu hổ.

치신없다 Bất lịch sự, vô lễ, mất nết. ~는 짓 làm cái trò vô lễ. ~는 사람 cái thằng mất nết.

치아(齒牙) Cái răng, răng.

치안(治安) Trị an, an ninh. ~이 어지럽다 trị an bất ổn định. ~을 유지하다 duy trì trật tự trị an.

치약(齒藥) Kem đánh răng.

치열(治熱) Trị nhiệt. ~하다. 이열~ lấy nhiệt trị nhiệt, lấy độc trị độc.

치열(齒列) Hàm răng, hàng răng. ~이 고르다 hàng răng đều.

치열(熾烈) Ác liệt, khắc nghiệt. ~하다. ~한 경쟁 sự cạnh tranh khốc liệt. ~한 전투 trận chiến ác liệt.

치외법권(治外法權) Quyền miễn trừ ngoại giao.

치욕(恥辱) Sỉ nhục, thóa mạ. 국가의 ~ sỉ nhục quốc gia. ~을 당하다 bị sỉ nhục. ~을 주다 sỉ nhục ai.

치우다 Dọn, dẹp bỏ. 쓰레기를 ~ vứt rác, dọn rác. 길의 돌을 ~ dẹp bỏ mấy hòn đá trên đường.

치우치다 Nghiêng, lệch. 벽이 동쪽으로 ~ bức tường nghiêng về hướng đông.

치유(治癒) Điều trị, trị liệu. ~하다 ~ 할 수 있는[없는] có thể [không thể] điều trị được.

치은(齒齦) Lợi, chân răng. =잇몸. ~염 viêm lợi. ~출혈 chảy máu lợi.

치음(齒音) Âm răng, phát âm đi qua răng. ~화하다 âm răng hóa.

치이다 Bị kẹt, bị mắc vào. 손이 문틈에 ~ tay bị kẹt vào cửa. 무너지는 바위에 치여서 죽다 bị hòn đá rơi xuống đè chết.

치인(癡人) Người ngu đần.

치자(治者) Người trị vì đất nước.

치장(治粧) Trang trí, trang điểm. ~하다. 방을 그림으로 ~하다 trang điểm căn phòng bằng những bức tranh.

치정(癡情) Yêu đương mù quáng. ~에 얽힌 범죄 phạm tội do yêu đương mù quáng.

치죄(治罪) Trị tội. ~하다.

치중(置重) Trọng tâm, lấy trọng điểm. ~하다. 교육에 ~하다 trọng điểm là giáo dục.

치지도외(置之度外) Không chú ý đến, không tính đến. ~하다.

치천하(治天下) Trị thiên hạ. ~하다.

치타 Con báo gấm.

치태(癡態) Thái độ hoặc hình dạng ngu dốt.

치통(齒痛) Đau răng. ~이 심하다 đau răng nhiều.

치하(治下) Dưới sự thống trị.

치한(癡漢) ① Kẻ háo sắc. ② Kẻ ngu dốt.

치환(置換) Hoán đổi vị trí.

칙령(勅令) Lệnh vua. ~을 내리다 ra lệnh.

칙칙하다 Không sáng, mờ, trông đần độn. 칙칙한 빛깔 ánh sáng mờ. 칙칙해 보이다 trông đần độn.

친(親-) Thân thiết, ruột thịt. ~형제 anh em ruột thịt. ~어머니 mẹ ruột. 친부모 bố mẹ ruột.

친가(親家) Nhà mình, nhà bố mẹ mình. 친정(親庭).

친고(親故) Anh em bạn bè thân thiết.

친교(親交) Chơi thân. 와~가 있다 chơi thân với ai. ~를 맺다 chơi thân với.

친구(親舊) Bạn, bạn bè. 술~ bạn rượu. 학교~ bạn học. 오랜~ bạn lâu ngày. 좋은 ~ bạn tốt.

친권(親權) Quyền bảo lãnh của bố mẹ cho người vị thành niên. ~을 행사하다 thực hiện quyền bảo lãnh.

친근(親近) Thân cận, thân quen, gần gũi. 하다. ~한 사이 quan hệ gần gũi.

친근감(親近感) Cảm giác gần gũi, cảm giác thân cận. 어버이와 자식간의 ~ cảm giác thân cận giữa bố và con.

친남매(親男妹) Chị em ruột.

친딸(親-) Con gái ruột.

친모(親母) Mẹ đẻ, mẹ ruột.

친목(親睦) Thân thiện và hòa bình. ~하다.

친미(親美) Thân Mỹ. ~정책 chính sách thân Mỹ. ~주의 chủ nghĩa thân Mỹ.

친밀(親密) Thân thiết, thân thiện. ~하다. ~하게 지내다 sống thân thiện. ~해지다 trở nên thân thiện.

친부(親父) Bố đẻ, bố ruột.

친부모(親父母) Bố mẹ đẻ. ~처럼 돌보아 주다 chăm sóc như bố mẹ đẻ.

친분(親分) Có mối thân quen. ~이 있다 có mối thân quen. ~이 깊다 mối thân quen sâu sắc.

친사돈(親查頓) Thông gia.

친상(親喪) Đám tang người thân. ~을 당하다 bị tang người thân.

친서(親書) Đích thân viết. ~하다.

친선(親善) Hữu nghị, thân thiện. ~경기 đấu giao hữu. ~관계 quan hệ hữu nghị.

친소(親疎) Thân và sơ, thân hay không thân. ~를 가리다 phân biệt thân sơ.

친숙(親熟) Thân thuộc, thân thích. ~하다. ~한 사람 người thân thuộc.

친아버지(親-) Bố ruột, bố đẻ.

친애(親愛) Thân ái. ~하다. ~하는 김 씨에게 thân ái gửi anh Kim.

친어머니(親-) Mẹ đẻ.

친언니(親-) Chị ruột.

친여동생(親女同生) Em gái ruột.

친우(親友) Bạn bè, bạn. =친구(親舊).

친일(親日) Thân Nhật. ~파 phái thân Nhật Bản.

친자식(親子息) Con ruột. ~처럼 돌보다 đối xử như con đẻ.

친절(親切) Thân thiện, dễ gần. ~하다. ~한 사람 người thân thiện.

친정(親庭) Nhà bố mẹ đẻ của mình (nữ). ~에 가다 về nhà bố mẹ đẻ.

친족(親族) Thân tộc. ~관계 quan hệ thân tộc.

친지(親知) Bạn bè. ~가 많다 nhiều bạn bè.

친척(親戚) Thân thích, anh em, họ hàng. 먼~보다 가까운 이웃 bán anh em xa mua láng giềng gần.

친친 Quấn chặt, siết chặt. 밧줄이 ~감기다 quấn chặt dây thừng.

친필(親筆) Đích thân viết. ~편지 bức thư do đích thân mình viết.

친하다(親-) Thân, thân cận, gần gũi. 친한 친구 bạn thân. 저는 그와 ~tôi thân với anh ấy.

친할머니(親-) Bà nội

친할아버지(親-) Ông nội.

친형(親兄) Anh ruột

친환(親患) Bố mẹ bị bệnh tật. ~이 있다 có bố mẹ bị bệnh.

칠(七) Thất, bảy, số bảy. ~개월 bảy tháng. ~년 bảy năm.

칠(漆) Sơn, lớp sơn. ~하다 quét sơn. ~을 다시 하다 quét sơn lại. ~이 벗겨지다 lớp sơn bị tróc.

칠거지악(七去之惡) Bảy cái tật của người phụ nữ mà người chồng có thể đuổi đi (ngày xưa).

칠떡거리다 Kéo lê, quyệt. 치마가 땅에 ~ váy kéo lê trên đất.

칠렁칠렁 Đầy, tràn.

칠색(七色) Bảy màu. 무지개의 ~ bảy màu của cầu vồng.

칠십(七十) Bảy mươi. ~대의 노인 ông già tuổi bảy mươi.

칠월(七月) Tháng bảy.

칠일(漆-) Bôi sơn, quét sơn.

칠전팔기(七顚八起) Bảy lần ngã tám lần dậy, không khuất phục, bất khuất. ~하다.

칠전팔도(七顚八倒) Thất bại liên tiếp, rất vất vả. ~하다.

칠정(七情) Bảy tình cảm của con người.

칠칠찮다 Bẩn thỉu luộm thuộm. ~은 사내 cái thằng bẩn thỉu luộm thuộm.

칠칠하다 Giỏi, khéo tay.

칠판(漆板) Tấm bảng, cái bảng. ~에 쓰다 viết lên bảng. ~을 지우다 xóa bảng.

칠팔월(七八月) Tháng bảy tháng tám.

칠하다(漆-) Quét sơn. 다시~ quét sơn lại. 갓 칠한 vừa sơn xong. 벽에 페인트를 ~ quét sơn lên tường.

침 Nước bọt. ~을 뱉다 nhổ nước bọt. ~이 튀기다 bắn nước bọt. ~을 삼키다 nuốt nước bọt.

침강(沈降) Chìm xuống, lắng xuống. ~하다.

침공(侵攻) Xâm lăng. ~하다.

침구(寢具) Chăn gối. ~를 개다[펴다] gấp [trải] chăn.

침노하다(侵擄-) Xâm chiếm, xâm

lược. 변경을 ~ chiếm biên giới.

침대(寢臺) Giường. 접이식~ giường gấp.

침략(侵略) Xâm lược. ~하다. 경제적~ xâm lược về mặt kinh tế. 외부로부터 ~ xâm lược từ bên ngoài.

침마취(鍼痲醉) Châm cứu cho tê. ~를 시키다 châm cứu làm tê.

침모(針母) Người chuyên đi khâu vá cho người khác.

침몰(沈沒) Chìm, chìm xuống. ~하다. 배와 함께~하다 chìm cùng với thuyền.

침묵(沈默) Trầm lặng. ~하다. ~을 지키다 giữ im lặng. ~을 깨뜨리다 phá vỡ sự im lặng.

침범(侵犯) Xâm phạm. ~하다. 사생활을 ~하다 xâm phạm đời tư. 인권을 ~하다 xâm phạm nhân quyền.

침수(浸水) Chìm, bị ngập nước. ~가옥 nhà chìm trong nước. ~지역 khu vực bị ngập nước.

침식(浸蝕) Ăn mòn, bào mòn. ~하다. 바닷물이 ~유지를 하고있다 nước biển đang lấn (ăn mòn) đất liền.

침실(寢室) Phòng ngủ. ~겸 거실 phòng ngủ kiêm phòng khách.

침염(浸染) ① Nhuộm. ~하다. ② Cảm hóa. ~하다.

침울(沈鬱) Buồn, trầm uất. ~하다. ~한 얼굴 khuôn mặt trầm uất.

침입(侵入) Thâm nhập. ~하다. 이웃나라를 ~하다 thâm nhập nước láng giềng.

침전(沈澱) Chìm xuống, lắng xuống. ~하다.

침착(沈着) Bình tĩnh. ~하다. ~하게 một cách bình tĩnh. ~한 사람 người bình tĩnh.

침착성(沈着性) Sự bình tĩnh, tính bình tĩnh. ~을 잃다 mất bình tĩnh.

침체(沈滯) Đình trệ, không bán được hàng. ~하다. ~된 시장 thị trường ế ẩm.

침침하다(沈沈-) Tối, mù mịt. 침침한 방 căn phòng tối tăm. 침침한 곳에서 ở nơi tối tăm.

침통하다(沈痛-) Đau đớn. 침통한 어조로 giọng đau đớn. 침통한 얼굴로 nét mặt đau đớn.

침투(浸透) Thâm nhập, ngấm vào. ~하다. 정계에 ~하다 thâm nhập vào chính trường.

침해(侵害) Xâm hại, xâm phạm. ~하다. 저작권을 ~하다 xâm phạm quyền tác giả.

침향(沈香) Trầm hương.

칩거(蟄居) Ở lỳ trong nhà. ~하다.

칫솔(齒-) Bàn chải đánh răng

칭송(稱頌) Khen ngợi, ca ngợi. ~하다.

칭얼칭얼 Léo nhéo, lèo nhèo. 어린애가 ~울다 đứa bé khóc léo nhéo.

칭원(稱冤) Oán trách, trách móc. ~하다 나를 ~하지 말라 đừng có trách tôi.

칭찬(稱讚) Khen ngợi. ~하다. ~을 받다 được khen ngợi. ~의 말 lời khen ngợi.

카 Kha, tiếng thốt lên khi ngửi thấy mùi gì đó.

카누 Canô. ~를 젓다 lái canô. ~젓는 사람 người lái canô.

카드 Tấm thiệp, thẻ. ~에 적어 두다 chép vào thẻ. ~번호 số thẻ.

카드놀이 Chơi bài. ~를 하다 chơi bài. ~하는 사람 người chơi bài.

카메라 Máy ảnh, máy chụp hình. 일회용 ~ máy ảnh dùng một lần.

카운터 Quầy, quầy hàng, bàn tiếp tân. ~에 앉다 ngồi vào quầy.

카운트 Đếm, tính. ~하다

카페 Cà phê, quán cà phê.

카펫 Tấm thảm. ~을 깔다 thay thảm. ~청소기 máy dọn vệ sinh thảm.

카피 Bản sao, bản copy. ~라이트 bản quyền tác giả.

칼 Con dao, dao. ~끝 mũi dao. ~날 lưỡi dao. ~등 sống dao.

칼러 Màu sắc. 붉은 ~ màu đỏ.

칼맞다 Bị trúng dao, bị đâm bằng dao. ~아 죽다 bị đâm bằng dao chết.

칼슘 Can xi, chất can xi. (Ca). ~을 함유하다 chứa can xi. ~주사 tiêm can xi.

칼자국 Vết dao. ~이 나다 có vết dao. ~을 내다 để lại vết dao.

칼집 Bao, vỏ (kiếm, dao). 칼을 ~에서 뽑다 rút dao từ trong kiếm ra.

캄캄하다 ① Tối đen, tối mò. 캄캄한 밤에 vào một đêm tối trời. ② Hoàn toàn không biết gì. 앞날이 ~ tương lai mù mịt.

캐내다 ① Bới, đào, moi. 나무 뿌리를 ~ moi rễ cây. ② Moi bới, lục ra (bí mật). 정보를 ~ moi thông tin

캐다 Đào, bới, moi. 감자를 ~ bới khoai tây. 금을 ~ đào vàng.

캐치 Bắt. ~하다 bắt.

캔 Thùng, lon. ~맥주 bia lon.

캔디 Kẹo đường.

캘린더 Cuốn lịch. ~시계 đồng hồ lịch. 벽~ lịch treo tường.

캠핑 Cắm trại. ~하다. ~카 xe cắm trại. ~가다 đi cắm trại. .

캡슐 Viên, bằng viên. ~에 싼 đóng viên, làm thành viên.

커닝 Quay cóp, nhìn trộm bài (thi cử). ~을 하다

커다랗다 Lớn ơi là lớn, rất lớn. 집을 ~게 짓다 nhà xây lớn ơi là lớn.

커다래지다 Trở nên lớn, to hơn.

커미션 Tiền hoa hồng. ~을 받다 nhận tiền hoa hồng. ~을 떼다 trừ tiền hoa hồng.

커버 Vỏ bọc, vỏ che bên ngoài. 의자의 ~ vỏ bọc cái ghế. ~를 떼다 tháo vỏ bọc.

커버하다 Bù đắp. 회사는 자산의 일부를 매각하여 손실을 ~려고 했다 công ty bán một phần tài sản bù đắp cho những thiệt hại.

커지다 Lan rộng, lớn ra, to ra. 세력이~ thế lực lớn lên. 문제가 ~ vấn đề trở nên lớn hơn.

커튼 Cái rèm, cái màn che. ~을 올리다 nâng rèm lên. ~을 내리다 hạ rèm xuống.

커피 Cà phê. ~한 잔 주세요 hãy cho tôi một cốc cà phê. ~를 끓이다 pha cà phê.

컨트리 Đồng quê, nông thôn. ~뮤직 nhạc đồng quê.

컬러 Màu sắc. ~텔레비전 ti vi màu. ~복사기 máy in màu. ~필름 phim màu.

컬컬하다 Khô khan.

컴컴하다 ① Tối om, tối thui. ② Bí mật, không biết được. 속(이) 컴컴한 사람 người có nhiều bí mật.

컴퓨터 Máy tính. ~한 대 một chiếc máy vi tính. ~로 일하다 làm việc bằng máy vi tính.

컷 Cắt bỏ, loại, cắt bỏ, trừ. (cut). ~하다

케이블 Dây cáp. ~카 xe cáp. ~크레인 cầu cáp.

켜내다 Rút chỉ.

켜다 Bật đèn, bật lửa, đốt lửa. 전등을 ~ bật điện. 촛불을 ~ đốt nến. 라이터를~ bật lửa.

코 Mũi, cái mũi. 콧구멍 lỗ mũi. 콧수염 lông mũi. 우뚝한 ~ mũi cao.

코골다 Ngáy, gáy. 코고는 소리 tiếng ngáy. 코고는 사람 người ngủ ngáy.

코끝 Chóp mũi.

코납작이 ① Người mũi tẹt. ② Người bị mất tinh thần.

코너 Phạt góc. ~킥 đá phạt góc (bóng đá).

코드 ① Cái dây, dây điện. ② Mã số.

코뚜레 Vòng đeo mũi. 쇠~ cái vòng đeo mũi bò.

코리아 Korea, Hàn Quốc.

코맹맹이 Khịt mũi, nghẹt mũi. ~소리 tiếng khịt mũi.

코멘트 Bình luận, đánh giá. ~를 하다 đánh giá. 노~ không bình luận.

코뮤니즘 Chủ nghĩa cộng sản.

코미디 Hài hước, hài. 나는 비극 보다

~를 좋아한다 tôi thích hài hơn là bi kịch.

코빼기 ① Bẻ mũi. ② Mặt mũi. ~도 볼 수 없다 không còn mặt mũi nào mà nhìn.

코뼈 Xương mũi.

코뿔소 Bò tót. ~의 생존지 nơi bò tót còn sinh sống.

코세다 Cứng đầu. 코센 사람 người cứng đầu.

코스트 Giá cả, chi phí. 높은 ~ giá cao. ~를 낮추다 hạ giá

코웃음 Khịt mũi, cười chế nhạo. ~치다 khịt mũi.

코스메틱 Mỹ phẩm.

코치 Chỉ đạo viên, huấn luyện viên (bóng đá). ~하다 làm chỉ đạo.

코코넛 Trái dừa, quả dừa.

코코아 Cacao. ~열매 quả ca cao.

코털 Lông mũi. ~을 뽑다 nhổ lông mũi.

코프라 Cùi dừa kho, cơm dừa khô. ~유 (油) dầu cơm dừa.

코피 Máu mũi, máu cam. ~가 나다 chảy máu cam.

콘돔 Bao cao su.

콜레라 Bệnh dịch tả. ~균 vi khuẩn tả. ~예방 주사 tiêm phòng dịch tả.

콧대 Sống mũi. ~가 높다 sống mũi cao. ~가 세다 cứng đầu.

콧등 Sống mũi.

콧물 Nước mũi. ~을 닦다 chùi nước mũi. ~을 흘리다 chảy nước mũi

콧소리 Giọng mũi (nói). ~로 말하다 nói giọng mũi.

콧수염(-鬚髥) Ria mép. ~을 기르다 để ria mép.

콩 Đậu, hạt đậu. ~밭 ruộng đậu. ~밥 cơm trộn với đậu.

콩가루 Bột đậu

콩기름 Dầu đậu

콩나무 Cây giá đỗ.

콩댐 Đùa. ~하다

콩밥 Cơm hấp đậu, cơm tù nhân. ~먹다 ăn cơm tù. ~을 먹이 được ăn cơm tù.

콩장(-醬) Tương đậu.

콩튀듯 Nhảy như đậu. ~하다. 성이 나서 ~ nổi giận nhảy cồm cồm.

콩팥 Quả thận. ~이 나쁘다 thận yếu.

콱 Mạnh mẽ, mạnh, ập đến, rầm, sầm. 코를 ~ 찌르다 xộc vào mũi.

콸콸 Ào ào, xối xả. ~쏟아져 나오다 tuôn ra ào ào.

쾌감(快感) Khoái cảm, cảm giác thoải mái. ~을 느끼다 cảm thấy thoải mái.

쾌락(快樂) Khoái lạc. ~하다. 육체적 인~ khoái lạc về thể xác. 인생의 ~ khoái lạc cuộc đời.

쾌보(快報) Tin lành, tin vui. ~를 전하

다 chuyển tin vui. ~에 접하다 đón nhận tin vui.

쾌사(快事) Việc vui, việc lành.

쾌속(快速) Tốc độ cao. ~선 thuyền tốc độ cao. ~열차 tàu hỏa tốc độ cao.

쾌적(快適) Thoải mái, dễ chịu. ~하다.

쾌주(快走) Chạy nhanh. ~하다. 자동차는 ~했다 xe ôtô con chạy nhanh.

쾌하다(快-) ① Vui, vui mừng. ② Khoẻ, vui trong người.

쾌활(快活) Hoạt bát. ~하다. ~한 사람 người hoạt bát.

쿠데타 Một cuộc đảo chính. ~를 일으키다 gây ra đảo chính.

쿡 Nấu ăn (cook).

쿨러 Máy lạnh (cooler). 카~ máy lạnh xe hơi.

쿼터 Quota, hạn mức, chỉ tiêu. ~제 chế độ quota. 수입~ quota nhập khẩu.

퀴퀴하다 Hôi, thối. 퀴퀴한 냄새 mùi thối.

크게 Một cách to, lớn, nhiều. ~되다 trở nên lớn. ~하다 mở lớn ra, làm lớn.

크기 Kích cỡ, độ to lớn. ~얼마입니까? To bằng chừng nào? ~가 같다 to bằng nhau.

크다 To, lớn, bự. ~인물 một nhân vật cỡ bự. ~손해를 입다 chịu tổn hại lớn.

큰길 Con đường cái.

큰눈 Trận tuyết lớn. ~이 내렸다 có trận tuyết lớn rơi xuống.

큰딸 Con gái đầu.

큰마누라 Vợ đầu, vợ cả.

큰불 Đám cháy lớn, hỏa hoạn. ~이 나다 xảy ra hoả hoạn. .

큰비 Mưa lớn. ~가 오다 mưa lớn đến

큰사람 ① Người to cao. ② Người vĩ đại. ~이 되다 thành con người vĩ đại.

큰사위 Con rể đầu.

큰소리 To, lớn (âm thanh). ~로 말하다 nói lớn. ~로 부르다 gọi lớn.

큰손녀(-孫女) Cháu gái đầu.

큰손자(-孫子) Cháu trai đầu.

큰아들 Con trai trưởng, con đầu lòng.

큰아버지 Bác trai (anh của Cha).

큰어머니 Bác gái.

큰어머니 Dì lớn.

큰언니 Chị cả.

큰오빠 Anh cả, anh hai (em gái gọi).

큰절 Lạy lớn, lạy cúi rạp mình . ~하다.

큰할아버지 Bác trai đầu.

큰형(-兄) Anh cả (em trai gọi).

클레임 Than phiền, yêu cầu bồi thường (claim). ~을 제기하다 yêu cầu bồi thường.

클리닝 Là, ủi. ~하러 보내다 gửi đi giặt là.

키 Tầm vóc con người. ~가 크다 to lớn, người to lớn. ~가 작다 nhỏ người.

키 Cơ thể, độ lớn cơ thể.

키스 Hôn, nụ hôn. ~하다 hôn. 와/과 ~하다 hôn ai đó. 입술에 ~하다 hôn lên môi.

키우다 Nuôi, nuôi lớn. 아이를 ~ nuôi con. 개를 ~ nuôi chó.

키질 Sàng, lọc, lựa. ~하다. 쌀을 ~하다 sàng gạo.

키포인트 Điểm chính, điểm mấu chốt. ~를 파악하다 nắm bắt được vấn đề mấu chốt.

킥 Đá. ~하다. ~을 잘하다 đá giỏi.

킥킥 Khúc khích, rúc rích. ~하다[거리다] cười khúc khích.

킬로 Kilô (viết tắt của kilo mét, kilôgram, kilowatt, kolovolt, kilobyte).

타(他) Khác, loại khác, không cùng, cái khác. ~도(他道) tỉnh khác.

타(打) Tá, một cột. 반 ~ nửa cột, nửa bó. 한 ~ 얼마로 팔다 bán một bó với giá bao nhiêu đó.

타가(他家) Nhà khác, nhà người ta. ~수정(受精) thụ tinh loài khác, cây khác.

타개(打開) Mở ra, tìm cách, đả khai, giải quyết. ~하다 ~책 cách xử lý, cách giải quyết.

타격(打擊) Cú đánh, đánh, đập, cú sốc, sự tổn hại. ~을 받다 bị sốc. ~을 주다 gây sốc. 치명적~을 주다 gây cú sốc chí mạng cho ai.

타견(他見) Cho người khác xem, người khác thấy, trong con mắt người khác. ~을 꺼리다 không cho ai biết, giữ bí mật. ~에 의하면 dựa theo con mắt người khác.

타결(妥結) Sự thỏa thuận, sự đồng ý, sự giải quyết tốt đẹp. 원만하게 ~되다 thỏa thuận một cách tốt đẹp.

타계(他界) ① Thế giới khác. ② Tạ thế, chết, về thế giới khác.

타고나다 Được sinh ra, bẩm sinh. 타고난 재능 tài năng bẩm sinh.

타곳(他-) Nơi khác, chỗ khác. ~으로 이사 가다 chuyển tới nơi khác.

타국(他國) Tha hương, nước ngoài, nước khác. ~땅에서 죽다 chết nơi đất khách.

타다 Cháy. ~기 쉽다 dễ cháy. 장작이 ~ củi cháy. 활활 ~ cháy rừng rực. 집이 ~ nhà bị cháy. 불에 ~ 죽다 bị thiêu chết.

타다 Đi ngựa, lên xe, lên thuyền, đi thuyền, đi xe, bắt. 마차를 ~ đi xe ngựa.

타닥거리다 Kêu lạch bạch (bước chân).

타당(妥當) Hợp lý, vừa phải, chấp nhận được, đúng ~하다. ~성(性) tính hợp lý.

타도(打倒) Đả đảo, đánh đổ. ~하다. 정부를 ~하다 lật đổ chính phủ.

타락(墮落) Suy đồi (đạo đức). ~하다. ~한 여자 người đàn bà suy đồi. ~한 정치가 nhà chính trị suy đồi.

타력(他力) Sức của người khác, sức

bên ngoài. ~을 빌지 않고 không mượn sức người khác.

타력(惰力) Quán tính, sức quán tính. ~으로 달리다 chạy bằng quán tính.

타령(打令) Chuyện gì đó, cái gì đó. 그는 언제나 돈~이다 hắn lúc nào cũng tiền cả.

타면(他面) Mặt khác. ~에서는 ở mặt khác. ~에서 생각해 보다 suy nghĩ trên phương diện khác.

타박 Than phiền, kiêu phiền. ~하다. 음식을 ~하다 kêu ca chuyện ăn uống.

타박(打撲) Đánh, đập. ~상(傷) vết thương do bị đánh.

타사(他事) Vấn đề khác. ~를 돌볼 겨를이 없다 không có thời gian mà nghĩ đến việc khác.

타산(打算) Tính toán. ~하다. ~적(인) có tính tính toán. ~적인 생각 suy nghĩ có tính toán.

타산지석(他山之石) Tha sơn chi thạch, đá núi khác không làm gì được nhưng có thể giúp cho mình. ~으로 삼아라 lấy đó làm bài học.

타액(唾液) Nước bọt, nước miếng. ~을 분비하다 phun nước miếng.

타오르다 Cháy lên, bén lên. 기름 탱크에서 불길이 순식간에 ~ lửa trong chốc lát cháy lên thùng dầu.

타원(楕圓) Hình ôvan. ~궤도 quỹ đạo hình ôvan. ~형 hình ôvan.

타의(他意) Ý của người khác, ý khác. ~가 없다 không có ý gì khác

타이 Thái Lan. ~사람 người Thái Lan.

타이 ① Cái cà vạt. ② Bằng điểm nhau. ~브레이크테니스 cú đánh tie-break

타이르다 Khuyên bảo, thuyết phục. 공부 잘 하라고 ~ khuyên ai nên học giỏi.

타이어 Cái lốp, lốp xe. 바람빠진~ bánh xe bị xẹp. ~를 갈다 thay lốp. 빵구난 ~ lốp xe bị thủng.

타이틀 ① Danh hiệu, đai ~을 지키다 giữ đai, bảo vệ đai. ② Tiêu đề. ~이 없는 không có tiêu đề.

타이프 Mẫu, kiểu, dáng. 같은 ~의 사람 kiểu người giống nhau. 내가 좋아하는 ~의 여자 kiểu người phụ nữ mà tôi thích. 외교관의 ~이다 phong thái nhà ngoại giao.

타인(他人) Người khác, một người nào đó không quen biết, người ngoài. ~앞에서 trước mặt người khác.

타일 Ngói. ~을 깔다 lợp ngói. ~공장 nhà máy ngói.

타임 Thời gian. ~을 재다 đo thời gian.

타입 Kiểu, mẫu. 같은 ~의 사람 người cùng kiểu.

타점(打點) ① Sự đánh dấu, làm dấu. ~

하다. ② Lựa chọn.

타죽다 Bị chết cháy. 그 화재로 많은 사람이 ~었다 vì tai nạn đó mà nhiều người chết cháy.

타지(他地) Nơi khác, chỗ khác, đất khách. ~에 살다 sống nơi đất khách.

타향(他鄕) Tha hương, đất khách. ~에서 죽다 chết ở đất khách.

타협(妥協) Thỏa hiệp. ~하다. ~적인 태도 thái độ thỏa hiệp. 비~적인 không thỏa hiệp.

타협점(妥協點) Điểm thỏa hiệp. ~을 모색하다 tìm điểm thỏa hiệp.

탁 Tiếng va nào nhau hoặc vỡ, bùm, sầm. 책을 ~ 덮다 sách gấp cái bụp. 문을 ~ 닫다 đóng cái sầm.

탁견(卓見) Ý kiến hay. ~이 있다 có ý kiến hay.

탁구(卓球) Bóng bàn. ~를 치다 đánh bóng bàn. ~공 quả bóng bàn. ~대 bàn bóng bàn.

탁류(濁流) Dòng chảy có bùn. ~에 휩쓸리다 bị dòng chảy có bùn cuốn trôi.

탁상(卓上) Trên bàn. ~시계 đồng hồ để bàn. ~전화 điện thoại để bàn.

탁아소(託兒所) Nhà trẻ. 아이들을 ~에 맡기다 gửi con nhà trẻ.

탁월(卓越) Kiệt xuất, vượt trội. ~하다. ~한 학자 một học giả kiệt xuất. ~한 능력 năng lực kiệt xuất.

탁자(卓子) Cái bàn. 둥근 ~ bàn tròn. 4인용의 ~ bàn 4 người.

탁탁 Nhanh chóng. 일을 ~ 해치우다 nhanh chóng giải quyết công việc.

탁하다(濁-) Đục, bẩn. 탁한 공기 không khí đục. 탁한 물 nước đục.

탄광(炭鑛) Mỏ than. ~업 nghề làm than. ~회사 công ty than.

탄내 Mùi khét. 무슨 ~가 난다 có mùi khét gì đó.

탄도(彈道) Đường đạn, đạn đạo. 곡사[직사]~ đường bay xiên (thẳng).

탄도탄 Đầu đạn đạo. 대륙간~ tên lửa xuyên lục địa.

탄두(彈頭) Đầu đạn. 미사일~ đầu đạn tên lửa.

탄력(彈力) Độ dãn, sức nẩy ra, dãn ra. 이 낡은 고무줄은 ~이 없다 cao su cũ không có độ co dãn.

탄로(綻露) Lộ ra. ~나다 bị lộ. ~날까봐 sợ lộ ra.

탄막(彈幕) Chống đạn. ~을 치다 làm vật chống đạn.

탄복(歎服) Thán phục. ~하다. 그녀의 아름다움에 ~하다 thán phục về vẻ đẹp của cô ấy.

탄산지(炭酸紙) Giấy các bon. ~로 복사하다 phôtô bằng giấy cacbon.

탄생(誕生) Sinh ra, phát sinh, sự ra

đời. 새로운 ~ sự ra đời.

탄성(彈性) Tính đàn hồi. ~이 있다 có tính đàn hồi. ~이 없다 không có tính đàn hồi.

탄소(炭素) Các bon. ~를 함유하다 chứa cácbon.

탄식(歎息) Thở dài, than thở. ~하다. 자신의 불운을 ~하다 thở dài về sự không may mắn của mình.

탄알(彈-) Viên đạn. ~에 맞다 trúng đạn. ~자국 vết đạn

탄압(彈壓) Đàn áp. ~하다. ~적인 có tính đàn áp.

탄약(彈藥) Đạn dược, đạn. ~고 kho đạn. ~상자 thùng đạn.

탄원(歎願) Than vãn, van xin. ~하다. ~하는 표정으로 với nét mặt van xin.

탄착(彈着) Bắn trúng. ~거리 cự ly bắn. ~거리 200m의 소총 súng ngắn có cự ly đạn bắn là 200m.

탄탄하다 Cứng, rắn, mạnh khoẻ, rắn chắc. 탄탄한 집 ngôi nhà vững chắc.

탄하다 Tham gia vào, dí mũi vào. 남의 일을 ~ tham gia vào việc người khác.

탄환(彈丸) Phát đạn, viên đạn. ~이 뚫지 못하는 đạn bắn không xuyên thủng.

탄흔(彈痕) Vết đạn, dấu đạn bắn. ~투성이의 벽 tường đầy vết đạn.

탈 Mặt nạ, bộ mặt giả dối. ~을 쓰다 đeo mặt nạ. ~을 벗다 cởi mặt nạ.

탈(頉) Tai nạn, trở nại, cản trở. ~없이 진행되다 tiến hành mà không có trở ngại nào.

탈각(脫却) Thoát khỏi, thoát ra. ~하다. 그들은 아직도 구습에서~못하고 있다 họ chưa thoát ra được tập tục cũ.

탈구(脫臼) Trật khớp. ~하다. 그의 왼팔이 ~되었다 tay trái hắn bị trật khớp.

탈나다(頉-) Xảy ra một tai nạn, xẩy ra hư hỏng.

탈당(脫黨) Rea khỏi đảng, bỏ đảng. ~하다. 그는 민주당을 ~했다 rút khỏi đảng dân chủ.

탈락(脫落) Bị rơi, bị rớt, trượt. ~하다. 예선에서~하다 bị rớt ở vòng loại.

탈모(脫毛) Rụng lông. ~하다. ~증 bệnh rụng lông. ~크림 kem chống rụng lông.

탈법행위(脫法行爲) Hành vi trốn tránh pháp luật.

탈선(脫線) Trật đường ray (tàu). ~하다. 열차가 ~했다 tàu trượt bánh.

탈세(脫稅) Trốn thuế. ~하다. ~의 수단 mánh khóe trốn thuế

탈습(脫濕) Làm cho khô. ~기(器) máy sấy khô.

탈쓰다 ① Đeo mặt nạ. 탈을 쓰고 đeo cái mặt nạ. ② Giả vờ, giả bộ.

탈염(脫鹽) Khử muối, khử mặn, trừ mặn. ~하다. ~수(水) nước đã khử muối.

탈영(脫營) Trốn tù, trốn trại. ~하다. 그는 ~했다 anh ta trốn tù rồi. ~수 tên tội phạm trốn tù.

탈옥(脫獄) Trốn khỏi tù. ~하다. ~을 기도하다 có ý trốn khỏi nhà tù. ~수 kẻ trốn tù

탈의(脫衣) Thay quần áo. ~하다. ~실 phòng thay quần áo.

탈자(脫字) Bỏ sót chữ, đánh thiếu. ~가 많다 sót nhiều, thiếu nhiều chữ.

탈잡다(頉-) Soi mói, tìm khuyết điểm của người khác. 늦게 왔다고 ~ 낳기 cái cớ là về muộn để soi mói.

탈주(脫走) Đào tẩu, bỏ chạy, trốn chạy. ~하다. ~를 기도하다 có ý trốn chạy.

탈진(脫盡) Kiệt sức. ~하다. 오랜 병 끝이라 그는 ~감을 느꼈다 cơn bệnh dài ngày anh ta cảm thấy như kiệt sức.

탈출 (脫出) Bỏ trốn, đào tẩu, trốn chạy. ~하다. 적국을 ~하다 bỏ trốn khỏi nước địch.

탈취(奪取) Cướp, giật, giành lấy. ~하다. 왕위를 ~하다 cướp lấy ngôi vua.

탈퇴(脫退) Rút khỏi, rút lui, từ bỏ. ~하다. 그는 노조에서 ~했다 anh ta rút lui khỏi công đoàn.

탈피(脫皮) Lột da, lột xác. ~하다. 누에는 ~할 때마다 자란다 con tằm mỗi lần lột xác là lần lớn lên.

탈환(奪還) Giành lại, giật lại, lấy lại. ~하다. 진지를 ~하다 giành lại trận địa.

탈황(脫黃) Khử khử lưu huỳnh. ~하다. ~기(器) máy khử lưu huỳnh. ~제 chất khử lưu huỳnh.

탐관오리(貪官汚吏) Tham quan ô lại, bọn quan tham ô lại.

탐구(探究) Tìm kiếm, nghiên cứu. ~하다. 암의 원인을 ~하다 tìm kiếm nguyên nhân của ung thư.

탐구(探求) Tìm ra, tìm. ~하다. 진리의 ~ tìm ra sự thật

탐나다(貪-) Tham, muốn có, muốn được. 돈이 ~ tham tiền. 권력이 ~ tham quyền lực

탐내다(貪-) Tham, muốn có, muốn. 남의 것을 ~ tham cái của người khác.

탐닉(耽溺) Vùi đầu vào, chú ý vào. 연구에 ~하다 vùi đầu vào nghiên cứu.

탐독(耽讀) Tham đọc, hay đọc. ~하다. 소설을 ~하다 hay đọc tiểu thuyết.

탐미(耽美) Thẩm mỹ. ~적인 có tính thẩm mỹ.

탐방(探訪) Khám phá, tìm hiểu. ~하다. ~기사 phóng sự.

탐사(探查) Tìm hiểu, tìm kiếm. ~하다. 석유를 ~하다 tìm kiếm mỏ dầu. ~기(機) máy tìm kiếm.

탐색(探索) Tìm kiếm, dò, săn lùng, truy tìm. ~하다. 범인의 행방을 ~하다 truy tìm tung tích tên tội phạm

탐스럽다(貪-) Tham lam, thèm muốn. 탐스러운 과일 trái cây thèm ăn, nhìn ngon miệng.

탐승(探勝) Tham quan thắng cảnh đẹp. ~하다.

탐식(貪食) Tham ăn. ~하다. ~하는 사람 kẻ tham ăn.

탐심(貪心) Lòng tham.

탐욕(貪慾) Tham lam, hám. ~스럽다. ~스럽게 một cách tham lam. ~한 kẻ tham lam.

탐재(貪財) Tham tiền, tham tài sản. ~하다.

탐정(探情) Tìm ra ý của người khác. ~하다.

탐정(探偵) Trinh sát, thám thính. ~하다.

탐조(探照) Chiếu, rọi đèn tìm kiếm. ~하다. 해상을 ~하다 chiếu sáng trên biển.

탐지(探知) Khám phá, tìm hiểu. ~하다. ~기 máy khám phá. 거짓말 ~기 máy phát hiện nói dối.

탐측(探測) Sự thăm dò, sự tìm kiếm

탐탁스럽다 Mong muốn, muốn có, muốn được. 탐탁한 여자 người phụ nữ mà mình mong muốn.

탐하다(貪-) Ham, tham. 명리를 ham danh lợi.

탐해등(探海燈) Đèm soi chiếu biển. ~으로 해면을 탐조하다 dùng đèn pha để soi mặt biển tìm kiếm.

탐험(探險) Thám hiểm. ~하다. 미지방 nơi chưa thám hiểm. ~가 nhà thám hiểm

탐험대(探險隊) Đội thám hiểm. ~장 đội trưởng đội thám hiểm. ~를 파견하다 cử đội thám hiểm.

탐호(貪好) Yêu thích, thích. ~하다.

탐혹(耽惑) Bị cuốn hút, bị hút hồn. ~하다. 여자에게 ~하다 bị phụ nữ hút hồn.

탑(塔) Cái tháp. 텔레비전~ tháp truyền hình. ~을 세우다 làm tháp, xây tháp

탑비(塔碑) Bia tháp, đài kỷ niệm.

탑새기주다 Làm phiền, quấy rầy, làm hỏng. 남의 일에 ~ làm hư việc người khác.

탑승(搭乘) Đi máy bay, đi thuyền. ~하다. 비행기에 ~하다 đi máy bay. ~권 vé máy bay.

탑재(搭載) Chất, chở, tải. ~하다. ~되어 있다 được chất hàng.

탓 Cái lỗi, kết quả, ảnh hưởng. 이것은 내~이다 cái này là lỗi tại tôi.

탓하다 Đổ lỗi. 네가 ~하고 왜 남을 탓하느냐? Lỗi anh sao lại đổ cho người khác?

탕 Bằng, bùm, sầm. 주먹으로 탁자를 ~하고 치다 lấy tay đấm bàn cái sầm

탕(湯) ① Canh, súp. ② Thang thuốc. ③ Nhà tắm. 남~ nhà tắm nam.

탕감(蕩減) Miễn giảm, loại bỏ, xóa. ~하다. 빚을 ~해 주다 xóa nợ cho ai.

탕개 Cái chốt. ~를 먹이다 ăn vào chốt.

탕기(湯器) Bát súp.

탕면(湯麵) Bát mỳ.

탕반(湯飯) Cơm.

탕부(蕩婦) Con đàn bà bư hỏng.

탕산하다(蕩産-) Mất hết, tiêu tan hết tài sản.

탕수(湯水) Nước trong bồn tắm.

탕아(蕩兒) Thằng hư hỏng.

탕약(湯藥) Thuốc thang, thuốc sắc.

탕자(蕩子) Kẻ hư hỏng.

탕제(湯劑) Thuốc thang. 탕약(湯藥)

탕진(蕩盡) Tiêu hoang, dùng hết, hoang phí. ~하다. 돈을 ~하다 hoang phí hết tiền bạc

탕치(湯治) Sự chữa trị bằng cách tắm suối nước nóng. ~하다.

탕치다(蕩-) Hoang phí tài sản, tiêu tan.

탕탕 Bong bong (trống rỗng). ~비다 trống rỗng.

탕탕 Tằng tằng, bùm bùm, rầm rầm. (tiếng súng hoặc tiếng đập). 문을 ~치다 đập cửa bùm bùm.

탕탕거리다 Nổ bằng bằng, ầm ầm.

탕하다 Kêu cái đoàng, đùng, bùm. ~고 부딪다 đâm vào nhau cái sầm.

태 Vết nứt, nẻ. ~간 그릇 cái đĩa nứt. ~가 가다 bị nứt.

태(胎) Thai, bào thai.

태(態) ① Hình dáng, thái độ, trạng thái. ② Văn phạm.

태가(駄價) Khuân vác, bốc vác.

태고(太古) Quá lâu, quá xưa.~부터 từ xưa

태과하다(太過-) Thái quá, quá mức.

태교(胎敎) Dưỡng thai.

태국(泰國) Nước Thái Lan.

태권도(跆拳道) Taekwondo. 세계 ~연맹 Hiệp hội Taekwondo thế giới.

태극(太極) Thái cực.

태극기(太極旗) Thái cực kỳ (cờ Hàn Quốc).

태기(胎氣) Dấu hiệu có thai.

태내(胎內) Trong thai. ~에서 죽다 chết trong thai.

태도(態度) Thái độ. ~에 나타나다 biểu hiện thái độ. ~가 부드럽다 thái độ mềm dẻo.

태동(胎動) Sự hoạt động của bào thai. ~하다.

태두(泰斗) Học giả, người hàng đầu. 경제학의 ~ học giả về kinh tế học.

태막(胎膜) Màng thai.

태만(怠慢) Lơi là, không chú ý. ~하다. 직무에 ~하다 lơi là công việc.

태몽(胎夢) Giấc mơ có thai.

태무(殆無) Gần như không có, hiếm có. ~하다. 성공의 가능성이 ~하다 gần như không có khả năng thành công.

태반(太半) Hầu như, phần lớn, đa số. ~의 경우 hầu hết mọi trường hợp

태백성(太白星) Sao Thái bạch (thiên văn).

태부족(太不足) Quá thiếu, quá ít. ~하다.

태산(泰山) Thái Sơn. Thái Sơn. 할 일이 ~같다 việc phải làm nhiều như núi Thái Sơn.

태상왕(太上王) Thái Thượng Vương.

태생(胎生) ① Sinh đẻ, đẻ con. ~동물 động vật đẻ con. ② Sinh ra. 농촌 ~ sinh ra ở nông thôn.

태서(泰西) Tây phương, phương Tây. ~문물 văn hóa phương tây. ~제국(諸國) Đế quốc phương Tây.

태세(態勢) Một tư thế, một sự chuẩn bị.

태수(太守) Thái Thú.

태아(胎兒) Thai nhi. ~교육 giáo dục thai nhi.

태양(太陽) Mặt trời, thái dương. ~계 hệ thái dương. ~광선 ánh sáng mặt trời. ~신 thần mặt trời.

태양등(太陽燈) Đèn mặt trời.

태양열(太陽熱) Nhiệt mặt trời. ~을 이용하다 sử dụng hơi nóng mặt trời.

태어나다 Sinh ra, đẻ ra. 태어난 곳 nơi sinh ra. 태어난 집 ngôi nhà đã sinh ra.

태업(怠業) Làm việc lơ là. ~하다.

태연하다(泰然-) Thản nhiên. 태연한 태도 thái độ thản nhiên.

태연히 Một cách thản nhiên.

태우다 Đốt, làm cho cháy, đốt cháy. 시체를 ~ hỏa táng.

태우다 Chở. 군인을 태운 차 xe chở quân. 승객을 ~ chở khách.

태우다 Chia ra, chia. 재산을 아들들에게 ~ chia tài sản cho con trai.

태음(太陰) Thái âm, mặt trời. ~력 lịch dương lịch.

태자(太子) Thái tử. ~궁 Cung thái tử.

태조(太祖) Thái Tổ, vị vua đầu tiên.

태중(胎中) Trong thai, đang mang thai.

태질 Vứt, ném mạnh. ~하다. ~치다. 책을 마룻바닥에 ~치다 ném quyển

sách lên nền nhà.

태클 Cú tách, cú đoạt bóng. ~하다.

태평(泰平, 太平) Thái bình, an bình, hoà bình. ~하다. ~가(歌) bài ca thái bình.

태평양(太平洋) Thái Bình Dương. ~경제 협의회 Hội nghị kinh tế Thái Bình Dương.

태풍(颱風) Gió mùa. ~권 khu vực gió mùa. ~권내에 있다 trong khu vực gió mùa. ~경보 cảnh báo gió mùa.

태형(笞刑) Hình phạt bằng roi. ~을 가하다 đánh bằng roi.

태후(太后) Thái Hậu. =황태후.

택배(宅配) Vận chuyển (dịch vụ). ~하다. 소화물을 ~로 보내다 gửi bưu phẩm bằng dịch vụ vận chuyển.

택시 Taxi. ~를 타다 đi taxi. ~요금 tiền taxi. ~운전사 tài xế taxi. ~를 부르다 gọi taxi.

택일(擇日) Chọn ngày. ~하다.

택지(宅地) Đất để xây dựng nhà ở. ~개발 khai phá làm đất ở.

택지(擇地) Chọn đất, chọn địa điểm. ~하다.

택하다(擇-) Lựa chọn, chọn. 길일을 ~ chọn ngày lành. 둘 가운데 하나를~ chọn một trong hai.

탤런트 Diễn viên truyền hình, diễn viên, tài tử. 그녀는 유명한 TV ~이다 cô ấy là một diễn viên truyền hình nổi tiếng.

탯줄(胎-) Dây rốn.

탱커 Con tàu. 오일 ~ tàu chở dầu.

탱크 ① Xe tăng. ② Cái thùng, cái téc.

탱탱하다 Căng, chật, sát.

터 Địa điểm, không gian, nơi, chỗ. 빈~ chỗ trống.

터 Ý định, dự định. 할 터이다[테다] định làm.

터널 Đường hầm, đường ngầm. ~을 뚫다 đục đường hầm, khoan đường hầm

터놓다 ① Làm cho thông, mở ra. 둑을 ~ mở đê. ② Mở, không cấm nữa.

터닝포인트 Điểm chuyển mình, bước ngoặt.

터득(攄得) Hiểu, nắm bắt. ~하다. ~하기 어려운 khó hiểu. ~하기 쉬운 dễ hiểu, dễ nắm bắt.

터뜨리다 Bật ra, bung ra, làm cho nổ. 웃음을 ~ bật cười. 울음을 ~ bật khóc.

터무니없다 Không có căn cứ, vô căn cứ, vô lý. ~는 거짓말 lời nói dối vô căn cứ.

터무니없이 Một cách vô căn cứ, vô lý. ~싸다 rẻ đến vô lý.

터미널 Bến xe. 버스 ~ bến xe buýt.

터분하다 ① Khó ăn. ② Con người khó

chịu.

터빈 Tuốc bin. ~발전기 máy phát điện tuốc bin. 수력~ tuốc bin thủy lực.

터수 Hoàn cảnh, thân phận, vị trí. 자신의 ~를 알다 biết hoàn cảnh của mình.

터울 Chênh lệch tuổi tác. 한 살~이다 chênh nhau một tuổi.

터잡다 Chọn lựa địa điểm, xác định vị trí.

터지다 Bùng nổ, vỡ, bùng ra (sự kiện). 싸움이 ~ chiến tranh nổ ra.

터치 Động, chạm, chạm đến. ~하다. 나는 그 문제에 ~하고 싶지 않다 tôi không muốn động đến vấn đề đó.

터키 ① Thổ Nhĩ Kỳ. ~사람 người Thổ Nhĩ Kỳ. ② Con gà tây.

터프 Rắn chắc, mạnh mẽ. ~하다.

턱 Cái cằm, hàm. ~뼈 xương cằm. 위 [아래]~ cằm trên [dưới].

턱 Chỗ cao lên, cái ngưỡng. 문~ ngưỡng cửa.

턱밑 ① Mỏm cằm. ② Chỗ gần nhất.

턱뼈 Xương hàm; xương hàm trên.

턱수염(-鬚髯) Râu ở cằm. ~을 기르다 để râu.

턱없다 Không có lý do, vô lý, quá mức, không hiểu được. ~는 소문 tin đồn vô căn cứ.

턴 Rẽ, quành, quay. ~하다.

털 Râu, tóc, lông. ~이 있다 có lông. ~이 많다 nhiều lông.

털가죽 Da có lông.

털갈다 Sự rụng tóc, sự rụng lông/thay lông.

털갈이 Sự thay lông; sự rụng lông, sự rụng tóc.

털구멍 Lỗ chân lông.

털끝 Ngọn tóc.

털다 Giũ, phủi, bỏ. 먼지를 ~ giũ bụi. 눈을 ~ giũ tuyết.

털럭거리다 Bắn/văng tung tóe, tiếng sóng vỗ.

털보 Người đàn ông có râu tóc bờm xờm.

털복숭아 Đào lông.

털썩 Tiếng rơi tỏm /thịch.

털어놓다 Giũ sạch. 주머니를 ~ giũ túi.

털옷 Quần áo len.

털외투(-外套) Áo khoác lông

털털 Kêu leng keng, lanh canh, lách cách.

털털거리다 Lê bước dọc theo.

털털하다 Chân thật, thoải mái, tự nhiên.

텀벙거리다 Bắn tung téo.

텀블링 Lộn nhào trong không trung, cú tumbling.

텁석 Hoàn toàn bất ngờ, thình lình, đột ngột

텁수룩하다 Rối bù, bờm xờm, rậm rạp.

텁텁하다 Nhạt nhẽo, vô vị, cứng, dai, khó nuốt.

텃세(−貰) Sự thuê một địa điểm

텃세하다(−勢−) Lấn áp người mới đến (ma cũ ăn hiếp ma mới).

텅 Trống, rỗng.

텅스텐 Kim loại tungsten.

텅텅 Hoàn toàn trống rỗng.

테 Cái vòng, cái vành, cái nẹp, khung, đường viền.

테두리 Chu vi, đường tròn.

테러 Khủng bố. ~하다. ~습격 vụ khủng bố. ~단 nhóm khủng bố.

테러리스트 Người khủng bố, người tham gia khủng bố.

테레빈유(−油) Dầu thông.

테이프 Băng, cái băng từ. ~을 끊다 đứt băng. ~에 녹음하다 ghi hình băng. 자기~ băng từ.

테일라이트 Đèn hậu

텍스트 Bài đọc, bản văn; sách giáo khoa.

텍사스 Texas (một bang của Mỹ).

텐트 Rạp, lều, tăng.

텔레비전 Television, truyền hình, tivi. 19인치의 ~ tivi 19 inch

텔렉스 Hệ thống liên lạc bằng máy điện báo ghi chữ.

템포 Tốc độ, nhịp độ.

토건업(土建業) Công việc xây dựng.

토굴(土窟) Hang, động, sào huyệt.

토끼 Con thỏ. ~굴 hang thỏ. ~사냥 săn thỏ.

토닉 Thuốc bổ, rượu bổ.

토닥거리다 Vỗ nhẹ, gõ nhẹ, đậy nhẹ

토닥토닥 Toc toc, tiếng gõ liên tục

토담(土−) Vách đất (tường đất).

토대(土臺) (thuộc kiến trúc) nền móng, nền cửa.

토라지다 Bĩu môi, trề môi, hờn, dỗi, khinh thị.

토로(吐露) Thổ lộ, bày tỏ (quan điểm).

토론 Thảo luận. ~하다. 무익한~ cuộc thảo luận vô ích.

토룡(土龍) Rồng đất, con giun.

토마토 Cà chua. ~소스 sốt cà chua. ~주스 nước cà chua.

토마호크 Tên lửa Tomahawk.

토막 Khúc, cục, mẩu. 나무 한 ~ một khúc gỗ. ~나다 thành từng mẩu.

토막토막 Từng khúc từng khúc, thành từng mẩu/ đoạn. ~자른 나무 cây bị bắt thành từng đoạn

토멸(討滅) Thảo diệt, thanh trừ, diệt. ~하다. 적을 ~하다 diệt địch.

토목(土木) Cơ sở vật chất cơ bản, ban đầu. ~공사 xây dựng cơ bản. ~공이 thợ xây dựng cơ bản.

토미사일 Tên lửa TOW.

토민(土民) Dân bản địa, thổ dân.
토박이(土-) Gốc, bản địa.
토박하다(土薄-) Nghèo dinh dưỡng, bạc màu. 토박한 땅 đất bạc màu.
토벌(討伐) Thảo phạt, chinh phục, chinh phạt. ~하다. 반란군을 ~하다 diệt phản quân.
토벽(土壁) Tường đất.
토병(土兵) Lính địa phương.
토비(土匪) Thổ phỉ.
토사(土砂) Đất cát.
토사(吐瀉) Nôn mửa. ~하다.
토산(土山) Núi đất.
토산물(土産物) Thổ sản vật.
토색(土色) Màu đất.
토성(土星) Sao thổ.
토성(土城) Thành đất.
토속(土俗) Phong tục địa phương. ~학자 học giả về nghiên cứu phong tục địa phương
토스 Ném. ~하다
토스터 Cái lò nướng. ~로 빵을 굽다 nướng bánh bằng lò.
토신(土神) Thổ thần, thần thổ địa.
토악질(吐-) Nôn mửa. ~하다. 먹은 것을 ~하다 nôn những gì đã ăn
토양(土壤) Thổ nhưỡng, đất đai. 메마른[비옥한]~ đất bạc màu [phì nhiêu].
토어(土語) Ngôn ngữ địa phương.

토역(土役) Việc đất đá. ~하다.
토옥(土屋) Nhà đất.
토요일(土曜日) Thứ bảy.
토욕질(土浴-) Tắm bùn. ~하다.
토우(土雨) Cơn mưa bùn.
토의(討議) Cuộc thảo luận, bàn bạc. ~하다. ~를 끝내다 kết thúc thảo luận. ~중이다 đang bàn bạc.
토익 TOEIC.
토인(土人) Thổ dân.
토일렛 Nhà vệ sinh (toilet).
토장(土葬) Thổ táng, chôn dưới đất. ~하다.
토적(土賊) Thổ tặc, bọn trộm cấp bản địa.
토적(討賊) Tấn công, đánh, diệt. ~하다.
토제(吐劑) Thuốc gây nôn mửa.
토종(土種) Thuần chủng, chính hiệu địa phương đó. ~딸기 dưa thuần chủng.
토지(土地) Đất đai. 넓은~ đất đai rộng. ~를 많이 가진 사람 người có nhiều đất đai
토지소유(土地所有) Sở hữu đất. ~권(權) quyền sở hữu đất đai.
토질(土質) Chất đất. ~분석 phân tích chất đất.
토착(土着) Nguyên thuỷ, ban sơ. ~하다. ~동식물 động thực vật nguyên

sinh.

토큰 Đồng xu.

토털 Tất cả, tổng số (total).

토픽 Topic, chủ đề. 오늘의 ~ chủ đề của ngày hôm nay.

토하다(吐-) Nôn, mửa, ói. Nôn, nôn mửa. 피를 ~ nôn ra máu. 먹을 것을 ~ nôn những thứ đã ăn.

토혈(吐血) Thổ ra máu, nôn ra máu. ~하다

톡 Tiếng va vào nhau, tiếp đập, tiếng bắn súng, tiếng dây dứt, bụp, đoàng.

톡톡 Tiếng bụp bụp, tiếng vào nhau.

톡톡하다 Dày. 톡톡한 천 sợi dày.

톡톡히 Nghiêm khắc. ~ 책망 듣다 bị khiển trách nghiêm khắc

톤 Tấn. ~당 mỗi tấn. 쌀 한 ~ một tấn gạo. 적재량 10~의 배 tàu có sức chở 10 tấn.

톤수(-數) Số tấn, trọng tải. 이 배의 ~는 얼마입니까 trọng tải con tàu này là bao nhiêu?

톨게이트 Chỗ thu tiền phí giao thông (tollgate).

톨스토이 Nhà văn Leo Nikolaevich Tolstoi (1828 − 1910).

톱 Cái cưa. ~으로 자르다 cắt bằng cưa. 쇠~ cưa sắt. 외날 ~ cưa một răng.

톱 Đỉnh, đầu (top). ~과 꼴찌 đầu và cuối. 한 반의 ~ đầu một lớp.

톱뉴스 Tin hàng đầu

톱니 Răng cưa. ~ 모양의 hình răng cưa.

톱니바퀴 Bánh răng.

톱손 Cán cưa.

톱질 Cưa, kéo cưa. ~하다. ~하는 사람 người cưa, thợ cưa.

톱톱하다 Đặc.

통(桶) Cái thùng, hộp. 물~ thùng nước. 석유 ~ thùng dầu. 성냥 한 ~ một hộp diêm

통 Đường kính, chiều rộng.

통(筒) Ống, cái ống.

통(通) Bộ, bức, bản (văn thư, hợp đồng). 편지 두 ~ hai bức thư. 계약서 2~ hai bản hợp đồng.

통 Hoàn toàn, tất cả. ~ 모르겠다 hoàn toàn không biết gì

통(通) Người giỏi về cái gì đó, chuyên về cái gì đó. 소식~ người biết mọi thông tin, nguồn tin.

통각(痛覺) Cảm giác đau. 무~의 không có cảm giác đau.

통감(統監) Giám sát, điều hành. ~하다. 연습을 ~하다 giám sát việc luyện tập.

통감(痛感) Cảm nhận từ đáy lòng, nhận biết. ~하다.

통거리 Cả đống. ~로 bằng đống.

통격(痛擊) Tấn công, đánh. ~하다

통계(統計) Thống kê. ~하다. ~상 theo thống kê. ~보고 báo cáo thống kê. ~자료 tư liệu thống kê

통고(通告) Thông báo. ~하다. 사전에 ~하다 thông báo trước. 5일 전에 ~하다 báo trước năm ngày

통곡(痛哭, 慟哭) Khóc than, khóc đau khổ. ~하다.

통과(通過) Thông qua, đi qua, đỗ, vượt qua. ~하다. 세관을 ~하다 thông qua hải quan. 국회에 ~하다 thông qua quốc hội. 법안을 ~ thông qua luật. 서울 영공을 ~하다 đi qua không phận Seoul. ~시키다 cho qua.

통관(通關) Thông qua hải quan, làm thủ thục hải quan, hải quan. ~하다. ~사무소 văn phòng thuế quan

통괄(統括) Khái quát, tóm tắt. ~하다.

통근(通勤) Đi làm việc. ~하다. 매일 열차로 ~하다 ngày nào cũng đi làm bằng tàu hỏa.

통금 ① Tổng giá. ② Giá bán sỉ.

통금(通禁) Cấm đi lại. ~을 실시하다 thực hiện việc cấm đi lại.

통기공(通氣孔) Lỗ thông gió,

통김치 Kim chi gói trong bịch.

통나무 Cây thông.

통달(通達) Thông đạt, nắm vững. ~하다. 역사에 ~하다 nắm vững về lịch sử.

통닭 Con gà rán.

통독(通讀) Đọc hết. ~하다.

통람(通覽) Nhìn tổng thể. ~하다.

통렬(痛烈) Dữ dội, mạnh mẽ. ~하다. ~히 một cách dữ dội.

통례(通例) Thông lệ. ~로 theo thông lệ. ~가 되다 thành thông lệ.

통로(通路) Con đường, lối đi. ~를 트다 mở đường. ~가 있다 có đường đi. 비밀~ con đường bí mật.

통론(通論) Tóm tắt.

통발(筒-) Cái bẫy cá.

통변(通辯) Thông dịch. =통역(通譯).

통보(通報) Thông báo, báo. ~하다. 경찰에 ~하다 báo cho cảnh sát.

통분(痛憤, 痛忿) Căm phẫn đau đớn. ~하다.

통사정(通事情) Trình bày hoàn cảnh, xin thông cảm. ~하다.

통산(通算) Tổng số, tính tổng. ~하다. ~하여 tính tổng số.

통상(通常) Thông thường, hằng ngày. ~복(服) áo quần mặc hàng ngày. ~우편 bưu phẩm thông thường.

통상(通商) Thông thương, buôn bán, thương mại

통상조약(通商條約) Điều ước về thương mại. ~을 맺다 thiết lập điều ước về thương mại.

통석(痛惜) Vô cùng thương tiếc. ~하다.

통성(通性) Đặc tính thông thường. 녹이 잘 스는 것은 모든 금속 ~이다 dễ nung chảy là đặc tính thông thường của mọi kim loại.

통속 Nhóm, bọn, phe. 한 ~이 되다 cùng một nhóm.

통속(通俗) ① Phong tục thường, thông tục ② Thông thường. ~적으로 theo thông thường.

통속화(通俗化) Thông thường hóa. ~하다.

통솔(統率) Thống soái. ~하다. 일군 을 ~하다 thống soái toàn quân.

통신(通信) Thông tin, liên lạc. ~하다. ~기관 cơ quan thông tin. ~기술 kỹ thuật thông tin.

통신사(通信社) Thông tấn xã. 연합 ~ thông tấn xã Yonhap. 프랑스~ thông tấn xã Pháp (AFP).

통신사무(通信事務) Công việc thông tin.

통신원(通信員) Thông tấn viên. 특파 ~ thông tấn viên đặc phái.

통신정보수집(通信情報蒐集) Thu tập thông tin tình báo.

통신판매(通信販賣) Bán thông tin. ~를 하다 bán thông tin.

통어(統御) Thống ngự, chế ngự, quản lý. ~하다. 부하를 ~하다 quản lý đệ tử.

통역(通譯) Thông dịch, phiên dịch. ~하다. ~을 좀 해주세요 hãy dịch cho tôi với.

통용(通用) Thông dụng, phổ biến. ~하다. 국제간에 ~하다 thông dụng trên phạm vi quốc tế.

통운(通運) Vận tải. ~회사 công ty vận tải.

통원(通院) Đến bệnh viện thường xuyên. ~하다. ~환자 bệnh nhân điều trị ngoại trú.

통으로 Tổng thể, toàn bộ. ~ 팔다 bán tổng thể.

통음(痛飲) Uống nhiều, quá chén. ~하다. 밤을 새워~하다 thức đêm uống.

통일(統一) Thống nhất. ~하다. ~되다 được thống nhất

통장(通帳) Sổ ngân hàng. 예금~ sổ tiết kiệm.

통절(痛切) Thống thiết, cảm nhận sâu sắc. ~히 một cách sâu sắc.

통정(通情) Van nài, mong người khác hiểu cho hoàn cảnh của mình.

통제(統制) Khống chế, điều khiển, quản lý. ~하다. ~가 없다 không có khống chế.

통조림(桶-) Đóng hộp, hộp, thùng. ~식품 thực phẩm hộp. 고기~ thịt hộp. 생선~ cá hộp.

통증(痛症) Đau, chứng đau. ~을 느끼

다 cảm thấy đau. ~을 참다 chịu đau. ~이 심하다 rất đau.

통지(通知) Thông báo. ~하다. ~서 giấy thông báo. ~대로 như thông báo. ~를 받다 nhận được thông báo.

통짜다 Kết nhóm, kết băng đảng.

통째 Tổng thể, toàn bộ, tất cả. ~먹다 ăn hết.

통찰력(洞察力) Sức quan sát, sức giám sát. ~이 있는 có sức quan sát.

통첩(通牒) Thông điệp, thông báo. ~하다 thông báo. 최후 ~ thông báo sau cùng.

통치(通治) Trị liệu. ~하다. 만병 ~약 thuốc chữa trăm bệnh.

통치(統治) Thống trị. ~하다. 국가의 ~권 quyền thống trị đất nước. ~권 quyền thống trị.

통칙(通則) Nguyên tắc chung. ~으로서 theo nguyên tắc chung.

통칭(通稱) Tên gọi chung.

통쾌(痛快) Niềm vui, vui mừng. ~하다.

통탄(痛歎) Than thở đau đớn. ~하다. 아주 ~스러운 일 việc đáng tiếc.

통통 Mập, tròn, béo. ~하다. ~한 볼 cái má phúng phính. ~한 얼굴 khuôn mặt mập tròn.

통통 Thùng thùng, bùm bùm. ~거리다 kêu thùng thùng.

통틀어 Tổng thể, tóm lại, tất cả. ~만원 tất cả 10 ngàn. ~말하면 nói tóm lại.

통풍(通風) Thông gió, thoáng gió. ~하다. ~구 cửa thông gió.

통풍(痛風) Bệnh khớp. ~에 걸리다 mắc bệnh khớp.

통하다(通-) Chạy qua, qua, thông qua, đi qua. 바다로 ~ thông với biển.

통학(通學) Đi học. ~하다. 도보로 ~하다 đi bộ đi học.

통한(痛恨) Nỗi buồn, cái hận. ~하다. ~의 눈물 nước mắt hận thù.

통할(統轄) Quản lý, trông coi. ~하다. ~구역 khu vực quản lý.

통합(統合) Thống nhất, kết hợp, hợp lại. ~하다. 국민~의 상징 tượng trưng thống nhất của dân tộc.

통항(通航) Tàu thuyền đi qua lại, đi thuyền. ~하다.

통행(通行) Thông hành, đi lại, qua lại. ~하다. ~할 수 있다 có thể qua lại.

통행금지(通行禁止) Cấm đi lại. 야간 ~를 실시하다 thực hiện cấm đi lại ban đêm. ~구역 khu vực cấm đi lại. ~시간 thời gian cấm đi lại.

통혼(通婚) Thông hôn, kết hôn. ~하다.

통화(通貨) Tiền tệ. ~개혁 cải cách tiền tệ. ~시장 thị trường tiền tệ.

통화(通話) Nói điện thoại, gọi điện thoại, cú điện thoại. ~하다. ~중이다 đang nói chuyện điện thoại

통화횟수(通話回數) Số lần gọi điện thoại. ~계 máy đếm số lần gọi điện thoại.

퇴각(退却) Rời bỏ, rút lui. ~중인 적군 quân địch đang rút.

퇴거(退去) Bỏ đi, rút đi. ~하다. ~시키다 đuổi khỏi nơi ở. ~를 명하다 ra lệnh ra đi.

퇴고(推敲) Sửa đi sửa lại chữ. ~하다.

퇴골(腿骨) Xương đùi.

퇴관(退官) Về hưu, rút khỏi quan chức. ~하다.

퇴교(退校) Nghỉ học, ngưng học. ~하다. ~처분을 받다 bị đuổi học

퇴군(退軍) Rút quân.

퇴근(退勤) Tan việc, kết thúc công việc, nghỉ làm. ~하다. 5시에 ~하다 nghỉ việc lúc 5 giờ

퇴로(退路) Đường rút. ~를 끊다 cắt đường rút lui.

퇴물(退物) ① Vật được thừa hưởng. ② Vật bị bỏ rơi.

퇴박맞다(退-) Bị từ chối, bị loại, bị bác. 면허 신청이 ~ bị bác đơn

퇴보(退步) Thụt lùi, tụt hậu. ~하다. ~적(인) có tính thụt lùi.

퇴비(堆肥) Phân. ~더미 đống phân.

퇴사(退社) Nghỉ làm, nghỉ việc. ~하다. ~시키다 cho nghỉ việc.

퇴산(退散) Làm cho hư, làm cho vỡ ra. ~하다. ~시키다 làm cho vỡ ra.

퇴색(退色, 褪色) Bay màu, phai màu. ~하기 쉽다 dễ thay màu. ~하지 않는 không bay màu.

퇴석(退席) Về hưu, rút khỏi cương vị. ~하다. ~을 명하다 ra lệnh rời khỏi cương vị.

퇴석(堆石) Đống đá.

퇴세(頹勢) Thế đi xuống, thế thụt lùi.

퇴역(退役) Về hưu. ~시키다 cho về hưu. ~군인 quân nhân về hưu. ~장교 tướng về hưu.

퇴영(退叛) Thụt lùi, suy vong. ~하다.

퇴원(退院) Ra viện, xuất viện. ~하다. ~을 명하다 có lệnh ra viện.

퇴위(退位) Thoái vị. ~하다. ~시키다 buộc ai thoái vị.

퇴일보(退一步) Lùi một bước. ~하다.

퇴임(退任) Sự về hưu, sự nghỉ việc. ~하다. 임기 만료로 ~하다 về hưu vì hết nhiệm kỳ.

퇴장(退場) Rời sân, rời thảm đấu. ~하다. ~당하다 bị đuổi khỏi sân.

퇴적(堆積) Chất đống, chất gom lại. ~하다. 토사가 ~하여 삼각주를 이룬다 đất đá gom lại thành vùng tam giác.

퇴정(退廷) ① Ra khỏi cung đình. ② Rời tòa.

퇴조(退潮) Nước rút, nước xuống. ~시

에 lúc nước xuống.

퇴직(退職) Nghỉ hưu, nghỉ việc, thôi việc. ~하다. Về hưu. ~하다. ~시키다 cho về hưu.

퇴직금(退職金) Tiền nghỉ việc, tiền thôi việc.

퇴진(退陣) Rút lui, ra đi. ~하다. 곧 ~하는 총리 Thủ tướng sắp từ nhiệm.

퇴짜(退-) Từ chối, phản bác lại. ~맞다 bị từ chối

퇴출(退出) Rút lui, rút. ~하다.

퇴치(退治) Đẩy lùi, trừ khử. ~하다. 마약~운동 phong trào đẩy lùi ma tuý.

퇴침(退枕) Gối gỗ.

퇴폐(頹廢) Thối nát, hủ bại. ~하다. ~적인 영화 bộ phim hư hỏng.

퇴하다(退-) Từ chối. 선물을 ~ từ chối không nhận quà.

퇴학(退學) Bỏ học, nghỉ học. ~하다. 가정 형편으로 ~하다 nghỉ học vì lý do gia đình.

퇴혼하다(退婚-) Từ chối lời cầu hôn.

퇴화(退化) Thoái hóa, xuống cấp. ~하다. ~시키다 làm cho tụt lùi.

퇴회(退會) Bỏ họp, rời cuộc họp. ~하다.

투(套) ① Thói quen. ② Cách thức, kiểu. 말~ kiểu nói.

투계(鬪鷄) Gà chọi. ~장 sân chọi gà.

투고(投稿) Viết báo, viết bài.~하다. ~환영 hoan nghênh viết bài có ý kiến

투과(透過) Xuyên qua, thấu qua. 철판을 ~한다 xuyên qua tấm sắt.

투광기(投光器) Đèn chiếu sáng, đèn pha.

투구 Mũ bảo vệ ngày xưa. ~를 쓰다 dùng mũ giáp. ~를 벗다 cởi mũ.

투구(投球) Ném bóng. ~하다.

투기(投棄) Vứt bỏ. ~하다. 쓰레기를 노상에 불법 ~하다 vứt rác lậu lên đường.

투기(投機) Đầu cơ. ~하다. 주식~ đầu cơ cổ phiếu. 부동산~ đầu cơ bất động sản.

투기(妬忌) Sự ghen ghét, ganh tị. ~하다 ghen ghét. ~심 많은 hay có tính nghen tị.

투덜거리다 Than phiền, kêu ca, càu nhàu. 대우가 나빠서 ~ than phiền vì đối xử không tốt

투망(投網) Ném lưới, thả lưới. ~하다. ~하러 가다 đi thả lưới.

투매(投賣) Bán tháo, bán đổ, bán lỗ vốn. ~하다. ~가격 giá bán rẻ. a

투명(透明) Trong suốt. ~하다. ~도 độ trong suốt. 무색 ~한 trong suốt không màu.

투묘(投錨) Thả neo, hạ neo. ~하다. ~되어 있다 đã thả neo.

투미하다 Ngu ngốc, ngu đần.

투박스럽다 Trông đần, thô, xấu xí. 투

박스러운 구두 đôi dày thô, đôi dày xấu xí.

투박하다 Thô, xấu xí.

투병(鬪病) Chiến đấu với bệnh tật. 그는 ~ 생활 10년이 된다 anh ta chiến đấu với bệnh tật 10 năm nay.

투사(投射) Chiếu xuống, chiếu. ~하다. ~각 góc chiếu. ~면 mặt chiếu.

투사(鬪士) Đấu sĩ, chiến sĩ. 자유의 ~ chiến sĩ đấu tranh cho tự do.

투서(投書) Đưa thư tố cáo. ~하다. ~인 người đưa thư tố cáo.

투석(投石) Ném đá. ~하다. ~기(器) máy ném đá. a

-투성이 Đầy, dính đầy. 피~ đầy máu. 흙~의 차 xe dính đầy đất.

투숙(投宿) Trọ, trú. ~하다. =함께 ~하다 cùng trọ với nhau. ~객 khách trú.

투시(透視) ① Nhìn thấu. ~하다. ② Chụp tia X. ③ Nhìn vạn dặm.

투신하다(投身-) Lao vào, đâm đầu vào. 정계에 ~ lao vào chính trường.

투심(妬心) Tính ghen tuông.

투약(投藥) Cho uống thuốc, uống thuốc. ~하다. 과잉~ cho uống quá nhiều thuốc

투어리스트 Du lịch.

투여(投與) Cho uống thuốc. 약을 ~하다 cho uống thuốc.

투영(投影) Chiếu thành hình, chiếu thành bóng. ~하다.

투옥(投獄) Bỏ tù, bỏ vào ngục. ~하다. ~당하다 bị cho vào tù.

투우(鬪牛) Đấu trâu, đấu bò, chọi trâu, chọi bò. ~하다. ~장 bãi đấu bò.

투입(投入) Đưa vào, sử dụng. ~병력 đưa binh lực vào. 대량 ~ sử dụng số lượng lớn.

투자(投資) Đầu tư. ~하다. 토지에 ~하다 đầu tư vào đất đai.

투쟁(鬪爭) Đấu tranh. ~하다. ~적인 có tính chất đấu tranh. ~본능 bản năng đấu tranh.

투전(鬪牋) Đánh bài, đánh bạc.

투정 Đòi, càu nhàu, lè nhè. ~하다. 시계 사 달라고 ~하다 lè nhè đòi mua đồng hồ

투지(鬪志) Ý chí chiến đấu, tinh thần chiến đấu. ~를 보이다 tỏ rõ tinh thần chiến đấu.

투창(投槍) Ném lao. ~하다. ~선수 vận động viên ném lao.

투척(投擲) Ném, vứt, quẳng. ~하다. 수류탄을 ~하다 ném lựu đạn.

투철(透徹) Thấu triệt, triệt để. ~하다.

투표(投票) Bỏ phiếu, biểu quyết, bầu phiếu. ~하다. ~로 bằng hình thức bỏ phiếu.

투표권(投票權) Quyền bỏ phiếu. ~을 행사하다 thực hiện quyền bỏ phiếu của mình.

투하(投下) Vứt xuống, ném xuống. ~하다. 폭탄을 ~하다 ném bom.

투함(投函) Hòm thư, thùng thư, hòm phiếu. ~하다.

투항(投降) Đầu hàng. ~하다. 조건으로 ~하다 đầu hàng có điều kiện. ~자 kẻ đầu hàng.

투해머(投-) Ném búa.

투혼(鬪魂) Tinh thần chiến đấu.

툭하면 Động một chút là, chỉ một chút cũng.

툴툴거리다 Càu nhàu, than phiền. 월급이 적다고 ~ càu nhàu rằng lương ít quá.

퉁 Kêu bùm, bùm, rầm. 북을 ~ 울리다 trống kêu thùng thùng. 대포를 ~ 쏘다 đại pháo bắn ầm ầm.

퉁겨지다 Bị tách ra, bị rời ra, rời ra, gãy, trụt, trật khớp chân. 책상 다리가 ~ cái chân bàn bị rời ra.

퉁기다 ① Tháo ra, làm cho rời ra, tách ra. ② Đánh đàn, đánh vào dây cho kêu (ghi tavv.)

퉁명스럽다 Cộc lốc, cộc cằn, thô lỗ, bất lịch sự. ~게 một cách cục cằn, bất lịch sự.

퉁소 Sáo, cây tiêu. ~를 불다 thổi sáo, thổi tiêu.

퉁탕거리다 Nổ bùm bùm, kêu ùng oàng. 총 소리가 ~ tiếng súng ùng oàng.

퉤 Toẹt, bẹt. 침을 ~뱉다 nhổ nước bọt cái toẹt.

튀기 ① Lai, con lai, lai giống. ② Con lai, người có hai dòng máu (người).

튀기다 Búng, bật ra, nảy ra. 침을 ~며 이야기하다 nói bắn cả nước miếng.

튀기다 Rán chiên. 닭을 기름에 ~ rán gà bằng dầu. 쌀을 ~ rang cơm.

튀김 Món rán, món chiên. ~덮밥 cơm rang.

튀니지 Tunisia. ~사람 người Tunisian.

튀다 Bật ra, vọt ra, bắn ra. 볼이 ~ bóng nảy lên. 얼굴에 침이 ~ nước bọt bắn lên mặt

튀어나오다 Chạy ra, vọt ra. 거리로 ~ chạy vọt ra đường. 방에서~ vọt ra khỏi phòng.

튀하다 Làm rụng lông, cạo lông. 돼지를 더운 물로 ~ dùng nước nóng cạo lông heo.

튜너 Cái vặn kênh (tivi, đài).

튜브 Cái ống (tube).

튤립 Hoa Tulip.

트다 ① Mọc, nảy ra. 싹이 ~ nảy mầm. ② Nứt, vỡ. 손이 ~ tay bị nứt

트다 Mở, làm cho thông, đục cho thông. 길을 ~ thông đường. 구멍을 ~ mở lỗ, đục lỗ.

트랙 Đường chạy.
트랙터 Máy kéo (tractor). 경작용~ máy kéo canh tác.
트랜스 Máy biến thế. ~가 탔다 máy biến thế bị cháy.
트랜싯 Trung chuyển (transit).
트랩 Cái thang. ~을 오르다[내리다] lên [xuống] thang.
트러블 Điều lo lắng, vấn đề, rắc rối (trouble). 가정의 ~ vấn đề của gia đình.
트러스트 Niềm tin (trust). ~를 만들다 tạo niềm tin.
트럭 Xe tải. ~으로 운송하다 vận chuyển bằng xe tải. ~운전사 tài xế xe tải.
트럼프 Cái trống.
트럼펫 Kèn trompet.
트렁크 ① Cái rương, cái hòm. ② Thùng xe, hộp sau của xe.
트레이닝 Huấn luyện, sự tập dượt. ~을 하고 있다 đang huấn luyện.
트레이드 Thương mại, mậu dịch (trade). ~하다. ~마크 thương hiệu, nhãn hiệu.
트레일러 Xe móc, xe có toa móc.
트로피 Cúp chiến thắng.
트리오 Bộ 3, nhóm 3 người. ~로 노래하다 hát ba người.
트릭 Mưu, mẹo, trò lừa đảo. ~을 쓰다 dùng mẹo.
트이다 ① Làm cho rõ ra, làm cho sáng ra, mở ra. ② Thoải mái.
트집 Vết nứt, vết vạn, lỗi. ~(이) 나다 xuất hiện rạn nứt.
특가(特價) Giá đặc biệt. ~로 팔다 bán với giá đặc biệt.
특공(特功) Chiến công/ công lao đặc biệt. ~을 세우다 lập chiến công lớn.
특공대(特攻隊) Bộ đội đặc công, đội đặc nhiệm. ~를 파견하다 phái đặc công đến.
특과(特科) Khóa đặc biệt.
특권(特權) Đặc quyền, quyền riêng. ~이 있다 có đặc quyền.
특권계급(特權階級) Giai cấp đặc quyền.
특근(特勤) Làm việc vào ngày chủ nhật/ngày nghỉ.
특급(特急) Tốc hành, cực gấp, vội. ~을 타다 đi chuyến xe gấp nhất.
특급(特級) Đặc cấp, loại đặc biệt. ~주 rượu đặc biệt. ~품 hàng đặc biệt. ~호텔 khách sạn loại một.
특기(特技) Năng lực đặc biệt. 군사~ tài năng quân sự đặc biệt.
특기(特記) Đặc biệt để ghi nhớ, đáng ghi nhớ.
특대(特大) Đặc biệt lớn.
특대(特待) Đặc đãi, tiếp đãi một cách

đặc biệt.

특등(特等) Loại đặc biệt. ~석 ghế đặc biệt. ~실 phòng đặc biệt.

특례(特例) Trường hợp đặc biệt.

특매(特賣) Bán giá đặc biệt. ~하다. ~가격 giá đặc biệt. ~기간 thời gian bán hàng đặc biệt.

특명(特命) Đặc lệnh, mệnh lệnh đặc biệt. ~하다. ~전권 대사 đại sứ đặc mệnh toàn quyền. ~하다.

특무(特務) Nhiệm vụ đặc biệt. ~대 đội đặc vụ.

특별(特別) Đặc biệt, đặt trưng, cố hữu. ~하다. ~조사위원회 Uỷ ban điều tra đặc biệt.

특별검사(特別檢事) Kiểm tra đặc biệt.

특별수당(特別手當) Tiền thưởng đặc biệt.

특별임용(特別任用) Tuyển dụng đặc biệt.

특별취급(特別取扱) Đối xử đặc biệt. ~을 하다

특보(特報) Đặc báo, tin đặc biệt. ~하다.

특사(特赦) Ân xa đặc biệt. ~하다. 정치범을 ~하다 ân xá đặc biệt cho tù chính trị.

특산(特産) Đặc sản. ~물 đặc sản, thứ đặc sản. ~물[품] đặt sản vật.

특색(特色) Đặc sắc, nét đặc sắc. ~있는 có sự đặc sắc. ~없는 không có gì đặc sắc.

특선(特選) Đặc tuyển, tuyển dụng đặc biệt. ~하다.

특설(特設) Lắp đặt một cách đặc biệt. ~하다. ~도로 con đường đặc biệt.

특성(特性) Đặc tính. 국민적~ đặc tính dân tộc. 금속의~ đặc tính của kim loại.

특수(特殊) Đặc biệt, đặc thù. ~하다. ~한 목적 mục đích đặc biệt. ~한 원인 nguyên nhân đặc biệt

특수사정(特殊事情) Trường hợp đặc biệt.

특수취급(特殊取扱) Xử lý đặc biệt. ~하다.

특수화(特殊化) Đặc thù hóa, đặc biệt hóa. ~하다.

특실(特室) Phòng đặc biệt.

특약(特約) Hợp đồng đặc biệt. ~하다 làm một hợp đồng đặc biệt.

특용(特用) Dùng trong trường hợp đặc biệt, dùng riêng. ~하다.

특유(特有) Đặc hữu, đặc biệt. ~하다. ~한 미 vẻ đẹp đặc hữu. ~한 맛 vị đặc hữu.

특이(特異) Đặc biệt, riêng biệt. ~하다. ~성 tính đặc biệt. ~체질 thể chất đặc biệt.

특장(特長) Điểm mạnh đặc biệt.

특전(特典) Đặc quyền, quyền lợi đặc

biệt.
특전(特電) Bức điện đặc biệt.
특정(特定) Chỉ định đặc biệt, đặc biệt. ~ 계층 giai cấp đặc biệt.
특제(特製) Đặc chế. ~하다. ~품 hàng đặc chế.
특종(特種) Đặc chủng, loại đặc biệt.
특진(特進) Sự thăng tiến đặc biệt. 2계급 ~하다 thăng tiến 2 bậc.
특집(特輯) Ấn phẩm đặc biệt. ~하 다.
특징(特徵) Đặc trưng. ~적인 có tính đặc trưng. ~이 있다 có nét đặc trưng.
특청(特請) Yêu cầu đặc biệt. ~하다.
특출(特出) Kiệt xuất, nổi trội. ~하다. ~한 인물 nhân vật đặc biệt.
특파(特派) Đặc phái, biệt phát. ~하다. 미국에 ~하다 đặc phái đi Mỹ. ~원 đặc phái viên.
특파원(特派員) Đặc phái viên.
특필(特筆) Viết, miêu tả đề cập. ~하다.
특허(特許) ① Sự cho phép đặc biệt. ~하다. ② Bằng sở hữu công nghiệp.
특허권(特許權) Quyền sở hữu công nghiệp.
특혜(特惠) Đặc huệ, đặc ân. ~를 받다 được hưởng đặc huệ ~관세 [세율] thuế đặc biệt.
특효(特效) Hiệu quả đặc biệt. ~가 있다 có hiệu quả đặc biệt. ~약 thuốc đặc biệt.

특히(特-) Một cách đặc biệt là, nhất là. ~막내아들을 사랑하다 đặc biệt yêu con trai út
튼튼하다 Rắn chắc, chắc chắn, vững chắc, bền vững. 튼튼한 몸 một cơ thể rắn chắc.
틀 Cái khung, cái khuôn, khuôn mẫu. 사진~ khung ảnh.
틀니 Răng giả. ~를 끼우다 gắn răng giả.
틀다 Mở, bật, xoay, quay. 가스를 ~ mở ga. 라디오를 ~ mở radiô
틀리다 Bị trượt, bị trái.
틀리다 Sai trái, sai, không đúng. 틀린 생각 suy nghĩ sai trái.
틀림 Cái sai, sai trái, không đúng. ~이 없도록 đừng để cho sai, tránh để sai.
틀림없다 Chính xác, không sai. ~는 계산 sự tính toán không sai.
틀림없이 Chính xác, một chút sai, không sai, rõ ràng. 일을 ~하다 làm việc không sai tý nào.
틀어넣다 Nhét vào, bỏ vào. 옷을 장에 ~ nhét áo vào trong tủ.
틀어막다 Chẹn, chặn, bịt. 구멍을 흙으로 ~ bịt lỗ bằng đất. 귓구멍을 솜으로 ~ bịt tai bằng bông.
틀어박히다 Ở trong nhà, không đi đâu cả, đóng khung. 집에만 틀어박혀 있는 사람 người suốt ngày chỉ ở nhà

틀어지다 ① Trệch, lạc. ② Quan hệ xấu đi. 둘의 사이가 ~ quan hệ hai người không tốt.

틈 Chỗ trống, kẽ trống, kẽ hở, khe hở. ~으로 엿보다 nhìn qua khe hở.

틈나다 ① Nứt ra, nẻ ra. ② Có thời gian rỗi.

틈새 Khoảng trống. ~시장 thị trường khoảng trống, thị trường người ta không làm.

틈타다 Lợi dụng cơ hội, nắm lấy thời cơ.

틈틈이 Thỉnh thoảng khi có thời gian. ~ 꽃을 가꾸다 thỉnh thoảng chăm sóc hoa.

티 ① Chất lạ, tạp chất. 눈에 ~가 들다 có chất lạ bay vào mắt. ② Vết bẩn, vết tỳ

티 ① Chữ T. ~형(型) hình chữ T. ② Trà (tea).

티격나다 Có khoảng cách, xa nhau, có sự bất hòa.

티격태격 Cãi nhau. ~하다.

티끌 Hạt bụi, bụi. ~모아 태산 「tục ngữ」 Bụi góp thành núi, góp gió thành bão.

티눈 Cục chai ở chân hoặc tay. ~이 생긴 발가락 ngón chân có vết chai.

티뜯다 Bắt lỗi, tìm khuyết điểm.

티베트 Tây Tạng, Tibet. ~말 tiếng Tây Tạng. ~사람 người Tây Tạng.

티보다 Bắt lỗi, tìm cái sai của người khác.

티브이 Tivi (TV).

티셔츠 Áo sơ mi (T-shirt).

티슈페이퍼 Giấy lau miệng.

티처 Thầy giáo, giáo viên (teacher).

티켓 Cái vé (ticket).

티피컬 Điển hình (typical). ~하다. ~한 영국 신사 một thân sĩ Anh Quốc điển hình.

틴에이지 Tuổi thiếu nhiên.

팀 Đội, nhóm, tổ, đội. 홈 ~ đội nhà. ~을 짜다 ghép thành tổ. 축구~ đội bóng đá.

팀 Đội, nhóm. ~을 짜다 kết nhóm, làm thành đội.

팀스피리트 Tinh thần đồng đội (Team Spirit).

팀워크 Sự kết hợp đồng đội. ~가 좋다 [나쁘다] kết hợp đồng đội tốt [kém].

팁 Tiền bo, tiền hoa hồng. ~을 주다 trả tiền hoa hồng, cho tiền bo.

파(派) Đảng phái, cánh, phái, nhóm, trường phái. 좌~ phái tả. 우~ phái hữu.

파격(破格) Đột phá, ngoại lệ. ~하다. ~적인 có tính đột phá, có tính ngoại lệ.

파견(派遣) Phái, gửi, cử. ~하다. 군대를 ~하다 gửi quân. 대사를 ~하다 gửi đại sứ.

파경(破鏡) Chỉ ly dị, ly dị. 그 부부는 마침내 ~에 이르렀다 cuối cùng thì cặp vợ chồng ấy cũng đã ly dị nhau.

파계(破戒) Phá giới. ~승(僧) sư phá giới. ~자 kẻ phá giới.

파고(波高) Chiều cao cơn sóng.

파괴(破壞) Phá hoại, phá hỏng, phá hủy. ~하다. ~적인 có tính phá hoại.

파국(破局) Sự sụp đổ. ~에 직면하다 đối diện với sự sụp đổ.

파급(波及) Sự lan truyền, tỏa ra. ~하다. 전국에 ~하다 lan ra cả nước

파기(破棄) Phá huỷ, huỷ, loại bỏ. ~하다. 문서의 ~ huỷ công văn. 조약의 ~ huỷ điều ước.

파나다(破-) Vỡ, bể, hư. 그릇이 ~ đĩa bị vỡ.

파내다(破-) Làm cho vỡ, làm cho bể.

파담(破談) Làm hư cuộc nói chuyện. ~하다.

파도(波濤) Sóng, cơn sóng. 큰 ~ cơn sóng lớn. ~소리 tiếng sóng. ~모양 hình ngọn sóng.

파도타기(波濤-) Lướt ván, trượt sóng. ~하다.

파동(波動) Biến động. ~하다. 가격~ biến động giá cả. 경제~ biến động kinh tế.

파란(波蘭) Cơn sóng, sự dao động, sóng gió. 가정의 ~ cơn sóng trong gia đình.

파랑(波浪) Cơn sóng lớn. ~주의보 cảnh báo có sóng lớn.

파렴치(破廉恥) Không có liêm sỉ, vô liêm sĩ. ~하다. ~한 거짓말쟁이 kẻ nói dối không biết xấu hổ

파면(罷免) Bãi miễn, sa thải. ~하다. ~당하다 bị sa thải.

파멸(破滅) Hư hỏng, suy tàn, phá hỏng. ~하다. ~에 직면하다 đối diện với suy tàn.

파문(破紋) Sự ảnh hưởng. 정계에 ~을 던지다 mang lại sự ảnh hưởng tới chính trị.

파문(破門) Bị đuổi khỏi trường. ~을 당하다 bị đuổi khỏi trường học

파묻다 Chôn, mai táng. 시체를 ~ chôn xác. 땅 속에 깊이 ~ chôn sâu vào trong đất

파묻히다 Bị chôn, bị vùi, bị lấp. 눈에 ~ bị vùi trong tuyết. 일에 ~ bị vùi vào công việc.

파물(破物) Vậy bị hư. ~로 만들다 làm thành vật bị hư.

파방판(罷榜-) Kết thúc, hồi kết. ~이 되다 kết thúc.

파벌(派閥) Bè phái, phe phái. ~을 없애다 dẹp bỏ bè phái.

파병(派兵) Phái quân, cử quân. ~하다. 해외로 ~하다 cử quân ra nước ngoài.

파삭파삭 Giòn, dễ gãy. ~한 과자 bánh giòn.

파산(破産) Phá sản. ~하다. ~을 선고하다 tuyên bố phá sản.

파상공격(波狀攻擊) Tấn công theo đợt đều đặn.

파상풍(破傷風) Bệnh uốn ván. ~균 vi trùng uốn ván. ~항독소 혈청 huyết thanh chống độc uốn ván.

파생(派生) Phái sinh. ~하다. ~어 từ phái sinh. ~형 hình thức phái sinh. ~적인 có tính phái sinh.

파선(波線) Sóng, cơn sóng.

파선(破船) Vỡ tàu, chìm tàu. ~하다. ~현장 hiện trường vụ đắm tàu.

파손(破損) Hư hỏng, làm hư, hư. ~하다. ~되다 bị hư. 심하게 ~되다 bị hư hỏng nặng.

파쇄(破碎) Vỡ ra từng mảnh. ~하다.

파쇠(破-) Sắt vụn, sắt

파수(把守) Canh gác, canh phòng. ~보다 canh gác. ~꾼 người canh gác. ~꾼을 두다 cử người tới gác.

파악(把握) Nắm bắt, nắm. ~하다. 요점을 ~하다 nắm bắt được yếu điểm.

파안(破顔) Cười rạng rỡ. ~대소하다 cười lớn.

파약(破約) Xóa bỏ lời hứa. ~하다.

파업(罷業) ① Đóng cửa, không kinh doanh nữa. ~하다. ② Đình công. ~하다. ~권 quyền đình công

파열(破裂) Nổ, vỡ. ~하다. 보일러 [수도관]의 ~ nồi hơi [ống nước] vỡ ra.

파옥(破獄) Phá ngục, trốn ngục. ~하다. ~도주 phá ngục đào tẩu.

파장(波長) Chiều dài sóng. ~이 다르다 chiều dài sóng phát khác nhau.

파장(波長) Sự tác động, ảnh hưởng. 신문 기사의 ~은 매우 컸다 sự tác động của bài báo là rất lớn.

파장(罷場) Kết thúc, đóng cửa. ~하다.

파적(破寂) Tiêu khiển, giết thời gian. ~하다.

파종(播種) Gieo hạt. ~하다. 봄에 ~하다 gieo hạt vào xuân. 밭에 ~하다 gieo hạt lên ruộng.

파죽지세(破竹之勢) Thế chẻ tre. ~로 나아가다 tiến lên như thế chẻ tre.

파지(破紙) Giấy bỏ, giấy thừa.

파직(罷職) Đuổi, sa thải, bãi chức. ~하다.

파출(派出) Phái cử, cử đi. ~하다. ~부 (婦) người đến làm việc nhà. ~소 đồn cảnh sát.

파치(破-) Đồ bỏ, đồ hư.

파키슨 Bệnh rung tay chân về già, bệnh parkinson.

파탄(破綻) ① Thất bại, hư hỏng. ② Phá sản. ③ Phá hỏng.

파트너 Đối tác, bạn. 댄스 ~ bạn nhảy.

파티 Buổi tiệc, tiệc. ~을 열다 mở tiệc. 디너~ tiệc tối.

파편(破片) Mảnh, miếng, miếng. 포탄의 ~ mảnh đạn. 발에 ~이 박혔다 miếng cắm vào chân.

파하다(罷-) Kết thúc, chấm dứt. 학교가 파한 후에 sau khi tan học. 회의를 ~ tan họp.

파하다(破-) Đánh bại, phá hỏng. 적을 ~ đánh bại quân địch.

파행(爬行) Bò, trườn. ~하다. ~동물 động vật trườn.

파행(跛行) ① Đi cà nhắc, đi khập khiễng. ~하다. ② Đình trệ.

파헤치다 ① Đào ra, bới ra, ② Tìm ra, lục ra. 문제를 근본부터~ đào tìm từ căn bản của vấn đề.

파혼(破婚) Huỷ hôn, bỏ hôn. ~하다.

파훼(破毀) Phá huỷ, phá vỡ. ~하다.

판(板) Tấm. miếng. 목~ tấm gỗ. 철판 tấm sắt. 장기~ bàn cờ.

판(瓣) Cái van. 가스~ van ga, khóa ga. 안전~ van tan toàn.

판가름 Sự phán xét, phân xử. ~하다. 싸움을 ~하다 phân xử cuộc tranh cãi.

판각(板刻) In bằng bản khắc gỗ. ~하다.

판검사(判檢事) Thẩm phán và kiểm sát.

판결(判決) Phán quyết, tuyên án. ~하다. ~의 집행 chấp hành phán quyết.

판공비(辦公費) Chi phí công vụ.

판관(判官) Quan tòa.

판국(-局) Hoàn cảnh, tình trạng. 험한 ~ tình trạng nguy hiểm.

판권(版權) Bản quyền, bản quyền tác giả. =저작권. ~을 얻다 giành bản quyền.

판금(板金) Tấm kim loại, miếng kim loại.

판나다 ① Kết thúc, chấm dứt. ② Kiệt sức, mệt mỏi. ③ Sụp đổ, phá sản.

판단(判斷) Phán đoán. ~하다. 나의 ~ 으로는 theo phán đoán của tôi thì.

판단력(判斷力) Sức phán đoán. ~이 약하다 sức phán đoán yếu. ~이 없다 không có sức phán đoán.

판도(版圖) Lãnh thổ một đất nước. ~를 넓히다 mở rộng lãnh thổ.

판독(判讀) Giải mã, đọc giải mã. ~하다. ~하기 힘든 khó giản mã.

판례(判例) Tiền lệ xử án. ~를 인용하다 dẫn dụng một cái tiền lệ xử án.

판로(販路) Đường tiêu thụ, đường ra, đầu ra. ~가 없다 có đầu ra.

판막(瓣膜) Van tim, van. 호흡~ van hô hấp.

판매(販賣) Bán, tiêu thụ. ~하다. ~가격 giá bán ra. ~대리점 đại lý bán hàng. ~망 mạng tiêu thụ

판명(判明) Làm rõ, xác nhận, kiểm tra. ~되다. 신원이 ~되다 làm rõ lai lịch.

판목(版木) Khuôn in, bản khắc gỗ để in.

판문점(板門店) Bàn môn điếm.

판별(判別) Phân biệt. ~하다. ~할 수 있는[없는] có thể [không thể] phân biệt được.

판사(判事) Quan tòa, thẩm phán. ~석 ghế thẩm phán.

판상(辦償) Bồi thường.

판세(-勢) Cái thế của tình huống, tình thế. ~가 유리하게 되다 tình thế có lợi.

판연(判然) Rõ ràng, minh bạch. ~하다. ~히 một cách rõ ràng.

판유리(板琉璃) Kính tấm.

판이(判異) Khác biệt. ~하다.

판자(板子) Tấm bảng, tấm ván. ~조각 mẩu ván. ~를 대다[깔다] lót bằng ván. ~문 cửa ván.

판장(板牆) Tường bằng ván gỗ, hàng rào gỗ.

판정(判定) Phán quyết, phán xử, xử. ~하다. ~으로 이기다 xử thắng.

판정승(判定勝) Thắng do quyết định của trọng tài, thắng do phân xử. ~하다.

판정패(判定敗) Thua do quyết định của trọng tài. ~하다.

판지(板紙) Giấy tấm, giấy cứng.

판치다 Giỏi nhất trong đám. 내에서~ giỏi nhất trong làng.

판판하다 Bằng phẳng, ngang bằng. 판판한 땅 đất bằng. 땅을 판판히 고르다 cào bằng đất.

팔각(八角) Tám góc, bát giác. ~형 hình bát giác.

팔굽혀펴기 Chống đẩy tay. 그는 매일 아침~를 20번 한다 sáng nào hắn cũng chống đẩy 20 lần

팔꿈치 Cùi chỏ. ~로 지르다 giật cùi chỏ.

팔다 Bán. ~수 없는 không thể bán. 파는 물건 hàng để bán. 다 ~ bán hết

팔다리 Tay và chân. ~가 없는 không có tay chân. ~를 벌리고 dạn tay chân ra.

팔등신(八等身) Cân đối. ~의 미인 người đẹp cân đối.

팔딱거리다 Dập bùm bụp (tim, mạch). 맥이 ~ mạch đập bình bịch. 가슴 이 ~ ngực đập thình thịch.

팔뚝 Bắp tay. ~시계 đồng hồ đeo tay.

팔리다 Được bán, bị bán, bán đi, tiêu thụ. 잘 ~는 물건 hàng hóa dễ bán

팔림새 Sự bán hàng, việc bán hàng. ~가 좋다 [나쁘다] bán chạy [không chạy]. ~가 빠르다 bán nhanh.

팔면(八面) Tám mặt, nhiều mặt, các mặt.

팔면육비(八面六臂) Tám đầu sáu tay.

팔모(八-) Tám góc.

팔방(八方) Tám hướng, mọi chuyện. ~으로부터[에서] từ mọi hướng.

팔방미인(八方美人) Giỏi về nhiều mặt. 그는 ~이다 anh ta là người giỏi mọi thứ.

팔베개 Gối bằng tay. ~를 베다 gối lên tay.

팔삭둥이(八朔-) Đứa bé sinh non, thiếu tháng. ~를 낳다 sinh non.

팔순(八旬) Bát tuần, tám mươi tuổi. ~노인 người già tám mươi.

팔시간(八時間) Tám tiếng đồng hồ. ~노동 làm việc 8 tiếng. ~제 chế độ làm ngày tám tiếng.

팔심 Sức mạnh của đôi tay.

팔십(八十) Tám mươi. ~노인 người già tám mươi.

팔자(八字) Số phận. ~가 좋다 tốt số. ~가 사납다 số không tốt, xấu số.

팔자땜(八字-) Cái hạn. ~하다 bị hạn, gặp hạn.

팔재간(-才幹) Vật tay.

팔촌(八寸) ① Anh em họ đời thứ 8. ② Tám tấc.

팥죽(-粥) Cháo đậu đỏ.

패(牌) Ván, miếng. 나무~를 붙이다 dán tấm gỗ.

패가(敗家) Bại gia, gia đình tan nát. ~하다. ~망신 bại gia vong thân.

패각(貝殼) Vỏ sò.

패거리(牌-) Nhóm, bọn. 못된~ bọn hư hỏng.

패군(敗軍) Bại quân. ~지장은 병법을 말하지 않는다 Tướng bại trận đừng nói đến binh pháp.

패권(霸權) Quyền thống trị. ~을 다투다 tranh giành quyền thống trị.

패기(霸氣) Hoài bão, khát vọng. ~있는

사람 người có khát vọng. ~가 만만하다 đầy khát vọng.

패다 Bị đào, bị xới lên.

패덕(悖德) Vô đạo đức. ~한(漢) kẻ vô đạo đức. ~행위 hành vi vô đạo đức.

패류(貝類) Loài giáp xác.

패륜(悖倫) Vô đạo đức. ~행위 hành vi vô đạo đức.

패망(敗亡) Bại vong. ~하다. 그 나라는 사치풍조에 빠져 ~했다 đất nước đó bại vong vì xa xỉ.

패멸(敗滅) Tiêu diệt, bại vong. ~하다.

패밀리 Gia đình. ~맨 con người của gia đình.

패배(敗北) Bị đánh bại, bị thua. ~하다. ~로 끝나다 kết thúc bằng sự thua trận.

패보(敗報) Tin thua trận.

패색(敗色) Dấu hiệu thất bại. ~이 짙다 có dấu hiệu thất bại.

패세(敗勢) Cái thế thua.

패싸움(牌-) Cuộc đánh nhau giữa các băng nhóm. ~하다.

패업(敗業) Làm ăn thất bại.

패용(佩用) Mang, đeo. ~하다. 구내출입증~ Nhớ mang thẻ khi ra vào 『tấm biển』.

패자(敗者) Người thua trận, người bại trận. ~부활전 trận tái đấu của người thua trận.

패잔(敗殘) Bại tàn. ~병 tàn binh thua trận.

패장(敗將) Bại tướng.

패전(敗戰) Bại trận. ~하다. ~국 nước bại trận.

패주(敗走) Thua bỏ chạy. ~하다. 적을 ~케 하다 đánh cho địch thua bỏ chạy.

패퇴(敗退) Bại và rút lui. ~하다.

패하다(敗-) Thua, bại, thua trận. 경기에 ~ thua trận đấu. 전쟁에 ~ thua trận, thua chiến.

패혈증(敗血症) Sự nhiễm trùng máu.

팽대(膨大) Phồng lên, to lên, sưng lên. ~하다.

팽창(膨脹) Phình trướng, bùng nổ, bùng lên, độ nở, bành trướng. ~하다 số.

퍅하다(愎-) Cáu, cạu.

퍼먹다 ① Múc ăn, bới ăn. 밥을 숟가락으로 ~ dùng thìa múc ăn. ② Ăn vội.

퍼올리다 Kéo lên, múc lên. 우물에서 물을 ~ múc nước trong giếng lên.

펀펀하다 Bằng phẳng. 펀펀한 땅 đất bằng.

펄썩펄썩 Phập phồng, lên xuống.

펄펄 ① Sùng sục. 물을 ~끓이다 đun nước sôi sùng sục. ② Nóng hổi.

페더급(-級) Hạng lông (quyền anh). ~선수 vận động viên hạng lông.

페스티벌 Lễ hội.

편(便) ① Phương hướng. ② Phe, phía. Phía, phe. 우리~ phía chúng tôi. 상대~ phía đối tác, phía đối diện.

편(編) Sự biên soạn. 김 박사 ~(의) Tiến sĩ Kim biên soạn.

편(篇) Quyển, tập. 상~[하~] tập đầu [sau]. 한 ~의 시 một tập thơ. a

편가르다(便-) Chia thành nhóm. 편갈라서 싸우다 Chia phe đánh nhau.

편각(偏角) Góc lệch, góc xiên.

편견(偏見) Định kiến, ác cảm. ~적인 có tính định kiến. ~없는 không có định kiến gì.

편곡(編曲) Soạn nhạc, làm ca khúc.

편년사(編年史) Biên niên sử.

편달(鞭撻) ① Đánh. ~하다. ② Sự cổ vũ, động viên. ~하다..

편대(編隊) Biên đội. 3 기~로 một biên đội ba chiếc. ~를 짓다 làm thành biên đội.

편대비행(編隊飛行) Biên đội bay.

편도(片道) Một chuyến, một lượt. ~3백원 một lượt đi 300 won. ~승차권 vé một chiều.

편도선(扁桃腺) Amygdale. ~이 붓다 sưng amygdale. ~수술 phẫu thuật amygdale,

편두통(偏頭痛) Chứng đau nửa đầu. ~이 나다 bị đau nửa đầu.

편들다(便-) Bênh vực, ủng hộ, tham gia, đứng về phía. 아들을 ~ đứng về phía con trai

편람(便覽) Sổ tay, sổ hướng dẫn.

편력(遍歷) Tham quan, du lịch.

편류(偏流) Bay chếch vì hướng gió.

편리(便利) Thuận lợi, tiện lợi. ~하다. 교통이 ~하다 thuận tiện giao thông.

편린(片鱗) Mẩu, miếng, chút.

편면(片面) Một mặt. ~인쇄기 máy in một mặt.

편모(偏母) Bà mẹ góa.

편무(片務) Đơn phương. ~적 có tính đơn phương.

편무역(片貿易) Thương mại một chiều.

편물(編物) Đan. ~하다. ~기계 máy đan.

편발(編髮) Đuôi tóc.

편법(便法) Một phương pháp dễ dàng, thuận lợi. ~을 쓰다 dùng phương pháp thuận lợi

편벽(偏僻) Thiên vị, bênh vực. ~하다, ~되다.

편복(便服) Quần áo mặc thường ngày. ~으로 외출하다 đi ra ngoài bằng bộ quần áo thường

편성(編成) Tổ chức, hình thành. ~하다. 으로 ~되어 있다 được tổ chức thành.

편수(編修) Biên tập, chỉnh sửa. ~하다. ~관 người biên tập chỉnh sửa. ~부

ban biên tập.

편승하다(便乘-) ① Đi nhờ, đi ké. 한 친구가 인천까지 그의 차에 ~시켜 주었다 cho một người bạn đi nhờ đến InCheon. ② Nắm lấy cơ hội, nhân cơ hội.

편식(偏食) Ăn kiêng, chỉ ăn một loại nào đó. ~하다. 건강한 사람 은 ~하지 않는다 người mạnh khoẻ không ăn kiêng.

편쌈(便-) Băng nhóm đánh nhau. ~하다.

편안(便安) Bình an, an bình, thoải mái. ~한 생활 cuộc sống bình an. 마음이 ~하다 tâm trạng bình an

편안히(便安-) Một cách thoải mái. ~지내다 sống một cách thoải mái.

편애(偏愛) Thiên vị, bênh vực. ~하다. 어머니는 그를 ~했다 mẹ bênh cho nó.

편육(片肉) Một lát (một miếng) thịt.

편의(便衣) Áo quần mặc hằng ngày.

편의(便宜) Thuận tiện, tiện lợi. ~를 제공하다 mang lại sự tiện lợi, đưa lại sự tiện lợi.

편이하다(便易-) Thoải mái, dễ dàng.

편익(便益) Tiện ích, tiện lợi. ~을 주다 mang lại sự tiện ích.

편입(編入) Sự kết nạp, ssát nhập. ~하다. 포병에 ~되다 được kết nạo vào pháo binh.

편자(編者) Chủ bút, người biên soạn.

편재(偏在) Tồn đọng, gom lại một chỗ, chỗ tập trung. ~하다. 부의 ~ nơi tập trung sự giàu có.

편재(遍在) Lan tỏa, lan ra. ~하다.

편저(編著) Biên soạn. ~하다. ~자 người biên soạn.

편주(扁舟) Xuồng nhỏ.

편중(偏重) Tập trung, gom vào. ~하다. 이 회사는 학력~을 피하고 능력주의를 취하고 있다 công ty này tránh chuyện tập trung vào học lực mà lấy chủ nghĩa năng lực.

편지(片紙, 便紙) Bức thư. ~하다. viết thư. ~를 쓰다 viết thư. ~를 주고 받다 thư đi thư lại.

편집(偏執) Tính ngoan cố, cố chấp. ~하다. ~병 bệnh bảo thủ.

편집(編輯) Biên tập, biên soạn. ~하다. ~부 ban biên tập. ~자 người biên tập. ~장 Tổng biên tập

편짜다(便-) Làm thành nhóm, làm thành phe.

편짝(便-) Phía, phe, bên. 이[저] ~ bên này [kia]. 우리[저] ~ phe chúng tôi/ phía chúng tôi.

편차(偏差) Độ lệch, sai số.

편찬(編纂) Sự biên tập, biên soạn. ~하다. 이 책은 잘 ~되어 있다 sách này được biên soạn rất tốt

편찮다(便-) Bất tiện, khó chịu, mệt mỏi, đau ốm. 몸이 ~ cơ thể khó chịu. 속이 ~ trong bụng khó chịu.

편취(騙取) Lừa, gạt, lừa để lấy. ~하다. 돈을 ~하다 lừa tiền của ai. ~자 kẻ lừa gạt

편친(偏親) Chỉ còn lại hoặc cha hoặc mẹ.

편토(片土) Miếng đất.

편파(偏頗) Không công bằng, không chính xác, thiên vị. ~적으로 có tính thiên vị

편편하다(便便-) Thoải mái, dễ chịu. 편편히 지내다 sống thoải mái.

편평하다(扁平-) Bằng phẳng.

편하다(便-) Tiện lợi, thuận tiện thoải mái. 교통이 ~ giao thông thuận tiện. 쓰기에 ~ tiện dùng.

편히(便-) Một cách thoải mái, không có gì phải lo. ~살다 sống thoải mái.

편하게(便-) Một cách dễ chịu, thoải mái.

편향(偏向) Chỉ tập trung vào một hướng, lệch hướng. ~교육 giáo dục chỉ tập trung vào một hướng.

편협하다(偏狹-) Hẹp hòi. 편협한 생각을 갖고 있다 mang suy nghĩ hẹp hòi.

펼치다 Mở ra, trải ra, căng ra. 지도를 ~ trải bàn đồ ra. 손을 ~ mở tay ra.

폄론(貶論) Phiếm luận. ~하다.

폄하다(貶-) Nói phiếm, nói đùa, nói xấu. 아무를 ~ nói phiếm ai.

평(坪) Đơn vị diện tích, bằng 3,3 mét vuông.

평(評) Phê bình, bình luận, đánh giá. ~이 좋다[나쁘다] đánh giá tốt [xấu].

평-(平) Bình thường. ~교사 nhân viên bình thường.

평가(平價) Giá trung bình, giá bỉnh ổn.

평가(評價) Đánh giá, nhận xét. ~하다. 아무를 높이 ~하다 đánh giá cao ai đó.

평결(評決) Quyết định. ~하다. ~을 내리다 đưa ra quyết định.

평균(平均) Bình quân. ~하다. 한 사람 ~ bình quân mỗi người. 연~ bình quân năm.

평년(平年) Năm thường, các năm khác. 기온은 ~과 같다 khí hậu như mọi năm.

평등(平等) Bình đẳng. ~하다. ~히 một cách bình đẳng. ~한 대우 sự đối xử công bằng.

평론(評論) Bình luận. ~하다. ~가 nhà bình luận. ~문 văn bình luận. 문예~ bình luận văn nghệ.

평맥(平脈) Mạch bình thường (nhịp đập).

평면(平面) Mặt bằng, bình diện. ~텔레비전 ti vi mặt phẳng.

평미레(平-) Cái cào. ~질하다 cào cho bằng.

평민(平民) Bình dân, dân thường. ~적인 có tính thường dân. ~으로 태어나다 sinh ra là thường dân.

평방(平方) Bình phương; vuông. ~미터 mét vuông.

평복(平服) Thường phục, quần áo mặc thường ngày.

평분(平分) Chia đều.

평사원(平社員) Một nhân viên bình thường.

평상(平床) Cái giường thường.

평상(平常) Thông thường, bình thường. 평상시~ lúc thường. ~상태 trạng thái bình thường.

평상시(平常時) Lúc thường, khi thường. ~보다 일찍 일어나다 dậy sớm hơn bình thường.

평생(平生) Bình sinh, cuộc đời. ~의 한 nỗi hận cuộc đời. 한 ~ một cuộc đời.

평소(平素) Lúc bình thường, thường ngày. ~에 vào ngày thường. ~와 같이 như thường.

평수(坪數) Diện tích tính bằng pyong (3,3mét vuông). ~ 20평이다 diện tích là 20 pyong.

평시(平時) Lúc thường, bình thường. ~에는 vào lúc bình thường.

평안(平安) Bình an, bình yên. ~하다. ~히 một cách bình yên.

평야(平野) Bình nguyên, đồng bằng.

평열(平熱) Nhiệt độ trung bình. 내 체온은 ~이 되었다 Nhiệt độ cơ thể của tôi ở mức bình thường.

평양(平壤) Bình Nhưỡng (Thủ đô Cộng hòa Dân chủ Nhân dân Triều Tiên).

평영(平泳) Bơi ếch. ~하다. ~선수 vận động viên bơi ếch.

평온(平溫) Nhiệt độ lúc thường.

평온(平穩) Thanh bình, sự yên tĩnh. ~하다.

평원(平原) Bình nguyên.

평의(評議) Đánh giá, nhận xét. ~하다.

평이(平易) Bình dị, đơn giản. ~하다. ~하게 một cách đơn giản.

평일(平日) Ngày thường. ~에는 vào ngày thường. ~처럼 như ngày thường.

평전(評傳) Tiểu sử.

평점(評點) Điểm, điểm học.

평정(平定) Bình định, dẹp loạn. ~하다. 반란을 ~하다 bình định quân phiến loạn.

평정(平靜) Tĩnh lặng, bình tĩnh. ~하다. 마음의 ~ tâm hồn tĩnh lặng.

평정(評定) Đánh giá, nhận xét. ~하다.

평준(平準) Cân bằng. ~점 điểm cân bằng.

평지(平地) Đồng bằng, nơi đất bằng phẳng. ~풍파 bình địa phong ba, cơn gió bão nổi giữa đất bằng, chỉ sự việc không ngờ.

평탄(平坦) Bằng phẳng. ~하다. ~한 길 con đường bằng.

평토(平土) Đất bằng. ~하다 san cho bằng. ~장 chôn bằng, chôn không để lại dấu.

평판(平板) Tấm ván.

평판(評判) Sự đánh giá của thế gian, đánh giá của mọi người.

평평하다(平平-) Bằng phẳng, bình bình.

평하다(評-) Phê bình, đánh giá.

평행(平行) Bình hành, song song. ~하다. 길이 철도와 ~해 있다 con đường song song với đường ray.

평형(平衡) Sự cân bằng, thế cân bằng. ~하다. ~을 유지하다 duy trì độ cân bằng.

평화(平和) Hòa bình. ~스럽다. ~적이다 có tính chất hòa bình.

평활(平滑) Bằng, phẳng, nhẵn. ~하다.

평활(平闊) Bằng phẳng và rộng lớn. ~하다.

폐(肺) Phổi. ~경변 chứng xơ phổi. ~가 약하다[나쁘다] phổi yếu [xấu].

폐(弊) Cái xấu, sự xấu xa. 음주의 ~ thói xấu uống rượu. 관습의 ~ cái xấu của tập tục.

폐(廢) Phế, phế bỏ. ~하다.

폐간(廢刊) Sự ngưng xuất bản, đình bản. ~하다. ~된 잡지 tạp chí bị đình bản.

폐갱(廢坑) Cái hầm hoang, cái hang bỏ hoang. Lao.

폐결핵 Lao, suyễn. ~에 걸리다 mắc bệnh lao. ~환자 bệnh nhân suyễn.

폐경기(閉經期) Tuổi mãn kinh, thời kỳ mãn kinh.

폐관(閉館) Đóng, đóng cửa, kết thúc. ~하다. ~시각 thời gian đóng cửa.

폐교(廢校閉校) Đóng cửa trường học. ~하다.

폐기(廢棄) Vứt, xóa bỏ, loại trừ, bỏ. ~하다. 오래된 서류를 ~하다 loại bỏ các hồ sơ lâu ngày.

폐기물(廢棄物) Các đồ bị xóa bỏ, đồ thải. 공장~ chất thải ở nhà máy ra. 플라스틱~ chất thải nhựa.

폐단(弊端) Thói xấu, sự xấu xa, sự độc ác. ~을 없애다[고치다] loại bỏ [sửa chữa] thói hư.

폐동맥(肺動脈) Động mạch phổi.

폐롭다(弊-) Quấy rầy, gây khó chịu, làm phiền phức (cho ai). ~게 굴다 làm phiền ai

폐막(閉幕) Bế mạc, kết thúc. ~하다. 공연은 9시에 ~된다 chương trình biểu diễn kết thúc lúc 9 giờ.

폐문(閉門) Sự đóng cổng. ~하다. ~시간 thời gian đóng cửa.

폐물(廢物) Đồ thải, đồ vứt đi, chất thải. ~이 되다 đồ bỏ đi, đồ vô dụng.

폐방(廢房) Bỏ phòng, không dùng căn phòng nữa. ~하다.

폐백(幣帛) Cô dâu lạy và tặng quà cho bố mẹ chồng sau khi cưới.

폐병(肺病) Bệnh phổi. ~으로 죽다 chết vì bệnh phổi. ~을 앓다 bị bệnh phổi.

폐병(廢兵) Bệnh binh, phế binh.

폐부(肺腑) ① Phổi. ② Tấm lòng. ~를 찌르는 듯한 như là cắt ruột gan.

폐비(廢妃) Bỏ, phế hoàng hậu. ~하다.

폐색(閉塞) Sự phong tỏa, bao vây, đóng lại. ~하다. 항구를 ~하다 khóa cảng.

폐소공포증(閉所恐怖症) Bệnh lúc nào cũng cảm thấy ngột ngạt.

폐쇄(閉鎖) Loại bỏ, bỏ, kết thúc. ~하다. 공장을 ~하다 bỏ nhà xưởng.

폐수(廢水) Nước thải, nước bẩn. ~처리장 nơi xử lý nước thải. 생활~ nước thải sinh hoạt.

폐습(弊習) Tập tục xấu, thói xấu. ~을 없애다 loại bỏ tập tục xấu.

폐안(廢案) Phương án bị loại bỏ.

폐암(肺癌) Ung thư phổi.

폐어(肺魚) Cá phổi.

폐업(廢業) Đóng cửa, không làm ăn nữa, bỏ nghề.

폐엽(肺葉) Bệnh viêm phổi.

폐옥(廢屋) Ngôi nhà hoang.

폐위(廢位) Phế vị, phế truất (vua). ~하다.

폐유(廢油) Dầu thải, dầu hư thải ra.

폐인(廢人) Phế nhân, người tàn phế. ~이나 다름없이 되다 chẳng khác gì người tàn phế.

폐점(閉店) Sự đóng của hàng, không bán hàng. ~하다. ~시간 thời gian đóng cửa.

폐정(閉廷) Đóng cửa tòa án, dừng phán xét. ~하다. 재판장은 화요 일까지~선언했다 tòa tuyên bố dừng đến thứ ba tuần sau.

폐지(閉止) Sự ngưng, dừng, chấm dứt. ~하다. 월경~기 thời kỳ chấm dứt kinh nguyệt.

폐지(廢止) Xóa bỏ, phế chỉ. ~하다. ~되다 bị xóa bỏ.

폐질(廢疾) Bệnh tật. ~이 되다 bị bệnh.

폐질환(肺疾患) Bệnh phổi.

폐차(廢車) Xe bỏ, xe phế thải. ~하다 thải xe. ~장 bãi thải xe.

폐출혈(肺出血) Xuất huyết phổi.

폐품(廢品) Phế phẩm, đồ hư, hàng hư. ~을 회수하다 thu hồi phế phẩm. ~처리 xử lý phế phẩm.

폐하(陛下) Bệ hạ. 황제~ Hoàng đế Bệ hạ. 황후~ Hoàng hậu Bệ hạ.

폐하다(廢-) Bỏ, loại, phá. 노예 제도를 ~ bãi bỏ chết độ nô lệ. 법률을 ~ bỏ luật.

폐함(廢艦) Con thuyền hư. ~처분하다 xử lý thuyền hư.

폐합(廢合) Loại bỏ và sát nhập, phế và nhập vào. ~하다.

폐해(弊害) Thói xấu, điều ác, điều xấu. ~를 고치다 sửa cái thói xấu. ~가 있다 có tật xấu.

폐허(廢墟) Tan hoang, hư hỏng. ~로 변하다 biến thành hoang tàn. ~가 되다 trở nên hư hỏng.

폐환(肺患) Bệnh phổi.

폐활량(肺活量) Dung tích phổi, sức chứa của phổi. ~계(計) máy đo dung tích phổi.

폐회(閉會) Tan họp, bế hội, kết thúc cuộc họp. ~하다. ~를 선언하다 tuyên bố bế mạc cuộc họp.

포(砲) Pháo, đại pháo, súng cối. 박격~ pháp phản kích. 12인치 ~ pháp 12 inch.

포(脯) Thịt khô. 육~포 thịt khô.

포가(砲架) Giá pháo, giá súng. ~를 세우다 lập giá pháo, lập giá súng

포격(砲擊) Pháo kích, bắn pháo, nã pháo. ~하다. ~을 받다 bị pháo kích.

포경(包莖) Bao quy đầu. ~수술 mổ cắt bao quy đầu.

포경(捕鯨) Sự săn cá voi. ~하다. 국제~규제 조약 Điều ước quy chế săn cá voi quốc tế.

포고(布告) Công bố, bố cáo. ~하다. 선전~ tuyên chiến.

포괄(包括) Bao quát, khái quát, tổng thể. ~하다. ~적 có tính bao quát.

포교(布敎) Sự truyền giáo. ~하다.

포구(砲口) Miệng súng, họng súng, nòng súng.

포구(浦口) Bến cảng, cửa khẩu.

포근하다 ① Ấm áp. ~포근한 날씨 thời tiết ấm áp ② Thân thiện, thân thiết. 마음이 ~ tấm lòng thân thiện, ấm áp.

포근히 Ngủ sâu, ngủ ngon. ~잠들다 ngủ sâu.

포금(砲金) Một dạng loại kim loại đồng.

포기(抛棄) Từ bỏ, bỏ, buông. ~하다. 계획을 ~ từ bỏ kế hoạch. 직장을 ~하다 bỏ việc làm.

포대(布袋) Bao, túi. 시멘트 열~ mười bao xi măng.

포대(砲臺) Ụ pháo. ~를 구축하다 làm

ụ pháo.

포대(砲隊) Trung đội pháo binh.

포도(葡萄) Nho. ~의 수확 thu hoạch nho. ~를 재배하다 trồng nho. ~나무 cây nho.

포도(鋪道) Con đường được tráng nhựa.

포도주(葡萄酒) Rượu nho. 백~ rượu nho trắng. 적(赤) ~ rượu nho đỏ.

포도청(捕盜廳) Đồn cảnh sát

포란(抱卵) Ấp trứng. ~하다. ~기(期) mùa ấp trứng.

포로(捕虜) Tù binh. ~가 되다 trở thành tù binh. ~를 수용하다 giam giữ tù binh

포만(飽滿) Sung túc, đầy đủ, thỏa mãn. ~하다.

포말(泡沫) Bong bóng, bọt nước. ~같은 như bong bóng. ~같은 명성 danh tiếng như bong bóng.

포목(布木) Vải vóc.

포문(砲門) Miệng súng, họng súng. ~을 열다 bắn đầu bắn.

포미(砲尾) Đuôi súng.

포박(捕縛) Bắt giữ, chặn lại, tóm lấy. ~하다.

포병(砲兵) Pháo binh, pháo. ~전 trận đánh bằng pháo. ~기지 căn cứ pháo binh.

포복(匍匐) Bò, trườn. ~하다.

포복절도(抱腹絶倒) Cười vỡ bụng. ~하다. 그는 모든 청중들을 ~케 했다 anh ta làm cho tất cả khán giả cười vỡ bụng.

포부(抱負) Nguyện vọng, hy vọng, mong muốn. ~가 있는 có mong muốn.

포살(捕殺) Bắt và giết. ~하다.

포상(砲床) Bệ pháo.

포상(褒賞) Giải thưởng, thưởng. ~하다. ~을 받다 nhận thưởng. ~수령자 người nhận thưởng

포석(布石) Bày binh bố trận (cờ). ~하다.

포석(鋪石) Đá lát đường.

포성(砲聲) Tiếng pháo. 멀리서~이 들렸다 nghe tiếng pháo ở xa xa.

포수(砲手) Người đi săn, pháo thủ.

포술(砲術) Kỹ thuật bắn pháo.

포승(捕繩) Dây trói, dây thừng. ~에 묶이다 trói vào dây. ~을 풀다 cởi dây trói.

포식(捕食) Ăn thịt. ~하다. ~동물 động vật ăn thịt.

포식(飽食) Ăn no. ~하다.

포신(砲身) Thân súng.

포악(暴惡) Ác độc, độc ác. ~하다. ~무도한 살인범 kẻ giết người độc ác vô tâm.

포안(砲眼) Lỗ súng, lỗ để bắn.

포연(砲煙) Khói súng.

포열(砲列) Bố trí pháo, sự sắp xếp pháo. ~을 배치하다 sắp xếp pháo.

포옹(抱擁) Ôm. ~하다. 서로 ~하다 ôm nhau.

포용(包容) Chứa, đựng, sự bao dung, độ lượng. ~하다. ~력 sức chứa. ~성 tính bao dung, sự bao dung

포위(包圍) Bao vây. ~하다. 마을을 ~하다 bao vây ngôi làng. ~을 풀다 tháo vòng vây. ~망 vòng vây

포유(哺乳) Sự cho con bú. ~하다. ~동물 động vật có vú.

포자(胞子) Bào tử.

포장(布帳) Tấm rèm, tấm chắn. ~을 씌우다[걷다] kéo [treo] rèm.

포장(包裝) Đóng gói, đóng hộp, đóng thùng. ~하다. ~을 풀다 tháo gói.

포장(褒章) Huy chương, mề đay.

포장(鋪裝) Rải nhựa, tráng nhựa, làm mặt nền đường. ~하다. 갓~된 도로 con đường vừa được tráng nhựa

포장마차(布帳馬車) Nơi bán rượu, quán nhậu bình dân bên lề đường

포전(砲戰) Trận pháo chiến.

포좌(砲座) Bệ pháo.

포주(抱主) Chủ chứa (gái điếm).

포진(布陣) Bày đội hình, đứng thành hàng. ~하다.

포진(疱疹) Bệnh nổi mẩn ở da, bệnh ngoài da.

포차(砲車) Xe chở pháo.

포착(捕捉) Sự bắt giữ; sự giành được, hiểu, nắm bắt. ~하다. ~하기 어려운 khó hiểu.

포탄(砲彈) Đạn pháo. ~의 연기 khói đạn pháo. 적에게 ~을 퍼붓다 trút đạn vào quân địch.

포탈(逋脫) Sự trốn thuế. ~하다. 세금~자 kẻ trốn thuế.

포탑(砲塔) Tháp pháo.

포태(胞胎) Bào thai, có mang.

포피(包皮) Bao quy đầu.

포학(暴虐) Độc ác, bạo ngược. ~하다. ~무도 độc ác vô đạo.

포함(包含) Bao gồm, bao hàm, chứa. ~하다. ~을 포함하다 bao gồm cả cái gì trong đó.

포함(砲艦) Tàu chiến, pháo hạm.

포화(砲火) Hỏa pháo, pháo kích. ~를 퍼붓다 trút pháo. 서로 ~를 주고 받다 trút pháo vào nhau.

포화(飽和) Bão hòa. ~하다. ~시키다 làm cho bão hòa. ~상태 tình trạng bão hòa. ~액 con số bão hòa

포화상태(飽和狀態) Tình trạng bão hòa. ~에 있다 ở vào trình trạng bão hòa.

포환(砲丸) ① Viên đạn, viên pháo. ② Ném tạ.

포획(捕獲) Bắt được, thu được. ~하다. 적선을 세척 ~하다 bắt được 3 cái tàu của địch.

포효(咆哮) Tiếng gầm, rống (thú), la hét. ~하다. 호랑이의 ~ tiếng gầm của hổ.

폭(幅) Chiều rộng, bề rộng, chiều ngang. ~이 좁다 chật bề ngang.

폭거(暴擧) Hành động bạo lực, cuộc bạo động.

폭격(爆擊) Bỏ bom, đánh bom, tấn công. ~하다. ~기 máy bay bỏ bom. ~목표 mục tiêu đánh bom.

폭격기(爆擊機) Máy bay ném bom. 전투~ máy bay ném bom chiến đấu B-52

폭군(暴君) Bạo chúa, vị vua ác độc.

폭도(暴徒) Bọn bạo loạn, bọn gây rối. ~를 진압하다 trấn áp kẻ gây rối.

폭동(暴動) Bạo động, bạo loạn. ~을 일으키다 gây bạo động. ~을 진압하다 trấn áp bạo động.

폭등(暴騰) Tăng vọt, nhảy vọt, tăng lên nhiều. ~하다. ~하는 물가 vật giá tăng vọt

폭락(暴落) Giảm đột ngột, giảm nhiều, giảm vọt xuống.

폭력(暴力) Bạo lực, hành hung. 가정내의 ~ bạo lực trong gia đình.

폭로(暴露) Sự phơi bày, sự vạch trần, bung ra, tung ra. ~하다. ~되다 bị vạch trần.

폭뢰(爆雷) Thuỷ lôi, bom nổ trong nước.

폭리(暴利) Lợi nhuận cao, lợi nhiều. ~를 취하다 giành được món lời nhiều.

폭명(爆鳴) Tiếng nổ.

폭발(爆發) Nổ, bùng nổ. ~하다. 가스~ nổ ga. ~시키다 cho nổ, làm cho nổ. ~력 sức nổ, sức phá.

폭발적(爆發的) Có tính bùng nổ. ~인 인기 sự mến mộ có tính bùng nổ.

폭서(暴暑) Cơn nóng lớn.

폭설(暴雪) Tuyết rơi nhiều, nhiều tuyết. ~지역 khu vực tuyết rơi nhiều.

폭소(爆笑) Cười vang, cười ầm lên. ~하다. 청중을 ~케 하다 làm cho thính giả cười ầm lên.

폭식(暴食) Tham ăn, phàm ăn, ăn quá nhiều. ~하다. ~가 kẻ tham ăn.

폭심(爆心) Trọng điểm vụ nổ.

폭약(爆藥) Thuốc nổ. 고성능~ thuốc nổ tính năng cao. ~을 장치하다 gắn chất nổ vào.

폭언(暴言) Nói năng lung tung, lời nói bạo lực. ~하다.

폭우(暴雨) Trận mưa to, mưa lớn. ~로 피해를 입다 thiệt hại do mưa gây nên.

폭위(暴威) Uy thế bạo lực. ~를 떨치다

bày trò bạo lực.

폭음(暴飮) Uống quá nhiều. ~하다. ~폭식하다 ăn nhiều uống nhiều.

폭음(爆音) Tiếng nổ, tiếng máy nổ.

폭정(暴政) Chính trị bạo ngược. ~아래서 신음하고 있는 백성들 trăm họ đang rên rỉ dưới nền chính trị bạo ngược. ~에 시달리다 khổ vì nền chính trị bạo ngược.

폭주(暴走) Chạy ẩu, chạy xe lạng lách. ~하다. 그는 차를 ~했다 hắn ta chạy xe ẩu.

폭주(暴酒) Người uống nhiều rượu. = 폭음

폭주(輻輳) Chật cứng, đông, ồ ạt, quá nhiều. ~하다. 교통의 ~ ách tắc giao thông.

폭죽(爆竹) Pháo. ~을 터뜨리다 đốt pháo. 중국인은 악령을 쫓는데 ~을 사용한다 người Trung quốc dùng pháo để đuổi tà linh.

폭침(爆沈) Đánh chìm, gài bom đánh cho chìm. ~하다.

폭탄(爆彈) Bom. 시한 ~ bom hẹn giờ. 원자~ bom nguyên tử. ~을 투하하다 ném

폭탄주(爆彈酒) Rượu bom, rượu uống trộn cùng với bia, rất nhanh say.

폭파(爆破) Nổ, nổ tung. ~하다. 다리를 ~하다 đánh nổ tung cây cầu.

폭포(瀑布) Thác nước. ~처럼 쏟아 지다 đổ ra như thác nước.

폭풍(暴風) Bão. ~의 중심 trung tâm bão. ~이 지나가다 cơn bão đi qua. ~경보 cảnh báo bão.

폭풍(爆風) Cơn gió nổi lên khi thả bom.

폭풍우(暴風雨) Mưa bão. ~로 파괴된 bị mưa bão phá huỷ. ~가 그쳤다 cơn mưa bão chấm dứt.

폭한(暴寒) Cơn rét nặng.

폭한(暴漢) Kẻ hay đánh người, kẻ hay bạo lực.

폭행(暴行) Bạo hành, đánh đập, bạo lực. ~하다. ~자 kẻ bạo hành.

표(表) Bảng, biểu. 시간~ bảng phân bố thời gian. 일정~ lịch trình.

표(票) Vé (tàu xe, máy bay, vào cổng). ~왕복~ vé khứ hồi. 기차~ vé tàu. 입장~ vé vào cổng

표결(表決) Biểu quyết. ~하다. ~로 결정하다 quyết định bằng biểu quyết.

표결(票決) Biểu quyết. ~하다. ~을 요구하다 yêu cầu biểu quyết.

표구(表具) Làm khung (bức tranh). ~하다.

표기(表記) Viết trên bề mặt. ~금액 số tiền ghi tên bề mặt. ~주소 địa chỉ ghi trên giấy.

표나다(表-) Để lại dấu, có dấu, rõ lên.

도둑맞은 표가 나다 có dấu hiệu bị kẻ trộm.

표독(標毒) Hung dữ, hung bạo. ~하다 [스럽다]. ~스러운 얼굴로 khuôn mặt hung dữ.

표류(漂流) Phiêu lưu, trôi nổi. ~하다. 물결치는 대로 ~하다 phiêu lưu theo sóng nước.

표리(表裏) Trong và ngoài, hai mặt. ~가 없다 ngay thẳng. ~가 있다 hai mặt, gian giảo.

표면(表面) Bề mặt, mặt ngoài. ~에 나타나다 biểu hiện ra ngoài. 거울의 ~ mặt gương.

표면적(表面積) Diện tích bề mặt.

표면화(表面化) Lộ diện, lộ mặt ra, hiện ra. ~하다. 사건이 ~되었다 sự việc bị bại lộ.

표명(表明) Biểu lộ, biểu thị, bày tỏ. ~하다. 반대의사를 ~하다 bày tỏ ý phản đối.

표방(標榜) Chủ trương, ủng hộ. 인도주의를 ~하다 đi theo con đường chủ nghĩa nhân đạo.

표백(漂白) Tẩy màu, làm cho bay màu, tẩy trắng. ~하다. ~분 bột tẩy. ~제 chất tẩy màu.

표백(表白) Thể hiện. ~하다.

표범(豹-) Con báo đốm. 미국~ Báo đốm Mỹ. 흑~ báo đốm đen.

표변(豹變) Thay đổi bất ngờ (suy nghĩ, quyết định). ~하다. 거절했더니 그녀는 태도를 ~했다 trước đây thì cô ấy từ chối giờ thì thay đổi thái độ đột ngột.

표본(標本) Hàng mẫu, tiêu bản, chuẩn, tấm gương. hàng mẫu dùng để trưng bày.

표상(表象) Biểu tượng, tượng trưng. ~하다.

표시(表示) Biểu thị, thể hiện, cho thấy, bày tỏ. ~하다.

표어(標語) Biểu ngữ, khẩu hiệu. 교통안전~ biểu ngữ an toàn giao thông.

표연(飄然) Không có mục đích, vô định. ~히 một cách vô định.

표음(表音) Biểu âm, tượng âm. ~하다 thể hiện theo âm. ~문자 chữ biểu âm.

표의(表意) Biểu ý, thể hiện nghĩa. ~문자 chữ thể hiện nghĩa.

표장(標章) Biểu dương.

표적(表迹) Sự thể hiện, dấu hiệu, dấu tích, dấu vết. 감사의 ~ thể hiện sự cảm ơn.

표적(標的) Tấm bia, mục tiêu. ~을 맞히다 [맞히지못하다] trúng bia [không trúng].

표절(剽竊) Ăn cắp thơ văn. ~하다. ~물 văn/ tác phẩm ăn cắp của người khác.

표정(表情) Nét mặt, cảm xúc qua khuôn mặt. ~이 없다 không thể hiện một nét gì cả

표제(表題, 標題) Đầu đề, tiêu đề. 라는 ~로 lấy tiêu đề là. ~를 달다 gắn tiêu đề.

표준(標準) Tiêu chuẩn, chuẩn mực. 일정한 ~ tiêu chuẩn nhất định. 높은 ~ tiêu chuẩn cao.

표준시(標準時) Giờ GMT, múi giờ chuẩn.

표지(表紙) Giấy bìa, bìa. 책에 ~를 달다 gắn bìa cho sách. ~도안 thiết kế bìa.

표지(標識) Ký hiệu, dấu hiệu, tín hiệu, bảng hiệu. 교통~ bảng hiệu giao thông.

표징(表徵) Biểu trưng, tượng trưng. 성인의 ~ tượng trưng của người lớn.

표착(漂着) Trôi dạt vào, cập bến. ~하다. ~물 vật trôi dạt vào bờ.

표창(表彰) Khen, khen ngợi, khen thưởng. ~하다. ~받다 được khen. ~식 lễ khen thưởng.

표창(鏢槍) Cây lao.

표출(表出) Thể hiện, biểu hiện. ~하다. 감정을 ~하다 thể hiện tình cảm.

표층(表層) Tầng bề mặt, bề mặt, lớp mặt. 지구의 ~ lớp mặt của mặt đất.

표피(表皮) Biểu bì. ~세포 tế bào biểu bì. ~조직 tổ chức biểu bì.

표하다(表-) Biểu hiện, thể hiện, chứng minh. 사의(謝意)를 ~ thể hiện lòng biết ơn.

표하다(標-) Đánh dấu, làm dấu. 읽은 곳을 ~ đánh dấu chỗ đã đọc.

표현(表現) Biểu hiện, thể hiện. ~하다. ~의 자유 biểu hiện của tự do.

푯대(標-) Cây cột ngắm, cột mốc đánh dấu.

푯돌(標-) Cục đá làm dấu, cục đá làm mốc. ~을 세우다 xây mốc đá.

푯말(標-) Cột chỉ dẫn. ~을 세우다 dựng cột chỉ dẫn.

푸대접(-待接) Đón tiếp lạnh nhạt. ~하다. ~을 받다 bị đón tiếp lạnh nhạt.

푸주(-廚) Cửa hàng thịt. ~한(漢) người bán thịt.

푼수(-數) Tỷ lệ. 이 ~로 나간다면 nếu theo tỷ lệ này

풀기(-氣) ① Độ cứng, độ rắn. ② Sức sống. ~가 없다 thiếu sức sống.

품격(品格) Phẩm cách. ~이 있다 có phẩm cách.

품목(品目) Hạng mục hàng hóa. ~별로 theo từng hạng mục hàng hóa.

품성(品性) Phẩm hạnh. ~이 좋은[나쁜] 사람 người có phẩm hạnh tốt.

품성(稟性) Phẩm cách.

품위(品位) ① Uy phong. ~가 있다 có uy. ~를 지키다 giữ uy. ② Cấp bậc, chức vụ, phẩm vị.

품절(品切) Hết hàng, không còn hàng. ~이 되다 bị hết hàng.

품종(品種) Chủng loại, loại. 개량된 새 ~의 토마토를 생산하다 sản xuất loại cà chua mới được cải tiến giống.

품질(品質) Chất lượng, phẩm chất. ~이 좋다 chất lượng tốt. ~이 나쁘다 chất lượng kém.

품팔다 Làm việc lấy tiền.

품평(品評) Đánh giá sản phẩm. ~하다. ~회 cuộc đánh giá chất lượng.

품행(品行) Phẩm hạnh. ~이 단정한 사람 người phẩm hạnh đoan trang.

풋곡식(-穀-) Gạo mới, lúa mới.

풋과실(-果實) Quả xanh.

풍(風) Gió, cơn gió (phong). 강~ cơn gió mạnh. 동풍~ gió đông.

풍격(風格) Phong cách, cá tính. 왕자의 ~ phong cách một hoàng tử.

풍경(風景) Phong cảnh. 여기의 ~이 좋다 phong cảnh nơi dây tốt. 거리의 ~ cảnh đường phố.

풍경(風磬) Chuông gió. ~소리 tiếng chuông gió.

풍광(風光) Cảnh đẹp. ~명미 cảnh đẹp tự nhiên.

풍금(風琴) Đàn organ. ~을 치다 chơi organ. ~연주가 người chơi organ.

풍기(風紀) Kỷ luật, đạo đức, thuần phong mỹ tục. ~문란 đạo đức hư đồi.

풍년(豊年) Năm được mùa. ~이다 là năm được mùa.

풍도(風度) Phong độ, phong cách, dáng vẻ. 대인(大人)의 ~ phong độ của một đại nhân.

풍랑(風浪) Sóng gió. ~이 심하다 sóng gió to. ~과 싸우다 chiến đấu với sóng gió.

풍량계(風量計) Đồng hồ đo lượng gió.

풍력(風力) Sức gió. ~계 đồng hồ đo sức gió. ~발전소 trạm phát điện bằng sức gió.

풍로(風爐) Cái lò, cái bếp.

풍로(風露) Sương gió.

풍류(風流) Phong lưu, lịch lãm. ~인(人) người phong lưu.

풍만(豊滿) Đầy đặn, sung mãn. ~하다. ~한 가슴 một bộ ngực đầy đặn.

풍매(風媒) Sự thụ phấn bằng gió. ~식물 cây thụ phấn bằng gió. ~화(花) hoa thụ phấn bằng gió.

풍모(風貌) Ngoại hình, dung mạo. ~가 당당한 사람 người có dung mạo đường hoàng.

풍문(風聞) Tin đồn như gió, tin đồn. ~을 퍼뜨리다 tung ra cái tin đồn.

풍물(風物) ① Phong cảnh, cảnh trí.

② Phong tục và sự vật. 영국의 ~ phong tục và sự vật nước Anh

풍미(風味) Mùi thơm, hương vị. ~가 있는 có mùi thơm. ~가 없는 không có mùi thơm.

풍미하다(風靡-) Cuốn đi, cuốn hết. 천하를 ~ cuốn cả thế giới này đi.

풍병(風病) Bệnh phong.

풍부(豊富) Phong phú, có nhiều, giàu. ~하다. 내용이 ~ 하다 nội dung phong phú.

풍상(風霜) ① Phong sương, gió mưa. ② Sự vất vả. 10년~ 10 năm sương gió.

풍선(風船) Bong bóng. ~을 불다 thổi bong bóng. ~을 띄우다 thả bong bóng. 고무~ bong bóng cao su

풍설(風說) Tin đồn. 에 관해 여러 가지 ~이 분분하다 có nhiều tin đồn xung quanh vấn đề gì đó.

풍설(風雪) Gió và tuyết.

풍성(風成) Làm từ gió, có từ gió.

풍성(豊盛) Nhiều, đầy đủ, sung túc. ~하다. ~한 수확 thu hoạch bội thu.

풍세(風勢) Thế gió, sức gió. ~를 이용하다 lợi dụng thế gió.

풍속(風俗) Phong tục. 남의 나라에 가면 그 나라의 ~을 따라야 한다 đến nước nào thì phải tuân thủ phong tục nước đó. ~습관 phong tục tập quán.

풍속(風速) Tốc độ gió. ~ 50미터의 태풍 cơn bão có tốc độ gió 50 mét giây.

풍수(風水) Phong thuỷ. ~설 thuyết phong thuỷ. ~학 phong thuỷ học.

풍수해(風水害) Sự thiệt hại do bão lụt và gió. ~대책 đối sác chống thiệt hại do bão lụt.

풍습(風習) Phong tục tập quán. ~에 따르다 theo phong tục tập quán.

풍신(風神) ① Thần gió. ~께 제사를 지내다 tế thần gió. ② Tướng mạo, bề ngoài. ~이 좋다 tướng mạo tốt.

풍아(風雅) Phong nhã, nhã nhặn. ~하다.

풍어(風魚) Bão tố và cá sấu, chỉ tai ương.

풍압(風壓) Áp suất của gió. ~계 máy đo áp suất của gió.

풍어(豊漁) Được mùa cá. 연어 대~ được mùa lớn cá hồi.

풍요(豊饒) Sự giàu có, sự phong phú. ~하다. ~로운 사회 xã hội giàu có.

풍우(風雨) Mưa gió. ~를 무릅쓰고 가다 khắc phục mưa gió ra đi.

풍우계(風雨計) Đồng hồ đo lượng mưa và gió.

풍운(風雲) ① Gió mây. ② Bay bổng. ~의 뜻 ý chí bay bổng.

풍월(風月) Gió trăng, vẻ đẹp tự nhiên,

thơ.
풍위(風位) Hướng gió. ~를 측정하다 đo hướng gió.
풍자(諷刺) Châm biếm, công kích, phê bình. ~적인 có tính công kích. ~문학 văn học châm biếm.
풍작(豊作) Vụ mùa bội thu, được mùa. ~의 해 năm được mùa.
풍재(風災) Tai họa vì gió bão.
풍전등화(風前燈火) Ngọn đèn trước gió, chỉ tình thế rất nguy nan. 국운이 ~이다 vận nước như ngọn đèn trước gió.
풍조(風潮) Nước triều, xu hướng thời cuộc. 세상~ tình hình thời cuộc. ~를 따르다.
풍족(豊足) Sung túc, đầy đủ. ~하게 살다 sống một cách sung túc. 재정이 ~하다 tiền bạc dư dả.
풍진(風塵) Gió và bụi, những khó khăn. ~세상 phong trần thế thái.
풍차(風車) Cối xay gió.
풍채(風采) Phong thái, dáng điệu, tác phong. ~가 당당한 사람 người có phong thái đàng hoàng.
풍치(風致) Cảnh đẹp.
풍침(風枕) Cái gối hơi.
풍토(風土) Phong thổ. ~에 익숙하다 hợp phong thổ. ~병 bệnh phong thổ. ~학 phong thổ học.

풍파(風波) Sóng gió. ~를 만나다 gặp sóng gió. ~가 일다[자다] sóng dậy [lặng].
풍편(風便) Cơn gió, làm gió. ~에 듣다 nghe thoáng qua, nghe lén.
풍향(風向) Hướng gió. ~이 바뀌다 chuyển hướng gió. ~계(計) đồng hồ đo hướng gió.
풍화(風化) Phân giải, phân hóa (đất). ~하다. 비바람으로 ~된 바위 đá bị phân hóa vì gió mưa
풍흉(豊凶) Năm được mùa và năm mất mùa. ~의 상황 tình hình được hay mất mùa.
프라이드 Lòng tự hào, tính tự ái. ~가 높은 lòng tự hào cao.
프라이버시 Sự riêng tư, đời tư. 남의 ~를 침해하다 xâm phạm đời tư người khác.
프레시 Sạch sẽ, tươi. ~하게 느껴지다 cảm thấy sạch sẽ..
프로그램 Chương trình. ~대로 진행하다 tiến hành như chương trình.
피검(被檢) Bị bắt giam. 그는 선거 법 위반으로 ~되었다 anh ta bị bắt giam vì vi phạm luật bầu cử
피격(被擊) Bị tấn công, bị công kích. ~되다 bị tấn công.
피고(被告) Người bị kiện, bị đơn, bị cáo. ~대리인 người thay thế người bị

cáo. ~석 ghế bị cáo.

피고용인(被雇傭人) Người lao động, người được tuyển dụng.

피곤(疲困) Mệt mỏi. ~하다. ~한 느낌 cảm giác mệt mỏi. 서 있어서 ~하다 đứng nên mệt.

피골(皮骨) Xương và da. ~이 상접하다 gầy da bọc xương.

피근피근 Bướng bỉnh. ~하다. ~말을 듣지 않다 bướng bỉnh không nghe theo.

피난(避難) Tránh nạn, lánh nạn. ~하다. ~민 dân chạy nạn.

피담보인(被擔保人) Người được bảo lãnh.

피대(皮帶) Dây đai bằng da.

피동(被動) Bị động. ~적 có tính bị động. ~형 hình thức bị động.

피란(避亂) Chạy loạn, lánh nạn. 피난(避難). ~하다.

피력(披瀝) Giãi bày, nói thẳng. ~하다. 수상은 그의 정견을 ~했다 Thủ tướng đã nói thẳng chính kiến của mình.

피로(披露) Thông báo, báo. ~하다. ~연 tiệc ra mắt. 결혼~연 tiệc cưới.

피로(疲勞) Mệt mỏi, mỏi. ~하다. 눈이 ~ mỏi mắt. 일을 많이 해서~ làm việc nhiều nên mệt mỏi.

피막(皮膜) Da ngoài và da trong.

피막(被膜) Tấm rèm che lên.

피명(被命) Nhận lệnh, được ra lệnh. ~되다 bị nhận lệnh.

피병원(避病院) Bệnh viện cách ly bệnh nhân bị bệnh truyền nhiễm.

피보증인(被保證人) Người được bảo lãnh.

피보험물(被保險物) Vật, tài sản được bảo hiểm.

피보험자(被保險者) Người được bảo hiểm.

피보호국(被保護國) Nước được bảo hộ.

피보호자(被保護者) Người được bảo hộ, người được bảo vệ.

피복(被服) Quần áo, y phục. ~수당 tiền quần áo.

피복(被覆) Khoác lên, tấp lên. ~하다.

피부(皮膚) Da, nước da. ~가 거칠다 da sần sùi. ~건조증 bệnh khô da. ~병 bệnh về da.

피사체(被寫體) Vật bị chụp, vật thể được chụp. 카메라에서 ~까지의 거리 khoảng cách từ máy chụp hình đến vật thể được chụp.

피살(被殺) Bị giết. ~되다 bị giết. ~자 người bị giết.

피상(皮相) Bề ngoài, bề mặt. ~적인 견해 ý kiến có tính hình thức.

피상속인(被相續人) Người được thừa kế, người được hưởng.

피새 Tính nóng. ~(를)내다 nổi nóng. ~(가) 여물다 hay nổi nóng.

피서(避暑) Việc tránh cơn nóng. ~하다. ~가다 đi nghỉ mát, đi tránh nóng. ~객 khách nghỉ mát.

피선(被選) Được tuyển chọn, chọn lọc, chọn lựa. ~되다 được chọn, được tuyển.

피선거권(被選擧權) Quyền được bầu cử.

피습(被襲) Bị công kích, bị tấn công. ~당하다 bị tấn công. 그는 노상에서 강도에게 ~당했다 anh ta bị cướp trên đường.

피신(避身) Lánh thân, lánh nạn. ~하다. ~하여 몸의 안전을 도모 하다 lánh thân nhằm tìm sự an toàn tính mạng.

피아(彼我) Bên này và bên kia, anh ta và tôi. ~의 사고방식에는 커다란 차이가 있다 cách suy nghĩ của anh và tôi/ của hai bên có nhiều điểm khác nhau.

피압박(被壓迫) Bị áp bức. ~민족 [계급] dân tộc [giai cấp] bị áp bức.

피원조국(被援助國) Nước được viện trợ.

피의자(被疑者) Kẻ bị tình nghi. 살인사건의 ~ kẻ bị tình nghi của vụ án giết người.

피임(被任) Được bổ nhiệm; được chỉ định. ~되다 được bổ nhiệm. ~자 người được bổ nhiệm.

피임(避姙) Tránh thai. ~하다. ~링 vòng tránh thai. ~약 thuốc tránh thai.

피지급인(被支給人) Người được chi trả.

피질(皮質) Lớp da, lới vỏ bọc.

피차(彼此) Cái này và cái kia. ~의 구별을 할 수 없다 không thể phân biệt được cái này và cái kia

피차간(彼此間) Giữa, cả hai. ~에 서로 돕다 hai bên giúp nhau.

피차일반(彼此一般) Cả hai bên đều giống nhau. ~이다 hai bên giống nhau.

피초청국(被招請國) Nước được mời.

피층(皮層) Lớp vỏ, da.

피치자(被治者) Kẻ bị trị. 치자와~ kẻ cai trị và người bị trị.

피침(被侵) Bị xâm lăng, chị chiếm. ~하다.

피탈(被奪) Bị cướp giật. ~되다.

피통치(被統治) Bị thống trị. ~국 nước bị thống trị.

피폐(疲弊) Hoang phế, hoan tàng. ~하다. 농촌의 ~ sự hoan toàn của nông thôn.

피폭(被爆) Bị trúng bom. ~되다 bị trúng bom. 원폭의 ~자 người bị

trúng bom nguyên tử.

피하(皮下) Dưới da. ~일혈 rút máu dưới da. ~조직 tổ chức dưới ta.

피하다(避-) Tránh, lánh. 난을 ~ lánh nạn. 남의 눈을 ~ tránh ánh mắt của người khác.

피한(避寒) Tránh lạnh, tránh rét. ~하다. ~지 nơi tránh rét.

피해(被害) Bị thiệt hại, thiệt hại. ~가 크다 thiệt hại nhiều. ~를 입다 bị thiệt hại. ~를 주다 gây thiệt hại.

피혁(皮革) Da, thuộc da. ~공업 công nghiệp thuộc da. ~제품 đồ da. 인조[합성]~ da nhân tạo.

필(匹) Con vật. 말 세 ~ ba con ngựa. 두 ~의 소 hai con bò.

-필(畢) Cần thiết, phải. 지급~ phải chi trả. 검사~ phải kiểm tra.

필경(筆耕) Viết lách. ~하다. ~료 tiền viết lách, tiền nhuận bút.

필경(畢竟) Cuối cùng. ~그는 오지 않을 것이다 cuối cùng anh ta không đến.

필기(筆記) Viết, chép. ~하다 ~시험 thi viết. 강의를 ~하다 chép bài.

필독(必讀) Phải đọc, cần đọc. 학생 ~의 책 sách học sinh cần phải đọc.

필두(筆頭) Đầu cây bút.

필력(筆力) ① Sức mạnh của ngòi bút. ② Sức viết, khả năng viết.

필름 Phim, phim chụp. 한 통의~ một cuộn phim.

필마(匹馬) Một con ngựa. ~단창(單槍) thương độc mã.

필멸(必滅) Nhất định sẽ bị diệt vong.

필명(筆名) Bút danh. 의 ~으로 bằng bút danh. ~이 높다 bút danh có uy tín

필사(必死) ① Phải chết. ~의 운명 số mệnh phải chết. ② Trối chết, tất phải chết. ~적인 노력 nỗ lực hết sức.

필사(筆寫) Ghi chép. ~하다.

필살(必殺) Tất bị chết, tất bị giết.

필생(畢生) Bình sinh, lúc còn sống. ~의 숙원 mong muốn suốt cuộc đời.

필설(筆舌) Bút và cái lưỡi, miệng lưỡi, chữ và lời nói, ngôn từ.

필세(筆勢) Sức viết, khả năng viết.

필수(必須) Tất yếu, bắt buộc. ~조건 điều kiện bắt buộc.

필수품(必需品) Hàng cần cho cuộc sống hằng ngày. 생활~ vật dụng sinh hoạt hằng ngày.

필승(必勝) Phải thắng, tất thắng. ~의 신념 niềm tin tất thắng.

필연(必然) Tất nhiên, tất yếu. ~적인 có tính tất nhiên. ~의 결과 로서 là kết quả tất nhiên.

필요(必要) Nhu cầu, cần thiết, yêu cầu. ~하다. ~할 때에 khi cần. ~에 의하면 cần theo nhu cầu.

필유곡절(必有曲折) Cái gì cũng có lý do cả, cái gì cũng có nguyên nhân cả.

필적(匹敵) Tương xứng, tương ứng. ~하다. ~할 만한 것이 없다 không có cái gì tương ứng.

필적(筆跡) Nét chữ. 남자[여자]의~ nét chữ đàn ông. ~을 감정하다 giám định nét chữ.

필전(筆戰) Trận bút chiến.

필지(必至) Phải như thế, phải vậy. ~하다.

필지(必知) Phải biết.

필지(筆地) Địa điểm, nơi.

필터 Cái bộ lọc. ~가 달린[안 달린] 담배 thuốc có [không có] đầu lọc.

필하다(畢-) Hoàn tất, kết thúc. 대학원 과정을 ~ kết thúc chương trình sau đại học.

필히(必-) Nhất thiết, phải, nhất định. ~하다. ~오너라 phải đến đấy.

핍박(逼迫) ① Sự cấp bách về mặt tài chính. ~하다. ② Cấp bách, gấp rút, phiền toái. ~하다.

핏기(-氣) Sắc máu. ~없는 얼굴 mặt không còn giọt máu.

핏덩어리 ① Cục máu, giọt máu. ② Đứa bé mới sinh.

핑핑 Sự quay cuồng, quay tròn. 머리가 ~돌다 đầu óc quay cuồng.

하(下) Cấp dưới. ~급 loại thấp.

하강(下降) Sự hạ xuống, sự rơi xuống. ~하다. 기온의 ~ sự tụt giảm của khí lưu.

하게 하다 Ép ai, bắt ai phải làm gì. 남이 공부 못~ không cho ai học.

하계(夏季) Mùa hè, mùa hạ. ~휴가 nghỉ hè.

하고 Và, với. 너~나 anh và tôi. 그 사람 ~ 가다 cùng đi với anh ấy.

하관(下棺) Hạ quan, hạ huyệt, chôn. ~하다.

하구(河口) Cửa sông.

하권(下卷) Quyển sau, quyển cuối. 상권보다 ~이 더 재미있다 quyển sau hay hơn quyển trước.

하급(下級) Cấp dưới, thuộc hạ, dưới ~관리 quản lý cấp dưới

하기는 Đúng là, thảo nào, có thế. ~그것이 틀림없다 đúng là không sai.

하나 Tuy nhiên, nhưng.

하나하나 Từng cái một, riêng lẻ. 법안을 ~토의하다 thảo luận từng dự án luật một

하녀(下女) Người hầu gái, thị nữ, tớ gái. ~를 두다 thuê hầu gái.

하념(下念) Quan tâm, chiếu cố. ~하다. ~하여 주셔서 감사합니다 cảm ơn anh đã quan tâm cho.

하느작거리다 Lung lay, rung rinh, lay động.

하는 수 없이 Bắt buộc, không còn cách nào khác. ~하다. 아버지의 파산으로 ~대학을 중퇴했다 vì bố phá sản nên chẳng còn cách nào khác là bỏ đại học giữa chừng.

하늘 Bầu trời, không trung. ~을 찌를 듯한 như đâm thủng bầu trời.

하늘거리다 Đu đưa, lắc lư, run rẩy. 바람에 ~ lắc lư trong gió.

하늘하늘 Nhẹ nhàng, thoải mái. 종 잇조각이 하늘로 ~올라갔다 mảnh giấy nhẹ nhàng bay lên trời.

하다 ① Làm, hành động, tất cả hành động của con người. ~고 있는 일 việc đang làm. ② Nấu nướng. 밥을 ~ nấu cơm.

하다못하다 Bỏ giữa chừng. 일을 하다 못해 남기다 làm không được rồi bỏ giữa chừng.

하다못해 Xấu nhất, tồi nhất, kém nhất, ít ra, tối thiểu. 의사를 청하려면 ~택시비라도 있어야 되겠다 mời giáo bác sĩ thì ít ra cũng phải có tiền taxi.

하단(下段) ① Phần viết sau, phần sau. ② Bậc thang dưới.

하달(下達) Truyền đạt xuống. ~하다. 상의(上意) ~ truyền đạt ý cấp trên xuống.

하대(下待) ① Đối xử kém. ~하다. ② Hạ giọng, xuống giọng. ~하다.

하도 Quá, quá mức. ~기뻐서 mừng quá.

하드웨어 Phần cứng (hardware). ~기술자 kỹ thuật viên phần cứng.

하등(下等) Hạ cấp, hạ đẳng, cấp thấp. ~동물 động vật cấp thấp.

하락(下落) Rơi, trượt, giảm. ~하다. 물가의 ~ vật giá đi xuống, tụt giá..

하량하다(下諒-) Hiểu, tha thứ, thông cảm. 곤란한 사정을 ~ hãy hiểu cho tình cảnh khó khăn.

-하러 Chỉ mục đích, để. 산책~ 나가다 đi ra ngoài (để) dạo.

하례(賀禮) Chúc mừng. ~하다. 신년~ chúc mừng năm mới.

하롱하롱 Khoác loác, ta đây. ~까불다 vênh váo ta đây.

하루 Một ngày, 24 tiếng đồng hồ. ~세끼의 밥 cơm ngày 3 bữa.

하루갈이 Ruộng cày một ngày.

하루바삐 Càng sớm càng tốt. ~하다. ~회복하시기를 빕니다 cầu mong sớm bình phục.

하루아침 Một sớm một chiều, trong chốc lát. 로마는 ~에 이루어진 것이 아니다 「tục ngữ」 Thành Rome không xây một sớm một chiều mà xong.

하루하루 Từng ngày, ngày ngày. ~의 생활 cuộc sống từng ngày

하룻강아지 Con chó con mới sinh ra được một ngày. ~범 무서운 줄 모른다 「tục ngữ」 Chó con một ngày không sợ hổ, bê non không sợ hổ, điếc không sợ súng.

하룻날 Ngày đầu (tháng).

하룻밤 Một đêm. ~을 묵다 ngủ một đêm.

하륙(下陸) Hạ hàng, bốc hàng xuống. ~하다. ~항 cảng bốc hàng.

하릅 Một tuổi, một năm (con vật). ~송아지 con bê một tuổi.

하리들다 Trở ngại, gặp khó khăn. 계획에 ~ kế hoạch gặp khó khăn.

하릴없다 Không sai chút nào, đương nhiên. 바보라는 말을 들어도~ bị người ta nói là ngốc cũng chẳng sai chút nào.

하릴없이 Chẳng còn cách nào khác,

bắt buộc. ~복종하다 phải phục tùng.

하마(下馬) Xuống ngựa. ~하다.

하마터면 Suýt, suýt nữa. ~죽을 것을 살았다 xuýt chết sống lại

하명(下命) Hạ lệnh, ra lệnh. ~하다. ~을 바랍니다 mong ngài hãy ra lệnh.

하모니 Hài hòa (harmony). 카펫 색깔이 벽과 ~를 이루고 있다 màu tấm thảm và màu tường hài hòa với nhau

하묘(下錨) Hạ neo. ~하다.

하문(下門) Âm hộ, hậu môn.

하문하다(下問-) Người trên hỏi người dưới, hỏi cấp dưới.

하물(荷物) Hành lý; hàng hóa.

하물며 Lẽ nào, hơn thế, huống hồ, nói chi. 이웃도 도와야 하거늘 ~부모를 돌보지 않아 되겠느냐? Hàng xóm còn giúp nhau huống hồ bố mẹ.

하박(下膊) Cẳng tay. ~골 xương cẳng tay.

하반(下半) Phần sau, nửa sau. ~기 kỳ sau, sáu tháng cuối năm.

하복(下腹) Bụng dưới. ~부 phần bụng dưới.

하부(下部) ① Hạ bộ, phần hạ lưu. ② Phần dưới, bên dưới, dưới. ~기관 cơ quan cấp dưới.

하산(下山) Xuống núi. ~하다.

하선(下船) Sự xuống tàu, lên bờ. ~하다. ~시키다 cho lên bờ.

하세(下世) Tạ thế, biệt thế, chết. ~하다.

하소연하다 Van xin, tha thiết van xin. 억울하다고 ~ tha thiết nói là oan ức.

하수(下手) Tay nghề kém, người có tay nghề kém.

하수(下手) ① Hạ thủ, giết. ~하다. ② Bắt tay vào, bắt đầu làm.

하숙(下宿) Ở trọ, trọ, ở, sống. ~하다. ~집 nhà trọ. ~생 học sinh ở trọ.

하순(下旬) Hạ tuần. 3월~ hạ tuần tháng 3.

하시(下視) Nhìn xuống, coi thường, miệt thị. ~하다.

하안(河岸) Bờ sông

하야(下野) Về quê, bỏ quan chức. ~하다. 총리는 ~를 결심했다 Thủ tướng đã quyết định nghỉ hưu.

하얗다 Trắng, màu trắng. ~게 칠하다 sơn cho trắng, sơn trắng.

하얘지다 Trở nên bạc, trở nên hoa râm. 머리가 ~ tóc bạc.

하여금(何如間) Sự bắt buộc, sự cưỡng bức.

하여튼(何如-) Dẫu sao, dẫu sao cũng. ~그렇게 하다 dẫu sao thì làm vậy đi.

하역(荷役) Việc chất và hạ hàng. ~하다. ~인부 công nhân khuân vác.

하연(賀宴) Tiệc mừng. ~을 베풀다 mở tiệc mừng.

하염없다 Cứ thế, sự việc gì mình

không liên quan nhưng vẫn tiếp tục. ~는 눈물만 흐르고 있네 nước mắt cứ thế tuôn rơi.

하염없이 Thẫn thờ, đần. ~세월을 보내다 thẫn thờ cho thời gian trôi đi

하염직하다 Đáng làm. 하염직한 일이다 việc đáng làm.

하오(下午) Buổi chiều. ~에 vào buổi chiều. ~4시에 vào lúc 4 giờ chiều.

하옥(下獄) Hạ ngục, bỏ ngục. ~하다.

하원(下院) Hạ viện. ~의원 nghị sĩ hạ viện. ~의장 chủ tịch Hạ viện.

하위(下位) Cấp dưới, cấp thấp. ~팀 đội cấp thấp.

하이 Cao, độ cao [high]. ~다이빙 nhảy từ trên cao xuống.

하이라이트 Tóm tắt, nội dung chủ yếu, tin vắn (highlight). 오늘 뉴스의 ~ tóm tắt tin tức hôm nay.

하이잭 Một vụ cướp máy bay, một vụ không tặc (hijack). ~하다. ~범인 tội phạm bắt cóc máy bay.

하이칼라 ① Mốt, thời trang. ② Màu tóc.

하이커 Người đi bộ hành (hiker).

하이킹 Cuộc đi bộ (hiking). ~가다. [하다] đi bộ.

하이파이 Chất lượng tốt, độ màu tốt, âm thanh nổi (hi-fi). ~플레이어 máy hát hi-fi.

하이퍼 Siêu, quá giỏi. ~마켓 siêu thị.

하인(何人) Dù ai, bất cứ ai, bất kể ai. ~을 막론하고 bất kể ai.

하자(瑕疵) Thiếu sót, sai sót. ~없는 không có thiếu sót.

하잘것없다 Không quan trọng, vô vị, vớ vẩn, không có giá trị. ~는 일[것] việc vớ vẩn.

하잠(夏蠶) Tằm vụ hè.

하장(賀狀) Thư chúc mừng.

하저(河底) Lòng sông. ~터널 đường hầm dưới lòng sông.

하절(夏節) Mùa hạ, mùa hè.

하정(賀正) Chúc mừng năm mới.

하주(荷主) Chủ hàng, người gửi hàng đi.

하중(荷重) Trọng lượng hàng hóa.

하지(下肢) Chi dưới, cẳng dưới.

하지만 Tuy nhiên, nhưng, nhưng mà. 그렇기는 ~ tuy là vậy nhưng.

하지 않도록 Để không, để không xảy ra, đừng để cho. 취~많이 마시지 마라 đừng uống nhiều để không say.

-하지않을수없다 Không thể không.

하지하(下之下) Kém của cái kém, kém nhất.

하직(下直) Chào tạm biệt. ~하다. 웃어른에게 ~하다 chào từ biệt người lớn.

하차(下車) Xuống xe. ~하다. 저는 서울에 ~하다 tôi xuống xe ở Seoul.

하찮다 Vô ích, vô dụng, vô giá trị. ~은 선물 món quà vô giá trị.

하책(下策) Quyển sau.

하천(河川) Sông ngòi. ~계(系) hệ thống sông ngòi.

하층(下層) ① Tầng dưới. ② Cấp thấp. ~계급 giai cấp thấp.

하치(下-) Hàng kém chất lượng, thứ phẩm. 이 물건은 ~이다 cái này là hàng kém chất lượng.

하키 Môn hockey, môn khúc côn cầu trên cỏ.

하퇴(下腿) Chân sau, đùi. ~골 xương đùi. ~동맥 động mạch đùi.

하트 Trái tim (heart). ~형 hình trái tim

하편(下篇) Quyển sau, quyển cuối. = 하권.

하품 Ngáp. ~하다. 손으로 가리고 ~하다 dùng tay che để ngáp.

하프타임 Nửa trận đấu, một hiệp, nửa thời gian. (half time).

하하다 Hà hơi, phả hơi. 거울에 입김을 ~고 내뿜다 ha ha phả hơi ra vào mùa đông.

하학(下學) Sự tan học, kết thúc buổi học. ~하다. ~ 시간 thời gian tan học.

하항(河港) Cảnh sông.

하해(河海) Sông biển, biển vào sông. ~같은 은혜 công lao như sông biển.

하행(下行) Đi xuống, đi xuôi. ~하다. ~선 tuyến đi xuống.

하향(下向) Hướng xuống dưới. ~세 [경향] thế [khuynh hướng] đi xuống. ~조정 điều chỉnh đi xuống.

하혈(下血) Máu chảy, máu lan tỏa. ~하다.

하회(下回) Hạ hồi, hồi sau. ~를 기다리다 chờ hồi sau.

하회하다(下廻-) Kém, không đạt. = 밑돌다.

학(學) Nghiệp học, việc học, học vấn, học thuật. 사회~ xã hội học.

학감(學監) Giám sát học tập, giáo vụ.

학계(學界) Giới học thức. ~의 인정을 받다 được giới học thức thừa nhận.

학과(學科) Khoa, khoa chuyên ngành. ~시험 thi chọn khoa, thi chọn khối.

학관(學館) Trường học. 영어~ trường học tiếng Anh.

학교(學校) Trường học. ~의 성적 thành tích học, thành tích ở trường.

학구(學究) Nghiên cứu học vấn, nghiên cứu. ~에 몰두하다 vùi đầu vào nghiên cứu.

학급(學級) Cấp học. ~을 편성하다 tổ chức cấp học.

학기(學期) Học kỳ. ~말 cuối học kỳ. ~말 시험 thi cuối kỳ. ~초 đầu học kỳ. 제일~ học kỳ một.

학년(學年) Năm học. 1 (2,3,4)~생 học

sinh/sinh viên năm thứ nhất (2,3,4).

학당(學堂) Trường học, trường.

학대(虐待) Ngược đãi, đối xử tồi tệ. ~하다. 정신적~ ngược đãi về mặt tinh thần.

학덕(學德) Đạo đức và học thức. ~을 겸비하다 học thức và đức hạnh kiêm toàn.

학도(學徒) Học sinh, sinh viên

학력(學力) Học lực, sức học. ~이 우수하다 học lực ưu tú.

학령(學齡) Tuổi đến trường. ~미달의 아이 đứa bé chưa đến tuổi tới trường.

학료(學寮) Ký túc xá trong trường.

학리(學理) Lý luận, lý thuyết, nguyên lý trong học vấn. ~적인 [상의] có tính lý luận.

학명(學名) Tên khoa học. 동물~ tên khoa học của động vật.

학무(學務) Học vụ, giáo dục. ~과 phòng giáo vụ.

학문 (學問) Học vấn, có học hành. ~있다 có học vấn, có học.

학벌(學閥) Bằng cấp, chuyện bằng cấp học hành. ~이 좋다 bằng cấp tốt, học giỏi (ở trường).

학부(學部) Khoa, phân khoa. ~장 trưởng khoa.

학부모(學父母) Cha mẹ học sinh, phụ huynh học sinh. ~회 hội phụ huynh học sinh.

학부형(學父兄) Phụ huynh học sinh.

학비(學費) Học phí. ~를 내다 trả học phí. ~를 벌다 kiếm tiền học phí.

학사(學士) Cử nhân, tốt nghiệp đại học. ~학위 học vị cử nhân. 문~ cử nhân văn.

학살(虐殺) Tàn sát, thảm sát. ~하다. 대량~ tàn sát hàng loạt.

학생(學生) Học sinh, sinh viên, người đi học. ~용 dùng cho học sinh. ~의 날 ngày sinh viên học sinh

학수고대(鶴首苦待) Chờ đợi lâu ngày dài như cổ hạc, chờ dài cả cổ. ~하다.

학술(學術) Học thuật, văn học và nghệ thuật. ~교환 trao đổi học thuật.

학습(學習) Học hành, việc học hành. ~하다. ~능력 năng lực học.

학식(學識) Học thức. ~있다 có học thức. ~경험이 있는 사람 người có kinh nghiệm học thức.

학업(學業) Nghiệp học, con đường học vấn, việc học. ~성적 thành tích học.

학예(學藝) Khoa học và nghệ thuật. ~란 mục khoa học và kỹ thuật.

학용품(學用品) Dụng cụ học tập.

학우(學友) Bạn học. ~회 hội bạn học.

학원(學院) Trường học, trung tâm học. 외국어~ trung tâm ngoại ngữ.

학위(學位) Học vị. ~를 받다 giành

được học vị. 문학박사 ~ học vị tiến sĩ văn học.

학자(學者) Học giả. 저명한 ~ học giả nổi tiếng.

학장(學長) Hiệu trưởng. ~회의 ban giám hiệu.

학적(學籍) Danh sách học sinh của trường. ~부 sổ danh sách học sinh của trường.

학점(學點) ① Học phần. ~제도 chế độ học phần. ② Điểm số. ~이 모자라다 thiếu điểm học.

학정(虐政) Nền chính trị tàn bạo, độc tài. ~을 하다. ~에 시달리다 khổ vì độc tài.

학제(學制) Chế độ giáo dục. ~개혁 cải cách chế độ học tập.

학질(虐疾) Bệnh sốt rét. ~모기 muỗi gây sốt rét.

학창(學窓) Khuôn viên trường. ~생활 sinh hoạt ở trường

학칙(學則) Nội quy trường học. ~을 지키다[어기다] tuân thủ [không tuân thủ] nội quy trường học.

학파(學派) Phái học thức, trường phái học thức.

학풍(學風) Phong trào học. ~을 세우다 gây dựng phong trào học.

한(恨) Nỗi hận, sự oán hờn. ~되는 일 việc trở hành mối hận.

한(限) Giới hạn. ~이 있다 có giới hạn.

한가(閑暇) Rỗi, lúc rảnh rỗi. ~하다. ~한 때 khi rảnh rỗi

한가운데 Giữa, ngay giữa, chính giữa. 방~눕다 nằm giữa phòng.

한가위 Trung thu. =추석(秋夕)

한가을 ① Giữa thu. ② Khi bận bịu việc nông.

한가지 Một loại, một thứ, một chủng loại. 벼는 풀의 ~ 다 lúa là một loài của cỏ.

한갓 Chỉ là, duy là, không quá, chẳng qua chỉ là. ~시간의 문제 chỉ là vấn đề về thời gian.

한갓지다 Sự bình yên, yên tĩnh. 한갓진 촌에 살다 sống ở ngôi làng bình yên.

한강(漢江) Sông Hàn. ~대교 Cây cầu bắt qua sông Hàn.

한개(-箇) Một cái, một đơn vị, một chiếc, một miếng. ~에 오백원 một cái giá năm trăm wôn.

한거(閑居) Nhàn cư. ~하다. 소인이 ~하면 나쁜 짓을 한다 tiểu nhân nhàn cư thì làm bậy.

한걱정 Rất quan tâm, lo lắng. ~생기다 rất lo, có nỗi lo lớn.

한걸음 Một bước chân. 천릿길도 ~부터 「속담」 Con đường ngàn dặm cũng bắt đầu từ bước chân đầu tiên, việc gì cũng phải từ cái nhỏ mà nên.

한걸음에 Một hơi, một nhịp. ~서울까지 가다 đi một mạch lên Seoul.

한겨울 Giữa đông, chính đông, lúc lạnh nhất. 그는 ~에도 얇은 옷차림으로 다닌다 giữa mùa đông anh ta cũng chỉ một chiếc áo mỏng manh.

한결 Nổi bật, thêm một bậc, hơn. đặc biệt, hơn nữa, càng. 비를 맞은 단풍이 ~아름답다 lá đơn phong mắc mưa càng đẹp hơn.

한결같다 Không thay đổi, trước sau như một, vững chắc, cố định. ~은 사랑 tình yêu trước sau như một.

한겻 Một phần tư ngày, nửa buổi. =반나절.

한계(限界) Giới hạn, hạn mức. 인간 능력의 ~ giới hạn năng lực con người.

한계점(限界點) Điểm giới hạn. ~에 달하다 đạt đến điểm giới hạn.

한곡(-曲) Một bài, một khúc. ~연주하다 biểu diễn một bài.

한교(韓僑) Hàn kiều, người Hàn Quốc sống ở hải ngoại.

한구석 Một góc, xó, góc. ~에 앉다 ngồi trong góc. ~에 놓다 để trong góc

한국(韓國) Hàn Quốc, nước Hàn Quốc, Korea, Nam Triều Tiên. ~국민 nhân dân Hàn Quốc.

한근심 Rất lo lắng, mối lo lớn.

한글 Chữ Hàn quốc, tiếng Hàn. ~날 ngày chữ Hàn Quốc.

한길 Con đường chính, con đường lớn. ~을 막다 chặn ngang đường lớn.

한꺼번에 Một lúc, một lần, một lượt. ~다 먹다 ăn hết một lần.

한껏(限-) Thoải mái, hết sức, mặc sức, đến mức như có thể. ~먹다 [마시다] ăn [uống] mặc sức.

한끝 ① Một bên, một phía, một đầu. 줄~에 돌을 달다 cột đá vào một đầu dây. ② Cuối, phần cuối.

한끼 Một bữa ăn. ~는 국수를 먹다 một bữa ăn mỳ.

한나라(漢-) Nước Hán (Trung Quốc xưa), nhà Hán.

한나절 Nửa ngày, một buổi. ~이나 잠자다 ngủ một buổi.

한낮 Chính trưa, chính ngọ. ~의 햇살을 받으며 걷다 đi giữa nắng chính trưa.

한낱 Chỉ, duy, duy là, chẳng qua. 나는 ~고학생에 불과하다 chẳng qua tôi chỉ là một học sinh nghèo.

한내(限內) ① Trong thời hạn. ② Trong giới hạn. ③ Trong phạm vi quy định.

한눈 Một mắt, một bên mắt. ~으로 겨냥하다 nheo bằng một mắt.

한눈팔다 Nhìn nơi khác, không chú ý,

liếc, không tập trung nhìn.

한닥한닥 Lung lay, lắc lư, đung đưa. ~하는 의자 cái ghế lung lay.

한달음에 Một mạch, một hơi. ~갔다 오다 đi một mạch, đi một hơi.

한담(閑談) Chuyện phiếm, chuyện lúc nhàn rỗi. ~을 나누다 nói chuyện phiếm.

한대(寒帶) Hàn đới, xứ lạnh. ~기후 khí hậu hàn đới.

한더위 Cơn nóng nhất, lúc nóng nhất. ~가 물러가다 cơn nóng nhất đi qua.

한데 Một chỗ, một nơi. ~모이다 tập trung lại một nơi.

한도(限度) Hạn độ, giới hạn. ~안에서 trong mức giới hạn.

한독(韓獨) Hàn Quốc và Đức.

한돌림 Một vòng (dây). 밧줄을 ~더 감아라 quấn thêm một vòng dây thừng.

한동기(-同氣) Anh em cùng cha mẹ, anh em một nhà. ~끼리 싸우다 anh em ruột cãi nhau.

한동안 Một thời kỳ dài, một dạo dài, một thời gian dài. ~머물다 trú một thời gian dài.

한되다(恨-) Tiếc nuối, thành điều tiếc nuối, hối hận. 젊어서 공부 못한 것이 ~ tiếc tuổi trẻ không học hành.

한두 Một hai. ~번 một hai lần. ~사람 một hai người.

한둘 Khoảng một hai, một hoặc hai. 사과~ một hai quả táo.

한드랑거리다 Lắc lư, lung lay, đung đưa. 나뭇가지가 바람에 ~ cành cây lắc lư trong gió.

한들거리다 Lắc lư, lung lay, đung đưa, phất phất. 나뭇잎이 바람에~ lá cây đung đưa trong gió.

한때 Một thời, một thuở, một lúc. ~뿐이다 chỉ là một thời thôi.

한랭(寒冷) Lạnh mà khô hanh, lạnh lẽo. ~하다. ~전선 dòng không khí lạnh và khô.

한러(韓-) Hàn - Nga. ~관계 quan hệ Hàn Nga. ~국경 biên giới Hàn - Nga.

한련(旱蓮) Hoa sen.

한류(寒流) Luồng khí lạnh, đợt khí lạnh, dòng khí lạnh.

한마디 Một lời. ~하다. ~도 없이 나가다 ra đi không nói một lời.

한마음 Cùng tấm lòng, cùng chung một tấm lòng. ~으로 bằng một tấm lòng.

한모금 Một ngụm, một miếng (trà, rượu). ~에 một ngụm.

한목 Đồng thời, cùng lúc. 물건을 ~에 보내다 gửi cùng lúc hàng hoá. 일년치 봉급을 ~(에) 타다 nhận một lần lương cả năm.

한몫 Một phần chia. 이익의 ~을 받다 nhận được một phần lợi nhuận.

한문(漢文) Hán văn, chữ Hán, tiếng Hán. (한자 chữ Hán).

한물 Rộ, lúc có nhiều nhất, mùa rộ, vào giữa mùa (hoa quả, rau). ~지 나다[가다] quá mùa.

한미(韓美) Hàn Quốc và Mỹ, Hàn - Mỹ. ~경제협력 위원회 Ủy ban hỗ trợ kinh tế Hàn - Mỹ.

한민족(漢民族) Dân tộc Hán (chỉ Trung Quốc).=한족(漢族).

한바닥 Trung tâm, nơi phồn hoa nhất. 도시의 ~을 폭격하다 tấn công trung tâm thành phố.

한바퀴 Một vòng. ~돌다 đi một vòng. 연못~돌다 đi một vòng xung quanh hồ.

한바탕 Ván lớn, ván quyết định, ván sống còn. ~의 씨름 một ván vật quyết định.

한반도(韓半島 Bán đảo Triều Tiên. ~에서의 평화와 안정의 유지 duy trì sự ổn định và hòa bình của bán đảo Triều tiên.

한발(旱魃) ① Quỉ đói, quỷ khát. ② Cơn hạn hán nặng. ~이 계속되다 cơn hạn hán nặng kéo dài.

한발짝 Một bước chân, một bước. ~도 밖에 안 나가다 không ra ngoài lấy một bước.

한밤 Nửa đêm, giữa đêm. ~에 vào lúc nửa đêm. ~까지 đến tận nửa đêm.

한밤중(-中) Nửa đêm, giữa đêm. ~에 vào lúc nửa đêm. ~까지 đến tận nửa đêm.

한방(-房) Cùng một phòng. ~을 쓰다 dùng chung một phòng.

한방울 Một giọt. 눈물~ giọt nước mắt. ~씩 từng giọt một.

한배 Cùng lứa (động vật), cùng một mẹ. ~강아지 chó con cùng một lứa.

한번(-番) Một lần. ~에 một lần, cùng lúc. 다시~ lại một lần.

한벌 Một bộ (quần áo, gia cụ vv). 여름 옷~ một bộ quần áo mùa hè.

한복(韓服) Áo quần truyền thống của Hàn Quốc, Hàn phục. ~을 입은 mặc Hàn phục.

한복판 Ngay chính giữa, chính giữa, trung tâm, tâm. ~에 ở ngay chính giữa.

한사람 Một người, mỗi người. ~한 사람씩 từng người từng người một.

한사코(限死-) Liều chết, liều mạng, hết sức. ~반대하다 liều chết phản đối.

한산(閑散) Lặng lẽ, không nhộn nhịp. ~하다. 이 시간에는 거리가 ~하다 lúc này con đường rảnh

한살 ① Một tuổi. ② Quan hệ tình dục. (남녀가) ~ (이) 되다 nam nữ quan hệ với nhau.

한생전(限生前) Cả cuộc đời.

한서(寒暑) Nóng và lạnh. ~의 차가 적다 sự khác biệt nóng lạnh ít.

한세상(-世上) Cả đời, suốt đời, trọn đời. ~을 편안히 살다 cả đời sống thoải mái.

한속 Cùng lòng, chung tấm lòng. ~이 되다 cùng tấm lòng với nhau.

한손 Một tay. ~으로 헤어치다 bơi bằng một tay.

한수(-手) Một bậc, một đẳng cấp. ~ 높다[위다] trên một bậc.

한순(-巡) Một vòng, một loạt 5 mũi, một lượt 5 mũi tên. 우리들은 활을 ~씩 쏘았다 chúng tôi bắn một loạt tên.

한술 ① Một thìa. ~뜨다 ăn một thìa, dùng một thìa. ② Sai thêm một bậc nữa.

한숨 ① Một hơi, một mạch. ~ 돌리다 thở một hơi. ② Thở ~ 쉬며 말하다 thở một hơi rồi nói.

한시(漢詩) Thơ chữ Hán.

한시도(-時-) Thậm chí trong chốc lát, ngay trong chốc lát. ~잊지 않다 không quên.

한시름 Mối lo lớn, cái lo lớn. ~놓다 cảm thấy lo nhiều.

한식(韓食) Món ăn Hàn Quốc. ~식당 nhà hàng món ăn Hàn Quốc.

한심(寒心) Tiếc, tiếc nuối, buồn tiếc, thất vọng, xấu hổ, bi thảm. ~하다,~스럽다. ~한 일 việc đáng tiếc.

한쌍(-雙) Một đôi. 좋은 ~ một cặp xứng đôi.

한약(韓藥, 漢藥) Thuốc bắc. ~재(材) nguyên liệu thuốc bắc.

한양(韓洋) Hàn-Âu, Hàn Quốc và Châu Âu. ~식 절충 kết hợp kiểu Hàn Quốc và Châu Âu.

한어(漢語) Hán ngữ, tiếng Hán.

한없다(恨-) Không có gì tiếc nuối, không có gì tức giận. 한 칠십 살았으니 인제 죽어도~ sống 70 thế này rồi chết cũng chẳng có gì tiếc nuối.

한없이 Một cách vô bờ bến. 자녀를 ~ 사랑하다 hết vòng yêu thương con cái. 아들을 ~ 사랑하다 yêu con trai vô bờ bến.

한여름 Giữa hè, lúc nóng nhất. ~에 vào giữa hè.

한역(韓譯) Dịch sang tiếng Hàn Quốc. ~하다. 영문~ dịch tiếng Anh sang tiếng Hàn.

한열(寒熱) Nóng và lạnh.

한영(韓英) Hàn-Anh. ~사전 từ điển Hàn-Anh.

한옆 Một bên, một phía. ~에 ở một phía.

한옥(韓屋) Nhà kiểu Hàn Quốc.

한외(限外) Ngoài giới hạn, ngoài quy định.

한우(寒雨) ① Cơn mưa lạnh. ② Mưa vào mùa đông.

한움큼 Một nhúm, một bốc, một nắm. ~의 쌀 một nắm gạo.

한월(寒月) Tháng mùa đông.

한유(閑遊) Trôi nổi, nhàn du, nhàn rỗi đi lang thang. ~하다.

한음(漢音) Hán âm; nguồn gốc phát âm tiếng Hán.

한의(韓醫, 漢醫) Y học Trung Quốc, thuốc bắc. ~사 bác sĩ thuốc bắc.

한의과대학(韓醫科大學) Trường đại học Đông y.

한이(韓伊) Hàn – Ý, Hàn Quốc và Italya.

한인(閑人) Người nhàn rỗi. ~한담(閑談) người nhàn rỗi nói chuyện phiếm.

한일(韓日) Hàn – Nhật. ~사전 Từ điển Hàn – Nhật.

한일월(閑日月) Những ngày tháng nhàn rỗi. ~을 보내다 sống những ngày tháng nhàn rỗi.

한입 Một miệng, một mồm. 사과를 ~ 먹다 ăn một miệng táo

한자(漢字) Chữ Hán. ~로 쓰다 viết bằng chữ Hán. ~를 알다 biết chữ Hán.

한자리 Một chỗ, một nơi. ~에 모이다 tập trung vào một chỗ.

한자릿수(-數) Một chữ số. 물가 상승률은 ~이다 tỷ lệ tăng vật giá là một chữ số.

한잔(-盞) Một chén, một ly (rượu), một cốc. ~하다 uống rượu, làm một chén.

한잠 Một giấc ngủ ngắn, chợp mắt. ~자다 chợp mắt.

한재(旱災) Hạn hán, tai họa hạn hán. ~를 입다 bị thiệt hại do hạn hán.

한저녁 Bữa tối đơn giản.

한적(閑寂) Tĩnh lặng, cô tịch. ~하다. ~한 곳 nơi cô tịch.

한절(寒節) Mùa lạnh, mùa đông

한점(-點) Một đốm, một vết, một điểm, một chấm, một miếng. 고기~ một miếng thịt

한정(限定) Hạn định, giới hạn. ~하다. ~가격 giá giới hạn

한제(韓製) Chế tạo tại Hàn Quốc, Hàn Quốc chế tạo.

한조각 Một mẩu, một miếng. 고기~ một miếng thịt. 빵 ~ một mẩu bánh.

한족(韓族) Dân tộc Hàn.

한종일(限終日) Cả ngày, suốt ngày. ~

비가 내린다 mưa cả ngày.

한줄 Một hàng, một dãy. ~씩 từng hàng một.

한줄기 Một vệt, một tia. ~빛 một tia sáng.

한중(寒中) Giữa mùa đông. ~수영 bơi trong cơn giá lạnh.

한즉 Nếu thế. ~ 인제 어떻게 하는 것이 좋을까? Nếu thế bây giờ làm thế nào là tốt nhất?

한증(汗蒸) Phương pháp trị bệnh bằng cách cho ra hết mồ hôi. ~하다.

한지(寒地) Xứ lạnh, vùng lạnh.

한직(閑職) Một chức vị nhàn rỗi, một công việc nhàn. ~에 있다 ở vào chức vị nhàn rỗi.

한집 Một ngôi nhà hoặc cùng một nhà. ~에 살다 sống cùng một nhà.

한짝 Một chiếc của một cặp. 구두~ một chiếc giày.

한쪽 Một bên, một hướng. ~끝 cuối một bên. ~눈[귀, 손] một bên mắt [tai, tay]

한차례(一次例) Một đợt, một trận, một lượt. ~의 비 một trận mưa.

한참 Một hồi lâu, một lúc lâu. ~만 [후]에 phải một lúc lâu sau.

한창 Đỉnh cao, lúc cao nhất, lúc nở rộ, cao trào, lúc sung sức nhất. ~때 lúc sung sức nhất(của cuộc đời).

한천(旱天) Thời tiết hạn, tiết hạn.

한철 Lúc cực thịnh, lúc cao trào. 패기만만한 젊은 ~ thời trai trẻ nhất tràn đầy sức sống.

한촌(寒村) Một ngôi làng nghèo và vắng vẻ.

한추위 ① Lúc lạnh nhất. ② Cơn lạnh nhất.

한층(一層) Một tầng nữa, hơn một bậc nữa, hơn nữa, hơn, nữa, thêm. ~힘드는 일 việc nặng hơn nhiều.

한치 Một Inch (đơn vị đo lường = 2,54cm). ~앞도 안 보이다 không thấy cái gì trước mặt.

한칸 Một gian. ~방 phòng có một gian.

한칼 Một nhát (dao, kiếm). ~에 목을 베다 một nhát chém đứt cổ

한탄(恨歎) Thở dài, lo lắng thở dài, tiếc thương, than thở vì việc gì đó. ~하다 thở dài.

한턱 Khao, thết đãi. ~하다[내다]. 술을 ~하다 đãi rượu.

한통 Một lòng, một dạ, một lũ, ~이 되다 thành một lũ với nhau.

한통치다 Tập trung vào một nơi, tập trung vào một chỗ.

한파(寒波) Đợt rét. 전국에 ~가 내 습하다 đợt rét sẽ tỏa ra cả nước.

한판 Một ván, một hiệp, một trận. ~승

부 thắng ngay ván đầu tiên.

한팔 ① Một cánh tay ② Một cánh tay (nghĩa bóng), sự giúp đỡ.

한패(-牌) Cùng bọn, cùng phe, cùng nhóm. ~가 되다 thành cùng phe, thành cùng nhóm.

한편(-便) Một phía, một bên. 길의 ~을 걷다 đi một bên đường.

한평생(-平生) Cả cuộc đời. ~편히 지내다 sống cả đời nhàn hạ.

한푼 Một xu, một cắc. ~도 없다 một xu cũng không có.

한풀꺾이다 Không còn tinh thần nữa, bị mất nhuệ khí. 그 소식을 듣고 그는 ~죽었다 nghe tin ấy xong hắn mất tinh thần.

한풀죽다 Không còn tinh thần nữa, bị mất nhuệ khí. 그 소식을 듣고 그는 ~죽었다 nghe tin ấy xong hắn ra mất tinh thần.

한풍(寒風) Cơn gió lạnh, làn gió lạnh.

한하다(限-) Hạn chế, giới hạn, chỉ được. 어른에 한한 영화 phim giới hạn chỉ cho người lớn

한한사전(漢韓辭典) Từ điển Hán - Hàn.

한해(旱害) Thiệt hại do thiên tai. ~상습지역 khu vực hay bị thiệt hại bởi thiên tai.

한화(韓貨) Tiền Hàn Quốc, Hàn tệ.

할(割) 10 phần trăm, một phần mười. 연 1~ 2푼의 이자 lãi suất năm 12 phần trăm.

할근거리다 Thở gấp. 숨을 ~ thở gấp.

할당(割當) Phân bổ, phân bố, chia. ~하다. 일을 ~하다 chia việc, phân việc.

할듯할듯 Tưởng như, dường như, như là. 그는 대답을 ~하다가 말았다 tưởng anh ta trả lời nhưng là lại không.

할딱할딱 Thở hổn hển.

할똥말똥하다 Do dự, ngại ngùng.

할례(割禮) Sự cắt bao quy đầu.

할리우드 Hollywood.

할말 Có lời muốn nói, có ý kiến, đề nghị. 양쪽의 ~을 듣다 nghe ý kiến hai bên.

할머니 Bà nội. ~는 혼자서 우리 아버지를 키우셨다 bà nội một mình nuôi bố tôi.

할멈 Bà già (tiếng gọi bà cụ già nhưng không được tôn trọng).

할복(割腹) Mổ bụng. ~하다. ~자살 mổ bụng tự sát.

할부(割賦) Trả thành nhiều lần, trả góp. ~제(制) chế độ trả góp.

할선(割線) Đường cắt, đường nối (toán học).

할아버지 Ông. 외~ ông ngoại.

할아범 ① Người hầu già. ② Cái thằng

già (chỉ sự coi thường).

할애하다(割愛-) Không tiếc, cho không tiếc.

할양(割讓) Cắt một phần đất hoặc vật dụng gì đó bán/ nhường cho người khác, nhường cho một phần, nhượng một phần. ~하다. 토지를 …에게 ~하다 cho ai một phần đất.

할인(割引) Giảm giá, hạ giá. ~하다. ~권 phiếu bán giảm giá.

할인(割印) Sự đóng dấu, in dấu. ~을 찍다 đóng dấu. ~을 찍은 서류 tài liệu đã đóng dấu.

할일 Việc phải làm, việc để làm. ~이 많다 nhiều việc phải làm.

할증(割增) Phụ trội, trả thêm. ~하다. ~금 tiền trả thêm.

할짝거리다 Liếm, mút. 개가 우유를 ~고 있다 con chó đang liếm sữa.

할퀴다 Cào, gãi, cấu. 할퀸 상처 vết thương bị cào.

핥다 Liếm. 깨끗이 ~ liếm sạch. 손을 ~ liếm tay.

핥아먹다 ① Liếm ăn. ② Lừa người khác lấy tài sản.

핥아세다 Lừa đảo chiếm đoạt. 남의 재물을 ~ lừa đảo chiếm đoạt tài sản người khác.

핥이다 Cho liếm, đưa cho liếm, bị liếm. 개에게 손을 ~ đưa tay cho chó liếm.

함(函) Cái thùng, cái hộp. 편지~ thùng thư. 모금~ thùng gom tiền.

함교(艦橋) Đầu tàu, bộ phận chỉ huy tàu.

함구(緘口) Im lặng, không nói gì. ~하다. ~령 lệnh im lặng.

함기(艦旗) Cờ chiến hạm.

함께 Cùng với, cùng. 나도 아이와 ~ 놀았다 tôi đã chơi cùng với lũ trẻ.

함닉(陷溺) ① Chìm xuống nước, lặn xuống. ~하다. ② Rơi vào tửu sắc.

함대(艦隊) Hạm đội. ~기지 căn cứ hạm đội. ~사령관 tư lệnh hạm đội.

함락(陷落) Chìm xuống, lún xuống. ~하다

함령(艦齡) Số năm sử dụng hạm đội. ~초과 quá thời hạn sử dụng hạm đội.

함몰(陷沒) ① Chìm xuống nước, chìm xuống đất. ~하다 ② Diệt vong, suy tàn,

함미(艦尾) Phần sau của chiến hạm, đuôi chiến hạm. ~닻 neo đuôi chiến hạm.

함박눈 Tuyết cục, tuyết thành từng tảng dày. ~이 내린다 tuyết tảng rơi xuống.

함부로 Tuỳ tiện, tùy ý, không suy nghĩ, không có mục đích, cẩu thả, ẩu, bừa. ~믿다 tin bừa.

함석 Tôn tráng kẽm. ~지붕 mái kẽm.

함선(艦船) Tàu bè.

함성(喊聲) Cùng hét lên, cùng hô lên. ~을 지르다 cùng hét lean.

함수(鹹水) Nước muối, nước mặn. ~어 cá nước mặn. ~호 hồ nước mặn.

함양(涵養) Nuôi dạy, dạy dỗ. ~하다. 덕성을 ~하다 nuôi dưỡng đức tính.

함원(含怨) Mang hận, ôm hận. ~하다.

함유(含有) Chứa, chứa đựng, hàm chứa. ~하다. ~성분 thành phần bao gồm.

함장(艦長) Hạm đội trưởng. ~실 phòng hạm đội trưởng.

함재(艦載) Chất, chở trên tàu. ~하다.

함정(陷穽) Cái bẫy, cái hầm (bắt động vật). ~에 빠뜨리다 lọt vào bẫy.

함체(艦體) Thân chiến hạm.

함축(含蓄) Hàm chứa, có ý nghĩa. ~하다. ~성이 있는 말 lời nói có hàm ý.

함포(艦砲) Pháo hạm.

함함하다 Mềm mại, thương yêu

함흥차사(咸興差使) Chỉ đi nhưng không có tin tức hoặc hồi âm gì. 그는 한 번 가더니 ~다 anh ta mà đi là không bao giờ có tin tức gì.

합(合) Tổng số. ~해서 gộp lại. 2와 2 의 ~은 4 : 2 với 2 là 4.

합격(合格) Đỗ, thi đỗ, đủ tư cách. ~하다. 시험에 ~하다 thi đậu.

합금(合金) Hợp kim. ~강(鋼) thép hợp kim.

합기도(合氣道) Môn võ hợp khí đạo.

합당(合當) Thích hợp, phù hợp, thỏa đáng. ~하다. ~한 사람 người phù hợp.

합동(合同) Chung, tập thể. ~하다. ~결 혼 đám cưới tập thể.

합력(合力) Hợp lực, hợp sức. ~하다.

합류(合流) Hai nhánh dòng sông hòa thành một, hòa chung, hợp lưu. ~하다. 두 강이 ~하는 곳에 nơi dòng sông hợp lưu với nhau.

합리(合理) Hợp lý. ~하다. ~성 tính hợp lý. ~화하다 hợp lý hóa.

합리화(合理化) Hợp lý hóa. ~하다. 경 영의 ~ hợp lý hóa kinh doanh.

합명회사(合名會社) Công ty hợp danh.

합반(合班) Gộp lớp, sát nhập lớp. ~하 다. ~수업 học chung.

합방(合邦) Thống nhất các bang. ~하 다. ~되다 được thống nhất các bang.

합법(合法) Hợp pháp. ~적 tính hợp pháp. ~적 수단으로 bằng phương pháp hợp pháp.

합병(合倂) Sát nhập, gộp chung lại (cơ quan đoàn thể). A와 B를 ~하다 sát nhập A và B.

합산(合算) Sự cộng chung, cộng thêm, tính thêm.

합석(合席) Ngồi chung, ngồi cùng một bàn. ~하다.

합선(合線) Chập điện. ~하다.

합성(合成) Tổng hợp, kết hợp hai cái trở lên. ~하다. ~고무 cao su tổng hợp.

합수(合水) Hòa vào nhau, chảy chung. ~하다. 세 강이 이 지점에서 ~ 한다 ba con sông hòa vào nhau ở địa điểm này.

합숙(合宿) Sự sống chung. ~하다.

합승(合乘) Đi xe chung. ~하다. ~객 khách đi cùng xe.

합심(合心) Sự đồng tâm, hợp lực. ~하다.

합의(合意) Thỏa thuận, nhất trí. ~하다. ~에 이르다 đạt đến thỏa thuận.

합일(合一) Thống nhất, đồng nhất, hợp nhất. ~하다. 이론과 실제의 ~ sự hợp nhất giữa lý và thực tế.

합자(合資) Gộp vốn, chung vốn. ~하다. ~회사 công ty chung vốn.

합작(合作) Hợp tác, liên doanh. ~하다. ~회사 công ty liên doanh.

합장(合掌) Chắp tay. ~하다. ~하고 기도하다 chắp hai tay cầu khấn.

합주(合奏) Buổi hòa nhạc. ~하다. ~곡 khúc hòa nhạc.

합죽이 Chỉ người móm, móm mồm.

합중국(合衆國) Hợp chủng quốc. 아메리카[미] ~ Hợp chủng quốc Hoa Kỳ.

합창(合唱) Hợp xướng. ~하다. 남녀 ~ hợp xướng nam nữ. ~곡 đội hợp xướng.

합체(合體) Tập hợp lại, gom lại. ~하다.

합치(合致) Giống nhau, như nhau. ~하다.

합치다(合-) Gộp với nhau, hợp với nhau, cùng với nhau, cùng chung, trộn lẫn. 두 반을 ~ gộp hai lớp lại.

합판(合判) Kích cỡ để làm sách, chiều dài 21cm, chiều rộng 15cm.

합판(合板) [총칭] Gỗ ép, ván ép.

합하다(合-) ① Gộp, sát nhập. 힘을 ~ gộp sức, chung sức. ② Hợp, hợp với.

합헌(合憲) Hợp hiến.

합환주(合歡酒) Rượu mừng cô dâu chú rể trao cho nhau lúc tiến hành hôn lễ.

핫- Tiếp từ, đi trước danh từ, chỉ sự nhồi bông. ~바지 quần bông. ~옷 áo bông.

핫뉴스 Tin nóng hổi, tin mới (hot news).

핫도그 Món hot dog, món xúc xích.

핫라인 Đường dây nóng, đường dây khẩn, hotline. 유관기관과 ~으로 연결되어 있다 kết nối bằng đường dây nóng với cơ quan hữu quan.

핫머니 Tiền nóng, tiền cho vay nóng, tiền vay gấp lấy lãi suất cao.

핫바지 ① Quần bông. ② Thằng nhà quê, thằng boom, thằng ngốc.

핫워 Chiến tranh nóng, hot war.

핫케이크 Bánh nướng (hot cake).

핫퉁이 Chỉ cái áo nhồi bông quá dày hoặc người mặc áo đó.

항(項) Hạng mục. 법률 제5 ~ hạng mục năm bộ luật.

항-(抗) Tiếp từ, chỉ sự chống, phản lại, đề phòng. ~균 kháng khuẩn.

항간(巷間) Trong thôn, trong xóm. ~에 떠도는 얘기 câu chuyện đồn đại trong xóm.

항거(抗拒) Chống cự, kháng cự. ~하다. ~죄 tội kháng cự.

항고(抗告) Kháng cáo. ~하다. ~장 thư kháng cáo.

항공(航空) Hàng không, không quân. ~기 máy bay. ~모함 hàng không mẫu hạm.

항공기(航空機) Máy bay. ~대피소 nơi trú máy bay.

항구(恒久) Lâu dài, vĩnh cửu. ~하다. ~성 có tính vĩnh cửu.

항균성(抗菌性) Có tính chống vi khuẩn, kháng sinh.

항내(港內) Trong cảng. ~설비 thiết bị trong cảng.

항도(港都) Thành phố cảng. ~ 인천 thành phố cảng Incheon.

항독소(抗毒素) Chất chống độc. ~를 주사하다 tiêm chất chống độc.

항렬(行列) Bầy vai trong họ hàng. 같은 ~이다 cùng bầy vai.

항로(航路) Hải trình, hải lộ, lộ trình của con thuyền. ~변경 thay đổi hải trình.

항만(港灣) Cảng, cảng sông biển. ~공사 công trình xây dựng cảng.

항명(抗命) Chống lệnh. ~하다. ~죄 tội chống lệnh.

항목(項目) Hạng mục. ~별 từng hạng mục.

항무(港務) Cảng vụ.

항문(港門) Cửa cảng.

항미(抗美) Chống Mỹ. ~구국전쟁 cuộc chiến tranh chống Mỹ cứu nước.

항법(航法) Cách lái thuyền hoặc lái máy bay cho an toàn nhất, kỹ thuật lái tàu, máy bay.

항변(抗辯) Kháng nghị, phản bác. ~하다. 사실부인의 ~하다 phản bác phủ nhận sự thật.

항병(降兵) Lính đầu hàng, tù binh, hàng binh.

항복(降伏) Đầu hàng. ~하다. ~권고(서) khuyến cáo nên đầu hàng.

항불(抗佛) Chống Pháp. 베트남 민족의 ~전쟁 cuộc chiến tranh chống lại quân Pháp của dân tộc Việt Nam.

항산(恒産) Tài sản nhất định, nghề nghiệp nhất định. ~이 있는 사람 người có tài sản nhất định.

항상(恒常) Thường xuyên, thường, lúc nào cũng. 그는 ~ 그렇게 말을 했다 anh ta thường xuyên nói thế.

항생(抗生) Kháng sinh. ~제 thuốc kháng sinh.

항서(降書) Thư đầu hàng. 적장에게 ~를 쓰다 viết thư đầu hàng cho tướng địch.

항설(巷說) Truyền miệng. ~에 의하면 theo lời truyền miệng thì.

항성(恒性) Tính cố định, tính vĩnh cửu, tính ổn định.

항세(港稅) Thuế cảng, thuế vào cảng.

항소(抗訴) Kháng án. ~하다. ~권 quyền kháng án. ~인 người kháng án. ~장 đơn kháng án. ~를 기각하다 bỏ kháng án. ~를 철회하다 rút kháng án.

항속(航續) Bay liên lục, đi liên tục (tàu, thuyền). ~거리 cự ly bay liên tục.

항시(恒時) Luôn luôn, thường xuyên. =항상.

항아리(缸-) Cái bình, cái lọ, cái chum nhỏ. 꿀~ bình mật ong. 물~ bình nước.

항암(抗癌) Chống ung thư. ~제 thuốc chống ung thư.

항언(抗言) Nói lại, nói chống lại. ~하다.

항용(恒用) Thường xuyên, thường dùng.

항의(抗議) Chống cự, chống lại, phản đối. ~하다. ~ 운동 phong trào phản đối.

항일(抗日) Kháng Nhật, chống Nhật. ~운동 phong trào chống Nhật.

항전(抗戰) Kháng chiến. ~하다. 대미~ kháng chiến chống Mỹ.

항정(航程) Hành trình, lộ trình, đường đi. 하루의 ~ hành trình một ngày.

항주(航走) Đi trên biển. ~하다. ~속도 tốc độ đi trên biển.

항진(亢進) ① Tăng tốc, thừa thế. ~하다 ② Nặng thêm, xấu đi.

항체(抗體) Chất kháng thể.

항해(航海) Hàng hải. ~하다 đi biển. ~사 công ty hàng hải. ~중이다 đang đi biển.

항해일지(航海日誌) Lịch trình hàng hải, nhật ký hàng hải.

항행(航行) Đi bằng thuyền hoặc máy bay. ~하다.

항혈청(抗血淸) Huyết thanh kháng

thể.

해 Mặt trời, thái dương, ánh nắng. ~가 지기[저물기] 전에 trước khi mặt trời lặn.

해갈(解渴) Giải cơn khát, làm bớt cơn khát.

해거름 Mặt trời lặn, khi mặt trời lặn. ~에 vào lúc mặt trời lặn.

해결(解決) Giải quyết. ~하다. 평화적으로 ~하다 giải quyết bằng hòa bình.

해결사(解決士) Người có khả năng giải quyết vấn đề.

해경(海景) Cảnh sát biển.

해고(解雇) Sa thải, thải hồi. ~하다. 근로자를 ~하다 sa thải người lao động.

해골(骸骨) Hài cốt. 미군~ hài cốt lính Mỹ. ~처럼 마른 사람 người gầy như bộ xương.

해공전(海空戰) Trận đánh cả trên biển và trên không.

해괴(駭怪) Quái dị, kỳ dị. ~하다. ~한 소문 tin đồn kỳ quặc.

해구(海寇) Hải tặc, cướp biển.

해국(海菊) Hải cúc, cây cúc biển.

해군(海軍) Hải quân. ~기지 căn cứ hải quân.

해금(解禁) Bãi bỏ lệnh cấm, xóa lệnh cấm. ~하다. 정치활동~ bãi bỏ lệnh cấm hoạt động chính trị.

해기(海技) Kỹ thuật đi biển. ~사 면허증 giấy chứng nhận thủy thủ.

해끄무레하다 Hơi trắng và mỏng. 해끄무레한 얼굴 khuôn mặt hơi trắng mà mỏng.

해끔하다 Trắng xóa.

해난(海難) Tai nạn trên biển. ~을 당하다 bị tai nạn trên biển.

해내다 Hoàn thành, xong. 맡은 일을~ hoàn thành công việc được giao.

해넘이 Mặt trời lặn, xế chiều, chiều tà. ~무렵 lúc mặt trời lặn.

해년(亥年) Năm Hợi, năm con heo.

해단(解團) Giải tán, giải tán đoàn thể. ~하다.

해답(解答) Giải đáp, trả lời.

해당(該當) Xứng, tương ứng, có liên quan, hữu quan, đúng, phù hợp. ~하다. ~사항 những nội dung liên quan.

해당화(海棠花) Hoa Hải đường.

해도 Cho dù, dù là. 그것이 사실이 라~ cho dù cái đó là sự thật.

해독(解讀) Đọc và hiểu, đọc và giải mã. ~하다. 암호~ đọc và giải mã ký hiệu.

해독제(解毒濟) Thuốc giải độc. ~를 먹이다 cho uống thuốc giải độc.

해돋이 Mặt trời mọc. ~에 lúc mặt trời mọc.

해동(解凍) Làm cho tan ra, rã đông. ~

하다. 냉동 식품을 요리하기 전에 ~시키다 thức ăn đông lạnh trước khi nấu phải làm tan ra.

해득(解得) Hiểu, lĩnh hội. ~하다. ~이 빠른[느린] hiểu nhanh [chậm].

해란초(海蘭草) Cỏ biển, lan biển.

해로(海路) Đường biển, lộ trình đường biển.

해롭다(害-) Có hại, không tốt. 술은 건강에 ~ rượu có hại cho sức khỏe.

해롱 Đùa, giễu cợt. =희롱-.

해류(海流) Hải lưu, dòng chảy biển. ~를 타다 theo dòng hải lưu.

해륙(海陸) Đất liền và biển.

해리(解離) Lý giải, phân tích. ~하다. 화학~하다 phân tích hóa học.

해마(海馬) Con hải mã, con cá ngựa.

해마다 Hằng năm, mỗi năm. 수입은 ~증가한다 mỗi năm thu nhập đều tăng lên.

해만(海灣) ① Vịnh. ② Biển và vịnh.

해맑다 Trắng và sạch (sáng).

해망쩍다 Đần, không nhanh nhẹn.

해머 Cái búa. ~던지기 ném búa. 공기 ~ búa hơi.

해먹 Cái võng (hammock). ~에서 자다 ngủ trên võng.

해먹다 Làm lấy ăn, nấu lấy ăn. 점심을 ~ nấu ăn trưa.

해면(解免) ① Miễn trách nhiệm. ~하다. ② Miễn nhiệm.

해명(解明) Giải thích, giải trình. ~하다. ~을 요구하다 yêu cầu giải thích.

해몽(解夢) Giải mộng, giải thích giấc mơ. ~하다.

해무(海霧) Sương biển, sương mù trên biển.

해묵다 Lâu năm, cũ. ~은 쌀 gạo cũ. ~은 논쟁 vấn đề tranh cãi cũ.

해물(海物) Hải vật, hải sản.

해미 Sương mờ trên biển. 바다에 ~가 끼다 trên biển có sương mờ.

해박(該博) Uyên bác. ~하다. ~한 지식 tri thức uyên bác.

해바라기 Hoa hướng dương.

해발(海拔) Độ cao so với mực nước biển. 그 산의 ~2500 미터이다 núi đó cao 2500 mét so với mực nước biển.

해방(解放) Giải phóng, thoái khỏi. ~하다. 노예를~하다 giải phóng nô lệ.

해방감(解放感) Cảm giác thoải mái, cảm giác thoát khỏi cái gì đó.

해법(解法) Giải pháp, cách giải quyết. 새로운 ~을 제시했다 đề nghị một giải pháp mới.

해변(海邊) Bờ biển. ~의 도시 thành phố cạnh bờ biển.

해병(海兵) Hải binh, hải quân, quân trên biển

해보다 Làm thử, thử. 처음~ làm thử lần

đầu. 일을 ~ làm thử việc.

해부(解剖) Giải phẫu, mổ. ~하다. ~의 결과 kết quả giải phẫu.

해부학(解剖學) Giải phẫu học.

해빙(海氷) Băng trên biển.

해빙(解氷) ① Sự tan (băng). ~하다. ~기 thời kỳ tan băng. ② Quan hệ trở nên tốt hơn.

해사(海沙/海砂) Cát biển.

해산(海山) Núi nằm sâu dưới lòng biển.

해산물(海産物) Đồ biển, hải sản. ~가공품 hải sản gia công.

해삼(海蔘) Hải sâm.

해상(海上) Trên biển, biển. ~공원 công viên trên biển.

해석(解釋) Giải thích, phân tích, làm rõ, tìm hiểu. ~하다. 일방적인~ cách hiểu thông thường.

해설(解說) Thuyết minh, tường thuật. ~하다. ~자 thuyết minh viên, tường thuật viên.

해소(解消) Giải quyết. ~하다. 스트레스를 ~하다 giải toả stress.

해손(害損) Thiệt hại, tổn hại.

해송(海松) Cây tùng biển, cây phi lao.

해수(咳嗽) Ho, bệnh ho. ~약 thuốc ho.

해시계(-時計) Đồng hồ mặt trời.

해식(海蝕) Sự xói mòn do sóng biển, ăn mòn vào đất liền.

해신(海神) Thần biển.

해심(害心) Có ý làm hại. ~이 나다 có ý làm hại, có tâm làm hại.

해쓱하다 Xanh xao, ốm yếu. 몹시~ rất xanh xao.

해악(害惡) Cái ác và cái có hại. 사회에 큰 ~을 끼치다 mang lại cái ác và cái hại cho xã hội.

해안(海岸) Bờ biển, ven biển. ~선 bờ biển.

-해야하다 (Tiếp từ, đi sau động từ). Phải, bắt buộc. 집을 수리해야 한다 phải sửa nhà.

해약(解約) Xóa bỏ hợp đồng hoặc cam kết. ~하다. 예약을 ~하다 hủy sự đặt trước.

해양(海洋) Hải dương, biển. ~성 기후 khí hậu có tính hải dương.

해어 (解語) Giải ngữ. ~사전 từ điển giải ngữ.

해어뜨리다 Làm mòn, bào mòn, làm rách, hư. 옷을 ~ làm rách áo.

해어지다 Cũ, rách, hư hỏng.

해역(海域) Vùng biển, miền biển.

해연풍(海軟風) Gió biển, gió thổi từ biển vào.

해열(解熱) Hạ sốt, giải nhiệt. ~하다. ~제 thuốc hạ sốt.

해왕성(海王星) Sao Hải Vương.

해외(海外) Hải ngoại, ở nước ngoài. ~로 가다 đi ra nước ngoài.

해우(海牛) Hải ngưu, con bò biển.

해운(海運) Vận tải biển. ~업 ngành vận tải biển. ~업자 công ty vận tải biển.

해원(海員) Thủy thủ, thuyền viên. ~명부 danh sách thuyền viên.

해의(害意) Ý định làm hại. ~를 품다 có ý làm hại.

해이(解弛) Thoải mái, thư giãn, lỏng lẻo. ~하다. 기강이 ~하다 kỷ cương lỏng lẻo.

해일(亥日) Ngày hợi.

해일(海溢) Triều cường. ~경보 cảnh báo Sóng thần.

해임(解任) Cắt chức, cách chức, bãi chức. ~하다. ~장(狀) lệnh cắt chức.

해자(垓子) Hào, bờ hào. ~를 두른 성(城) bức tường có hào xung quanh

해장(海葬) Chôn xuống biển, hải táng. ~하다.

해장-국 Canh xương hầm.

해저(海底) Dưới biển, đáy biển. ~광물자원 tài nguyên khoáng sản dưới đáy biển.

해적(海賊) Hải tặc. ~선 thuyền hải tặc. ~소탕하다 truy quét hải tặc.

해전(海戰) Trận chiến trên biển, trận thủy chiến.

해제(解除) Hủy bỏ, xóa bỏ, tháo bỏ. 계약을 ~하다 hủy hợp đồng.

해조(海藻) Tảo biển, rong biển.

해주다 Làm hộ, làm cho người khác. 편지 번역을 ~ dịch thư hộ.

해중(海中) Dưới biển. ~공원 công viên dưới biển. ~생물 sinh vật dưới biển.

해지(解止) Huỷ hợp đồng, bỏ hợp đồng. ~하다. =해약.

해지다 Cũ, hư, rách. =해(어)지다. 해진 구두 dày cũ. 해진 양말 vớ rách.

해직(解職) Đuổi việc, sa thải, bãi nhiệm. ~하다. =해임(解任).

해질녘 Chiều tối, lúc mặt trời lặn. ~에 vào lúc xế chiều

해체(解體) Giải tán, giải thể (cơ quan, đoàn thể). ~하다. 축구팀~ giải thể đội bóng.

해춘(解春) Đến mùa xuân và băng tuyết tan. ~하다.

해충(害蟲) Loài sâu bọ, côn trùng gây hại. ~을 박멸하다 diệt côn trùng. ~의 피해 thiệt hại do sâu bọ.

해치다(害-) Có hại, làm hại, hại, gây hại, ảnh hưởng xấu. 미관을 ~ làm ảnh hưởng mỹ quan.

해치우다 Nhanh chóng kết thúc, làm xong nhanh. 간단히~ kết thúc nhanh chóng đơn giản.

해커 Hacker máy tính.

해탈(解脫) Giải thoát, thoát khỏi. ~하다.

해태(懈怠) Lười biếng.

해토(解土) Làm tan đất, xới đất. ~하다.

해트트릭 Cú hat trick, cú ghi ba bàn thắng (bóng đá).

해파리 Con sứa biển. ~모양의 hình con sứa biển.

해표(海豹) Báo biển. = 바다표범.

해풍(海風) Gió biển. ~이 세차게 몰아치다 gió biển tràn vào.

해피엔딩 Kết thúc có hậu (happy ending). ~으로 끝나다 kết thúc bằng kết thúc có hậu.

해하다(害-) ① Làm hại, hại. 사람을 ~ hại người. ② Giết ai.

해학(諧謔) Hài hước. ~적 có tính hài hước. ~의 멋을 아는 사람 người biết hài hước.

해항(海港) Hải cảng, cảng biển.

해협(海峽) Eo biển, vịnh. ~을 건너다 vượt qua eo biển. ~을 봉쇄하다 phong tỏa eo biển.

해화석(海化石) Hóa thạch biển.

해후(邂逅) Sự hội ngộ sau một thời gian dài chia tay nhau. ~하다.

핵(核) Hạt nhân, nguyên tử. ~원자 nguyên tử hạt nhân.

핵가족(核家族) Gia đình hạt nhân, gia đình chỉ hai thế hệ. ~시대 thời đại gia đình.

핵공격(核攻擊) Tấn công bằng vũ khí hạt nhân. ~을 가하다 tấn công bằng vũ khí hạt nhân.

핵무기(核武器) Vũ khí hạt nhân. ~보유국 nước sở hữu vũ khí hạt nhân.

핵무장(核武裝) Trang bị hạt nhân, vũ trang hạt nhân. ~하다. ~경쟁 chạy đua vũ trang hạt nhân.

핵미사일(核-) Tên lửa mang vũ khí hạt nhân.

핵반응(核反應) Phản ứng nhạt nhân.

핵발전소(核發電所) Trạm phát điện nguyên tử, trạm phát điện hạt nhân.

핵병기(核兵器) Vũ khí hạt nhân = 핵무기.

핵분열(核分裂) Tách nổ hạt nhân. ~연쇄반응 phản ứng dây chuyền, tách nổ hạt nhân.

핵붕괴(核崩壞) Phong tỏa hạt nhân.

핵산(核酸) Axít nguyên tử, a xít hạt nhân.

핵시설(核施設) Cơ sở hạt nhân.

핵실험(核實驗) Thử nghiệp hạt nhân. ~경쟁 chạy đua thử hạt nhân.

핵심(核心) Trung tâm, nhạt nhân, trọng tâm, điểm chính. ~부 phần chính, phần trung tâm.

핵알레르기(核-) Dị ứng hạt nhân.

핵에너지 Năng lượng hạt nhân. ~의 이

용 sử dụng năng lượng hạt nhân.

핵연료(核燃料) Nhiên liệu hạt nhân. ~재처리공장 nhà máy tái xử lý nhiên liệu hạt nhân.

핵우산(核雨傘) Ô, dù, ô hạt nhân, người đỡ đầu. ~이 있다 có ô dù.

핵인(核仁) Hạt nhân.

핵잠수함(核潛水艦) Tàu ngầm hạt nhân.

핵장비(核裝備) Trang bị hạt nhân. ~(를)하다. ~할 수 있는 có thể trang bị hạt nhân.

핵전쟁(核戰爭) Chiến tranh hạt nhân. ~의 위협 suy cơ chiến tranh hạt nhân.

핵폭발(核爆發) Vụ nổ hạt nhân. ~실험 thử nghiệm nổ hạt nhân.

핵항공모함(核航空母艦) Hàng không mẫu hạm có trang bị hạt nhân.

핸드백 Túi xách tay (handbag).

핸드볼 Bóng ném (handball). ~하다.

핸드폰 Điện thoại cầm tay, hand phone.

핸들 Tay lái, ghi đông, tay cầm. ~을 잡다 nắm lấy tay lái.

핸들링 Chạm tay, để bóng chạm tay, manh (bóng đá) (handling)

핸디캡 ① Nhược điểm, yếu điểm. ② Chấp điểm, chấp điều kiện gì đó (trong thể thao).

핸섬 Đẹp trai (handsome). ~한 남자 người đàn ông đẹp trai.

핼쑥하다 Xanh xao, vàng vọt, ốm yếu. 핼쑥한 얼굴 khuôn mặt xanh xao.

햄 Món ham, giăm bông.

햄버거 Hamburger.

햅쌀 Gạo đầu mùa. ~밥 cơm gạo đầu mùa.

햇- Tiếp từ, đi trước danh từ, chỉ sự vật mới, lần đầu, đầu mùa. ~감자 khoai tây đầu vụ.

햇것 Vật, sản vật đầu mùa.

햇곡식(-穀食) Lương thực đầu mùa.

햇발 Tia nắng. ~이 퍼지다 tia nắng tỏa ra.

햇병아리 ① Gà con mới nở, gà lứa đầu. ② Tay mơ, với vào nghề. ~기자 ký giả mới vào nghề.

햇볕 Ánh nắng mặt trời, tia nắng. 따갑게 내리쬐는 ~ ánh nắng chói chang.

햇수(-數) Con số của năm, tính theo năm. 여기에 온지 ~로 3년이다 đến đây được 3 năm.

햇콩 Đậu đầu mùa.

행(幸) Hạnh, may mắn. ~인지 불행 인지 không biết là may hay bất hạnh.

행각(行脚) Đi lang thang. 구걸~ lang thang xin. 도피~ bỏ trốn đây đó.

행간(行姦) Thông dâm, ngoại tình. = 간음.

행객(行客) Hành khách.

행군(行軍) Hành quân. ~하다. ~명령 mệnh lệnh hành quân.

행낭(行囊) Túi đựng thư.

행동(行動) Hành động, làm. ~하다. 단체~ hành động tập thể.

행동통일(行動統一) Thống nhất hành động. ~하다.

행락(行樂) Hành lạc, vui, vui chơi. ~하다. ~객 khách vui chơi. ~지 nơi vui chơi.

행려(行旅) Đi nhiều, đi rộng.

행렬(行列) Đi thành hàng, hàng, hàng ngũ. ~을 짓다 làm thành hàng.

행로(行路) Đường đi, con đường. 인생~ đường đi của cuộc đời

행리(行李) Hành lý. ~에 챙겨 넣다 chuẩn bị hành lý.

행방(行方) Hành tung, tung tích, dấu vết. ~이 묘연한 hành tung không rõ ràng.

행보(行步) Bộ hành, đi bộ. ~하다. ~를 멈추다 dừng bước.

행복(幸福) Hạnh phúc. ~하다[스럽다]. ~하게 살다 sống một cách hạnh phúc.

행불행(幸不幸) Hạnh phúc và bất hạnh, sướng và khổ. 인생의~ hạnh phúc và bất hạnh của cuộc đời.

행사(行使) Sử dụng, dùng, thực hiện, thực thi. ~하다. 권력을 ~하다 sử dụng quyền lực.

행상(行商) Buôn bán. ~하다. ~을 다니다 đi buôn

행선지(行先地) Nơi đi, nơi đến, điểm đến. ~를 알려 주시오 xin cho biết nơi đến.

행성(行星) Hành tinh. 대~ đại hành tinh. 소~ tiểu hành tinh.

행세(行世) Cư xử, ứng xử, thực hiện vai trò. ~하다. ~를 잘못하다 cư xử sai.

행수(行首) Đầu đàn, đầu bầy.

행실(行實) Hành động, cư xử. ~이 좋다 làm việc tốt.

행악(行惡) Làm điều ác. ~하다

행여(나)(幸-) Biết đâu, có khi, hoặc. ~오지 않을까하여 기다렸다 chờ biết đâu có khi anh ta đến.

행운(幸運) Vận may. ~을 빌다 cầu may. ~의 여신 nữ thần may mắn.

행운유수(行雲流水) ① Nước chảy mây trôi. ② Công việc trôi chảy, thuận buồm xuôi gió.

행원(行員) Nhân viên ngân hàng.

행위(行爲) Hành vi. ~능력 năng lực hành vi.

행인(行人) Người đi đường, khách bộ hành

행장(行裝) Hành trang, hành lý. ~을

차리다 chuẩn bị hành trang.

행적(行蹟) ① Tung tích. ~을 감추다 giấu tung tích. ② Sự nghiệp, thành tựu.

행정(行政) Hành chính. ~적 có tính hành chính.

행주 Giẻ lau, khăn lau bát đĩa, bàn ghế.

행중(行中) Người cùng đi, bạn đồng hành.

행진(行進) Đi thành hàng, diễu hành. ~하다. 군대~ diễu binh.

행커치프 Khăn mùi xoa (handkerchief).

행패(行悖) Hành động tội lỗi. ~하다. ~를 부리다 gây ra hành động tội lỗi.

행포(行暴) Hành động bạo lực. ~하다.

행하(行下) Tiền sai vặt, tiền bo (người hầu). ~를 주다 cho tiền tiêu vặt.

행하다(行-) Làm, thực hiện, thi hành, tiến hành, cử hành. 기적을 ~ làm nên một kỳ tích.

행해지다(行-) Được tiến hành, được thực hiện, được cử hành.

향(向) Phương hướng, hướng. 서~의 hướng tây. 풍~ hướng gió.

향(香) Cây hương, hương. ~을 피우다 đốt hương.

향관(鄉關) Quê quán.

향군(鄉軍) Cựu chiến binh, lính phục viên.

향긋하다 Thơm ngát, thơm ngào ngạt.

향기(香氣) Mùi thơm. 꽃~ mùi hoa, hương hoa.

향나무(香-) Một loại cây có mùi thơm.

향낭(香囊) Túi hương.

향내(香-) Mùi hương, mùi thơm =향기.

향년(享年) Tuổi thọ. ~칠십세다 tuổi thọ là 70.

향도(鄉導) Hướng đạo, chỉ đường. ~하다.

향락(享樂) Hưởng lạc. ~하다. ~주의 chủ nghĩa hưởng lạc.

향료(香料) Hương liệu.

향미(香味) Mùi vị. ~료 gia vị.

향방(向方) Phương hướng. ~을 모르다 không biết phương hướng.

향배(向背) Tán thành hay phản đối, theo hay không, ngược hay thuận. 민심의 ~를 파악하다 nắm xem lòng dân thuận hay chống.

향상(向上) Đi lên, cải thiện. ~하다. 생활수준이 ~하다 mức sống đi lên.

향수(鄉愁) Nhớ nhà. ~병 bệnh nhớ nhà. ~를 느끼다 cảm thấy nhớ nhà.

향심력(向心力) Lực hướng vào tâm.

향유(享有) Hưởng thụ, thưởng thức. ~하다. ~계층 tầng lớp hưởng thụ.

향응(響應) ① Âm hưởng, tiếng vang. ~하다. ② Hưởng ứng. ~하다.

향의(向意) Có ý, có ý định. ~하다.

향초(香草) ① Cây cỏ thơm. ② Cây thuốc lá.

향토(鄉土) Mảnh đất quê hương, mảnh đất mình sinh ra lớn lên.

향하다(向-) Hướng tới, hướng về. 바다를 ~ hướng về phía biển.

향학심(向學心) Sự hiếu học. ~에 불타다 cháy bỏng khát khao được học.

향후(向後) Sau này, về sau, trong tương lai.

허(虛) Điểm sơ hở. ~를 찌르다 đâm vào điểm sơ hở.

허가(許可) Cho phép, sự đồng ý. ~하다. ~가 되다[나다] được phép, có phép.

허겁(虛怯) Nhát gan. ~쟁이 thằng nhát gan.

허공(虛空) Khoảng không. ~에 trong khoảng không.

허구(虛構) Hư cấu, bịa. ~하다. ~적인 có tính hư cấu.

허구하다(許久-) Rất lâu.

허기(虛飢) Sự đói. ~가 지다 đói bụng. ~를 느끼다 cảm thấy đói.

허깨비 ① Việc chẳng ra gì. ② Quỉ thần, ma quỷ.

허니문 Tuần trăng mật (honeymoon). =밀월.

허다하다(許多-) Nhiều, số nhiều. 허다한 학생 중에 trong nhiều học sinh.

허닥하다 Lấy ra, đưa ra. 저장해 둔 쌀을 ~ lấy gạo đã cất ra.

허덕거리다 Hổn hển, phì phò. 숨이 차서 ~ thở hổn hển.

허덕이다 Vất vả, khó khăn. 빈곤에 ~는 사람 những người khổ vì nghèo đói.

허덕지덕 Phì phò, hổn hển, mệt mỏi. ~하다.

허두(虛頭) Lời mở đầu.

허둥거리다 Hoang mang, hoảng, cuống. 어쩔 줄 몰라 ~ không biết làm gì hoảng lên.

허둥지둥 Cuống cuồng, vội vàng. ~하다. ~달아나다 chạy vội chạy vàng.

허드레 Thừa, không quan trọng, không dùng đến. 허드렛물 đồ vật thừa.

허들 Thanh chắn, chướng ngại vật trogn thể thao (hurdle). ~을 뛰어넘다 chạy qua chướng ngại vật.

허락(許諾) Cho phép, đồng ý. ~하다. 결혼을 ~하다 đồng ý cho kết hôn.

허랑방탕(虛浪放蕩) Hư hỏng, phóng túng, vô kỷ luật. ~하다. ~한 생활을 하다 sống cuộc sống phóng túng.

허례(虛禮) Hình thức rỗng, bề ngoài. ~적인 언사 lời nói trống rỗng.

허름하다 Tồi tàn, rách nát, cũ nát, xơ xác. 허름한 옷 cái áo cũ rích.

허릅숭이 Cái thằng ba hoa, thằng chẳng làm được việc gì.

허리 Eo, cái eo, lưng, hông. ~띠 thắt lưng, dây buộc eo.

허리끈 Cái thắt lưng eo, dây lưng (phụ nữ). ~를 매다 thắt dây lưng.

허리띠 Thắt lưng, dây lưng. ~를 매다 thắt dây lưng. ~를 풀다 tháo dây lưng.

허리질러 Khoảng giữa, giữa chừng, nửa.

허리춤 Trong lưng quần. ~에 감추다 giấu trong lưng quần.

허리통 Vòng eo. ~이 굵다 số do eo lớn, eo bự.

허릿심 Sức mạnh ở vùng hông. ~이 세다 cái hông mạnh.

허망(虛妄) ① Sự lừa dối, không thành thật. ~하다. ② Sự trống rỗng, chẳng có gì.

허명(虛名) Hư danh. ~을 좇는 사람 người theo đuổi hư danh.

허물 Sai lầm, lỗi lầm, thiếu sót. ~을 깨닫다 hiểu được cái sai.

허물다 Làm cho đổ sập xuống, đạp đổ, xô đổ. 돌담을 ~ xô đổ bức tường đá.

허물벗다 Thoát khỏi, tránh được. 그가 억울한허물을 벗는데 10년 걸렸다 anh ta mất mười năm mới thoái khỏi được cái oan.

허물없다 Quan hệ thân thiết, thân cận, hoặc không cần giữ ý giữ tứ. ~는 친구 bạn thân.

허발 Làm liều, khốn quá làm liều. ~하다.

허방 Cái bẫy. ~에 빠지다 rơi vào bẫy. ~에 빠뜨리다 đánh lọt vào bẫy.

허방치다 Nhầm, tính nhầm. =허방 짚다.

허벅다리 Đùi, bắp đùi. ~를 드러내다 để lộ bắp đùi ra.

허벅살 Thịt đùi (bò, lợn).

허벅허벅 ① Nhũn (trái cây). ~하다. ② Mềm mại (nước da).

허보(虛報) Tin báo không chính xác. 그것은 ~였다 cái đó là thông tin không chính xác.

허분허분 Hơi ướt, có chút nước. ~하다.

허비(虛費) Lãng phí, hoang phí, chẳng có kết quả gì. ~하다. 시간~ lãng phí thời gian.

후비다 Cào, bươi, dùng móc đào, móc. 닭이 흙을 ~ gà bươi đất.

허사(虛事) Việc công không, việc vô ích, công cốc. ~가 되다 thành vô ích.

허상(虛像) Ao tưởng, ảo ảnh. ~에 불과한 일 việc chẳng qua chỉ là ảo tưởng.

허섭스레기 Cái dở còn lại, cái đồ thừa căn bạ.

허세(虛勢) Vẻ ta đây, tỏ ra ta đây

nhưng bên trong chẳng có gì, huyênh hoang, giả dối. 취중의~ huyên hoang lúc say.

허송(虛送) Sự lãng phí thời gian. ~하다.

허수(虛數) Con số ảo, hư số.

허수아비 Kẻ bù nhìn, con rối. ~사장 giám đốc bù nhìn.

허술하다 Tiều tụy, đơn sơ, nghèo nàn, cũ nát. 허술한 옷 cái áo cũ nát.

허스키 Giọng khàn. 그녀는 노래를 ~로 부른다 cô ấy hát bài hát giọng khàn.

허식(虛飾) Trang trí loè loẹt, trang trí màu mè, tính hình thức. ~하다. ~적인 có tính hình thức.

허실(虛實) Hư và thật, có và không có. ~을 밝히다 làm rõ hư thật.

허심(虛心) Không có gì vướng mắc.

허심탄회(虛心坦懷) Thẳng thắn, không che giấu, có gì nói nấy. ~하게 một cách thẳng thắn.

허심하다(許心-) Trong lòng mình cho phép.

허약(虛弱) Yếu đuối. ~하다. 신체가 ~하다 cơ thể yếu đuối.

허언(虛言) Lời nói trống rỗng. ~하다.

허여멀쑥하다 Sạch đẹp. 얼굴이~ khuôn mặt sáng sủa.

허영(虛榮) Hư vinh, vinh hoa không có thật. ~때문에 vì hư vinh.

허영거리다 Nghiêng ngả. ~는 걸음 dáng đi nghiêng ngả.

허영심(虛榮心) Lòng tham muốn hư vinh. ~이 강한 lòng tham muốn hư vinh rất mạnh.

허옇다 Trắng, trắng trong, bạc phơ. 허연 이빨을 드러내다 để lộ hàm răng trắng.

허예지다 Trở nên trắng, trắng, bạc đi. 나이가 들어 머리가 ~ tuổi nhiều thì tóc bạc đi.

허욕(虛慾) Lòng tham hư vô. ~이 많은 사람 người nhiều cái tham hư vô.

허용(許容) Cho phép, được phép. ~하다. ~량 lượng cho phép (phóng xạ).

허우대 Vóc dáng, thể tạng. ~가 좋다 hình dáng tốt.

허우적거리다 Vùng vẫy, vận lộn. 물에 빠져 ~ rơi xuống nước vùng vẫy.

허우적허우적 Nghiêng ngả ~걷다 đi nghiêng ngả.

허울 Cái mã, cái tướng bên ngoài nhưng bên trong không có gì, trống rỗng. ~이 좋다 tốt mã.

허위(虛僞) Giả vờ, giả, làm như thật, giả dối. ~신고 khai báo giả.

허위넘다 Chới với rồi ngã xuống. 고개를 ~ chới với ngã trên đồi.

허위단심 Lo lắng, cuống cuồng. 소식을 듣고 ~으로 달려가다 nghe tin

xong thì cuống cuồng chạy đi.

허장성세(虛張聲勢) Ta đây, huyênh hoang, khoác lác. ~하다.

허적거리다 Lục lọi. 서랍 속을 ~ lục lọi trong ngăn tủ.

허전하다 Trống không, chẳng có cái gì. 호주머니가 ~ túi trống không.

허점(虛點) Chỗ sơ hở, chỗ không chặt chẽ, điểm yếu. 법의 ~ chỗ sơ hở của pháp luật.

허정거리다 Nghiêng ngả, không vững, xiêu vẹo. 무거운 짐을 지고~ cõng hành lý nặng đi xiêu vẹo.

허청대고 Không chuẩn bị, làm ẩu, không có kế hoạch. 일을 ~시작하다 bắt đầu công việc mà ẩu.

허출하다 Đói bụng. 속이 ~ đói bụng.

허탈(虛脫) Mệt mỏi, không sức lực. ~하다. ~감 cảm giác mệt mỏi.

허탈상태(虛脫狀態) Tình trạng mệt mỏi. ~에 있다 lâm vào tình trạng mệt mỏi

허탕 Chẳng được gì, mất công, thất bại. ~치다 chẳng được gì.

허투루 Sơ sài, không chú ý, qua loa. ~보다 nhìn qua, coi thường.

허튼계집 Người đàn bà không đường hoàng.

허튼맹세(-盟誓) Lời thề ẩu, thề bậy, thề vô trách nhiệm. ~를 하다.

허튼모 Mạ trồng tay.

허튼소리 Nói lung tung, chuyện phiếm, lời nói không tin được. 그 녀석의 말은 ~다 lời thằng cha ấy không tin được.

허튼수작(-酬酌) Hành động hoặc lời nói không xác thực. ~을 하다 làm bừa hoặc nói lung tung.

허파 Lá phổi. ~에 바람이 들다 phổi bò, nói tầm phào.

허풍(虛風) Khoác loác, ta đây. ~떨다 [치다] ta đây, khoác lác.

허하다(虛-) ① Trống, rỗng. 속이 ~ trong ruột rỗng. ② Yếu đuối. 몸이 ~ thân thể yếu đuối.

허행(虛行) Chuyến đi vô ích. ~하다.

허허바다 Biển mênh mông, biển vô bờ bến.

허허벌판 Cánh đồng bao la.

허허실실(虛虛實實) Hư hư thực thực. ~의 싸움 tranh cãi hư thực.

허혼(許婚) Hứa hôn. ~하다.

허황되다(虛荒-) Dối trá, không có thật, ảo tưởng, không tưởng. 허황된 계획 kế hoạch không tưởng.

헌 Cũ, mòn, sờn. ~옷 áo cũ. ~차 xe cũ.

헌거롭다(軒擧-) ① Mạnh mẽ, tràn đầy sinh lực. ② Bao dung, độ lượng.

헌걸스럽다 Tướng mạo to cao, mạnh mẽ.

헌걸차다 Mạnh mẽ, tràn đầy sinh lực.

헌것 Đồ cũ, đồ vật đã sử dụng.

헌계집 ① Người phụ nữ đã qua một đời chồng ② Người đàn bà chẳng ra gì, con mụ.

헌금(獻金) Đóng góp tiền. ~하다. ~자 người góp tiền. ~함(函) thùng quyên góp.

헌납(獻納) Hiếp nạp, cống, góp tiền của. ~하다. ~품 đồ cống.

헌데 Nơi tấy lên, chỗ sưng lên. ~가 나다 bị tấy lên, sưng lên.

헌등(獻燈) Đèn treo ở mái hiên.

헌법(憲法) Hiến pháp. ~을 개정하다 sửa đổi hiến pháp. ~기관 cơ quan hiến pháp.

헌병(憲兵) Quân cảnh, hiến binh.

헌사(獻辭) Thư chúc mừng hoặc khen ngợi. ~를 바치다 gửi thư chúc mừng.

헌상(獻上) Hiến dâng, biếu, tặng. ~하다.

헌쇠 Sắt vụn, sắt gỉ.

헌수(獻壽) Nâng chén mừng thọ. ~하다.

헌시(獻詩) Thơ mừng. ~하다.

헌신(獻身) Hiến thân. ~하다. ~적인 có tính hiến thân.

헌신짝 Đôi dày nát. ~같이 버리다 vứt như vứt đôi dày rách, vứt bỏ không thương tiếc.

헌옷 Quần áo cũ. ~가게 cửa hàng bán áo cũ.

헌작(獻爵) Dâng rượu khi cúng lễ. ~하다.

헌장(憲章) Hiến chương. 유엔~ hiến chương Liên hợp quốc.

헌짚신 Dày cũ. ~도 짝이 있다 「tục ngữ」 Giày cũ cũng có đôi.

헌책(-冊) Sách cũ. ~방 hiệu bán sách cũ.

헌털뱅이 Đồ cũ, cái cũ. =헌것.

헌팅캡 Mũ đi săn (hunting cap).

헌헌장부(軒軒丈夫) Người đàn ông điệu bộ đường hoàng, tướng mạo uy nghi.

헌혈(獻血) Hiến máu. ~하다. ~운동 phong trào hiến máu.

헌화(獻花) Tặng hoa, đặt hoa. 의 무덤에 ~하다 đặt hoa trước mộ ai.

헐값(歇-) Giá thấp hơn giá trị thực, giá rẻ. ~에 팔다 bán với giá rẻ.

헐겁다 Lỏng, thừa chiều dài, không vừa. 헐거운 구두 giày thừa.

헐근거리다 Thở gấp, thở hổn hển. =할근거리다.

헐다 Làm đổ, làm cho sập. 집을 ~ làm cho sập nhà

헐떡거리다 Thở hổn hển, thở phì phò. ~며 말하다 thở hổn hển nói.

헐떡하다 Sưng lên (mặt, mắt).

헐뜯다 Nói xấu, dèm pha. 아무를~ nói xấu ai.

헐렁거리다 Lỏng lẻo, lỏng, không chặt. 신이 ~ lỏng dây.

헐렁이 Thằng nông nổi, kẻ phổi bò.

헐렁헐렁 ① Lỏng, lỏng lẻo. ~하다. ② Ẩu, bừa bãi (hành động). ~하다.

헐레벌떡 Hớt ha hớt hải, vội vội vàng vàng. ~달려가다 hớt ha hớt hải chạy đi.

헐리다 Bị kéo đổ, bị kéo sập. 집 이~ căn nhà bị kéo sập.

헐벗다 Áo rách tả tơi, xơ xác. ~은 산 ngọn núi tả tơi .

헐변(歇邊) Lãi suất thấp.

헐수할 수 없다 ① Chẳng có cách nào khác. ② Nghèo rách mồng tơi, kiếm ăn từng bữa.

헐쑥하다 Trắng bệch, trắng nhợt nhạt. =헬쑥하다.

헐하다(歇-) Rẻ. 헐한 물건 món hàng rẻ. ~게 một cách rẻ.

헐후하다(歇后-) Không đáng giá, không có giá trị.

험객(險客) ① Người có tâm địa ác độc. ② Người hay dèm pha, nói xấu người khác.

험난(險難) Khó khăn, nguy hiểm. ~하다. ~한 길 con đường khó khăn nguy hiểm.

험담(險談) Nói xấu, dèm pha. ~하다.

험로(險路) Con đường gồ ghề.

험상(險狀) Gồ ghề, lởm chởm, xù xì.

험상스럽다(險狀-) Nham hiểm và cục cằn thô lỗ. 험상스러운 눈 con mắt nham hiểm.

험악하다(險惡-) Hiểm ác, nghiêm trọng, trầm trọng. 험악한 산길 con đường núi nguy hiểm.

험하다(險-) Nguy hiểm. 험한 산길 con đường núi nguy hiểm.

헙수룩하다 Bù xù, luộm thuộm, không gọn gàng (đầu tóc, áo quần).

헙헙하다 Rộng tay, hào phóng. 돈 씀씀이가 ~ rộng tay tiêu tiền.

헛가게 Quán, cửa hàng bán đồ vặt.

헛간(-間) Cái kho để đồ vật lung tung.

헛걸음 Chuyến đi không thu được mục đích, đi về không. ~하다. 아무를 ~시키다 cho ai đi về không.

헛것 Chẳng được việc gì, vô tích sự, vô ích, thất bại.

헛글 Chữ vớ vẩn, ba cái tri thức lăng nhăng. ~(을)배우다 học ba cái lăng nhăng .

헛기운 Công không, công uổng phí. ~을 내다 bỏ công không.

헛노릇 Việc vô ích sự, việc chẳng có ích gì. ~하다.

헛다리짚다 Đoán nhầm, bắt lỗi nhầm, phán đoán nhầm.

헛돌다 Quay không, quay mà chẳng có tác dụng gì.

헛되이 Vô ích, không có tác dụng, không có mục đích, không có thành quả. ~저항하다 chống đỡ vô ích.

헛된말 Lời nói chẳng có tác dụng. ~을 하다.

헛듣다 Nghe lầm, nghe sai. 말을 ~ nghe nhầm ai nói.

헛디디다 Bước hụt, lỡ bước. 발을 헛디뎌 계단에서 굴러떨어졌다 bước nhầm chân nên ngã lăn xuống cầu thang.

헛맹세 Lời thề suông. ~하다

헛물켜다 Thành công cốc, thành công không. 그런 사람을 믿었다가 헛물만 켰다 tin người như thế chẳng được cái việc gì cả.

헛방(-放) Sự bắn trượt. ~놓다 bắn trượt.

헛배부르다 ① Đầy bụng, no bụng dù không ăn gì, đầy hơi. ② Phồng lên, phùng lên.

헛보다 Nhìn nhầm. 신호를 ~ nhìn nhầm tín hiệu.

헛불 ① Bắn nhầm, bắn sai. ~놓다 bắn nhầm, bắn sai.

헛소동(-騷動) Náo động, gây chuyện vớ vẩn, làm ầm ỹ. ~을 부리다[하다] gây ầm ỹ

헛소리 Nói lung tung, nói tầm bậy. ~하다. ~를 치다 nói tầm bậy.

헛소문(-所聞) Tin đồn nhảm. ~을 퍼뜨리다 tun tin đồn nhảm.

헛수(-手) Chỉ một kế hoạch thất bại. Một biện pháp vô hiệu quả.

헛심 Công sức chẳng được việc gì. 쓸데없는 일에 ~을 쓰면 너만 손해다 bỏ công vào cái việc chẳng có ích lợi gì thì chỉ cậu bị thiệt hại thôi.

헛일 Công cốc, lăng xẹt, vô tích sự. ~하다, ~되다 thành công cốc.

헛잠 Giả vờ ngủ, giả ngủ. ~을 자다 giả ngủ.

헛잡다 Chọn nhầm, lấy nhầm, bắt nhầm. 제비를 ~ bốc nhầm cây thăm.

헛장 Ba loa, khoác lác. ~치다 ba loa, khoác lác.

헛청(-廳) Gian nhà không để làm gì cả.

헛총(-銃) ① Bắn giả, bắn không có đạn. ~질하다 bắn giả không có đạn.

헛치다 Đánh nhầm, đánh sai, đánh không đúng chỗ.

헛코골다 Giả vờ ngủ và giả vờ ngáy. ~골지 말고 어서 일어나라 đừng có giả vờ ngủ và ngáy nữa, đứng dậy đi.

헛헛하다 Đói bụng.

헝가리 Hungari. ~말 tiếng Hungrari. ~사람 người Hungari.

헝거스트라이크 Tuyệt thực đấu tranh, biểu tình tuyệt thực (hunger strike). ~를 하다.

헝겁 Vội vội vàng vàng, lật đà lật đật.

헝겊 Mẩu vải, miếng vải. ~으로 인형을 만들다 dùng vải thừa để làm búp bê.

헝클어지다 Rối, bù nhù, khó tháo. 헝클어진 머리 đầu tóc bù xù.

헤 Hơi há miệng, hê. 입을 ~ 벌리다 mở miệng.

헤게모니 Quyền lãnh đạo, quyền chỉ đạo (Hegemonie). ~싸움 tranh giành quyền lãnh đạo.

헤근헤근 Lắc lư, lung lay, lỏng.

헤다 ① Bơi. ② Vượt qua khó khăn, khắc phục khó khăn.

헤대다 Bận bịu.

헤덤비다 Lang thang, đây đó.

헤드라이트 Đèn pha, đèn trước mũi (headlight). 날이 어두워져 ~를 켜고 차를 몰았다 trời tối dần bật đèn và lái xe. ~를 켜다[끄다] bật [tắt] đèn pha.

헤드라인 Tin đầu đề, tít (báo chí vv..) (headline).

헤드램프 Cây đèn gài trên đầu (thợ mỏ, người leo núi) (head lamp)

헤드록 Món khóa đầu, món khóa cổ (vật). (headlock)

헤드폰 Điện thoại cầm tay (handphone). ~을 쓰다 dùng điện thoại cầm tay.

헤딩 Đánh đầu (heading). ~으로 골을 넣다 đánh đầu ghi bàn thắng.

헤뜨리다 Vứt lung tung, vứt tứ lung. 책을 ~ bày sách vứt lung tung.

헤로인 Heeroin. ~중독 nghiện heroin.

헤르쿨레스 Anh hùng trong thần thoại Hy lạp Hercules.

헤매다 Lang thang, không biết làm thế nào, lạc đường, loay hoay.

헤먹다 Lỏng lọet, rỗng, vị trí đồ vật vào quá lớn.

헤모글로빈 Sắc tố máu (hemoglobin).

헤묽다 Không rõ ràng, lúc này lúc kia (chuyện quan hệ).

헤벌어지다 Mở rộng cần thiết.

헤벌쭉 Toét ra, to ra không cần thiết. ~웃다 cười toét miệng.

헤비급(-級) Hạn nặng. (heavy). ~선수 vận động viên hạng nặng.

헤살 Cản trở. ~꾼 kẻ gây cản trở. ~놓다[부리다] gây cản trở.

헤식다 ① Mềm, dễ vỡ, giòn. ② Nhạt, không rõ ràng.

헤실바실 Dễ vỡ, dễ bể.

헤싱헤싱하다 Hời hợt.

헤아리다 Nắm bắt, đoán, biết. 하늘의 뜻은 헤아릴 수 없다 không biết được ý trời

헤어나다 Thoát phỏi, tránh, tách ra. 헤어날 길 없다 không còn đường thoát

헤어스타일 Kiểu tóc (hairstyle). 유행하는 ~ mốt tóc đang thịnh hành.

헤어지다 Xa nhau, chia tay, tản ra, cách xa. 동무와 ~ chia tay đồng đội

헤어핀 Cái kẹp tóc (hairpin).

헤엄 Bơi. ~치다 bơi. 개~ bơi chó

헤적이다 Lục lọi, tìm kiếm. 서류를 ~ lục lọi tài liệu.

헤죽헤죽 Đi nhẹ nhàng, đi khoan thai.

헤집다 Bới lên, đào lên. 닭이 흙을 ~ gà bới đất.

헤치다 Móc ra, moi ra. 무덤을 ~ đào mộ.

헤프다 Dễ hư, không bền, nhanh hỏng. 이 비누는 ~ xà bông này nhanh tan quá

헤피 ① Dễ hư, dễ hỏng. ② Phung phí, lãng phí. 돈을 ~ 쓰다 xài tiền lãng phí

헥타르 Héc ta, đơn vị diện tích bằng 10,000 mét vuông.

헥토 Heto. ~그램 a hectogram.

헬리콥터 Máy bay trực thăng (helicopter). ~발착장 sân bay trực thăng.

헬멧 Mũ bảo hiểm (helmet). ~을 쓰다 đội mũ bảo hiểm.

헬스클럽 Câu lạc bộ sức khoẻ, câu lạc bộ thể hình, câu lạc bộ thẩm mỹ.

헷갈리다 Đầu óc rối loạn, đầu óc rối tung lên. 아이들이 떠들어서 정신이 ~ bọn trẻ nó làm ầm ỹ đầu óc rối tung cả lên.

헹가래 Công kênh lên, xách bốn chân ai đó lên. ~치다 công kênh lên.

헹구다 Dùng nước sạch tráng qua, tráng. 빨래를 ~ giặt qua nước cuối.

헹글헹글 Thùng thình, rộng. ~하다.

혀 Cái lưỡi. ~를 깨물다 cắn lưỡi.

혁대(革帶) Thắt lưng da. ~를 졸라 매다 [늦추다] siết [nới] thắt lưng ra.

혁신(革新) Cải cách, cách tân, đổi mới. ~하다. ~정책 chính sách đổi mới.

혁지(革砥) Thanh da để mài dao lam.

혁혁하다(赫赫—) Rạng rỡ, sáng chói, rực rỡ. 혁혁한 공적 công tích rực rỡ.

현(現) Hiện, hiện tại, hiện nay. ~내각 nội các hiện nay.

현가(現價) Thời giá, giá hiện nay.

현격(懸隔) Khoảng cách, khác biệt. ~하다. ~한 차이 sự khác biệt lớn.

현관(玄關) Cửa ra vào, cửa lớn. ~으로 들어가다 đi vào cửa.

현금(現今) Ngày nay, thời nay, hiện nay. ~의 형세 tình thế hiện nay.

현기증(眩氣症) Bệnh chóng mặt. ~이 나다 chóng mặt, cảm thấy chóng mặt.

현대(現代) Hiện đại, hiện tại. ~하다. ~화 하다 hiện đại hóa.

현대적(現代的) Có tính hiện đại. ~교육 giáo dục hiện đại.

현등(舷燈) Bóng đèn để trên thuyền cho thuyền khác biết tránh, đèn đêm.

현란(眩爛) Lộng lẫy, lóa mắt. ~하다. ~한 의상 quần áo lộng lẫy.

현량하다(賢良-) Thông minh sáng suốt.

현명(賢明) Thông minh, sáng suốt. ~하다. ~한 선택 sự lựa chọn sáng suốt.

현모양처(賢母良妻) Hiền mẫu lương thê, người mẹ hiền và người vợ tốt.

현몽하다(現夢-) Hiển mộng, hiện về trong giấc mơ.

현묘하다(玄妙-) Mưu trí, sáng suốt.

현물(現物) Hiện vật, đồ vật hiện tại. ~배상 bồi thường bằng hiện vật.

현미(玄米) Gạo mới xát qua.

현미경(顯微鏡) Kính hiển vi. ~검사 kiểm tra hiển vi.

현부(賢婦) Hiền phu, người vợ khôn ngoan

현사(賢士) Hiền sĩ

현상(現狀) Hiện trạng, tình trạng thực tế hiện nay. ~을 타파하다 phá vỡ hiện trạng.

현상(懸賞) Tiền thưởng. ~수배 treo thưởng truy tìm.

현세기(現世紀) Thế kỷ này, thế kỷ hiện nay

현손(玄孫) Con của chắt, chút(đời thứ 5).

현송(現送) Gửi tiền mặt. ~하다.

현수교(懸垂橋) Cây cầu treo. ~를 놓다 mắc cầu treo.

현수막(懸垂幕) Băng rôn, băng quảng cáo. 거리의 ~ băng rôn trên đường phố.

현숙(賢淑) Hiền thục, khôn ngoan và hiền lành. ~하다.

현시(顯示) Hiển thị, thể hiện. ~하다.

현시대(現時代) Thời đại hiện nay, thời đại này.

현신하다(現身-) Ra mắt lần đầu, lộ diện.

현실(現實) Hiện thực, thực tế. ~도피 trốn tránh hiện thực.

현악(絃樂) Âm nhạc do đàn, violon vv. ~단 đoàn nhạc.

현안(懸案) Vấn đề còn tồn tại, vấn đề bỏ ngỏ chưa giải quyết. 다년간의~ vấn đề tồn tại lâu năm.

현양하다(顯揚-) Nổi tiếng, trở nên nổi tiếng.

현업(現業) Nghề nghiệp hiện tại.

현역(現役) Đang hoạt động, đang đảm nhiệm, công việc đang đảm nhận. ~선수 vận động viên đang tại ngũ.

현우(賢愚) ① Thông minh và ngu dốt, cái ngu và sự sáng suốt. ② Người ngu kẻ dốt.

현월(弦月) Trăng đầu tháng. =초승달.

현유(現有) Hiện hữu, hiện có. ~금액 số tiền hiện có.

현인(賢人) Hiền nhân, người thông minh sáng suốt.

현임(現任) Chức vụ, nhiệm vụ hiện tại.

현자(賢者) Hiền nhân, con người thông minh. =현인.

현장(現場) Hiện trường sự vật, nơi xẩy ra sự việc. ~을 목격하다 chứng kiến hiện trường.

현재(現在) Hiện tại, hiện nay. ~와 미래 hiện tại và tương lai.

현저하다(顯著-) Rõ ràng, minh bạch.

현저히 Một cách ràng.

현정부(現政府) Chính phủ hiện nay, chính phủ đương nhiệm.

현존(現存) Hiện đang tồn tại, hiện có. ~작품 tác phẩm hiện có.

현주(現住) Đang trú, đang sống. ~하다. ~민 dân bản địa

현지(現地) Hiện trường, nơi xẩy ra sự việc. 사건~ hiện trường sự việc.

현직(現職) Đương nhiệm, đang đảm nhiệm, tại chức, đương chức. ~대통령 tổng thống đương nhiệm.

현찰(現札) Tiền mặt. =현금. ~로 사다 mua bằng tiền mặt.

현책(賢策) Chính sách/phương án sáng suốt. ~이다 là một chích sách sáng suốt.

현철(賢哲) Người thông minh sáng suốt, nhà hiền triết. ~하다.

현충탑(顯忠塔) Đài tưởng niệm.

현측(舷側) Mạn thuyền.

현판(懸板) Tấm bảng treo.

현품(現品) Hiện vật, hàng hóa hiện có. ~을 보지 않고는 뭐라 말할 수 없다 không thấy hiện vật không thể nói gì được.

현학(顯學) Thông thái. ~자 nhà thông thái.

현행(現行) Hiện hành, hiện đang quy định, hiện nay. ~규정 quy định hiện hành.

현행범(現行犯) Tên tội phạm đang thực hiện phi vụ. ~을 잡다 bắt nóng tên tội phạm.

현혹(眩惑) Mê hoặc, mù quáng. ~하다.

현황(現況) Tình hình hiện tại. =현상. ~을 파악하다 nắm bắt tình hình thực tế.

현훈(沿暈) Chóng mặt. ~증 bệnh

chóng mặt.

혈(穴) Huyệt, cái hang, nơi có long mạch.

혈관(血管) Huyết quản. ~파열 vỡ huyết quản.

혈기(血氣) Sức sống, sinh khí, sinh lực. ~왕성한 청년 thanh niên tràn đầy sức sống.

혈농(血膿) Trồng trọt.

혈당(血糖) Độ đường trong máu. ~검사를 받다 kiểm tra độ đường trong máu.

혈로(血路) Con đường khó khăn vất vả. 그의 사업은 이제 막 ~에서 벗어났다 công việc làm ăn của anh ta bắt đầu thoát khỏi cảnh khó khăn.

혈류(血流) Dòng máu.

혈맥(血脈) Huyết thống. ~을 잇다 nối dòng máu.

혈병(血餠) Cục máu.

혈색(血色) Sắc da, nước da. ~이 좋은 사람 người có nước da tốt.

혈서(血書) Huyết thư. ~를 쓰다 viết huyết thư.

혈속(血屬) Huyết nhục, máu mủ.

혈손(血孫) Cháu ruột.

혈압(血壓) Huyết áp. ~계 máy đo huyết áp.

혈액(血液) Máu. ~형 nhóm máu. ~검사를 하다 kiểm tra máu

혈연(血緣) Mối quan hệ huyết thống, bà con ruột thịt. ~관계 quan hệ bà con ruột thịt.

혈육(血肉) Huyết nhục, máu thịt. ~상쟁(相爭) huyết nhục tương tàn.

혈족(血族) Anh em, huyết tộc. ~결혼 anh em lấy nhau.

혈통(血統) Huyết thống, anh em, họ hàng. 왕가의 ~ huyết thống với nhà vua, anh em với vua.

혈투(血鬪) Huyết chiến. =혈전(血戰). ~를 벌이다 mở trận huyết chiến.

혈혈단신(孑孑單身) Cô độc, đơn độc, không nơi nương tựa. ~이다.

혈흔(血痕) Vết máu, dấu máu. ~이 있는 có vết máu.

혐기(嫌忌) Hiềm kỵ, ghen ghét. ~하다.

혐오(嫌惡) Sự căm ghét, sự căm thù. ~하다. ~의 빛 món nợ căm thù.

혐의(嫌疑) Nghi ngờ, nghi kỵ. ~스럽다 đáng nghi, khả nghi. ~쩍다 đáng nghi, khả nghi. ~를 받다 bị nghi ngờ.

협객(俠客) Hiệp khách.

협곡(峽谷) Thung lũng nguy hiểm.

협공(挾攻) Hợp sức tấn công từ hai hướng, cùng đánh, hai mũi giáp công. ~하다.

협기(俠氣) Hiệp khí, khí chất hào hiệp. ~있는 có hiệp khí.

협동(協洞) Hợp đồng, hỗ trợ, hợp tác. ~하다. ~기업 doanh nghiệp hợp tác.

협동체(協同體) Thể thống nhất, hiệp hội.

협량(狹量) Chật bụng, hẹp hòi. ~하다.

협력(協力) Hợp lực, hỗ trợ. ~하다. ~관계 quan hệ hỗ trợ.

협로(峽路) Con đường nhỏ trên núi.

협문(夾門) Cổng nhỏ, cổng phụ.

협박(脅迫) Đe dọa, dọa. ~하다 ~장 thư đe dọa.

협상(協商) Bàn bạc, thảo luận, thỏa thuận, đàm phán. ~을 벌이다 tiến hành đàm phán.

협소(狹小) Nhỏ, chật. ~하다. ~한 곳 nơi chật hẹp.

협실(夾室) Phòng bên cạnh.

협심(協心) Đồng tâm, đồng lòng. ~하다. ~해서 일하다 đồng tâm làm việc.

협약(協約) Hiệp ước, thỏa ước. ~하다 thỏa thuận.

협의(協議) Bàn bạc, nhất trí, thảo luận. ~하다. ~사항 nội dung bàn bạc.

협잡(挾雜) Lừa đảo, lừa dối. ~하다. ~꾼[배] quân [lũ] lừa đảo.

협장(脇杖) Cây nạng gỗ. =목다리.

협정(協定) Thỏa thuận. ~임금 tiền lương thỏa thuận.

협조(協調) Hỗ trợ, giúp đỡ. ~하다. 국제간의 ~ sự hỗ trợ quốc tế.

협주곡(協奏曲) Bản concerto. 바이올린 ~ bản concerto đàn violin.

협착(狹窄) Chật, hẹp. ~하다.

협찬(協贊) Sự đồng ý, sự tán thành. 교육부의 ~을 얻다 được sự đồng ý của bộ giáo dục.

협화(協和) Cùng hợp tác hòa bình. ~하다.

협회(協會) Hiệp hội. 저작가~ Hiệp hội tác giả.

헛소리 Giọng lưỡi.

형(兄) Anh trai, anh ruột (nam với nhau). 맏~ anh trai đầu

형광(螢光) Huỳnh quang. ~등 bóng đèn huỳnh quang.

형교(刑敎) Hình phạt và giáo dục.

형구(刑具) Dụng cụ để tra tấn.

형국(形局) Tình thế, tình cảnh.

형극(荊棘) ① Gai góc, gai. ② Khó khăn, vất vả. ~의 길 con đường gai góc.

형기(刑期) Thời gian chịu án, thời hạn tù. ~가 만료되다 hết thời gian thụ án.

형명(刑名) Tên gọi án phạt, tên gọi án tù, tội danh.

형벌(刑罰) Hình phạt. ~을 가하다 tăng hình phạt. ~을 받다 nhận hình phạt.

형사(刑事) Hình sự. ~상의 책임 trách nhiệm về mặt hình sự.

형사소송(刑事訴訟) Tố tụng hình sự,

khởi tố hình sự. ...을 상대로 ~을 제기하다 khởi tố hình sự ai.

형사범(刑事犯) Tội phạm hình sự.

형상(形狀形相) Hình thái, hình thức, mô hình.

형상(形象) Hình tượng, hình ảnh.

형색(形色) Hình dạng và màu sắc.

형성(形成) Hình thành, cấu thành. ~하다. ~원소 nguyên tố cấu thành.

형세(形勢) Hình thế, tình thế. 세계의~ tình hình thế giới.

형수(兄嫂) Chị dâu, vợ của anh trai.

형식(形式) Hình thức. ~미 vẻ đẹp hình thức.

형식연도(型式年度) Đời xe, mẫu xe kiểu năm. (ôtô).

형언(形言) Ngôn ngữ mô tả, tả bằng lời. 너무 아름다워서 ~할 수 없다 đẹp quá không tả được.

형용(形容) Hình dung, miêu tả. ~하다. ~할 말이 없다 không hình dung được.

형장(刑場) Cái gậy, cái roi xử phạt. ~을 맞다 bị roi phạt.

형적(形迹形跡) Dấu vết, chứng cứ. ~도 없이 không dấu vết.

형정(刑政) Chính trị và hình phạt.

형제(兄弟) Anh em, huynh đệ. 사촌~ anh em họ. 친~ anh em ruột.

형질(形質) Hình thức và tính chất (bản chất).

형체(形體) Hình thể, hình dạng. ~미(美) vẻ đẹp hình thể.

형태(形態) Hình dáng, hình. 산의 ~ hình trái núi.

형통하다(亨通-) Như ý muốn. 만사가 ~ vạn sự như ý.

형틀(刑-) Dụng cụ để tra tấn, thẩm vấn.

형편(形便) Tình thế, tình cảnh, hoàn cảnh. 일 되어가는 ~ tình hình công việc.

형편없다(形便-) Rất khó khăn, bi thảm, khốn cùng. ~는 놈 Kẻ nghèo khổ hết chỗ nói.

형평(衡平) Sự cân bằng, thăng bằng ~원칙 nguyên tắc cân bằng

형해(形骸) Người và xương của người, hình hài. ~만 남기다 chỉ còn lại hình hài

형형색색(形形色色) Đủ màu sắc và hình dạng. ~의 물건 hàng hóa đủ màu sắc hình dạng.

혜서(惠書) Quý thư. ~는 받아보 았습니다 chúng tôi đã nhận được quý thư của ngài.

혜성(彗星) Sao chổi. ~군 chùm sao chổi.

혜시(惠示) Chỉ tôn trọng sự thông báo, sự hướng dẫn của ai. ~하다.

혜안(慧眼) Cái nhìn sâu sắc.

혜존(惠存) Kính mong nhận cho (viết sau sách, tranh, ảnh tặng).

혜택(惠澤) Ưu đãi, ưu tiên. ~을 받다 được ưu đãi.

호(戶) Hộ, hộ gia đình. 50~ 되는 작은 마을 ngôi làng nhỏ có 50 hộ.

호가(呼價) Kêu giá, chào giá, gọi giá. ~하다

호가호위(狐假虎威) Con hồ ly mượn uy hổ, mượn uy người khác.

호각(互角) Ngang ngửa. ~의 경기 trận đấu ngang ngửa.

호감(好感) Tình cảm tốt, cảm tình tốt. 사람에 ~을 가지다 có cảm tình với mọi người.

호강 Cuộc sống thoải mái, dễ chịu. ~하다. ~스럽다.

호객(呼客) Kêu gọi khách, mời khách. ~하다. ~꾼 quân môi giới.

호걸(豪傑) Hào kiệt. 천하의 ~ hào kiệt trong thiên hạ.

호경기(好景氣) Tình hình kinh tế tốt. ~시대 lúc kinh tế tốt.

호곡(號哭) Kêu khóc, khóc than. ~하다.

호구(戶口) Hộ gia đình. ~조사 điều tra hộ gia đình. ~가 증가하다 số hộ gia đình tăng.

호국(護國) Bảo vệ đất nước, giữ nước. ~정신 tinh thần giữ nước.

호기(好機) Cơ hội tốt. 천재일우의~ cơ hội ngàn năm có một.

호기심(好奇心) Sự tò mò, tính tò mò. ~이 많다 nhiều tò mò.

호남아(好男兒) Người đàn ông vẻ hào hoa, bảnh bao.

호농(豪農) Phú hộ, phú nông, địa chủ.

호담(豪膽) Hào hoa và gan dạ. ~하다.

호도(糊塗) Hoãn, lùi. ~하다. ~지책 kế hoãn binh.

호도깝스럽다 Hồ đồ (lời nói hành động).

호되다 Khắc nghiệt, mạnh mẽ. 호된 더위[추위] cơn nóng [lạnh] khắc nghiệt.

호두(胡-) Quả hồ đào.

호드득거리다 ① Kêu lóc bóc, lách cách (rang lạc, đậu). ② Tiếng (súng) nổ râm ran.

호들갑스럽다 Thô lỗ, cộc cằn. ~게 웃다 cười một cách lỗ mãng.

호락호락 Dễ, dễ dàng. ~하다. ~속아 넘어가다 dễ bị lừa.

호랑이(虎狼-) Con hổ.

호래아들 Thằng vô học, thằng ít học.

호령(號令) Hiệu lệnh, lệnh. ~하다 ra lệnh, gọi lệnh.

호롱 Cái đèn dầu. ~불 ánh đèn dầu.

호루라기 Cái còi. ~소리 tiếng còi. ~를

불다 thổi còi.

호르르 Vỗ cách vun vút. ~날아가다 bay đi vun vút

호르몬 Hóc môn (hormone). ~제(劑) chất hóc môn.

호리(狐狸) ① Con hồ ly. ② Người bụng dạ hẹp hòi, gian giảo.

호리 Cày. ~질 cày cấy. ~질하다 cày.

호리다 Mê hoặc, làm cho mù quáng, làm cho mê muội. 돈으로 여자를 ~ mê hoặc phụ nữ bằng tiền.

호리호리하다 Mảnh mai, cao mà gầy, thon thả. 호리호리한 여자 người phụ nữ thon thả.

호마(胡麻) Mè, vừng.

호면(湖面) Mặt hồ. ~에는 바람 한 점 없었다 mặt hồ không gợn gió.

호명(呼名) Gọi tên. ~하다. ~을 하면 크게 대답하세요 Nếu gọi tên thì hãy trả lời to lên cho.

호모 Đồng tính luyến ái (homo).

호미 Cái cuốc. ~로 막을 것을 가래로 막는다 「tục ngữ」 Việc nhỏ phải dùng đến sức lớn, dùng giao mổ trâu giết gà.

호미자락 Rải rác. 비가 ~만큼 오다 mưa lắc rắc rải rác.

호박 Quả bầu. ~씨 hạt bầu. ~밭 ruộng bầu.

호박벌 Ong bầu, ong thợ.

호반(湖畔) Bờ hồ. ~의 집 nhà cạnh bờ hồ.

호방하다(豪放-) Hào phóng. 호방한 사람 người hào phóng.

호법(護法) Giữ luật, tuân thủ luật, theo đúng đạo.

호별(戶別) Từng nhà, mỗi nhà. ~방문 thăm từng nhà.

호봉(號俸) Bậc lương. 5~ bậc lương loại 5. ~책정 chính sách bậc lương.

호부(好否) Tốt và xấu. ~간에 giữa tốt và xấu.

호비다 Móc, lấy ra, khoèo ra. 귓속 을 ~ móc trong lỗ tai ra.

호사(好事) Việc tốt. ~다마 việc tốt thì nhiều ma, làm việc tốt thì hay bị cản trở.

호사가(好事家) Người thích làm việc, người đam mê công việc.

호상(弧狀) Cong hình cánh cung.

호상(豪商) Người buôn bán lớn.

호색(好色) Háo sắc. ~하다. ~꾼 kẻ háo sắc.

호생지덕(互生之德) Cái đức cứu người khác của vua.

호선(互選) Bầu ra, tuyển ra, chọn ra. ~하다. ~투표 bỏ phiếu bầu.

호성적(好成績) Thành tích tốt. ~을 올리다 dâng lên một thành tích tốt.

호소(呼訴) Kêu gọi, kêu than, than

văn. ~하다. 국민에게 ~하다 kêu gọi nhân dân.

호송(護送) Hộ tống, áp giải. ~하다. ~차 xe hộ tống.

호수(戶數) Số hộ gia đình.

호스 Cái ống dẫn nước, cái ống, vòi phun. 소방~ ống cứu hỏa.

호스텔 Ký túc xá (hostel).

호스티스 Tiếp viên. 에어 ~ tiếp viên hàng không.

호승지벽(好勝之癖) Cái tính hiếu thắng.

호시절(好時節) Thời cơ tốt, cơ hội thuận lợi.

호시탐탐(虎視眈眈) Như hổ rình mồi, chờ cơ hội. ~하다.

호신(護身) Phòng thân, tự vệ. ~하다. ~술 võ phòng thân

호심경(護心鏡) Cái miếng đồng bảo vệ tim của áo giáp.

호안(好顏) Nét mặt vui mừng.

호양(互讓) Nhượng bộ nhau, nhường nhau. ~하다. ~의 정신으로 tinh thần nhượng bộ nhau.

호언(豪言) Lời nói hào phóng. ~하다.

호연(好演) Sự diễn đạt/ trình diễn tốt. ~하다.

호연지기(浩然之氣) Hạo nhiên chi khí, cái khí trời đất. ~를 기르다 nuôi cái khí hạo nhiên.

호연하다(皓然-) Trắng tinh, trắng, rõ ràng.

호오(好惡) Yêu và ghét. ~를 표시하다 biểu thị yêu và ghét.

호외(號外) Số báo phụ, số thêm. ~를 내다[발행하다] phát hành số báo thêm.

호우(豪雨) Cơn mưa nặng hạt. 집중~ tập trung mưa nhiều.

호운(好運) Vận may. =행운(幸運). ~이 계속되다 vận may đến liên tục.

호위(護衛) Hộ vệ, canh gác, cảnh vệ. ~하다. ~경관 sĩ quan cảnh vệ.

호유(豪遊) Chơi vui hào hoa. ~하다.

호음(豪飲) Uống nhiều rượu, tửu lượng khá. ~하다.

호읍(號泣) Khóc to, khóc thành tiếng. ~하다.

호응(呼應) Trả lời, hưởng ứng, ủng hộ, tán thành. ~을 받다 được sự ủng hộ.

호의(好意) Ý tốt, hảo ý. ~를 가지고 có ý tốt.

호의호식(好衣好食) Ăn ngon mặc đẹp. ~하다

호인(好人) Người tốt. 그는 ~이지만 소심한 사람이다 anh ta là người tốt nhưng nhát gan.

호장(豪壯) Hào hoa hùng tráng. ~하다.

호재(好材) Nguyên liệu tốt.

호저(湖底) Đáy hồ.

호적(好適) Thích hợp, phù hợp. ~하다. ~지(地) nơi phù hợp.

호적수(好敵手) Đối thủ xứng tầm, địch thủ vừa sức. ~가 나타났다 xuất hiện địch thủ xứng tầm.

호전(好轉) Chuyển biến tốt. ~하다. 경기가 ~하다 kinh tế chuyển biến tốt.

호젓하다 Lặng lẽ, tĩnh mịnh, thanh vắng. 호젓한 거리 con đường tĩnh mịch.

호조(好調) Dấu hiệu tốt. ~를 보이다 cho thấy dấu hiệu tốt.

호족(豪族) Hào tộc, gia đình, dòng họ giàu có.

호주(戶主) Chủ hộ. ~와의 관계 quan hệ với chủ hộ. ~권 quyền chủ hộ.

호주머니 Túi áo, túi quần. ~에 넣다 bỏ vào túi.

호초(胡椒) Hồ tiêu, hạt tiêu. =후추.

호출(呼出) Phát tín hiệu, kêu, gọi, triệu tập. ~하다. ~신호 tín hiệu gọi.

호치(皓齒) Răng trắng và sạch.

호치키스 Cái kẹp giấy, kẹp hồ sơ, bấm hồ sơ (otchkiss).

호치민 Hồ Chí Minh. ~주석 Chủ tịch Hồ Chí Minh.

호칭(呼稱) Gọi tên, kêu tên. ~하다. A형이라고 ~된 유행성 감기 bệnh cúm hoành hành có tên là nhóm A.

호쾌(豪快) Sảng khoái, thoải mái. ~하다.

호크 Cái móc (hook). = 훅.

호탕(豪宕) Hào hiệp. ~하다.

호탕하다(浩蕩-) Rộng rãi, bao la.

호텔 Khách sạn (hotel). ~에 들어가다 vào khách sạn, check in.

호통 Cơn thịnh nộ, rất nổi giận và la mắng. ~치다 nổi cơn thịnh nộ.

호평(好評) Sự đánh giá tốt, nhận xét tốt. ~을 받다 được đánh giá tốt.

호포(號砲) Pháo hiệu. ~를 쏘다 bắn pháo hiệu.

호프 Quán bia, quán rượu, căng tin.

호피(虎皮) Da hổ, da cọp. ~방석 đệm da cọp.

호학(好學) Tính hiếu học. ~하다.

호한(好漢) Hảo hán, anh hùng.

호혈(虎穴) Hang hổ. ~에 들어가다 vào hang hổ.

호협(豪俠) Hào hiệp. ~하다. ~한 기상 tinh thần hào hiệp.

호형(弧形) Hình cánh cung.

호혜(互惠) Cho nhau những ưu đãi, ưu đãi nhau, ưu tiên nhau. ~관세율 tỷ lệ thuết suất ưu đãi lẫn nhau.

호호 Thổi phù phù, hù hù (khi lạnh). 추워서 손을 ~불다 lạnh quá thổi vào tay phù phù.

호호백발(皓皓白髮) Phơ phơ đầu bạc. ~백발 노인 cụ già phơ phơ đầu bạc.

호화찬란(豪華燦爛) Lộng lẫy, sang trọng, hoa lệ. ~하다. ~한 신부 의상 bộ quần áo cô dâu lộng lẫy.

호환(虎患) Cái họa do hổ gây ra. ~을 당하다 bị hổ quấy rối, bị nạn do hổ gây ra.

호황(好況) Tình hình tốt, tình hình thuận lợi, giai đoạn thịnh vượng, thời kỳ phát triển. ~국면(局面) cục diện thuận lợi.

호흡(呼吸) Hô hấp, thở. ~하다 thở. 코로 ~하다 thở bằng mũi.

혹(或) Nếu, hoặc. ~ 틈이 있으면 책을 읽는다 nếu có thời gian thì đọc sách.

혹간(或間) Cũng có thể.

혹독(酷毒) Khắc nghiệt, nghiệt ngã. ~하다. ~한 사람 con người nghiêm khắc.

혹사(酷使) Hành hạ, bóc lột khắc nghiệt, sai việc một cách kiệt sức. 육체[두뇌]의 ~ hành hạ thể xác [đầu óc].

혹성(惑星) Tiểu hành tinh xoay quanh một hành tinh nào đó.

혹세무민(惑世誣民) Lừa đảo nhân dân. ~하다.

혹시(或是) Biết đâu, không chừng, có thể, nếu. ~비가 오면 lỡ khi mưa.

혹심(酷甚) Nghiêm trọng, khắc nghiệt. ~하다. ~하게 một cách khắc nghiệt.

혹자(或者) Một người nào đó.

혹하다(惑-) Bị dụ dỗ, bị lừa, bị mê hoặc.

혹한(酷寒) Cơn lạnh khắc nghiệt. ~에 견디다 chịu cơn lạnh khắc nghiệt.

혹형(酷刑) Cực hình. 그는 ~에 못 이겨 거짓고백을 했다 anh ta không chịu được cực hình nên khai bậy.

혹혹 Nhấm nháp, uống từng tý một. ~ 불다 thổi từng hơi.

혼기(婚期) Tuổi có thể kết hôn. ~가 차다 đúng tuổi kết hôn.

혼나다(魂-) Khiếp, hoảng, giật mình. 술에 ~ sợ rượu, khiếp rượu.

혼내다(魂-) Làm cho sợ, làm cho hoảng, dọa, nạt. 혼 내 줘야지요 Phải la mắng cho một trận, phải cho một trận biết tay.

혼도(昏倒) Ngất và gục xuống, gục xuống ngất. ~하다.

혼돈(混沌) Hỗn độn, hỗn loạn. ~하다. ~상태에 빠지다 rơi vào tình trạng hỗn loạn.

혼동(混同) Mơ hồ, lẫn lộn, không phân biệt được. ~하다. 공사를 ~하다 lẫn lộn công và tư.

혼란(混亂) Hỗn loạn. ~하다. ~을 초래하다 mang lại sự hỗn loạn.

혼령(魂靈) Linh hồn. 죽은 ~의 명복을

빌다 cầu mong cho linh hồn người chết được siêu thoát.

혼례(婚禮) Hôn lễ, đám cưới. ~에 참석하다 tham gia hôn lễ. ~를 올리다 tiến hành hôn lễ.

혼물(婚物) Đồ hôn thú. =혼수.

혼미(昏迷) Hôn mê. ~하다. ~상태에 있다 ở trong trạng thái hôn mê.

혼방(混紡) Pha loại sợi khác, hỗn hợp sợi.

혼백(魂魄) Hồn, vía. 구천을 떠도는 ~ hồn trên chín suối.

혼사(婚事) Việc cưới xin, chuyện hôn nhân.

혼색(混色) Trộn màu, pha màu hoặc màu hỗn hợp.

혼선(混線) Rối dây, chập dây, chạm dây, chập điện (điện thoại, dây điện). ~하다.

혼성(混成) Trộn, pha, tổng hợp. ~하다. ~곡 khúc hòa tấu.

혼수(昏睡) Ngất, xỉu. ~상태 tình trạng xỉu. ~상태에 빠지다 rơi vào tình trạng xỉu.

혼식(混食) Độn, độn với gạo. ~하다.

혼신(渾身) Khắp người, tất cả cơ thể. ~의 힘을 다하여 hết sức.

혼약(婚約) Hôn ước. ~하다 làm hôn ước, có hôn ước.

혼연(渾然) ① Nguyên chất, không pha trộn. ② Hoàn thiện.

혼영(混泳) Bơi hỗn hợp. 개인~ bơi hỗn hợp cá nhân.

혼외(婚外) Ngoài hôn nhân. ~정사 ngoại tình, quan hệ tình dục ngoài hôn nhân.

혼욕(混浴) Nam nữ tắm chung. ~하다.

혼용(混用) Sử dụng chung với, dùng chung. ~하다. 한글과 한자를 ~하다 cùng sử dụng chung tiếng Hàn và chữ Hán.

혼인(婚姻) Hôn nhân, cưới xin. ~신고를 하다 đăng ký kết hôn.

혼일(婚日) Ngày cưới, hôn nhật

혼자 Một mình, cá nhân, tự mình, một người. ~걷다 đi một mình.

혼작(混作) Mọc chung, trồng chung. ~하다.

혼잡(混雜) Hỗn tạp, phức tạp, hỗn loạn. ~스럽다. ~하다.

혼잣말 Nói một mình. ~하다. 중얼 중얼 ~을 하다 nói lầm bẩm một mình.

혼잣손 Làm một mình. ~으로 một tay, một mình.

혼전(婚前) Trước hôn nhân. ~성관계 quan hệ tình dục trước hôn nhân.

혼쭐나다(魂-) ① Rất sợ, hoảng sợ. ② Xuất sắc.

혼처(婚處) Nơi kết hôn. ~를 구하다 tìm nơi tiến hành hôn lễ.

혼취(昏醉) Say tuý luý, say không biết gì. ~하다.

혼탁(混濁昏濁) Mờ, đục. ~하다. ~한 공기 không khí mờ.

혼합(混合) Hỗn hợp. ~하다 hòa vào nhau, trộn vào nhau.

혼행(婚行) Đưa dâu, rước dâu. ~하다.

혼혈(混血) Hai dòng máu pha trộn vào nhau. ~아 con lai.

홀가분하다 Gọn.

혼화(混和) Pha trộn, trộn lẫn. ~하다.

홀대(忽待) Hậu đãi. ~하다. 손님을 ~하다 hậu đãi khách.

홀딱 Trần truồng, trần như nhộng, trắng ra, chẳng còn gì. ~벗고 cởi sạch trơn ra. 옷을 ~벗다 cởi hết áo quần ra.

홀랑 ① Trần như nhộng. 옷을 ~벗다 lột sạch áo ra. 가슴이 ~ 드러나다 cởi ra để lộ bộ ngực trần ra. ② Vội vàng. ~들어가다 vội vã đi vào.

홀로 Một mình, cá nhân. =혼자. ~되다 còn một mình. ~살다 sống một mình. ~외출하다 bỏ đi ra một mình.

홀리다 Bị mê hoặc, mê mẩn. 귀신 에게 ~ bị ma quỷ hút hồn.

홀맺다 Cột chặt lại, buộc chặt lại.

홀몸 Một mình, độc thân. 평생을 ~으로 지내다 sống một mình cả đời.

홀보들하다 Mềm mại.

홀소리 Nguyên âm. =모음(母音).

홀수(-數) Số lẻ.

홀씨 Bào tử thực vật sinh sản vô tính.

홀아비 Người đàn ông góa vợ. ~살림 sống một mình.

홀앗이살림 Gia đình ít người.

홀어미 Người đàn bà góa chồng, góa phụ.

홀연(忽然) Đột nhiên, đột ngột, bất ngờ, thình lình. ~(히) 나타나다 đột nhiên xuất hiện.

홀짝 Số chẵn và số lẻ.

홀쭉하다 Thon thả, mảnh mảnh. 홀쭉한 아가씨 cô gái mảnh mai.

홀쳐매다 Cột chặt, cột thật chắc. =홀맺다.

홀치기 Lưới vây.

홀하다(忽-) Ẩu, không cẩn thận, kém, tồi. 대접이 ~ tiếp đãi kém. 행동이 ~ hành động ẩu.

홀홀 Cháy rừng rực. 마른 잎이 ~타다 lá khô cháy rừng rực.

홈 Nhà (home). ~드레스 quần áo mặc ở nhà.

홈그라운드 Sân nhà (home graound). ~에서 경기를 하다 thi đấu trên sân nhà.

홈메이드 Hàng nội, hàng sản xuất trong nước (home made).

홈식 Nhớ nhà (homesickness). ~에 걸

린 사람 mắc bệnh nhớ nhà.

홈착거리다 ① Lục tìm. 주머니를 ~ lục túi ② Lau, chùi. 눈물을 ~ lau nước mắt.

홈쳐때리다 Đánh tới tấp, đánh dữ dội.

홈치다 Ăn trộm. =홈치다.

홈치작거리다 Lục tìm. 주머니를~ lục tìm trong túi.

홈타기 Nứt, nẻ, rách. ~진 bị nứt, nẻ. 나무~ tấm gỗ nứt.

홈통(-桶) Ống dẫn nước, cái máng. 지붕에 ~을 달다 gắn cái ống dẫn nước vào mái.

홈팀 Đội nhà.

홈파다 Đào lỗ.

홈페이지 Trang web, homepage.

홉(合) Một hob, đơn vị đo thể tích = 180ml.

홋홋이 Thoải mái, không ràng buộc. 그 부부는 딸린 것 없이 둘이 ~산다 hai vợ chồng ấy sống thoải mái không có gì lo lắng.

홋홋하다 Không bị trở ngại, không vướng víu, không lo lắng, không phiền toái. 홋홋한 살림 cuộc sống thoải mái.

홍(紅) Đỏ, màu hồng.

홍기(紅旗) Cờ đỏ sao vàng.

홍당무(紅唐-) Củ cải đỏ. 얼굴이 ~가 되다 mặt đỏ như củ cải đỏ.

홍도(紅桃) Hồng đào, quả đào hồng.

홍두(紅豆) Đỗ đỏ.

홍등가(紅燈街) Con đường treo đèn đỏ, chỉ khu phố mại dâm.

홍련(紅蓮) Hoa sen đỏ.

홍매(紅梅) Hồng mai, quả mai màu hồng.

홍모(鴻毛) Lông hồng. 목숨을 ~같이 여기다 coi mạng sống như lông hồng.

홍문(紅門) Tấm biển đeo trước cửa.

홍방울새(紅-) Con hạc đỏ.

홍보(弘報) Quảng cáo, tuyên truyền, tiếp thị. ~과(課) phòng maketing.

홍삼(紅蔘) Hồng sâm. ~근(根) củ hồng sâm đã sấy khô. ~차 trà hồng sâm.

홍색(紅色) Đỏ, màu đỏ, màu hồng.

홍소(哄笑) Cười toáng lên, cười ầm lên. ~하다. ~를 터뜨리다 bật cười ầm lên.

홍수(洪水) Hồng thuỷ, cơn lụt. ~가 나다 xảy ra trận lụt.

홍수막이(洪水-) Chặn lũ, ngăn lũ. ~하다.

홍순(紅脣) ① Môi hồng, môi phụ nữ. ② Búp, nụ.

홍시(紅) Quả hồng.

홍실(紅-) Sợi chỉ đỏ, sợi chỉ hồng.

홍안(紅顔) Hồng diện, khuôn mặt

màu hồng.

홍업(洪業鴻業) Đại nghiệp, công dựng nước.

홍역(紅疫) Bệnh sởi. ~을 하다. ~을 치르다 rất lo lắng (nghĩa bóng).

홍염(紅焰) Ngọn lửa đỏ, ngọn lửa hồng.

홍엽(紅葉) Lá đỏ, lá vàng. ~으로 물들다 nhuộm vàng bằng màu lá đỏ.

홍예(虹霓) Cầu vồng. ~틀다 nổi cầu vồng.

홍옥(紅玉) Hồng ngọc, đá quý màu hồng.

홍위병(紅衛兵) Hồng vệ binh (Trung Quốc).

홍은(鴻恩) Hồng ân, ân huệ lớn, đặc ân.

홍익인간(弘益人間) Có lợi cho mọi người.

홍일점(紅一點) Trong hàng loạt đàn ông chỉ có một người phụ nữ, bóng hồng duy nhất. 그녀는 우리 과의 ~이다 cô ấy là bóng hồng duy nhất trong khoa tôi.

홍조(紅潮) ① Cảnh mặt trời chiếu xuống biển đỏ rực lúc ban mai. ② Đỏ mặt. ③ Kinh nguyệt.

홍진(紅疹) Sởi.=홍역(紅疫)

홍차(紅茶) Hồng trà.

홍채(紅彩) Con ngươi.

홍콩 Hồng Kông. ~사람 người Hồng Kông. ~달러 đôla Hồng Kông.

홍해(紅海) Biển đỏ.

홑 Một lớp, một tầng, mỏng. ~바지 quần một lớp. ~옷 áo một lớp. ~이불 chăn mỏng.

홑겹 Một lớp.

홑담 Tường một lớp.

홑몸 ① Một mình, độc thân. ~으로 살다 sống một mình. ② Không có con cái.

홑벌 Một lần, một lượt. ~바지 quần một lớp. ~옷 áo một lớp.

홑벽(-壁) Tường chỉ trét một mặt.

홑으로 ① Chỉ bằng một lớp ② Coi thường, khinh thường.

홑이불 Chăn mỏng, chăn một lớp.

홑지다 Đơn giản, không phức tạp.

홑치마 ① Váy một lớp. ② Váy không có quần lót bên trong.

화(火) Sự tức giận, nổi giận. ~를 내다 nổi giận. 홧김에 lúc giận, trong lúc giận.

화가(畵架) Khung vẽ, giá vẽ.

화간(和姦) Ngoại tình. ~하다.

화객선(貨客船) Thuyền chở khách và hàng hóa.

화경(花梗) Cành hoa. =꽃자루.

화공(火攻) Tấn công bằng hỏa lực. ~하다.

화공과(化工科) Khoa hóa công nghiệp.

화관(花冠) Vòng hoa.

화광(火光) Ánh lửa.

화교(華僑) Hoa kiều.

화구(火) Miệng lửa, miệng lò, miệng phun ra lửa.

화근(禍根) Nguồn gốc cái họa. ~이 되다 thành nguồn gốc của cái họa. ~을 없애다 loại bỏ nguồn gốc cái họa. ~을 남기다 để lại nguồn gốc cái họa.

화급(火急) Gấp rút, cấp bách. ~하다. ~한 경우에는 trong trường hợp cấp bách.

화기(火氣) ① Lửa, ngọn lửa. ~엄금 cấm lửa. ~주의 chú ý cháy. ② Sự tức giận

화끈거리다 Nóng mặt, nóng trong người, đỏ lên. ~는 얼굴로 nét mặt nổi nóng.

화끈달다 Muốn bùng cháy, nổi giận.

화나다(火-) Nổi giận, tức giận. ~게 하다 làm cho ai nổi giận. 화난 얼굴 nét mặt giận giữ.

화난(禍難) Hoạ, tai nạn.

화내다(火-) Nổi cơn thịnh nộ, nổi khùng. 걸핏하면 ~ 동의 một tý là nổi điên lên.

화냥년 Con đàn bà dâm đãng.

화냥질 Ngoại tình với người đàn ông khác. ~하다. =서방질.

화농(化膿) Sự ngưng mủ, viêm, nhiễm trùng. ~하다.

화답(和答) Đáp lại bằng thơ. ~하다.

화덕(火-) Bếp, cái lò.

화독(火毒) Khí độc của lửa.

화동(和同) Hòa đồng, thân thiện. ~하다.

화두(話頭) Mở lời, lời nói đầu câu chuyện. ~를 돌리다 quay lời mở đầu.

화락(和樂) Hoà đồng vui vẻ. ~하다. 그의 집안은 ~하다 gia đình anh ta hòa đồng vui vẻ.

화랑(畫廊) Phòng trưng bày tranh.

화려(華麗) Hoa lệ, lộng lẫy, rực rỡ, phồn hoa. ~하다. ~한 도시 thành phố hoa lệ.

화력(火力) Sức nóng. ~이 세다 sức nóng rất cao.

화력발전(火力發電) Phát điện hỏa lực, nhiệt điện. ~소 trạm phát điện nhiệt điện.

화로(火爐) Bếp lò, cái lò. 화롯불을 쬐다 đốt lò.

화류계(花柳界) Dân ăn chơi. ~여자 gái ăn chơi.

화류병(花柳病) Bệnh hoa liễu.

화면(畫面) Màn hình. ~에서 사라지다 biến mất khỏi màn hình.

화목(和睦) Hòa thuận, đầm ấm. ~하다. ~한 가정 một gia đình hòa thuận.

화물(貨物) Hàng hóa. ~열차 tàu chở hàng. ~차 xe chở hàng.

화미하다(華美-) Hoa mỹ.

화밀(花蜜) Mật hoa.

화반(花盤) Cái bình hoa, lọ hoa.

화방수(-水) Xoáy nước.

화법(話法) Cách nói.

화병(花瓶) Bình, chậu, lọ hoa. = 꽃병.

화보(花譜) Quyển sách ghi chép về tên, đặc tính, vv về loài hoa.

화복(禍福) Họa phúc. 인생의 ~ họa phúc của cuộc đời.

화부(火夫) Người đốt lò, công nhân đốt lò.

화분(花盆) Bồn hoa.

화분(花粉) Phấn hoa. = 꽃가루.

화불단행(禍不單行) Họa bất đơn hành, họa vô đơn chí

화사(華奢) Xa hoa, lộng lẫy. ~하다. ~한 옷차림을 하고 있다 mặc quần áo lộng lẫy.

화산(火山). Núi lửa. ~암 nham thạch núi lửa.

화살 Mũi tên, tên. ~표 dấu hiệu mũi tên.

화상(火傷) Bỏng. ~을 입다 bị bỏng. 손에 ~을 입다 bị bỏng ở tay.

화상(和尙) Hòa thượng, nhà sư.

화색(和色) Thân thiện, hiền lành, ôn hòa.

화서지몽(華胥之夢) Chỉ việc thích ngủ ban ngày.

화석(化石) Hóa thạch, biến thành đá. ~하다. 동물의 ~ hóa thạch động vật.

화성(火星) Sao Hỏa.

화술(話術) Thuật nói chuyện. ~에 능하다 giỏi nói chuyện.

화승(火繩) Cầu chì.

화식(火食) Thức ăn đã nấu chín, ăn thức ăn chín. ~하다.

화심(花心) ① Tâm hoa, lòng hoa. ② Tấm lòng người đẹp.

화약(火藥) Thuốc nổ. ~을 폭발시키다 cho nổ thuốc nổ.

화염(火焰) Cháy, chất cháy. ~병 bom cháy.

화엽(花葉) ① Cánh hoa. ② Hoa và lá.

화요일(火曜日) Thứ ba. 그날은 ~이었다 hôm đó là thứ 3.

화용월태(花容月態) Hoa dung nguyệt thái, sắc đẹp như hoa như trăng.

화원(花園) Vườn hoa, hoa viên.

화음(和音) Hòa âm, phối âm.

화의(和議) Bàn bạc việc giảng hòa, đàm phán hòa bình. ~하다. ~신청 yêu cầu đàm phán hòa bình.

화이트하우스 Tòa nhà trắng, tòa bạch ốc (White House)

화인(火因) Nguyên nhân hỏa hoạn. ~불명의 화재 vụ hỏa hoạn không rõ nguyên nhân.

화장(化粧) Trang điểm, hóa trang. ~하다. ~상자 hộp trang điểm.

화장실(化粧室) Nhà vệ sinh, toilet. ~에 가다 đi vệ sinh.

화장품(化粧品) Mỹ phẩm. ~상자 hộp mỹ phẩm.

화재(火災) Hoả hoạn, hỏa tai, tai ương do hỏa hoạn. ~대피구[로] cửa tránh hỏa hoạn.

화전(火田) Đất ruộng được đốt cháy để trồng trọt.

화전(和戰) Chiến tranh và hòa bình. ~조약 điều ước hòa bình.

화제(話題) Đề tài nói chuyện, chủ đề nói chuyện, cái để nói. ~의 인물 nhân vật thành chủ đề để nói chuyện.

화주(貨主) Chủ nhân của món hàng.

화증(火症) Bệnh hay nổi nóng.

화족(華族) Cơn giận, sự nổi giận, sự giận dữ. ~이 나다 nổi giận

화집(畵集) Sách tranh.

화차(貨車) Xe chở hàng.

화창(和暢) Ấm áp. ~하다. ~한 날씨 thời tiết ấm áp. ~한 봄날 ngày xuân ấp áp.

화초(花草) Hoa cỏ, cỏ cây, hoa. ~가 가득한 뜰 ruộng đầy hoa.

화촉(華燭) Nến.

화친(和親) Hữu nghị, thân thiện. ~하다. ~조약 điều ước hữu nghị.

화침(火針) Cái kim nóng.

화판(畵板) Giá tranh, tấm gỗ/ giấy làm nền vẽ tranh lên.

화평(和平) Hòa bình. ~하다. ~유지 duy trì hòa bình. ~교섭 đàm phán hòa bình.

화편(花片) Cánh hoa.

화풀이(火-) Làm cho hả giận, trút cơn giận, làm cho hả giận. ~하다. 엉뚱한 사람에게 ~하다 trút cơn giận lên đầu người nào đó không liên quan

화필(畵筆) Cái bút vẽ.

화하다(化-) Biến thành, hóa thành. 돌로 ~ biến thành đá.

화학(化學) Hóa học. ~적으로 có tính chất hoá học. ~자 nhà hóa học.

화합(化合) Pha trộn, trộn lẫn, hòa vào nhau. ~하다. ~력. ~물 chất pha trộn.

화해(和解) Hòa giải, làm lành, làm hòa. ~하다. 서로 ~하다 làm lành với nhau.

화환(花環) Vòng hoa, tràng hoa. ~을 바치다 tặng vòng hoa.

화훼(花卉) Hoa, hoa cỏ.

확고(確固) Chắc chắn, vững chắc. ~하다. ~한 결심 sự quyết tâm vững chắc.

확답(確答) Trả lời chính xác. ~하다. ~

을 안 주다 không đưa ra câu trả lời chính xác.

확대(擴大) Mở rộng (số lượng, quy mô, kích cỡ), phóng to, làm tăng thêm. ~하다. 두배로 ~하다 mở rộng gấp hai lần.

확률(確率) Khả năng có thể xẩy ra, tỷ lệ khả năng có thể xẩy ra. ~오차통계 tỷ lệ thống kê sai số có thể.

확립(確立) Thiết lập vững chắc. ~하다. 기초를 ~하다 thiết lập nền tảng.

확보(確保) Bảo đảm, chắc chắn, tìm kiếm. ~하다. 식량을 ~하다 bảo đảm lương thực.

확산(擴散) Lan rộng, lan ra, tỏa ra. ~하다. 핵~금지 cấm phổ biến vũ khí hạt nhân. 소문이 ~되었다 tin đồn lan rộng ra. 전염병의 ~을 막다 ngăn chặn sự lan truyền của bệnh dịch.

확성기(擴聲器) Loa phóng thanh, cái loa. ~로 말하다 nói bằng loa.

확수(確守) Cố thủ. =고수(固守).

확신(確信) Đầy tự tin, tin chắc chắn, niềm tin chắc chắn. ~에 찬 목소리 giọng đầy tự tin.

확실(確實) Chính xác, chắc chắn, đúng với thực tế, rõ ràng, đáng tin ~하다. ~성 chính xác.

확약(確約) Một lời hứa vững chắc. ~하다. ~을 얻다[받다] được hứa một cách chắc chắn

확언(確言) Nói một cách chắc chắn. ~하다. 그 점은 ~ 하기 어렵다 điều ấy khó nói một cách chắc chắn.

확장(擴張) Mở rộng, tăng cường. ~하다. 업무를 ~ mở rộng nghiệp vụ.

확정(確定) Quyết định, xác nhận, thông qua chắc chắn. ~안(案) bản dự thảo/ kế hoạch chắn chắn.

확증(確證) Bằng cớ chính xác. ~하다. ~적(인) có tính bằng cứ chính xác.

확집(確執) Khăng khăng, không nhượng bộ. ~하다.

확충(擴充) Sự mở rộng, sự phát triển. ~하다. 생산(력)의~ mở rộng sức sản xuất.

확확 Bùng lên, vụt lên. 불길이 ~ 일어나다 ngọn lửa bùng lên

환(患) Hoạn nạn. ~을 당하다 gặp hoạn nạn.

환갑(還甲) Thọ 60. ~잔치 lễ mừng thọ 60. ~을 맞이하다 mừng thọ sáu mươi, đón thọ sáu mươi. ~진갑 다 지내다 sống vậy là đủ, là biết mùi đời.

환가(換價) Chuyển đổi sang tiền, tính thành tiền. ~하다 tính tài sản sang tiền.

환각(幻覺) Ảo giác. ~을 일으키다 gây ảo giác.

환경(環境) Môi trường, các yếu tố tác

động xung quanh. 가정~ môi trường gia đình.

환골탈태(換骨奪胎) Đổi xương đổi cốt, hoàn toàn thành người khác. ~하다.

환관(宦官) Hoạn quan, thái giám.

환국(還國) Về nước, hồi hương. = 귀국.

환군(還軍) Rút quân, lui quân. ~하다.

환궁(還宮) Hoàn cung, trở về cung. ~하다.

환금(換金) Đổi thành tiền, chuyển thành tiền. ~하다. 10만원을 달러로 ~하다 đổi 100 ngàn won sang tiền đôla.

환급(還給) Trả lại, hoàn lại. ~하다. ~금 tiền trả lại.

환기(喚起) Gây sự chú ý. ~하다. 여론을 ~하다 gây sự chú ý của dư luận.

환난(患難) Hoạn nạn. ~을 겪다 gặp hoạn nạn.

환납(還納) Trả lại, nộp trả lại. ~하다.

환담(歡談) Buổi nói chuyện vui vẻ. ~하다.

환대(歡待) Sự đón tiếp nồng nhiệt, khoản đãi. ~하다. ~를 받다 được đón tiếp nồng nhiệt

환락(歡樂) Rất vui, hoan lạc. ~하다. ~가 phố ăn chơi, phố mại dâm.

환롱질(幻弄-) Lừa gạt, lừa đối. ~하다 [치다].

환류(還流) Hiện tượng đổi dòng, đổi chiều của nước hoặc không khí. ~하다.

환매(換買) Sự đổi chác, trao đổi hàng hóa. ~하다.

환멸(幻滅) Thức tỉnh, tỉnh ra, vỡ mộng.

환문(喚問) Triệu tập đến phỏng vấn. ~하다. ~되다[받다] bị triệu tập phỏng vấn.

환물(換物) Đổi vật, đổi hàng. ~하다

환부(患部) Vết thương, chỗ bị đau. ~를 치료하다 điều trị vết thương.

환불(還拂) Trả tiền lại, hoàn lại. ~하다. ~금 tiền hoàn lại.

환산(換算) Tính chuyển đổi, chuyển đổi. ~하다. ~율 tỷ lệ chuyển đổi.

환상(幻想) Hoang tưởng, ảo tưởng. ~가 người hoang tưởng.

환생(還生) Hoàn sinh, hồi sinh. ~하다.

환성(喚醒) ① Thức người đang ngủ dậy, đánh thức. ② Làm thức tỉnh người ngu muội, đánh thức.

환속(還俗) Hoàn tục. ~하다.

환송(還送) ① Hoàn trả, trả lại, gửi trả lại. ~하다. ② Hoàn trả (hồ sơ) để xử lại. ~하다.

환시(環視) Nhìn xung quanh.

환심(歡心) Tâm trạng vui. ~을 사다

làm cho ai vui, làm hài lòng ai.

환약(丸藥) Thuốc viên.

환언하다(換言-) Nói cách khác, thay đổi cách nói. ~면 nói cách khác.

환영(歡迎) Hoan nghênh, đón tiếp. ~하다. ~사 lời chúc mừng.

환영회(歡迎會) Tiệc hoan nghênh, tiệc đón tiếp. ~를 열다 mở tiệc hoan nghênh.

환원(還元) ① Trở lại, quay trở lại. ~하다. 이익을 사회에 ~하다 tiền lời quay trở lại phục vụ cho xã hội ② Hoàn nguyên (tôn giáo). ~하다.

환율(換率) Tỷ lệ chuyển đổi ngoại hối, tỷ giá hối đoái. ~변경 tỷ lệ hối đoái thay đổi.

환자(患者) Bệnh nhân, người bệnh. 절망적인~ bệnh nhân gặp bệnh hiểm nghèo.

환장(換腸) Điên, khùng, hoảng loạn. ~하다. 도박에 ~하다 cuồng si cờ bạc.

환전(換錢) Đổi tiền. ~하다. 달러로 ~하다 đổi ra đô la.

환절(換節) Đổi mùa, chuyển mùa, giao mùa. ~기 thời kỳ chuyển mùa, lúc giao mùa.

환지(換地) Đổi đất, bán mua đất khác.

환청(幻聽) Nghe nhầm, nghe hoang tưởng.

환치다 Vẽ, vẽ nguệch ngoạc. 대나무를 ~ vẽ nguệch ngoạc cây tre.

환태평양(環太平洋) Vùng Thái Bình Dương, khu vực Thái Bình Dương.

환품(換品) Đổi hàng. ~하다.

환풍기(換風機) Cây quạt máy.

환하다 Sáng, sáng sủa. 환한 방 căn phòng sáng sủa.

환향(還鄉) Hồi hương. ~하다.

환호(歡呼) Hoan hô, cổ vũ. ~하다. ~속에 trong sự hoan hô.

환희(歡喜) Hoan hỉ, hân hoan, vui mừng. ~하다. ~의 눈물을 흘리다 rớt nước mắt vui mừng.

활 Cây cung. ~쏘다 bắn cung.

활개 Tay chân. 네 ~ bốn tay chân. ~(를) 치다 vung tay vung chân

활기(活氣) Sức sống. ~있는 có sức sống.

활달(豁達) Hào hiệp, rộng rãi. ~하다. ~한 태도 thái độ hào hiệp.

활동(活動) Hoạt động của cơ thể. ~하다. ~력 sức hoạt động

활력(活力) Sức sống, sinh lực. ~이 넘치는 도시 thành phố tràn đầy sức sống.

활로(活路) Con đường sống, con đường thoát khỏi khó khăn. ~를 찾다 tìm đường sống.

활무대(活舞臺) Lĩnh vực hoạt động.

활물(活物) Sinh vật còn sống.

활발(活潑) Hoạt bát, tháo vát, nhanh nhẹn, náo nhiệt. ~하다. ~한 사람 một con người hoạt bát.

활빙(滑氷) Trượt băng. ~하다.

활살(活殺) Cho sống hay giết. ~을 마음대로 하다 cho sống hay chết làm sao thì làm.

활선어(活鮮魚) Cá sống. ~운반선 tàu vận chuyển cá sống.

활성(活性) Hoạt tính. ~가스 ga hoạt tính.

활수(滑手) Hào phóng, rộng rãi. ~하다. ~하게 돈을 쓰다 dùng tiền một cách rộng rãi.

활안(活眼) Con mắt linh hoạt

활약(活躍) Hoạt động sôi nổi. ~하다. 정계에서 ~하다 hoạt động sôi nổi trên chính trường.

활어(活魚) Cá sống. ~선(船) thuyền chở cá sống.

활용(活用) Sử dụng, dùng. ~하다. 최대한으로 ~하다 sử dụng hết mức tối đa.

활주(滑走) Chạy trên đường băng. ~하다. ~로 đường băng

활집 Hộp đựng mũi tên.

활짝 Rộng, lớn. ~열다 mở toang ra.

활착(活着) Trồng sang nơi khác. ~하다.

활하다(滑-) ① Trơn, trơn trượt. ② Rộng, lồng. ③ Thoải mái dễ dàng (đại tiện).

활화(活畵) ① Bức tranh như đang sống ② Cảnh đẹp như tranh.

활활 ① Bay phấp phới. ② Bừng bừng (lửa). 장작이 ~타다 củi cháy bừng bừng.

활황(活況) Tình trạng hoạt động tốt. ~산업 ngành công nghiệp đang ở đỉnh cao.

홧김(火-) Nhân lúc nóng giận. ~에 vào lúc nóng giận.

홧술(火-) Rượu uống khi nóng giận.

황(黃) ① Vàng, màu vàng. ② Lưu huỳnh.

황갈색(黃褐色) Màu vàng sẫm, vàng nâu.

황감(惶感) Hối lỗi và biết ơn. ~하다.

황겁(惶怯) Sợ, hoảng. ~하다.

황계(黃鷄) Con gà vàng.

황고집(黃固執) Bướng bỉnh, cố chấp, ương ngạnh. ~을 부리다 bướng bỉnh.

황공(惶恐) Sợ, hoảng sợ. ~하다.

황국(黃菊) Hoa cúc vàng.

황금(黃金) Hoàng kim, vàng. ~빛 màu vàng. ~시대 thời hoàng kim.

황금만능(黃金萬能) Có tiền mua tiên cũng được, có tiền có thể làm được tất cả.

황급(遑急) Vội vàng, gấp rút. ~하다. ~

히 달아나다 chạy vội.

황기(黃旗) Cờ vàng

황녀(皇女) Con gái vua, công chúa.

황년(荒年) Năm mất mùa. =흉년.

황달(黃疸) Bệnh vàng da.

황당(荒唐) Ngỡ người, giật mình, ngạc nhiên. ~하다.

황도(皇都) Hoàng đô, kinh đô.

황동(黃銅) Đồng vàng. ~광(鑛) quặng đồng vàng. ~색 màu đồng vàng.

황랍(黃蠟) Nến vàng, cây hoàng lạp.

황량(荒凉) Hoang lương, thê thảm. ~하다. ~한 벌판 cánh đồng hoang tàn.

황릉(皇陵) Lăng vua, mộ vua.

황림(荒林) Rừng xơ xác.

황마(黃麻) Cây đai dầu, sợi đai vàng.

황막(荒漠) Mênh mông, bao la. ~하다. ~한 벌판 cánh đồng bao la.

황망(慌忙) Hoang mang. ~하다.

황매(黃梅) Cây mai vàng.

황명(皇命) Lệnh nhà vua.

황무지(荒蕪地) Mảnh đất hoang. ~를 개간하다 khai phá mảnh đất hoang.

황사(黃砂) Cát vàng. ~를 싣고 오는 바람 cơn gió mang cát vàng.

황상(皇上) Hoàng thượng.

황새 Con cò.

황색(黃色) Màu vàng.

황석(黃石) Hòn đá màu vàng.

황설(荒說) Lời nói không có căn cứ.

황성(皇城) Hoàng thành.

황소 Bò vàng. ~처럼 일하다 làm như trâu bò. ~처럼 고집세다 bướng như bò.

황손(皇孫) Hoàng tôn, con cháu nhà vua.

황송하다(惶悚-) Hoảng sợ.

황수정(黃水晶) Thuỷ tinh vàng.

황숙하다(黃熟-) Chín vàng.

황야(荒野) Cánh đồng hoang.

황위(皇位) Vương vị, ngôi vua. ~를 잇다[에 오르다] nối [lên] ngôi vua

황위(皇威) Sự uy nghiêm của nhà vua.

황은(皇恩) Hoàng ân, cái ân của nhà vua.

황음(荒淫) Hoang dâm. ~무도하다 hoang dâm vô độ.

황인종(黃人種) Giống người da vàng.

황자(皇子) Hoàng tử.

황전(荒田) Ruộng hoang.

황제(皇帝) Hoàng đế, vua. ~의 지위에 오르다[~를 물러나다] lên [rút khỏi] ngôi hoàng đế.

황족(皇族) Hoàng gia, hoàng tộc.

황지(荒地) Đất hoang.

황진(黃塵) Bụi đất màu vàng.

황천(皇天) ① Bầu trời. ② Ông trời, thượng đế.

황청(黃淸) Vàng xanh.

황토(荒土) Đất hoang tàn.

황통(皇統) Dòng máu nhà vua. ~을 잇다 nối dòng dõi nhà vua.

황파(荒波) Con sóng dữ.

황폐(荒廢) Hoang phế, hoang tàn, tàn phế. ~하다. ~케 하다 để cho hoang phế, làm cho hoang phế.

황포(黃袍) Hoàng bào.

황하(黃河) Con sông Hoàng Hà [ở Trung Quốc].

황해(黃海) Biển Hoàng Hải.

황혼(黃昏) Hoàng hôn. ~이 지다 hoàng hôn xuống.

황홀(恍惚) Chói mắt, mờ mắt. ~하다.

황화(黃花) Hoa vàng.

황후(皇后) Hoàng hậu, nữ hoàng. ~폐하.

홰 Cây đuốc. ~에 불을 붙이다 đốt lửa vào đốt, châm đuốc. ~를 들다 cầm đuốc.

홰치다 Vỗ cánh. ~는 소리 tiếng vỗ cánh.

홰홰 Vòng vòng 횃불을 ~휘두르다 huơ huơ vòng tròn cây đuốc.

홱 Thình lình, đột nhiên. ~지나가다 đi qua cái vù.

횃대 Giá phơi quần áo.

횅하다 Giỏi, sành, biết rõ.

회(回) Lần, lượt, số lần, số lượt. 제1~ 전 hiệp thứ nhất. 10~전 trận đấu có 10 hiệp (quyền anh).

회갑(回甲) Tròn 60 tuổi. = 환갑(還甲). ~연(宴) tiệc mừng thọ sáu mươi.

회개(悔改) Hối cải, ăn năn. ~하다.

회견(會見) Hội kiến, gặp mặt. ~하다. 단독~ hội kiến riêng. 공식~ hội kiến chính thức.

회계(會計) Kế toán, kiểm toán. ~하다. ~과 phòng kế toán. ~보고 báo cáo kế toán. ~원 kế toán viên.

회계감사(會計監査) Kiểm toán. ~를 하다 tiến hành kiểm toán.

회고(回顧) Hoài cổ, nghĩ về cái cũ. ~하다. ~담 nói chuyện cũ.

회관(會館) Hội quán. 노인~ hội quán người già.

회교(回敎) Hồi giáo.

회군(回軍) Sự lui quân, rút quân. ~하다.

회귀(回歸) Lùi lại, quay lại. .

회기(會期) Thời gian họp. ~연장 kéo dài thời gian họp.

회담(會談) Hội đàm. ~하다. 비공식~ hội đàm không chính thức

회당(會堂) Hội quán.

회독(回讀) Thay nhau đọc, chuyền tay nhau đọc. ~하다.

회동(會同) Tụ tập, hội họp. ~하다.

회동그랗다 Trợn mắt, tròn mắt (ngạc nhiên).

회두리 Ván cuối, cuối. ~판 ván cuối.

회로(回路) ① Đường về. ② Đường dây điện. ~망(網) mạng đường dây điện.

회뢰(賄賂) Hối lộ, của hối lộ. ~혐의 로 구속되다 bị bắt vì nghi nhận hối hộ.

회류(會流) Sông hòa vào nhau, chảy chung. ~하다. ~점 điểm hai dòng sông hòa vào nhau.

회맹(會盟) Tụ tập lại thề. Cùng thề. ~하다.

회반죽(灰-) Nước vôi. ~을 바르다 quét nước vôi.

회백색(灰白色) Màu trắng xám.

회보(回報) ① Câu trả lời, câu phúc đáp. ~하다. ② Quay trở về báo cáo. ~하다.

회복(回復恢復) Khôi phục, phục hồi. ~하다. 건강이 ~하다 sức khỏe đã hồi phục.

회복기(回復期) Thời gian hồi phục, giai đoạn khôi phục.

회부(回附) Sự chuyển lại, sự giao lại. ~하다. 그 사건은 하급 법원 으로 ~되었다 vụ án ấy đã được chuyển xuống cho tòa án cấp dưới.

회비(會費) Hội phí, tiền hội phí, hội viên phí. ~미납자 những người chưa nộp hội phí.

회사(回謝) Thể hiện sự cảm ơn. ~하다.

회사원(會社員) Nhân viên công ty, thành viên công ty, công nhân.

회사채(會社債) Nợ, tiền vay của công ty.

회상(回想) Hồi tưởng, nhớ lại. ~하다. ~록 bản hồi ức.

회색(灰色) Màu xám.

회생(回生) Hồi sinh. ~하다. 기사 ~의 묘약 thuốc thần hồi sinh người đã chết.

회서(回書) Thư trả lời.

회석(會席) Hội họp, tụ tập.

회선(回線) Đường dây điện/ điện hoại. ~을 가설하다 lắp dây. 전화~ dây điện thoại.

회송(回送) Gửi lại, gửi trả lại. =환송.

회수(回收) Gom lại, thu lại. ~하다. 자본의 ~ thu lại vốn.

회수권(回數券) Vé tháng, vé mua một lượt mỗi lần đi trả một tờ.

회식(會食) Liên hoan, tiệc. ~하다. 오늘 저녁에는 친구들과 ~약속이 있다 tối nay có hẹn liên hoan với bạn bè.

회신(回信) Hồi âm, trả lời. ~하다.

회오(悔悟) Hiểu ra cái sai của mình, ăn năn, hối lỗi, sám hối. ~하다.

회원(會員) Hội viên, thành viên. ~국 nước thành viên. ~의 자격 tư cách thành viên.

회유(懷柔) Thuyết phục, thu phục. ~하다.

830

회음(會飮) Cùng uống với nhau. ~하다.

회의(會議) Hội nghị, họp hành, bàn bạc, thảo luận. ~하다. ~실 phòng họp.

회임(懷妊) Có mang, có thai. =임신.

회장(會長) Chủ tịch hội. 동창회 ~ chủ tịch hội cựu học sinh.

회장(會場) Hội trường, nơi để họp.

회전(會戰) Hiệp đấu. 1~ hiệp một.

회절(回折) Hiện tượng bị chặn sóng, bị khúc xạ. ~하다.

회정(回程) Hành trình đi về. ~하다. ~에 오르다 lên đường về

회조(回漕) Chở bằng thuyền. ~하다.

회죄(悔罪) Hối hận, ăn năn. ~하다.

회주(會主) Chủ hội, chủ tọa.

회중(會衆) Người xung quanh, người tập trung xung quanh.

회진(回診) Đếm khám bệnh. ~하다.

회집(會集) Tập hợp, tụ tập. ~하다.

회초리 Roi, cái roi, cái gậy. ~로 때리다 đánh bằng roi.

회춘(回春) Hồi xuân, trẻ lại. ~하다. ~제 thuốc hồi xuân.

회충(蛔蟲) Giun, con giun trong bụng. ~약 thuốc giun.

회치다(膾-) Làm món gỏi.

회칙(會則) Nội quy mội. ~의 일부를 개정하다 điều chỉnh một số nội quy của hội.

회태(懷胎) Có mang. =임신(妊娠). ~기간 thời gian có mang. ~연령 tuổi có mang.

회포(懷抱) Tình cảm hoặc suy nghĩ trong lòng.

회피(回避) Trốn tránh, tránh. ~하다. 책임을 ~하다 trốn tránh trách nhiệm.

회한(悔恨) Sự hối hận, sự ăn năn. 뼈저린~ sự ăn năn sâu sắc.

회합(會合) Tập hợp, tụ tập. ~하다. ~장소 nơi tụ tập.

회항(回航) Quay trở về (tàu thuỷ). ~하다. 배를 ~시키다 cho tàu quay trở về.

회향(懷鄉) Nỗi nhớ nhà, nhớ quê hương. ~하다. =향수.

회화(會話) Hội thoại, nói chuyện. ~하다. 영어 ~ hội thoại tiếng Anh.

회환(回還) Đi rồi quay trở về. ~하다.

획(畵) Nét chữ. 삼~으로 된 글자 chữ có ba nét. ~을 긋다 vẽ nét.

획기적(劃期的) Có tính chuyển biến, có tính đột phá. ~인 기록 kỷ lục đột phá.

획득(獲得) Giành được. ~하다. 일점을 ~하다 giành được một điểm.

획법(畵法) Cách viết chữ

획수(畵數) Số nét chữ.

획연(劃然) Riêng biệt, rõ ràng, cụ thể. ~하다. ~히 một cách rõ ràng.

획정(劃定) Hoạch định, phân định. ~

하다. 국경을 ~하다 phân định biên giới.

획책(劃策) Tìm cách, tìm đường. ~하.

획획 Quay vo vo, quay vu vu. 자동차 바퀴가 ~ 돌아가다 bánh xe quay vo vo.

횟가루(灰-) Bụi tro, bụi.

횟수(回數) Số lần quay vòng. ~를 거듭하다 lặp lại vòng.

횡(橫) Hoành, nằm ngang. = 가로.

횡단(橫斷) Đi ngang đường, đi ngang qua. ~하다. ~보도 chỗ giành cho người đi bộ sang đường.

횡대(橫隊) Đội hình dàn hàng ngang. ~비행 bay dàn hàng ngang.

횡도(橫道) Con đường rẽ, con đường sai trái.

횡득(橫得) Giành được/ thu được lợi một cách bất ngờ. ~하다.

횡듣다(橫-) Nghe lầm, hiểu lầm. 아무의 말을 ~ nghe nhầm lời ai.

횡렬(橫列) Hàng ngang. ~을 짓다 làm hàng ngang.

횡령(橫領) Biển thủ, gian lận. ~하다. 공금을 ~하다 biển thủ tiền công. ~죄 tội biển thủ. 그는 ~죄로 기소되었다 anh ta bị khởi tố vì tội biển thủ.

횡류(橫流) Chảy lệch. ~하다.

횡목(橫木) Thanh cây đặt ngang.

횡보(橫步) Đi ngang. ~하다.

횡사(橫死) Sự chết đột ngột, chết giữa chừng. ~하다.

횡서(橫書) Viết ngang. ~하다.

횡선(橫線) Hàng ngang.

횡설수설(橫說竪說) Nói lung tung, nói không logic, lộn xộn. ~하다.

횡액(橫厄) Vận xui, vận đen. ~에 걸리다 gặp vận xui.

횡영(橫泳) Bơi ngang. ~하다.

횡재(橫財) Vận may bất ngờ. ~하다.

횡전(橫轉) Quay ngang. ~하다.

횡축(橫軸) Trục ngang.

횡탈(橫奪) Cướp ngang, giật ngang. ~하다.

횡포(橫暴) Hoang bạo, tàn nhẫn, ác độc. ~하다.

횡행(橫行) Lộng hành. 건달들이 ~하는 거리 khu phố bọn giang hồ lộng hành.

효(孝) Hiếu, thiếu thảo. 부모에게 ~를 다하다 hết lòng hiếu thảo với bố mẹ.

효과(效果) Hiệu quả, kết quả, tác dụng. ~가 있다 có hiệu quả.

효녀(孝女) Hiếu nữ, người con gái có hiếu.

효능(效能) Hiệu nghiệm, có hiệu quả, có tác dụng. ~이 있다 có tác dụng.

효도(孝道) Hiếu thảo, sự hiếu thảo. ~를 다하다 hết long hiếu thảo, làm tròn sự hiếu thảo.

효성(孝誠) Lòng hiếu thảo. ~스럽다 [서술적]. ~이 지극하다 rất hiếu thảo.

효수(梟首) Bêu đầu (treo đầu) tên tội phạm. ~하다.

효시(嚆矢) Khởi đầu, tiên phong. 미국 유학은 그를 ~로 한다 anh ta đi tiên phong trong chuyện đi du học Mỹ.

효양(孝養) Hiếu thảo phụng dưỡng. ~을 다하다 hết lòng hiếu thảo chăm sóc.

효용(效用) Tác dụng, hiệu quả, hữu ích. ~이 있다 có tác dụng.

효율(效率) Hiệu suất, năng suất. ~평가 đánh giá năng suất.

효자(孝子) Hiếu tử, người con có hiếu.

효행(孝行) Hiếu hạnh, hiếu thảo. ~하다.

효험(效驗) Hiệu nghiệm, tác dụng. ~이 뚜렷한 hiệu quả rõ ràng.

후(後) Sau này, về sau. ~에 연락하마 liên lạc sau nhé.

후각(嗅覺) Khứu giác. ~과민 khứu giác quá nhạy cảm.

후견(後見) Trông nom, hướng dẫn. ~하다. ~을 받다 được sự hướng dẫn.

후견인(後見人) Người trông coi.

후계(後繼) Sự kế tiếp, kế tục, thừa kế. ~하다.

후고(後顧) Nghĩ lại, suy nghĩ lại chuyện cũ. ~하다.

후굴(後屈) Gấp/ gập ở phía sau.

후기(後記) Tái bút, ghi thêm cho rõ.

후년(後年) Năm sau. 내~ ba năm sau.

후뇌(後腦) Não sau.

후닥닥 Sự giật mình, đột nhiên, thình lình. 개천을 ~ 건너 뛰다 nhảy cái sầm qua suối.

후대(後代) Đời sau, hậu thế. 그의 이름은 ~에 남을 것이다 tên tuổi anh ta sẽ để lại cho hậu thế.

후대(厚待) Hậu đãi. ~하다. ~를 받다 được hậu đãi.

후두(後頭) Ót, gáy, phần sau đầu. ~골 xương ót. = 뒤통수

후딱 Vội vàng, lật đật. 자리에서 ~ 일어나다 vội vàng đứng dậy.

후래삼배(後來三杯) Đến sau uống ba chén.

후락(後落) Rớt lại sau, tụt lại sau.

후려치다 Đánh, quất, đập. 얼굴을 ~ đánh vào mặt.

후련하다 Thoải mái, thanh thản. 후련토록 울다 khóc cho thanh thản.

후루룩 ① Cánh đập dập dờn. ② Uống cái ực.

후리다 ① Dồn, đuổi. 그물로 물고기를 ~ dùng lưới lùa cá. ② Đánh, đập.

후리질 Lùa, dồn (cá). ~하다.

후리후리하다 Cao và gầy, thanh mảnh. 후리후리한 남자 người đàn

ông thanh mảnh.

후림 Mồi, mồi chài, dụ dỗ. ~비둘기 chim bồ câu mồi. ~에 넘어가다 bị mồi chài.

후면(後面) Mặt sau. 학교의 ~ mặt sau của ngôi trường.

후무리다 Trộm, lấy cắp. 그는 사무실의 공금을 후무려 도망쳤다 hắn ta ăn trộm tiền văn phòng bỏ trốn.

후문(後門) Cửa sau, cửa hậu.

후물림(後-) Thừa kế, kế thừa, tiếp nhận. 형의 ~옷 áo anh để lại.

후미(後尾) Phần đuôi, phần sau. ~경호 canh gác phía sau. ~등 đèn hậu.

후미지다 Sâu, thẳm. 후미진 골짜기 thung lũng sâu thẳm.

후박(厚薄) ① Dày và mỏng. ② Ít và nhiều. ③ Hậu đãi và bạc đãi.

후반(後半) Nửa sau, phần sau. ~기 6 tháng cuối năm.

후방(後方) Hậu phương. ~으로 물어 나다 lùi ra hậu phương.

후배(後輩) Hậu bối, đàn em cùng trường. 학교의 ~ học cùng trường (ít tuổi hơn).

후보(候補) Ứng cử (bầu cử). ~자 ứng cử viên. 대통령~ ứng cử tổng thống.

후분(後分) Phần sau của cuộc đời, tuổi già, phần thứ 3 của cuộc đời (gồm tuổi trẻ, trưởng thành và tuổi già). ~이 좋다 tuổi già may mắn.

후불(後拂) Trả sau. ~로 하다 trả sau.

후비다 Đào, xới, moi. 땅을 ~ đào đất

후비적후비적 Ngoáy, xoay, móc ra.

후사(後嗣) Người kế nghiệp, người thừa kế. ~가 없다 không có người thừa kế.

후살이(後-) Sự tái hôn (của người phụ nữ).

후생(後生) Người sinh ra sau, hậu sinh. ~이 가외(可畏)라 hậu sinh khả uý.

후서방(後書房) Người chồng sau.

후세(後世) Hậu thế. ~에 이름을 남기다 để lại tên tuổi cho hậu thế.

후속(後續) Tiếp theo, thừa kế. ~하다.

후손(後孫) Hậu duệ, con cháu, hậu thế. ~에게 전하다 truyền cho hậu thế.

후송(後送) Hậu tống, gửi ra sau. ~하다. ~환자 bệnh nhân gửi ra tuyến sau

후수(後手) ① Nước sau, nước đi sau (cờ). ② Vận động viên tiếp theo.

후술(後述) Đề cập sau, nói đến sau. ~하다.

후식(後食) Món ăn tráng miệng. ~으로 나온 아이스크림 kem tráng miệng.

후신(後身) Hậu thân, tổ chức sau khi đổi tên.

후실(後室) Tiếng gọi tôn kính với người vợ thứ hai của ai. ~자식 con vợ hai.

후안(厚顔) Trơ tráo, vô liêm sỉ, không biết xấu hổ. ~무치 trơ tráo vô liêm sỉ.

후열(後列) Hàng sau, dãy sau.

후원(後苑後園) Vườn sau, sân sau.

후원자(後援者) Người tài trợ, người giúp đỡ.

후유 Ôi, thở một hơi. ~하고 짐을 내려놓다 thở một tiếng và hạ hành lý xuống.

후은(厚恩) Ân huệ lớn. ~을 입다 mang ân huệ lớn.

후음(喉音) Âm họng.

후의(厚意) Lòng tốt, sự quan tâm. ~를 감사하다 cảm ơn lòng tốt của ai.

후인(後人) Thế hệ sau.

후일(後日) Ngày sau, ngày hôm sau, về sau. ~에 vì ngày hôm sau.

후임(後任) Kế nhiệm, kế vị. ~자 người kế nhiệm. ~이 되다 thành người kế nhiệm.

후자(後者) Người sau, người kế tiếp. 전자와 ~ người trước và người sau.

후제(後-) Sau này. ~또 찾아올게 sau này sau tôi sẽ đến.

후줄근하다 Vải, giấy bị nát khi dính nước, nhàu nát. 옷이 이슬에 젖어 ~ áo dính sương nhàu nát.

후진(後進) ① Tụt ra sau, rớt lại sau. ② Lạc hậu, chậm tiến. ~하다. ~국 nước lạc hậu.

후처(後妻) Vợ sau, vợ thứ, vợ hai. ~를 얻다 lấy vợ sau.

후천성(後天性) Sinh ra rồi mới có, sinh ra rồi mới phát sinh. ~ 심장병 bệnh tim không phải do di truyền.

후천적(後天的) Có tính phát sinh về sau. 성격은 ~으로 형성된다 tính cách được hình thành từ từ về sau.

후추 Hạt tiêu. ~를 치다 nêm hạt tiêu.

후취(後娶) Tái hôn.

후탈(後頉) Biến chứng, sự cố phát sinh về sau. ~없게 일을 잘 처리하다 giải quyết việc cho tốt nhằm tránh sự cố về sau.

후터분하다 Khó chịu, ngột ngạt. 후터분한 날씨 thời tiết khó chịu.

후텁지근하다 Ngột ngạt, khó chịu.

후퇴(後退) Lùi, lùi ra sau. ~하다. 전략적 ~ sự lui lại có tính chiến lược.

후편(後篇) Tập hai, quyển tiếp theo.

후하다(厚-) Tử tế, hậu hĩnh. 후한 대접 sự tiếp đãi chu đáo hậu hĩnh.

후환(後患) Hậu họa, mối lo về sau. ~을 두려워하여 lo cho chậu họa.

후회(後悔) Hối hận. ~하다. 죄를 ~하다 hối hận về tội lỗi của mình

후후년(後後年) Năm sau, năm tới nữa.

훅 Chỉ động tác rất nhanh. 말도 없이 ~가 버렸다 chẳng nói năng gì bỏ đi.

훅하다 Rất háo hức, rất mong. 그는 과자라면 ~ 나고 떼 táo là anh ta háo hức ngay.

훅훅 Ực ực (uống).

훈감하다 Ngon miệng, thơm ngon.

훈계(訓戒) Sự khuyên răn, giáo huấn. ~하다.

훈공(勳功) Công lao, công tích. 혁혁한~ công lao hiển hách. ~을 세우다 lập công.

훈김(薰-) Không khí ấm áp, hơi ấm.

훈독(訓讀) Vừa đọc vừa ghi nhớ sâu sắc.

훈련(訓鍊) Huấn luyện. ~하다. 병장들이 ~을 받고 있다 binh lính đang được huấn luyện.

훈방(訓放) Nhắc nhở, cảnh cáo. ~하다. ~되다 bị nhắc nhở.

훈수(訓手) Lời mách nước, lời nhắc nhở, gợi ý bóng gió, lời ám chỉ. ~하다.

훈시(訓示) Sự chỉ dạy, mách nước (chơi cờ). ~하다.

훈육(訓育) Dạy, giáo huấn về phẩm cách đạo đức. ~하다.

훈장(訓長) Thầy giáo làng, giáo viên (xưa).

훈제(燻製) Sự hun khói, xông khói.

훈풍(薰風) Gió đầu mùa hạ.

훈화(訓話) Những lời giáo huấn.

훈훈하다(薰薰-) Ấm áp, thân thiện. 훈훈한 마음 tấm lòng thân thiện.

훌닦다 Nhiếc móc, đay nghiến.

훌떡 ① Vội vàng, lật đật. ② Cởi hết ra, cởi sạch, chẳng còn gì. 옷을 ~벗다 cởi hết áo.

훌떡훌떡 Cởi trắng ra, cởi hết ra.

훌렁거리다 Rộng lùng thùng, lỏng loẹt. 옷이 ~ áo lộng lùng thùng.

훌륭하다 Giỏi, tài giỏi, to lớn, xuất sắc, đáng khen, đáng kính. 훌륭한 선물 món quà to lớn.

훌부시다 ① Súc, rửa. 병을 ~ rửa cái bình. ② Ăn.

훌쩍 Nhảy vọt, nhảy cái vù, nhảy cái bụp, thoát cái. 차에서 ~뛰어내렸다 nhảy cái vù từ trên xe xuống.

훌쭉하다 Nhọn, sắc nhọn.

훌훌 Lửa cháy hừng hực. ~타다 cháy vèo vèo.

훑다 Bạy ra, nạy ra. 벼를 ~ truốt lúa.

훑어보다 Nhìn từ trên xuống dưới, nhìn từ đầu tới chân (người).

훑이다 Bị tróc ra, bị tách ra.

훔쳐내다 ① Lau, chùi. 먼지를~ lau bụi. ② Ăn trộm, cắp.

훔쳐때리다 Đánh túi bụi.

훗날(後-) Về sau, sau này, tương lai. ~에 trong tương lai.

훗달(後-) Tháng sau.

훗일 Việc tương lai. ~을 걱정하다 lo lắng chuyện tương lai.

훗훗하다 Nóng nực khó chịu.

훙서(薨逝) Qua đời, băng hà (chỉ cái chết của vua, hoàng tộc). ~하다.

훤칠하다 Thon thả, cao gầy.

훤하다 ① Sáng, rõ. 훤한 하늘 trời sáng. ② Nảy mầm.

훨씬 Rất, hoàn toàn, xa. 이것이 ~낫다 cái này tốt hơn nhiều.

훨쩍 Mở bung ra, mở tung ra. 문을 ~ 열어 놓다 mở tung cửa ra.

훨훨 ① Rừng rực (lửa cháy) ② Chỉ con vật bay một cách thoải mái, tung bay.

훼방(毀謗) ① Sự phỉ báng, nói xấu, nhục mạ. ~하다. ② Ngăn cản, cản trở. ~하다.

훼손(毀損) Làm mất thể diện, uy tín. ~하다 명예~ làm mất danh dự, làm tổn thương danh dự

휘갈기다 Đánh mạnh, quất, đánh, đập. 뺨을 ~ tát vào má.

휘감기다 ① Bị băng, được băng bó, được quấn, bị bó. ② Cuốn vào, lôi vào, kéo vào.

휘갑치다 Xong xuôi, hoàn thành. 일을 ~ giải quyết công việc xong xuôi

휘다 Cong, bị cong. 나뭇가지가 ~어지다 cành cây bị cong.

휘돌다 Quay vòng tròn, lắc.

휘두르다 Khua, hươ, múa (gươm). 칼을 ~ hươ con dao.

휘둥그래지다 Tròn, trợn tròn. 눈이 휘둥그레져서 trợn tròn mắt.

휘뚜루 Ẩu, cẩu thả, bừa bãi.

휘뚝거리다 Lắc lư, không vững, lung lay. 뾰족 구두를 신고 ~ đi dày nhọn gót nên không vững.

휘뚤휘뚤 Quanh co, khúc khuỷu. ~하다. 길이 ~하다 con đường khúc khuỷu.

휘말다 Gấp ẩu, gấp đại, cuộn qua loa. 옷을 ~ gấp ẩu chiếc áo.

휘몰다 ① Lái ẩu, chạy gấp, chạy vội. ② Ép, buộc, cưỡng bức.

휘몰아치다 Dữ dội, tuôn/ rơi dữ dội (mưa gió). ~는 비바람을 무릅쓰고 그는 출발했다 anh ta xuất phát bất chấp mưa gió dữ dội.

휘발(揮發) Sự bay hơi, bốc hơi. ~하다. ~기(器) nồi hơi.

휘발유(揮發油) Xăng. 가짜~ xăng giả.

휘슬 Cái còi (whistle). ~을 불다 thổi còi.

휘어넘어가다 Bị lừa, bị gạt, bị lọt vào âm mưu của người khác.

휘어대다 Ep vào, nén vào, dồn vào (khung).

휘어들다 Yếu, mềm, giảm xuống (ý chí, tinh thần). 나이를 먹으면서 그의 완고한 고집이 ~ có tuổi và dần dần cái tính khí bướng bỉnh của anh ta cũng bớt đi.

휘어박다 ① Té xuống, ngã xuống. ② Chinh phục ai, khuất phục ai.

휘어잡다 ① Cầm, nắm, túm. 멱살을 ~ nắm lấy cổ họng. ② Chinh phục, khuất phục.

휘어지다 Bị cong, cong, bị vẹo, không thẳng. 철사가 ~ dây thép bị cong.

휘영청 Trăng rất sáng, vằng vặc. 달이 ~밝다 trăng sáng vằng vặc.

휘우뚱 Nghiêng, lệch sang một bên. ~하다. ~넘어가다 nghiêng sang một bên.

휘장(徽章) Huy chương, huân chương. ~을 달다 đeo huy chương.

휘적거리다 Khoa, hươ, lắc lư, đung đưa, vung vẩy. 팔을 ~며 걷다 vừa hươ tay vừa đi.

휘젓다 Lục, tìm. 서랍속을 ~ lục tìm trong ngăn kéo

휘지다 Kiệt sức, mệt mỏi.

휘지르다 Quần áo nhăn nhó dơ bẩn vì làm gì đó. 바지를 온통 ~ cái quần quá bẩn.

휘청거리다 Lung lay, lắc lư, không vững, dao động, lảo đảo, choáng váng. ~는 회사 công ty đang bất ổn.

휘추리 Gậy, roi, que.

휘파람 Huýt sáo. ~불다 huýt sáo. ~을 불어 알리다 huýt sáo làm hiệu

휘하(麾下) Dưới sự chỉ huy của ai đó. ~에 모이다 gom lại dưới trướng.

휘호(揮毫) Vung bút, chỉ viết hoặc vẽ. ~하다.

휘황찬란(輝煌燦爛) Sáng lạng huy hoàng. ~하다.

휘휘 Vòng quanh, vòng vòng. ~감다 quấn vòng vòng.

휘휘하다 Cô độc, buồn.

획(畫) Nét chữ. 획~ số nét chữ. 삼~으로 된 글자 chữ có 3 nét.

휩싸다 Bọc lại, gói lại, bao quanh. 아기를 담요로 ~ dùng khăn quấn em bé lại.

휩쓸다 Quét sạch, phủi sạch, cuốn theo, lôi theo. 바람이 마당을 ~고 지나간다 con gió cuốn qua sân.

휩쓸리다 Bị động từ của 휩쓸다, bị cuốn phăng, bị cuốn trôi.

휴가(休暇) Kỳ nghỉ, ngày nghỉ, nghỉ phép, kỳ nghỉ lễ. 여름~ nghỉ hè.

휴간(休刊) Sự đình chỉ, sự ngưng xuất bản, không phát hành. ~하다. ~일 ngày đình bản

휴강(休講) Nghỉ không giảng bài, không có bài giảng.

휴게(休憩) Nghỉ ngơi, nghỉ. ~하다. ~실 phòng nghỉ. ~소 nơi nghỉ ngơi.

휴교(休校) ① Đóng cửa trường. ~하다. ② Nghỉ học, không đi học.

휴대(携帶) Cầm tay. ~하다. ~용 라디오 rađiô cầm tay.

휴대품(携帶品) Các vật dụng cầm tay. ~보관소 nơi bảo quản các vật dụng cầm tay

휴면(休眠) Không tăng trưởng, không phát triển (sinh vật). 휴식(休息)

휴양(休養) Nghỉ ngơi, dưỡng sức, nghỉ mát. ~하다. ~지 nơi nghỉ ngơi, nơi nghỉ mát.

휴업(休業) Nghỉ, không làm việc, không bán hàng, không kinh doanh. ~하다. ~일 ngày nghỉ.

휴연(休演) Nghỉ diễn, không trình chiếu. ~하다.

휴일(休日) Ngày nghỉ. ~근무 làm việc vào ngày nghỉ. ~수당 lương làm thêm vào ngày nghỉ.

휴전(休電) Ngưng cung cấp điện. ~일(日) Ngày mất điện.

휴정(休廷) Tòa không làm việc. ~하다.

휴지(休止) Sự ngưng, dừng, nghỉ. ~하다.

휴지통(休紙桶) Cái thùng giấy loại hoặc thùng giấy vệ sinh. ~에 넣다 bỏ vào thùng giấy loại.

휴직(休職) Tạm nghỉ việc (cá nhân có yêu cầu, bệnh, tai nạn vv). 1년간 ~하다 tạm nghỉ việc một năm.

휴진(休診) Sự ngưng khám bệnh. ~하다. ~일 ngày nghỉ khám bệnh.

휴학(休學) Nghỉ học (do bệnh tật, lý do cá nhân vv). ~하다.

휴항(休航) Hoãn chuyến đi (tàu, thuyền). ~하다.

휴회(休會) Tạm thời hoãn họp. ~하다.

휼계(譎計) Mưu mô, thủ đoạn, một kế hoạch xấu xa. ~를 쓰다 dùng mưu mô.

휼미(恤米) Gạo cứu tế.

휼민(恤民) Cứu tế người nghèo. ~하다.

휼병(恤兵) Tiếp viện ra chiến trường. ~하다.

흉 Vết sẹo. ~이 있는 얼굴 khuôn mặt có sẹo.

흉계(凶計) Mưu mô quái ác. ~를 꾸미다 tìm kế ác.

흉골(胸骨) Xương ức, xương ngực.

흉금(胸襟) Nỗi niềm trong lòng. ~을 털어놓다 giãi bày, tâm sự.

흉기(凶器) Hung khí. ~를 들고 남을 위협하다 cầm hung khí uy hiếp người khác.

흉내 Bắt chước, học theo. ~내다 học

theo, bắt chước.

흉년(凶年) Năm mất mùa. ~거지 ăn mày năm đói.

흉도(凶徒) Tên côn đồ, hung đồ.

흉몽(凶夢) Cơn ác mộng, giấc mơ xấu.

흉물(凶物) Người xấu, người độc ác. ~스럽다.

흉배(胸背) Phần ngực và phần lưng.

흉벽(胸壁) Ngực, phần ngực.

흉변(凶變) Vụ thảm sát, vụ giết người. ~을 당하다 bị giết.

흉보(凶報) Hung báo, tin hung. 유족에게 ~를 전하다 chuyển tin dữ đến gia đình.

흉복(胸腹) Ngực và lưng.

흉부(胸部) Vú, ngực, phần ngực. ~에 통증을 느끼다 cảm thấy đau ở ngực.

흉사(凶事) Việc không hay, việc dữ, chuyện dữ.

흉상(凶狀) ① Thái độ hung dữ. ② Xấu xí, khó nhìn.

흉수(凶手) Hung thủ.

흉악(凶惡) Hung ác. ~하다. ~범(犯) tên tội phạm hung ác.

흉어(凶漁) Mùa cá kém (ít).

흉위(胸圍) Vòng ngực. ~를 재다 đo vòng ngực.

흉일(凶日) Ngày xấu.

흉작(凶作) Vụ mùa kém, mất mùa. ~이 든 해 năm mất mùa.

흉잡히다 Bị bắt lỗi, bị chê. 귀먹은 것을 ~ 비 chê là điếc tai.

흉장(胸牆) Bờ tường cao đến ngực.

흉조(凶兆) Dấu hiệu xấu, điềm gở. ~이다 là điềm gở.

흉중(胸中) Trong lòng, trong người, trong tâm trạng. ~에 ở trong lòng. ~을 밝히다 nói rõ lòng mình.

흉탄(凶彈) Phát đạn của tên côn đồ, viên đạn của hung thủ. ~에 쓰러지다 gục ngã vì vết đạn của hung thủ.

흉터 Sẹo, vết sẹo. ~가 아직 남아 있다 sẹo vẫn đang còn.

흉통(胸痛) Đau ngực. ~을 느끼다 cảm thấy đau ngực.

흉포(凶暴) Hung bạo, dữ tợn. ~하다. ~한 살인자 kẻ giết người hung bạo.

흉하다(凶-) Xấu xí, khó coi, khó nhìn. 흉한 얼굴 khuôn mặt xấu xí.

흉한(凶漢) Kẻ ác ôn, thằng hung ác, hung thủ.

흉허물없다 Gần gũi, thân thiết. ~는 친구 bạn thân.

흉흉하다(洶洶-) ① Hun bạo, hung dữ (sóng). ② Lừa lọc, gian dối.

흐너지다 Sụp đổ.

흐놀다 Rất nhớ, da diết nhớ. 고향을 ~ nhớ quê hương da diết.

흐느끼다 Cảm kích hoặc vì đau khổ. 흐느껴 울다 khóc vì đau khổ.

흐느적거리다 Rung rinh, lung lay. 잎이 바람에 ~ lá lung lay trước gió.

흐늘거리다 Sống qua ngày, lêu lổng.

흐늘쩍흐늘쩍 Chầm chậm, từ từ. ~걷다 đi chầm chậm.

흐늘흐늘 Lêu lổng. ~놀고 있다 chơi lêu lổng

흐들갑스럽다 Vênh váo, hỗn. ~게 말하다 nói một cách vênh váo.

흐려지다 Trời trở nên âm u, ảm đạm. 하늘이 갑자기~ trời tự nhiên u ám (âm u).

흐르다 Chảy. 물은 항상 낮은 곳으로 ~ nước thường chảy xuống chỗ trũng.

흐리다 Nhiều mây, âm u. 흐린 날씨 thời tiết âm u

흐리다 Làm cho đục, làm cho mờ. 물을 ~ làm cho nước đục.

흐리마리하다 Không rõ ràng. 거취가~ chủ trương không rõ ràng.

흐리터분하다 Đầu óc đen tối hoặc đầu óc đần độn. 흐리터분한 사람 thằng đần.

흐릿하다 Am u. 흐릿한 날씨 thời tiết âm u

흐무러지다 Nục, bấy, nẫu. 자두가 너무 익어서 흐무러질 지경이다 đào chín quá nẫu ra

흐뭇이 Thích thú, thoả thích.

흐뭇하다 Hài lòng, vui lòng, thỏa mãn. 마음이 ~는 이야기 câu chuyện vui.

흐벅지다 Căng, tràn, đầy. 흐벅진 젖가슴 bầu sữa căng tròn.

흐슬부슬 Tan, vụn. ~하다. 과자가 ~ 부스러지다 bánh vỡ vụn ra.

흐지부지 Tan tành, thành mây khói. ~끝나다 kết thúc thành mây khói.

흐트러뜨리다 ① Rắc, vãi. ② Làm cho tung lên, xới tung lên.

흐트러지다 Áo quần, thư thế luộm thuộm, bầy hầy. 머리가 ~ đầu tóc bù xù.

흑단(黑檀) Gỗ mun. ~제(製) làm bằng gỗ mun.

흑당(黑糖) Đường đen. =흑설탕.

흑대두(黑大豆) Đậu tương đen.

흑두(黑豆) Đậu đen.

흑두(黑頭) ① Đầu đen. ② Thanh niên.

흑막(黑幕) ① Cái màn đen. ② Nội tình bí mật, sự bí mật. ~을 캐내다 tìm ra sự thật.

흑미(黑米) Gạo đen.

흑반(黑斑) Đốm đen.

흑발(黑髮) Tóc đen. ~의 여인 người phụ nữ tóc đen.

흑백(黑白) Trắng đen. ~영화 phim đen trắng

흑색(黑色) Màu đen. ~인종 người da đen. ~화약 thuốc nổ đen.

흑수정(黑水晶) Thủy tinh đen.
흑심(黑心) Tim đen, ý đồ xấu xa. ~을 품다 mang tim đen.
흑연(黑煙) ① Khói đen ② Mực.
흑의(黑衣) Áo đen. ~를 입다 mặc áo đen.
흑인(黑人) Người da đen. ~분리 정책 chính sách cách ly người da đen.
흑자(黑字) ① Nét chữ đen. ② Có lời, lãi, lời lãi. 우리는 10억원이 ~다 chúng tôi lời 1 tỷ won.
흑점(黑點) Vết đen, chấm đen, đốm đen.
흑칠(黑漆) Sơn đen. ~한.
흑토(黑土) Đất đen.
흑판(黑板) Bảng đen. =칠판(漆板).
흑흑 ① Tiếng nức nở, hức hức. ~하다 ② Hù hu (lạnh). ~하다.
흔들다 Vẫy, lắc, rung. 손을 ~ vẫy tay. ② Dao động, lung lay.
흔들흔들 Lung lay, lắc lư. ~하다.
흔연하다(欣然-) Vui sướng, vui mừng, phấn khởi.
흔적(痕迹) Dấu vết, vết tích. ...에 ~이 있다 có dấu vết trên.
흔전만전 Sung túc, nhiều, đầy. ~하다. 돈을 ~ 쓰다 xài tiền thoải mái.
흔쾌(欣快) Vui vẻ, vui mừng, thích thú. ~하다. 그는 ~히 많은 돈을 공동 모금에 기부했다 anh ta vui vẻ đóng góp nhiều tiền cho cuộc vận động.
흔하다 Nhiều. ~지 않은 không ít, nhiều.
흔히 Thường xuyên, thường, luôn. ~ 쓰이는 말 lời nói được dùng thường xuyên, lời nói hay dùng.
흘게늦다 Lỏng, không chặt.
흘겨보다 Liếc mắt, nhìn ngang.
흘근거리다 Đi chầm chậm.
흘금거리다 Nhìn nghi ngờ, nhìn nghiêng.
흘금흘금 Liếc nhìn. ~보다 liếc.
흘기다 Liếc nhìn ghen tị, liếc vẻ đay nghiến. 무섭게 ~ liếc nhìn vẻ đáng sợ. 그녀는 샘이 나서 나에게 눈을 ~ cô ấy ghen tức liếc nhìn tôi.
흘깃흘깃 Liếc, nhìn ngang. ~보다 liếc nhìn.
흘끗 Thoáng qua, thoảng qua. 그녀의 뒷모습이 ~보였다 nhìn thoáng bóng dáng cô ấy từ phía sau.
흘러가다 Chảy ra, chảy đi, trôi, chảy. (강이) 바다로~ (sông) chảy ra biển.
흘러내리다 Chảy xuống. 눈물이 그녀의 볼을 (줄줄) ~ nước mắt chảy ròng ròng trên gò má cô ấy.
흘러보다 Nhìn xem, nắm bắt. 아무의 속을 ~ nắm bắt suy nghĩ của ai.
흘레 Sự giao hợp, sự giao cấu. ~하다.
흘리다 Chảy, làm đổ. 눈물이 ~ chảy

nước mắt.

흘림흘림 Từng chút một, từng ít một. ~주다 cho từng ít một.

흘미죽죽 Kéo dài, không chấm dứt, không dứt khoát. ~하다.

흘수(吃水) Chiều sâu đáy thuyền khi thả xuống nước, độ ngập nước thành tàu/mạn thuyền.

흘쩍거리다 Lề mề, rề rà. 일을 ~ rề rà trong công việc.

흙 Đất, cục đất, thổ nhưỡng, đất cát. ~을 파다 đào đất. ~덩이 cục đất

흙감태기 Người hoặc vật dính đầy đất, lấm đầy đất, phủ đầy bùn đất.

흙다리 Cây cầu làm bằng thanh gỗ dài, trên đó phủ đất để đi.

흙더미 Đống đất.

흙돋우기 Đắp đất cho cao, nâng đất cho cao. ~하다.

흙먼지 Bụi đất. ~를 일으키다 làm tung bụi đất lên.

흙무더기 Một đống đất, một ụ đất.

흙뭉치 Viên đất, hòn đất, cục đất.

흙받기 ① Cái bay đựng hồ. ② Tấm chắn bùn (xe đạp, xe máy, ôtô).

흙벽(-壁) Tường đất, vách đất.

흙비 Cơn bão cát.

흙빛 Màu nâu đất.

흙손 Cái bay của thợ hồ. ~으로 바르다 dùng bay để trát.

흙일 Công việc đào đắp, xúc đất. ~하다.

흙칠 Dính đất, vấy đất. ~하다. 얼굴에 ~하다 mặt dính đất.

흙탕물 Nước bùn đất, bãi lầy.

흠(欠) Cái thẹo, vết sẹo. 얼굴에 ~이 지다 trên mặt có vết sẹo.

흠구덕(欠-) Nói xấu, tìm khuyết điểm của ai để nói. ~하다.

흠나다(欠-) Có vết, hư. = 흠지다.

흠내다(欠-) ① Để lại vết sẹo 얼굴에 ~ để lại vết sẹo lên mặt ② Làm hư, làm hỏng, làm nứt.

흠뜯다(欠-) Dèm pha, nói xấu.

흠모(欽慕) Sự hâm mộ, sự ngưỡng mộ. ~하다. 흠모의 대상 đối tượng được hâm mộ.

흠뻑 Hoàn toàn, rất nhiều, hết mức. ~젖다 ướt sạch. 비가 ~오다 mưa rơi

흠잡다(欠-) Bắt lỗi, bới móc, bắt bẻ, chê bai. 방이 좁은 것을 ~ chê phòng chật.

흠지다(欠-) Có sẹo, thành sẹo. 이 마에 ~ thành sẹo trên trán.

흠축(欠縮) Thiếu. ~나다 thiếu. ~내다 làm cho thiếu.

흠치르르 Bóng mướt, bóng loáng. ~하다.

흠칫 Rùng mình, giật mình. ~하다. ~놀라다 giật mình ngạc nhiên.

흡광(吸光) Hiện tượng ánh sáng xuyên qua vật thể và bị hấp thụ.

흡기(吸氣) Sự hít vào. ~하다.

흡력(吸力) Sức hút. =흡인력.

흡사(恰似) Giống, gần như, tương tự. ~하다. 아주 ~하다 rất giống nhau.

흡상(吸上) Sự mút, sự hút. ~하다.

흡수(吸水) Sự hút (nước), thấm nước, ngấm nước. ~하다. ~펌프 bơm hút nước.

흡습(吸濕) Hút ẩm. ~제 chất chống ẩm. ~성 tính chống ẩm.

흡연(吸煙) Sự hút thuốc. ~하다. ~실 phòng hút thuốc.

흡열(吸熱) Hút nhiệt, hấp thụ nhiệt.

흡인(吸引) Sự hút, sự hút thu. ~하다. ~력 sức hút.

흡입(吸入) Hút vào, hít vào. ~하다.

흡입기(吸入器) Máy thở vào. 산소~ máy thở ô xi.

흡족(洽足) Sung túc, đầy đủ, dư dả. ~하다. ~히 một cách dư dả.

흡착(吸着) Bám chặt vào, gắn chặt vào. ~하다. ~제 keo dính.

흡출(吸出) Thả ra, thải ra. ~하다.

흡혈(吸血) Hút máu. ~귀 quỷ hút máu. ~박쥐 dơi hút máu.

흥(興) Vui vẻ, thích thú, cái hứng. ~이 나면 nếu hứng, nếu vui.

흥감 Khoa trương, xạo, bốc. ~부리다 xạo, cường điệu hóa.

흥겹다(興-) Rất vui, rất thú vị. ~게 một cách vui vẻ.

흥나다(興-) Nổi hứng, vui lên. 흥이 나서 춤추다 vui lên nhảy.

흥덩흥덩 Tràn đầy, đầy. ~하다.

흥뚱항뚱 Lơ là, lơ đễnh.

흥륭(興隆) Hưng thịnh, phồn vinh. ~하다. 국가의 ~ phồn vinh của đất nước.

흥망(興亡) Hưng vong, thành bại. 민족의 ~ hưng vong của dân tộc.

흥미본위(興味本位) Lấy vui làm chính.

흥미진진(興味津津) Rất thú vị, rất có hứng, rất hay. ~하다.

흥분(興奮) Hưng phấn (vui, buồn, giận giữ). ~하다. ~시키다 làm cho hưng phấn.

흥성흥성(興盛興盛) Rất phát đạt, rất thịnh thượng. ~하다. 장사가 [사업이] ~하다 buôn bán [làm ăn] phát đạt.

흥얼흥얼 Vui vẻ, hứng thú. ~혼자 노래하다 vui vẻ hát một mình.

흥업(興業) Khởi nghiệp, gây dựng sự nghiệp. ~하다.

흥이야항이야 Nhúng mũi vào, không can hệ đến mình cũng can thiệp vào. ~하다.

흥정 Mặc cả. ~하다. ~을 붙이다/~을 걸

다/~을 벌이다 mặc cả.

흥진비래(興盡悲來) Hết vui lại buồn(chỉ cuộc đời con người).

흥청망청 Vui vẻ, thỏa thích. ~놀고 마시다 chơi và uống thỏa thích.

흥타령(-打令) Một điệu dân ca, có vần 흥 ở cuối câu.

흥패(興敗) Hưng bại, hưng vong. 국가의 ~가 달려 있는 싸움 cuộc chiến gắn liền với sự hưng bại của đất nước.

흥하다(興-) ① Đứng dậy, phất lên. 나라가 ~ đất nước đứng lên. ② Phồn vinh.

흥행(興行) Giải trí, tiêu khiển. ~하다. ~가치 giá trị giải trí.

흥흥거리다 Khóc nhè [em bé].

흩날리다 Bay tung toé, bay lung tung, làm cho tung toé. 낙엽이 ~ lá rụng bay tung toé.

흩다 Rung, rắc, vãi. 곡식을 ~ rắc lương thực.

흩뜨리다 Làm tung toét, làm cho vung vãi. 휴지 조각을 ~ vứt mảnh giấy loại lung tung.

흩뿌리다 Gieo rắc, rắc. 씨를 ~ rắc hạt. 모래를 ~ rắc cát. 전단을 ~ rắc truyền đơn.

흩어지다 Tản mạn, không tập trung, nằm rải rác, nằm đây đó.

희가극(喜歌劇) Kịch vui, hài kịch.

희곡(戱曲) Kịch. ~작가 tác giả soạn kịch.

희구(希求) Mong muốn, ước mong, nguyện vọng. ~하다. 쌍방이 다 평화를 ~하고 있다 cả hai bên đều mong muốn hòa bình.

희귀(稀貴) Quý hiếm. ~하다. ~종 loài quý hiếm. ~한 물건 đồ vật quý hiếm.

희극(喜劇) Hài kịch, kịch vui. ~작가 tác giả hài kịch.

희금속(稀金屬) Kim loại quý.

희기(喜氣) Sự vui vẻ, bầu không khí vui vẻ.

희끔하다 Hơi trắng, trăng trắng.

희끗희끗하다 Có đốm trắng. 머리가 희끗희끗 한 사람 người mái tóc điểm sương.

희나리 ① Củi tươi (chưa khô). ② Viết nhầm của 희아리.

희년(稀年) Tuổi xưa nay hiếm, tuổi bảy mươi.

희다 Trắng, màu trắng, bạc (màu sắc, nước da, mái tóc). 흰 봉투 bao thư trắng.

희담(戱談) Câu chuyện đùa, câu chuyện vui.

희대(稀代) Hiếm trên đời, hiếm trên thế gian này. ~의 영웅 anh hùng

hiếm có

희디희다 Trắng ơi là trắng, trắng hết chỗ nói, không thể trắng hơn.

희떱다 Ta đây, giả vờ ta đây, trong ruột không có gì nhưng ta đây.

희뜩희뜩하다 ① Chóng mặt, choáng, hoa mắt. ② Lốm đốm, có điểm trắng, hoa trâm (tóc

희롱(戲弄) Chọc, quấy, phá, trêu ghẹo. ~하다. 성~ quấy rối tình dục.

희룽해룽 Vênh váo, ta đây.

희맑다 Trắng và sạch, trắng và trong.

희망(希望) Hy vọng, mong muốn. ~하다. 큰~을 품다 mang hy vọng lớn.

희망자(希望者) Người có nguyện vọng, người có mong muốn.

희망적 관측(希望的觀測) Dự đoán có tính khả năng.

희멀쑥하다 Trắng và sạch, sạch và đẹp. 희멀쑥한 얼굴 khuôn mặt trắng trẻo sạch sẽ.

희문(戲文) Viết đùa, hài văn, câu chuyện đùa.

희묽다 Trắng đục, trắng cũ.

희미(稀微) Mờ mịt, mông lung, mờ, không rõ. ~한 빛 ánh sáng mờ mờ.

희박(稀薄) Thưa thớt, nồng độ thấp. ~하다. 인구가 ~한 지역 khu vực thưa dân cư.

희번덕희번덕 Mở to mắt, lòng trắng cứ liếc đi liếc lại.

희번드르르하다 Đẹp, sạch đẹp (khuôn mặt).

희번지르르하다 Gọn sẽ sạch sẽ.

희번하다 Trắng mờ, trắng đục. 동녘 하늘이 희번해졌다 trời chiều mờ đục.

희보(喜報) Tin vui, tin lành. ~를 전하다 chuyển tin lành.

희불그레하다 Màu hồng, hồng.

희붐하다 Trắng mờ, trắng đục. 동녘하늘이 희붐히 밝아왔다 trời chiều mờ đục.

희색(喜色) Vẻ mặt hạnh phúc, sắc mặt vui mừng. ~이 만면하다 tràn đầy nét mặt vui mừng.

희생(犧牲) Hy sinh. ~하다. ~적 정신 tinh thần hy sinh.

희생자(犧牲者) Người chết, người tử nạn, người hy sinh.

희서(稀書) Sách hiếm, sách quý.

희석(稀釋) Sự pha loãng. ~하다.

희세(稀世) Thế gian hiếm có, đời này hiếm có. ~의 영웅 anh hùng thế gian này hiếm có.

희소(稀少) Hiếm, ít, không nhiều. ~하다. ~물자 số ít vật chất.

희소식(喜消息) Tin lành. 무소식이 ~이다「속담」 Không có tin gì nghĩa là tin lành.

희수(稀壽) Chỉ người 70 tuổi, cao

niên, thọ. ~연(宴) tiệc mừng thọ 70.

희열(喜悅) Vui mừng, vui thích. ~의 소리를 지르다 kêu lên vui sướng.

희우(喜雨) Cơn mưa sau cơn hạn, mưa vui.

희원(希願) Hy vọng, mong muốn. ~하다.

희유(稀有) Quý, hiếm, ít có. ~하다. ~한 건 đồ vật quý hiếm.

희읍스름하다 Hơi trắng, trăng trắng

희짓다(戲-) Làm ảnh hưởng người khác.

희치희치 Sờn, mòn, rách lỗ chỗ. ~닳다 mòn lỗ chỗ.

희한(稀罕) Quý hiếm, lạ. ~하다. ~한 물건 đồ vật quý hiếm.

희화(戲畵) Hoạt hình, hoạt hoạ.

희희낙락(喜喜樂樂) Vui vui thích thích, vui mừng. ~하다.

흰말 Ngựa trắng.

흰머리 Đầu bạc, đầu trắng (tóc). ~가 섞인 머리 đầu hoa râm. ~를 뽑다 nhổ tóc bạc. ~를 염색하다 nhuộm tóc bạc.

흰밥 Cơm trắng.

흰소리 Khoác lác, bốc phét, vênh váo. ~꾼 quân bốc phét. ~치다 bốc phét, bốc.

흰자위 ① Lòng trắng trứng. ② Lòng trắng con mắt.

흰죽(-粥) Cháo trắng. ~을 끓이다 nấu cháo trắng. ~을 먹다 ăn cháo trắng

흰포도주(-葡萄酒) Rượu vang trắng.

횡허케 Đi thẳng, không liếc ngang liếc dọc, tập trung. ~가버리다 nhanh chóng đi mất.

항(港) Cảng, cảng biển, cảng sông.

히어로우 Vị anh hùng (hero).

히어링 Sự nghe, nghe (hearing). ~연습 [훈련] luyện nghe.

히죽거리다 Cười để lộ hàm răng, cười hớn hở.

히죽히죽 Một cách mãn nguyện. ~웃다 cười mãn nguyện.

히터 Sản phẩm được sự mến mộ (hit). 최고의 ~상품 sản phẩm được yêu thích nhất.

힌트 Lời gợi ý, gợi ý, đầu mối (hint). ~를 주다 cho gợi ý.

힐난(詰難) Chất vấn, vặn vẹo. ~하다.

힐문(詰問) Câu hỏi vặn vẹo. ~하다. 왜 실패를 ~하다 vặn vẹo tại sao thất bại.

힐책(詰責) Sự khiển trách, trách móc, chì chiết. ~하다.

힘 Thế lực, sức, sức mạnh. ~만으로 bằng sức. ~있는 có sức mạnh.

힘겨룸 Đấu sức. ~하다. ~을 해보자 đấu sức với nhau xem.

힘껏 Thỏa sức, hết sức. ~일 하다 làm

hết sức mình.

힘꼴 Sức mạnh vai u thịt bắp.

힘들다 Mệt, vất vả, nặng, cực nhọc. 일을 많이 해서~ làm nhiều việc quá nên mệt.

힘들이다 Gắng sức, tập trung vào, quá sức. 일에 ~ gắng sức vào công việc.

힘부치다 Tiếp sức, thêm sức. 그와 씨름하기엔 내 힘이 부친다 tiếp sức cho tôi trong cuộc đấu với anh ta.

힘세다 Khỏe. 그는 힘이 세다 anh ta rất khỏe.

힘쓰다 Vất vả, khó nhọc, nặng nhọc. 힘써 공부하다 gắng sức học.

힘없이 Mệt mỏi, mệt, không có sức. ~는 목소리로 bằng giọng nói mệt mỏi.

힘있다 Có sức mạnh, có uy lực. ~는 문장 câu văn có sức mạnh.

힘줄 Bắp thịt, cơ bắp. 고기~ miếng thịt bắp.

힘차다 Mãnh liệt, mạnh mẽ, đầy sức lực, đầy nghị lực, mạnh.

힙 Cái hông (hip).

힝그럭 Mũi tên có đầu hình lá liễu.

부 록
PHỤ LỤC

한국에 대한 기본 소개
GIỚI THIỆU CƠ BẢN VỀ HÀN QUỐC

위치 : 동북아, 한반도
Vị trí : Đông Bắc Á, thuộc bán đảo Triều Tiên.

면적 : 98,500km^2
Diện tích : 98,500 km^2 vuông.

국경 길이 : 241km
Chiều dài biên giới : 241km.

해안 길이 : 2,413km
Bờ biển : 2,413km.

인구 : 약 4천8백만 명(2006년 현재)
Dân số : 48,000,000 người (năm 2006).

수도 : 서울
Thủ đô : Seoul.

언어 : 한국어
Ngôn ngữ : Tiếng Hàn Quốc.

민족 : 단일민족
Dân tộc : Dân tộc Hàn thuần nhất.

종교 : 불교 29%, 기독교 19.9%, 유교 13.6%, 천주교 3.8%
Tôn giáo : Phật giáo 29%. Cơ đốc giáo : 19.9%. Nho giáo 13.6%, Thiên Chúa giáo 3.8%.

광복절 : 1945년 8월 15일
Độc lập : 15/8/1945.

제헌절 : 1948년 7월 17일
Hiến pháp : Ra đời 17/7/1948.

정치체제 : 민주공화제
Nền chính trị : Dân chủ cộng hòa.

정부 구성 : 대령령제
Cơ cấu chính phủ : Chế độ Tổng thống.

유엔 가입일 : 1991년 9월 17일
Gia nhập Liên Hợp Quốc : 17/09/1991.
1인당 국민소득 : 약 17,000달러
Thu nhập Quốc dân : khoảng 17,000 USD đầu người(2007).
화폐단위 : 원(US$ 1 : 960원, 2006년)
Tiền tệ : Won (960 won/USD tháng 2006).
군사력 : 육군 560,000 / 해군 67,000 / 공군 63,000
Quân sự : Lục quân 560,000 / hải quân 67,000 / không quân 63,000 người.

사물의 단위
LƯỢNG TỪ TIẾNG HÀN QUỐC

꽃 Hoa	연필 Bút chì	엽서 Bức thiệp 종이 Tờ giấy	양말 Tất 구두 Giày	배 thuyền 군함 chiến hạm	커피 Cà phê 술 rượu	옷 Áo
송이 bông	자루 cây	장 tờ, trang	켤레 đôi	병 chai	잔 cốc	벌 bộ
담배 thuốc lá 성냥 diêm	나무 Cây cối	책 Sách vở	사람 Người	차 Xe	동물 Động vật	집 Nhà cửa
개비 que	그루 cây, gốc	권 quyển, cuốn	명, 사람, 분 người	대 chiếc	마리 con	채 ngôi

기 수
SỐ CƠ BẢN

영	Không	이십팔	Hai mươi tám
공	Không	오십	Năm mươi
일	Một	백	Một trăm
이	Hai	백오	Một trăm lẻ năm
삼	Ba	백이십육	Một trăm hai sáu
사	Bốn	이백	Hai trăm
오	Năm	삼백	Ba trăm
육	Sáu	천	Ngàn
칠	Bảy	이천삼백	Hai ngàn ba trăm
팔	Tám	만	Mười ngàn(vạn)
구	Chín	백만	Triệu
십	Mười	천만	Chục triệu
십일	Mười một	억	Trăm triệu
십이	Mười hai	십억	Tỷ
십삼	Mười ba	백억	Mười tỷ
이십	Hai mươi	조	Ngàn tỷ

서 수
SỐ THỨ TỰ

하나	Một
둘	Hai
셋	Ba
넷	Bốn
다섯	Năm
여섯	Sáu
일곱	Bảy
여덟	Tám
아홉	Chín
열	Mười
열하나	Mười một
열다섯	Mười lăm
스물	Hai mươi
서른	Ba mươi
서른다섯	Ba mươi lăm
마흔	Bốn mươi
쉰	Năm mươi
예순	Sáu mươi
일흔	Bảy mươi
여든	Tám mươi
아흔	Chín mươi

국경일-법정공휴일
NGÀY QUỐC LỄ, NGÀY NGHỈ THEO LUẬT ĐỊNH

신정(양력설)	1/1	Tết Dương lịch
설날(음력설)	1/1(âm)	Tết Âm lịch
삼일절	1/3	Ngày kỷ niệm phong trào độc lập.
식목일	5/4	Ngày lễ trồng cây
어린이날	5/5	Ngày trẻ em
석가 탄신일	8/4 (âm)	Ngày lễ Phật Đản
현충일	6/6	Ngày tưởng nhớ các anh hùng liệt sĩ
제헌절	17/7	Ngày Lập hiến
광복절	15/8	Ngày Quốc khánh
추석	15/8(âm)	Trung thu
개천절	3/10	Ngày khai sinh ra đất nước
성탄절	25/12	Lễ Giáng sinh

게시판 의미
Ý NGHĨA CÁC BIỂN BÁO, BẢNG HIỆU

갈고리 사용금지	Cấm sử dụng móc!
개인용	Sử dụng cá nhân!
개조심	Coi chừng chó dữ.!
깨지는 물건 취급주의	Cẩn thận dễ vỡ!
건조한 곳에 보관할 것	Bảo quản ở những nơi khô ráo!.
경적	Kéo còi!
고장	Hư hỏng, hỏng hóc!
공사중	Đang xây dựng, đang sửa chữa!
공중전화	Điện thoại công cộng!
금연	Cấm hút thuốc!
마시지 못함	Không được uống!
매품	Hàng để bán!

매진	Đã bán hết, không còn!
면회사절	Không tiếp khách!
발조심	Cẩn thận chân .
방문 사절	Không tiếp khách.
벽보 부착 금지	Cấm dán lên tường.
화장실	Nhà vệ sinh.
보행자 통행금지	Cấm (người đi bộ) qua lại.
불조심	Cấm lửa, lưu ý lửa.
비상구	Cửa thoát hiểm.
빈차	Xe trống.
사용금지	Cấm sử dụng.
세일	Bán hạ giá.
셋집	Nhà cho thuê.
소매치기 조심	Cẩn thận bị móc túi.
소변 금지	Cấm tiểu tiện.
속도제한(시속 40킬로)	Tốc độ giới hạn (40 km/h)
손 대지 말 것	Cấm đụng tới, cấm sờ mó.
수리중	Đang sửa chữa.
수화물 보관소	Nơi bảo quản hành lý.
습기주의	Chú ý độ ẩm, không để nơi ẩm ướt.
관계자외 출입금지	Cấm người ngoài ra vào.
안내	Bảng hướng dẫn, thông báo.
안내소	Địa điểm hướng dẫn.
영업중	Đang làm việc.
예약필	Phải đặt chỗ trước.
요금선불	Trả tiền trước.
우측통행	Đi bên phải.
우회전	Rẽ phải.
우회전 금지	Cấm rẽ phải.
위험	Nguy hiểm.
위험 고압전류	Điện cao áp, nguy hiểm.
위험물 진입 금지	Cấm mang chất nguy hiểm vào.

일방통행	Đường một chiều.
임시휴업	Tạm nghỉ.
임대	Cho thuê, cho mướn.
입구	Cửa vào.
작업중	Đang làm việc, đang vận hành.
잔디에 들어가지 마시오	Không dẫm lên cỏ.
정지선	Vạch dừng.
조용히	Im lặng, giữ trật tự.
좌측통행	Đi bên trái.
좌회전	Rẽ trái.
좌회전 금지	Cấm rẽ trái.
만원	Hết chỗ.
주의	Chú ý, lưu ý.
주차 금지	Cấm đỗ xe.
주차장	Bãi đỗ xe.
직진	Đi thẳng.
차량 통행 금지	Cấm xe cộ.
추월금지	Cấm vượt.
출구	Cửa ra.
출입금지	Cấm ra vào.
침을 뱉지 마시오	Không nhổ bậy.
모자를 벗으세요	Cởi mũ.
통행 금지	Cấm qua lại.
팔린 물건	Hàng đã bán.
페인트 주의	Chú ý sơn.
학교 앞, 서행	Gần trường học, đi chậm.
화기 엄금	Cấm lửa.
화재 경보기	Chuông cảnh báo hỏa hoạn.
회의중	Đang họp.
회전 금지	Cấm rẽ.
횡단 금지	Cấm qua đường.
횡단보도	Chỗ qua đường.
휴지통	Thùng rác.

한글 자모음 발음 표기
BẢNG PHIÊN ÂM CHỮ HÀN QUỐC SANG CHỮ LA TINH

자음 PHỤ ÂM	ㄱ	ㄴ	ㄷ	ㄹ	ㅁ	ㅂ	ㅅ	ㅇ	ㅈ	ㅊ	ㅋ
	g	n	d	r.l	m	b	s	ng	j	ch	k
	ㅌ	ㅍ	ㅎ	ㄲ	ㄸ	ㅃ	ㅆ	ㅉ			
	t	p	h	gg	dd	bb	ss	jj			

모음 NGUYÊN ÂM	ㅏ	ㅑ	ㅓ	ㅕ	ㅗ	ㅛ	ㅜ	ㅠ	ㅡ	ㅣ	ㅐ
	a	ya	o	yeo	o	yo	u	yo	eu	i	ae
	ㅐ	ㅔ	ㅖ	ㅘ	ㅙ	ㅚ	ㅝ	ㅞ	ㅟ	ㅢ	
	yae	e	ye	wa	wae	oe	weo	we	wi	eui	

반대말
TỪ TRÁI NGHĨA

가	가운데	Bên lề - Giữa, ở giữa
가깝다	멀다	Gần - xa
가난하다	부유하다	Nghèo - giàu
가늘다	굵다	Mỏng manh - dày
가다	오다	Đi - đến
가로	세로	Chiều ngang - Chiều dọc
가뭄	장마	Mùa khô – Mùa mưa.
가입	탈퇴	Gia nhập – Thoát ra
가짜	진짜	Giả - thật
가축	야수	Gia súc - dã thú

가치	무가치	Có giá trị – không có giá trị
간간이	자주	Ít khi – thường xuyên
간단	복잡	Đơn giản – phức tạp
감독	방임	Sự quản lý – bỏ mặc
감사	원망	Lòng biết ơn – sự oán hận
강대국	약소국	Nước mạnh – nước yếu
강하다	약하다	Mạnh - yếu
강제	자진	Sự ép buộc – sự tình nguyện
강철	연철	Thép – sắt mềm
개다	흐리다	Quang đãng – u ám
객차	화물차	Xe khách - xe chở hàng
거칠다	부드럽다	Thô nhám – mượt mà
걱정	안심	Sự lo lắng – yên tâm
검소	사치	Sự giản dị – sự xa xỉ
겉	속	Bề mặt – bên trong
끝	시작	Sự kết thúc – sự bắt đầu
결정	미정	Quyết định – không quyết định
겸손	거만	Tính khiêm tốn – tính kiêu căng
경솔	침착	Tính vội vàng - tính thận trọng
계속	중단	Sự tiếp tục – sự gián đoạn
고마움	귀찮다	Sự cảm ơn - sự quay nhiễu
고요함	요란함	Sự yên tĩnh – sự hỗn loạn
고원	평원	Cao nguyên – đồng bằng
고통	쾌락	Sự đau khổ – niềm vui
고향	타향	Quê hương – đất khách
곧다	굽다	Thẳng - cong
골짜기	봉우리	Thung lũng – ngọn núi
공격	방어	Sự tấn công – sự phản kháng
공급	수요	Sự cung cấp – sự tiêu dùng

공손히	건방지게	Khiêm tốn – ngạo mạn
공훈	죄과	Công lao - tội tình
과거	미래	Quá khứ – tương lai
과학	미신	Khoa học – mê tín
관심	무관심	Quan tâm – không quan tâm
광명	암흑	Tia sáng – bóng tối
교외	시내	Ngoại thành – nội thành
교육자	피교육자	Người có học – người ít học
구국	매국	Cứu nước – bán nước
구별	혼동	Tách biệt – hỗn độn
국내	국외	Trong nước – ngoài nước
국제	국내	Quốc tế – quốc nội
권리	의무	Quyền lợi – nghĩa vụ
귀엽다	얄밉다	Dễ thương – đáng ghét
그늘	양지	Bóng mát – nơi có nhiều nắng
근심	안심	Mối lo âu – sự an tâm
금지	해제	Sự ngăn cấm – sự giải tỏa, xóa bỏ
급하다	더디다	Khẩn cấp – chầm chậm
기쁨	슬픔	Niềm vui – nỗi buồn
꾸짖다	칭찬하다	Trách móc - khen ngợi
꿈	현실	Giấc mơ – hiện thực
끌다	밀다	Kéo - đẩy

나	너	Tôi - bạn
나중	처음	Sau này – lần đầu
낙관	비관	Lạc quan – bi quan
낙원	지옥	Thiên đường – địa ngục

남극	북극	Nam cực – bắc cực
남자	여자	Nam - nữ
남쪽	북쪽	Phía nam – phía bắc
낮	밤	Ban ngày – ban đêm
낮다	높다	Thấp - cao
낯익다	낯설다	Quen mặt - lạ mặt
내면	외면	Mặt trong – mặt ngoài
내용	형식	Nội dung – hình thức
내일	어제	Ngày mai – hôm qua
냉방	난방	Phòng máy lạnh - phòng máy sưởi
넓다	좁다	Rộng - hẹp
넓어지다	좁아지다	Mở rộng – trở nên hẹp
노력	태만	Cố gắng – buông xuôi
눈설다	눈익다	Không quen – quen thuộc
느리다	빠르다	Chậm - nhanh
늘다	줄다	Tăng - giảm
능력	무능력	Năng lực – không có năng lực
능숙	미숙	Sự thành thạo – sự chưa thành thạo
늦추다	당기다	Nới lỏng – tăng lên

다정	냉정	Nhiều tình cảm – lạnh lùng
다행	불행	May mắn – bất hạnh
단결	분열	Sự đoàn kết – sự chia rẽ
단순	복잡	Đơn giản – phức tạp
단체	개인	Tập thể – cá nhân
달다	쓰다	Ngọt - đắng
달리하다	같이하다	Khác- giống

달성	미달	Đạt đến- chưa đạt đến
답답하다	후련하다	Ngột ngạt – dịu bớt
당연하다	부당하다	Đương nhiên – không đúng
대강	세밀히=자세히	Đề cương – chi tiết
대다수	극소수	Đại đa số – thiểu số
대답	질문	Trả lời – câu hỏi
대부분	일부분	Đại bộ phận – một bộ phận
대양	대륙	Đại dương – đại lục
대장	졸병	Đại tướng – lính quèn
대항	복종	Sự chống đối – sự phục tùng
도움	방해	Sự giúp đỡ – sự cản trở
독립	예속	Độc lập – sự lệ thuộc
독창	합창	Đơn ca – hợp ca
돕다	방해하다	Giúp đỡ – cản trở
두껍다	얇다	Dày - mỏng
드물다	흔하다	Khan hiếm – nhiều
땅	하늘	Đất - trời
뚜렷하다	희미하다	Rõ ràng- mờ mịt
뜨다	가라앉다	Nổi- lặn, chìm

마녀	선녀	Mụ phù thủy – tiên nữ
마르다	젖다	Khô – ướt
마음	몸	Tâm hồn – thể xác.
마지막	처음	Cuối cùng – lần đầu
막히다	뚫리다	Bị tắt nghẽn – làm cho thông
만나다	헤어지다	Gặp gỡ – chia tay
만족	불만	Sự bằng lòng – sự bất mãn

많다	적다	Nhiều - ít
맑다	흐리다	Sáng sủa – tối tăm
멀리	가까이	Xa - gần
명령	복종	Mệnh lệnh – phục tùng
명예	수치	Danh dự – sự xấu hổ
모른다	알다	Không biết – biết
모으다	흩어지다	Gom lại – rắc ra mọi phía, tản mạn
모자라다	넉넉하다	Thiếu - đủ
못나다	잘나다	Xấu – đẹp
무시	중시	Coi thường - coi trọng
무식	유식	Sự thất học – sự học rộng
무익	유익	Vô ích – hữu ích
무효	유효	Vô hiệu – có hiệu lực
문명	미개	Văn minh – không văn minh
문제	해답	Câu hỏi/ vấn đề – giải đáp
문화	야만	Văn minh – dã man, hoang sơ
묻다	대답하다	Hỏi – đáp
물음	대답	Câu hỏi – câu trả lời
민주주의	독재주의	Chủ nghĩa dân chủ – chủ nghĩa độc tài
믿음	의심	Tin tưởng – nghi ngờ
밉다	곱다	Xấu - đẹp

바쁘다	한가하다	Bận rộn – rảnh rỗi
받다	주다	Nhận - cho
발달	퇴보	Sự phát triển – sự suy tàn
발전	쇠퇴	Phát triển – kém phát triển
발표	미발표	Công bố – chưa công bố
밝다	어둡다	Sáng rõ - tối

밤	낮		Ban đêm – ban ngày
방해	협조		Sự cản trở – sự hợp tác
배웅	마중		Tiễn- đón
번영	쇠퇴		Sự thịnh vượng – sự suy tàn
벌	상		Phạt- thưởng
벌써	아직		Rồi – vẫn chưa
보통	특별		Bình thường – đặc biệt
복종	반항		Sự phục tùng – sự chống đối
본부	지부		Bộ chỉ huy – chi bộ
본사	지사		Công ty mẹ – chi nhánh
부강	빈약		Giàu mạnh – nghèo yếu
부모	자식		Bố mẹ – con cái
부분	전체		Bộ phận – toàn thể
아내	남편		Vợ - chồng
부지런히	게을리		Siêng năng – lười biếng
분명	불분명		Minh bạch – không minh bạch
분주	한가		Bận rộn – rảnh rỗi
불가능	가능		Bất khả năng – khả năng
불리	유리		Bất lợi – tiện lợi
불만	만족		Sự bất mãn – sự bằng lòng
불쾌	유쾌		Sự bực tức – sự sảng khoái
불행	행운		Bất hạnh – may mắn
비겁	용감		Tính hèn nhát– lòng dũng cảm
비극	희극		Bi kịch – hài kịch
비밀	공개		Bí mật – công khai
비싸다	싸다		Đắt - rẻ
빈곤	부유		Khốn khó – giàu có
빈민	부자		Người nghèo – người giàu

사납다	온순하다	Hung dữ – hiền lành
사랑하는	미워하는	Yêu - ghét
사립	공립	Dân lập – công lập
사망	출생	Chết - sinh
사실	허위	Sự thật – không có thật
사치	검소	Sự xa sỉ – sự tiết kiệm
사투리	표준말	Tiếng địa phương-giọng chuẩn
사회	개인	Xã hội – cá nhân
산	들	Núi – cánh đồng
삼키다	뱉다	Nuốt- nhổ
상	벌	Thưởng- phạt
상륙	이륙	Sự hạ cánh – sự cất cánh
생산	소비	Sản xuất – tiêu dùng
생일	기일	Ngày sinh – ngày mất
서양	동양	Phương tây – phương đông
서투르다	익숙하다	Không thạo – thành thạo
선생	학생	Thầy cô giáo – học sinh
선조	후손	Tiên tổ – con cháu
성공	실패	Thành công – thất bại
소득	손실	Thu nhập – tổn thất
소중	소홀	Tập trung – lơ đãng
속박	자유	Ràng buộc – sự tự do
송신	수신	Sự truyền tin- nhận tin
수공업	기계공업	Ngành thủ công- ngành cơ khí.
수입	수출	Nhập khẩu – xuất khẩu
수줍다	활발하다	Rụt rè, e thẹn – hoạt bát
수출	수입	Xuất khẩu – nhập khẩu

순수	불순	Thuần nhất – không thuần nhất
숭고	저속	Cao thượng – dơ tục
숭배	경멸	Tôn sùng – sự khinh miệt
쉽다	어렵다	Dễ - khó
슬기롭다	어리석다	Khôn- ngu, dại
승낙	거부	Sự đồng ý – sự khước từ, từ chối
농촌	도시	Nông thôn – đô thị
승리	패배	Sự chiến thắng – sự thất bại
시외	시내	Ngoại thành – nội thành
식물	동물	Thực vật – động vật
심다	캐다	Trồng – nhổ/bới
싸다	비싸다	Rẻ - đắt
싸움	평화	Chiến tranh – hòa bình

아내	남편	Vợ - chồng
아름답다	추하다	Đẹp-xấu
아직	이미	Chưa – đã, rồi
악독	인자	Sự nham hiểm – lòng nhân từ
안	밖	Trong - ngoài
안녕	불안	Bình an – bất an
안심	불안	An tâm – bất an
압박	해방	Áp bức – giải phóng
약하다	강하다	Yếu - mạnh
어른	아이	Người lớn – trẻ em
언니	여동생	Chị gái – em gái
얼다	녹다	Đóng băng – tan ra
엄금	권장	Sự cấm đoán – sự khuyến khích

여름	겨울	Mùa hè – mùa đông
여성	남성	Nữ giới – nam giới
연결	절단	Liên kết – sự cắt rời
열심	태만	Sự nhiệt tình – chểnh mảng
엷다	짙다	Màu nhạt – sẫm màu
염색	퇴색	Nhuộm – bạc màu
영리	우둔	Lanh lợi - chậm chạp, đần
영원	순간	Mãi mãi – giây lát
예쁘다	밉다	Đẹp - xấu
오늘	내일	Hôm nay – ngày mai
오해	이해	Hiểu lầm – thông hiểu
오후	오전	Buổi chiều – buổi sáng
온순	난폭	Hiền lành – bạo lực
완강	나약	Ngoan cường - yếu đuối, hèn nhát
완성	착수	Hoàn thành – bắt đầu
외국	내국	Nước ngoài – trong nước
요구	제의	Sự yêu cầu – sự đề nghị
용감	비굴	Dũng cảm – hèn nhát
우대	천대	Ưu tiên – xem nhẹ
우리	너희	Chúng tôi – các bạn
우선	나중	Trước tiên – sau này
승리	패배	Sự chiến thắng – sự thất bại
웃음	울음	Nụ cười - khóc
원료	제품	Nguyên liệu – thành phẩm
원인	결과	Nguyên nhân – kết quả
위험	안전	Nguy hiểm – an toàn
유명	무명	Nổi tiếng – vô danh
유지	폐지	Duy trì – xóa bỏ
육군	해군	Lục quân – hải quân

육지	바다	Đất liền - biển
은혜	원한	An huệ - Oán thù

전체	부분	Toàn thể – bộ phận
절약	낭비	Tiết kiệm – lãng phí
젊다	늙다	Trẻ - già
정당	부당	Sự công bằng – sự bất công
정리	문란	Sự sắp xếp – sự hỗn độn
참말	거짓말	Nói thật – nói dối
정신	육체	Tinh thần – thân thể
정의	불의	Chính nghĩa – không chính nghĩa
정지	진행	Sự ngừng lại – sự tiến hành
정확	부정확	Chính xác – không chính xác
제한	무제한	Hạn chế – không hạn chế
조상	자손	Tổ tiên – con cháu
조용하다	시끄럽다	Im lặng – ồn ào
존경	멸시	Sự tôn kính – sự xem thường
졸업	입학	Tốt nghiệp – nhập học
주인	하인/손님	Chủ – tớ/ khách
죽음	삶	Cái chết – sự sống
준공	착공	Hoàn công – khởi công
중요	사소	Quan trọng – không quan trọng
증가	감소	Tăng - giảm
지배	피지배	Chi phối - bị chi phối
지옥	천국	Địa ngục – thiên đàng
지하	지상	Dưới lòng đất – trên mặt đất
직선	곡선	Đường thẳng – đường cong

직접	간접	Trực tiếp – gián tiếp
질문	대답	Hỏi – đáp
짙다	옅다	Dày - mỏng
짧다	길다	Ngắn - dài

차다	뜨겁다	Lạnh - nóng
차도	인도	Đường xe đi - đường người đi bộ
차별	평등	Phân biệt đối xử – công bằng
착하다	악하다	Hiền - ác
찬성	반대	Tán thành – phản đối
참석	불참	Tham gia – không tham gia
찹쌀	멥쌀	Gạo nếp – gạo tẻ
찾다	감추다	Tìm, kiếm – che dấu
처녀	총각	Thiếu nữ – trai tân
천국	지옥	Thiên đàng – địa ngục
천사	악마	Thiên thần – ác ma
첫차	막차	Chuyến xe đầu - chuyến xe cuối
청결	불결	Sạch sẽ - bẩn thỉu
청춘	노년	Tuổi trẻ – tuổi già
최대	최소	Lớn nhất, tối đa – nhỏ nhất, tối thiểu
출발	도착	Xuất phát – đến đích
춥다	덥다	Lạnh - nóng
충분	부족	Vừa đủ – thiếu thốn
충성	반역	Lòng trung thành – sự phản bội
충실	부실	Lòng trung thành – sự giả dối
친절	불친절	Thân thiện – không thân thiện

캄캄하다	환하다	Tối đen – sáng sủa
커지다	작아지다	Lớn lên - nhỏ đi
켜다	끄다	Bật - tắt
크다	작다	Lớn - nhỏ

타향	고향	Tha hương – quê hương
태만	노력	Lơ là – cố gắng
통일	분단/분열	Thống nhất – chia cắt/ phân chia
통하다	막히다	Thông suốt - chặn lại
퇴장	입장	Rời sân – vào sân
특별	보통	Đặc biệt – bình thường
튼튼하다	약하다	Rắn chắc - yếu
틀리다	맞다	Sai - đúng

파괴	건설	Sự phá hủy – sự xây dựng
팔다	사다	Bán - mua
펴다	접다	Mở ra – gấp lại, gập lại
편리	불편	Thuận tiện – bất tiện
편안	불안	Bình an – lo lắng
평야	산악	Đồng bằng – đồi núi
포근하다	쌀쌀하다	Ấm áp – lạnh (thời tiết)
표면	이면	Bề mặt – hai mặt
피다	지다	Nở - héo
필요	불필요	Cần thiết – không cần thiết

하류	상류	Hạ lưu – thượng lưu
하반기	상반기	6 tháng cuối năm – 6 tháng đầu năm
하차	승차	Xuống xe – lên xe
학생	선생	Học sinh – giáo viên
함께	따로	Cùng nhau – riêng biệt
항복	불복	Đầu hàng – không đầu hàng
항상	가끔	Luôn luôn – thỉnh thoảng
해결	미해결	Giải quyết – chưa giải quyết
해상	육상	Trên biển – trên đất liền
행복	불행/슬픔	Hạnh phúc – bất hạnh/nỗi buồn
향기	악취	Mùi thơm – mùi khó chịu
상승	하강	Đi lên - đi xuống
허락	거절	Sự cho phép – sự khước từ
허위	진실	Hư cấu – sự thật
현대	고대	Hiện đại – cổ đại
현재	과거	Hiện tại – quá khứ
협력	방해	Hỗ trợ - cản trở.
형제	자매	Anh em trai – chị em gái
화물선	여객선	Tàu hàng- tàu khách
효도	불효	Hiếu thảo - bất hiếu
흉년	풍년	Năm mất mùa – năm đượcmùa
희망	실망	Hy vọng – thất vọng

같은 말
TỪ ĐỒNG NGHĨA

가	가장자리	Ở giữa, giữa
가끔	간혹, 때때로	Thỉnh thoảng, đôi khi
가난	빈곤	Nghèo, khốn khó
가망	희망	Hy vọng
마물	한발	Một bước chân
가엾다	불쌍하다	Đáng thương, tội nghiệp
가족	식구	Gia đình, người trong nhà
가짜	거짓	Giả, giả dối
간섭	참견	Tham gia ý kiến, can thiệp
감격	감동	Cảm động, cảm kích
감독	감시	Giám sát, giám quản.
감정	심정	Tình cảm
감탄	감격	Cảm thán, thán phục, cảm kích
강연	연설	Diễn thuyết, giảng giải
개선	개량	Cải thiện, cải tiến
개척	개간, 개발	Phát triển
거절	거부	Từ chối, cự tuyệt
걱정	근심	Lo lắng
겨레	민족	Dân tộc
결과	성과	Kết quả, thành quả
결심	각오	Quyết tâm
겸손	공손, 겸양	Khiêm tốn, khiêm nhường
경비	비용	Chi phí, kinh phí
경영	운영	Kinh doanh, điều hành

경험	체험	Kinh nghiệm
계속	연속	Tiếp tục, liên tục
고국	본국, 조국	Cố quốc, tổ quốc
고단하다	피곤하다	Mệt mỏi
고맙다	감사하다	Cảm ơn, cảm tạ.
공손히	겸손히	Khiêm tốn
과실	과일	Trái cây, hoa quả
구조	구원	Cứu trợ, cứu hộ
국가	나라	Đất nước
국민	백성, 인민	Nhân dân
군사	군대	Quân đội
군함	전함	Tàu chiến
권세	세력, 권력	Thế lực, quyền lực
근원	근본	Căn bản, cơ bản
글자	문자	Chữ viết, chữ
금년	올해	Năm nay
급속히	신속히	Cấp tốc, nhanh chóng
기구	도구	Công cụ, dụng cụ
기쁘다	즐겁다	Vui, mừng
기색	안색	Khí sắc
끌다	당기다	Kéo, lôi kéo

나라	국가	Đất nước
나이	연령	Tuổi
날씨	일기	Thời tiết
낯익다	익숙하다	Thành thạo, thành thục
네모	사각	Bốn gốc, tứ giác

노력	진력	Nỗ lực, cố gắng
노예	노비	Nô lệ

동지	동료	Đồng chí, đồng đội
동창	동문	Bạn học, đồng môn
두렵다	무섭다	Sợ, sợ hãi
두메	산골	Một làng miền núi
둘레	주위	Đường tròn, chu vi
들판	평야	Cánh đồng, đồng bằng
땅	토지, 대지	Đất
때	시간	Khi, thời gian
원인	까닭, 이유	Nguyên nhân, lý do
뜻	의미	Ý nghĩa

마침내	드디어	Cuối cùng
만약	만일	Nếu
매월	매달	Hàng tháng, mỗi tháng
매일	날마다	Mỗi ngày, hàng ngày
먼저	우선	Đầu tiên, trước tiên
멸시	천시	Sự khinh bỉ, sự coi thường
명령	지시	Mệnh lệnh, chỉ thị
명예	명성	Danh dự, danh giá
모습	모양	Hình dáng, dáng
모욕	욕, 치욕	Sự lăng nhục, sự khinh miệt
목재	재목	Gỗ
목적	목표	Mục đích, mục tiêu

몸	신체	Thân thể, cơ thể
몸짓	행동	Điệu bộ, cử chỉ, hành động
몹시	매우	Rất
묘하다	야릇하다	Tinh tế, trang nhã
무덤	뫼, 산소	Ngôi mộ, nấm mộ
무리	떼	Lũ, bọn, nhóm, bầy
무시	멸시	Khinh thường, coi thường
무섭다	두렵다	Sợ
문명	문화	Văn hóa, văn minh
물결	파도	Cơn sóng, đợt sóng
물음	질문	Câu hỏi
미개	야만, 원시	Dã man, man rợ
미처	아직	Chưa
믿음	신앙, 신의	Sự tin tưởng, niềm tin

바닷가	해변	Bờ biển, bãi biển
바라다	원하다	Mong muốn, khát khao
바르다	곧다, 옳다	Đúng, chuẩn, chính xác
반격	역습	Sự phản công, phản kích
반대말	맞선말	Từ trái nghĩa
반대편	맞은편	Phía đối diện
반드시	꼭	Chắc chắn
발행	발간	Phát hành
밝다	환하다	Sáng, sáng sủa
방도	방법, 방책	Phương pháp, phương sách
방면	방향	Phương hướng
방법	수단	Phương pháp

방지	수비	Phòng ngự, hậu vệ, phòng chống
방향	방면	Phương hướng
뱃사람	선원	Thủy thủ
버릇	습성, 습관	Thói quen, tập quán
법칙	규칙	Quy tắc
변화	변동, 변천	Thay đổi, biến hóa
별안간	갑자기	Bỗng nhiên, bất ngờ
병기	무기	Vũ khí
병력	군사력	Binh lực, sức mạnh quân sự
병원	의원	Bệnh viện, y viện
보배	보물	Báu vật, bảo vật
보복	앙갚음	Sự trả đũa, sự trả thù
보통	평범	Bình thường, bình thường
보호	옹호	Bảo hộ, che chở ủng hộ
복종	순종	Phục tùng, tuân thủ
본보기	모범	Mẫu, gương mẫu
부모	양친	Bố mẹ, song thân
부부	내외	Vợ chồng
부유	풍족	Sự giàu có, sự thịnh vượng
부인	아내	Phu nhân, vợ
분간	구별	Sự phân biệt
분명	확실	Sự rõ ràng, chắc chắn
분야	부문	Lĩnh vực, phần
불만	불평	Sự không hài lòng, sự bất mãn
비난	비방	Sự phê bình, lời chỉ trích
비록	다만	Dù, tuy dù
비밀	기밀	Bí mật
비참	참혹	Bi thảm, thảm khốc
뺨	볼	Đôi má

사납다	고약하다	Hung dữ, dữ tợn
사람	인간, 인류	Con người, nhân loại
사명	임무	Nhiệm vụ, sứ mệnh
사실	진실	Sự thật
사연	내용	Nội dung
사정	형편	Trường hợp, chuyện đột xuất
상대편	상대방	Đối phương
생명	목숨	Sự sống, sức truyền cảm
생활	생존, 생계	Cuộc sống, sinh hoạt
서럽다	슬프다	Phiền não, đau buồn
선전	광고	Quảng cáo, tuyên truyền
성격	성품	Tính tình, tính cách
성능	기능	Khả năng, tính năng
성명	이름, 성함	Họ tên
성질	성미	Bản tính, tính khí
세력	권력, 권세	Thế lực, quyền lực
세밀히	자세히	Một cách tỉ mỉ, chi tiết
세상	세계	Thế gian, thế giới
소동	소란	Sự quấy rầy, sự náo động
소모	소비	Tiêu dùng, tiêu hao
수문	풍문	Văn hóa, phong tục
소식	소문	Tin tức
소용	필요	Sự cần thiết
소원	소망	Sự mong muốn, sự khao khát
소중	귀중	Quan trọng, quí trọng
속국	식민지	Một quốc gia thuộc địa
속도	속력	Tốc độ, tốc lực

손해	손실	Sự thiệt hại, sự tổn thất
쇠약	허약	Yếu đuối
수고	고생, 노고	Sự vất vả, cực nhọc
숭배	존경, 숭상	Sự tôn kính, sùng bái
숲	산림	Rừng, rừng cây
스승	선생	Thầy cô giáo
슬기	재주	Tài năng, tài
슬픔	설움	Nỗi buồn
습관	습성, 관습	Tập quán, thói quen, tập tục
승패	승부	Chiến thắng và thất bại
시늉	흉내	Sự noi gương, sự bắt chước
시대	시절	Thời đại
시작	개시	Sự bắt đầu
시험	실험, 고사	Kỳ thi, kỳ kiểm tra
식량	양식	Thức ăn, thức ăn dự trữ
신세	처지	Số phận, hoàn cảnh
신앙	종교	Tôn giáo, tín ngưỡng
실망	사실	Sự thất vọng

아기	아이	Đứa trẻ, đứa bé
아내	처	Vợ
아마	대개	Có lẽ
아우	동생	Người em
아주	매우	Rất, rất là
애씀	노력	Sự nỗ lực, sự cố gắng
애원	애소, 간청	Sự cầu xin, sự năn nỉ
양지	양달	Sự am hiểu, sự hiểu biết

어렵다	힘들다	Khó khăn, vất vả
어른	성인	Người lớn, người trưởng thành
어린이	아동	Đứa trẻ, đứa bé con
언제나	항상	Luôn luôn, bất cứ lúc nào
얼른	빨리	Nhanh
엄격	엄중	Sự nghiêm khắc, nghiêm nghị
업적	공적	Tác phẩm, thành tích
여간	보통	Thông thường, bình thường
열심	열중	Sự nhiệt tình, sự hăng hái
염려	우려	Sự lo lắng
옆	곁	Bên cạnh
예쁘다	곱다	Đẹp, xinh
예전	그전, 옛날	Ngày xưa, ngày trước
예절	예의	Lễ nghĩa, lễ phép
예정	계획	Dự định, kế hoạch
오늘	금일, 현대	Hôm nay, hiện tại
옥좌	왕좌	Ngai vàng, bệ ngọc
옷차림	복장	Áo quần
완강히	굳세게	Bướng bỉnh, lì lợm
완성	완수, 완료	Hoàn thành
완전	온전	Sự hoàn chỉnh, sự hoàn thiện
외국	타국	Ngoại quốc, nước ngoài
욕심	욕망	Tính tham lam, lòng tham
용감	용맹	Tính dũng cảm
용기	패기	Dũng khí
운명	운수, 숙명	Vận mệnh, số mệnh
원래	본래	Khởi đầu, nguyên thủy
원수	적	Kẻ thù, kẻ địch
원시	야만	Nguyên thủy

월급	봉급	Lương
위로	위안	Sự an ủi, niềm khuây khỏa
유명	저명	Sự nổi tiếng
후원	성원	Sự giúp đỡ, sự cứu giúp
의견	의사	Ý kiến
의기	기상	Ý chí, chí khí, tinh thần
의문	의심	Sự nghi ngờ, sự ngờ vực
의식	정신	Tinh thần, nhận thức
의욕	욕망	Ý muốn, sự mong muốn
이름	성명	Họ tên
이미	벌써	Đã rồi
이번	금번	Lần này, lượt này
이웃	인근	Hàng xóm, láng giềng
이익	이득	Lợi ích, lợi tức
인간	인류	Nhân loại, nhân gian
인도	안내	Sự hướng dẫn
인물	인재	Nhân tài, nhân vật
인품	인격	Nhân phẩm, nhân cách
일생	평생	Cả đời, trọn đời
일시	동시	Đồng thời, cùng một lúc
일제히	한꺼번에	Nhất loạt, đồng thời
일행	동행	Cùng, đồng hành
임금	왕	Vua, nhà vua
임원	역원	Nhân viên
입장	등장	Xuất hiện, đi vào

자랑하다	뽐내다	Tự hào, hãnh diện
자료	재료	Tư liệu, tài liệu
자신	자기	Tự bản thân
자원	자산	Tài nguyên, tài sản
잠시	잠깐	Một chốc, một lát
잡음	소음	Tạp âm, tiếng ồn
장	시장	Chợ, thị trường
장님	소경	Người mù
장단	박자	Nhịp đập
장엄	웅장	Hùng vĩ, trang nghiêm
장치	설비	Trang thiết bị, trang bị
장하다	훌륭하다	Vĩ đại, nguy nga
재능	재주	Năng khiếu, tài năng
저축	저금	Tiền tiết kiệm, tiết kiệm
적당	적절	Sự vừa phải
전부	전체	Toàn thể, tất cả
전송	배웅	Chuyển giao
전쟁	전투	Chiến tranh
정말	실제	Sự thật, thực tế
정성	성심	Sự chân thành, sự trung thực
정신	마음	Tấm lòng
정원	뜰	Khu vườn
제안	제의	Đề xuất, đề nghị
제작	제조	Sự sản xuất, sự chế tạo
조사	검사	Sự kiểm tra, điều tra
조상	선조	Ông bà tổ tiên
조심	주의	Chú ý, cẩn thận

조절	조정	Sự điều chỉnh, sự chỉnh lý
조종사	비행사	Phi công
존중	존경	Tôn kính, tôn trọng
종류	종목	Loại, hạng, khoản
주목	주시	Sự chú ý, sự để ý
주의	경고	Cảnh cáo
주저하다	망설이다	Do dự, ngập ngừng
죽음	사망	Cái chết
준비	마련	Sự chuẩn bị
중단	정지	Dừng, ngưng, ngừng
중대	중요	Quan trọng
중도	중간	Chính giữa, trung gian
즈음	당시	Lúc đó, lúc ấy
지금	현재, 이제	Bây giờ, hiện tại
지방	지역	Khu vực, vùng
지저분하다	더럽다	Bẩn
진찰	진단	Khám bệnh

차도	찻길	Đường dành riêng cho xe chạy
차례	순서	Trật tự, thứ tự
차별	구별	Sự phân biệt, tính cục bộ
찬성	동의	Đồng ý
참석	출석	Tham gia, tham dự
책임	임무	Trách nhiệm, nhiệm vụ
처리	처치	Xử lý, xử trí, giải quyết
처벌	형벌	Sự trừng phạt, hình phạt
천연	자연	Tự nhiên

초대	초청	Mời, mời mọc
추석	한가위	Tết trung thu, rằm tháng 8
축하	축복	Chúc mừng, chúc phúc
친구	동무	Bạn bè, đồng nghiệp
친근	친절	Sự chân thành, sự thân thiện
칭찬	칭송	Sự tuyên dương, sự tán dương

캄캄하다	어둡다	Tối, tối đen
컵	잔	Cốc, ly
큰길	한길	Đường chính, đường cái
큰물	홍수	Trận lũ lụt, nạn lụt
키	신장	Chiều cao, vóc người

타향	타지	Địa phương khác, xứ khác
탈	가면	Mặt nạ
탐정	밀정	Việc thám hiểm, điều tra
탐험	탐색	Điều tra, thăm dò
토대	기본	Nền móng, nền tảng
토론	토의	Cuộc tranh luận, thảo luận
통나무	원목	Gỗ nguyên khối
통지	고지	Thông báo, báo tin
퇴직	퇴임	Sự từ chức, thôi việc
특별히	유난히	Một cách đặc biệt
특히	특별	Đặc biệt
특징	특색	Đặc trưng
틀림없다	어김없다	Đúng, chính xác
틈	사이	Đường nứt, khe hở

ㅍ

파견	파송	Sự gửi đi, sự phát đi
파멸	멸망	Diệt vong, suy tàn
평범	일반	Bình thường, tầm thường
평생	일생	Cả đời, suốt đời
평소	평시	Thường lệ, bình thường
평안	안녕, 편안	Bình an, bình yên
풍경	광경, 경치	Phong cảnh
풍부	풍족	Phong phú, sung túc
풍속	풍습	Phong tục
피난	피란	Tránh nạn
피해	손해	Sự tổn thất, sự hư hại
필경	결국, 마침내	Kết cục, rốt cuộc

ㅎ

하늘	공중	Bầu trời, không trung
학문	학술	Học vấn, học thuật
학자	선비	Học giả, nhà trí thức
한참	한동안	Một khoảng thời gian lâu
한층	한결	Một mức độ, một tầng
함께	같이	Cùng với, với
항상	항시, 늘	Luôn luôn
해안	해변	Bờ biển, bãi biển
허락	승낙	Sự đồng ý, sự thỏa thuận
헤엄	수영	Sự bơi lội
협력	협심	Hợp sức, đồng lòng
혹시	행여	Không biết chừng, e chừng

확실	정확	Chính xác, chắc chắn
환영	영접, 환대	Sự đón chào
활기	활발	Sinh lực, sinh khí
활동	활약	Hoạt động
회견	면회, 접견	Cuộc gặp gỡ, cuộc phỏng vấn
회담	회의	Hội nghị, hội đàm
회복	복구	Hồi phục, phục hồi
회상	회고	Hồi tưởng, nhớ lại
효과	효험	Hiệu quả
효도	효성	Sự hiếu thảo.
후회	참회	Sự hối hận, sám hối
훈련	연습	Luyện tập
흉내	모방	Sự bắt chước, mô phỏng
흔히	자주	Thường xuyên
흥미	재미	Thú vị, thích thú
희망	소망	Hy vọng
힘	기운	Sức mạnh

문예림 도서목록

꿩먹고 알먹는 베트남어 첫걸음

저자 : 한국 외국어대 베트남어과 전혜경
판형 : 46배판
페이지수 : 192쪽
정가 : 16,000원(mp3CD)

저는 오랫동안 학생들에게 베트남어를 가르쳐 오면서 이해와 암기가 쉽고 간단명료하면서 베트남 현지 실생활에 곧바로 응용할 수 있는 필수적인 회화교재의 필요성을 많이 느껴왔습니다. 그래서 한국외대 베트남어과에서 2년 동안 교수로 재직하면서 학생들을 가르친 바 있고, 또 베트남 현지에서 한국인들을 가르친 경험이 풍부해서 한국인들이 베트남어를 배울 때 범하기 쉬운 오류를 잘 알고 있는 호찌밍 외국어정보대학교 TRAN VAN TIENG 교수와 공저하여 '베트남어회화'(문예림)를 이미 출간하였습니다. 이 교재를 수년 동안 베트남어과 학생들에게 언어실습 교재로 사용해 본 결과 쉽게 베트남어를 익히고 곧바로 활용할 수 있는 장점을 확인할 수 있었습니다.
그래서 이번에는 베트남어를 처음 시작하는 학습자들이 혼자서도 베트남어를 익힐 수 있도록 하기 위하여 각 베트남어 단어 밑에 한글로 발음을 달아 '꿩먹고 알먹는 베트남어 첫걸음'을 출판하게 되었습니다. 아무쪼록 이 교재를 통하여 베트남어 실용회화를 쉽고 재미있게 익히기를 희망합니다.

한-베 베-한 입문소사전

저자 : 신연희 박민규
판형 : 107*150
페이지수 : 832쪽
정가 : 18,000원

-현지에서 쉽게 사용할 수 있다 !
-베트남인과 한국인이 즉시 의사소통할 수 있다 !
-여행할때 당황하지 않아도 좋다 !
-당신의 주머니에은 입문소사전이 있으니깐 !

베트남어-한국어 입문 사전

저자 : 류지은 응우웬 티 또 땀
판형 : 110*175
페이지수 : 1596쪽
정가 : 35,000원

1. 베트남어 발음의 한국어 표기 : 베트남어를 처음 접하는 한국인들이 말하고 듣는데 보다 도움이 되도록 베트남어 발음을 최대한 근접하게 한국어로 표기하였다.

2. 단어를 응용한 예문 삽입 : 베트남실생활에서 많이 사용되는 예문을 삽입하여 단어를 보다 쉽게 이해하고 사용할수 있게 하였다.

3. 외래어 수록 : 이 사전에는 순수 베트남어는 아니지만 현재 베트남 사회에서 통용되어지는 외래어와 중국어 어원에서 비롯된 단어들도 수록하였다.

4. 동의 영어단어 수록 : 보다 정확한 단어의 뜻을 전달하기 위해 영어단어도 함께 수록하였다.

5. 중요단어 빨간색으로 표기 : 현재 베트남 사회에서 많이 사용되어지고 꼭 알아두어야 할 단어에는 빨간색으로 표기하여 편리하게 공부할수 있도록 중요도를 선별하였다.

베트남어를 처음 접하는 일반인들과 베트남어를 공부하고자 하는 학생들에게 최대한 정확하고 올바른 단어의 의미를 전달하기 위해 최선을 다했으며 앞으로 이 사전이 베트남과 한국, 양국민 모두에게 유용하게 쓰여지기를 바랍니다.

최신 한국어 베트남어 사전(개정판)

저자 : 류지은외 1명
판형 : 146*206
페이지수 : 1280쪽
정가 : 45,000원

이책의 특징 :

이 최신 한국어-베트남어 사전은 한국에 있는 베트남 유학생들과 근로자들, 베트남어를 공부하시는 분들과 관련분야에서 일하시는 분들, 더불어 베트남에서 유학하는 한국학생들과 거주하시는 교민들을 위해 출판되었다.

이 사전에는 일반사회적으로 생활에 통용되는 70,000 단어가 수록되어있고 한국어의 14 자음 순서로 정리되어 있다 ; 그 중 한국어단어를 베트남어 한 단어로 표기하기에는 베트남어 표현의 풍부함으로 인해 어려움이 있어 이에 우리는 최대한 한국어의 정확한 뜻을 살리고자 노력하였고 구체적인 예문을 통해 여러분이 공부하시는데 편리하게 해두었다.

현재 한국 사회에서 통용되고 있는 영어, 프랑스어에서 파생된 외래어까지 적어놓았으며 베트남어 표기 앞부분에 원어를 표기하였다.
또한 한국어와 베트남어의 동음,동의어를 넣어 발음을 통해 쉽게 알아 볼수 있게 해 놓았다.

; 베트남어 속담과 성어를 한국어 예시 문장으로 정확하게 대비해 놓아서 한국과 베트남 문화의 상통하는 부분들을 찾아볼수가 있습니다.